கோபத்தின் கனிகள்

GRAPES OF WRATH

கோபத்தின் கனிகள்

GRAPES OF WRATH

ஜான் ஸ்டீன்பெக்

தமிழில்: கி. ரமேஷ்

பாரதி
புத்தகாலயம்

KOBATHIN KANIGAL (in Tamil)
(Grapes of Wrath)
John Steinbeck
Translated by **K. Ramesh**
Originally Published in the USA by the Viking Press. Inc. (1939)
First Published: August, 2019
Published by
BHARATHI PUTHAKALAYAM
7, Elango Salai, Teynampet, Chennai - 600 018
Email: thamizhbooks@gmail.com / www.thamizhbooks.com

கோபத்தின் கனிகள்

ஜான் ஸ்டீன்பெக்

தமிழில்: கி. ரமேஷ்
முதல் பதிப்பு: ஆகஸ்ட், 2019

வெளியீடு:

7, இளங்கோ சாலை, தேனாம்பேட்டை, சென்னை - 600 018
தொலைபேசி : 044-24332424, 24332924, 24356935

விற்பனை நிலையங்கள்
மதுரை: 37A, பெரியார் பேருந்து நிலையம் - 045 22324674 | **ஈரோடு:** 39: 39 ஸ்டேட் பாங்க் சாலை - 9245448353
திண்டுக்கல்: பேருந்து நிலையம் - 9942331105, 9976053719 | **பழனி:** பேருந்து நிலையம் அருகில் - 9442883696
திருப்பூர்: 447, அவினாசி சாலை - 9486105018 | **சேலம்:** பாலம் 35, அத்வைத ஆஸ்ரமம் சாலை 0427 2335952
திருவல்லிக்கேணி: 48, தேரடி தெரு - 9444428358 | **வடபழனி:** பேருந்து நிலையம் எதிரில் அடையார்
ஆனந்தபவன் மாடியில் - 9444476967 | **பெரம்பூர்:** 52, கூக்ஸ் ரோடு - 9444373716
திருவாரூர்: 35, நேதாஜி சாலை - 9442540543 | **சேலம்:** 15, வித்யாலயா சாலை சாலை
திருநெல்வேலி: 25A, ராஜேந்திரநகர் - 9442149981|**அருப்புக்கோட்டை:** 31, அகமுடையார் மஹால் - 9994173551
மதுரை: சர்வோதயா மெயின்ரோடு | **குன்னூர்:** N.K.N வணிக வளாகம் பெட்போர்ட்
செங்கல்பட்டு: 1 D ஜி.எஸ்.டி சாலை - 044 27426964 | **விருதுநகர்:** 131, கச்சேரி சாலை - 0456 2245300
கும்பகோணம்: 352, ரயில் நிலையம் எதிரில் - 9443995061 |**வேலூர்:** பேஸ் III, சத்துவாச்சாரி - 9442553893
நெய்வேலி: பேருந்து நிலையம் அருகில், - 9443659147
தஞ்சாவூர்: காந்திஜி வணிக வளாகம் காந்திஜி சாலை - 9655542400
கோவை: 77, மசக்காளிபாளையம் ரோடு, பீளமேடு - 8903707294
திருச்சி: வெண்மணி இல்லம், கரூர் புறவழிச்சாலை - 9994289492
திருவண்ணாமலை: முத்தம்மாள் நகர்
நாகர்கோவில்: 699 கே.பி.ரோடு R.V.புரம் - 9443450111
சிதம்பரம்: 22A / 18B தேரடி கடைத் தெரு, கீழவீதி அருகில் - 9994399347
கரூர்: நாரத கானசபா அருகில் (TNGEA OFFICE)- 9442706676

நினைத்த நூல்கள்... நினைத்த நேரத்தில்...

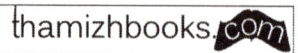

ரூ.595/-
அச்சு : மணி ஆப்செட், சென்னை - 600 077.

பதிப்புரை

அமெரிக்காவின் பொருளாதாரப் பெரு வீழ்ச்சி *(Great Depression)* காலத்து விவசாய அரங்கத்தையும் அப்போது நடந்த பிழைப்பிற்கான குடிபெயர்வுகளையும் பின்னணியாகக் கொண்ட மகத்தான நாவல். அமெரிக்க நாவல்களின் பொற்கால எழுத்தாளர்களான வில்லியம் ஃபாக்னர், ஸ்காட் ஃபிட்ஜெரால்டு, எனஸ்ட் ஹெமிங்வே வரிசையில் வந்த ஜான் ஸ்டீன்பெக் (1902-1968) அவர்களால் எழுதப்பட்டது. தேசிய புத்தக விருது, புலிட்சர் பரிசு என பல பரிசுகளைப் பெற்ற நூல்; ஜான் ஸ்டீன்பெக்கிற்கு 1962 ஆம் ஆண்டு இலக்கியத்திற்கான நோபல் பரிசு வழங்கப்பட்ட போது, அவர் குறித்த விவரணத்தில் அதிகம் விதந்தோதப்பட்ட நூல். 1940 ஆம் ஆண்டிலேயே புகழ்பெற்ற ஹாலிவுட் நட்சத்திரமான ஹென்றி ஃபோண்டா நடித்து, ஜான் ஃபோர்டு இயக்கத்தில் திரைப்படமாகவும் வந்து புகழ் பெற்றது.

'வளர்ச்சியடைந்த நாடு, வளரும் நாட்டிற்கு அதன் எதிர்காலத்தைக் காட்டும் கண்ணாடி' என்பார் மார்க்ஸ். இன்றைய இந்தியா, சந்திக்கும் பிரச்சனைகளும் அவலங்களும் அதற்கெதிரான போராட்டங்களும் மனக் கண்ணில் தோன்றினால் வியப்பில்லை. ஒரு பெரும் பொருளாதார சிக்கலின் கருமேகம் கவிழ்ந்து கொண்டிருக்கும் காலகட்டத்திற்கு பொருத்தமான ஒரு செவ்வியல் பனுவலைக் கொணர்வதில் பாரதி புத்தகாலயம் பெருமிதம் கொள்கின்றது.

1

செம்மண் நிலத்திற்கும், ஓக்லஹாமாவின் கரம்பை நிலத்தின் ஒரு பகுதிக்கும் கடைசி மழை மென்மையாக வந்தது. அது பிளந்து போன மண்ணை நனைக்கவில்லை. ஏர்முனைகள் ஓடைகளின் தடங்களை குறுக்கும் நெடுக்குமாகக் கடந்து சென்றன. கடைசி மழை சோளத்தை விரைவாக மேலெழச்செய்து சாலையின் இரு புறங்களிலும் களைகளையும், புல்லையும் பரப்பியது. சாம்பல் நிற மண்ணையும், ஆழ்ந்த செம்மண் நிலத்தையும் பச்சை நிறம் போர்த்தியது. மே மாதக் கடைசியில் வானம் வெளுத்தது. வசந்த காலத்தில் வானத்தில் காற்றில் உயரத்தில் பறந்த மேகங்கள் சிதறுண்டன. நாளுக்கு நாள் வளர்ந்து வந்த சோளத்தின் மேல் ஒவ்வொரு பச்சை முனை மீதும் அரக்கு நிறக் கோடு பரவும் வரை சூரியன் எரித்தது. மேகங்கள் தோன்றின, மறைந்தன, பின்னர் அவை தோன்றவேயில்லை. களைகள் தம்மை காத்துக் கொள்ள ஆழ்ந்த பச்சை நிறமாக மாறின, ஆனால் இதற்கு மேல் அவை பரவவில்லை. பூமியின் மேல்புறம் வறண்டு மெலிய, கெட்டியான பரப்பாகப் பிளந்தது. வானம் வெளுத்ததும், பூமியும் வெளுத்தது. செம்மண் நிலம் இளஞ்சிவப்பு நிறமாகவும், சாம்பல் நிற நிலம் வெண்மையாகவும் மாறியது.

தண்ணீர் வடிந்து சென்ற ஓடைகளில் புழுதி படிந்து வறண்ட சிறு ஓடைகளாகத் தோற்றமளித்தன. கோபர்களும் (வட அமெரிக்க நில அணில்) கட்டெறும்புகளும் சிறு மணற்சரிவுகளை உண்டாக்கின. நாளுக்கு நாள் சூரிய வெப்பம் கடுமையாகத் தாக்க, இளம்சோளத்தின் இலைகள் சற்றுத் தமது கடினத்தன்மையை இழந்து சரிந்தன; முதலில் அவை வளைந்தன, பிறகு அவற்றின் மையத் தண்டு வலுவிழந்ததும் ஒவ்வொன்றும் நிலத்தை நோக்கிச் சரிந்தன. பிறகு ஜூன் மாதம் வந்ததும், சூரியன் மேலும் வெப்பத்தைக் கக்கியது. சோள இலைகளின் முனையில் கோடிட்டிருந்த அரக்கு நிறம் பரந்து மையத்தண்டு வரை பரவியது. களைகளின் முனைகள் கருகி வேர் வரை சுருங்கின. காற்று அடர்த்தி குறைந்து, வானம் மேலும் வெளுத்தது; ஒவ்வொரு நாளும் பூமியும் வெளுத்தது.

ஆட்கள் குழுக்களாகக் கடந்து சென்ற சாலையில், சக்கரங்கள் நிலத்தை உழுது சென்றபோதும், குதிரைகள் தமது குளம்புகளால் மிதித்த போதும், புழுதிக் கட்டிகள் உடைந்து புழுதி தோன்றியது. நகர்ந்து சென்ற ஒவ்வொன்றும் காற்றில் புழுதியைக் கிளப்பின. நடந்து சென்ற மனிதன் தன் இடுப்பு வரை புழுதியைக் கிளப்பினான், ஒரு வாகனம் வேலிகளின் உயரம்

வரை புழுதியைக் கிளப்பியது, ஒரு மோட்டார் வண்டியோ தனக்குப் பின்னால் புழுதிப் புயலையே கிளப்பியது. அவை திரும்ப நிலத்தில் படிய நீண்ட நேரம் ஆனது.

ஜூன் மாதம் பாதிக்குப் பிறகு, பெரும் மழை மேகங்கள் டெக்சாசை விட்டும், வளைகுடாவை விட்டும் வெளியேறின. வயலிலிருந்த மனிதர்கள் அந்த மேகங்களைப் பார்த்து முகர்ந்து விட்டு, காற்றை உணர தமது ஈரப்படுத்திய விரல்களை உயர்த்திப் பிடித்தார்கள். மேகங்கள் தோன்றிய போது குதிரைகள் அமைதியிழந்தன. சிறிது மழைத்தூறல் விழுந்து சிதறிய பிறகு, அவை வேறு ஏதோ நாட்டுக்கு விரைந்து சென்றன. அவற்றுக்குப் பின்னால் வானம் மீண்டும் வெளுத்து, சூரியன் பிரகாசித்தது. மழைத்துளி விழுந்த இடங்களில் புழுதியில் சிறு குழிகள் தோன்ற, சோளத்தில் மழைத்துளிகள் பட்டுத் தெறித்தன. அவ்வளவுதான்.

மென்மையான காற்று மழை மேகங்களைத் தொடர்ந்து அவற்றை வடக்கு திசையில் நகர்த்தியது. காய்ந்து கொண்டிருந்த சோளங்களுடன் காற்று மோதியது. ஒரு நாள் கடந்ததும் காற்று நிலையாக இடைவெளியின்றி அதிகரித்தது. சாலைகளிலிருந்து கிளம்பிய புழுதி மேலெழும்பி வயல்களின் பக்கத்தில் வளர்ந்திருந்த களைகளில் முழுவதுமாகப் பரவியது. சிறிதளவு வயல்களிலும் பரவியது. இப்போது காற்று வலுவாக மாறி, சோள வயல்களில் மழைத்துளிகள் உருவாக்கியிருந்த சிறு மணற்குழிகளை அசைத்தது. சிறிது சிறிதாக வானம் புழுதிக் காற்றால் இருண்டது. காற்று பூமிக்கு மேல் இருந்த மண் புழுதியைக் கிளப்பி தன்னுடன் எழுப்பிச் சென்றது. காற்று மேலும் வலுவடைந்தது. வயல்களில் மழைத்துளிகள் ஏற்படுத்தியிருந்த மணற்குழிகள் உடைந்து அதிலிருந்து புழுதி கிளம்பி காற்றில் மெதுவான புகைபோல் சாம்பல் நிற இறகுபோல் பறந்தது. சோளங்கள் காற்றில் அடித்து மோதிக் கொண்டு வறண்ட, 'உஷ்' என்ற சப்தத்தை எழுப்பின. மென்மையான மண்புழுதி இப்போது பூமியில் படியாமல் அப்படியே இருண்டு கொண்டிருந்த வானத்தில் மறைந்தது.

காற்று மேலும் வலுவடைந்து, கற்களின் கீழ் வீறிட்டுச் சென்றது, வைக்கோலையும், பழைய இலைகளையும் சுழற்றியெடுத்துச் சென்றது. சில சமயம் சிறு மண்கட்டிகளைக்கூட காற்று இழுத்துச் சென்றது. அவை நிலங்களின் மீது போகிற போக்கில் தடத்தை விட்டுச் சென்றன. காற்றும், வானமும் இருண்டன. அவற்றின் ஊடாக சூரியன் செம்மயமாகப் பிரகாசித்தது. காற்றில் ஒரு பச்சை வாசனை வீசியது. இரவில் காற்று நிலத்தின் மீது வேகமாக வீசி, சோளத்தின் வேரை தந்திரமாகத் தோண்டியது. சோளம் தனது பலவீனப்பட்டு விட்ட சோகையைக் கொண்டு வேர் விட்டுப் போகும் வரை அதனுடன் போராடியது. இறுதியில் வேரை அடித்து வீசிய

காற்று அப்படியே பிடுங்கியது. ஒவ்வொரு தண்டும் சோர்ந்து போய் பூமியில் காற்றின் திசையில் விழுந்தது.

இரவு விடிந்தது, ஆனால் நாள் பிறக்கவில்லை. சாம்பல் நிற வானில் சிகப்புச் சூரியன் தோன்றியது. சிறிதளவே வெளிச்சம் தந்த அது செந்நிற வட்டமாக, அந்திப் பொழுது போல் தோன்றியது; பகல் நெருங்க நெருங்க, அந்திப் பொழுது போலிருந்த வெளிச்சம் இருட்டுக்குச் சென்றது. காற்று வீழ்ந்து விட்ட சோளத்தின் மீது தேம்பியழுதது.

ஆண்களும், பெண்களும் வீட்டுக்குள் முடங்கிக் கிடந்தனர். அவர்கள் வெளியே சென்றபோது, தமது மூக்கின் மீது துணியைக் கட்டிக் கொண்டும், கண்களைப் பாதுகாத்துக் கொள்ள கண்ணாடியணிந்தும் சென்றனர்.

இரவு வந்தபோது, அது மிகவும் இருண்டதாக இருந்தது. நட்சத்திரங்கள் புழுதியைத் தாண்டிக் கீழே தோன்ற முடியவில்லை. ஜன்னல் வழியாக வந்த வெளிச்சம் அவர்களது வீட்டின் வாசலைக் கூடத் தாண்ட முடியவில்லை. இப்போது தூசு காற்றுடன் சரிபாதியாகக் கலந்து, காற்றும், தூசும் சேர்ந்த கலவையாக இருந்தது. வீடுகள் இறுக மூடப்பட்டு, வாசல் கதவுகளிலும், ஜன்னல்களிலும் துணியைக் கொண்டும் கட்டப்பட்டிருந்தன. எனினும் தூசு மிகவும் மெலிதாக, காற்றில் கண்ணுக்குத் தெரியாதபடி நுழைந்து, நாற்காலிகளிலும், மேசைகளிலும், தட்டுகளின் மீதும் மகரந்தப் பொடிபோல் படிந்தது. மக்கள் அதைத் தமது தோள்களிலிருந்து தட்டி விட்டனர். கதவுகளின் படிகளில் தூசு சிறு கோடாகப் படிந்திருந்தது.

நள்ளிரவில் காற்று கடந்து சென்று, நிலத்தை அமைதியாக விட்டு நீங்கியது. தூசு நிரம்பிய காற்றின் சப்தம் பனிக் காற்றை விட முழுமையாக அடங்கியது. கட்டிலில் படுத்திருந்த மக்கள், காற்றின் சப்தம் நின்றதைக் கேட்டனர். வேகமாக அடித்த காற்று அகன்றதும் விழித்த அவர்கள், அமைதியாகப் படுத்துக் கொண்டு, ஆழ்ந்த அமைதியை உணர்ந்தனர். சேவல்கள் கூவியதும், அவர்களது குரல்கள் குழறின. மக்கள் விடியலை வேண்டித் தமது கட்டில்களில் புரண்டனர். காற்றில் மிதந்த தூசி படிவதற்கு நீண்ட நேரமாகுமென்பது அவர்களுக்குத் தெரியும். காலையில் தூசி பனியைப் போல் காற்றில் மிதந்தது. சூரியன் புதிய ரத்தத்தைப் போல் சிவப்பாகக் காட்சியளித்தது. நாள் முழுதும் வானத்திலிருந்து தூசு மெதுவாகக் கீழிறங்கியது, அடுத்த நாளும் கீழிறங்கியது. பூமியின் மேல்புறத்தை சீரான ஒரு போர்வை மூடியது. அது சோளத்தின் மீதும், வேலிகளின் மேலும், கம்பிகளின் மீதும் படிந்தது; அது வீடுகளின் கூரைகளிலும், களைகளின் மீதும், மரங்களின் மீதும் போர்வையாகப் படிந்தது.

மக்கள் வீட்டை விட்டு வெளியே வந்து வெப்பமான, நெடியடிக்கும் காற்றை முகர்ந்து பார்த்துவிட்டு, தமது மூக்கை மூடிக் கொண்டனர். குழந்தைகள் வீட்டை விட்டு வெளியே வந்தன, ஆனால் மழை பெய்த பிறகு செய்வது போல் ஓடவோ, சப்தமிடவோ இல்லை. ஆண்கள் தமது வேலிகளுக்கருகே நின்று கொண்டு, சேதமாகிப் போன சோளக்கதிர்களைப் பார்த்துக் கொண்டிருந்தனர். அவை இப்போது வேகமாக வறண்டு போய்க் கொண்டிருந்தன. படிந்திருந்த புழுதியின் மத்தியில் சிறிதளவே பச்சை தெரிந்தது. அவர்கள் அடிக்கடி நகராமல் அமைதியாக நின்றிருந்தனர். பெண்கள் வீட்டை விட்டு வெளியே வந்து, ஆண்கள் இம்முறை உடைந்து போகிறார்களா என்பதை அறிந்து கொள்ள அவர்களருகே நின்றனர். பெண்கள் ஆண்களின் முகத்தை ரகசியமாக உற்று நோக்கினர். வேறு ஒன்று இருக்கும் வரை சோளங்கள் போகலாம். குழந்தைகள் அருகே நின்று கொண்டு தமது வெறுங்கால்களால் புழுதியில் கோலமிட்டவாறு ஆண்களும் பெண்களும் உடைந்து போகிறார்களா என்பதை அறிய நோட்டமிட்டுக் கொண்டிருந்தனர். குழந்தைகள் ஆண்கள், பெண்களின் முகங்களை உற்றுப் பார்த்து விட்டு தரையின் புழுதியில் கவனமாகக் கோடுகளை வரைந்தனர். குதிரைகள் தண்ணீர்த் தொட்டிக்கு வந்து, அதன் மீது படிந்திருந்த தூசியை அகற்ற பெருமூச்சு விட்டன. சிறிது நேரத்தில் சோளங்களைப் பார்த்துக் கொண்டிருந்த ஆண்களின் குழம்பித் திகைத்துப் போன முகங்கள் இறுகிப் போய் கோபமாகவும், எதிர்த்து நிற்கும் பாவத்தையும் வெளிப்படுத்தின. இப்போது தாங்கள் பாதுகாப்பாக இருப்பதையும், எதுவும் நொறுங்கிப் போகவில்லையென்பதையும் பெண்கள் உணர்ந்தனர். பிறகு அவர்கள், "நாம் இப்போது என்ன செய்வோம்" என்று கேட்டனர். ஆண்களோ, "எனக்கும் தெரியல. இருந்தாலும் பரவாயில்ல" என்று பதிலளித்தனர். பெண்களுக்கும், குழந்தைகளுக்கும் இது பரவாயில்லை என்பது தெரியும். ஆண்கள் உடைந்து போகாமலிருந்தால் எந்தத் துரதிர்ஷ்டமும் அவ்வளவு பெரிதல்ல என்பது பெண்களுக்கும், குழந்தைகளுக்கும் ஆழமாகத் தெரியும். பெண்கள் தமது வேலைகளைக் கவனிக்க வீடுகளுக்குள் செல்ல, குழந்தைகள் விளையாடத் தொடங்கினர். ஆனால் முதலில் கவனமாக விளையாடினர். பகல் ஏற, ஏற சூரியனின் செந்நிறம் சற்றுத் தணிந்தது. அது புழுதி படிந்த நிலத்தின் மீது சுட்டெரித்தது. ஆண்கள் தம் வீட்டு வாசல்படிகளில் அமர்ந்தனர்; அவர்களது கைகள் கம்புகளையும், சிறு கற்களையும் வைத்து தட்டிக் கொண்டிருந்தன. அவர்கள் என்ன செய்வது என்று யோசித்துக் கொண்டு அசையாமல் அமர்ந்திருந்தனர்.

2

பொருட்களை ஏற்றிச் செல்லும் ஒரு பெரிய சிவப்பு நிற டிரக், ஒரு சிறிய சாலையோர உணவகத்தருகே நின்று கொண்டிருந்தது. நேராக நின்றிருந்த அதன் புகைபோக்கிக் குழாய் மென்மையாக சப்தமிட்டுக் கொண்டிருக்க, அதன் முனையில் கிட்டத்தட்ட கண்ணுக்குத் தெரியாத நீலநிறப் புகை வந்து வட்டமிட்டுக் கொண்டிருந்தது. அது ஒரு புத்தம் புதிய டிரக். அதன் சிகப்பு நிறம் பளபளத்துக் கொண்டிருந்தது. அதன் இருபுறங்களிலும் "ஒக்லஹாமா நகர போக்குவரத்து நிறுவனம்" என்று பன்னிரண்டு அங்குலத்தில் எழுதப் பட்டிருந்தது. இரண்டிரண்டாக இருந்த அதன் டயர்கள் அனைத்தும் புதியவை. அதன் பெரிய கருநிறக் கதவுகளில் ஒரு பித்தளைக் கொண்டிப்பூட்டு நீட்டிக் கொண்டிருந்தது. திரையிட்டிருந்த அந்த உணவகத்துக்குள் ஒரு வானொலிப் பெட்டி அமைதியான நடனப் பாட்டைப் பாடிக் கொண்டிருந்தது. யாரும் கேட்காதபோது மெதுவாகப் பாடுவது போல் அதன் சப்தம் குறைவாக இருந்தது. ஒரு சிறிய புகைபோக்கி மின்விசிறி வாசலுக்கு மேல் தனது வட்ட வடிவ ஓட்டையிலிருந்து சுற்றிச் சுழன்றது. ஈக்கள் பரபரப்பாக கதவுகள், ஜன்னல் திரைகளின் மீது முட்டிக் கொண்டு பறந்து கொண்டிருந்தன. உள்ளே ஒரு மனிதன், டிரக் டிரைவர், ஒரு ஸ்டூலில் அமர்ந்து கொண்டு, மேசை மீது தனது முட்டிகளை ஊன்றிக் கொண்டு காப்பி கப்புக்கு மேலாக ஒல்லியான பணிப்பெண்ணைப் பார்த்துக் கொண்டிருந்தான். அவன் ஒரு பட்டியலில் இல்லாத சாலையோர மொழியில் அவளுடன் உரையாடிக் கொண்டிருந்தான். "நா அவன மூணு மாசத்துக்கு முன்னால பாத்தேன். அவனுக்கு ஏதோ ஆபரேஷன் ஆயிருந்தது. எதையோ வெட்டியெடுத்துட்டான். எதுன்னு மறந்து போச்சு". அவள் – "நானே அவன ஒரு வாரத்துக்குள்ளார பாத்தேன். அப்போ நல்லாத்தான் இருந்தான். அவன் மட்டும் நாத்தமடிக்காம இருந்தா, அவன் நல்லவந்தான்". அவ்வப்போது ஈக்கள் திரையிட்டிருந்த வாசலுக்கருகே மென்மையாக ரீங்காரமிட்டன. காப்பி மெஷின் ஆவியை விட்டதும், அந்தப் பெண் திரும்பாமலே தன் கையை பின்னால் நீட்டி அதை அணைத்தாள்.

வெளியே, நெடுஞ்சாலையின் ஓரத்தில் நடந்து வந்த ஒரு மனிதன் சாலையைக் கடந்து அந்த டிரக்கை வந்தடைந்தான். அவன் மெதுவாக நடந்து வந்த அந்தப் பளபளப்பான விபத்துத் தடுப்புக் கம்பியில் வைத்துக் கொண்டு, காற்றுத் தடுப்பானில் ஒட்டப்பட்டிருந்த "பயணிகளுக்கு அனுமதியில்லை" என்ற ஸ்டிக்கரைப் பார்த்தான். ஒரு கணம் அவன் சாலையில் செல்ல எத்தனித்தான். ஆனால் அதற்குப் பதிலாக அவன் உணவகத்தின் வெளியே பக்கத்திலிருந்த ஒரு பலகையின்மேல் அமர்ந்தான். அவனுக்கு முப்பது

வயதுக்கு மேல் இருக்காது. அவனது கண்கள் ஆழ்ந்த அரக்கு நிறத்திலிருந்தன. கருவிழிகளில் ஒரு அரக்குப் புள்ளி இருப்பதற்கான அறிகுறி இருந்தது. அவனது தாடையெலும்புகள் உயர்ந்து, அகன்று காணப்பட்டன. அவனது கன்னத்தில் ஆழமாகக் குறுக்கே ஓடிய கோடு அவனது உதடுகளின் பக்கம் சுருண்டது. அவனது மேலுதடு நீண்டதாக இருந்தது. அவனது பற்கள் வெளியே நீட்டிக் கொண்டிருந்ததால், அவனது உதடுகள் அதை மறைக்கும் முயற்சியில் நீண்டன. அவனது கைகள், அகன்ற விரல்கள், சிறிய ஓடுகள் போல வலுவான நகங்களுடன் உறுதியாகக் காணப்பட்டன. ஆட்காட்டி விரலுக்கும் கட்டைவிரலுக்குமிடையிலிருந்த இடைவெளியும், அவனது கைகளின் குருத்தெலும்பும் தடித்துப் போய் பளபளப்பாக இருந்தன.

அந்த மனிதனின் உடைகள் புதிதாக இருந்தன- அனைத்தும் புதியவை, மலிவானவை. அவனது சாம்பல் நிறத் தொப்பி, அதன் மறைப்பு இன்னும் விறைப்பாக இருக்கும்படி அவ்வளவு புதிது. ஒரு தொப்பியின் பல்வேறு பணிகளான பை, துண்டு, கைக்குட்டை ஆகியவற்றை அதில் வைத்துக் கொண்டு போவதால் அது தோய்ந்து, உருவமின்றி ஊதிப்பெருத்துப் போகவில்லை. அதன் பட்டன்கள் அப்படியே இருந்தன. அவனது கால்சட்டை மலிவான, தடித்த சாம்பல்நிறத்துடன், மடிப்புக் கலையாமல் இருந்தது. நீல நிற சாம்பரே சட்டை விறைப்பாகவும், மென்மையாகவும், பை வைத்தும் இருந்தது. அவன் உயரமாக இருந்ததால் அவனது கால்சட்டை மிகவும் குட்டையாகவும், கோட் மிகவும் பெரிதாகவும் இருந்தன. கோட்டின் தோள்பகுதி அவனது கைகளின்மேல் தொங்கிக் கொண்டிருந்தனவென்றாலும் கூட, கைகள் மிகவும் குட்டையாக இருந்தன. கோட்டின் முன்புறம் வயிற்றின் மேல் தொளதொளவெனத் தொங்கிக் கொண்டிருந்தது. இராணுவத்தினர் அணிவது போன்ற புதிய ஆழ்ந்த நிறமுடைய ஷூக்களை அவன் அணிந்திருந்தான். அவை கீழே ஆணியடிக்கப்பட்டும், முனையில் தேய்ந்து போகாமலிருப்பதற்காக குதிரைக் குளம்பு போல் அரை வட்ட வடிவம் கொண்டதாகவும் இருந்தன. அந்த மனிதன் பலகையில் அமர்ந்து கொண்டு தொப்பியை எடுத்துத் தனது முகத்தை அதை வைத்துத் துடைத்துக் கொண்டான். பிறகு அதை தொப்பியை அணிந்து கொண்டு, அதன் எதிர்கால அழிவைத் தொடங்கி வைக்கும் வகையில் அதன் நிழல் மறைப்பை இழுத்து விட்டான். அவனது கால்கள் அவனது கவனத்தை ஈர்த்தன. குனிந்து ஷூக்களின் கயிறை அவிழ்த்துவிட்டான். பிறகு அதன் முனைகளை அவன் முடியவேயில்லை. அவனது தலைக்கு மேல் டீசல் எஞ்சின் வெளியேற்றியவேகமான நீல நிறப் புகை புஸ். புஸ்.. என ஒலி எழுப்பியது.

உணவகத்தில் இசை நின்று ஒலிபெருக்கியில் ஒரு மனிதன் பேசினான். ஆனால் அந்தப் பெண் இசை நின்று போனது தெரியாததால் அதை

அணைக்கவில்லை. மேய்ந்து கொண்டிருந்த அவளது விரல்கள் அவளது காதுக்கடியில் ஒரு கட்டியைக் கண்டது. அது என்னவென்று அவள் கல்லாவின் பின்புறமிருந்த ஒரு கண்ணாடியில் பார்க்க முயன்று கொண்டிருந்தாள். அதை டிரைவர் பார்க்காமலிருக்க அவள் விரும்பியதால், அவள் தனது முடியை சரி செய்வது போல் பாவனை செய்தாள். டிரக் டிரைவர், "ஷானியில் ஒரு பெரிய நடன நிகழ்ச்சி நடந்தது தெரியுமா. யாரோ யாரையோ கொன்னுட்டாங்கன்னு கேள்விப்பட்டேன். நீ எதாவது கேட்டியா?" என்று கேட்டான். "இல்லை" என்று பதிலளித்த பணிப்பெண், தன் காதின் கீழிருந்த கட்டியை அன்புடன் தடவி விட்டாள்.

வெளியே அமர்ந்திருந்த மனிதன் எழுந்து நின்று டிரக்கின் புகைபோக்கியைப் பார்த்து விட்டு, உணவகத்தை ஒருகணம் பார்த்தான். பிறகு அவன் பலகையில் அமர்ந்து கொண்டு, ஒரு புகையிலைக் கட்டையும் ஒரு கத்தை காகிகங்களையும் தன் சட்டைப் பையிலிருந்து எடுத்தான். தனது சிகரெட்டை மெதுவாக, சீராகச் சுருட்டிக் கொண்டு, அதை ஆய்வு செய்து சமப்படுத்திக் கொண்டான். கடைசியில் அதைப் பற்ற வைத்துக் கொண்டு, தன் காலடியில் தீக்குச்சியைப் போட்டு அணைத்து மிதித்தான். மதிய நேரம் நெருங்கிய போது சூரிய வெளிச்சம் டிரக்கின் நிழலை ஆக்ரமித்தது.

உணவகத்தில் டிரக் டிரைவர் கொடுக்க வேண்டிய காசைக் கொடுத்த பிறகு, தனது இரண்டு காசுகளை சூதாட்ட இயந்திரத்தில் போட்டான். சுற்றி வந்த அந்த இயந்திரம் அவனுக்கு எதையும் கொடுக்கவில்லை. "உனக்கு எதுவும் கிடைக்காத மாதிரி அதை உருவாக்கிருக்காங்க" என்று அவன் பணிப்பெண்ணிடம் கூறினான்.

அதற்கு அவள், "ஒரு ஆள் இரண்டு மணி நேரத்துக்கு முன்னாலதான் ஜாக்பாட் அடிச்சான். அவனுக்கு முப்பத்தி எட்டு டாலர் கிடைச்சது. நீ எவ்வளவு சீக்கிரம் திரும்பி வருவ?" என்று கேட்டாள்.

அவன் திரைச்சீலையை சற்று ஒதுக்கிக் கொண்டு, "ஒரு வாரம் பத்து நாளாகலாம். துல்சாவுக்குப் போகணும். நான் நெனைக்கற மாதிரி ஒரு போதும் திரும்பி வர முடிஞ்சதில்ல".

"அந்த ஈய உள்ள விட்றாத. ஒண்ணு வெளிய போ, இல்ல உள்ள வா". என்று அவள் குறுக்கிட்டுக் கூறினாள்.

"ரொம்ப நேரமாச்சு" என்றபடி அவன் வெளியேறினான். அவனுக்குப் பின்னால் திரைச்சீலைக் கதவு மூடிக் கொண்டது. அவன் வெயிலில் நின்று கொண்டு பபிள் கம்மைக் பேப்பரிலிருந்து பிரித்தெடுத்தான். அவன் கட்டுமஸ்தான, அகன்ற தோள்களையும், இறுகிய வயிற்றையுமுடையவன்.

அவன் இராணுவக் காலங்கியையும், கயிறுகளையுடைய பூட்சையும் அணிந்திருந்தான். பபிள்கம்மை வாய்க்கருகில் பிடித்துக் கொண்டு அவன் திரைச்சீலை வழியாகக் கூறினான், "நா கேக்கக்கூடாதுன்னு நினைக்கிற எதையும் செஞ்சுடாத". பணிப்பெண் பின்புறத்திலிருந்த ஒரு கண்ணாடியின் பக்கம் திரும்பி நின்று கொண்டிருந்தாள். அவள் எதையோ ஒரு பதிலை முனகினாள். டிரக் டிரைவர் பபிள்கம்மை மென்றான். ஒவ்வொரு முறையும் தாடையையும், உதடுகளையும் விரியத் திறந்து மூடினான். பபிள் கம்மை வாய்க்குள்ளேயே உருட்டி தன் நாக்குக்கடியில் வைத்துக் கொண்டு பெரிய சிகப்பு நிற டிரக்கைப் பார்த்து நடந்தான்.

சாலைப்பயணி எழுந்து நின்று கொண்டு, கண்ணாடி வழியாகப் பார்த்து, "ஐயா, என்னையும் கொஞ்சம் கூட்டிட்டுப் போக முடியுமா?" என்று கேட்டான்.

டிரைவர் ஒருகணம் உணவகத்தை வேகமாகத் திரும்பிப் பார்த்தான். "பயணிகளுக்கு அனுமதியில்லை'ன்னு கண்ணாடில எழுதிருக்கறத நீ பாக்கலயா?" என்று கேட்டான்.

"பார்த்துட்டேன். ஆனா ஒரு கேவலமான பணக்காரன் இந்த மாதிரி ஸ்டிக்கர அவன மீறி ஒட்டியிருந்தாக் கூட, ஒரு ஆள் நல்ல ஆளா சிலசமயம் இருந்துடுவான்.

மெதுவாக டிரக்கில் ஏறிய டிரைவர், இந்தப் பதிலின் பகுதிகளை ஆராய்ந்தான். அவன் இப்போது மறுத்து விட்டால், அவன் நல்ல மனிதன் இல்லை என்பது மட்டுமல்ல, அவனை மீறி ஸ்டிக்கர் ஒட்டப்பட்டது, உடன் ஒருவன் பயணிப்பது தடுக்கப்பட்டது. அவனைக் கூட்டிச் சென்றால், தானாகவே அவன் நல்ல மனிதனாகி விடுவதோடு, ஒரு கேவலமான பணக்காரன் அவனை ஆட்டி வைக்க முடியாதவனாகி விடுவான். அவன் தான் மாட்டிக் கொண்டு விடுவதை உணர்ந்தாலும், அவனால் இதிலிருந்து தப்பிக்க வழி கண்டு பிடிக்க முடியவில்லை. அவன் நல்லவனாக இருக்கவும் விரும்பினான். மீண்டும் உணவகத்தைத் திரும்பிப் பார்த்தான். "நாம இந்த முறை திரும்ப வரைக்கும் படியிலயே இரு" என்றான் அவன்.

பயணி வெளியே சென்று கதவைப் பிடித்துக் கொண்டு தொங்கினான். வண்டி கிளம்பி ஒரு கணம் உறுமியது. கியர்கள் விழுந்ததும், அந்தப் பெரிய டிரக் நகர்ந்து, முதல், இரண்டாம், மூன்றாம் கியர்கள் விழுந்து பிறகு நான்காவது கியரில் விழுந்து வேகம் பிடித்தது. தொங்கிக் கொண்டிருந்த மனிதனுக்கு நெடுஞ்சாலை தலை சுற்றும்படிக் கடந்து சென்றது. சாலையின் முதல் திருப்பம் ஒரு மைல் தள்ளி வந்ததும், டிரக் வேகம் குறைந்தது. பயணி எழுந்து நின்று கொண்டு கதவைத் திறந்து இருக்கையில் அமர்ந்து

கொண்டான். டிரைவர் அவனைத் தன் கண்களை வெட்டிப் பார்த்தான். ஏதோ அவனது தாடைதான் அவனது மூளையில் இறுதியாகப் பதியும் வரை அவனது சிந்தனைகளையும், அவனைப் பற்றிய மதிப்பீடுகளையும் செய்வது போல் தாடையை அசை போட்டுக் கொண்டு அவனைப் பார்த்தான். புதிய தொப்பியில் துவங்கிய அவனது பார்வை பிறகு அவனது புதிய உடைகளையும், புதிய ஷூக்களையும் பார்த்தது. பயணி தன் முதுகை வளைத்து இருக்கையில் வசதியாக அமர்ந்து கொண்டு, தன் தொப்பியை எடுத்துவிட்டு வியர்த்துக் கொண்டிருந்த தன் நெற்றியையும், தாடையையும் அதை வைத்துத் துடைத்தான். "நன்றி நண்பா, வெளிய நான் சோர்ந்து போயிட்டேன்" என்றான்.

"புது ஷூ" என்றான் டிரைவர். அவனது குரலில் அவனது கண்களில் தென்பட்ட அதே ரகசிய பாவமும், நயமும் இருந்தன. "நீ புது ஷீவோட நடந்து வரக்கூடாது-ஒரே வெப்பமா இருக்கு".

பயணி தன்னுடைய புழுதி படிந்த மஞ்சள்நிற ஷூக்களைப் பார்த்துக் கொண்டான். "வேற ஷூ இல்ல. ஒருத்தனுக்கு போட்டுக்க வேற இல்லன்னா இருக்கறதத்தான போட்டுக்க வேண்டியிருக்கு".

முன்பக்கம் கவனமாக எடை போடும் வகையில் பார்த்துக் கொண்ட டிரைவர், டிரக்கின் வேகத்தை சற்றுக் கூட்டினான். "ரொம்ப தூரம் போறியா?".

"இல்லல்ல. சோர்ந்து போயிருக்கலன்னா நடந்தே போயிருப்பேன்".

டிரைவரின் கேள்விகள் மறைமுகமாக சோதிப்பது போலிருந்தன. அவனது கேள்விகள் மூலமாக அவன் வலை விரிப்பது போல் தோன்றியது. "வேல தேடுறியா?" என்று அவன் கேட்டான்.

"இல்ல. என்னோட பெருசுக்கு நாப்பது ஏக்கர் நிலமிருக்கு. அவர் ஒரு விவசாயி. ஆனா நான் அங்க போயி ரொம்ப நாளாச்சு".

டிரைவர் சாலையின் புறங்களில் சோளம் சாய்ந்து விழுந்து, அதன் மேல் புழுதி படிந்திருந்ததைக் குறிப்பாகப் பார்த்தான். புழுதி படிந்த மண்ணின் வழியே சிறு கடினமான பொருள் கோடிட்டுச் சென்றிருந்தது. டிரைவர் தனக்குள்ளே பேசிக்கொள்வது போல் கூறினான், "நாப்பது ஏக்கர் விவசாயி, ஆனா நிலத்த சுத்தப்படுத்தல, டிராக்டரை வச்சு உழவுமில்ல".

"நான் அங்க சமீபத்துல போகத்தான் இல்ல" என்றான் பயணி.

"ரொம்ப நாளா" என்றான் டிரைவர். ஒரு வண்டு வண்டிக்குள் புகுந்து காற்றுத் தடுப்பானின் பின்புறம் சப்தமெழுப்பியது. டிரைவர் தனது கையை

நீட்டி வண்டை வெளியே சென்ற காற்றை நோக்கி மெதுவாகத் தள்ளி விட்டான். "இப்பல்லாம் விவசாயிங்க வேகமா காணாப் போறாங்க. எல்லா இடத்துலயும் புல்டோசர்கள் நரகமா இருக்கு. (இங்கு மூல ஆசிரியர் CAT என்று குறிப்பிடுகிறார். அதன் பொருள் புல்டோசர் என்பதால், அதையே கையாண்டுள்ளேன் - மொ.பெ.) உள்ள கிழிச்சுக்கிட்டு நுழைஞ்சு விவசாயிய வெளிய தள்ளுது. உங்க பெருசு எப்படி சமாளிச்சு நிக்கறான்?" அதுவரை மறந்து ஒதுக்கி வைத்திருந்த பபிள் கம்மை அவனது நாக்கும், தாடையும் சுவைக்கத் தொடங்கின. ஒவ்வொரு முறை அவன் வாயைத் திறக்கும் போதும், அவனது நாக்கு பபிள் கம்மைப் புரட்டுவது தெரிந்தது.

"எனக்கு சமீபத்துல என்ன நடந்ததுன்னு தெரியாது. எனக்கும் எழுதத் தெரியாது, எங்க பெருசுக்கும் தெரியாது". ஆனால் வேகமாக, "நாம விரும்பினா நம்மால முடியும்" என்று சேர்த்துக் கொண்டான்.

"எதாவது வேலைல இருந்தியா?" மீண்டும் நோக்கமின்றிக் கேட்பதுபோல் ரகசியமாக விசாரிப்பு.. அவன் வெளியே வயல்களையும், சலசலத்த காற்றையும் பார்த்து, பபிள் கம்மை தனது கன்னத்துக்குக் கொண்டு வந்து ஒதுக்கிக் கொண்டு, ஜன்னலுக்கு வெளியே துப்பினான்.

"ஆமா, வேல செஞ்சேன்" என்றான் பயணி.

"நினைச்சேன். உன் கைகளைப் பார்த்தேன். ஒரு மம்பட்டியையோ, ஒரு கோடரியையோ ஒரு சம்மட்டியையோ வீசிய கைகள். உன் கைகள்ல அது மின்னுது. இந்த மாதிரி விஷயத்தெல்லாம் நான் பார்ப்பேன். அதுல நீ பெருமைப்படணும்".

பயணி அவனை வெறித்துப் பார்த்தான். டிரக்கின் டயர்கள் சாலையில் இசையெழுப்பின. "வேறெதாவது உனக்குத் தெரியணுமா? நான் உனக்குச் சொல்றேன். நீ ஒண்ணும் யூகிக்க வேணாம்".

"கோச்சுக்காதப்பா. நான் ஒண்ணும் மூக்கை நுழைக்கல".

"நான் உனக்கு எல்லாத்தையும் சொல்றேன். எதையும் மறைக்கல".

"அட கோவிச்சுக்காதப்பா. எனக்கு விஷயங்கள பார்க்கப் பிடிக்கும். அது ஒரு பொழுது போக்கு".

"நான் உனக்கு எத வேணா சொல்றேன். என் பேர் ஜோட், டாம் ஜோட். பெருசோட பேர் பெரிய டாம் ஜோட்". அவனது கண்கள் ஆழம் பார்ப்பது போல டிரைவரின் மேல் நிலைத்தன.

"தப்பா நினைக்காத. நான் எதையும் நினச்சுக் கேட்கல".

“நானும் அப்படி நினைக்கல” என்றான் ஜோட். “யாரையும் தள்ளி விடாம சேர்ந்திருக்கத்தான் முயற்சிக்கறேன்”. அவன் நிறுத்திவிட்டு வெளியே காய்ந்து போன வயல்களையும், தூரத்தில் வெப்பத்தில் அமைதியற்றுத் தொங்கிக் கொண்டிருந்த, பஞ்சத்தில் அடிபட்ட மரங்களின் கிளைகளையும் பார்த்தான். அவனுடைய சட்டைப் பையிலிருந்து புகையிலைக் கட்டையும், காகிதங்களையும் வெளியே எடுத்தான். காற்று தடங்கல் செய்யாத இடத்தில் முட்டிகளுக்கிடையில் வைத்து சிகரெட்டை சுருட்டிக் கொண்டான்.

டிரைவர் சிந்தனையுடன், பசுவைப் போல சீராக அசை போட்டுக் கொண்டிருந்தான். அதுவரை நடந்த விஷயங்களின் அனைத்து அழுத்தமும் மறைந்து, மறந்து போவதற்காக அவன் காத்திருந்தான். இறுதியில், சூழல் மீண்டும் சகஜமானதும் அவன், “டிரக்க ஒருநாளும் ஓட்டாம இருந்தவனுக்கு அது எப்படியிருக்கும்னு தெரியாது. சொந்தக்காரங்க நாங்க யாரையும் ஏத்திக்கறத விரும்பறதில்ல. அதனால நாங்க இங்க உக்காந்து வண்டிய ஓட்டிக்கிட்டுப் போக வேண்டியதுதான். நான் இப்ப உனக்கு செஞ்சது போல செஞ்சா வேலைய விட்டுக் கூட போக வேண்டியிருக்கும்”.

“புரியுது. நான் அத மதிக்கிறேன்” என்றான் ஜோட்.

“டிரக்க ஓட்டும்போது கிறுக்குத்தனமான விஷயங்கள செய்யறவங்களையெல்லாம் எனக்குத் தெரியும். ஒரு ஆள் கவிதை எழுதறது கூட எனக்குத் தெரியும். அதுல பொழுது போகும்”. ஜோடுக்கு இதில் ஆர்வமிருக்கிறதா, அவன் திகைத்துப் போகிறானா என்பதைப் பார்க்க அவனை ரகசியமாகப் பார்த்தான். ஜோட் அமைதியாக சாலையில் தூரத்தைப் பார்த்துக் கொண்டு, நிலம் அகன்று செல்வதைப் போல மென்மையாகக் கடந்து சென்ற சாலையைப் பார்த்துக் கொண்டிருந்தான். கடைசியில் டிரைவர் கூறினான், “அந்த ஆள் எழுதின ஒரு கவிதை எனக்கு ஞாபகம் இருக்கு. அது அவனும் அவனோட சில கூட்டாளிகளும் உலகம் பூரா சுத்தி குடிச்சு, கும்மாளமடிச்சு, பெண்களோட கூடித் திரிஞ்சது பத்தி எழுதினது. அது எப்படியெல்லாம் போச்சுங்கறது எனக்கு ஞாபகமிருக்கு. அதுல அவன் எழுதியிருக்கற வார்த்தைக்கெல்லாம் என்ன அர்த்தம்கறது ஏசுவுக்குக் கூடத் தெரியாது. அதுல ஒரு பகுதி இப்படி இருக்கு: ‘யானையின் தும்பிக்கையை விடவும், திமிங்கிலத்தின் சீழ்க்கையை விடவும் பெரிய உறுப்பையுடைய ஒரு தெருப்பொறுக்கியை நாங்கள் அங்கு வேவு பார்த்தோம்’. அந்தத் தும்பிக்கை மூக்கைப் போன்றது. யானைக்கு அது தும்பிக்கை. அந்த ஆள் எனக்கு ஒரு சொற்களஞ்சியத்தை காமிச்சான். அவன் போற நரகத்துக்கெல்லாம் அதத் தூக்கிக்கிட்டே திரிஞ்சான். வண்டிய நிறுத்தி காப்பி குடிக்கும் போதெல்லாம் அத வச்சு பார்த்துக்கிட்டிருந்தான்”. தான் தனியாக நீண்ட நேரம் பேசிக் கொண்டிருந்ததில் தனிமையாக உணர்ந்து

அவன் பேச்சை நிறுத்தினான். அவனது ரகசியமான கண்கள் பயணியை நோக்கித் திரும்பின. ஜோட் அமைதியாக இருந்தான். டிரைவர் சங்கடத்துடன் அவனைப் பங்கு கொள்ள வைக்க நிர்ப்பந்திக்க முயன்றான். "இது மாதிரி பெரிய பெரிய வார்த்தைகளைப் பேசுறவனப் பத்தி இது வரைக்கும் நீ கேள்விப் பட்டிருக்கியா?"

"போதகர்" என்றான் ஜோட்.

"இந்த மாதிரி பெரிய பெரிய வார்த்தைகளைப் பேசுற ஆளப் பார்த்தா உன்னைப் பைத்தியமாக்கிடும். போதகரப் பொறுத்த வரைக்கும் சரிதான். ஏன்னா, எப்படியும், யாரும் போதகரச் சுத்தி ஏமாத்தப் போறதில்ல. ஆனால் இந்த ஆள் வினோதமா இருந்தான். அவன் ஒரு பெரிய வார்த்தைய சொன்னா நீ கேக்கவே மாட்ட, ஏன்னா அவன் அதை வாத்துக்குத்தான் சொன்னான்." அவன் எந்த நாயையும் அவுத்து விடல. டிரைவருக்கு நம்பிக்கை பிறந்து விட்டது. குறைந்தது ஜோட் கேட்டுக் கொண்டிருக்கிறான் என்பது அவனுக்குத் தெரிந்தது. அவன் வேண்டுமென்றே ஒரு பெரிய திருப்பத்தில் பெரிய டிரக்கை வேகமாகத் திருப்பினான். டயர்கள் கிரீச்சிட்டன. பிறகு தொடர்ந்தான், "நான் சொன்னது மாதிரி டிரக் ஓட்டறவன் வினோதமான காரியங்களச் செய்வான். அவன் செஞ்சுதான் ஆகணும். சக்கரத்துக்குக் கீழ ரோடு போக, அவன் அப்படியே உட்கார்ந்திருந்தான்னா, அவனுக்குப் பைத்தியம்தான் பிடிக்கும். இந்த டிரக் ஓட்றவங்க ரோட்டோரத்தில இருக்கற எல்லாக் கடையிலயும் ஹாம்பர்கர சாப்பிட்டுட்டு இருப்பாங்கன்னு அவன் ஒருதடவ சொன்னான்".

"அவங்க அங்க இருக்கறது போலத்தான தோணுது" என்று ஜோட் ஒப்புக் கொண்டான்.

"அவங்க நிச்சயமா நிறுத்துவாங்க, ஆனா சாப்பிடறதுக்காக இல்ல. அவங்களுக்குப் பசிக்கவும் பசிக்காது. போயிட்டே இருக்கறது அவங்களுக்கு சலிச்சுப் போயிடும். இந்த மாதிரி முனைகள்ளதான் நீ வண்டிய நிறுத்த முடியும். கல்லாக்கு அந்தப்புறம் இருக்கறவன்கிட்ட பேசணும்னா எதாவது வாங்கித்தான் ஆகணும். அதனால ஒரு கப் காப்பியும், ஒரு பன்னையும் வாங்கணும். இது அந்த ஆளுக்குக் கொஞ்சம் ஓய்வக் கொடுக்கும்". அவன் தனது பபிள் கம்மை மெதுவாக சுவைத்து நாக்கால் திருப்பினான்.

"கஷ்டமாத்தான் இருக்கும்" என்று ஜோட் எந்த அழுத்தமும் கொடுக்காமல் கூறினான்.

டிரைவர் அவனை ஏளனம் செய்கிறானா என்று தெரிந்து கொள்ள வேகமாகப் பார்த்தான். "அது ஒண்ணும் கேடுகெட்ட கருத்து இல்ல" என்று அவன் சோதிப்பதுபோல் கூறினான். "ஒரு எட்டு மணி நேரம், இல்லன்னா

பத்து, பதினாலு மணி நேரம் இங்க உட்கார் வரைக்கும் ஈசியாத்தான் தோணும். ஆனா இந்த ரோடு அந்த ஆளுக்குள்ள போயிடும். அவன் எதாவது செய்துதான் ஆகணும். எதாவது சைகை, இல்லன்னா விசில் அடிக்கணும். நாங்க ரேடியோ வச்சுக்க கம்பெனி அனுமதிக்கறதில்ல. சில பேர்கொஞ்சம் சாராயத்த கொண்டு போவாங்க. ஆனா அது ரொம்ப தூரம் தாங்காது". கடைசியில் தற்பெருமையுடன் கூறினான், "நான் வண்டி ஓட்டும்போது குடிக்கறதே இல்ல".

"அப்படியா" என்று கேட்டான் ஜோட்.

"ஆமாம்! ஒரு ஆள் முன்னேறணும். நான் எதாவது அஞ்சல் வழி படிப்புல சேரலான்னு இருக்கேன். மெக்கானிகல் இஞ்சினியரிங். அது ஈசியானது. கொஞ்சம் ஈசியான பாடத்த வீட்ல படிச்சிடணும். நான் அத யோசிச்சிக்கிட்டிருக்கேன். அப்புறம் நான் டிரக் ஓட்ட மாட்டேன். அப்புறம் மத்தவங்கள டிரக் ஓட்டச் சொல்லுவேன்".

ஜோட் தனது சட்டைப் பையிலிருந்து ஒரு மதுப் புட்டியை எடுத்தான். "நிச்சயமா உனக்கு ஒரு வாய் வேணாமா? என்று சீண்டுவது போல் கேட்டான்.

"இல்ல. கடவுள் சத்தியமா நான் அதத் தொட மாட்டேன். ஒரு ஆள் எப்போதும் சாராயம் குடிச்சிக்கிட்டே நான் படிக்கப் போறது மாதிரி படிக்க முடியாது".

ஜோட் பாட்டிலைத் திறந்து ஒன்றிரண்டு மிடறு விழுங்கி விட்டு அதை மூடித் தனது பையில் போட்டுக் கொண்டான். விஸ்கியின் காரமான, சூடான நெடி வண்டியில் பரவியது. "நீ சுத்தமா சுருங்கிப் போயிருக்க. என்ன விஷயம், எதாவது பொண்ணு கிடைச்சிருச்சா?" என்று கேட்டான் ஜோட்.

"அப்படித்தான். இருந்தாலும் நான் முன்னேற விரும்புறேன். ரொம்ப நாளா என்னோட மனச தயார் பண்ணிக்கிட்டு இருக்கேன்".

விஸ்கி ஜோடை கொஞ்சம் இளக்கியது போல் இருந்தது. அவன் இன்னொரு சிகரெட்டைச் சுருட்டிப் பற்ற வைத்துக் கொண்டான். "எனக்கு மேல போறதுக்குப் பெரிய அளவுக்கு ஒண்ணுமில்ல". என்றான்.

டிரைவர் வேகமாகத் தொடர்ந்து கூறினான், "எனக்கு ஊக்கம் ஒண்ணும் தேவையில்ல. நான் என்னோட மனச எப்போதும் பயிற்சி செய்யிறேன். அதுக்கு ரெண்டு வருஷத்துக்கு முன்னாடி பயிற்சி எடுத்தேன்". அவன் வண்டி ஸ்டீயரிங் சக்கரத்தைத் தனது வலது கையால் தட்டிக் கொடுத்தான். "நான் ரோட்ல ஒரு ஆளக் கடந்து போறேன்னு வச்சுப்போம். அதுக்குப் பின்னால அவனப் பத்தி எல்லாத்தையும் யோசிக்க முயற்சி

பண்ணுவேன். அவன் போட்டுருந்த உடைகள், ஷூக்கள், தொப்பி, அவன் எப்படி நடந்தான், எவ்வளவு உயரம் இருப்பான், எவ்வளவு எடை இருப்பான், எத்தனை தழும்புகள் இருந்தன, இதையெல்லாம் நான் நல்லாவே ஞாபகப் படுத்துவேன். ஆனா என்னால முழு உருவத்தையும் என் மூளைக்குக் கொண்டு வர முடியாது. சில சமயம் விரல் ரேகை நிபுணராக ஆகணும்னு நினைப்பேன். ஒரு ஆள் எவ்வளவு விஷயத்தை நினைவு வச்சிருக்க முடியும்னு பார்த்தா நீ ஆச்சரியப்படுவ".

ஜோட் ஃப்ளாஸ்கிலிருந்து கொஞ்சம் குடித்தான். பிறகு புகைந்து கொண்டிருந்த சிகரெட்டிலிருந்து கடைசி இழுப்பை இழுத்து விட்டு, கட்டை விரலையும், ஆள்காட்டி விரலையும் இறுக்கி எரிந்து கொண்டிருந்த முனையை அணைத்தான். மீதத்தை சுருட்டிப் பந்தாக்கி காற்று அதைக் கையிலிருந்து அடித்துக் கொண்டு போகும்படி ஜன்னலுக்கு வெளியே நீட்டினான். டிரக்கின் பெரிய டயர்கள் ரோட்டில் பெரும் சப்தமெழுப்பிக் கொண்டிருந்தன. சாலையைப் பார்த்துக் கொண்டிருந்த ஜோடின் ஆழ்ந்த அமைதியான கண்கள் வேடிக்கை பார்த்தன. டிரைவர் அமைதியற்று அவனைப் பார்த்துக் கொண்டு காத்திருந்தான். கடைசியில் ஜோடின் மேலுதடு பற்களிலிருந்து மேலெழுந்தது. அவன் அமைதியாக நகைக்க, அவனது மார்பு அதனால் துடித்தது. "உனக்கு அது தெரியறதுக்கு நிச்சயமா ரொம்ப நேரமாயிருக்கு நண்பா".

டிரைவர் திரும்பிப் பார்க்கவில்லை. "எது தெரியறதுக்கு? நீ எதப் பத்திச் சொல்ற?"

ஜோட் தனது நீண்ட பற்கள் மீது தனது உதடுகளை ஒரு கணம் இறுக்கினான். பிறகு உதடுகளை நாயைப் போல நக்கினான். நடுவிலிருந்து இடது புறம் ஒரு முறை, வலது புறம் ஒரு முறை. அவனது குரல் கடுமையாக ஆனது. "நான் எதச் சொல்றேன்னு உனக்குத் தெரியும். நான் முதல்ல உள்ள வரும்போதே என்ன ஒரு தடவ நல்லா எடை போட்ட. உன்ன நான் பார்த்தேன்". டிரைவர் நேராகப் பார்த்தான், அவனது கைகள் ஸ்டீயரிங்கை இறுகப் பிடிக்க, அவனது உள்ளங்கைச் சதைகள் புடைத்தன, அவனது கைகளின் பின்புறங்கள் வெளுத்தன. ஜோட் தொடர்ந்தான், "உனக்கு நான் எங்கேருந்து வந்தேன்கறது தெரியும்". டிரைவர் அமைதியாக இருந்தான். "உனக்குத் தெரியாதா?" என்று ஜோட் அழுத்திக் கேட்டான்.

"நிச்சயமாத் தெரியும். இல்லை, அப்படி இருக்கலாம். ஆனா அதுக்கும் எனக்கும் எந்த சம்பந்தமுமில்ல. அது எனக்கு ஒரு பெரிய விஷயமில்லை". இப்போது அவனது வார்த்தைகள் தடுமாறின. "நான் யாரோட விஷயத்திலயும் என் மூக்கை நுழைக்கறதில்ல". திடீரென அவன் அமைதியாகி அப்படியே இருந்தான். அவனது கைகள் ஸ்டீரிங் மேல்

அப்படியே வெளுத்திருந்தன. ஒரு வெட்டுக்கிளி ஜன்னல் வழியாக உள்ளே வந்து இன்ஸ்ட்ருமண்ட் பலகையில் அமர்ந்து கொண்டு தனது இறகுகளை வளைந்த குதிக்கும் கால்களால் தேய்த்துக் கொள்ளத் துவங்கியது. ஜோட் தன் விரல்களை நீட்டி கடினமான மண்டையோடு போன்ற அதன் தலையை நசுக்கி ஜன்னலுக்கு வெளியே செல்லும் காற்றில் பறக்க விட்டான். ஜோட் மீண்டும் குலுங்கிச் சிரித்து விட்டு, விரல் முனையில் ஒட்டிக் கொண்டிருந்த பூச்சியின் மீதத்தை தள்ளி விட்டான். "நீ என்னை தப்பாப் புரிஞ்சிக்கிட்ட மிஸ்டர். நான் அதப் பத்தி மறைக்கல. நான் மக்லஸ்டர்ல இருந்தது உண்மைதான். அங்க நாலு வருஷம் இருந்தேன். இந்த உடை நான் அங்கிருந்து வெளிய வந்த போது அவங்க கொடுத்ததுதான். இது யாருக்குத் தெரியும்கறதெல்லாம் எனக்குக் கவலையேயில்ல. நான் இப்ப என்னோட பெருசோட வீட்டுக்குப் போறேன். அதனால ஒரு வேலையத் தேடிக்க நான் பொய் சொல்ல வேண்டியதில்லை".

டிரைவர் சொன்னான், "அது என்னோட வேலையே இல்ல. நான் அடுத்தவங்க விஷயத்தில மூக்கு நுழைக்கறவன் இல்லை".

"நீ மூக்கை நுழைக்கலங்கறது பெரிய பொய்" என்றான் ஜோட். "உன்னோட அந்தப் பெரிய மூக்கு உனக்கு முன்னால எட்டு மைலுக்கு நீட்டிட்டு இருக்கு. ஒரு காய்கறிக் குப்பைல ஆடு மேயறது மாதிரி அந்தப் பெரிய மூக்கு என்னத் தோண்டிட்டிருந்தது".

டிரைவரின் முகம் இறுகியது. "நீ என்ன முழுசா தப்பாப் புரிஞ்சுக்கிட்ட" என்று அவன் பலவீனமாகத் துவங்கினான்.

ஜோட் அவனைப் பார்த்து நகைத்தான். "நீ ஒரு நல்ல ஆளு. நீ எனக்கு சவாரி குடுத்த. நான் பொழுதப் போக்கினேன். நான் எப்படி காலத்தப் போக்கினேன்னு நீ தெரிஞ்சுக்க ஆசப்பட்ட இல்லையா?".

"அது என்னோட வேலையில்ல".

"இங்க இருக்கற விஷயத்த உரிச்செடுக்கறதத் தவிர உனக்கு வேற வேலையில்லை. அதுதான் நீ செய்யற குறைஞ்ச பட்ச விஷயம். இப்போ பார். உனக்கு முன்னால இருக்கற ரோடு தெரியுதா?"

"ஆமா"

"நான் அங்க இறங்கிக்கப் போறேன். நான் என்ன செஞ்சேன்னு நீ நிச்சயமா குழப்பிக்கிட்டு இருப்ப. நான் உன்னைக் கைவிடற ஆளில்ல". வண்டி எழுப்பிக் கொண்டிருந்த சப்தம் குறைந்து, டயர்களின் சப்தம் குறைந்தது. ஜோட் தன் பாட்டிலை எடுத்து இன்னொரு முறை கொஞ்சம் குடித்தான். உயர்வேகச் சாலையிலிருந்து ஒரு அழுக்கான சாலை பிரிந்த

இடத்தில் டிரக் மெதுவாக வேகம் குறைந்து நின்றது. ஜோட் இறங்கி வண்டியின் ஜன்னலருகே நின்றான். வண்டியின் புகைபோக்கி கண்ணுக்குத் தெரியாத நீலப் புகையைக் கக்கிக் கொண்டிருந்தது. ஜோட் டிரைவரை நோக்கிக் குனிந்தான். “கொலை” என்று வேகமாகக் கூறினான். “அந்த பெரிய வார்த்தைக்கு அர்த்தம் என்னன்னா நான் ஒரு ஆளைக் கொன்னுட்டேன். ஏழு வருஷம். என் குத்தத்தைக் கழுவ நாலு வருஷம் உள்ள இருந்தேன்”.

டிரைவரின் கண்கள் ஜோடை நினைவில் வைத்துக் கொள்ள ஏற இறங்கப் பார்த்தன. “நான் எப்பவும் அதப் பத்தி உன்கிட்ட கேக்கலையே. நான் என் விஷயத்தத்தான் பாப்பேன்”.

“இங்கேருந்து டெக்சோலா வரைக்கும் நீ இதை எல்லா முனைலயும் சொல்லலாம்” என்று அவன் புன்னகைத்தான். “இதுவரைக்கும் நீ நல்ல ஆளா இருந்த. கொஞ்சம் அசைஞ்சதும், நரகத்தில இருந்து சாப்பாட்டு மேஜைக்கு கேள்வி வந்ததுங்கறத உணர்ந்துக்க முடிஞ்சது. நீ உன்னோட வலைய முதல்ல விரிச்சதுமே உன்னைப் பத்தி தந்தி அடிச்சுட்ட”. அவன் தன் கைகளால் டிரக்கின் கதவைத் தட்டிக் கொடுத்தான். “சவாரிக்கு நன்றி. ரொம்ப தூரம் போகணும்” என்றவாறு அவன் அழுக்கான சாலையில் திரும்பி நடந்தான்.

ஒரு கணம் டிரைவர் அவனை ஏறிட்டுப் பார்த்தான். “நல்வாழ்த்துக்கள்!” என்று பிறகு கூவினான். ஜோட் திரும்பிப் பார்க்காமலே தன் கையை ஆட்டினான். டிரக்கின் மோட்டார்கள் உறுமின, கியர்கள் விழுந்தன, அந்தப் பெரிய செந்நிற டிரக் கனத்துடன் விரைந்து சென்றது.

3

சிமிண்ட் காங்ரீட் உயர்வேகச்சாலையின் இருமருங்கிலும் காய்ந்து உடைந்த புற்கள் போர்வை போர்த்தியிருந்தன. அந்தப் புற்களின் முனைகளில் கடந்து செல்லும் நாய்களின் கழுத்துப் பட்டைகளில் ஒட்டிக்கொள்ள ஏதுவாக ஓட்ஸ் தானியத்தின் புல்கதிரும், குதிரைக் காலடிக் குளம்புகளில் ஒட்டிக்கொள்ள ஏதுவாக நரிவால் புல்லும், ஆடுகளின் கம்பளி போன்ற தோலில் ஒட்டிக் கொள்ள மணப்புல்லும் படிந்திருந்தது. உறங்கிக் கொண்டிருந்த உயிர் வகைகள் ஒவ்வொன்றும் பரவிச் சென்று வளர்வதற்கு ஒவ்வொரு விதையும் தனது சாதனத்தைக் கொண்டிருந்தது. காற்றில் பறக்க எரிமுட்கோல்கள், பாராசூட்டுகள், சிறுமுட்களைக் கொண்ட உருண்டைப் பந்துகள் போன்ற அனைத்தும் காற்றுக்காகவும், ஒரு மனிதனின் கால்சட்டைகள் அல்லது ஒரு பெண்மணியின் பாவாடை போன்ற ஏதோ

ஒன்றுக்காகக் காத்திருந்தன. அனைத்தும் நகராமல் இருந்தபோதும், செயல்பட ஏதோ ஒரு சாதனத்தை ஆயுதமாகக் கொண்டு நகர்வதற்கான கருமுதலைக் கொண்டிருந்தன.

சூரியன் புல்லின்மீது விழுந்து அதை சூடாக்கியது. புற்களின் கீழிருந்த நிழலில் பூச்சிகள் நகர்ந்து சென்றன. எறும்புகளும், எறும்புகளைப் பிடித்துத் தின்னும் சிறு குடைப்பூச்சிகளும் தமது சொந்தப் பொறிகளை அமைத்துக் கொண்டிருந்தன, சிறு அர்மடில்லோ (கீழறுக்கும் இயல்புடைய தென் அமெரிக்க விலங்கு) போன்ற சிறு பூச்சிகள் தமது பல மென்மையான கால்களால் அமைதியின்றி இடைவிடாது நகர்ந்து கொண்டிருந்தன.

புற்களுக்கு மேல் சாலையின் பக்கத்தில் ஒரு நில ஆமை மெதுவாகத் தவழ்ந்தது. அது எந்தக் காரணமுமின்றி திரும்பிப் பார்த்துக் கொண்டு, தமது உயர்ந்த ஓட்டை புற்களின் மேல் இழுத்துக் கொண்டு நகர்ந்து கொண்டிருந்தது: அதன் கடினமான கால்களும் மஞ்சள் நிறமுடைய நகங்களும் புற்களினூடே மெதுவாக மிதித்துக் கொண்டு சென்றன. அது உண்மையில் நடக்கவில்லை, மாறாக முன்னேறித் தனது ஓட்டை இழுத்துச் சென்றது. பார்லியின் இலைகள் அதன் ஓட்டின் மீது நழுவிக் கீழே விழுந்தன, மணப்புற்கள் அதன்மீது விழுந்து தரைக்கு உருண்டு சென்றன. எலும்பாலான அதன் வாய் சற்றே திறந்திருந்தது, விரல்நகம் போன்ற அதன் புருவத்துக்குக்கீழ் அதன் ஆவேசமான, சிரிக்கும் கண்கள் நேராகப் பார்த்தன. அது புற்களின் மீது கடந்து வந்த பாதையில் தடத்தை விட்டுச் சென்றது. உயர்வேகச்சாலையின் எல்லையாக இருந்த குன்று அதன் முன்பாக உயர்ந்து நின்றது. அது தன் தலையை உயர்த்திப் பார்த்துக் கொண்டு ஒரு கணம் நின்றது. அது கண்களைச் சிமிட்டி மேலும் கீழுமாகப் பார்த்தது.

கடைசியில் அது அந்தச் சரிவில் ஏறத் துவங்கியது. அதன் நகங்களுள்ள முன்னங்கால் முன்னே சென்றது; ஆனால் நிலத்தைத் தொடவில்லை. அதன் பின்னங்கால் ஓட்டை முன்னே நகர்த்தியது, புல்லின் மீதும், கற்களின் மீதும் உரசிச் சென்றது. சாலையோரக் குன்று உயர்ந்து செல்லச் செல்ல, நில ஆமையின் முயற்சிகள் மேலும் மேலும் ஆக்ரோஷமாயின. நகர்த்திச் சென்ற பின்னங்கால்கள் கடும் அழுத்தம் கொடுத்தன, சருக்கிப் பின் ஓட்டை முன்னே தள்ளின. எலும்பாலான தலை கழுத்தை நீட்ட முடிந்த வரை முன்னே நீட்டியது. மெது மெதுவாக ஓடு அந்தக் குன்றின் மீது சாலையின் எல்லைக்கல் வரும் வரை ஏறிவிட்டது. அந்த எல்லைக் கல் அதன் வழியில் நேரடியாகக் குறுக்கே நான்கு அங்குல உயரத்தில் கடந்து சென்றது. பின்னங்கால்கள் என்னவோ சுதந்திரமாகச் செயல்பட்டதைப் போல அவை ஓட்டை அந்தக் குறுக்குச் சுவருக்கெதிராகத் தள்ளின. தலை உயர்ந்து அந்த சுவருக்கு மேல் பரந்த சிமெண்ட் சாலையைப் பார்த்தது. இப்போது அந்த

முன்னங்கால்கள் மிகுந்த முயற்சியுடன் மேலெழும்பி சுவற்றின் மேல் வைக்க, ஓடு மெதுவாக மேலெழும்பி சுவற்றின் மீது நின்றது.

ஒரு கணம் ஆமை ஓய்வெடுத்தது. ஒரு செவ்வெறும்பு ஓட்டுக்குள் அதன் மென்மையான தோலுக்குள் புகுந்தது. திடீரென அதன் தலையும் கால்களும் உள்வாங்கிக் கொண்டு, ஆயுதமான அதன் வால் ஒரு புறம் இறுகிக் கொண்டது. செவ்வெறும்பு அதன் உடலுக்கும், கால்களுக்குமிடையே நசுங்கியது. ஒரு நீண்ட தருணத்துக்கு ஆமை அசைவற்றிருந்தது. பிறகு முதலில் கழுத்து வெளியே வந்தது. பின்னர் அந்தப் பழைய சிரிக்கும் ஆவேசமான கண்கள் எட்டிப் பார்க்க, கால்களும், வாலும் வெளியே வந்தன. பின்னங்கால்கள் யானையின் கால்களைப் போல் கடும் சிரமத்துடன் வேலை செய்யத் துவங்க, ஓடு ஒரு புறமாகச் சாய்ந்து, முன்னங்கால்கள் சீரான சிமெண்ட் சாலையைத் தொட உதவின. ஆனால் பின்னங்கால்கள் எவ்வளவுக்கெவ்வளவு அதன் உடலை உயர்த்தினவோ, அவ்வளவுக்கவ்வளவு அதன் உடல் மேலெழும்பி சம எடையை அடைந்து, ஒரு கட்டத்தில் அதன் முன்னங்கால்கள் எல்லைக் கல்லைத் தொட்டு உயர்ந்தன. ஆனால் காட்டு ஓட்ஸ் செடியின் முனை அதன் முன்னங்கால்களில் சுற்றிக் கொண்டிருந்தது.

இப்போது அது நகர்வது எளிதாக இருந்தது. அதன் அனைத்துக் கால்களும் வேலை செய்ய, ஓடு இரு பக்கமும் ஆடிக் கொண்டு முன்னே சென்றது. நாற்பத்தைந்து வயதுடைய ஒரு பெண்மணி ஓட்டிச் சென்ற செடான் கார் அதனை இப்போது நெருங்கி வந்தது. அவள் அந்த ஆமையைப் பார்த்து வலது புறமாக உயர்வேகச் சாலைக்கு வெளியே திருப்ப, அதன் சக்கரங்கள் கிரீச்சிட்டு புழுதியை எழுப்பின. இரண்டு சக்கரங்கள் ஒரு கணம் மேலெழும்பிக் கீழே இறங்கின. கார் மீண்டும் சாலைக்குத் திரும்பி, மேலே சென்றது, ஆனால் மெதுவாகச் சென்றது. ஆமை தன் கூட்டுக்குள் போய் விட்டது, ஆனால் அது இப்போது சாலை வெப்பமாக இருந்ததால் வேகமாகச் சென்றது.

இப்போது ஒரு இலகுரக டிரக் அதனை நோக்கி வந்தது. அதன் டிரைவர் ஆமையைப் பார்த்ததும் அதன் மீது டிரக்கை ஏற்ற சக்கரத்தைத் திருப்பினான். டிரக்கின் முன் சக்கரம் ஓட்டின் முனையில் பட்டு ஆமையை சிறு வட்டுப் போல் சுழற்றித் தூக்கி ஒரு நாணயத்தைப் போல் சுற்றி உயர்வேகச்சாலைக்கு வெளியே எறிந்தது. டிரக் தன் வழியே வலதுபுறமாகச் சென்றுவிட்டது. தலைகீழாகக் கிடந்த ஆமை நீண்ட நேரத்துக்கு அதன் ஓட்டுக்குள் அசைவற்றுக் கிடந்தது. ஆனால் கடைசியில் அதன் கால்கள் காற்றில் ஆடின, எதையாவது பிடிக்க முயற்சி செய்தன. அதன் முன்னங்கால் ஒரு சிறிய படிக்கல்லைப் பற்றிக் கொள்ள, அது மெதுவாக தன் ஓட்டை நேராகத் திருப்பிக் கொண்டது. காட்டு ஓட்சின் முனை கீழே விழ, அதன்

மூன்று விதைகள் தரையைப் பற்றிக் கொண்டன. ஆமை சரிவில் இறங்கியபோது, அதன் ஓடு விதைகளின் மீது மண்ணை இழுத்து மூடியது. ஆமை ஒரு புழுதிச் சாலையை அடைந்து, அதன் ஓட்டைக் கொண்டு மணலில் ஒடு தடத்தை ஏற்படுத்திச் சென்றது. பழைய சிரிக்கும் கண்கள் முன்னே நோக்க, அதன் எலும்பாலான தாடை சிறிது திறந்திருந்தது. அதன் மஞ்சள் நிற கால் நகங்கள் ஒரு கணம் புழுதியில் வழுக்கின.

டிரக் தன் வழியே சென்ற சத்தத்தை, கியர் ஒன்றன் பின் ஒன்றாக விழ, டயர்கள் சாலையில் தேய்த்ததால் அதன் ரப்பர் எழுப்பிய சப்தம் கேட்டதும், அவன் நின்று திரும்பி அது மறையும் வரை பார்த்துக் கொண்டிருந்தான். அது கண்களிலிருந்து மறைந்த பிறகும், நின்று தொலை தூரத்தையும், நீல நிறப் புகையையும் பார்த்துக் கொண்டிருந்தான். சிறிது யோசனையுடன் தன் பாக்கெட்டிலிருந்து பாட்டிலை எடுத்து அதன் உலோக மூடியைத் திறந்து, மென்மையாக விஸ்கியை உறிஞ்சினான். அவனது நாக்கை பாட்டிலின் முனையிலும் பிறகு உதட்டிலும் ஓட்டி, எதாவது சுவை அவனிடமிருந்து தப்பிவிடாமல் பார்த்துக் கொண்டான். "நாம் அங்கு ஒரு கருப்பனை வேவு பார்த்தோம் . . . ." என்று சோதனையாகக் கூறிக் கொண்டான். அது மட்டும் தான் அவன் நினைவில் இருந்தது. இறுதியில் அவன் திரும்பியதும் வயல்களின் ஊடாக செங்குத்தாகக் கடந்து சென்ற ஒரு புழுதியான சாலையைக் கண்டான். சூரியன் வெப்பமாக இருந்தது, படிந்திருந்த புழுதியை எழுப்ப காற்று எதுவும் அடிக்கவில்லை. சாலையில் வண்டித் தடங்களின் மீது புழுதி படிந்திருந்தது. ஜோட் சில அடிகள் எடுத்து வைத்ததும், மாவு போன்ற புழுதி கிளர்ந்தெழுந்து அவனது புதிய மஞ்சள் நிற ஷூக்கள் மீது படிந்து அவற்றை சாம்பல் நிறமாக்கத் துவங்கியது.

அவன் குனிந்து ஷூ லேஸை அவிழ்த்தான். முதல் ஷூவையும் அதன் பிறகு அடுத்த ஷூவையும் கழற்றினான். தன் ஈரமான கால்களை கால் விரல்களின் நடுவில் புழுதி படியும் வரை வெப்பமான, வறண்ட புழுதியின் மீது வசதியாக வைத்து நடந்தான். கால்களின் தோல்கள் வறண்டு போய்ப் பிடித்துக் கொண்டன. கோட்டை அவிழ்த்து தனது ஷூக்களை அதற்குள் பொட்டலம் கட்டிக் கைகளுக்கு அடியில் வைத்துக் கொண்டான். கடைசியில் சாலையில் தனக்கு முன்பாக புழுதியைக் கிளப்பிக் கொண்டு நடந்தான். அந்தப் புழுதி மேகமாக அவனுக்குப் பின்னால் தரைக்கு மேல் நின்றது.

வழியின் வலது புறம் மரக் கம்புகள் நடப்பட்டு இரண்டு வரிசைகளில் கம்பி வேலி கட்டப்பட்டிருந்தது. அந்தக் கம்புகள் சீராகச் செதுக்கப்படாமல் கரடு முரடாக இருந்தன. சரியான உயரத்துக்கு மரக்கவடு இருந்த இடங்களில் கம்பி அதைச் சுற்றிக் கட்டப்பட்டிருந்தது. அது இல்லாத

இடங்களில் முள்கம்பி துருப்பிடித்த உருண்டைக் கம்பியால் கட்டப்பட்டிருந்தது. வேலிக்கு அப்பால் சோளம் காற்றாலும், வெப்பத்தாலும், வறட்சியாலும் அடித்துச் சாய்க்கப்பட்டிருந்தது. இலைகள் தண்டில் சேரும் இடங்களில் இருந்த முடிச்சில் புழுதி படிந்திருந்தது.

ஜோட் தனக்குப் பின்னால் புழுதி மேகத்தைக் கிளப்பிக் கொண்டு நடந்தான். அவனுக்கு சற்று முன்னால் ஒரு நிலத்தில் வசிக்கும் ஆமையின் உயர்ந்த ஓடு மெதுவாக புழுதியின் வழியாக, அதன் கால்கள் விறைப்பாகவும், நடுங்கிக் கொண்டும் செல்வதைப் பார்த்தான். அதைக் கவனிக்க ஜோட் நின்றான். அவனது நிழல் ஆமையின் மீது படிந்தது. உடனே ஆமையின் உடலும், தலையும் உள்ளிழுத்துக் கொண்டன, அதன் சிறிய தடித்த வால் ஒரு புறமாக ஓட்டுக்குள் இழுத்துக் கொண்டது. ஜோட் அதைத் தூக்கித் திருப்பிப் பார்த்தான். பின்புறம் புழுதியைப் போலவே சாம்பல் நிறமும், அரக்கு நிறமுமாக இருந்தது. ஆனால் ஓட்டின் பின்புறம் மஞ்சள் நிறத்தில் சுத்தமாகவும், மென்மையாகவும் இருந்தது. ஜோட் தன் கையிலிருந்த பொட்டலத்தைத் தூக்கி அதன் மென்மையான ஓட்டின் அடியைத் தனது விரல்களால் தட்டி, லேசாக அமுக்கினான். அது அதன் பின்புறத்தை விட மென்மையாக இருந்தது. கெட்டியான அதன் தலை வெளியே வந்து அமுக்கும் விரல்களைப் பார்க்க முயன்றது. அதன் கால்கள் காற்றில் வேகமாக உதைத்தன. ஜோடின் கையை ஈரமாக்கிய ஆமை உபயோகமின்றிக் காற்றில் போராடியது. ஜோட் அதைத் மீண்டும் நேராகத் திருப்பி தன் ஷூக்களுடன் கோட்டில் சுற்றினான். அது கைகளுக்கடியில் அழுத்திப் போராடிக் கொண்டிருந்ததை அவன் உணர்ந்தான். இப்போது அவன் வேகம் பிடித்து மென்மையான புழுதியில் தன் கால்களை விரைவாக எடுத்து வைத்தான்.

அவனுக்கு முன்னால் சாலைக்கருகில் ஒரு மெலிந்த, புழுதி படிந்த வில்லோ மரம் பொட்டுப் பொட்டாக நிழல் கொடுத்துக் கொண்டிருந்தது. அதன் ஒல்லியான கிளைகள் வளைந்து வழியில் மேலே நீட்டிக் கொண்டிருந்ததை ஜோடால் பார்க்க முடிந்தது. அதன் ஏராளமான இலைகள் விழுந்து உரிக்கப்பட்ட கோழிபோல் அது தோற்றமளித்தது. ஜோடுக்கு இப்போது வியர்த்துக் கொண்டிருந்தது. அவனது நீல நிறச் சட்டை கைகளுக்கு அடியிலும், பின்புறமும் ஈரமாகி சட்டையின் நிறம் அந்த இடங்களில் இருண்டிருந்தது. அவன் தன் தொப்பியின் முன்புறத்தை இழுத்து அதன் அட்டையை உடைத்து அது இனியும் புதிதாகத் தோன்றாதபடி முழுவதும் நேராக்கி விட்டான். அவன் கால்கள் தூரத்தில் தெரிந்த மரத்தின் நிழலை நோக்கி புதிய வேகம் எடுத்தன. மரத்துக்கடியில் நிச்சயமாக நிழல் இருக்கும், சூரியன் அதன் மேல் நேராக அடித்ததால், குறைந்த பட்சம் மரக்கிளையின் நிழல் முழுதும் கிடைக்கும் என்பது அவனுக்குத் தெரியும்.

இப்போது சூரிய வெப்பம் அவனது கழுத்தின் மேல் அடித்து அவனுக்கு சிறிது தலைச்சுற்றலை ஏற்படுத்தி விட்டது. அந்த மரம் சமதளத்தை விட அதிக காலம் தண்ணீரைத் தேக்கி வைக்க முடிந்த ஒரு குழியிலிருந்து வந்ததால் அவனால் அதன் அடியைப் பார்க்க முடியவில்லை. ஜோட் சூரியனுக்கு எதிரில் தன் வேகத்தை அதிகப்படுத்தி, சரிவில் இறங்கத் துவங்கினான். முழுதும் நிழலாக இருந்த இடம் ஆக்ரமிக்கப்பட்டிருந்ததால் அவன் ஜாக்கிரதையாக வேகத்தைக் குறைத்தான். மரத்தின் மீது சாய்ந்து கொண்டு ஒரு மனிதன் தரையில் அமர்ந்திருந்தான். அவன் கால்களைக் குறுக்காக மடக்கிக் கொண்டிருந்தான். வெறும் கால் ஒன்று கிட்டத்தட்ட அவனது தலை வரை நீண்டிருந்தது. அவன் ஒரு பாட்டை சீழ்க்கையடித்துக் கொண்டிருந்ததால் அவனுக்கு ஜோட் நெருங்கி வருவது தெரியவில்லை. நீண்டு கொண்டிருந்த அவனது கால் அவனது பாட்டின் சுருதிக்கேற்ப மேலேறிக் கீழிறங்கியது. அது ஒரு நடன வேகமல்ல. அவன் சீழ்க்கையடிப்பதை நிறுத்தி விட்டு ஒரு எளிய மெலிதான குரலில் பாடினான்:

“ஆம் ஐயா, அவர்தான் என் மீட்பர்,
இயேசு எனது மீட்பர்,
இயேசுதான் இப்போது என் மீட்பர்.
என்னளவில்
சாத்தானல்ல
இப்போது இயேசுதான் என் மீட்பர்.”

அந்த மனிதன் இவன் வருவதை உணர்ந்து, தன் பாட்டை நிறுத்தி விட்டு தன் தலையைத் திருப்புவதற்கு முன்பாக, அழுகிக்கொண்டிருந்த இலைகளின் சீரற்ற நிழலுக்கு ஜோட் வந்து சேர்ந்திருந்தான். அவனது தலை நீண்டதாக, சதையின்றி எலும்பாக இருந்தது; எலும்புகளுடன் ஒட்டிப் போயிருந்த தோலுடன், அந்தத் தலை ஒரு சதைப்பற்றுள்ள தண்டின் மேல் அமர்ந்திருப்பதுபோல் உட்கார்ந்திருந்தது. அவனது கண்கள் தடித்தும் நீட்டிக் கொண்டும் இருந்தன; இமைகள் அதை மூடுவதற்கு முன்னே நீட்டிக் கொண்டிருந்தன, அவை சிகப்பாகவும், பக்குவமற்றும் இருந்தன. அவனது கன்னங்கள் அரக்கு நிறமாக, பளிச்சென்றும், முடிகளின்றியும் இருக்க, அவனது வாய் முழுதும் நகைச்சுவையாகவோ, உணர்ச்சியுடனோ இருந்தது. முன்னே நீட்டிக் கொண்டிருந்த மூக்கு தோலை இழுத்துப் பிடித்ததால் நடுக் கோடு வெண்மையாக இருந்தது. அவனது முகத்திலோ அல்லது அவனது பெரிய முன்நெற்றியிலோ கூட வியர்வை இல்லை. அது அசாதாரணமான பெரிய நெற்றி, அதன் மேல்புறத்தில் மென்மையான நீலநிற நரம்புகள் ஓடிக் கொண்டிருந்தன. முகத்தில் பாதி கண்களுக்கு மேல்தான் இருந்தது. அவனது சாம்பல் நிற முடியை அவன் விரல்களால் பின்னோக்கிக் கோதி விட்டிருந்ததைப் போல புருவங்களிலிருந்து பின்பக்கமாகப் படிந்திருந்தது.

ஆடையைப் பொறுத்தவரை அவன் ஒரு முழுக்கால் சட்டையையும், நீல நிறச்சட்டையையும் அணிந்திருந்தான். பித்தளைப் பொத்தான்களையுடைய ஒரு டெனிம் கோட்டும், பன்றி இறைச்சி போல் மடிக்கப்பட்ட, புள்ளிகளுடைய ஒரு அரக்கு நிறத் தொப்பியும் அவனுக்கருகே தரையில் கிடந்தன. புழுதி படிந்த கான்வாஸ் காலணிகள் அவன் அவிழ்த்து வீசியபோது கிடந்த அதே இடத்தில் அருகில் விழுந்து கிடந்தன.

அந்த மனிதன் ஜோடை நீண்ட நேரம் பார்த்தான். வெளிச்சம் அவனது கண்களுக்குள் ஆழமாக ஊடுருவிச் செல்வது போலிருந்தது. அது விழியின் ஆழத்தில் விழித்திரைப்படலத்திலிருந்து சிறு பொன்னிற வட்டத்தை வெளியே கொண்டு வந்தது. வலுக்கட்டாயமாகத் திரும்பிய கழுத்துத் தசைகள் வெளியே துருத்திக் கொண்டு நின்றன.

பொட்டுப் பொட்டாக இருந்த நிழலில் ஜோட் அசையாமல் நின்றான். அவன் அதனது தொப்பியை எடுத்து தன் ஈரமான முகத்தைத் துடைத்து விட்டு அதையும், சுருட்டி வைத்திருந்த தன் கோட்டையும் தரையில் போட்டான்.

முழு நிழலில் அமர்ந்திருந்த மனிதன் குறுக்காகப் போட்டிருந்த கால்களை நேராக்கி தன் குதிகால்களால் தரையில் தோண்டினான்.

“ஹை, இந்த ரோடு நரகம் போல வெப்பமா இருக்குல்ல” என்றான் ஜோட்.

அமர்ந்திருந்த மனிதன் அவனைக் கேள்விக்குறியுடன் பார்த்தான். “நீ மூத்த டாமின் மகன் இளைய டாம் ஜோட்தானே?”.

“ஆமாம். நான் இப்போ வீட்டுக்குப் போயிட்டிருக்கேன்” என்று பதிலளித்தான் ஜோட்.

“என்னை உனக்கு ஞாபகம் இருக்காதுன்னு நினைக்கிறேன்” என்றான் அந்த மனிதன். அவன் முழுதாக உதடுகளைப் பிரித்துச் சிரிக்க, அவனது பெரிய மாட்டுப் பற்கள் வெளியே தெரிந்தன. “இருக்காது. நான் உனக்கு புனித ஆவி பிரசங்கம் கொடுத்துக்கிட்டிருந்த போதெல்லாம் நீ ரொம்ப சுறுசுறுப்பா குட்டிப் பொண்ணுகளோட குதிரைவால் பின்னலைப் பிடிச்சு இழுத்துக்கிட்டு இருப்ப. அந்தப் பின்னல வேரோட இழுக்க எப்போதுமே முயற்சி செய்திட்டிருப்ப. உனக்கு ஞாபகம் இருக்காது, ஆனா எனக்கு இருக்கு. குதிரைவால் பின்னல் பிரச்சனையால நீங்க ரெண்டு பேரும் ஒரே சமயத்துல இயேசுகிட்ட வந்தீங்க. உங்க ரெண்டு பேருக்கும் ஒரே நேரத்தில ஞானஸ்நானம் கொடுத்தேன். பூனைகளைப் போல ரெண்டு பேரும் கூச்சல் போட்டு சண்டை போட்டுக்கிட்டிருந்தீங்க”.

ஜோட் அவனைக் கண்ணைத் துருத்திக் கொண்டு பார்த்து விட்டுப் பிறகு சிரித்தான். "அட... நீங்க போதகர் இல்ல.? நீங்க போதகர்தான். ஒரு மணி நேரத்துக்கு முன்னால கூட உங்களைப் பத்தி ஒரு ஆள் கூடப் பேசிக்கிட்டு இருந்தேன்".

"நான் ஒரு போதகரா இருந்தேன்" என்று அந்த ஆள் தீவிரமாக முகத்தை வைத்துக் கொண்டு சொன்னார். "ரெவரெண்ட் ஜிம் கேசி – தீப் பற்ற வைக்கும் நாவன்மை கொண்டவர். இயேசுவின் நாமம் புகழடைய கூச்சலிட்டவன். தன் தவறுகளுக்காக வருந்துபவர்கள் பல பேரை வச்சிருந்த ஒரு பாசனச் சாக்கடை எப்போதும் இருந்தது. அதுல பாதிப்பேர் மூழ்கிப் போக விரும்பினாங்க. ஆனா இனிமே இல்லை" என்று அவர் பெருமூச்சு விட்டார். "இப்போ ஜிம் கேஸி. இப்போ யாரும் கூப்பிடறதில்ல. ஏராளமா குத்தம் செஞ்சவங்க இருக்காங்க- ஆனா அவங்கெல்லாம் அறிவோட இருக்கற மாதிரி இருக்காங்க".

"அந்த விஷயத்த நீங்க யோசிச்சா உங்களுக்கு நிறைய பாவம் செஞ்சவங்க கிடைப்பாங்க. உங்கள எனக்கு நல்லா ஞாபகம் இருக்கு. நீங்க நல்லா பிரார்த்தனைக் கூட்டத்த நடத்துவீங்க. உங்க தலை வீங்கிற மாதிரி கத்திக்கிட்டு கையால சுத்தி சுத்தி நடந்து ஒருநாள் பூரா போதனையையும் செஞ்சது எனக்கு ஞாபகம் இருக்கு. வேற யாரையும் விட அம்மாவுக்கு உங்களத்தான் பிடிக்கும். நீங்க சாராயத்தால மோசமா இருக்கறதா பாட்டி சொல்லுவாங்க." சுற்றி வைக்கப்பட்டிருந்த கோட்டுக்குள் கையை விட்டுத் தோண்டி ஜோட் தன் மதுப்புட்டியை எடுத்தான். ஆமை ஒரு காலை அசைத்தது, ஆனால் அவன் அதை இறுக்கமாகச் சுற்றினான். அவன் புட்டியின் மூடியைத் திருகித் திறந்து, "உங்களுக்கு ஒரு வாய் வேணுமா?" என்று கேட்டான்.

கேஸி அந்தப் புட்டியை எடுத்து ஆழ்ந்து பார்த்தார். "நான் இப்போ ரொம்ப போதகம் செய்யிறதில்ல. இனியும் மக்கள்கிட்ட ஊக்கம் இல்லை. அத விட மோசம் என்கிட்டயே ஊக்கம் இல்ல. அப்பப்ப ஊக்கம் கிடைக்கற போது கூட்டம் நடத்தறதுண்டுதான். இல்லேன்னா யாராவது எனக்கு சாப்பாடு கொடுக்கறப்ப நான் கூட்டம் நடத்தி அவங்களுக்கு ஆசி கொடுப்பேன், ஆனா என்னோட மனசு அதுல இல்ல. அவங்க அத எதிர்பார்க்கறதுனாலதான் செய்யறேன்".

ஜோட் தன் முகத்தை மீண்டும் தொப்பியை வைத்துத் துடைத்துக் கொண்டான். "நீங்க ஒண்ணும் குடிக்கக்கூடாத அளவுக்கு புனிதமானவரில்ல, சரிதானா?" என்று அவன் கேட்டான்.

கேஸி அந்தப் புட்டியை முதன் முறையாகப் பார்ப்பதுபோல் பார்த்தார். அதைக் கவிழ்த்து இரண்டு, மூன்று பெரிய மிடறுகளை விழுங்கினார். "சாராயம் குடிக்கறது நல்லாருக்கு" என்றார்.

"இருக்கத்தான் செய்யும். அது ஃபாக்டரி சாராயம். ஒரு டாலர் விலை" என்றான் ஜோட்.

புட்டியைத் திருப்பிக் கொடுப்பதற்கு முன் கேஸி மீண்டும் ஒரு மிடறு விழுங்கினார். "ஆமாம் சார்" என்றார் அவர். "ஆமாம் சார்!".

ஜோட் புட்டியை அவரிடமிருந்து வாங்கினான். மரியாதை காரணமாகதான் குடிப்பதற்கு முன் புட்டியின் முனையை சட்டை முனையை வைத்துத் துடைக்கவில்லை. அவன் குத்துக்காலிட்டு அமர்ந்து புட்டியை கோட்டில் நேராகச் சொறுகினான். அவனது சிந்தனைகளை தரையில் கிறுக்க அவன் ஒரு குச்சியைத் தேடி எடுத்துக் கொண்டான். இலைகளை ஒதுக்கி விட்டு ஒரு சதுர இடத்தை சமன் செய்து சுத்தம் செய்து கொண்டான். பிறகு கோடுகளை வரைந்து, வட்டங்களை வரைந்தான். "நான் உங்கள ரொம்ப நாளா பார்க்கல" என்றான்.

"யாரும் என்னைப் பார்க்கல" என்றார் போதகர். "நான் தனியாப் போயிட்டேன், தனியா உக்காந்து யோசிச்சேன். எங்கிட்ட ஊக்கம் வலுவா இருக்கு, ஆனா அதே மாதிரித்தான் இல்ல. பல விஷயங்கள் எனக்கு நிச்சயமாகல." அவர் மரத்தில் நேராகச் சாய்ந்து அமர்ந்தார். அவரது எலும்பும் தோலுமான கைகள் அவரது கால்சட்டைப் பாக்கெட்டுக்குள் துழாவி ஒரு கருநிற, கடித்துத் துப்பிய புகையிலையை வெளியே கொண்டு வந்தன. அதை தன் கன்னத்து இடுக்கில் திணித்துக் கொள்வதற்கு முன்பு,கவனமாக அவர் வைக்கோல் துண்டுகளையும், பாக்கெட்டிலிருந்து வந்த சாம்பல் நிற தூசியையும் அகற்றினார். அவர் புகையிலைக் கட்டை ஜோடிடம் நீட்டியபோது அவன் வேண்டாம் என்று தன் குச்சியை ஆட்டினான். சுருட்டி வைக்கப்பட்ட பொட்டலத்தை ஆமை நோண்டியது. அசைந்து கொண்டிருந்த கோட்டை கேஸி பார்த்தார். "அங்க என்ன வைச்சிருக்க? கோழிக்குஞ்சா? அத நீ மூச்சுத் திணறடிச்சுடுவ."

ஜோட் கோட்டை இன்னும் இறுக்கமாகச் சுற்றினான். "ஒரு வயசான ஆமை" என்றான் அவன். "ரோட்டில அதை எடுத்தேன். ஒரு பழைய புல்டோசர். அதை என்னோட குட்டித் தம்பிக்குக் கொடுக்கலாம்னு நினைச்சேன். குழந்தைகளுக்கு ஆமை பிடிக்கும்."

போதகர் தன் தலையை மெதுவாக ஆட்டினார். "ஒரு சமயம் இல்லேன்னா இன்னொரு சமயம் குழந்தைகளுக்கு ஆமை கிடைக்கும். ஆனாலும் யாராலயும் ஆமையை வச்சிக்க முடியாது. அதப் பழக்குவாங்க,

பழக்குவாங்க, ஆனா ஒரு நாள் அது எங்கயாவது போயிடும். அது என்ன மாதிரி. என் கைக்கு கிடைக்கற மாதிரி இருக்கற பழைய நல்ல பிரசங்கத்த நான் எடுத்துக்க மாட்டேன். அதை எடுத்து கிழிஞ்சு போற வரைக்கும் புரட்டிக்கிட்டு இருப்பேன். இங்க எனக்கு ஊக்கம் கிடைக்கும், ஆனா போதனை செய்ய எதுவும் இருக்காது. மக்களை முன்ன இருந்து வழிகாட்டி கூட்டிப் போக எனக்கு அழைப்பிருக்கு, ஆனா அவங்கள கூட்டிட்டுப் போக இடமில்ல."

"சுத்தி சுத்திக் கூட்டிட்டுப் போங்க" என்றான் ஜோட். "அவங்கள பாசன வாய்க்கால் சாக்கடைக்குள்ள தூக்கிப் போடுங்க. அவங்க உங்கள மாதிரி யோசிக்கலைன்னா அவங்கள நரகத்துல எரிச்சுடுவாங்கன்னு சொல்லுங்க. எதுக்காக அவங்கள எங்கயாவது அழைச்சிக்கிட்டுப் போகணும்? சும்மா கூட்டிட்டுப் போங்க."

ஒரு பெரிய மரக்கிளையின் நிழல் தரையில் நீண்டு படிந்திருந்தது. ஜோட் நன்றியுடன் அந்த நிழலுக்குக் கீழ் ஒதுங்கி, குத்துக்காலிட்டு அமர்ந்து தன் எண்ணங்களை வரைய ஒரு புது இடத்தை சுத்தப்படுத்தினான். நிறைய முடியைக் கொண்ட ஒரு மஞ்சள்நிற மேய்க்கும் நாய் சாலையில் ஓடி வந்தது. அதன் தலை தரையை நோக்கிக் குனிந்திருக்க, நாக்கு தொங்கிக் கொண்டும், எச்சில் ஒழுகிக் கொண்டும் இருந்தது. அதன் வால் சுருண்டு தொங்கிக் கொண்டிருந்தது, அது வேகமாக மூச்சிறைத்துக் கொண்டிருந்தது. ஜோட் அதை விசிலடித்து கூப்பிட்டான். ஆனால் அது ஒரு அங்குலம் தன் தலையைத் தொங்க விட்டுக் கொண்டு வேகமாக எங்கோ ஓடியது. கொஞ்சம் ஏமாந்து போன ஜோட், "எங்கயோ போகுது" என்று விளக்கினான். "ஒருவேளை வீட்டுக்குப் போகலாம்."

போதகரை அவரது விஷயத்திலிருந்து திசை திருப்ப முடியவில்லை. "எங்கயோ போகுது" என்று அவர் திரும்பக் கூறினார். "சரிதான், அது எங்கயோ போகுது. நான் – நான் எங்க போறேன்னு எனக்கே தெரியல. உனக்கு ஒண்ணு சொல்லட்டுமா – கீழ விழுந்து மயங்கிப் போற வரைக்கும் குதிச்சுக்கிட்டு, நிறைய பேசிக்கிட்டு, கடவுளைப் புகழ்ந்து முழங்கிக்கிட்டு இருக்கற பலர் எங்கிட்ட வருவாங்க. சிலர எழுப்ப நான் ஞானஸ்நானம் கொடுப்பேன். அப்புறம் என்ன செய்வேன்னு தெரியுமா? அவங்கள்ள இருந்து ஒரு பொண்ணக் கூட்டிக்கிட்டு வெளிய புல்தரைக்குப் போய் உறவு வச்சுக்குவேன். ஒவ்வொரு தடவையும் இதச் செஞ்சிருக்கேன். அப்புறம் வருத்தப் படுவேன். பிரார்த்தனைக்கு மேல பிரார்த்தனை செய்வேன். ஆனா நல்லது ஒண்ணும் நடக்கல. அடுத்த தடவ வரட்டும், நானும் அவங்களும் பயங்கர ஊக்கத்தோட இருப்போம். நான் அதத் திரும்பச் செய்வேன். அங்க எனக்கு எந்த நம்பிக்கையும் இல்லங்கறத நான் தெரிஞ்சுக்கிட்டேன். நான்

ஒரு பழைய வஞ்சகக்காரன். ஆனா அப்படி இருக்கணும்னு நான் நினைக்கல.''

ஜோட் புன்னகைத்தான். அவனது நீண்ட பற்கள் விலகி அவனது நாக்கால் உதடுகளை நக்கிக் கொண்டான். " அவங்களத் தள்ளிக்கிட்டுப் போக அது மாதிரி ஒரு சூடான கூட்டம் இருக்க முடியாது'' என்றான் அவன். ''அத நானே செஞ்சிருக்கேன்.''

கேஸி கிளர்ச்சியுடன் முன்னே சாய்ந்தார். "இதப் பாரு'' என்று கத்திய அவர், "அப்படித்தான் இருக்குறத நான் பாத்து யோசிக்க ஆரம்பிச்சேன்.'' தட்டிக் கொடுப்பது போல் தன்னுடைய எலும்பான பெரிய முட்டியுடைய கையை மேலும் கீழும் ஆட்டினார். ''நான் இப்படி நினைக்கணும் – இங்க நான் மகிமையை போதிக்கிறேன். இங்க கொஞ்சப்பேர் கர்த்தரின் மகிமையை துள்ளிக் குதிச்சு, கத்தற அளவுக்கு அதிகமா உள்வாங்கிக்கறாங்க. ஒரு பொண்ணோட படுக்கறது சாத்தான்கிட்டருந்து வருதுன்னு இப்போ அவங்க சொல்றாங்க. ஆனா எந்த அளவுக்கு அதிகமா ஒரு பொண்ணுக்குள்ள மகிமை இறங்குதோ அந்த அளவுக்கு அந்தப் பொண்ணு வெளிய வந்து புல்லுல படுக்க வேகமா வருது. அப்புறம் எந்த நரகத்துல - இல்லல்ல - இவ்வளவு புனித மகிமை அவளோட மூக்குல இருந்தும் காதுல இருந்தும் துள்ளி வரும்போது எப்படி அவளுக்குள்ள சாத்தான் நுழைய முடியும்னு யோசிக்க ஆரம்பிச்சேன். அந்த சமயத்துல நரகத்துல சாத்தானுக்கு ஒரு பனிப்பந்து அளவுக்குக் கூட இடமிருக்க முடியாதுன்னு நீ நினைப்ப. ஆனா இருந்தது.'' அவரது கண்கள் கிளர்ச்சியுடன் மின்னின. ஒரு கணம் கன்னத்தை அசை போட்ட அவர் புழுதியில் துப்பினார். அது உருண்டு உருண்டு ஒரு அழுக்குப் பந்தாக உருவாகி நின்றது. போதகர் தன் கையை விரித்து ஏதோ புத்தகம் படிப்பது போல் உள்ளங்கையைப் பார்த்தார். ''அங்க நான் இருக்கேன்'' என்று அவர் மென்மையாகத் தொடர்ந்தார். "எல்லா மக்களோட ஆன்மாக்களையும் என் கையில வச்சுக்கிட்டு நான் அங்க இருக்கேன் – பொறுப்பாவும், என்னோட பொறுப்ப உணர்ந்துக்கிட்டும் – ஒவ்வொரு தடவையும் ஒரு பொண்ணோட நான் படுக்கிறேன்.'' அவர் ஜோடைப் பார்த்த பார்வையில் அவரது முகம் உதவியற்றதாகத் தெரிந்தது. அவரது பாவம் உதவி கோரியது.

ஜோட் ஒரு பெண்ணின் இடுப்பையும், மார்புகளையும், இடுப்புக் குழியையும் கவனமாகப் புழுதியில் வரைந்தான். "நான் ஒரு நாளும் போதகரா இருந்ததுல்ல'' என்றான் அவன். ''நான் எதையாவது பிடிச்சா அத ஒரு போதும் விட்டதில்ல. எனக்கு ஒண்ணு கிடச்சபோது சந்தோஷப் பட்டத விட எனக்கு வேற யோசனையே இருந்ததுல்ல.''

“ஆனா நீ ஒரு போதகரா இருந்ததுல்ல” என்று கேஸி வலியுறுத்திக் கூறினார். “உனக்கு ஒரு பொண்ணு பொண்ணு மட்டுந்தான். உனக்கு அவங்க வேற எதுவுமில்ல. ஆனா எனக்கு அவங்க புனிதமான குடங்கள். நா அவங்களோட ஆன்மாவக் காப்பாத்திக்கிட்டிருந்தேன். இங்க நான் அந்தப் பொறுப்பையெல்லாம் வச்சுக்கிட்டு அவங்கள புனித ஆவியால பொங்க வச்சு அப்புறம் அவங்கள வெளிய புல்தரைக்குக் கூட்டிட்டுப் போயிடுவேன்.”

“நான் ஒரு போதகரா இருந்திருக்கணும்” என்றான் ஜோட். அவன் புகையிலையையும் காகிதத்தையும் வெளியே எடுத்து தனக்கு ஒரு சிகரெட்டை உருட்டிக் கொண்டான். அவன் அதை ஏற்றி விட்டு புகையின் ஊடாக போதகரைப் பார்த்தான். “நான் ஒரு பொண்ணோட இருந்து ரொம்ப காலமாச்சு. ஒரு பொண்ணு கிடைக்கறதுக்கு கொஞ்ச நாளாகும்.” என்றான்.

“எனக்கு தூக்கம் வராம இருக்கற வரைக்கும் நான் கவலைப்பட்டேன். இப்போ போதனை செய்யப் போகும்போது, ‘கடவுளே, நான் இப்ப அதச் செய்ய மாட்டேன்’ ன்னு சொல்லிக்குவேன். ஆனா அதச் சொல்லும்போதே அதச் செய்வேன்னு எனக்குத் தெரியும்” என்று கேஸி தொடர்ந்து கூறினார்.

“உங்களுக்கு ஒரு மனைவி இருந்திருக்கணும்” என்றான் ஜோட். “ஒரு சமயத்துல ஒரு போதகரும் அவரோட மனைவியும் எங்க இடத்துல தங்கியிருந்தாங்க. அவங்க ஜெஹோவைட்டுகள். மாடில இருந்தாங்க. எங்களோட முற்றத்தில கூட்டம் நடத்தினாங்க. நாங்க குழந்தைங்க எல்லாம் அதக் கேப்போம். ஒவ்வொரு நாள் ராத்திரி கூட்டத்துக்கப்புறமும் அவரோட மனைவியப் புரட்டி எடுத்துடுவார்.”

“நல்லவேள நீ எங்கிட்ட சொன்ன” என்றார் கேஸி. “நா மட்டும்தான் இப்படின்னு நெனைச்சுக்கிட்டிருந்தேன். கடைசில அத விட்டுட்டுப் போய் அதப்பத்தி ஆழமா யோசிக்கற அளவுக்கு வலி எடுத்துடுச்சு.” அவர் காலை மடித்துக் கொண்டு தன் வறண்ட புழுதி படிந்த உள்ளங்கால்களிடையே சொறிந்து கொண்டார். “உன்ன எது படுத்துது? பெண்களோட உறவு வச்சுக்கறதா? இல்ல, அது பாவங்கறதுதான்”ன்னு நான் எனக்குள்ள சொல்லிக்குவேன். ஒரு ஆள் பாவத்துக்கெதிரா இருக்க வேண்டியிருக்கிறவன் அப்படிங்கறபோது, அவனுக்குள்ள தேவன் நிறைஞ்சிருக்கறபோது, அவன் ஏன் கால்சட்டையோட பட்டன அவுக்கறான்?” என்று நான் கேட்டுக்குவேன்.” வார்த்தைகளை ஒவ்வொன்றாக கவனமாக அடுத்தடுத்து வைப்பது போல் தன் விரல்களை உள்ளங்கையின் மேல் ஒவ்வொன்றாக மெதுவாக வைத்தார். “ஒருவேளை அது பாவமில்லாம இருக்கலாம். ஒருவேளை ஆட்கள் அப்படியாக இருக்கலாம். ஒரு வேளை ஒண்ணுமில்லாததுக்கு நாம அதிக

மதிப்பு கொடுத்திருக்கலாம். சில சகோதரிகள் மூணடி சாட்டையால எப்படி தன்னைத்தானே அடிச்சுக்கறாங்கன்னு நான் நினைப்பேன். அவங்க எப்படி தன்னைத்தானே அடிச்சுக்கறத விரும்பறாங்க. அப்படி நானும் அடிச்சுக்கணும் போலருக்குன்னு நினைச்சுக்குவேன். நான் இத கண்டுபிடிச்சபோது ஒரு மரத்துக்கீழ படுத்துக்கிட்டிருந்தேன். நான் அப்படியே தூங்கிட்டேன். ராத்திரியாகி இருட்டிப் போச்சு. பக்கத்துல ஒரு ஓநாய் ஊளையிட்டுக்கிட்டு இருந்துச்சு. எனக்கு அது தெரியறதுக்கு முன்னாடி நான் உரக்கச் சொல்லிக்கிட்டிருந்தேன், 'அத நரகத்துல போடு. பாவம்னு ஒண்ணும் இல்ல, லட்சியம்னு ஒண்ணும் இல்ல. மக்கள் செய்யற வேல மட்டும்தான் இருக்கு. எல்லாம் ஒரே விஷயத்துல இருக்கறதுதான். சில பேர் செய்யறது அருமையா இருக்கு, சில பேர் செய்யறது நல்லால்ல. அவ்வளவுக்கு சொல்றதுக்குத்தான் எவனுக்கும் உரிமை இருக்கு." அவர் சற்றே நிறுத்திக் கொண்டு தன் வார்த்தைகளைக் கொட்டிக் கொண்டிருந்த உள்ளங்கையிலிருந்து தன் தலையை உயர்த்திப் பார்த்தார்.

ஜோட் அவரை உற்றுப் பார்த்துக் கொண்டிருந்தான். ஆனால் ஜோடின் கண்கள் கூர்மையாகவும், ஆர்வத்துடனும் இருந்தன. "நீங்க அத யோசிச்சு கண்டு பிடுச்சிட்டீங்க."

கேஸி மீண்டும் பேசினார். அவரது குரல் வலியாலும், குழப்பத்தாலும் நிறைந்திருந்தது. "நான் சொல்லுவேன், இந்த அழைப்பு என்ன, புனித ஆவிங்கறது என்ன? அப்புறம் கேப்பேன், "நீங்க இயேசுவ நேசிக்கலையா? அப்புறம் ரொம்ப யோசிச்சு, யோசிச்சு கடைசில சொல்லுவேன், "இல்ல, எனக்கு இயேசுங்கற பேர்ல யாரையும் தெரியாது. எனக்கு கொஞ்சம் கதைகள் தெரியும், ஆனா நான் மக்கள நேசிக்கறேன். அப்புறம் சொல்லுவேன், "அதுதான் அன்பு. சில சமயம் நான் நெஞ்ச நிமித்திக்கற அளவுக்கு நான் மக்கள நேசிக்கறேன். நான் அவங்கள மகிழ்விக்க விரும்பறேன். அதனால அவங்கள மகிழ்விக்கற மாதிரி எதையாவது போதிக்கறேன். அதுக்கப்புறம் – நான் எக்கச்சக்கமா பேசிக்கிட்டிருந்தேன். நான் கெட்ட வார்த்தைகள பயன்படுத்தறது உனக்கு ஆச்சரியமா இருக்கலாம். ஆனா அதெல்லாம் எனக்கு இப்போ கெட்ட வார்த்தைகளே இல்ல. அதெல்லாம் அவங்க பேசற வார்த்தைகள். அதுல எந்தக் கெட்டதையும் அவங்க நினைக்கறதில்ல இருந்தாலும் நான் நெனச்சது ஒண்ண உனக்குச் சொல்றேன். அது ஒரு போதகர் சொல்ற பெரிய மதத்துக்கெதிரான ஒண்ணு. நான் இனி போதனை செய்யறத நம்பாததுனால, நான் இனிமே ஒரு போதகரா இருக்க முடியாது."

"அது என்ன?" என்று கேட்டான் ஜோட்.

கேஸி அவனை வெட்கத்துடன் பார்த்து, "உனக்கு அது தப்பா தோணினா, அத அப்படி எடுத்துக்காத, செய்வியா?."என்றார்.

“நான் ஒண்ணும் தப்பா எடுத்துக்கல. ஆனா மூக்குல குத்தின மாதிரி இருந்ததுங்கறத தவிர. நீங்க என்ன கண்டு பிடிச்சீங்க?”

“புனித ஆவியையும், இயேசுவின் பாதையையும் பத்தி நான் கண்டு பிடிச்சேன். ‘நாம ஏன் கடவுளையோ இயேசுவையோ பிடிச்சுத் தொங்கணும்? ஒருவேளை அது நாம நேசிக்கற எல்லா ஆண்களும், பெண்களுமா இருக்கலாம்; ஒருவேளை அதுதான் புனித ஆவியா இருக்கலாம் – மனித புனித ஆவி – ஒட்டுமொத்த விஷயம். ஒவ்வொரு மனுஷனுக்குள்ளயும் ஒரு பெரிய இதயம் பகுதியா இருக்கலாம். நான் இப்போ அங்க உக்காந்து அத யோசிச்சேன். திடீர்னு எனக்கு அதப் பத்தி தெரிஞ்சது. – அதுதான் உண்மைன்னு எனக்கு ஆழமாத் தெரிஞ்சு போச்சு. எனக்கு அது இன்னமும் தெரியும்.”

போதகரின் கண்களில் தெரிந்த அப்பட்டமான உண்மையை சந்திக்க முடியாதது போல் ஜோடின் கண்கள் நிலத்தை நோக்கித் தாழ்ந்தன. ”நீங்க இந்த சிந்தனைகளோட எந்த தேவாலயத்திலயும் இருக்க முடியாது.” என்றான் ஜோட். “இந்த சிந்தனைகளோட இருந்தா மக்கள் உங்களை நாட்ட விட்டே விரட்டிடுவாங்க. குதிச்சு குதிச்சு கூக்குரல் கொடுக்கறது. அதத்தான் மக்கள் விரும்பறாங்க. அது அவங்கள மிதக்கற மாதிரி உணர வைக்கிது. பாட்டி பேச ஆரம்பிச்சா, உங்களால அவங்கள நிறுத்த முடியாது. அவங்களோட முஷ்டியால ஒரு முழுசா வளர்ந்த திருக்கோவில் உதவிக் குருவையே அடிச்சு விழ வச்சுட முடியும்.”

கேஸி அவனை ஆழ்ந்து பார்த்தார். “நான் ஒரு விஷயத்த உங்கிட்ட கேக்க விரும்பறேன்” என்றார். “அது என்ன ரொம்ப தொந்தரவு பண்ணிக்கிட்டிருக்கு”.

“கேளுங்க. நானும் அப்பப்போ பேசுவேன்”.

“நான் புகழோட உச்சில இருந்தப்போ ஞானஸ்நானம் கொடுத்த நீ இப்போ இருக்க. அன்னிக்கு இயேசு பத்தி சின்னச்சின்ன விஷயங்கள் துள்ளித் துள்ளி வெளிய விழுந்தது. உனக்கு எதுவும் ஞாபகமிருக்காது. நீ ஒரு குதிரை வால் கொண்டைய பிடிச்சு இழுக்கறதுலயே வேகமா இருந்த.”

“எனக்கு ஞாபகமிருக்கு” என்றான் ஜோட். “அது குட்டி சூசி. ஒரு வருஷத்துக்கு அப்புறம் அவ என்னோட விரலை உடைச்சிட்டா.”

“இருக்கட்டும். உனக்கு அந்த ஞானஸ்நானத்துனால எதாவது நல்லது நடந்ததா? உனக்கு நல்ல வழி கிடைச்சதா?”

ஜோட் அதைப்பற்றி சிறிது சிந்தித்தான். “இல்-ல, எதுவும் நடந்ததா நான் உணரல.”

"உனக்கு அதுலருந்து எதாவது கெட்டது கிடைச்சதா? ஆழமா யோசி."

ஜோட் மதுக்குப்பியை எடுத்து ஒரு மிடறு விழுங்கினான். "அதுல எதுவும் இல்ல. நல்லதுமில்ல, கெட்டதுமில்ல. நான் ஜாலியா இருந்தேன். அவ்வளவுதான்." அவன் குப்பியை போதகரிடம் கொடுத்தான்.

அவர் பெருமூச்சு விட்டுவிட்டு கீழே அடியில் இருந்த விஸ்கியைப் பார்த்தார். பிறகு மேலும் கொஞ்சம் குடித்தார். "நல்லா இருந்தது". என்று பாராட்டிக் கொண்டார். "நான் இந்த மாதிரி செஞ்சுட்டு வந்ததுல யாருக்காவது கெடுதல் நடந்திருக்குமோன்னு கவலப்பட்டேன்."

ஜோட் தன் கோட்டைத் திரும்பிப் பார்த்தான். அங்கு துணிக்கட்டை அவிழ்த்துக் கொண்டு ஆமை வேகமாக அவன் முன்பு அந்த ஆமையைப் பார்த்த திசையை நோக்கி நடந்து கொண்டிருந்ததைப் பார்த்தான். ஜோட் அதை ஒரு கணம் பார்த்து விட்டு, மெதுவாக எழுந்து அதைப் பிடித்து திரும்பவும் கோட்டுக்குள் வைத்து சுற்றினான். "குழந்தைகளுக்கு பரிசு கொடுக்க எங்கிட்ட எதுவுமில்ல. இந்த ஆமைதான் இருக்கு." என்றான்.

"அது ஒரு வினோதமான பிராணி" என்றார் போதகர். "நீ நடந்து வந்தப்ப நான் மூத்த டாம் ஜோடைப் பற்றி நனைச்சேன். அவரைப் போய்ப் பார்க்கலாம்னு நெனைச்சுக்கிட்டிருந்தேன். அவர் கடவுளை நம்பாதவர்னு நான் நினைப்பேன். டாம் எப்படியிருக்கார்?"

"அவர் எப்படியிருக்கார்னு எனக்குத் தெரியாது. நான் நாலு வருஷமா வீட்டுக்குப் போகல."

"அவர் உனக்கு கடிதம் எழுதலயா?" என்று கேட்டார் கேஸி.

ஜோட் அவரை சந்தேகமாகப் பார்த்தான். "நீங்க என்னைப் பத்திக் கேள்விப்படலியா? எல்லா பத்திரிகைகள்லயும் என்னப்பத்தி வந்ததே."

"இல்லயே. பார்க்கவேயில்லயே. என்னது அது?" அவர் ஒரு காலை இன்னொரு கால் மேல் தூக்கிப் போட்டுக் கொண்டு மரத்தில் சாய்ந்து உட்கார்ந்தார். மதியம் விரைவாக வந்து கொண்டிருந்தது. சூரியன் பிரகாசமாகிக் கொண்டிருந்தது.

ஜோட் இதமாகக் கூறினான், "நான் இப்போ உங்ககிட்ட சொல்லிட்டு அதுலருந்து வெளிய வந்துரலாம். ஆனா நீங்க இன்னும் போதனை செஞ்சிக்கிட்டிருந்தீங்கன்னா சொல்லியிருக்க மாட்டேன். நீங்க என்ன வச்சு பிரார்த்தனை செய்ய ஆரம்பிச்சுடுவீங்கள்". அவன் மதுக்குப்பியில் இருந்த கடைசிச் சொட்டு மதுவையும் வாயில் ஊற்றிக் கொண்டு அதை தூக்கி எறிந்தான். அந்த அடர்ந்த அரக்கு நிறப் புட்டி மெதுவாகப் புழுதியில் வழுக்கிச் சென்றது. "நான் மெக்லஸ்டர்ல நாலு வருஷம் இருந்தேன்."

கேஸி சுழன்று அவன் பக்கம் திரும்பினார். அவரது புருவங்கள் இன்னும் கீழிறங்கியதில் ஏற்கனவே அகலமான அவரது நெற்றி இன்னும் பெரிதானது. "நீ அதப்பத்தி பேச விரும்பலயா?. நா உன்ன ஒண்ணும் கேள்வி கேட்க மாட்டேன். நீ எதாவது கெட்டது செஞ்சிருந்தேன்னா –"

"நான் அப்ப செஞ்சத திரும்ப செய்வேன்" என்றான் ஜோட். "நான் ஒரு ஆள சண்ட போட்டு கொன்னுட்டேன். நாங்க ஒரு நடன நிகழ்ச்சில குடிச்சிருந்தோம். அவன் ஒரு கத்தியால என்னைக் குத்த வந்தான். நான் அங்க கிடந்த ஒரு மண்வாரியால அடிச்சு அவனக் கொன்னுட்டேன். அவனோட மண்டைய சாறாக்கிட்டேன்."

கேஸியின் புருவங்கள் இயல்புக்குத் திரும்பின. "அப்போ உனக்கு எதுவும் வெக்கமாயில்லயா?."

"இல்ல" என்றான் ஜோட். "இல்லவே இல்ல. அவன் எம்மேல கத்திய வச்சதுனால எனக்கு ஏழு ஆண்டுகள் சிறைத்தண்டனை கிடைச்சது. நாலே வருஷத்துல பரோல்ல வெளிய வந்திருக்கேன்."

"அப்போ நாலு வருஷமா உன்னோட வீட்டுக்காரங்களப் பத்தி எதுவும் கேள்விப்படலயா?"

"இல்ல. கேள்விப்பட்டேன். ரெண்டு வருஷத்துக்கு முன்னால எங்கம்மா ஒரு வாழ்த்து அட்டைய அனுப்பிருந்தாங்க. பாட்டி போன வருஷ கிருஸ்துமசுக்கு வாழ்த்து அட்டை அனுப்பிருந்தாங்க. இயேசுவே, அங்க சிறைக்கூடத்தில இருந்த கைதிங்க சிரிச்சாங்க! அதுல ஒரு மரமும், பனி மாதிரி வெள்ளையா எதோவும் இருந்தது. அதுல இப்படி ஒரு கவிதை இருந்தது:

"அழகான குழந்தையே, கிருஸ்துமஸ் வாழ்த்துகள்

இயேசு பணிவானவர், இயேசு மென்மையானவர்,

கிருஸ்துமஸ் மரத்துக்குக் கீழ்

உனக்கு ஒரு பரிசு வைத்துள்ளேன்"

பாட்டி அதப் படிக்கவேயில்லன்னு நான் நினைக்கறேன். ஒரு டிரம்காரங்கிட்டேருந்து வாங்கி அதில இருந்ததுல பளபளன்னு இருந்த ஒண்ண தேர்ந்தெடுத்துட்டாங்க. என்னோட சிறைக்கூடத்துல இருந்தவங்க சிரிச்சு சிரிச்சு கிட்டத்தட்ட செத்துட்டாங்க. அதுக்கப்புறம் என்னை அவங்க பணிவான இயேசுன்னு கூப்பிட ஆரம்பிச்சிட்டாங்க. பாட்டி அத வினோதமா நினைக்கல; அதப் படிக்கணும்னு நினைக்க முடியாத அளவுக்கு அது அழகா இருந்தது. போன வருஷத்துல அவங்களோட கண்ணாடிய

தொலைச்சிட்டாங்க. அவங்க அதக் கண்டு பிடிக்கவேயில்லன்னு நினைக்கறேன்."

"மெக்லஸ்டர்ல உன்ன எப்படி நடத்தினாங்க? என்று கேஸி கேட்டார்.

"நல்லாத்தான் நடத்தினாங்க. சாப்பாடு சரியா கிடைச்சது, சுத்தமான துணி கிடைச்சது, குளிக்கறதுக்கு இடம் இருந்தது. சில வழிகள்ல அது ரொம்ப நல்ல இடம். ஆனா ஒரு பொண்ணு இல்லாம இருக்கறது ரொம்ப கஷ்டம்." திடீரென அவன் சிரித்தான். "பரோல பாதில வெட்டிக்கிட்டு வந்த ஒரு ஆள் இருந்தான். ஒரே மாசத்துல அவன் பரோல வெட்டிட்டு திரும்பி வந்துட்டான். அவங்க அப்பா வீட்டில எந்த வசதியும் இல்ல. அங்க மின்விளக்கு இல்ல, ஷவர்பாத் இல்ல. படிக்க புத்தகம் இல்ல, சாப்பாடும் மோசம். கொஞ்சம் வசதியும், வேளாவேளைக்கு சாப்பாடும் கிடைக்கற இடத்துக்கு திரும்பி வந்தேன்னு சொல்றான். அங்க வெளியில தான் ரொம்ப தனிமையா இருந்ததாவும், அடுத்தது எதிர்காலத்துக்கு என்ன செய்றதுன்னு யோசிக்க வேண்டிருந்ததாவும் சொன்னான். உடனே அவன் ஒரு காரைத் திருடிட்டு திரும்பி வந்துட்டான்." ஜோட் தன்னுடைய புகையிலைக் கட்டை வெளியில் எடுத்து ஒரு அரக்கு நிறக் காகிதத்தை மடித்து அதில் புகையிலையை வைத்துச் சுருட்டி ஒரு சிகரட்டை தயார் செய்து கொண்டான். "அந்த ஆள் சொன்னதும் சரிதான்" என்று அவன் கூறினான். "நான் எங்க தூங்கப்போறேன்னு நேத்து ராத்திரி நினைச்சப்போ நான் பயந்துட்டேன். என்னோட கொட்டடியை நினைச்சேன். ஒரு சக சிறைக்கைதி செஞ்ச ஒரு செயல் என்னை எப்படி பாதிச்சிருக்குன்னு ஆச்சரியப்பட்டேன். நானும் இன்னும் கொஞ்ச பேரும் ஒரு வினோதமான குழுவா இருந்தோம். அது நல்லாத்தான் இருந்தது. ஒரு ஆள் நாங்க ரேடியோல நிகழ்ச்சி செய்யணும்னு சொன்னான். இன்னைக்கு காலைல எத்தனை மணிக்கு எந்திரிக்கணும்னு எனக்குத் தெரியல. மணி அடிக்கறதுக்காக காத்திருந்து படுத்துக் கிடந்தேன்."

கேஸி நகைத்தார். "ஒரு ஆள் இப்படி ஆனா மர அறுவை மில்லோட சத்தத்தைக் கூட கவனிக்காம விட்டிடுவான்."

மஞ்சள் நிறமான, புழுதிபடிந்த மதிய வேளை நிலத்தில் பொன் நிறத்தைப் போர்த்திக் கொண்டிருந்தது. சோளத்தண்டுகள் பொன் நிறமாகக் காட்சியளித்தன. சிட்டுக்குருவிக் கூட்டமொன்று ஒரு தண்ணீர்க் குட்டையை நோக்கித் தலைக்கு மேல் பறந்து சென்றது. ஜோடின் கோட்டிலிருந்த ஆமை தப்பிப்பதற்கு புதிதாக முயற்சி செய்யத் தொடங்கியது. ஜோட் தன் தொப்பி முனையை நீவி நிமிர்த்தினான். அது ஒரு காக்கையின் மூக்கைப் போல் நீளமான நீட்டிக்கொண்டிருந்த முனையைப் பெற்றது. "இப்போ நான் கிளம்பலாம்னு நினைக்கிறேன்" என்றான் ஜோட். "சூரியனோட தாக்கம் எனக்குப் பிடிக்காது. ஆனா இப்போ ரொம்ப மோசமா இல்ல."

கேஸி நீட்டி நிமிர்ந்து கொண்டார். "மூத்த டாமை பார்த்து ரொம்ப காலமாச்சு" என்றார் அவர். "எப்படின்னாலும் அவர நான் பார்க்கணும். ரொம்ப காலத்துக்கு நான் உங்காளுங்களுக்கு இயேசுவக் கொண்டு வந்தேன். ஆனா கொஞ்சம் போல சாப்பிட வாங்கிக்கிட்டதத் தவிர வேற எதையும் வாங்கிக்கல."

"கூட வாங்க" என்றான் ஜோட். "உங்கள பார்த்தா அப்பாவுக்கு சந்தோஷமா இருக்கும். ஒரு போதகருக்கு இருக்கறத விட உங்க மூக்கு நீளம்னு அவர் எப்பவும் சொல்லுவார்."

கேஸி தன் கான்வாஸ் ஷூவை எடுத்து தன் வெறுங்கால்களை அவற்றுக்குள் திணித்துக் கொண்டார். "எனக்கு உன்னளவுக்கு தன்னம்பிக்கை கிடையாது" என்று கூறியவர், "புழுதிக்குக் கீழ வயரோ, கண்ணாடியோ கிடக்கும்னு எனக்குப் பயம். வெட்டுப்பட்ட உள்ளங்காலைப் போல நான் வெறுக்கற வேறெதுவும் இல்ல" என்றார்.

அவர்கள் நிழலின் முனையில் சிறிது தயங்கினர். பிறகு இரண்டு நீச்சல் வீரர்கள் கரையை நோக்கி விரைந்து போவது போல் மஞ்சள்நிற சூரிய வெளிச்சத்துக்குள் புகுந்தனர். சில அடிகள் வேகமாக வைத்த பிறகு, வேகத்தைக் குறைத்து மெதுவான, சிந்தனைமிக்க வேகத்துக்கு வந்தனர். சோளக்கதிர்கள் இப்போது சாம்பல் நிற நிழலை பக்கவாட்டில் செலுத்திக் கொண்டிருந்தன. சூடான புழுதியின் பச்சை மணம் காற்றில் கலந்திருந்தது. சோளக்காடு முடிந்து அந்த இடத்தை கரும்பச்சை பருத்திச் செடிகள் பிடித்துக் கொண்டன. ஆழ்ந்த பச்சைநிற இலைகள் புழுதியின் ஊடாகத் தெரிந்தன. குமிழ்கள் தோன்றிக்கொண்டிருந்தன. அது ஒரு தூய்மையற்ற பருத்தி. தண்ணீர் இருந்த தாழ்ந்த இடங்களில் அடர்ந்தும், உயர்வான இடத்தில் குறைவாகவும் காணப்பட்டன. சூரியனின் கதிர்களுக்கெதிராக அவை பிழைத்திருந்தன. தூரத்து அடிவானத்தில் எல்லையற்ற நிறம் தெரிந்தது. அவர்களுக்கு முன்னால் புழுதி படிந்த சாலை ஏற்ற, இறக்கமாக நீண்டு கிடந்தது. ஒரு ஓடையின் கரையில் மரங்கள் மேற்குப் புறத்தில் வரிசையாக நின்றன. வடமேற்கில் பல காலமாக உழப்படாத ஒரு தரிசு நிலம் ஒழுங்கற்ற கோடுகளாக ஆகிக் கொண்டிருந்தது. ஆனால் காற்றில் எரிந்து போன புழுதியின் மணம் கலந்திருந்தது. மூக்கிலிருந்த நீர் வறண்டு பொருக்குத் தட்டுமளவுக்கும், கண்கள் காய்ந்து போகாமலிருக்க கண்கள் கண்ணீரை வெளியேற்றுமளவுக்கும் காற்று வறண்டிருந்தது.

"பாரு, புழுதி வர வரைக்கும் சோளம் எவ்வளவு நல்லா வளர்ந்திருக்கு. அது பயிருக்கு ஒரு ஆபத்தா இருக்கு" என்றார் கேஸி.

"ஒவ்வொரு வருஷமும் எங்களுக்கு நல்லா பயிர் வளரும், ஆனா வரவே வராதுங்கறது எனக்கு நினைவிருக்கு" என்றான் ஜோட். "அதுல காட்டுப்புல் இன்னும் இருக்கற வரைக்கும் முதல் அஞ்சு உழவுக்கு நல்லாயிருக்கும்னு பாட்டி சொல்லுவாங்க." சாலை ஒரு சிறிய மலைச்சரிவில் இறங்கி மீண்டும் இன்னொரு மலைச்சரிவில் ஏறியது.

"இங்கருந்து மூத்த டாமோட வீடு ஒரு மைலுக்கு மேல இருக்காது. அந்த மூணாவது மேட்டிலதான் வீடு... இல்ல?" என்று கேஸி கேட்டார்.

"ஆமா" என்றான் ஜோட். "அப்பா அத திருடிக்கிட்ட மாதிரி யாராவது திருடாம இருந்தா."

"உங்கப்பா அத திருடினாரா?"

"ஆமா. இங்கருந்து கொஞ்சம் கிழக்குப் பக்கத்துல ஒரு மைல் தூரத்துல அதப் பார்த்து இழுத்துட்டு வந்தார். அங்க ஒரு குடும்பம் இருந்தது. அவங்க வேற எங்கயோ போயிட்டாங்க. எங்க தாத்தா, அப்பா, அண்ணன் நோவா எல்லாரும் மொத்த வீட்டையே எடுத்துட்டு வர விரும்பினாங்க. ஆனா அது முடியல. ஒரு பகுதியத்தான் எடுக்க முடிஞ்சது. அதுனாலதான் அது ஒரு முனைல வினோதமாத் தெரியுது. அத ரெண்டா வெட்டி பன்னண்டு குதிரையையும், ரெண்டு கோவேறு கழுதையையும் வச்சு இழுத்துட்டு வந்தாங்க. அவங்க இன்னொரு பாதிய எடுத்துட்டு வரப் போறதுக்குள்ள விங் மான்லியும் அவனோட ஆட்களும் அங்க வந்து அதத் திருடிட்டுப் போயிட்டாங்க. அப்பாவுக்கும், தாத்தாவுக்கும் இது நிச்சயமாத் தெரியும். ஆனா கொஞ்சநாள் கழிச்சு அவங்களும், விங்க்கும் சேர்ந்து குடிச்சிட்டு அதப் பத்தி விலா நோகச் சிரிச்சாங்க. விங்கோட வீடு இருந்த இடத்துக்கு எங்களோட வீட்டக் கொண்டு வந்து அதோட சேத்து இணைச்சா ஒரு வேள குப்பை வீடுகள் வேணா எங்களுக்குக் கிடைக்கலாம்னு சொல்றார். விங்க் குடிச்சிருக்கும்போது ரொம்ப பெரிய மனுஷர். அதுக்கப்புறம் அவரும், எங்க தாத்தா, அப்பாவும் நல்ல நண்பர்களானாங்க. எப்போ வாய்ப்பு கிடைச்சாலும் சேர்ந்து குடிப்பாங்க."

"டாம் பெரிய மனுஷந்தான்" என்று கேஸி ஒத்துக் கொண்டார். அவர்கள் சரிவில் வேகமாக இறங்கி பிறகு மேட்டில் மெதுவாக ஏறினர். கேஸி தன் நெற்றியை தன் சட்டைக் கைகளால் துடைத்துக் கொண்டு தன் தட்டையான மேல்பகுதி கொண்ட தொப்பியை மாட்டிக் கொண்டார். "ஆமாம், கடவுள் நம்பிக்கையில்லாத ஒரு மனுஷனுக்கு அவர் ஒரு பெரிய மனுஷன் தான். அவர் மேல கொஞ்சம் ஊக்கம் ஏறின நாட்கள்ள சில சமயம் அவர கூட்டங்கள்ள நான் பார்த்திருக்கேன். அவர் பத்து, பன்னிரண்டு அடிக்குக் குதிப்பார். மூத்த டாமுக்கு புனித ஆவி பிடிச்ச நாட்கள்ல அவர் உங்கள கீழ

தள்ளி மேல ஏறாம இருக்கறதுக்கு நீங்க ஓட வேண்டிருக்கும். ஒரு குதிரைக் கொட்டில்ல ஒரு பொலிகுதிரை குதிக்கற மாதிரி."

அவர்கள் அடுத்த மேட்டில் ஏறியதும், சாலை ஒரு பழைய ஓடையின் மேல் இறங்கியது. அந்த ஓடை மிகவும் அசிங்கமாகவும், பக்குவமின்றி, இரு புறங்களிலிருந்தும் கலைந்து போன ஓடையாகவும், இருபுறங்களிலிருந்தும் புதிய தடங்கள் கொண்டதாகவும் இருந்தது. அதைக் கடக்க சில கற்கள் போடப்பட்டிருந்தன. ஜோட் அதை தன் வெறும் காலால் கடந்தான். "நீங்க அப்பாவப் பத்திப் பேசினீங்க" என்றான் அவன். "நீங்க ஜான் மாமாவ போக்கோட இடத்துல வச்சு ஞானஸ்நானம் கொடுத்த போது நீங்க அவரப் பார்க்காம இருந்திருக்கலாம். அவர் பாஞ்சு பாஞ்சு குதிச்சிக் கிட்டு இருந்தார். ஒரு பெரிய புதரைத் தாண்டித் தாண்டிக் குதிச்சிக்கிட்டிருந்தார். பௌர்ணமி நிலாக்காலத்துல ஒரு ஓநாய் ஊளையிடறது மாதிரி கத்திக்கிட்டே அவர் தாவிக் குதிப்பார், திரும்பி தாவிக் குதிப்பார். அப்பா அவரைப் பார்த்திருக்கார். இந்தப் பகுதிகளிலேயே அவர்தான் சிறந்த இயேசு சாமியாடின்னு அவர் சொல்லுவார். அதனால அப்பா ஜான் மாமா தாண்டிக் குதிச்ச புதர மாதிரி ரெண்டு மடங்கு பெரிய புதரை எடுத்துக் கிட்டு, உடைஞ்ச பாட்டில்மேல ஒரு பெண் பன்றி ஏறினா கத்துற மாதிரிக் கத்திக் கிட்டு ஓடிப்போய்த் தாண்டி, தன்னோட வலது கால உடச்சிக்கிட்டார். அது அப்பாவோட ஊக்கத்தை கலைச்சிருச்சு. அது சரியாப் போகணும்னு போதகர் பிரார்த்தனை செய்ய விரும்பினார். ஆனா அப்பாவோ, அது வேணாம்னுட்டார். அவரோட மனசுல ஒரு டாக்டர்கிட்ட போகணும்னே பூராவும் இருந்தது. அங்க ஒரு டாக்டர் கிடையாது. ஆனா ஒரு பல் மருத்துவர் வந்து போய்க்கிட்டிருப்பார். அவர் கால சரி பண்ணினார். எப்படின்னாலும் போதகர் பிரார்த்தனை செய்யத்தான் செஞ்சார்."

அவர்கள் ஓடையைத் தாண்டி இருந்த சிறு மேட்டில் ஏறினர். இப்போது சூரியன் மெதுவாக இறங்கிக் கொண்டிருந்தது. அதன் தாக்கம் சிறிது குறைந்திருந்தது. காற்று சூடாகவே இருக்க, தாக்கிய கதிர்கள் கொஞ்சம் பலவீனப்பட்டிருந்தன. சாய்ந்த கம்புகளில் கட்டப்பட்ட கட்டுக் கம்பிகள் இன்னும் சாலையின் ஓரங்களில் தொடர்ந்தன. வலதுபுறத்தில் ஒரு கம்பி வேலி பருத்திக்காட்டின் குறுக்காக ஓடியது. அதன் இரு புறத்திலும் புழுதி படிந்த, வறண்ட, ஆழ்ந்த பச்சை நிறப் பருத்தி இருந்தது.

ஜோட் எல்லை வேலியைச் சுட்டிக் காட்டினான். "அதுதான் எங்க எல்லை. எங்களுக்கு அங்க ஒரு வேலி தேவையில்ல, ஆனா வச்சிருந்தோம். அப்பாவுக்கு அது அங்க இருக்கறது பிடிக்கும். அது நாப்பதும் நம்மதுதாங்கற உணர்வ அவருக்குக் கொடுக்கும். ஜான் மாமா ஒரு நாள் தன்னோட டிரக்குல ஆறு சுத்து வயரை கொண்டு வந்திருக்காட்டா, இந்த வேலி இருந்திருக்காது.

அவர் ஒரு குட்டிப் பன்னிக்காக அப்பாகிட்ட அதக் கொடுத்திட்டார். அவருக்கு வயர் எங்க கிடைச்சதுன்னு எங்களால கண்டு பிடிக்கவே முடியல". அவர்கள் மேட்டில் கொஞ்சம் வேகத்தைக் குறைத்து, அவர்களது காலை ஆழமான மென்மையான புழுதியில் அழுத்தமாக வைத்து, அவர்களது காலுக்குக் கீழ் பூமியை உணர்ந்தார்கள். ஜோடின் கண்கள் தனது நினைவுகளில் ஆழ்ந்திருந்தன. "ஜான் மாமா ஒரு பைத்தியக்காரர்" என்றான் அவன். அவர் அந்தக் குட்டிப்பன்னிய என்ன செஞ்சார்"ங்கறது மாதிரி. அவன் நகைத்து விட்டு மேலும் நடந்தான்.

ஜிம் கேஸி பொறுமையற்றுக் காத்திருந்தார். கதை தொடரவில்லை. கேஸி அதற்காக நீண்ட நேரம் காத்திருந்தார். கடைசியில் அவரே கேட்டு விட்டார், கொஞ்சம் எரிச்சலுடன். "அவர் அந்தக் குட்டிப் பன்னிய என்ன செஞ்சார்?".

"ஓ, அதுவா. அவர் அத அங்கயே கொன்னுட்டார். அம்மாவ அடுப்ப ஏத்த வச்சார். அவர் பன்னிக்கறிய வெட்டி சட்டில போட்டார், விலா எலும்பையும், ஒரு காலையும் ஓவன்ல வெச்சார். எலும்பு வரைக்கும் கறியத் தின்னார், கால் தீர்ந்து போற வரைக்கும் விலா எலும்பத் தின்னார். அப்புறம் அந்தக் கால கிழிச்சு, பெரிய துண்டா வெட்டி, தன்னோட வாய்ல திணிச்சுக்கிட்டார். நாங்க, குழந்தைங்க அங்க சுத்திக்கிட்டிருந்தோம், எங்களுக்குக் கொஞ்சம் கொடுத்தார். ஆனா அப்பாவுக்கு ஒண்ணுமே கொடுக்கல. கடைசில அப்படியே படுத்துத் தூங்கிப் போற அளவுக்கு அவ்வளவு சாப்பிட்டார். அவர் தூங்கிக்கிட்டு இருந்தப்போ குழந்தைகளான நாங்களும், அப்பாவும் காலைத் தின்னு முடிச்சிட்டோம். அடுத்த நாள் எழுந்தவுடனே ஜான் மாமா இன்னொரு கால ஓவன்ல வச்சார். அப்பா கேக்கறார், "ஜான் நீ அந்த முழு பன்னியையும் தின்னு தீக்கப்போறயா?." அவர் சொல்றார், "நான் அதுக்குத்தான் முயற்சி பண்றேன். ஆனா நான் முடிக்கறதுக்குள்ள அதுல கொஞ்சம் கெட்டுப் போயிடும் போல இருக்கு. எனக்கு பன்னிக் கறில வெறியே உண்டு. நீ வேணா ஒரு தட்டு எடுத்துக்கிட்டு கொஞ்சம் வயர திருப்பிக் கொடுத்துடு" ஐயா, அப்பா ஒண்ணும் முட்டாளில்ல. ஜான் மாமா அதுக்கு மேல திங்க முடியாம வண்டிய எடுத்துக்கிட்டுப் போனப்போ, அவரால பாதி கூட தின்ன முடியல. "நீ ஏன் அத உப்புக் கண்டம் போடக்கூடாது?"ன்னு அப்பா கேட்டார். ஆனா அப்படி ஜான் மாமா செய்ய மாட்டார்; அவருக்கு பன்னி வேணும்னா முழுப் பன்னியும் வேணும். அப்படிச் செய்யும்போது, அவருக்கு எந்தப் பன்னியும் சுத்தி இருக்கக் கூடாது. அதனால அவர் போன வுடனே, அப்பா மிச்சம் இருக்கற பன்னிக் கறிய உப்புக் கண்டம் போட்டுட்டார்."

கேஸி கூறினார், "நான் இன்னும் போதகம் செஞ்சிக்கிட்டிருந்தா, அத வச்சு ஒரு கதை கட்டி உங்கிட்டயே சொல்லிருப்பேன். ஆனா இப்போ நான் போதனை செய்யறதில்ல. அவர் எதுக்காக அப்படி செஞ்சிருப்பார்னு நீ நினைக்கற?"

"எனக்குத் தெரியல" என்றான் ஜோட். "அவருக்கு பன்னிக்கறி திங்கணும்னு இருந்திருக்கு. அத நினைக்கும்போதே எனக்குப் பசிக்கிது. இந்த நாலு வருஷத்தில நாலே நாலு துண்டு வதக்கின பன்னித் துண்டுதான் கிடச்சது - ஒரு கிறிஸ்துமசுக்கு ஒண்ணு".

கேஸி விரிவாகக் கூறினார். "ஒருவேளை, டாம் புனித நூல்ல இருக்கற தற்பெருமைக்காரன் மாதிரி ஒரு பெரிய குட்டிய கொல்லலாம்".

ஜோட் விரக்தியாகச் சிரித்தான். "உங்களுக்கு அப்பாவப் பத்தி தெரியாது. அவர் ஒரு கோழிய கொன்னா, கோழி அதிகமா சத்தம் போடாது, அப்பாதான் அதிகமா சத்தம் போட்டுக்கிட்டு இருப்பார். அவர் ஒரு நாளைக்கும் கத்துக்கிட மாட்டார். அவர் எப்போதும் பன்னிய கிறிஸ்துமசுக்காக பத்திரமா வச்சிருப்பார். ஆனா அது வயிறு வீங்கியோ எதினாலயோ செப்டம்பர்ல செத்துப் போயிடும். அத சாப்பிடக் கூட முடியாது. ஜான் மாமாவுக்கு பன்னிக்கறி வேண்டியிருந்தப்போ அவர் அத சாப்பிட்டார். அவருக்கு அது கிடைச்சது".

அவர்கள் குன்றின் வளைந்த உச்சிக்குச் சென்றதும், ஜோடின் இடம் அங்கிருந்து கீழே தெரிந்தது. ஜோட் நின்றான். "அது பழைய மாதிரி இல்லையே" என்றான் அவன். "அந்த வீட்டப் பாருங்க. ஏதோ நடந்திருக்கு. அங்க யாரும் இல்ல." அவர்கள் இருவரும் நின்று அங்கு இருந்த சிறு கட்டிடங்களைப் பார்த்தார்கள்.

5

நிலங்களின் உரிமையாளர்கள் பெரும்பாலும் நிலத்துக்கு வருவார்கள், அல்லது அடிக்கடி அவர்களது செய்தித் தொடர்பாளர்கள் வருவார்கள். அவர்கள் மூடிய கார்களில் வந்து, தமது விரல்களைக் கொண்டு காய்ந்த நிலத்தை ஆராய்வார்கள். சில சமயம் அவர்கள் பெரிய நில இயந்திரங்களைக் கொண்டு வந்து நிலத்தை உழுது, மண்சோதனை செய்வார்கள். மூடிய கார்கள் நிலங்களின் ஊடே செல்லும்போது, குத்தகைதாரர்கள் தமது நிழல் படிந்த வாசல்களிலிருந்து மனக்கிலேசத்துடன் பார்த்தனர். கடைசியில் உரிமையாளரின் ஆட்கள் அவர்களது வீட்டு வாசலுக்கு வந்து, காருக்குள்ளிருந்தே அவர்களிடம் ஜன்னல் வழியாகப் பேசினார்கள். குத்தகைதாரர்கள் கொஞ்ச நேரம் கார்களுக்கருகே நின்று கொண்டிருந்து

விட்டு கீழே அமர்ந்து கொண்டு ஒரு குச்சியை மண்ணில் கோடு போடுவதற்காக எடுத்துக் கொண்டனர்.

திறந்திருக்கும் கதவுகளுக்கருகில் பெண்கள் நின்று வெளியே பார்த்தனர், அவர்களுக்குப் பின்னால் குழந்தைகள் நின்று கொண்டிருந்தனர். தலையில் சோளம் படிந்த அந்தக் குழந்தைகள் விரிந்த விழிகளுடன் ஒரு வெறுங்காலுக்கு மேல் இன்னொரு காலை வைத்துக் கொண்டு, முன்னங்கால்களால் அளைந்து கொண்டிருந்தன. பெண்களும், குழந்தைகளும் தமது வீட்டு ஆண்கள் உரிமையாளரின் ஆளுடன் பேசுவதைப் பார்த்துக் கொண்டிருந்தனர். அவர்கள் அமைதியாகப் பார்த்தனர்.

உரிமையாளரின் ஆட்கள் சிலர் தாம் செய்வதை வெறுத்ததால், அன்பாக இருந்தனர். சிலர் குரூரமாக இருப்பதை வெறுத்ததால், கோபமாக இருந்தனர். சிலர் இறுக்கமாக இருந்தனர். ஏனென்றால் இறுக்கமாக இல்லா விட்டால் தாம் ஒரு உரிமையாளராகவே இருக்க முடியாதென்பதை நீண்ட நாட்களுக்கு முன்பாகவே கண்டு கொண்டிருந்தனர். அவர்கள் அனைவருமே தம்மை விடப் பெரிதாக எதிலோ மாட்டிக் கொண்டிருந்தனர். அவர்களில் சிலர் அவர்களை வழிநடத்திய கணக்கை வெறுத்தனர். சிலர் அதைக் கண்டு பயந்தனர். சிலரோ அது அவர்களுக்கு சிந்தனையிலிருந்தும், உணர்வுகளிலிருந்தும் பாதுகாப்பளித்ததால் கணக்கை வழிபட்டனர். ஒரு வங்கியோ, நிதி நிறுவனமோ நிலத்தின் உரிமையாளராக இருந்தால், அதன் ஆள் கூறினார், வங்கி - அல்லது நிறுவனத்துக்கு – தேவைப்படுகிறது - அது விரும்புகிறது – அது வலியுறுத்துகிறது – அது அப்படிச் செய்திருக்க வேண்டும் . ஏதோ, வங்கியோ, அல்லது நிறுவனமோ சிந்தனைகளையும், உணர்வுகளையும் கொண்ட ஒரு ராட்சசன், அது தம்மை அடிமைப்படுத்தி விட்டது என்பதைப் போலவும் பேசினர். வங்கிகளுக்காகவோ, நிறுவனங்களுக்காகவோ அவர்கள் பொறுப்பெடுத்துக் கொள்ள மாட்டார்கள், ஏனென்றால் அவர்கள் அடியாட்கள், அடிமைகள். வங்கிகளோ ஒரே சமயத்தில் இயந்திரமும், எஜமானரும் ஆகும். இத்தகைய இறுக்கமான, வலிமையான எஜமானர்களிடம் அடிமைகளாக இருப்பதற்கு சில உரிமையாளரின் ஆட்கள் கொஞ்சம் பெருமைப்பட்டனர். உரிமையாளரின் ஆட்கள் காருக்குள் உட்கார்ந்து விளக்கினர். “நிலம் மிகவும் மோசமாக உள்ளதென்பது உங்களுக்குத் தெரியும். நீங்கள் நீண்ட நாட்கள் அதனுடன் போராடி விட்டீர்களென்பது கடவுளுக்கே தெரியும். ”

உட்கார்ந்து கொண்டிருந்த குத்தகைதாரர்கள் தலையை ஆட்டிக் கொண்டு ஆச்சரியப்பட்டுக் கொண்டிருந்தனர். அவர்களது குச்சிகள் மண்ணில் கோலம் போட்டுக் கொண்டிருந்தன. ஆம், அவர்களுக்குத் தெரியும்,

கடவுளுக்கும் தெரியும். புழுதி மட்டும் பறக்காமல் இருந்தால், செடி மட்டும் மண்ணில் பிடித்திருந்தால், இது இவ்வளவு மோசமாக இருக்காது.

உரிமையாளரின் ஆள் தாம் சொல்ல வந்ததற்கு இட்டுச் சென்றார்: "நிலம் மேலும் மோசமாகிக் கொண்டிருப்பது உங்களுக்குத் தெரியும். பருத்தி நிலத்தை என்ன செய்யுமென்பது உங்களுக்குத் தெரியும்; அதைக் கொள்ளையடிக்கும், அதன் ரத்தம் அனைத்தையும் உறிஞ்சி விடும்."

குத்தகைதாரர்கள் தலையாட்டினர்—அவர்களுக்குத் தெரியும், கடவுளுக்குத் தெரியும். அவர்களால் பயிர்களைச் சுழற்சி செய்ய முடியுமானால் ரத்தத்தை அவர்களால் நிலத்துக்கு மீண்டும் கொடுத்து விட முடியும்.

இருக்கட்டும், அதற்கு மிகவும் தாமதமாகி விட்டது. அவர்களை விட வலுவான ராட்சசனின் சிந்தனைகளையும், பணிகளையும் உரிமையாளரின் ஆள் விளக்கிக் கொண்டிருந்தார். ஒரு ஆள் தானும் சாப்பிட்டுக் கொண்டு, வரிகளையும் கட்ட முடியுமானால் அவர் நிலத்தை வைத்துக் கொள்ளலாம்; அவர் அதைச் செய்யலாம்.

ஆனால் பாருங்கள், வங்கியோ அல்லது ஒரு நிறுவனமோ அதைச் செய்ய முடியாது. ஏனென்றால் அவை காற்றை சுவாசிப்பதில்லை, புற மாமிசத்தைச் சாப்பிடுவதில்லை. அவை இலாபத்தை சுவாசிக்கின்றன; பணத்தின் மீதான வட்டியை உண்கின்றன. அவை கிடைக்காவிட்டால், நீங்கள் காற்றில்லாமலும், மாமிசமில்லாமலும் இறப்பதைப் போல இறந்து விடுகின்றன. அது ஒரு சோகமான விஷயம், ஆனால் அப்படித்தான் நடக்கிறது. அப்படியேதான் நடக்கிறது.

உட்கார்ந்திருந்தவர்கள் புரிந்து கொள்வதற்காகத் தமது கண்களை உயர்த்திப் பார்த்தார்கள். நம்மால் தொடர முடியுமா? ஒருவேளை அடுத்த ஆண்டு நல்லதாக இருக்கலாம். அடுத்த ஆண்டு எவ்வளவு பருத்தி விளையுமென்பது கடவுளுக்குத்தான் தெரியும். இவ்வளவு போர்களுக்கு மத்தியில்—பருத்திக்கு என்ன விலை கிடைக்குமென்பதும் கடவுளுக்குத்தான் தெரியும். அவர்கள் பருத்தியிலிருந்து வெடிமருந்துகள் தயாரிப்பதில்லையா? சீருடைகள்? போதுமான போர்கள் மட்டும் நடக்கட்டும், பருத்தி விலை கூரையைத் தொடும். ஒருவேளை அடுத்த வருடம் இருக்கலாம். அவர்கள் கேள்விக்குறியுடன் நிமிர்ந்து பார்த்தார்கள்.

நாம் அதை சார்ந்திருக்க முடியாது. வங்கி - ராட்சசனுக்கு எப்போதும் இலாபம் தேவை. அதனால் பொறுத்திருக்க முடியாது. அது செத்து விடும். இல்லை, வரிகள் தொடரும். ராட்சசன் வளர்வதை நிறுத்தினால் செத்து விடுவான். அவன் ஒரே அளவில் நிற்க முடியாது.

உட்கார்ந்திருந்தவர்கள் மீண்டும் கீழே பார்த்தார்கள். "நாங்கள் என்ன செய்யவேண்டுமென்று நீங்கள் விரும்புகிறீர்கள்? பருத்தியில் எங்கள் பங்கைக் குறைத்துக் கொள்ள முடியாது – ஏற்கனவே நாங்கள் இப்போது பாதிப் பட்டினியில் இருக்கிறோம். குழந்தைகள் எப்போதுமே பசியுடன் இருக்கிறார்கள். எங்களுக்குத் துணி கிடைப்பதில்லை, கந்தல், கிழிசலுடன் இருக்கிறோம். எங்கள் அண்டை வீட்டார் அனைவரும் அப்படியே இல்லாவிட்டால், நாங்கள் கூட்டத்துக்குச் செல்லவே வெட்கப்படுவோம்."

கடைசியில் உரிமையாளரின் ஆள் விஷயத்துக்கு வந்தார். "குத்தகைதார் முறை இனி வேலை செய்யாது. டிராக்டர் ஓட்டும் ஒரு ஆள் பன்னிரண்டு அல்லது பதினான்கு குடும்பங்களின் வேலையைச் செய்து விடுவார். அந்த ஆளுக்குக் கூலியைக் கொடுத்து விட்டுப் பருத்தி அத்தனையையும் எடுத்துக் கொள்ளலாம். நாங்கள் இதைச் செய்துதான் ஆக வேண்டும். நாங்கள் அதைச் செய்ய விரும்பவில்லை. ஆனால் ராட்சசன் மிருகம் நோய்வாய்ப்பட்டுள்ளான். அவனுக்கு ஏதோ ஆகி விட்டது.

ஆனால் நீங்கள் பருத்தியுடன் நிலத்தையும் கொன்று விடுவீர்கள்.

எங்களுக்குத் தெரியும். நிலம் செத்து விடுவதற்கு முன்னால் நாங்கள் வேகமாகப் பருத்தியை எடுத்தாக வேண்டும். பிறகு நாங்கள் நிலத்தை விற்று விடுவோம். கிழக்கே இருக்கும் ஏராளமான குடும்பங்கள் சிறிய நிலத்தை சொந்தமாக வைத்துக் கொள்ள ஆவலாக உள்ளன."

குத்தகைதாரர்கள் எச்சரிக்கையடைந்து நிமிர்ந்து பார்த்தார்கள். "ஆனால் எங்களுக்கு என்ன ஆகும்? நாங்கள் எப்படி உண்போம்?"

"நீங்கள் நிலத்தை விட்டு வெளியேற வேண்டும். ஏர்கள் வாசல் வழியாக வெளியேற வேண்டும்."

இப்போது உட்கார்ந்திருந்தவர்கள் ஆத்திரத்துடன் எழுந்து நின்றனர். "தாத்தா இந்த நிலத்தை எடுத்தார். அதற்கு அவர் இந்தியர்களைக் கொன்று விரட்ட வேண்டியிருந்தது. அப்பா இங்குதான் பிறந்தார். அவர் காளைகளையும், பாம்புகளையும் கொல்கிறார். பிறகு ஒரு மோசமான ஆண்டு வந்தபோது அவர் கொஞ்சம் பணம் கடன் வாங்க வேண்டி வந்தது. அப்போது வங்கி நிலத்தை உரிமையாக்கிக் கொண்டது. ஆனால் நாங்கள் அங்கேயே தங்கினோம். நாங்கள் வளர்த்த பயிரிலிருந்து கொஞ்சம் எங்களுக்குக் கிடைத்தது."

"எங்களுக்கு அது தெரியும் – எல்லாம் தெரியும். அது எங்களுடையது அல்ல, அது வங்கியுடையது. வங்கி ஒரு மனிதனல்ல. அல்லது ஐம்பதாயிரம் ஏக்கரை சொந்தமாகக் கொண்ட ஒரு உரிமையாளரும் அல்ல. அது மனிதனைப் போன்றதும் அல்ல. அது ஒரு ராட்சச மிருகம்."

“இது எங்களுடைய நிலம் என்பது நிச்சயம்” என்று குரல் கொடுத்தனர் குத்தகைதாரர்கள். “நாங்கள்தான் அதை அளந்து பிரித்துக் கொண்டோம். அதில்தான் நாங்கள் பிறந்தோம், அதில் கொல்லப்பட்டோம், அதில் இறந்தோம். அது எதற்கும் உதவாது என்றாலும், அது எங்களுடையது. அதில் பிறந்து, அதில் உழைத்து, அதில் இறப்பது என்பதுதான் அதை எங்களுடையதாக்குகிறது. அதுதான் உரிமையாக்குகிறது, காகிதங்களும், அதிலுள்ள எண்களுமல்ல.”

எங்களை மன்னியுங்கள். இதைச் செய்வது நாங்களல்ல. அது அந்த ராட்சசன் தான். வங்கி என்பது மனிதனைப் போன்றதல்ல.

“ஆம், ஆனால் வங்கியில் மனிதர்கள்தானே இருக்கிறார்கள்.”

“இல்லை, இங்கே நீங்கள் தவறு செய்கிறீர்கள். முற்றிலும் தவறு. வங்கி என்பது மனிதனிலிருந்து வேறுபட்டது. வங்கியில் இருக்கும் ஒவ்வொரு மனிதனும் வங்கி செய்வதை வெறுக்கிறான், ஆனாலும் வங்கி அதைச் செய்கிறது. வங்கி என்பது மனிதனை விட மேலானது என்பதை நான் உங்களுக்குச் சொல்கிறேன். அது ஒரு ராட்சசன். மனிதன் தான் அதை உருவாக்கினான், ஆனால் அவனால் அதைக் கட்டுப்படுத்த முடியாது.”

குத்தகைதாரர்கள் அழுதார்கள். தாத்தா நிலத்துக்காக இந்தியர்களைக் கொன்றார், அப்பா நிலத்துக்காகப் பாம்புகளைக் கொன்றார். ஒருவேளை நாம் வங்கிகளைக் கொல்லலாம். அவை இந்தியர்களையும், பாம்புகளையும் விட மோசமானவை. நமது நிலத்தை வைத்துக் கொள்ள நாம் போராட வேண்டியிருக்கலாம், அப்பாவும், தாத்தாவும் செய்ததைப் போல.

இப்போது உரிமையாளரின் ஆட்கள் கோபமடைந்தனர். “நீங்கள் போய்த்தான் ஆக வேண்டும்.”

“ஆனால் இது எங்களுடையது என்று குத்தகைதாரர்கள் கூக்குரலிட்டனர். “நாங்கள் – ”

“ஆனால் நாங்கள் போனால், எங்கு போவோம், எப்படிப் போவோம்? எங்களிடம் பணம் இல்லை.”

“எங்களை மன்னியுங்கள்” என்றனர் உரிமையாளரின் ஆட்கள். “ஐம்பதாயிரம் ஏக்கருக்குச் சொந்தக்காரரான வங்கி, ராட்சசன் அதற்குப் பொறுப்பாக முடியாது. உங்களுடையதல்லாத இடத்தில் நீங்கள் இருக்கிறீர்கள். ஒரே ஒருமுறை ஒருவேளை நீங்கள் விழுந்த பருத்தியை எடுத்துக் கொள்ளலாம். ஒருவேளை நீங்கள் நிவாரணம் கேட்டுப் போகலாம். நீங்கள் ஏன் கலிபோர்னியாவுக்கு மேற்கே போகக் கூடாது? அங்கு வேலை இருக்கிறது, ஒருபோதும் அங்கு குளிர் வருவதில்லை. ஏன், நீங்கள் எங்கு வேண்டுமானாலும் போய் ஆரஞ்சு பொறுக்கலாம். ஏன், எப்போதுமே

எதாவது ஒரு பயிர் வேலை செய்வதற்குக் கிடைக்கும். நீங்கள் அங்கு ஏன் போகக் கூடாது?" இதைச் சொல்லி விட்டு உரிமையாளரின் ஆட்கள் கார்களைக் கிளப்பிக் கொண்டு சென்றனர்.

குத்தகைதாரர்கள் மீண்டும் குத்துக்காலிட்டு அமர்ந்து கொண்டு தங்கள் குச்சியால் புழுதியில் கோடிட்டனர், என்ன நடக்கிறது என்பதைப் புரிந்து கொள்ள, ஆச்சரியப்பட. சூரிய வெளிச்சம் பட்டு அவர்களது முகம் கருத்திருந்தது, சூரிய வெளிச்சம் தாக்கிய அவர்களது கண்கள் வெளிறியிருந்தன. பெண்கள் மெதுவாக கதவுகளை விட்டு வெளியேறி தங்கள் வீட்டு ஆண்களை நோக்கி நகர்ந்தனர். குழந்தைகள் பெண்களின் பின்னால் ஓடுவதற்குத் தயாராக மெதுவாகப் பின் தொடர்ந்தனர். பெரிய பையன்கள் தமது தகப்பனார்களுக்கருகே குத்துக்காலிட்டு அமர்ந்தனர். ஏனென்றால் அதுதான் அவர்களைப் பெரிய ஆளாக்கியது. சற்றுப் பொறுத்து ஒரு பெண் கேட்டாள், "அவனுக்கு என்ன வேண்டுமாம்?"

ஆண்கள் ஒரு கணம் தலை நிமிர்த்திப் பார்த்தார்கள், அவர்களது கண்களில் வலி தெரிந்தது. "நாம் வெளியேற வேண்டும். ஒரு டிராக்டரும், ஒரு சூபரிண்டண்டும் வருவார்கள். தொழிற்சாலைகளைப்போல."

"நாம் எங்கே போவோம்? என்று அந்தப் பெண் கேட்டாள்."

"எங்களுக்குத் தெரியாது. எங்களுக்குத் தெரியாது."

அந்தப் பெண்கள் வேகமாகவும், அமைதியாகவும் தமது வீடுகளுக்கு தமது குழந்தைகளை முன்னால் விரட்டிக் கொண்டு சென்றனர். அவர்களுக்கு அவர்களது ஆண்கள் மிகவும் காயப்பட்டுப் போயிருப்பதும், அது அவன் அன்பு செலுத்துபவர்கள் மீது கூடக் கோபமாக வெளிப்படக் கூடுமென்பதை அறிந்திருந்தார்கள். அவர்கள் ஆண்களை திகைக்கவும், என்ன செய்வதென்று யோசிக்கவும் புழுதியில் தனியாக விட்டுச் சென்றனர்.

அதன்பிறகு குத்தகைதாரர்கள் சுற்றிக் கண்களை ஓட்டினார்கள் – வளைவான கைப்பிடியுடன் பத்தாண்டுகளுக்கு முன்பு போடப்பட்ட பம்ப், மதகுவாயிலுள்ள இரும்புப் பூக்கள், ஆயிரக்கணக்கான கோழிகள் கொல்லப்பட்ட வெட்டுக்கல், கொட்டகையிலிருந்த கையால் உழும் ஏர், அதன் மேல் கலப்பையில் தொங்கிக் கொண்டிருந்த தனிசிறப்புப் பெற்றதொழு.

குழந்தைகள் வீடுகளில் பெண்களைச் சுற்றி கூட்டமாக நின்றன. "நாம என்ன செய்யப்போறோம் அம்மா? நாம எங்க போகப்போறோம்?"

பெண்கள் சொன்னார்கள், "எங்களுக்கும் இன்னும் தெரியாது. வெளிய போய் விளையாடுங்க. ஆனா உங்கப்பா கிட்டப் போயிடாதீங்க.

நீங்க அவர்கிட்டப் போனா அவர் உங்களை தூக்கி எறிஞ்சாலும் எறிஞ்சிடுவார்." பெண்கள் தமது வேலைகளுக்குத் திரும்பினார்கள். ஆனால் புழுதியில் அமர்ந்திருந்த, திகைத்துப்போய், யோசித்துக் கொண்டிருந்த தமது வீட்டு ஆண்களை எப்போதும் கவனித்துக் கொண்டே இருந்தனர்.

டிராக்டர்கள் சாலைகளிலிருந்து வயல்களுக்குள் வந்தன. பூச்சிகளைப் போன்ற மிகப்பெரிய ஊர்வன, பூச்சிகளின் எல்லையற்ற வலிமையைப் பெற்றவை. அவை நிலத்தில் வழியை அமைத்துக் கொண்டே அதில் பயணித்தன. நின்று கொண்டிருந்த போது லேசான சத்தத்தை உண்டாக்கிய டீசல் டிராக்டர்கள்; அவை நகர்ந்தபோது இடிபோல் சப்தமெழுப்பி, பிறகு உர்ரென்ற ஓசையில் நிலைத்தன. சப்பை மூக்கையுடைய அந்த ராட்சச இயந்திரங்கள் புழுதியை எழுப்பி, தமது மூக்கை அதில் நீட்டிக் கொண்டு, நேரே நிலத்தில் இறங்கி, அதன் குறுக்கே ஓடி, வேலிகள், வாயில்களையும், சந்துகளையும் நேர் கோட்டில் கடந்தன. அவை நிலத்தில் ஓடவில்லை, தமது சொந்த வழித்தடத்தில் ஓடின. அவை குன்றுகளையும், மடுக்களையும், நீர்வழிகளையும், வேலிகளையும், வீடுகளையும் கண்டு கொள்ளவேயில்லை.

இரும்பு நாற்காலியில் உட்கார்ந்திருந்த மனிதன் மனிதனைப் போலவே காணப்படவில்லை; கையுறைகள், கண்ணாடி, மூக்குக்கும் வாய்க்கும் உறை ஆகியவற்றை அணிந்து கொண்டு, அவன் அந்த ராட்சச இயந்திரத்தினொரு பகுதியாக, அந்த நாற்காலியின்மீது ஒரு இயந்திர மனிதனைப் போல உட்கார்ந்திருந்தான். சிலிண்டர்களின் இடிபோன்ற முழக்கம் அவ்விடம் முழுதும் எதிரொலித்து, காற்று, பூமியுடன் ஒன்று கலந்தது. ஆக, பூமியும், காற்றும் பரிதாபத்துடன் அதிர்ந்தன. ஓட்டுநரால் அதைக் கட்டுப்படுத்த முடியவில்லை – அது நிலத்தில் நேராக டஜன்கணக்கான வயல்களைக் கிழித்துக் கொண்டு சென்றது, நேராகத் திரும்பி வந்தது. அதைக் கட்டுப்படுத்த அதன் இயக்கு விசைகளை சற்றே அசைத்தால் போதுமானது. ஆனால் ஓட்டுனரால் அது முடியவில்லை. ஏனென்றால் அந்த டிராக்டர்களை உருவாக்கிய ராட்சதன், அந்த டிராக்டரை வெளியே அனுப்பிய ராட்சதன் எப்படியோ ஓட்டுநரின் கைகளுக்குள்ளும், மூளைக்குள்ளும், தசைகளுக்குள்ளும் நுழைந்து அவனது கண்களை மூடி அவனை இயக்கியது. அவனது மனதை மறைத்தது, அவனது பேச்சை நிறுத்தியது, அவனது பார்வைக்குத் திரையிட்டது, அவனது எதிர்ப்பை நிறுத்தியது. அவனால் நிலத்தை இருந்தபடியே பார்க்க முடியவில்லை, அவனால் நிலத்தை அதன் மணத்துடன் நுகர முடியவில்லை; கால்கள் மண்ணை மிதிக்கவோ அதன் சூட்டையோ, அதன் வலிமையையோ உணரவில்லை. அவன் இரும்பு நாற்காலியில் அமர்ந்து இரும்பு பெடல்களில் காலை வைத்தான். அவனால் அவனது வலிமையின் நீட்சிக்காக மகிழவோ,

அதைத் தோற்கடிக்கவோ அல்லது சாபமிடவோ அல்லது ஊக்குவிக்கவோ முடியவில்லை. இதனால் அவன் மகிழ்வித்துக் கொள்ளவோ, அல்லது ஊக்குவித்துக் கொள்ளவோ, சாபமிட்டுக் கொள்ளவோ அவனால் முடியவில்லை. அவனுக்கு சொந்தமாக்கிக் கொள்ளவோ, நம்பிக்கை வைக்கவோ, நிலத்தை எடுத்துக் கொள்ளவோ தெரியவில்லை. ஒரு விதை விழுந்து அது முளைக்காவிட்டால் அது ஒன்றுமில்லை. ஒரு இளம் குறுத்து வறட்சியில் வாடிப் போனாலோ, மழை வெள்ளத்தில் மூழ்கினாலோ அதற்கு டிராக்டர் எவ்வளவு கவலைப்படுமோ அதைத் தாண்டி ஓட்டுநருக்கும் கவலையில்லை.

வங்கி நிலத்தை நேசித்ததற்கு மேலாக அவன் நிலத்தை நேசிக்கவில்லை. அவனால் டிராக்டரை ரசித்துப் பாராட்ட முடியும் – அதன் இயந்திரமயமான பாகங்கள், அது வெளியிடும் வலிமை, அதன் அதிர்ந்து உறுமும் சிலிண்டர்கள்; ஆனால் அது அவனுடைய டிராக்டர் அல்ல. டிராக்டருக்குப் பின்னால் மின்னும் பாளங்கள் நிலத்தை வெட்டிச் சென்றன- அது உழவு அல்ல. அது ஒரு அறுவை சிகிச்சை. ஒரு பாளம் வலது புறமாக வெட்டி மண்ணை விலக்க, இரண்டாவது பாளம் அங்கேயே வெட்டி மண்ணை இடது புறமாகத் தள்ளியது. வெட்டிய பாளங்கள் வெட்டப்பட்ட நிலத்தால் தீட்டப்பட்டு மின்னின. அந்தப் பாளங்களுக்குப் பின்னால் இரும்புப் பற்களுடன் கூடிய கொழுத்தட்டுக்கள் மண் கட்டிகளை உடைத்து, நிலத்தைச் சமமாக்கின. கொழுத்தட்டுக்களுக்குப் பின்னால் நீண்ட விதை விதைக்கும் கருவிகள், பன்னிரண்டு வளைந்த கம்பிகள் ஒரு வார்ப்படத்தின்மேல் நிலை நிறுத்தப்பட்டு, அவை மண்ணில் ஒரே சீராக ஓட்டை போட, எந்த அன்பும் இல்லாமல் வன்புணர்ச்சி செய்து கொண்டிருந்தன. அவர் விரும்பாத நேர் பாதைகளுக்காகவும், அவருக்குச் சொந்தமாகவோ, அன்புக்குப் பாத்திரமாகவோ இல்லாத டிராக்டர் மீது பெருமை கொண்டு, அவரால் கட்டுப்படுத்த முடியாத வலிமைக்காகவும் பெருமை கொண்டு ஓட்டுநர் தனது இரும்பு நாற்காலியில் அமர்ந்து கொண்டிருந்தார். பயிர் வளர்ந்தபோது, அது அறுவடை செய்யப்பட்ட போது, எந்த மனிதனும் கையை நீட்டி மண்ணை அளைந்து வறண்ட கட்டியைப் பொடித்து தனது விரல்கள் வழியாக வழிய விடவில்லை. எந்த மனிதனும் விதைகளைக் கைகளால் தொட்டு, அதன் வளர்ச்சிக்காக ஏங்கவில்லை. மனிதர்கள் தாம் வளர்க்காததை உண்டனர், அவர்கள் உண்ட ரொட்டியுடன் அவர்களுக்கு எந்தத் தொடர்புமில்லை. நிலம் இரும்பின் கீழ் துளையிடப்பட்டு, அதன் கீழேயே மெதுவாக மரணமடைந்தது; ஏனெனில் அது நேசிக்கப்படவோ அல்லது வெறுக்கப்படவோ இல்லை, அதற்கு பிரார்த்தனைகளோ, சாபங்களோ இல்லை.

மதிய நேரத்தில் டிராக்டர் ஓட்டுநர் சில சமயம் குத்தகைதாரரின் வீட்டினருகே நிறுத்தித் தன் உணவைப் பிரித்தார்; மெழுகிட்ட காகிதத்தில் மடிக்கப்பட்ட சாண்ட்விச்சில் வெள்ளை ரொட்டி, ஊறுகாய், வெண்ணெய், ஒரு இஞ்சின் பகுதியைப் போல் ஒரு டப்பாவில் அடைக்கப்பட்ட இறைச்சி. இதுதான் உணவு. அதை ரசிக்காமல் சாப்பிட்டார். அதுவரை வெளியேறாதிருந்த குத்தகைதாரர்கள் அவரைப் பார்க்க வெளியே வந்தனர். அவரது கண்ணாடிகள் கழற்றப்பட்டு, ரப்பர் முகமூடி கழற்றப்பட்டு இருந்த அவரை அவர்கள் குறுகுறுப்பாகப் பார்த்தனர். ரப்பர் முகமூடியானது கண்களையும், மூக்கையும், வாயையும் சுற்றி வெள்ளை நிறக் கோட்டைப் பதித்திருந்தது. டிராக்டரின் புகை போக்கி அதிர்ந்து கொண்டிருந்தது. டீசலின் விலை மலிவாக இருந்ததால், அதை அணைத்து விட்டு மீண்டும் டீசலைச் சூடாக்கிப் புதிதாக இயக்குவதை விட, அதை அணைக்காமல் விடுவதே மேல். ஆவல்மிக்க குழந்தைகள் அவரைச் சுற்றி நெருக்கமாகக் கூட்டமாக நின்றனர். கந்தலாடையுடனிருந்த அவர்கள் அவர்களது காய்ந்து போன அப்பத்தைத் தின்று கொண்டே அவரைப் பார்த்துக் கொண்டிருந்தனர். அவர் சாண்ட்விச் பொட்டலத்தைப் பிரிப்பதை அவர்கள் பசியுடன் பார்த்தனர். அவர்களது பசியுடன் கூடிய கூர்மையான மூக்குகள் ஊறுகாய், வெண்ணெய், இறைச்சி ஆகியவற்றை முகர்ந்தன. அவர்கள் ஓட்டுநருடன் பேசவில்லை. அவரது கைகள் உணவை அவரது வாய்க்கு எடுத்துச் செல்வதைக் கவனித்தன. அவர் மெல்வதை அவர்கள் கவனிக்கவில்லை; அவர்களது கண்கள் சாண்ட்விச்சை வைத்துக் கொண்டிருந்த கைகளைத் தொடர்ந்தன. சற்று நேரம் கழித்து, இடத்தை விட்டு வெளியேற முடியாத குத்தகைதாரர் வெளியே வந்து டிராக்டருக்கு அருகிலிருந்த நிழலில் அமர்ந்து கொண்டார்.

“நீ ஜோ டேவிசோட பையனில்ல?”

“ஆமா” என்றார் ஓட்டுனர்.

“அப்ப நீ ஏன் உன்னோட ஆளுகளுக்கெதிராவே இந்த மாதிரி வேலையைப் பண்ணிக்கிட்டு இருக்க?”

“ஒரு நாளைக்கு மூணு டாலர். ராத்திரி சாப்பாட்டுக்கு அலைஞ்சு அது கிடைக்காமப் போறது எனக்கு அலுத்துப் போச்சு. எனக்கு மனைவியும், குழந்தைகளும் இருக்காங்க. நாங்க சாப்பிடணும். ஒரு நாளைக்கு மூணு டாலர். அது தினமும் கிடைக்குது.”

“அது சரிதான்” என்றார் குத்தகைதாரர். “ஆனா உன்னோட ஒரு நாளைக்கு மூணு டாலரால, பதினஞ்சு, இருபது குடும்பங்க சாப்பிடவே முடியாம போயிடும். உன்னோட ஒரு நாளைக்கு மூணு டாலரால சுமாரா நூறு பேர் வெளிய போய் ரோட்டுல அலைய வேண்டிருக்கும். அது சரிதானா?”

ஓட்டுநர் கூறினார், “என்னால அத நினைச்சுப் பார்க்க முடியாது. என்னோட சொந்தக் குழந்தைகளப் பத்தி நான் யோசிக்கணும். ஒரு நாளைக்கு மூணு டாலர் வீதம் தினமும் கிடைக்குது. ஐயா, காலம் மாறிக்கிட்டிருக்கு, உங்களுக்குத் தெரியாதா? உங்களுக்கு ரெண்டு, அஞ்சு, பத்தாயிரம் ஏக்கர் நிலமும், டிராக்டரும் இல்லன்னா நிலத்த வச்சு வாழ்க்கை நடத்த முடியாது. நம்மள மாதிரி சின்ன ஆளுங்களுக்கு இனிமே நஞ்சை நிலம் கிடையாது. உங்களால ஃபோர்டு ஆக முடியாததுக்கோ, நீங்க ஒரு தொலைபேசிக் கம்பெனில இல்லாததுக்காகவோ ஊளையிட மாட்டீங்க. இப்போ பயிரும் அப்படி ஆயிடிச்சு. அதுக்கு ஒண்ணும் செய்ய முடியாது. எங்கயாவது ஒரு நாளைக்கு மூணு டாலர் சம்பாதிக்க முயற்சி பண்ணுங்க. அதுதான் ஒரே வழி.”

குத்தகைதாரர் யோசித்தார். “இது வினோதமான விஷயமா இருக்கு. ஒரு ஆளுக்கு கொஞ்சம் சொத்து இருந்ததுன்னா, அதுதான் அவன், அது அவன்ல ஒரு பகுதி, அது அவனப் போல இருக்கறது. அவனுக்கு சொத்து சொந்தமா இருந்தாத்தான் அவன் அது மேல நடக்க முடியும், அதுல வேல செய்ய முடியும். அது நல்லா விளையலேன்னா சோகமா இருக்க முடியும், அதுமேல மழை பெய்யும்போது மகிழ்ச்சியடைய முடியும், அந்தச் சொத்துதான் அவன். அவன் அதுக்குச் சொந்தக்காரன்கறதுனால எதோ ஒரு வகைல பெரியவன். அவன் வெற்றியடையலேன்னாக்கூட அவனோட சொத்தோட அவன் பெரியவன். அது அப்படித்தான்.”

குத்தகைதாரர் இன்னும் யோசித்தார். “ஆனா ஒருத்தனால பாக்க முடியாத ஒரு சொத்தை அவன் அடையட்டும். இல்லேன்னா அதுல கை வைக்க அவனுக்கு நேரம் கிடைக்காம இருக்கட்டும், இல்ல அவனால அதுல நடக்க முடியாம இருக்கட்டும், அவனுக்கு என்ன வேணும்னு அவனால நினைக்க முடியாது. சொத்துதான் மனுஷன், அவன விட வலிமையானது. அவன் சின்னவன், பெரியவனில்ல. அவனோட சொத்துகள்தான் பெரியவை – அவன் அவனோட சொத்துக்கு வேலைக்காரன். அதுவும் கூட அப்படித்தான்.”

ஓட்டுநர் அந்த பிராண்ட் நிலக்கடலையை மென்று கொண்டே அதன் தோலியை எறிந்தார். “காலம் மாறிடுச்சுன்னு உங்களுக்குத் தெரியாதா? அது மாதிரி விஷயங்கள யோசிக்கறது குழந்தைகளுக்கு சாப்பாடு போடாது. உங்களோட மூணு டாலர தினமும் வாங்கிக்குங்க, குழந்தைகளுக்கு சாப்பாடு போடுங்க. உங்களோட குழந்தைகள விட்டு வேற ஆட்களோட குழந்தைகளப் பத்தி நீங்க கவலப்பட வேண்டியதில்ல. அது மாதிரி பேசினா உங்களுக்கு மரியாதை கிடைக்கலாம், ஆனா தினமும் மூணு டாலர் கிடைக்காது. உங்களோட தினசரி மூணு டாலரத் தாண்டி எதாவது நீங்க கவலைப்பட்டா பெரிய ஆளுங்க உங்களுக்கு தினமும் மூணு டாலர் கொடுக்க மாட்டாங்க.”

“உன்னோட மூணு டாலருக்காக கிட்டதட்ட நூறு பேர் ரோட்டுக்குப் போகணும். நாங்க எங்க போவோம்?”

“இப்போ எனக்கு அது நினைவுபடுத்துது” என்றார் ஓட்டுநர். “நீங்க சீக்கிரம் வெளிய போயிடறது நல்லது. நான் சாப்பாட்டுக்கப்புறம் கதவ உடைக்கப் போறேன்.”

“நீ காலைல எங்களோட கிணத்த மூடிட்ட”.

“எனக்குத் தெரியும். பாதைய நேரா வைக்க வேண்டியிருந்தது.. ஆனா சாப்பாட்டுக்கப்புறம் கதவு வழியாப் போகப்போறேன். பாதைய நேரா வைக்க வேண்டியிருக்கு. உங்களுக்கு எங்கப்பா டேவிச தெரியும். அதனால நான் உங்களுக்கு இதைச் சொல்றேன். எங்கயாவது குடும்பம் வெளியேறாம இருந்தா, அங்க நான் ஒரு விபத்தை ஏற்படுத்திட்டா, அதாவது நெருக்கமாப் போய் வீட்ட சாய்ச்சுட்டா எனக்கு கூட கொஞ்சம் டாலர் கிடைக்கலாம். என்னோட குட்டிக் குழந்தைக்கு இன்னும் ஷூ இல்ல.”

“நான் அத என் கையால கட்டினேன். கதவை வைக்கறதுக்கு நெளிஞ்சு போன பழைய ஆணிகளை நேராக்கினேன் கட்டையை கலப்பையோட வயர வைச்சுக் கட்டிருக்கேன். அது என்னோடது. நான் அதக் கட்டினேன். நீ அத உடைச்சா – நான் ஜன்னல்ல துப்பாக்கியோட காத்துக்கிட்டிருப்பேன். நீ நெருக்கமா வந்தாக்கூட முயல சுடற மாதிரி சுட்டுத் தள்ளிடுவேன்.”

“அதச் செய்யறது நானில்ல. நான் ஒண்ணும் செய்ய முடியாது. நான் அதச் செய்யலன்னா வேல போயிடும். நீங்க என்ன கொன்னுட்டா? அவங்க உங்கள தூக்குல போட்டுடுவாங்க. ஆனா ஒண்ணு ஞாபகம் வெச்சுக்கோங்க. அவங்க உங்கள தூக்குல போடறதுக்கு ரொம்ப முன்னாலயே டிராக்டர்ல இன்னொரு ஆள் உட்கார்ந்துடுவான். அவன் உங்களோட வீட்ட இடிச்சுத் தள்ளிடுவான். நீங்க சரியான ஆளக் கொல்லல.”

“அப்படியா” என்றார் குத்தகைதாரர். “உனக்கு யார் உத்தரவு கொடுத்தது? நான் அந்த ஆள் பின்னால போறேன். அந்த ஆளத்தான் கொல்லணும்.”

“நீங்க சொல்றது தப்பு. அந்த ஆளுக்கு வங்கி உத்தரவு கொடுத்தது. வங்கி அந்த ஆள்கிட்ட சொன்னது, ‘அந்த ஆட்களை வெளியேத்து, இல்லேன்னா உன்னோட வேலை காலி.’”

“இருக்கட்டும். வங்கிக்கு தலைவர் இருக்கிறாருல்ல. இயக்குநர் குழு இருக்கு. நான் என்னோட துப்பாக்கி மாகசின்ன நிரப்பிக்கிட்டு வங்கிக்குப் போறேன்.”

ஓட்டுநர் சொன்னார், "வங்கிக்கு கிழக்குத் திசைலேருந்து உத்தரவுகள் வருதுன்னு ஒரு ஆள் சொன்னான். அந்த உத்தரவு என்னன்னா, "நிலத்துல இருந்து இலாபத்த காண்பிக்கணும். இல்லேன்னா நாங்க உங்க வங்கிய மூடிடுவோம்."

"ஆன இது எங்க நிக்கும்? நாம யார சுட முடியும்? என்ன பசில வாட விடற ஆளக் கொல்லாம நான் பசில சாகக் கூடாது."

"எனக்குத் தெரியாது. ஒருவேள சுடறதுக்கு யாருமே இல்லாம இருக்கலாம். ஒருவேள அது மனுஷனாவே இல்லாம இருக்கலாம். ஒருவேள நீங்க சொன்ன மாதிரி சொத்து அதச் செய்யலாம். எப்படி இருந்தாலும் நான் உங்ககிட்ட என்னோட உத்தரவுகள சோல்லிட்டேன்."

"நாம கண்டு பிடிக்கணும்"என்றார் குத்தகைதாரர். "நாம இதக் கண்டு பிடிக்கணும். இத நிறுத்தறதுக்கு ஏதோ வழி இருக்கு. இது மின்னல் மாதிரியோ, பூகம்பம் மாதிரியோ கிடையாது. மனுஷன் செஞ்ச மோசமான காரியம் இப்போ இருக்கு. கடவுள் பேரால நாம இத மாத்த ஏதோ இருக்கு." குத்தகைதாரர் தன் வீட்டு வாசலில் உட்கார்ந்து கொள்ள, ஓட்டுநர் இஞ்சினை உறும விட்டு, கிளம்பினார். பாளங்கள் மண்ணைக் கிளறி விட்டுப் புரட்டிப் போட, விதை விதைக்கும் கம்பிகள் மண்ணில் ஓட்டை போட்டன. வெளி வாசலுக்குக் குறுக்கே டிராக்டர் ஓட, நன்கு சமப்படுத்தப்பட்டிருந்த அந்த நிலம் ஓட்டை போடப்பட்டதாகி விட்டது. டிராக்டர் அதன் மீது மீண்டும் குறுக்காக ஓடியது; அது குறுக்காகச் செல்லாத நிலம் பத்தடி அகலம் இருந்தது. அவன் திரும்பவும் வந்தான். டிராக்டரின் இரும்புப் பாதுகாப்புக் கம்பி வீட்டின் முனையில் ஓட்டை போட்டது, சுவற்றை இடித்தது, அந்தச் சிறு வீட்டை அதன் அடித்தளத்திலிருந்து அகற்றி ஒரு வண்டைப் போல ஒரு புறமாகச் சாய்த்தது. டிரைவர் கண்ணாடி போட்டுக் கொண்டு, தன் வாயையும், மூக்கையும் ரப்பர் முகமூடியால் மூடிக் கொண்டிருந்தார். டிராக்டர் நேர் கோட்டில் வெட்டிக் கொண்டு செல்ல, காற்றும், நிலமும் அதன் சப்தத்தில் அதிர்ந்தன. குத்தகைதாரர், தனது கையில் துப்பாக்கியை வைத்துக் கொண்டு அதை வெறித்துப் பார்த்துக் கொண்டிருந்தார். அவரது மனைவி அருகில் நிற்க, குழந்தைகள் சப்தமின்றி அவளின் பின்னால் நின்று கொண்டிருந்தன. அவர்கள் அனைவரும் டிராக்டரையே வெறித்துப் பார்த்துக் கொண்டிருந்தனர்.

6

ரெவெரண்ட் கேஸியும், இளம் டாமும் குன்றின் மீது நின்று கொண்டு ஜோடின் இடத்தைக் குனிந்து பார்த்தனர். அந்த சிறிய, வண்ணம் தீட்டப்படாத வீடு ஒரு புறமாகச்சரிந்து கிடந்தது. அதன் அடித்தளத்திலிருந்து அகற்றப்பட்டு, ஒரு கோணத்தில் அது விழுந்து கிடக்க, அதன் முன்புற சன்னல்கள் கீழ்வானத்துக்கு மேலே, வானத்தை எங்கோ பார்த்துக் கொண்டிருந்தன. வேலிகள் காணாமல் போயிருக்க, பருத்தி வாசலிலேயே வளர்ந்து வீட்டுக்குள் நுழைந்திருந்தது. பருத்தி களஞ்சியத்துக்குள்ளும் நுழைந்திருந்தது. வெளிப்புற வீடும் சாய்ந்து கிடக்க, பருத்தி அதனுள்ளும் வளர்ந்திருந்தது. குழந்தைகளின் வெற்றுக்கால்களும், குதிரைகளின் குளம்புகளாலும், வண்டிகளின் சக்கரங்களாலும் அழுத்தப்பட்ட வாசல்பகுதியிலும் இப்போது பயிர் வளர்ந்து, கரும்பச்சை நிறத்திலும், புழுதி படிந்த பருத்தி வளர்ந்திருந்தது. தண்ணீர் குழாய் இருந்த சிமெண்ட் தளத்தில் வறண்டிருந்த குதிரையின் தண்ணீர் தொட்டியருகே கிடந்த சீரழிக்கப்பட்ட மரவீட்டை நீண்ட நேரம் வெறித்துப் பார்த்துக் கொண்டிருந்த ஜோட், கடைசியில் “இயேசுவே!” என்றான். “இங்கு நரகம்தான் வந்திருக்க வேண்டும். இங்க யாரும் குடியிருக்கல”. கடைசியில் அவன் குன்றிலிருந்து வேகமாக இறங்க, கேஸி அவனைப் பின் தொடர்ந்தார். அவன் வெறிச்சோடிப்போயிருந்த குதிரைக் கொட்டிலுக்குள் எட்டிப் பார்த்தான். அங்கு கீழேயும் மூலையில் குதிரை லாயத்திலும் சிறிது வைக்கோல் கிடந்தது. அவன் கீழே பார்த்தபோது, அங்கு ஓடி விளையாடிக் கொண்டிருந்த ஒரு எலிக் குடும்பம் வைக்கோலுக்குள் சென்று மறைந்தது. ஜோட் கருவிகள் வைக்கும் அறையின் வாயிலில் சற்றுத் தயங்கி நின்றான். அங்கு கருவிகள் எதுவுமே இல்லை. ஒரு உடைந்த ஏர்முனை, மூலையில் சிதறிக் கிடந்த வைக்கோல் கயிறுகள், வைக்கோல் வண்டியின் ஒரு உடைந்த சக்கரம், எலி கடித்துப் போட்ட ஒரு குதிரைக் கடிவாளம், அழுக்குப் படிந்த ஒரு கேலன் எண்ணெய் டின், கிழிந்து போய் சுவற்றில் ஆணியில் தொங்கிக் கொண்டிருந்த ஒரு கோட். “இங்க எதுவுமே மீதமில்ல” என்றான் ஜோட். “எங்ககிட்ட அருமையான கருவிகள் இருந்தது. இப்போ எதுவுமே இல்ல.”

“நான் இன்னும் ஒரு போதகரா இருந்தா கடவுளோட கை அடிச்சிருச்சுன்னு சொல்லுவேன். ஆனா இப்போ என்ன நடந்துச்சுன்னு எனக்குத் தெரியல. நான் வெளிய போயிருந்தேன். நான் எதையும் கேள்விப் படவுமில்ல” என்றார் கேஸி. அவர்கள் வளர்ந்திருந்த பருத்திச் செடிகள் வழியாக காங்க்ரீட் சுவர்கள் கொண்ட கிணற்றை நோக்கி நடந்தனர். பருத்தி மீது குமிழ்கள் தோன்றிக் கொண்டிருந்தன. நிலம் ஏற்கனவே அறுவடை செய்யப் பட்டிருந்தது.

“நாங்க இங்க எப்பவும் விதைச்சதேயில்ல” என்றான் ஜோட். “இந்த இடத்த எப்பவுமே சுத்தமா வச்சிருப்போம். இப்போ ஒரு குதிரைய - அது பருத்திச் செடிய மிதிக்காம உள்ள கூட்டிட்டு வர முடியாது.” அவர்கள் வறண்டு போன தண்ணீர்த் தொட்டியருகே சற்று நின்றார்கள். ஒரு தண்ணீர்த் தொட்டியின் கீழே வளர வேண்டிய களைகள் இப்போது காணாமல் போயிருந்தன. தொட்டியின் பழைய கெட்டியான மரம் வறண்டு, பிளந்து போயிருந்தது. கிணற்றின் சுவரில் குழாயைப் பிணைத்த போல்ட்டுகள் விடுபட்டிருக்க, அவற்றின் மரைகள் இற்றுப் போய், திருகாணிகள் காணாமல் போயிருந்தன. ஜோட் கிணற்றிற்குள் எட்டிப் பார்த்து காதை வைத்து ஒலியைக் கேட்டான். ஒரு கல்லை கிணற்றுக்குள் போட்டு விட்டு ஒலியைக் கேட்டான். “இது ஒரு நல்ல கிணறு”, என்றான் ஜோட். “இப்போ தண்ணிச் சத்தமே கேட்கல”. அவன் வீட்டுக்குள் செல்லத் தயங்குவது போல் தோன்றியது. அவ கிணற்றுக்குள் ஒவ்வொரு கல்லாகப் போட்டான். “ஒருவேள அவங்கெல்லாம் செத்திருக்கலாம்” என்றான் அவன். “ஆனா யாரோ எனக்குச் சொன்னாங்க. எப்படியாவது எனக்கு விஷயம் கிடைக்கும்.”

“அவங்க ஒருவேள உனக்கு விஷயத்த சொல்றதுக்காக வீட்டுக்குள்ள எதாவது கடிதத்த விட்டிருக்கலாம். நீ வெளிய வரது அவங்களுக்குத் தெரியுமா?”

“எனக்குத் தெரியல” என்றான் ஜோட். “தெரிஞ்சிருக்காதுன்னுதான் நெனைக்கறேன். எனக்கே ஒரு வாரத்துக்கு முன்னாடி வரைக்கும் தெரியாது.”

“நாம வீட்டுக்குள்ள பாக்கலாம். அத எக்குத்தப்பா தள்ளிருக்காங்க. ஏதோ அத நரகத்துல தள்ளிருக்கு.” அவர்கள் மெதுவாக தளர்ந்து தொங்கிய வீட்டை நோக்கி நடந்தனர். வாசல் திண்ணையைத் தாங்கிப் பிடித்திருந்த தூண்கள் இரண்டு வெளியே தள்ளப்பட்டு, அதன் காரணமாக கூரை ஒரு புறமாகச் சரிந்திருந்தது. வீட்டின் மூலை நொறுங்கிப் போயிருந்தது. சிதறிக் கிடந்த மரங்களின் ஊடாக மூலையில் இருந்த அறை தெரிந்தது. முன்பக்கக் கதவு உட்புறமாக திறந்து தொங்கிக் கொண்டிருக்க, முன்கதவிலிருந்த கீழ்புற வலுவான கதவு தோல் கீல்களிலிருந்து வெளியே தொங்கிக் கொண்டிருந்தது.

பன்னிரண்டுக்குப் பன்னிரண்டு அடிகள் கொண்ட முன்புறப்படியில் ஜோட் நின்றான். “இங்க வாசப்படி இருந்தது. ஆனா இப்போ காணாமப் போச்சு – இல்லேன்னா அம்மா செத்துட்டாங்க.” என்றான் அவன். முன்புறக் கதவுக்குக் கீழுள்ள சிறு கதவை அவன் சுட்டிக் காட்டினான். “அம்மா இங்க எங்கயாவது இருந்தா, அந்தக் கதவு சாத்தி கொக்கி போட்டிருக்கும். அது அவங்க எப்பவுமே செய்யற விஷயத்துல ஒண்ணு – கதவ சாத்தியிருக்கறத பாத்துக்கறது.” அவன் கண்கள் பொங்கியிருந்தன. “ஜேகப் வீட்டுக்குள்ள பன்னி நுழைஞ்சு குழந்தையைத் தின்னதுலருந்து அப்படி. மில்லி ஜேகப்

அப்போ வெளிய கொட்டிலுக்குள்ளதான் இருந்தாங்க. அவங்க திரும்பி வந்தப்போ அந்தப் பன்னி இன்னும் தின்னுக்கிட்டு இருந்தது. மில்லி ஜேகப் அப்போ கர்ப்பிணியா இருந்தாங்க. அவங்க ஆவேசமாயிட்டாங்க. அதுலருந்து அவங்க விடுபடவேயில்ல. அதுக்குப் பிறகு எப்பவும் பரிதாபமாவே இருந்துச்சு. ஆனா அம்மா அதுலருந்து பாடம் கத்துக்கிட்டாங்க. அம்மா தானே வீட்டுல இருந்தாத் தவிர அந்தக் கதவ திறக்க விட்டதேயில்ல. எப்பவும் மறக்கவும் இல்ல. இல்ல – அவங்க போயிட்டாங்க – இல்ல செத்துட்டாங்க.'' அவன் உடைந்த வெளிவாசலில் நுழைந்து சமையலறைக்குள் எட்டிப் பார்த்தான். ஜன்னல் கண்ணாடிகள் உடைந்து கிடந்தன. எறிந்த கற்கள் கீழே கிடந்தன. தரையும், சுவர்களும் வாசலிலிருந்து சரிவாகக் கீழே தொங்கின. தரையில் புழுதி படிந்திருந்தது. ஜோட் உடைந்த ஜன்னல் கண்ணாடிகளையும், கற்களையும் சுட்டிக் காட்டினான். ''குழந்தைகள்' என்றான் அவன். ''அதுங்க ஒரு ஜன்னல் கண்ணாடிய உடைக்க இருபது மைல் கூட போகும். நானே அதச் செஞ்சிருக்கேன். ஒரு வீடு காலியாயிருந்தா அதுங்களுக்குத் தெரியும். ஆளுங்க வெளியேறினா, குழந்தைங்க செய்யற முதல் வேல அதுதான்.'' சமையலறைக்குள் எந்த சாமான்களும் இல்லை. அடுப்பு காணாமல் போயிருந்தது. அடுப்புக்கு வாயுவை எடுத்து வரும் குழாய் நுழையும் சுவற்று ஓட்டையின் வழியாக வெளிச்சம் தெரிந்தது. தொட்டியின் மேலிருந்த அலமாரித் தட்டில் ஒரு பழைய பியர் புட்டி திறப்பானும், ஒரு உடைந்த மர முட்கரண்டியும் கிடந்தன. அதன் கைப்பிடி காணாமல் போயிருந்தது. ஜோட் எச்சரிக்கையாக அறைக்குள் நுழைந்தான். அவனது உடல் கனம் காரணமாக தரை சப்தமிட்டது. பழைய பிலடெல்பியா லெட்ஜர் புத்தகப் பிரதி ஒன்று சுவற்றில் சாய்ந்து கிடந்தது. அதன் பக்கங்கள் மஞ்சளாகச் சுருண்டு கிடந்தன. ஜோட் படுக்கையறைக்குள் எட்டிப் பார்த்தான் – கட்டில்கள், நாற்காலிகள், எதுவுமே இல்லை. சுவற்றில் ஒரு இந்தியப் பெண்ணின் வண்ணப் படம் தொங்கிக் கொண்டிருந்தது. அதில் சிவப்பு பிரிவு என்ற அடையாளம் இருந்தது. ஒரு கட்டிலின் சட்டம் சுவற்றில் சாய்ந்து கிடந்தது. ஒரு மூலையில் ஒரு பெண்ணின் உயர்ந்த குதிகால் ஷூ கிடந்தது. அது குதிகாலில் சுருண்டு, உடைந்து கிடந்தது. ஜோட் அதை எடுத்துப் பார்த்தான். ''எனக்கு இது நினைவிருக்கு. இது அம்மாவோடது. அது இப்போ தேஞ்சு கிழிஞ்சு போச்சு. அம்மாவுக்கு இந்த ஷூ வ ரொம்பப் பிடிக்கும். பல வருஷமா வச்சிருந்தாங்க. இப்போ அவங்க போயிட்டாங்க – எல்லாத்தையும் எடுத்துட்டுப் போயிட்டாங்க'' என்றான் ஜோட்.

சூரியன் கீழிறங்கியதால் அந்த வெளிச்சம் சாய்ந்து கிடந்த ஜன்னல் வழியாக வந்தது. அந்தக் கதிர்கள் உடைந்த கண்ணாடிகளின் முனையில் பட்டு மினுமினுத்தன. கடைசியில் ஜோட் திரும்பி வெளியே சென்று

வாயிலைக் கடந்தான். அதன் முனையில், பன்னிரண்டுக்குப் பன்னிரண்டு படியில் அமர்ந்து ஓய்வெடுத்தான். மாலை வெயில் வயல்களில் படிந்திருந்தது. பருத்திச் செடிகள் நீண்ட நிழலை நிலத்தில் படியச் செய்திருந்தன. உயர்ந்த ஒரு காய்ந்து போன மரம் மிக நீண்ட நிழலை கீழே படியச் செய்திருந்தது.

கேஸி ஜோடின் அருகே அமர்ந்தார். "அவங்க உனக்கு எதுவும் எழுதி வைக்கலியா? என்று அவனிடம் கேட்டார்.

"இல்ல. நான் சொன்ன மாதிரி அவங்க எழுதற மாதிரி ஆட்களில்ல. அப்பாவால எழுத முடியும். ஆனா அவர் எழுத மாட்டார். அவருக்கு எழுதறது பிடிக்காது. அவருக்கு எழுதறதுன்னா நடுக்கம் எடுத்துடும். இன்னொரு ஆள மாதிரி அவரால ஒரு ஆர்டர் எடுத்துட முடியும். ஆனா அவர் வாத்துகளுக்காக எழுத மட்டும் மாட்டார்." அவர்கள் அருகருகே அமர்ந்து தூரத்தில் எங்கோ பார்த்தனர். ஜோட் சுருட்டப்பட்ட அவனது கோட்டை வெளித்திண்ணையில் அவனுக்கருகே வைத்தான். சுதந்திரமாக இருந்த அவனது கைகள் ஒரு சிகரெட்டை சுருட்டி, நீவி விட்டு, ஏற்றின. அவன் ஆழமாகப் புகையை இழுத்து மூக்கு வழியாக வெளியேற்றினான். "ஏதோ தப்பு நடந்திருக்கு. என்னால அதக் கண்டு பிடிக்க முடியல. ஏதோ நரகத்துக்கு இணையா நடந்திருக்குன்னு எனக்குத் தோணுது. இந்த வீட்டை சாய்ச்சதால, எங்க குடும்பத்துக்காரங்க எங்கயோ போயிட்டாங்க." என்றான் ஜோட்.

"அங்க குட்டை இருந்த இடத்துலதான் நான் உனக்கு ஞானஸ்நானம் கொடுத்தேன் . நீ மோசமான ஆளில்ல. ஆனா நீ கடினமான பையனா இருந்த. ஒரு புல்டாக் மாதிரி அந்தப் பொண்ணோட குதிரவால் கொண்டையைப் பிடிச்சு தொங்கிக் கிட்டிருந்த. நாங்க உங்க ரெண்டு பேருக்கும் புனித ஆவியோட பேரால ஞானஸ்நானம் கொடுத்தோம். அப்பவும் நீ தொங்கிக்கிட்டுத் தான் இருந்த. மூத்த டாம், "நா தண்ணிக்குக் கீழ இருக்கேன்"னு சொன்னார். அதனால நான் உன்னோட தலையைப் பிடிச்சு தண்ணிக்குள்ள நீ குமிழி விடற வரைக்கும் அழுத்தினேன். அப்பதான் நீ அந்த குதிரைக் கொண்டைய விட்ட. நீ மோசமான பையனில்லேன்னாலும், கடினமான பையன். சில சமயம் கடினமான குழந்தை அவனுக்குள்ள பெரிய ஊக்கத்தோட வளரும்."

மெலிந்து போன ஒரு சாம்பல் நிறப் பூனை கொட்டிலிலிருந்து வெளியே வந்து பருத்திச் செடிகள் வழியாகத் தவழ்ந்து திண்ணையின் முனைக்குச் சென்றது. அது சப்தமின்றி திண்ணைக்கு மேல் தாவி உட்கார்ந்திருந்தவர்களை நோக்கி தன் வயிற்றால் தவழ்ந்து வந்தது. அது இருவருக்கும் இடையிலிருந்த இடைவெளிக்கு வந்து தன் வாலை நேராகத்

தரையில் நீட்டிக் கொண்டு உட்கார்ந்தது. அந்த வாலின் முனை துடித்துக் கொண்டிருந்தது. உட்கார்ந்து கொண்ட அந்தப் பூனை அவர்கள் பார்த்துக் கொண்டிருந்த அதே தூரத்துக் காட்சியை வெறித்துப் பார்த்தது.

ஜோட் அதைப் பார்த்தான். "கடவுளே, இங்க யார் இருக்காங்க பாருங்க. யாரோ தங்கியிருந்திருக்காங்க." அவன் தன் கையை நீட்டினான். ஆனால் பூனை அவன் கையிலிருந்து எட்டிப் பாய்ந்து கீழே அமர்ந்து தன் காலை உயர்த்தி நக்கிக் கொண்டது. ஜோட் தன் முகத்தில் புதிருடன் அதைப் பார்த்தான். "எனக்கு என்னன்னு தெரிஞ்சு போச்சு" என்று அவர் கூச்சலிட்டான். "இந்தப் பூனை எது தப்பாச்சுன்னு கண்டுபிடிக்க வச்சிருச்சு."

"நிறைய தப்பாப் போச்சு போலருக்கு" என்றார் கேஸி.

"இல்ல. இது இந்த இடத்தவிட அதிகம். ஏன் அந்தப் பூனை பக்கத்து வீட்டுக் காரங்களோட வந்திருக்கக் கூடாது, உதாரணமா ரான்சஸ்? இந்த வீட்டோட மரச் சட்டங்கள ஏன் யாரும் இன்னும் உருவல? இங்க மூணு, நாலு மாசமா யாரும் குடியிருக்கல. இருந்தாலும் யாரும் மரச்சட்டங்கள எடுக்கல. கொட்டிலுக்குள்ள நிறைய நல்ல சட்டங்கள் இருக்கு, வீட்டில, மரச்சட்டத்துல, நல்ல மரச் சட்டங்கள் இருக்கு. ஆனா யாரும் எடுக்கல. அது சரியில்ல. அதுதான் என்னை கவலைப்படுத்துது. என்னன்னு கண்டு பிடிக்க முடியல."

"சரி, நீ என்ன கண்டு பிடிச்ச?" கேஸி கீழே உட்கார்ந்து தன் ஷூக்களைக் கழற்றி விட்டு, தனது நீண்ட பாதங்களைத் தரையில் வைத்து முறுக்கிக் கொண்டார்.

"எனக்குத் தெரியல. யாரும் பக்கத்து வீட்டுக்காரங்க இல்லன்னு நினைக்கறேன். யாராவது இருந்திருந்தா, இங்க அருமையான மரச் சட்டங்கள விட்டு வச்சிருப்பாங்களா? ஏன், இயேசுவே!. ஆல்பர்ட் ரான்ஸ், ஒரு தடவ கிருஸ்துமஸ்போது தன்னோட குடும்பம், குழந்தைகள், நாய் உட்பட ஓக்லஹாமா நகரத்துக்குப் போயிருந்தார். அவர் ஆல்பர்டோட ஒண்ணு விட்ட சகோதரரோட இடத்துக்குப் போயிருந்தாங்க. ஆல்பர்ட் யார்கிட்டயும் சொல்லாம இங்கேருந்து காலி பண்ணிப் போயிட்டார்னு இங்கருந்தவங்க நினைச்சுட்டாங்க. அவருக்குக் கடன் இருந்திருக்கலாம், இல்லன்னா சில பொம்பளைங்க அவர வளைச்சிருக்கலாம்னு நினைச்சிட்டாங்க. அவர் ஒரு வாரத்துக்குப் பிறகு திரும்பி வந்தபோது, அவர் வீட்டுல எதுவும் மிச்சமில்ல. அடுப்பு இல்ல, கட்டில்கள் இல்ல, ஜன்னல் சட்டங்கள் இல்ல, தெக்குப் பக்கத்துல எட்டு அடி மரச்சட்டத்த காணல. நேரா வீட்டுக்குள்ள பாக்கற மாதிரி இடைவெளி. முரே கிரேவ்ஸ் அவர் வீட்டுல இருந்த கதவுகளையும், தண்ணி பம்பையும் தூக்கிக்கிட்டுப் போற

நேரத்துல அவர் வந்துட்டார். அவரோட பொருள்கள திரும்ப வாங்க அவர் ரெண்டு வாரத்துக்கு சுத்தி வர வேண்டியிருந்தது.

கேஸி தன் பாதங்களை வசதியாகச் சொரிந்து விட்டுக்கொண்டார். “யாரும் அவரோட வாதாடலையா? அவங்க அப்படியே பொருள்கள கொடுத்துட்டங்களா?”

“ஆமாம். அவங்க பொருள்கள திருடல. அவர் விட்டுட்டுப் போயிட்டார்னு நினைச்சு எடுத்துட்டுப் போயிட்டாங்க. எல்லாம் அவருக்குத் திரும்ப கிடைச்சிடுச்சு – ஒரு வெல்வெட் துணி போட்ட சோபா தலகாணியைத் தவிர. அதுல பழங்குடி ஒருத்தனோட படம் இருந்தது. ஆல்பர்ட் அது தாத்தாகிட்ட இருக்குன்னு சொன்னார். தாத்தாகிட்டதான் அது இருந்தது, ஆனா அவர் அதுல இருந்த படத்துக்கு எந்த மதிப்பும் கொடுக்கல. அவருக்கு அது பிடிச்சிருந்தது அவ்வளவுதான். அவர் அத எப்பவுமே தூக்கிக்கிட்டே திரிவார். எங்க உக்கார்ரதா இருந்தாலும், அதக் கீழ போட்டு உக்காருவார். அவர் ஆல்பர்ட் கிட்ட அத திருப்பிக் கொடுக்கவேயில்ல. ‘ஆல்பர்ட்டுக்கு இந்தத் தலகாணி வேணும்னா அவன் எங்கிட்ட வந்து வாங்கிக்கிட்டுப் போகட்டும். ஆனா அவன் வரும்போது துப்பாக்கியால சுட்டுக்கிட்டே வரது நல்லது. இல்லேன்னா அவன் என்னோட தலகாணிய தேடி வரபோது, அவனோட நாத்தம் பிடிச்ச தலைய எடுத்துடுவேன்’. ஆக, கடைசில ஆல்பர்ட் வேற வழியில்லாம அந்தத் தலகாணிய தாத்தாவுக்கு பரிசா கொடுத்துட்டார். இருந்தாலும், அது தாத்தாவுக்கு நிறைய யோசனைய கொடுத்துச்சு. அவர் கோழி இறகுகளை சேத்து வைக்க ஆரம்பிச்சார். கோழி இறகால ஒரு மெத்தை தைக்கப் போறதா சொல்லிக்கிட்டிருந்தார். ஆனா அப்படி ஒரு கோழி இறகு மெத்தை அவருக்குக் கிடைக்கவேயில்ல. ஒருநாள் வீட்டுக்குக் கீழேருந்து முடை நாத்தம் வரத கவனிச்சார். ஒரு ரெண்டுக்கு நாலு குழி வெட்டி அந்த நாத்தம் பிடிச்ச இறகுகளை போட்டார். அம்மா அத தீ வச்சி எரிச்சிட்டாங்க. நாங்களும் வீட்டுல வாழ முடிஞ்சது” என்று அவன் சிரித்தான். “தாத்தா ஒரு பழைய வேசிமகன். அந்த தலகாணி மேல உக்காந்துக்கிட்டு சொல்லுவார், “அந்த ஆல்பர்ட் வந்து அத எடுக்கட்டும். அவனோட குஞ்சு ரெண்டு டிராயர மாதிரி ரெண்டாப் பொளந்துடுவேன்னு அவர் சொல்லுவார்.”

பூனை திரும்பவும் அவர்களுக்கிடையே தவழ்ந்து வந்தது. அதன் வால் தரையில் கிடக்க, அதன் நுனி அவ்வப்போது துடித்தது. சூரியன் மேற்கில் கீழ்வானத்தில் இறங்க, புழுதிக் காற்று செந்நிறமாகவும், பொன்னிறமாகவும் ஆனது. பூனை ஒரு சாம்பல் நிற உள்ளங்காலை நீட்டி ஜோடின் கோட்டை சோதித்தது. அவன் சுற்றிப் பார்த்தான்.”அடப்பாவி, நான் ஆமைய மறந்துட்டேனே. நான் அத இனிமே சுருட்டி வைக்கப்போறதில்ல.” அவன்

அந்த நில ஆமையை வெளியே எடுத்து அதை வீட்டுக்கு அடியில் விட்டான். ஆனால் ஒரே கணத்தில் அது வெளியே வந்து, அது முதலில் வந்த தென்மேற்கு திசையை நோக்கி நகரத் துவங்கியது. பூனை அதன் மீது தாவி, அதன் தலையில் தட்டி, நகரும் அதன் காலில் அடித்தது. அந்தப் பழைய, வலுவான, நகைச்சுவை ததும்பும் தலை உள்ளுக்கிழுக்கப்பட்டு, கெட்டியான அதன் வால் ஓட்டுக்குள் சென்று மறைந்தது. பூனை அதற்காகக் காத்திருந்து, சலித்துப் போய் நகர்ந்து சென்றதும், ஆமை மீண்டும் தென்மேற்கை நோக்கி நகரத் தொடங்கியது.

இளம் டாம் ஜோடும், போதகரும் அந்த ஆமை செல்வதைப் பார்த்துக் கொண்டிருந்தனர் – அதன் கால்களை ஆட்டிக் கொண்டு, தனது கனமான, உயர்ந்து நின்ற ஓட்டைத் தூக்கிக் கொண்டு தென்மேற்கை நோக்கி அது நடந்து கொண்டிருந்தது. பூனை சற்று நேரம் அதன் பின்னால் தவழ்ந்து சென்றது. ஆனால் சில தப்படிகளுக்குப் பின்பு அது தனது முதுகை வளைத்து கொட்டாவி விட்டுவிட்டு நேராக நடந்து அமர்ந்திருந்த மனிதர்களுக்கு அருகே வந்தது.

“இந்த ஆமை எங்க போகுதுன்னு நினைக்கிறீங்க?” என்று கேட்டான் ஜோட். “நான் என் வாழ்க்கைல பூராவும் நிறைய ஆமைகள பார்த்திருக்கேன். அதெல்லாம் எப்பவும் ஒரே இடத்துக்குத்தான் போகும். எப்பவும் அங்க போக விரும்பற மாதிரியே இருக்கும்.” அந்த சாம்பல் நிறப் பூனை மீண்டும் அவர்களுக்குப் பின்னால் அவர்களுக்கிடையில் அமர்ந்து கொண்டது. அது மெதுவாகக் கண்களைச் சிமிட்டியது. ஒரு பூச்சி தொந்தரவு செய்தபோது பூனையின் தோளின் மேல்தோல் சற்று முன்னே வந்து விட்டு, பிறகு பின்னால் சென்று படிந்தது. பூனை ஒரு கால் பாதத்தைத் தூக்கி அதை ஆராய்ந்து விட்டு, சோதனை செய்வது போல நகத்தை வெளியே துருத்தி விட்டு உள்ளே இழுத்துக் கொண்டது. தனது இளஞ்சிவப்பு நிற நாக்கால் தன் பாதத்தை நக்கிக் கொண்டது. செந்நிறச் சூரியன் கீழ்வானத்தில் இறங்கி ஒரு விழுது மீனைப் போல விரிந்தது. அதன் மேலிருந்த வானம் முன்பிருந்ததை விட மேன்மேலும் பிரகாசமாகவும், உயிர்ப்புடனும் காணப்பட்டது. ஜோட் தன் கோட்டிலிருந்து தனது புதிய மஞ்சள் நிற ஷூக்களை எடுத்து, அதை அணிவதற்கு முன்னால் தன் காலிலிருந்த புழுதியைத் தன் கைகளால் தட்டி விட்டான்.

வயல்களை நோட்டமிட்டுக் கொண்டிருந்த போதகர், “யாரோ வராங்க பார்! அங்க வலது பக்கத்துல பருத்திச் செடிகளுக்கு ஊட வராங்க.” என்றார்.

கேஸியின் விரல்கள் சுட்டிக் காட்டிய திசையில் ஜோட் பார்த்தான். “நடந்து வராங்க” என்றான் அவன். “அவன் புழுதிய எழுப்பிட்டு வரதால என்னால பாக்க முடியல. எந்த எழவுக்காக அவன் இங்க வரான்?” மாலை

நேர வெளிச்சத்தில் அவன்நெருங்கி வருவதை அவர்கள் பார்த்துக் கொண்டிருந்தார்கள். அவன் எழுப்பிய புழுதி மறைந்து கொண்டிருந்த சூரியனின் வெளிச்சத்தில் செந்நிறமாகக் காட்சியளித்தது. “ஆம்பளையாள்” என்றான் ஜோட். அந்த மனிதன் நெருக்கமாக வந்தான். அவன் கொட்டிலுக்கு அருகே வந்தபோது ஜோட், “அட, இந்த ஆள எனக்குத் தெரியும். உங்களுக்கும் தெரியும் – அவன் மூலே ஜோன்ஸ்.” அவன், “ஏ, மூலே! எப்படி இருக்க” என்று அழைத்தான்.

திடீர் அழைப்பால் திகைத்துப் போய் நின்ற அந்த மனிதன், வேகமாக வந்தான். அவன் ஒரு ஒல்லியான மனிதன், குட்டையானவனும் கூட. அவனது துடிப்பாகவும் அசைவுகள் வேகமாகவும், துடிப்பாகவும் இருந்தன. அவன் கையில் ஒரு சாக்குப் பையைச் சுமந்து கொண்டிருந்தான். அவனது நீல நிற ஜீன்ஸ் முட்டியிலும், உட்காரும் இடத்திலும் நிறமிழந்து போயிருந்தது. ஒரு பழைய கருநிற சூட், கோட்டை அவன் அணிந்திருந்தான். அந்தக் கோட் கறைபட்டும், ஓட்டைகளுடனும் இருந்தது. சூட்டின் கைகள் தோள் பகுதியில் பின்புறத்தில் கிழிந்து தொங்கிக் கொண்டிருந்தன. அதன் தோள்பட்டை பிய்ந்து போய், அவன் நடக்கும் போது துள்ளிக் குதித்துக் கொண்டிருந்தது. மூலேவின் முகம் மென்மையாக, எந்தச் சுருக்கமும் இன்றி இருந்தது. ஆனால் அவன் முகத்தில் ஒரு மோசமான குழந்தையின் குறும்பு கொப்பளித்துக் கொண்டிருந்தது. அவன் தனது சிறு வாயை இறுக மூடிக் கொண்டு இருந்தான். அவனது சிறிய கண்கள் பாதி சிடுசிடுப்புடனும், பாதி எரிச்சலுடனும் காணப்பட்டன.

“யாரது?” என்று முன்னேறி வந்து கொண்டிருந்த அந்த மனிதன் கேட்டான். ஜோட் பதிலளிக்கவில்லை. தன் முகத்தில் உணர்வுகளைக் காட்டுமுன், மூலே நெருங்கி வந்தான், மிகவும் நெருங்கி வந்தான். “அட இது நம்ம டாம் ஜோட். நீ எப்ப வெளிய வந்த டாமி?”

“ரெண்டு நாளைக்கு முன்னால” என்றான் ஜோட். “வீட்டுக்கு வந்து சேரறதுக்கு கொஞ்சம் நேரமாயிடிச்சு. இங்க பாரு நான் பாத்தத. எங்க ஆளுங்க எங்க மூலே? ஏன் வீடெல்லாம் இடிச்சிருக்கு, பருத்தி வாசப் பக்கத்தில நட்டிருக்கு?”

“கடவுள் அருளால நான் இந்தப் பக்கம் வந்தேன்” என்றான் மூலே. “ஏன்னா மூத்த டாம் ரொம்ப கவலையோட இருந்தாரு. அவங்க வெளியேற ஏற்பாடு பண்ணிக்கிட்டிருந்தப்ப நான் இங்க சமையலறைலதான் உக்காந்திருந்தேன். கடவுள் மேல ஆணையா நான் இங்கருந்து போகப் போறேன்னு சொன்னேன். நான் அப்படிச் சொன்னவுடனே, டாம் சொன்னார், “நானே டாம் பத்தி கவலைப்பட்டுக்கிட்டு இருக்கேன். அவன்

ஒருவேள இங்க வந்து, இங்க யாருமில்லேன்னு பாத்தான்னா, என்ன நினைப்பான்?'' நான் சொன்னேன், ''நீங்க ஏன் கடுதாசி போடக்கூடாது?'' . டாம் சொன்னார், ''நான் ஒருவேள எழுதலாம். அதப் பத்தி யோசிக்கறேன். ஆனா நான் எழுதாட்டா, நீ கொஞ்சம் இங்க வந்து டாம் வரானான்னு ஒரு கண் வச்சிக்க''. ''நான் பாத்துக்கறேன்''ன்னு நான் சொன்னேன். நரகமே உறைஞ்சு போற வரைக்கும் நான் இங்க இருக்கேன். கிரேவ்ஸ்னு பேரு இருக்கற ஒத்தன யாராலயும் இந்த நாட்ட விட்டு விரட்ட முடியாது. அவங்க அத செய்யவும் இல்ல''.

ஜோட் பொறுமையின்றிக் கூறினான், ''எங்க ஆளுங்க எங்க? நீ அவங்க கூடப் பேசினத அப்புறம் சொல்லு. ஆனா எங்க ஆளுங்க எங்க?''.

''பேங்க்காரங்க வீட்ட இடிக்க டிராக்டரோட வந்தப்ப உங்க குடும்பத்துக்காரங்க அதத் தடுக்கப் பாத்தாங்க. உங்க தாத்தா இந்த இடத்துல துப்பாக்கியோட நின்னார். அவர் அந்த புல்டோசரோட ஹெட்லைட்ட சுட்டு நொறுக்கிட்டார்.ஆனா அது அதேபோல வந்தது. அந்த புல்டோசரோட டிரைவர உங்க தாத்தா கொல்ல விரும்பல. ஏன்னா அது வில்லி ஃபீலி. அவனுக்கு அது தெரியும். அதனால அவன் அப்படியே வந்து வீட்ட இடிச்சுத் தள்ளிட்டான். எலிய நாய் பிடிச்சு உலுக்கற மாதிரி வீட்ட இடிச்சு உலுக்கிட்டான். அது டாம்கிட்டயிருந்து எதையோ எடுத்துடுச்சு. ஏதோ அவருக்குள்ள புகுந்துடிச்சு. அவர் அதுல இருந்து அதே போல இல்ல.''

''எங்க ஆளுங்க எங்க?' ஜோட் ஆத்திரமாகக் கேட்டான்.

''அதத்தான் நான் சொல்லப் போறேன். உங்க மாமா ஜானோட வண்டில மூணு ட்ரிப் அடிச்சாங்க. அடுப்பு, கட்டிலையெல்லாம் தூக்கிக்கிட்டுப் போனாங்க. மெத்த மேல பூரா குழந்தைங்க உட்காந்துக்கிட்டு, முன்னால ஹெட்போர்டுகிட்ட உங்க தாத்தாவும், பாட்டியும் உக்காந்துக்கிட்டு, உன் தம்பி நோவா சிகரெட் பிடிச்சிக்கிட்டு வண்டிக்குப் பக்கத்துல துப்பிக்கிட்டே போறத நீ பாத்திருக்கணும். ''ஜோட் பேசுவதற்காகத் தனது வாயைத் திறந்தான். ''அவங்கல்லாம் உன் மாமா ஜானோட இருக்காங்க'' என்று மூலே அவசரமாகக் கூறினான்.

''ஓ, எல்லாம் ஜான் வீட்ல இருக்காங்களா. ஏன், அவங்க அங்க என்ன செய்யறாங்க? ஒரு நொடி இரு மூலே. ஒரே ஒரு நொடி. அப்புறம் நீ உன் வழில போகலாம். அவங்க அங்க என்ன செய்யறாங்க?''.

''அவங்க பருத்திய அறுவடை செஞ்சுக்கிட்டிருந்தாங்க. குழந்தைகளும், உங்க தாத்தாவும் கூட. எல்லாம் சேந்து மேக்க போறதுக்காக பணம் சேத்துக்கிட்டிருந்தாங்க. ஒரு கார வாங்கிக்கிட்டு மேற்க போக முடிவு.

மேற்க வாழறது எளிதானது. அங்க எதுவும் இல்லாம இல்ல. பருத்தி அறுக்கறதுக்கு ஒரு ஏக்கருக்கு ஐம்பது சென்ட். அங்க அறுக்கறதுக்காக வாய்ப்பு கேட்டு கெஞ்சுவாங்க."

"அவங்க இன்னும் போகலியா?"

"இல்ல" என்றான் மூலே. "எனக்குத் தெரிஞ்சு இல்ல. கடைசியா உன் தம்பி நோவா முயல் வேட்டையாடிக்கிட்டிருந்தப்போ பாத்தேன். இன்னும் ரெண்டு வாரத்துல போகப் போறதா அவன் சொன்னான். ஜானுக்கும் நோட்டீஸ் வந்திருச்சு. அவரும் போகணும்தான். ஜானோட இடத்துக்கு எட்டு மைல் போகணும். கண்ணாடி ஜன்னல்ல பூச்சி அப்பிருக்கற மாதிரி உங்காளுங்க அங்க நிறஞ்சிருக்கறத நீ பாக்கலாம்."

"சரி" என்றான் ஜோட். "நீ உன் வழில போகலாம். நீ கொஞ்சம் கூட மாறல மூலே. உனக்கு எதாவது வடமேக்குல தேவைன்னா, நீ நேரா தெங்கிழக்குல மூக்க நீட்ற."

மூலே முரட்டுத்தனமாகக் கூறினான், "நீ கூடத்தான் மாறல. நீ ஒரு சுட்டிப் பையனா இருந்த. இப்பவும் அப்படியேதான் இருக்க. நான் எப்படி வாழணும்னு நீ சொல்லலேல்ல?".

ஜோட் முறைத்தான். "இல்ல, நான் சொல்லல. நீ உடைஞ்ச கண்ணாடி மேல வண்டி ஓட்ட விரும்பினா, வேற மாதிரி சொல்ல அங்க ஆளிருக்காது. இங்க இருக்கற போதகர உனக்குத் தெரியுமா மூலே? ரெவரண்ட் கேஸி."

"ஏன், நல்லாத் தெரியுமே. அவர நான் கவனிக்கல. எனக்கு அவர நல்லா நினைவிருக்கு." கேஸி எழுந்து கை கொடுத்தார். "உங்கள மறுபடி பார்க்கறதுல சந்தோஷம்" என்றான் மூலே. "நீங்க ரொம்ப காலமா கண்ல தட்டுப்படவேயில்ல."

"நான் கேள்விகள எழுப்பிக்கிட்டு சுத்திக்கிட்டிருந்தேன்" என்றார் கேஸி. "இங்க என்ன நடந்தது? ஏன் அவங்க ஆட்கள நிலத்த விட்டு விரட்டிட்டிருக்காங்க?."

மூலேவின் வாய் இறுக மூடிக் கொண்டது. அவனுடைய மேலுதட்டில் இருந்த சிறு கிளி மூக்கு அவனது கீழுதட்டில் மறைந்து கொண்டது. அவன் உறுமினான். "அவங்க வேசி மகன்க" என்றான் அவன். "அவலட்சணமான வேசி மகன்க. நான் இங்கதான் இருப்பேன். உங்களுக்குச் சொல்றேன். அவங்களால என்ன விரட்ட முடியாது. அவங்க என்னைத் தூக்கிப் போட்டா நான் திரும்பி வருவேன். அவங்க என்னக் கண்டு பிடிச்சா நான் அமைதியா மறைஞ்சுக்குவேன். ஏன், நான் கூட துணைக்கு ரெண்டு, மூணு வேசி மகன்களக் கூடச் சேத்துக்குவேன்." அவன் தன் கோட்டின்

பாக்கெட்டில் இருந்த கனமான பொருளைத் தட்டிக் காட்டினான். "நான் போகப் போறதில்ல. எங்க அப்பா அம்பது வருஷத்துக்கு முன்னால இங்க வந்தார். நான் போக மாட்டேன்."

"ஆட்கள விரட்றதுக்குப் பின்னால என்ன யோசனை இருக்கு?" என்றான் ஜோட்.

"ஓ! அவங்க அதப் பத்தி நிறைய பேசினாங்க. நமக்கு எந்த மாதிரி வருஷங்க இருந்ததுன்னு உனக்கு தெரியும். புழுதிக் காத்து வந்து எல்லாத்தையும் அழிச்சது. அதனால மனுஷனுக்கு தன்னோட தேவைக்கு ஏத்த மாதிரி பயிர் விளைச்சல் கிடைக்கல. எல்லாருக்கும் பலசரக்குக் கட்ட வேண்டிய பணம் இருக்கு. அது எப்படி இருக்கும்னு உனக்குத் தெரியும். நிலத்த வச்சிருக்கறவங்க சொல்றாங்க, "எங்களால குத்தகைக்காரங்கள வச்சிருக்க முடியாது. குத்தகைக்காரங்களுக்குக் கிடைக்கற இலாபம் கொஞ்சம்தான். அந்த லாபத்த நாங்க இழக்க முடியாது. நாங்க எல்லா நிலத்தையும் ஒண்ணா சேத்துட்டா எப்படியாவது கொஞ்சம் சம்பாதிச்சிடுவோம்." ஆக, அவங்க எல்லா குத்தகைக்காரங்களையும் நிலத்த விட்டு வெளிய தள்ளிட்டாங்க. கடவுள் பேரால நான் சொல்றத நம்பு. நான் போகப்போறதில்ல. டாமி, உனக்கு என்னத் தெரியும். உன் வாழ்க்கை பூரா உனக்கு என்னத் தெரியும்."

"அது சரிதான்" என்றான் ஜோட். "என் வாழ்க்கை பூரா."

"நான் ஒண்ணும் முட்டாளில்லன்னு உனக்குத் தெரியும். இந்த நிலம் ஒண்ணும் அவ்வளவு நல்லதுல்லன்னு எனக்குத் தெரியும். புல் மேய விடறதுக்குத் தவிர நல்லதா ஒண்ணும் இல்ல. நிலத்தப் பிரிச்சிருக்கக் கூடாது. இப்ப பருத்தி விளச்சல சாகடிச்சிருச்சு. அவங்க மட்டும் என்ன வெளிய போன்னு சொல்லாம இருந்திருந்தா நான் அநேகமா இப்போ கலிஃபோர்னியாவுல திராட்சைகள சாப்பிட்டுக்கிட்டு வேணுங்கற இடத்துல ஆரஞ்சு பொறுக்கிக்கிட்டிருப்பேன். ஆனா அந்த வேசி மகன்க என்ன வெளிய போன்னு சொல்றாங்க. யேசுவே, ஒருத்தன வெளிய போன்னு சொன்னா அவனால போக முடியாது!."

"நிச்சயமா" என்றான் ஜோட். அப்பா எப்படி இவ்வளவு எளிதா வெளிய போனார்னு எனக்கு ஆச்சரியமா இருக்கு. தாத்தா ஏன் யாரையும் கொல்லலங்கறது எனக்கு ஆச்சரியமா இருக்கு. தாத்தா எங்க கால வைக்கணும்னு யாரும் எப்பவும் சொன்னதில்ல. அம்மாவையும் அவ்வளவு எளிதா யாராலயும் வெளிய தள்ளிட முடியாது. ஒரு வீதி வியாபாரி ஒரு உயிருள்ள கோழிக்காக அவங்ககிட்ட ஒருதடவ சச்சரவு பண்ணினான்னு அவன நையப் புடைச்சத நான் பாத்திருக்கேன். அவங்க ஒரு கையில கோழியப் பிடிச்சிக்கிட்டு, இன்னொரு கைல அதோட தலைய வெட்ட

தயாரா கோடரிய பிடிச்சுக் கிட்டிருந்தாங்க. அவங்க அவன் பின்னால கோடரியோட போகத் தயாரானாங்க. ஆனா அவங்களுக்கு எந்தக் கையால எதச் செய்யணும்னு தெரியல. அவங்க அவன் பின்னால கோழியோட ஓடினாங்க. அத அவங்க சமைச்சப்போ அத சாப்பிடக் கூட முடியல. அவங்க கைல அதோட ரெண்டு காலத் தவிர வேற எதுவுமில்ல. தாத்தாவுக்கு சிரிச்சு சிரிச்சு இடுப்பு ஒடிஞ்சு போச்சு. எப்படி எங்க ஆளுங்க இவ்வளவு எளிதா வெளிய போனாங்க?"

"அந்த ஆள் வந்து அவ்வளவு நைஸா பேசினான். 'நீங்க வெளிய போய்த்தான் ஆகணும். இது என்னோட தப்பில்ல.' அப்ப நான் கேக்கறேன், 'சரி, இது யார் தப்பு?' நான் போய் அந்த ஆள ஒரு வழி பண்றேன். 'அது ஷான் அண்ட் லான் கேட்டில் கம்பெனி. எனக்கு உத்தரவு மட்டும்தான் இருக்கு.' 'அது யார் ஷான் அண்ட் லான் கேடில் கம்பெனி?' 'அது யாருமில்ல. அது ஒரு கம்பெனி.' பைத்தியக்காரன். உன்னால யாரையும் ஒரு வழி பண்ண முடியாது. எதையாவது பாத்து ஆத்திரத்த காட்ட ஆளுங்க தேடித்தேடி அலுத்துக்கிட்டிருந்தாங்க. ஆனா நான் அப்படி இல்ல. எனக்கு அது எல்லாத்து மேலயும் ஆத்திரம். நான் இருக்கப் போறேன்."

ஒரு பெரிய செஞ்சூரியன் கீழ்வானத்தில் அசைந்து கீழிறங்கி மறைந்தது. அது மறைந்த இடத்தின் மேல் வானம் பிரகாசமாகக் காணப்பட்டது. ஒரு சிறு மேகம் ஒரு ரத்தம் தோய்ந்த கம்பளம் போல் அது மறைந்த இடத்தின் மேல் மிதந்து கொண்டிருந்தது. கிழக்குக் கீழ்வானத்திலிருந்து அந்தி வானத்தில் படியத் தொடங்கி, கிழக்கிலிருந்து இருட்டு பரவத் தொடங்கியது. மாலை நேர நட்சத்திரம் அந்திப் பொழுதில் மின்னத் தொடங்கியது. சாம்பல் நிறப் பூனை மெதுவாக நழுவி திறந்த கொட்டிலுக்குச் சென்று ஒரு நிழலைப் போல உள்ளே சென்றது.

"ராத்திரி நேரம், ஜான் மாமாவோட இடத்துக்கு எட்டு மைல் நாம் நடக்கப் போறதில்ல. நான் ரொம்ப களைச்சுப் போயிருக்கேன். நாம உன்னோட இடத்துக்குப் போனா என்ன, மூலே? அது ஒரு மைல்தான இருக்கும்."

"அது உபயோகமில்ல". மூலே சங்கடப்பட்டது போல் தோன்றியது. "என்னோட மனைவி, குழந்தைகள், மச்சினன் எல்லாரும் கலிஃபோர்னியாவுக்குப் போயிட்டாங்க. அங்க சாப்பிட ஒண்ணுமில்ல. அவங்க என்ன மாதிரி ஆத்திரப்படல, அதனால போயிட்டாங்க. இங்க சாப்பிட எதுவுமில்ல."

போதகர் சங்கடமாக நெளிந்தார். "நீயும் கூடப் போயிருக்கணும். குடும்பத்துல இருந்து பிரிஞ்சிருக்கக் கூடாது."

“என்னால முடியல” என்றான் மூலே கிரேவ்ஸ். “ஏதோ ஒண்ணு என்ன அப்படிச் செய்ய விடல.”

“கடவுளே, எனக்குப் பசிக்குது” என்றான் ஜோட். “நாலு வருஷமா அந்த சரியான நிமிஷத்துல சாப்பிட்டிருக்கேன். என் பசி குடலைப் பிடுங்குது. நீ என்ன சாப்பிடப் போற மூலே? நீ எப்படி சாப்பாட சாப்பிட்ட?”

“கொஞ்சம் காலம் நான் தவளைகளையும், அணில்களையும் சாப்பிட்டேன். சில சமயம் ரோட்டு நாயக் கூட சாப்பிட்டேன். சாப்பிட்டுத்தான் ஆகணும். ஆனா இப்ப எனக்கு காய்ஞ்சு போன ஓடைல இருந்த தடத்துல இருந்து கொஞ்சம் வயர் சுருக்குக் கயிறு கிடைச்சிருக்கு. அதனால சில சமயம் முயல் கிடைக்கிது, சில சமயம் கோழி கூடக் கிடைக்கிது. சில சமயம் ஸ்கன்க், கூன் கூடக் கிடைக்கித.” என்று வெட்கத்துடன் கூறினான் பிறகு அவன் கீழே குனிந்து தன் சாக்கைப் பிரித்து அதிலிருந்ததை எல்லாம் கீழே கொட்டினான். அதிலிருந்து இரண்டு குழிமுயல்களும், ஒரு காட்டு முயலும் கீழே விழுந்து உருண்டன. அவை மென்மையாகவும், புசுபுசுவென முடிகளடர்ந்தும் இருந்தன.

“எல்லாம் வல்ல கடவுளே” என்றான் ஜோட். “நான் புதுசா வெட்டின மாமிசத்த சாப்பிட்டு நாலு வருஷத்துக்கு மேல ஆச்சு.”

கேஸி ஒரு குழிமுயலை எடுத்துத் தன் கையில் பிடித்துப் பார்த்தார். ”நீ இத எங்க கூடப் பங்கு போட்டுக்கறியா மூலே கிரேவ்ஸ்?” என்று அவர் கேட்டார்.

மூலே சங்கடத்தில் நெளிந்தான். “இந்த விஷயத்துல எனக்கு வேற வழியில்ல.” அவன் தன் வார்த்தைகளின் கனிவற்ற ஒலியால் நிறுத்தினான். “நான் அப்படிச் சொல்ல வரல. நான் சொன்னதோட அர்த்தம் அது இல்ல.” – அவன் திக்கினான் – “நான் சொல்றது என்னன்னா, ஒருத்தன் கிட்ட சாப்பிட எதோ இருக்கு, இன்னொருத்தன் பசியோட இருக்கான் – அப்ப முதல் ஆளுக்கு வேற வழி கிடையாது. அதாவது, நான் என்னோட முயல்கள எடுத்துட்டுப் போய் வேற எங்கயாவது சாப்பிட்டா?”

“அப்படியா” என்றார் கேஸி:" மூலே அங்க எதையோ பார்க்கறான் டாம். மூலேவுக்கு எதோ கிடைச்சிருக்கு. அது அவனுக்கு ரொம்ப பெருசு. எனக்கும் ரொம்பப் பெருசு.”

இளைய டாம் தன் கைகளைத் தேய்த்துக் கொண்டான். “யார்கிட்ட கத்தி இருக்கு? இங்க நமக்கு பரிதாபமான ரெண்டு கொறிப்பான்கள் கிடைச்சிருக்கு. அத நாம சாப்பிடுவோம்.”

மூலே தன் பாக்கெட்டில் கைவிட்டு ஒரு பெரிய கைப்பிடி வைத்த பாக்கெட் கத்தியை எடுத்தான். டாம் ஜோட் அவனிடமிருந்து அதைப் பெற்றுக் கொண்டு, அதைப் பிரித்து முகர்ந்து பார்த்தான். அவன் அதை திரும்பத் திரும்ப மண்ணில் தேய்த்து, திரும்ப முகர்ந்து பார்த்து விட்டு, அதை தன் கால்சட்டையில் துடைத்து விட்டு, அதைக் கூர் பார்த்தான்.

மூலே தன் பையிலிருந்து ஒரு கால் லிட்டர் தண்ணீர் புட்டியை எடுத்து அதைத் திண்ணையில் வைத்தான். "அந்தத் தண்ணிய எடுத்துக்கோ. இருக்கறது அவ்வளவுதான். இங்க கிணத்துல இருந்து நிரப்பிக்கலாம்."

டாம் முயலைத் தன் கையில் எடுத்துக் கொண்டான். "நீங்க யாராவது போய் கொட்டில்லேருந்து வயர் கட்டு எதாவது எடுத்துட்டு வாங்க. நாம வீட்ல இருந்து எதாவது உடஞ்ச கட்டைய எடுத்து தீ மூட்டுவோம்." அவன் செத்த முயலைப் பார்த்தான். "முயல மாதிரி எளிதா சமைக்கக் கூடியது எதுவுமில்ல" என்றான் அவன். முயலைத் திருப்பிப் பிடித்து அதன் பின்புறத் தோலை லேசாக வெட்டினான். பிறகு ஓட்டைக்குள் விரல்களை விட்டுத் தோலைக் கிழித்தான். அது ஒரு ஸ்டாக்கிங்சைப் போல் பிரிந்து, கழுத்து வரையிலும், கால்களிலிருந்து பாதம் வரையிலும் கிழிந்தது. ஜோட் மீண்டும் கத்தியை எடுத்து, தலையையும், காலையும் வெட்டினான். பிறகு அதைக் கீழே வைத்து, முயலை அதன் விலா எலும்புகளோடு சேர்த்து வெட்டினான். குடல்களை தோலில் கொட்டினான். பிறகு குப்பையை பருத்திக் காட்டில் எறிந்தான். ஆக, சதையோடு கூடிய சிறிய உடல் தயார். ஜோட் கால்களை வெட்டி விட்டு, சதைப் பிடிப்புள்ள பின்புறத்தை இரண்டாக வெட்டினான். அவன் இரண்டாவது முயலை எடுத்துக் கொண்டிருந்த போது கேஸி ஒரு பேல் வயருடன் வந்து சேர்ந்தார். "இப்போ நெருப்பை மூட்டி மேல கட்டையைக் கட்டுங்க" என்றான் ஜோட். "இயேசுவே, நான் இந்த மாமிசத்துக்காக பசியோட இருக்கேன்!". அவன் மீதமிருந்த முயல்களை வெட்டி, வயரில் சொருகினான். நொறுக்கப்பட்ட வீட்டின் மூலையிலிருந்து உடைந்த கட்டைகளைப் பிளந்து மூலேவும் கேஸியும் தீ மூட்டினர். பிறகு அதன் இரண்டு பக்கத்திலும் வயரைக் கட்டுவதற்காக கட்டைகளை நட்டனர்.

மூலே ஜோடிடம் திரும்பி வந்தான். "அந்த முயல் மேல தீஞ்சுடாம பாத்துக்கோ. எனக்கு தீஞ்ச முயல சாப்பிடப் பிடிக்காது." அவன் தன் பாக்கெட்டிலிருந்து ஒரு சிறிய துணிப்பையை எடுத்துத் திண்ணையில் வைத்தான்.

"அந்த முயல் ரொம்ப சுத்தமா இருந்தது" என்றான் ஜோட். "இயேசுவே, உன்கிட்ட உப்பு கூட இருக்கா? உன் பாக்கெட்டுல கொஞ்சம் தட்டுகளும், கூடாரமும் கூட இருக்க வாய்ப்பிருக்கா?" அவன் கையில் கொஞ்சம் உப்பை

எடுத்து வயரில் சொருகியிருந்த முயல் மாமிசத் துண்டுகளின் மேல் தூவினான்.

நெருப்புப் பற்றிக் கொண்டு துள்ளியெழுந்து வீட்டின் மேல் தன் நிழலைப் படிய விட்டது. காய்ந்த கட்டை வெடித்துப் பிளந்தது. வானம் இப்போது ஏறத்தாழ இருட்டிப் போய், நட்சத்திரங்கள் துல்லியமாகத் தெரிந்தன. மாலை நேர வெளவால்கள் நெருப்புக்குள் மின்னலாய்ப் புகுந்து வெளியே வந்தன. மீண்டும் தவழ்ந்து வந்த பூனை தன் வாயையும், முகத்தையும், நகங்களையும் நக்கிக் கொண்டது.

ஜோட் முயல் மாமிசம் சொருகப்பட்ட கம்பியைத் தன் இரு கைகளாலும் பிடித்துக் கொண்டு நெருப்பை நோக்கி நடந்தான். "மூலே, இந்தா, இந்த ஒரு முனையப் பிடி". அந்த முனைய கட்டையச் சுத்திக் கட்டு. அப்படித்தான்! இப்போ நாம அத இறுக்கிக் கட்டலாம். நாம நெருப்பு அணையற வரைக்கும் காத்திருக்கணும். ஆனா என்னால காத்திருக்க முடியாது." அவன் கம்பியை இறுக்கிக் கட்டிவிட்டு, ஒரு கட்டையை எடுத்து, வயரில் சொருகியிருந்த மாமிசத் துண்டுகளை நெருப்புக்கு நேராக நகர்த்திக் கொண்டு வந்தான். நெருப்புக் கொழுந்துகள் இப்போது எழுந்து அந்த மாமிசத் துண்டுகளை கடினமாக்கி, அதன் மேல்புறங்களை பிரகாசமாக்கின. ஜோட் நெருப்புக்கருகில் உட்கார்ந்து கொண்டான். ஆனால் மாமிசத்துண்டுகள் கம்பியுடன் ஒட்டிக் கொண்டு விடாமலிருக்க அவன் கட்டையை வைத்து அவற்றை நகர்த்தி சுற்றி விட்டுக் கொண்டிருந்தான். "ஆகா, விருந்து தயாராயிடுச்சு" என்றான் அவன். "மூலேகிட்ட உப்பு இருக்கு, தண்ணி இருக்கு, முயலும் இருக்கு. அவன் பையில ஒரு புட்டி மக்காச்சோள நெய்யும் இருக்கணும்னு நான் ஆசப்படறேன். அது மட்டும்தான் என் ஆசை."

மூலே நெருப்புக்கு மேலேயிருந்து குரல் கொடுத்தான், "நான் வாழற முறையைப் பாத்து நான் உணர்ச்சி வசப் பட்டிருக்கேன்னு நீங்க நினைக்கறீங்க இல்ல".

"அப்படியெல்லாம் ஒண்ணுமில்ல" என்றான் ஜோட். "நீ உணர்ச்சி வசப்பட்டிருந்தா, ஒவ்வொருத்தரும் உணர்ச்சி வசப்பட்டிருக்கணும்னு நான் ஆசப்படறேன்."

மூலே தொடர்ந்தான். "இது ஒரு வினோதமான விஷயம். அவங்க நான் இந்த இடத்துல இருந்து போகணும்னு சொன்ன உடனே எனக்குள்ள ஏதோ ஆகிப் போச்சு. முதல்ல அந்த ஆளுங்கள எல்லாம் ஒட்டுமொத்தமாக் கொன்னுடணும்னு போனேன். அப்புறம் என்னோட ஆளுங்கள்ளாம் மேக்கப் பாத்துப் போயிட்டாங்க. நான் வெறும சுத்தி வந்தேன். சும்மா சுத்தி

வரது. தூரக்க ஒருபோதும் போகல. எங்க இருந்தேனோ அங்க தூங்கறது. இன்னைக்கு ராத்திரி இங்க தூங்கறதா இருந்தேன். அதனாலதான் இங்க வந்தேன். " நம்ம ஆளுங்க திரும்பி வரப்போ எல்லாம் சரியாயிருக்கும்படியா நான் எல்லா பொருள்களையும் பாத்துக்கறேன்"னு நான் எனக்குள்ள சொல்லிக்குவேன். ஆனா அது உண்மையில்லன்னு எனக்குத் தெரியும். பாத்துக்கறதுக்கு எதுவும் மிச்சமில்ல. ஆளுங்க ஒருபோதும் திரும்பி வரப்போறதில்ல. நான் ஒரு பழைய கல்லறைப் பேய் மாதிரி சுத்தி வந்துக்கிட்டிருக்கேன்."

"ஒரு ஆள் ஒரு இடத்தில பழகிட்டா அவன் போறது கஷ்டம்" என்றார் கேஸி. "ஒரு வழியில அவன் பழகிடறான். அங்கருந்து போறது கஷ்டம்னு நினைக்கிறான். நான் இப்ப போதகர் இல்ல. ஆனா எல்லா நேரமும் நான் பிரார்த்தனை செஞ்சுக்கிட்டே இருக்கேன். என்ன பண்றேன்னு கூட எனக்குத் தெரியறதில்ல."

ஜோட் கம்பியைச் சுற்றி மாமிசத்தைத் திருப்பினான். இப்போது அதிலிருந்து சாறு சொட்டிக் கொண்டிருந்தது. ஒவ்வொரு சொட்டு நெருப்பில் விழும்போதும், அது கனன்றெழுந்தது. மாமிசத்தின் வெளிப்புறம் மொறுமொறுப்பாகி வெளிர் அரக்கு நிறமாக மாறிக் கொண்டிருந்தது. "அத மோந்து பாரு" என்றான் ஜோட். "இயேசுவே, அத குனிஞ்சு முகர்ந்து பாரு!"

மூலே தொடர்ந்தான், "ஒரு கேடுகெட்ட பழைய கல்லறைப் பிசாசு மாதிரி நான் இந்த விஷயங்கள் நடந்த இடத்துலயெல்லாம் சுத்தி வந்துக்கிட்டிருந்தேன். நம்ம நாப்பதுக்குக் கிட்ட ஒரு இடம் இருக்கு; ஒரு சந்துக்குள்ள ஒரு புதர் இருக்கு. அங்கதான் நான் மொத மொதல்ல ஒரு பொண்ணுகூட படுத்தேன். அப்ப எனக்கு பதினாலு வயசு. ஒரு முரட்டு மான் மாதிரி உதைச்சுக்கிட்டு, பெருமூச்சு விட்டுக்கிட்டு, ஒரு செம்மறியாடு மாதிரி முரட்டுத்தனமாவும் இருந்தேன். ஆக நான் அங்க போய் தரையில படுத்துக்கிட்டேன். முன்ன நடந்தத அப்படியே நடந்தமாதிரி பார்த்தேன். அப்புறம் வைக்கோல் போர் பக்கத்துல மாடு முட்டி அப்பா செத்துப்போன இடம் இருக்கு. இப்போக் கூட அந்த இடத்துல தரையில் அவரோட ரத்தம் இருக்கு. இருக்கணும். அத யாரும் ஒருபோதும் சுத்தப்படுத்தல.. அப்பாவோட ரத்தம் இருக்கற இடத்துல நான் என் கைய வச்சுப் பார்த்தேன்." அவன் ஒருகணம் அமைதியின்றி நிறுத்தினான். "நான் உணர்ச்சி வசப்பட்டிருக்கேன்னு நீங்க நினைக்கிறீங்களா?"

ஜோட் மாமிசத்தைத் திருப்பினான். அவன் கண்கள் உட்புறம் குவிந்திருந்தன. கேஸி தன் கால்களை இழுத்துக் கொண்டு எழுந்து நெருப்பின் பக்கம் நடந்தார். அவர்களிடமிருந்து பதினைந்து அடி தள்ளி

பூனை உட்கார்ந்திருந்தது. அதன் சாம்பல் நிற வாலை அதன் முன்னங்கால்களைச் சுற்றி அழகாக வைத்திருந்தது. ஒரு பெரிய வௌவால் தலைக்கு மேல் கிறீச்சிட்டுப் பறந்தது. நெருப்பின் வெளிச்சம் அதன் வெண்ணிற அடிப்புறத்தையும், விரிந்திருந்த அதன் சிறகுகளையும் காட்டியது.

“இல்லை” என்றார் கேஸி. ” நீ தனிமையா இருக்க. ஆனா உணர்ச்சி வசப்படல”.

மூலேவின் இறுக்கமான சிறிய முகம் கடினமாக இருந்தது. “இன்னும் ரத்தம் இருக்கற இடத்துல என்னோட கைய வச்சேன். அப்பாவோட இதயத்துல ஓட்டையோட அவர் என்மேல சாஞ்சு நடுங்கினத நான் உணர்ந்தேன். அப்புறம் அவரோட கையும் காலும் அப்படியே விழுந்தது. அவரோட கண்கள் காயத்தால கலங்கிப் போச்சு. அப்புறம் அவரோட கண்கள் தெளிவா மேலா பார்த்துக்கிட்டு அப்படியே நிலச்சுப் போச்சு. அங்க நான் சின்னப் பையனா அங்க உக்கார்ந்திருக்கேன், அழவுமில்ல, எதுவும் செய்யல, உக்காந்து மட்டும் இருக்கேன்.” அவன் தலையை வெட்டி ஆட்டினான். ஜோட் மாமிசத்தை மாற்றி மாற்றித் திருப்பினான். “அப்புறம் ஜோ பிறந்த அறைக்கு நான் போனேன். அங்க கட்டில் இல்ல, ஆனா அதுதான் அந்த அறை. அங்க இருக்கற பொருளெல்லாம் உண்மை. அங்க இருந்த மாதிரியா அதெல்லாம் இருந்துச்சு. அங்கதான் ஜோ பிறந்தான். அவன் ஒரு பெரிய மூச்சு விட்டுட்டு, வீரிட்டான். அத ஒரு மைலுக்கு தள்ளியிருந்து கூடக் கேக்கலாம். அங்க அவனோட பாட்டி நின்னுக்கிட்டு, ‘அது ஒரு டெய்சி, அது ஒரு டெய்சின்னு திரும்பத் திரும்பச் சொன்னாங்க. அவங்க அன்னைக்கு ராத்திரி இருந்த சந்தோஷத்தில மூணு கப் குடிச்சுத் தீத்தாங்க.”

ஜோட் தன் தொண்டையைச் செறுமிக் கொண்டான். “நாம இப்போ சாப்பிடலாம்னு நினைக்கிறேன்.”

“அது நல்லா வேகட்டும், நல்லா அரக்கு நிறமா, கிட்டத்தட்ட கருப்பா ஆகட்டும்” என்றான் மூலே எரிச்சலுடன். “நான் பேச ஆசப்பட்றேன், நான் யார்கிட்டயும் பேசவேயில்ல. நான் உணர்ச்சி வசப்பட்டிருந்தா, - உணர்ச்சி வசப்பட்டிருக்கேன்- அவ்வளவுதான். ஒரு பழைய கல்லறைப் பிசாசு மாதிரி பக்கத்து வீட்டுக்கெல்லாம் ராத்திரி போய்க்கிட்டிருக்கேன். பீட்டரோடது, ஜேக்கப்போடது, ரான்சோடது, ஜோடோடது; அந்த வீடுகளெல்லாம் இருட்டுல பரிதாபமா பெட்டி மாதிரி நின்னுக்கிட்டிருக்கு. ஆனா அங்க முன்ன நல்ல விருந்துகளும், நடனங்களும் நடந்திருக்கு. கூட்டமெல்லாம் நடந்து, வாழ்த்து முழக்கம் ஒலிச்சிருக்கு. எல்லா வீட்டிலயும் திருமணம்

அங்கயேதான் நடந்திருக்கு. அப்புறம் நான் நகரத்துக்குப் போய் ஆளுங்கள கொல்லணும்னு விரும்புவேன். ஏன்னா, இந்த ஆளுங்கள டிராக்டர வச்சு அடிச்சு இந்த நிலத்த விட்டு விரட்டினதுல அவங்களுக்கு என்ன கிடைச்சது? அவங்களுக்கு கொஞ்சூண்டு கிடைக்கிற லாபம் பாதுகாப்பா இருக்கறதத் தவிர வேறென்ன கிடைக்கும்? நிலத்துல அரிசி பயிரிடலாம். ஜோ அவனோட முதல் குரல்ல கீச்சிட்டவுடனே நான் ராத்திரியில ஒரு புதருக்கடிலருந்து ஒரு செம்மறி ஆடு மாதிரி துள்ளினேன். அவங்களுக்கு என்ன கிடைக்கும்? இந்த நிலம் ஒண்ணுக்கும் உதவாதுன்னு கடவுளுக்கே தெரியும். யாராலயும் பல வருஷமா எந்தப் பயிரையும் விளைவிக்க முடியல. ஆனா இந்த வேசி மகன்க, அவங்களோட கொஞ்சூண்டு லாபத்துக்காக ஆளுங்கள வெட்டிப் போட்டுட்டாங்க. அவங்கள ரெண்டா வெட்டிட்டாங்க. ஆளுங்க எங்க வசிக்கறாங்களோ அந்த இடம்தான் அந்த ஆளுங்க. அவங்க இப்ப முழுசா இல்ல. ரோட்டுல ஒரு கார்ல குவிஞ்சுக்கிட்டு தனிமையா இருக்காங்க. அவங்க இனியும் உயிரோட இல்ல. அந்த வேசி மகன்க அவங்கள கொன்னுட்டாங்க." பிறகு அவன் அமைதியானான். அவனது உதடுகள் இன்னும் அசைந்து கொண்டிருந்தன. அவனது நெஞ்சு விம்மிக் கொண்டிருந்தது. அவன் உட்கார்ந்து அவனது கைகளை நெருப்பின் வெளிச்சத்தில் பார்த்தான். "நா – நா ரொம்ப நாளா யார்கிட்டயும் பேசவேயில்ல" என்று மென்மையாக மன்னிப்புக் கேட்டான். "நான் ஒரு பழைய கல்லறைப் பிசாசு மாதிரி சுத்தி வந்தேன்."

கேஸி நீண்ட பலகைகளை நெருப்புக்குள் தள்ளிவிடவும், தீநாக்குகள் அவற்றைத் தீண்டி மீண்டும் மாமிசத்தை நோக்கி எழுந்தன. குளிர்ந்த இரவுக் காற்று கட்டைகளை இறுக்கவும், வீடு சப்தமாக விரிசல் விட்டது. கேஸி அமைதியாகக் கூறினார், "நா ரோட்ல போன அந்த ஆட்களைப் பார்க்கணும். நான் அவங்களைப் பார்க்கணும்னு தோணுது. எந்த போதனையும் கொடுக்க முடியாத உதவி அவங்களுக்குத் தேவைப்படுது. அவங்க வாழ்க்கையையே வாழாதப்போ சொர்க்கத்து மேல நம்பிக்கை வைக்க முடியுமா? அவங்க சொந்த ஆவியே துக்கத்தால உடைஞ்சு போயிருக்கறப்போ தூய ஆவியா? அவங்களுக்கு உதவி தேவை. அவங்க சாகறதுக்கு முன்னால வாழணும்."

ஜோட் உதறலுடன் கூறினான், "இயேசுவே, இந்த மாமிசம் சமைச்ச எலிய விடச் சின்னதாகுறதுக்கு முன்னால அத சாப்பிட்டுடுவோம்.! அதப் பாருங்க. அத மோந்து பாருங்க." அவன் குதித்தெழுந்து அந்த மாமிசத் துண்டுகள் நெருப்புக்கு வெளியே வரும்படி வயரின் வழியே இழுத்து விட்டான். அவன் மூலேவின் கத்தியை எடுத்து மாமிசத் துண்டு கம்பியை விட்டு வரும்படி வெட்டியெடுத்தான். "இந்தத் துண்டு போதகருக்கு" என்று அவன் கூறினான்.

“நான் இனியும் போதகரில்லன்னு நான் ஏற்கனவே உங்கிட்ட சொல்லிட்டேன்.”

“சரி, இது இந்த மனுஷனுக்கு”. அவன் இன்னொரு துண்டை வெட்டியெடுத்தான். “இந்தா மூலே, நீ சாப்பிட முடியாத அளவுக்கு மனசு விட்டுப் போகாம இருந்தா. இதோ இந்தக் குழி முயல். ஒரு காளை மாட்ட விட உறுதியானது.” அவன் மறுபடி உட்கார்ந்து கொண்டு தன் நீண்ட பற்களால் ஒரு பெரிய மாமிசத்துண்டைக் கடித்து இழுத்துச் சுவைக்கலானான். “இயேசுவே, அதோட மொறுமொறுப்பைக் கேளுங்க.!” அவன் இன்னொரு துண்டை ஆவலுடன் கடித்திழுத்தான்.

மூலே இன்னும் தன் மாமிசத்துண்டைக் கையில் வைத்துப் பார்த்துக் கொண்டிருந்தான். “நான் ஒரு வேளை அப்படிப் பேசியிருக்கக் கூடாது ” என்றான் அவன். “இந்த மாதிரி விஷயங்கள ஒரு ஆளு தன் தலைக்குள்ளயே வச்சிருக்கணும்.”

கேஸி தன் வாய் முழுதும் முயல்கறியுடன் நிமிர்ந்து பார்த்தார். அவர் மென்று முழுங்க, சதைப்பற்றான அவரது தொண்டை விரிந்தது. “ஆமா, நீ பேசணும்” என்றார் அவர். “சில சமயம் ஒரு துக்கமான ஆளு தன்னோட துக்கத்த வாய் மூலமாவே வெளிப்படுத்த முடியும். சில சமயம் ஒரு கொலையாளி தன் வாயாலயே கொலை செய்யலாம், உண்மையான கொலை செய்யாமலேயே இருக்கலாம். நீ சரியாத்தான் செஞ்சிருக்க. நீ யாரையாவது கொலை செய்யாம இரு, உன்னால முடிஞ்சா.” அவர் இன்னொரு துண்டு மாமிசத்தைக் கடித்துக் கொண்டார். ஜோட் எலும்புகளை நெருப்புக்குள் போட்டு விட்டு இன்னும் கம்பியிலிருந்து மாமிசத்தை எடுப்பதற்காகத் துள்ளி எழுந்தான். மூலே இப்போது மெதுவாக உண்ணத் தொடங்கியிருந்தான். அவனது சிறிய, அமைதியற்ற கண்கள் அவனது கூட்டாளிகள் ஒவ்வொருவர் மீதாகத் தாவிக் கொண்டிருந்தன. ஜோட் ஒரு மிருகத்தைப் போல் உறுமிக் கொண்டு சாப்பிட்டுக் கொண்டிருந்தான். அவனது வாயைச் சுற்றி கிரீஸ் ஒரு வளையமாக உருவாகியிருந்தது.

மூலே அவனை நீண்ட நேரம் ஏறத்தாழ பயத்துடன் பார்த்தான். அவன் மாமிசம் வைத்திருந்த கையைக் கீழே வைத்தான். “டாமி” என்று அழைத்தான்.

நிமிர்ந்து பார்த்த ஜோட் மாமிசத்தை மெல்வதை நிறுத்தவில்லை. “சொல்லு” என்றான், நிறைந்த வாயுடன்.

“டாமி, ஆட்களைக்கொல்றது பத்தி நான் சொன்னதால உனக்கு என்மேல கோபம் வரலையா? உனக்கு ஆத்திரம் வரல?

“இல்லை” என்றான் டாம். “எனக்கு ஆத்திரம் வரல. இது நடந்து போன ஒண்ணு.”

“இது உன்னோட தப்பில்லன்னு எல்லாருக்கும் தெரியும்” என்றான் மூலே. “நீ வெளிய வரபோது உன்ன கவனிச்சிக்கறதா கிழவன் டர்ன்புல் சொன்னார். யாரும் அவரோட பையன்கள்ள ஒருத்தரக் கொல்ல முடியாதுன்னு சொல்றார். இருந்தாலும் இங்கிருந்தவங்கல்லாம் அவர்கிட்ட பேசி சரிக்கட்டினாங்க.”

“நான் குடிச்சிருந்தேன்” என்றான் ஜோட் மென்மையாக. “ஒரு நடன நிகழ்ச்சில குடிச்சிருந்தேன். அது எப்படி தொடங்கினதுன்னு எனக்குத் தெரியல. அப்ப எனக்குள்ள கத்தி போய் என்ன தெளிவாக்கிச்சு. நான் பாத்த முத காட்சி, ஹெர்ப் திரும்பவும் என்னக் குத்த கத்தியோட வந்துக்கிட்டிருந்தான். அப்ப அங்க சாய்ச்சி வச்சிருந்த மம்மட்டிய எடுத்து அவன் தலைல ஓங்கிப் போட்டேன். எனக்கு ஹெர்புக்கு எதிரா எந்தக் கோபமுமில்ல. அவன் ஒரு நல்ல ஆளு. அவன் சின்னப் பையனா இருக்கறப்போ என்னோட தங்கச்சி ரோசாஷார்ன் பின்னால வம்பு பண்ணான். இல்ல, எனக்கு ஹெர்ப பிடிக்கும்.”

“ஆமா, எல்லாரும் இத அவங்கப்பாகிட்டச் சொன்னாங்க. கடைசில அது அவர அமைதிப்படுத்திடுச்சு. அவனோட அம்மா பக்கத்துல ஹாட்ஃபீல்ட் ரத்தம் இருக்குன்னு யாரோ சொன்னாங்க. அது டர்ன்புல் கிழவனோட குடும்பம். அவர் அதுக்கேத்தாப்ல இருந்தாகணும். எனக்கு அதப்பத்தித் தெரியாது. அவரும் அவரோட ஆளுங்களும் ஆறு மாசத்துக்கு முன்னாடி கலிபோர்னியாவுக்குப் போயிட்டாங்க.”

ஜோட் கடைசித் துண்டு மாமிசத்தைக் கம்பியிலிருந்து எடுத்து அனைவருக்கும் கொடுத்தான். அவன் சாய்ந்து உட்கார்ந்து கொண்டு இப்போது மெதுவாக அதைச் சுவைத்து உண்டான். அவன் வாயைச் சுற்றிப் படிந்திருந்த எண்ணெயை சட்டைக் கையை வைத்துத் துடைத்துக் கொண்டான். கருமையாக, பாதி மூடியிருந்த அவனது கண்கள் அணையும் நெருப்பைப் பார்த்து சிந்தனையில் ஆழ்ந்தது. “எல்லாரும் மேகற போறாங்க” என்றான் அவன். “நான் பரோல்லதான் இருக்கேன். என்னால மாநிலத்த விட்டு வெளியேற முடியாது.”

“பரோலா?” என்று கேட்டான் மூலே. “அதப் பத்திக் கேள்விப்பட்டிருக்கேன். அது என்ன செய்யும்?”

“அதாவது, நான் சீக்கிரமே வெளிய வந்துட்டேன், மூணு வருஷம் முன்னால. நான் என்ன செய்யணும்னு அவங்க சொல்லுவாங்க.

இல்லேன்னா திரும்ப உள்ள அனுப்பிடுவாங்க. நான் அடிக்கடி அவங்களுக்கு ரிப்போர்ட் செய்யணும்."

"அங்க மெக்லஸ்டர்ல உன்ன எப்படி நடத்தினாங்க? என் பொண்டாட்டியோட ஒண்ணு விட்ட சகோதரன் மெக்லஸ்டர்ல இருந்தான். அவனுக்கு நரகமா இருந்தது."

"அப்படியொண்ணும் மோசமில்ல" என்றான் ஜோட். "மத்த இடங்கள மாதிரிதான். நீ நரகமா நடந்துக்கிட்டா உனக்கு நரகம்தான். யாராவது போலீஸ்காரன் உம்மேல கண் வைக்காம இருந்தா எல்லாம் சரியாத்தான் இருக்கும். அப்படி நடந்தா பெரிய நரகமாத்தான் இருக்கும். எனக்கு எல்லாம் சரியாத்தான் போச்சு. நான் எல்லாரையும் போல என் வேலைய மட்டும் பாத்தேன். பிரமாதமா எழுதப் பழகிக்கிட்டேன். அதே மாதிரி பறவைய அடிக்கறது, எழுதறது மட்டுமில்ல. ஒரே அடியில ஒரு பறவைய நான் அடிச்சுப் போடுறத என்னோட கிழவன் விரும்பறதில்ல. நான் அதச் செய்யறதப் பாத்தா என்னோட அப்பாவுக்கு பைத்தியம் பிடிச்சிடும். அத மாதிரிச் செய்யறது அவருக்குப் பிடிக்காது. அவருக்கு எழுதறதும் பிடிக்காது. ஒரு மாதிரி பயம்னு நான் நினைக்கிறேன். அப்பா யாராவது எழுதறத ஒவ்வொரு முறை பார்க்கும் போதும் அவர்கிட்டேருந்து எதையோ யாரோ எடுத்திட்றாங்க."

"உன்ன யாரும் அடிக்க, கிடிக்க இல்லையா"

"இல்ல, நான் என்னோட வேலய மட்டும் பாத்தேன். நாலு வருஷத்துக்கு ஒவ்வொரு நாளும் ஒரே வேலயப் பாக்கறது நிச்சயமா அலுத்துப் போயிடும். எதாவது நீ வெக்கப்பட்ற மாதிரி செஞ்சா, நீ அதப் பத்தி நினைக்கலாம். ஆனா, ஹெர்ப் டர்ன்புல் இப்ப ஒரு கத்தியோட என்னைக் குத்த வந்தா, திரும்ப நான் மம்மட்டிய வச்சு அவனை அடிச்சுப் போட்டுடுவேன்."

"யாரும் அதத்தான் செய்வாங்க" என்றான் மூலே. போதகர் நெருப்பைப் பார்த்தார். அவரது மேலேறிய நெற்றி அந்தி சாயும் பொழுதில் வெள்ளையாகத் தெரிந்தது. சிறு சிறு நெருப்பு வெளிச்சம் அவரது தொண்டை நரம்புகளில் பிரதிபலித்தது. அவரது முட்டிகளைச் சுற்றிக் கட்டியிருந்த அவரது கைகள், சுறுசுறுப்பாக முட்டிகளை நீவி விட்டுக் கொண்டிருந்தன.

ஜோட் கடைசி எலும்புகளை நெருப்புக்குள் வீசிவிட்டு தனது விரல்களை நக்கி விட்டு, தன் கால்சட்டையில் துடைத்துக் கொண்டான். எழுந்து நின்று திண்ணையிலிருந்து தண்ணீர்ப் புட்டியை எடுத்து சிறிது குடித்து விட்டு, அதனை தான் உட்காருவதற்கு முன்னால் அடுத்தவரிடம் கொடுத்தான்.

திரும்பப் பேசத் துவங்கினான். “எனக்குப் பெரிய பிரச்சனையா இருந்தது, அர்த்தமில்லாத விஷயம்தான். ஒரு மின்னல் ஒரு பசுவைக் கொல்லும்போதோ, ஒரு வெள்ளம் வரும்போதோ, எந்த அர்த்தமும் இருக்காது. அது அப்படித்தான். ஆனா சில ஆளுங்க உன்ன நாலு வருஷம் உள்ள பிடிச்சுப் போட்டா, அதுக்கு எதாவது அர்த்தம் இருக்கணும். மனுசங்க விஷயத்த யோசிக்கணும். அவங்க என்னப் பிடிச்சு உள்ள போட்டு நாலு வருஷம் சோறு போட்டு வச்சிருக்காங்க. ஒண்ணு அவங்க நான் அந்தக் குத்தத்த திரும்பப் பண்ணாத மாதிரி என்ன மாத்தணும், இல்லேன்னா, நான் அதத் திரும்பச் செய்யறதுக்கு பயப்பட்ற மாதிரி தண்டனை கொடுக்கணும்” – அவன் சிறிது நிறுத்தினான் – “ஆனா ஹெர்போ வேற யாராவதோ என்னக் குத்த வந்தா, நான் திரும்ப அதைச் செய்வேன். நான் என்ன நடக்குதுன்னு உணர்றதுக்கு முன்னால அதச் செய்ஞ்சுடுவேன். குறிப்பா, நான் குடிச்சிருந்தா. இந்த மாதிரி உணர்ச்சியில்லாத விஷயம் ஒரு மனுஷனுக்குக் கவலையா இருக்கு.”

“அது உன்னோட குத்தமில்லாததுனால உனக்கு குறைஞ்ச தண்டனை கொடுத்ததா நீதிபதி சொல்றார்” என்று மூலே குறிப்பிட்டான்.

“மெக்லஸ்டர்ல ஒரு ஆள் இருக்கான் – ஆயுள் தண்டனைக் கைதி. அவன் எப்போ பாத்தாலும் படிச்சிக்கிட்டே இருப்பான். அவன் வார்டனோட செயலாளர் – வார்டனோட கடிதங்கள எழுதறது மாதிரி வேலைகளைச் செய்வான். அவன் ஒரு அறிவாளி. சட்டம் மாதிரியான விஷயங்களைப் படிப்பான். அவன் நிறைய படிக்கறதுனால ஒரு தடவ அவன்கூட நான் பேசினேன். அவன் என்னடான்னா புத்தகங்கள படிக்கறதுனால எந்த உபயோகமும் இல்லங்கறான். அவன் இப்போ சிறைகளப் பத்தியும், பழங்கால சிறைகளப் பத்தியும் படிக்கறதா சொன்னான்; அவன் படிக்க ஆரம்பிக்கறதுக்கு முன்னால இருந்தத விட இப்போ குறைஞ்ச அறிவுதான் இருக்குன்னு சொல்றான். அது நரகத்துக்குப் போற வழிய திறக்குதுன்னும், யாரும் அதத் தடுத்து நிறுத்தறதா தோணலன்னும், அத மாத்தறதுக்கும் யாருக்கும் போதுமான அறிவு இல்லன்னும் சொல்றான். கடவுளுக்காக அதப்பத்தி யாரும் படிக்கக்கூடாதுன்னு சொல்றான். ஏன்னா, நீ இன்னும் மோசமா குழம்பிப் போவ, இன்னொண்ணு, அரசாங்கத்துல வேலை செய்யறவங்க மேல உனக்கு எந்த மரியாதையும் இருக்காது.”

“அவங்க மேல எனக்கு இப்ப எந்த மரியாதையும் கிடையாது” என்றான் மூலே. ‘நம்மகிட்ட இருக்கற ஒரே அரசாங்கம் 'லாபமா ஒரு நல்ல தொகையப் பாக்கறதுதான்'. என்ன ஒரேயடியா சாச்ச ஒரு விஷயம் இருக்கு- அது வில்லில் ஃபீலி அந்த புல்டோசர ஓட்டிக்கிட்டிருந்தது. அவனோட ஆளுங்க விவசாயம் பண்ணிக்கிட்டிருந்த நிலத்துலயே அவன் ஒரு காக்கா

விரட்டியா இருக்கான். அது எனக்குக் கவலையா இருக்கு. யாராவது வேற எந்த இடத்திலேருந்தாவது வந்து அவனுக்கு அதிகமா தெரியாதுன்னா அது சரிதான். ஆனா வில்லி இந்த இடத்துக்காரன். நான் நேரே அவங்கிட்ட போயே கேட்டுட்ற அளவுக்கு நான் கவலைப்பட்டேன். இப்போ அவன் பைத்தியக்காரனா இருக்கான். 'எனக்கு ரெண்டு குட்டிக் குழந்தைங்க இருக்கு'ன்னு அவன் சொல்றான். 'எங்கூட பொண்டாட்டியும் அவளோட அம்மாவும் இருக்காங்க. அவங்களுக்கு சாப்பிட்றதுக்கு வேணும்.' நரகத்த விடப் பைத்தியக்காரத்தனம். 'முதல்ல இருக்கற ஒரே விஷயம் நான் என்னோட ஆளுங்களப்பத்தி யோசிக்கணும்'னு அவன் சொல்றான். 'மத்தவங்களுக்கு என்ன ஆகுதுன்னு பாக்கறதுதான் அவங்களோட பார்வை'ன்னு அவன் சொல்றான். அவனுக்கு வெக்கமா இருக்குன்னு தோணுது, அதனாலதான் அவன் பைத்தியக்காரனாகறான்."

ஜிம் கேஸி அணைந்து கொண்டிருந்த நெருப்பைப் பார்த்துக் கொண்டிருந்தார். அவரது கண்கள் இன்னும் விரிந்திருந்தன, அவரது கழுத்து தசைகள் உயர்ந்து நின்றன. திடீரென அவர் கத்தினார், "நான் கண்டுபிடிச்சுட்டேன்!. ஒரு மனுஷனுக்கு ஒரு மடக்கு சாராயம் கிடைச்சாப்ல எனக்குக் கிடைச்சிருச்சு. எல்லாம் ஒரு மின்னல மாதிரி தெரிஞ்சிடுச்சு." அவர் துள்ளியெழுந்து தன் தலையை ஆட்டிக் கொண்டு முன்னும், பின்னும் நடந்தார். "ஒரு சமயம் எங்கிட்ட கூடாரம் இருந்தது. ஒவ்வொரு நாள் ராத்திரியும் சுமார் ஐநூறு பேரக் கூட்டுவேன். அது நீங்கள்ளாம் என்னப் பாக்கறதுக்கு முன்னாடி." அவர் நின்று அவர்களைப் பார்த்தார். "நான் இங்க போதனை செய்யும்போது எந்த பணமும் திரட்ட மாட்டேன்னு நீங்க கவனிச்சிருக்கீங்களா? அது களஞ்சியத்துலயும் சரி, வெளியிலயும் சரி?"

"கடவுளே, நீங்க ஒருபோதும் வாங்கினதில்ல" என்றான் மூலே. "இங்க இருக்கறவங்க உங்களுக்கு பணம் கொடுக்காமப் பழகிருக்காங்க. ஒரு சமயம் வேற ஒரு போதகர் வந்து பணம் திரட்ட தன்னோட தொப்பிய சுத்துக்கு விட்டப்ப அவங்க கடுப்பாயிட்டாங்க. சரிதான் சார்."

"நான் சாப்பிட எதாவது வாங்கிக்குவேன்" என்றார் கேஸி. "என்னோட கால்சட்டை கிழிஞ்சிடுச்சின்னா ஒரு ஜோடி கால்சட்டைகள வாங்கிக்குவேன். என்னோட பழைய ஷூ கிழிஞ்சு போச்சுன்னா ஒரு ஜோடி ஷூ வாங்கிக்குவேன். ஆனா கூடாரம் இருந்தப்போ அப்படியில்லை. சில சமயம் நான் பத்து அல்லது இருபது டாலர் வாங்குவேன். அப்ப எனக்கு மகிழ்ச்சி இல்லாததுனால அத விட்டுட்டேன். அப்புறம் சில காலம் மகிழ்ச்சியா இருந்தேன். எனக்கு இப்போ தெரிஞ்சு போச்சுன்னு நினைக்கிறேன். அதச் சொல்லலாமான்னு எனக்குத் தெரியல. நான் அதச் சொல்ல நினைக்க

மாட்டேன்னு நினைக்கிறேன் – ஒரு போதகருக்கு இடமிருக்கலாம்னு நினைக்கிறேன். ஒருவேள நான் திரும்ப போதனை செய்யலாம். அங்க சாலைல தனிமையா இருக்கறவங்க கிட்ட, நிலமில்லாம இருக்கறவங்க கிட்ட. அவங்களுக்கு வீடு மாதிரி எதாவது இருக்கணும். இப்படி இருக்கலாம் "அவர் நெருப்புக்கு அருகில் நின்றார். அவரது கழுத்தின் நூறு தசைகள் பெரும் நிம்மதியைப் பெற்றுத் தளர்ந்திருந்தன. அவரது கண்களுக்குள் நெருப்பின் வெளிச்சம் ஆழமாகச் சென்று சிகப்பு நரம்புகளை மேலும் சிவப்பாக்கியது. அவர் நின்று நெருப்பைப் பார்த்தார். அவர் எதையோ கேட்டுக் கொண்டிருந்தது போல் அவரது முகம் இறுகியிருந்தது, சிந்தனைகளை எடுத்துக் கொள்ளவும், கையாளவும், கொடுக்கவும் செயலூக்கத்துடன் இருந்த அவரது கைகள் அமைதியாகின. ஒரு கணத்தில் அவரது கால்சட்டைப் பைக்குள் சென்றன. வௌவால்கள் மங்கலான நெருப்பு வெளிச்சத்தில் உள்ளேயும், வெளியேயும் சிறகடித்துச் சென்றன. ஒரு இரவுப் பருந்து தண்ணீர் குடிக்கும் மென்மையான ஒலி நிலத்திலிருந்து ஒலித்தது.

டாம் தன் சட்டைப்பைக்குள் கைவிட்டு புகையிலையை வெளியே எடுத்து, கரியைப் பார்த்துக் கொண்டே மெதுவாக ஒரு சிகரெட்டை சுருட்டினான். போதகரின் உரை முழுதும் எதோ ஒரு தனிப்பட்ட விஷயம் போல, ஆராயப்படக்கூடாதது என்பதைப் போலகண்டு கொள்ளவேயில்லை. "ஒவ்வொரு ராத்திரியும், என்னோட சிறையறையில இருந்து நான் வீட்டுக்குத் திரும்பி வரும்போது அவங்க எப்படி இருப்பாங்கன்னு நெனச்சுப்பேன். ஒரு வேளை என்னோட தாத்தாவும், பாட்டியும் செத்துப் போயிருக்கலாம்னும், ஒருவேளைசில புதுக்குழந்தைங்க வந்திருக்கலாம்னும் நினைச்சுப்பேன். அப்பா ஒருவேளை அவ்வளவு இறுக்கமா இல்லாம இருக்கலாம். ஒருவேளை அம்மா கொஞ்சம் ஒதுங்கிக்கிட்டு ரோசாஷார்ன கொஞ்சம் வேலை செய்ய விட்டிருக்கலாம். எல்லாம் அதே மாதிரி இருக்காதுன்னு எனக்குத் தெரியும். சரி, நாம இங்கதான் தூங்கப்போறோம்னு நினைக்கிறேன். காலைல எழுந்து ஜான் மாமா வீட்டுக்குப் போகலாம். குறைஞ்சபட்சம் நான் போறேன். கேஸி, நீங்களும் கூட வரப்போறீங்களா?"

போதகர் இன்னும் கரியைப் பார்த்துக் கொண்டே நின்று கொண்டிருந்தார். அவர் மெதுவாகக் கூறினார், "ஆமா, நானும் உங்கூட வரேன். உங்க ஆளுங்க வெளிய கிளம்பும்போது நானும் அவங்ககூடப் போவேன். மக்கள் எங்கெல்லாம் சாலைல இருக்கங்களோ, அங்கல்லாம் நானும் கூட இருப்பேன்."

"உங்கள நான் வரவேற்கிறேன்" என்றான் ஜோட். "அம்மாவுக்கு எப்பவுமே உங்கள பிடிக்கும். நீங்க நம்பக்கூடிய ஒரு போதகர்னு

சோல்லுவாங்க. அப்போ ரொசாஷார்ன் வளர்ந்திருக்கல." அவன் தலையைத் திருப்பிப் பார்த்தான். "மூலே, நீயும் எங்ககூட வரப்போறியா?" மூலே அவர்கள் வந்த சாலையைப் பார்த்துக் கொண்டிருந்தான். "நீயும் கூட வர நினைக்கிறயா மூலே?" ஜோட் மீண்டும் கேட்டான்.

"ஆங்? இல்லை. நான் எங்கயும் போக மாட்டேன். இந்த இடத்த விட்டுப் போக மாட்டேன். அங்க மேலயும், கீழயும் குதிச்சுக்கிட்டு இருக்கற வெளிச்சம் தெரியுதா? அனேகமா அது இந்த பருத்திக் காட்டோட சூப்பரெண்ட்டாக இருக்கலாம். யாரோ நம்ம மூட்டின நெருப்பப் பார்த்திருக்கலாம்."

டாமும் பார்த்தான். விளக்கின் வெளிச்சம் சுமாராக குன்றுக்கு அருகில் தெரிந்தது. "நாம எந்த துன்பமும் கொடுக்கலயே" என்றான் அவன். "நாம இங்க இருக்கோம். நாம எதுவும் செய்யலயே."

மூலே கேலியாகச் சிரித்தான். "ஆமா நாம இங்க இருந்து எதோ செய்யறோம். நாம எல்லை மீறறோம். நாம இங்க தங்க முடியாது. அவங்க என்னப் பிடிக்க ரெண்டு மாசமா முயற்சி பண்ணிக்கிட்டிருக்காங்க. இப்ப பாரு. அந்தக் கார் இங்க வந்தா, நாம பருத்திக் காட்டுக்குள்ள போய் கீழ படுத்துக்குவோம். ரொம்ப தூரம் போக வேண்டியதில்ல. அப்புறம் கடவுள் பேரால அவங்க நம்மள ஒழிச்சுக் கட்ட முயற்சிக்கட்டும்! எப்பவும் மேல, கீழ பாக்கணும், 'சண்ட மட்டும் போடாதீங்க. உங்க தலைய கீழ வச்சுக்கணும்."

ஜோட் கேள்வி கேட்டான், "ஜோட் உனக்கு என்ன ஆச்சு? நீ எப்பவும் ஓடி ஒளியற ஆளில்லயே. நீ அல்பமான ஆளாச்சே."

மூலே நெருங்கிக் கொண்டிருந்த விளக்குகளைப் பார்த்தான்.. "ஆமா" என்றான் அவன். "நான் ஒரு ஓநாயப் போல அல்பமானவன். இப்போ நான் ஒரு மரநாயப் போல அல்பமானவன். நீ எதையாவது வேட்டையாடினா, நீ ஒரு வேட்டைக்காரன், நீ வலுவானவன். யாராலயும் ஒரு வேட்டக்காரன ஜெயிக்க முடியாது. ஆனா யாராவது உன்ன வேட்டையாட்றப்போ – அது வேற விஷயம். உனக்கு எதோ நடக்குது. நீ வலுவா இல்ல; நீ ஆவேசமா இருக்கலாம், ஆனா வலுவா இல்ல. இப்போ ரொம்ப நாளா என்னை வேட்டையாட்றாங்க. நான் இனியும் வேட்டைக்காரன் இல்ல. ஒரு வேளை நான் இருட்டுல வேணா யாரையாவது சுடலாம். ஆனா நான் யாரையும் கத்தியால குத்திக் குதற முடியாது. உன்னயோ, என்னையோ ஏமாத்திக்கறதுல எந்த உபயோகமும் இல்ல. அப்படித்தான் இப்போ இருக்கு."

"சரி நீ போய் ஒளிஞ்சிக்கோ" என்றான் ஜோட். "இந்த வேசி மகன்க கிட்ட சில விஷயங்கள சொல்றதுக்கு என்னையும், கேசியையும் விட்டுட்டுப் போ".

இப்போது விளக்கு வெளிச்சம் அருகில் வந்து விட்டது. அது வானத்துக்குத் தாவி மறைந்தது. பிறகு மீண்டும் மேலே தாவிக் குதித்தது. மூவரும் அதைக் கவனித்துக் கொண்டிருந்தார்கள்.

மூலே கூறினான், "நீங்க வேட்டையாடப்படறதப் பத்தி இன்னொரு விஷயம் இருக்கு. எல்லா ஆபத்தான விஷயங்கள் பத்தியும் நீங்க நினைப்பீங்க. நீங்க வேட்டையாடும்போது அதப் பத்தியெல்லாம் நினைக்க மாட்டீங்க. உங்களுக்கு பயம் இருக்காது. நீ எங்கிட்ட சொன்ன மாதிரி, நீ இன்னொரு பிரச்சனைல மாட்டிக்கிட்டேன்னா அவங்க உன்ன திரும்ப மெக்லஸ்டருக்கு அனுப்பிடுவாங்க. உன் வாழ்நாள முடிச்சுடுவாங்க."

"அது சரிதான்" என்றான் ஜோட். "அவங்க எங்கிட்ட அப்படித்தான் சொன்னாங்க. ஆனா இங்க ஓய்வெடுக்கறதோ, தரையில தூங்கறதோ – அது ஒண்ணும் பிரச்சனை பண்ற விஷயமில்லையே. அது எந்தத் தப்பும் பண்றதில்லையே. குடிச்சிட்டுக் கூத்தாடற மாதிரி அது இல்லையே."

மூலே சிரித்தான். "நீ பாப்ப. நீ இங்க இரு. அந்தக் கார் வரும். ஒரு வேள அது வில்லி ஃபீலியா இருக்கலாம். வில்லி இப்போ டெபுடி ஷெரீஃப். 'நீ ஏன் இங்க எல்லைக்குள்ள வந்த?' ன்னு வில்லி கேப்பான். வில்லி எப்பவும் ஒரு வீணான பயன்னு உனக்குத் தெரியும். அதனால நீ சொல்லுவ, 'அதுனால உனக்கு என்ன?'. வில்லி கடுப்பாகி அவன் சொல்லுவான், 'நீ ஒழுங்கா போயிடு. இல்லன்னா நான் உன்னக் கைது பண்ணிடுவேன்.' ஃபீலி பைத்தியக்காரன்கறதுனாலயும், பயந்து போயிருக்கான்கறதுனாலயும் அவன் உன்ன இழுத்துட்டுப் போறத நீ அனுமதிக்க மாட்ட. அவன் ஒரு பொய்யச் சொன்னான், தொடர்ந்து சொல்லித்தான் ஆகணும். இப்ப நீ இன்னும் கடுமையாவ, நீ அதக் கடக்கணும் – இத விட பேசாம பருத்திச் செடிக்குள்ள படுத்துக்கிட்டு அவங்களத் தேட விடறது ரொம்ப எளியது. அது இன்னும் வேடிக்கையான விஷயம். ஏன்னா அவங்க பைத்தியமா இருப்பாங்க, ஆனா எதுவும் செய்ய முடியாது. நீங்க அங்க படுத்துக்கிட்டு அவங்களப் பாத்து சிரிச்சிக்கிட்டு இருப்பீங்க. ஆனா வில்லிகிட்டயோ வேற ஒரு பாஸ்கிட்டயோ பேசிப்பாரு. அவங்க உங்கிட்டருந்து நரகத்த எடுத்து உன்ன மூணு வருஷத்துக்கு மெக்லஸ்டருக்கு அனுப்பிடுவாங்க."

"நீ புத்திசாலித்தனமாத்தான் பேசற" என்றான் ஜோட். "நீ சொல்ற ஒவ்வொரு வார்த்தையும் புத்திசாலித்தனமானது. ஆனா இயேசுவே, என்ன இழுத்துட்டுப் போறத நான் வெறுக்குறேன்! அத விட வில்லிய நான் அடிச்சிடுவேன்."

"அவங்கிட்ட துப்பாக்கி இருக்கு" என்றான் மூலே. "அவன் ஒரு துணை ஷெரீஃப்ங்கறதுனால அவன் அத உபயோகிப்பான். ஒண்ணு அவன் உன்னக்

கொல்லணும் இல்லன்னா நீ அவன் துப்பாக்கியப் பிடுங்கி அவனக் கொல்லணும். வா டாமி. நீ அங்க படுத்துக்கிட்டு அவங்கள முட்டாளாக்கறது எளிதுன்னு நீ உங்கிட்ட சொல்லிக்கலாம். இது நீ சொல்லிக்கற மாதிரியே இருக்கும்.'' விளக்கு வெளிச்சம் இப்போது பிரகாசமாக வானத்தை நோக்கிக் குதித்தது. ஒரு மோட்டாரின் சப்தம் கூடக் கேட்டது. ''வா டாமி. ரொம்ப தூரம் போக வேண்டியதில்ல. ஒரு பதினாலு, பதினஞ்சு வரிசையத் தாண்டிப் போனா போதும். அவங்க செய்யறத அங்கருந்து பாக்கலாம்.''

டாம் எழுந்தான். ''கடவுள் பேரால, நீ சொல்றதுதான் சரி'' என்றான். ''இந்த உலகத்துல நான் ஜெயிக்கறதுக்கு ஒண்ணுமில்ல, அது எப்படி வந்தாலும் சரி.''

''அப்படின்னா இப்படி வா'', மூலே வீட்டைச் சுற்றி பருத்திக் காட்டுக்குள் ஐம்பது கெஜம் சென்றான். ''இது நல்ல இடம்'' என்றான். ''இப்ப படுத்துக்கோ. அவங்க திரும்ப உன்னத் தேடற விளக்கப் போட்டா, உன் தலையக் குனிஞ்சிக்கிட்டா போதும். அது ஒரு வேடிக்கை.'' பிறகு மூவரும் படுத்துக் கொண்டு முழங்கைகளால் தாங்கிக் கொண்டார்கள். மூலே தாவி எழுந்து வீட்டுக்கருகில் ஓடி சில கணங்களில் ஒரு கட்டு கோட்டுகளையும், ஷூக்களையும் கீழே எறிந்தான். ''அவங்க நம்மக் கவுக்கறதுக்காக இத எடுத்துட்டுப் போயிடுவாங்க''. விளக்கு வெளிச்சம் மேட்டில் ஏறி வீட்டுக்கு வந்து சேர்ந்தது.

ஜோட் கேட்டான், ''அவங்க திரும்ப தேடற விளக்கப் போட்டு நம்மளத் தேட மாட்டாங்களா? எங்கிட்ட ஒரு கம்பு இருந்த நல்லா இருந்திருக்கும்னு தோணுது.''

மூலே கெக்கெலித்துச் சிரித்தான். ''இல்ல, அவங்க செய்ய மாட்டாங்க. நான் ஒரு கீரி மாதிரின்னு உங்கிட்ட சொல்லிருக்கேன். வில்லி அத ஒரு நாள் செஞ்சான். நான் பின்னாடிலேந்து ஒரு வேலிக் கம்பால அடிச்சிட்டேன். அவன ஒரு கட்டை மாதிரி சாச்சிட்டேன். பின்னால அவன் எப்படி அஞ்சு பேர் அவன அடிச்சாங்கன்னு சொன்னான்.''

கார் வீட்டுக்கருகே வந்து தேடுதல் விளக்கை எரிய விட்டது. ''குனிஞ்சுக்கோ'' என்றான் மூலே. தேடுதல் விளக்கின் வெளிச்சம் அவர்களின் தலைக்கு மேல் வட்டமிட்டு நிலம் முழுதும் குறுக்கு நெடுக்காக நோட்டமிட்டது. ஒளிந்திருந்தவர்களுக்கு எந்த இயக்கமும் தெரியவில்லை. ஆனால் கார் கதவு சாத்தப்படுவதும், சில குரல்களும் அவர்களுக்குக் கேட்டன. ''விளக்க உள்ள கொண்டு வரதுக்கு அவங்களுக்கு பயம்'' என்று கிசுகிசுத்தான் மூலே. ''ஒரு தடவ, ரெண்டு தடவ நான் முகப்பு விளக்க உடச்சுட்டேன். அது வில்லிய கவனமா இருக்க வைக்குது. இன்னைக்கு

ராத்திரி யாரையோ அவங்கூட வச்சிருக்கான்." மரத்தில் நடக்கும் குரல் அவர்களுக்குக் கேட்டது. பிறகு வீட்டுக்குள்ளிருந்து அவர்களுக்கு தேடும் விளக்கு வெளிச்சம் தெரிந்தது. "நான் வீட்டுக்குள்ள கல்லடிக்கட்டுமா?" என்று மூலே கிசுகிசுப்பாகக் கேட்டான். "எங்கேருந்து கல் வந்ததுன்னு அவங்களுக்குத் தெரியாது. அவங்க யோசிக்கறதுக்கு எதாவது கொடுக்கலாம்."

"கண்டிப்பா செய்யலாம், செய்" என்றான் ஜோட்.

"அதச் செய்யாத" என்று ஜோட் ரகசியமாகக் கூறினார். "அதுனால எந்த நல்லதும் நடக்காது. வீணான வேலை. நாம எதாவது பொருள் இருக்கற விஷயமா செய்யறதுக்கு யோசிக்கணும்."

வீட்டுக்கருகிலிருந்து தரையைத் தேய்க்கும் ஒரு சப்தம் கேட்டது. "நெருப்ப அணைக்கறாங்க" என்று கிசுகிசுத்தான் மூலே. "அதுக்கு மேல மண்ணப் போட்றாங்க." கார் கதவுகள் அறைந்து மூடப்பட்டன. முகப்பு விளக்கு வேகமாகத் திரும்பி மீண்டும் சாலையைப் பார்த்தது. "இப்போ குனிஞ்சுக்கோ!" என்றான் மூலே. அவர்களது தலைகளின் மேல் தேடுதல் விளக்கு நிலத்தின் மேல் குறுக்காகவும், நெடுக்காகவும் பருத்திக்காட்டின் மேல் சென்றது. பிறகு கார் கிளம்பி மேட்டின் மேல் ஏறி மறைந்தது.

மூலே எழுந்து உட்கார்ந்தான். "வில்லி எப்பவுமே கடைசியா ஒரு தடவ விளக்கடிச்சு முயற்சி பண்ணுவான். நான் நினச்சுப் பார்க்கற காலத்துலருந்து அவன் அதச் செய்யறான். இன்னும் அது அழகானதுன்னு அவன் நினைச்சுக்கிட்டிருக்கான்."

"ஒருவேளை அவங்க யாரையாவது வீட்டுக்குள்ள விட்டுட்டுப் போயிருக்கலாம். நாம திரும்பறப்போ அவங்க பிடிச்சுக்குவாங்க" என்றார் கேஸி.

"இருக்கலாம். நீங்க இங்க காத்திருங்க. எனக்கு இந்த விளையாட்டு தெரியும்." அவன் மெதுவாக சப்தம் காட்டாமல் நடந்தான். அவன் போகும் வழியில் மிகவும் மெதுவாக மிதிபடும் சப்தம் மட்டுமே கேட்டது. காத்திருந்த இருவரும் அவன் போகும் சப்தத்தைக் கேட்க முயன்றனர், ஆனால் அவன் போய்விட்டிருந்தான். ஒரு கணத்தில் அவன் வீட்டுக்குள்ளிருந்து அழைத்தான், "அவங்க யாரையும் விட்டுட்டுப் போகல. திரும்பி வாங்க." கேஸியும், ஜோடும் சிரமத்தோடு எழுந்து இருளில் இருந்த வீட்டை நோக்கித் திரும்பி நடந்தனர். மூலே அவர்களை கனன்று கொண்டிருந்த நெருப்புச்சாம்பலுக்கருகே சந்தித்தான். "அவங்க யாரையும் விட்டுட்டுப் போவாங்கன்னு நான் நினைக்கல" என்று பெருமையாகக் கூறினான். "நான் ஒரு தடவ வில்லிய அடிச்சுப் போட்டதும், ரெண்டொரு

தடவ அவங்க விளக்க உடைச்சதும் அவங்கள கவனமா இருக்க வைக்குது. அவங்களுக்கு அது யாருன்னு நிச்சயமா தெரியாது, நான் அவங்க என்னப் பிடிக்கவும் விட மாட்டேன். நான் எந்த வீட்டுக்குப் பக்கத்திலயும் தூங்கறதில்ல. நீங்க எங்கூட வர விரும்பினா நீங்க எங்க தூங்கணும்னு நான் காட்றேன். உங்கள யாரும் தப்பித் தவறிக் கூட கண்டுபிடிக்க மாட்டாங்க.''

''கூட்டிட்டுப் போ'' என்றான் ஜோட். '' நாங்க உன் பின்னால வரோம். நான் என் பெருசோட வீட்ல ஒளிஞ்சுக்குவேன்னு நினைச்சுக் கூடப் பாக்கல.''

மூலே பருத்திக் காட்டுக்கு ஊடாகச் செல்ல, ஜோடும், கேஸியும் பின் தொடர்ந்தனர். அவர்கள் போகும்போது பருத்திச் செடிகளை எட்டி உதைத்தனர். ''நீ ஏராளமான விஷயங்கள்ளேருந்து ஒளிஞ்சுக்கிட்டிருப்ப'' என்றான் மூலே. அவர்கள் நிலங்களின் வழியாக ஒரே வரிசையில் சென்றனர். அவர்கள் ஒரு வாய்க்காலை அடைந்து அதன் அடிக்கு எளிதாகச் சறுக்கிச் சென்றனர்.

''கடவுளே, இது எனக்குத் தெரியும்னு நினைக்கறேன்'' என்று கூவினான் ஜோட். ''இது கரைல இருக்கற ஒரு குகையா?''

''ரொம்ப சரி. உனக்கு எப்படித் தெரியும்?''

''நாந்தான் அத குடைஞ்சேன்'' என்றான் ஜோட். ''நானும் என்னோட சகோதரன் நோவாவும் அத வெட்டினோம். நாங்க அத தங்கத்தத் தேடறதுன்னு சொல்லுவோம். ஆனா நாங்க எப்பவும் குழந்தைங்க செய்யறது மாதிரி குகைகளை தோண்டுவோம்.'' வாய்க்காலின் கரை சுவர் அவர்கள் தலைக்கு மேலே இப்போது இருந்தது. ''ரொம்ப பக்கத்துலதான் இருக்கணும்'' என்றான் ஜோட். ''அத ரொம்ப நெருக்கமா எனக்கு ஞாபகம் இருக்குன்னு தோணுது.''

''நான் அத புதர வச்சு மறைச்சுட்டேன். யாரும் அதக் கண்டுபிடிக்க முடியாது'' என்றான் மூலே. வாய்க்காலின் தரை சமமாக இருந்தது, மணல் படர்ந்திருந்தது.

ஜோட் சுத்தமான மணலில் அமர்ந்து கொண்டான். ''நான் எந்தக் குகைலயும் தூங்கப்போறதுல்ல'' என்றான் அவன். ''நான் இதே இடத்துலதான் தூங்கப்போறேன்.'' அவன் தன் கோடைச் சுருட்டித் தன் தலைக்குக் கீழ் வைத்துக் கொண்டான்.

மூலே குகையை மறைத்துக் கொண்டிருந்த புதர்களை விலக்கி அதற்குள் புகுந்தான். ''எனக்கு இதுக்குள்ள இருக்கறது பிடிச்சிருக்கு. யாரும் என்னைப் பிடிக்க முடியாதுன்னு எனக்குத் தோணுது.''

ஜிம் கேஸி மணலில் ஜோடுக்கு அருகில் அமர்ந்தார்.

"கொஞ்சம் தூங்குங்க" என்றான் ஜோட். "காலைல விடிஞ்சதும் நாம ஜான் மாமாவோட வீட்டுக்குப் போகலாம்."

"நான் தூங்கப் போறதில்ல" என்றார் கேஸி. "நான் யோசிக்கறதுக்கு நிறைய புதிர்கள் இருக்கு." அவர் தன் கால்களை இழுத்துக் கைகளால் இறுக்கிக் கொண்டார். அவர் தன் தலையைப் பின்புறம் சாய்த்து கூர்மையான நட்சத்திரங்களைப் பார்த்தார். ஜோட் கொட்டாவி விட்டுவிட்டு ஒரு கையைத் தன் தலைக்குக் கீழ் வைத்துக் கொண்டான். அவர்கள் அமைதியாக இருந்தனர்; மெதுவாக நிலம் உயிர் பெற்றது, வளைகள், பொந்துகள், புதர்களில் உயிர்கள் நகர்ந்தன; ஆமைகள் நகர்ந்தன, முயல்கள் துள்ளின, எலிகள் மண்ணின் மேல் துள்ளிப் பாய்ந்தன, சிறகு கொண்ட வேட்டைப் பறவைகள் தலைக்கு மேல் சப்தமின்றிப் பறந்தன.

7

நகரங்களில், நகரங்களின் எல்லைகளில், நிலங்களில், காலியிடங்களில், பயன்படுத்திய கார்களின் பட்டறைகள், கார்களை உடைக்கும் பட்டறைகள், மின்னும் பெயர்ப்பலகைகளைக் கொண்ட பட்டறைகள் - பயன்படுத்திய கார்கள், நல்ல நிலையிலுள்ள பயன்படுத்திய கார்கள் – இருந்தன. மலிவான போக்குவரத்து, மூன்று ட்ரெயிலர்கள். '27 ஃபோர்டு, சுத்தமானது. சோதிக்கப்பட்ட கார்கள், உத்தரவாதம்கொண்ட கார்கள். ரேடியோ இலவசம். 100 கேலன் காஸ் இலவசத்துடன் கார். உள்ளே வந்து பாருங்கள். பயன்படுத்திய கார்கள். மேல் கட்டணம் எதுவும் கிடையாது.'

ஒரு மேசை, ஒரு நாற்காலி ஒரு நீலநிற புத்தகம் ஆகியவைக்குப் போதுமான ஒரு வீடு மற்றும் நிறைய கார்கள். பேப்பர் கிளிப்புகளால் இறுக்கப்பட்ட நிறைய பத்திரங்கள், பயன்படுத்தப்படாத நிறைய சுத்தமான பத்திரங்கள். பேனா – அது நிரப்பியிருக்கட்டும், வேலை செய்யும்படி வைத்திருக்கவும். பேனா எழுதாததால் ஒரு வியாபாரம் கெட்டு விட்டது.

அங்க இருக்கற வேசி மகன்கள் எதையும் வாங்கல. ஒவ்வொரு பட்டறைக்குள்ளயும் வராங்க. அவங்க வேடிக்கை பாக்கறவங்க. பாத்துக்கிட்டே நேரத்த போக்கறாங்க. எந்தக் காரையும் வாங்க விரும்பல; உன் நேரத்த எடுத்துக்கிறாங்க. அவங்களுக்கு நீ உன் நேரத்த செலவழிக்காத. அங்க ரெண்டு பேர்- இல்ல, குழந்தைங்களோட. அவங்கள ஒரு காருக்குள்ள ஏத்து. இருநூறு சொல்லி கீழ இறக்கு. அவங்க ஒண்ணேகாலுக்கு வருவாங்கன்னு தோணுது. அவங்கள நகத்து. ஒரு ஜாபோலில அவங்கள அனுப்பு. அவங்களுக்கு வித்துடு. அவங்க நம்ம நேரத்த எடுத்துக்கிட்டாங்க.

அந்தப் பொண்ணோட முகத்தப் பாரு. அந்தப் பொண்ணுக்குப் பிடிச்சுட்டா அந்த பெரிசசரிக்கட்டிடலாம். அந்த கேட்லருந்து அவங்களுக்குக் காட்டு. அவங்களுக்கு '26 பியூக்க' தலைல கட்டிடலாம். நீ பியூக்கிலருந்து ஆரம்பிச்சா ஃபோர்டுக்கு அவங்க போவாங்க. சட்டய மடிச்சுக்கிட்டு வேலைல இறங்கு. இது ரொம்ப நேரம் இருக்காது. அவங்களுக்கு நாஷை காமி. நான் அந்த நேரத்துல '25 டாட்ஜ்ல ஒழுகிக்கிட்டு இருக்கற பம்பை சரி செய்யறேன். வேலை முடிஞ்சதும் உனக்கு சைகை காட்றேன்."

"உங்களுக்கு வேண்டியது போக்குவரத்து, அவ்வளவுதானே? உங்களுக்கு ஏமாத்து வேலை கிடையாது. சீட்டெல்லாம் மோசம்கறது நிச்சயம்தான். சீட் குஷனெல்லாம் சக்கரத்தச் சுத்தாது."

வரிசையாகக் கார்கள் துருப்பிடித்த மூக்கையும், காற்றில்லாமல் அமுங்கிப் போன டயர்களையும் வைத்துக் கொண்டு மூக்கை நீட்டிக் கொண்டு நின்றன. அவை நெருக்கமாக நின்று கொண்டிருந்தன.

"அந்த ஒண்ணப் பார்க்கணுமா? எந்தப் பிரச்சனையுமில்ல. அத வரிசைலேருந்து வெளில எடுக்கிறேன்."

"அவங்கள விரும்ப வைங்க. அவங்கள உங்க நேரத்த எடுத்துக்க வைங்க. அவங்க உங்க நேரத்த எடுத்துக்கறாங்கங்கறத அவங்க மறந்துடக் கூடாது. பெரும்பாலும் மக்கள் அருமையாத்தான் இருப்பாங்க. அவங்க உங்கள விரக்தியடைய வைக்கறத வெறுப்பாங்க. அவங்கள அதைச் செய்ய வைங்க, அப்புறம் அத அவங்க தலைல கட்டுங்க."

கார்கள் வரிசையாக நின்றன. மாடல் 'டி'க்கள், உயரமான, நிறம் மங்கியவை, சப்தம் போடும் சக்கரங்கள், தேய்ந்து போன பட்டிகள். பியூக்குகள், நாஷ்கள், டி சோட்டோக்கள்.

"ஆமாம் சார், '22 டாட்ஜ். இருக்கறதுலயே சிறந்த கார் டாட்ஜ். எப்பவும் ஓஞ்சி போகாது. குறைஞ்ச அழுத்தம். அதிக அழுத்தம் கொஞ்ச நாளைக்கு அதிகமா பலவீனமாக்கும், ஆனா அதத் தாங்கியிருக்கற உலோகம் ரொம்ப நாளைக்குத் தாங்கும். பிளைமவுத், ராக்னெஸ், ஸ்டார்."

"இயேசுவே, அந்த அப்பெர்சன் எங்கருந்து வந்தது, ஆர்க்லேருந்தா? அப்புறம் ஒரு சால்மெர், ஒரு சாண்ட்லர்- அத ஆண்டுக்கணக்கா தயாரிக்கல. நாம கார்கள விக்கல – ஓட்ற குப்பைங்க. கடவுளே, எனக்கு கேவலமான வண்டிகள் வேணும். ஒரு இருபத்து ஐஞ்சு, முப்பதுக்கு மேல எனக்கு எதுவும் வேணாம். அத ஐம்பதுக்கு, எழுபத்து அஞ்சுக்கு வித்துக்க. அது நல்ல லாபம். கிறித்துவே, ஒரு புது கார்ல என்ன கிடைக்கும்? கேவலமான வண்டிய வாங்கு. அத வாங்கின வேகத்துல நான் வித்துடுவேன். இருநூத்தம்பதுக்கு

மேல எதுவும் கிடையாது. ஜிம், பிளாட்பாரத்துல அந்த வேசிமகன ஏத்து. அந்த அப்பெர்சன அவங்கிட்ட காட்டு. எங்க அந்த அப்பெர்சன்? வித்துப் போச்சா? கொஞ்ச மோசமான வண்டிகள வாங்கலன்னா நம்மகிட்ட விக்கறதுக்கு எதுவும் இருக்காது.

"சிகப்பு, வெள்ளை அப்புறம் வெள்ளையும் நீலமும் இருக்கற கொடிகள் – எல்லாம் வரிசைல. உபயோகப்படுத்தின கார். உபயோகப்படுத்தின நல்ல கார்கள்.

"இன்னைக்கு பேரம் – அந்த மேடைல இருக்கு. அத எப்பவும் வித்துடாதீங்க. ஆனா ஆட்கள உள்ள விடுங்க. அந்தப் பேரத்த அந்த விலைக்கு வித்தா, நமக்கு ஒரு பைசா கிடைக்காது. அது இப்பதான் வித்துப் போச்சுன்னு சொல்லுங்க. வண்டியக் குடுக்கறதுக்கு முன்னாடி பட்டறை பாட்டரிய எடுத்துடுங்க. அந்த உருப்படாத செல்லப் போடுங்க. கிறித்துவே, ஆறு துண்டுக்கு அவங்களுக்கு என்ன வேணுமாம்? சட்டைக் கையை சுருட்டி விட்டுக்கிட்டு இறங்குங்க. இது நீடிக்காது. எங்கிட்ட போதுமான மோசமான வண்டிங்க இருந்தா, நான் ஆறு மாசத்துல ரிடயர் ஆயிடுவேன்."

"ஜிம், கேளு. அந்த செவ்வியோட பின்பக்க சத்தத்தக் கேட்டேன். பொங்கி வர பாட்டில் மாதிரி சத்தம் கேட்குது. கொஞ்சம் மரத்தூள போடு. கொஞ்சம் கியர்லயும் போடு. அந்த லெமன இன்னைக்கு முப்பத்து அஞ்சு டாலர்க்கு வித்தாகணும். வேசி மகன் என்ன ஏமாத்திட்டான். நான் பத்து சொன்னா பதினஞ்சுக்கு ஏத்திட்டான். அப்புறம் அந்த வேசி மகன் உள்ளருந்து டூலெல்லாம் (கருவிகள்) எடுத்துட்டான். எல்லாம் வல்ல கடவுளே! எங்கிட்ட ஐநூறு மோசமான வண்டிங்க இருந்திருக்கணும்னு விரும்பறேன். இது ரொம்ப நாள் நிக்காது. அவனுக்கு டயர்கள பிடிக்கலையா? அதுல பத்தாயிரம் இருக்குன்னு சொல்லுங்க. ஒன்னு, ரெண்டக் குறைங்க.

வேலிக்கருகே துருப்பிடித்த சிதிலங்கள், பின்கட்டில் வரிசை வரிசையாக உடைந்து போனவை, புகைபோக்கிகள், கிரீஸால் கருப்பான சிதிலங்கள், தரையில் கிடக்கும் பிளாக்குகள், சிலிண்டர்களுக்கு ஊடாக வளரும் புல்பூண்டுகள், பிரேக் கம்பிகள் போன்றவை பாம்புகள் போல் குவிந்து கிடக்கின்றன. கிரீஸ், கேசோலின்.

"உடைஞ்சு போகாத ஒரு ஸ்பார்க் பிளக்க உன்னால கண்டு பிடிக்க முடியுமான்னு பாரு. கிறித்துவே, எங்கிட்ட நூறுக்குக் கீழ இழுக்கறவங்க கிடச்சா நான் சுத்தம் பண்ணிடுவேன். அந்த ஆள் எதுக்காக குதி குதின்னு குதிக்கறான்? நாம் அத விக்கறோம், அவனுக்காக வீடு வரைக்கும் இழுத்துட்டுப் போக முடியாது. அதுதான் நல்லது. வீட்டுக்குத் தள்ளிட்டுப்

போகாதீங்க. மாசக் கணக்குல அது வரும்னு நான் பந்தயம் கட்றேன். அவன் வாங்கப் போறான்னு உனக்குத் தோணலியா? சரி, அவனை வெளிய தள்ளிடு. தன்னோட மனசத் தேத்திக்க முடியாதவன் கிட்ட நேரம் செலவழிக்கறத விட நமக்கு வேற நிறைய வேலை இருக்கு. அந்த கிராம்ல வலது பக்கம் முன்னாடி டயர கழட்டு. தச்ச பக்கத்த கீழ வை. மிச்சது ரொம்ப பிரமாதமா தெரியுது. எல்லாம் சரி பண்ணியிருக்கு.

நிச்சயமா! அந்தப் பழைய குவியல்ல இன்னும் ஐம்பதாயிரம் இருக்கு. நிறைய எண்ணெய ஊத்தி வை. கிடைக்கற வரைக்கும் லாபம்.

கார் தேட்றீங்களா? உங்க மனசுல என்ன இருக்கு? எதாவது உங்கள ஈர்க்குதான்னு பாருங்க. நான் காஞ்சு போய் கிடக்கேன். நல்ல கார்களப் பார்க்கலாமில்லையா? வாங்க, உங்க மனைவி லாசால பாக்கறபோது நீங்க வாங்க. உங்களுக்கு லாசால் வேண்டாமில்லையா. பேரிங் உடைஞ்சு கிடக்கு. நிறைய எண்ணெய குடிக்கும். லிங்கன் '24 இருக்கு. அது ஒரு கார். எப்பவும் ஓடிருக்கு. அத ஒரு டிரக்கா மாத்துங்க.

துருப்பிடித்த உலோகத்தின் மேல் சூடான சூரிய வெளிச்சம். தரையில் எண்ணெய். மக்கள் கார் வாங்க வேண்டி திகைப்புடன் சுற்றி வருகின்றனர்.

"உங்க கால்கள துடைச்சுக்கங்க. அந்த கார் மேல சாயாதீங்க. அது அழுக்கா இருக்கு. நீங்க அப்படி ஒரு கார வாங்குவீங்க? அது என்ன விலை? இப்போ குழந்தைங்களப் பாருங்க. இது எவ்வளவு இருக்கும்? நாம கேப்போம். விலை கேக்கறதுக்குக் காசு குடுக்க வேண்டாம். நாம கேக்கலாம், இல்லையா? எழுபத்து அஞ்சுக்கு மேல ஒரு காலணா குடுக்க முடியாது. இல்லேன்னா கலிஃபோர்னியாவுக்குப் போக காசு போதாது.

"கடவுளே, எனக்கு மட்டும் நூறு மோசமான வண்டிங்க கிடைச்சா. அதுங்க ஓடுதா, இல்லையான்னு கூட நான் பாக்க மாட்டேன்."

டயர்கள், பயன்படுத்திய டயர்கள், அடிபட்ட டயர்கள், அடுக்கி வைத்த உயரமான சிலிண்டர்கள்; டியூப்கள், சிகப்பு, சாம்பல் நிறமுடையவை, சாசேஜ் (அமெரிக்க உணவு வகை) போலத் தொங்கிக் கொண்டிருந்தன.

"டயர ஒட்டுப் போடணுமா? ரேடியேட்டர சுத்தம் பண்ணணுமா? ஸ்பார்க்க வேகமாக்கணுமா? இந்த சின்ன மாத்திரைய உங்க காஸ் டாங்குல போடுங்க, ஒரு கேலனுக்கு பத்து மைல் அதிகமாக் கிடைக்கும். வெறும் பெயின்ட் அடிங்க – ஐம்பது செண்டுக்கு புதுசா தெரியும். வைப்பெர், ஃபேன் பெல்ட், கேஸ்கட்? ஒரு வேளை வால்வா இருக்கலாம். ஒரு புது வால்வ் ஸ்டெம் வாங்குங்க. ஒரு காசுல என்ன குறைஞ்சுடப் போகுது?"

“சரி ஜோ. அவங்கள சமாதானப்படுத்தி எங்கிட்டத் தள்ளிவிடு. அவங்கள நான் பாக்கறேன். ஒண்ணு- விக்கறேன், இல்லன்னா-அவங்களக் கொன்னுடறேன். வேலைக்காகாதது எதையும் அனுப்பாதே. எனக்கு விற்பனை வேணும்.

“ஆமாம் சார், உள்ள வாங்க. நீங்க இங்க வாங்கறதுக்கு இருக்கு. ஆமாம் சார்! எம்பது டாலருக்கு வாங்கலாம்.”

“என்னால அம்பதுக்கு மேல போக முடியாது. வெளிய இருக்கற ஆள் அம்பதுன்னு சொல்றான்!”

“அம்பது. அம்பதா? அவனுக்கு பைத்தியம் பிடிச்சிருக்கு. அந்தச் சின்ன வண்டிக்கு எழுபத்து அஞ்சு கொடுத்தேன். ஜோ, பைத்தியக்கார முட்டாளே, நீ நம்மளக் காலி பண்றியா? அவனக் காலி பண்ணணும். வேணா நான் அறுபது வாங்கிக்கறேன். பாருங்க மிஸ்டர், எனக்கு செலவழிக்க நாள் முழுக்கக் கிடையாது. நான் ஒரு வியாபாரி. ஆனா நான் ஒரே ஆள்கிட்ட நின்னுக்கிட்டே இருக்க முடியாது. எதாவது விக்க விரும்பறீங்களா?”

“எங்கிட்ட ஒரு ஜோடி கோவேறு கழுதைகள் இருக்கு. நான் அத விக்கறேன்.”

“கோவேறு கழுதைகளா? ஜோ, இதக் கேட்டியா? இந்த ஆளுங்க கழுதைங்கள விக்கறாங்க. இது மெஷின் காலம்னு யாரும் உங்ககிட்டச் சொல்லலியா? இப்போ கழுதைங்கள பசையைத் தவிர எதுக்கும் பயன்படுத்தறதில்ல.”

“அருமையான பெரிய கழுதைங்க. அஞ்சு, ஏழு வயசு. நாம வேணாப் பாக்கலாம்.”

“சுத்திப் பாக்கறதா! நீங்க நாங்க பரபரன்னு இருக்கறப்போ உள்ள வந்து எங்க நேரத்த எடுத்துக்கிட்டு வெளிய போயிடுவீங்க! ஜோ, நீ ஆர்வமில்லாத ஆளுங்க கிட்டப் பேசிக்கிட்டிருந்தது உனக்குத் தெரியுமா?”

“நான் ஒண்ணும் ஆர்வமில்லாதவனில்ல. எனக்கு ஒரு கார் வாங்கணும். நாங்க கலிஃபோர்னியா போறோம். அதுக்கு எனக்கு ஒரு கார் வாங்கணும்.”

“சரி, நான் உறிஞ்சறவன். ஜோ நான் அப்படி ஆளுன்னு சொல்லுவான். நான் என் சட்டையக் கொடுக்கறத நிறுத்தாட்டா நான் பசியில செத்துடுவேன்னுவான். நான் என்ன செய்வேன்னு சொல்றேன் – அந்தக் கழுதைங்கள நாய்க்கு இரையா போட அஞ்சு ரூபா தரேன்.”

“அத நாய்க்குப் போட்றத நான் விரும்ப மாட்டேன்.”

“சரி, நான் ஒரு பத்து இல்லேன்னா ஏழுக்கு விக்கலாம். நாங்க என்ன

செய்யலாம்னு சொல்றேன். உங்களோட கழுதைங்கள இருபதுக்கு வாங்கிக்கறேன். அது கூட வண்டி இருக்கும் இல்லையா? நீங்க அம்பது குடுங்க. மாசம் பத்து டாலர் அனுப்ப ஒப்பந்தத்துல கையெழுத்துப் போடலாம்."

"ஆனா நீங்க எம்பதுன்னு சொன்னீங்க."

"எடுத்துட்டுப் போற செலவு, இன்சூரன்ஸ் செலவுன்னு நீங்க கேள்விப் பட்டதில்லையா? அது கொஞ்சம் விலையக் கூட்டும். நாலு, அஞ்சு மாசத்துல முழுசா அடைச்சிடலாம். இந்த இடத்துல உங்க பேரக் கையெழுத்துப் போடுங்க. நாங்க எல்லாத்தையும் கவனிச்சுக்கறோம்."

"இல்ல, எனக்குத் தெரியல – "

"இங்க பாருங்க. நான் என்னோட சட்டையைக் கொடுக்கறேன். நீங்க இவ்வளவு நேரத்த எடுத்துக்கிட்டீங்க. உங்க கூடப் பேசிக்கிட்டிருந்த இந்த நேரத்துல மூணு விற்பனைய முடிச்சிருப்பேன். எனக்கு வெறுப்பா இருக்கு. ஆமா, இந்த இடத்துல கையெழுத்துப் போடுங்க. சரி சார். ஜோ, ஐயாவுக்கு டேங்க நிரப்பு. நாம அவருக்கு கேஸ் கொடுக்கலாம்."

"இயேசுவே, ஜோ, அது சூடான விற்பனை! நாம் அந்த உடைசலுக்கு எவ்வளவு கொடுத்தோம்? முப்பது – முப்பத்தி அஞ்சு, இல்லையா? எங்கிட்ட ஒரு குழு இருக்கு. அந்தக் குழுவுக்கு எனக்கு எழுபத்து அஞ்சு கிடைக்காட்டா, நான் ஒரு வியாபாரி இல்ல. அம்பதுக்கு ஒப்பந்தம், அதுக்கு மேல நாப்பது. ஓ, அவங்க நேர்மையானவங்களே இல்லன்னு எனக்குத் தெரியும். ஆனா மிச்சத்த எத்தன பேர் கொடுக்கறாங்கங்கறது உனக்கு ஆச்சரியமா இருக்கும். ஒரு ஆள் நான் ஒரு ஆள் இனி குடுக்க மாட்டான்னு தள்ளி விட்டதுக்கு ரெண்டு வருஷத்துக்கு அப்புறம் நூறோட வந்தான். இந்த ஆள் பணத்த அனுப்புவான்னு நான் பந்தயம் கட்றேன். கிறித்துவே, எனக்கு மட்டும் ஐநூறு ஓட்டை, உடைசல் கார் கிடைச்சா! கையச் சுருட்டி விட்டுக்கோ, ஜோ. வெளிய போய் அந்த ஆள அமுக்கி எங்கிட்ட அனுப்பு. முந்தின விற்பனைல உனக்கு இருபது. நீ மோசமில்ல."

மாலைச் சூரியனில் லிம்ப் கொடி பறக்கிறது. "இன்றைய விற்பனை. '29 ஃபோர்ட், நல்லா ஓடுது."

"ஐம்பதுக்கு உங்களுக்கு என்ன வேணும் – ஒரு ஜைபர்?"

சீட் குஷனிலிருந்து தேங்காய் நார் வெளியே வந்து சுருண்டுள்ளது, சக்கரத்துக்கு வெளியே தகடு அடிபட்டுச் சப்பளிந்துள்ளது. பம்பர்கள் தளர்ந்து போய் தொங்குகிறது. ஃபேன்சி ஃபோர்டு ரோட்ஸ்டார் சக்கரத்தின் தகடிலும், ரேடியேட்டர் மூடியிலும், பின்னால் மூன்றும் சிறிய வண்ணம்

கொண்ட விளக்குகளைக் கொண்டது. சேறு பூசியுள்ள மூடிகள், கியர் மாற்றும் லிவரில் ஒரு பெரிய உடைப்பு. டயர் மூடியில் ஒரு அழகிய பெண் வண்ணத்தில் தீட்டப்பட்டு 'கோரா' என்று பெயரிடப்பட்டிருந்தது. புழுதி படிந்த காற்றுத் தடுப்புக் கண்ணாடியில் மாலைச் சூரியன்.

"கிறித்துவே, எனக்கு வெளிய போய் சாப்பிடக் கூட நேரமில்லை. யாரையாவது பையன வெளிய அனுப்பி ஹாம்பர்கர் வாங்கிட்டு வரச் சொல்லு."

பழைய எஞ்சின்களின் கிடுகிடுத்த ஓசை.

"அந்த கிருஸ்லர ஒரு வெட்டிப்பய. பாத்துக்கிட்டிருக்கான். அவன் ஜீன்ஸ்ல எதாவது காசு இருக்கான்னு கண்டுபிடி. இந்த விவசாயப் பயலுக சில பேர் நோட்டம் பாப்பானுக. அவங்கள சரிக்கட்டி எங்கிட்ட அனுப்பு ஜோ. நீ நல்லா வேல செய்யற."

"நாங்க அத வித்துட்டோம்கறது நிச்சயம். நாங்க அத ஒரு வண்டின்னு உறுதி கொடுத்தோம். நாங்க அத நர்ஸ் மாதிரி பாத்துக்க உறுதி கொடுக்கல. இதக் கேளு– நீ ஒரு கார வாங்கின, இப்போ நீ வாத்து மாதிரி கத்திக்கிட்டிருக்க. நீ பணம் கட்டலேன்னா நான் அதக் கண்டுக்கறதே இல்ல. உன் பேப்பர் கூட எங்ககிட்ட இல்ல. அத நிதி நிறுவனத்துகிட்ட கொடுத்துட்டோம். அவங்க உங்க பின்னாடி வருவாங்க, நாங்க இல்ல. எங்ககிட்ட எந்தப் பேப்பரும் இல்ல. நீ கொஞ்சம் கடுமையானேன்னா, நான் ஒரு போலீசக் கூப்பிடுவேன். இல்ல, நாங்க டயரயெல்லாம் மாத்தல. ஓடு. நான் இங்கருந்து போறேன் ஜோ. அவரொரு கார வாங்கினார், இப்போ அவருக்கு திருப்தியில்ல. நீ ஒரு ஸ்டீக்க வாங்கிப் பாதி தின்னுட்டுத் திருப்பிக் கொடுக்க யோசிப்பியா? நாங்க ஒரு வியாபாரத்த நடத்திக்கிட்டு இருக்கோம், தொண்டு நிறுவனம் நடத்தல. அந்த ஆள ஞாபகம் இருக்கா ஜோ? அங்க பாரு! நமக்கு ஒரு தந்தப் பல் கிடைச்சிருக்கு! அங்க ஓடு. அவங்க '36 போண்டியாக்கப் பாக்கட்டும். ஆமாம்."

" சதுரமான மூக்கு, வட்ட மூக்கு, துருப்பிடிச்ச மூக்கு, அடில தண்டு போட்ட நீள வட்டம், தண்டு போடறதுக்கு முன்னால தட்டையான மேல்பக்கம். இன்றைய சிறப்பு விற்பனை. ஆழமான வண்டி மெத்தை கொண்ட பழைய ராட்சச வண்டிகள், அத எளிமையா வெட்டி டிரக்கா ஆக்கலாம். ரெண்டு சக்கரம் கொண்ட பின்பக்கம், ஆக்சில்கள் கடுமையான பிற்பகல் வெய்யிலில் துருப்பிடித்துள்ளன. பயன்படுத்தப்பட்ட கார்கள். நல்ல பயன்படுத்தப்பட்ட கார்கள். சுத்தமானவை, நன்றாக ஓடுபவை. ஆயிலை அடைக்க வேண்டாம்."

“கிருத்துவே, அவளப் பாருங்க! யாரோ அவள நல்லா கவனிச்சிக்கிட்டிருக்காங்க.

கடிலாக்குகள், லா சால்கள், பியூக்குகள், பிளைமவுத்துகள், பக்கார்டுகள், செவ்வீஸ், ஃபோர்டுகள், போண்டியாக்குகள். வரிசை வரிசையாக, பிற்பகல் சூரியனில் முகப்பு விளக்குகள் மின்னுகின்றன. பயன்படுத்திய நல்ல கார்கள்.

“அவங்கள சரிக்கட்டு ஜோ. இயேசுவே, எங்கிட்ட ஆயிரம் உடைசல் வண்டிகள் இருக்கணும்னு விரும்பறேன்! அதையெல்லாம் விற்பனைக்குத் தயாராக்கு, நான் அதையெல்லாம் முடிக்கறேன்.”

“கலிஃபோர்னியா போறீங்களா? இதுதான் உங்களுக்குத் தேவையானது. ஓஞ்சுபோன மாதிரித் தெரியுது, ஆனா ஆயிரக்கணக்கான மைல் ஓடும்.”

“பக்கத்துல பக்கத்துல வரிசையா இருக்கு. பயன்படுத்திய நல்ல கார்கள். பேரங்கள். சுத்தமானவை, நன்றாக ஓடுபவை.”

8

நட்சத்திரங்களிடையே வானம் சாம்பல் நிறமானது, வெளுத்தது, தேய்பிறைச் சந்திரன் சிறியதாக, மெலிதாக இருந்தது. டாம் ஜோடும், போதகரும் ஒரு சாலையின் வழியே வேகமாக நடந்தனர். அதில் மட்டும் தான் பருத்திச் செடிகளின் ஊடாக சக்கரத் தடங்களும், இரும்புச் சங்கிலி இழுத்த தடங்களும் இருந்தன. லேசாக வெளுத்துக் கொண்டிருந்த வானம்தான் விடியப்போவதைக் காட்டியது, மேற்கில் விடியவில்லை, கிழக்கில் ஒரு கோடு தெரிந்தது. இரண்டு மனிதர்களும் அமைதியாக நடந்தனர், அவர்கள் கால்கள் காற்றில் தட்டி எழுப்பிய புழுதியை சுவாசித்தனர்.

“உனக்கு இந்த வழிதான்னு நிச்சயமாத் தெரியும்னு நம்பறேன்” என்றார் ஜிம் கேஸி. “விடியல் வர்றத நான் வெறுக்கறேன், நாம எங்கயாவது நரகத்துக்குப் பக்கத்துல போயிடக் கூடாது.” பருத்திக் காடு விழித்துக்கொண்டிருந்த உயிர்களால் பரபரத்துக் கொண்டிருந்தது, தரையில் இரையை உண்டு கொண்டிருந்த காலை நேரப் பறவைகள் வேகமாக சிறகடித்தன, தொந்தரவுக்குள்ளான முயல்கள் புழுதியைக் கிளப்பிக் கொண்டு பாய்ந்தன. புழுதியில் மனிதர்கள் கால் வைத்து நடந்த சப்தம் அமைதியாக எழுந்தது. அவர்களது ஷூக்களில் மிதிபட்ட மண்கட்டிகள் புலர்பொழுதின் ரகசிய சப்தங்களுக்கெதிராக சப்தமெழுப்பின.

டாம் பேசினான், "நான் என்னோட கண்கள மூடிக்கிட்டு அந்த இடத்துக்குப் போயிடுவேன். நான் தப்பா போகணும்னா அந்த இடத்த நினைச்சுக்கிட்டே போகணும். அத மறந்துட்டா நான் அங்க இருப்பேன். ஐயா, நான் இந்த இடத்தச் சுத்தித் தான் பிறந்தேன். நான் குட்டிப் பையனா இருக்கறபோது இங்கதான் சுத்திச் சுத்தி ஓடினேன். அங்க ஒரு மரம் இருக்குப் பாருங்க-பாருங்க அத நீங்க கண்டுபிடிக்கலாம். அந்த மரத்துல ஒரு தடவ என்னோட பெருசு ஒரு செத்துப்போன ஓநாய தொங்க விட்டுட்டார். அது எல்லாம் வறண்டு போய் கடைசில கீழ விழுந்துடுச்சு. இயேசுவே, அம்மா எதாவது சமைப்பாங்கன்னு நினைக்கறேன். என்னோட வயிறு குழி விழுந்துடுச்சு."

"எனக்குந்தான்" என்றார் கேஸி. "கொஞ்சம் புகையிலை வேணுமா? ரொம்ப பசி வராம உன்னக் காப்பாத்தும். இவ்வளவு முன்னாடிப் புறப்படாம இருந்திருந்தா இன்னும் நல்லா இருந்திருக்கும். வெளிச்சம் இருந்தா நல்லாயிருக்கும்." அவர் ஒரு புகையிலைத் தண்டைக் கடிப்பதற்காக சற்று நிறுத்தினார். "நான் நல்லா தூங்கிக்கிட்டிருந்தேன்."

"அந்தப் பைத்தியக்காரன் மூலேதான் இதச் செஞ்சான்" என்றான் டாம். "அவன் என்னை துள்ள வச்சுட்டான். என்னை எழுப்பிச் சொல்றான், "டாம், போயிட்டு வரேன். எனக்கு நிறைய இடத்துக்குப் போக வேண்டியிருக்கு. ' அவன் சொல்றான், 'நீங்களும் இப்பவே கிளம்பிட்றது நல்லது. என்னா வெளிச்சம் வரும்போது இங்கருந்து வெளியேறிடுவீங்க.' அவன் ஒரு ஓநாயப் போல பம்முறான். போலீஸ் அவன் பின்னாடிதான் வந்ததுன்னு நினைக்கிறேன். அவன் பைத்தியமாயிருப்பானோ?"

"இல்ல, எனக்குத் தெரியல. நம்ம நெருப்பு சின்னதா எரிஞ்சப்போ அந்தக் கார் நேத்து ராத்திரி வந்தத நீ பாத்த. வீடு எப்படி உடைஞ்சிருந்ததுன்னு நீ பாத்த. அங்க எதோ குழப்பம் நடந்திருக்கு. மூலே பைத்தியமா இருக்கலாம், இருக்கட்டும். ஒரு ஓநாயப் போல பம்மிப் போகலாம்; அதுவே அவனப் பைத்தியமாக்கிடும். அவன் சீக்கிரம் யாரையாவது கொன்னுடுவான், அவன அப்புறம் நாய வச்சுப் பிடிச்சிடுவாங்க. எனக்கு அது தீர்க்கதரிசனம் மாதிரித் தெரியுது. அவன் மேல மேல மோசமாப் போவான். நம்ம கூட வரமாட்டான், நீ சொல்லு?"

"இல்ல" என்றான் ஜோட். "இப்ப அவன் மனுஷங்களைப் பாத்து பயப்பட்றான்னு நினைக்கறேன். நம்ம கிட்ட வருவானாங்கறது சந்தேகம்தான். சூரியன் வரும்போது நாம என் மாமாவோட வீட்ல இருப்போம்." அவர்கள் சிறிது நேரம் அமைதியாக நடந்தனர். காலதாமதமாக சில ஆந்தைகள் கொட்டகைகள், பொந்துள்ள மரங்கள், தொட்டி வீடுகளை

நோக்கி அவர்களது தலைக்கு மேல் பறந்தன. பகலில் அவை சூரிய வெளிச்சத்திலிருந்து தப்ப அங்கிருக்கும். கிழக்கு வானம் மேலும் வெளுக்க, பருத்திச் செடிகளையும், சாம்பல் பூத்த பூமியையும் பார்க்க முடிந்தது. "ஜான் மாமா வீட்ல அவங்க எல்லாரும் எப்படித் தூங்கறாங்கன்னு எனக்கு தெரியணும். அவர்கிட்ட ஒரே ஒரு அறையும் ஒரு சமையலறையும், ஒரு சின்னக் கொட்டகையும்தான் இருக்கு. அங்க இப்ப ஒரு கூட்டமே இருக்கணும்."

போதகர் கூறினார், "ஜானுக்கு ஒரு குடும்பம் இருக்கறதா எனக்கு ஞாபகமில்ல. அவர் தனியாள், இல்லையா? அவரப் பத்தி எனக்கு ரொம்ப ஞாபகம் வரல."

"உலகத்திலயே தனியான மனுஷன்" என்றான் ஜோட். "அவரும் மூலே மாதிரி ஒரு பைத்தியக்கார வேசி மனுஷந்தான். சில வழிகள்ள இன்னும் மோசம். அவர எங்கயும் பாக்கலாம் – ஷானீல குடிச்சிட்டுக் கிடப்பார், இல்லேன்னா இருபது மைல் தாண்டி ஒரு விதவைகிட்ட போயிருப்பார் இல்லேனா அவரோட இடத்துல ஒரு லாந்தர வச்சுக்கிட்டு பைத்தியமா வேலை செஞ்சிக்கிட்டிருப்பார். அவர் ரொம்ப நாள் உயிரோட இருப்பார்னு யாரும் நினைக்கல. அவர மாதிரி ஒரு தனியாள் ரொம்ப நாள் உயிரோட இருக்க மாட்டாங்க. ஆனா ஜான் மாமா அப்பாவ விட மூத்தவர். ஒவ்வொரு வருஷமும் மேல மேல கஞ்சனாவும், கீழ்த்தரமாவும் ஆயிட்டிருக்கார். தாத்தாவ விட கீழ்த்தரம்."

"வெளிச்சம் வரதப் பாரு" என்றார் போதகர். "வெள்ளி மாதிரி இருக்கு. ஜானுக்கு குடும்பம் எப்பவும் இருந்ததில்லையா?"

"இல்ல, அவருக்கு இருந்தது – அது அவர் எப்படிப்பட்ட ஆளுன்னு காட்டும் – அவரோடது சொந்த வழி. அப்பா அது பத்திச் சொல்லுவார். ஜான் மாமாவுக்கு ஒரு இளம் மனைவி இருந்தாள். கல்யாணம் ஆயி நாலு மாசம்தான். அவ கர்ப்பமா இருந்தா. ஒருநாள் ராத்திரி அவளுக்கு வயத்துல வலி எடுத்தது. "நாம டாக்டர்கிட்ட போயிடறது நல்லது"ன்னு அவ சொன்னா. "உனக்கு வெறும் வயித்தவலிதான். ஒரு வலி போக்கற மாத்திரைய எடுத்துக்கோ. உன் வயித்த நிரப்பினதுனால உனக்கு வயித்த வலி"ன்னார் அவர். அடுத்தநாள் மதியத்துல அவ மயங்கிப் போனா, நாலு மணிக்கு செத்துப் போயிட்டா."

"அது என்ன? அவ சாப்பிட்டது எதுனா அவ வயித்தக் கெடுத்துடுச்சா?" என்று கேட்டார் கேஸி.

"இல்ல, எதோ வெடிச்சிடுச்சு. அப்பெண்டிக்சோ என்னவோ. ஜான் மாமா எல்லாத்தையும் எளிதா எடுத்துக்குவார். ஆனா இத அவர் கடுமையா

எடுத்துக்கிட்டார். அது ஒரு பாவமா எடுத்துக்கிட்டார். ரொம்ப நாள் அவர் எதுவும் சாப்பிடல, யார்கிட்டயும் பேசல. எதையும் பாக்காதது மாதிரி சுத்திச் சுத்தி வந்தார், கொஞ்சம் பிரார்த்தனை செஞ்சார். அதிலருந்து வெளிய வர அவருக்கு ரெண்டு வருஷமாச்சு. அப்புறம் அவர் பழைய மாதிரி இல்ல. கொடூரமா ஆயிட்டார். தானே ஒரு தொந்தரவா ஆயிட்டார். நாங்க குழந்தைங்க யாருக்காவது வயித்துல பூச்சியோ, வயித்து வலியோ வந்தா ஜான்மாமா ஒரு டாக்டர தனக்குள்ளேருந்து கொண்டு வருவார். கடைசில அப்பா அவர் அத நிறுத்தியாகணும்னு சொல்லிட்டார். எப்ப பாத்தாலும் குழந்தைங்களுக்கு வயித்து வலி வரும். அவரோட பொண்டாட்டி செத்ததுக்கு அவர் தப்புதான் காரணம்னு நினைக்கிறார். வேடிக்கையான ஆள். எல்லா நேரத்துலயும் அவர் அத யாருக்காவது செஞ்சுக்கிட்டிருக்கார் – குழந்தைங்க எதாவது குடுக்கறது, யாரோட முற்றத்திலயாவது ஒரு சாக்கு முழுக்க சாப்பாடை போட்றது. அவர்கிட்ட இருக்கற ஒவ்வொண்ணையும் கொடுக்கறது, இருந்தாலும் அவர் மகிழ்ச்சியா இல்ல. சில சமயம் ராத்திரில தனியா சுத்தி வருவார். இருந்தாலும் அவர் ஒரு நல்ல விவசாயி. அவரோட நிலத்த அருமையா வச்சிருக்கார்."

"பாவப்பட்ட மனுஷன்" என்றார் போதகர். "பாவப்பட்ட தனிமையான ஆள். அவரோட பொண்டாட்டி செத்தப்போ அவர் சர்ச்சுக்குப் போனாரா?"

"இல்ல, அவர் போகல. மக்களுக்கு நெருக்கமா போக அவர் எப்பவும் விரும்பறதில்ல. தனியா இருக்கத்தான் விரும்பினார். அவர்மேல பைத்தியமா இல்லாத ஒரு குழந்தையக் கூட நான் பாத்ததில்ல. அவர் சில
ச ம ய ம்
ராத்திரி எங்க வீட்டுக்க்கு வருவார். அவர் வரும்போது எங்க ஒவ்வொருத்தர் படுக்கைக்குப் பக்கத்திலயும் ஒரு பாக்கெட் பபிள்கம் இருக்கும்கறது எங்களுக்கு நிச்சயமாத் தெரியும். அவர்தான் எல்லாம் வல்ல இயேசு கிறித்துன்னு நாங்க நினைச்சோம்."

போதகர் தலையைக் குனிந்து கொண்டு கூடவே நடந்தார். அவர் பதில் கூறவில்லை. எழுந்து கொண்டிருக்கும் காலையின் வெளிச்சத்தில் அவரது முன் நெற்றி மின்னியது போல் தோன்றியது. அருகில் வீசிக் கொண்டிருந்த அவரது கைகள் வெளிச்சத்துக்குள் சென்று வெளியே மீண்டும் வந்து கொண்டிருந்தன.

டாமும் அமைதியாக இருந்தான். அவன் ஏதோ மிகவும் ரகசியமான விஷயத்தைச் சொல்லி, அதற்காக வெட்கப்படுவதுபோல் அமைதியாக இருந்தான். அவன் நடையின் வேகத்தை அதிகப்படுத்த, போதகரும் வேகமாக நடந்தார். அவர்களால் இப்போது தூரத்து சாம்பல் நிறத்துக்குள்

கொஞ்சம் பார்க்க முடிந்தது. ஒரு பாம்பு பருத்திச் செடி வரிசைகளிலிருந்து வெளியேறி மெதுவாக சாலைக்குள் நுழைந்தது. டாம் அதனருகே நின்று அதைப் பார்த்தான். "மண்ணுளிப் பாம்பு" என்றான். "அது போகட்டும்." அவர்கள் பாம்பைச் சுற்றி நடந்து தங்கள் வழியில் சென்றனர். கிழக்கு வானில் சிறிது வண்ணம் தெரிந்தது. சுமாராக உடனேயே தனிமையான புலர்காலை வெளிச்சம் நிலத்தில் படர்ந்தது. பருத்திச் செடிகளில் பச்சை தெரிந்தது, பூமி சாம்பல் அரக்கு நிறமாக இருந்தது. ஆட்களின் முகங்களில் அவர்களது சாம்பல் நிற பளபளப்பு காணாமல் போனது. ஜோடின் முகம் அதிகரிக்கும் வெளிச்சத்தில் கருத்துப் போவது போல் தோன்றியது. "இதுதான் நல்ல நேரம்", ஜோட் மிருதுவாகச் சொன்னான். "நான் சின்னப் பையனா இருக்கும்போது இந்த மாதிரி நேரத்தில் சுத்தி நானே நடப்பேன். அங்க முன்னாடி என்ன இருக்கு?"

ஒரு நாய்க்கூட்டம் ஒரு பெண் நாயைச் சுற்றிச் சாலையில் கூடியிருந்தது. ஐந்து ஆண் நாய்கள், ஆட்டுக்காவல் மாங்க்ரல்கள், கோலி மாங்க்ரல்கள், சமூக வாழ்க்கையின் சுதந்திரத்தால் இனம் மங்கிப் போன நாய்கள் அந்தப் பெண் நாய் பின்னால் நின்றன. ஒவ்வொரு நாயும் மென்மையாக முகர்ந்து பார்த்து விட்டு இறுகிய கால்களுடன் ஒரு பருத்திச் செடிக்கு நடந்து சென்று பின்னங்காலை சடங்குபோல் தூக்கி ஈரம் செய்து விட்டு மீண்டும் முகர்ந்து பார்க்க நடந்தது. ஜோடும், போதகரும் இதைப் பார்க்க நின்றனர். திடீரென்று ஜோட் மகிழ்ச்சியாக சிரித்தான். "கடவுளே" என்றான் அவன். "கடவுளே!". இப்போது எல்லா நாய்களும் சந்திக்க, அவற்றின் முடிகள் குத்திட்டு நின்றன. அவையெல்லாம் உறுமிக் கொண்டு இறுக்கமாக நின்றன. ஒவ்வொன்றும் மற்றது சண்டையைத் துவக்குவதற்காகக் காத்திருந்தது. ஒரு நாய் திடீரென்று பெண் நாய் மேல் ஏற, மற்றவை வழி விட்டு விட்டு ஆர்வத்துடன் கவனித்தன. அவற்றின் நாக்குகள் வெளியே நீட்டிக் கொண்டு நீர் சொட்டிக்கொண்டிருந்தது. இரு மனிதர்களும் மேலே நடந்தனர். "கடவுளே" என்றான் ஜோட்." மேலே ஏறின நாய்தான் நம்ம மின்னல்னு நான் நினைக்கறேன். அது செத்துடும்னு நான் நினைச்சேன். வா, மின்னல்!" அவன் மீண்டும் சிரித்தான். "இது வில்லி ஃபீலி இளைஞனா இருந்தப்போ நடந்த ஒரு கதையை நினைவூட்டுது. வில்லி வெக்கப்படுவான், ரொம்ப வெக்கப்படுவான். ஒருநாள் அவன் தன்னோட கிடாரியை கிரேவோட காளைகிட்டக் கொண்டு போனான். எல்சி கிரேவ்சைத் தவிர மத்தவங்க எல்லாரும் வெளிய போயிருந்தாங்க. எல்சிக்கு வெக்கமே கிடையாது. வில்லி அங்க செவந்து போய் பேசவே முடியல. எல்சி சொல்றா, 'நீ எதுக்கு வந்திருக்கன்னு எனக்குத் தெரியும்; காளை அங்க பின்னால கொட்டில்ல இருக்கு.' அவங்க கிடாரியை பின்பக்கம் கூட்டிட்டுப் போனாங்க. அங்க

வில்லியும், எல்சியும் நடக்கறதப் பாக்கறதுக்கு வேலில உக்காந்தாங்க. சீக்கிரமே வில்லிக்கு உடனே ஓடணும்னு தோணிடுச்சு. எல்சிக்கு தெரியாதது மாதிரி கேக்கறா, “என்ன விஷயம், வில்லி?”. வில்லிக்கு காமம் ஏறி நெளியறான். அவனால நேரா உக்கார முடியல. “கடவுளே, நான் அதச் செஞ்சிருக்கணும்னு விரும்பறேன்!”. எல்சி சொல்றா, “ஏன் கூடாது வில்லி? அது உன்னோட கிடாரி.”

போதகர் மென்மையாகச் சிரித்தார். “உனக்குத் தெரியுமா? இனிமே போதகர் இல்லங்கறது நல்ல விஷயம். நான் அங்க இருக்கறப்போ யாரும் கதை சொல்ல மாட்டாங்க. இல்ல அவங்க சொன்னா நான் சிரிக்க முடியாது என்னால சாபம் விட முடியாது. இப்ப நான் விரும்பறத சாபம் குடுக்க முடியும், எப்ப வேணா குடுக்க முடியும், வேணும்போது சாபம் குடுக்க முடியறது ஒரு ஆளுக்கு நல்லது செய்யும்.”

கிழக்கு வானில் செம்மை படர்ந்தது, தரையில் பறவைகளின் கீச்சொலி தீர்க்கமாகக் கேட்டது. “பாருங்க!” என்றான் ஜோட். “நேரா இருக்கே. அதுதான் ஜான் மாமாவோட தொட்டி. அவரோட மின்காத்தாடியப் பாக்க முடியல, ஆனா அங்க அவரோட தொட்டி இருக்கு. மேல வானத்த நோக்கி இருக்கறதப் பாக்க முடியுதா?” அவன் நடக்கும் வேகத்தை அதிகப்படுத்தினான். “எல்லாரும் அங்க இருக்காங்களான்னு எனக்கு யோசனையா இருக்கு.” தொட்டியின் பளு ஒரு உயரத்தின் மேல் நின்று கொண்டிருந்தது. வேகமாகப் போன ஜோட் தன் காலுக்குக் கீழ் ஒரு புழுதி மேகத்தைக் கிளப்பினான். “அம்மா இப்போ –” அவர்கள் இப்போது தண்ணீர் தொட்டியின் கால்களையும், ஒரு சதுரமான சிறிய பெட்டி போன்ற, வண்ணம் தீட்டாத வெறுமனே நின்ற வீட்டையும், தாழ்ந்த கூரையுடன் கூடிய, குவியலான கொட்டிலையும் பார்த்தனர். வீட்டின் புகை போக்கியிலிருந்து புகை எழுந்து கொண்டிருந்தது. முற்றத்தில் குப்பைகள், குவிந்து கிடந்த மரச்சாமான்கள், மின்காத்தாடியின் இயந்திரங்களும், ரக்கைகளும், படுக்கைகளும், நாற்காலிகளும், மேசைகளும் இரைந்து கிடந்தன. “புனித கிறித்துவே, அவங்க இத ஓட விட்றதுக்கு சரி செய்யறாங்க.”என்றான் ஜோட். முற்றத்தில் ஒரு டிரக் நின்று கொண்டிருந்தது. அது ஒரு வினோதமான டிரக். ஏனென்றால் அதன் முன்புறம் அது ஒரு செடன். அதன் மேல்புறம் நடுவில் வெட்டப்பட்டு டிரக்கின் படுக்கை அதில் பொருத்தப்பட்டிருந்தது. அவர்கள் அருகில் வந்ததும், அவர்களால் முற்றத்தில் இடிக்கும் சப்தத்தைக் கேட்க முடிந்தது. கண்ணை மறைக்கும் சூரியனின் கதிர்கள் கிழக்கில் உதித்திருந்தன, அது டிரக்கின் மேல் விழுந்தது. ஒரு மனிதனையும், அவன் கையிலிருந்த சுத்தியல் உயர்ந்து கீழே விழுந்ததையும் அவர்களால் பார்க்க முடிந்தது. சூரியன் வீட்டின்

ஜன்னல்களில் விழுந்து மின்னியது. ஜன்னல் கதவுகள் பிரகாசமாக மின்னின இரண்டு சிகப்புக் கோழிகள் பிரதிபலித்த வெளிச்சத்தில் காய்ந்து கொண்டிருந்தன.

"சப்தம் போடாதீங்க" என்று சொன்னான் டாம். "நாம சப்தம் போடாம நுழைவோம்" என்றபடியே புழுதி தன் இடுப்பு வரை எழும்பும்படி விரைவாக நடந்தான். பிறகு அவன் பருத்திக் காட்டின் முனைக்கு வந்தான். இப்போது அவர்கள் முறையான முற்றத்தில் இருந்தார்கள். நிலம் சமப்படுத்தப்பட்டுக்கடினமாகவும், சில கொடிகள் படர்ந்தும் காணப்பட்டது. தான் மேலே போக அஞ்சுவது போல் ஜோட் வேகத்தைக் குறைத்தான். அவனைக் கவனித்த போதகர் அவனுக்கு இணையாகத் தானும் வேகத்தைக் குறைத்தார். டாம் சுற்றி முன்னே வந்து டிரக்கின் பக்கமாகத் சங்கடத்துடன் தயங்கித் தயங்கிச் சென்றான். அது ஒரு ஹட்சன் சூப்பர் சிக்ஸ் செடன். அதன் மேல்புறம் உளியால் இரண்டாகக் கிழித்தெறியப்பட்டு இருந்தது. பெரிய டாம் ஜோட் டிரக்கின் தரையில் நின்று கொண்டு டிரக்கின் பக்கச் சுவர்களில் மேல் தண்டுகளை ஆணியடித்துக் கொண்டிருந்தார். நரைத்த தலையுடன், தாடி வைத்த முகம் வேலையை நோக்கிக் குனிந்திருக்க, அவரது வாயில் ஆறு அங்குல ஆணிகள் நீட்டிக் கொண்டிருந்தன. அவர் ஒரு ஆணியை சரியான இடத்தில் வைத்து அதை சுத்தியலைக் கொண்டு அடித்தார். வீட்டுக்குள்ளிருந்து ஒரு அடுப்பின் மூடி விழும் சப்தமும், ஒரு குழந்தை வீறிட்டு அழும் சப்தமும் கேட்டது. ஜோட் டிரக்கின் பக்கம் அச்சத்துடன் ஒதுங்கி அதன் மெத்தையில் சாய்ந்து நின்றான். அவனது தந்தை அவன் பக்கமாகப் பார்த்தார், ஆனால் அவனைப் பார்க்கவில்லை. அவனது தந்தை இன்னொரு ஆணியை நிலை நிறுத்தி அதன் மேல் சுத்தியலை அடித்தார். ஒரு புறாக் கூட்டம் தண்ணீர்த் தொட்டியின் மேலிருந்து கிளம்பி சுற்றிப் பறந்து மீண்டும் அமர்ந்து கொண்டு சுற்றிப் பார்ப்பதற்காக விளிம்புக்கு வந்தது; வெள்ளைப் புறாக்கள், நீலப் புறாக்கள், சாம்பல் நிறப் புறாக்கள் மற்றும் பலவண்ண இறக்கைகளுடன் கூடிய புறாக்கள்.

ஜோட் தன் விரல்களை டிரக்கின் பக்கப் பகுதியில் கீழே இருந்த கம்பியைச் சுற்றிப் பிடித்தான். அவன் வயதாகிக் கொண்டிருந்த - நரை படர்ந்து கொண்டிருந்த - மனிதனை தலை உயர்த்திப் பார்த்தான். தன் தடிமனான உதட்டை நாக்கால் நக்கி ஈரப்படுத்திக் கொண்டு மென்மையாக "அப்பா" என்று அழைத்தான்.

"உனக்கு என்ன வேணும்?" என்று தன் வாய் முழுதும் ஆணிகளுடன் மூத்த டாம் திணறிப் பேசினார். அவர் ஒரு கருநிற, அழுக்கான தொப்பியையும், ஒரு நீலநிற வேலைச் சட்டையையும், அதற்கு மேல் பொத்தானில்லாத மேலங்கியையும் அணிந்திருந்தார்; அவரது ஜீன்சை ஒரு பரந்த குதிரை தோல்

பெல்ட், ஒரு பெரிய சதுர பக்கிளுடன், பல ஆண்டுகள் அணிந்ததால் வெளுத்துப் போன உலோகத்துடன் உயர்த்திப் பிடித்துக் கொண்டிருந்தது; அவரது ஷூக்கள் வெடித்து, ஆண்டுக் கணக்கில் அணிந்ததால், மழையாலும், வெயிலாலும் ஒரு படகைப் போல வளைந்திருந்தன. அவரது சட்டையின் கைகள் முழங்கைக்கு மேல் அவரது இறுக்கமான தசைகளால் இறுக்கமாக இருந்தன. அவரது வயிறும், இடுப்பும் ஒல்லியாகவும், கால்கள் குட்டையாக, கனமாக, வலுவாகவும் இருந்தன. கருப்பும், நரையும் கலந்திருந்த அவரது தாடியால் அவரது முகம் சதுரமாக கூர்மையான நாடி வரை வந்தது. முன்னால் நீட்டிக் கொண்டிருந்த அவரது நாடியில் அவ்வளவாக நரை இல்லாத தாடி தனக்கு ஒரு அழுத்தத்தைக் கொடுத்துக் கொண்டிருந்தது. தாடி படராத அவரது கன்னங்களில் தோலின் நிறம் மிகவும் அரக்கு நிறத்தில் இருந்தது. அவரது கண்களின் ஓரங்கள் ஒருக்களித்த பார்வையுடன், சுருங்கி இருந்தன. அவரது கண்கள் அரக்கு நிறமாக, ஆழ்ந்த அரக்கு நிறமாக இருந்தன. அவரது பிரகாசமான ஆழ்ந்த நிறமுடைய கண்களின் பார்வைக் குறைபாட்டின் காரணமாக அவர் ஒன்றைப் பார்க்கும்போது தனது தலையை முன்பக்கமாகச் சாய்த்துப் பார்த்தார். பெரிய ஆணிகள் துருத்திக் கொண்டிருந்த அவரது உதடுகள் ஒல்லியாகவும், சிவந்தும் காணப்பட்டன.

அவர் தனது சுத்தியலை ஒரு ஆணியை அடிக்கத் தயாராகத் தொங்க விட்டுக் கொண்டிருந்தார். தான் இடையில் குறுக்கிடப்படுவதற்காக அதிருப்தியுடன் டிரக்கின் பக்கவாட்டில் சாய்ந்து கொண்டிருந்த டாமைப் பார்த்தார். பிறகு அவர் தனது நாடியை முன்னே கொண்டு வந்து டாமைப் பார்த்தார். மெதுவாக தாம் பார்த்துக் கொண்டிருந்தது என்னவென்பதை அவரது மூளை உணரத் தலைப்பட்டது. சுத்தியல் மெதுவாக அவரது பக்கத்தில் விழுந்தது, தனது இடது கையால் தன் வாயிலிருந்து ஆணிகளை எடுத்தார். அவர் தனக்குத் தானே உண்மையைக்கூறிக் கொள்வது போல் கூறினார், "இது டாமி....". பிறகு, இன்னும் தனக்குத் தகவல் கொடுத்துக் கொண்டு கூறினார், "இது டாமி. வீட்டுக்கு வந்துட்டான்." அவரது வாய் மீண்டும் திறந்தது, ஒரு அச்சம் அவரது கண்களில் வந்தது. "டாமி" என்று மென்மையாகக் கூறிய அவர், "நீ தப்பிச்சு வந்துடலயே? நீ ஓடி ஒளிஞ்சுக்கலயே?". அவர் பதற்றமாகக் கேட்டார்.

"இல்ல" என்றான் டாம். "எனக்கு பரோல் கிடைச்சிருக்கு. நான் சுதந்திரமாயிட்டேன். எங்கிட்ட அதுக்கான உத்தரவுகள் இருக்கு." அவன் டிரக்கின் பக்கவாட்டின் கீழ் கம்பிகளை இறுக்கிப் பிடித்துக் கொண்டு தலையை உயர்த்திப் பார்த்தான்.

மூத்த டாம் தன் சுத்தியலைக் கீழே மெதுவாகப் போட்டு விட்டு ஆணிகளைத் தன் சட்டைப் பையில் போட்டுக் கொண்டார். தன் காலை

பக்கவாட்டில் மெதுவாகப் போட்டு மெதுவாகத் தரையில் இறங்கினார். ஆனால் தன் மகனுக்கு அருகே வந்தவுடனே மிகவும் சங்கடமாகவும், வினோதமாகவும் தோன்றினார். "டாமி" என்று அழைத்த அவர், "நாங்க கலிஃபோர்னியாவுக்குப் போறோம். ஆனா நாங்க உனக்கு கடிதம் எழுதி விஷயத்த சொல்றதா இருந்தோம்." ஆனால் அவர் நம்பிக்கையில்லாமல் சொன்னார். "ஆனா நீ திரும்பி வந்துட்ட. நீயும் எங்களோட வரலாம். நீயும் வரலாம்!". காப்பி ஜாடியின் மூடி வீட்டுக்குள் தெறித்து விழுந்தது. மூத்த டாம் தலையைத் தூக்கிப் பார்த்தார். "நாம அவங்கள ஆச்சரியப் படுத்தலாம்" என்று அவர் கூற, அவரது கண்கள் கிளர்ச்சியால் மின்னின. "உன்ன இனிமே பாக்க முடியாதுன்னு உங்கம்மாவுக்கு மோசமான உணர்வு இருந்தது. யாரோ இறந்தா எப்படி இருக்குமோ அப்படி அவ அமைதியாகிட்டா. இனிமே உன்னப் பாக்க முடியாதுங்கற பயத்துல கலிஃபோர்னியாவுக்கு வர அநேகமா விரும்பவே இல்ல". வீட்டுக்குள் ஒரு அடுப்பின் மூடி மீண்டும் தெறித்து விழுந்தது. "நாம அவங்கள ஆச்சரியப்படுத்தலாம்" என்று டாம் மீண்டும் கூறினார். "நீ வெளிய போகவே இல்லங்கற மாதிரி நாம உள்ள போகலாம். உங்கம்மா என்ன சொல்றான்னு பாக்கலாம்." கடைசியில் அவர் டாமைத் தொட்டார், ஆனால் அவனது தோளை அச்சத்துடன் தொட்டு விட்டு உடனே எடுத்து விட்டார். அவர் ஜிம் கேஸியைப் பார்த்தார்.

டாம், "உங்களுக்கு போதகர ஞாபகம் இருக்கும் அப்பா. அவர் என்னோட கூட வந்தார்" என்றான்.

"அவரும் சிறையில இருந்தாரா?"

"இல்ல, நான் அவரை சாலைல சந்திச்சேன். அவர் வெளிய போயிருந்தார்."

அப்பா இறுக்கத்துடன் கைகுலுக்கினார். "உங்களை இங்க வரவேற்கிறோம், சார்."

கேஸி கூறினார், "இங்க வரது எனக்கு சந்தோஷம். ஒரு பையன் வீட்டுக்கு வரதப் பார்க்கற விஷயம் இது. அது கவனிக்க வேண்டிய விஷயம்."

"வீடு" என்றார் அப்பா.

"அவனோட ஆட்களுக்கு" என்று போதகர் உடனடியாகத் திருத்தினார். "நேத்து ராத்திரி நாங்க வேற இடத்துல தங்கினோம்."

அப்பாவின் நாடி துருத்திக் கொண்டது, அவர் ஒருகணம் சாலையைத் திரும்பிப் பார்த்தார். பிறகு அவர் டாமின் பக்கம் பார்த்தார். "நாம அவளுக்கு எப்படிக் காட்டலாம்?" என்று அவர் கிளர்ச்சியுடன் தொடங்கினார். "ஒரு வேளை நான் போயி இப்படிச் சொல்றேன், 'இங்க ஒரு ஆளுக்கு காலை கொஞ்சம் உணவு வேணுமாம். இல்லன்னா நீ அங்க வந்து அவ பாக்கற

வரைக்கும் நின்னா? அது எப்படி இருக்கும்?". அவரது முகம் கிளர்ச்சியால் உயிர்ப்புடன் இருந்தது.

"நாம அவளுக்கு எந்த அதிர்ச்சியும் குடுக்க வேண்டாம்" என்றான் டாம். "அவ பயந்து போக வேண்டாம்."

இரண்டு ஆட்டுக்காவல் நாய்கள் ரம்மியமாகப் பக்கத்தில் வந்தன. ஆனால் புதியவர்களின் வாசம் வந்ததும், அவை கவனமாகப் பின்வாங்கின. அவற்றின் கண்கள் கவனமாகவும், அவற்றின் வால்களைக் காற்றில் ஆட்டிக் கொண்டும், ஆனால் அவற்றின் கண்களும், மூக்கும் அன்னிய உணர்வுடனும், அல்லது ஆபத்து உணர்வுடனும் முன்னே நீட்டின. அவற்றில் ஒன்று தனது கழுத்தை நீட்டிக் கொண்டு மெதுவாக ஓடுவதற்குத் தயாராக முன்னேறி கொஞ்சம் கொஞ்சமாக டாமின் கால்களை நெருங்கி வேகமாக முகர்ந்து பார்த்தது. பிறகு அப்பாவின் சைகையை வேண்டிப் பின்வாங்கியது. அடுத்த நாய்க்குட்டி அவ்வளவு துணிவுடன் இல்லை. அது தன் கவனத்தை மரியாதையுடன் திருப்ப எதையாவது தேடியது. பிறகு ஒரு சிகப்புக் கோழி வருவதைப் பார்த்தவுடன் அதன் பக்கம் ஓடியது. அங்கு அரண்டு போன ஒரு கோழியின் கூச்சல் கேட்டது, சிகப்பு இறக்கைகள் அடித்துக் கொண்டன. பிறகு வேகத்துக்காகத் தன் இறக்கைகளை அடித்துக் கொண்டு கோழி ஓடிப் போனது. நாய்க்குட்டி பெருமையுடன் ஆட்களைப் பார்த்தது. பிறகு புழுதியில் உட்கார்ந்து கொண்டு தன் வாலை திருப்தியுடன் தரையில் அடித்துக் கொண்டது.

"வா" என்றார் அப்பா. "இப்ப உள்ள வா. அவ உன்னப் பாக்கணும். அவ உன்னப் பாக்கும்போது நான் அவளோட முகத்தப் பாக்கணும். அவ காலை உணவு ஒரு நிமிஷத்துல முடிச்சிடுவா. ஒரு உப்புக் கண்டத்த வாணலில போட்ற சத்தத்த ரொம்ப முன்னாடியே கேட்டேன்." அவர் பொடிமணல் இருந்த வழியின் ஊடாக அவர்களை அழைத்துச் சென்றார். வீட்டுக்கு தாழ்வாரம் என்று ஒன்றில்லை. ஒரு படி, பிறகு கதவு; கதவுக்கருகில் ஒரு வெட்டு மரத்துண்டு. பல ஆண்டுகளாக அதில் வைத்து வெட்டியதால் அதன் மேல்புறம் மென்மையாகியிருந்தது. வெளிப்புற மரத்தின்மீதிருந்த துகள்கள் அதிகமாக இருந்தன, ஏனென்றால் மென்மையான மரத்தை புழுதி மறைத்து விட்டது. எரிந்து கொண்டிருந்த விறகின் மணம் காற்றில் பரவியிருந்தது. அந்த மூவரும் கதவை நெருங்கியபோது, மாமிசத்தின் பக்கத்தை வறுக்கும் மணமும், ஆழ்ந்த அரக்குநிற பிஸ்கெட்டுகளின் மணமும், ஜாடியில் ஊற்றிக் கொண்டிருந்த காப்பியின் கூரிய மணமும் வந்து கொண்டிருந்தன. அப்பா திறந்திருந்த வாசலில் நுழைந்து அதைத் தன் குட்டையான, பருத்த உடலால் மறைப்பது போல் நின்றார். அவர் சொன்னார், "அம்மா, ரெண்டு பேர் ரோட்டுல போய்க்கிட்டிருந்தவங்க

வந்திருக்காங்க. சாப்பிட எதாவது தர முடியுமான்னு கேக்கறாங்க."

டாமுக்கு அவனது தாயின் குரல் கேட்டது. பதற்றமில்லாத, அமைதியான நீட்டி முழக்கும், நட்பான, எளிமையான பேச்சை அவன் நினைத்துப் பார்த்தான். "அவங்க வரட்டும். நம்மகிட்ட நிறைய இருக்கு. அவங்ககிட்டத் தங்களோட கைகளை அலம்பிக்கச் சொல்லுங்க. ரொட்டி தயாராகிட்டுது. இப்போ தொட்டுக்க மாமிசத்த தயார் செஞ்சுக்கிட்டிருக்கேன்." சூடான எண்ணெயின் சப்தம் அடுப்பிலிருந்து வந்து கொண்டிருந்தது.

அப்பா கதவை விட்டு விலகினார், டாம் தன் அம்மாவைப் பார்த்தான். அவள் வாணலியில் சுருண்டு கொண்டிருந்த பன்றி மாமிசத் துண்டுகளை எடுத்துக் கொண்டிருந்தாள். ஓவனின் கதவு திறந்திருந்தது, அதில் ஆழ்ந்த அரக்கு நிற பிஸ்கெட்டுகள் காத்துக் கொண்டிருந்தன. அவள் கதவுக்கு வெளியே பார்த்தாள். ஆனால் சூரியன் டாமுக்குப் பின்னால் இருந்ததால் பிரகாசமான மஞ்சள் சூரியவெளிச்சத்துக்கு முன்னால் ஒரு நிழலுருவத்தைத்தான் அவளால் பார்க்க முடிந்தது. அவள் அன்புடன் தலையசைத்தாள். "உள்ள வாங்க" என்றாள். "இன்னிக்குக் காலைல ஏராளமா ரொட்டி பண்ணியிருக்கறது அதிர்ஷ்டந்தான்."

டாம் தொடர்ந்து பார்த்துக் கொண்டிருந்தான். அம்மா எடை அதிகம் கொண்டவள், ஆனால் பருமனல்ல; குழந்தைப் பிறப்பினாலும், வேலையாலும் வலுவானவள். அவள் தளர்ச்சியான நைட்டியைப் போட்டுக் கொண்டிருந்தாள். சாம்பல் நிறத்திலான அந்த நைட்டி முன் பக்கம் மலர்களைக் கொண்டிருந்தது. ஆனால் இப்போது அதன் வண்ணங்கள் போய் விட்டதால், அந்த மலர்கள் மங்கலாகவே தெரிந்தன. அந்த உடை அவளது முழங்கால்களுக்குக் கீழ் இருந்தது. அவளது வலுவான, பரந்த, வெறுங்கால்கள் தரையின் மேல் வேகமாகவும், மிருதுவாகவும் நடந்தன. அவளது மெல்லிய, வெள்ளி நரை முடி பின்பக்கமாக முடிச்சுப் போடப்பட்டிருந்தது. அவளது வலுவான, சிறிய அரக்கு நிறப் புள்ளிகள் முழங்கைகள் வரை வெறுமையாக இருந்தன. அவளது கைகள் பருத்து ஒரு குண்டான சிறுமியுடையதைப் போல் இருந்தன. அவள் வெளியே வெயில் வெளிச்சத்தைப் பார்த்தாள். அவளது முழு முகமும் மென்மையாக இல்லை; அது கட்டுப்பாட்டுடனும், கருணையுடனும் இருந்தது. அரக்கும் பச்சையும் கலந்த அந்தக் கண்கள் அனைத்து விதமான பெரும் சோகங்களையும் அனுபவித்திருந்தது போலவும், வலியையும், துன்பத்தையும் மீறி உயர்ந்த அமைதியும், மனிதனுக்கு மீறிய புரிதலுக்குள்ளும் நுழைவது போல் தோன்றியது. அவள் தனது நிலையை அறிந்து, குடும்பத்தின் தலைமை பீடத்தை ஏற்றுக் கொண்டதைப் போல் இருந்தது. அந்த வலுவான இடத்தை எடுத்துக் கொள்ள முடியாது. அவள் துன்பத்தையோ, அச்சத்தையோ

வெளிக்காட்டாவிட்டால் அவளது துன்பத்தையும் அச்சத்தையும் டாமாலும், மற்ற குழந்தைகளாலும் அறிய முடியாதபடி அவள் அவற்றைத் தனக்கு மறுத்து பயிற்சி செய்திருந்தாள். எதாவது மகிழ்ச்சியான விஷயம் நடந்தால், அவள் மகிழ்ச்சியடைகிறாளா என்று பார்ப்பது அவர்களது வழக்கம். அவளுக்கு மகிழ்ச்சி ஏற்பட்டால், போதுமான விஷயம் இல்லாவிட்டால் கூட சிரிப்பாள். ஆனால் மகிழ்ச்சியை விட மேலானது அமைதியாக இருப்பது. எதனாலும் அசைக்க முடியாமல் இருப்பதை நம்பலாம். குடும்பத்தில் அவளது மேலான, எளிமையான நிலையிலிருந்து அவள் மதிப்பையும், சுத்தமான அமைதியான அழகையும் எடுத்துக் கொண்டிருந்தாள். குணப்படுத்துதல் என்ற அவளது நிலையிலிருந்து, அவளது கைகள் நிச்சயமானதாகவும், அமைதியானதாகவும், பதற்றமில்லாததாகவும் வளர்ந்திருந்தன; நடுவர் என்ற நிலையிலிருந்து அவள் ஒரு பெண் கடவுளைப் போல மதிப்பிடுவதில் தவறாதவளாக இருந்தாள். குடும்பத்தின் அதிர்ச்சியிலிருந்து அவள் தடுமாறினால், அவளே ஆழமாக நிலையற்றுப் போனால் அல்லது விரக்தியுற்றுப் போனால், குடும்பம் விழுந்து விடும், குடும்பத்தின் செயல்பாடு இல்லாமல் போய்விடும் என்பதை அறிந்திருந்தவளாகத் தோன்றியது.

அவ்ள் வெயில் படர்ந்த முற்றத்தைப் பார்க்கும்போது, ஒரு மனிதனின் நிழலுருவம் அங்கு தெரிந்தது. அப்பா அருகில் கிளர்ச்சியால் நடுங்கியபடி நின்று கொண்டிருந்தார். "உள்ள வா" என்று அவர் உரக்க அழைத்தார். "உள்ள நேரா வா, மிஸ்டர்." டாமும் கொஞ்சம் வெட்கம் படர்ந்த முகத்துடன் கதவுக்குள் நுழைந்தான்.

அவள் மென்மையான மகிழ்வான முகத்துடன் வாணலியிலிருந்து தலையை உயர்த்திப் பார்த்தாள். பிறகு அவளது கை மெதுவாக அவளது பக்கவாட்டுக்குச் செல்ல கையிலிருந்த முள்கரண்டி மரத்தரையில் விழுந்தது. அவளது கண்கள் விரிய, கண்மணியில் நீர் நிரம்பியது. அவள் திறந்த வாயின் வழியாக கனமாக மூச்சு விட்டாள். அவள் தன் கண்களை மூடிக் கொண்டாள். "நன்றி கடவுளே" என்றாள். "ஓ கடவுளுக்கு நன்றி!" . திடீரென அவள் முகத்தில் கவலை படர்ந்தது. "டாமி நீ தேடப்படறவனில்லையே? நீ தப்பிச்சு வந்துடலயே?"

"இல்லம்மா. நான் பரோல்ல இருக்கேன். எங்கிட்ட அதுக்கான உத்தரவு இருக்கு." அவன் தன் மார்பைத் தொட்டுக் காட்டினான்.

அவள் அவனிடம் தொய்வாக, தன் வெறுங்கால்களுடன் சப்தமின்றி, முகம் முழுதும் ஆச்சரியத்துடன் நகர்ந்தாள். அவளது சிறிய கைகள் அவனது கைகளைத் தொட்டன, அவனது தசைகளின் வலுவை உணர்ந்தன. பிறகு அவளது விரல்கள் ஒரு குருட்டு மனிதனின் விரல்களைப் போல் அவனது

கன்னத்துக்குச் சென்றன. அவளது மகிழ்ச்சி சோகத்துக்கு நெருக்கமாகவே இருந்தது. டாம் தன் கீழுதட்டை தன் பற்களுக்கிடையில் இழுத்துக் கடித்துக் கொண்டான். அவளது கண்கள் ஆச்சரியத்துடன் அவன் உதட்டைக் கடித்த இடத்துக்குச் சென்றது. அங்கு அவனது பற்களின் கீழ் ஒரு வரி ரத்தம் தோன்றி அவனது உதட்டின் கீழே சொட்டியது. பிறகு அதை புரிந்து கொண்ட அவள், கட்டுப்பாட்டுக்கு வந்தாள். அவளது கைகள் கீழிறங்கின. அவளது மூச்சு வெடிப்பது போல் வெளிவந்தது. "நல்லவேளை! "என்று அவள் உரக்கக் கத்தினாள். " நாங்க அநேகமாக நீ இல்லாமலேயே போயிருப்போம். நீ எப்படி இந்த உலகத்துல வந்து எங்களக் கண்டுபிடிக்கப் போறன்னு ஆச்சரியப்பட்டுக்கிட்டு இருந்தோம்." அவள் முள்கரண்டியைக் கீழிருந்து எடுத்துக் கொண்டு கொதித்துக் கொண்டிருந்த குழம்பைக் கிளறி விட்டு அதிலிருந்து முறுகலான ஒரு பன்றிக் கறித் துண்டை எடுத்தாள். கீழே சரிந்து கொண்டிருந்த காப்பி ஜாடியை அடுப்பில் சரியாக நிமிர்த்தி வைத்தாள்.

மூத்த டாம் கெக்கெலித்துச் சிரித்தார். "உன்ன ஏமாத்திட்டோம்ல அம்மா? நாங்க உன்ன ஏமாத்தணும்னு நினைச்சோம். அதச் செஞ்சுட்டோம். நீ அங்க ஆணி அடிச்ச ஆட்ட மாதிரி நின்னுக்கிட்டிருந்த. இங்க உன்னப் பாக்க தாத்தாவும் இருந்திருக்கணும். யாரோ உன்ன கண்களுக்கு நடுல ஒரு சம்மட்டியால அடிச்சது மாதிரி ஆயிட்ட. தாத்தா கனமான தடியால ஓங்கி அடிச்சிக்கிட்டிருப்பார், அவரோட இடுப்பே முறிஞ்சிருக்கும். அப்போ அந்த ராணுவத்துகிட்ட இருந்த பெரிய விமானத்த அல் சுட்டதப் பாத்துச் செஞ்சது மாதிரி. டாமி ஒருநாள் ஒரு மைல் பெரிசா அது ஒண்ணு வந்தது. அல் தாங்கிட்ட இருந்த துப்பாக்கிய எடுத்துக்கிட்டு அத மிரட்டினான்; தாத்தா கத்தினார், "இந்த பறவைகள சுடாத; ரொம்ப பெரிசா அது வர வரைக்கும் காத்திரு". அவர் தன்னைத்தானே அடிச்சுக்கிட்டு இடுப்பை உடச்சுக்கிட்டார்.

டாம் கேட்டான், "தாத்தா எங்க? அந்த வயசான பிசாச நான் பாக்கவேயில்ல."

அம்மா தட்டுகளையும், குவித்து வைத்த கப்புகளையும் அடுப்பபடி மேசையில் அவர்களுக்கருகில் வைத்தாள். அவள் உறுதியான குரலில் சொன்னாள், "ஓ, அவரா. தாத்தா கொட்டில்ல தூங்குகிறார். அவங்க ராத்திரில ரொம்ப எழுந்திருக்க வேண்டிருக்கு. அடிக்கடி சின்னப் பசங்க கிட்ட மோதுறார்."

அப்பா குறுக்கே புகுந்தார். "ஆமா. ஒவ்வொரு ராத்திரியும் தாத்தா ஆவேசமாயிட்றார். வின்ஃபீல்ட் மேல விழுந்துட்றார். வின்ஃபீல்டு கத்தினதும், தாத்தா பயந்துபோய் தன்னோட கால்சட்டைய ஈரமாக்கிட்றார். அது அவரை இன்னும் பைத்தியமாக்கிடுது. சீக்கிரமே, வீட்ல எல்லாரும்

கோபமாகி தலதெறிக்கக் கத்த ஆரம்பிச்சிட்றாங்க.'' அவரது சொற்கள் சிரிப்புக்கிடையே வந்து விழுந்தன. ''ஆகா, நாங்க ஜாலியா அனுபவிச்சோம். ஒருநாள் ராத்திரி, சபிச்சுக்கிட்டே உன் தம்பி அல், அவன் இப்போ புத்திசாலிப் பையன், சொன்னான், 'கடவுளே, தாத்தா, நீங்க ஏன் ஓடிப்போய் கொள்ளையனா ஆயிடக் கூடாது?'. தாத்தாவ அது இன்னும் கடுப்பாக்கிடுச்சு. அவர் ஓடிப்போய் துப்பாக்கியத் தூக்கிட்டார். அன்னிக்கு அல் வெளில வயல்ல தூங்க வேண்டியதாப் போச்சு. இப்ப தாத்தாவும், பாட்டியும் கொட்டில்ல தூங்கறாங்க.''

அம்மா சொன்னாள், ''அவங்க விரும்பறபோது அவங்களால எழுந்து வெளிய வர முடியாது. அப்பா, நீங்க ஓடிப்போய் டாம் வீட்டுக்கு வந்துட்டான்னு சொல்லுங்க. அவனுக்கு தாத்தாவ ரொம்பப் பிடிக்கும்.''

''நிச்சயமா'' என்றார் அப்பா. ''நா அத முன்னாடியே செஞ்சிருக்கணும்.'' அவர் கதவுக்கு வெளியே சென்று தன் கைகளை உயரமாக வீசி ஆட்டியபடி முற்றத்தைக் கடந்தார்.

டாம் அவர் செல்வதைப் பார்த்துக் கொண்டிருந்தான். பிறகு அம்மாவின் குரல் அவன் கவனத்தை ஈர்த்தது. அவள் காப்பியை ஊற்றிக் கொண்டிருந்தாள். அவள் அவனைப் பார்க்கவில்லை. ''டாமி'' என்று அவள் தயக்கத்துடன், அச்சம் கொண்டதைப் போல் அழைத்தாள்.

''சொல்லும்மா''. அவனுடைய வெட்கம் அவளுடையதை ஒன்றுமில்லாததாக்கி விட்டது. அது ஒரு ஆர்வமிக்க சங்கடம். ஒவ்வொருவருக்கும் அடுத்தவர் வெட்கத்துடன் இருப்பது தெரியும். அதை அறிந்ததால் மேலும் வெட்கமடைந்தனர்.

''டாமி உங்கிட்ட கேக்கணும் – நீ ஒண்ணும் பைத்தியமாயிடலியே?''

''பைத்தியமா, அம்மா?''

''உனக்கு யாரும் விஷம் கொடுத்துப் பைத்தியமாக்கிடலியே? நீ யாரையும் வெறுக்கலியே? அந்த சிறைல உன்னக் கெடுத்து பைத்தியமாக்க எதுவும் செய்யலியே?''

அவன் அவளைத் திரும்பிப் பக்கவாட்டில் பார்த்து கவனித்தான். அவளுக்கு எப்படி இப்படிப்பட்ட விஷயங்கள் தெரியும் என்று அவன் கண்கள் கேட்பதுபோல் தோன்றியது. ''இ..ல்...ல'' என்றான் அவன். ''நான் கொஞ்ச நாள் அப்படி இருந்தேன். ஆனா சில பேர மாதிரி நான் பெருமைப்படல. என்னை விஷயங்கள் கடந்து போக விட்டுட்டேன். என்ன விஷயம்மா?''

இப்போது அவள் தன் வாயைத் திறந்து கொண்டு, நன்றாக அவன் சொல்வதைக் கேட்பது போல், அவள் கண்கள் நன்றாக அறிந்து கொள்ள, அவனைப் பார்த்துக் கொண்டிருந்தாள். அவளது முகம் பதிலுக்காகக் காத்திருந்தது. பதில் எப்போதும் மொழியில் பொதிக்கப்பட்டிருந்தது. அவள் குழப்பத்தில் சொன்னாள், "எனக்கு அந்த அருமையான பையன் ஃப்லாய்டைத் தெரியும். அவன் அம்மாவையும் தெரியும். அவங்க நல்ல ஆளுங்க. ஒரு நல்ல பையன் இருக்க வேண்டிய மாதிரி எப்பவும் அவன் கஷ்டத்துலயே இருந்தான்." அவள் சிறிது நிறுத்திக் கொண்டாள், பிறகு வார்த்தைகள் வந்து கொட்டின. "இது மாதிரியெல்லாம் இருக்கும்னு எனக்குத் தெரியாது – ஆனா எனக்குத் தெரியும். அவன் ஒரு சின்ன தப்பு செஞ்சான். அவங்க அவன அடிச்சாங்க, அவங்க அவனப் பிடிச்சு அவன் பைத்தியமாகற மாதிரி அடிச்சாங்க, அடுத்து அவன்செஞ்ச காரியம் பைத்தியக்காரத்தனமா இருந்தது, அவன திரும்ப அடிச்சாங்க. ஆக, சீக்கிரமா அவன் பைத்தியமாவே ஆயிட்டான். அவன வேண்டாதவங்க மாதிரி சுட்டாங்க, அவன் திரும்பிச்சுட்டான். அவங்க அவன ஓநாயத் துரத்தற மாதிரி துரத்தினாங்க. அவன் ஓநாய மாதிரி உறுமிக்கிட்டு ஓடினான். அவன் பைத்தியமா இருந்தான். அவன் ஒரு பையனாவோ, மனுஷனாவோ இனியும் இல்ல. ஒரு பைத்தியக்காரன் மாதிரி நடந்துக்கிட்டிருந்தான். ஆனா அவனத் தெரிஞ்சவங்க அவன அடிக்கல. அவங்க மேல அவன் ஆவேசப்படல. கடைசில அவங்க அவனக் கீழ தள்ளிக் கொன்னுட்டாங்க. அவங்க பேப்பர்ல அவன் எவ்வளவு மோசமா இருந்தான்னு சொல்றாங்கங்கறது விஷயமில்ல – அது அப்படித்தான்." அவள் சற்று நிறுத்தி தனது வறண்ட உதட்டை நாக்கால் ஈரப்படுத்திக் கொண்டாள். அவளது முகம் முழுதுமே கேள்வி கேட்பதாக இருந்தது. "எனக்குத் தெரியணும் டாமி. அவங்க இந்த அளவுக்கு உன்னை அடிச்சாங்களா? அந்த மாதிரி உன்னைப் பைத்தியமா அடிச்சாங்களா?"

டாமின் கனத்த உதடுகள் அவனது பல்லுக்கு மேல் இழுத்திருந்தன. அவன் தன்னுடைய அகன்ற தட்டையான கைகளைக் குனிந்து பார்த்தான். "இல்ல" என்றான் அவன். "அது அப்படி நடக்கல." அவன் சற்று நிறுத்திவிட்டு உடைந்து போன, சிப்பிபோல இடுங்கியிருந்த தன் விரல் நகங்களைப் பார்த்தான். "எல்லா நேரத்துலயும் சண்ட நடக்கும். நான் அதிலிருந்து விலகியே இருப்பேன். நான் அவ்வளவு பைத்தியமில்ல."

அவள் பெருமூச்சு விட்டாள். "நன்றி கடவுளே!" என்று அவளது பெருமூச்சுக்கடியில் சொல்லிக் கொண்டாள்.

அவன் வேகமாக நிமிர்ந்து பார்த்தான். "மா, அவங்க நம்ம வீட்டுக்கு என்ன செஞ்சிருக்காங்கங்கறத நான் பாத்தபோது –"

அவள் அவனுக்கருகில் வந்து நெருக்கமாக நின்றாள்; அவள் அன்புடன் கூறினாள், "டாமி, நீ தனியா சண்டை போடப் போகாத. அவங்க உன்னை ஓநாயைப் போல வேட்டையாடிடுவாங்க. டாமி, நான் யோசிச்சிக்கிட்டு, கனவு கண்டுக்கிட்டு, ஆச்சரியப்பட்டுக்கிட்டு இருந்தேன். அவங்க நம்ம மாதிரி வெளிய வழிச்செறிஞ்சவங்க நூறாயிரம் பேர் இருக்கறதா சொல்றாங்க. அவங்க எல்லாமே ஒரே மாதிரி ஆவேசப்பட்டா, டாமி – அவங்க யாரையும் அடிச்சு சாய்க்க முடியாது –" அவள் நிறுத்தினாள்.

அவளைப்பார்த்துக் கொண்டிருந்த டாமி அவனது இமைகளின் கீழ் சிறிது மின்னல் தோன்றும் வரை மெதுவாகத் தன் இமைகளை மூடிக் கொண்டான். "ஏராளமானவங்க அப்படி உணர்றாங்களா?" என்று அவன் கேட்டான்.

"எனக்குத் தெரியாது. அவங்கல்லாம் ஒரு வகைல ஸ்தம்பிச்சுப் போயிருக்காங்க. பாதி தூங்கறவங்க மாதிரி சுத்தி வராங்க."

வெளியே முற்றத்திலிருந்து ஒரு பழைய கூக்குரல் கேட்டது. "வெற்றிக்காக ஆண்டவரைமகிமைப்படுத்து. வெற்றிக்காகஆண்டவரைமகிமைப்படுத்து!"

டாம் தன் தலையைத் திருப்பி சிரித்தான். "கடைசியா பாட்டிக்கு நான் வீட்டுக்கு வந்தது தெரிஞ்சு போச்சு. மா" என்றவன், "நீ முன்ன எப்பவும் இந்த மாதிரி இருந்ததில்லையே!" என்று கேட்டான்.

அவளது முகம் இறுக்கமாகி, கண்கள் ஆழ்ந்தன. "முன்ன எப்பவும் என் வீட்ட கீழ தள்ளினதுல்ல" என்றாள் அவள். "என்னோட குடும்பம் ரோட்டுல எப்பவும் நின்னதில்ல. நான் ஒரு தடவையும் எல்லாத்தையும் வித்ததுல்ல, இப்ப இங்க வந்ததில்ல." அவள் மீண்டும் அடுப்புக்குச் சென்று ஒரு பெரிய தட்டிலிருந்த பால்பாஸ் பிஸ்கெட்டுகளை இரண்டு தகரத் தட்டுக்களில் குவித்தாள். அவள் மாவை குழம்பு செய்வதற்காக கலக்கினாள். அவளது கை மாவினால் வெண்மையாக இருந்தது. ஒரு கணம் டாம் அவளைப் பார்த்து விட்டு கதவின் பக்கம் சென்றான்.

முற்றத்தைத் தாண்டி நான்கு பேர் வந்தனர். தாத்தா முன்னால் வந்தார். ஒல்லியான, கரடுமுரடான, வேகமான முதியவர். இடுப்பெலும்பை விட்டு வெளியே வந்திருந்த தன் வலது காலை அழுத்தமாக வைத்து வேகமாக நடந்து துள்ளிக் கொண்டு வந்தார். அவர் வரும்போதே தனது சட்டையின் பொத்தான்களைப் போட்டுக் கொண்டே வந்தார். அவற்றைத் தேடுவதில் அவரது விரல்கள் பிரச்சனை செய்தன. அதனால் மேல் பொத்தானை இரண்டாம் துளையில் நுழைத்துவிட, அது ஒட்டுமொத்த வரிசையையே சீர்குலைத்து விட்டது. அவர் ஆழ்ந்த நிறமுடைய கிழிந்த கால்சட்டையையும், கிழிந்த நீலநிறச் சட்டையையும் அணிந்திருந்தார். அதுவும் முழுதும் கீழ்வரை திறந்திருந்தது. கீழே நீண்ட சாம்பல்நிற உள்ளாடை தெரிந்தது.

அதுவும் திறந்திருந்தது. நரைமுடி நிரம்பியிருந்த அவரது மெலிந்த மார்பு திறந்திருந்த அவரது உள்ளாடை வழியாகத் தெரிந்தது. அவர் மேல்சட்டையை விட்டு விட்டு, தனது உள்ளாடையின் பொத்தான்களைச் சரி செய்ய முயன்றார். பிறகு அந்த வேலையை மொத்தமாக விட்டுவிட்டு தன் அரக்கு நிற கால்சட்டை வார்களை இழுத்து விட்டுக் கொண்டார். அவருடைய முகம் கிளர்ச்சியுடனும், ஒல்லியாகவும், சிறிய பிரகாசமான கண்கள் ஒரு ஆவேசமிக்க குழந்தையின் கண்களைப் போல் தீயதாகவும் இருந்தன. கட்டுக்கடங்காத, குற்றம் சாட்டுகிற, குறும்பான, சிரிக்கும் முகம். அவர சண்டை போட்டார், வாதிட்டார், கெட்ட கதைகள் கூறினார். அவர் எப்போதும் பேசிக்கொண்டே இருந்தார். ஒரு ஆவேசமான குழந்தையைப் போலவே சுற்றி வந்து, குரூரமாகவும், பொறுமையின்றியும் இருந்தார். அவரது முழு உடலுமே ஆச்சரியத்தால் நிரம்பியிருந்தது. அவருக்குக் கிடைத்தபோது ஏராளமாகக் குடித்தார், கிடைக்கும்போது ஏராளமாகச் சாப்பிட்டார், எப்போதும் ஏராளமாகப் பேசினார்.

அவருக்குப் பின்னால் பாட்டி நொண்டிக் கொண்டே வந்தாள். அவளும் அவளுடைய கணவனைப் போலவே மட்டமாக இருந்ததால் அவளால் பிழைத்திருக்க முடிந்தது. அவள் தன்னை பிடிவாதமான முரட்டுத்தனமான மதத்தன்மையாலும் வைத்துக் கொண்டிருந்தாள். அது தாத்தாவுடையதைப் போலவே பேசிக் கொண்டிருப்பதாகவும், காட்டுமிராண்டித்தனமாகவும் இருந்தது. ஒரு முறை, ஒரு கூட்டத்துக்குப் பிறகு அவள் வாயால் பேசிக் கொண்டிருந்த போதே, துப்பாக்கியின் இரு குழல்களாலும் தன் கணவனின் வலது புட்டத்தைச் சுட்டு கிட்டத்தட்டக் கிழித்து விட்டாள். அதிலிருந்து அவளைக் கொண்டாடிய அவளது கணவன் குழந்தைகள் பூச்சிகளைத் துன்புறுத்துவதுபோல் துன்புறுத்த முயலவில்லை. அவள் நடந்தபோது அவளது ஆடையைத் தூக்கி முழங்கால்களுக்கு மேல் பிடித்துக் கொண்டிருந்தாள். அவள் கொடுமையான கீச்சுக் குரலில், “வெற்றிக்காக ஆண்டவரை மகிமைப்படுத்துங்கள்” என்று போர்க்குரலிட்டாள்.

தாத்தாவும், பாட்டியும் ஒருவருக்கொருவர் போட்டி போட்டுக்கொண்டு முற்றத்தைக் கடந்தனர். அவர்கள் ஒவ்வொன்றுக்கும் சண்டையிட்டனர், காதலித்தனர், அவர்களுக்கு சண்டை தேவைப்பட்டது.

அவர்களுக்குப் பின்னால் மெதுவாகவும், சேர்ந்தும் அப்பாவும் நோவாவும் – நோவா முதலில் பிறந்தவன், உயரமாகவும், வினோதமாகவும், எப்போதும் தன் முகத்தில் ஆச்சரியக் குறியுடனும், அமைதியுடனும், புதிருடனும் நடப்பவன். அவன் தன் வாழ்நாளில் கோபப்பட்டதேயில்லை. அவன் கோபப்படுபவர்களை ஆச்சரியமாகப் பார்ப்பான், சாதாரண மக்கள் பைத்தியக்காரர்களைப் பார்ப்பதுபோல் அதிசயமாகவும்,

அமைதியின்மையுடனும் பார்ப்பான். நோவா மெதுவாக நடந்தான், பேசுவதே இல்லை. பிறகு மிகவும் மெதுவாகப் பேசுவான். அவனை அறியாதவர்கள் அடிக்கடி அவனை முட்டாள் என்றே கருதுவர். அவன் முட்டாளல்ல, ஆனால் வினோதமானவன். அவனுக்கு சிறிது பெருமை இருந்தது, ஆனால் காம உணர்வு இல்லை. அவன் ஒரு ஆர்வமிக்க லயத்துடன் வேலை செய்தான், தூங்கினான். அந்த லயம் ஒருபோதும் அவனுக்குப் போதுமானதாக இல்லை. அவன் தன் ஆட்களிடம் பாசத்துடன் இருந்தான், ஆனால் அதை எந்த வகையிலும் வெளிக்காட்டியதில்லை. அவனைக் கவனிப்பவர் ஏனென்று சொல்ல முடியா விட்டாலும், நோவா தவறாக வடிவமைக்கப்பட்டவன் என்ற ஒரு கருத்தை விட்டுச் சென்றான், அது அவன் தலை அல்லது அவன் உடல் அல்லது அவன் கால்கள் அல்லது அவனது மனம்; ஆனால் தவறாக வடிவமைந்த உறுப்பினரையும் நினைவுகூர முடியாது. நோவா ஏன் வினோதமாக இருக்கிறான் என்பதை அப்பா அறிந்ததாக நினைத்தார். ஆனால் அவர் வெட்கமடைந்து, ஒருபோதும் அதைச் சொன்னதில்லை. ஒருநாள் இரவு நோவா பிறந்தபோது, விரிந்த தொடைகளைக் கண்டு மிரண்டு போனார். தனியாக வீட்டில் இருந்த அவர் அலறிக் கொண்டிருந்த தன் மனைவியைக் கண்டு மிரண்டு போய், பயத்தில் பைத்தியம் பிடித்தது போலானார். ஒரு கொரடுக்குப் பதிலாகத் தன் விரல்களை பயன்படுத்தி குழந்தையை இழுத்து வளைத்து விட்டார். தாமதமாக வந்த மருத்துவச்சி குழந்தையின் தலை வடிவம் மாறி இழுக்கப்பட்டிருந்ததையும், அதன் கழுத்து இழுபட்டிருந்ததையும், அதன் உடல் திருகப்பட்டிருந்ததையும் கண்டாள். அவள் தன் கைகளால் அதன் தலையை மீண்டும் அழுத்தி விட்டு, உடலைச் சரி செய்தாள். ஆனால் அப்பா அதை எப்போதுமே நினைவு கூர்ந்து வெட்கப்பட்டார். அவர் மற்றவர்களை விட நோவாவிடம் கருணையுடன் இருந்தார். நோவாவிடம் எதிர்பார்க்கப்பட்டதையெல்லாம் அவன் செய்தான், அவனால் எழுதவும், படிக்கவும் முடிந்தது, வேலை செய்யவும், கணக்கிடவும் முடிந்தது, ஆனால் அவன் எதையும் மதித்ததாகத் தோன்றவில்லை; மக்கள் வேண்டியவை, அவர்களுக்குத் தேவையானவை குறித்து அவனிடம் ஒரு பட்டியல் இல்லாமல் இருந்தது. அவன் ஒரு வினோதமான, அமைதியான வீட்டில் வசித்துக் கொண்டு அதிலிருந்து வெளியே அமைதியான கண்களால் பார்த்தான். அவன் உலகமனைத்துக்கும் ஒரு அன்னியனாக இருந்தான், ஆனால் அவன் தனிமையாக இல்லை.

அவர்கள் நால்வரும் முற்றத்தைத் தாண்டி வந்தனர். தாத்தா, ''எங்க அவன், கடவுளே, அவன் எங்க?'' என்று கேட்டார். அவரது விரல்கள் அவரது கால்சட்டை பொத்தானைத் தேடின. ஆனால் அவை மறந்து போய் அவரது பைக்குள் நுழைந்தன. டாம் கதவில் நின்று கொண்டிருந்ததை அவர்

பார்த்தார். அவர் நின்று, மற்றவர்களையும் நிறுத்தினார். அவரது சிறிய கண்கள் வன்மத்துடன் மின்னின. “அவனப் பாரு”, என்றார் அவர். “ஒரு சிறைப்பறவை. எந்த ஜோடும் பல காலமா சிறைக்குப் போனதில்ல.” அவரது மனம் துள்ளியது. “அவன சிறைல போட்றதுக்கு உரிமையில்ல. நான் என்ன செஞ்சிருப்பேனோ அதத்தான் அவன் செஞ்சான். அந்த வேசி மகன்களுக்கு உரிமையில்ல.” அவர் மனம் மீண்டும் துள்ளியது. “அந்தக் கிழ டர்ன்புல், முடைநாத்தம் பிடிச்சவன், நீ வெளிய வந்ததும் எப்படி சுடுவேன்னு பீத்திக்கிட்டிருக்கான். அவன் ஹாட்ஃபீல்டோட ரத்தம்னு சொல்றான். நான் அவனுக்குச் சொல்லி அனுப்பினேன். நான் சொன்னேன், “எந்த ஜோடோடயும் விளையாடாத. ஒரு வேளை மக்காயோட ரத்தம் எனக்கிருக்கறது எனக்குத் தெரியும்.” நான் சொன்னேன், “டாமி கிட்ட கண்ணக் கொண்டு போனேன்னா, அதப் பிடிங்கி, உன் பின்பக்கம் சொருகிடுவேன். அவனையும் மிரள வச்சுட்டேன்.”

இந்தப் பேச்சைப் பின் தொடராத பாட்டி, கத்தினாள், “வெற்றிக்காக ஆண்டவரை மகிமைப்படுத்து.”

தாத்தா டாமுக்கு அருகில் நடந்து சென்று மார்பைத் தட்டினார். அவரது முகம் பாசத்தாலும், பெருமையாலும் சிரித்தது. “எப்படியிருக்க டாமி?”

“நல்லாருக்கேன்”, என்றான் டாம். “நீங்க எப்படியிருக்கீங்க?”

“வினிகர் மாதிரி நல்லா இருக்கேன்” என்றார் தாத்தா. அவரது மனம் துள்ளியது. “நான் இப்போ சொன்ன மாதிரி, அவங்க எந்த ஜோடையும் சிறைல வக்க மாட்டாங்க. நான் சொன்னேன், ‘ஒரு காளை ஒரு பட்டி வேலிய உடைச்சுக்கிட்டு வர மாதிரி ஜோட் சிறைய உடைச்சுக்கிட்டு வந்துடுவான்.’ நீ அத செஞ்சுட்ட. என் வழிய விடு. எனக்குப் பசிக்குது.” அவர் கடந்து போய், உட்கார்ந்து தன் தட்டில் பன்றி இறைச்சியையும், இரண்டு பெரிய பிஸ்கெட்டுகளையும் எடுத்துக் கொண்டு இந்தக் கூட்டின் மேல் அடர்த்தியான குழம்பையும் ஊற்றிக் கொண்டார். அடுத்தவர்கள் உள்ளே வருவதற்கு முன், அவரது வாய் நிரம்பியிருந்தது.

டாம் அவரைப் பார்த்து பாசத்துடன் புன்னகை செய்தான். “இவர் ஒரு கில்லாடி இல்லையா?” என்றான் அவன். தாத்தாவின் வாய் முழுதும் நிரம்பியிருந்ததால் அவரால் சீறக்கூட முடியவில்லை. ஆனால் அவருடைய கஞ்சத்தனமான சிறிய கண்கள் சிரித்தன, அவர் தன் முகத்தை ஆவேசமாக ஆட்டினார்.

பாட்டி பெருமையுடன் சொன்னாள், “"ஒரு தீங்கான ஆள், சபிச்சுக்கிட்டே இருப்பார், ஒரு நாளும் வாழ்ந்ததேயில்ல. நரகத்துக்குப் போக.

கடவுளைப்போற்று. அவர் டிரக்க ஓட்டப் போறாராம்!'' என்று வஞ்சத்துடன் கூறினாள். ''இருக்கட்டும். அவர் ஒண்ணும் ஓட்டப் போறதில்ல.''

தாத்தா திணறினார், ஒரு வாய் உணவு அவர் மடிமுழுதும் சிதறியது, அவர் பலவீனமாக இருமினார்.'

பாட்டி டாமைப்பார்த்துப் புன்னகைத்தாள். ''குளறுபடியான ஆள், இல்ல?'' என்று கருத்துக் கூறினாள்.

நோவா படியில் நின்று டாமைப் பார்த்தான். அவனுடைய பரந்த கண்கள் அவனைச் சுற்றிப் பார்ப்பதுபோல் இருந்தன. அவனுடைய முகத்தில் சிறிது உணர்வே தெரிந்தது. டாம் கேட்டான், ''எப்படியிருக்க நோவா?''

''நல்லாருக்கேன்'' என்றான் நோவா. ''நீ எப்படியிருக்க?''. அவ்வளவுதான். ஆனால் அது ஆறுதலளிப்பதாக இருந்தது.

அம்மா குழம்புச்சட்டியின் மேலிருந்த ஈக்களை விரட்டினாள். ''உக்காந்து சாப்பிட்றதுக்கு நமக்கு அறையில்ல'', என்றபடி, ''உனக்கு ஒரு தட்ட எடுத்துக்கிட்டு எங்க முடியுமா அங்க உக்காரு. வெளியில முற்றத்திலயோ, வேற எங்கியோ.''

திடீரென டாம் கேட்டான், ''ஏ! போதகர எங்க? இங்கதான இருந்தார். எங்க போனார்?''

அப்பா சொன்னார், ''நானும் அவர பாத்தேன். ஆனா அவர் போயிட்டார்.''

பாட்டி தன் கீச்சுக் குரலை எழுப்பினாள். ''போதகரா? நீ ஒரு போதகர கூட்டிட்டு வந்திருக்கியா? போய் அவரக் கூட்டிட்டு வா. நாம அவரோட ஆசிய வாங்குவோம்.'' அவள் தாத்தாவை சுட்டிக் காட்டினாள். ''அவருக்கு ரொம்ப தாமதமாயிடுச்சு. போய் போதகரக் கூட்டிட்டு வா.''

டாம் முற்றத்தில் இறங்கினான். ''ஏய்,ஜிம், ஜிம் கேஸி!'' என்று அவன் அழைத்தான். முற்றத்தில் அவன் நடந்தான். ''ஓ, கேஸி!''. போதகர் தண்ணீர் தொட்டிக்கடியிலிருந்து எழுந்தார். அவர் உட்கார்ந்து பிறகு எழுந்து வீட்டுக்கருகில் நடந்தார். டாம் கேட்டான், ''நீங்க என்ன செஞ்சுக்கிட்டிருந்தீங்க, ஒளிஞ்சுக்கிட்டிருந்தீங்களா?''

''உள்ள வந்து சாப்பிடுங்க'' என்றான் டாம். ''பாட்டிக்கு ஆசி வேணும்.''

''ஆனா நான் இனிமே போதகர் இல்ல'' என்று எதிர்ப்புத் தெரிவித்தார் கேஸி.

''அட, வாங்க.. அவங்களுக்கு ஆசி கொடுங்க. உங்களுக்கு எந்தக் கெடுதலும் செய்ய மாட்டங்க. அவங்களுக்கு 'அவங்களப் பிடிக்கும்.'' அவர்கள் சேர்ந்து அடுப்படிக்குள் நுழைந்தனர்.

மா அமைதியாகச் சொன்னாள், ''உங்களுக்கு நல்வரவு''

அப்பா சொன்னார், “உங்களுக்கு நல்வரவு. கொஞ்சம் காலை உணவு சாப்பிடுங்க.”

“முதல்ல ஆசீர்வாதம்” என்று ஆரவாரித்தாள் பாட்டி. “முதல்ல ஆசீர்வாதம்.”

தாத்தா கேஸியை அடையாளம் காணும்வரை தன் கண்களால் கூர்ந்து பார்த்தார். ”ஓ, அந்த போதகர்” என்றார் அவர். “ஓ, அவர் நல்ல ஆள். நான் அவரப் பாத்ததுலருந்தே அவர விரும்பினேன் – “. அவர் பேசி விட்டார் என்பதாக பாட்டி நினைக்கும்படி அவர் தன் கண்களை ஒழுக்கக்கேடாக சிமிட்டினார். அவள் உடனே எதிர்த்து சப்தம் போட்டாள், “வாய மூடு,பாவப்பட்ட கிழ ஆடே.”

கேஸி படபடப்பாகத் தன் விரல்களால் தலைமுடியைக் கோதினார். “நான் உங்களுக்குச் சொல்லணும், நான் இனிமே போதகரில்ல. நான் இங்க வந்ததுல சந்தோஷம். எங்கிட்ட அன்பாவும், கருணையாவும் இருக்கறவங்களுக்கு நன்றி. அது போதும்னா – ஆசி மாதிரி இருக்கறத சொல்றேன். ஆனா நான் இனிமே போதகர் இல்ல.”

“அதச் சொல்லுங்க” என்றாள் பாட்டி. “நாங்க கலிஃபோர்னியா போறதப் பத்தியும் அதுல சொல்லுங்க.” போதகர் தம் தலையைத் தாழ்த்தி வணங்க, மற்றவர்களும் தலை தாழ்த்தி வணங்கினர். அம்மா தன் கைகளை வயிற்றின் மேல் மடக்கி வைத்துக் கொண்டு குனிந்து வணங்கினாள். பாட்டி தன் மூக்கு அவளது தட்டிலிருந்த பிஸ்கெட்டிலும், குழம்பிலும் பட்டுவிடுவது போல் அவ்வளவு குனிந்து வணங்கினாள். டாம் தன் தட்டைக் கையில் வைத்துக் கொண்டு சுவற்றில் சாய்ந்து கொண்டிருந்தவன், இறுக்கமாக வணங்கினான். தாத்தா ஒரு பக்கமாகத் தலையைச் சாய்த்து, அவரது கஞ்சத்தனமான, மகிழ்ச்சியான ஒரு கண்ணை போதகர் மீது வைத்திருப்பது போல் வணங்கினார். போதகரின் முகத்தில் பிரார்த்தனையின் சாயல் தென்படவில்லை, சிந்தனைதான் தென்பட்டது; அவரது தொனி தாழ்மையாக இல்லை, இணைப்பாகவே இருந்தது.

“நான் நினைச்சுக்கிட்டிருந்தேன்” என்றார் அவர். “நான் மலைகள்ள யோசிச்சிக்கிட்டே இருந்தேன். இயேசு பிரச்சனைகள்ளேருந்து விடுபட்றது பத்தி காட்டுக்கு சிந்திக்கறதுக்காகப் போன மாதிரின்னு நீங்க நினைக்கலாம்.”

“ஆண்டவரை மகிமைப்படுத்து!” என்றாள் பாட்டி. போதகர் ஆச்சரியத்துடன் அவளைப் பார்த்தார்.

“இயேசு எக்கச்சக்கமா பிரச்சனைகள்ள மாட்டிக்கிட்டார்னு தோணுது. அவரால எதுவும் செய்ய முடியல. இதெல்லாம் என்ன நல்லதுன்னும், இத

எதிர்த்துப் போராட்றதுலயும், கணக்குப் போட்றதுலயும் என்ன உபயோகம்னு அவருக்குத் தோணிடுச்சு. அவர் களைப்பாயிப் போயிட்டார். அவர்கிட்ட இருந்த ஊக்கமெல்லாம் வடிஞ்சு போச்சு. அவர் முடிவுக்கு வர சமயத்துல நரகமாயிடுச்சு. அவர் அதனால காட்டுக்குப் போயிட்டார்."

"ஆமென்", பாட்டி உரக்கக் கூறினாள். அவள் பல ஆண்டுகளாக இடைவெளிகளில் தன் எதிர்வினையை நேரம் பார்த்துச் சொல்வதில் தேர்ச்சி பெற்றிருந்தாள். மேலும் அவள் இந்த வார்த்தைகளைக் கேட்டு ஆச்சரியப்பட்டுப் பல ஆண்டுகளாகி விட்டது.

"நான் இயேசுவைப் போன்றவன்னு நான் சொல்லல" என்று போதகர் தொடர்ந்தார். "நானும் அவரைப் போல களைப்படைஞ்சுட்டேன், அவர மாதிரிக் குழம்பிப் போயிட்டேன், அவரை மாதிரியே காட்டுக்குப் போயிட்டேன், தங்கற சாமான் எதுவும் இல்லாம. ராத்திரி கீழ படுத்துக்கிட்டு வானத்துல நட்சத்திரங்கள நிமிர்ந்து பாப்பேன்; காலைல எழுந்து சூரியன் உதிக்கறதப் பாப்பேன்; மத்தியானத்துல ஒரு மலைலேருந்து வறண்டு போன கிராமத்தைப் பாப்பேன்; மாலைல சூரியன் மறையுறதப் பாப்பேன். சில சமயம் நான் எப்பவும் செஞ்சது மாதிரி பிரார்த்தனை பண்ணுவேன். ஆனா நான் யாரப் பாத்து பிரார்த்தனை பண்றேன், எதுக்காகப் பண்றேன்னுதான் தெரியல. அங்க மலை இருந்தது, நான் இருந்தேன், ஆனா நாங்க ரெண்டு பேரும் வேற வேறயா இல்ல. நாங்க ஒண்ணா இருந்தோம். அந்த ஒரே விஷயம்தான் புனிதம்."

"அலேலுயா" என்றாள் பாட்டி. அவளுக்கு ஏற்பட்ட கிளர்ச்சியைக் கட்டுப்படுத்த முயன்று லேசாக முன்னும், பின்னும் ஆடினாள்.

"நான் யோசிச்சேன். அது யோசிக்கறது மட்டுமில்ல, யோசிக்கறத விட ஆழமா இருந்தது. நாம ஒண்ணா இருக்கும்போது எப்படிப் புனிதமாறோம், மனித இனம் ஒண்ணா இருக்கும்போது எப்படிப் புனிதமாகுதுன்னு யோசிச்சேன். ஒரு துன்பத்துல இருக்கற சின்ன மனுசன் தன்னோட பல்லைக் கடிச்சிக்கிட்டு, தன் வழில உதைச்சுக்கிட்டும், இழுத்துக்கிட்டும், சண்டை போட்டுக்கிட்டும் போறதுதான் புனிதமில்லாதது. அந்த மாதிரி ஆள் புனிதத்தக் கெடுத்துடறான். ஆனா அவங்க ஒண்ணா வேலை செய்யறப்போ, ஒரு ஆளுக்கு இன்னொரு ஆள் இல்ல, ஆனா ஒரு ஆள் ஒரு முழுக் கூட்டத்துல சேர்த்து இழுக்கப்படறான் – அது சரியானது, புனிதமானது. அப்புறம் யோசிக்கும்போது, புனிதம்னா என்னன்னு கூட எனக்குத் தெரியலன்னு தோணிடுச்சு." அவர் நிறுத்தினார். ஆனால் குனிந்த தலைகள் நிமிரவில்லை. ஏனென்றால் அவை நாய்களைப் போல் "ஆமென்" குரலைக் கேட்ட பிறகுதான் நிமிர்வதற்குப் பயிற்சியளிக்கப்பட்டிருந்தன. "நான் முன்னால

சொன்ன மாதிரி ஆசி எதுவும் குடுக்க முடியாது. நான் காலை உணவைப் புனிதமானவர் அளித்ததற்காக மகிழ்கிறேன். இங்க அன்பு இருக்கறது எனக்கு மகிழ்ச்சியா இருக்கு. அவ்வளவுதான்." தலைகள் குனிந்தே இருந்தன. போதகர் சுற்றிப் பார்த்தார். "நான் உங்க காலை உணவை ஆறிப்போக வச்சுட்டேன்.", அவர் சொன்னார், பிறகு அவருக்கு நினைவு வந்தது – "ஆமென்" என்றார். அனைத்துத் தலைகளும் நிமிர்ந்தன.

"ஆ – மென்" என்றாள் பாட்டி. பிறகு காலை உணவின் மீது தலையைக் குனிந்து கொண்டு ஈரமான பிஸ்கெட்டுகளைத் தனது கெட்டியான வயதான பல்லில்லாத ஈறுகளால் உடைத்தாள். டாம் வேகமாக சாப்பிட்டான், அப்பா தன் வாயில் திணித்துக் கொண்டார். உணவு காலியாகி, காப்பியும் குடிக்கப்படும்வரை பேச்சு இல்லை; உணவை மெல்லும் சப்தமும், காப்பியை உறிஞ்சும் சப்தமும் மட்டுமே கேட்டன. அம்மா போதகர் உண்ணும்போது அவரையே பார்த்துக் கொண்டிருந்தாள். அவளது கண்கள் கேள்வி கேட்டுக் கொண்டும், ஆராய்ந்து கொண்டும், புரிந்து கொண்டும் இருந்தன. அவர் ஒரு ஆவியைப் போலவும், இனியும் மனிதரல்லாதவர் போலவும், பூமியின் வெளியிலிருந்து வந்த குரல் போலவும் அவரைப் பார்த்துக் கொண்டிருந்தாள்.

அவர்கள் முடித்து விட்டுத் தமது தட்டுகளைக் கீழே வைத்து விட்டு, தமது காப்பியின் மிச்சத்தைக் குடித்து முடித்தனர்; ஆண்கள் வெளியே சென்றனர். அப்பாவும், போதகரும், நோவாவும், தாத்தாவும், டாமும் வெளியேறி டிரக்கை நோக்கிச் சென்றனர். இறைந்து கிடந்த மரச்சாமான்கள், மரக்கட்டில், காற்றாலைக் கருவிகள், பழைய ஏர் அனைத்தையும் தவிர்த்து விட்டு நடந்தனர். அவர்கள் டிரக்கிடம் சென்று அதன் பக்கவாட்டில் நின்றனர். அவர்கள் புதிய பைன் பக்கவாட்டுப் பலகைகளைத் தொட்டனர்.

டாம் முன்பக்க உறையைத் திறந்து அதன் பெரிய எண்ணெய் படிந்த எஞ்சினைப் பார்த்தான். அப்பா அவனுக்கருகே வந்தார். "உன் அண்ணன் அல் நாங்கள் இதை வாங்கறதுக்கு முன்ன பார்த்தான். அது நல்லாருக்குன்னு அவன் சொன்னான்" என்றார் அவர்.

"அவனுக்கு என்ன தெரியும்? அவன் ஒரு பீத்தல்காரன்" என்றான் டாம்.'

"அவன் ஒரு கம்பெனில வேலை பாத்தான். போன வருஷம் டிரக் ஓட்டினான். அவனுக்குக் கொஞ்சம் தெரியும். அவன் ஒரு புத்திசாலி. அவனுக்குத் தெரியும். ஒரு எஞ்சினை அவனால் சரி பண்ண முடியும். அல்லால் முடியும்."

"இப்போ அவன் எங்கருக்கான்?" என்று கேட்டான் டாம்.'

"அவன் ஆடு மாதிரி ஊர மேஞ்சுக்கிட்டிருக்கான். டாம் பூனையப் போல ஓடிக்கிட்டிருக்கான். புத்திசாலி அலெக்குக்கு பதினாறு வயசு, அவனோட புத்தி அவன ஆட்டுது. பொண்ணுகளையும், எஞ்சின்களையும் தவிர அவனுக்கு எதுவும் தெரியறதில்ல. எளிமையான, புத்திசாலி அலெக். ஒரு வாரமா ராத்திரி வரதில்ல."

தாத்தா தட்டுத் தடுமாறி தனது நீலச்சட்டையின் பொத்தான்களையும், தன் உள்ளாடையின் பொத்தான்களையும் மார்புடன் போராடிப் போட்டுக் கொள்வதில் வெற்றி பெற்று விட்டார். அவரது விரல்களுக்கு ஏதோ தவறு என்று தோன்றியது, ஆனால் அது என்னவென்பதைக் கண்டுபிடிப்பதில் அவர் போதிய கவனம் செலுத்தவில்லை. அவரது விரல்கள் அவரது மேல்சட்டையின் பொத்தான்களைப் போடுவதிலுள்ள உள்பிரச்சனைகளைக் கண்டுபிடிக்கக் கீழே சென்றன. "நான் மோசமா இருந்தேன்" என்று அவர் மகிழ்ச்சியுடன் சொன்னார். "நான் இன்னும் மோசமா இருந்தேன். நரகமா இருந்தேன்னு சொல்லலாம். ஏன், சில்லிசாவில் நான் சின்னப்பையனா, அல்ல விடக் கொஞ்சம் வயசதிகமா இருந்தபோது ஒரு முகாம் கூட்டம் நடந்தது. அவன் ஒரு பீத்தல்காரன் மட்டும்தான், ஆன ரொம்ப மென்மையானவன். ஆனா நான் கொஞ்சம் மூத்தவன். நாங்க அந்த முகாம் கூட்டத்துல இருந்தோம். அங்க ஐநூறு பேர் இருந்தாங்க. குட்டி போடாத இளம் பசுக்களை தெளிச்சு விட்டிருந்தது.?'

"நீங்க ஒரு நரகமாத்தான் இன்னும் தெரியறீங்க தாத்தா" என்றான் டாம்.

"இருக்கலாம், ஒருவகைல நான் அப்படித்தான். ஆனா நான் இருந்ததுக்கு இப்ப கொஞ்சம் கூடக் கிட்ட இல்ல. நான் மட்டும் கலிஃபோர்னியாவுக்குப் போகட்டும். அங்க நான் வேணும்கும்போது அங்க ஆரஞ்ச எடுத்துக்குவேன். இல்லேன்னா திராட்சை. அதெல்லாம் எனக்கு வேணுங்கற அளவுக்கு எடுத்துக்கிட்டதில்ல. ஒரு கொடிலேருந்து ஒரு பெரிய திராட்சைக் குலைய எடுத்து என்னோட முகத்தில பிழிஞ்சுக்கப் போறேன். அது என் தாடை வழியா வழியட்டும்."

"ஜான் மாமா எங்க? ரோசாஷார்ன் எங்க? ருத்தீயும், வின்ஃபீல்டும் எங்க? அவங்களப்பத்தி யாரும் இதுவரை எதுவும் சொல்லல?" என்று டாம் விசாரித்தான்.

அப்பா சொன்னார், "யாரும் கேக்கல. ஜான் நிறைய பொருட்கள எடுத்துக்கிட்டு சல்லிசாவுக்கு விக்கப் போயிருக்கார்; பம்ப், கருவிகள், கோழிகள், இன்னும் நிறைய நாம கொண்டு வந்ததெல்லாம். ருத்தியையும், வின்ஃபீல்டையும் கூடக் கூட்டிட்டுப் போயிருக்கார். விடியறதுக்கு முன்னாடியே கிளம்பிட்டாங்க."

“நான் அவங்களப் பாக்கலங்கறது வினோதமா இருக்கு” என்றான் டாம்.

“நீ உயர்வேகச்சாலைலேருந்து வந்த, இல்லையா? அவர் பின் பக்கமா கோலிங்டன் வழில போயிருக்கார். ரோசாஷார்ன் கோனி வீட்ல இருக்கா. கடவுளே! ரோசாஷார்ன் - கோனி ரிவர்ஸ கல்யாணம் பண்ணிக்கிட்டது கூட உனக்குத் தெரியாதில்ல. உனக்கு கோனிய நினைவிருக்கா? நல்ல இளைஞன். ரோஸாஷார்னுக்கு மூணு, நாலு மாசத்துல குழந்தை பிறக்கப் போகுது. இப்ப கொஞ்சம் கொஞ்சமா வயிறு பெரிசாகுது. நல்லாயிருக்கு.”

“இயேசுவே!” என்றான் டாம். “ரோசாஷார்ன் சின்னக் குழந்தையா இருந்தா. இப்ப அவளுக்குக் குழந்தை பிறக்கப்போகுது. நீங்க வெளிய இருக்கற நாலே வருஷத்துல எவ்வளவு நடக்குது. எப்ப நாம மேற்க போகறதா இருக்கோம் அப்பா?”

“நாம இந்தப் பொருளையெல்லாம் விக்கணும். அல் சுத்தறதுல இருந்து திரும்பி வந்துட்டான்னா டிரக்குல எல்லாத்தையும் ஏத்திடலாம்னு நினைச்சேன். நாளைக்கோ இல்ல நாளன்னிக்கோ நாம கிளம்பலாம். நம்மகிட்ட இப்ப அவ்வளவு பணம் கிடையாது. கலிஃபோர்னியாவுக்கு ரெண்டாயிரம் மைல் இருக்குன்னு ஒரு ஆள் சொல்றான். நாம எவ்வளவு சீக்கிரமா கிளம்பறோமோ, அவ்வளவு சீக்கிரம் போய்ச் சேரலாம். பணம் எப்பவும் செலவாயிட்டே இருக்கு. உங்கிட்ட எதாவது பணம் இருக்கா?”

“எதோ கொஞ்சம் டாலர் இருக்கு. உங்களுக்கு எப்படிப் பணம் கிடைக்கும்?”

“நாம நம்ம வீட்ல இருந்த எல்லாப் பொருளையும் வித்துட்டோம். நாங்க எல்லாரும் பருத்திய எடுத்தோம், தாத்தா உட்பட.”

“நிச்சயமா செஞ்சேன்” என்றார் தாத்தா.

“எல்லாத்தையும் ஒண்ணா சேத்தோம் – இருநூறு டாலர். இங்க இந்த டிரக்குக்காக எழுபத்தஞ்சு டாலர் கொடுத்தோம். நானும் அல்லும் இத ரெண்டா வெட்டி இந்தப் பின்பக்கத்தக் கட்டினோம். அல் வால்வுகளை சரி செய்யறதா இருந்தான். ஆனா அந்தப் பொண்ணு பின்னாலயே ரொம்ப சுத்திக்கிட்டிருக்கான். நாம கிளம்பறபோது நம்மகிட்ட சுமாரா நூத்தைம்பது இருக்கலாம். இந்த டிரக்கோட அரதப்பழசான டயர் ரொம்ப தூரம் போகாது. கொஞ்சம் பழசான டயர்கள் இருக்கு. ரோட்டுல போறபோது அத எடுத்துக்கலாம்னு நான் நினைக்கறேன்.”

நேராக அடித்துக் கொண்டிருந்த சூரியன் தன் கதிர்களால் சுட்டது. டிரக் மெத்தையின் இருண்ட கம்பிகளின் நிழல் நிலத்தில் படிந்தது. டிரக்கில் சூடான எண்ணெ, எண்ணெத் துணி, பெயிண்டின் வாடை அடித்தது. சில

கோழிகள் வெயிலிலிருந்து தப்பி ஒளிந்து கொள்வதற்காக கருவிகள் வைத்திருக்கும் கொட்டகைக்குச் சென்றிருந்தன. பன்றிகளின் பட்டியில் அவை மூச்சிரைத்துக் கொண்டு வேலிக்கருகே இருந்த மெல்லிய நிழலில் படுத்திருந்தன. அவ்வப்போது கீச்சிடும் குரலில் குற்றம் சாட்டின. இரண்டு நாய்களும் மூச்சிரைத்துக்கொண்டும், அவற்றின் எச்சில் சொட்டும் நாக்கில் புழுதி படிந்தும் டிரக்குக்கடியில் படுத்துக் கொண்டிருந்தன. அப்பா தன் தொப்பியைத் தன் கண்களுக்கருகில் கீழே இழுத்து விட்டுக் கொண்டு அவரது பன்றிகளின் அருகே அமர்ந்தார். இதுதான் அவரது இயல்பான சிந்தனை நிலை, கூர்ந்து கவனிக்கும் நிலை என்பது போல் டாமை ஆராய்ந்தார். அவனுடைய புதிய - ஆனால் பழையதாகிக் கொண்டிருந்த - தொப்பி, சூட், புதிய ஷூக்களை ஆராய்ந்தார்.

"நீ இந்த உடைகளுக்காக உன்னோட பணத்த செலவழிச்சியா?" என்று கேட்டார் அவர். "இந்த உடைகள் உனக்கு தொந்தரவா இருக்கும்."

"அவங்க இத எனக்குக் குடுத்தாங்க" என்றான் டாம். "நான் வெளிய வந்தப்ப அவங்க இத எனக்குக் குடுத்தாங்க." அவன் அதை எடுத்துக் கொஞ்சம் பெருமையுடன் பார்த்து விட்டு அதை வைத்துத் தனது முன் நெற்றியைத் துடைத்துக் கொண்டு மீண்டும் போட்டுக் கொண்டான். முன்னால் தொப்பியின் மறைப்பை இழுத்து விட்டுக் கொண்டான்.

"அவங்க உனக்கு நல்லா அருமையான ஷூவக் குடுத்திருக்காங்க" என்றார் அப்பா.

"ஆமா" என்று ஜோட் ஒப்புக்கொண்டான். "அழகானதுதான். ஆனா ரொம்ப சூடான நாள்ல இதப் போட்டுக்கிட்டு நடக்க முடியாது" அவன் அவனுடைய தந்தைக்கு அருகில் உட்கார்ந்து கொண்டான்.

நோவா மெதுவாகச் சொன்னான், "நீ பக்கவாட்ல பலகைய வச்சுட்டேன்னா நாம இதையெல்லாம் ஏத்திடலாம். ஒருவேள அல் வந்தான்னா, இதெல்லாம் ஏத்திட்டா–"

"நான் இத ஓட்ட முடியும், உனக்கு அதுதான் வேணும்னா. நான் மெக்லஸ்டர்ல டிரக் ஓட்டிக்கிட்டிருந்தேன்" என்றான் டாம்.

"நல்லது" என்ற அப்பா அவருடைய கண்களை சாலையைப் பார்த்து ஓட விட்டார். "நான் சொல்றது தப்பில்லேன்னா, அங்க இளம், புத்திசாலி அலெக் தன்னோட வால வீட்டப் பாத்து இழுத்துக்கிட்டு வரான்" என்றார். "ரொம்ப ஒஞ்சு போன மாதிரியும் இருக்கு."

டாமும், போதகரும் சாலையைப் பார்த்தனர். தாம் கவனிக்கப்படுகிறோம் என்பதை அறிந்த ராண்டி அல், தன் தோள்களை நிமிர்த்திக் கொண்டு ஒரு

சேவல் ஒரு கோழியை விரட்டும் வேகத்துடன் முற்றத்திற்குள் நுழைந்தான். அவன் டாமைக் கண்டு கொள்வதற்கு முன் ஒரு சேவலைப் போல் கம்பீரமாக நடந்தான்; அவன் டாமை அறிந்து கொண்டதும், அவனது பெருமை காட்டும் முகம் மாறியது, அவனது கண்களில் பாராட்டும், மரியாதையும் தெரிந்தது. அவனது செருக்கான நடை வீழ்ந்தது. அவனது இறுக்கமான ஜீன்ஸ், அவனுடைய குதிகால் உயரமான பூட்சைக் காட்டும்படி எட்டு அங்குலங்கள் சுருட்டி விடப்பட்டிருந்தது. மூன்று அங்குல இடுப்புவாரில் தாமிர உருவங்களுடன் பட்டி இருந்தது. அவனது நீல நிறச்சட்டையின் சிவப்பு நிறக் கைப்பட்டையும், அவனது ஸ்டெட்சன் தொப்பியில் இருந்த மிடுக்கான சாய்வளைவு இவையனைத்தும் சேர்ந்து கூட அவனை அவனது சகோதரனின் தோற்றத்துக்கு ஈடாக்க முடியவில்லை. ஏனென்றால் அவனது சகோதரன் ஒரு ஆளைக் கொன்றிருந்தான், அதை யாரும் மறக்கவே முடியாது. அல்லின் வயதுடைய அவனது நண்பர்களிடம் கூட அவனது சகோதரன் ஒரு ஆளைக் கொன்றிருந்ததால் கொஞ்சம் மதிப்புக் கூடியிருப்பதை அவன் அறிவான். சல்லிசாவில் அவனை எப்படிக் குறிப்பிட்டார்கள் என்பதை அவன் கேட்டிருந்தான்: “அவன்தான் அல் ஜோட். அவனோட சகோதரன் ஒரு ஆள சம்மட்டியால அடிச்சுக் கொன்னுட்டான்.”

இப்போது தாழ்மையுடன் நெருங்கிய அல், அவன் நினைத்தது போல் அவனது சகோதரன் வீண்ஜம்பக்காரனல்ல என்பதைக் கண்டான். அல் அவன் சகோதரனின் ஆழ்ந்த கூர்நோக்கு விழிகளைக் கண்டான். அவை சிறைக் கைதியின் அமைதியுடன் இருந்தன. அவனுடைய மிருதுவான, ஆனால் கடினமான முகம் ஒரு சிறைக் காவலரிடம் எந்த உணர்வையும் காட்டி விடாதபடி, எதிர்ப்பையோ அல்லது அடிமைத்தனத்தையோ காட்டி விடாதபடி பயிற்சி பெற்றிருந்தது. ஒரே கணத்தில் அல் மாறி விட்டான். உணர்வின்றியே அவன் தன் சகோதரனைப் போல் ஆகிவிட்டான். அவனுடைய கம்பீரமான முகம் தோய்ந்தது, அவனுடைய தோள்கள் தளர்ந்தன. அவனுக்கு டாம் எப்படியிருந்தான் என்பது நினைவில்லை.

“இயேசுவே, நீ ஒரு பீன்சைப் போல வளர்ந்திருக்க. நான் உன்ன அடையாளம் கண்டுபிடிச்சிருக்க மாட்டேன்” என்றான் டாம்.

டாம் தன்னுடன் கை குலுக்க விரும்பினால் தன் கையைத் தயாராக வைத்திருந்த அல், தன்னுணர்வுடன் புன்னகைத்தான். டாம் தன் கைகளை நீட்டவும், அல்லின் கை துள்ளிக் கொண்டு முன்வந்தது. இந்த இருவரிடையே ஒரு விருப்பம் இருந்தது. “நீ டிரக் நல்லா ஓட்றேன்னு அவங்க சொல்றாங்க” என்றான் டாம்.

தன் சகோதரன் வீண்பெருமையை விரும்ப மாட்டான் என்பதை உணர்ந்து கொண்ட அல் கூறினான், “எனக்கு அதப்பத்தி ரொம்பத் தெரியாது.”

அப்பா கூறினார், “ஊர்பூரா சுத்தின புத்திசாலி. நீ ஓஞ்சுபோன மாதிரி தெரியற. சாலிசாவுக்கு நிறைய பொருட்கள விக்கறதுக்கு நீ கொண்டு போக வேண்டிருக்கு.”

அல் தன் சகோதரன் டாமைப் பார்த்தான். “நீ ஓட்ட விரும்பறியா?” என்று முடிந்த வரை சாதாரணமாகக் கேட்டான்.

“இல்ல, என்னால முடியாது”என்றான் டாம். “நான் இங்க உதவறேன். நாம சாலைல ஒண்ணாப் போகலாம்.”

அல் தன் கேள்வியைக் கட்டுப்படுத்த முயற்சித்தான். “நீ சிறைலேருந்து தப்பிச்சிட்டியா?”

“இல்ல” என்றான் டாம். நான் உறுதி கொடுத்துட்டு வந்திருக்கேன்.”

“ஓ” என்றான் அல் கொஞ்சம் அதிருப்தியுற்றவனாக.

9

சிறிய வீடுகளிலிருந்து குத்தகைக்காரர்கள் தமது உடைமைகள், தம் தந்தையரின் உடைமைகள், தம் தாத்தாமார்களின் உடைமைகளை அகற்றினர். தமது உடைமைகளை மேற்கு நோக்கிப் பயணிப்பதற்காக எடுத்துக் கொண்டனர். தமது கடந்த காலம் கெடுக்கப்பட்டதால் ஆண்கள் இரக்கமின்றி இருந்தனர், ஆனால் பெண்களோ தமது கடந்தகாலம் வரும் நாட்களில் தம்மிடம் எப்படி அமையும் என்பதை அறிந்திருந்தனர். ஆண்கள் கொட்டில்களுக்கும், கொட்டகைகளுக்கும் சென்றனர்.

“அந்தக் கலப்பை, அந்தக் கொழுத்தட்டு. நாம போர் நடந்தபோது கடுகு விதச்சோம் நினைவிருக்கா? ஒரு ஆள் மாத்துன்னு சொல்லிக்கிட்டு அந்த ரப்பர் புஷ்ஷ போடச் சொன்னான் ஞாபகமிருக்கா? பணக்காரனாகுன்னு அவன் சொன்னான். அந்தக் கருவிகள வெளிய கொண்டு வாங்க. அதுக்கு ஈடா கொஞ்சம் டாலர் வாங்கிக்கங்க. அந்தக் கலப்பைக்கு பதினெட்டு டாலர், அதோட போக்குவரத்து செலவு” சீயர்ஸ் ரூபக்.

“சேணம், வண்டிகள், விதைவிதைப்பான், மண்வெட்டி. அதையெல்லாம் வெளிய எடுங்க. குவிங்க. ஒரு வண்டில ஏத்துங்க. நகரத்துக்குக் கொண்டு போங்க. என்ன கிடைக்குதோ அந்த விலைக்கு வித்துடுங்க. வண்டியோட மொத்தமா வித்துடுங்க. எதுக்கும் இனிமே உபயோகமில்ல.”

“ஒரு நல்ல கலப்பைய வாங்க ஐம்பது சென்ட் போதாது. அந்த விதைவிதைப்பான் முப்பத்து எட்டு டாலர். ரெண்டு டாலர் போதுமானதில்ல.

எல்லாத்தையும் திரும்ப வாங்க முடியாது. அதையெல்லாம் எடுத்துக்க. அதோட கசப்பையும் எடுத்துக்க. கிணத்து பம்பையும், மண்வெட்டியையும் கூட எடுத்துக்க. கண்ணிக்கயிறு, கழுத்துவார், சட்டங்க, கொளுவி வார் எல்லாத்தையும் எடுத்துக்க. சின்ன கண்ணாடி புருவ நகைகள், ரோஜாக்கள், சிகப்பு கீழ்கண்ணாடி. அத கருஞ்சிவப்பு குதிரைக்கு காயடிக்கும்போது வாங்கினது. அது ஓடும்போது எப்படி காலத்தூக்கிச்சின்னு ஞாபகமிருக்கா?''

முற்றத்தில் ஓட்டை உடைசல் குவிந்தது.

''கைக்கலப்பையை இனிமேல் விக்க முடியாது. உலோகத்தோட எடைக்கு அம்பது சென்ட் கிடைக்கும். டிஸ்குகளும், டிராக்டர்களும்தான் இப்போ மிச்சமிருக்கிறது.''

சரி, எல்லா ஓட்டை உடைசல்களையும் எடுத்துக்கிட்டு எனக்கு அஞ்சு டாலர் கொடு. நீ ஓட்ட உடசல மட்டும் வாங்கல, ஓட்ட உடசலாப் போன வாழ்க்கைகளையும் வாங்கற. அதுக்கும் மேல நீ பாப்ப, நீ கசப்பையெல்லாம் வாங்கற. ஒரு கலப்பைய அதுக்குக் கீழ் உன்னோட குழந்தைகள வச்சு உழறதுக்காக வாங்கற. உன்னக் காப்பாத்திருக்கக் கூடிய ஆயுதங்களையும், தேவதைகளையும் நீ வாங்கற. அஞ்சு டாலர், நாலு டாலரில்ல. நான் அதையெல்லாம் திருப்பி எடுத்துட்டுப் போக முடியாது. சரி, நாலு டாலருக்கு எடுத்துக்கோ. ஆனா நான் எச்சரிக்கறேன். நீ உன் குழந்தைகள கீழ போட்டு உழற கலப்பைய வாங்கற. நீ அதப் பாக்க மாட்ட. அதப் பாக்க முடியாது. நாலுக்கு எடுத்துக்கோ. சரி அந்த வண்டிக்கு என்ன குடுப்ப? அந்தக் கருஞ்சிவப்புக் குதிரைகளோட. அது ரெண்டும் ஒண்ணுக்கொன்னு பொருத்தமானது, அதுங்களோட வண்ணத்தில, அதுக நடக்கற முறைல, ஓட்றதுல. அதுங்க இழுக்கறதுல – அதுங்களோட பின்பக்கத்தையும், பின்தொடைகளையும் சிரமப்படுத்திக்கிட்டு, ஒரு நொடி கூட வித்தியாசமா போகாது. காலைல அதுங்க மேல வெளிச்சம் படட்டும். அதுங்க வேலியைத் தாண்டி நாங்க வரோமான்னு வாசம் பிடிக்கும், நாங்க வர சத்தம் கேட்டவுடனே இறுக்கமான காதுகள ஆட்டும், நெற்றிப்பிடரிய சிலித்துக்கும். எங்கிட்ட ஒரு பெண் இருக்கா. அவளுக்கு முன்பிடரிய வாரி அழகு படுத்தறதுக்குப் பிடிக்கும். அது மேல சிவப்பு வண்ணத்துல சின்ன கொம்பையும் வப்பா. அவளுக்கு அப்படிச் செய்யறது பிடிக்கும். இனிமே இல்ல. அந்த பள்ளத்தத் தாண்டி இருக்கற அந்தப் பொண்ணப் பத்தி ஒரு வினோதமான கத சொல்றேன். அது உன்ன சிரிக்க வைக்கும். தள்ளி இருக்கற குதிரைக்கு எட்டு, பக்கத்துல இருக்கறதுக்கு சுமார் பத்து. ஆனா அது ரெண்டும் சேர்ந்து வேல செய்யறத பாத்தா ரெட்டை மாதிரித் தெரியும். பாரு? அந்தப் பல்லெல்லாம் முழுசும் பிரமாதம். ஆழமான சுவாசப்பை. கால் அழகாவும், சுத்தமாவும் இருக்கு. எவ்வளவு? பத்து டாலரா? ரெண்டுக்குமா?

வண்டி- ஓ இயேசு கிருத்துவே! நான் அதுங்கள நாய்க்கு இரை போட்றதுக்குச் சுட்டுப் போட்டுடுவேன். ஓ அத எடுத்துக்குங்க! அதுங்கள வேகமா எடுத்துக்க மிஸ்டர். நீ அந்த நெத்திப் பிடறிய சடை பின்ற பொண்ண வாங்கற, கொம்பு வைக்கறதுக்காகக் கட்ற ரிப்பன எடுக்கற, பின்னாடி நின்னு, தலையை தூக்கிக்கிட்டு, அவளோட கன்னத்தால மிருதுவான மூக்க தேய்க்குது. நீ பல ஆண்டுகால உழைப்ப வாங்கற, வெயில்ல உழைச்சது; பேச முடியாத துன்பத்த நீ வாங்கற. ஆனா கவனி மிஸ்டர். இந்த உடைசல் குவியலோடயும், அழகான கருஞ்சிவப்புக் குதிரைகளோடயும் கூட ஒண்ணு வருது – உன்னோட வீட்ல வளர்ந்து பூக்கப்போற கசப்பு. அது என்னிக்காவது வரும். நாங்க உன்ன காப்பாத்திருக்கலாம். ஆனா நீ எங்கள வெட்டிட்ட, நீயும் சீக்கிரமே வெட்டப்படுவ. உன்னக் காப்பாத்த அங்க நாங்க யாரும் இருக்க மாட்டோம்.''

குத்தகைக்காரர்கள் நடைபயணமாகத் திரும்பினார்கள். அவர்களது பையில் அவர்களது கைகளைத் திணித்துக் கொண்டு, தொப்பிகளை கீழே இழுத்து விட்டுக் கொண்டு நடந்தார்கள். யாரோ ஒரு சாராயக் குப்பியை வாங்கி தாக்கத்தை கடினமாகவும், இறுக்கமாகவும் ஆக்குவதற்காக வேகமாகக் குடித்தார்கள். ஆனால் அவர்கள் சிரிக்கவோ, ஆடவோ இல்லை. பாடுவதற்காக கித்தாரை எடுக்கவில்லை. அவர்கள் தங்களது கைகளைப் பைக்குள் திணித்துக் கொண்டும், தலையைத் தொங்கப் போட்டுக் கொண்டும், கால்களால் சிவப்புப் புழுதியைக் கிளப்பிக் கொண்டும் தமது வயல்களுக்குத் திரும்பினார்கள்.'

''ஒருவேள நாம திரும்ப ஆரம்பிக்கலாம், புது பணக்கார இடமான , பழங்கள் வளர்ற கலிஃபோர்னியாவில ஆரம்பிக்கலாம். திரும்ப ஆரம்பிக்கலாம்.

''ஆனா நீ ஆரம்பிக்க முடியாது. ஒரு குழந்தைதான் ஆரம்பிக்க முடியும். நீயும், நானும் – ஏன், நாமளும் அந்த மாதிரி இருந்திருக்கோம். ஒரு கணத்தோட கோபம், ஓராயிரம் படங்கள், அதுதான் நாம. இந்த நிலம், இந்த சிவப்பு நிலம், இதுதான் நாம; வெள்ளம் வந்த ஆண்டுகள், புழுதி வந்த ஆண்டுகள், வறட்சிக் காலம், எல்லாம் நாம். நாம திரும்ப ஆரம்பிக்க முடியாது. நாம காயலான்காரன்கிட்ட வித்த ஓட்டை உடைசல் – அது அவங்கிட்ட போயிடுச்சு, சரிதான். ஆனா அது நம்மகிட்டயே இருக்கு. அந்த சொந்தக்கார ஆள் நம்மள போகச்சொன்னப்போ – அதுதான் நாம; டிராக்டர் வீட்ட இடிச்சப்போ, நாம இறந்து போற வரைக்கும், அதுதான் நாம. கலிஃபோர்னியாவுக்கோ, அல்லது வேற இடத்துக்கோ – நாம கசப்போட அணி வகுக்கற வலியோட போற அணிவகுப்புக்குத் தலைமை தாங்கற ஒரு மேஜர்தான் ஒவ்வொருத்தரும். என்னிக்காவது – கசப்போட இருக்கற

இராணுவங்கள் எல்லாம் இதே வழில போகும். அவங்கல்லாம் சேந்து நடப்பாங்க, அதிலருந்து ஒரு மரண மிரட்சி வரும்.''

குத்தகைக்காரர்கள் மெதுவாக சிவப்புப் புழுதி வழியாக வீடு திரும்பினார்கள்.

எதையெல்லாம் விற்க முடியுமோ விற்ற பிறகு, அடுப்புகளும், கட்டில்களும், மேசை, நாற்காலிகளும், முக்கு அலமாரிகளும், வாளிகளும், தொட்டிகளும் அனைத்தையும் விற்ற பிறகும், இன்னும் ஏராளமான பொருட்கள் குவிந்திருந்தன; பெண்கள் அவற்றுக்கிடையே அமர்ந்து கொண்டு அவற்றைத் திருப்பிப் பார்த்துக் கொண்டிருந்தார்கள். சதுரக் கண்ணாடிகள், படங்கள், இங்கே ஒரு பூச்சாடி இருக்கிறது.

''நாம இப்ப எதயெல்லாம் எடுத்துக்கிட்டுப் போக முடியும், எத எடுத்துக்கிட்டுப் போக முடியாதுன்னு உங்களுக்குத் தெரியும். நாம வெளிய முகாமிடுவோம் – சமைக்க, கழுவ கொஞ்சம் சட்டிகள், மெத்தைகள் சுகத்துக்காக, லாந்தர், வாளிகள், ஒரு துண்டு கேன்வாஸ். அது கூடாரம் போட. இந்த மண்ணெண்ணைய எடுத்துட்டுப் போகலாம். இது என்ன தெரியுமா? அது அடுப்பு. துணிமணி – எல்லாத்தையும் எடுத்துக்க. இந்த சுழல் துப்பாக்கி? அது இல்லாம ஒண்ணும் ஆகாது. ஷூக்கள், துணிமணி, உணவு, ஏன் நம்பிக்கையே இல்லாம போனாக் கூட நம்மகிட்ட துப்பாக்கி இருக்கணும். தாத்தா வந்தப்ப – நான் உங்கிட்ட சொன்னேனா? அவர்கிட்ட மிளகும், உப்பும் ஒரு சுழல் துப்பாக்கியும் இருந்தது. அவ்வளவுதான். அப்புறம் ஒரு பாட்டில் தண்ணீர். அது நம்மள நிரப்பிடும். டிரெயிலர்ல குழந்தைங்க உக்காரலாம். மெத்தை மேல பாட்டி. கருவிகள், ஒரு சம்மட்டி, ரம்பம், திருப்புளி, குறடு. அந்த கோடரியும். அது நாப்பது வருஷமா நம்மகிட்ட இருக்கு. இப்ப அது எப்படி தேஞ்சு போச்சுன்னு பாரு. அப்புறம் கயிறு. மீதம்? விட்டுடு அல்லது எரிச்சுடு.''

குழந்தைகள் வந்தார்கள்.

''மேரி அந்த நாத்தம் பிடிச்ச அழுக்கு துணி பொம்மைய எடுத்துக் கிட்டு வந்தா, நான் என்னோட எஞ்சின எடுத்துக்கிட்டு வருவேன். நான் எடுத்துட்டுத்தான் வரணும். இந்த பெரிய வட்ட கம்பு என்னோடது. எனக்கு இந்த கம்பு தேவைப்படலாம். என்கிட்ட இது ரொம்ப நாளா இருக்கு – ஒரு மாசம் இல்ல ஒரு வருஷம் இருக்கலாம். நான் இத எடுத்துக்கணும். அப்புறம் கலிஃபோர்னியாவில எப்படி இருக்கும்?''

பெண்கள் கைவிடப்பட்ட பொருள்களிடையே உட்கார்ந்து கொண்டு அவற்றைத் திருப்பிப் பார்த்துக் கொண்டும் பழையதை நினைத்துக் கொண்டும் இருந்தனர். ''இந்தப் புத்தகம். எங்கப்பாகிட்ட இருந்தது.

அவருக்கு இந்தப் புத்தகத்தப் பிடிக்கும். பில்கிரீம்ஸ் பிராக்ரஸ். அவர் அதப் படிக்கறது வழக்கம். அவரோட பேர் அதுல இருக்கும். அவரோட புகையிலைக் குழாய். இன்னும் அதுல ரான்கோட மணம் வீசுது. இந்தப் படம் - ஒரு தேவதையோடது. நான் அத முத மூணு வரதுக்கு முன்னாடி பாத்தேன் - ஆனா எதுவும் நல்லது நடக்காது போலத் தோணுது. நாம இந்த சைனா நாய உள்ள வச்சுக்கலாமா? சாடி மாமி இத செயிண்ட் லூயிஸ் சந்தைல வாங்கிட்டு வந்தா. அது மேலயே எழுதினா. இல்ல, அப்படியில்லன்னு நினைக்கறேன். என்னோட சகோதரன் செத்துப் போறதுக்கு முந்தின நாள் எழுதின கடிதம் இதோ இருக்கு. இது பழைய காலத்து தொப்பி. இந்த சிறகுகள் – அத ஒருபோதும் பயன்படுத்தினதில்ல. இல்ல, இதுக்கெல்லாம் இடமில்ல.''

''நம்மளோட வாழ்க்கையே இல்லாம எப்படி வாழ முடியும்? நம்மளோட கடந்த காலம் இல்லாம நாம எப்படி நம்மள தெரிஞ்சுப்போம்? இல்ல. விட்டுடு. எரிச்சுடு.''

அவர்கள் உட்கார்ந்து அதைப் பார்த்து விட்டு அவற்றைத் தமது நினைவுகளில் எரித்தார்கள். ''கதவுக்கு வெளிய உலகம் எப்படியிருக்குன்னு தெரியாம இருக்கறது எப்படியிருக்கும்? நீ ராத்திரில எழுந்திருச்சு பாக்கும்போது அந்த வில்லோ மரம் இல்லன்னு தெரிஞ்சா எப்படி இருக்கும்? அந்த மரம் இல்லாம நீ வாழ முடியுமா? இல்ல, உன்னால முடியாது. நீதான் அந்த மரம். அங்க இருக்கற மெத்த மேல இருக்கற வலி - அதுதான் நீ.''

''அப்புறம் குழந்தைங்க – சாம் அந்த இஞ்சினையும், உருட்டைக் கம்பையும் எடுத்துக்கறதா இருந்தா நானும் ரெண்டு எடுத்துக்கலாம். நான் அந்த பெரிய தலகாணிய எடுத்துக்கறேன். அது என்னோடது.''

திடீரென அவர்கள் பதற்றமானார்கள். இப்போது வேகமாக வெளியேற வேண்டும். இனிக் காத்திருக்க முடியாது. அவர்கள் அனைத்துப் பொருட்களையும் குவித்து வைத்து நெருப்பு வைத்தார்கள். அவர்கள் நின்று அவை எரிவதைப் பார்த்து விட்டு, அவசர அவசரமாக தங்களுடைய கார்களில் பொருட்களை ஏற்றி விட்டு புழுதியில் ஓட்டிச் சென்றார்கள். பொருட்கள் ஏற்றப்பட்ட கார்கள் சென்று நீண்ட நேரத்துக்குப் புழுதி காற்றில் மிதந்தது.

10

டிரக் அனைத்துப் பொருட்களையும், கனமான கருவிகளையும், மெத்தைகளையும், ஸ்பிரிங்குகளையும், விற்பனை செய்யக்கூடிய அனைத்து நகரும் பொருட்களையும் ஏற்றிச் சென்ற பிறகு டாம் அங்கு சுற்றிக் கொண்டிருந்தான். அவன் கொட்டகைக்கும், காலியான இடங்களுக்கும் சென்று விட்டு, பிறகு அங்கங்கு கிடந்த விட்டுப் போனவற்றை கால்களால் எத்தினான். தன் காலால் உடைந்து போன கருவியைத் திருப்பினான். அவனுக்கு நினைவிருக்கும் இடத்துக்கெல்லாம் சென்றான் – குருவிகள் முட்டையிட்ட இடம், பன்றி பட்டிக்கு மேல் இருந்த மரம். வேலி வழியாக இரண்டு பன்றிகள் அவனைப் பார்த்து உறுமிக்கொண்டு முறுக்கிக் கொண்டன. அவை வசதியாக அமர்ந்து வெயிலில் காய்ந்து கொண்டிருந்த கருப்புப் பன்றிகள். அவனுடைய புனிதப்பயணம் முடிந்த பிறகு அவன் கடைசியில் நிழல் விழுந்திருந்த கதவுக்கருகே சென்று அமர்ந்து கொண்டான். அவனுக்குப் பின்னால் அம்மா குழந்தைகளின் துணிகளைத் தோய்த்துக் கொண்டு அடுப்பறையில் புழங்கிக் கொண்டிருந்தாள்; அவளுடைய அரக்கு நிறப்புள்ளிகள் நிரம்பிய வலுவான முன்கையிலிருந்து முழங்கையிலிருந்து வழிந்த சோப் தண்ணீர் சொட்டியது. அவள் தோய்ப்பதை நிறுத்தி விட்டுக் கீழே அமர்ந்தாள். அவள் அவனை நீண்ட நேரம் பார்த்துக் கொண்டிருந்தாள். அவன் திரும்பியபோது அவனை விட்டு தலையைத் திருப்பி வெப்பமான சூரிய வெளிச்சத்தைப் பார்த்தாள். பிறகு அவள் தோய்ப்பதற்காகத் திரும்பிச் சென்றாள்.

“டாம், கலிஃபோர்னியாவில எல்லாம் நல்லா இருக்கும்னு நம்பறேன்” என்றாள் அவள்.

அவன் திரும்பி அவளைப் பார்த்தான். “அப்படி இருக்காதுன்னு எது உன்ன நினைக்க வைக்குது?” என்று கேட்டான்.

“இல்ல, ஒண்ணுமில்ல. ஒரு வகைல ரொம்ப நல்லா தோணுது. நான் நிறைய நோட்டீச பாத்திருக்கேன். அங்க எவ்வளவு வேல இருக்கு, எவ்வளவு அதிக சம்பளம் கொடுக்கறாங்க - எல்லாம்; ஆளுங்க வந்து அங்க திராட்சைகளையும், ஆரஞ்சுகளையும், பீச் பழத்தையும் எடுக்க கூப்பிடுறாங்கன்னு பேப்பர்ல பாத்திருக்கேன். அது நல்ல வேலையா இருக்கும், டாம், பீச் பழங்கள எடுக்கறது. அவங்க எதையும் நீ சாப்பிட விடாட்டாலும், அப்பப்போ கொஞ்சம் கெட்டுப் போனத சாப்பிடலாம். அப்புறம் மரத்துக்கீழ நல்லாயிருக்கும், நிழல்ல வேலை செய்யறது. ரொம்ப நல்லா இருக்கறத பாத்து நான் பயப்படுவேன். எனக்கு நம்பிக்கையில்ல. எதோ அங்க அவ்வளவு நல்லாயிருக்காதுன்னு நான் பயப்பட்றேன்.”

"உன்னோட நம்பிக்கைப் பறவைய உயரபறக்க விட்டுடாத, புழுக்களோட நீ ஊர்ந்து போக மாட்ட" என்றான் டாம்.

"அது சரின்னு எனக்குத் தெரியும். அது ஒரு புனிதநூல் இல்லையா?"

"அப்படித்தான் நினைக்கிறேன்" என்றான் டாம். "நான் பார்பரா வொர்த்தின் வெற்றி" அப்படிங்கற புத்தகத்தை படிச்சதனால என்னால எப்பவும் புனித நூல நேரா வைக்க முடியல".

அம்மா மெதுவாக கெக்கெலித்து விட்டு துணிகளை வாளிக்குள் முக்கி முக்கி எடுத்தாள். அவள் மேல்கோட்டுகளையும், சட்டைகளையும் உதறியபோது அவளது முன்கைகளின்தசைகள்புடைத்தன. "உங்கப்பாவோட அப்பா எப்பவும் புனித நூல்களை மேற்கோள் காட்டுவார். அவர் எல்லாத்தையும் குழப்பியும் விடுவார். டாக்டர் மைலோட அல்மனாக்குலதான் அவர் குழம்பிப் போனார். அந்த அல்மனாக்குல இருந்து ஒவ்வொரு வார்த்தையையும் சத்தம் போட்டுப் படிப்பார் - தூக்கம் வராத ஆட்கள்கிட்டயிருந்தும், தொஞ்சு போன முதுகு இருப்பவங்கள்டேயும் வந்த கடிதங்களைப் படிப்பார். அப்புறம் அந்த ஆட்களுக்கு பாடம் எடுப்பார். அவர் சொல்லுவார், "வேதநூல்ல ஒரு நீதிக்கதை இருக்கு." உங்கப்பாவும் ஜான் மாமாவும் சிரிச்சு அவரக் கொஞ்சம் சங்கடப்படுத்திடுவாங்க." உதறிய துணிகளை அவள் மேசையின் மேல் பிழிந்த கட்டை போல் குவித்தாள். "நாம போற இடம் ரெண்டாயிரம் மைல் இருக்குன்னு சொல்றாங்க. அது எவ்வளவு தூரம் இருக்குன்னு நினைக்கற டாம்? நான் அத ஒரு வரைபடத்துல பாத்திருக்கேன். ஒரு தபால் கார்டுல பெரிய மலைகள பாத்திருக்கேன். நாம அதுக்குள்ள நேரா போறோம். அவ்வளவு தூரம் போக எவ்வளவு காலம் ஆகும்னு நீ நினைக்கற டாமி?"

"எனக்குத் தெரியாது" என்றான் டாம். "ரெண்டு வாரம், இல்ல நமக்கு அதிர்ஷ்டம் இருந்தா பத்து நாள். பாரும்மா, நீ கவலப்பட்றத நிறுத்து. ஒரு பன்னித் தொழுவத்துல இருக்கறத பத்தி நான் உங்கிட்ட கொஞ்சம் சொல்லப் போறேன். நீ வெளிய போறபோது நீ யோசிச்சிக்கிட்டிருக்க முடியாது. நீ பைத்தியமாயிடுவ. நீ அந்த நாளப் பத்தி நினைக்கணும், அடுத்த நாளைப் பத்தி நினைக்கணும், அப்புறம் பால் விளையாட்ற சனிக்கிழமை. அதத்தான் நீ செய்யணும். பழைய ஆளுங்க அதத்தான் செய்வாங்க. ஒரு புது சின்னப்பையன் தன்னோட தலைய சிறைக் கம்பில முட்டிக்கிட்டான். அவன் இன்னும் எவ்வளவு காலமோன்னு நினைச்சுக்கிட்டிருக்கான். நீ ஏன் அதச் செய்யணும். ஒவ்வொரு நாளையும் அப்படியே எடுத்துக்க."

"அது நல்ல வழி" என்றாள் அம்மா. பிறகு வாளியில் அடுப்பிலிருந்து இறக்கிய சூடான வென்னீரை நிரப்பினாள். அதில் அழுக்குத் துணிகளைப்

போட்டு பிறகு சோப்புத் தண்ணீரில் அலச ஆரம்பித்தாள். " ஆமா, அது ஒரு நல்ல வழி. ஆனா கலிஃபோர்னியாவில எவ்வளவு நல்லா இருக்கப் போகுதுன்னு நினைக்க நான் விரும்பறேன். குளிராவே இருக்காது. எல்லா இடத்துலயும் பழங்கள் இருக்கும். மக்கள்லாம் அருமையான இடத்துல இருப்பாங்க. ஆரஞ்சு மரங்களுக்கு இடைல சின்ன வெள்ளை நிற வீடுகள். குட்டிப் பசங்க வெளிய போய் நேரா மரத்துல இருந்தே ஆரஞ்சுகளப் பறிப்பாங்க. அவங்களால அதத் தாங்க முடியாது, அதுனால அவங்க அலறப் போறாங்க."

டாம் அவள் வேலை செய்வதைப் பார்த்தான், அவனது கண்கள் சிரித்தன. "அத நினைக்கறப்பவே உனக்கு நல்லது நடந்திருக்கு. எனக்கு கலிஃபோர்னியாவில இருந்து வந்த ஒரு ஆளத் தெரியும். அவர் நம்மள மாதிரிப் பேசல. அவர் பேசறதுல இருந்து அவர் எங்கயோ தூரமான இடத்தில இருந்து வந்திருக்கார்னு உனக்குத் தெரியும். ஆனா அவர் அங்க இப்ப நிறைய பேர் வேல தேடிக்கிட்டிருக்காங்கன்னு சொல்றார். அப்புறம் பழம் பொறுக்கறவங்க அழுக்கான இடத்துல தங்கிருக்காங்கன்னும், சாப்பிடக் கூட போதுமான அளவு அவங்களுக்குக் கிடைக்கறதில்லன்னும் சொல்றார். கூலி ரொம்பக் குறைச்சல்னும் எதுவும் அதுக்குக் கிடைக்காதுன்னும் அவர் சொல்றார்."

அவளது முகத்தில் நிழல் படர்ந்தது. "ஓ, அது அப்படி இருக்காது" என்றாள் அவள். உங்கப்பாகிட்ட மஞ்ச நிறத்துல ஒரு கைப்பிரசுரம் இருக்கு. அதுல அவங்களுக்கு வேல செய்ய எப்படி ஆட்கள் தேவைன்னு போட்டிருக்கு. அங்க அவ்வளவு நிறைய வேலை இல்லன்னா அந்த அளவு கஷ்டப்பட்டிருக்க மாட்டாங்க. இந்த பிரசுரத்த வெளியிட அவங்களுக்கு நிறைய செலவாயிருக்கும். அவங்க எதுக்குப் பொய் சொல்லணும், பணம் செலவு பண்ணி ஏன் பொய் சொல்லணும்?"

டாம் தலையை ஆட்டினான். " எனக்குத் தெரியலம்மா. அவங்க ஏன் அப்படி செஞ்சாங்கன்னு யோசிக்கறது கஷ்டம். இப்படி இருக்கலாம் –". அவன் சிவப்பு பூமியின் மீது தகித்துக் கொண்டிருந்த வெப்பமான சூரியனைப் பார்த்தான்.'

"எப்படி இருக்கலாம்?"

"நீ சொல்ற மாதிரி அது நல்லா இருக்கலாம். தாத்தா எங்க போவார்? போதகர் எங்க போவார்?"

அம்மா தன் கைகளில் துணிகளைத் தூக்கிக் கொண்டு வீட்டுக்கு வெளியே போய்க் கொண்டிருந்தாள். அவளுக்கு வழி விடுவதற்காக டாம் நகர்ந்து கொண்டான். "போதகர் சுத்தப் போறதா சொல்றார். தாத்தா இங்க வீட்ல

தூங்கிக்கிட்டிருக்கார். சில சமயம் அவர் பகல்ல இங்க வந்து படுத்துக்குவார்." அவள் கொடிக்கம்பத்திடம் சென்று வெளிர் நீல வண்ண ஜீன்சையும், நீலவண்ணச் சட்டைகளையும், நீண்ட சாம்பல் நிற உள்ளாடையையும் கொடியில் உலர்த்தத் தொடங்கினாள்.

தனக்குப் பின்னால் தள்ளாடிய நடையின் சத்தத்தைக் கேட்ட டாம் திரும்பிப் பார்த்தான். தாத்தா படுக்கையறையிலிருந்து வெளியே வந்து கொண்டிருந்தார். காலையைப் போலவே அவர் தன் மேல்கோட்டின் பட்டன்களுடன் போராடிக் கொண்டிருந்தார். "எனக்குப் பேச்சு சத்தம் கேட்டது" என்றார் தாத்தா. "வேசி மகன்க, வயசானவனத் தூங்க விட மாட்டாங்க. வேசி நாய்களா, உங்க காதுக்குப் பின்னால வறண்டு போன உடன, ஒரு வயசானவன தூங்க விட்றதப் பத்தி நிறைய கத்துப்பீங்க." அவருடைய கோபமான விரல்கள் மேல்கோட்டில் போட்டிருந்த இரண்டு பொத்தான்களையும் திறந்து விட்டன. அவரது கை என்ன செய்ய முயன்று கொண்டிருந்தது என்பதையே மறந்து விட்டது. அவரது கைகள் உள்ளே சென்று திருப்தியுடன் அவரது விதைப்பைகளை சொறிந்து விட்டுக் கொண்டன. அம்மா ஈரக் கையுடன் உள்ளே வந்தாள். அவளது கைகள் மடிந்து சூடான தண்ணீராலும், சோப்பாலும் வீங்கின.

"நீங்க தூங்கிக்கிட்டிருந்தீங்கன்னு நினைச்சேன். வாங்க, உங்களுக்குப் பொத்தானப் போட்டு விட்றேன்." தாத்தா போராடினாலும், அம்மா அவரைப் பிடித்துக் கொண்டு அவரது உள்ளாடைகளுக்கும், சட்டைக்கும், மேல்கோட்டுக்கும் பொத்தானைப் போட்டு விட்டாள். "நீங்க வெளிய போய் சுத்திட்டு வாங்க" என்று அவரை விடுவித்தாள்.

அவர் கோபத்துடன் தடுமாறினார், "ஒரு ஆளு அவருக்கு பொத்தான் போட்டு விட்டு விட்றப்ப அருமையானவனா ஆயிட்றான். நான் என்னோட கால்சட்டைக்கு பொத்தான் மாட்டிக்க என்னையே விடணும்னு விரும்பறேன்."

அம்மா விளையாட்டாகச் சொன்னாள், "கலிஃபோர்னியாவில ஆளுங்கள திறந்து கிடக்கற பொத்தான்களோட திரிய விட மாட்டாங்க."

"அவங்க விட மாட்டாங்களா? ஏ, நான் அவங்களுக்குக் காட்றேன். அங்க நான் எப்படி நடந்துக்கணும்னு அவங்க காட்டப் போறாங்களா? நான் வேணும்னா அங்க அப்படியே திரிவேன்!"

"அவரோட பேச்சு வருஷத்துக்கு வருஷம் மோசமாப் போறதாத் தோணுது. அப்படி காட்றார்னு நான் நினைக்கறேன்."

அந்தக் கிழவர் தன்னுடைய வெடித்த நாடிகளை நீட்டிக் கொண்டு அம்மாவைத் தன்னுடைய புத்திசாலித்தனமான, கஞ்சத்தனமான,

மகிழ்ச்சியான கண்களால் அளந்தார். "இருக்கட்டும் சார். நாம சீக்கிரமா கிளம்பப் போறோம். அங்க கடவுள் அருளால ரோட்டுல திராட்சைக் கொடி நீட்டிட்டுத் தொங்கிக்கிட்டு இருக்கு. நான் என்ன செய்யப் போறேன்னு தெரியுமா? நான் ஒரு வாளி பூரா திராட்சைய எடுத்துக்கிட்டு என் மேல பூசிக்கிட்டு, திராட்சை ரசத்த என் கால்சட்டைல வழிய விடப்போறேன்."

டாம் சிரித்தான். "கடவுள் பேரால சொல்றேன். அவர் இருநூறு வருஷம் இருந்தாலும், அவரோட வீட்ட யாராலயும் உடைச்சு நுழைய முடியாது. நீங்க கிளம்பறதுக்கு தயாராகிட்டீங்க, இல்லையா தாத்தா?"

அந்தக் கிழவர் ஒரு பெட்டியை இழுத்து விட்டுக் கொண்டு அதன் மீது தொம்மென்று அமர்ந்து கொண்டார். "ஆமாம் சார்" என்றார் அவர். "இப்போ கிட்டத்தட்ட நேரம் ஆயிட்டுது. என்னோட அண்ணன் நாப்பது வருஷத்துக்கு முன்ன அங்க போனான். அவனப் பத்தி அதுக்கப்புறம் எதுவும் தெரியல. அவன் ஒரு வேவு பாக்கற வேசி மகன். யாருக்கும் அவனப் பிடிக்காது. என்னோட கோல்ட் துப்பாக்கிய தூக்கிக்கிட்டுப் போயிட்டான். நான் அவனையோ அவனோட குழந்தைங்களையோ கலிஃபோர்னியாவில பாத்தேன்னா அந்தக் கொல்டக் கேப்பேன். ஆனா எனக்கு அவனத் தெரியும். அவனுக்கு எதாவது குழந்தைங்க இருந்தா அவன் குயிலப் போல வேற யாரயாவது வளக்க விட்டுடுவான். அங்க போறது நிச்சயமா மகிழ்ச்சியாத்தான் இருக்கும். நான் அங்க என்ன புது ஆளா மாத்திப்பேனு தோணுது. நேரா பழத்தோட்டத்துல வேலைக்குப் போகணும்."

அம்மா தலையாட்டி ஆமோதித்தாள். "அவர் உண்மையாத்தான் சொல்றார்" என்றாள் அம்மா. "மூணு மாசத்துக்கு முன்ன விழுந்து இடுப்ப ஒடுச்சிக்கறதுக்கு முன்ன வரைக்கும் வேல செஞ்சுக்கிட்டுதான் இருந்தார்."

"ரொம்ப சரி" என்றார் தாத்தா.

டாம் கதவருகில் அமர்ந்திருந்த இடத்திலிருந்து வெளியே பார்த்தான். "போதகர் இதோ வரார். அந்தக் கொட்டிலுக்குப் பின்பக்கத்தில இருந்து சுத்தி வரார்."

அம்மா சொன்னாள், "இதுவரைக்கும் நான் கேட்டதுல ஆர்வத்தத் தூண்டற ஆசீர்வாதம், அவர் இன்னைக்குக் காலைல கொடுத்தது. அதுல ஆசீர்வாதமே இல்ல. வெறும் பேச்சு மட்டுந்தான். ஆனா ஆசீர்வாதம் கொடுக்கற மாதிரி பேசினார்."

"அவர் ஒரு வினோதமான ஆள்" என்றான் டாம். "எப்பவும் வேடிக்கையா பேசிக்கிட்டிருப்பார். அவரோடயே பேசிக்கிட்டிருக்கற மாதிரி தெரியும். அவர் எதையும் மேல திணிக்க முயல்றதில்ல."

“அவர்கண்ல எப்படிப் பார்க்கறார் பாரு” என்றாள் அம்மா. ஞானஸ்நானம் வாங்கின மாதிரி இருக்கார். அவரப் பார்த்தால் அப்படித்தான் தெரியுது. நிச்சயமா அவர் ஞானஸ்நானம் வாங்கின மாதிரி இருக்கு. அவர் தலைய குனிஞ்சுக்கிட்டு நடக்கறார், ஆனா தரையில எதையும் அவர் பாக்கல. ஞானஸ்நானம் வாங்கின மனுஷன் அங்க இருக்கான்.” அவள் அமைதியானாள். ஏனென்றால் கேஸி கதவுக்கருகே வந்து விட்டார்.

“நீங்க நிச்சயமா வெயிலால தாக்கப்படுவீங்க, இப்படி சுத்தி நடந்தீங்கன்னா” என்றான் டாம்.

“சரி, இருக்கலாம்” என்றார் கேஸி. அவர் திடீரென அம்மாவிடமும், தாத்தாவிடமும், டாமிடமும் ஒரு கோரிக்கையை வைத்தார். “நான் மேக்க போகணும். நான் போகத்தான் வேணும். நான் உங்களோட போகலாமான்னு யோசிக்கிறேன்.” பிறகு அவர் தான் கூறியதற்கு சங்கடப்பட்டு எழுந்து நின்றார்.

டாம் ஒரு பெரிய மனிதன் என்பதால் அம்மா அவன் பேச வேண்டும் என்று அவனைப் பார்த்தாள். ஆனால் டாம் பேசவில்லை. அவனுக்கு அந்த உரிமை இருந்ததால் அவள் அந்த வாய்ப்பை அவனுக்குக் கொடுத்தாள். பிறகு அவள் சொன்னாள், “ஏன், நீங்க வரதுல எங்களுக்குப் பெருமைதான். இப்ப என்னால சொல்ல முடியாதுதான்; இன்னைக்கு ராத்திரி எல்லா ஆண்களும் உக்காந்து எப்போ கிளம்பறதுன்னு யோசிக்கப் போறதா அப்பா சொன்னார். நாம எல்லா ஆண்களும் வரதுக்கு முன்னால சொல்ல வேணாம்னு நினைக்கிறேன். அப்பா, நோவா, டாம், தாத்தா, அல், கோனி எல்லாரும் உக்காந்து அவங்க திரும்பி வந்ததும் யோசிக்கப் போறாங்க. ஆனா இடமிருந்தா உங்களச் சேத்துக்கறதுல எங்களுக்குப் பெருமைதான்கிறது நிச்சயம்.”

போதகர் பெருமூச்சு விட்டார். “எப்படின்னாலும் நான் போவேன். ஏதோ நடக்குது. நான் போய்ப் பாத்தேன். வீடெல்லாம் காலியா இருக்கு, நிலம் காலியா இருக்கு, எல்லா இடமும் காலியா இருக்கு. நான் இனிமே இங்க இருக்க முடியாது. மக்கள் எங்க போனாங்களோ நானும் அங்க போணும். நான் நிலத்துல வேலை செய்வேன். ஒருவேள நான் மகிழ்ச்சியா இருக்கலாம்.”

“நீங்க போதனை செய்யப் போறதில்லையா?” என்று கேட்டான் டாம்.

“நான் போதனை செய்யப் போறதில்ல.”

“நீங்க ஞானஸ்நானம் செய்யப் போறதில்லையா?” என்று அம்மா கேட்டாள்.’

"இல்ல, நான் ஞானஸ்நானம் கொடுக்கப் போறதில்ல. நான் நிலத்துல, பச்சை நிற நிலத்துல வேல பாக்கப் போறேன். நான் மக்களுக்குப் பக்கத்துல இருக்கப் போறேன். நான் அவங்களுக்கு எதையும் சொல்லிக் கொடுக்க முயற்சிக்கப் போறதில்ல. நான் கத்துக்க முயற்சிக்கப் போறேன். ஏன் மக்கள் புல்தரையில நடக்கறாங்கன்னு கத்துக்கப் போறேன், அவங்க பேசறத கேக்கப் போறேன், பாடறதக் கேக்கப் போறேன். காளான் சாப்பிட்ற குழந்தைங்க பேசறதக் கேக்கப் போறேன். ராத்திரில கணவனும், மனைவியும் பாய்ல உறவு கொள்றதக் கேக்கப் போறேன். அவங்க கூட சாப்பிட்டு, கத்துக்கப் போறேன்." அவரது கண்கள் ஈரமாகவும், மின்னிக் கொண்டும் இருந்தன. "புல்தரையில படுத்துக்கப் போறேன். எங்கிட்ட பேசற யார்கிட்டயும் வெளிப்படையாவும், நேர்மையாவும் இருக்கப் போறேன். பேசற ஆட்களோட சாபம், உறுதிமொழி, கவிதைகளக் கேக்கப் போறேன். அது எல்லாமே புனிதமானது, அதெல்லாம் நான் புரிஞ்சுக்கிட்டதில்ல. அதெல்லாம் நல்ல விஷயங்கள்."

போதகர் கதவுக்கு அருகில் இருந்த வெட்டுப் பலகையில் தாழ்மையுடன் அமர்ந்து கொண்டார். "தனிமையா இருக்கற ஒரு ஆளுக்கு என்ன இருக்குன்னு நான் ஆச்சரியப் படறேன்."

டாம் மென்மையாக இருமினான். "இனிமேலும் போதனை செய்யாத ஒரு ஆளுக்காக –" என்று அவன் தொடங்கினான்.

"ஓ, நான் ஒரு பேச்சாளி !" என்றார் கேஸி. "அதிலிருந்து விலகிப் போக முடியாது. ஆனா போதனை இல்ல. போதனைங்கறது ஆளுங்களுக்கு விஷயங்கள சொல்றது. நான் கேக்கப் போறேன். அது போதனை இல்ல, இல்லையா?"

"எனக்குத் தெரியாது" என்றான் டாம். "போதனை செய்யறதுங்கறது ஒரு வகை பேச்சுத் தொனி. போதிக்கறதுங்கறது விஷயங்கள பாக்கறதுல ஒரு வகை. ஆளுங்க அதுக்காக உன்னக் கொல்ல விரும்பறபோது அவங்களுக்கு போதனை நல்லதா இருக்கும். போன வருஷம் கிருஸ்துமஸ்போது சால்வேஷன் ஆர்மி மெக்லஸ்டருக்கு வந்து எங்களுக்கு நல்லது செஞ்சது. மூணு மணி நேரம் ஊதுகுழல் இசை. நாங்க அங்க லயிச்சிட்டோம். அவங்க எங்ககிட்ட நல்லா இருந்தாங்க. ஆனா எங்ககிட்டேருந்து ஒருத்தர் வெளிய போயிருந்தாக் கூட எல்லாரும் துணைக்குப் போயிருப்போம். அதுதான் போதனை. ரொம்ப உடைஞ்சு போயிருக்கற ஒரு ஆளுக்கு நல்லது செய்யறது, அதுக்காக உன்னோட பர்சில ஓட்டை போட்றது. இல்ல, நீங்க போதகர் இல்ல. ஆனா நீங்க இங்க ஊதுகுழல ஊதாதீங்க."

அம்மா கொஞ்சம் விறகுகளை அடுப்புக்குள் போட்டாள். "இப்ப உங்களுக்குக் கொஞ்சம் சாப்பிடக் கொடுக்கிறேன், ஆனா அது நிறைய இல்ல."

தாத்தா தன்னுடைய பெட்டியை வெளியே கொண்டு வந்து அதில் அமர்ந்து கொண்டு சுவற்றில் சாய்ந்து கொண்டார். டாமும் கேஸியும் வீட்டுச் சுவரின் மேல் சாய்ந்து கொண்டனர். மதிய நேரத்தின் நிழல் வீட்டிலிருந்து வெளியேறியது.

பிற்பகல் நேரத்தில் டிரக் புழுதியில் குதித்துக் கொண்டும், சப்தமிட்டுக் கொண்டும் திரும்பியது. அதன் தரையிலும், புகைபோக்கியிலும் புழுதி படிந்திருந்தது. அதன் முகப்பு விளக்குகளில் சிவப்பு மண் படிந்து மங்கலாகி இருந்தது. டிரக் திரும்பி வந்தபோது சூரியன் மறைந்து கொண்டிருந்தது, சூரியன் மறையும் வெளிச்சத்தில் பூமி செந்நிறமாக இருந்தது. அல் ஸ்டீரிங் வீல் முன்பாக பெருமையுடனும், தீவிர முகத்துடனும், திறமையுடனும் சாய்ந்து உட்கார்ந்திருந்தான். அப்பாவும், ஜான் மாமாவும் இந்தக் குடும்பத் தலைவர்கள் என்ற முறையில் ஓட்டுநருக்கு அருகில் மரியாதையான இடத்தில் அமர்ந்திருந்தனர். மற்றவர்கள் பின்புறம் இருந்தனர். டிரக்கின் தரையில் நின்று கொண்டு பக்கவாட்டுக் கம்பிகளைப் பிடித்துக் கொண்டு பன்னிரண்டு வயது ருத்தியும், பத்து வயது வின்ஃபீல்டும் நின்றிருந்தனர். அவர்களது முகங்கள் புன்னகையுடனும், நகரத்தில் தம் அப்பாவை நச்சரித்து வாங்கித் தின்ற தின்பண்டத்தால் தமது வாயில் கருப்புக் கறை படிந்தும் காணப்பட்டனர். அவர்கள் கொஞ்சம் களைப்பாக இருந்தாலும் கிளர்ச்சியுடன் இருந்தனர். இளஞ்சிவப்பு வண்ணத்தில் முட்டிக்கு மேல் சிறிது வந்திருந்த உடையை அணிந்திருந்த ருத்தி தமது இளம்பருவப் பெண் தன்மையால் கொஞ்சம் சீரியசாக இருந்தாள். ஆனால் வின்ஃபீல்டோ வழிந்து கொண்டிருந்த மூக்குடனும், கொட்டில் பின்னாலிருந்து எட்டிப் பார்ப்பவனாகவும், பொருட்களை சேகரிப்பவனாகவும், துண்டு சிகரெட்டுகளைப் புகைப்பவனாகவும் இருந்தான்.

ருத்தி வலிமையையும், பொறுப்பையும், வளர்ச்சியடைந்து கொண்டிருந்த அவளது மார்பகத்தின் மரியாதையையும் உணர்ந்தபோது, வின்ஃபீல்ட் இன்னும் ஆவேசமாகவும், திறமையுடனும் ஆகவும் இருந்தாள். அவர்களுக்கு அருகில் கம்பிகளுடன் சிறிது ஒட்டிக்கொண்டு ஷாரன் ரோஸ் இருந்தாள். அவள் தன்னை விழாமல் நிறுத்திக்கொண்டு தன் காலின் மூட்டுகளை ஆட்டிக் கொண்டிருந்தாள். சாலையின் மேடு பள்ளங்களைத் தனது முட்டிகளாலும், பின்புறத்தாலும் தாங்கிக் கொண்டிருந்தாள். ஏனென்றால் ஷாரன் ரோஸ் கருவுற்றிருந்ததால் கவனமாக இருந்தாள்.

அவளது தலைமுடி சுருட்டிப் பின்னப்பட்டு தலையைச் சுற்றிக் கட்டப்பட்டு ஒரு சாம்பல் கருநிற கிரீடம் போல் இருந்தது. அவளுடைய உருண்டையான, மென்மையான முகம் சில மாதங்களுக்கு முன்னால் கவர்ந்திழுப்பதாக இருந்தது, ஏற்கனவே கருவுறுதல் என்ற தடையைப் போட்டுக் கொண்டு விட்டது, தனக்குப் போதுமான அளவு புன்னகை, தெரிவது போன்ற அளவான தோற்றம், அவளது வளமான உடல்- முழுமையான மென்மையான மார்புகள், வயிறு, கடினமான இடுப்பு மற்றும் புட்டங்கள், அவை தம்மைத் தட்டுமாறு தூண்டி விடும் விதமாக சுதந்திரமாக ஆடிக் கொண்டிருந்தன – அவளது முழு உடலும் அடக்கமாகவும், சீரியசாகவும் மாறிப் போனது. அவளது ஒட்டுமொத்த சிந்தனையும், செயலும் உள்ளே குழந்தைக்குள் திசை மாறியது. அவள் குழந்தையின் பொருட்டு, தனது பாதங்களால் சமப்படுத்திக் கொண்டாள். அவளுக்கு உலகமே கருவுற்றிருந்தது; அவள் மறு உற்பத்தி மற்றும் தாய்மை குறித்து மட்டுமே சிந்தித்தாள். ஒரு குண்டான, அன்பான துடுக்கான பெண்ணை மணந்து கொண்ட அவளது பத்தொன்பது வயது கணவனான கோனி, அவளில் ஏற்பட்ட மாற்றத்தைக் கண்டு இன்னும் அரண்டும், குழம்பியும் இருந்தான்; ஏனென்றால் இனியும் கட்டிலில் போலிச் சண்டை, கடிப்பது, பிராண்டுவது, அடக்கப்பட்ட சிரிப்புகள், இறுதியில் கண்ணீர் ஆகியவை இல்லை. அங்கு சரிசமநிலையுள்ள, கவனமான, அறிவுமிக்க உயிரினம் அவனை நோக்கி உறுதியாக, ஆனால் வெட்கமாகப் புன்னகைத்தது. கோனி ஷாரன் ரோசைப் பற்றிப் பெருமையுடன் ஆனால் அச்சத்துடன் இருந்தான். எப்போதெல்லாம் இயலுமோ, அப்போதெல்லாம் அவன் அவளுக்கு நெருக்கமாக, அவள் மேல் தன் கையைப் போட்டுக் கொண்டு, அவனது உடல் அவள் மேல் இடுப்பிலும், தோளிலும் படும்படியாக நின்று கொண்டான். இவ்வாறு இருப்பது விலகிச் செல்லும் ஒரு உறவைத் தக்கவைக்கும் என்று கருதினான். அவன் கூர்மையான முகமுடைய, மெலிதான டெக்சாஸ் சாயலுடைய இளைஞன். அவனது வெளிறிய நீலநிறக் கண்கள் சிலசமயம் ஆபத்தானதாகவும், சில சமயம் கருணையுடனும், சிலசமயம் அச்சத்துடனும் காணப்பட்டன. அவன் ஒரு நல்ல உழைப்பாளியும், ஒரு நல்ல கணவனாகவும் இருப்பான். அவன் போதுமான அளவு குடித்தான், ஆனால் மிதமிஞ்சிக் குடிக்கவில்லை; அவனுக்குத் தேவையானபோது சண்டையிட்டான்; ஒருபோதும் தற்பெருமையடித்துக் கொள்ளவில்லை. அவன் திரளில் அமைதியாக அமர்ந்திருந்தாலும், அங்கு இருப்பதையும், தான் அங்கீகரிக்கப்படுவதையும் உறுதிப்படுத்திக் கொண்டான்.

தனக்கு ஐம்பது வயதாகாமல் இருந்திருந்தால், அதனால் குடும்பத்தின் இயல்பான ஆட்சியாளராக இல்லாதிருந்திருந்தால், ஜான் மாமா ஓட்டுநருக்கு

அருகில் உட்காருவதைத் தேர்வு செய்திருக்க மாட்டார். அங்கு ஷாரன் ரோஸ் அமர்வதையே விரும்பியிருப்பார். அவள் மிகவும் இளமையானவள், ஒரு பெண் என்பதால் இதற்கு வாய்ப்பேயில்லை. ஆனால் ஜான் மாமா அங்கு அமைதியற்று அமர்ந்திருந்தார், அவரது தனிமையான மிரண்ட கண்கள் அமைதியற்றிருந்தன, அவரது வலுவான, மெலிய உடல் தளர்வாக இல்லை. அநேகமாக அனைத்து சமயங்களிலும், தனிமை என்ற தடை ஜான் மாமாவை மக்களிடமிருந்தும், உணவுகளிடமிருந்தும் தனிமைப்படுத்தியது. அவர் சிறிதளவே உண்டார், குடிப்பதில்லை, ஒரு துறவு நிலையிலிருந்தார். ஆனால் உள்ளே அவரது பசி உடைத்துக் கொண்டு வரும் வரை கடுமையாக ஏறியது. பிறகு அவர் தான் நோயுறும்வரை தான் ஆவலாக இருந்த உணவை உண்டார்; அல்லது தன் கண்கள் சிவப்பாக நீர்நிரம்பியதாக ஆகும்வரை, உணர்விழந்து கட்டையாகும்வரை விஸ்கியையோ, ஜேக்கையோ குடித்தார்; அல்லது சாலிசாவில் எதோ ஒரு வேசிக்காக விரகதாபத்துடன் அலைந்தார். அவர் ஒருமுறை ஷானீக்குத் தெளிவாகச் சென்று மூன்று வேசிகளை ஒரே கட்டிலில் அமர்த்திக் கொண்டதாகவும், கட்டுப்படாத அவர்களது உடல்களின் மேல் ஒரு மணி நேரத்துக்கு குறட்டை விட்டுத் தூங்கியதாகவும் அவரைப் பற்றிப் பேசிக் கொண்டனர். ஆனால் அவரது பெரும்பசி தீர்ந்ததும், அவர் சோகமடைந்து, வெட்கப்பட்டு, மீண்டும் தனிமையானார். அவர் மக்களிடமிருந்து ஒளிந்து கொண்டார், எல்லாரையும் பரிசுகள் அளித்துத் தம்முடையவர்களாக்க முயன்றார். வீடுகளுக்குள் மறைந்து சென்று குழந்தைகளின் தலையணைகளுக்கு அடியில் பபிள்கம்மை விட்டு வந்தார்; மரம் வெட்டிக் கொடுத்து, அதற்கு எதுவும் கூலி வாங்காமல் இருந்தார். பிறகு அவரிடமிருந்த எந்த சொத்தையும் கொடுத்து விட்டார்; சேணம், ஒரு குதிரை, ஒரு புதிய ஜதை ஷூக்கள். அப்போது யாராலும் அவருடன் பேச முடியவில்லை. ஏனெனில் அவர் ஓடிப்போனார் அல்லது நேராகப் பார்த்தால் தனக்குள் ஒளிந்து கொண்டு பயந்த விழிகளால் எட்டிப் பார்த்தார். அவரது மனைவியின் மரணம் அதைத் தொடர்ந்து மாதக்கணக்கான தனிமை அவரை குற்ற உணர்வாலும், அவமானத்தாலும் நிரப்பியது, அவருக்குள் உடையாத தனிமையை விட்டுச் சென்றது. ஆனால் அவரால் தப்பிக்க முடியாத விஷயங்கள் இருந்தன. குடும்பத் தலைவர்களில் ஒருவர் என்ற முறையில் அவர் ஆட்சி செய்ய வேண்டியிருந்தது; இப்போது ஓட்டுநருக்கு அருகில் மரியாதையான இடத்தில் அமர வேண்டியிருந்தது.

இருக்கையில் அமர்ந்திருந்த மூன்று மனிதர்களின் முகங்களும் அவர்கள் வீட்டை நோக்கி புழுதியடர்ந்த சாலையில் செல்லும்போது இருண்டிருந்தன. ஸ்டீரிங் வீலின் மேல் கவிழ்ந்திருந்த அல், சாலையிலிருந்து கருவிகளை மாறி, மாறிப் பார்த்துக் கொண்டிருந்தான். சந்தேகமாக ஆடிக் கொண்டிருந்த

கோபத்தின் கனிகள் | 133

அம்மீட்டரின் முள், எரிபொருள் இருப்பைக் காட்டும் கருவி, வெப்பமானி ஆகியவற்றைப் பார்த்துக் கொண்டிருந்தான். அவனது மனம் அந்த வண்டியின் பலவீனமான பகுதிகளையும், சந்தேகத்துக்குரிய விஷயங்களையும் எடை போட்டுக் கொண்டிருந்தது. அவனுக்குக் கேட்ட கிரீச் சப்தம் அநேகமாக வண்டியின் பின்புறம் வறண்டிருந்ததால் வரக்கூடும்; அதேபோல் டாப்பெட்டுகள் எழும்பி, விழும் சப்தத்தையும் அவன் கேட்டான். அவனது கையை கியரின் மீது வைத்துக் கொண்டு, கியர்கள் மாறுவதை அதிலிருந்து உணர்ந்து கொண்டான். கிளட்ச்தட்டுகள் நழுவாமல் உள்ளனவா என்பதை அறிய அவற்றை பிரேக்குக்கு எதிராக விடுவித்தான். அவன் சில சமயம் கற்றுக் கொள்ளும் ஆடாக இருக்கலாம், ஆனால் இது அவனது பொறுப்பு, இந்த டிரக், அது ஓடுவது, அதன் பராமரிப்பு. எதாவது தவறாகிப் போனால் அது அவனது தவறாகவே இருக்கும். யாரும் அதைச் சொல்லா விட்டாலும், அனைவருக்கும், அல் உட்பட அது அவனது தவறுதான் என்பது தெரியும். எனவே அவன் அதை உணர்ந்தான், கவனித்தான், கூர்ந்து கேட்டான் அவனது முகம் தீவிர பாவத்துடனும், பொறுப்புடனும் இருந்தது. ஒவ்வொருவரும் அவனது பொறுப்புணர்வுக்காக அவனைப் பாராட்டினர். தலைவரான அப்பா கூட ஒரு கருவியைக் கையில் வைத்துக் கொண்டு அல்லின் உத்தரவுக்காகக் காத்திருந்தார்.

டிரக்கில் அனைவரும் களைப்புடன் இருந்தனர். ருத்தியும், வின்ஃபீல்டும் நிறைய பயணித்ததாலும், ஏராளமான முகங்களைப் பார்த்ததாலும், தின்பண்டங்கள் வாங்கப் போராடியதாலும் களைப்புடன் இருந்தனர்; ஜான் மாமா ரகசியமாக அவர்களது சட்டைப் பைக்குள் பபிள்கம்மைப் போட்டதால் ஏற்பட்ட கிளர்ச்சியால் களைப்புற்றிருந்தனர்.

இருக்கையில் அமர்ந்திருந்த மனிதர்களோ நிலத்தின் அனைத்துப் பொருட்களுக்கும் பதினெட்டே டாலர்கள் கிடைத்ததால் கோபத்துடனும், சோகத்துடனும் இருந்தனர்; குதிரைகள், வண்டி, கருவிகள், வீட்டிலிருந்த அனைத்து மரச்சாமான்கள். பதினெட்டே டாலர்கள். அவர்கள் வாங்கியவனைப் பாராட்டினர், வாதிட்டனர்; ஆனால் அவனது ஆர்வம் குறைந்து, எவ்வளவு விலைக்குக் கொடுத்தாலும் அந்தப் பொருட்கள் தனக்குத் தேவையில்லையெனக் கூறி அகல முயன்றதும், அவர்கள் தோற்றுப் போயினர். பிறகு அவர்கள் தோற்கடிக்கப்பட்டு, அவனை நம்பி, அவன் ஏற்கனவே கொடுப்பதாகக் கூறியதிலிருந்து இரண்டு டாலர்கள் குறைவாகப் பெற்றனர். இப்போது அவர்கள் களைப்படைந்தும், அரண்டும் போயிருந்தனர். ஏனென்றால் அவர்கள் புரிந்து கொள்ளாத ஒரு முறைக்கு எதிராகப் போயிருந்தனர், அது அவர்களைத் தோற்கடித்து விட்டது. அந்தப்

பொருட்களும், வண்டியும் மிகவும் அதிக மதிப்புடையவை என்பது அவர்களுக்குத் தெரியும். அதை வாங்கியவனுக்கு இன்னும் அதிகம் கிடைக்கும் என்பது அவர்களுக்குத் தெரியும், ஆனால் அதை எப்படிச் செய்வது என்பது அவர்களுக்குத் தெரியவில்லை. வர்த்தகம் என்பது அவர்களுக்கு ஒரு ரகசியமாகவே இருந்தது. தன் கண்களைச் சாலைக்கும், கருவிகளுக்கும் மாறி, மாறி ஓட்டிக் கொண்டிருந்த அல் கூறினான், "அந்த ஆள் உள்ளூர் ஆளில்ல. அவன் உள்ளூர் ஆள மாதிரிப் பேசல. அவனோட உடைகளும் வேற மாதிரி இருந்தது."

அப்பா விளக்கினார், "நான் ஹார்டுவேர் கடைல நின்னுக்கிட்டு இருந்தபோது நான் எனக்குத் தெரிஞ்ச கொஞ்ச பேர் கூடப் பேசினேன். நம்மள மாதிரி ஆளுங்க வெளியேறுற போது நாம விக்கற பொருள வாங்கறதுக்குன்னே சில பேர் வறாங்கன்னு அவங்க சொல்றாங்க. இந்தப் புது ஆளுங்க சுத்தமா துடைச்சுடறாங்கன்னு அவங்க சொல்றாங்க. ஆனா நாம செய்யறதுக்கு எதுவுமில்ல. ஒருவேள டாமியும் கூடப் போயிருக்கணும். அவன் கொஞ்சம் நல்லா செஞ்சிருக்கலாம்."

ஜான் சொன்னார், "ஆனா அந்த ஆளு எல்லாத்தையும் எடுத்துக்கறதா இல்ல. நம்மளால எல்லாத்தையும் திருப்பிக் கொண்டு போக முடியாது."

"எனக்குத் தெரிஞ்ச ஆளுங்க இதையும் சொன்னாங்க. வாங்கற ஆளுங்க எப்பவுமே அப்படி செய்யறாங்களாம். அந்த மாதிரி மிரட்றாங்க. அந்த மாதிரி விஷயத்த எப்படி சமாளிக்கறதுன்னு நமக்குத் தெரியாது. அம்மாவுக்கு ஏமாத்தமா இருக்கும். அவ கோவப்பட்டு, அதிருப்தி ஆயிடுவா."

"நாம எப்ப புறப்படப்போறோம் அப்பா?" என்று கேட்டான் அல்.

"எனக்குத் தெரியல. நாம அவகிட்ட பேசிட்டு இன்னிக்கு ராத்திரி முடிவு பண்ணுவோம். டாம் திரும்பி வந்துட்டான்கிறதுல நான் நிச்சயமா சந்தோஷமா இருக்கேன். அது எனக்கு நல்லா இருக்கு. டாம் நல்ல பையன்."

"சில பேர் டாமப்பத்தி பேசிக்கிட்டிருந்தாங்க. அவன் பரோல்ல இருக்கான்னு சொல்றாங்க. அதுக்கு அர்த்தம் என்னன்னா அவன் இந்த மாகாணத்த விட்டு வெளில போக முடியாது. அப்படிப் போனா அவனப் பிடிச்சு மூணு வருஷத்துக்கு உள்ள போட்ருவாங்க" என்றான் அல்.

அப்பா திகைத்துப் போனார். "அவங்க அப்படியா சொன்னாங்க? அது அவங்களுக்குத் தெரியுமா? இல்ல சும்மா ஊதி விட்றாங்களா?"

"எனக்குத் தெரியல" என்றான் அல். "அவங்க சும்மா அங்க நின்னு பேசிக்கிட்டிருந்தாங்க. நான் அவன் என்னோட சகோதரன்னு காட்டிக்கல. அங்க நின்னு அவங்க சொன்னதக் கேட்டேன்."

"இயேசு கிருத்துவே. அது உண்மையா இருக்கக் கூடாதுன்னு நான் நம்பறேன். நமக்கு டாம் வேணும். நான் அவங்கிட்ட அதப் பத்திக் கேக்கறேன். அவங்க நம்மள வேணுங்கற அளவுக்குத் துரத்தாமலே நாம வேணுங்கற அளவு பிரச்சனைல இருக்கோம். அது உண்மையா இருக்காதுன்னு நான் நம்பறேன். அதப் பத்தி வெளிப்படையா பேசித்தான் ஆகணும்."

"டாமுக்கு அது தெரிஞ்சு போகும்" என்றான் ஜான் மாமா.

டிரக் குதித்துச் செல்ல அவர்கள் அனைவரும் அமைதி காத்தனர். எஞ்சின் மிகவும் ஓசையிட்டது, சிறிது சிறிதாக உலோகங்கள் மோதும் சப்தமும், பிரேக் கம்பிகள் மோதிக்கொண்ட சப்தமும் தொடர்ந்து கேட்டன. சக்கரங்களிலிருந்து மரம் கிறீச்சிடுவது போன்ற சப்தம் வந்தது. ரேடியேட்டர் குழாயின் மேலிருந்த ஓட்டையிலிருந்து மெலிய கம்பியாக நீராவி வெளியேறியது. டிரக் தனக்குப் பின்னால் உயரமாக சிவப்புப் புழுதி எழுப்பியபடியே சென்றது. சூரியன் மேற்கில் பாதி மறைந்து கொண்டிருந்தபோது அவர்கள் கடைசி மேட்டில் ஏறி இறங்கினர். அது மறைந்தபோது அவர்கள் வீட்டை வந்தடைந்தனர். அவர்கள் வண்டியை நிறுத்தியபோது பிரேக் கிறீச்சிட்டது. அந்த சத்தம் அல்லின் தலையில் அடித்தது.

ருத்தியும் வின்ஃபீல்டும் கத்திக் கொண்டே பக்கவாட்டுக் கம்பியின் மேல் ஏறிக் கீழே குதித்தனர். "அவன எங்க? டாம் எங்க?" என்று அவர்கள் கத்தினர். அவன் கதவுக்கருகே நின்றிருப்பதைக் கண்டவுடன் அவர்கள் சங்கடப்பட்டு நின்றுவிட்டுப் பிறகு மெதுவாக அவனை வெட்கத்துடன் பார்த்துக்கொண்டே அவனுக்கருகில் சென்றனர்.

"ஹலோ, குழந்தைகளா, எப்படி இருக்கீங்க?" என்று அவன் கேட்டதும், "ஹலோ, நல்லா இருக்கோம்" என்று மென்மையாக பதிலளித்தனர். அவர்கள் தள்ளி நின்று கொண்டு அவனை ரகசியமாகப் பார்த்தனர். ஒரு ஆளைக் கொன்று விட்டுச் சிறை சென்ற அவர்களுடைய பெரிய அண்ணன். அவர்கள் கோழிஅடைப்பில் சிறை விளையாட்டு விளையாடியதையும், சிறையில் இருக்கும் உரிமைக்காக சண்டையிட்டதையும் நினைவு கூர்ந்தனர்.

கோனி ரிவர்ஸ் டிரக்கின் உயர்ந்த பின்புறக் கதவைத் திறந்து விட்டு ஷாரன் ரோஸ் இறங்குவதற்கு உதவினான். அதை மாண்புடன் ஏற்றுக்கொண்ட அவள் தனது புத்திசாலித்தனமான, சுய திருப்தியுடன் கூடிய புன்னகையை வீசினாள். அவளது வாய் விளிம்புகளில் சிறிது பயனற்றுச் சுழித்தது.

“அட, இது ரோசாஷாரன். நீயும் அவங்க கூட வரது எனக்குத் தெரியாது” என்றான் டாம்.

“நாங்க நடந்து வந்துக்கிட்டிருந்தோம். டிரக் அங்க வந்தபோது எங்கள ஏத்திக்கிட்டது” என்றாள் அவள். பிறகு, “இது கோனி, என்னோட புருஷன்.” என்று அறிமுகப்படுத்தினாள். அதைச் சொல்கையில் அவள் பெருமையுடன் இருந்தாள்.

அவர்கள் கைகொடுத்துக் கொண்டே, ஒருவர் மற்றவரை எடை போட்டனர். ஒருவரையொருவர் ஆழமாகப் பார்த்துக் கொண்டனர்; ஒரு கணத்தில் அவர்களிருவரும் திருப்தியடைந்ததும், டாம் கூறினான், “நீ ரொம்ப வேலையா இருக்கறதப் பாக்கறேன்.”

அவள் குனிந்து பார்த்தாள். “இல்ல, நீ பாக்கல. இதுவரை இல்ல.”

“அப்பா சொன்னார். எப்ப குழந்தை பிறக்கப் போகுது?”

“ஓ... ரொம்ப காலத்துக்கு இல்ல! அடுத்த குளிர்காலம் வரைக்கும் இல்ல.”

“நா ஒரு ஆரஞ்சுப் பண்ணைல இருக்கறபோது பெத்துக்கப்போற. சுத்திவர ஆரஞ்சு மரம் இருக்கற ஒரு வெள்ளைநிற வீட்டுல.”

ஷாரன் ரோஸ் தன் இரு கைகளாலும் வயிற்றைத் தொட்டு உணர்ந்தாள். “நீ பார்க்கல” என்று சொல்லிவிட்டு, அவளது அமைதியான புன்னகையைச் சிந்தி விட்டு வீட்டுக்குள் சென்றாள். மேற்குத் திசையிலிருந்து இன்னும் வெளிச்சம் வர, மாலை நேரம் வெப்பமாகவே இருந்தது. எந்த அறிவிப்புமின்றிக் குடும்பமே டிரக்கைச் சுற்றிக் கூடியது. மாநாடு, குடும்பத்தின் அரசாங்கம் அமர்வைத் தொடங்கியது.

மாலைநேர ஒளி செந்நிற மண்ணின் உருவ அளவுகள் மேலும் ஆழமாகத் தெரியும்படி அந்த மண்ணை மின்னச்செய்தது. ஒரு கல், ஒரு கம்பம், ஒரு கட்டிடம் போன்றவற்றுக்கு பகல்நேர ஒளியை விட மேலும் ஆழமும், மேலும் கடினத்தன்மையும் தெரியும்படியாக அது இருந்தது; இந்தப் பொருட்கள் ஆர்வமூட்டும் விதமாக அதிகமாகத் தனியாக இருந்தன – ஒரு கம்பம் மேலும் அதிகமாக ஒரு கம்பமாகத் தெரிந்தது. அது நின்று கொண்டிருந்த பூமியிலிருந்தும், அது எதிராக நின்று கொண்டிருந்த சோளக்காட்டுக்கெதிராகவும் அது தனியாகத் தெரிந்தது. அனைத்துச் செடிகளும் தனியானவை, பயிர்களின் கூட்டல்ல; பட்டுப்போன வில்லோ மரமும் அதுவாக, மற்ற வில்லோ மரங்களிடமிருந்து தனியாக நின்று கொண்டிருந்தது. பூமி மாலை நேரத்துக்கு ஒரு ஒளியை அளித்துக் கொண்டிருந்தது. சாம்பல் நிற, வண்ணம் தீட்டப்படாத, மேற்கு நோக்கிய வீடு நிலவைப் போன்றே மின்னிக் கொண்டிருந்தது. கதவுக்கு முன்பாக

முற்றத்தில் நின்று கொண்டிருந்த சாம்பல் நிற புழுதி படிந்த டிரக் இந்த வெளிச்சத்தில் இரு காட்சி விளக்கின் நீட்டப்பட்ட பார்வையில் மந்திரம் போல் நின்று கொண்டிருந்தது.

மாலையில் மக்களும் கூட மாறிப்போய், அமைதியாக இருந்தனர். அவர்கள் உணர்வற்றுப் போனவர்களின் ஒரு அமைப்பின் பகுதி போலத் தெரிந்தனர். சிந்திக்கும் அவர்களது மனங்களில் தெளிவற்றதாகவே பதிந்த உட்தூண்டுதல்களை அவர்கள் பின்பற்றினர். அவர்களது கண்களும் உள்வாங்கியும், அமைதியுடனும் இருந்தன. அவையும் கூட மாலையில், அவர்களது புழுதி படர்ந்த முகங்களில் ஒளிவீசின.

குடும்பமானது மிகவும் முக்கியமான இடத்தில், டிரக்குக்கருகே கூடியது. வீடு அடங்கிப் போயிருந்தது, நிலங்களும் அடங்கிப் போயிருந்தன; ஆனால் இந்த டிரக் செயல்படக்கூடிய ஒரு பொருள், ஒரு வாழும் கோட்பாடு. பழங்கால ஹட்சன். வளைந்த, தழும்பேறிய ரேடியேட்டர் ஸ்க்ரீன், அசையும் ஒவ்வொரு பகுதியின் தேய்ந்து போன முனைகளில் புழுதி படிந்த உருண்டையான கிரீஸ், சக்கரத்தின் தட்டுகள் காணாமல் போய், அந்த இடத்தில் செம்புழுதி படிந்திருந்தது – இதுதான் புதிய குடும்ப அறை, குடும்பத்தின் வாழ்க்கை மையம்; பாதி பயணிகள் கார், பாதி டிரக், உயர்ந்த பக்கமுள்ளது, கோமாளி போன்றது.

அப்பா டிரக்கைச் சுற்றி அதைப் பார்த்துக் கொண்டே சுற்றி வந்தார். பிறகு அவர் புழுதியில் கீழே உட்கார்ந்து கொண்டு ஒரு குச்சியை அதில் வரைவதற்காக எடுத்துக் கொண்டார். ஒரு காலைத் தரையில் சமமாக வைத்துக் கொண்டு, அடுத்த காலைக் கால்களுக்கிடையில் சற்றுப் பின்னால் வைத்துக் கொண்டார். அதனால் ஒரு முட்டி அடுத்ததை விட சற்று உயரமாக இருந்தது. இடது முன்கை கீழே இருந்த இடது கால்முட்டியில் இருந்தது; வலது முழங்கை வலது முட்டியில் இருந்தது, வலது உள்ளங்கை தாடையைத் தாங்கியிருந்தது. அப்பா டிரக்கைப் பார்த்துக் கொண்டு, தன் தாடையைத் தனது குவிந்திருந்த உள்ளங்கையால் தாங்கிக் கொண்டு அங்கே அமர்ந்து கொண்டிருந்தார். ஜான் மாமா அவருக்கருகில் நகர்ந்து பக்கத்தில் அமர்ந்து கொண்டார். அவரது கண்கள் துருத்திக் கொண்டிருந்தன. வீட்டிலிருந்து வெளியே வந்த தாத்தா அவர்கள் இருவரும் உட்கார்ந்திருந்ததைப் பார்த்து விட்டு ஒரு தாவு தாவி டிரக்கின் முன் பலகையில் அவர்களைப் பார்த்து உட்கார்ந்து கொண்டார். அதுதான் உட்கரு. டாமும், கோனியும் நோவாவும் நடந்து வந்து அமர்ந்து கொண்டனர். அது தாத்தாவை முன்னால் கொண்ட அரை வட்டம். பிறகு, பாட்டி உடன்வர அம்மா வெளியே வந்தாள். ரோசும், ஷாரனும் பின்னால் ஒயிலாக நடந்து வந்தனர். உட்கார்ந்திருந்த ஆண்களுக்குப் பின்னால் அவர்கள் இடத்தைப் பிடித்துக் கொண்டனர்; அவர்கள் நின்று

கொண்டு தமது கைகளை இடுப்பில் வைத்துக் கொண்டனர். குழந்தைகளான ருத்தியும், வின்ஃபீல்டும் பெண்களுக்கு அருகே கால்மாற்றி, மாற்றித் தாவினர்; குழந்தைகள் எந்த சப்தமும் காட்டாமல் தமது பாதங்களை செம்புழுதியில் தேய்த்தனர். ஆனால் போதகர் அங்கு இல்லை. அவர், நாகரிகப் பண்பு காரணமாக வீட்டின் பின்னால் தரையில் உட்கார்ந்து கொண்டிருந்தார். அவர் ஒரு நல்ல போதகர், அவருக்கு அவரது மக்களைத் தெரியும்.

மாலை நேர ஒளி மங்கியது, சற்று நேரம் குடும்பம் அமைதியாக உட்கார்ந்து கொண்டும், நின்று கொண்டும் இருந்தது. பிறகு அப்பா யாருடனும் தனியாக அல்லாமல், குழுவிடம் தனது அறிக்கையை வைத்தார். "நாம பொருள வித்ததுல நம்ம தோல உரிச்சுட்டாங்க. நம்மளால பொறுத்திருக்க முடியாதுன்னு அவங்களுக்குத் தெரிஞ்சிருக்கு. வெறும் பதினெட்டு டாலர்தான் கிடைச்சது."

அம்மா அமைதியின்றி சலனமடைந்தாள், ஆனால் தன்னுடைய அமைதியைக் காத்துக் கொண்டாள்.

பெரிய பையனான நோவா, "மொத்தமா நமக்கு எவ்வளவு கிடைச்சிருக்கு?" என்று கேட்டான்.

அப்பா புழுதியில் எண்களை எழுதி தனக்குள் ஒரு கணம் முனகிக் கொண்டார். "நூத்தி அம்பத்தி நாலு" என்றார் அவர். "ஆனா நமக்கு இன்னும் நல்ல டயர்கள் வேணும்னு அல் சொல்றான். இது ரொம்பநாள் வராதுன்னு சொல்றான்."

இதுதான் அல் பங்குபெற்ற முதல் கூட்டம். எப்போதும் முன்பு அவன் பின்பக்கமாகப் பெண்களோடு நின்று கொள்வான். இப்போது அவன் பயபக்தியுடன் தன் அறிக்கையை முன்வைத்தான். "இது பழசு, சாதாரணமானது" என்று அவன் சவக்களையுடன் கூறினான். "நாம அத வாங்கறதுக்கு முன்னால அத நான் முழுசும் பாத்தேன். அது எவ்வளவு மோசமான பேரம்னு ஒரு ஆள் சொல்றத நான் கேக்கல. வேற வேற இடத்துல கைய வச்சேன், எங்கயும் மரத்தூள் இல்ல. கியர் பாக்ச திறந்து பார்த்தேன், அதுல மரத்தூள் இல்ல. கிளட்ச பிடிச்சுப் பாத்தேன், அதோட சக்கரத்த உருட்டி நேரா போகுதான்னு பாத்தேன். கீழ போய்ப் பாத்தேன், அதோட ஃப்ரேம் சரியா இருக்கான்னு பாத்தேன். அத ஓட்டிருக்கவேயில்ல. ஆனா பாட்டரில ஒரு உடசல் இருந்ததால அத மாத்தி நல்லத வைக்க வச்சேன். இந்த டயரெல்லாம் ஒரு பைசா பிரயோஜனமில்ல, ஆனா நல்ல பெரிசா இருந்தது. ஈசியா வாங்கலாம். அது காளைக்கன்னு மாதிரி ஓடும்,

ஆனா ஆயில தெளிக்காது. அத வாங்கணும்னு நான் சொன்னது அது புகழ் பெத்ததுங்கறதாலதான். உடைக்கற பட்டற பூராவும் ஹட்சனா கிடக்கு. அதோட ஸ்பேர் பார்ட்சயெல்லாம் குறைஞ்ச விலைக்கு வாங்கலாம். இதே பணத்துக்கு இதவிட பெரிய, பேன்சியான கார வாங்கியிருக்கலாம், ஆனா அதுங்களோட பார்ட்செல்லாம் கிடைக்கறது ரொம்ப சிரமம். அப்படித்தான் நான் இத தேர்ந்தெடுத்தேன்.'' இந்தக் கடைசி வாக்கியம் குடும்பத்துக்கு அவன் முன்வைத்தது. அவன் பேசுவதை நிறுத்தி விட்டு அவர்களது கருத்துகளுக்காகக் காத்திருந்தான்.

தாத்தாதான் பெயருக்குத் தலைவர். ஆனால் அவர் இப்போது ஆட்சி செய்யவில்லை. அவரது பதவி மரியாதைக்கானது, ஒரு பாரம்பரிய வழக்கம் மட்டுமே. ஆனால் அவரது வயதான மனம் எவ்வளவுதான் கோமாளித்தனமாக இருந்தால் கூட, அவருக்கு முதல் கருத்தை வெளியிடும் உரிமை இருந்தது, உட்கார்ந்திருந்த ஆண்களும், நின்றிருந்த பெண்களும் அவருக்காகக் காத்திருந்தனர். ''நீ சொல்றது சரிதான் அல்'' என்றார் தாத்தா. ''நானும் உன்ன மாதிரி பொம்பளைங்களுக்குப் பின்னால சுத்திக்கிட்டிருந்தேன், ஒரு ஓநாய் மாதிரி மூச்சு வாங்கிக்கிட்டிருந்தேன். ஆனா வேலையிருந்தப்போ அத செஞ்சேன். நீ நல்லா வளந்துட்ட.'' அவர் தனது தொனியை ஒரு பாராட்டுடன் முடித்துக் கொண்டார். அல் சந்தோஷத்தால் சிறிது முகம் சிவந்தான்.

அப்பா சொன்னார், ''எனக்கு இது சரியாத்தான் இருக்கு. இது மட்டும் குதிரைகளா இருந்திருந்தா நாம அல் மேல பழியப் போட்டிருக்க மாட்டோம். ஆனா அல்தான் இங்க வண்டி ஓட்ற ஒரே ஆளு.''

டாம் கூறினான், '' எனக்கு கொஞ்சம் தெரியும். மெக்லஸ்டர்ல கொஞ்சம் வேல செஞ்சிருக்கேன். அல் சொல்றது சரிதான். அவன் நல்லதுதான் செஞ்சிருக்கான்.'' இப்போது இந்தப் புகழாரத்தைக் கேட்டு அல்லின் முகம் இளஞ்சிவப்பு நிறமானது. டாம் தொடர்ந்தான். ''நான் என்ன சொல்ல விரும்பறேன்னா – அந்த போதகர் – அவரும் கூட வர விரும்பறார்.'' அவன் அமைதியானான். அவனது வார்த்தைகள் குழுவினரிடம் வைக்கப்பட்டு விட்டன, அவர்கள் அமைதியாக இருந்தனர். ''அவர் ரொம்ப நல்ல ஆளு'' என்று டாம் மேலும் கூறினான். ''எனக்கு அவர ரொம்ப நாளாத் தெரியும். சில சமயம் ஆவேசமா பேசுவார், ஆனா புத்திசாலித்தனமா பேசுவார்.'' அவன் தனது முன்மொழிவை குடும்பத்தின் முடிவுக்கு விட்டான்.

ஒளி சிறிது சிறிதாக மங்கிக் கொண்டிருந்தது. அம்மா கூட்டத்தை விட்டு வீட்டுக்குள் சென்றாள். வீட்டுக்குள்ளிருந்து அடுப்பின் சத்தம் டாணென்று கேட்டது. ஒரு கணத்தில் அவள் யோசித்துக் கொண்டிருந்த கூட்டத்திடம் திரும்பி வந்தாள்.

தாத்தா சொன்னார், "யோசிக்கறதுக்கு ரெண்டு வழி இருக்கு. சில பேர் போதகர் ஒரு விஷ அதிர்ஷ்டம்னு சொல்லுவாங்க."

டாம் சொன்னான், "அவர் இனிமே போதகர் இல்லேன்னு அந்த ஆள் சொல்றார்."

தாத்தா தன் கையை முன்னும், பின்னும் ஆட்டினார். "ஒரு ஆள் ஒரு தடவ போதகராயிட்டா எப்பவும் போதகர்தான். அத நீ முடிச்சிட முடியாது. ஆனா ஒரு போதகர கூட்டிட்டுப் போறது நல்ல மரியாதையான விஷயம்னு சிலபேர் சொல்லுவாங்க. யாராவது செத்துட்டா, போதகர் அவர பொதைப்பார். கல்யாணம் வந்துட்டா, போதகர் அங்க இருப்பார். ஒரு குழந்தை பொறந்துட்டா அத கிறித்துவனாக்க கூரைக்குக் கீழயே போதகர் இருப்பார். நான் எப்பவுமே போதகர்கள் போதகர்கள்தான்னு சொல்லுவேன். அவங்கள கூட்டிக்கணும். எனக்கு இந்த ஆளப் பிடிச்சிருக்கு. அவர் இறுக்கமானவர் இல்ல."

அப்பா தன் கையிலிருந்த குச்சியை மணலில் குத்தித் தனது இரு கைகளாலும் அதைக் குடைந்து சிறு ஓட்டையை உண்டாக்கினார். "இவர் அதிர்ஷ்டமானவர்ங்கறத விட, அவர் ஒரு நல்ல ஆளுங்கறத விட இன்னும் அதிகமா இருக்கு. நாம நெருக்கமா பாக்கணும். நெருக்கமா பாக்கறது சோகமான விஷயம். இப்ப பாப்பம். தாத்தா, பாட்டி அவங்க ரெண்டு பேர். நான், ஜான் மாமா, அம்மாவையும் சேத்தா அஞ்சு. நோவா, டாமி, அல் சேத்தா எட்டுப்பேர். ரோசாஷார்ன், கோனி சேத்தா பத்து, ருத்தி, வின்ஃபீல்ட் சேத்தா பன்னண்டு. நாம நாய்களையும் கூட்டிக்கிட்டுப் போயாகணும், வேற என்ன செய்ய முடியும்? ஒரு நல்ல நாய சுட்டுக் கொல்ல முடியாது. அதுங்களுக்கு எதுவும் கொடுக்கறதுக்கும் யாரும் கிடையாது. ஆக, மொத்தம் பதினாலு".

"மீதமிருக்கற கோழி, ரெண்டு பன்னிகளையும் சேக்கல" என்றான் நோவா.

அப்பா சொன்னார், "நா அந்த பன்னிகள வழில சாப்பிட்றதுக்காக உப்புக் கண்டம் போட்டுடலாம்னு நினைக்கறேன். நமக்கு மாமிசம் வேணும். இந்த உப்புக் கண்டங்களையும் கூடக் கொண்டு போலாம். ஆனா நாம எல்லாரும், போதகரும் சேந்து வண்டில பயணிக்க முடியுமான்னு நான் யோசிக்கறேன். அதுக்கு மேல கூட ஒரு ஆளுக்கு சோறு போட முடியுமா?" தன் தலையைத் திருப்பாமல் அவர் கேட்டார், "அம்மா, நம்மால முடியுமா?".

அம்மா தன் தொண்டையைச் சரி செய்து கொண்டாள். "நம்மால முடியுமாங்கறது கிடையாது. நாம செய்வோமா?" அவள் உறுதியாகக் கூறினாள். "நம்மால முடியுமாங்கறதப் பொருத்த வரைக்கும், நம்மால எதுவும் செய்ய முடியாது, நம்மால கலிஃபோர்னியா போகமுடியாது, இல்ல

எதுவும் செய்ய முடியாது; ஆனா நாம செய்வோம்கறதப் பொருத்த வரைக்கும், ஏன், நாம என்ன செய்யணுமோ செய்வோம். நாம செய்வோம்கறதப் பொருத்த வரைக்கும் – நம்ம ஆளுங்க இங்க கிழக்குல ரொம்ப காலமா இருக்காங்க. எந்த ஜோட் அல்லது எந்த ஹேஸ்லட்டும் யாருக்கும் உணவையோ, தங்கற இடத்தையோ அல்லது ரோட்டுல வண்டில கூட ஏத்திக்கிட்டுப் போறதையோ மறுத்ததா நான் கேட்டதில்ல. ரொம்ப கீழ்த்தரமான ஜோடுங்க இருந்திருக்காங்க, ஆனா அந்த அளவுக்குக் கீழானவங்க இல்ல."

அப்பா குறுக்கிட்டார், "ஒருவேள இடமில்லேன்னா?" அவர் அவளைப் பார்ப்பதற்காகத் தன் தலையைத் திருப்பிக் கொண்டிருந்தார், ஆனால் அவர் வெட்கமடைந்திருந்தார். அவளது தொனி அவரை வெட்கப்பட வைத்திருந்தது. "ஒருவேள நாம எல்லாராலயும் டிரக்குக்குள்ள ஏற முடியலேன்னா?"

"இப்பவே இடம் கிடையாது" என்றாள் அம்மா. "ஆறு பேர் கூடப் போறதுக்கு இடம் கிடையாது, ஆனா நிச்சயமா பன்னண்டு பேர் போறோம். இன்னொரு ஆளால பிரச்சனை கிடையாது; ரொம்ப வலுவான, ஆரோக்கியமான ஆள் ஒரு சுமையா இருக்க மாட்டார். நம்ம கிட்ட ரெண்டு பன்னிகளையும், நூறு டாலருக்கு மேல காசையும் வச்சுக்கிட்டு நாம ஒரு ஆளுக்கு சாப்பாடு போட முடியுமான்னு யோசிக்கறது ---" அவள் நிறுத்தினாள், அப்பா திரும்பினார். அவருக்குக் கிடைத்த சவுக்கடியால் அவரது ஊக்கம் அடிபட்டிருந்தது.

பாட்டி சொன்னாள், "ஒரு போதகர் நம்ம கூட இருக்கறதுங்கறது ஒரு அருமையான விஷயம். அவர் இன்னைக்குக் காலைல ஒரு அருமையான ஆசிய கொடுத்தார்."

அப்பா யாராவது மறுக்கிறார்களா என்பதற்காக அனைவரின் முகத்தையும் பார்த்தார். பிறகு, "டாமி, நீ அவர கூப்பிட விரும்பறயா? அவர் வரதா இருந்தா, அவரும் இங்க இருக்கணும்" என்றார்.

குத்துக்காலிட்டு அமர்ந்திருந்த டாம் எழுந்து வீட்டுக்கருகில் சென்று, "கேஸி – ஓ கேஸி" என்று அழைத்தான்.

குழறிய குரல் ஒன்று வீட்டுக்குப் பின்னிருந்து பதிலளித்தது. ஓரத்துக்கு நடந்து சென்ற டாம் அங்கு போதகர் சுவற்றின் மேல் சாய்ந்து உட்கார்ந்திருந்ததைப் பார்த்தான். அவர் இரவு வெளிச்சத்தில் வானில் மின்னிய மாலைநேர நட்சத்திரங்களைப் பார்த்துக் கொண்டிருந்தார். "என்னை கூப்பிட்டியா?" என்று கேஸி கேட்டார்.

"ஆமா. போறது வரைக்கும், நீங்க எங்க கூட இருக்கணும், நாங்க விஷயங்கள முடிவு செய்ய உதவணும்."

கேஸி எழுந்து நின்றார். அவருக்கு குடும்பங்களின் அரசு தெரியும். அவர் குடும்பத்துக்குள் சேர்க்கப்பட்டு விட்டதை அவர் அறிவார். நிச்சயமாக அவரது பதவி முக்கியமானது. ஜான் மாமா தனக்கும், அப்பாவுக்கும் இடையில் அவருக்கு இடம் கொடுத்து நகர்ந்து கொண்டார். கேஸியும் மற்றவர்களைப் போல் குத்துக்காலிட்டு டிரக்கின் பலகையில் அமர்ந்து கொண்டிருந்த தாத்தாவைப் பார்த்து அமர்ந்து கொண்டார்.

அம்மா மீண்டும் வீட்டுக்குள் சென்றாள். அங்கு லாந்தர் விளக்கு கிறீச்சிடும் சத்தம் கேட்டது. இருண்ட சமையலறையிலிருந்து மஞ்சள் நிற ஒளி ஒளிர்ந்தது. அவள் ஒரு பெரிய பானையின் மூடியை அகற்றிய போது, வெந்து கொண்டிருந்த மாமிசத்தின் மணமும், அதில் சேர்த்திருந்த பச்சைகளின் மணமும் கதவு வழியாக வந்தன. இருண்டு கொண்டிருந்த முற்றத்தின் வழியாக அவள் திரும்பி வருவதற்காக அவர்கள் காத்திருந்தனர். ஏனென்றால் அம்மா குழுவில் மிகவும் வலிமையானவள்.

"நாம எப்ப பொறப்படப்போறோம்கறத யோசிக்கணும். சீக்கிரம் கிளம்பறது நல்லது. நாம கிளம்பறதுக்கு முன்னால செய்ய வேண்டியது பன்னிகள அடிச்சு உப்புக்கண்டம் போட்டு பொட்டலம் கட்ட வேண்டியது. இப்போ சீக்கிரம் கிளம்பறது நல்லது." என்றார் அப்பா.

நோவா ஒப்புக் கொண்டான். "நாம இப்ப வேலய ஆரம்பிச்சா, நாளைக்கு கிளம்பத் தயாராகலாம். நாளன்னிக்கி விடிஞ்சதும் புறப்பட்டுடலாம்."

ஜான் மாமா தன் மறுப்பைத் தெரிவித்தார். "ஒரு நாள்ல மாமிசத்தக் காய வைக்க முடியாது. கசாப்பு செய்யறதுக்கு இது தப்பான நேரம். மாமிசம் காயலேன்னா அது மென்மையா இருக்கும்."

"சரி. இன்னிக்கு ராத்திரியே செஞ்சுடலாம். ராத்திரி கொஞ்சம் காயட்டும். எவ்வளவு முடியுமோ அவ்வளவு. நாம சாப்பிட்டு முடிச்சதும் அதச் செஞ்சுடலாம். உப்பு இருக்கா?"

அம்மா சொன்னாள், "இருக்கு, நிறையா உப்பு இருக்கு. ரெண்டு அருமையான சின்ன மிடாவும் இருக்கு."

"சரி, அப்படின்னா கசாப்பு போட்டுடுவோம்" என்றான் டாம்.

தாத்தா கொஞ்சம் அசைய ஆரம்பித்தார். வெளியே செல்வதற்காக அனுமதி பெற முயன்றார். "இருட்டாயிட்டு இருக்கு. எனக்குப் பசியெடுக்குது. நாம கலிஃபோர்னியாக்குப் போய், எப்பவும் என் கையில ஒரு கொத்து திராட்சைய வச்சுக்கிட்டு அதத் தின்னுக்கிட்டு இருக்கற காலம்

சீக்கிரம் வரட்டும், கடவுளே!". அவர் எழுந்தார், அனைத்து ஆண்களும் எழுந்தனர்.

ருத்தியும் வின்ஃபீல்டும் வினோதமாக புழுதியில் கிளர்ச்சியுடன் குதித்தனர். ருத்தி வின்ஃபீல்டிடம் கட்டைக் குரலில் ரகசியமாகச் சொன்னாள், "பன்னியடிக்கறது, கலிஃபோர்னியாவுக்குப் போறது. பன்னிகளைக் கொல்றது, போறது – எல்லாம் ஒரே நேரத்துல".

வின்ஃபீல்டுக்குக் கிட்டத்தட்ட பைத்தியமே பிடித்து விட்டது. அவன் தன் ஒரு விரலை அவனது தொண்டையில் அழுத்திக் கொண்டு, கொடூரமாக முகத்தை வைத்துக் கொண்டு பலவீனமான குரலை எழுப்பினான். "நான் தான் வயசான பன்னி. பாரு. நான் ஒரு வயசான பன்னி. ரத்தத்தைப் பாரு, ருத்தி!". அவன் கீழே தடுமாறித் தரையில் விழுந்து தன் கைகளையும், கால்களையும் பலவீனமாக ஆட்டினான்.

ஆனால் ருத்தி மூத்தவள் என்பதால் அவளுக்கு நேரத்தின் அருமை தெரியும். "கலிஃபோர்னியாவுக்கும் போறோம்" என்று அவள் மீண்டும் கூறினாள். இதுவரையிலான அவளது வாழ்க்கையில் இது மிகவும் சிறந்த நேரம் என்பதை அவள் அறிந்திருந்தாள்.

மூத்தவர்கள் வெளிச்சம் பரவியிருந்த சமையலறைக்கு புழுதி வழியாக நடந்து சென்றனர். அம்மா அவர்களுக்கு கீரைகளையும், மாமிசத்தையும் தகரத் தட்டுகளில் கொடுத்தாள். ஆனால் அம்மா சாப்பிடுவதற்கு முன்பு, அவள் ஒரு பெரிய கழுவும் சட்டியை அடுப்பில் வைத்து அடுப்பைப் பெரியதாக எரிய விட்டாள். அந்தச் சட்டி நிறையும் வரை அவள் அதில் தண்ணீரை வாளிகளில் எடுத்து அதில் விட்டாள். பிறகு அந்தச் சட்டியைச் சுற்றிலும் தண்ணீர் நிரம்பிய வாளிகளை வைத்தாள். சமையலறை முழுதும் ஈரமாகவும், வெப்பமாகவும் ஆனது. குடும்பம் வேகமாக உணவு சாப்பிட்டு விட்டு தண்ணீர் சூடாகும் வரை கதவடியில் அமர்ந்து காத்திருந்தது. அவர்கள் சமையலறையிலிருந்து வெளியே விழுந்த வெளிச்சத்தைச் சுற்றி இருட்டில் அமர்ந்திருந்தனர். நடுவில் தாத்தாவின் கூன் விழுந்த நிழல் தெரிந்தது. நோவா ஒரு ஈர்க்குச்சியை வைத்துத் தனது பற்களை முழுதும் சுத்தம் செய்து கொண்டான். அம்மாவும், ஷாரனின் ரோசும் தட்டுகளைக் கழுவி மேசையில் அடுக்கினர்.

பிறகு திடீரென குடும்பம் செயல்படத் துவங்கியது. அப்பா எழுந்து இன்னொரு லாந்தரைப் பற்ற வைத்தார். நோவா சமையலறையிலிருந்து ஒரு கசாப்புக் கத்தியை எடுத்து நனைத்து அங்கிருந்த தேய்ந்து போன ஒரு சிறிய கூர்தீட்டும் கருங்கல்லில் தீட்டினான். பிறகு அவன் தேய்ப்பானை வெட்டுமரத்தில் வைத்து விட்டு அதனருகில் கத்தியை வைத்தான். அப்பா

மூன்றடி நீளமுள்ள இரண்டு வலுவான கம்புகளை எடுத்து வந்து அதன் முனைகளை ஒரு கோடரியைக் கொண்டு கூராக்கினார். பிறகு வலுவான கயிற்றை எடுத்து சிலுவை வடிவாக வரும்படி கயிற்றை இரண்டு கம்புகளுக்கு நடுவில் கட்டினார்.

“அந்த தனி மரங்கள வித்திருக்கக் கூடாது – எல்லாத்தையும்” என்று முனகிக் கொண்டார்.

சட்டியில் இருந்த தண்ணீர் ஆவி விட்டுக் கொதிக்கத் துவங்கியது.

“நாம தண்ணிய அங்க எடுத்துக்கிட்டுப் போகப் போறமா இல்லேன்ன பன்னிகளை இங்க கொண்டு வரப் போறோமா?” என்று நோவா கேட்டான்.

“பன்னிகள இங்க கொண்டு வருவோம்” என்றார் அப்பா. “தண்ணிய சிந்தி உன்னக் காயப்படுத்திக்கற மாதிரி பன்னிய செய்ய முடியாது. தண்ணி தயாராயிடுச்சா?”

“கிட்டத்தட்ட” என்றாள் அம்மா.

நோவா தன் கத்தியை எடுத்துக் கொண்டான், அல் கோடரியை எடுத்துக் கொண்டான். நால்வரும் பன்றித் தொழுவத்தை நோக்கி நடந்தனர். லாந்தரின் வெளிச்சத்தில் அவர்களது கால்கள் மின்னின. ருத்தியும், வின்ஃபீல்டும் உடன் உற்சாகத்துடன் தரையில் குதித்துக் கொண்டே சென்றனர். தொழுவத்தில் அப்பா வேலி மேலிருந்து லாந்தரை வைத்துக் கொண்டு குனிந்து பார்த்தார். தூக்கக் கலக்கத்துடன் இளம் பன்றிகள் சந்தேகமாகச் சத்தமெழுப்பிக் கொண்டு எழுந்து நின்றன. ஜான் மாமாவும், போதகரும் உதவுவதற்காக அங்கு சென்றனர்.

“சரி. அதுகள பிடிச்சுக்கங்க. அத வெட்டி ரத்தத்த வடிய விடுவோம். வீட்டுல வச்சு உரிக்கலாம்” என்றார் அப்பா. நோவாவும், டாமும் வேலிக்குள் இறங்கினர். அவர்கள் வேகமாகவும், திறமையுடனும் கசாப்பு செய்தனர். டாம் கோடரியின் மழுங்கிய முனையை வைத்து இரண்டு முறை வெட்டினான்; நோவா கீழே விழுந்த பன்றிகளுக்கு மேல் குனிந்து, தனது வளைந்த கத்தியை வைத்து ரத்தத்தை எடுத்துச் செல்லும் பெரிய நாளத்தைக் கண்டு பிடித்து வெட்டி, ரத்தத்தைப் பீச்சியடிக்க விட்டான். பிறகு வேலிக்கு வெளியே அலறிக் கொண்டிருந்த பன்றிகளை எடுத்து வந்தனர். போதகரும், ஜான் மாமாவும் ஒன்றைப் பின்னங்கால்களைப் பிடித்து இழுத்து வந்தனர். டாமும், நோவாவும் அடுத்ததை இழுத்து வந்தனர். அப்பா லாந்தருடன் நடந்தார். கருநிற ரத்தம் புழுதியில் இரண்டு தடங்களை விட்டுக் கொண்டு வந்தது.

வீட்டுக்கு வந்ததும் நோவா தன் கத்தியை பின்னங்கால் எலும்புக்கும், தசைக்குமிடையில் சொறுகினான்; கூர்மையான கம்புகள் கால்களைப் பிரித்தன. அந்த உடல்கள் இரண்டுக்கு நாலு குறுக்குக் கம்புகளில் வீட்டுக்கு வெளியே தொங்கின. இரண்டு ஆண்கள் கொதிக்கும் நீரை எடுத்து வந்து அந்தக் கருநிற உடல்களின் மேல் ஊற்றினர். நோவா உடல்களை ஒரு முனையிலிருந்து மறுமுனை வரை வெட்டி உட்பகுதிகளைக் கீழே போட்டான். அப்பா மேலும் இரண்டு கம்புகளை உடல்களைத் தொங்க விடுவதற்காக கூர்ப்படுத்தினார். டாம் தேய்ப்பானுடனும், அம்மா ஒரு மழுங்கிய கத்தியுடனும் ஒட்டிக் கொண்டிருந்த சதைகளை வெளியே கொண்டு வர தோல்களைச் சுரண்டினர். அல் ஒரு வாளியைக் கொண்டு வந்து குப்பைப் பகுதிகளை அதற்குள் போட்டு வீட்டுக்கு வெளியே கொட்டினான். அவனை இரண்டு பூனைகள் சத்தமாக மியாவ் என்று கத்திக் கொண்டு பின் தொடர்ந்தன. நாய்கள் பூனைகளைப் பார்த்து மெலிதாக உறுமிக் கொண்டு அவனைப் பின் தொடர்ந்தன.

அப்பா கதவடியில் உட்கார்ந்து கொண்டு தொங்கிக் கொண்டிருந்த பன்றிகளை லாந்தரின் வெளிச்சத்தில் பார்த்தார். இப்போது சுரண்டி முடிக்கப் பட்டு விட்டது. கீழே தரையில் விழுந்திருந்த கருநிற ரத்தச் சகதியில் ஒன்றிரண்டு ரத்தச் சொட்டுகள்தான் விழுந்து கொண்டிருந்தன. அப்பா எழுந்து அந்தப் பன்றிகளிடம் சென்று தன் கையால் தொட்டுப் பார்த்து விட்டு மீண்டும் உட்கார்ந்து கொண்டார். தாத்தாவும், பாட்டியும் தூங்குவதற்காகக் கொட்டடிக்குச் சென்றனர். தாத்தா கையில் ஒரு மெழுகுவர்த்தி லாந்தரைக் கொண்டு சென்றார். குடும்பத்தில் மற்றவர்கள் அனைவரும் கதவடியில் அமைதியாக உட்கார்ந்தனர். கோனி, அல், டாம் ஆகியோர் தம் முதுகைச் சுவற்றில் சாய்த்துக் கொண்டு தரையில் உட்கார, ஜான் மாமா ஒரு பெட்டியில் அமர்ந்தார். அப்பா கதவடியில் உட்கார்ந்திருந்தார். அம்மாவும், ஷாரன் ரோசும்தான் தொடர்ந்து நகர்ந்து கொண்டிருந்தனர். ருத்திக்கும், வின்ஃபீல்டுக்கும் இப்போது தூக்கம் வந்தது, ஆனால் அவர்கள் அதை விரட்டப் பாடுபட்டுக் கொண்டிருந்தனர். அவர்கள் தூக்கக் கலக்கத்துடன் வெளியே இருட்டில் சச்சரவிட்டுக் கொண்டிருந்தனர். நோவாவும், போதகரும் வீட்டைப் பார்த்துக் கொண்டு அருகருகே அமர்ந்திருந்தனர். அப்பா சற்றுப் பரபரப்புடன் தன்னைச் சொறிந்து கொண்டு, தன் தொப்பியை எடுத்து விட்டுத் தன் முடியைக் கையால் கோதிக் கொண்டார். ''நாளைக்குக் காலைல அந்தப் பன்னிக்கறில உப்புத் தூவிடுவோம். அப்புறம் படுக்கையைத் தவிர எல்லாத்தையும் டிரக்குல ஏத்திடுவோம். நாளன்னிக்குக் காலைல கிளம்பிடலாம். எல்லாத்துக்கும் சேத்து ஒரே நாள்தான் இருக்கு'' என்று அமைதியின்றிக் கூறினார்.

டாம் குறுக்கிட்டான். “நாம எதாவது செய்யறதுக்காகத் தேடிக்கிட்டு நாள் பூரா சுத்திக்கிட்டிருப்போம்”. குழுவினர் அமைதியற்று அசைந்தனர். “நாம விடிகாலைல தயாராயிட்டுக் கிளம்பிடலாம்” என்று டாம் ஆலோசனை கூறினான். அப்பா தன் கையால் தன் கால்முட்டியைத் தேய்த்தார். அனைவருக்குள்ளும் ஒரு அமைதியின்மை பரவியது.

“ஒருவேள அந்த மாமிசத்த உப்புல போட பிச்சுப் போட வேண்டாம். அத வெட்டிட்டா அது எப்படின்னாலும் காஞ்சுடும்.”

ஜான் மாமா தான் இப்போது வெட்டினார். அவரது அழுத்தம் மிக அதிகமாக இருந்தது. “நாம ஏன் இங்கயே தொங்கிக்கிட்டு இருக்கணும். இத எப்படியாவது முடிக்கணும்னு நான் விரும்பறேன். நாம இப்ப போகப்போறோம். நாம ஏன் போகக் கூடாது?”

இப்போது நிலைமாற்றம் மற்றவர்களுக்கும் பரவியது. “நாம ஏன் போகக் கூடாது. வழில தூங்கிக்கலாம்.” ஒரு வகையான வேகம் அவர்களுக்குள் ஊடுருவியது.

அப்பா சொன்னார், “அது ரெண்டாயிரம் மைல் இருக்கும்னு சொல்றாங்க. அது ரொம்ப, ரொம்பத் தூரம். நாம போகத்தான் வேணும். நோவா, நீயும், நானும் அந்த மாமிசத்த வெட்டுவோம். எல்லாப் பொருளையும் டிரக்கில ஏத்துவோம்.”

அம்மா கதவிலிருந்து எட்டிப் பார்த்தாள். “நாம இருட்டுல பாக்காம எதையாவது விட்டுட்டா என்னாகிறது?”

நாம விடிஞ்சதும் சுத்திப் பாக்கலாம். அவர்கள் பிறகு அப்படியே அதை யோசித்துக் கொண்டு உட்கார்ந்திருந்தனர். ஆனால் ஒரு கணத்தில் நோவா எழுந்து தன்னுடைய வில்லைப் போன்ற கத்தியை அவனது சிறிய சாணைக்கல்லில் தீட்ட ஆரம்பித்தான். “அம்மா, அந்த மேசையை சுத்தம் செய்ங்க” என்றான் அவன். பிறகு ஒரு பன்றிக்கருகில் சென்று முதுகெலும்பின் ஒரு பக்கத்தில் மேலிருந்து கீழாக வெட்டி விட்டு விலா எலும்புகளிலிருந்து மாமிசத்தை அகற்ற ஆரம்பித்தான்.

அப்பா கிளர்ச்சியுடன் எழுந்தார். “நாம எல்லாத்தையும் ஒண்ணு சேக்கணும். எல்லாரும் வாங்க” என்றார்.

இப்போது அவர்கள் எல்லோரும் செல்வதற்கு உறுதி கொண்டு விட்டதால், அவர்கள் அனைவரையும் வேகம் பிடித்துக் கொண்டது. நோவா சிறிய மாமிசத் தட்டுகளை சமையலறைக்கு எடுத்துச் சென்று அவற்றை சிறு உப்புத் துண்டங்களாக வெட்டினான். அம்மா அதன்மீது கல் உப்பைத்

தேய்த்தாள். அவை ஒன்றையொன்று தொட்டு விடாதபடி சட்டியில் வைத்தாள். அவள் மாமிசத் துண்டுகளை செங்கற்கள் போல் வைத்து, இடைவெளிகளில் உப்பை வைத்துத் தட்டினாள். நோவா பக்கவாட்டு மாமிசத்தை வெட்டி விட்டு, கால்களையும் வெட்டினான். அம்மா அடுப்பைத் தொடர்ந்து எரிய விட்டாள். நோவா விலா எலும்புகளையும், முதுகெலும்புகளையும், கால் எலும்புகளையும் சுத்தம் செய்கையில் அவனால் முடிந்த அளவு மாமிசத்தையெல்லாம் எடுத்தான். அம்மா அதையெல்லாம் அவ்வப்போது மெல்வதற்கு முறுகலாக்குவதற்காக அடுப்பில் இட்டாள்.

முற்றத்திலும், கொட்டிலிலும் லாந்தர் விளக்கின் வெளிச்சம் வட்டமிட்டது. ஆண்கள் எடுத்துச் செல்ல வேண்டிய அனைத்துப் பொருட்களையும் ஒன்று சேர்த்து டிரக்கின் அருகே குவித்தனர். ஷாரனின் ரோஸ் குடும்பத்திடம் இருந்த அனைத்து உடைகளையும் வெளியே கொண்டு வந்தாள்; முழுச்சட்டைகள், கனத்த அடி கொண்ட ஷூக்கள், ரப்பர் பூட்சுகள், நைந்து போன சிறந்த சூட்டுகள், ஸ்வெட்டர்கள், ஆட்டுத்தோல் கோட்டுகள். அவள் அவற்றையெல்லாம் ஒரு மரப்பெட்டியில் அமுக்கி அதற்குள் இறங்கி மிதித்தாள். பிறகு அவள் அச்சிட்ட உடைகளையும், ஷால்களையும், கருப்பு பருத்தி ஸ்டாக்கின்சுகளையும், குழந்தைகளின் உடைகளையும் – சிறு மேல்கோட்டுகள், மலிவான அச்சிட்ட உடைகளையும் – வெளியே கொண்டு வந்து அவற்றையும் பெட்டிக்குள் வைத்துக் காலால் மிதித்தாள்.

டாம் கருவிகளின் கொட்டிலுக்குள் சென்று மீதமிருந்த கருவிகளைக் கொண்டு செல்வதற்காகக் கொண்டு வந்தான். ஒரு கை ரம்பம், ஒரு ஜதை முறுக்கிகள், ஒரு சுத்தியல், ஒரு பெட்டி, பலவகை ஆணிகள், ஒரு ஜதை இடுக்குக் குறடுகள், ஒரு தட்டையான அரம், ஒரு ஜதை எலிவால் அரங்கள்.

ஷாரன் ரோஸ் ஒரு பெரிய தார்ப்பாய்த் துண்டை எடுத்து வந்து அதை டிரக்குக்குப் பின்னால் தரையில் விரித்தாள். அவள் கதவில் மூன்று மெத்தைகளை சிரமப்பட்டுக் கொண்டு வந்தாள். மூன்று இருவருக்கான மெத்தைகள், ஒரு தனியாளுக்கானது. அவற்றை அவள் தார்பாயின் மேல் குவித்து விட்டு, கை நிறைய மடித்த கிழிந்த போர்வைகளைக் கொண்டு வந்து குவித்தாள்.

அம்மாவும், நோவாவும், மாமிசத்தை வேகமாகச் சமைக்கத் துவங்கினர். பொரிந்து கொண்டிருந்த பன்றி எலும்பின் மணம் அடுப்பிலிருந்து வீசியது. குழந்தைகள் இரவில் நீண்ட நேரம்கழித்து தூக்கத்தில் ஆழ்ந்தனர். வின்ஃபீல்ட் கதவுக்கு வெளியே புழுதியில் சுருண்டு

படுத்திருந்தான்; ருத்தி அடுப்படியில் ஒரு பெட்டியில் கசாப்பு செய்வதைப் பார்க்க உட்கார்ந்தவள், அப்படியே சுவற்றில் தன் தலையைச் சாய்த்து உறங்கி விட்டாள். அவள் தூக்கத்தில் எளிதாக மூச்சு விட்டாள். அவளது உதடுகள் பற்களுக்கு மேல் பிரிந்திருந்தன.

டாம் தன் கருவிகளைக் கழுவி வைத்து விட்டு அடுப்பறைக்குத் தன் லாந்தருடன் வந்தான். போதகரும் அவனைத் தொடர்ந்தார். "தேர் மீது அமர்ந்த கடவுளே" என்றான் டாம். "மாமிசத்தை நுகருங்க. அது பொரியற சத்தத்தைக் கேளுங்க."

அம்மா மாமிசக் கட்டிகளை ஒரு தட்டில் வைத்து அதைச் சுற்றியும், அதன் மேலும் உப்பைத் தூவிப் பரப்பி தட்டினாள். அவள் டாமை நிமிர்ந்து பார்த்து சிறிது புன்னைகைத்தாள். ஆனால் அவளது கண்கள் தீவிரமாகவும், சோர்வுடனும் இருந்தன. "காலைல உணவுக்காக பன்றி எலும்பு கிடைச்சது அருமையானது" என்றாள் அவள்.

போதகர் அவளுக்கருகில் நின்றார். "இந்த மாமிசத்துக்கு உப்புத் தடவறதுக்கு எனக்கு அனுமதி கொடுங்க" என்று கேட்டார். "என்னால அதச் செய்ய முடியும். நீங்க செய்யறதுக்கு வேற வேல இருக்கு."

அவள் வேலையை நிறுத்தி விட்டு, அவர் எதோ ஆர்வமூட்டும் விஷயத்தைச் சொல்லி விட்டது போல் அவரை வினோதமாகப் பார்த்தாள். அவளது கையில் உப்பு படர்ந்திருந்தது. அது புத்தம் புதிய பன்றி மாமிசத்தின் ரத்தத்தால் இளஞ்சிவப்பு நிறமாக இருந்தது. "இது பொம்பளைங்களோட வேல" என்று இறுதியாகக் கூறினாள்.

"இதெல்லாம் வேலதான்" என்று போதகர் பதிலளித்தார். "அத ஆம்பளைங்க, வேலைன்னும், பொம்பளைங்க வேலைன்னும் பிரிக்கறதுக்கு நிறைய இருக்கு. நீங்க செய்யறதுக்கு வேல இருக்கு. உப்புக் கண்டம் போட்றதுக்கு என்ன அனுமதிங்க."

அவள் ஒரு கணம் அவரை உற்றுப் பார்த்தாள். பிறகு ஒரு வாளியிலிருந்து தண்ணீரை ஊற்றித் தன் கைகளைக் கழுவிக் கொண்டாள். போதகர் அவள் பார்த்துக் கொண்டிருக்க பன்றி மாமிசத் துண்டுகளை எடுத்து அதன் மீது உப்பைத் தூவித் தட்டினார். பிறகு அவற்றை வாணலியின் மீது அவளைப் போன்றே வைத்தார். அவர் ஒரு அடுக்கின் மீது உப்பைத் தூவி கவனமாகத் தட்டிய பிறகே அவள் திருப்தியடைந்தாள். அவள் வெளுத்துப் போய் வீங்கிய கைகளைக் காய வைத்தாள்.

"நாம இங்கருந்து எந்தப் பொருளையெல்லாம் கொண்டு போகப் போறோம்?" என்று டாம் கேட்டான்.

அவள் சமையலறைக்குள் வேகமாகச் சுற்றிப்பார்த்தாள். “வாளி, சாப்பிட்றதுக்கான எல்லாம், தட்டுங்க, கப்புகள், ஸ்பூன்கள், கத்திகள், முள்கரண்டிகள். எல்லாத்தையும் அந்த டிராயருக்குள்ள போட்டு, அத எடுத்துக்க. பெரிய தோசைக்கல், பெரிய இலுப்பச்சட்டி, காப்பி போட்ற சட்டி. கொஞ்சம் ஆறினதும் அடுப்பிலருந்து சட்டிய எடுத்துடு. அது நெருப்புல நல்லா இருக்கும். நா கழுவற வாளிய எடுத்துக்கணும்னு விரும்பறேன். ஆனா இடமிருக்காதுன்னு நினைக்கறேன். நான் அந்த வாளிலதான் துணிகள தோய்ப்பேன். சின்ன சாமான எடுத்துப் போறது ஒண்ணும் பெரிய நல்லது செஞ்சுடப் போறதில்ல. ஒரு பெரிய சட்டில கொஞ்சம் சமைக்கலாம், ஆனா சின்ன சட்டில நிறைய சமைக்க முடியாது. ரொட்டித் தட்டு எல்லாத்தையும் எடுத்துக்க. அதெல்லாம் ஒண்ணுக்குள்ள ஒண்ணு வைக்கலாம்.” அவள் நின்று சமையலறை முழுவதையும் பார்த்தாள். “நான் உனக்குச் சொன்ன சாமான்கள மட்டும் எடுத்துக்க டாம். நாம் மிச்சத்த பாக்கறேன். உப்பு, மிளகு வைக்கற பெரிய கேன், சாதிக்காய், ரம்பம். நான் அதையெல்லாம் எடுத்து கடைசில வச்சுக்கறேன்.” அவள் லாந்தரை எடுத்துக் கொண்டு படுக்கையறைக்குள் கனமாக நடந்து சென்றாள். அவளது வெறுங்கால் தரையில் எந்த சத்தத்தையும் எழுப்பவில்லை.

“ரொம்ப சோர்வா தெரியறா” என்றார் போதகர்.

“பொம்பளைங்க எப்பவுமே சோர்வா இருப்பாங்க” என்றான் டாம். “எப்பவுமே பொம்பளைங்க அப்படித்தான், திரும்பத் திரும்ப பாக்கறத தவிர.”

“ஆமா, ஆனா அதவிட சோர்வா இருக்காங்க. அவங்க நோயுற்றது மாதிரி உண்மையா சோர்வா இருக்காங்க.”

அப்போதுதான் கதவைத் தாண்டி வந்து கொண்டிருந்த அம்மா, அவனது வார்த்தைகளைக் கேட்டாள். தளர்வாக இருந்த அவளது முகம் மெதுவாக இறுக்கமானது. அவளது தசை நிறைந்த இறுக்கமான முகத்திலிருந்து கோடுகள் மறைந்தன. அவளது கண்கள் கூர்மையாகி, தோள்கள் நிமிர்ந்தன. . அவள் காலி செய்யப்பட்ட அறையைப் பார்த்தாள். பீரோக்கள் விற்கப்பட்டு விட்டன. தரையில் ஒரு உடைந்த சீப்பும், காலியான பவுடர் டப்பாவும், சில அழுக்கு ஈறுகளும் கிடந்தன. அம்மா லாந்தரைத் தரையில் வைத்தாள். அவள் நாற்காலியாகப் பயன்பட்ட ஒரு பெட்டிக்குப் பின்னால் சென்று ஒரு பழைய, அழுக்கான, முனைகளில் உடைந்து போன கருவிப் பெட்டியை எடுத்தாள். கீழே அமர்ந்து அந்தப் பெட்டியைத் திறந்தாள். அதற்குள் கடிதங்கள், சீட்டுகள், புகைப்படங்கள், ஒரு சோடிக் கம்மல்கள், ஒரு சிறிய தங்க முத்திரை மோதிரம், முடியால் பின்னப்பட்டு, முனையில்

தங்கச் சுழல் பொருத்தப்பட்ட கைக்கடிகாரச் செயினும் இருந்தன. அவள் கடிதங்களைத் தனது விரல்களால் மிருதுவாகத் தொட்டாள். டாமின் விசாரணை குறித்து வெளியாகியிருந்த ஒரு செய்திப்பத்திரிகைத் துண்டை அவள் தன் விரல்களால் நீவி சமப்படுத்தினாள். நீண்டநேரம் அவள் பெட்டியைப் பார்த்துக் கொண்டே கையில் வைத்துக் கொண்டிருந்தாள். அவளது விரல்கள் கடிதங்களைக் கலைத்து மீண்டும் அடுக்கின. அவள் யோசித்துக் கொண்டு, நினைவூட்டிக்கொண்டு தனது கீழுதட்டைக் கடித்தாள். கடைசியில் அவள் தன் மனதைத் தேற்றிக் கொண்டாள். அவள் மோதிரத்தையும், கவர்ந்திழுத்த கைக்கடிகாரத்தையும், கம்மல்களையும் எடுத்துக் கொண்டு, பெட்டிக்கடியில் தோண்டி ஒரு தங்க சட்டைக் கை பொத்தானையும் எடுத்தாள். அவள் ஒரு உறையிலிருந்து ஒரு கடிதத்தை எடுத்துக்கொண்டு மற்ற பொருட்களை அந்த உறையில் இட்டாள். பிறகு மெதுவாக, மென்மையாக அந்தப் பெட்டியை மூடி அதன் மேல்பரப்பை கவனமாகத் தன் விரல்களால் நீவி விட்டாள். அவளது உதடுகள் பிரிந்தன. பிறகு அவள் எழுந்து கொண்டு, தனது லாந்தரைத் தூக்கிக் கொண்டு சமையலறைக்குள் திரும்பிச் சென்றாள். அவள் மெதுவாக அடுப்பின் மூடியைத் திறந்து, அந்தப் பெட்டியை கரிக்கிடையில் மெதுவாக வைத்தாள். வேகமாக வெப்பம் காகிதத்தைப் பழுப்பாக்கியது. நெருப்பு பெட்டியைத் தீண்டியது. அவள் உடனடியாக அடுப்பின் மூடியை வைக்கவும், நெருப்பு பெருமூச்சுடன் எழுந்து பெட்டிக்கு மேல் மூச்சு விட்டது.

வெளியே இருண்ட முற்றத்தில், லாந்தர் வெளிச்சத்துடன் அப்பாவும், அல்லும் டிரக்கில் பொருட்களை ஏற்றினர். கருவிகளை எதாவது பிரச்சனை ஏற்பட்டால் உடனே எடுக்கும்படிக் கீழே வைத்தனர். அடுத்தபடியாக துணிகள் வைத்த பெட்டிகள், ஒரு சாக்கில் சமையலறைப் பொருட்கள்; பீங்கான் பொருட்களும், தட்டுகளும் அவர்களது பெட்டியில் வைக்கப்பட்டன. அதன் பிறகு ஒரு காலன் கொள்ளளவு கொண்ட வாளி பின்னால் வைத்துக் கட்டப்பட்டது. அவர்கள் முடிந்த வரை சமமான எடையுடன் பொருள்களைக் கீழே பரப்பி வைத்தனர். இடையில் இருந்த காலியிடங்களில் பெட்டிகளையும், சுருட்டப்பட்ட போர்வைகளையும்வைத்து நிறைத்தனர். மேலே மெத்தைகளை வைத்து டிரக்கை சமப்படுத்தினர். கடைசியில் அதற்கு மேல் ஒரு பெரிய தார்ப்பாயை விரித்தனர். அல் அதன் முனைகளில் இரண்டு அடிகள் இடைவெளிகளில் ஓட்டை போட்டு சிறு கயிறுகளை நுழைத்து அவற்றை டிரக்கின் பக்கவாட்டுக் கம்பிகளில் கட்டினான்.

“இப்ப மழ பெஞ்சா நாம இத மேல இருக்கற கம்பில கட்டிடலாம். ஆளுங்க கீழ உக்காந்து நனையாம இருக்கலாம். முன்னால நாம உலர்ந்தே இருப்போம்.” என்றான் அவன்.

அப்பா கைதட்டினார். "அது நல்ல யோசனை."

"அது மட்டுமில்ல" என்றான் அல். "முதல்ல நான் ஒரு பெரிய கட்டையத் தேடி எடுத்து ஒரு குறுக்குச் சட்டத்த தயார் பண்ணி அது மேல தார்பாயப் போடப் போறேன். அப்ப அது முழுக்க மூடிடும். ஆளுங்க சூரிய வெளிச்சத்துல இருந்தும் தப்பிக்கலாம்.:"

அப்பா ஒப்புக்கொண்டார். "இந்த யோசன உனக்கு ஏன் முன்னாலயே தோணல?"

"எனக்கு நேரமில்ல" என்றான் அல்.

"நேரமில்லையா? ஏன் அல், உனக்கு ஊர் பூரா சுத்தறதுக்கு நேரமிருந்தது. போன ரெண்டு வாரமா நீ எங்க சுத்திக்கிட்டிருந்தேன்னு கடவுளுக்குத்தான் தெரியும்."

"ஊர விட்டுப் போகும்போது ஒரு ஆள் செய்ய வேண்டிய வேலை அது" என்று பதிலளித்தான் அல். பிறகு அவன் தனது உறுதிமொழியைக் கொஞ்சம் இழந்தான். "அப்பா. நீங்க போறதுல உங்களுக்கு சந்தோஷமா?"

"ம்? நிச்சயமா. குறஞ்சபட்சம் ஆமாம். நமக்கு இங்க கஷ்டகாலமா இருந்தது. அங்க ஒட்டுமொத்தமா வேற மாதிரியா இருக்கும் – ஏராளமா வேல, எல்லாம் அருமையா, பச்சையா, சின்ன வெள்ளை நிற வீடுகள், சுத்திவர ஆரஞ்சு வளர்றது."

"எல்லா பக்கமும் ஆரஞ்சா இருக்குமா?"

"இல்ல, எல்லா பக்கமும் இல்லாம இருக்கலாம், ஆனா ஏராளமான இடங்கள்ல இருக்கும்."

வானத்தில் முதல் சாம்பல் நிறக் கதிர்கள் தோன்றலாயின. வேலை முடிந்து விட்டது – பன்றி மாமிசம் தயார், மேலே கோழி சூப் தயார். அம்மா ஒரு ஓவனைத் திறந்து அதிலிருந்து ஒரு குவியலாக மொறுமொறுப்பான, அரக்கு நிற வறுத்த எலும்புகளை அதனுடன் மெல்வதற்கு ஏராளமான மீந்து போன மாமிசத்தையும் எடுத்தாள். ருத்தி பாதி விழித்து, பெட்டியிலிருந்து நழுவி மீண்டும் தூங்கிப் போனாள். ஆனால் பெரியவர்கள் கதவைச் சுற்றி நின்று, சிறிது நடுங்கிக் கொண்டே மொறுமொறுப்பான பன்றிக் கறியை மென்றனர்.

"நாம தாத்தாவையும், பாட்டியையும் எழுப்பணும்னு நினைக்கறேன்" என்றான் டாம். "பகலாகப் போகுது"

"கடைசி நிமிஷம் வரைக்கும் வெறுக்கற விஷயம். அவங்களுக்குத் தூக்கம் வேணும். ருத்திக்கும், வின்ஃபீல்டுக்கும் கூட வேணுங்கற ஓய்வு கிடைக்கல." என்றாள் அம்மா.

“இருக்கட்டும். அவங்க எல்லாரும் சாமான்களுக்கு மேல படுத்துத் தூங்கலாம். வசதியாவும் நல்லாவும் இருக்கும்” என்றார் அப்பா.

திடீரென நாய்கள் புழுதியிலிருந்து எழுந்து கூர்ந்து கவனித்தன. பிறகு ஒரு உறுமலுடன் இருட்டுக்குள் பாய்ந்தன. “அட நரகமே. என்னது அது?” அப்பா கேட்டார். ஒரு கணத்தில் அவர்கள் ஒரு பேச்சொலி நாய்களிடம் அன்பாகப் பேசுவதைக் கேட்டனர். நாய்களது ஆவேசம் தணிந்திருந்தது. பிறகு காலடியோசை, ஒரு மனிதன் அருகில் வந்தான். அது மூலே கிரேவ்ஸ். அவனது தொப்பி கீழே இழுத்து விடப்பட்டிருந்தது.

அவன் வெட்கத்துடன் அருகில் வந்தான். “காலை வணக்கம்”.

“அட, மூலே” என்றார் அப்பா. அப்பா கையில் வைத்திருந்த பன்றி எலும்பை ஆட்டினார். “வா மூலே. நீயும் கொஞ்சம் பன்னிக்கறி எடுத்துக்க”.

“இல்ல, வேணாம்” என்றான் மூலே. “எனக்கு உண்மையிலயே பசியில்ல.”

“அட, வாங்கிக்க மூலே. இந்தா!. “ அப்பா வீட்டுக்குள் போய் ஒரு கை நிறைய மீதமிருந்த விலா எலும்புகளை எடுத்து வந்தார்.

“நான் உங்க உணவு எதையும் சாப்பிட்றதுக்காக இங்க வரல. நான் சும்மா சுத்தி நடந்துக்கிட்டிருந்தேன். நீங்க கிளம்பிக்கிட்டிருப்பீங்க. விடை கொடுக்கலாம்னு வந்தேன்.”

“கொஞ்ச நேரத்துல கிளம்பப் போறோம். நீ ஒரு மணி நேரம் கழிச்சு வந்திருந்தேன்னா எங்கள பாத்திருக்க முடியாது. எல்லாம் ஏத்தியாச்சு பாரு.”

“எல்லாம் ஏத்தியாச்சா?” என்று மூலே பொருட்கள் ஏற்றியிருந்த டிரக்கைப் பார்த்தான். “நானும் போய் என்னோட ஆளுங்கள கண்டு பிடிக்கணும்னு சில சமயம் தோணுது”.

“அவங்க கலிஃபோர்னியாவில இருந்து உன்கிட்ட தொடர்பு கொண்டாங்களா? என்று கேட்டாள் அம்மா.

“இல்ல. எனக்கு எதுவும் வரல. ஆனா நான் போஸ்ட் ஆபீஸ்ல போய் பாக்கல. நான் சில சமயம் போயிருக்கணும்” என்றான் மூலே.

“அல், உள்ள போயி தாத்தாவையும், பாட்டியையும் எழுப்பு. வந்து சாப்பிடச் சொல்லிச் சொல்லு. நேரமாறதுக்கு முன்னாடி நாம போகணும்.” என்றார் அப்பா. அல் கொட்டடிக்குப் பக்கத்தில் போகும்போதே கேட்டான், “மூலே, நீயும் எங்க கூட திணிச்சுக்கிட்டு வர விரும்பறயா? உனக்கும் நாங்க இடம் தேட முயற்சிப்போமா?” என்று கேட்டான்.

மூலே விலா எலும்பின் முனையிலிருந்து மாமிசத்தை ஒரு கடி கடித்து மென்றான். "சில சமயம் நான் போகலாம்னு தோணுது. ஆனா நான் போக மாட்டேன்னு எனக்குத் தெரியும். கடைசி நேரத்துல ஒரு கல்லறைப் பிசாசு மாதிரி ஓடிப் போயி ஒளிஞ்சுக்குவேன்னு எனக்கு நல்லாத் தெரியும்" என்றான் மூலே.

"நீ ஒருநாள் நிலத்துலயே சாகப் போற மூலே" என்றான் நோவா.

"எனக்குத் தெரியும். நான் அதையும் யோசிச்சேன். சில சமயம் ரொம்ப தனிமையா இருக்கு, சில சமயம் சரியாத் தோணுது, சில சமயம் நல்லதாத் தோணுது. அதுல எந்த வித்தியாசமும் இல்ல. ஆனா நீங்க என்னோட ஆளுங்கள சந்திச்சீங்கன்னா– கலிஃபோர்னியாவில என்னோட ஆளுங்கள சந்திச்சீங்கன்னா, நான் நல்லாருக்கேன்னு அவங்ககிட்டச் சொல்லுங்க. நான் நல்லத செய்யறேன்னு சொல்லுங்க. நான் இப்படி வாழறேன்னு சொல்லாதீங்க. எனக்குப் பணம் கிடைச்சவுடனேயே அவங்ககிட்ட வந்துடுவேன்னு சொல்லுங்க".

அம்மா கேட்டாள், "நீ வருவியா?"

"இல்ல" என்று மூலே மென்மையாகச் சொன்னான். "இல்ல, நான் வரமாட்டேன். என்னால போக முடியாது. நான் இப்ப இங்க இருக்கணும். முன்னாடி போயிருக்கலாம். ஆனா இப்ப முடியாது. ஒரு ஆள் யோசிச்சா, அவனுக்கு விஷயம் தெரிஞ்சா, அவன் எப்பவும் போக மாட்டான்.":

காலை வெளிச்சம் சற்று இப்போது கூர்மையடைந்திருந்தது. அது லாந்தர்களை சிறிது மங்கலாக்கியது. அல் தன்னருகே தாத்தா நொண்டிக் கொண்டு போராடிக் கொண்டு வர, உடன் வந்தான். "அவர் தூங்கிக்கிட்டிருக்கல" என்றான் அல். "அவர் கொட்டிலுக்குப் பின்னால போய்க்கிட்டிருந்தார். அவர்கிட்ட எதோ கோளாறு" என்றான் அல்.

தாத்தாவின் கண்கள் மங்கிப் போயிருந்தன, வழக்கமான அவருடைய பழைய கஞ்சத்தனம் அவரிடம் தெரியவில்லை. "எனக்கு ஒண்ணுமில்ல. நான் போகப்போறதில்ல." என்றார் அவர்.

"என்ன.. போகலயா?" அப்பா கேட்டார். "நீங்க போகலன்னா என்ன அர்த்தம்? நாங்க இங்க எல்லாம் எடுத்து வச்சிட்டுத் தயாரா இருக்கோம். நாம போகத்தான் வேணும். நாம தங்க எந்த இடமும் இல்ல" என்றார் அப்பா.

"நீங்க இருக்கணும்னு நான் சொல்லல" என்றார் தாத்தா. "நீங்க போகறதுக்கு உங்களுக்கு உரிமை இருக்கு. நான் இங்க இருக்கப் போறேன். நான் ராத்திரி முழுசும் இதப்பத்தி யோசிச்சுக்கிட்டிருந்தேன். இது என்னோட

இடம். நான் இந்த இடத்த சேந்தவன். ஆரஞ்சும், திராட்சையும் படுக்கைக்குப் பக்கத்திலயே குவிஞ்சிருந்தாலும் எனக்கு எந்தக் கவலையுமில்ல. இந்த இடம் நல்லது இல்ல, ஆனா இது என்னோட இடம். இல்ல, நீங்க போங்க. நான் எந்த எடத்த சேந்தவனோ அங்கயே இருக்கேன்.''

அவர்கள் அவருக்கருகில் குவிந்தனர். அப்பா சொன்னார், ''நீங்க இருக்க முடியாது, தாத்தா. இந்த இடம் டிராக்டர்களுக்குக் கீழ போய்க்கிட்டிருக்கு. யாரு உங்களுக்கு சமைப்பாங்க? நீங்க எப்படி வாழுவீங்க? நீங்க இங்க தங்க முடியாது. உங்களப் பாத்துக்க யாருமில்லாத போது நீங்க பட்டினி கிடப்பீங்க.''

தாத்தா கத்தினார், ''எக்கேடும் கெடட்டும். நான் ஒரு வயசான ஆளு, ஆனா இன்னும் என்ன நான் பாத்துக்க முடியும். இங்க மூலே எப்படி சமாளிக்கறான்? நானும் அவன மாதிரியே சமாளிக்க முடியும். நான் போக முடியாதுன்னு சொன்னா, நீ அத முழுங்கித்தான் ஆகணும். வேணும்னா பாட்டிய உங்க கூட கூட்டிட்டுப் போங்க, ஆனா நீங்க என்ன கூட்டிட்டுப் போக முடியாது, அவ்வளவுதான்.''

அப்பா ஆதரவின்றிக் கூறினார், ''இப்ப நான் சொல்றத கேளுங்க தாத்தா. ஒரே ஒரு நிமிஷம் நான் சொல்றத கேளுங்க.''

''நான் கேக்கப் போறதில்ல. நான் என்ன செய்யப் போறேன்னு உங்கிட்ட சொல்லிட்டேன்.''

டாம் தன் தந்தையின் தோளைத் தொட்டான். ''அப்பா, வீட்டுக்குள்ள வாங்க. நான் உங்ககிட்ட ஒரு விஷயம் சொல்லணும்.'' அவர்கள் வீட்டை நோக்கி நகர்ந்தனர். ''அம்மா, இங்க ஒரு நிமிஷம் வா. வர முடியுமா?''

சமையலறையில் ஒரு லாந்தர் எரிந்து கொண்டிருந்தது. ஒரு தட்டில் இன்னும் பன்றி எலும்புகள் குவிக்கப்பட்டிருந்தன. டாம் சொன்னான், ''கேளுங்க, தாத்தாவுக்குத்தான் வரமாட்டேன்னு சொல்ல உரிமையிருக்குன்னு எனக்குத் தெரியும். ஆனா அவரால இங்க தங்கவும் முடியாது. நமக்கு அது தெரியும்.''

''நிச்சயமா அவர் தங்க முடியாது'' என்றார் அப்பா.

''சரி, பாருங்க. நாம அவரப் பிடிச்சுக் கட்டிப் போட்டா, நாம அவரக் காயப்படுத்திடுவோம். அவரும் ரொம்ப பைத்தியமாகி அவரையே காயப்படுத்திக்குவார். இப்போ, நாம அவரோட வாதாட முடியாது. நாம அவரக் குடிக்க வச்சுட்டா அது போதும். உங்ககிட்ட விஸ்கி இருக்கா?''

''இல்ல. வீட்ல ஒரு சொட்டு விஸ்கி கூடக் கிடையாது. ஜான்கிட்ட விஸ்கி கிடையாது. அவர் குடிக்காதப்ப அவர்கிட்ட ஒண்ணும் இருக்காது.''

அம்மா சொன்னாள், ”டாம், வின்ஃபீல்டுக்கு காது வலி வந்தப்ப அவள அமைதிப்படுத்தறதுக்காக வாங்கின சிரப் பாட்டில்ல பாதி நான் வச்சிருக்கேன். அது வேலை செய்யுமா? வின்ஃபீல்டுக்கு காது வலி மோசமானப்ப அது அவள தூங்க வச்சது.”

“செய்யலாம்” என்றான் டாம். “அம்மா, அதக் கொண்டு வாங்க. எப்படியும் அத ஒரு முயற்சி செஞ்சு பாத்துடலாம்.”

“நான் அத ஒரு குப்பை குவியல்ல தூக்கிப் போட்டேன்” என்ற அம்மா, ஒரு லாந்தரை எடுத்துக் கொண்டு வெளியே சென்றாள். ஒரு கணத்தில் அவள் பாதி நிரம்பிய ஒரு கருப்பு மருந்துக் குப்பியுடன் உள்ளே வந்தாள்.

டாம் அதை அவளிடமிருந்து வாங்கி சுவைத்துப் பார்த்தான். “மோசமா இல்ல. ஒரு கப் கடுங்காப்பிய நல்லா ஸ்ட்ராங்காப் போட்டுக் கொண்டு வாங்க. பாக்கலாம். ஒரு ஸ்பூன். கொஞ்சம் அதிகமாச் சேத்தா நல்லது, மேல ஒண்ணு ரெண்டு டீஸ்பூன்.

அம்மா அடுப்பைத் திறந்து அதில் காப்பி கூஜாவை நிலக்கரிக்கருகில் வைத்தாள். அதில் தண்ணீரையும், காப்பியையும் சேர்த்தாள். “அவருக்கு ஒரு கேன்ல இதக் கொடுக்கணும். ஆனா எல்லா கப்பையும் உள்ள வச்சுக் கட்டியாச்சு.”

டாமும் அவனது தந்தையும் மீண்டும் வெளியே வந்தனர். “ஒரு ஆளு என்ன சொல்லணுமோ அதச் சொல்றதுக்கு உரிமையிருக்கு. யாரு மீதியிருக்கற விலா எலும்புகளத் திங்கறதுன்னு சொல்லு?” என்று கேட்டார் தாத்தா.

“நாங்க சாப்டுட்டோம்” என்றான் டாம். “அம்மா உங்களுக்கு ஒரு கப் காப்பியும், கொஞ்சம் பன்னி மாமிசமும் தயார் பண்ணிக்கிட்டிருக்காங்க.”

அவர் வீட்டுக்குள் சென்று தன் காப்பியைக் குடித்து விட்டு, தன்னுடைய பங்கு பன்றி மாமிசத்தையும் உண்டார். வெளியே புலர்காலையில் நின்றிருந்தவர்கள் அவரை கதவு வழியாக அமைதியாகக் கவனித்துக் கொண்டிருந்தனர். அவர்கள் அவரது கொட்டாவியையும், தள்ளாட்டத்தையும், பிறகு அவர் மேசை மீது கையை வைத்துத் தூங்கிப் போனதையும் பார்த்தார்கள்.

“எப்படியும் அவர் சோர்வா இருந்தார்” என்றான் டாம். “அவர அப்படியே விடுங்க.”

இப்போது அவர்கள் தயாராகி விட்டனர். பாட்டி தள்ளாடிக் கொண்டும் தெளிவற்றும் கேட்டாள், "இதெல்லாம் என்ன? நீங்க இவ்வளவு சீக்கிரமா என்ன செய்யிறீங்க?" ஆனால் அவள் உடையணிந்து கொண்டும் அவர்கள் செய்வதை ஏற்றுக் கொண்டும் இருந்தாள். ருத்தியும், வின்ஃபீல்டும் விழித்திருந்தனர், ஆனால் சோர்வின் அழுத்தத்தால் அமைதியாகவும், பாதி கனவு கண்டு கொண்டும் இருந்தனர். நிலத்தில் வெளிச்சம் வேகமாகப் பரவிக் கொண்டிருந்தது. குடும்பத்தின் இயக்கம் நின்றது. அவர்கள் நகர்வதற்கான முதல் அடியை எடுத்து வைப்பதில் தயங்கினர். நேரம் வந்து விட்டதில் அவர்கள் அச்சமடைந்தனர், தாத்தா அச்சமடைந்தது போலவே அதே அச்சம். அவர்கள் வெளிச்சத்தில் கொட்டடியின் நிழல் தோன்றுவதைப் பார்த்தனர், லாந்தரின் வெளிச்சம் இனியும் மஞ்சள் நிற வெளிச்சக்கதிரைக் காட்ட முடியாதபடி மங்கிப் போவதைப் பார்த்தனர். கொஞ்சம், கொஞ்சமாக நட்சத்திரங்கள் மேற்குப் புறமாக மங்கின. குடும்பத்தினர் கனவில் நடப்பவர்கள் போல் நின்றனர். அவர்களது பார்வை சுற்றிலும் கவனித்தது. எதையும் குறிப்பாகப் பார்க்காமல், முழு புலர்பொழுதையும், முழு நிலத்தையும், நிலத்தின் அமைப்பு முழுவதையும் ஒரே நேரத்தில் கவனித்தது.

மூலே கிரேவ்ஸ் மட்டும்தான் அமைதியின்றி டிரக்கின் கம்பிகளுக்கூடாக உள்ளே பார்த்துக் கொண்டு சுற்றி வந்தான். பின்னால் இருந்த கூடுதல் டயர்களைத் தட்டிப் பார்த்தான். கடைசியில் மூலே டாமிடம் சென்றான். "நீ மாகாணத்த தாண்டிப் போகப்போறியா? நீ உன்னோட பரோல உடைக்கப் போறியா?"

டாம் தன்னுடைய உணர்வற்ற நிலையிலிருந்து உதறிக் கொண்டான். "இயேசுவே, கிட்டத்தட்ட சூரிய உதயம் ஆகப்போகுது" என்று சத்தமாகக் கூறினான். "நாம கிளம்பணும்." பிறரும் உணர்வற்ற நிலையிலிருந்து விடுபட்டு டிரக்கை நோக்கி நகர்ந்தனர்.

"வாங்க, தாத்தாவ ஏத்துவோம்." என்றான் டாம். அப்பாவும், ஜான்மாமாவும்,டாமும், அல்லும் தாத்தா காய்ந்துகொண்டிருந்த காப்பிக் கறைக்கு அருகே கைக்கு மேல் தலையை வைத்துத் தூங்கிக் கொண்டிருந்த சமையலறைக்குச் சென்றனர். அவரது முழங்கையைப் பிடித்து அவரைத் தூக்கி நிறுத்தினர். அவர் ஒரு குடிகாரரைப் போல் முனகிக் கொண்டு திட்டினார். கதவை நோக்கி அவரைத் தள்ளிக் கொண்டு வந்தனர். டிரக்குக்கு அருகில் அவர்கள் வந்ததும் டாமும் அல்லும் மேலே ஏறி முன்னே சாய்ந்து அவரது கைகளைத் தம் கைகளால் பிடித்து மெதுவாகத் தூக்கி அவரை சாமான்களுக்கு மேல் படுக்க வைத்தனர். அல் தார்பாயை விடுவித்தான். அவர்கள் அவரை கீழே உருட்டி, தார்பாயின் எடை அவரை அழுத்தி விடாதபடி அவருக்கு அருகில் தார்பாய்க்குக் கீழே ஒரு பெட்டியை வைத்தனர்.

“நான் குறுக்குச் சட்டத்த கட்டணும்” என்றான் அல். “நாம ராத்திரி நிறுத்தும்போது அதச் செய். அது எளிதா இருக்கற மாதிரி நாம மாத்திக்கலாம். ஆனா நீ அந்த மாதிரியே செய்”. அவர்கள் காருக்குள் ஏறினர். மற்றவர்கள் சாமான்களுக்கு மேல் ஏறினர். கோனி, ஷாரன் ரோஸ், அப்பா, ஜான் மாமா, ருத்தி, வின்ஃபீல்ட், டாம் மற்றும் போதகர். நோவா தரையில் நின்று அவர்களின் பெரும் எடை டிரக்கின் மேல் உட்கார்ந்திருப்பதைப் பார்த்தான்.

அல் சுற்றி நடந்து கீழே ஸ்பிரிங்குகளைப் பார்த்தான். “புனித இயேசுவே. இதெல்லாம் தட்டையாகிப்போயிட்டுதுங்க. நல்லவேள அதுக்குக் கீழ நான் கட்டைய அடிச்சுட்டேன்.” என்றான் அவன்.

“நாய்கள என்ன செய்யறது அப்பா?” என்று கேட்டான் நோவா.

“நான் நாய்கள மறந்துட்டேன்” என்றார் அப்பா. அவர் சீட்டியடிக்க ஒரு நாய் ஓடி வந்தது, ஆனால் ஒன்று மட்டும்தான். நோவா அதைப் பிடித்துத் தூக்கி மேலே எறிந்தான். அவர் மேலே உயரத்தில் நடுங்கிக் கொண்டு இறுக்கமாக உட்கார்ந்திருந்தார். “மத்த ரெண்டையும் விட்டுட்டுத் தான் போகணும்” என்றார் அப்பா. “மூலே, நீ கொஞ்சம் அதுகள பாத்துக்கறியா? அதுங்க பட்டினி கிடக்காமப் பாத்துக்க.”

“சரி. எனக்கும் நாய்கள் வச்சுக்க ஆசைதான். நான் அதுங்கள எடுத்துக்கறேன்.” என்றான் மூலே.

“அந்தக் கோழிகளையும் எடுத்துக்க” என்றார் அப்பா.

அல் டிரைவர் சீட்டில் ஏறி உட்கார்ந்தான். வண்டி கிளம்பிச் சீறி, அமைதியாகி, மீண்டும் சீறியது. பிறகு ஆறு சிலிண்டர்களின் உறுமலில் பின்புறம் நீலநிறப் புகை எழுந்தது. “அப்புறம் பாக்கலாம் மூலே” என்றான் அல்.

“போய்ட்டு வரோம், மூலே” என்று குடும்பத்தினர் விடை கொடுத்தனர்.

அல் முதல் கியரைப் போட்டு, கிளட்சை விடுவித்தான். டிரக் குலுங்கிவிட்டு, முற்றத்திலிருந்து நகர்ந்தது. பிறகு இரண்டாம் கியர் விழுந்தது. அவர்கள் குன்றின் மேல் ஏறினர், அவர்களுக்குப் பின்னால் சிகப்புப் புழுதி எழுந்தது. “கிருத்துவே, எவ்வளவு எடை” என்றான் அல். “நாம இந்தப் பயணத்துல நேரம் கடத்தக் கூடாது.”

அம்மா திரும்பிப் பார்க்க முயன்றாள். ஆனால் பொருட்கள் அவளது பார்வையை மறைத்தன. அவள் தலையை நேராகத் திருப்பிக் கொண்டு புழுதி படர்ந்த சாலையைப் பார்த்தாள். அவளது கண்களில் ஆழ்ந்த விரக்தி தெரிந்தது.

சுமைகளுக்கு மேல் அமர்ந்திருந்தவர்கள் திரும்பிப் பார்க்கவே செய்தனர். அவர்கள் வீட்டையும், கொட்டிலையும், சிம்னியிலிருந்து இன்னும் லேசாக எழுந்து கொண்டிருந்த புகையையும் பார்த்தனர். சூரியனின் முதல் கதிர்களில் செம்மயமாகிக் கொண்டிருந்த ஜன்னல்களைப் பார்த்தனர். அவர்களைப் பார்த்துக் கொண்டு கதவடியில் நின்று கொண்டிருந்த மூலேவைப் பார்த்தனர். பிறகு குன்று அவர்களது பார்வையை மறைத்தது. பருத்திக் காடுகள் சாலைக்கருகே வரிசையாக நின்றன. டிரக் புழுதியின் ஊடாக மெதுவாகத் தவழ்ந்து உயர்வேகப்பாதையையும், மேற்கையும் நோக்கி நகர்ந்தது.

11

வீடுகள் நிலத்தில் காலியாக விடப்பட்டன, அதனால் நிலம் காலியாகிப் போனது. வளைந்து போன இரும்புகள், வெள்ளியில் மின்னிக் கொண்டிருந்த டிராக்டர் ஷெட்டுகள்தான் உயிருடன் இருந்தன; உலோகங்கள், எரிவாயு, எண்ணெய் ஆகியவையும், நுகத்தடிகளின் தட்டும் பிரகாசித்துக் கொண்டிருந்ததால் அவை உயிர்ப்புடன் இருந்தன. டிராக்டர்களுக்கு இரவு, பகல் கிடையாது என்பதால் அவற்றின் விளக்குகள் பளிச்சிட்டன. இருட்டில் அவற்றின் தட்டுகள் இருண்டு போயின, பகலில் மின்னின. ஒரு குதிரை வேலை முடிந்து கொட்டடிக்குப் போனால் அங்கு உயிரும், வீரியமும் மீதமிருக்கும், மூச்சும், கதகதப்பும் இருக்கும், கால்கள் வைக்கோலின் மீது மாற்றிக் கொள்ளும், தாடை வைக்கோலை மெல்லும், காதுகளும், கண்களும் உயிருடன் இருக்கும். கொட்டடியில் கதகதப்பும், வெப்பமும், வாழ்க்கையின் மணமும் இருக்கும். ஆனால் ஒரு டிராக்டரின் மோட்டார் நின்று போனால், அது எதிலிருந்து வந்ததோ அந்தக் கனிமம் போல் உயிரற்றுப் போகும். ஒரு உயிரற்ற உடலிலிருந்து வெப்பம் அகன்று போவது போல் அதிலிருந்தும் வெப்பம் அகன்று போகும். அதன் வளைந்த கதவுகள் மூடப்பட்டு அநேகமாக இருபது மைல் தள்ளியிருக்கும் தன் நகருக்கு டிராக்டர் ஓட்டுபவன் சென்று விட்டாலும், அவன் வாரங்கள் அல்லது மாதங்களுக்குக் கூடத் திரும்பத் தேவையில்லை, ஏனென்றால் டிராக்டர் செத்துப் போய் விட்டது. இது எளிதானதும், திறனுடையதுமாகும். அதிசயம் வேலையிலிருந்து வெளியேறுவது எளிது, அதிசயம் நிலத்திலிருந்தும், அதன் வேலையிலிருந்தும் வெளியேறுவதில் அவ்வளவு திறனுடையது, புரிதல், உறுவுகளில் அதிசயமானது. அங்கு டிராக்டர் ஓட்டுநர் ஒரு வெறுப்பை வளர்த்துக் கொள்கிறான் அந்த வெறுப்பானது எந்தப் புரிதலுமற்ற, எந்த உறவுமற்ற ஒரு அன்னியனுக்குத்தான் சாத்தியமானது. ஏனென்றால், நைட்ரேட்டுகளோ, பாஸ்பேட்டுகளோ நிலமல்ல; பருத்தியிலுள்ள தண்டின்

நீளமும் நிலமல்ல. கரி ஒரு மனிதனல்ல, அல்லது உப்போ, தண்ணீரோ, கால்ஷியமோ மனிதனல்ல. இவையெல்லாம் சேர்ந்ததுதான் அவன், ஆனால் அவன் அதற்கும் மேலே, மிகவும் மேலே; நிலமானது அதன் மீதான ஆய்வை விட மிகவும் மேலானது. தனது வேதியலை விட மேலான மனிதன், நிலத்தில் நடந்து, ஒரு கல்லுக்காகத் தனது ஏர்முனையைத் திருப்பி, ஒரு களையைப் பறிக்கத் தன் கைகளைத் தாழ்த்தி, தன் உணவை உண்பதற்காக நிலத்தில் குனிந்தமர்ந்து; தனது தனிமங்களை விட மேலான அந்த மனிதனுக்கு அந்த நிலம் அதன் மீதான ஆய்வை விட மேலானது என்பது தெரியும். ஆனால் ஒரு மரணமடைந்த டிராக்டரை நிலத்தில் ஓட்டும் ஒரு இயந்திர மனிதனுக்கு எந்த அன்பும் கிடையாது, வேதியல் மட்டுமே புரியும்; அவன் தன் மீதும், நிலத்தின் மீதும் வெறுப்புக் கொண்டவன். வளைந்த இரும்புக் கதவுகள் மூடியதும், அவன் வீட்டுக்குச் செல்கிறான், ஆனால் அவனது வீடு நிலமல்ல.

காலியான வீடுகளின் கதவுகள் வீசித் திறந்தன, காற்றில் திறந்து, திறந்து மூடிக்கொண்டன. சிறுவர்களின் கும்பல்கள் நகரங்களிலிருந்து அந்த கண்ணாடி ஜன்னல்களை உடைக்கவும், குப்பைகளையும், எதாவது பொக்கிஷம் கிடைத்தால் தேடி எடுக்கவும் வந்தன. இங்கு பாதி உடைந்து போன ஒரு கத்தி இருக்கிறது. அது நல்லது. இங்கு ஒரு எலி செத்த நாற்றம் வருகிறது. விட்னி சுவற்றில் எழுதியுள்ளது போல் தோன்றுகிறது. அவன் அதை பள்ளியின் கழிவறைச் சுவற்றிலும் எழுதினான், ஆசிரியர் அதை அவனை வைத்தே அழிக்க வைத்தார்.

ஆட்கள் வெளியேறிய முதல் நாள் மாலையில், வேட்டையாடும் பூனைகள் நிலங்களிலிருந்து வந்து முற்றத்தில் சத்தம் கொடுத்தன. யாரும் வெளியே வராதபோது அவை திறந்த கதவுகளின் வழியே நுழைந்து காலியான அறைகள் வழியாக சப்தமெழுப்பிக் கொண்டே நடந்தன. அவை மீண்டும் நிலங்களுக்குத் திரும்பி, அதன் பிறகு காட்டுப் பூனைகளாக மாறிப் போயின. தட்டான்களையும்,வயல் எலிகளையும் வேட்டையாடித் தின்று கொண்டு, பகலில் சாக்கடைகளில் படுத்துறங்கின. இரவு வந்ததும், வெளிச்சத்தின் மீதான அச்சத்தால் கதவுடன் நின்று கொண்ட வௌவால்கள் வீடுகளுக்குள் பாய்ந்து காலியான அறைகள் வழியாகப் பறந்தன. சிறிது காலத்தில் அவை பகலில் தமது இறக்கைகளைச் சுருட்டிக் கொண்டு இருண்ட அறைகளின் மூலைகளில் மரச்சட்டங்களின் ஊடே தொங்கத் துவங்கின. அவற்றின் கழிவுகளின் நாற்றம் காலியான வீடுகளில் வீசியது.

எலிகள் உள்ளே நுழைந்து களைகளின் விதைகளை மூலைகளிலும், பெட்டிகளிலும், சமையலறைகளின் இழுப்பான்களின் பின்னாலும்

சேமித்தன. எலிகளை வேட்டையாட மரநாய்கள் வந்தன, அரக்குநிற ஆந்தைகள் கீச்சிட்டுக் கொண்டே உள்ளேயும், வெளியேயும் பறந்தன.

இப்போது சிறிது மழை வந்தது. களைகள் முன்பு வளர அனுமதிக்கப்படாத இடமான கதவுக்கு முன்னால் அவை முளைத்து எழுந்தன. புற்கள் பலகைகளின் இடையே வளர்ந்தன. வீடுகள் காலியாக இருந்தன, காலியான வீடுகள் விரைவில் இற்று உடைந்து விழுந்து விடும். துருப்பிடித்த ஆணிகளைச் சுற்றி பலகைகள் கீறல் விடத் துவங்கின. தரைகளில் புழுதி படிந்து, எலிகள், மரநாய்கள், பூனைகளின் காலடித் தடம் மட்டுமே அதில் படிந்தது.

ஒருநாள் இரவு காற்று ஒரு ஆணியைக் கழற்றித் தரையில் வீசியது. அடுத்த காற்று பிடுங்கப்பட்ட ஆணியின் துளை வழியே நுழைந்தது, இரண்டாவது, மூன்றாவது, அடுத்தது என டஜன் கணக்கில் ஆணிகளைப் பிடுங்கியது. நண்பகலில் சூரியன் அந்தத் துளைகளின் வழியே நுழைந்து தரையில் பிரகாசமான பொட்டுகளை உருவாக்கியது. காட்டுப்பூனைகள் இரவில் நிலங்களிலிருந்து உள்ளே நுழைந்தன, ஆனால் அவை மியாவ் என்ற சத்தத்தைக் கதவடியில் எழுப்பவில்லை. அவை அறைகளுக்குக் குறுக்கே அங்கிருந்த எலிகளை வேட்டையாட ஒரு மேகத்தின் நிழல்போல் நகர்ந்தன. காற்று மிகுந்த இரவுகளில் கதவுகள் அடித்துக் கொண்டன, கிழிந்த திரைகள் உடைந்த ஜன்னல் கதவுகள் படபடத்தன.

12

உயர்வேகச்சாலை 66 தான் முக்கியமான புலம்பெயர் சாலை - நாட்டின் குறுக்கே ஓடக்கூடிய நீண்ட காங்க்ரீட் சாலை– மிஸிஸிசிபியிலிருந்து பேகர்ஸ் ஃபீல்ட்வரை வரைபடத்தில் மென்மையாக மேலும் கீழுமாக ஏறி இறங்குவது – செம்மண் மேலும், சாம்பல்நிற நிலங்கள் மீதும், மலைகளில் வளைந்து நெளிந்தும், இடைவெட்டியைக் கடந்து இறங்கி பிரகாசமான, கடுமையான பாலைவனத்துக்குள்ளும், மீண்டும் பாலைவனத்துக்கும், மலைகளுக்குள் புகுந்தும், பிறகு வளமான கலிஃபோர்னியா பள்ளத்தாக்குக்கும் செல்லக்கூடிய பாதை.

உயர்வேகச்சாலை 66 மக்கள் விடுபட்டுப் பறக்கும் பாதை. புழுதி படிந்த, சுருங்கி வரும் நிலங்களிலிருந்து, டிராக்டர்களின் இடியோசை, சுருங்கி வரும் சொத்துரிமை, பாலைவனம் மெதுவாக மேற்குப்புறமாகப் படையெடுப்பது, டெக்சாசிலிருந்து ஊளையிட்டுக் கொண்டு சுருட்டியெடுக்கும் பெருங்காற்று, நிலத்துக்கு எந்த வளத்தையும் கொடுக்காமல், அங்கிருக்கும் சிறிதளவு வளத்தைக் கூடத் திருடிச் செல்லும்

வெள்ளம் ஆகியவற்றிலிருந்து மக்கள் தப்பித்து அகதிகளாக ஓடும் சாலை. இவையனைத்திலிருந்தும் மக்கள் தப்பித்து ஓடி கிளைகளான புறச்சாலைகளிலிருந்தும், குண்டும் குழியுமான நாட்டுப்புறச் சாலைகளிலிருந்தும் சாலை 66க்குள் நுழைவர். சாலை 66தான் தப்பித்து ஓடும் மக்களுக்குத் தாய்ச்சாலை.

கிளார்க்ஸ்வில்லே, ஓசார்க், வன் புரன், 64ல் ஃபோர்ட் ஸ்மித், பிறகு அர்க்கன்சாசின் எல்லை. அனைத்துச் சாலைகளும் ஓக்லஹாமா நகரை நோக்கி வரும், துல்சாவிலிருந்து 66, மெக்லஸ்டரிலிருந்து 270 மேலே, விச்சிட்டா தெற்கு அருவிலிருந்தும், வடக்கு எனிடிலிருந்தும், மெக்லோட், புர்செல்லிலிருந்தும் 81. ஓக்லஹாமாவிலிருந்து வெளியே 66; எல் ரெனோ, கிளிண்டனிலிருந்தும் 66ல் மேற்கே செல்லும். ஹைட்ரோ, எல்க் நகரம், டெக்சோலா; பிறகு ஓக்லஹாமாவின் எல்லை. டெக்சாசின் பான்ஹாண்டிலுக்குக் குறுக்கே 66. ஷாம்ராக், மெக்லீன், கான்வே, அமரில்லோ, பிறகு யெல்லோ. நில்டராடோ, வேகா, போய்ஸ், பிறகு டெக்சாசின் எல்லை. டுகும்காரி, சாண்டா ரோஸா விலிருந்து நியூ மெக்சிகன் மலைகள், அங்கிருந்து அல்புகுர்க். அங்கு சாண்டா ஃபேவிலிருந்து சாலை கீழிறங்குகிறது. பிறகு அங்கிருந்து கீழே ரியோ கிராண்டிலிருந்து லாஸ் லுனாஸ். பிறகு மீண்டும் 66ல் மேற்கே செல்ல, நியூ மெக்சிகோவின் எல்லை அங்குள்ளது.

இப்போது உயர்ந்த மலைகள். ஹால்புரூக்கும், வின்சோனாவும், அரிசோனாவின் உயர்ந்த மலைகளில் கொடியணியினரும். அதன் பிறகு தரை வீங்குவது போல் பெரும் பள்ளத்தாக்கு. ஆஷ்ஃபோர்க், கிங்மேன், மீண்டும் கல்லாலான மலைகள். அங்கு தண்ணீர் எடுத்து விற்கப்பட வேண்டும். பிறகு சூரியனின் வெப்பத்தால் பிளந்த அரிசோனாவின் மலைகளிலிருந்து தன் கரைகளில் பச்சையான களைகளைக் கொண்ட கொலராடோவுக்கு. அது அரிசோனாவின் எல்லை. அந்த ஆற்றின் கரையில்தான் கலிஃபோர்னியா. அது அழகிய நகருடன் தொடங்குகிறது. ஆற்றில் ஊசிகள். ஆனால் ஆறு இந்த இடத்தில் அன்னியமானது. ஊசிகளின் மேல் எரிந்து போன மலைச்சிகரங்களுக்கு அப்பால் ஒரு பாலைவனம் உள்ளது. பிறகு 66 கொடுமையான பாலைவனத்துக்குள் செல்கிறது. அங்கு தொலைதூரம் மினுமினுக்கிறது, கருநிற மையம் கொண்ட மலைகள் தாங்கமுடியாதபடி தூரத்தில் தொங்கிக் கொண்டிருக்கின்றன. கடைசியில் அங்கு பார்ஸ்டோ தெரிகிறது. பிறகு மலைகள் மீண்டும் மேலெழும் வரை மேலும் பாலைவனம். அந்த அருமையான மலைகளுக்குள் 66 சுழன்று செல்கிறது. திடீரென ஒரு வழி. அதைக் கடந்ததும் கீழே மிக அழகிய பள்ளத்தாக்கு. கீழே மலர்த்தோட்டங்களும், திராட்சைக் கொடிகளும், சிறு

வீடுகளும், தூரத்தில் நகரமும் தென்படுகின்றன. கடவுளே, பயணம் முடிந்து விட்டது.

புலம் பெயர்ந்து ஓடிவரும் மக்கள் 66லிருந்து அலைஅலையாக வருகிறார்கள். சில சமயம் ஒரே ஒரு காரிலும், சில சமயம் ஒரு கேரவேனிலும் வருகிறார்கள். நாள் முழுதும் அவர்கள் சாலையில் மெதுவாக ஓட்டிக் கொண்டும், இரவுகளில் தண்ணீருக்கு அருகில் தங்கவும் செய்கிறார்கள். பகலில் பழைய ஒழுகும் ரேடியேட்டர்கள் ஏராளமான நீராவியை வெளிவிடுகின்றன, இறுக்கமில்லாத இணைப்புக் கம்பிகள் மோதி சத்தமெழுப்பின. டிரக்குகளையும், அதிக சுமை ஏற்றிய கார்களையும் ஓட்டிய ஓட்டுநர்கள் கவனமாகக் கேட்டனர். நகரங்கள் எவ்வளவு தொலைவில் உள்ளன? நகரங்களுக்கிடையில் மிகுந்த ஆபத்து உள்ளது. எதாவது உடைந்து போனால் - எதாவது உடைந்து போனால் நாம் அங்கேயே தங்கி விடுகிறோம். ஜிம் நகரத்துக்கு நடந்து சென்று அந்த பாகத்தை வாங்கிக் கொண்டு திரும்பி நடக்கிறான் – நம்மிடம் எவ்வளவு உணவு இருக்கிறது?

மோட்டார் சத்தத்தைக் கேள். சக்கரங்களின் சத்தத்தைக் கேள். ஸ்டியரிங் வீலைப் பிடித்திருக்கும் உன் கைகளை உன் காதுகளைக் கொண்டு கேள்; கியர் மாற்றும் கம்பியை உன் உள்ளங்கையைக் கொண்டு உணர்; உன் கால்களால் தரையைக் கவனி. பழைய வண்டியின் சத்தத்தை உன் அனைத்து உணர்வுடனும் கவனி. சத்தத்தில் எதாவது வேறுபாடு கேட்டால், அதாவது அதன் தாளகதியில் மாற்றம் ஏற்பட்டால் - ஒரு வாரம் அங்கு தங்க வேண்டியிருக்குமா? அந்த கொட கொட சத்தம் – அது தட்டுகளிலிருந்து வருகிறது. சிறிதும் அதைக் காயப்படுத்தாதே. அந்தத் தட்டுகள் காயமின்றி இயேசு திரும்ப வரும்வரை சத்தம் கொடுக்கலாம். ஆனால் கார் ஓடும்போது அந்த சத்தம் – அதைக் கேட்க முடியவில்லை- அது உணரப்படத்தான் முடியும். ஒருவேளை எங்காவது எண்ணெய் செல்லாமல் இருக்கலாம். ஒருவேளை பேரிங் உடைய ஆரம்பித்திருக்கலாம். இயேசுவே, அது பேரிங்காக இருந்தால் நாம் என்ன செய்யப் போகிறோம்? பணம் வேகமாகச் செலவாகிக் கொண்டிருக்கிறது.

ஏன் அந்த வேசி மகன் இன்றைக்கு இவ்வளவு வேகமாகக் கொதிக்கிறான்? இது ஒன்றும் மேலே ஏறும் இடமில்லையே? கொஞ்சம் நாம் பார்க்கலாம். எல்லாம் வல்ல கடவுளே, விசிறியின் பெல்ட் போய் விட்டது! இந்தச் சின்னக் கயிறைக் கொண்டு பெல்ட்டை அமைக்கலாம். இன்னும் எவ்வளவு தூரம் இருக்கிறதென்று அங்கே பார்க்கலாம். நான் இரண்டு முனைகளையும் இணைக்கிறேன். இப்போது மெதுவாக அதை எடு. மெதுவாக. ஒரு நகரம் வரும்வரை. இந்தக் கயிற்று பெல்ட் நீண்ட நாள் வராது.

இந்தப் பழைய உடைசல் நொறுங்கிப் போவதற்கு முன்னால் மட்டும் ஆரஞ்சு வளரும் கலிஃபோர்னியாவுக்கு மட்டும் நம்மால் போக முடிந்தால். நாம் மட்டும் போக முடிந்தால்.

டயர்களில் இரண்டு அடுக்கு ரப்பர் தேய்ந்து போய் விட்டது. நாலு அடுக்குதான் இருக்கும் டயர். நாம மட்டும் ஒரு கல்லில மோதி வெடிக்காம இருந்தா, இன்னொரு நூறு மைல் வரும். நாம எதை எடுத்துக் கொள்ளப் போகிறோம், நூறு மைல்களையா அல்லது ட்யூபுகளைக் கெடுப்பதையா? எது? நூறு மைல்கள்தான். அதுதான் நீ யோசிக்க வேண்டிய ஒரு விஷயம். நம்மிடம் டியூபுகளை ஒட்ட வைப்பது இருக்கிறது. அது போனால் ஒருவேளை சிறிது காற்று வெளியேறும். அதை அடைத்து விட்டால்? ஒருவேளை மேலும் ஐநூறு மைல் போகலாம். அது வெடிக்கும் வரை நாம் போகலாம்.

நாம் ஒரு டயரை வாங்கலாம். ஆனால், இயேசுவே, அவர்கள் ஒரு பழைய டயருக்கு நிறையக் கேட்கிறார்கள். அவர்கள் ஒரு ஆளை முடித்து விடப் பார்க்கிறார்கள். அவன் போய்த்தான் ஆக வேண்டுமென்பது அவர்களுக்குத் தெரியும். அவனால் காத்திருக்க முடியாதென்பது அவர்களுக்குத் தெரியும். விலை மேலே செல்கிறது.

"எடுத்துக்கொள் அல்லது விட்டுவிட்டுப் போ. நான் என் ஆரோக்கியத்துக்காக வியாபாரம் செய்யல. நான் இங்க டயர்களை விக்கிறேன். நான் அதுங்கள கொடுக்கறதா இல்லை. உனக்கு என்ன நடக்கும்கறதுக்கு நான் உதவ முடியாது. எனக்கு என்ன நடக்கும்கறத நான் யோசிக்கணும்."

"அடுத்த ஊர் எவ்வளவு தூரத்துல இருக்கு?"

"நான் நாற்பத்து இரண்டு கார்களைப் பார்த்துட்டேன். ஆனால் நீங்க பழைய காலத்துக்குப் போறீங்க. நீங்க எங்கிருந்து வறீங்க? நீங்க எல்லாம் எங்க போறீங்க?

"அப்படியா, கலிஃபோர்னியா ஒரு பெரிய மாகாணம்."

"அவ்வளவு பெரிசு இல்ல. அமெரிக்கா முழுதுமே அவ்வளவு பெரிசு இல்ல. அது அவ்வளவு பெரிசு இல்ல. போதுமான அளவு பெரிசில்ல. உங்களுக்கும், எனக்கும் இடம் போதாது. உங்க மாதிரி, என் மாதிரி, பணக்காரன், ஏழை எல்லாரும் ஒரே நாட்டில், திருடர்களும், நேர்மையானவர்களும் ஒரே இடத்தில். பட்டினிக்கும், குண்டர்களுக்கும். நீங்க ஏன் வந்த இடத்துக்கே திரும்பி போயிடக் கூடாது?"

“இது ஒரு சுதந்திர நாடு. எங்கு வேணுமோ அங்க ஒரு ஆளு போகலாம்.

“அப்படித்தான் நீங்கள் நினைக்கிறீங்க! கலிஃபோர்னியா எல்லைல எல்லைப் படையினர் பத்திக் கேட்டிருக்கிறீங்களா? லாஸ் ஏஞ்செல்சிலிருந்து போலீஸ் – வேசி மகன்களான உங்களை நிறுத்தி திருப்பி அனுப்பிடுவாங்க. உங்களால நிலம் வாங்க முடியாதுன்னா நீங்க எங்களுக்குத் தேவையில்லைங்கறாங்க. உங்ககிட்ட டிரைவர் லைசென்ஸ் இருக்கான்னு கேக்கறாங்க. காட்டுங்க பார்க்கலாம். அதைக் கிழிச்சுட்டாங்க. நீங்க அது இல்லாம உள்ளே வர முடியாதுங்கறாங்க.

“இது ஒரு சுதந்திர நாடு.”

“கொஞ்சம் சுதந்திரம் வாங்க முயற்சி செய். வேறு ஒருத்தர் அதுக்கு உண்டானத கொடுக்கறதா இருந்தா நீ சுதந்திரமானவன்னு அந்த ஆள் சொல்றான்.”

“கலிஃபோர்னியாவில் அதிகமான கூலி கொடுக்கிறாங்க. அதைப் பற்றிச் சொல்ற ஒரு கைப்பிரசுரம் என்கிட்ட இதோ இருக்கு.”

“பலோனி! அந்த ஆளுங்க திரும்பி வறாங்க. யாரோ உன்கிட்ட விளையாட்றாங்க. உங்களுக்கு அந்த டயர் வேணுமா, வேண்டாமா?”

“அதை எடுத்துக் கிட்டுதான் ஆகணும். ஆனால், இயேசுவே, ஐயா, அது எங்கள் பணத்தை வெட்டுது! எங்ககிட்ட அதிகமா மீதமில்லை.”

“நான் ஒண்ணும் தொண்டு நிறுவனம் இல்லை. எடுத்துக்கிட்டுப் போங்க.”

“நாம போகத்தான் வேணும். அதை கொஞ்சம் பார்ப்போம். அதத் திற. அதன் உரையைப் பிரி. வேசி மகனே, அந்த உறை நல்லா இருக்குன்னு நீ சொன்ன. கிட்டதட்ட முழுசா அது கிழிஞ்சிருக்கு.”

“அட, ஆமாம். அதை எப்படி நான் பார்க்காமல் போனேன்?”

“நீ கண்டிப்பாகப் பாத்த, வேசி மகனே. கிழிஞ்சு போன உறைக்காக நீ எங்ககிட்ட கூடுதலா நாலு டாலர்களப் பிடுங்கப் பார்த்த. உன்னை அடிக்கணும்னு நான் விரும்பறேன்.”

“அட, இப்ப சட்டையை மாட்டு! நான் அதைப் பார்க்கலன்னு சொல்றேன். நான் என்ன செய்ய முடியும்னு இப்போ சொல்றேன். அதை முப்பத்து அஞ்சுக்கு நான் உங்களுக்குத் தரேன்.”

“நீ நிலாவுக்குக் குதிக்க விரும்புற. நாங்க அடுத்த ஊர்ல பார்த்துக்கறோம்.”

“அந்த டயரை வச்சு நாங்க ஓட்ட முடியும்னு நீ நினைக்கிறயா?”

“கிளம்பணும். அந்த வேசி மகனுக்கு ஒரு பைசா கொடுப்பதற்கு பதிலா நான் ரிம்மிலேயே ஓட்டிடுவேன்.”

“ஒரு வியாபாரி எப்படி இருப்பான்னு நீ நினைக்கிற? நான் என் ஆரோக்கியத்துக்காக அதில் இல்லைங்கிறான். அதுதான் வியாபாரம். அது எப்படின்னு நினைக்கிற? அந்த ஆளுகிட்ட இருக்கு - அங்கே பார் – ’சாலையின் ஓரத்துல’ என்ற தட்டி. சர்வீஸ் கிளப். செவ்வாய்க்கிழமை மதிய உணவு, கொல்மாடோ ஹோட்டல்? நல்வரவு, சகோதரா. அது ஒரு சர்வீஸ் கிளப். அந்த ஆளுக்கு ஒரு கதை உண்டு. ஒரு கூட்டத்துக்குப் போய் அங்க இருந்த எல்லா வியாபாரிங்க கிட்டயும் சொன்னான். நான் சின்னப் பையனா இருக்கும்போது எங்க அப்பா ஒரு ஹைபரக் கட்டி அத எடுத்துக்கிட்டுப் போய் சர்வீஸ் செஞ்சுட்டு வான்னு சொன்னாராம். அந்த ஆள் சொல்றான், ‘ நான் அத செஞ்சுட்டேன். அப்போலேருந்து வியாபாரிங்க சர்வீசப் பத்திப் பேசறத நான் கேட்டா, யாரகால வார்றாங்கன்னு யோசிக்க ஆரம்பிச்சிடுவேன். வியாபாரத்துல இருக்கற ஒரு ஆள் ஏமாத்தத்தான் வேணும். ஆனா அவன் அத வேற மாதிரி கூப்பிட்றான். அதுதான் முக்கியம். நீ அந்த டயரத் திருடிட்டா நீ ஒரு திருடன், ஆனா அவன் ஒரு கிழிஞ்சு போன டயருக்காக உங்கிட்ட நாலு டாலர கறக்கப் பாத்தான். அவங்க அத நல்ல வியாபாரம்னு சொல்றாங்க.”

“பின் இருக்கையில் இருக்கும் டானிக்கு ஒரு குவளை தண்ணீர் வேண்டும்.”

“கொஞ்சம் பொறுத்திருக்க வேண்டும். இங்கே தண்ணீரில்லை.”

“காது கொடுத்துக் கேள் – அது பின்புறமா?”

“சொல்லமுடியாது.”

“ஃப்ரேமில் தந்தியடிப்பது போல் சத்தம் வருகிறது.”

“அதோ கேஸ்கட் போய் விட்டது. நாம் மேலே போயாக வேண்டும். அதன் விசில் சத்தத்தைக் கேள். தங்குவதற்கு நல்லதொரு இடத்தைப் பார். நான் முகப்பைத் திறந்து பார்க்கிறேன். ஆனால் கடவுளே, உணவும், பணமும் குறைந்து வருகிறது. நம்மால் இனியும் கேஸ் வாங்க முடியாதபோது – அப்போது என்னவாகும்?”

கிருத்துவே! அது போயிடுச்சு. டியூப் வெடித்து, அதன் உறை பிய்ந்து போய் நரகத்துக்குப் போய்விட்டது. அதை சரி செய்ய வேண்டும். அந்த உறையை பூட்ஸ் தைப்பதற்காகப் பாதுகாத்து வை; அதை வெட்டி பலவீனமான இடத்தில் ஒட்டலாம்.”

கார்கள் சாலையோரத்தில் நிறுத்தப்பட்டு, எஞ்சின் நிறுத்தப்பட்டு, டயர்கள் சரிசெய்யப்பட்டன. 66ல் செல்லும் கார்கள் காயப்பட்டது போல் மூச்சிறைத்துக்கொண்டு, போராடிக் கொண்டு செல்கின்றன. மிகவும் வெப்பமடைந்தும், தளர்ந்து போன இணைப்புகளுடனும், தளர்ந்த பேரிங்குகளுடனும், கடகடத்த ஓசையுடனும் ஓடுகின்றன.

“டானிக்கு ஒரு கிளாஸ் தண்ணீர் வேண்டும்.”

மக்கள் 66ஆம் எண் சாலையில் தப்பி ஓடுகிறார்கள். காங்க்ரீட் சாலைகள் சூரியனின்வெளிச்சத்தில் கண்ணாடி போல் மின்னுகின்றன. தூரத்தில் சாலையில் தண்ணீர் குளம் கட்டி நிற்பது போல் தோன்றுகிறது.

டானிக்கு ஒரு கப் தண்ணீர் வேண்டும்.

பாவம் குட்டிப்பையன். அவன் பொறுத்துத்தான் ஆகவேண்டும். அவன் சூடாக இருக்கிறான். அடுத்த சர்வீஸ் ஸ்டேஷன். அந்த ஆள் சொல்லுவது போல் சர்வீஸ் ஸ்டேஷன்.

இருநூற்று ஐம்பதாயிரம் மக்கள் சாலையின் மேல். ஐம்பதாயிரம் பழைய கார்கள்– காயப்பட்டு, புகை விட்டுக் கொண்டு. சாலையோரங்களில் விட்டு விட்டுப் போன உடைசல்கள். அவற்றுக்கு என்ன ஆனது? அந்தக் காரில் இருந்தவர்களுக்கு என்ன ஆனது?அவர்கள் நடந்து சென்றார்களா? அவர்கள் எங்கே? எங்கிருந்து துணிவு வந்தது? எங்கிருந்து கடுமையான நம்பிக்கை வந்தது?

உங்களால் நம்பவே முடியாத ஒரு கதை இங்கிருக்கிறது. ஆனால் அது உண்மையானது, வினோதமானது, அழகானது. தமது நிலத்திலிருந்து விரட்டப்பட்ட பன்னிரண்டு பேர் கொண்ட ஒரு குடும்பம் இருந்தது. அவர்களிடம் கார் இல்லை. அவர்கள் ஓட்டை உடைசல்களிலிருந்து ஒரு டிரெயிலரைக் கட்டி அதில் தமது உடைமைகளை ஏற்றிக் கொண்டார்கள். அவர்கள் 66 சாலைக்கு அருகில் அதை இழுத்துக் கொண்டு வந்து காத்திருந்தார்கள். விரைவில் அங்கு சென்ற ஒரு செடன் அவர்களை ஏற்றிக் கொண்டது. அவர்களில் ஐவர் செடனில் பயணித்தனர். ஏழுபேரும் ஒரு நாயும் டிரெய்லரில் பயணித்தனர். அவர்கள் கலிஃபோர்னியாவுக்கு இரண்டே நிறுத்தத்தில் வந்து சேர்ந்து விட்டனர். அவர்களை இழுத்து வந்த ஆள் அவர்களுக்கு உணவு அளித்தான். ஆனால் அது உண்மை. ஆனால் இத்தகைய துணிவும், சக இனத்தவர் மீதான நம்பிக்கையும் எப்படிப்பட்டது? மிகச்சில விஷயங்கள் மட்டுமே நமக்கு நம்பிக்கையைக் கற்றுக் கொடுக்கும்.

பின்னாலிருந்த ஆபத்திலிருந்து தப்பியோடும் மக்கள்– அவர்களுக்கு வினோதமான விஷயங்கள் நடக்கும், சில கசப்பாக, குரூரமாக, சில அழகானவையாக எப்போதும் நம்பிக்கையை நினைவூட்டுவதாக அமையும்.

13

அதிக எடை ஏற்றப்பட்ட பழைய ஹட்சன் கீச்சிட்டுக்கொண்டு, மூச்சிரைத்துக் கொண்டு சல்லிசாவில் உயர்வேகப்பாதையில் நுழைந்து மேற்கே திரும்பியது. கண்கள் கூசின. ஆனால் கான்க்ரீட் சாலையில் அல் வேகமெடுத்தான். ஏனென்றால் அமுக்கப்பட்ட ஸ்பிரிங்குகள் இனியும் ஆபத்தானவையல்ல. சல்லிசாவிலிருந்து கோருக்கு இருபத்தோரு மைல்கள். ஹட்சன் ஒரு மணிநேரத்துக்கு முப்பத்து ஐந்து மைல்கள் பயணித்தது. கோரிலிருந்து வார்னர் பதிமூன்று மைல்கள்; வார்னரிலிருந்து செக்கோடா பதினான்கு மைல்கள்; செக்கோடாவிலிருந்து ஹென்ரிட்டாவுக்கு ஒரு நீள்தாவல் – முப்பத்து நான்கு மைல்கள், ஆனால் அதன் முடிவில் ஒரு உண்மையான நகரம். ஹென்ரீட்டாவிலிருந்து கேசில் பத்தொன்பது மைல்கள். சூரியன் தலைக்கு மேல் இருந்தது. மேலே சூரியனால் வெப்பமடைந்த செந்நிற நிலங்கள் காற்றை அதிரச் செய்தன.

ஓட்டுநரான அல்லின் முகம் இலட்சியத்துடனும், அவனது முழு உடலும் காரைக் கவனித்துக் கொண்டும், அவனது அமைதியற்ற கண்கள் சாலைக்கும், கருவிகளின் பேனலுக்கும் தாவிக் கொண்டிருந்தன. அல் அவனது எஞ்சினுடன் ஒன்றிணைந்திருந்தான். அவனது ஒவ்வொரு நரம்பும் பலவீனமான இடத்தைத் தேடிக் கேட்டுக் கொண்டிருந்தன, ஒவ்வொரு குதிப்பு அல்லது கீச்சிடும் சத்தம், ஊளைச் சத்தம், கடமுட சத்தம், பிரேக் டவுனை அடையாளம் காட்டக்கூடிய ஒவ்வொரு மாற்றத்தையும் கவனித்தவாறு இருந்தன. அவன் காரின் ஆன்மாவாகி விட்டிருந்தான்.

அவனுக்கருகில் உட்கார்ந்திருந்த பாட்டி பாதி தூங்கிக் கொண்டிருந்தாள். திடீரெனத் தூக்கி வாரிப் போட்டு விழித்தவள் எதிரே சாலையைப் பார்த்து விட்டு மீண்டும் தூங்கிப் போனாள். பாட்டிக்கு அருகில் அம்மா உட்கார்ந்து கொண்டு தன் முழங்கையை ஜன்னலுக்கு வெளியே வைத்துக் கொண்டிருந்தாள். வெயிலின் வெப்பத்தில் அவளது தோல் சிவந்து போயிருந்தது. அம்மாவும் எதிரே பார்த்துக் கொண்டிருந்தாள். ஆனால் அவளது பார்வை சாலையையோ, நிலங்களையோ, காஸ் ஸ்டேஷன்களையோ, சிறிய உணவகங்களையோ பார்க்கவில்லை. ஹட்சன் அவற்றைக் கடந்து சென்றபோது அவள் அவற்றைப் பார்க்கவில்லை.

அல் உடைந்து போன இருக்கையில் சற்று மாறி அமர்ந்து ஸ்டீரிங் வீலில் தனது பிடியை மாற்றினான். "இது ராக்கெட் மாதிரி இருக்கு. ஆனா அது நல்லா இருக்குன்னு நான் நெனைக்கறேன். நாம இந்த அளவு சுமையோட ஒரு குன்றுல ஏறினா என்னாகும்னு கடவுளுக்குத்தான் தெரியும்.

இங்கைக்கும், கலிஃபோர்னியாவுக்கும் இடைல எதாவது குன்றுகள் இருக்கா அம்மா?"

அம்மா மெதுவாகத் தனது தலையைத் திருப்பினாள். அவளது கண்கள் உயிர் பெற்றன.

"நிறைய குன்றுகள் இருக்குன்னு எனக்குத் தோணுது" என்றாள் அவள். "எனக்குத் தெரியாதுதான். ஆனா குன்றுகள் மட்டுமில்ல, பெரிய மலைகளே இருக்குன்னு நான் கேட்டிருக்கேன். பெரிய மலை."

பாட்டி தன் தூக்கத்திலேயே ஒரு பெரிய நீண்ட கொட்டாவி விட்டாள்.

அல் சொன்னான், "நாம மேல ஏறணும்னா ரொம்ப சூடாயிடும். இந்த சுமைல கொஞ்சத்த தூக்கிப் போடணும். ஒருவேள அந்த போதகர நாம கூட்டிட்டு வந்திருக்கக் கூடாது."

"அந்த போதகர் நம்ம கூட இருக்கறதுக்கு நீ சந்தோஷப்படுவ" என்றாள் அம்மா. "அந்த போதகர் நமக்கு உதவுவார்."

அல் ஒரு கையால் வண்டியை ஓட்டிக் கொண்டு இன்னொரு கையை அதிரும் கியர் மாற்றும் கம்பியில் வைத்தான். அவனுக்குப் பேசுவதில் கஷ்டம் இருந்தது. அவனது வாய் அவன் உரக்கப் பேசுவதற்கு முன் அமைதியாக வார்த்தைகளை உருவாக்கியது. "மா, வெளிய போறதுல உங்களுக்கு பயமா இருக்கா? புது இடத்துக்குப் போறதுல பயப்படுறீங்களா?"

அவளது கண்கள் சிந்தனையில் மூழ்கி மென்மையாயின. "கொஞ்சம். ரொம்ப பயந்த மாதிரி தெரியல. நான் இங்க உக்காந்துக்கிட்டு காத்துக்கிட்டு இருக்கேன். எதாவது நடந்தா நான் எதையாவது செய்யணும் இல்லையா- நான் அதச் செய்வேன்."

"நாம அங்க போனதும் எப்படியிருக்கும்னு நீ யோசிக்கலையா? நாம நினச்சமாதிரி அது அவ்வளவு நல்லா இருக்காதுன்னு நீ பயப்படலையா?"

"இல்ல" என்றாள் அம்மா வேகமாக. "இல்லவே இல்ல. நீ அதச் செய்ய முடியாது. நானும் அதச் செய்ய முடியாது. அது ரொம்ப அதிகம்–பல வாழ்க்கைகள வாழ்றது. எதிர்ல நாம ஆயிரம் வாழ்க்கைகள வாழலாம். ஆனா நேரம் வரும்போது அது ஒண்ணே ஒண்ணாத்தான் இருக்கும். நான் அதுல எல்லாத்துலயும் போனா அது ரொம்ப அதிகம். நீ முன்னப் பாத்து வாழணும். ஏன்னா நீ ரொம்ப சின்னவன். ஆனா, எனக்கு ஒரு பாதைதான் முன்னப் போகுது. அது அவங்க எவ்வளவு சீக்கிரம் இன்னும் கொஞ்சம் பன்னி எலும்ப சாப்பிடுவாங்கங்கறதுதான்." அவளது முகம் இறுக்கமானது.

“அத மட்டும்தான் என்னால செய்ய முடியும். அதுக்கு மேல என்னால எதுவும் செய்ய முடியாது. அதுக்கு மேல நான் எதாவது செஞ்சா எல்லாம் கெட்டுப் போகும். எல்லாரும் அத நினைச்சுக்கிட்டுத்தான் என்னை சார்ந்திருக்காங்க.”

பாட்டி கீச்சுக் குரலில் கொட்டாவி விட்டுக்கொண்டே கண்ணைத் திறந்தாள். கண்ணை உருட்டிச் சுற்றிலும் பார்த்தாள். “நான் வெளிய போகணும். நான் வெளிய போகணும்.”

அல் வேகமெடுத்தான். அவன் ஒரு தாழ்ந்த புதரருகே வந்ததும் நிறுத்தினான். அம்மா கதவைத் திறந்து போராடிக் கொண்டிருந்த முதியவளை கிட்டத்தட்ட பாதி இழுத்து சாலைக்கருகே புதருக்குள் கூட்டிச் சென்றாள். பாட்டி உட்காரும்போது விழுந்து விடாதபடி அம்மா அவளைப் பிடித்துக் கொண்டாள்.

டிரக்குக்கு மேலே உட்கார்ந்திருந்தவர்கள் சுயநினைவுக்கு வந்தனர். அவர்களால் தப்பிக்க முடியாத வெயிலின் தாக்கத்தால் அவர்களது முகங்கள் மின்னிக் கொண்டிருந்தன. டாம், கேஸி, ஜான் மாமா, நோவா ஆகியோர் அயர்ச்சியுடன் கீழே குதித்தனர். ருத்தியும், வின்ஃபீல்டும் பக்கவாட்டுப் பலகைகளில் குதித்து புதருக்குள் ஓடினர். கோனி ஷாரன் ரோஸ் இறங்குவதற்கு மெதுவாக உதவினான். தார்பாய்க்குக் கீழ் தாத்தா விழித்துக் கொண்டிருந்தார். வெளியே தலையை நீட்டிக் கொண்டு இருந்தார். ஆனால் அவரது கண்கள் போதையுடனும், நீர் கோர்த்தும், இன்னும் உணர்வின்றியும் இருந்தன. அவர் மற்றவர்களைப் பார்த்தார், ஆனால் அடையாளம் காணவில்லை.

டாம் அவரிடம் கேட்டான், “தாத்தா.. நீங்க கீழ வர விரும்பறீங்களா?”

அவரது முதிய கண்கள் அவனை நோக்கி உணர்வின்றித் திரும்பின. “இல்ல” என்றார் தாத்தா. ஒரு கணத்துக்கு அவரது கண்களில் ஆவேசம் வந்து போனது. “நான் போகப் போறதில்ல. நான் சொல்றேன். நான் மூலேய மாதிரி தங்கப் போறேன்.” பிறகு அவர் மீண்டும் உணர்விழந்தார். அம்மா பின்னால் வந்து பாட்டியை சரிவிலிருந்து சாலைக்கு ஏற்றி விட்டாள்.

“டாம், பின்னால தார்பாய்க்குக் கீழ வட்டில்ல இருக்கற எலும்புகள எடு. நாம எதாவது சாப்பிடணும்” என்றாள். டாம் வட்டிலை எடுத்து அனைவருக்கும் கொடுத்தான். குடும்பம் சாலையோரம் நின்று பன்றி எலும்புகளிலிருந்து முறுகலான சதைப் பகுதியை மென்று கொண்டிருந்தது.

“நாம இதக் கொண்டு வந்தது நிச்சயமா அதிர்ஷ்டம்தான்” என்றார் அப்பா. “மேல நகரவே முடியாம நான் மரத்துப் போயிட்டேன். தண்ணி எங்க?”

"உங்ககிட்ட மேல இல்லையா?" என்று அம்மா கேட்டாள். "நான் ஒரு கேலன் கூஜாவ எடுத்து வச்சேனே."

அப்பா பக்காவாட்டில் ஏறி தார்பாய்க்குக் கீழ் பார்த்தார். "அது இங்க இல்ல. நாம அத மறந்திருக்கணும்."

உடனடியாக அனைவருக்கும் தாகமெடுத்தது. வின்ஃபீல்ட் "எனக்கு எதாவது குடிக்கணும். எனக்கு எதாவது குடிக்கணும்" என்று முனகினான். ஆண்கள் திடீரென தமது தாகத்தை உணர்ந்து உதட்டை நாக்கால் நக்கிக் கொண்டனர். ஒரு சிறிய பீதி உண்டானது.

அல்லுக்கு அச்சம் அதிகரிப்பது தெரிந்தது. "நாம பாக்கற மொத சர்வீஸ் ஸ்டேஷன்ல தண்ணி பிடிச்சுக்கலாம். நமக்கு கொஞ்சம் காசும் வேணும்." குடும்பம் டிரக்கின் பக்கவாட்டில் தொற்றி ஏறிக் கொண்டது; அம்மா பாட்டிக்கு உள்ளே ஏற உதவிவிட்டுத் தன் பக்கத்தில் அமர்த்திக் கொண்டாள். அல் மோட்டாரை இயக்கி வண்டியை நகர்த்தினான்.

கேசிலிலிருந்து பேடனுக்கு இருபத்து ஐந்து மைல்கள். சூரியன் உச்சிக்குச் சென்று விட்டுக் கீழிறங்கத் தொடங்கினான். ரேடியேட்டரின் மூடி மேலும் கீழுமாகக் குதிக்கத் தொடங்கியது. அதிலிருந்து நீராவி உஸ்ஸென்ற சத்தத்துடன் வெளியேறியது. பேடனுக்கு அருகில் சாலைக்கருகே ஒரு பந்தல் இருந்தது. அதற்கு வெளியே இரண்டு கேஸ் பம்புகள்; அதற்குப் பக்கத்தில் ஒரு வேலி, ஒரு தண்ணீர் குழாயும், ஒரு வீடும் இருந்தன. அல் உள்ளே நுழைந்து வீட்டுக்கெதிரில் செடானை நிறுத்தினான். அவர்கள் உள்ளே நிறுத்தியதும், சிவந்த முகமும், கைகளும் கொண்ட ஒரு குண்டு மனிதன் கேஸ் பம்புகளுக்குப் பின்னாலிருந்து நாற்காலியிலிருந்து எழுந்து அவர்களை நோக்கி வந்தான். அவன் அரக்கு நிற கார்டுராய்களையும், தோள் பெல்டுகளையும், ஒரு போலோ சட்டையையும் அணிந்திருந்தான்; அவன் அட்டையால் செய்யப்பட்ட, வெள்ளி வண்ணம் தீட்டப்பட்ட ஒரு சூரிய மறைப்புத் தொப்பியை தலையில் அணிந்திருந்தான். வியர்வை அவனது மூக்கிலும், கண்ணுக்குக் கீழும் இறங்கி அவனது கழுத்தில் மடிப்புகளில் ஆறாக ஓடியது. அவன் டிரக்கை நோக்கி முரட்டுத்தனமாகவும், உறுதியாகவும் நடந்தான்.

"நீங்க எதாவது வாங்க விரும்பறீங்களா? கேசலின் இல்லேன்னா எதாவது பொருள்?"

அல் ஏற்கனவே வெளியே வந்து நீராவி வந்து கொண்டிருந்த ரேடியேட்டர் மூடியைத் தனது விரல்களின் நுனியால் திறந்து

கொண்டிருந்தான். மூடி வெளியே வரும்போது திடீரென வெளியேறும் வெப்பமான காற்றிலிருந்து தப்பிக்க கைகளை விலக்கினான். "கொஞ்சம் காஸ் வேணும் ஐயா."

"பணம் எதாவது வச்சிருக்கியா?"

"நிச்சயமா. நாங்க பிச்சையெடுக்கறோம்னு நினைக்கறியா?"

அந்த மனிதனின் முகத்திலிருந்து முரட்டுத்தனம் காணாமல் போனது. "அது இருக்கட்டும். நீங்க தண்ணியெடுத்துக்கங்க." அவன் வேகமாக விளக்க முயற்சித்தான். "ஆளுங்க சாலைல நிறைய வராங்க. தண்ணிய உபயோகிச்சுக்கறாங்க, கழிப்பறைய அசுத்தம் பண்ணிட்றாங்க, அப்புறம், கடவுளே, பொருளையும் திருடிட்டு, எதுவும் வாங்கறதும் இல்ல. வாங்க அவங்ககிட்ட காசில்ல. மேல போக ஒரு காலன் கேஸ பிச்ச கேட்டு வராங்க."

டாம் கோபத்துடன் கீழே குதித்து அந்த குண்டு மனிதனுக்கருகில் சென்றான். "நாங்க எல்லாத்துக்கும் பணம் கொடுக்கறோம்" என்றான் ஆவேசமாக. "நீ எங்கள இப்படிச் சொல்றதுக்கு எதுவும் நடக்கல. நாங்க ஒண்ணும் உங்கிட்ட கேக்கல."

"நானும் சொல்லல" என்றான் அந்த குண்டு மனிதன் அவசரமாக. அவனது சிறிய கையைக் கொண்ட போலோ சட்டையிலிருந்து வியர்வை வடியத் தொடங்கியது. "நீங்க தண்ணி எடுத்துக்கோங்க. வேணும்னா கழிப்பறைய உபயோகிச்சுக்கோங்க."

வின்ஃபீல்டிடம் குழாய் கிடைத்தது. அவன் முனையிலிருந்து தண்ணீரைக் குடித்து விட்டு தன் தலையிலும் முகத்திலும் தண்ணீரை அடித்துக் கொண்டு நனைந்து போய் வந்தான். "இது குளிர்ச்சியா இல்ல" என்றான்.

"இந்த நாடு எங்க போய்க்கிட்டிருக்குன்னு எனக்குத் தெரியல" என்று குண்டு மனிதன் தொடர்ந்தான். அவனது குற்றச்சாட்டு இப்போது மடை மாறி விட்டது. அவன் இப்போது ஜோடுகளிடமோ, அவர்களைப் பற்றியோ பேசிக் கொண்டிருக்கவில்லை. "அம்பத்து ஆறு கார்களும், ஆளுகளும் தினமும் போறாங்க. எல்லாரும் மேற்க நோக்கி குழந்தைகளோடயும், வீட்டுப் பொருள்களோடயும் போறாங்க. அவங்க எங்க போறாங்க. என்ன செய்யப் போறாங்க?"

"எங்கள மாதிரியே செய்யறாங்க" என்றான் டாம். "வாழ்றதுக்கு எங்கயாவது போறாங்க. எப்படியாவது ஓட்டப் பாக்கறாங்க. அவ்வளவுதான்."

"இந்த நாடு எங்க போகுதுன்னு எனக்குத் தெரியல. நானும் அப்படியே ஓட்ட முயற்சி செய்யறேன். இங்க எதாவது பெரிய கார் நிக்கும்னு நினைக்கறீங்க?. இல்ல சார்! அதெல்லாம் மஞ்சக் கலர் அடிச்ச நகர்ப்புற கம்பெனி ஸ்டேஷனுக்குப் போகுது. இந்த மாதிரி இடத்துலல்லாம் நிக்கறதுல்ல. இங்க நிக்கற பெரும்பாலான ஆட்கள்கிட்ட எதுவுமேயில்ல."

அல் ரேடியேட்டரின் மூடியை சுண்டி விட, அது தனக்குப் பின்னால் ஏராளமான நீராவியை வெளியிட்டுக் கொண்டு துள்ளித் திறந்தது. ரேடியேட்டரிலிருந்து தண்ணீர் கொப்பளித்துக் கொதிக்கும் ஓசை கேட்டது. டிரக்கின் மேல் துன்புற்றுக் கொண்டிருந்த நாய் அச்சத்துடன் பொருட்களின் விளிம்புக்குத் தவழ்ந்து வந்து பார்த்தது. முனகிக் கொண்டே தண்ணீரைப் பார்த்தது. ஜான் மாமா மேலே ஏறி அதன் கழுத்துப் பட்டையைப் பிடித்துத் தூக்கிக் கீழே இறக்கினார். ஒரு கணம் மரத்துப் போன கால்களால் நிற்க முடியாமல் திணறிய நாய், அடுத்த கணம் குழாய்க்குக் கீழே தேங்கியிருந்த தண்ணீர் சேற்றுக்குத் தாவியது. உயர்வேகப்பாதையில் வெப்பத்தில் மின்னிக் கொண்டு கார்கள் விரைந்தோடின. அவை வீசி விட்டுச் சென்ற வெப்பக் காற்று சர்வீஸ் ஸ்டேஷனின் முற்றத்தில் வீசியது. அல் குழாயைக் கொண்டு ரேடியேட்டரை நிரப்பினான்.

"நான் பணக்காரங்ககிட்ட வியாபாரம் பண்ண முயற்சிக்கறேங்கறது இல்ல" என்று குண்டு மனிதன் தொடர்ந்தான். "வியாபாரம் பண்ணனும்னுதான் முயற்சிக்கறேன். ஏன், இங்க வண்டிய நிறுத்தி கேஸ் வேணும்னு பிச்சை கேக்கறவங்க கூட அதுக்காக வியாபாரம் பண்றாங்க. பின்னாடி இருக்கற அறையில அதுக்காக அவங்க கொடுத்த பொருட்களக் கூட நான் உங்களுக்குக் காட்ட முடியும்: படுக்கைகள், குழந்தைகளோட விளையாட்டுப் பொருட்கள், பானைகள், தோசைக்கல் எல்லாம் இருக்கு. ஒரு குடும்பம் ஒரு காலன் கேசோலினுக்காக குழந்தையோட பொம்மையைக் கொடுத்தாங்க. இதெல்லாம் வச்சுக்கிட்டு நான் என்ன பண்றது? காயலான் கடையா திறக்கறது? ஒரு ஆள் ஒரு காலன் காசுக்காக தன்னோட ஷூவை விக்கப் பாத்தான். நான் மட்டும் அந்த மாதிரி ஆளா இருந்தா, என்னாலயும் சம்பாதிக்க முடியும்..." அவன் அம்மாவைப் பார்த்து விட்டு நிறுத்தினான்.

ஜிம் கேசி தன் தலையை நனைத்துக் கொண்டதில் தண்ணீர் துளிகள் அவரது உச்சிமண்டையிலிருந்து இன்னும் வடிந்து கொண்டிருந்தன. அவரது தசை நிரம்பிய கழுத்து ஈரமாக இருந்தது, அவரது சட்டை ஈரமாக இருந்தது. அவர் டாமிடம் சென்றார். "இது மக்களோட தப்பு இல்ல" என்றார். "ஒரு டாங்க் கேசுக்காக நீ எப்படி உன்னோட படுக்கைய விக்க விரும்புவ?"

"இது அவங்களோட தப்பு இல்லன்னு தெரியும். நான் பேசின ஒவ்வொரு பயணிக்கும் ஒரு நல்ல காரணம் இருக்கு. ஆனா நாடு எங்க

போய்க்கிட்டு இருக்கு? அதுதான் எனக்குத் தெரியணும். அது எங்க போகுது? இனியும் ஒரு ஆளால வாழ்க்கை நடத்த முடியாது. விவசாயம் நடத்தி வாழ முடியாது. இது என்னன்னுதான் நான் உங்கிட்ட கேக்கறேன். என்னால அதக் கண்டுபிடிக்க முடியல. நான் கேக்கற யாருக்கும் அதக் கண்டுபிடிக்க முடியல. ஒரு ஆள் நூறு மைல் பயணம் செய்ய முடியும்கறதுக்காக தன்னோட ஷூவ விக்க விரும்பறான். என்னால புரிஞ்சுக்க முடியல." அவர் தன்னுடைய தொப்பியை எடுத்து விட்டுத் தன் முன் நெற்றியைத் தன் உள்ளங்கையால் துடைத்துக் கொண்டார். டாம் தன் தொப்பியை எடுத்து அதனாலேயே தன் முன் நெற்றியைத் துடைத்துக் கொண்டான். அவன் குழாய்க்குச் சென்று அதனை நனைத்துப் பிழிந்து தன் தலையில் திரும்பப் போட்டுக் கொண்டான். அம்மா டிரக்கின் பக்கவாட்டின் வழியாக ஒரு தகரக் குவளையை எடுத்து அதில் தண்ணீரைப் பிடித்துத் தாத்தாவுக்கும், பாட்டிக்கும் கொண்டு சென்றாள். அவள் கம்பியின் மேல் நின்று கொண்டு குவளையைத் தாத்தாவிடம் நீட்டினாள். அவர் உதட்டை ஈரப்படுத்திக் கொண்டு மேற்கொண்டு தேவையில்லை என்று தலையை ஆட்டி மறுத்து விட்டார். அவரது முதிய கண்கள் அம்மாவை வலியுடனும், சீற்றத்துடனும் ஒரு கணம் பார்த்தன. ஆனால் ஒரு கணத்தில் அவரது விழிப்புணர்வு அமுங்கி விட்டது.

அல் மோட்டாரை கிளப்பி டிரக்கை கேஸ் பம்பை நோக்கிப் பின்னால் கொண்டு வந்தான். "இதை நிரப்பு. அது ஏழு பிடிக்கும். நாம அது வழிஞ்சுடாதபடி ஆறு நிரப்பலாம்."

குண்டு மனிதன் குழாயை டாங்குக்குள் சொருகினான். "இல்ல சார். இந்த நாடு எங்க போய்க்கிட்டுஇருக்குன்னு எனக்குத் தெரியல. நிவாரணம் எல்லாம் எங்க?"

கேஸி சொன்னார், "நான் நாடு முழுசும் சுத்திக்கிட்டிருந்தேன். எல்லாரும் அதத்தான் கேக்கறாங்க. நாம எங்க போய்க்கிட்டிருக்கோம்? நாம எங்கயும் போக மாட்டோம்னு எனக்குத் தோணுது. எப்பவும் போயிக்கிட்டே இருப்போம். ஏன் ஆளுங்க அத யோசிக்க மாட்டேன்றாங்க? இப்போ இயக்கம் இருக்கு. ஆளுங்க நகந்துக்கிட்டிருக்காங்க. ஏன்னு நமக்குத் தெரியும், எப்படின்னு நமக்குத் தெரியும். அவங்க போயாகணும்கறதுக்காகப் போறாங்க. அதுனாலதான் ஆளுங்க எப்பவும் போய்க்கிட்டே இருக்காங்க. அவங்ககிட்ட இருக்கறத விட கொஞ்சம் நல்லத விரும்பறதால போய்க்கிட்டிருக்காங்க. அது அவங்களுக்குக் கிடைக்கறதுக்கு அதுதான் ஒரே வழி. அது தேவை, அது வேணும்கறதுக்காக அவங்க வெளியெ போய் எடுத்துப்பாங்க. துன்பம்தான் ஆளுங்கள பைத்தியமாக்கிப் போராட

விட்டிருக்கு. நான் நாடு பூரா போய்க்கிட்டு இருக்கேன், உன்ன மாதிரிப் பேசறவங்களக் கேட்டுக்கிட்டிருக்கேன்."

குண்டு மனிதன் கேசோலினை நிரப்பத் தொடங்கவும் டயலில் இருந்த ஊசி அதற்கான தொகையைக் காட்டத் தொடங்கியது. "ஆனா, என்னதான் வருது? அதத்தான் நான் தெரிஞ்சுக்க விரும்பறேன்."

டாம் எரிச்சலுடன் குறுக்கிட்டான். "உனக்கு ஒருபோதும் அது தெரியப்போறதில்ல. கேஸி அதத்தான் சொல்ல வரார், ஆனா திரும்பவும் அதையே நீ கேக்கற. உன்ன மாதிரி ஆளுங்கள நான் முன்னாடிப் பாத்திருக்கேன். நீ எதையும் கேக்கல. ஒரே ஒரு பாட்டத்தான் பாடிக்கிட்டு இருக்க. 'நாம எங்க போயிக்கிட்டிருக்கோம்?'. உனக்குத் தெரிஞ்சுக்க விருப்பமில்ல. நாடு சுத்தி சுத்தி இடம் இடமா போயிக்கிட்டிருக்கு. சுத்திவர ஆளுங்க இறந்து போறாங்க. நீ கூட சீக்கிரமா செத்துப் போகலாம், ஆன உனக்கு ஒண்ணும் தெரியப் போறதில்ல. உன்ன மாதிரி ஏராளமானவங்கள நான் பாத்திருக்கேன். நீ எதையும் தெரிஞ்சுக்க விரும்பல. ஒரே ஒரு பாட்டத்தான் உனக்கு நீயே பாடிக்கிட்டிருக்க – 'நாம எங்க போயிக்கிட்டிருக்கோம்?'." அவன் கேஸ் பம்பை நிமிர்ந்து பார்த்தான். அது ஒரு பழைய துருப்பிடித்த ஒன்று. பழைய இரும்பால் கட்டப்பட்ட பின்னாலிருந்த கொட்டிலையும் பார்த்தான். நகரத்திலிருந்த பெரிய கம்பெனி ஸ்டேஷன்களைப் போலவே மிகவும் பிரகாசமாக அடித்திருந்த மஞ்சள் நிற வண்ணத்தைத் தாண்டி அதில் முதலிலிருந்த ஆணியின் துளை தெரிந்தது. அந்த மஞ்சள் நிற வண்ணத்தால் ஆணியின் துளையையோ, பழைய இரும்பிலிருந்த பிளவுகளையோ மறைக்க முடியவில்லை. அந்த வண்ணத்தையும் புதுப்பிக்க முடியவில்லை. நகரத்தைப் பார்த்து அதேபோல் செய்ய முயன்றது தோல்வியடைந்தது, அது அதன் சொந்தக்காரனுக்கும் தெரிந்திருந்தது. திறந்திருந்த கொட்டிலின் கதவு வழியே உள்ளே இரண்டே இரண்டு எண்ணெய் பேரல்களையும், மிட்டாய் டப்பாவையும், பழையதானதால் மஞ்சளாகிக் கொண்டிருந்த அரிசி மிட்டாய்களையும் சிகரெட்டுகளையும் டாம் பார்த்தான். ஒரு உடைந்த நாற்காலியும், துருப்பிடித்த துளையுடன் கூடிய ஒரு கதவு மறைப்பும் அங்கிருந்தன. பொடிக்கற்களால் நிரப்பப்பட்டிருக்க வேண்டிய அந்த செந்நிற முற்றத்தின் பின்னால் சூரியனின் வெப்பத்தில் சோளக்கதிர்கள் செத்துக் கொண்டிருந்தன. வீட்டுக்கருகில் உபயோகித்த டயர்களும், சீரமைக்கப்பட்ட டயர்களும் கொஞ்சம் கிடந்தன. அவன் குண்டு மனிதனின் மலிவான துவைத்த கால்சட்டைகளையும், மலிவான போலோ சட்டையையும், காகிதத் தொப்பியையும் முதன்முதலாகப் பார்த்தான். "நான் உன்கிட்ட சத்தம் போடணும்னு நினைக்கல மிஸ்டர். இது ரொம்ப வெப்பமான விஷயம்.

உங்கிட்ட ஒண்ணும் இல்ல. சீக்கிரமே நீயும் ரோட்டுக்கு வந்துடுவ. உன்ன டிராக்டர்கள் அங்க தள்ளி விடாது. அங்க நகரத்துல அழகான மஞ்சள் வண்ணம் இருக்கற கம்பெனிக்காரங்கதான் அதச் செய்வாங்க. ஆளுங்க ஓடிக்கிட்டிருக்காங்க" என்று அவன் வெட்கப்பட்டுக் கொண்டே சொன்னான். "நீயும் கூட ஓடுவ மிஸ்டர்".

டாம் பேசியபோது பம்பைப் பிடித்திருந்த குண்டு மனிதனின் கைகள் வேகம் குறைந்து நின்றன. அவன் டாமைக் கவலையுடன் பார்த்தான். "உனக்கு எப்படித்தெரியும்?" என்று அவன் வாட்டத்துடன் கேட்டான். "நான் மூட்டை கட்டிக்கிட்டு மேற்க போறதப் பத்திப் பேசிக்கிட்டிருக்கேன்னு உனக்கு எப்படித் தெரியும்?".

கேஸி அவனுக்கு பதிலளித்தார். "எல்லாருந்தான். சாத்தான்தான் எதிரின்னு நான் நினைச்சதால அதுக்கெதிரா போராடிக்கிட்டிருந்த நான் இதோ இருக்கேன். ஆனா சாத்தான விட மோசமான எதோ ஒண்ணு நாட்டப் பிடிச்சிருக்கு. அதக் கட்டவிழ்த்து விடற வரைக்கும் அது விடப்போறதில்ல. அந்த ராட்சசன் எதாவது ஒண்ணு பிடிக்கறத நீ பாத்திருக்கியா? அதப் பிடிச்சு ரெண்டா வெட்டு. அது நிமிந்து நிக்கும். அதோட கழுத்த வெட்டு. அப்பவும் நிக்கும். போய் ஸ்க்ரூ டிரைவர எடுத்து தலைல குத்து, அது கீழ கிடக்கும்போது அதோட பல்லால போட்ட ஓட்டைல விஷம் விழுந்துக்கிட்டிருக்கும்." அவர் சற்று நிறுத்தி அருகிலிருந்த டாமைத் திரும்பிப் பார்த்தார்.

குண்டு மனிதன் சிறிதும் நம்பிக்கையே இன்றி நேராகப் பார்த்தான். அவனுடைய கை மெதுவாக பம்பை இயக்கியது. "நாம எங்க வந்துக்கிட்டிருக்கோம்னு எனக்குத் தெரியல" என்று அவன் மென்மையாகச் சொன்னான்.

குழாயடிக்கருகில் கோனியும், ஷாரன் ரோசும் சேர்ந்து நின்று கொண்டு ரகசியமாகப் பேசிக் கொண்டிருந்தனர். கோனி குவளையைக் கழுவி விட்டு மீண்டும் அந்த நிரப்புவதற்கு முன் தண்ணீரைத் தன் கையால் தொட்டுப் பார்த்தான். ஷாரன் ரோஸ் உயர்வேகப்பாதையில் சென்று கொண்டிருந்த கார்களைப் பார்த்தாள். கோனி குவளையை அவளிடம் நீட்டினான். "தண்ணி குளிர்ச்சியா இல்ல, ஆனா ஈரமா இருக்கு" என்றான்.

அவள் அவனைப் பார்த்து ரகசியமாகச் சிரித்தாள். அவளுக்கு இப்போது எல்லாம் ரகசியமாகவே இருந்தன. அவள் இப்போது கர்ப்பமாக இருந்தாள், ரகசியமும் சிறு அமைதிகளும் அர்த்தமுள்ளவையாகத் தோன்றின. அவள் தன்னைக் குறித்துத் திருப்தி கொண்டிருந்தாள். உண்மையிலேயே ஒன்றுமில்லாத விஷயங்களுக்கு அவள் குற்றம் சாட்டிக் கொண்டிருந்தாள். மிகச்சிறிய வேலைகளுக்குக் கூட கோனியின் பணியை

அவள் கோரினாள். அது மிகச்சிறிய வேலையென்பது இருவருக்குமே தெரியும். கோனியும் கூட அவளிடத்தில் மகிழ்ச்சியடைந்திருந்தான். அவள் கர்ப்பமாக இருந்தது குறித்து ஆச்சரியத்தால் நிரம்பியிருந்தான். அவளுடைய ரகசியத்தில் தானும் இருந்ததை நினைக்க அவன் விரும்பினான். அவள் வெட்கத்துடன் புன்னகைத்தபோது, அவனும் வெட்கத்துடன் புன்னகைத்தான். அவர்கள் ரகசியமாக உரையாடல்களைப் பரிமாறிக் கொண்டனர். உலகம் அவர்களைச் சுற்றி நெருங்கி விட்டது, அவர்கள் அதற்கு நடுவில் இருந்தனர். அல்லது ஷாரன் ரோஸ் அதன் நடுவில் இருந்தாள், கோனி அவளைச் சுற்றி சிறிய வட்டத்தில் வந்தான். அவர்கள் பேசிய ஒவ்வொன்றும் ஒரு வகையான ரகசியமாக இருந்தது.

அவள் உயர்வேகப்பாதையிலிருந்து கண்களை அகற்றினாள். பிறகு மிதப்பாக, "எனக்கு ரொம்ப தாகமில்ல" என்றாள். "ஆனா நான் தண்ணி குடிக்கலாம்."

அவன் தலையாட்டினான். ஏனென்றால் அவள் கூறியதன் பொருள் அவனுக்குத் தெரியும். அவள் குவளையை எடுத்து கொப்பளித்துவிட்டுத் துப்பினாள். பிறகு ஒரு குவளை முழுதும் வெதுவெதுப்பான தண்ணீரைக் குடித்தாள். "இன்னும் வேணுமா?" என்று அவன் கேட்டான்.

"ஒரு பாதி மட்டும்". எனவே அவன் குவளையைப் பாதி நிரப்பி அவளிடம் கொடுத்தான். வெள்ளி நிறத்தில், உயரம் குறைந்த ஒரு லிங்கன் சைபிர் வேகமாகக் கடந்து சென்றது. மற்றவர்கள் எங்கு நின்று கொண்டிருந்தார்கள் என்று அவள் திரும்பிப் பார்த்தாள். அவர்கள் டிரக்குக்கருகே குவிந்து நின்று கொண்டிருந்தனர். திருப்தியுடன் அவள் கூறினாள், "அதுல போறது உனக்குப் பிடிச்சிருக்கா?"

கோனி பெருமூச்சு விட்டான், "ஒருவேள பின்னால பிடிக்கலாம்." அவர்கள் இரண்டு பேருக்கும் அவன் கூறியதன் பொருள் தெரிந்திருந்தது. "கலிஃபோர்னியாவில நிறைய வேல கிடைச்சா, நாம நமக்குச் சொந்தமா கார் வாங்கலாம். ஆனா அவங்க–" மறைந்து கொண்டிருந்த சைபிரை சுட்டிக் காட்டினான்- "அதோட விலை ஒரு பெரிய வீட்டு விலை இருக்கும். அதுக்கு பதிலா நான் வீடே வாங்கிடுவேன்."

"எனக்கு வீடும், அதுல இது ஒண்ணும் இருக்கணும்னு விருப்பம்" என்றாள் அவள். "ஆனா முதல்ல வீடுதான் இருக்கும். ஏன்னா– ". அவர்கள் இருவருக்கும் அவள் கூறியதன் பொருள் தெரியும். அவர்கள் இருவரும் அவள் கர்ப்பமாக இருந்தது குறித்து மிகுந்த கிளர்ச்சியடைந்திருந்தார்கள்.

"உனக்கு எப்படி இருக்கு?" என்று அவன் விசாரித்தான்.

“சோர்வா இருக்கு. சூரியனோட சூட்ல பயணிக்கறதால சோர்வா இருக்கு.”

“நாம அத செஞ்சுதான் ஆகணும். இல்லேன்னா கலிஃபோர்னியா போய்ச் சேர முடியாது.”

“எனக்குத் தெரியும்” என்றாள் அவள்.

நாய் டிரக்கை சுற்றி முகர்ந்து கொண்டே சுற்றியது. மீண்டும் குழாய்க்குக் கீழ் இருந்த தண்ணீர் சேற்றில் விழுந்தது. பிறகு மூக்கை கீழே வைத்துக் கொண்டு, காதைத் தொங்க விட்டுக் கொண்டு நகர்ந்து சென்றது. சாலைக்கருகில் இருந்த புழுதி படிந்த களைகளை முகர்ந்து கொண்டே நடைபாதைக்கு வந்தது. பிறகு தலையைத் தூக்கிச் சாலைக்குக் குறுக்கே பார்த்து விட்டு, நடக்கத் தொடங்கியது. ஷாரன் ரோஸ் கிறீச்சிட்டுக் கத்தினாள். ஒரு பெரிய ஸ்விஃப்ட் கார் வேகமாக நெருங்கி டயரைத் தேய்த்தது. நாய் சமாளிக்க முடியாமல் துள்ளி நடுவில் அடிபட்டு டயர்களுக்கு அடியில் சென்றது. அந்தப் பெரிய கார் ஒருகணம் வேகத்தைக் குறைத்தது. அதிலிருந்து சில முகங்கள் எட்டிப் பார்த்தன. அது மீண்டும் அதிக வேகமெடுத்துக் காணாமல் போனது. நாயின் குடல்கள் கிழித்து வீசப்பட்டு அது சாலையின் ஓரத்தில் மெதுவாக காலை ஆட்டிக் கொண்டு கிடந்தது.

ஷாரன் ரோஸுடைய கண்கள் விரிந்து திறந்திருந்தன. “அதுக்கு வலிக்கும்னு நினைக்கறையா?” என்று அவள் இறைஞ்சினாள். “அதுக்கு ரொம்ப வலிக்குமா?”

கோனி அவளைச் சுற்றிக் கையைப் போட்டு அணைத்துக் கொண்டான். “இங்க வந்து உக்காரு. அது ஒண்ணுமில்ல.”

“ஆனா அது வலிக்கும்னு நான் நினைக்கறேன். நான் கூவினபோது அதிர்ச்சியாயிட்டேன்.”

“வந்து உக்காரு. அது ஒண்ணுமில்ல. அது வலிக்காது.” அவன் அவளை செத்துக் கொண்டிருந்த நாயிடமிருந்து அப்புறப்படுத்தி அழைத்து வந்து டிரக்கின் பக்கவாட்டுப் பலகையில் அமர வைத்தான்.

டாமும் ஜான் மாமாவும் இந்தக் களேபரத்தை நோக்கி நடந்தனர். நசுக்கப்பட்ட உடலிலிருந்து கடைசி உதறல் வெளிவந்து கொண்டிருந்தது. டாம் அதன் கால்களைப் பிடித்து இழுத்து வந்து சாலையின் ஓரத்தில் போட்டான். ஜான் மாமா அது அவரது தவறு என்பதைப் போல் சங்கடத்துடன் காணப்பட்டார். “நான் அதக் கட்டிப் போட்டிருக்கணும்” என்றார் அவர்.

அப்பா ஒரு கணம் நாயைக் குனிந்து பார்த்து விட்டு முகத்தைத் திருப்பிக் கொண்டார். "நாம இங்கருந்து போகலாம். எப்படியும் அதுக்கு எப்படி சாப்பாடு கொடுக்கறதுன்னு எனக்குத் தெரியல. இதுவும் நல்லதுக்காக இருக்கலாம்."

குண்டு மனிதன் டிரக்கின் பின்புறத்திலிருந்து வந்தான். "ரொம்ப வருத்தமா இருக்கு. ஒரு நாய் இந்த உயர்வேகப்பாதைல ஒரு நிமிஷம் கூடத் தாங்காது. ஒரே வருஷத்தில என்னோட மூணு நாய் அடிபட்டுச் செத்துடுச்சு. அதுக்கப்புறம் எதுவும் வச்சுக்கிறதில்ல. அது பத்தி எதுவும் வருத்தப்படாதீங்க. நான் அதப் பாத்துக்கறேன். சோளக்காட்டுல புதைச்சிட்றேன்."

அம்மா இன்னும் நடுங்கிக் கொண்டிருந்த ஷாரனின் ரோஸ் உட்கார்ந்திருந்த பலகைக்குச் சென்றாள். "ரோசாஷார்ன் நீ சரியாயிட்டியா? ரொம்ப வருத்தப்பட்றியா?"

"நான் அதப் பாத்தேன். எனக்குத் தூக்கிவாரிப் போட்டிடுச்சு".

"நீ கத்தறதக் கேட்டேன்" என்றாள் அம்மா. "இப்ப உன்னத் தேத்திக்க."

"அதுக்கு வலிக்கும்னு நீ நினைக்கறயா?"

"இல்ல" என்றாள் அம்மா. " நீ அதுலயே ஒட்டிக்கிட்டு ஒரு குருவிக் கூட்டுக்குள்ள அடச்சுக்கிட்டேன்னா அப்படி ஆகலாம். இப்போ எழுந்திரு, பாட்டிய வசதியா உக்கார வைக்க உதவி செய். ஒரு நிமிஷத்துக்கு குழந்தைய மற. அது தன்னத் தானே கவனிச்சுக்கும்."

"பாட்டி எங்க" என்று கேட்டாள் ஷாரன் ரோஸ்.

"எனக்குத் தெரியல. இங்க எங்கயோ இருக்காங்க. அந்த வீட்டுல கூட இருக்கலாம்."

அவள் எழுந்து கழிப்பறையை நோக்கிச் சென்று, ஒரே நிமிடத்தில் பாட்டியைக் கையைப் பிடித்து அழைத்து வந்தாள். "அங்க போயி தூங்கிட்டாங்க" என்றாள் ஷாரன் ரோஸ்.

பாட்டி புன்னகைத்தாள். "அங்க நல்லா இருக்கு. அங்க நவீன கழிப்பறையக் கட்டிருக்காங்க. தண்ணீ மேலேருந்து வருது. எனக்கு அங்க இருக்க விருப்பமா இருக்கு" என்றாள் திருப்தியாக. "என்ன மட்டும் எழுப்பியிருக்கலேன்னா நல்லா ஒரு தூக்கம் போட்டிருப்பேன்."

"நாம கிளம்பலாம். ரொம்ப மைல் பயணம் பண்ண வேண்டிருக்கு" என்றான் டாம்.

அப்பா விசிலடித்தார். "இந்தக் குழந்தைங்க எங்க போச்சு" என்று கேட்டு விட்டு விரல்களைத் தன் வாயில் மீண்டும் வைத்து விசிலடித்தார்.

ஒரு கணத்தில் அவர்கள் சோளக்காட்டிலிருந்து ருத்தி முன்னாலும், அவளைத் தொடர்ந்து வின்ஃபீல்டும் துள்ளி ஓடி வந்தனர். "முட்டைங்க" என்று ருத்தி கூவினாள். "இங்க பாருங்க!" ஒரு டஜன் மென்மையான, சாம்பல்-வெள்ளை நிற முட்டைகள் அவளது அழுக்கான கைகளில் இருந்தன. அவள் தன் கையைத் தூக்கிக் காட்டியபோது, அவளது கண்கள் சாலையின் புறத்தில் இறந்து கிடந்த நாயின் மீது விழுந்தன.

"ஓ" என்று வருத்தமாகக் கூறினாள். அவளும் வின்ஃபீல்டும் மெதுவாக நாயின் அருகே சென்றனர். அதை ஆய்வு செய்தனர்.

அப்பா அவர்களை அழைத்தார். "வாங்க பசங்களா, சீக்கிரம் போகணும்."

அவர்கள் கீழ்ப்படிதலுடன் திரும்பி டிரக்கை நோக்கி நடந்தனர். ருத்தி மீண்டும் ஒருமுறை சாம்பல்நிற பல்லி முட்டைகளைப் பார்த்து விட்டு அவற்றைத் தூக்கி எறிந்தாள். அவர்கள் டிரக்கின் பக்கவாட்டில் ஏறிக் கொண்டனர். "அதோட கண் இன்னும் திறந்திருக்கு" என்று ருத்தி ரகசியமான குரலில் கூறினாள்.

ஆனால் வின்ஃபீல்ட் அந்தக் காட்சியை மேன்மைப்படுத்தினான். அவன் துணிச்சலாகக் கூறினான், "அதோட துணிச்சல் எல்லா இடத்திலயும் பரவிக் கிடக்கு – எல்லா இடத்திலயும்" - அவன் ஒரு கணம் அமைதி காத்தான் – "எல்லா – இடத்துலயும் - பரவிக் கிடக்கு" என்று கூறியவன், வேகமாக உருண்டு திரும்பி டிரக்கின் பக்கவாட்டில் வாந்தி எடுத்தான். அவன் திரும்ப உட்கார்ந்தபோது அவனது கண்கள் நீரம்பி இருக்க, மூக்கிலிருந்தும் தண்ணீர் வழிந்து கொண்டிருந்தது. "இது பன்னிகளக் கொல்றது மாதிரி இல்ல" என்று விளக்கமும் கொடுத்தான்.

அல் ஹட்சனின் எரிபொருள் டாங்க் மூடியைத் திறந்து எண்ணெயின் அளவைப் பரிசோதித்தான். முன் இருக்கையின் தரையிலிருந்து ஒரு காலன் கேனை எடுத்து வந்து குழாய்க்குள் மலிவான கருநிற எண்ணையை ஊற்றி விட்டு மீண்டும் அளவைப் பரிசோதித்தான்.

டாம் அவனுக்கருகில் வந்தான். "நான் கொஞ்சம் ஓட்டணுமா?" என்று விசாரித்தான்.

"நான் சோர்வடையல" என்று அல் கூறினான்.

"சரிப்பா, நீ நேத்து ராத்திரியும் தூங்கல. நான் இன்னைக்கு காலைல தூங்கிட்டேன். நீ மேல ஏறிக்கோ. நான் ஓட்டறேன்."

“சரி” என்று மனமில்லாமல் ஒப்புக்கொண்டான் அல். “எண்ணெய் மானிய நெருக்கமா பாத்துக்கோ. மெதுவா ஓட்டு. நான் கொஞ்சம் நேரமா பாத்துக்கிட்டிருந்தேன். அப்பப்போ முள்ள பாத்துக்க. அது கீழ இறங்கினா கம்மியாயிடுச்சுன்னு அர்த்தம். மெதுவா ஓட்டு டாம், சுமை அளவுக்கதிகமா இருக்கு.”

டாம் சிரித்தான். “நான் பாத்துக்கறேன். நீ ஓய்வெடு.” என்றான்.

டிரக்கின் மீது மீண்டும் குடும்பம் குவிந்து கொண்டது. அம்மா பாட்டியின் பக்கத்தில் ஒரு இருக்கையில் அமர்ந்து கொண்டாள். டாம் தன் இடத்தில் அமர்ந்து வண்டியைக் கிளப்பினான். “நிஜமா தளர்ந்துதான் இருக்கு” என்றவன் கியரை மாற்றி மெதுவாக உயர்வேகப்பாதையில் அதைக் கொண்டு சென்றான்.

மோட்டார் சீராக சப்தமிட, அவர்களுக்கு முன்னால் சூரியன் மெதுவாக இறங்கினான். பாட்டி சீராக உறங்க, அம்மாவும் கூட தன் தலையை முன்னால் சாய்த்துத் தூங்கினாள். டாம் தன் தொப்பியை இழுத்து விட்டு கண்களைக் கூசச் செய்த சூரிய ஒளியை மறைத்தான்.

பாடெனுக்கும் மீகெருக்கும் இடையிலான தூரம் பதிமூன்று மைல்கள்; மீக்கருக்கும் ஆராவுக்கும் இடையில் பதினான்கு மைல்கள்; பிறகு ஓக்லஹாமா நகரம் – பெரிய நகரம். டாம் நேராக ஓட்டிச் சென்றான். அவர்கள் நகரத்தின் வழியே பயணித்தபோது அம்மா எழுந்து வீதிகளை வேடிக்கை பார்த்தாள். டிரக்கின் மேலே உட்கார்ந்திருந்த குடும்பம் பெரிய கடைகளையும், பெரிய வீடுகளையும், அலுவலகக் கட்டிடங்களையும் வெறித்துப் பார்த்தது. பிறகு வீடுகளும், கடைகளும் சிறிதாயின. உடைக்கும் கடைகள், சிற்றுண்டிக் கடைகள் மற்றும் நகருக்கு வெளியே இருந்த ஆடலரங்குகள்.

ருத்தியும், வின்ஃபீல்டும் இவை அனைத்தையும் பார்த்தனர். அவற்றின் பெரிய அளவும், வினோதமும் அவர்களைச் சங்கடப்படுத்தின. அவர்கள் பார்த்த நாகரீக உடையணிந்த மக்கள் அவர்களை மிரட்டினர். அவர்கள் அது குறித்து அவர்களிடையே உரையாடிக் கொள்ளவில்லை. பின்னால் – ஒருவேளை பேசிக் கொள்ளலாம். ஆனால் இப்போது இல்லை. அவர்கள் நகரத்திலும், நகர எல்லையிலும் எண்ணெய் பாரம் தூக்கியையும் பார்த்தனர். கருநிற பாரம் தூக்கிகள். எங்கும் எண்ணெயும், எரிவாயு நாற்றமும் காற்றில் நிறைந்திருந்தது. அவை மிகவும் பெரியதாகவும், வினோதமாகவும் இருந்து அவர்களை மிரட்டின. ஆனால் அவர்கள் ஆச்சரியப்படவில்லை. அவை அவர்களை மிரட்டவே செய்தன.

சாலையில் ஷாரனின் ரோஸ் ஒரு நீண்ட அங்கியணிந்த மனிதனைப் பார்த்தாள். அவன் ஒரு வெள்ளை நிற ஷூ வையும், தட்டையான வைக்கோல் தொப்பியையும் அணிந்திருந்தான். அவள் கோனியை லேசாகத் தொட்டுத் தன் கண்களால் அந்த மனிதனைக் காட்டினாள். பிறகு கோனியும், ஷாரனும் மென்மையாகத் தமக்குள் கேலியாகச் சிரித்துக் கொண்டனர், அந்தச் சிரிப்பு தமக்குள் சிறந்ததைப் பெற்றுக் கொண்டது. அவர்கள் தம் வாய்களைப் பொத்திக் கொண்டனர். மற்றவர்கள் சிரிப்பது அவர்களுக்கு மகிழ்ச்சியாக இருந்தது. ருத்தியும், வின்ஃபீல்டும் அவர்கள் சிரிப்பதைப் பார்த்து சிரிக்க முயன்றனர் – ஆனால் அவர்களால் முடியவில்லை. அவர்களுக்கு சிரிப்பு வரவில்லை. ஆனால் கோனியும், ஷாரனின் ரோசும் நிறுத்திக் கொள்வதற்கு முன் தமது கெக்கெலிப்பால் சிவந்து போய் மூச்சுத் திணறினர். ஆனால் அவர்கள் அதை மீண்டும் தொடர ஒருவரை ஒருவர் பார்த்துக் கொள்ள மட்டுமே வேண்டியிருந்தது.

நகரத்தின் புறப்பகுதி பரந்து விரிந்திருந்தது. டாம் போக்குவரத்தில் மெதுவாகவும், கவனமாகவும் ஓட்டினான். பிறகு அவர்கள் பெரும் மேற்குச் சாலை 66ல் நுழைந்தனர். சாலையின் அதே திசையில் சூரியன் அஸ்தமித்துக் கொண்டிருந்தது. காற்றுத்தடுப்பான் புழுதியால் பிரகாசமாக இருந்தது. டாம் தொப்பியைத் தன் கண்களுக்கு மேல் இழுத்து விட்டுக் கொண்டான். வெளியே அனைத்தையும் பார்ப்பதற்கே அவன் தலையைப் பின்னால் சாய்த்துக்கொள்ள வேண்டியிருந்தது. பாட்டி தொடர்ந்து தூங்கினாள். மாலை வெயில் அவளது இமைகளில் விழுந்ததில், இமைகளின் நரம்புகள் நீலமாகவும், அவளது கன்னங்களில் இருந்த சிறிய பிரகாசமான நரம்புகள் திராட்சைரச நிறமாகவும் இருந்தன. அவளது முகத்திலிருந்த பழைய அரக்கு நிற அடையாளங்கள் மேலும் கருத்தன.

“நாம இந்தப் பாதைல அப்படியே நேரா போறோம்” என்றான் டாம்.

அம்மா நீண்ட நேரமாக அமைதியாக இருந்தாள். “நாம சூரியன் மறையறதுக்குள்ள ஒரு இடத்தில நின்னுட்றது நல்லது. நான் கொஞ்சம் பன்னிக் கறிய வேக வச்சு, கொஞ்சம் ரொட்டி செய்ய வேண்டிருக்கு. அதுக்கு நேரமாகும்.”

“நிச்சயமா” என்று ஒப்புக் கொண்டான் டாம். “நாம ஒரேடியா இந்த பயணத்த செய்யப் போறதில்ல. கொஞ்சம் நீட்டி நிமிந்து ஓய்வெடுத்துக்கலாம்.”

ஓக்லஹாமா நகரத்திலிருந்து பெத்தானி பதினான்கு மைல்கள்.

“சூரியன் மறையறதுக்கு முன்னால நாம நின்னுட்றது நல்லது. அல் மேல அந்த தார்பாயக் கட்ட வேண்டிருக்கு. அங்க சூரியன் ஆட்களக் கொன்னுடும்” என்றான் டாம்.

அம்மா மீண்டும் தூங்கி வழிந்து கொண்டிருந்தாள். அவளது தலை திடீரென நேராக நிமிர்ந்தது. "நான் கொஞ்சம் ராத்திரிக்கு சமைக்க வேண்டிருக்கு" என்றாள். "டாம், நீ மாகாணத்தோட எல்லைய தாண்டறதப் பத்தி அப்பா சொன்னார்."

அவன் பதிலளிக்க நீண்ட நேரம் எடுத்துக் கொண்டான். "ஆமாம். அதனால என்னம்மா?"

"எனக்கு அது பயமா இருக்கு. அது ஒருவகைல நீ ஓடிப்போற மாதிரி ஆயிடும். ஒருவேள அவங்க உன்னப் பிடிச்சுடலாம்."

டாம் சாய்ந்து கொண்டிருந்த சூரியனின் வெளிச்சத்திலிருந்து தன்னைப் பாதுகாத்துக் கொள்ளத் தன் கையை வைத்து மறைத்துக் கொண்டான். "நீ கவலப்படாத" என்றான். "நான் அத யோசிச்சிட்டேன். பரோல்ல ஏராளமான ஆளுங்க இருக்காங்க. எல்லா நேரமும் பலபேர் போய்க்கிட்டே இருக்காங்க. நான் எதுக்காவது மேறக மாட்டிக்கிட்டேன்னா, அவங்ககிட்ட வாஷிங்டன்ல என்னோட போட்டோவும், விரல் ரேகைகளும் இருக்கு. என்னத் திருப்பி அனுப்பிடுவாங்க. ஆனா நான் எந்தக் குத்தமும் செய்யலேன்னா, அவங்க கண்டுக்கவே மாட்டாங்க."

"எனக்கு அது பயமா இருக்கு. சில சமயம் நீ குத்தம் செய்யும்போது அது மோசமானதுன்னே உனக்குத் தெரியாது. நமக்குத் தெரியவே செய்யாத குத்தமெல்லாம் கலிஃபோர்னியாவில இருக்கலாம். நீ செய்யப்போற ஒரு விஷயம் சரியா இருக்கலாம், கலிஃபோர்னியாவில அது தப்பா இருக்கலாம்."

"நான் பரோல்ல இல்லாம இருந்தா இருக்கற மாதிரியே இரு. நான் மாட்டிக்கிட்டாதான் மத்தவங்கள விட அதிகமா தண்டனை கிடைக்கும். இப்போ கவலப்பட்றத நிறுத்து" என்றான். "நமக்கு கவலப்பட்றதுக்கு நிறைய இருக்கு. நீ வேற புதுசா கவலப்பட்றதுக்கு விஷயத்த யோசிச்சுக் கண்டு பிடிக்கிற."

"என்னால அதத் தடுக்க முடியாது. நீ எல்லைய தாண்டின அடுத்த நிமிஷம் ஒரு குத்தத்த செஞ்சுட்ற."

"அது சில்லிசால சுத்திக்கிட்டு பட்டினியால சாகறத விட மேல். நாம நிறுத்தறதுக்கு ஒரு இடத்தத் தேட்றது நல்லது."

அவர்கள் பெத்தானியைக் கடந்து வெளியே வந்தனர். அங்கு ஒரு சிறு பாலம். சாலைக்குக் கீழ் சென்ற ஒரு குழியில் ஒரு பழைய பயணக் கார் ஒன்று உயர்வேகச்சாலையிலிருந்து விலகி நின்றிருக்க, ஒரு சிறிய கூடாரம் பக்கத்தில் கட்டப்பட்டிருந்தது. கூடாரத்திலிருந்து வெளியே வந்த புகைபோக்கியிலிருந்து புகை வெளியேறிக் கொண்டிருந்தது. டாம்

முன்னால் சுட்டிக் காட்டினான். “அங்க யாரோ சில பேர் முகாம் போட்டிருக்காங்க. அது ஒரு நல்ல இடம் மாதிரி தெரியுது.” அவன் மோட்டாரின் வேகத்தைக் குறைத்து சாலைக்கருகில் நிறுத்தினான். பழைய காரின் முன்பக்க மூடி திறந்திருக்க ஒரு நடுவயது மனிதர் மோட்டாரைக் குனிந்து பார்த்துக் கொண்டிருந்தார். அவர் ஒரு மலிவான வைக்கோலாலான அகலத் தொப்பியையும், நீலநிற சட்டையையும், கருநிற புள்ளி போட்ட மேல்சட்டையையும் அணிந்திருந்தார். அவரது ஜீன்ஸ் அழுக்கால் இறுகியும், பளிச்சென்றும் இருந்தது. அவரது முகம் மெலிந்தும், ஆழமான தாடைக்கோடுகள் முன்னே குழிந்து வந்ததால் கன்ன எலும்புகளும், தாடையும் கூர்மையாக முன் நின்றன. அவர் ஜோடின் டிரக்கை நிமிர்ந்து பார்த்தார். அவரது கண்கள் புதிராகவும், கோபமாகவும் பார்த்தன.

டாம் ஜன்னலிலிருந்து எட்டிப் பார்த்தான். “இங்க ராத்திரி ஆளுங்க தங்கறதுக்கெதிரா எதாவது சட்டம் இருக்கா?”

அந்த மனிதர் டிரக்கை மட்டும்தான் பார்த்திருந்தார். அவரது கண்கள் டாமைக் கவனித்துப் பார்த்தன. “எனக்குத் தெரியாது. இதுக்கு மேல போக முடியாததுனாலதான் நாங்க இங்க நிறுத்தினோம்.”

“இங்க தண்ணி இருக்கா?”

அந்த மனிதர் முன்னால் ஒரு கால் மைல் தள்ளி இருந்த ஒரு சர்வீஸ் ஸ்டேஷனை சுட்டிக் காட்டினார். “அங்க தண்ணி இருக்கு. உனக்கு ஒரு வாளி தண்ணி எடுத்துக்க விடுவாங்க.”

டாம் தயங்கினான். “நாங்க இங்க பக்கத்தில முகாம் போடலாம்னு நீ நினைக்கறயா?”

அந்த ஒல்லி மனிதன் புதிராகப் பார்த்தார். “எங்களுக்கு இது சொந்தமில்ல” என்றார் அவர். “இந்த பாழாப்போன பழைய வண்டி மேல போகாததால நாங்க இங்க நிறுத்தினோம்.”

டாம் வலியுறுத்தினான். “எப்படின்னாலும் நீ இங்க இருக்க, நாங்க இல்ல. பக்கத்துல ஆளுங்கள வச்சுக்க விரும்பறியா இல்லையான்னு சொல்ல உனக்கு உரிமை இருக்கு.”

விருந்தோம்பலுக்கான அந்தக் கோரிக்கைக்கு உடனடியாகப் பலன் இருந்தது. அந்த ஒல்லி முகத்தில் ஒரு புன்னகை பூத்தது. “ஏன், நிச்சயமா. சாலையில இருந்து உள்ள வாங்க. உன்ன வரவேற்கறதுல எனக்குப் பெருமைதான்.” பிறகு அவர் கூறினார், “சாய்ரி, இப்ப நம்ம கூட சில பேர் தங்கப் போறாங்க. வெளியில வந்து அவங்கள நலம் விசாரி. சாய்ரிக்கு உடல்

நலமில்ல'' என்றும் கூறினார். கூடாரத்தின் துணி உயர்த்தப்பட்டு சுருக்கங்கள் நிறைந்த ஒரு பெண் வெளியே வந்தாள். அவளது முகம் காய்ந்த இலைபோல் சுருங்கிக் கிடக்க, அவளது கண்கள் அவளது முகத்தில் நெருப்புப் போல் மின்னின. அவளது கருவிழிகள் மிரட்சியாகப் பார்ப்பது போல் இருந்தது. அவள் சிறியவளாகவும், நடுங்கிக் கொண்டும் இருந்தாள். அவள் ஒரு கூடாரத்தின் முகப்புத் துணியை உயர்த்திப் பிடித்துக் கொண்டு நிமிர்ந்து நின்றாள். கேன்வாசைப் பிடித்துக் கொண்டிருந்த அந்தக் கைகள் எலும்பும் தோலுமாக இருந்தன.

அவள் பேசியபோது அவளது குரல் அழகான குறைந்த ஒலி தொனியுடனும், மென்மையாகவும், ஏற்றத் தாழ்வுடனும் அத்துடன் இசையோடும் ஒலித்தது. "அவங்களுக்கு நல்வரவுன்னு சொல்லு'' என்றாள் அவள். "நல்லது, அவங்களுக்கு நல்வரவுன்னு சொல்லு.''

டாம் சாலையிலிருந்து விலக்கி ஓட்டித் தன் டிரக்கை குழிக்குள் கொண்டு வந்து பயணக் காருக்குப் பின்னால் வரிசையில் நிறுத்தினான். மக்கள் டிரக்கிலிருந்து பொங்கி விழுவது போல் இறங்கினார்கள்; ருத்தியும், வின்ஃபீல்டும் விரைவாக இறங்கினார்கள். அவர்களது கால்கள் விலகி அவர்களது நரம்பில் ஓடிய குத்துவலியால் கிறீச்சிட்டார்கள். அம்மா வேகமாக வேலையில் இறங்கினாள். அவள் டிரக்கின் பின்னாலிருந்து மூன்று காலன் வாளியை முடிச்சவிழ்த்து இறக்கி வீறிட்டுக் கொண்டிருந்த குழந்தைகளை அணுகினாள். "இப்போ நீங்க போய் தண்ணி பிடிச்சிக்கிட்டு வாங்க- அங்க போங்க. மென்மையாக் கேளுங்க. "தயவுசெய்து எங்களுக்கு ஒரு வாளி தண்ணி தர முடியுமா?''ன்னு கேட்டுட்டுச் சொல்லுங்க, "நன்றி''. அப்புறம் சேந்து அதச் சிந்தாமக் கொண்டு வாங்க. அப்புறம் எதாவது குச்சி எரிஞ்சுக்கிட்டு இருந்தா அதையும் கொண்டு வாங்க.'' குழந்தைகள் குழாயடியை நோக்கி ஓடினர்.

கூடாரத்துக்கு அருகே சிறிது சங்கடமான நிலைமை நிலவியது. சமூக உரையாடல் அது துவங்குவதற்கு முன்பே முடிந்து விட்டது. அப்பா சொன்னார், "நீங்க ஓக்லஹாமா ஆளுங்க இல்ல?''

காருக்கு அருகே நின்றிருந்த அல் லைசென்ஸ் பலகையைப் பார்த்து விட்டுச் சொன்னான், "கன்ஸாஸ்''.

அந்த ஒல்லி மனிதர் கூறினார், "கலேனா, இல்லேன்னா அங்க கிட்டக்க. வில்சன், ஐவி வில்சன்.''

"நாங்க ஜோடுங்க" என்றார் அப்பா. "நாங்க சில்லிசாவில இருந்து வரோம்."

"அப்படியா, உங்கள சந்திக்கறதுல எங்களுக்குப் பெருமை" என்றார் ஐவி வில்சன். "சாய்ரி, இவங்க ஜோடுங்க."

"நீங்க ஓக்லஹாமா ஆளுங்க இல்லேங்கறது எனக்குத் தெரியும். நீங்க ஒரு மாதிரியா பேசறீங்க - அது ஒண்ணும் தப்பில்ல, உங்களுக்குப் புரியும்."

"ஒவ்வொருத்தரும் வேற வேற மாதிரியா பேசுவாங்க" என்றார் ஐவி. "அர்கன்சாஸ் ஆளுங்க வேற மாதிரியாவும், ஓக்லஹாமா ஆளுங்க வேற மாதிரியும் பேசுவாங்க. நான் மெசாசூட்ல இருந்து வந்த ஒரு பெண்ண பாத்தேன். அவங்க எல்லாத்தையும் வேற மாதிரி பேசறாங்க. அவங்க என்ன பேசறாங்கங்கறதயே புரிஞ்சுக்க முடியல."

நோவாவும், ஜான் மாமாவும், போதகரும் டிரக்கிலிருந்து பொருட்களை இறக்கத் தொடங்கினர். அவர்கள் தாத்தாவுக்கு உட்கார உதவி செய்தனர். அவரைத் தரையில் உட்கார வைக்க, அவர் நொண்டிக் கொண்டே, முன்னால் பார்த்துக் கொண்டு அமர்ந்து கொண்டார். "உங்களுக்கு நோவா இருக்கா, தாத்தா?" என்று நோவா கேட்டான்.

"நான் ரொம்ப நல்லா இருக்கேன்" என்று தாத்தா பலவீனமாகச் சொன்னார். "நரகத்த விட நல்லா இருக்கேன்."

சாய்ரி வில்சன் மெதுவாகவும், கவனமாகவும் அவரை நோக்கி நடந்தாள். "நீங்க ஏன் எங்க கூடாரத்துக்குள்ள வரக்கூடாது?. நீங்க மெத்தையில படுத்து ஓய்வெடுக்கலாம்." என்று அவள் அழைத்தாள்.

அவர் அவளை நிமிர்ந்து பார்த்தார். அவளது மென்மையான குரலால் அவர் ஈர்க்கப்பட்டார். "வாங்க இப்ப" என்றாள் அவள். "உங்களுக்குக் கொஞ்சம் ஓய்வு கிடைக்கும். நாங்க உங்களுக்கு உதவறோம்."

எந்த எச்சரிக்கையும் இல்லாமல் தாத்தா அழத் தொடங்கினார். அவரது தாடைகள் அசைய, அவரது முதிய உதடுகள் இறுக, அவர் கரகரப்பாக விம்மினார். அம்மா அவருக்கு அருகில் ஓடி அவரைச் சுற்றித் தன் கையைப் போட்டுக் கொண்டாள். அவள் அவரை நிற்க வைத்து அவளது பரந்த இடுப்பு திணற அவரை பாதி தூக்கிக் கொண்டும், பாதி உதவிக் கொண்டும் கூடாரத்துக்கு அழைத்துச் சென்றாள்.

ஜான் மாமா கூறினார், "அவருக்கு ரொம்ப நோவா இருக்கணும். இதுக்கு முன்னால அவர் இப்படிப் பண்ணினதில்ல. அவர் வாழ்க்கையில அவர் அழுது நான் பார்த்ததில்ல." அவர் டிரக்கின் மீது தாவியேறி மெத்தையைத் தூக்கிப் போட்டார்.

அம்மா கூடாரத்திலிருந்து வெளியே வந்து கேஸியை நோக்கிச் சென்றாள். "நீங்க நோயாளிங்க கிட்ட இருந்திருக்கீங்க. தாத்தா நோயாளியா இருக்கார். நீங்க போய் அவரப் பார்க்க மாட்டீங்களா?"

கேஸி வேகமாகக் கூடாரத்துக்குச் சென்று உள்ளே நுழைந்தார். கீழே ஒரு இரட்டை மெத்தை இருக்க, அதில் சீராக விரிப்பு விரிக்கப்பட்டிருந்தது; ஒரு சிறிய தகர அடுப்பு தன் இரும்புக் கால்களில் நின்றிருக்க, அதில் நெருப்பு சீரற்று எரிந்து கொண்டிருந்தது. ஒரு வாளித் தண்ணீர், ஒரு மரப் பெட்டியில் பொருட்கள், மேசைக்காக ஒரு பெட்டி, அவ்வளவுதான். மறைந்து கொண்டிருந்த சூரியனின் வெளிச்சம் கூடாரத்தின் சுவர்கள் வழியாக இளஞ்சிவப்பு நிறத்தில் வந்து கொண்டிருந்தது. சாய்ரி வில்சன் தரையில் தாத்தா படுத்திருந்த இடத்துக்கு அருகில் குனிந்தாள். அவரது கண்கள் திறந்து மேலே பார்த்துக் கொண்டிருந்தன, அவரது கன்னங்கள் சிவந்திருந்தன. அவர் வேகமாக மூச்சு விட்டுக் கொண்டிருந்தார்.

கேஸி அவரது எலும்பும் தோலுமாக இருந்த முதிய மணிக்கட்டை விரல்களால் எடுத்தார். "ரொம்ப சோர்வா இருக்கீங்களா தாத்தா?" என்று அவர் கேட்டார். மேலே வெறித்துக் கொண்டிருந்த கண்கள் அவரது குரல் கேட்ட இடத்தை நோக்கி நகர்ந்தாலும், அவரைக் கண்டு பிடிக்கவில்லை. அவரின் உதடுகள் அசைந்தாலும், பேச்சு வரவில்லை. கேஸி அவரது நாடித்துடிப்பைப் பார்த்து விட்டு அவரது மணிக்கட்டை விட்டார். தன் கைகளைத் தாத்தாவின் முன் நெற்றியில் வைத்தார். அந்த முதியவரின் உடலில் ஒரு போராட்டம் துவங்கியது, அவரது கால்கள் அமைதியின்றி அசைந்தன, கைகள் அசைந்தன. அவர் தொடர்ச்சியாக குழப்பமான ஒலிகளை எழுப்பினார், ஆனால் அவை வார்த்தைகளல்ல. அவரது முகம் வெள்ளை முடிகளுக்கிடையில் சிவப்பாக இருந்தது.

சாய்ரி கேஸியிடம் மென்மையாகப் பேசினாள். "என்ன தப்புன்னு தெரியுதா?"

அவர் சுருக்கங்கள் நிறைந்த முகத்தையும், கனன்று கொண்டிருந்த கண்களையும் நிமிர்ந்து பார்த்தார். "உங்களுக்குத் தெரியுதா?"

"எனக்கு அப்படித்தான் தோணுது."

"என்ன?" கேஸி கேட்டார்.

"தப்பா இருக்கலாம். நான் சொல்ல விரும்பல".

கேஸி வெட்டியிழுத்துக் கொண்டிருந்த சிவப்பு முகத்தைத் திரும்பிப் பார்த்தார் "ஒருவேளை அவருக்கு ஸ்ட்ரோக் வந்திருக்கலாம்?"

"நானும் அப்படித்தான் சொல்றேன். நான் மூணு தடவ முன்ன பாத்திருக்கேன்" என்றாள் சாய்ரி.

வெளியிலிருந்து கூடாரம் அடிப்பது, விறகு வெட்டுவது, தட்டுகளின் உரசல் ஆகியவற்றின் சத்தம் கேட்டது. அம்மா கூடாரத்தின் முகப்புத் துணி வழியாக எட்டிப் பார்த்தாள். "பாட்டி உள்ள வர விரும்பறா. அது நல்லதா?"

"அவ உள்ள வராட்டா பயந்து போவா" என்றார் கேஸி.

"அவர் நல்லா இருக்கார்னு நினைக்கறீங்களா? என்று அம்மா கேட்டாள்.

கேஸி மெதுவாகத் தலையை ஆட்டினார். அம்மா வேகமாகக் கீழே குனிந்து போராடும் முதிய முகத்தையும், பாய்ந்து கொண்டிருந்த ரத்தத்தையும் பார்த்தாள். அவள் வெளியே தலையை இழுத்துக் கொள்ள, அவளது குரல் உள்ளே கேட்டது. "அவர் நல்லா இருக்கார், பாட்டி. அவர் கொஞ்சம் ஓய்வெடுத்துக்கிட்டிருக்கார்."

பாட்டி வெறுப்பாக பதிலளித்தாள், "இருக்கட்டும், நான் அவர பார்க்க விரும்பறேன். அவர் ஒரு தந்திரசாலியான பிசாசு. உங்களத் தெரிஞ்சுக்க விட மாட்டார்." அவள் முகப்புத் துணியை விலக்கிக் கொண்டு சிறு ஓட்டமாக வந்தாள். அவள் மெத்தைக்கு அருகில் நின்று குனிந்து பார்த்தாள். "உங்களுக்கு என்ன பிரச்சன" என்று விசாரித்தாள். மீண்டும் அவரது கண்கள் அவளை நோக்கித் திரும்ப உதடுகள் நடுங்கின. "அவர் கடுப்பக் காட்றார். நான் சொன்னேன்ல, அவர் தந்திரசாலி. இன்னைக்கு காலைல அவர் வராம இருக்கறதுக்காக தப்பி ஓடப் பாத்தார். முன்னால அவர் யார்கிட்டயும் பேசாம இருந்ததப் பாத்திருக்கேன்" என்றாள்.

கேஸி மென்மையாகச் சொன்னார், "அவர் வெறுப்பக் காட்டல பாட்டி, அவர் நோய்வாய்ப்பட்டிருக்கார்."

"ஓ!". அவள் மீண்டும் குனிந்து அந்த முதியவரைப் பார்த்தாள். "மோசமா நோய்வாய்ப்பட்டிருக்கார்னு நினைக்கறீங்களா?"

"ரொம்ப மோசம், பாட்டி."

ஒரு கணம் அவள் நிச்சயமில்லாமல் தயங்கினாள். "சரி, நீங்க ஏன் பிரார்த்தனை செய்யல? நீங்க ஒரு போதகர் தானே, இல்லையா?"

கேஸியின் வலுவான விரல்கள் தாத்தாவின் மணிக்கட்டுக்குத் தாவி அதைச் சுற்றிப் பிடித்துக் கொண்டன. "நான் உங்ககிட்ட சொன்னேனே பாட்டி. நான் இனிமே போதகர் இல்ல."

"எப்படின்னாலும் பிரார்த்தனை பண்ணுங்க" என்று உத்தரவிட்டாள் பாட்டி. "உங்களுக்கு அது மனப்பாடமா தெரியும்."

“என்னால முடியாது” என்றார் கேஸி. “நான் என்ன பிரார்த்தனை பண்ணணும், இல்ல யார்கிட்ட பிரார்த்தனை பண்ணணும்னு எனக்குத் தெரியாது.”

பாட்டியின் கண்கள் சுற்றிச் சுழன்று சாய்ரியிடம் நிலைத்தன. “அவர் பிரார்த்திக்க மாட்டேங்கறார்” என்று சொன்னாள். “ருத்தி சின்ன ஜட்டி போட்டுக்கிட்டிருந்தபோது எப்படி பிரார்த்தனை செய்தாள்னு நான் இதுவர உங்ககிட்ட சொன்னேனா? இப்ப சொல்றா, இப்ப என்ன படுத்து தூங்க விடுங்க. நான் என் ஆன்மாவுக்காக கடவுள்ட்ட பிரார்த்திக்கறேன். அவ அலமாரிக்கு போனப்ப அதுல ஒண்ணுமில்லாததால அந்த பாவப்பட்ட நாய்க்கு எதுவும் கிடைக்கல. ஆமென். அதுமட்டும்தான் அவ செஞ்சா.” யாரோ சூரியனுக்கும், கூடாரத்துக்கும் இடையில் நடந்த நிழல் தெரிந்தது.

தாத்தா போராடுவது போல் தெரிந்தது; அவரது எல்லா தசைகளும் வெட்டியிழுத்தன. திடீரென ஒரு பெரிய அடியை வாங்கியது போல் தூக்கிப் போட்டது. அவர் உடல் அடங்க மூச்சு நின்றது. கேஸி கீழே குனிந்து முதியவரின் முகத்தைப் பார்க்க அது கருத்த ஊதா நிறமாக மாறுவதைப் பார்த்தார். சாய்ரி கேஸியின் தோளைத் தொட்டாள். “அவரோட நாக்கு, அவரோட நாக்கு, அவரோட நாக்கு.”

கேஸி தலையாட்டினார். “பாட்டி, முன்னால வாங்க.” அவர் இறுக மூடிய தாடையை அகற்றி முதியவரின் நாக்கைக் கண்டு பிடிக்க தொண்டைக்குள் கையை விட்டார். அவர் நாக்கைப் பிடித்துத் தூக்கியதும் சிரமப்பட்ட மூச்சு வெளியே வந்து கேவலுடன் மூச்சு உள்ளே நுழைந்தது. கேஸி கீழேயிருந்து ஒரு கம்பைக் கண்டுபிடித்து அத்துடன் நாக்கைப் பிடித்துக் கொண்டார். சீரற்ற மூச்சு உள்ளேயும், வெளியேயும் பாய்ந்தது.

பாட்டி ஒரு கோழியைப் போலத் துள்ளினாள். “பிரார்த்தனை செய்” என்றாள் அவள். “நாஞ் சொல்றேன், நீங்க பிரார்த்தனை செய்யுங்க.” சாய்ரி அவளை பின்னால் இழுத்து நிறுத்த முயன்றாள். “நாசமாப் போனவரே, பிரார்த்திங்க” என்று அலறினாள்.

கேஸி அவளை ஒரு கணம் நிமிர்ந்து பார்த்தார். திணறலான மூச்சு சத்தமாகவும், மேலும் சீரற்றும் வந்து கொண்டிருந்தது. “பரலோகத்திலிருக்கும் எங்கள் பிதாவே, உங்கள் நாமம் ரட்சிக்கப்படுவதாக”

“மகிமை உண்டாகட்டும்!” பாட்டி கத்தினாள்.

“உங்கள் ராஜ்ஜியம் வரட்டும், உங்கள் சித்தம் பரலோகத்தில் செய்யப்படுவதைப் போல பூலோகத்திலும் செய்யப்படுவதாக. ஆமென்”

திறந்த வாயிலிருந்து ஒரு பெரிய மூச்சு வெளிவந்தது. பிறகு காற்று விடுபட்ட பெரிய ஒலி.

"அனுதின உணவு எங்களுக்கு இன்று அளித்தருளும். எங்களை இன்று மன்னித்தருளும்." மூச்சு நின்று விட்டது. கேஸி குனிந்து தாத்தாவின் கண்களைப் பார்த்தார். அவை தெளிவாகவும், ஆழமாகவும், ஊடுருவுவதாகவும் இருந்தன. அவற்றில் ஒரு அமைதியான பார்வை தெரிந்தது.

"அலெலூயா!" என்றாள் பாட்டி. "மேல சொல்லுங்க."

"ஆமென்" என்றார் கேஸி.

பாட்டி அப்போது அசைவின்றி நின்றிருந்தாள். கூடாரத்துக்கு வெளியே அனைத்து சத்தங்களும் நின்றிருந்தன. ஒரு கார் உயர்வேகப்பாதையில் வேகமாகக் கடந்து சென்றது. கேஸி இன்னும் மெத்தைக்குப் பக்கத்தில் தரையில் முழந்தாளிட்டு அமர்ந்திருந்தார். வெளியே இருந்தவர்கள் அமைதியாக நின்று கொண்டு மரணிக்கும் சத்தத்தைக் கூர்மையாக கவனித்துக் கொண்டிருந்தனர். சாய்ரி பாட்டியை கையைப் பிடித்து வெளியே அழைத்துச் சென்றாள். பாட்டி தன் தலையை நிமிர்த்திக் கொண்டு உயர்கண்ணியத்துடன் நடந்து சென்றாள். அவள் தன் குடும்பத்திடம் தன் தலையை நேராக வைத்துக் கொண்டு சென்றாள். சாய்ரி அவளை கீழே விரித்திருந்த ஒரு மெத்தைக்கு அழைத்துச் சென்று அதில் உட்கார வைத்தாள். பாட்டி இப்போது காட்சியில் இருந்ததால் நேராக, பெருமையுடன் பார்த்தாள். கூடாரம் அசைவற்று இருந்தது. கடைசியில் கேஸி கூடாரத்தின் முகப்புத் துணியை விலக்கிக் கொண்டு வெளியே வந்தார்.

அப்பா மென்மையாகக் கேட்டார், "என்ன ஆச்சு?"

"ஸ்ட்ரோக்" என்றார் கேஸி. "ஒரு வேகமான வலிமையான ஸ்ட்ரோக்".

மீண்டும் சூழல் உயிர்பெற்றது. சூரியன் அடிவானத்தைத் தொட்டு அதில் மறைந்தது. உயர்வேகப்பாதையில் ஒரு நீண்ட வரிசையில் பெரும் சரக்கு டிரக்குகள் செந்நிற பக்கவாட்டுப் பகுதிகளுடன் சென்றன. அவை தரையில் சிறு அதிர்வுகளை உண்டாக்கி விட்டு கடகடத்துக் கொண்டு சென்றன. நின்றிருந்த புகைபோக்கிக் குழாய்கள் நீல நிறத்தில் டீசல் புகை விட்டுக் கொண்டு சென்றன. ஒரு மனிதன் வண்டியை ஓட்ட, அவனுக்கு ஓய்வளிப்பவன் கூரைக்கருகில் இருந்த படுக்கையில் படுத்திருந்தான். ஆனால் டிரக்குகள் ஒருபோதும் நிற்பதில்லை; அவை பகலிலும், இரவிலும் கடகடத்தன. அவற்றின் கனமான பேரணியில் பூமி ஆடியது.

குடும்பம் மொத்தமாகக் கூடியது. அப்பா கீழே குத்துக்காலிட்டு அமர, ஜான் மாமா அருகில் அமர்ந்தார். அப்பாதான் இப்போது குடும்பத் தலைவர். அம்மா அவருக்கருகில் நின்றாள். நோவா, டாம், அல்லும் அமர்ந்து கொள்ள, போதகர் அமர்ந்து கொண்டு தன் முழங்கையால் தாங்கிக் கொண்டார். கோனியும், ஷாரனின் ரோசும் தூரத்தில் நடந்தனர். கோனியும், ரோசும் தமக்கிடையில் ஒரு வாளித் தண்ணீரைப் பிடித்துக் கொண்டு வந்தனர். அங்கே ஒரு மாற்றத்தை உணர்ந்து கொண்டவர்கள், வேகத்தைக் குறைத்து மெதுவாக நடந்து வாளியைக் கீழே வைத்து விட்டு அம்மாவின் அருகில் நிற்க அமைதியாக நகர்ந்தனர்.

பாட்டி குடும்பம் குழுவாக ஆகும் வரை பெருமையுடனும், இறுக்கமாகவும் யாரும் தன்னைப் பார்க்காமல் இருக்கும் வரை அமர்ந்து கொண்டிருந்தாள். பிறகு தன் கைகளால் முகத்தை மூடிக் கொண்டாள். செஞ்சூரியன் மறைந்து நிலத்தில் மாலை வெளிச்சத்தைப் பரப்பியது. அந்த வெளிச்சத்தில் முகங்கள் பிரகாசிக்க, வானத்தின் பிரதிபலிப்பால் கண்கள் மின்னின. மாலை வெளிச்சத்தை எடுக்க முடிந்த இடத்தில் எடுத்துக் கொண்டிருந்தது.

அப்பா, சொன்னார், "அது திரு.வில்சனின் கூடாரத்தில் நடந்தது."

ஜான் மாமா தலையாட்டினார். "அவர் தன் கூடாரத்தை கடனாக வழங்கினார்."

"நட்பான, அருமையான ஆட்கள்" என்று அப்பா மென்மையாகச் சொன்னார்.

வில்சன் தன் உடைந்த காருக்கருகே நின்றிருந்தார். சாய்ரி பாட்டிக்குப் பக்கத்தில் அமர மெத்தைக்குச் சென்றிருந்தாள். ஆனால் தான் பாட்டியைத் தொட்டு விடாமல் கவனமாக இருந்தாள்.

"திரு.வில்சன்" என்று அப்பா அழைத்தார். அந்த மனிதன் நடந்து வந்து அருகில் அமர, சாய்ரி வந்து அவருக்கருகில் நின்றாள். "நாங்க உங்களுக்கு நன்றிக்கடன் பட்டிருக்கோம்" என்றார் அப்பா.

"உதவி செய்யறதுல எங்களுக்குப் பெருமைதான்" என்றார் வில்சன்.

"நாங்க உங்களுக்குக் கடன்பட்டிருக்கோம்" என்றார் அப்பா.

"சாகற நேரத்தில நன்றிக்கடனெல்லாம் இல்ல" என்றார் வில்சன். "ஒருபோதும் நன்றிக்கடனெல்லாம் இல்ல" என்று சாய்ரி அவரை எதிரொலித்தாள்.

"நான் உங்களோட கார சரி பண்றேன் - நானும் டாமும் செய்யறோம்" என்றான் அல். தன் குடும்பத்தின் கடனைத் தான் திருப்புவதில் அல் பெருமையுடன் தெரிந்தான்.

"நாங்களும் கொஞ்சம் உதவி வாங்கிக்கலாம்". வில்சன் நன்றி திருப்பப்படுவதை ஏற்றுக் கொண்டார்.

"நாம என்ன செய்யறதுங்கறத யோசிக்கணும். சட்டங்கள் இருக்கு. நாம சாவ அறிவிக்கணும். நீங்க அப்படி செய்யும்போது அடக்கம் செய்யறதுக்கு நாப்பது டாலர் கொடுக்கணும், இல்லேன்னா பிச்சைக்காரந்தான்."

ஜான் மாமா குறுக்கே புகுந்தார். "நம்மகிட்ட பிச்சைக்காரங்க இருந்ததே கிடையாது."

"ஒருவேள நாம பழகணும் போலருக்கு" என்றான் டாம். "இதுக்கு முன்ன நம்ம நிலத்தில இருந்து யாரும் நம்ம உதைச்சு வெளிய விரட்டினதில்ல."

"நாம அத சுத்தமா செஞ்சுட்டோம். நம்ம மேல யாரும் குத்தம் சொல்ல முடியாது. நாம பணம் கொடுக்க முடியாதது எதையும் எடுத்துட்டு வரல; நாம யாரோட தர்மத்தையும் வாங்கிக்கல. டாம் பிரச்சனைல மாட்டிக்கிட்டப்ப நம்மால தலைநிமிந்து நிக்க முடிஞ்சது. வேற யாரும் செய்யறதத்தான் அவன் செஞ்சான்." என்றார் அப்பா.

"அப்ப நாம என்ன செய்யப் போறோம்?". ஜான் மாமா கேட்டார்.

"சட்டம் என்ன சொல்லுதோ அதுபடி போகலாம். அவங்க அப்புறம் அவர எடுத்துக்க வருவாங்க. நம்மகிட்ட நூத்தம்பது டாலர்தான் இருக்கு. அவங்க தாத்தாவ அடக்கம் செய்ய நாப்பது டாலர எடுத்துக் கிட்டாங்கன்னா, நாம கலிஃபோர்னியா போய்ச்சேர முடியாது – இல்லேன்னா அவர பிச்சைக்காரன் மாதிரி புதைப்பாங்க." அந்த மனிதர் அமைதியற்று அசைந்தார். அவர்கள் தம் முழங்கால்களுக்கு முன் இருண்டு கொண்டிருந்த தரையைப் பார்த்தனர்.

அப்பா மென்மையாகச் சொன்னார், "தாத்தா தன்னோட அப்பாவ தன் கையாலதான் புதைச்சார். அத மதிப்போட செஞ்சு, மேல மண்ணை தன்னோட சம்மட்டியால சமன் செஞ்சார். அந்தக் காலம் ஒரு ஆளுக்கு தன்னோட மகனால புதைக்கப்பட்ற உரிமை இருந்த காலம். மகனுக்குத் தன்னோட அப்பாவ புதைக்கறதுக்கு உரிமை இருந்த காலம்."

"இப்ப சட்டம் வேற மாதிரி சொல்லுது" என்றார் ஜான் மாமா.

"சில சமயம் சட்டத்த எப்படியும் பின்பத்த முடியாது" என்றார் அப்பா. "எப்படியும் நாகரீகமில்ல.. பல சமயங்கள்ள பின்பத்த முடியாது. ஃப்ளாய்டு (புகழ்பெற்ற குத்துச் சண்டை வீரர்) தறிகெட்டுப் போய்க்கிட்டிருந்தப்போ,

சட்டம் நாம அவன விட்டுக் கொடுக்கணும்னு சொல்லிச்சு. ஆனா யாரும் அவன விட்டுக் கொடுக்கல. சில சமயம் ஒரு ஆளு சட்டத்த மீறித்தான் ஆக வேண்டிருக்கு. என்னோட அப்பாவ அடக்கம் செய்யற உரிமை எனக்கு இருக்குன்னு இப்ப நான் சொல்றேன். யாருக்காவது எதாவது சொல்ல வேண்டியிருக்கா?"

போதகர் தன் முழங்கையை அழுத்தி எழுந்தார். "சட்டம் மாறுது, ஆனா நாம முன்ன போகணும். நீங்க என்ன செய்யணுமோ அதச்செய்ய உங்களுக்கு உரிமை இருக்கு."

அப்பா ஜான் மாமாவிடம் திரும்பினார். "இது உன்னோட உரிமையும் கூட ஜான். நீ இதுக்கு எதிரா எதாவது சொல்லணுமா?"

"எதிரா எந்த வார்த்தையும் இல்ல" என்றார் ஜான் மாமா. "அது ராத்திரில அவர மறைக்கற மாதிரிதான். வெளில வந்து சுட்றதுதான் அவரோட வழி."

அப்பா வெட்கத்துடன் சொன்னார், "நாம தாத்தா செஞ்ச மாதிரி செய்ய முடியாது. நாம நம்ம பணம் செலவாகறதுக்கு முன்னாடி கலிஃபோர்னியா போய்ச் சேரணும்."

டாம் குறுக்கிட்டான். "சில சமயம் வேல பாக்கறவங்க ஒரு ஆள தோண்டி எடுத்துடுவாங்க. அவனகொன்னுட்டாங்கன்னு கத்துவாங்க. அரசாங்கத்துக்கு உயிரோட இருக்கறவங்கள விட செத்தவங்க மேலதான் அக்கறை ஜாஸ்தி. அந்த ஆளு யாரு, அவர யாரு கொன்னாங்கன்னு கண்டுபிடிக்க அவங்க எக்கச்சக்கமா முயற்சி செய்வாங்க. நாம ஒரு பாட்டிலுக்குள்ள அவர் யாரு, அவர் எப்படி செத்தாரு, ஏன் அவர இங்க புதைச்சிருக்குன்னு ஒரு காகிதத்துல எழுதி வச்சு அதையும் கூட புதைச்சிடுவோம்."

அப்பா ஒப்புக் கொண்டார். "அது நல்லது. ஒரு நல்ல கையெழுத்துல எழுதிடலாம். தனிமையா இருக்கக் கூடாது. அவரோட பேரு அவரோட இருக்கு, தனியா அந்த மூத்தவர் தரைக்குக் கீழ இல்லன்னு இருக்கும். வேற எதாவது சொல்லணுமா?" அனைவரும் அமைதியாகினர்.

அப்பா தன் தலையை அம்மாவை நோக்கித் திருப்பினார். "நீ அவர தயார்படுத்துவியா?"

"நான் தயார்படுத்துவேன். ஆனா யாரு ராத்திரி சாப்பாடு சமைக்கப் போறாங்க?"

"நான் ராத்திரி சமைக்கறேன். நீங்க போங்க. நானும் உங்களோட அந்தப் பெரிய பொண்ணும்." என்றாள் சாய்ரி.

“எங்களோட நன்றிய தெரிவிச்சுக்கறோம். நோவா, நீ அவங்களுக்கு சிறுமிடாயயும், கொஞ்சம் நல்ல பன்னிக்கறியையும் கொண்டு வா. அதுல இன்னும் உப்பு ஆழமா இறங்கியிருக்காது. இருந்தாலும் இப்பவே சாப்பிட நல்லாயிருக்கும்” என்றாள் அம்மா.

“எங்ககிட்ட பாதி சாக்கு நிறைய உருளைக்கிழங்கு இருக்கு”

“எனக்கு இரண்டரை டாலர் கொடுங்க” என்று அம்மா கேட்க, அப்பா தன் சட்டைப் பைக்குள் கையை விட்டு அதை எடுத்துக் கொடுத்தார். அவள் ஒரு பேசினை எடுத்து அதில் தண்ணீரை நிரப்பிக் கொண்டு கூடாரத்துக்குள் சென்றாள். அங்கு அநேகமாக இருட்டாக இருந்தது. சாய்ரி உள்ளே வந்து ஒரு மெழுகுவர்த்தியை ஏற்றி ஒரு பெட்டியின் மேல் நேராக வைத்து விட்டு வெளியேறினாள். ஒரு கணம் அம்மா இறந்த அந்த முதியவரைக் குனிந்து பார்த்தாள். பிறகு பரிதாபத்துடன் தனது சொந்த உடையிலிருந்து ஒரு துணியைக் கிழித்து அவரது தாடையைக் கட்டினாள். அவரது கைகளை நேராக்கி மார்புக்கு நேராக வைத்தாள். அவரது இமைகளை மூடி ஒவ்வொன்றிலும் ஒவ்வொரு வெள்ளிக் காசை வைத்தாள். அவரது சட்டைக்கு பொத்தான்களைப் போட்டு அவரது முகத்தைக் கழுவினாள்.

சாய்ரி உள்ளே எட்டிப் பார்த்து, “நான் உங்களுக்கு உதவட்டுமா?” என்று கேட்டாள்.

அம்மா மெதுவாக நிமிர்ந்து பார்த்தாள். “உள்ள வாங்க. நான் உங்ககிட்டப் பேசணும்”

“உங்க பெரிய பெண் அருமையானவள்” என்றாள் சாய்ரி. “அவள் உருளைக் கிழங்குகள உரிச்சுக்கிட்டிருக்கா. நான் என்ன உதவி செய்யணும்?”

“நான் தாத்தாவ முழுசா குளிப்பாட்டப் போறேன். ஆனா அவருக்குப் போட்டு விட வேற உடை இல்ல. உங்களோட மெத்தையும் கெட்டுப் போச்சு. ஒரு மெத்தைலேருந்து சாவோட மணம் வரக்கூடாது. நான் என்னோட அம்மா செத்த மெத்தைய பாத்து ஒரு நாய் உருமி கடிச்சு இழுக்கறத பாத்திருக்கேன். அது அவங்க செத்து ரெண்டு வருஷத்துக்கப்புறம். நாம அவர உங்களோட மெத்தையில விடுவோம். அதுக்கு நாங்க உங்களுக்கு ஈடு செய்துடறோம். உங்களுக்கு கொடுக்க எங்ககிட்ட ஒரு மெத்தை இருக்கு.”

சாய்ரி சொன்னாள். “நீங்க இப்படிப் பேசக் கூடாது. நாங்க உதவறதுல பெருமைப்படறோம். நான் இவ்வளவு பாதுகாப்பா உணர்ந்தது இல்ல- ரொம்ப நாளா. ஆளுங்க உதவத்தான் வேணும்.”

அம்மா தலையாட்டினாள். "செய்யத்தான் செய்யறாங்க." அவள் முதிய சுருக்கம் நிறைந்த முகத்தையும், கட்டப்பட்ட தாடையையும், மெழுகுவர்த்தி வெளிச்சத்தில் மின்னிய வெள்ளிப்பணம் வைத்த கண்களையும் நீண்ட நேரம் பார்த்தாள். "அவர் இயற்கையா தெரியப் போறது இல்ல. அவர வச்சுக் கட்டிடுவோம்."

"அந்த முதியவள் இத நல்லா எடுத்துக்கிட்டாங்க."

"ஏன், அவங்க வயசானவங்க. ஒருவேள அவங்களுக்கு என்ன நடந்ததுன்னு சரியா தெரியாமக் கூட இருக்கலாம். ஒருவேள கொஞ்ச காலத்துக்கு அவங்களுக்கு சரியா தெரியாது. மேல, எங்க ஆளுங்க உள்ளயே வச்சுக்கறத பெருமையா நினைப்பாங்க. என்னோட அப்பா சொல்லுவார், 'யாரும் உடைஞ்சு போயிடலாம். ஆனா ஒரு ஆண் உடைஞ்சு போகக் கூடாது.' நாங்க எப்பவுமே உள்ள வச்சுக்க முயற்சி பண்ணுவோம்." அவள் தாத்தாவின் கால்களையும், தோள்களைச் சுற்றியும் சுத்தமாகக் கட்டினாள். அவள் மெத்தையின் முனையைக் கொண்டு வந்து அவரது முகத்தை மூடினாள். சாய்ரி அவளிடம் ஒரு அரை டஜன் ஊசிகளைக் கொடுக்க, அவற்றை வைத்து மெத்தையை இறுக்கமாக, நீண்ட மூட்டையாகக் கட்டினாள். கடைசியில் எழுந்து நின்றாள். "புதைக்கறதுக்கு மோசமா இருக்காது. அவர புதைக்கறதுக்கு எங்ககிட்ட ஒரு போதகர் இருக்கார், அவரோட ஆளுங்க எல்லாம் சுத்தியே இருக்காங்க." திடீரென அவள் சிறிது தள்ளாட, சாய்ரி அவளுக்கு அருகில் சென்று அவளை நிலைப்படுத்தினாள். "இது தூக்கம்" என்று அம்மா வெட்கத்துடன் கூறினாள். "இல்ல, நான் நல்லாருக்கேன். நாங்க வேகமா தயாராயிட்டிருந்தோம்."

"வெளிய காத்துக்கு வாங்க" என்றாள் சாய்ரி.

"ஆமா, நான் இங்க எல்லாத்தையும் முடிச்சிட்டேன்" . சாய்ரி மெழுகுவர்த்தியை ஊதி அணைக்க, இருவரும் வெளியே சென்றனர்.

சிறு ஓடையின் அடியில் ஒரு பிரகாசமான நெருப்பு எரிந்தது. டாம் குச்சிகளைக் கொண்டும் வயர்களைக் கொண்டும் இரண்டு கெட்டில்களைத் தொங்கவிட, அவை அடியில் எரிந்த நெருப்பால் குமிழிட்டன. ஷாரன் ரோஸ் எரியும் நெருப்பின் வெப்பத்துக்கு அப்பால் தரையில் குனிந்தாள். அவளுடைய கையில் நீண்ட கரண்டி இருந்தது. அம்மா கூடாரத்திலிருந்து வெளியே வருவதைப் பார்த்த அவள் நிமிர்ந்தாள்.

"அம்மா, எனக்கு ஒண்ணு கேக்கணும்."

"திரும்ப பயந்துட்டியா? அது ஏன், உன்னால இந்த ஒன்பது மாசத்த துக்கமில்லாமக் கடக்க முடியாதா?" என்று கேட்டாள் அம்மா.

"ஆனா, அது, - குழந்தைய பாதிக்குமா?"

அம்மா சொன்னாள், "துக்கத்துல பிறந்த குழந்த சந்தோஷமா இருக்கும்னு ஒரு பழமொழி இருக்கு. இல்லையா திருமதி வில்சன்?"

"நான் அப்படித்தான் கேட்டிருக்கேன்" என்றாள் சாய்ரி. "நான் இன்னொண்ணும் கேட்டிருக்கேன்: எக்கச்சக்க மகிழ்ச்சில பிறந்த குழந்தை துக்கம் நிறைஞ்சதா இருக்கும்."

"எனக்கு உள்ள எல்லாம் ஆடிக்கிட்டிருக்கு" என்றாள் ஷாரன் ரோஸ்.

"இருக்கட்டும். நாம யாரும் வேடிக்கைக்காக ஆடிக்கிட்டிருக்கல. நீ பானைகள மட்டும் பாத்துக்கிட்டிரு" என்றாள் அம்மா.

நெருப்பு வெளிச்சத்தின் எல்லையில் மக்கள் கூடியிருந்தனர். கருவிகளாக அவர்களிடம் மண்வெட்டியும், மண்வாரியும் இருந்தன. அப்பா தரையில் அடையாளமிட்டார். எட்டடி நீளமும், மூன்றடி அகலமும் இருந்தது அது. அவர்கள் மாறி, மாறி வேலை செய்தனர். அப்பா மண்வெட்டியை வைத்து மண்ணை வெட்ட, ஜான் மாமா மண்ணை வாரிப் போட்டார். அல் வெட்ட, டாம் மண்ணை வாரினான். வேலையின் வேகம் குறையாததால், குழி ஆழமானது. மண் வேகமாக குழியிலிருந்து பறந்து வந்தது. டாம் அந்த நீள்சதுரக் குழியில் தோள் அளவு ஆழத்தில் இருக்கும்போது கேட்டான், "எவ்வளவு ஆழம், அப்பா?"

"நல்ல ஆழமா. இன்னும் கொஞ்சம் அடி ஆழம். நீ இப்ப வெளிய வா டாம். ஒரு காகிதத்த எடுத்து எழுது."

டாம் குழியிலிருந்து தாவி வெளியே வர, நோவா அவனுடைய இடத்தை எடுத்துக் கொண்டான். நெருப்பை விசிறிக் கொண்டிருந்த அம்மாவிடம் சென்றான். "உங்கிட்ட காகிதமும், பேனாவும் இருக்கா அம்மா?"

அம்மா மெதுவாகத் தலையாட்டிவிட்டுச் சொன்னாள், "கிடையாது. அது நாம கொண்டு வராததுல ஒண்ணு." அவள் சாய்ரியைப் பார்த்தாள். அந்தக் குட்டையான பெண் வேகமாகக் கூடாரத்தை நோக்கி நடந்தாள். ஒரு வேதாகமத்தையும், ஒரு பென்சிலையும் கொண்டு வந்தாள். "இதோ. முன்னால ஒரு பக்கம் காலியா இருக்கு. அதுல எழுதி அதக் கிழி." அவள் புத்தகத்தையும், பென்சிலையும் டாமிடம் கொடுத்தாள்.

டாம் நெருப்பு வெளிச்சத்தில் அமர்ந்தான். தன் கண்களைச் சுருக்கி கவனத்தைக் குவித்தான். கடைசியில் மெதுவாகவும், கவனமாகவும் கடைசிப்பக்கத்தில் பெரிய தெளிவான வார்த்தைகளில் எழுதினான்:"இங்கே இருப்பது ஸ்ட்ரோக்கால் இறந்த முதிய மனிதர் வில்லியம் ஜேம்ஸ் ஜோட்.

அவருடைய ஆட்களிடம் அடக்கம் செய்யப் பணமில்லாததால் இங்கு புதைத்தனர். யாரும் அவரைக் கொல்லவில்லை. ஸ்ட்ரோக்கால்தான் இறந்தார்." அவன் நிறுத்தினான். "அம்மா, இதைக் கேள்." அவன் அதை அவளுக்கு மெதுவாகப் படித்துக் காட்டினான்.

"அது நல்லதாத்தான் தெரியுது. அதுல புனித வேதாகமத்தில இருந்து எதாவது எழுத முடியாதா? அது மதம் சார்ந்ததா இருக்கும். அதத் திறந்து புனித வாக்கியம் எதாவது எடு."

"சின்னதா இருக்கணும்" என்றான் டாம். "பக்கத்துல ரொம்ப இடம் இல்ல."

"இறைவா அவரது ஆன்மாவுக்கு கருணை காட்டும் கறது எப்படி?" என்று சாய்ரி கேட்டாள்.

"இல்ல" என்றான் டாம். "அவர தூக்கில போட்ட மாதிரி தோணுது. நான் எதையாவது பாத்து எழுதறேன்." அவன் பக்கங்களைப் புரட்டி தன் உதடுகளால் முணுமுணுத்துக் கொண்டே படித்தான். "இங்க ஒண்ணு சின்னதா நல்லா இருக்கு. 'அவர்களிடம் நிறைய சொல்லப்பட்டு விட்டது, ஓ, அப்படியில்லை, என் இறைவா."

"எதுவும் புரியல"என்றாள் அம்மா. "நீ எதாவது எழுதறதா இருந்தா, அதுக்கு எதாவது பொருள் இருக்கணும்."

சாய்ரி சொன்னாள், "நீ மேல திருப்பி சங்கீதத்துக்குப் போ. உனக்கு எப்பவுமே சங்கீதத்தில இருந்து எதாவது கிடைக்கும்."

டாம் பக்கங்களைப் புரட்டி வசனங்களைப் பார்த்தான். "இதோ, இங்க ஒண்ணு இருக்கு. இது அருமையான ஒரு வசனம். ஒரு மதத்தை முழுசா காட்டுது: 'வழிமாறியதை முழுமையாக மன்னிக்கப்பட்ட ஒருவர், பாவம் மூடப்பட்டவர், ஆசீர்வதிக்கப்பட்டவர்'. இது எப்படி?"

"அது உண்மையிலயே அருமையானது. அத எழுது" என்றாள் அம்மா.

டாம் அதைக் கவனமாக எழுதினான். அம்மா ஒரு பழ ஜாடியைக் கழுவி தண்ணீரை வடித்தாள். அதன்மேல் டாம் மூடியை வைத்து இறுக்கமாக மூடினான். "ஒருவேள போதகர்தான் இதை எழுதியிருக்கணும்" என்றான் அவன்.

அம்மா சொன்னாள், 'இல்ல, போதகருக்கு இது எதுவும் தேவையில்ல." அவள் அவனிடமிருந்து ஜாடியை வாங்கிக் கொண்டு கூடாரத்துக்குள் சென்றாள். அவள் கட்டியிருந்த மெத்தையைப் பிரித்து அதற்குள் பழ ஜாடியை உள்ளே நுழைத்து குளிர்ந்திருந்த மெலிந்த கைகளினுள் வைத்து

விட்டு மீண்டும் மெத்தையை கட்டினாள். பிறகு மீண்டும் நெருப்புக்கருகில் சென்றாள்.

ஆண்கள் சவக்குழியிலிருந்து வந்தனர். அவர்களது முகங்கள் வியர்வையால் நிரம்பியிருந்தன. "நடக்கட்டும்" என்றார் அப்பா. அவரும், ஜானும், நோவாவும், அல்லும் கூடாரத்துக்குள் சென்று நீண்ட சுருட்டப்பட்டிருந்த மெத்தையைக் கொண்டு வந்தனர். அவர்கள் அதை சவக்குழிக்குக் கொண்டு சென்றனர். அப்பா குழிக்குள் குதித்து அந்த மெத்தையை வாங்கி மெதுவாகக் குழிக்குள் வைத்தார். ஜான் மாமா கையைக் கொடுத்து அப்பாவை குழியிலிருந்து மேலேற்றி விட்டார். "பாட்டி?" என்று கேட்டார் அப்பா.

"நான் பாக்கறேன்" என்று சொல்லிவிட்டு அம்மா சென்று மெத்தையில் உட்கார்ந்திருந்த பாட்டியை ஒரு கணம் பார்த்தாள். பிறகு அவள் சவக்குழிக்குச் சென்றாள். "தூங்கறாங்க" என்றாள். "ஒருவேள இத அவங்க எனக்கெதிராத் திருப்பலாம். ஆனா நான் அவங்கள எழுப்பப் போறதில்ல. அவங்க ரொம்ப சோர்வா இருக்காங்க."

அப்பா கேட்டார், "போதகர் எங்க? நாம பிரார்த்தனை செய்யணும்".

டாம் சொன்னான், "அவர் சாலையிலிருந்து கீழே நடந்தத நான் பார்த்தேன். அவர் இனிமே பிரார்த்தனை செய்யறத விரும்பல."

"பிரார்த்தனை செய்ய விரும்பலியா?"

"இல்ல" என்றான் டாம். "அவர் இனிமே போதகர் இல்ல. அவர் போதகரா இல்லாத போது அவர் மக்கள போதகர் மாதிரி நடிச்சு ஏமாத்த விரும்பல. யாரும் அவரக் கேக்கக் கூடாதுன்னு அவர் போயிட்டார்னு நான் நினைக்கறேன்."

கேஸி டாம் பேசுவதைக் கேட்டுக் கொண்டே அமைதியாக நெருங்கி வந்திருந்தார். "நான் ஓடிப்போக மாட்டேன்" என்றார் அவர். "நான் உங்களுக்கு உதவுவேன், ஆனா ஏமாத்த மாட்டேன்."

அப்பா சொன்னார், "நீங்க சில வார்த்தைகள சொல்ல மாட்டீங்களா? எங்க ஆளுங்க யாரையுமே எந்த வார்த்தைகளும் சொல்லாம அடக்கம் செஞ்சதில்ல."

"நான் சொல்றேன்" என்றார் போதகர்.

கோனி ஷாரனின் ரோஸை புதைகுழிக்கு அருகில் அழைத்து வந்தான். அவள் தயங்கினாள். "நீ போகணும்" என்றான் கோனி. "போகாம இருக்கறது நாகரீகமில்ல. அது கொஞ்ச நேரம்தான்."

குவிந்திருந்தவர்கள் மேல் நெருப்பு வெளிச்சம் பட்டு அவர்களது முகங்களையும், கண்களையும் காட்டின. அவர்களது ஆழ்ந்த நிற உடைகளில் குறைவாகவே வெளிச்சம் தெரிந்தது. இப்போது அவர்களது தலையிலிருந்த தொப்பிகள் அகற்றப்பட்டிருந்தன. வெளிச்சம் மக்களின் மேல் பட்டு நடனமாடியது.

கேஸி சொன்னார், "இது சின்னதா இருக்கும்." அவர் தன் தலையைக் குனிந்து வணங்க, மற்றவர்களும் வணங்கினர். கேஸி மரியாதையுடன் பேசினார், "இங்கு ஒரு முதியவர் ஒரு வாழ்க்கையை வாழ்ந்து அதை முடித்துக் கொண்டிருக்கிறார். அவர் நல்லவரா, கெட்டவரா என்பது எனக்குத் தெரியாது, அது ஒரு விஷயமுமல்ல. அவர் உயிருடன் இருந்தார் என்பதுதான் விஷயம். இப்போது அவர் இறந்து விட்டார், அது ஒரு விஷயமில்லை. ஒரு காலத்தில் ஒருவர் கூறிய கவிதையைக் கேட்டிருக்கிறேன். அவர் சொல்கிறார், 'வாழும் அனைத்தும் புனிதமானது.' அதை யோசித்தபோது, அந்த வார்த்தைகள் சொல்வதை விட அதில் அதிகப் பொருள் உள்ளது. நான் இறந்த அந்த முதிய மனிதனுக்காகப் பிரார்த்திக்கவில்லை. அவர் நன்றாக இருக்கிறார். அவர் செய்வதற்கு வேலை இருக்கிறது. ஆனால் அவையெல்லாம் அவருடன் கிடத்தப்பட்டிருக்கின்றன. அவற்றைச் செய்வதற்கு ஒரே வழிதான் உள்ளது. ஆனால் நாம், நமக்குச் செய்வதற்கு வேலை இருக்கிறது, அதைச் செய்வதற்கு ஆயிரம் வழிகள் உள்ளன. நமக்கு எதை எடுத்துக் கொள்வதென்று தெரியாது. நான் பிரார்த்தனை செய்வதாக இருந்தால், எந்தத் திசையில் செல்வதென்று தெரியாதவர்களுக்காகவே இருக்கும். இங்கே இருக்கும் தாத்தா அதை எளிதாக நேராகப் பெற்றார். இப்போது அவரை மூடி அடக்கம் செய்து அவரது வேலையைச் செய்ய விடுங்கள்." அவர் தன் தலையை நிமிர்த்தினார்.

அப்பா, "ஆமென்" என்று கூற, மற்றவர்களும் "ஆமென்" என்று கூறினர். இப்போது அப்பா மண்வெட்டியை எடுத்து அதில் பாதி மண்ணை நிரப்பி குழிக்குள் பரப்பிவிட்டு அதை ஜான் மாமாவிடம் கொடுத்தார். ஜான் ஒரு மண்வெட்டி முழுதும் மண்ணை எடுத்துப் போட்டார். பிறகு அது ஒவ்வொரு கையாக அவரது முறைக்காகச் சென்றது. அனைவரும் தமது கடமையையும், உரிமையையும் எடுத்துக் கொண்ட பிறகு, அப்பா மணலை எடுத்து வேகமாகக் குழியை நிரப்பினார். பெண்கள் இரவு உணவைக் கவனிப்பதற்காக நெருப்புக்கருகில் சென்றனர். ருத்தியும், வின்ஃபீல்டும் ஆழ்ந்து போய்ப் பார்த்துக் கொண்டிருந்தனர்.

ருத்தி மரியாதையுடன் சொன்னாள், "அங்கே கீழே தாத்தா இருக்கிறார்." வின்ஃபீல்ட் அவளை மிரட்சியுடன் பார்த்தான். பிறகு அவன் நெருப்புக்கு அருகில் ஓடிச் சென்று உட்கார்ந்து கொண்டு தேம்பினான்.

அப்பா குழியைப் பாதி நிரப்பி விட்டு நின்று கொண்டு மூச்சிறைக்கவும், ஜான் மாமா மீதி வேலையை முடித்தார். ஜான் மணலை சமப்படுத்திக் கொண்டிருந்தபோது டாம் அவரை நிறுத்தினான். "கேளுங்க, நாம அப்படியே சவக்குழியா விட்டுட்டுப் போனா உடனே திறந்திடுவாங்க. நாம அத மறைக்கணும். தரைய சமப்படுத்திட்டு அது மேல புல்லைத் தூவிடுவோம். நாம அதச் செய்யணும்."

"நான் அத யோசிக்கல. ஒரு புதைகுழிய குவிக்காம விடக்கூடாது" என்றார் அப்பா.

"வேற வழியில்ல" என்றான் டாம். "அவங்க உடனே உடலத் தோண்டி எடுத்துடுவாங்க. நாம சட்டத்த மீறினதுக்காக பிடிபடுவோம். சட்டத்த மீறினதுக்காக எனக்கு என்ன கிடைச்சதுன்னு உங்களுக்குத் தெரியும்."

"ஆமாம். நான் அத மறந்துட்டேன்" என்றார் அப்பா. அவர் ஜானிடமிருந்து மண்வெட்டியை வாங்கி சவக்குழியை சமப்படுத்தினார். "குளிர்காலம் வரட்டும், மண் அமுங்கிடும்" என்றார்.

"வேற வழியில்ல. நாம குளிர்காலத்துல ரொம்ப தூரம் போயிடுவோம். அத நல்லா சமப்படுத்துங்க, அதுல புல்லத் தூவிடுவோம்" என்றான் டாம்.

பன்றிக்கறியும், உருளைக்கிழங்கும் தயாரானதும் குடும்பங்கள் தரையில் அமர்ந்து உணவுண்டனர். நெருப்பை வெறித்துப் பார்த்துக் கொண்டே, அமைதியாக இருந்தனர். தன் பற்களால் பன்றிக் கறியை கிழித்துக் கொண்டே வில்சன் கூறினார், "பன்னிய சாப்பிட்றது நல்லாருக்கு."

"எங்ககிட்ட ரெண்டு பன்னிக்குட்டி இருந்தது. அத சாப்பிட்டுட்றது நல்லதுன்னு எங்களுக்குத் தோணிச்சு. அதுல எதுவும் கிடைக்காது. நாம பயணப்பட்றபோது, அம்மா ரொட்டி சுட முடியும். அது உண்மையிலயே நல்லா இருக்கும். ரெண்டு மிளாவும், பன்னிக்கறியும் டிரக்கில இருக்கறப்போ ஊரப் பார்க்கறது. நீங்க எவ்வளவு நாளா பயணப்பட்டுக்கிட்டிருக்கீங்க?"

வில்சன் தன் பற்களை நாக்கால் சுத்தப்படுத்திக் கொண்டு விழுங்கினார். "நாங்க அவ்வளவு அதிர்ஷ்டசாலியா இல்ல. வீட்லேருந்து கிளம்பி மூணு வாரம் ஆச்சு."

"அடக்கடவுளே!. நாங்க கலிஃபோர்னியாவுக்கு பத்து நாள் இல்லேன்னா அதுக்கு குறைச்சலான நாள்ல போய்ச் சேர்ந்துடலாம்னு நினைச்சோம்."

அல் குறுக்கிட்டான். "எனக்குத் தெரியலப்பா. நாம வச்சிருக்கற சாமானுக்கு நாம அங்க போய்ச் சேராமக் கூட இருக்கலாம். வழில மலைகள் வராம இருக்கணும்."

அவர்கள் நெருப்புக்கருகில் அமைதியாக இருந்தனர். அவர்கள் முகங்கள் குனிந்திருக்க, அவர்களது முடியும், நெற்றியும் நெருப்பு வெளிச்சத்தில் தெரிந்தன. நெருப்புவெளிச்சத்தின் மேல் கோடைகால நட்சத்திரங்கள் சிறிதாக மின்ன, பகலின் வெப்பம் சிறிது சிறிதாகக் குறைந்து கொண்டிருந்தது. நெருப்பிலிருந்து தூரத்தில் பாட்டி ஒரு நாய்க்குட்டியைப் போல் மெத்தையில் மென்மையாகத் தேம்பினாள். அனைத்துத் தலைகளும் அவளை நோக்கித் திரும்பின.

“ரோசாஷார்ன், ஒரு நல்ல பொண்ணா பாட்டி கிட்டப் போய்ப் படுத்துக்க. அவளுக்கு இப்போ யாராவது வேணும். இப்போ அவங்களுக்குத் தெரியுது” என்றாள் அம்மா.

ஷாரன் ரோஸ் எழுந்து மெத்தைக்கு நடந்து அந்தப் பெண்மணிக்கு அருகில் படுத்துக் கொண்டாள். அவர்களது முணுமுணுப்புக் குரல்கள் நெருப்பிற்கு அருகில் கேட்டன. ஷாரன் ரோசும், பாட்டியும் மெத்தையில் சேர்ந்து கிசுகிசுப்பாகப் பேசிக் கொண்டனர்.

“என்ன வினோதம்னா, தாத்தாவ இழந்தது எனக்கு வித்தியாசமா தெரியல. முன்ன இருந்தத விட நான் ஒண்ணும் சோகமா இல்ல” என்றான் நோவா.

“அது ஒரேமாதிரித்தான். தாத்தாவும் பழைய இடமும், ரெண்டும் ஒண்ணுதான்” என்றார் கேஸி.

“இது ரொம்ப வெக்கமானது. அவர் என்ன செய்யப்போறார், எப்படி திராட்சையைப் பிழிஞ்சு தன் தலை மேல ஊத்திக்கிட்டு தன் முகச் சுருக்கம் வழியா வழிய விடப்போறார்னெல்லாம் பேசிக்கிட்டிருந்தார்” என்றான் அல்.

கேஸி கூறினார், “அவர் எப்பவுமே ஏமாத்திக்கிட்டிருந்தார். அவருக்குத் தெரியும்னு நான் நினைக்கறேன். தாத்தா இன்னைக்கு ராத்திரி சாகல. அவர நீங்க எப்ப அந்த இடத்தில இருந்து நகத்தினீங்களோ, அப்பவே செத்துட்டார்”.

“உங்களுக்கு அது நிச்சயமா தெரியுமா?” என்று அப்பா கத்தினார்.

“அப்படியில்ல. அவர் மூச்சு விட்டுக்கிட்டிருந்தார். ஆனா அவர் செத்துட்டார். அவர்தான் அந்த இடம். அது அவருக்குத் தெரியும்.”

ஜான் மாமா கேட்டார், “அவர் செத்துக்கிட்டிருந்தார்ங்கறது உங்களுக்குத் தெரியுமா?

“ஆமாம். எனக்குத் தெரியும்.”

ஜான் அவரை வெறித்துப் பார்த்தார். அவரது முகத்தில் மிரட்சி தோன்றியது. “ஆனா நீங்க யார்கிட்டயும் சொல்லல?”

"அதுனால என்ன நல்லது நடக்கப்போகுது?"

"நாங்க – நாங்க எதாவது செஞ்சிருப்போம்."

"என்ன?"

"எனக்குத் தெரியல, ஆனா –"

"இல்ல" என்றார் கேஸி. "உங்களால ஒண்ணும் செஞ்சிருக்க முடியாது. உங்க வழி தீர்மானமா இருந்தது. தாத்தாவுக்கு அதுல பங்கு இல்ல. அவர் யாரையும் துன்புறுத்தல. இன்னைக்கு காலைல முதல்ல நடந்ததத் தவிர. அவர் நிலத்துல இருந்துக்கிட்டிருக்கார். அவரால அத விட்டு வர முடியல."

ஜான் மாமா ஆழ்ந்த பெருமூச்சு விட்டார்.

வில்சன் சொன்னார், "நாங்க என்னோட சகோதரர் வில்ல விட்டுட்டு வர வேண்டியிருந்தது." தலைகள் அவரை நோக்கித் திரும்பின. "நாங்க ரெண்டு பேரும் நாப்பது வருஷமா அக்கம் பக்கமா இருந்தோம். அவர் என்ன விட மூத்தவர். நாங்க ரெண்டு பேருமே கார் ஓட்டினதில்ல. நாங்க போய் எல்லாத்தையும் வித்தோம். வில்லும் ஒரு கார் வாங்கினார். அவர் அத எப்படி ஓட்டணும்னு அவருக்கு கத்துக் கொடுக்க ஒரு பையன அனுப்பினாங்க. நாங்க புறப்பட்ற அன்னைக்கு மத்தியானம் வில்லும் மின்னி அத்தையும் பயிற்சி செய்யப் போனாங்க. ரோடு திரும்புற ஒரு இடத்தில அவர் 'ஓஓ"ன்னு கத்திக்கிட்டே ஒரு வேலிக்குள்ள விட்டுட்டார். "ஓ, வேசி மகனே"ன்னு கத்திக்கிட்டு காஸ் டாங்க உடைச்சு ஒரு குழிக்குள்ள விட்டுட்டார். அவ்வளவுதான். வேற எதுவும் அவர்கிட்ட விக்கறதுக்கு இல்ல, காரும் இல்ல. ஆன அது அவரோட சொந்த தப்பு, கடவுளுக்கு மகிமை உண்டாகட்டும். அவர் எங்ககூட வராததுல ரொம்ப கடுப்பா இருக்கார். அங்க உக்காந்துக்கிட்டு வசவு மேல வசவா கொடுத்துக்கிட்டிருக்கார்.

"அவர் என்ன செய்யப் போறார்?"

"எனக்குத் தெரியல. அவர் அத யோசிக்கற அளவுல இல்ல. ரொம்ப கடுப்பா இருக்கார். எங்களால காத்திருக்க முடியல. போகறதுக்கு வெறும் எம்பத்தஞ்சு டாலர்தான் இருக்கு. எங்களால இருந்து அதக் குறைக்க முடியல, ஆனா எப்படியும் அத செலவழிச்சிட்டோம். நூறு மைல் கூட தாண்டல, பின்னாடி ஒரு பல் உடைஞ்சு போய் அதுக்கு முப்பது டாலர் செலவு. அப்புறம் ஒரு டயர் வாங்கினோம், அப்புறம் ஸ்பார்க் பிளக் உடைஞ்சு போச்சு, சாய்ரிக்கு உடம்பு சரியில்லாமப் போச்சு. பத்து நாளா நிக்க வேண்டியதாப் போச்சு. இப்ப பாழாப்போன கார் திரும்ப நின்னு போச்சு. பணம் ரொம்ப குறைச்சலா இருக்கு. நாங்க எப்ப கலிஃபோர்னியா

போவோம்னு எனக்குத் தெரியல. என்னால மட்டும் கார சரி பண்ண முடிஞ்சா, ஆனா எனக்கு காரப் பத்தி எதுவும் தெரியாது.''

அல் முக்கியமாகக் கேட்டான், ''என்ன பிரச்சனை?''

''அது ஓட மாட்டேங்குது. புறப்படுது, உதறிட்டு நின்னு போயிடுது. திரும்ப ஒரே நிமிஷத்துல கிளம்புது, அப்புறம் அத ஓட வைக்கறதுக்கு முன்னால திரும்ப நின்னு போயிடுது.''

''ஒரு நிமிஷம் ஓடிட்டு நின்னு போயிடுதா?''

''ஆமாம் ஐயா. எவ்வளவு காஸ் அதுக்கு நான் கொடுத்தாலும், அத ஓட வைக்க முடியல. ரொம்ப மோசமா போய், இப்ப அத நகத்தக் கூட முடியல.''

அல் அப்போது மிகவும் பக்குவப்பட்டும், பெருமையுடனும் இருந்தான். ''உங்க காஸ் குழாய்ல அடைப்புன்னு நினைக்கறேன். அந்த அடைப்ப எடுத்துடறேன்.''

அப்பாவும் கூட பெருமையடைந்தார். ''அவன் வண்டில நல்லா வேல செய்வான்'' என்றார் அவர்.

''நீங்க உதவி செஞ்சா நிச்சயமா நன்றி சொல்றேன். அத சரி செய்ய முடியாததுல ஒரு சின்னப் பையன மாதிரி தோணுது. நாம கலிஃபோர்னியா போய்ச் சேந்ததும் ஒரு நல்ல கார எனக்கு வாங்கற நோக்கம் இருக்கு. அது ஒருவேள பழுதாகாது.''

''நாம அங்க போய்ச் சேர்ற போது: அங்க போய்ச் சேர்றதே பிரச்சனை'' என்றார் அப்பா.

''ஆனா அதுக்கு மதிப்பிருக்கு'' என்றார் வில்சன். ''அங்க பழத்த எடுக்கறதுக்கு ஆட்கள் வேணும், நல்ல கூலி கிடைக்கும்னு நோட்டீஸ் பாத்திருக்கேன். நாம அங்க நிழல்ல பழத்த பொறுக்கிக்கிட்டு அப்பப்ப கொஞ்சம் சாப்பிட்டுக்கிட்டு இருக்கறது எப்படி இருக்கும்னு நினைச்சுப் பாருங்க. நாம எவ்வளவு சாப்பட்றோம்னு அவங்க கவலைப்படவே மாட்டாங்க. ஏன்னா அவ்வளவு ஏராளமா அவங்க கிட்ட இருக்கு. அதோட நல்ல கூலி. ஒரு ஆளு தனக்கு கொஞ்சம் நிலமும் வாங்கிக்கிட்டு கூடுதல் பணத்துக்காக வேலையும் பாக்கலாம். கொஞ்ச வருஷத்துல அவன் தனக்குச் சொந்தமா ஒரு இடம் கூட வாங்கலாம்.''

''நாங்களும் நோட்டீசெல்லாம் பாத்தோம். எங்கிட்டயே இப்ப ஒண்ணு இருக்கு.'' அவர் தன் பர்சை எடுத்து மடித்த ஆரஞ்சு நிற நோட்டீசை எடுத்தார். அதிலிருந்த கருநிற எழுத்துகள் கூறின, ''பழம் பொறுக்குபவர்கள் கலிஃபோர்னியாவில் தேவை. அனைத்துப் பருவநிலைகளிலும் நல்ல கூலி. *800* பேர் தேவை.''

வில்சன் ஆர்வத்துடன் அதைப் பார்த்தார். "அட, அதத்தான் நானும் பாத்தேன். இதேதான். ஒருவேள – அவங்களுக்கு ஏற்கனவே 800 பேர் கிடைச்சிருப்பாங்கன்னு நினைக்கிறீங்களா?"

அப்பா சொன்னார், "இது கலிஃபோர்னியாவில ஒரு சின்ன பகுதிதான். அதுதான் நம்ம நாட்டில இருக்கிற இரண்டாவது பெரிய மாகாணம். ஒருவேள அவங்களுக்கு 800 பேர் கிடைச்சிருந்தாலும், இன்னும் வேற நிறைய இடம் இருக்கு. எப்படின்னாலும் நான் பழம் பொறுக்குவேன். நீங்க சொல்ற மாதிரி, மரநிழலுக்குக் கீழ இருந்து பழம் பொறுக்கறது – அத சின்னக் குழந்தைங்க கூட செய்ய முடியும்."

திடீரென அல் எழுந்து வில்சனின் பயணக் காருக்கு அருகே சென்றான். அதை ஒரு கணம் பார்த்து விட்டு வந்து அமர்ந்து கொண்டான்.

"நீ அத இன்னைக்கு ராத்திரி சரி செய்ய முடியாது" என்றார் வில்சன்.

"எனக்குத் தெரியும். நாளைக்குக் காலைல அதப் பாக்கறேன்."

டாம் தனது இளைய சகோதரனை கவனமாக கவனித்தான். "நானே அத மாதிரி ஒண்ண யோசிச்சிக்கிட்டிருந்தேன்."

"நீங்க ரெண்டு பேரும் எதப் பத்தி பேசிக்கிட்டிருக்கீங்க?" என்று விசாரித்தான் நோவா.

டாம், அல் இருவரும் மௌனமாகி அடுத்தவர் பதிலளிக்கக் காத்திருந்தனர். "நீ சொல்லு" என்றான் அல் இறுதியாக.

"ஒரு வேளை அது சரியானதா இல்லாம இருக்கலாம் இல்லேன்னா அல் நினைக்கறதா இல்லாம இருக்கலாம். எப்படின்னாலும் அது இங்க இருக்கு. நம்மகிட்ட அளவுக்கதிகமா சுமை இருக்கு. ஆனா திரு.வில்சன், திருமதி வில்சன் கிட்ட இல்ல. நாம சில பேரு அவரோட கார்ல ஏறிக்கிட்டு அவரோட எடையில்லாத பொருள் சிலத டிரக்கில ஏத்திக்கிட்டோம்னா நாம எந்த ஸ்பிரிங்கையும் உடைக்காம மலைல ஏற முடியும். அல்லுக்கு காரப் பத்தியும் தெரியும்கறதுனால அதையும் ஓட வைக்க முடியும். நாம சேந்து பயணம் செஞ்சோம்னா எல்லாருக்கும் நல்லது."

வில்சன் குதித்தெழுந்தார். "ஏன், நிச்சயமா. எங்களுக்கு அது பெருமையாவும் இருக்கும். நிச்சயமா நாங்க வருவோம். சாய்ரி, கேக்குதா?"

"இது நல்ல விஷயம்" என்றாள் சாய்ரி. "அது உங்களுக்கு சுமையா இருக்காதா?"

"கடவுள் அருளால இல்ல" என்றார் அப்பா. "அது சுமையாவே இருக்காது. நீங்க எங்களுக்கு உதவியா இருப்பீங்க."

வில்சன் அமைதியின்றி அமர்ந்தார். "எனக்குத் தெரியல".

"உங்களுக்கு என்ன விஷயம் தெரியணும்?"

"இத பாருங்க – எங்கிட்ட வெறும் முப்பது டாலர்தான் பாக்கியிருக்கு. ஆனா நான் பாரமா இருக்க மாட்டேன்"

அம்மா சொன்னாள், "நீங்க பாரமா இருக்க மாட்டீங்க. ஒவ்வொருத்தரும் அடுத்தவங்களுக்கு உதவுவோம், நாம கலிஃபோர்னியாவுக்கு போயிடலாம். சாய்ரி வில்சன் தாத்தாவ அடக்கம் செய்ய உதவினாங்க". அவள் நிறுத்தினாள். உறவு தெளிவாக இருந்தது.

அல் சத்தமிட்டான், "அந்த கார்ல எளிதா ஆறு பேர் போகலாம். நான் ஓட்றதா இருந்தா, ரோசாஷார்ன், கோனி, பாட்டி. அப்புறம் நாம இதுல இருக்கற எடை குறைஞ்ச பொருட்கள எடுத்து டிரக்குல ஏத்திடலாம். அடிக்கடி இடம் மாத்திக்கலாம்." தன் மீது இருந்த கவலைகளின் சுமை குறைந்ததில் அவன் சத்தமாகப் பேசினான்.

அவர்கள் வெட்கத்துடன் சிரித்து தரையைப் பார்த்தார்கள். அப்பா புழுதி படிந்த தரையில் தன் விரல் நுனியை ஓட்டினார். "அம்மாவுக்கு சுத்திவர ஆரஞ்சு மரம் இருக்கற ஒரு வெள்ளை வீடு வேணும்னு ஆசை. அவ பாத்த ஒரு காலண்டர்ல ஒரு பெரிய படம் இருந்தது."

"எனக்குத் திரும்ப நோவு வந்தா, நீங்க அங்க போகணும். நாங்க சுமையா இருக்க மாட்டோம்" என்றாள் சாய்ரி.

அம்மா சாய்ரியை கவனமாகப் பார்த்தாள். முதன்முறையாக அவளது வலி மிகுந்த கண்களையும், வலியால் சுருங்கிய முகத்தையும் அவள் பார்ப்பது போலிருந்தது. அம்மா சொன்னாள், "நீங்க கடக்கறத நாங்க பாக்கப் போறோம். நீங்களே சொன்னீங்க, உதவி வேண்டாததா ஆக்க நீங்க விரும்ப மாட்டீங்கன்னு."

அவள் தன் சுருக்கம் மிகுந்த கைகளை நெருப்பின் வெளிச்சத்தில் பார்த்தாள். "இன்னைக்கு ராத்திரி கொஞ்சம் தூங்கணும்." அவள் எழுந்து கொண்டாள்.

"தாத்தா – அவர் இறந்து ஒரு வருஷம் ஆன மாதிரி இருக்கு" என்றாள் அம்மா.'

குடும்பங்கள் திருப்தியாகக் கொட்டாவி விட்டுக் கொண்டே சோம்பலுடன் தூங்கச் சென்றன. அம்மா தகரத் தட்டுகளை லேசாகத் தேய்த்து விட்டு எண்ணைக் கசடு நீங்க ஒரு மாவுச் சாக்கால் துடைத்தாள். நெருப்பு அணைந்து, நட்சத்திரங்கள் இறங்கின. சில பயணிகள் கார்கள் இப்போது உயர்வேகச்சாலையில் சென்றன. ஆனால் பெரும் போக்குவரத்து டிரக்குகள் அவ்வப்போதுதான் நிலத்தில் சிறு அதிர்வை உண்டாக்கிவிட்டுச்

சென்றன. நட்சத்திரங்களின் வெளிச்சத்தில் சாக்கடைக்குக் கீழிருந்த கார்கள் தெரியவேயில்லை. சாலையில் இருந்த சர்வீஸ் ஸ்டேஷனில் கட்டப்பட்டிருந்த நாய் ஒன்று ஊளையிட்டது. குடும்பங்கள் அமைதியாகத் தூங்கிக் கொண்டிருந்தன. ஒரு வயலெலி துணிவு ஏற்பட்டு மெத்தையில் ஓடியது. சாய்ரி வில்சன் மட்டும்தான் விழித்திருந்தாள். அவள் வானத்தைப் பார்த்து விட்டு வலிக்காகத் தன் உடலை முறுக்கிக் கொண்டாள்.

14

மாற்றம் தொடங்கியதைக் கண்டு மேற்கத்திய நிலம் பதற்றமாகி இருந்தது; ஒரு பெரும் புயலுக்கு முன்னால் குதிரைகளைப் போன்று மேற்கத்திய மாகாணங்கள் பதற்றமாகி இருந்தன. மாற்றத்தை உணர்ந்தும் அதன் இயல்பை அறியாததால் பெருமுதலாளிகள் பதற்றமாகி இருந்தனர். பெருமுதலாளிகள் உடனடியான விஷயங்களான விரிவடையும் அரசு, வளரும் தொழிலாளர் ஒற்றுமை ஆகியவற்றைத் தாக்கினர்; புதிய வரிகள், திட்டங்களைத் தாக்கினர்; இவையெல்லாம் விளைவுகள், காரணங்களல்ல என்பதை அறியாமல் தாக்கினர். விளைவுகள், காரணங்களல்ல; காரணங்கள் ஆழமாகவும், தெளிவகவும் இருந்தன – காரணங்கள் ஒரு வயிற்றின் பசி, பெருக்கல் பத்து லட்சம் முறை; ஒரேஒரு ஆன்மாவின் பசி, மகிழ்ச்சிக்காகவும், சிறிது பாதுகாப்புக்காவும் பசி, பெருக்கல் பத்து லட்சம் முறை; தசைகளும், மனமும் வளர்வதற்கும், வேலை செய்வதற்கும், உருவாக்கவும் உளைகின்றன, பெருக்கல் பத்து லட்சம் முறை. ஒரு மனிதனின் கடைசி, தெளிவான, துல்லியமான வரையறை – தசைகள் வேலை செய்ய உளைகின்றன, ஒரே ஒரு தேவையைத் தாண்டி மனங்கள் உளைகின்றன – இதுதான் மனிதன். ஒரு சுவரைக் கட்ட, ஒரு வீட்டைக் கட்ட, ஒரு அணையைக் கட்ட. ஒரு சுவரில், வீட்டில், அணையில் மனிதனின் சுயத்திலிருந்து எதையோ அளிப்பது, சுவரிலிருந்து, வீட்டிலிருந்து, அணையிலிருந்து எதையோ எடுத்துக் கொள்வது; தூக்குவதிலிருந்து வலுவான தசையைப் பெறுவது, உருவாக்குவதிலிருந்து தெளிவான வழிகளையும், வடிவத்தையும் எடுத்துக் கொள்ளுவது. பிரபஞ்சத்தில் எந்த உயிருள்ள, உயிரற்ற வேறெதையும் போலல்லாமல் ஒரு மனிதன் தன் பணியைத்தாண்டி வளர்கிறான், தன் கோட்பாடுகளின் படிகளில் ஏறுகிறான், தனது வெற்றிகளைத் தாண்டி எழுச்சி அடைகிறான். ஒரு மனிதனைப் பற்றி இதைச் சொல்லலாம் – கருத்தியல்கள் மாறி, நொறுங்கியபோது, பள்ளிகள், கோட்பாடுகள், தேசிய, மத, பொருளாதார குறுகிய இருண்ட துணைச் சிந்தனைகள் வளர்ந்து, மாறி நொறுங்கியபோது, மனிதன் சென்றடைந்து, சில சமயம் வலியுடன், சிலசமயம் தவறாகத் தடுமாறி முன்னேறுகிறான். முன்னால் அடியெடுத்து வைத்ததால் அவன் பின்னடைவை சந்திக்கலாம்.

ஆனால் பாதிதான், முழு அடியல்ல. இதை நீங்கள் சொல்லலாம், அதை அறிவீர்கள், அறியலாம். கருநிற விமானங்களிலிருந்து குண்டுகள் சந்தையின்மீது வீசப்படும்போது, கைதிகள் பன்றிகள் போல் மாட்டிக் கொண்டிருக்கும்போது, நசுங்கிய உடல்கள் புழுதியில் அசிங்கமாகப் புரளும்போது நீங்கள் இதை அறியலாம். இதை இந்த வழியில் நீங்கள் அறியலாம். அடியை எடுத்து வைக்காமல் இருந்தால், தடுமாறி முன்னால் எடுத்து வைக்கும் வலி இல்லாதிருக்குமானால், குண்டுகள் விழாது, தொண்டைகள் வெட்டப்பட்டிருக்காது. குண்டுகள் விழுவது நின்று குண்டு போடுபவர்கள் உயிரோடு இருக்கும் நேரத்தைக் கண்டு அஞ்சுங்கள் – ஏனென்றால் ஒவ்வொரு குண்டும் உணர்வு அழியவில்லை என்பதன் நிரூபணம். வேலைநிறுத்தங்கள் நின்று பெருமுதலாளிகள் வாழும் நேரத்தைக் கண்டு அஞ்சுங்கள் – ஏனென்றால் அடியெடுத்து வைக்கப்பட்டு விட்டது என்பதற்கு தோற்கடிக்கப்பட்ட ஒவ்வொரு சிறிய வேலைநிறுத்தமும் நிரூபணமாக உள்ளது. இதையும் நீங்கள் தெரிந்து கொள்ளலாம் – ஒரு கோட்பாட்டுக்காக ஒரு மனித சுயம் துன்புற்று மடியாது. ஏனென்றால் இந்த ஒரு குணம் ஒரு மனித சுயத்தின் அடிப்படை, மனிதனின் இந்த ஒரு குணம் பிரபஞ்சத்தில் தனிப்பட்ட ஒன்று.

மாற்றம் துவங்கியதில் மேற்கத்திய மாகாணங்கள் பதற்றமடைந்தன. டெக்சாசும், ஓக்லஹாமாவும், கன்சாசும், அர்கன்சாசும், நியூ மெக்சிகோவும், அரிசோனாவும், கலிஃபோர்னியாவும். ஒரே ஒரு குடும்பம் நிலத்திலிருந்து வெளியேறியது. அப்பா வங்கியிலிருந்து பணம் கடனாகப் பெற்றார், இப்போது வங்கி நிலத்தைக் கேட்கிறது. நில கம்பெனி – அதுதான் நிலமிருக்கும்போது வங்கி – அதற்கு டிராக்டர்கள் வேண்டும், ஆனால் நிலத்தில் குடும்பங்கள் வேண்டாம். டிராக்டர்கள் மோசமானவையா? நீண்ட வயலை உழுது புரட்டிப் போடும்சக்தி தவறானதா? டிராக்டர்கள் நம்முடையதானால் அது நல்லதாக இருக்கும் – என்னுடையதல்ல, நம்முடையது. நம்முடைய நிலத்தில் நீண்ட சேற்றைப் புரட்டிப் போடும்போது அது நல்லது, என்னுடைய நிலமல்ல, நம்முடையது. இந்த நிலம் நம்முடையதாக இருந்தபோது நாம் அதை விரும்பியது போல் அந்த டிராக்டரையும் அப்போது நாம் விரும்ப முடியும். ஆனால் இந்த டிராக்டர் இரண்டு விஷயங்களைச் செய்கிறது – இந்த நிலத்தைப் புரட்டுகிறது, நம்மை இந்த நிலத்தை விட்டுப் புரட்டிப் போடுகிறது. இந்த டிராக்டருக்கும், ஒரு பீரங்கிக்கும் சிறிது வேறுபாடுதான் உள்ளன. இந்த இரண்டாலும் மக்கள் விரட்டப்படுகிறார்கள், அச்சுறுத்தப்படுகிறார்கள், துன்பமடைகிறார்கள். நாம் இதைப் பற்றி சிந்திக்க வேண்டும்.

ஒரு மனிதன், ஒரு குடும்பம் நிலத்திலிருந்து விரட்டப்பட்டது; இந்த துருப்பிடித்த கார் உயர்வேகப்பாதையில் மேற்கை நோக்கிப் பயணிக்கிறது. நான் என் நிலத்தை இழந்தேன் ஒரே ஒரு டிராக்டர், என் நிலத்தை எடுத்துக் கொண்டது. நன்தனியனாக இருக்கிறேன், கையறு நிலையில் இருக்கிறேன். இரவில் ஒரு குடும்பம் ஒரு சாக்கடையில் முகாமிடுகிறது, இன்னொரு குடும்பம் அங்கு நிற்கிறது, கூடாரங்கள் முளைக்கின்றன. இரண்டு மனிதர்கள் குத்துக்காலிட்டு அமர்ந்திருக்க, பெண்களும், குழந்தைகளும் கேட்கிறார்கள். மாற்றத்தை வெறுத்து, புரட்சியைக் கண்டு அஞ்சுபவர்களே, இங்குதான் முடிச்சு இருக்கிறது. அமர்ந்திருக்கும் இரண்டு மனிதர்களைப் பிரியுங்கள்; ஒருவரையொருவர் வெறுத்து, அஞ்சி, சந்தேகம் கொள்ளச் செய்யுங்கள். இங்குதான் நீங்கள் அஞ்சும் விஷயத்தின் மையம் இருக்கிறது. இதுதான் கரு. ஏனென்றால் இங்குதான் "நான் என் நிலத்தை இழந்தேன்" என்பது மாறுகிறது; கரு பிரிக்கப்பட்டு அந்தப் பிளவிலிருந்து நீங்கள் வெறுக்கும் அந்த விஷயம் வளர்கிறது – "நாங்கள் எங்கள் நிலத்தை இழந்தோம்." இங்குதான் அபாயம் உள்ளது. ஏனெனில் ஒருவர் மற்றவரைப் போல் தனிமையாகவோ, குழப்பமடைந்தோ இல்லை. இந்த முதல் "நாமிலிருந்து" இன்னும் ஆபத்தானதொரு விஷயம் வளர்கிறது: "என்னிடம் கொஞ்சம் உணவு இருக்கிறது" என்பதும் "என்னிடம் எதுவுமில்லை" என்பதும். இந்தப் பிரச்சனையிலிருந்து கூட்டாக, "எங்களிடம் சிறிது உணவு இருக்கிறது" என்பது வந்தால், விஷயம் தன் வழியில் செல்கிறது, இயக்கத்துக்கு ஒரு திசை கிடைத்து விட்டது. இப்போது ஒரு சிறு பெருக்கல்தான், இந்த நிலம், இந்த டிராக்டர் இரண்டும் எங்களுடையது. இரண்டு மனிதர்கள் சாலையின் அருகில் ஒரு குழியில் அமர்ந்து கொண்டு, சிறிது நெருப்பு, ஒரு சிறு சட்டியில் மாமிசக் குழம்பு கொதிக்க, அமைதியாக கல்போன்ற பார்வையுடன் பெண்கள் இருக்க; பின்னால் தமது மனம் புரிந்து கொள்ளாத வார்த்தைகளைக் கேட்டுக் கொண்டு குழந்தைகள் நின்றிருந்தனர். இரவு கவிகிறது. குழந்தைக்கு சளி பிடித்திருக்கிறது. இதோ, இந்தப் போர்வையை எடுத்துக் கொள். இது கம்பளி. இது என் அம்மாவின் கம்பளி- இதைக் குழந்தைக்கு எடுத்துக் கொள். இதுதான் குண்டுக்கான விஷயம். இதுதான் துவக்கம் – "நான்"இலிருந்து "நாங்கள்."

மக்களிடம் இருக்க வேண்டிய பொருட்களை சொந்தமாக நீங்கள் வைத்திருந்து, இதைப் புரிந்து கொண்டால், நீங்கள் அதைப் பாதுகாக்கலாம். பெய்ன், மார்க்ஸ், ஜெஃபர்சன், லெனின் ஆகியோர் விளைவுகள், காரணங்களல்ல என்பதை நீங்கள் புரிந்து கொள்ள முடிந்தால், நீங்கள் பிழைத்திருக்கலாம். ஆனால் உங்களால் அதை அறிய முடியாது. ஏனென்றால் சொந்தமாக்கிக் கொள்வது என்ற குணம் உங்களை "நான்"

என்பதில் நிரந்தரமாக உறைய வைத்து நிரந்தரமாக "நாம்" என்பதிலிருந்து விலக்கி விடும்.

மாற்றம் துவங்கியதில் மேற்கத்திய மாகாணங்கள் பதற்றமாக உள்ளன. தேவை என்னவென்றால் கோட்பாட்டுக்கு தூண்டுதல், கோட்பாட்டிலிருந்து செயல்பாடு. நாட்டின் ஊடாக ஐந்து லட்சம் பேர் பயணிக்கின்றனர்; மேலும் பத்து லட்சம் பேர் பயணிக்கத் தயாராக அமைதியின்றி உள்ளனர்; மேலும் பத்து லட்சம் பேர் முதல்கட்டப் பதற்றத்தில் உள்ளனர்.

டிராக்டர்கள் நிலத்தில் ஏராளமான மண்ணைப் புரட்டிப் போடுகின்றன.

15

66ம் எண் சாலையில் ஹாம்பர்கர் கடைகள் – அல் & சூசி – கார்ல் லஞ்ச் – ஜோ& மின்னி – வில்'ச் ஈட்ஸ். தங்கிச்செல்லும் கொட்டகைகள். முன்னால் இரண்டு காசலின் பம்புகள், ஒரு திரையிட்ட கதவு, நீண்டதொரு மது அருந்தும் விடுதி, ஸ்டூல்கள், ஒரு நடைபாதை. கதவுக்கருகில் மூன்று சூதாட்ட மெஷின்கள். கண்ணாடியின் வழியாக அந்த மூன்று பார்களும் கொடுக்கக் கூடிய வெள்ளிப் பணத்தைக் காட்டிக் கொண்டிருக்கின்றன. அவற்றுக்கருகில் ஒரு துத்தநாக போனோகிராஃப். அதனருகில் குவியலாக வட்டவடிவ ரிக்கார்டுகள் கடலையைப் போல் குவிந்து கிடக்கின்றன. எப்போது வேண்டுமானாலும் அவை நடன இசையை ஒலிக்கத் தயாராக உள்ளன. "டி-டி-டி-டி-பின்", "நினைவுகளுக்காக நன்றி", பிங் கிராஸ்பி, பென்னி குட்மேன். கல்லாவின் ஒரு முனையில் மூடப்பட்ட கண்ணாடி அலமாரி; அதற்குள் இருமல் மிட்டாய், தூக்கம் வராது என்ற பெயருடன் காஃபின் சல்பேட், நோ-டோஸ்; மிட்டாய்கள், சிகரெட்டுகள், ரேஸர் பிளேடுகள், ஆஸ்பிரின், புரோமோ-ஸெல்ட்சர், அல்கா-செல்ட்சர். சுவரில் சுவரொட்டிகள் அலங்கரிக்கின்றன. வழுவழுப்பான முகங்களுடன், பெரிய மார்புகளுடனும், சிறுத்த இடையுடனும், வெள்ளைநிற குளியல் உடை அணிந்து கொண்டு கையில் கோகோகோலா பாட்டிலை வைத்துக் கொண்டு புன்னகைக்கிறார்கள்- கோகோகோலாவுடன் என்னவெல்லாம் கிடைக்கும் பாருங்கள். நீண்ட மது அருந்தும் விடுதி, உப்பு, மிளகு, கடுகு டப்பாக்கள், காகிதத் துடைப்பான்கள். கல்லாவுக்குப் பின்னால் பியர் குழாய்கள், பின்னால் காப்பிக் குடுவைகள், காப்பியின் அளவைக் காட்டிக் கொண்டிருக்கும் கண்ணாடி மூடிகள். வயர் கூடையில் தின்பண்டமான பையும், நான்கு நான்காக ஆரஞ்சுகளும். உண்டபிறகு உண்ண சிறிய குவியல்களாக வறுத்த சோளம் பல வடிவங்களில் வைக்கப்பட்டுள்ளது.

பளபளப்பான மைக்காவில் மின்னும் வாசகங்கள்: அம்மா செய்வது போன்ற கடலை. கடன் எதிரியை உருவாக்கும். நாம் நண்பர்களாக இருப்போம். பெண்கள் புகைக்கலாம், ஆனால் எங்கே உட்காருவதென்பதில் கவனமாக இருக்கவும். இங்கே உணவு உண்டு உங்கள் மனைவியை செல்லப்பிராணியாக வைத்துக் கொள்ளவும். அது மோசமா?

கீழே ஒரு முனையில் சமைக்கும் தட்டுகள், குழம்புச் சட்டிகள், உருளைக்கிழங்குகள், வறுக்கும் சட்டி, வறுத்த மாட்டுக்கறி, சாம்பல்நிறத்தில் வறுத்த பன்றிக்கறியும் வெட்டப்படக் காத்திருக்கின்றன.

மின்னியோ, சூசியோ அல்லது மேயோ கல்லாவுக்குப் பின்னால் நடுத்தர வயதுடன், சுருட்டை முடியுடன், கன்னச் சிவப்புடன், வியர்க்கும் முகத்தில் பவுடருடனும் நிற்கின்றனர். மென்மையான குறைந்த குரலில் ஆர்டர்களைப் பெற்றுக் கொண்டு அவற்றை மயில் போன்ற கடூரமான குரலில் சமையல்காரர்களிடம் கூறுகின்றனர். கல்லாவை வட்ட வடிவத்தில் துடைத்து, பெரிய பளபளப்பான காப்பிக் குடுவைகளை மெருகேற்றுகின்றனர். சமையல்காரர் ஜோவோ, கார்லோ, அல்லோ, வெள்ளை நிற கோட்டும் ஏப்ரனும் அணிந்து கொண்டு, சமையல் தொப்பியின் கீழ் முன்நெற்றியில் முத்துப் போன்ற வியர்வையுடன் உள்ளனர்; உணர்வுகளை வெளிக்காட்டாமலும், எப்போதாவது பேசிக் கொண்டும், ஒவ்வொரு புதியவர் நுழையும்போதும் ஒரு கணம் நிமிர்ந்து பார்த்துக் கொண்டும் உள்ளனர். இரும்பு வலையைத் துடைத்துக் கொண்டு, ஹாம்பர்கரை அதில் வாட்டிக் கொண்டும் இருக்கின்றனர். மேயின் ஆர்டர்களை மென்மையாக மறுபடி கூறிக்கொண்டே, வலையைச் சுரண்டி, துடைத்து விடுகின்றனர். உணர்வுகளை வெளிக்காட்டாமலும், அமைதியாகவும். மேதான் தொடர்பாளர். அவர் புன்னகையுடனும், எரிச்சலுடனும், கிட்டத்தட்ட வெடித்து விடும் நிலையிலும் இருக்கிறார்; டிரக் டிரைவர்களைத் தவிர, கடந்த காலத்தைக் கண்கள் பார்க்கும்போது அவர் புன்னகைக்கிறார். இணைப்பின் முதுகெலும்பு ஒன்று உள்ளது. அங்குதான் டிரக்குகள் நிற்கும், வாடிக்கையாளர்கள் வருவார்கள். டிரக் டிரைவர்களை ஏமாற்ற முடியாது என்பது அவர்களுக்குத் தெரியும். அவர்களுக்கு ஒரு குவளை பழைய காப்பியைக் கொடுங்கள், அவர்கள் இணைப்பிலிருந்து விடுபடுவார்கள். அவர்களை சரியாக நடத்தினால் அவர்கள் திரும்ப வருவார்கள். மே தன் அனைத்து சக்தியுடனும் டிரக் டிரைவர்களை நோக்கிப் புன்னகை செய்வாள். அவள் தன்னைச் சற்று அடக்கிக் கொண்டு, தன் கைகள் தூக்கும் போது, தன் மார்புகள் உயர்வது போல் தன் தலைமுடியைச் சரி செய்து கொள்வாள். பெரும் விஷயங்கள், சிறந்த நேரம், சிறந்த நகைச்சுவையை வெளிக்காட்டுவது போல் தன் நாளை அமைத்துக் கொள்வாள். அல் ஒருபோதும் பேசுவதில்லை. அவன் மேயின்

குரலில் இருக்கும் உயிர்த்துடிப்பைக் கேட்டு நிமிர்ந்து பார்த்து விட்டு, பிறகு வலைக்கம்பியை ஒரு குறடை வைத்து சுரண்டி விட்டு, தட்டைச் சுற்றியிருக்கும் ஒரு இரும்பு தொட்டியில் எண்ணைக் கசடைச் சுரண்டி விடுவான். உப்பி வரும் ஒரு ஹாம்பர்கரைத் தன் கரண்டியைக் கொண்டு அமுக்கி விடுவான். வெட்டப்பட்ட ரொட்டியை சுடுவதற்கும், முறுகலாக்குவதற்கும் தோசைக்கல்லில் இடுவான். சிதறிக் கிடக்கும் வெங்காயத் துண்டுகளைக் கூட்டி மாமிசத்தின் மேல் குவித்துத் தன் கரண்டியால் உள்ளே அமுக்குவான். பாதி ரொட்டியை மாமிசத்தின் மேல் பக்கத்தில் நெய்யைத் தடவி விட்டு, மெலிய ஊறுகாயை தடவுவான். கரண்டியை மாமிசத்தின் மெலிய தோசையின் கீழ் நுழைத்து திருப்பிப் போட்டு நெய் தடவிய பக்கம் மேலிருக்கும் படியாக வைத்து, ஹாம்பர்கரை ஒரு சிறிய தட்டில் போடுவான். இந்த சாண்ட்விச்சின் அருகே சிறிது ஊறுகாய், இரண்டு கருநிற ஆலிவ் இலைகள். அல் அந்தத் தட்டை ஒரு எறிவட்டைப் போல் கல்லாவுக்குத் தள்ளுவான். பிறகு வலைத் தட்டைச் சுரண்டி விட்டு கொதித்துக் கொண்டிருக்கும் பானையை உணர்வின்றிப் பார்ப்பான்.

66ன் எண் சாலையில் கார்கள் பறக்கின்றன. மாஸ், டென், ஆர்.ஐ., என்.ஓய்., விடி, ஓஹியோ போன்ற நம்பர் பிளேட்டுகள் மேற்கே செல்கின்றன. அருமையான கார்கள் அறுபத்து ஐந்தில் பயணிக்கின்றன.

அங்கு ஒரு கார்ட்ஸ் செல்கிறது. டயர்களின் மேல் செல்லும் சவப்பெட்டி போல் அது இருக்கிறது.

"இயேசுவே, அவர்கள் எப்படிப் பயணிக்கின்றனர்!"

"அந்த லா சாலைப் பார்? நான் அதைத்தான் விரும்புவேன். நான் பட்டிக்காட்டான் அல்ல. நான் லா சாலைத்தான் விரும்புவேன்."

"உனக்குப் பெரியதுதான் வேண்டுமென்றால் காடுக்கு என்ன குறைச்சல்? கொஞ்சம் பெரியது, கொஞ்சம் அதிக வேகம் மட்டும்தான்."

"நானே எனக்கு ஒரு ஸிபைரை வாங்கினேன். எந்தப் பெரிய மதிப்பானதையும் நீ ஓட்டவில்லை, ஆனால் உனக்கு சிறப்பும், வேகமும் இருக்கிறது. எனக்கு ஒரு ஸிபைரைக் கொடுங்கள்."

"நீங்கள் இதைக் கேட்டு சிரிக்கலாம் – நான் ஒரு பியூக்-பியூக்கை எடுத்துக் கொள்கிறேன். அது எனக்குப் போதுமானது."

"ஆனால், அது ஸிபைரின் விலை ஆகிறது, ஆனால் அந்த அளவு வசதி இல்லை."

"எனக்குக் கவலையில்லை. ஹென்றி ஃபோர்டைப் போல் ஒன்றை வைத்துக்கொண்டு நான் செய்ய வேண்டியது எதுவுமில்லை. எனக்கு அவற்றைப் பிடிக்காது. ஒருபோதும் பிடித்ததில்லை. தொழிற்சாலையில் வேலை செய்த என் சகோதரன் ஒருவர் இருக்கிறான். அவன் சொல்வதைக் கேட்க வேண்டும்."

இருக்கட்டும், ஸிபைரில் வசதி இருக்கிறது."

உயர்வேகச்சாலையில் பெரிய கார்கள் செல்கின்றன. தளர்வான, வெப்பமிகுந்த பெண்கள், தம்மைச் சுற்றி ஆயிரம் தேவைகளை வைத்துக் கொண்டிருக்கும் மையக்கருக்கள்: கிரீம்கள், ஆயின்மெண்டுகள் ஆகியவை தம்மை ஈரப்பதத்துடன் வைத்துக்கொள்ள, தம் கூந்தல்களிலும், கண்கள், உதடுகள், நகங்கள், புருவம், இமைமுடி ஆகியவற்றில் பூசிக்கொள்ள பல்வேறு வண்ணங்களில் – கருப்பு, இளஞ்சிவப்பு, சிவப்பு, வெள்ளை, பச்சை, வெள்ளி – வண்ணம் தீட்டும் டப்பாக்கள், தமது வயிற்றை அசையச் செய்ய மாத்திரைகள். ஒரு பை முழுதும் பாட்டில்கள், ஊசிகள், மாத்திரைகள், பவுடர்கள். தமது பாலியல் உறவை எளிதாக்க நிறமற்ற, உற்பத்தி செய்யாத திரவங்கள், ஜெல்லிக்கள். இது தவிர உடைகள். எவ்வளவு தொந்தரவு!

கண்களைச்சுற்றித்தளர்வின் கோடுகள், வாயிலிருந்து அதிருப்திகளின் கோடுகள் கீழே இறங்குகின்றன, பருத்த மார்புகள் சிறு ஊஞ்சல் பைகளில் தொங்குகின்றன, வயிறும், தொடைகளும் ரப்பரின்மேல் மிகவும் சிரமப்படுகின்றன. வாய்கள் மூச்சு வாங்க, கண்கள் கடுகடுப்புடன் சூரியனையும், காற்றையும், பூமியையும் பார்க்க, உணவையும், சோர்வையும் வெறுத்துக் கொண்டும், நேரத்தை வெறுத்துக் கொண்டும், மிகவும் அபூர்வமாக அவர்களை அழகாக்கிக் கொண்டும் எப்போதும் அவர்களை முதியவர்களாக்கிக் கொண்டும் இருக்கின்றன.

அவர்களுக்கருகே பானை போன்ற வயிறுடன் இருக்கும் ஆண்கள் வெளிர்நிற கால்சட்டைகளுடனும், பனாமா தொப்பிகளுடனும் உட்கார்ந்திருந்தனர்; சுத்தமான, இளஞ்சிவப்பு ஆண்கள், புதிர் நிறைந்த, கவலையுடனும், அமைதியற்றும் இருந்த விழிகளுடன் அமர்ந்திருந்தனர். அவர்களது சூத்திரங்கள் வேலை செய்யவில்லை; பாதுகாப்புக்காக ஏக்கத்துடனும் அது பூமியிலிருந்து காணாமல் போய்விட்டதை உணர்ந்தும் இருந்ததால் அந்தக் கவலை. அவர்களது சட்டையின் பின்பக்கத்தில் அவர்கள் போகக் கூடிய தங்கும் விடுதிகள் மற்றும் சேவை கிளப்புகளின் அடையாளங்கள். சிறிதே கவலையிருக்கும் மனிதர்களின் எண்ணிக்கையில் அவர்கள் தமது தொழில் ஆர்வமிக்க சடங்குக் களவாணித்தனமல்ல(உண்மை அதுதானென்றாலும்) புனிதமானது என்று தமக்கு மறுவுறுதி செய்து கொள்ளவும் அங்கு அவர்கள் செல்கிறார்கள். அவர்களது மடமையின்

பதிவுகளைத் தாண்டி அந்தத் தொழிலதிபர்கள் அறிவாளிகள்; வலுவான தொழிலின் கோட்பாடுகளைத் தாண்டி அவர்கள் கருணைமிக்கவர்கள், வள்ளல்கள்; அவர்கள் அறிந்த மெல்லிய சோர்வு கொடுக்கும் வழக்கமான வாழ்வைத் தாண்டி அவை செல்வமிக்கவை; இனியும் அவர்கள் அச்சமடையாத காலம் வந்து கொண்டிருக்கிறது என்று நம்புபவர்கள்.

இந்த இருவரும் கலிஃபோர்னியாவுக்குப் போகிறார்கள்; பெவெர்லி-வில்ஷயர் தங்கும் விடுதியின் லாபியில் உட்கார்ந்து கொண்டு அவர்கள் பொறாமைப்படும் ஆட்கள் செல்வதை கவனிக்கப் போகிறார்கள், மலைகளைப் பார்க்கப்போகிறார்கள்– மனதில் வையுங்கள், மலைகளையும், மரங்களையும் அவர் தனது கவலைமிக்க கண்களாலும், அவள் சூரியன் தனது தோலை எப்படி வறட்சியடையச் செய்யும் என்று யோசித்துக் கொண்டும் பார்க்கப் போகிறார்கள். பசிபிக் பெருங்கடலைப் பார்க்கப் போகிறார்கள். நான் ஒன்றுமில்லாததற்கு எதிராக நூறாயிரம் டாலர்கள் பந்தயம் கட்டத் தயாராக இருக்கிறேன். அவர் சொல்லுவார், "நான் நினைத்தது போல் அது அவ்வளவு பெரிதாக இல்லை." அவள் கடற்கரையில் இருக்கும் புஷ்டியான இளம் பெண்களின் உடலைப் பார்த்துப் பொறாமைப் படப் போகிறாள். வீட்டுக்கு மீண்டும் திரும்புவதற்காகவே கலிஃபோர்னியாவுக்குப் போகிறார்கள். அவர்கள் சொல்ல விரும்புவார்கள்: "ட்ரொகடெரோவில் எங்களுக்கு அடுத்த டேபிளில் இன்னார் இருந்தார்கள். அவள் உண்மையில் சொதப்பல்தான், ஆனால் நல்ல உடைகளை அணிகிறாள்." அவர் சொல்லுவார், "நான் அங்கு நல்ல வலுவான தொழில் பேச்சு வார்த்தை நடத்தினேன். அங்கே வெள்ளை மாளிகையில் இருக்கும் அந்த ஆளை நாம் அகற்றும் வரை எந்த வாய்ப்பும் இல்லையென்று அவர்கள் நினைக்கிறார்கள்." மேலும், "எனக்குத் தெரிந்த ஆள் இதைச் சொன்னான் – அவளுக்கு மேகவெட்டை இருக்கிறது தெரியுமா. அவள் அந்த வார்னர் படத்தில் நடித்தாள். பலருடன் படுத்துத்தான் அவள் அந்த வாய்ப்பைப் பெற்றாள் என்று அந்த ஆள் சொன்னான். அவள் எதிர்பார்த்தது அவளுக்குக் கிடைத்தது." ஆனால் கவலைமிக்க கண்கள் ஒருபோதும் அமைதியாக இல்லை, பிதுங்கிய உதடுகள் ஒருபோதும் மகிழ்வுடன் இல்லை. ஒரு பெரிய கார் அறுபது மைல் வேகத்தில் பயணிக்கிறது.

"எனக்கு ஒரு குளிர்பானம் வேண்டும்."

"கொஞ்சம் முன்னால் எதோ ஒரு கடை இருக்கிறது. நிறுத்த விரும்புகிறாயா?"

"அது சுத்தமாக இருக்குமென நினைக்கிறீர்களா?"

"கடவுள் கைவிட்ட இந்த நாட்டில் அது சுத்தமாக இருப்பதை நீ பார்ப்பாய்."

"ஒரு பாட்டில் சோடா போதுமானதாக இருக்கும்."

அந்தப் பெரிய கார் கிறீச்சிட்டு நிற்கிறது. கவலையுடன் இருக்கும் குண்டு மனிதர் தன் மனைவிக்கு இறங்குவதற்கு உதவுகிறார்.

மே அவர்கள் உள்ளே நுழையும்போது அவர்களையும், அவர்களைத் தாண்டியும் பார்க்கிறாள். அல் தன் வலைக் கம்பியிலிருந்து நிமிர்ந்து பார்த்து விட்டு மீண்டும் குனிந்து கொள்கிறான். மேவுக்குத் தெரியும். அவர்கள் ஒரு ஐந்து சென்ட் சோடாவைக் குடித்து விட்டு அது குளிர்ச்சியாக இல்லையென்று குறை சொல்வார்கள். அந்தப் பெண் ஆறு துடைக்கும் காகிதத்தை உபயோகித்து விட்டுக் கீழே போடுவாள். அந்த மனிதர் மூச்சுத் திணறிவிட்டுப் பழியை மேவின் மீது போடுவார். அந்தப் பெண் ஏதோ கெட்டுப் போன மாமிசத்தை நுகர்வது போல் நுகர்ந்து பார்ப்பாள். பிறகு அவர்கள் மீண்டும் வெளியே சென்று அதன் பிறகு எப்போதும் மேற்கத்திய மக்கள் சிடுசிடுப்பானவர்கள் என்று கூறுவார்கள். அல்லுடன் தனியாக இருக்கும்போது மே அவர்களுக்கு ஒரு பெயர் வைத்திருந்தாள். அவர்களை அவள் குதிகால்பீ என்பாள்.

"டிரக் டிரைவர்கள். அவர்கள்தான் விஷயம் உடையவர்கள்."

"இதோ ஒரு பெரிய வண்டி வருகிறது. அது நிற்குமென்று நம்புகிறேன்; குதிகால்பீக்களின் சுவையை அவர்கள் எடுத்து விடுவார்கள். நான் அல்புகுவர்கில் ஒரு ஓட்டலில் வேலை செய்தபோது அல், அவர்கள் திருடுவதைப் பார்க்க வேண்டும் – ரொம்ப மோசம். அவர்கள் கார் பெரிதாக, பெரிதாக அவர்கள் அதிகமாகத் திருடுவார்கள்- துண்டுகள், சில்வர், சோப்புத் தட்டுகள். அதை என்னால் மதிப்பிடவே முடியவில்லை.

"அல், மொரோசெலி, அவர்களுக்கு எங்கிருந்து பெரிய கார்களும், பொருட்களும் கிடைத்ததென்று நினைக்கிறாய்? அவர்களுடனே பிறந்ததா? உங்களுக்கு எதுவும் எப்போதும் இருக்காது."

"ஒரு பொருள் ஏற்றிச் செல்லும் டிரக், ஒரு டிரைவர், உடன் மாற்று டிரைவர். ஜாவாவில் ஒரு கப் காப்பி சாப்பிட நிறுத்தினால் எப்படி இருக்கும்? எனக்கு இந்த இடத்தைத் தெரியும்."

"நம் கால அட்டவணை எப்படி?"

"நாம் முன்னே இருக்கிறோம்."

"அப்படியானால் நிறுத்து. அங்கே ஒரு பழைய போர்க்குதிரை இருக்கிறது. நல்ல ஜாவாவும் கூட."

டிரக் நிற்கிறது. காக்கி நிற ஓட்டுநர் கால்சட்டைகள், பூட்டுகள், குட்டை ஜாக்கெட்டுகள், பளபளப்பான இராணுவத் தொப்பிகள் அணிந்த இரண்டு மனிதர்கள். திரையிட்ட கதவைத் திறந்து அறைந்து மூடுகிறார்கள்.

"எப்படி இருக்க மே?"

"அந்த பெரிய பில் நாசமாப் போனவன் இல்லேன்னா நல்லாருக்கேன். நீ எப்பொ இந்த பயணத்துல திரும்பின?"

"ஒரு வாரம் முன்னாடி."

அடுத்த மனிதன் ஒரு காசை போனோகிராஃபில் போட்டு விட்டு அந்த வட்டு விடுபட்டு அதன் கீழ் சுற்றும் தட்டு உயர்வதைப் பார்க்கிறான். பிங் கிராஸ்பியின் குரல் – தங்கம். "கடற்கரையில் சூரியக்குளியல் நினைவுக்கு நன்றி – நீ ஒரு தலைவலியாக இருக்கலாம், ஆனால் சலிக்கச் செய்யவில்லை-". டிரக் டிரைவர் மேயின் காதுகளுக்காகப் பாடுகிறான், "நீ ஒரு ஹாடாக்காக இருந்திருக்கலாம், ஆனால் வேசியாக இல்லை-"

மே சிரிக்கிறாள். "உன் நண்பன் யாரு பில்? இந்தப் பயணத்துல புதுசு இல்ல?"

அடுத்தவன் ஒரு காசை சூது இயந்திரத்தில் போட்டு விட்டு நான்கு காசை வெல்கிறான், பிறகு அவற்றைத் திரும்பப் போடுகிறான். கல்லாவை நோக்கி நடக்கிறான்.

"என்ன வேணும்?"

"ஒரு குவளை ஜாவா. எந்த மாதிரி பை (தின்பண்டம்-pie) வச்சிருக்க?"

"வாழைப்பழ கிரீம், பைனாப்பிள் கிரீம், சாக்கலேட் கிரீம்- அப்புறம் ஆப்பிள்."

"ஆப்பிளே இருக்கட்டும். இரு – பெரிசா, அழுத்தமா இருக்கே, அது என்ன?"

மே அதைத் தூக்கி முகர்ந்து பார்க்கிறாள். வாழைப்பழ கிரீம்.

"ஒரு துண்டு வெட்டு; பெரிய துண்டா இருக்கட்டும்."

சூதாட்ட இயந்திரத்தில் இருந்த மனிதன் சொன்னான், மொத்தமா ரெண்டு.

"இது ரெண்டுதான். சமீபத்தில எதாவது புது ஜோக் வச்சிருக்கியா பில்?"

"இப்போ ஒரு பொண்ணுக்கு முன்னால கவனமா இருக்கணும்."

“இது மோசமில்ல. ஒரு சின்னப் பையன் ஸ்கூலுக்கு தாமதமா வந்தான். டீச்சர் கேக்கறாங்க, “நீ ஏன் தாமதமா வந்த?” பையன் சொல்றான், “ஒரு இளம்பசுவ கீழ கூட்டிக்கிட்டுப் போக வேண்டிருந்தது – இனப்பெருக்கம் செய்ய.” டீச்சர் கேக்கறாங்க, “அத உன்னோட வீட்டு பெரிசு செய்ய முடியாதா?. பையன் சொல்றான், “நிச்சயமா முடியும். ஆனா ஒரு காளைய மாதிரி செய்ய முடியாது.”

மே வெடித்துச் சிரிக்கிறாள், ஒரு கொடூரமான கிறீச்சிட்ட சிரிப்பு. ஒரு பலகையில் கவனமாக வெங்காயம் வெட்டிக் கொண்டிருக்கும் அல் நிமிர்ந்து பார்த்து சிரித்து விட்டுக் குனிந்து கொள்கிறான். டிரக் டிரைவர்கள், அவர்கள்தான் சரியான ஆட்கள். ஒவ்வொருவரும் மேவுக்கு கால் காசு விட்டுச் செல்லப் போகிறார்கள். பைக்கும், காப்பிக்கும் பதினந்து செண்டுகள், மேவுக்கு ஒரு செண்ட். அவர்கள் அவளை அடைய முயலவில்லை. இருவருமே இல்லை.

ஸ்டூலில் இரண்டு பேரும் சேர்ந்து உட்கார்ந்திருக்க, காப்பிக் குவளைகளின் மேல் ஸ்பூன்கள்நீட்டிக் கொண்டிருக்கின்றன. தன் இரும்பு வலையை தேய்த்துக் கொண்டிருக்கும் அல், கேட்டுக் கொண்டிருந்தாலும், எந்தக் கருத்தும் சொல்லவில்லை. பிங் கிராஸ்பியின் குரல் நிற்கிறது. சுற்றும் தட்டு இறங்கி வந்து தன் இடத்தில் உட்கார்கிறது. ஊதா நிற விளக்கு அணைகிறது. இந்த அனைத்தையும் வேலை செய்ய வைத்த அந்தக் காசு, கிராஸ்பியைப் பாடவும், ஒரு இசைக்குழுவை இசைக்கவும் வைத்த காசு – பெட்டிக்குள் இருந்த தொடர்புப் பகுதியில் இலாபம் அளிக்கும் இடத்தில் விழுந்தது. பெரும்பாலான பணம் போலல்லாமல் இந்தக் காசு, உண்மையில் ஒரு வேலை செய்தது, ஒரு விளைவுக்கு பொருண்மைக் காரணமாக இருந்தது.

காப்பி உலையில் கொதித்ததில் நீராவி மூடியைத் திறக்கிறது. குளிர்பதனப் பெட்டியின் கம்ப்ரெசர் மென்மையாக ஓடி அணைந்தது. மூலையில் இருந்த மின்விசிறி தன் தலையை முன்னும் பின்னும் ஆட்டி அறையில் ஒரு இளஞ்சூடான காற்றை நிரப்பியது. உயர்வேகப்பாதை 66ல் கார்கள் வேகமாகக் கடந்து செல்கின்றன.

“கொஞ்சம் முன்னாடி ஒரு மெசசூட்ஸ் கார் நின்னது” என்றாள் மே.

பெரிய பில் தன் சுட்டு விரலுக்கும் இரண்டாவது விரலுக்கும் இடையில் ஸ்பூனைப் பிடித்துக் கொண்டு தன் காப்பிக் குவளையைத் தூக்கினான். காப்பியை ஊதி ஆற்ற முனைந்தான். “நீ 66ல போயிருக்கணும். நாட்டோட எல்லா பகுதிலேர்ந்தும் கார்கள் வருது. எல்லாம் மேக்க போகுது. இத்தனைய இதுவரைக்கும் பாத்ததில்ல. நிச்சயமா ரோட்டுல எதாவது பெருசா இருக்கணும்.”

"இன்னைக்கு காலைல ஒரு நொறுங்கிப் போன ஒண்ண பாத்தோம்" என்றான் கூட்டாளி. "பெரிய கார். பெரிய கேட், சிறப்பா வேல செஞ்சது, உயரம் குறைவானது, கிரீம் கலர், நல்ல வேல. ஒரு டிரக்குல மோதிடுச்சு. ரேடியேட்டர் மடங்கி டிரைவர்ட வந்துடுச்சு. அனேகமா தொண்ணூறுல போயிட்டிருந்திருக்கணும். ஸ்டீரிங் வீல் அந்த ஆள அமுக்கி கொக்கிலேருந்து ஒரு தவள நெளியற மாதிரி வெளிய வரதுக்கு நெளிய வச்சுடுச்சு. கார்ல சிறந்த கார். தேன் மாதிரி. ஆனா அத இப்போ கடலைக்காய்க்கு வித்திடலாம். அந்த ஆள் தனியா ஓட்டிக்கிட்டிருந்தான்."

அல் தன் பணியிலிருந்து தலையை உயர்த்திப் பார்த்தான். "டிரக்க உடைச்சிடுச்சா?"

"ஓ இயேசுவே!. அது டிரக்கில்ல. அதுல ஒண்ணு கார வெட்டி அதுல மெத்தைங்க, குழந்தைங்க, கோழிங்கன்னு எல்லாம் ஏத்திருக்கு. மேற்க போறாங்கங்கறது உனக்குத் தெரியுமே. அந்த ஆள் எங்களத் தாண்டி தொண்ணூறுல போறான். எங்கள தாண்டும்போது ரெண்டு சக்கரத்துல போறான். எதிர்ல ஒரு கார் வந்ததுல அத தவிர்க்கறதுக்காக ஒடிச்சு, இந்த டிரக்குல மோதிட்டான். கண்ணு தெரியாத அளவு குடிச்ச மாதிரி ஓட்டினான். இயேசுவே, சுத்திவர பஞ்சு பறக்குது, கோழிங்க, குழந்தைங்க. ஒரு குழந்தை செத்துடுச்சு. இந்த மாதிரி கோரத்த பாத்ததில்ல. நாங்க நிறுத்தினோம். டிரக்க ஓட்டிட்டிருந்த கிழவர் செத்துப் போன குழந்தைய நின்னு பாத்துக்கிட்டிருந்தார். அவர்கிட்டேருந்து ஒரு வார்த்த கூட வாங்க முடியல. வாயடச்சுப் போச்சு. எல்லாம் வல்ல கடவுளே, சாலை முழுக்க மேற்க போற குடும்பங்கள்தான். இவ்வளவு பாத்ததே கிடையாது. எல்லாக் காலத்திலயும் மோசமானது. எந்த நரகத்துல இருந்து அவங்க வராங்கன்னு தெரியல."

"அவங்க எங்க போவாங்கன்னு தெரியல" என்றாள் மே. "சில சமயம் இங்க காஸ் வாங்க வராங்க. ஆனா வேற எதையும் வாங்கறதில்ல. அவங்க திருடறாங்கன்னு சொல்றாங்க. எங்ககிட்ட வெளிய எதுவும் இல்ல. எங்ககிட்டருந்து அவங்க எதையும் திருடல."

பெரிய பில் தன் பையை மென்று கொண்டே திரைபோட்ட ஜன்னல் வழியாக சாலையைப் பார்த்தான். "இப்ப உங்க பொருள எடுத்து வக்கறது நல்லது. அவங்க சில பேர் வராங்கன்னு நினைக்கறேன்."

ஒரு 1926 செடான் சோர்வுடன் உயர்வேகச்சாலையிலிருந்து வந்து நின்றது. பின்புற இருக்கையில் கூரை வரை சாக்குகள், சட்டிகள், 'பான்கள் நிறைந்திருக்க, மேலே இரண்டு பையன்கள் பயணித்தனர். கூரைக்கு மேல் ஒரு மெத்தையும், மடிக்கப்பட்ட கூடாரமும்; கூடாரத்துக்கான கம்புகள் பக்கவாட்டில் கட்டப்பட்டிருந்தன. கார் எரிவாயு குழாய்க்கருகே நின்றது.

கருநிற முடியுடன், கோடரி போன்ற முகத்துடன் ஒரு மனிதன் மெதுவாக வெளியே வந்தான். இரண்டு பையன்களும் பொருட்களின் மேலிருந்து சருக்கிக் கீழே குதித்தனர்.

மே கல்லாவைச்சுற்றி நடந்து வந்து கதவருகில் நின்று கொண்டாள். அந்த மனிதன் சாம்பல் நிற கம்பளிக் கால்சட்டையையும், கருநீலநிறச் சட்டையையும் அணிந்திருந்தான். முதுகுப் பக்கத்திலும், கட்கத்திலும் வியர்வையால் ஈரமாகியிருந்தது. பையன்கள் முழு உடையை அணிந்திருந்தனர். அவை கந்தலாகவும், ஒட்டுப் போடப்பட்டும் இருந்தன. முடி மென்மையாக இருந்ததுடன், அவை தலை முழுதும் ஒரே மாதிரியாக நீட்டி நிமிர்ந்து நின்று கொண்டிருந்தன. அப்படியாக அவை வெட்டப்பட்டிருந்தன. அவர்களது முகத்தில் புழுதி படிந்திருந்தது. அவர்கள் சேறு படிந்திருந்த குழாயடிக்குச் சென்று தமது கால்களை சேற்றில் அமிழ்த்தினர்.

அந்த மனிதர் கேட்டார், "அம்மா, எங்களுக்கு கொஞ்சம் தண்ணீர் கிடைக்குமா?"

மேயின் முகத்தில் சிறிது சங்கடம் தென்பட்டது. "நிச்சயமா, எடுத்துக்கோங்க." அவள் மென்மையாகச் சொல்லி விட்டு, "நான் குழாய கவனிச்சுக்கறேன்." அந்த மனிதர் ரேடியேட்டரின் மூடியைத் திருகித் திறந்து குழாயை அதில் சொருகுவதை அவள் அமைதியாகப் பார்த்துக் கொண்டிருந்தாள்.

அந்தக் காரிலிருந்த பெண், பழுப்பு நிற முடியுடன் கூடிய பெண் கூறினாள், "இங்க கிடைக்குமான்னு பாருங்க."

அந்த மனிதர் குழாயை மூடி விட்டு, மீண்டும் ரேடியேட்டர் மூடியைத் திருகி மூடினார். குட்டிப் பையன்கள் அந்தக் குழாயை அவரிடமிருந்து வாங்கிக் கொண்டு அதைத் தூக்கி தாகத்துடன் குடித்தனர். அந்த மனிதர் தனது ஆழ்ந்த நிறமுடைய, சாயம் போன தொப்பியை எடுத்து விட்டு ஆர்வமுடன் கூடிய அடக்கத்துடன் திரைக்கு முன் நின்றார். "எங்களுக்கு கொஞ்சம் ரொட்டி விக்க முடியுமா அம்மா?".

மே சொன்னாள், "இது பலசரக்குக் கடையில்ல. எங்ககிட்ட சாண்ட்விச் செய்யத்தான் ரொட்டி இருக்கு."

"எனக்குத் தெரியும் அம்மா". அவரது அடக்கம் வலியுறுத்துவதாக இருந்தது. "எங்களுக்கு ரொட்டி வேணும். கொஞ்ச காசுக்கு வேற எதுவும் கிடைக்காதுன்னு சொல்றாங்க."

"நாங்க ரொட்டிய வித்தா, நாங்க நஷ்டப்படுவோம்." மேயின் குரல் இப்போது தேய்ந்து கொண்டிருந்தது.

"நாங்க ரொம்ப பசியா இருக்கோம்."

"நீங்க ஏன் சாண்ட்விச் வாங்கக் கூடாது? எங்ககிட்ட நல்ல சாண்ட்விச், ஹாம்பர்கர்கள் இருக்கு."

"நிச்சயமா அத வாங்கறதுக்கு எங்களுக்கு ஆசதான் அம்மா. ஆனா எங்களால முடியாது. எங்க எல்லாருக்கும் வாங்க ஒரு டைம் வேணும்." பிறகு சங்கடத்துடன் சொன்னார், "எங்ககிட்ட ரொம்ப கொஞ்சம்தான் இருக்கு."

மே சொன்னாள், "ஒரு டைமுக்கு ரொட்டிய வாங்க முடியாது. எங்ககிட்ட பதினஞ்சு சென்ட் ரொட்டிதான் இருக்கு."

பின்னாலிருந்து அல் உறுமலுடன் கூறினான், "எல்லாம் வல்ல கடவுளே, மே, அவங்களுக்கு ரொட்டி குடு."

"ரொட்டி டிரக் வரதுக்கு நேரமாயிடும். அதுக்குள்ள நமக்கு ரொட்டி தீந்திடும்."

"தீந்துடுமா, ஒழியட்டும்" என்றான் அல். பிறகு அவன் பாவப்பட்ட பார்வையுடன் அவன் கிளறிக் கொண்டிருந்த உருளைக்கிழங்கு சாலடைக் குனிந்து பார்த்தான்.

மே தன் குண்டுத் தோள்களைக் குலுக்கிக் கொண்டு அந்த டிரக் டிரைவர்களை அவள் செய்யப் போவதைக் காட்டுவதற்காகப் பார்த்தாள்.

அவள் திரையிட்ட கதவைத் திறந்து கொண்டு நிற்க, அந்த மனிதர் வியர்வை நாற்றத்துடன் உள்ளே வந்தார். அவருக்குப் பின்னால் உள்ளே நுழைந்த பையன்கள் உடனடியாக மிட்டாய் டப்பாவுக்கருகில் சென்றனர். அவர்களுக்கு ஆவலோ இல்லை அதை வாங்க முடியுமென்ற நம்பிக்கையோ இல்லை. ஆனால் அதில் என்ன இருக்கிறது என்று பார்க்கும் ஆச்சரியமே இருந்தது. அவர்கள் முக அமைப்பிலும், அளவிலும் ஒரே மாதிரியாக இருந்தனர். ஒருவன் தன் புழுதி படிந்த ஒரு கால் கணுக்காலை இன்னொரு காலால் சுரண்டினான். அடுத்தவன் அவன் காதில் மென்மையாக ஒரு செய்தியை ஓத, அவர்கள் இருவரும் தமது கையை நேராக நீட்டி தமது மடக்கிய முஷ்டி தமது முழு பாக்கெட்டுகளிலிருந்து அந்த முஷ்டிகள் மெல்லிய நீலத் துணி வழியாகத் தெரியும்படி வைத்துக் கொண்டனர்.

மே ஒரு டிராயரைத் திறந்து வெளியே ஒரு மெழுகுக் காகிதத்தில் சுற்றப்பட்ட ரொட்டியை எடுத்தாள். "இதோ ஒரு பதினஞ்சு சென்ட் ரொட்டி இருக்கு."

அந்த மனிதர் தன் தொப்பியைத் தன் தலையில் மீண்டும் வைத்துக் கொண்டார். அவர் அசைக்க முடியாத அடக்கத்துடன் பதிலளித்தார், "நீங்க அத பத்து செண்ட்டுக்கு கொடுக்கற மதிரி வெட்டிக் கொடுக்கக் கூடாதா?"

அல் மூக்கால் பேசினான், "போயிட்டுப் போகட்டும் மே. அவங்களுக்கு அந்த ரொட்டியக் கொடுத்துடு."

அந்த மனிதர் அல்லிடம் திரும்பினார். "இல்ல, நாங்க அதுல பத்து செண்ட் மதிப்புள்ளதத்தான் வாங்க விரும்பறோம். நாங்க கலிஃபோர்னியாவுக்குப் போய்ச் சேர்றதுக்கு அப்படி நெருக்கமா கணக்குப் போட்டிருக்கோம் மிஸ்டர்."

மே வெறுத்துப் போய்ச் சொன்னாள், "இத நீங்க பத்து செண்ட்டுக்கே வாங்கிக்கலாம்."

"அது உங்கள கொள்ளையடிக்கறதா ஆயிடும் அம்மா"

"எடுத்துக்கங்க. அல் அத எடுத்துக்க சொல்றான்." அவள் மெழுகுக் காகிதம் சுற்றிய ரொட்டியை கல்லாவழியாகத் தள்ளினாள். அந்த மனிதர் ஒரு நீளமான தோல் சுருக்குப்பையைத் தன் பின்புற கால்சட்டைப் பையிலிருந்து உருவி சுருக்கைத் திறந்தார். அதில் அழுக்கான நோட்டுக்களும், சில்லறைகளும் கனமாக நிறைந்திருந்தன.

"இவ்வளவு கஞ்சத்தனமா இருக்கறது உங்களுக்கு வினோதமா தோணலாம்" என்று அவர் மன்னிப்புக் கோரினார். "நாங்க ஆயிரம் கிலோமீட்டர் போகணும். அங்க போய்ச் சேர முடியுமான்னு எங்களுக்குத் தெரியல." அவர் தன் பையைத் தன் சுட்டுவிரலை விட்டுத் தேடி ஒரு டைமைக் கண்டு பிடித்து எடுக்க முனைந்தார். அவர் அதை கல்லாவில் வைத்தபோது அதனுடன் ஒரு பென்னியும் வந்தது. அவர் அதை பையில் போட முனைந்தபோது, பையன்கள் மிட்டாய் டப்பாவருகே உறைந்து போய் நின்றிருந்ததைக் கவனித்தார். அவர் மெதுவாக அவர்களருகே சென்றார். அவர் டப்பாவில் உறையிட்ட நீண்ட பெப்பர்மிண்ட் மிட்டாய்களைக் காட்டினார். "அது ஒரு பென்னிக்கு கிடைக்குமா, அம்மா?"

மே அதைப் பார்ப்பதற்காக நகர்ந்தாள். "எதச் சொல்றீங்க?"

"அதோ அந்த உறை போட்டது"

குட்டிப் பையன்கள் தமது கண்களை அவளது முகத்தை நோக்கி நகர்த்தி, தம் மூச்சைப் பிடித்துக் கொண்டனர்; அவர்களது வாய்கள் பாதி திறந்திருக்க, அவர்களது அரை நிர்வாண உடல்கள் இறுக்கமாக இருந்தன.

"ஓ அதுவா. இல்ல, அது ஒரு பென்னிக்கு ரெண்டு"

"அப்ப அது ரெண்டு குடுங்கம்மா" என்றார் அவர் மென்மையாக. அவர் அந்த தாமிரக் காசை மெதுவாக கல்லாவில் வைத்தார். அந்தப் பையன்கள் பிடித்த தமது மூச்சை மெதுவாக விட்டனர். மே அந்த நீண்ட குழல்களை நீட்டினாள்.

"அத எடுத்துக்கங்க" என்றார் அந்த மனிதர்.

அவர்கள் வெட்கத்துடன் கையை நீட்டி ஆளுக்கு ஒரு குழலை எடுத்துக் கொண்டு, அவற்றைப் பார்க்காமல் தமது பக்கவாட்டில் கீழே வைத்துக் கொண்டனர். ஆனால் அவர்கள் ஒருவரை ஒருவர் பார்த்துக் கொள்ள, அவர்களது வாயோரம் இறுக்கமாக, சங்கடத்துடன் புன்னகைத்தன.

"நன்றி, அம்மா." அந்த மனிதர் ரொட்டியை எடுத்துக் கொண்டு கதவுக்கு வெளியே சென்றார். அந்தக் குட்டிப் பையன்கள் அவருக்குப் பின்னால் சிவப்புக் கோடிட்ட குழல்களை கால்களுக்கெதிராக இறுக்கமாகப் பிடித்துக் கொண்டு விறைப்பாகச் சென்றனர். அவர்கள் முன்பக்க இருக்கையின் மீது அணில்குட்டிகள் போல் துள்ளி ஏறி பொருட்களின் குவியல் மீது ஏறிக் கொண்டு அணில் குட்டிகள் போல் காணாமல் போயினர்.

அந்த மனிதர் காருக்குள் உட்கார்ந்து காரை இயக்க, மோட்டார் அதிர, நீல நிறப் புகை மேகம் போல் படர, பழையகால நாஷ் கார் உயர்வேகச்சாலையில் மேற்கே தன் வழியில் சென்றது.

உணவகத்துக்குள்ளிருந்து மேயும், அல்லும், டிரக் டிரைவர்களும் அவர்களை வெறித்துப் பார்த்தனர்.

பெரிய பில் திரும்பினான். "அது ஒண்ணும் ஒரு செண்டுக்கு ரெண்டு விக்கற மிட்டாயில்லயே?" என்றான் அவன்.

"அதுனால உனக்கென்ன?" என்று மே ஆத்திரத்துடன் கேட்டாள்.

"அது ஒரு நிக்கலுக்கு ஒரு மிட்டாயில்ல" என்றான் பில்.

"நாம போகணும்" என்றான் அடுத்தவன். "நமக்கு நேரமாகுது." அவர்கள் தமது பையில் கைவிட்டனர். பில் ஒரு காசை கல்லாவில் போட, அடுத்தவன் அதைப் பார்த்து விட்டு மீண்டும் கையை விட்டு இன்னொரு காசை எடுத்து வைத்தான். அவர்கள் திரும்பி கதவைப் பார்த்து நடந்தனர்.

"இவ்வளவு நேரமா" என்றான் பில்.

மே அழைத்தாள். "ஏய்!. ஒரு நிமிஷம் நில்லு. உனக்கு சில்லறை கொடுக்கணும்."

"நரகத்துக்குப் போ" என்றான் பில், திரையிட்ட கதவு அடித்துச் சார்த்தப்பட்டது.

அவர்கள் இருவரும் பெரிய டிரக்கில் ஏறுவதையும், முதலில் அது குறைந்த கியரில் கிளம்புவதையும், பிறகு மெதுவாக அதிகரிப்பதையும் பார்த்துக் கொண்டிருந்தாள். "அல் –"அவள் மென்மையாக அழைத்தாள்.

ஹாம்பர்கரைத் தட்டி மெழுகுக் காகிதத்தில் வைத்துக் கொண்டிருந்த அவன் நிமிர்ந்து பார்த்தான். "உனக்கு என்ன வேணும்?".

"இங்க பாரு". அவள் குவளைகளுக்கருகில் சுட்டிக் காட்டினாள் – இரண்டரை டாலர்கள். அல் அருகில் சென்று பார்த்து விட்டு, வேலைக்குத் திரும்பினான்.

"டிரக் டிரைவர்ங்க" என்று மரியாதையாகக் கூறிவிட்டு, "அவங்களுக்குப் பின்னால குதிகால் பீங்க."

ஈக்கள் திரையை லேசாக மோதிவிட்டுப் பறந்து சென்றன. குளிர்பதனப் பெட்டியின் கம்ப்ரெசர் அதிர்ந்து ஓடி விட்டு நின்றது. 66ம் எண் சாலையில் டிரக்குகளும், அருமையான கார்களும், ஓட்டை உடைசல்களும் கடந்து சென்றன; அவை வழக்கமாக விர்ரென்ற சத்தத்துடன் கடந்து சென்றன. மே தட்டுகளை எடுத்து அதிலிருந்து பையின் கரம்புகளைத் துடைத்து ஒரு வாளிக்குள் போட்டாள். ஒரு ஈரத் துணியை எடுத்து கல்லாவைச் சுற்றித் துடைத்தாள். அவளது கண்கள் உயிர்ப்புடன் இருந்த உயர்வேகச் சாலையைப் பார்த்தன.

அல் தனது கைகளைத் தன் ஏப்ரனில் துடைத்துக் கொண்டான். கம்பிவலைக்கு மேல் சுவரில் குத்தியிருந்த காகிதத்தைப் பார்த்தான். காகிதத்தில் மூன்று வரிகளில் குறியீடுகள் இருந்தன. அல் நீண்ட வரிசையில் இருந்ததை எண்ணினான். அவன் கல்லாவுக்குச் சென்று கணக்குப் புத்தகத்தில் "விற்பனை இல்லை" என்று எழுதி, ஒரு கைமுழுக்க காசை எடுத்தான்.

"என்ன செய்யற?" மே கேட்டாள்.

"மூணாம் நம்பர் குடுக்கறதுக்குத் தயாரா இருக்கு" என்றான் அல். அவன் மூன்றாம் எண் சூதாட்ட இயந்திரத்துக்குச் சென்று காசை உள்ளே போட்டு, சுற்ற, ஐந்தாம் சுற்றில் மூன்று பார்கள் மேலே வந்து ஜாக்பாட் அடித்தது. அல் கைமுழுக்க காசை எடுத்துக் கொண்டு கல்லாவுக்கு வெளியே சென்றான். அவற்றை உள்ளே போட்டு கணக்குப் புத்தகத்தை அறைந்து மூடினான். பிறகு தன் இடத்துக்குச் சென்று புள்ளிகளை அடித்தான்.

"மூணாம் நம்பர்ல மத்தத விட அதிகமா விளையாட்றாங்க. அதுகள இடம் மாத்தணும்னு நினைக்கறேன்." அவன் மூடியைத் திறந்து கொதித்துக் கொண்டிருந்த குழம்பைக் கிளறினான்.

"அவங்க கலிஃபோர்னியாவுல என்ன செய்வாங்கன்னு ஆச்சரியமா இருக்கு" என்றாள் மே.

"யாரு?"

"இப்ப வந்தாங்களே, அவங்க."

"கிருத்துவுக்குத்தான் தெரியும்" என்றான் அல்.

"ஒருவேள அவங்களுக்கு வேல கிடைச்சா?"

"அது எனக்கெப்படித் தெரியும்?"

அவள் உயர்வேகச்சாலையின் கிழக்குப் பக்கமாகப் பார்த்தாள். "இதோ ஒரு போக்குவரத்து ரெட்டையா வருது. அவங்க நிறுத்துவாங்களா? அவங்க நிறுத்துவாங்கன்னு நினைக்கறேன்." உயர்வேகச்சாலையிலிருந்து ஒரு கனமான டிரக் வந்து நின்றது. மே தன் உடையைச் சரி செய்து கொண்டு கல்லாவை முழுக்கத் துடைத்தாள். மின்னிக் கொண்டிருந்த காபி அடுப்பையும் சிலமுறை துடைத்து விட்டு, காஸ் அடுப்பை உயர்த்தினாள். அல் ஒரு கைமுழுக்க முள்ளங்கியைக் கொண்டு வந்து தோலை அகற்றத் தொடங்கினான். கதவைத் திறந்து கொண்டு இரண்டு சீருடையணிந்த டிரைவர்கள் வருகையில் மேயின் முகம் கிளர்ச்சியுடன் இருந்தது.

"வணக்கம் சகோதரி !"

"நான் எந்த மனுஷனுக்கும் சகோதரியாக மாட்டேன்" என்றாள் மே. அவர்கள் சிரிக்க, மேயும் சிரித்தாள். "என்ன வேணும், பையன்களா?"

"ஓ, ஒரு கப் ஜாவா. உங்கிட்ட எந்த மாதிரி பை இருக்கு?"

"பைனாப்பிள் கிரீம், வாழைப்பழ கிரீம், சாக்கலேட் கிரீம், ஆப்பிள்."

"சரி, எனக்கு ஆப்பிள் கொடு. இல்ல, இரு – அதோ பெரிசா அழுத்தமா இருக்கே, அது என்ன?

மே அந்தப் பையை எடுத்து முகர்ந்து பார்த்தாள். "பைனாப்பிள் கிரீம்".

"சரி, எனக்கு அதுல ஒரு பங்கு வெட்டி எடு."

கார்கள் 66ம் எண் சாலையில் விர்ரென்று பறந்தன.

16

ஜோடுகளும், வில்சன்களும் ஒரே குடும்பமாக மேற்கை நோக்கி ஊர்ந்தனர்; எல் ரெனோ, பிரிட்ஜ்போர்ட், கிளிண்டன், எல்க் நகரம், டெக்சோலா. அதோ எல்லை, ஓக்லஹாமா பின்னால். இந்த நாளில் கார்கள் மேலும் மேலும் நகர்ந்து டெக்சாசின் வழியாக நகர்ந்தன. ஷாம்ராக், அலன்ரீட், குரோம், யார்னெல். மாலையில் அவர்கள் அமரில்லோ வழியாகச் சென்றனர், நீண்ட தூரம் பிரயாணித்து மாலை மங்கியதும் முகாமிட்டனர். அவர்கள் சோர்வுடனும், புழுதி படிந்தும், சூடாகவும் இருந்தனர். பாட்டிக்கு சூட்டால் வலிப்பு ஏற்பட்டது. அவர்கள் நிறுத்தியபோது அவள் பலவீனமாக இருந்தாள்.

இரவில் அல் ஒரு வேலிக்கம்பைத் திருடி டிரக்கின் மேல் குறுக்குக் கம்பைக் கட்டி, இரண்டு பக்கத்தையும் இணைத்தான். இரவில் அவர்கள் காலையிலிருந்து பாதுகாத்த, குளிர்ந்து, இறுகிப் போன பிஸ்கெட்டுகளைத் தவிர வேறு எதையும் உண்ணவில்லை. அவர்கள் மெத்தை மீது விழுந்து அதே உடைகளுடன் உறங்கிப் போயினர். வில்சன்கள் தமது கூடாரத்தைக் கூட விரிக்கவில்லை.

இரண்டு நாட்கள் அந்தக் குடும்பங்கள் ஓடிக் கொண்டே இருந்தன. ஆனால் மூன்றாவது நாள் அவர்களுக்கு நிலம் பெரிதாகக் கிடைக்க, அவர்கள் ஒரு புது வகையான முறையில் வாழத் தலைப்பட்டனர்; உயர்வேகச்சாலை அவர்களது வீடானது, நகர்வது அவர்களது வெளிப்பாட்டு வழியானது. மெது மெதுவாக அவர்கள் புதிய வாழ்க்கை முறையில் அவர்கள் நிலைத்தனர். முதலில் ருத்தியும், வின்ஃபீல்டும், பிறகு அல், பிறகு கோனியும், ஷாரன் ரோசும், இறுதியாக முதியவர்கள். நிலம் நிலையான பெரும் மைதானம் உருள்வது போல் உருண்டது. வில்டொராடோவும், வேகாவும், போய்சும், கிளென்ரியோவும். அதுதான் டெக்சாசின் முடிவு. நியூ மெக்சிகோவும், மலைகளும். தொலைதூரத்தில், வானுக்கெதிராக, மலைகள் நின்றன. கார்களின் சக்கரங்கள் கிறீச்சிட, எஞ்சின்கள் சூடாக, ரேடியேட்டர் மூடிகளிலிருந்து நீராவி சுற்றிலும் சிதறியது. அவர்கள் பெகோஸ் ஆற்றை அடைந்து, சாண்டா ரோசாவைக் கடந்தனர். மேலும் இருபது மைல்கள் தொடர்ந்தனர்.

அல்ஜோட் பயணக் காரை ஓட்ட, அவனது அன்னை அவனுக்கு அருகில் அமர்ந்திருக்க, ஷாரன் ரோஸ் அடுத்ததாக அமர்ந்திருந்தாள். முன்னால் டிரக் நகர்ந்தது. நிலத்தின் மேல் சூடான காற்று சுழன்றடிக்க, மலைகள் சூட்டில் நடுங்கின. அல் சிரமமின்றி இருக்கையில் சாய்ந்து முதுகை வளைத்து ஓட்ட,

அவனது கைகள் எளிதாக ஸ்டீரிங்வீலின் குறுக்குக் கம்பிகளில் படிந்தன; அவனது சாம்பல் நிறத் தொப்பி மிகவும் கீழாக இழுத்து விடப்பட்டு, ஒரு கண்ணை மறைப்பது போல் இருந்தது; அவன் ஓட்டும்போது அவ்வப்போது திரும்பி துப்பிக்கொண்டிருந்தான்.

அவனுக்கருகில் அம்மா தன் கையைக் கட்டிக் கொண்டு சோர்வுக்கெதிராக தன் எதிர்ப்பைக் காட்டிக் கொண்டிருந்தாள். அவள் தளர்வாக அமர்ந்து கொண்டு வண்டி ஆடும் போதெல்லாம் தன்னை ஆட்ட விட்டாள். மலைகளைத் தாண்டித் தன் கண்களை ஓட விட்டாள். ஷாரன் ரோஸ் காரின் நகர்வுக்கெதிராக இறுக்கிக் கொண்டு தரையில் தன் காலை அழுத்திக் கொண்டாள். அவளது வலது முழங்கை கதவில் இறுக்கமாக உட்கார்ந்திருந்தது. அவளது புஷ்டியான முகம் நகர்வதற்கெதிராக இறுக்கமாக இருந்தது. அவளது கழுத்துத் தசைகள் இறுக்கமாக இருந்ததால், அவளது தலை கூர்மையாக அசைந்தது. அவள் தன் உடலை ஒரு இறுக்கமான ஜாடியாக்கிக் கொண்டு தன் கருவை அதிர்விலிருந்து காக்க முனைந்தாள். அவள் தன் தலையைத் தன் தாயை நோக்கித் திருப்பினாள்.

“அம்மா” என்றழைத்தாள் அவள். அம்மாவின் கண்கள் உயிர்பெற அவள் ஷாரன் ரோஸைத் திரும்பிப் பார்த்தாள். அவளது கண்கள் இறுக்கமான, சோர்வான, குண்டு முகத்தைப் பார்க்க, அவள் புன்னகைத்தாள். “அம்மா” என்று அழைத்த மகள், “நாம அங்க போனதும் நீ வாழப் பழம் பொறுக்கப் போற இல்ல?” என்று கேட்டாள்.

அம்மா சற்று ஏளனமாகச் சிரித்தாள். “நாம இன்னும் அங்க போகல. அங்க எப்படியிருக்கும்னு தெரியாது. போய்தான் பாக்கணும்.”

”நானும் கோனியும் அங்க இனியும் வாழ விரும்பல. நாங்க என்ன செய்யணும்னு திட்டம் போட்டிருக்கோம்.”

ஒரு கணம் அம்மாவின் முகத்தில் கவலை தோன்றியது. “நீ எங்களோட தங்கப் போறதில்லையா – குடும்பத்தோட?” என்று அவள் கேட்டாள்.

”நானும் கோனியும் அதப் பத்திப் பேசிட்டோம். நாங்க நகரத்துல வாழ விரும்பறோம்.” அவள் கிளர்ச்சியுடன் தொடர்ந்து பேசினாள். “கோனி ஒரு கடையிலயோ இல்ல ஒரு தொழிற்சாலையிலயோ வேல வாங்கிக்கப் போறான். அவன் வீட்ல படிக்கப் போறான். ஒருவேள ரேடியோவப் பத்தி. பின்னால அதுல ஒரு நிபுணராகி நாங்க சொந்தமா ஒரு கடை வைக்கலாம். எப்ப வேணும்னாலும் நாங்க படத்துக்குப் போவோம். எனக்கு குழந்த பொறக்கறப்போ ஒரு டாக்டர் இருப்பாங்கன்னு கோனி சொல்றான்; நேரம் போகறத பாத்து நாம ஹாஸ்பிடல் போகலாம்னு சொல்றான். எங்ககிட்ட

கார் இருக்கும், சின்ன கார். அவன் ராத்திரி படிச்சதுக்குப் பின்னால ஏன், அது நல்லா இருக்கும். மேக்கத்திய காதல் கதைகள்லேருந்து ஒரு பக்கத்த கிழிச்சு அனுப்பினான். ஏன்னா அதுக்கு காசு ஒண்ணும் ஆகப் போறதில்ல. நா அதப் பாத்திருக்கேன். அதுலயே எழுதிருக்கு – நீ அதப் படிச்சா உனக்கு வேல கூட கொடுக்கறாங்க – ரேடியோ – அருமையான வேல, அருமையான எதிர்காலம். நாங்க நகரத்துல இருப்போம், வேணுங்கும்போது படத்துக்குப் போவோம் – எங்கிட்ட மின்சார அயர்ன் இருக்கும், குழந்தை, எல்லாம் புது பொருள் இருக்கும். கோனி எல்லாம் புதுசா இருக்கும்னு சொல்றான் - வெள்ளைல – குழந்தைங்களுக்கு என்னென்ன வச்சிருக்காங்கன்னு நீ கேடலாகுல பாக்கலாம். கோனி வீட்ல படிக்கற முதல்ல அவ்வளவா ஈசியா இல்லாம இருக்கலாம், ஆனா, குழந்தை வரப்போ, அவன் படிச்சி முடிச்சிருப்பான், நாங்க தங்க இடம் இருக்கும், சின்ன இடம். எங்களுக்கு புதுமையா எதும் வேணாம், ஆனா குழந்தைக்கு நல்லதா இருக்கணும்—". அவளது முகம் கிளர்ச்சியால் பிரகாசமாக இருந்தது. "நான் நெனச்சேன் – ஒருவேள நாம எல்லாம் நகரத்துக்குப் போகலாம், கோனி ஒரு கடை வைக்கறப்போ, அல் அவன்கூட வேல செய்யலாம்."

அம்மாவின் கண்கள் வெட்கப்பட்ட அந்த முகத்தை விட்டு அகலவில்லை. அம்மா வளர்ந்து வந்த அவளது உடலமைப்பைப் பார்த்தாள். "நீ எங்ககிட்டேருந்து விலகிப் போறத விரும்பல. ஆளுங்க பிரிஞ்சு போறது நல்லது இல்ல."

அல் மூக்கை உறிஞ்சினான். " நான் கோனிக்கு வேல பாக்கறதா? ஏன் கோனி எங்கிட்ட வேல பாக்க வந்தா என்ன? அந்த வேசி மகன் தான் ராத்திரி படிக்க முடியும்னு நினைக்கறானா?"

இது எல்லாம் ஒரு கனவு என்பது திடீரென அம்மாவுக்குப் புரிந்தது போல் இருந்தது. அவள் தன் தலையை மீண்டும் முன்னால் திருப்பினாள். அவளது உடல் தளர்வாக ஆனது. ஆனால் சிறு புன்னகை அவளது கண்ணைச் சுற்றியே நின்றது. "பாட்டி இன்னைக்கு எப்படி உணர்றாங்கன்னு நான் யோசிக்கறேன்."

டாம் டிரக்கை நெருக்கமாகப் பின்பக்கமாகக் கொண்டு வந்தான். பிறகு வெளியே வந்து பயணக் காரை நோக்கி நடந்தான். சுமையேற்றிய டிரக்கிலிருந்து தலைகள் கீழே பார்த்தன. அல் தன் எஞ்சினைக் குறைத்து விட்டு நின்ற நிலையில் ஓடிக் கொண்டிருந்த அதன் ஓசையை கவனமாகக் கேட்டான். "என்ன விஷயம் அல்?" என்று விசாரித்தான் டாம்.

அல் எஞ்சினை வேகப்படுத்தினான். "அந்த சத்தத்தக் கேளு". கடகட ஓசை இப்போது அதிகமாக இருந்தது.

டாம் கவனித்துக் கேட்டான். "எஞ்சின் வேகத்த குறை" என்றான். முன்புறக் கதவை உயர்த்தித் தன் தலையை அதில் விட்டான். "இப்போ வேகப்படுத்து". ஒரு கணம் கேட்டுவிட்டு கதவை மூடினான். "நீ நினைக்கறது சரின்னு நினைக்கறேன், அல்" என்றான்.

"கான் – ராட் பேரிங், சரியா?" .

"அத மாதிரித்தான் இருக்கு" என்றான் டாம்.

"நான் நிறைய எண்ணெய் விட்டிருந்தேன்" என்று குற்றம் சாட்டும் வகையில் கூறினான் அல்.

"சரிதான், அது அங்க வரைக்கும் போயிருக்காது. காஞ்சு போய் இப்போ வேசியாட்டம் ஆகியிருக்கு. அத உடைச்சுப் பாக்கறதத் தவிர இப்போ வேற வழியில்ல. நான் முன்னாடி போயி நிறுத்தறதுக்கு ஒரு சமவெளியா பாக்கறேன். நீ பின்னாடி மெதுவா வா. அதுல இருந்து தட்ட வெளிய தள்ளி விட்டுடாத."

வில்சன் கேட்டார், "அது மோசமா இருக்கா?"

"ரொம்ப மோசம்" என்ற டாம் டிரக்குக்குத் திரும்பிச் சென்று மெதுவாக முன்னே ஓட்டினான்.

"எப்படி இந்த மாதிரி ஆச்சுன்னு எனக்குத் தெரியல. நான் நிறைய எண்ணெய் விட்டிருந்தேன்." அல்லுக்குத் தன்னிடம் தவறு இருப்பது தெரிந்திருந்தது. தன் தோல்வியை அவன் உணர்ந்திருந்தான்.

அம்மா சொன்னாள், "இது உன்னோட தப்பு இல்ல. நீ எல்லாத்தையும் சரியாத்தான் செஞ்ச." பிறகு அவள் சிறிது கூச்சத்துடன் கேட்டாள், "இது ரொம்ப மோசமா?"

"அத சரி பண்றது கஷ்டம். நமக்கு ஒரு புது கான் – ராட் வேணும். இல்லேன்னா இதுல கஞ்சத்தனமா இருக்கணும்". அவன் ஆழமாகப் பெருமூச்சு விட்டான். "டாம் இங்க இருக்கறது எனக்கு நிச்சயமா சந்தோஷமா இருக்கு. நான் எந்த பேரிங்கையும் மாட்டினது இல்ல. டாம் எதாவது மாட்டியிருக்கணும்னு இயேசுவ வேண்டிக்கறேன்."

முன்னாலிருந்த சாலையில் ஒரு பெரிய சிகப்பு விளம்பரப் பலகை நின்று கொண்டிருந்தது. அதிலிருந்து ஒரு பெரிய நீண்ட நிழல் விழுந்து கொண்டிருந்தது. டாம் சாலையிலிருந்து டிரக்கைத் திருப்பி ஒரு குறுகிய சாலையோரப் பள்ளத்தில் நிறுத்தினான். வெளியே வந்து அல் வரும்வரை காத்திருந்தான்.

“இப்ப மெதுவா வா” என்றான். “மெதுவா வரலேன்னா ஸ்ப்ரிங்கையும் உடைச்சுடுவ”

அல்லின் முகம் கோபத்தில் சிவந்தது. அவன் தன் மோட்டாரைக் குறைத்தான். “நாசமாப் போக” என்று கத்தினான். “நான் ஒண்ணும் அந்த பேரிங்க உடைக்கல! நீ என்ன சொல்ற, அந்த ஸ்பிரிங்கையும் நான் உடைச்சிடுவேன்னா?”

டாம் புன்னகைத்தான். “அந்த நாலு சக்கரத்தையும் கீழ படியற மாதிரி நிறுத்து. நான் எதுவும் சொல்லல. அந்தப் பள்ளத்துல அத மெதுவா இறக்கு.”

அல் அந்தப் பயணக் காரைக் கீழே கொண்டு வரும்போது முணுமுணுத்துக் கொண்டே வந்து பக்கத்தில் நிறுத்தினான். “யார் கிட்டயும் போய் நாந்தான் அந்த பேரிங்க உடைச்சேன்னு சொல்லிக்கிட்டிருக்காத”. எஞ்சின் இப்போது சத்தமாகக் கடகடத்தது. அல் நிழலுக்கு அதைக் கொண்டு வந்து மோட்டாரை அணைத்தான்.

டாம் முன்கதவைத் திறந்து பார்த்தான். “இது ஆறிப் போற வரைக்கும் எதையும் செய்ய முடியாது” என்றான். குடும்பம் மொத்தமும் கார்களிலிருந்து இறங்கி பயணக் காரின் அருகே குவிந்தது.

“எவ்வளவு மோசம்?” என்று குத்துக் காலிட்டு அமர்ந்தவாறே அப்பா கேட்டார்.

டாம் அல்லிடம் திரும்பினான். “இதுவர எதாவது பொருத்திருக்கியா?”

“இல்ல” என்றான் அல். “செஞ்சதில்ல. ஆனா தட்டுகள எடுத்திருக்கேன்”.

“தட்ட உடைச்சு எடுத்துட்டு அந்த ராட எடுக்கணும். புதுசு வாங்கி அத தயார் செஞ்சு மாட்டணும். ஒரு நாளாகும். நாம முன்ன கடைசியா கடந்த சாண்டா ரோசாவுக்குப் போய்த்தான் வாங்கணும். அல்புகுவர்க் சுமார் எழுபத்து அஞ்சு மைல் இருக்கு – ஓ இயேசுவே!. நாளைக்கு ஞாயித்துக்கிழமை! நாளைக்கு நாம எதையும் வாங்க முடியாது.” குடும்பம் அமைதியாக நின்றது. ருத்தி மெதுவாகப் பக்கத்தில் வந்து திறந்திருந்த முன்கதவு வழியாக உடைந்திருந்த பகுதியைப் பார்க்க முயன்றாள். டாம் மென்மையாகத் தொடர்ந்தான், “நாளைக்கு ஞாயித்துக்கிழமை. திங்கக்கிழமை நமக்கு வேண்டியத வாங்கலாம். ஆனா செவ்வாக்கிழமைக்கு முன்னால அதப் பொருத்த முடியாது. அத எளிதா பொருத்தறதுக்கு நம்மகிட்ட கருவிகள் கிடையாது. கடுமையா இருக்க போகுது”. ஒரு பஸ்ஸார்ட் வேகமாகக் கடந்து போனது. குடும்பம் முழுதும் மிதந்து செல்லும் கருப்புப் பறவையை நிமிர்ந்து பார்த்தது.

அப்பா சொன்னார், "எனக்கு என்ன பயமா இருக்குதுன்னா, நம்ம கிட்ட பணம் தீந்து போகும், நம்மால எப்பவும் அங்க போய் சேர முடியாது. நாம என்ன செய்யப் போறோம்னு எனக்குத் தெரியல."

வில்சன் சொன்னார், "இது என்னோட தப்புன்னு தோணுது. இந்த நாசமாப் போன உடைசல், வழி பூரா தொந்தரவு கொடுத்துட்டிருந்துச்சு. நீங்க எங்க கிட்ட கருணையோட நடந்துக்கிட்டீங்க. இப்போ நீங்க கிளம்பிப் போங்க. நானும் சாயிரியும் தங்கி எதாவது வழி பாக்கறோம். உங்கள காரணமில்லாம தடுக்க நாங்க விரும்பல".

அப்பா மெதுவாகச் சொன்னார், "நாங்க அத செய்யப் போறதில்ல. கிட்டத்தட்ட நாம சொந்தக் காரங்களாயிட்டோம். தாத்தா, உங்க கூடாரத்துல தான் உயிர விட்டார்."

சாய்ரி சோர்வுடன் சொன்னாள், "நாங்க தொந்தரவத் தவிர வேறெதையும் தரல, தொந்தரவத்தான் தந்தோம்."

டாம் மெதுவாக ஒரு சிகரெட்டை உருட்டி அதை சரிபார்த்து விட்டுப் பற்ற வைத்தான். பழசாகிப் போன தனது தொப்பியை எடுத்துத் தனது நெற்றியைத் துடைத்துக் கொண்டான். "எனக்கு ஒரு யோசனை இருக்கு. அத யாரும்விரும்பாம இருக்கலாம். ஆனா அது இதுதான்: கலிபோர்னியா கிட்ட நீங்க போன உடனேயே உங்களுக்குக் காசு கிடைக்க ஆரம்பிச்சிடும். இந்த கார் டிரக்க விட ரெண்டு மடங்கு வேகத்துல போகும். இது என்னோட யோசனை. நீங்க அந்த டிரக்கில இருந்து கொஞ்சம் பொருள எடுங்க. அப்புறம் என்னையும், போதகரையும் விட்டுட்டு நீங்க எல்லாம் போங்க. நானும் கேஸியும் இங்க தங்கி கார சரி பண்ணிட்டு ராப்பகலா பயணம் செஞ்சு உங்கள சந்திச்சிட்றோம். நாம சாலைல சந்திக்கலேன்னா கூட நீங்க வேல செஞ்சுக்கிட்டிருப்பீங்க. உங்க கார் பழுதானா, நாங்க வர வரைக்கும் சாலையோரத்துல முகாம் போடுங்க. உங்களுக்கு மோசமா எதுவும் நடக்காது. நீங்க கடந்து போயிட்டீங்கன்னா, நீங்க வேல செஞ்சுக்கிட்டிருப்பீங்க, எல்லாம் எளிதா இருக்கும். கேஸி என்னோட இங்க தங்கி இந்த கார்ல கூட வருவார். நாங்க மிதந்து வருவோம்." என்றான்.

கூடியிருந்த குடும்பம் அதை அசை போட்டது. ஜான் மாமா அப்பாவுக்கருகில் குத்துக்காலிட்டு அமர்ந்து கொண்டார்.

அல் சொன்னான், "அந்த கான் – ராட மாட்ட உனக்கு என்னோட உதவி தேவையில்லையா?"

"இதுவர எதையும் மாட்டினதில்லன்னு நீயேதான சொன்ன?"

"அது சரிதான்" என்று ஒப்புக்கொண்டான் அல். "உனக்கு வேணுங்கறதெல்லாம் வலுவான முதுகுதான். ஒருவேள போதகர் கூட தங்க விரும்பாம கூட இருக்கலாம்."

"சரி, யாரா இருந்தாலும் பரவால்ல" என்றான் டாம்.

அப்பா வறண்டு போயிருந்த தரையைத் தன் விரலால் தேய்த்தார். "டாம் சொல்றது சரின்னு நான் நினைக்கறேன். நாம இங்க எல்லாரும் தங்கி ஒண்ணும் செய்யப் போறது இல்ல. இருட்றதுக்குள்ள அம்பது, நூறு மைல் போயிடலாம்."

அம்மா கவலையுடன் சொன்னாள், "நீங்க எப்படி எங்களக் கண்டு பிடிப்பீங்க?"

"நாங்களும் இதே சாலைலதான் வருவோம். அறுபத்து ஆறுதான் முழுக்க. பேகர்ஸ்ஃபீல்ட்டுங்கற இடத்துக்கு வாங்க. நான் வச்சிருக்கற வரைபடத்துல அதப் பாத்தேன். நீங்க நேர அங்க போங்க."

"சரி, நாங்க கலிஃபோர்னியா போய்ச் சேந்து இந்த சாலைலேருந்து விலகிப் போனா - ?"

"கவலப்படாதீங்க" என்று அவளுக்கு ஆறுதல் கூறினான் டாம். "நாங்க நிச்சயமா உங்களக் கண்டு பிடிச்சுடுவோம். கலிஃபோர்னியா ஒண்ணும் இந்த உலகம் அளவுக்கு இல்ல."

"வரைபடத்துல அது ரொம்ப பெரிய இடமாத் தெரியுது" என்றாள் அம்மா.

அப்பா ஆலோசனை கேட்டார். "ஜான், இத ஏன் செய்யக் கூடாதுங்கறதுக்கு காரணம் இருக்கா?"

"இல்ல" என்றார் ஜான்.

"திரு. வில்சன். இது உங்க கார். அத என் பையன் சரி பண்ணி எடுத்துட்டு வரதுல உங்களுக்கு எதாவது தடை இருக்கா?"

"அப்படி எதுவும் இல்ல" என்றான் வில்சன். "நீங்க எங்களுக்காக எல்லாத்தையும் செய்யற மாதிரி ஏற்கனவே இருக்கு. நான் ஏன் உங்க பையனுக்கு உதவக்கூடாதுன்னு நினைக்கறேன்".

"நாங்க உங்களப் பிடிக்க முடியலேன்னா நீங்க கொஞ்சம் வேல செஞ்சு நாலு காசு சம்பாதிச்சுக்கிட்டிருப்பீங்க" என்றான் டாம். "நாம எல்லாம் இங்கயே தங்கினா. இங்க தண்ணியும் இருக்காது. இந்த காரையும் நகத்த

முடியாது. நீங்க எல்லாம் அங்க போய் வேல செஞ்சா. உங்ககிட்ட காசு இருக்கும், தங்க வீடு இருக்கும். இது எப்படி கேஸி? நீங்க எங்கூட தங்கி வர விரும்பறீங்களா?"

"உங்களுக்கு எது நல்லதோ அதச் செய்ய விரும்பறேன்" என்றார் கேஸி. "நீங்க என்ன சேத்துக்கிட்டு கூட்டிக்கிட்டு வந்திருக்கீங்க. நான் எத வேணும்னாலும் செய்வேன்."

"சரி, இங்க நீங்க தங்கினீங்கன்னா உங்க முகம் பூரா கிரீச அப்பிக்குவீங்க" என்றான் டாம்.

"எனக்கு அது சரிதான்."

அப்பா சொன்னார், "சரி, அது அப்படித்தான்னா, நாம கிளம்பலாம். நாம நிறுத்தறதுக்கு முன்ன நூறு மைல் போயிடலாம்".

அம்மா அவருக்கு முன்னால் வந்து நின்றாள். "நான் கிளம்பப் போறதில்ல."

"நீ என்ன சொல்ற? கிளம்பப் போறதில்லையா? நீ போய்த்தான் ஆகணும். நீ குடும்பத்த கவனிச்சுக்கணும்." அப்பா அவளது கலகத்தைக் கண்டு திகைத்துப் போனார்.

அம்மா பயணக்காருக்குச் சென்று பின்பக்க இருக்கையின் கீழ் பார்த்து அங்கிருந்து ஒரு ஜாக் ஹாண்டிலை கையில் எடுத்தாள். "நான் போகப் போறதில்ல" என்றாள்.

"நான் சொல்றேன், நாம போய்த்தான் ஆகணும். நாங்க மனசத் தேத்திக்கிட்டாச்சு."

இப்போது அம்மாவின் வாய் இறுகியது. அவள் மென்மையாகச் சொன்னாள், "நீங்க என்னக் கூட்டிட்டுப் போறதுக்கு ஒரே வழி அடிச்சுக் கூட்டிட்டுப் போறதுதான்." அவள் அந்தக் கம்பியை மெதுவாக ஆட்டினாள். "ஆனா நான் உங்கள வெக்கப்பட வெப்பேன் அப்பா. நான் அழுதுக்கிட்டு, கெஞ்சிக்கிட்டு அடி வாங்க மாட்டேன். நான் உங்க மேல பாய்ஞ்சுடுவேன். நீங்க என்ன எந்த வகையிலயும் அடிச்சிடலாம்னு நினைக்காதீங்க. நீங்க என்ன அடிச்சிட்டா, நீங்க திரும்பற வரைக்கும் காத்துக்கிட்டிருப்பேன், நீங்க திரும்பினதும் இல்லேன்னா கீழ உக்காந்ததும் ஒரு வாளிய வச்சு அடிச்சிடுவேன். இயேசு மேல ஆணையா இத செய்வேன்."

அப்பா குழுவினரை நம்பிக்கையின்றிப் பார்த்தார். "அவ விளையாட்றா. அவ இவ்வளவு விளையாடி நான் இதுவர பாத்ததில்ல". ருத்தி கீச்சிட்டு சிரித்தாள்."

அந்த ஜாக் கம்பி அம்மாவின் கையில் ஆவலுடன் முன்னும் பின்னும் ஆடியது. "வாங்க" என்றாள் அம்மா. "நீங்க மனசத் தேத்திக்கிட்டீங்க. வந்து என்ன அடிங்க. ஆனா நான் போக மாட்டேன்; அப்படிப் போனா நீங்க தூங்க மாட்டீங்க. ஏன்னா நான் காத்துக்கிட்டே இருப்பேன். நீங்க எந்த நிமிஷம் தூங்க கண்ண மூட்றீங்களோ, வந்து ஒரு கம்பாலயோ, விறகாலயோ அடிப்பேன்."

"ரொம்ப விளையாட்றா", அப்பா முணுமுணுத்தார். "அவ ஒண்ணும் சின்னப் பொண்ணும் இல்ல."

அந்த மொத்தக் குழுவும் அந்தக் கலகத்தைப் பார்த்துக் கொண்டிருந்தது. அவர்கள் அப்பா கோபத்தில் வெடிக்கப் போவதை எதிர்பார்த்துக் காத்திருந்தனர். அவரது முஷ்டி மடங்குவதை எதிர்பார்த்துக் காத்திருந்தனர். அப்பாவின் கோபம் அதிகரிக்கவுமில்லை, அவரது கைகள் பக்கவாட்டில் தளர்வாகவே இருந்தன. ஒரு கணத்தில் அம்மா வென்று விட்டாள் என்று குழுவினருக்குத் தெரிந்து விட்டது. அம்மாவுக்கும் அது தெரிந்தது.

டாம் சொன்னான், "அம்மா உனக்கு என்ன கவல? நீ ஏன் இப்படி செய்யற? என்னதான் விஷயம்? ஏன் எங்க மேல ஏறுற?"

அம்மாவின் முகம் மென்மையானது, ஆனால் அவளது கண்கள் இன்னும் ஆவேசமாகவே இருந்தன. "நீ இத ரொம்ப யோசிக்காமலேயே முடிவு பண்ணிட்ட" என்றாள் அம்மா. "நமக்கு உலகத்துல என்ன மிச்சமிருக்கு? நம்மத் தவிர வேற எதுவுமில்ல. நாம, ஆளுங்களத் தவிர வேற எதுவுமில்ல. நாம வெளிய வந்த உடனேயே தாத்தா காலமாயிட்டார். இப்போ நீ ஆளுங்கள உடைக்க விரும்பற."

டாம் கத்தினான், "அம்மா, நாங்க உங்ககிட்ட வந்து சேந்துடுவோம். நாங்க வர ரொம்ப நாளாகாது."

அம்மா ஜாக் கம்பியை ஆட்டினாள். "ஒருவேள நாங்க முகாம் போட்டு நீங்க கடந்து போயிட்டா. நாங்க கடந்து போய்ட்டா, நாங்க யார்கிட்ட சேதி சொல்லுவோம்? எங்க கேக்கணும்னு உனக்கு எப்படித் தெரியும்?. நம்மகிட்ட கசப்பான ரோடு இருக்கு. பாட்டி நோயா இருக்காங்க. அவங்க டிரக்குல இருந்துக்கிட்டு, எப்ப தனக்கு குழி தோண்டப் போறாங்கன்னு காத்துக்கிட்டு இருக்காங்க. அவங்க ரொம்ப சோர்ந்து போயிட்டாங்க. நமக்கு ரொம்ப நீளமா கசப்பான ரோடு காத்துக்கிட்டு இருக்கு."

ஜான் மாமா சொன்னார், "ஆனா நாம கொஞ்சம் பணம் சம்பாதிக்கலாம். மத்தவங்க வந்து சேர்றதுக்குள்ள கொஞ்சம் காசு சேக்கலாம்."

மொத்தக் குடும்பத்தின் கண்கள் அம்மாவிடம் திரும்பின. அவள்தான் சக்தி. அவள் கட்டுப்பாட்டை எடுத்துக் கொண்டு விட்டாள். "நாம பாக்கற பணம் எதுக்கும் உதவாது. நம்மகிட்ட இருக்கறதெல்லாம் உடையாத குடும்பம்தான். ஒரு பசுமந்தை மாதிரி, நாம எல்லாம் ஒண்ணா ஒட்டிக்கிட்டிருக்கோம். நாம எல்லாம் இங்க ஒண்ணா உயிரோட இருக்கறதப் பாக்கறபோது எனக்கு பயமா இல்ல. ஆனா நாம உடைஞ்சு போறத நான் பாக்கப் போறதில்ல. வில்சன் குடும்பம் இங்க நம்ம கூட இருக்கு, போதகரும் நம்ம கூட இருக்கார். அவங்க போக விரும்பினா நான் சொல்றதுக்கு எதுவுமில்ல. ஆனா என்னோட ஆளுங்கள்ள ஒரு துண்டு உடைஞ்சாக்கூட நான் ஆவேசமாயிடுவேன்." அவளது குரல் கடுமையாகவும், இறுதியாகவும் இருந்தது.

டாம் ஆறுதலாகக் கூறினான், "அம்மா நாம எல்லாரும் இங்க முகாம் போட முடியாது. இங்க தண்ணி இல்ல. இங்க நிழல் கூட ரொம்ப இல்ல. பாட்டிக்கு நிழல் வேணும்."

"சரி" என்றாள் அம்மா. "நாம போகலாம். எங்க தண்ணியும், நிழலும் இருக்கோ, அந்த இடத்துல நிக்கலாம். டிரக் திரும்பி வந்து உங்கள உதிரி பாகம் வாங்க நகரத்துக்குக் கூட்டிட்டுப் போய் திரும்பிக் கொண்டு வரட்டும். நீங்க வெயில்ல போக வேணாம், நீங்க தனியா போய், உங்களுக்கு உதவ நம்ம ஆளுங்க இல்லாத போது பிடிச்சுட்டுப் போறத அனுமதிக்க முடியாது."

டாம் தன் உதடுகளைப் பற்களுக்கு மேல் கொண்டு வந்து பிறகு திறந்தான். கைகளை விரக்தியுடன் விரித்து பக்கவாட்டில் போட்டான். "அப்பா, நானும் நீங்களும் அம்மாவ ஆளுக்கு ஒரு பக்கமா அமுக்கித் தூக்கிட்டுப் போய் ஏத்தி, பாட்டியையும் மேல அமுக்கினா அம்மா அந்த ஜாக் கம்பிய வச்சு ரெண்டு மூணு பேர கொன்னுடுவா. ஆனா நீங்க உங்க தலைய உடைச்சுக்க விரும்பலேன்னா, அம்மா போய் தன்னோட மூளைய அடைச்சிடுவா. இயேசுவே, ஒரு ஆள் தயாரா இருந்தா, சுத்தியிருக்கற எல்லாரையும் தள்ளிட முடியுது! நீ ஜெயிச்சுட்ட அம்மா. யாரையாவது காயப் படுத்தறதுக்கு முன்னால அந்த ஜாக் கம்பிய கீழ போடு."

அம்மா அந்த இரும்புக் கம்பியை திகைத்துப் போய்ப் பார்த்தாள். அவளது கைகள் நடுங்கின. அவள் அந்தக் கம்பியைக் கீழே போடவும், டாம் அதனை மிகுந்த கவனத்துடன் எடுத்து காருக்குள் வைத்தான். அவன் சொன்னான், "அப்பா உங்களுக்கு இப்போ தோல்வி கிடைச்சிருக்கு. அல், நீ ஆளுங்கள கூட்டிட்டுப் போய் எங்கயாவது தங்க வச்சுட்டு டிரக்க திரும்ப இங்க கொண்டு வா. நானும் போதகரும் தட்ட எடுக்கறோம். அப்புறம், முடியும்னா

நாம சாண்டா ரோசாவுக்குப் போய் கான் ராட வாங்க முயற்சிக்கலாம். இன்னைக்கு சனிக்கிழமை ராத்திரிங்கறதுனால ஒருவேள நாம வாங்க முடியலாம். ஏறு, கிளம்பலாம். நான் மங்கி வ்ரெஞ்சையும், ப்ளையரையும் டிரக்கிலருந்து எடுக்கறேன்.'' அவன் காருக்குக் கீழ் கையை விட்டு எண்ணெய்ப் பிசுக்குள்ள தட்டைக் கண்டெடுத்தான். ''ஓ, எனக்கு ஒரு கான், அந்தப் பழைய வாளி ரெண்டையும் எண்ணெ பிடிக்கறதுக்காக எடுத்துக்கறேன். அத நாம பாதுகாக்கணும்.'' அல் வாளியை எடுத்துக் கொடுக்க, டாம் அதை காருக்கு அடியில் வைத்து எண்ணெய் மூடியை ப்ளையரை வைத்துத் திறந்தான். ப்ளையர்களை வைத்து மூடியைத் திறந்தபோது, கருநிற எண்ணெய் அவனது கையில் வழிந்து வாளியில் சென்று அமைதியாக விழுந்தது. அல் டிரக்கில் குடும்பத்தை ஏற்றி முடித்த போது வாளி பாதி நிறைந்திருந்தது. ஏற்கனவே முகத்தில் எண்ணைக் கசடு படிந்திருந்த டாம் சக்கரங்களுக்கிடையிலிருந்து பார்த்தான். ''வேகமா திரும்பி வா'' என்று கூவினான். அவன் பான் போல்டுகளைக் கழற்றிக் கொண்டிருந்த போது டிரக் மெதுவாக ஆழமில்லாத குழியிலிருந்து வெளியேறி நகர்ந்து சென்றது. டாம் ஒவ்வொரு போல்ட்டையும் ஒரே ஒரு சுற்றுச் சுற்றி காஸ்கட் பாதிக்காமல் எல்லாம் ஒரே மாதிரியாகக் கழலுமாறு திறந்தான்.

போதகர் சக்கரங்களுக்கருகில் குனிந்தார். ''நான் என்ன செய்ய முடியும்?''

''இப்போதைக்கு ஒண்ணுமில்ல. நான் இந்த போல்ட்டுகள தளர்த்தினதும், நீங்க அந்த தட்ட எடுக்க உதவலாம்.'' அவன் காருக்குக் கீழ் தவழ்ந்து சென்று ஒரு வ்ரெஞ்சை வைத்துத் திருகி போல்ட்டுகளை தன் கையால் தளர்த்தினான். அவன் போல்ட்டுகளை ஒவ்வொரு முனையிலும் தளர்வாக அப்படியே விட்டு, தட்டு கீழே விழாமல் வைத்தான். ''அங்க கீழ தரை சூடாவே இருக்கு'' என்றான் டாம். ''சொல்லுங்க கேஸி, போன சில நாளா நீங்க ரொம்ப அமைதியாவே இருந்தீங்க. ஏன், நான் உங்ககூட முதல்ல வந்தப்ப, நீங்க ஒவ்வொரு அரை மணிக்கும் ஒரு பேச்சு கொடுத்துக்கிட்டே இருந்தீங்க. இப்ப சில நாளா கொஞ்சம் வார்த்தைகளைக் கூடப் பேசல. என்ன விஷயம் - கசப்பா இருக்கா?''

கேஸியும் தன் வயிற்றின் மேல் படுத்து காருக்குக் கீழ் பார்த்தார். ஆங்காங்கு அடர்த்தியில்லாமல் லேசாக முடி முளைத்திருந்த அவரது தாடை ஒரு கையின் பின்புறம் அமர்ந்திருந்தது. அவரது கழுத்தின் பின்புறத்தை மூடும்படி அவரது தொப்பி பின்னால் தள்ளி விடப்பட்டிருந்தது. ''நான் போதகரா இருந்தபோதே வாழ்நாளைக்குப் போதுமான அளவுக்குப் பேசிட்டேன்'' என்றார் அவர்.

“ஆமா, ஆனா நீங்க கொஞ்சம் அர்த்தத்தோடயும் பேசினீங்க.”

“எனக்கு ரொம்ப கவலையா இருக்கு” என்றார் கேஸி. “நான் போதனை செஞ்சுக்கிட்டிருந்தப்போ நான் சுத்தி மேஞ்சுக்கிட்டிருந்தேன்னு எனக்குத் தெரியக் கூட இல்ல. நான் இனிமே போதனை செய்யப் போறதில்லேன்னா, நான் திருமணம் செஞ்சுக்கணும். ஏன் டாம், நான் சதைக்கு அலையறேன்.”

“நான் கூடத்தான்” என்றான் டாம். “நான் மெக்லெஸ்டர்லேருந்து வெளிய வந்த நாள்ல நான் புகை பிடிச்சிக்கிட்டிருந்தப்ப ஒரு பொண்ணு, ஒரு முயல மாதிரி ஒரு துப்புரவுப் பொண்ண பாத்தேன். என்ன நடந்ததுன்னு உங்களுக்குச் சொல்ல மாட்டேன், என்ன நடந்ததுன்னு யார்கிட்டயும் சொல்ல மாட்டேன்.”

கேஸி சிரித்தார். “என்ன நடந்ததுன்னு எனக்குத் தெரியும். நான் ஒரு தடவ காட்டுக்குள்ள விரதத்துக்காகப் போனேன். நான் வெளிய வந்தப்போ இதே மாதிரிதான் நடந்தது.”

“ எழவு, அதேதான் நடந்தது!. நான் என்னோட பணத்த காப்பாத்திக்கிட்டு, அந்தப் பொண்ண ஓட விட்டேன். நான் பைத்தியம்னு அது நினைச்சுச்சு. நான் அவளுக்கு பணம் கொடுத்திருக்கணும், ஆனா எங்கிட்ட அஞ்சு டாலர்தான் இருந்தது. அவளுக்கு பணம் வேண்டான்னு அவ சொன்னா. இங்க உருண்டு வந்து ஒரு போல்ட்ட பிடிச்சுக்கங்க. நான் அத தளர திறக்கறேன். அப்புறம் நீங்க அந்த போல்ட்ட என் பக்கம் திருப்புங்க, நாம அத எளிதா கீழ இறக்கலாம். கேஸ்கட்கிட்ட ஜாக்கிரதையா இருங்க. அது ஒரே தட்டா கீழ வரும். இந்த பழைய டாட்ஜஸ் நாலு சிலிண்டர்தான் இருக்கு. நான் ஒரு நேரத்துல ஒண்ண இறக்கறேன். ஒரு முலாம்பழம் அளவுக்கு மெயின் பேரிங்குகள் இருக்கு. இப்ப, அத கீழ விட்டு பிடிச்சுக்கங்க. மேல கைய தூக்கி கேஸ்கட் சிக்கிக்கிட்டு இருக்கற இடத்துல இருந்து கீழ இழுங்க, மெதுவா. அப்படித்தான்!” அவர்களுக்கிடையில் எண்ணெய்ப் பிசுக்குடன் தட்டு கீழே கிடக்க, கொஞ்சம் எண்ணெய் ஆங்காங்கே சொட்டித் தேங்கியிருந்தது. டாம் அதில் ஒன்றை நெருங்கி கொஞ்சம் உடைந்த உலோகக் கலவைகளை எடுத்தான். “இதோ இங்க இருக்கு” என்றான் அவன். அந்தக் கலவையை கையை வைத்துத் திருப்பினான். “கூழாய் திறந்தாச்சு. பின்னாடி பாத்து திருக எடுங்க. நான் சொல்ற வரைக்கும் திருப்புங்க.”

கேஸி எழுந்து திருகை எடுத்து அதில் பொருத்தினார். “தயாரா?”.

“அதுல வைங்க. மெதுவா, இன்னும் கொஞ்சம், இன்னும் கொஞ்சம், அங்கதான்.”

கேஸி கீழே முட்டி போட்டு உட்கார்ந்து திரும்பவும் கீழே பார்த்தார். டாம் இணைப்புக் கம்பியின் பேரிங்கை திருகுக்கெதிராக ஆட்டினான். “இதோ இங்க இருக்கு.”

“நீ என்ன செய்ய நினைக்கற?” என்று கேஸி கேட்டார்.

“ஓ, எனக்குத் தெரியல. இந்த வண்டி ரோட்டுல பதிமூணு ஆண்டுகள் ஓடிருக்கு. ஸ்பீடாமீட்டர்ல பதிமூணாயிரம் கிலோமீட்டர் காட்டுது. அவங்க எத்தன தடவ இந்த எண்ணிக்கைய மாத்தினாங்கன்னு கடவுளுக்குத்தான் தெரியும். சூடாகுது – ஒரு வேள யாராவது எண்ணைய தீர விட்டிருக்கலாம், அது போயிடுச்சு.” அவன் காட்டர் பின்களைப் பிடுங்கிவிட்டு தன் குறடை ஒரு பேரிங் போல்ட்டில் வைத்தான். அவன் திருக முயல, குறடு அவன் கையிலிருந்து நழுவியது. அவனது புறங்கையில் பெரிய வெட்டுக் காயம் ஏற்பட்டது. டாம் அதைப் பார்த்தான் – அவனது காயத்திலிருந்து கொட்டிய ரத்தம் எண்ணையில் சேர்ந்து தட்டில் சொட்டியது.

“இது ரொம்ப மோசம்” என்றார் கேஸி. “நீ உன் கையில கட்டுப் போட்டுக்கறயா, நான் அதச் செய்யட்டுமா?”

”இல்ல, வேணாம்.! கார சரி பண்றபோது நானே வெட்டிக்கிட்டு பண்ணுவேன்னு நான் நினைக்கவேயில்ல. இப்போ இது முடிஞ்சு போச்சு. நான் இனிமே கவலைப் படப் போறது இல்ல.” அவன் மீண்டும் திருகை வைத்து மூடினான். “எங்கிட்ட ஒரு கிரெசெண்ட் குறடு இருந்திருக்கணும்” என்றான் அவன். போல்ட்டுகள் தளரும் வரை தன் கையால் குறடை அடித்தான். அவன் அவற்றை எடுத்து தட்டில் தட்டுக்கான போல்ட்டுகளுடன் வைத்து அவற்றுடன் காட்டர் பின்களையும் வைத்தான். பேரிங் போல்ட்டுகளை தளர்த்தி பிஸ்டனிலிருந்து வெளியே இழுத்தெடுத்தான். பிஸ்டனையும், இணைப்புக் கம்பியையும் தட்டில் வைத்தான். “அவ்வளவுதான், கடவுளே, முடிஞ்சிடுச்சு” என்று சொல்லி விட்டு காருக்கடியிலிருந்து ஊர்ந்து வெளியே வந்தான். தன் கையை ஒரு சாக்குத்துணியை வைத்துத் துடைத்து விட்டு வெட்டுக்காயத்தை ஆராய்ந்தான். “வேசித்தனமா ரத்தம் வழியுது” என்றான். “என்னால அத நிறுத்த முடியும்.” அவன் தரையில் மூத்திரம் கழித்து விட்டு, அதனால் ஏற்பட்ட சேற்றைக் கையில் எடுத்துக் காயத்தின் மேல் வைத்து அழுத்தினான். ஒரே ஒரு கணம் வெளியே வந்த ரத்தம் உடனே நின்றது. “ரத்தத்த நிறுத்தறதுக்கு உலகத்திலயே சிறந்த மருந்து” என்றான் அவன்.

“ஒரு கை அளவு சிலந்தி வலை கூட இதச் செஞ்சுடும்” என்றார் கேஸி.

"எனக்குத் தெரியும், ஆனா இங்க சிலந்தி வல எங்கயும் இல்ல. ஆனா நீங்க எப்பவுமே மூத்திரம் போக முடியும்". டாம் காரின் கால் தட்டில் உட்கார்ந்து உடைந்த பேரிங்கை ஆராய்ந்தான். இப்ப நாம ஒரு '25 டாட்ஜையும் ஒரு உபயோகப்படுத்தின கான் ராடையும், கொஞ்சம் ஷிம்மையும் கண்டுபிடிக்க முடிஞ்சிட்டா அத நாம சரி செஞ்சிடலாம். அல் ரொம்ப தூரம் போயிருக்கணும்."

இப்போது விளம்பரப் பலகையின் நிழல் அறுபது அடிக்கு விழுந்திருந்தது. பிற்பகல் நீண்டு கொண்டு சென்றது. கேஸி பக்கவாட்டுப் பலகையில் உட்கார்ந்து மேற்கே பார்த்தார். "நாம ரொம்ப சீக்கிரமா மலை மேல ஏறப் போறோம்" என்று சொல்லி விட்டு சில கணங்கள் மௌனமாக இருந்தார். பிறகு "டாம்!" என்று அழைத்தார்.

"சொல்லுங்க"

"டாம், நான் ரோட்டுல போற காரையெல்லாம் பாத்துக்கிட்டு இருக்கேன். நாம கடந்து போறது, நம்மக் கடந்து போறது. நான் அதையெல்லாம் கவனத்துல வச்சிருக்கேன்."

"எதை?"

"டாம், நம்மள மாதிரி நூத்துக்கணக்கான குடும்பங்க மேற்க பாத்து போய்க்கிட்டு இருக்கு. நான் கவனிச்சேன். ஆனா ஒண்ணு கூட கிழக்க பாத்து போகல- நூத்துக்கணக்குல. நீ அதப் பாத்தியா?"

"ஆமா, நான் கவனிச்சேன்."

"ஏன் - அது அவங்க சிப்பாய்ங்க கிட்டேருந்து ஓடிப் போற மாதிரி இருக்கு. நாடே நகந்துக்கிட்டு இருக்கற மாதிரி இருக்கு."

"ஆமா" என்றான் டாம். "நாடு முழுசுமே நகந்துக்கிட்டு இருக்கு. நாமும் நகந்துக்கிட்டு இருக்கோம்."

"சரி, இங்க இருக்கற எல்லா ஆளுகளுக்கும் – ஒருவேள அங்க வேல கிடைக்காம போச்சுன்னா?"

"எழவாப் போச்சு!" கத்தினான் டாம். "எனக்கு எப்படி தெரியும்? நான் ஒரு கால முன்னால எடுத்து வைக்கறேன், அவ்வளவுதான். நான் அத மெக்லஸ்டர்ல நாலு வருஷத்துக்கு செஞ்சிருக்கேன். செல்லுக்குள்ள போறது, வெளிய வறது, மெஸ்சுக்குள்ள போறது, வெளிய வரது. இயேசு கிருத்துவே! வெளிய வந்ததும் எதாவது வித்தியாசம் இருக்கும்னு நெனச்சேன்! அங்க எதுவும் யோசிக்க முடியல. இல்லேன்னா மகிழ்ச்சியில்லாம போயிடும். இப்போ நீ எதையும் யோசிக்க முடியாது."

அவன் கேஸியிடம் திரும்பினான். “உடைஞ்சு போன பேரிங் இங்க இருக்கு. அது உடைஞ்சு போகும்னு நமக்குத் தெரியாது. அதனால நாம கவலப்படல. இப்போ அது உடைஞ்சிடுச்சு, அதனால பொருத்தறோம். இயேசு பேரால மிச்சதும் நடக்குது.! நான் அதப் பத்திக் கவலப்படப் போறதுல்ல. என்னால அது முடியாது. இங்க சின்ன இரும்புத் துண்டும், பாபிட்டும் இருக்கு, பாத்தீங்களா? உங்களுக்குத் தெரியுதா? அது ஒண்ணுதான் உலகத்திலயே என் மனசுல இருக்கு. இந்த அல் எந்த நரகத்துல இருக்கான்னு தெரியல.”

கேஸி கூறினார், “இப்ப பாரு டாம். அட என்ன நரகம் இது!! எதயும் சொல்றது ரொம்ப கஷ்டம்.”

டாம் தன் கையிலிருந்து சேற்று மண்ணை எடுத்துக் கீழே எறிந்தான். காயத்தின் முனையில் மண் கோடிட்டிருந்தது. அவன் போதகரைப் பார்த்தான் “நீங்க போதனை செய்யறதுக்குத் தயாராகிட்டிருக்கீங்க” என்றான் டாம். “சரி, நடத்துங்க. எனக்கு உரை பிடிக்கும். வார்டன் எப்ப பாத்தாலும் உரையாத்திக்கிட்டே இருப்பாரு. அது எங்களுக்கு எந்தக் கெடுதலும் பண்ணல, ஆனா அவருக்கு அதுல பெரிய கிக் கிடைச்சது! நீங்க என்ன பேச நினைக்கறீங்க?”

கேஸி தனது நீண்ட முடிச்சு விழுந்த விரல்களைப் பார்த்தார். “அந்த விஷயம் நடந்துக்கிட்டிருக்கு, ஆளுங்க போயிக்கிட்டு இருக்காங்க. அவங்க ஒரு காலுக்கு முன்னால இன்னொரு கால வச்சுக்கிட்டு இருக்காங்க, நீ சொல்ற மாதிரி. நீ சொல்ற மாதிரி அவங்க எங்க போறாங்கன்னு அவங்களுக்குத் தெரியாது. ஆனா அவங்க எல்லாம் ஒரே திசையிலதான் போறாங்க. நீ கவனிச்சுக் கேட்டேனா, நகர்றது, எட்டிப் பாக்கறது, உருள்றது, அமைதியில்லாதது எல்லாம் கேக்கலாம். தங்களோட நிலத்த விட்டுட்டு மேக்க போற இவங்க எல்லார்கிட்ட இருந்தும் எதாவது வெளிய வரும். எதாவது ஒண்ணு வெளிய வந்து, அது உலகத்தையே மாத்தும்.”

டாம் சொன்னான், “நான் இன்னும் ஒரு சமயத்துல ஒரு நாயத்தான் கீழ விட்டுக்கிட்டிருக்கேன்.”

“சரிதான், ஆனா உன்னச் சுத்தி ஒரு வேலி வந்தா, நீ அந்த வேலி மேல ஏறத்தான் போற.”

“ஏற வேண்டிய வேலி இருந்தா நான் ஏறறேன்” என்றான் டாம்.

கேஸி பெருமூச்சு விட்டார். “அதுதான் சிறந்த வழி. நான் ஒத்துக்கத்தான் வேணும். ஆனா வேற மாதிரி வேலிகள் இருக்கு. இதுவரைக்கும் இல்லாத வேலியத் தாண்டற என்ன மாதிரி ஆளுங்க இருக்காங்க. அத ஒண்ணும் செய்ய முடியாது.”

அதோ, அங்க அல் வரான்ல" என்று டாம் கேட்டான்.

"ஆமா, அது மாதிரிதான் இருக்கு."

டாம் எழுந்து நின்று இணைப்புக் கம்பியையும், பேரிங்கின் இரண்டு பாதியையும் ஒரு சாக்கில் சுருட்டினான். "இதே கிடைக்கறத உறுதிப் படுத்தணும்" என்றான்.

டிரக் சாலைக்கருகில் நிற்க, அல் ஜன்னல் வழியாக எட்டிப் பார்த்தான்.

"நீ ரொம்ப நேரம் எடுத்துக்கிட்ட. எவ்வளவு தூரம் போன?" என்று கேட்டான் டாம்.

அல் பெருமூச்செறிந்தான். "கம்பிய வெளிய எடுத்துட்டியா?"

"ஆமா, பாபிட் இப்போதான் உடைஞ்சிருக்கு" என்ற டாம் சாக்கைத் தூக்கிக் காட்டினான்.

"அது என்னோட தப்பில்ல" என்றான் அல்.

"இல்ல நீ நம்மாளுங்கள எங்க விட்ட?"

"ஒரு குழப்பமாயிப்போச்சு. "பாட்டி கொஞ்சம் ஊளையிட, அது ரோஷாஷார்னையும் தூண்டிவிட்டது. அவளும் மெத்தைக்குள் தலையைப் புதைத்துக் கொண்டு ஊளையிட்ட பாட்டியோ, நிலாவெளிச்சத்தில் தலையைத் தூக்கிக் கிட்டு ஊளையிட்ற நாய் மாதிரி நேராகப் படுத்துக்கிட்டு ஊளையிட்டான்." பாட்டிக்கு இதுக்கு மேல உணர்வு இருக்கறதா தெரியல. சின்னக் குழந்த மாதிரி. யார்கிட்டயும் பேசறதில்ல., யாரையும் அடையாளம் தெரியல. தாத்தாகிட்ட பேசற மாதிரியே பேசிக்கிட்டிருக்காங்க."

"அவங்கள எங்க விட்ட" என்று டாம் அழுத்திக் கேட்டான்.

"நாங்க ஒரு முகாமுக்குப் போயிட்டோம். அங்க நிழலும், குழாய்த் தண்ணியும் இருக்கு. அங்க தங்க ஒரு நாளைக்கு பாதி டாலர் கட்டணம். ஆனா ஒவ்வொருத்தரும் ரொம்ப சோர்ந்து போய் அங்க தங்கிட்டாங்க. பாட்டி ரொம்ப சோர்ந்து போயிட்டதா அம்மா சொல்றாங்க. வில்சன கூடாரம் போடச் சொல்லிட்டாங்க. பாட்டிக்கு பைத்தியம் பிடிச்சிடுச்சுன்னு நினைக்கறேன்."

மறைந்து கொண்டிருந்த மாலைநேரச் சூரியனை டாம் பார்த்தான். "கேஸி, யாராவது இந்தக் காரோட இருக்கணும். இல்லேன்னா எல்லாத்தையும் கழட்டிட்டுப் போயிடுவாங்க. நீங்க இருப்பீங்களா?"

"நிச்சயமா, நான் இருப்பேன்."

அல் இருக்கையிலிருந்து ஒரு காகிதப் பொட்டலத்தை எடுத்தான். "அம்மா கொடுத்த ரொட்டியும், கொஞ்சம் மாமிசமும் இருக்கு. எங்கிட்ட ஒரு கூஜா தண்ணி இருக்கு."

"அவங்க யாரையும் மறக்கறதில்ல" என்றார் கேஸி.

டாம் அல்லுக்கருகில் ஏறி உட்கார்ந்தான். "பாருங்க, எவ்வளவு சீக்கிரம் முடியுமோ அவ்வளவு சீக்கிரம் நாங்க திரும்பிடுவோம். ஆனா எவ்வளவு நேரம் ஆகும்னு சொல்ல முடியாது."

"சரி, உங்களுக்கு நீங்களே பேசிக்கிட்டு இருக்காதீங்க. நீ போ அல்." டிரக் அந்த பிற்பகலில் நகர்ந்தது. "அவர் ஒரு அருமையான ஆள்" என்றான் டாம். "அவர் எப்பவுமே விஷயங்கள யோசிச்சிட்டு இருக்கார்."

"அட, நீ ஒரு போதகரா இருந்தா, நீ அப்படித்தான் இருக்கணும்னு நினைக்கறேன். ஒரு மரத்துக்கடில முகாம் போட்றதுக்கு அம்பது சென்ட் ஆகுதுன்னு அப்பா கடுங்கோபத்தில இருக்கார். இப்ப உள்ளத அவரால பாக்க முடியல. உக்காந்து சாபம் கொடுத்துக்கிட்டிருக்கார். அடுத்ததா அவங்க உனக்கு ஒரு டாங்குல காத்த விப்பாங்கன்னு சொல்றார். பாட்டி இருக்கறதுனால நிழலுக்கும், தண்ணிக்கும் பக்கத்துல இருக்கணும்னு அம்மா சொல்றாங்க. " டிரக் உயர்வேகப்பாதையில் குலுங்கிக் கொண்டு போனது. அதிலிருந்த சுமையெல்லாம் இறக்கப்பட்டு விட்டதால் அது இப்போது குலுங்கி, மோதி சப்தமெழுப்பியது. தரையின் பக்கவாட்டுப் பலகை, வெட்டிய பகுதி. அது வலுவாகவும், எளிதாகவும் ஓடியது. அல் ஒரு மணிக்கு முப்பத்து எட்டு மைல் வேகத்தில் ஓட்டினான். எஞ்சின் வலுவாக சப்தமெழுப்ப, எரிந்து கொண்டிருந்த எண்ணையின் நீல நிறப் புகை தரைப்பலகை வரை எழுந்தது.

"கொஞ்சம் குறை" என்றான் டாம். "நீ ஹப் மூடி வரைக்கும் எரிச்சுடப் போற. பாட்டிய எது அரிச்சிக்கிட்டு இருக்கு?"

"எனக்குத் தெரியல. போன சில நாளா அவங்க இப்படி அப்படி இருக்காங்க, யார்கிட்டயும் ஒரு வார்த்தை கூடப் பேசலங்கறது நினைவிருக்கா? இப்ப அவங்க கத்திக்கிட்டும், பேசிக்கிட்டும் இருக்காங்க. ஆனா அவங்க தாத்தாகிட்ட மட்டுந்தான் பேசிக்கிட்டிருக்காங்க. அவர்கிட்ட கத்திக்கிட்டு இருக்காங்க. கொஞ்சம் பயமுறுத்தற மாதிரி கூட இருக்கு. அவர் எப்பவும் செய்யற மாதிரி அங்க உக்காந்துக்கிட்டு அவங்களப் பாத்து ஒரு விரலால சொறிஞ்சிக்கிட்டு, சிரிச்சிக்கிட்டு இருக்கற மாதிரி இருக்கு. அவங்க கூட அவர் அங்க உக்காந்திருக்கறதப் பாக்கற மாதிரி இருக்கு.

அவங்க அவருக்கு நரகத்தையே கொடுக்கறாங்க. அப்பா உங்கிட்ட குடுக்க இருபது டாலர் கொடுத்தார். உனக்கு எவ்வளவு தேவைப்படும்னு அவருக்குத் தெரியல. அம்மா இன்னைக்கு நின்ன மாதிரி நின்னத எப்பவாவது பாத்திருக்கியா?"

"எனக்கு நினைவில்ல. நான் நிச்சயமா பரோல்ல வர நல்ல நேரத்ததான் தேர்ந்தெடுத்திருக்கேன். நான் வீட்டுக்கு வந்ததும் அங்கங்க படுத்துக்கிட்டு நேரம் கழிச்சி எழுந்திருச்சு நிறைய சாப்பிடப் போறேன்னு நினைச்சேன். நான் வெளிய போய் நடனம் ஆடணும், பொம்பளைங்க பின்னால அலையப் போறேன்னு நினைச்சேன், இங்க ஒண்ணும் செய்ய எனக்கு நேரமில்ல."

அல் சொன்னான், "நான் மறந்துட்டேன். அம்மா உங்கிட்ட சொல்றதுக்கு நிறையச் சொன்னாங்க. எதையாவது குடிக்கக் கூடாது, விவாதத்துல இறங்கிடக் கூடாது, யார்கிட்டயும் சண்டை போடக் கூடாது. ஏன்னா அவங்க உன்ன திருப்பி அனுப்பிடுவாங்கன்னு பயப்படறதா அவங்க சொன்னாங்க."

"அவங்களுக்கு கவலைப்படறதுக்கு நிறைய இருக்கு. நானும் தொந்தரவு கொடுக்கக் கூடாது" என்றான் டாம்.

"நாம கொஞ்சம் பியர் வாங்கலாம் இல்லையா? நான் பியருக்காக ஏங்கிக்கிட்டு இருக்கேன்"

"எனக்குத் தெரியல" என்றான் டாம். "நாம பியர் வாங்கினா அப்பா தொலைச்சுக் கட்டிடுவார்"

"இங்க பாரு டாம். எங்கிட்ட ஆறு டாலர் இருக்கு. நீயும், நானும் கொஞ்சம் பிண்ட் வாங்கினா ஏத்திக்கலாம். எங்கிட்ட ஆறு டாலர் இருக்குன்னு யாருக்கும் தெரியாது. கிருத்துவே, நாம நமக்குன்னு செமையா அனுபவிக்கலாம்."

"அத வச்சுக்கோ ஜாக்" என்றான் டாம். "நாம அங்க போய் சேந்ததும் நாம எல்லாத்தையும் கிளப்பலாம். ஆனா நாம வேல செஞ்சுக்கிட்டு இருக்கும்போது" – அவன் இருக்கையிலிருந்து திரும்பிப் பார்த்தான். "நீ இப்படி ஏத்திக்கிட்ற ஆளுன்னு நான் நினைக்கல. நீ அதுல இருந்து வெளிய வந்தவன்னு நினைச்சேன்."

"இருக்கட்டும், எனக்கு இங்க யாரையும் தெரியாது. நான் நிறைய சுத்தப் போறேன், நான் கல்யாணம் செஞ்சுக்கப் போறேன். நாம கலிஃபோர்னியா போனதும் செமத்தியா அனுபவிக்கப் போறேன்."

"நம்பறேன்" என்றான் டாம்

“இன்னும் நீ நிச்சயமா இருக்கறதா தெரியல”

“ஆமா, நான் எதுலயும் நிச்சயமா இல்ல”

“நீ அந்த ஆளக் கொன்னப்ப – நீ அதப் பத்திக் கனவாவது கண்டியா? அது உனக்கு கவலையா இருந்ததா?”

“இல்ல”

“நீ அத மாதிரி ஒரு போதும் நினைச்சதுல்ல?”

“நிச்சயமா. அவன் செத்ததுனால நான் வருத்தப்பட்டேன்.”

“நீ உம்மேல குத்தம் சாட்டிக்கிட்டது இல்ல?”

“இல்ல. நான் தண்டனை அனுபவிச்சுட்டேன், எனக்கான தண்டனைய அனுபவிச்சிட்டேன்.”

“அங்க ரொம்ப மோசமா இருந்துச்சா?”

டாம் சங்கடத்துடன் சொன்னான், “இங்க பாரு அல். நான் தண்டனைய அனுபவிச்சுட்டேன். அது இப்ப முடிஞ்சு போச்சு. அத திரும்ப திரும்ப யோசிக்க நான் விரும்பல. அங்க முன்ன ஆறு இருக்கு, அது தாண்டி நகரம். கான் ராட வாங்க நாம முயற்சி செய்வோம். மத்ததெல்லாம் குப்பைல தூக்கிப் போடு.”

அம்மா அநியாயத்துக்கு உம்மேல ஒருதலைபட்சமா இருந்தாங்க” என்றான் அல். “நீ போனதும் துக்கம் கொண்டாடினாங்க. எல்லா துக்கத்தையும் தானே அனுபவிச்சாங்க. தொண்டைல இருந்து உள்ளயே அழுதாங்க. இருந்தாலும் அவங்க என்ன நினைச்சாங்கன்னு எங்களால சொல்ல முடிஞ்சது.”

டாம் தன் தொப்பியைத் தன் கண்ணுக்கு மேல் கீழே இழுத்து விட்டுக் கொண்டான். “இங்க பாரு அல். நாம வேற எதாவது பேசலாமே.”

“அம்மா செஞ்சதத்தான நான் உங்கிட்ட சொல்லிக்கிட்டிருக்கேன்.”

“எனக்குத் தெரியும் – எனக்குத் தெரியும். ஆனா அத விரும்பல. நான் ஒரு காலுக்கு முன்னால இன்னொரு கால வைக்கறேன்.”

அல் அவமதிக்கப்பட்ட அமைதியில் ஆழ்ந்தான். “நான் உங்கிட்ட சொல்லத்தான் விரும்பினேன்” என்றான் ஒரு கணம் கழித்து.

டாம் அவனைப் பார்த்தான், அல் நேராக முன்னால் தன் கண்களை நிலை நிறுத்திக் கொண்டான். வெளிச்சம் படிந்த டிரக் சப்தமெழுப்பிக் கொண்டே

குதித்துக் கொண்டு சென்றது. டாமின் நீண்ட உதடுகள் பற்களுக்கு மேலெழும்ப, அவன் மெலிதாகச் சிரித்தான். "நீ அப்படித்தான் செஞ்சன்னு எனக்குத் தெரியும் அல். ஆனா ஒருவேள நான் கொஞ்சம் பைத்தியமா இருந்திருக்கலாம். நான் ஒருவேள அதப்பத்தி எப்பவாவது சொல்லலாம். அதத்தான நீ தெரிஞ்சுக்க விரும்பற? அது ஆவலானதுதான். ஆனா இப்ப எனக்கு கொஞ்ச நாளைக்கு அத மறந்தா நல்லாருக்கும்னு தோணுது. கொஞ்ச நாள் கழிச்சு அப்படி இருக்காது. இப்ப நா அத நினைக்கறப்ப என்னோட துணிச்சல் விழுந்து போய் மோசமான உணர்வு ஏற்படுது. இங்க பாரு அல், நான் உங்கிட்ட ஒரு விஷயம் சொல்றேன் – சிறைங்கறதுஒரு ஆள மெல்ல பைத்தியமாக்கறது. பாரு? அவங்க பைத்தியமாயி, அவங்கள நீ பாத்து, கேட்டு, சீக்கிரத்துல நீ பைத்தியமா இல்லையான்னு உனக்கே தெரியாது. அவங்க சில சமயம் ராத்திரி ஓலமிட்றபோது, நீதான் ஓலமிட்றன்னு நீ நினைப்ப, சில சமயம் நீதான் ஓலமிடுவ."

"ஓ! நான் அதப்பத்தி இனிமே பேச மாட்டேன்" என்றான் அல்.

"முப்பது நாள்ங்கறது பரவால்ல" என்றான் அல். "நூத்து எம்பது நாளும் கூட சரிதான். ஆனா ஒரு வருஷத்துக்கு மேல - எனக்குத் தெரியல. இந்த உலகத்துல இருக்கற வேற எதயும் மாதிரி இல்லாத ஒண்ணு இதப்பத்தி இருக்கு. அதப்பத்தின மோசமான ஒண்ணு, ஆளுங்கள அடச்சு வைக்கறதுல மோசமான ஒண்ணு. நரகத்துக்குப் போக! அதப் பத்தி நான் பேச விரும்பல. ஜன்னல் வழியா வர சூரிய வெளிச்சத்தப் பாரு."

டிரக் சர்வீஸ் ஸ்டேஷன் பகுதிக்குச் சென்றது. அங்கு சாலையின் வலதுபுறம் உடைக்கும் பட்டறை அமைந்திருந்தது. உயரமான கம்பி வேலியுடன் இருந்த ஒரு ஏக்கர் நிலப்பரப்பில் ஒரு தகரக் கொட்டகையும், அதன் முன்னால் கதவின் அருகில் விலை எழுதப்பட்டிருந்த உபயோகித்த டயர்களும் அடுக்கப்பட்டிருந்தன. அந்தக் கொட்டகைக்குப் பின்னால் ஓட்டை உடைசல்களாலும், தகர தகடுகளாலும் கட்டப்பட்ட ஒரு சிறு குடிசை இருந்தது. அவற்றின் ஜன்னல்களாக சுவர்களில் பொருத்தப்பட்ட காற்றுத் தடுப்பான்கள் இருந்தன. ஓட்டை உடைசல்கள் கிடந்த அந்தப் புல்வெளியின் மேல் நெளிந்து போன, முன்பக்கம் அமுங்கிப் போன, சிதைந்து போனகார்கள்தமது பக்கவாட்டுப்பகுதிகளையும், சக்கரங்களையும் இழந்து கிடந்தன. எஞ்சின்கள் பட்டறைக்கு எதிரில் துருப்பிடித்துக் கொண்டிருந்தன. ஒரு பெரிய குவியல் உடைசல்கள்; விபத்துத் தடுப்பான்களும், டிரக்கின் பக்கவாட்டுப் பகுதிகளும், சக்கரங்களும், அச்சுகளும் கிடந்தன; ஒட்டுமொத்தத்தில் ஏராளமான சிதைவுகளும், துருவும் குவிந்து கிடந்தன. வளைந்த இரும்பு, பாதி எரிந்த எஞ்சின்கள், கைவிடப்பட்ட பகுதிகளும் கிடந்தன.

அல் டிரக்கை கொட்டகைக்கு முன்னால் எண்ணெய்ப் பிசுக்குப் படிந்த நிலத்துக்கு ஓட்டிச் சென்றான். டாம் வெளியே வந்து இருட்டான கதவுக்குள் பார்த்தான். “யாரையும் காணல” என்றவன், “யாராவது இருக்கீங்களா?” என்று குரல் கொடுத்தான்.

“இயேசுவே, அவங்க கிட்ட ’25 டாட்ஜ்’ இருக்கும்னு நம்பறேன்.”

கொட்டகைக்குப் பின்னால் ஒரு கதவு அறைந்து சாத்தப்பட்டது. ஒரு மனிதனின் உருவம் இருண்ட கொட்டகைக்குள்ளிருந்து வெளியே வந்தது. மெலிந்த, அழுக்கான, எண்ணை படிந்த தோல் முறுக்கிய தசைகளுக்கு மேல் இறுக்கமாக இருந்தது. ஒரு கண் போயிருந்தது, கச்சாவான, மூடப்படாத ஓட்டை அவனது நல்ல கண் நகர்ந்தபோது கண் தசைகளுடன் சேர்ந்து நகர்ந்தது. அவனது ஜீன்சும், சட்டையும் பழைய கிரீஸால் கெட்டியாகவும், பளபளப்பாகவும் இருந்தன. அவனது கைகள் விரிசல்களுடனும், கோடுகளுடனும், வெட்டுகளுடனும் இருந்தன. அவனது கனத்த, தடிமனான உதடுகள் துருத்திக் கொண்டிருந்தன.

“நீங்கதான் முதலாளியா?” என்று கேட்டான் டாம்.

அவனது ஒரு கண் மின்னியது. “நான் முதலாளிக்காக வேல பாக்கறேன்” என்றான் அவன் அமர்த்தலாக. “உனக்கு என்ன வேணும்?”

“உங்ககிட்ட உடஞ்ச ’25 டாட்ஜ்’ இருக்கா? எனக்கு ஒரு கான் ராட் வேணும்.”

“எனக்குத் தெரியல. எங்க முதலாளி இங்க இருந்தா அவர் சொல்லிருப்பார். ஆனா அவர் இல்ல. அவர் வீட்டுக்குப் போயிட்டார்.”

“நாங்க தேடிப் பாக்கலாமா?”

அந்த மனிதன் தன் உள்ளங்கையால் தன் மூக்கைச் சிந்தி தன் கால்சட்டையில் துடைத்துக் கொண்டான். “நீங்க எங்கேருந்து வறீங்க?”

“நாங்க கிழக்குப் பக்கத்துலேருந்து வரோம். மேற்க போறோம்.”

“அப்ப சுத்தித் தேடிப் பாருங்க. இந்த பாழாப் போன இடத்த எரிச்சுடணும்.”

“உனக்கு உங்க முதலாளிய பிடிக்காது போலருக்கு”.

அந்த மனிதன் நெருங்கி வந்தான், அவனது ஒரு கண் பளபளத்தது. “நான் அவர வெறுக்கறேன்” என்றான் மென்மையாக. “நான் அந்த வேசி மகன வெறுக்கறேன். இப்போ வீட்டுக்குப் போயிட்டான். அவனோட வீட்டுக்குப் போயிட்டான்.” அவனது வார்த்தைகள் தட்டுத் தடுமாறி வந்தன.

"அவனுக்கு ஒரு வழி இருக்கு – ஒரு ஆள கண்டுபிடிச்சு அவன குதறிட்றது. அவன் ஒரு வேசி மகன். பத்தொம்போது வயசுக்கு ஒரு அழகான பொண்ணு இருக்கு. அவன் எங்கிட்ட கேப்பான், "அந்தப் பொண்ண நீ கல்யாணம் பண்ணினா எப்படி இருக்கும்?" அத எங்கிட்டயே சொல்லுவான். அப்புறம் இன்னைக்கு ராத்திரி, ஒரு டான்ஸ் இருக்கு. நீ போக விரும்பறியா?' அத எங்கிட்ட, எங்கிட்டயே சொல்லுவான்.!' அவனது கண்ணில் கண்ணீர் தோன்றி அவனது சிவந்த கண்ணோரத்தில் கண்ணீர் சொட்டியது. "கடவுள் அருளால ஒருநாள், என்னைக்காவது என்னோட பாக்கெட்டுல ஒரு பைப் வ்ரெஞ்ச வச்சுக்கப் போறேன். அவன் அந்த விஷயங்கள சொல்றபோது என்னோட கண்ணப் பாப்பான். நான் அந்த வ்ரெஞ்ச வச்சு அவனோட தலைய கழுத்துக்குள்ள அடிச்சு அமுக்கப் போரேன், ஒரு நேரத்துல சின்னதா." அவன் தன் கோபாவேசத்தால் மூச்சிறைத்தான். "ஒரு சமயத்தில கொஞ்சம், அவனோட கழுத்துல."

சூரியன் மலைகளுக்குப் பின்னால் மறைந்தது. அல் உடைந்து போன கார் குவியலைப் பார்த்தான். "அங்க பாரு, டாம்! அது ஒரு'25 இல்லேன்னா '26ஆத் தோணுது."

டாம் அந்த ஒற்றைக்கண் மனிதனிடம் திரும்பினான். "நாங்க பாக்கலாமா?"

"இல்லேல்ல.! உங்களுக்கு வேண்டியது எத வேணா எடுத்துக்கங்க." அவர்கள் செத்துப் போன அந்த வண்டிகளின் வழியே நடந்து துருப்பிடித்துக் கொண்டிருந்த, காற்றில்லாமல் அமுங்கிப் போயிருந்த செடானை நோக்கிச் சென்றனர்.

டாம் முட்டி போட்டு காருக்குக் கீழே பார்த்தான். "தட்டெல்லாம் ஏற்கனவே போயிடுச்சு. ஒரு ராட் உடைஞ்சு போச்சு. இன்னொண்ணும் போன மாதிரி தெரியுது.". அவன் காருக்கடியில் ஊர்ந்து போனான். "ஒரு நெம்புகோல எடுத்து அதத் திருப்பு அல்." அவன் ராடை தண்டுக்கெதிராகத் திருப்பினான். " கிரீசோட சேந்து ரொம்ப இறுகிருக்கு". அல் மெதுவாக நெம்புகோலைத் திருகினான். "மெதுவா" என்றான் டாம். அவன் தரையிலிருந்து ஒரு விறகுத் துண்டை எடுத்து பேரிங்கிலிருந்தும், பேரிங் போல்ட்டிலிருந்தும் கிரீசைச் சுரண்டினான்.

"எவ்வளவு இறுக்கமா இருக்கு?" என்று அல் கேட்டான்.

"கொஞ்சம் தளர்ந்திருக்கு, ஆனா மோசமில்ல."

"சரி அது பொருத்தமா இருக்குமா?"

“நிறைய ஷிம் இருக்கு. எல்லாத்தையும் எடுக்கல. சரிதான், இது சரியா இருக்கு. இப்போ மெதுவா திருப்பு. மெதுவா கீழ இறக்கு. அப்படித்தான்.! ஓடிப்போய் டிரக்கில இருந்து கொஞ்சம் கருவிகள எடுத்துட்டு வா.”

அந்த ஒற்றைக்கண் மனிதன் சொன்னான், “நான் உங்களுக்கு ஒரு பெட்டி கருவிகள கொண்டு வரேன்.” அவன் துருப்பிடித்த கார்களுக்கிடையில் நடந்து சென்று ஒரு தகரப் பெட்டியில் கருவிகளைக் கொண்டு வந்தான். டாம் அதிலிருந்து ஒரு சாக்கெட் வ்ரெஞ்சைத் தேடியெடுத்து அல்லிடம் கொடுத்தான்.

“நீ அத எடு. எந்த ஷிம்மையும் விட்டுடாத, எந்த பெல்ட்டும் உருண்டு போயிடாம பாத்துக்கோ, காட்டர் பின் மேலயும் கண் வை. வெளிச்சம் குறைஞ்சுக்கிட்டிருக்கு.”

அல் காருக்கடியில் ஊர்ந்து சென்றான். “நாம ஒரு செட் சாக்கெட் வ்ரெஞ்ச் வாங்கணும்.” என்றான். “இந்த மங்கி வ்ரெஞ்ச வச்சு எடுக்க இடமே இல்ல.”

“உனக்கு உதவி வேணும்னா கூப்பிடு” என்றான் டாம்.

அந்த ஒற்றைக்கண் மனிதன் செய்வதற்கு எதுவுமின்றி அருகில் நின்றிருந்தான். “உங்களுக்கு வேணும்னா நான் உதவறேன்” என்றான். “அந்த வேசி மகன் என்ன செஞ்சான்னு தெரியுமா? அவன் வந்து ஒரு வெள்ளை பேண்ட போட்டுக்கிட்டான். அப்புறம் சொல்றான், “வா, என்னோட சொகுசுப் படகுக்குப் போகலாம். கடவுள் பேரால, நான் அந்த ஆள ஒருநாள் சவட்டுவேன்.” அவன் கனமாக மூச்சு விட்டான். “நான் என்னோட ஒரு கண்ண இழந்ததுலேருந்து ஒரு பொண்ணு கூடயும் வெளிய போகல. அவன் இந்த மாதிரி விஷயங்கள சொல்றான்.” பெரிய கண்ணீர்த் துளிகள் அவனது மூக்குக்கருகே கோடிட்டன.

டாம் பொறுமையின்றிச் சொன்னான், “நீ ஏன் வெளிய போகல? இங்க உன்ன கவனிக்க காவல்காரன் இல்லேல்ல?”

“சரிதான், அத சொல்றது எளிதானது. வேல கிடைக்கறது அவ்வளவு எளிதானதில்ல. ஒரு கண் உள்ளவனுக்கு.”

டாம் அவனிடம் திரும்பினான். “இங்க பாருய்யா. உன்னோட ஒரு கண் முழுசாத் திறந்திருக்கு. நீ அழுக்கா, நாத்தமடிச்சிட்டு இருக்க. நீ அதத்தான் கேக்கற. நீ அத விரும்பற. உன்ன பாத்து நீயே பாவப்பட்டுக்கற. வெறுங்கண்ண சுத்திப் பாத்துக்கிட்டு நீ எந்த பொம்பளையையும் இழுக்க

முடியாது. அது மேல எதையாவது வச்சு மூடி, உன்னோட முகத்தக் கழுவு. நீ எந்த பைப் வ்ரெஞ்சையும் வச்சு யாரையும் அடிச்சிக்கிட்டு இருக்கல.''

''நான் சொல்றேன், ஒரு ஒத்தக்கண் மனுஷன் ஒரு பெரிய மோதல்ல மாட்டிக்கிட்டான். அடுத்தவங்க பாக்கற மாதிரி அவன் பாக்க முடியாது. ஒரு பொருள் எவ்வளவு தூரத்துல இருக்குன்னு பாக்க முடியாது. எல்லாம் சமமா தெரியும்.''

''நீ ஒரு வெட்டி. எனக்கு ஒரு சமயம் ஒரு கால் இருந்த வேசியத் தெரியும். அவ கால் டாலர் வாங்கிக்கிட்டு இருந்தான்னா நினைக்கற. இல்ல, அரை டாலர் அதிகமா வாங்கினா. அவ சொல்றா, 'எத்தன ஒத்தக்கால் பொம்பளைங்க கிட்ட படுத்திருக்க? யாருமில்ல!. சரி. இங்க ஒண்ணு தனிச்சிறப்பா இருக்கு. அது உனக்கு அரை டாலர் அதிகமாகும்.' அவளுக்கும் ஆளுங்க வந்தாங்க. அவகிட்ட படுக்கறதுல அவங்களுக்கு எதோ அதிர்ஷ்டமிருக்குன்னு நினைச்சாங்க. அவ நல்ல அதிர்ஷ்டம்னு சொல்றா. எனக்கு ஒரு கூன் முதுகு இருக்கறவன தெரியும் – நான் இருந்த இடத்துல. அவன் தன்னோட வாழ்க்கைய அதிர்ஷ்டத்துக்காக தன்னோட முதுக தடவ விட்டே வாழ்ந்தான். இயேசுவே, உனக்கு ஒரு கண்ணுதான் போயிருக்கு.''

அந்த மனிதன் தட்டுத்தடுமாறிக் கூறினான், ''கடவுளே, ஒரு ஆள் உன்ன விட்டுத் தள்ளிப் போற மாதிரி இருக்கு, அது உனக்குள்ள புகுந்துடுது.''

''அப்ப அத மூடு இழவே. நீ அத மாட்டோட பின்பக்கம் மாதிரி துருத்திக்கிட்டு இருக்க. உன்னப் பாத்து நீயே பாவப்பட்டுக்கிட்டு இருக்க. உனக்கு எந்தப் பிரச்சனையும் இல்ல. உனக்கு வெள்ளை கால்சட்டைகள வாங்கிக்க. நீ குடிச்சிட்டு உன் படுக்கைல அழுதுக்கிட்டு இருக்கன்னு நான் பந்தயம் கட்றேன். அல் உனக்கு உதவி எதுவும் வேணுமா?''

''இல்ல'' என்றான் அல். ''இந்த பேரிங்க தளர்த்திட்டேன். இப்ப பிஸ்டனை கழட்ட முயற்சி செஞ்சிக்கிட்டு இருக்கேன்.''

''அடி பட்டுக்காத'' என்றான் டாம்.

அந்த ஒற்றைக்கண் மனிதன் மென்மையாகச் சொன்னான், ''யாராவது என்னை விரும்புவாங்கன்னு நினைக்கறயா?''

''ஏன், நிச்சயமா'' என்றான் டாம். ''உன்னோட ஒரு கண்ண இழந்ததுலேருந்து நீ வளர்ந்துட்டன்னு அவங்ககிட்ட சொல்லு.''

''நீங்க எங்க போறீங்க?''

''கலிஃபோர்னியா. மொத்தக் குடும்பமும். அங்க போய் வேலை பாக்கப் போறோம்.''

"அங்க என்ன மாதிரி ஆளுங்க வேல பாக்க முடியும்னு நினைக்கறயா? என் கண்ணுல ஒரு கருப்புக் கறை?"

"ஏன் முடியாது? நீ ஒண்ணும் முடங்கிப் போகலியே"

"நான் உங்க கூட சேர்ந்து வர முடியுமா?"

"கிருத்துவே. இல்ல. நாங்க நகர முடியாத அளவுக்கு அதிகமா இருக்கோம். நீ வேற வழி பாரு. இங்க இருக்கற ஓட்டைல ஒண்ண சரி பண்ணி அதுல வந்து சேரு."

"கடவுள் அருளால நான் வருவேன்" என்றான் ஒற்றைக்கண் மனிதன்.

உலோகத்தின் சத்தம் எழும்பியது. "நான் அத எடுத்துட்டேன்" என்றான் அல்.

"சரி, அத வெளிய எடுத்துட்டு வா. அதப் பாக்கலாம்." அல் அவனிடம் பிஸ்டனையும், இணைப்புக் கம்பியையும், பேரிங்கின் கீழ் பகுதியையும் கொடுத்தான்.

டாம் பாபிட்டின் மேல்பக்கத்தைத் துடைத்து விட்டு பக்கவாட்டைப் பார்த்தான். "பாத்தா நல்லதா தெரியுது எனக்கு. இப்ப கடவுள் அருளால வெளிச்சம் இருந்தா இங்க இன்னைக்கு ராத்திரியே எடுத்துடலாம்."

"சொல்லு டாம், நம்மகிட்ட ரிங் கிளாம்ப் இல்லேன்னு நினைச்சுக்கிட்டு இருந்தேன். இந்த ரிங்க எடுக்கறது பெரிய வேலையா இருக்கும், குறிப்பா கீழருந்து" என்றான் அல்.

"ஒரு தடவ ரிங்க சுத்தி அருமையான பித்தளைக் கம்பிய சுத்தினா போதும்னு ஒரு ஆள் எங்கிட்ட சொன்னான்" என்றான் டாம்.

"சரி, நீ எப்படி அந்தக் கம்பிய எடுக்கப் போற?"

"அத எடுக்க வேணாம். அது இளகிடும், எதையும் பாதிக்காது."

"செப்புக் கம்பி நல்லாருக்கும்"

"அது அவ்வளவு வலுவா இருக்காது." என்றான் டாம். அவன் ஒற்றைக்கண் மனிதனிடம் திரும்பினான். "உங்கிட்ட நல்ல பித்தளைக் கம்பி இருக்கா?"

"எனக்குத் தெரியாது. எங்கயோ கம்பிச் சுருள் இருக்குன்னு நினைக்கறேன். ஒத்தக்கண் மனுஷங்க போட்டுக்கற அந்த மூடி எங்க கிடைக்கும்னு நினைக்கற?"

"எனக்குத் தெரியாது" என்றான் டாம். "உன்னால கம்பிச்சுருள கண்டு பிடிக்க முடியுதான்னு பாப்போம்."

அவர்கள் தகரக் கொட்டகையில் சுருள் அகப்படும் வரை பெட்டி பெட்டியாகத் தோண்டினர். டாம் கம்பியை ஒரு பட்டறைக் கம்பியில் வைத்துக் கவனமாக சுருளை பிஸ்டனின் வளையங்களில் சுற்றி அவற்றின் இடத்தில் ஆழமாகச் செலுத்தினான். எங்கெல்லாம் கம்பி சுழற்றிக் கொண்டதோ அங்கெல்லாம் சுத்தியலை வைத்து அடித்துச்சமப்படுத்தினான்; பிறகு பிஸ்டனைத் திருப்பி பிஸ்டனின் சுவர் தட்டையாகும் வரை அடித்து சரி செய்தான். சுருள் சரியாகப் பொருந்தியிருக்கிறதா என்று பார்க்க அதன்மேல் கையை ஓட்டிப் பார்த்தான். கொட்டகைக்குள் மெதுவாக இருட்டு படிந்து கொண்டிருந்தது. ஒற்றைக்கண் மனிதன் ஒரு ஃப்ளாஷ் லைட்டைக் கொண்டு வந்து வேலை செய்து கொண்டிருந்தவர்களுக்குக் காட்டினான்.

"இதோ பார்!" என்றான் டாம். "அந்த லைட்ட எவ்வளவுக்குக் கொடுப்ப?"

"இது ஒண்ணும் ரொம்ப நல்லது இல்ல. புது பாட்டரி போட்றதுக்கு பதினஞ்சு சென்ட் செலவழிச்சேன். சரி, ஒரு . . . முப்பத்து அஞ்சு செண்டுக்குத் தரேன்."

"சரி. இந்த கான் ராடுக்கும், பிஸ்டனுக்கும் நாங்க உனக்கு எவ்வளவு தரணும்?"

ஒற்றைக்கண் மனிதன் தன் ஒரு கைமுட்டியால் முன்நெற்றியைச் சொறிந்து கொண்டான். அதிலிருந்து ஒரு கோடு அழுக்கு கழன்று விழுந்தது. "அது எனக்குத் தெரியாது சார். முதலாளி இங்க இருந்தா உடனே விலைப் பட்டியலுக்குப் போய் அது புதுசு எவ்வளவு விலைன்னு பாப்பான். நீங்க வேல பாத்துக்கிட்டிருக்கறப்போ அங்க போய் நீங்க எவ்வளவு மோசமா மாட்டிக்கிட்டு இருக்கீங்க, உங்ககிட்ட எவ்வளவு காசு இருக்குன்னு நோண்டுவான். அப்ப அந்த உதிரி எட்டு ரூவாயா இருந்தா, உங்ககிட்ட அஞ்சு ரூபா கேப்பான். நீங்க சண்டை போட்டா, மூணு ருபாய்க்குத் தருவான். ஆனா நான் சொல்றேன், அவன் ஒரு வேசி மகன். உங்களுக்கு அது எந்த அளவுக்குத் தேவைன்னு பாப்பான். அவன் ஒரு முழு காருக்கு கொடுக்கறத விட ஒரு ரிங் கியருக்கு அதிகமா வாங்கினத நான் பாத்திருக்கேன்."

"சரி, ஆனா நான் இதுக்கு உனக்கு எவ்வளவு கொடுக்கணும்?"

"சுமாரா ஒரு வெள்ளின்னு நினைக்கறேன்."

"சரி. இந்த சாக்கெட் வ்ரெஞ்சுக்கு ஒரு கால் வெள்ளி. நீ நல்லா இரு." அவன் வெள்ளியைக் கொடுத்தான். "நன்றி. நான் என்னோட பாழாப் போன கண்ண மூடிக்குவேன்."

டாமும், அல்லும் டிரக்குக்குள் அமர்ந்தனர். மிகவும் இருட்டிப் போயிருந்தது. அல் மோட்டாரை இயக்கி, முன்விளக்கைப் போட்டான். “இவ்வளவு நேரமா” என்றான் டாம். “உன்ன கலிஃபோர்னியாவில பாக்கலாம்.” அவர்கள் உயர்வேகப்பாதைக்குள் திரும்பி வேகம் பிடித்தனர்.

ஒற்றைக்கண் மனிதன் அவர்கள் செல்வதை நின்று பார்த்து விட்டு, தகரக் கொட்டகைக்குள் தன் இடத்துக்குச் சென்றான். உள்ளே இருட்டாக இருந்தது. அவன் கீழே மெத்தையைத் தேடிச் சென்று அதில் படுத்துக் கொண்டு அழுதான். உயர்வேகப்பாதையில் பறந்து கொண்டிருந்த கார்கள் அவனது தனிமையை அதிகரிக்கவே செய்தன.

டாம் சொன்னான், “இங்க இந்த உதிரி கிடைக்கும், இன்னைக்கு ராத்திரியே சரி பண்ணிடலாம்னு எங்கிட்ட சொல்லிருந்தா, உனக்குப் பைத்தியம் பிடிச்சிருக்குன்னு சொல்லிருப்பேன்.”

“நாம அத சரி பண்ணிடலாம்” என்றான் அல். “எப்படியும் நீ அத சரி பண்ணித்தான் ஆகணும். அத இறுக்கி அத எரிச்சிடுவேன், இல்லேன்னா ரொம்ப தளர்வா வச்சு அத விழ வச்சிடுவேன்னு நான் பயப்படுவேன்.”

“நான் அதப் பொருத்திடுறேன். அது திரும்ப கீழ விழுந்துட்டா, அது விழுந்ததுதான். எனக்கு நஷ்டப்பட ஒண்ணுமில்ல.”

அல் இருட்டுக்குள் ஊடுருவிப் பார்த்தான். விளக்கு வெளிச்சத்தால் இருட்டை ஒன்றும் செய்ய முடியவில்லை; ஆனால் சற்று தூரத்தில் வேட்டையாடிக் கொண்டிருந்த ஒரு பூனையின் கண்கள் விளக்கின் வெளிச்சத்தில் பச்சையாக மின்னின. “நீ நிச்சயமா அந்த ஆளுக்கு நரகத்தக் காட்டிட்ட” என்றான் அல். “எது அவனோட இடம்னு நீ காட்டிட்ட.”

“அட, அவனுக்கு அது தேவையா இருந்தது. அவனுக்கு ஒரு கண்ணுதான் இருக்குன்னு அது மேலயே பழியப் போட்டுக்கிட்டிருக்கான். அவன் ஒரு சோம்பேறி, வேசி மகன். ஆளுங்க அவன்கிட்ட புத்திசாலியா இருந்திருக்காங்கன்னு தெரிஞ்சா ஒருவேள அவன் வெட்டிக்கிட்டு வரலாம்.”

அல் சொன்னான், “டாம், அந்த பேரிங் எரிஞ்சு போனதுல எனக்கு ஒண்ணும் பங்கு இல்ல.”

டாம் ஒரு கணம் அமைதியாக இருந்தான். பிறகு பேசத் தொடங்கினான், “நான் உங்கிட்டேருந்து ஒரு விஷயத்த எடுக்கப் போறேன் அல். நீ தேவையில்லாம தேச்சுக்கிட்டு இருக்க. உனக்கு யாரவது உன்னக் குறை சொல்லிடுவாங்களோன்னு பயமா இருக்கு. சின்னப் பையன் நீ, வெகுளியா இருக்க. எப்பப் பாத்தாலும் நல்லவனா இருக்கணும்னு

நினைக்கற. ஆனா அல், உன்னப் பத்தி யாரும் குறை சொல்லாதப்போ பாதுகாத்துக்க முயற்சி பண்ணாத. நீ சரியாயிடுவ."

அல் அவனுக்கு பதில் சொல்லவில்லை. அவன் நேராகப் பார்த்தான். டிரக் சாலையில் மேடுபள்ளங்களில் குதித்துச் சென்றது. ஒரு பூனை சாலையின் ஒரு புறத்திலிருந்து பாய்ந்து வெளியே வந்தது. அல் அதை அடிப்பதற்கு ஸ்டீரிங்கை ஒடித்தான். ஆனால் அது சக்கரத்திலிருந்து தப்பி பக்கவாட்டில் புல்தரைக்குப் பாய்ந்து விட்டது.

"கிட்டத்தட்ட அடிச்சுட்டேன்" என்றான் அல். "சொல்லு டாம். கோனி ராத்திரில படிக்கப் போறதப் பத்திப் பேசினத நீ கேட்டேல்ல. ஒரு வேள நானும் ராத்திரில படிக்கலாமான்னு நினைச்சுக்கிட்டிருக்கேன். ரேடியோவோ, டெலிவிஷனோ இல்லேன்னா டீசல் எஞ்சினோ, எதோ ஒண்ணு. ஒரு ஆளு அந்த வழில வாழ்க்கைய ஆரம்பிக்கலாம்."

"இருக்கலாம்" என்றான் டாம். "முதல்ல பாடங்களுக்கு உங்கிட்டேருந்து எவ்வளவு வாங்குவாங்கன்னு கண்டுபிடி. நீ அதப் படிக்கப் போறியான்னு பாரு. தபால்ல படிச்ச சில பேர் மெக்லஸ்டர்ல இருந்தாங்க. அதுல யாரும் முடிச்சதா எனக்குத் தெரியல. அதுல வெறுப்பாயி விட்டுட்டாங்க."

"கடவுளே, சாப்பிட்றதுக்கு எதுவும் வாங்க நாம மறந்துட்டோம்."

"அம்மா நிறைய கொடுத்தனுப்பிருக்காங்க; போதகரால அது எல்லாத்தையும் சாப்பிட முடியாது. கொஞ்சம் இருக்கும். நாம கலிஃபோர்னியா போறதுக்கு எவ்வளவு நாளாகும்?"

"கடவுளே, எனக்குத் தெரியாது. அதப் பாத்து போயிக்கிட்டே இருக்க வேண்டியதுதான்."

அவர்கள் அமைதியில் ஆழ்ந்தனர். இருட்டு வந்ததும், நட்சத்திரங்கள் கூர்மையாக ஒளி வீசின.

கேஸி பின் இருக்கையிலிருந்து வெளியே வந்து சாலையின் ஓரத்தில் நடை போட்டுக் கொண்டிருந்தபோது டிரக் வந்து நின்றது. "இவ்வளவு சீக்கிரமா திரும்புவீங்கன்னு நான் எதிர்பார்க்கல."

டாம் உதிரிப் பாகங்களை தரையில் ஒரு சாக்கில் எடுத்து வைத்தான். "எங்களுக்கு அதிர்ஷ்டம்தான். ஒரு ஃப்ளாஷ் லைட் கூட கிடைச்சது. இப்பவே வண்டிய சரி பண்ணப் போறோம்."

"நீங்க ராத்திரி சாப்பாட்ட மறந்துட்டீங்க" என்றார் கேஸி.

“நான் முடிச்சதும் சாப்பிட்டுக்கறேன். அல், நீ வண்டிய இன்னும் ஓரமா நிறுத்திட்டு வந்து எனக்காக இந்த விளக்கப் பிடி.” அவன் நேராக டாட்ஜூக்குக் கீழே முதுகால் தவழ்ந்து சென்றான். அல் குப்புறப் படுத்து உள்ளே தவழ்ந்து சென்று ஃப்ளாஷ் லைட்டை அடித்தான். “நேரா மூஞ்சில அடிக்காத. அதோ அங்க காட்டு”. டாம் பிஸ்டனை சிலிண்டருக்குள் திருகினான். பித்தளை வயர் சிலிண்டரின் சுவரில் கொஞ்சம் பிடித்தது. அவன் வேகமாகத் தள்ளி உள்ளே சொருகினான். “அது கொஞ்சம் தளர்வா இருக்கறது நல்லதாப் போச்சு. இல்லேன்னா தடுத்து நிறுத்திடும். அது சரியா வேல செய்யும்னு நினைக்கறேன்.”

“வயர் வளையங்கள முடக்கிடாதுன்னு நினைக்கறேன்” என்றான் அல்.

“அதுனாலதான் நான் அதையெல்லாம் சுத்தியலால அடிச்சு சமமாக்கினேன். அது வெளிய திருகிக்கிட்டு வராது. அது உருகி ஒரு பித்தளைத் தகடாயிடும்னு நினைக்கறேன்.”

“அது சுவரை அரிக்கும்னு நினைக்கறயா?”

டாம் சிரித்தான். “இயேசுவே, அந்த சுவர் இதைத் தாங்கும். ஏற்கனவே அது எக்கச்சக்கமா எண்ணையைக் குடிச்சிக்கிட்டிருக்கு. இன்னும் கொஞ்சம் குடிச்சா ஒண்ணும் குறைஞ்சிடாது.” அவன் ராடை துளையில் வைத்துத் திருகி கீழ்ப்பாகத்தை ஆராயந்தான். “அது கொஞ்சம் சிம்ப எடுத்துக்கும். கேஸி!”

“சொல்லு”

“நான் இப்ப இந்த பேரிங்க எடுக்கப் போறேன். அந்தத் திருகுவிட்டத்துக்குப் போய் நான் சொல்லும்போது மேல்ல திருகுங்க.” அவன் மெதுவாக போல்ட்டுகளைத் திருகினான். “இப்ப, மெதுவா!”. அந்த சுழல்தண்டு மெதுவாகச் சுழலவும் அவன் பேரிங்கை அதில் வைத்துச் சுற்றினான். “நிறைய சிம்பு இருக்கு. கேஸி அப்படியே பிடிச்சுக்குங்க அவன் போல்ட்டுகளைக் கழற்றி மெலிதான சிம்புகளை இரண்டு பக்கங்களிலிருந்து அகற்றி விட்டு மீண்டும் அவற்றை வைத்தான். “திரும்ப முயற்சி செய்யுங்க கேஸி!” என்றான். அவன் மீண்டும் ராடைத் திருகினான். “இன்னும் கொஞ்சம் தளர்வாத்தான் இருக்கு. நான் இன்னும் கொஞ்சம் சிம்ப எடுத்தா ரொம்ப இறுகிடுமோன்னு தோணுது. நான் முயற்சி பண்றேன்.” அவன் மீண்டும் போல்ட்டுகளை எடுத்து விட்டு, இன்னொரு ஜோடி சிம்பை வெளியே எடுத்தான். “இப்ப முயற்சி பண்ணுங்க, கேஸி”

“இது சரியாத் தோணுது” என்றான் அல்.

“திருப்ப கஷ்டமா இருக்கா, கேஸி?” என்று டாம் கேட்டான்.

“இல்ல, அப்படித் தோணல.”

“நல்லது. சரியாயிடுச்சுன்னு நினைக்கறேன். சரியாயிடணும்னு கடவுள வேண்டிக்கிறேன். பாபிட்ட கருவிகள் இல்லாம பொருத்த முடியாது. இந்த ஒரு சாக்கெட் வ்ரெஞ்ச் வேலைய ரொம்ப எளிதாக்கிடும்.”

“அந்த சாக்கெட் வ்ரெஞ்சை அந்தப் பட்டறை முதலாளி தேடி, அது கிடைக்கலேன்னவுடனே பயங்கரமா கோவமாயிடப் போறான்” என்றான் அல்.

“அது அவன் பிரச்சனை” என்றான் டாம். “நாம ஒண்ணும் அதத் திருடலையே”. அவன் காட்டர் பின்களை உள்ளே செலுத்தி முனைகளை வளைத்து விட்டான். “இது சரியாயிடுச்சுன்னு நினைக்கறேன். கேஸி, நானும் அல்லும் இந்தத் தட்டை மாட்றோம், நீங்க விளக்கப் பிடிச்சுக்கோங்க.”

கேஸி முழந்தாளிட்டு விளக்கைப் பிடித்துக் கொண்டார். அவர்கள் தட்டை வைத்து சரி செய்து அதிலுள்ள துளைகளில் போல்ட்டுகளை மாட்டியபோது அவர் விளக்கு வெளிச்சம் அவர்களது கையில் படுமாறு பிடித்துக் கொண்டார். அவர்கள் இருவரும் தட்டின் கனத்தைத் தாங்கிக் கொண்டு, கடைசித் துளைகளைக் கண்டு பிடித்து மாட்டி விட்டுப் பிறகு மற்ற போல்ட்டுகளை மாட்டினர்; அவை சரியாக அமைந்தவுடன் டாம் மெதுவாக காஸ்கட்டுக்கெதிராக தட்டு சரியாக அமையுமாறு மெதுவாக உயர்த்திச் சென்று நட்டுகளை இறுக்கினான்.

“இது முடிஞ்சிடுச்சுன்னு நினைக்கறேன்” என்றான் டாம். அவன் ஆயில் குழாயை மூடி இறுக்கி விட்டு தட்டை கவனமாக ஆராய்ந்தான். பிறகு விளக்கை எடுத்து தரையில் தேடினான். “இதோ இருக்கு.” இப்ப எண்ணைய அதுக்குள்ள திரும்ப ஊத்திடலாம்.”

அவர்கள் வெளியே ஊர்ந்து வந்து வாளியிலிருந்த எண்ணையை கிரான்க் கேஸில் திரும்ப ஊற்றி நிரப்பினர். எதாவது கசிகிறதா என்று டாம் காஸ்கெட்டை சோதித்தான்.

“சரி, அல், எஞ்சின முடுக்கு.” அல் காருக்குள் உட்கார்ந்து கொண்டு எஞ்சினை இயக்கினான். மோட்டார் ஒரு கர்ஜனையுடன் இயங்கியது. புகைபோக்கியிலிருந்து நீலநிறப்புகை வெளியேறியது. “வேகத்த குறை” என்று கத்தினான் டாம். “அந்த வயர் இளகற வரைக்கும் அது எண்ணையக் குடிக்கும். இப்போ குறைஞ்சுக்கிட்டு வருது”. மோட்டார் இயங்குவதை அவன் கவனமாகக் கேட்டான். “அத அப்படியே ஓட விடு”.

அவன் மீண்டும் கேட்டான். “சரி அல், அணைச்சுடு. சரிபண்ணிட்டோம்னு நினைக்கறேன். கறி எங்க?”

“நீ சரியான மெக்கானிக்கா இருக்க” என்றான் அல்.

“ஏன் இல்லை? நான் கடைல ஒரு வருஷம் வேல செஞ்சேன். நாம அத மெதுவா சில நூறு மைல்களுக்குக் கொண்டு போயிடலாம். அது வேலை செய்ய ஒரு வாய்ப்பு கொடுக்கணும்.”

அவர்கள் தமது எண்ணெய் படிந்த கைகளை ஒரு கொத்துப் புதரில் தேய்த்துத் துடைத்துக் கொண்டு பிறகு தமது டிரவுசர்களில் துடைத்துக் கொண்டனர். பிறகு வேக வைத்த பன்றி இறைச்சியின் மீது பசியுடன் விழுந்து, பாட்டிலிலிருந்த தண்ணீரைக் குடித்தனர்.

“எனக்கு பட்டினி கிடக்கறது பிடிச்சது” என்றான் அல். “இப்ப என்ன செய்யப் போறோம்? முகாமுக்குப் போகலாமா?”

“எனக்குத் தெரியல. ஒருவேள நமக்கு அவங்க கூட ஒரு அரை டாலர் கட்டணம் வசூலிக்கலாம். நாம போயி அவங்க கூடப் பேசுவோம்- நாம சரி பண்ணிட்டோம்னு சொல்லுவோம். அவங்க நமக்கு கூடக் கட்டணம் கேப்பாங்கன்னா நாம மேல போயிடலாம். நம்மாளுங்க என்னாச்சுன்னு காத்துக்கிட்டு இருப்பாங்க. அம்மா இன்னைக்கு மத்தியானம் நம்ம நிறுத்தினதுக்கு நான் சந்தோஷப்பட்றேன். விளக்க வச்சு சுத்தி அடிச்சுப் பாரு அல். நாம எதையும் விட்டுடக் கூடாது. அந்த சாக்கெட் வ்ரெஞ்ச விட்டுடாத. அது நமக்கு திரும்ப தேவைப்படலாம்.” என்றான் டாம்.

அல் ஃப்ளாஷ் லைட்டை வைத்து தரையில் தேடிப் பார்த்தான். “எதுவும் கண்ல படல”.

“சரி அல். நான் இத ஓட்றேன். நீ டிரக்க ஓட்டிட்டு வா.” டாம் எஞ்சினை இயக்கினான். டாம் எஞ்சினை குறைந்த வேகத்தில் இயக்கி மெதுவாகச் செல்ல, அல் டிரக்கில் அவனைப் பின் தொடர்ந்தான். அவன் ஆழமில்லாத குழியை மெதுவான வேகத்தில் கடந்தான். “இந்த டாட்ஜ் கீழ் கியர்ல ஒரு வீட்டையே இழுத்துக்கிட்டுப் போகும். நிச்சயமா இது சரியாயிடுச்சுன்னு நினைக்கறேன். நமக்கு நல்லது. அந்த பேரிங்க ஈசியா உடைச்சுட விரும்பறேன்.”

உயர்வேகப்பாதையில் டாட்ஜ் மெதுவாகச் சென்றது. 12 வோல்ட் முகப்பு விளக்குகள் சிறிய மஞ்சள் ஒளியை நடைபாதையில் அடித்தன.

கேஸி டாமைத் திரும்பிப் பார்த்தார். “உங்களால கார சரி பண்ண முடியும்கறது வினோதமா இருக்கு. இப்ப ஒரு விளக்க வச்சுக்கிட்டு கார சரி

பண்ணிட்டீங்க. என்னால எந்தக் காரையும் சரி பண்ண முடியாது, நீங்க இப்ப சரி பண்றத பாத்தபிறகு கூட."

"நீங்க சின்னப் பிள்ளயா இருக்கற போதே அத வளத்துக்கிட்டிருக்கணும்" என்றான் டாம். "அது தெரிஞ்சுக்கறது மட்டுமில்ல. அதவிட அதிகம். இப்ப பிள்ளைங்க ஒரு காரை பிரிச்சுட முடியும், நீங்க நினைக்கறதுக்கு முன்னாலயே."

ஒரு குழிமுயல் வழியில் பாய்ந்தோடியது விளக்கு வெளிச்சத்தில் தெரிந்தது. அதன் ஒவ்வொரு தாவலுக்கும் அதன் பெரிய காதுகள் குதித்தன. அது சாலையை விட்டு வெளியே பாய ஒவ்வொரு முறை முயன்ற போதும் இருட்டு அதை திரும்பத் தள்ளியது. தூரத்தில் பிரகாசமான முகப்பு வெளிச்சம் தெரிந்ததும் முயல் டாட்ஜின் குறைந்த முகப்பு வெளிச்சத்தை நோக்கித் தவறிப் போய்ப் பாய்ந்தது. அது சக்கரங்களுக்குக் கீழ் அடிபட்டபோது, கார் மெதுவாகக் குலுங்கியது.

"அத நசுக்கிட்டோம்னு நினைக்கறேன்" என்றார் கேஸி.

டாம் சொன்னான், "அதுங்கள அடிக்கறதுன்னு சிலருக்குத் தோணும். ஒவ்வொரு தடவையும் எனக்கு கொஞ்சம் நடுங்கிடும். காரோட சத்தம் நல்லாருக்கு. இப்ப ரிங்கெல்லாம் தளர்ந்திருக்கும்னு நினைக்கறேன். ரொம்ப புகை வரல."

"நீ ரொம்ப நல்லா வேல பாத்திருக்க" என்றார் கேஸி.

முகாமின் இடத்தில் ஒரு சிறிய மர வீடு ஆக்ரமித்திருந்தது. அதன் முற்றத்தில் காஸ் லாந்தர் வெள்ளை நிற வெளிச்சத்தை பெரிய வட்டமாகச் சிந்திக் கொண்டிருந்தது. வீட்டின் அருகே சுமார் அரை டஜன் கூடாரங்கள் அமைக்கப்பட்டிருந்தன. அவற்றுக்கருகில் கார்கள் நின்று கொண்டிருந்தன. இரவு உணவு சமைக்கப்பட்டு விட்டது. ஆனால் முகாமின் தரையில் ஆங்காங்கே எரிந்த நிலக்கரி கனன்று கொண்டிருந்தது. முற்றத்தில் எரிந்து கொண்டிருந்த லாந்தருக்கு அருகே ஆண்கள் ஒரு குழுவாக சேர்ந்திருந்தனர். கடுமையான விளக்கு வெளிச்சத்தில் அவர்களது முகங்கள் வலுவாகவும் தசைப்பிடிப்புடனும் தெரிந்தன. அந்த வெளிச்சம் அவர்களது தொப்பியின் நிழலை அவர்களது முன்நெற்றியிலும், கண்களிலும் விழச்செய்து, அவர்களது நாடியை முன்னால் நீட்டியது போல் தோன்றியது. அவர்கள் படியில் உட்கார்ந்தனர், சிலர் தமது கைமுட்டிகளை முற்றத்தில் ஊன்றியவாறு தரையில் நின்று கொண்டிருந்தனர். அந்த இடத்தின் சொந்தக்காரரான ஒரு சிடுசிடுப்பான, நெட்டை மனிதன் முற்றத்தில் ஒரு நாற்காலியில் அமர்ந்திருந்தான். அவன் சுவற்றில் சாய்ந்து தனது விரல்களால் தனது

முழங்காலில் தாளமிட்டான். வீட்டுக்குள் ஒரு மண்ணெண்ணெய் விளக்கு எரிந்தது. ஆனால் அதன் மெல்லிய வெளிச்சத்தை உஸ்ஸென்ற சத்தத்துடன் காசோலின் லாந்தரின் வெளிச்சம் காணாமல் போகச் செய்தது. அந்த ஆண்களின் குழு சொந்தக்காரரைச் சூழ்ந்து கொண்டது.

டாம் டாட்ஜை சாலையின் ஓரத்திற்கு ஓட்டிச் சென்று நிறுத்தினான். அல் டிரக்கை கேட்டுக்குள் ஓட்டிச் சென்றான். “அத உள்ள கொண்டு வர வேண்டிய அவசியமில்லை” என்றான் டாம். அவன் வெளியே வந்து கேட்டைத் தாண்டி லாந்தரின் வெண்ணிற வெளிச்சத்தை நோக்கி நடந்தான்.

சொந்தக்காரர் தனது நாற்காலியின் முன்னங்கால்களைத் தரையில் வைத்துவிட்டு முன்னால் சாய்ந்தார். “நீங்க இங்க தங்க விரும்பறீங்களா?”

“இல்ல. எங்காளுங்க இங்க இருக்காங்க. ஹை, அப்பா” என்றான் டாம்.

கீழ்ப்படியில் உட்கார்ந்திருந்த அப்பா சொன்னார், “நீங்க வர ஒரு வாரம் ஆகும்னு நினைச்சேன். அத சரி பண்ணிட்டீங்களா?”

“எங்களுக்கு கொஞ்சம் அதிர்ஷ்டம் இருந்தது” என்றான் டாம். “இருட்றதுக்கு முன்னால ஒரு உதிரி கிடைச்சது. நாம காலைல முதல்ல கிளம்பிடலாம்.”

“அது ரொம்ப நல்ல விஷயம். அம்மா ரொம்பக் கவலையா இருந்தா. பாட்டி நிலைலயே இல்ல” என்றார் அப்பா.

“ஆமாம், அல் சொன்னான். இப்போ எதாவது பரவாயில்லாம இருக்காங்களா?”

“இல்ல, எப்படின்னாலும் இப்போ தூங்கிக்கிட்டிருக்காங்க.”

சொந்தக்காரர் சொன்னான், “நீங்க இங்க தங்க விரும்பினா உங்களுக்கு நாலு காசு செலவாகும். உங்களுக்குத் தங்கவும், தண்ணியும், விறகும் கிடைக்கும். யாரும் உங்கள தொந்தரவு செய்ய மாட்டாங்க.”

“என்ன எழவு” என்றான் டாம். “நாங்க ரோட்டுக்குப் பக்கத்துல இருக்கற குழிலயே ராத்திரி தூங்கிடுவோம். அதுக்கு எந்தச் செலவும் ஆகாது.”

சொந்தக்காரர் தனது முட்டியில் தனது விரல்களால் தாளமிட்டார். “டெபுடி ஷெரீஃப் ராத்திரியில ரோந்து வருவார். உனக்கு அது கடுமையா இருக்கும். இந்த மாகாணத்துல வெளிய படுக்கறதுக்கு எதிரா சட்டம் இருக்கு. ஊர்சுத்தித் திரியற சோம்பேறிகளுக்கு எதிரா ஒரு சட்டம் இருக்கு.”

"நான் உங்களுக்கு அரை டாலர் கொடுத்துட்டா நான் நாடோடி இல்ல, அப்படித்தானே?"

"அப்படித்தான்"

டாமின் கண்கள் கோபத்தில் பிரகாசித்தன. "எந்த வகையிலயும் டெபுடி ஷெரிஃப் உங்க மச்சான் ஒண்ணுமில்லேல்ல?"

சொந்தக்காரரர் முன்னால் சாய்ந்து கொண்டார். "இல்ல. உன்ன மாதிரி ஊர்சுத்திங்ககிட்டேருந்து உள்ளூர் ஆளுங்க வாங்கிக் கட்டிக்கற நேரமும் ஒண்ணும் வரல."

"எங்களோட நாலு காச எடுத்துக்கோங்கன்னு நான் ஒண்ணும் உங்களத் தொந்தரவு பண்ணல. நாங்க எப்போ ஊர்சுத்தியானோம்? உங்ககிட்டேருந்து நாங்க எதுவும் கேக்கல. நாங்க எல்லாம் ஊர்சுத்திங்களா? நாங்க ஒண்ணும் இங்க தங்கி ஓய்வெடுத்துக்கறதுக்கு எந்த உதவியும் கேக்கல."

முற்றத்தில் நின்று கொண்டிருந்தவர்கள் இறுக்கமாகவும், அசைவற்றும், அமைதியாகவும் நின்றிருந்தனர். அவர்களது முகத்திலிருந்து உணர்ச்சிகள் காணாமல் போயிருந்தன; தொப்பியின் நிழலில் அவர்களது கண்கள் ரகசியமாக சொந்தக்காரரின் முகத்தை நோக்கின.

அப்பா அடிக்குரலில் உறுமினார், "டாம், அதுலேர்ந்து வெளிய வா."

"நிச்சயமா இதிலேருந்து வெளிய வந்துடுவேன்."

சுற்றியிருந்தவர்கள் படிகளில் அமர்ந்து கொண்டும், உயர்ந்த தாழ்வாரத்தில் சாய்ந்து கொண்டும் அமைதியாக இருந்தனர். காஸ் லாந்தரின் கடுமையான வெளிச்சத்தில் அவர்களது கண்கள் மின்னின. அவர்களது முகங்கள் கடும் வெளிச்சத்தில் கடுமையாகவும், இறுக்கமாகவும் இருந்தன. கண்கள் மட்டும்தான் ஒருவரிடமிருந்து இன்னொருவருக்குத் தாவின. அவர்களது முகங்கள் உணர்வற்றும், அமைதியாகவும் இருந்தன. ஒரு விளக்குப்பூச்சி லாந்தரில் மோதி வெளியே வந்து இருட்டுக்குள் விழுந்தது.

ஒரு கூடாரத்திலிருந்து ஒரு குழந்தை வீறிட்டு அழ, அதனை ஒரு பெண்ணின் மென்மையான குரல் அமைதிப்படுத்தியது. அது ஒரு பாடலை மென்மையாக ஒலித்தது. "இயேசு உன்னை இரவில் நேசிக்கிறார். நன்றாகத் தூங்கு, நன்றாகத் தூங்கு. இயேசு இரவில் கவனிக்கிறார். தூங்கு, நீ தூங்கு."

லாந்தர் தாழ்வாரத்தில் உஸ்ஸென்று சத்தமிட்டது. விடுதிச் சொந்தக்காரரர் தன் *V* வடிவ பனியனுக்கு மேல் தெரிந்த வெண்ணிற முடிகளைச் சொறிந்து கொண்டார். அவர் கவனமாக இருந்தார், ஒரு

பிரச்சனையில் மாட்டிக் கொண்டிருந்தார். அவர் சுற்றியிருந்தவர்களை அவர்களது உணர்ச்சிகளை அறிவதற்காக கவனித்தார். அவர்கள் நகரவேயில்லை.

டாம் நீண்ட நேரம் அமைதியாக இருந்தான். அவனது ஆழ்ந்த நிறக் கண்கள் மெதுவாக மேலேறி விடுதி சொந்தக்காரரைப் பார்த்தன. "நான் எந்தப் பிரச்சனையும் செய்ய விரும்பல" என்றான் அவன். "ஒரு பம்னு (பிட்டம்) சொல்றது ரொம்ப மோசமான விஷயம். நான் ஒண்ணும் பயப்படல" என்று அவன் மிருதுவாகச் சொன்னான். "உன்னையும் உன்னோட டெபுடியையும் நான் ஒரே அடியா இங்கயே அடிச்சிடுவேன். ஆனா அதுல ஒண்ணும் நல்லது இல்ல."

அங்கிருந்தவர்கள் மெதுவாக தமது நிலைகளை மாற்றிக் கொண்டனர். அவர்களது மின்னும் கண்கள் மெதுவாக மேலேறி விடுதி சொந்தக்காராரின் முகத்தை நோக்கின. அவரது கண்கள் அவரது உதடுகள் அசையப்போவதைக் கவனித்தன. அவர் இப்போது தைரியமாக இருந்தார். அவர் தான் வென்று விட்டதாக உணர்ந்தார். ஆனால் மோதும் அளவுக்கு உறுதியாக இல்லை. "உங்கிட்ட அரை டாலர் கூட இல்லையா?" என்று கேட்டார்.'

"இருக்கு, எங்கிட்ட இருக்கு. ஆனா எனக்கு அது தேவைப்படும். நான் அத தூங்கறதுக்காக மட்டும் செலவழிக்க முடியாது."

"நாங்களும் வாழணும் இல்ல"

"ஆமாம்" என்றான் டாம். "அத யார்கிட்டேருந்தும் எடுக்காம அத சம்பாதிக்க எதாவது வழியிருக்காங்கறதுதான் என் விருப்பம்."

"ஒரு கார் அரை டாலர்" என்றார் சொந்தக்காரர்.

"எங்கிட்ட கார் இல்ல. கார் ரோட்டுல இருக்கு."

"அவன் கார்ல வந்தான்" என்றார் சொந்தக்காரர். "எல்லாரும் அவங்க கார வெளிய விட்டுட்டு என்னோட இடத்த ஒரு செலவுமில்லாம உபயோகிக்கறாங்க."

"நாங்க ரோட்டுல ஓட்டிக்கிட்டுப் போறோம். உங்கள காலைல சந்திக்கறோம். உங்களுக்காக காத்திருப்போம். அல் உங்களோட தங்கட்டும். ஜான் மாமா எங்களோட வரட்டும் – ". அவன் சொந்தக்காரரைப் பார்த்தான். "அது உங்களுக்குச் சரிதானா?"

டாம் தன்னுடைய புகையிலைக் கட்டை வெளியே எடுத்தான். அது இப்போது சாம்பல் நிறக் கந்தையாக இருந்தது. அதன் கீழே சிறிய அளவு

ஈரமான புகையிலை இருந்தது. அவன் ஒரு ஒல்லியான சிகரெட்டைச் சுருட்டி விட்டு அந்தக் கட்டைத் தூக்கிப் போட்டான். “நாங்க சீக்கிரமே போறோம்” என்றான் அவன்.

அப்பா பொதுவாக அனைவரிடமும் பேசினார். “ஒரு இடத்திலேருந்து பிச்சுக்கிட்டுப் போறது ரொம்ப கஷ்டம். நம்ம மாதிரி ஆளுங்க கிட்ட நம்ம இடம் இருந்தது. நாம ஒண்ணும் இடமில்லாத ஆளுங்க இல்ல. நாம வெளிய வர வரைக்கும் நம்மகிட்ட நிலம் இருந்தது.”

வெயிலால் தன் புருவங்கள் பழுப்பாகிப் போன ஒரு ஒல்லியான இளைஞன் மெதுவாகத் தன் தலையைத் திருப்பினான். “விவசாயம் பண்ணினீங்களா?” என்று கேட்டான்.

“நாங்க குத்தகை விவசாயம் பண்ணிக்கிட்டிருந்தோம். அது எங்க சொந்த இடமாவே இருந்தது.”

அந்த இளைஞனின் முகம் மீண்டும் முன்னே பார்த்தது. “எங்கள மாதிரியே” என்றான் அவன்.

“இது ரொம்ப நீளப் போறதில்லேங்கறது நம்ம அதிர்ஷ்டம்” என்றார் அப்பா. “நாம மேற்க போய், அங்க பயிரிட தண்ணியோட நிலத்தையும் வாங்கப் போறோம்.”

தாழ்வாரத்தின் ஓரத்தில் ஒரு கந்தல் அணிந்த மனிதன் நின்றான். அவனது கருநிற கோட் நார் நாராகக் கிழிந்து தொங்கியது. அவனது முழங்கால்கள் அவனது அரைக்கால்சட்டைக்கு வெளியே இருந்தன. அவனது முகம் புழுதியால் அழுக்காக இருந்தது. அதில் வியர்வை கோடிட்டிருந்தது. அவன் தன் முகத்தை அப்பாவைப் பார்த்துத் திருப்பினான். “உங்காளுங்க கிட்ட ஒரு குட்டிப் பானை நிறைய பணம் இருக்கும்.”

“இல்ல, எங்ககிட்டப் பணம் இல்ல” என்றார் அப்பா. “ஆனா உழைக்க நிறைய ஆளுங்க இருக்காங்க. நாங்கல்லாம் நல்ல உழைப்பாளிங்க. நாங்க அங்க நல்ல கூலி வாங்கி சேப்போம். நாங்க அதச் செய்வோம்.”

அந்த கந்தலணிந்த மனிதன் அப்பா பேசும்போது அவரை வெறித்துப் பார்த்தான். பிறகு அவன் சிரித்தான். அவனது சிரிப்பு பெரிய கீச்சுக் குரல் சிரிப்பாக மாறியது. அனைத்து முகங்களும் அவனை நோக்கித் திரும்பின. அவனது சிரிப்பு எல்லை மீறி இருமலாக மாறியது. அவனது கண்கள் சிவப்பாகி, கண்ணீர் வழிந்தது. கடைசியில் அவன் தனது இருமலைக் கட்டுப் படுத்திக் கொண்டான். “நீங்க அங்க போறீங்க – ஓ கிறித்துவே!”. மீண்டும் அவன் சிரிக்க ஆரம்பித்தான். “நீங்க அங்க போயி – நல்ல கூலி வாங்கப் போறீங்க – ஓ கிறித்துவே!”. அவன் தந்திரமாகச் சிரித்தான். “ஒருவேள ஆரஞ்ச பொறுக்கப் போறீங்க? பீச் பழத்த பொறுக்கப் போறீங்க?”

அப்பாவின் குரல் மரியாதையுடன் இருந்தது. "நாம அவங்ககிட்ட இருக்கறத எடுத்துக்கப் போறோம். அவங்ககிட்ட வேலை செய்ய நிறைய இருக்கு." கந்தலணிந்த மனிதன் தன் மீசைக்குள் சிரித்தான்.

டாம் எரிச்சலுடன் திரும்பினான். "இதுல என்ன வேடிக்கை இருக்கு?"

கந்தலணிந்த மனிதன் தன் வாயை மூடிக் கொண்டு தாழ்வாரத் தட்டிகளைப் பாவமாகப் பார்த்தான். "நீங்க எல்லாம் கலிஃபோர்னியாவுக்குப் போறீங்கன்னு பந்தயம் கட்றேன்."

"நான் அத ஏற்கனவே சொன்னேன். நீ எதையும் கண்டுபிடிக்கல."

அந்தக் கந்தலணிந்த மனிதன் மெதுவாகச் சொன்னான், "நான் அங்கருந்துதான் திரும்பி வரேன். நான் அங்க போனேன்."

முகங்கள் வேகமாக அவனிடம் திரும்பின. ஆட்கள் இறுக்கமாக இருந்தனர். லாந்தரின் உஸ்ஸென்ற சத்தம் குறைந்து நின்றது. விடுதிச் சொந்தக்காரர் தனது நாற்காலியின் முன்னாங்கால்களை இறக்கி விட்டு எழுந்து நின்று மீண்டும் லாந்தர் பெரிதாக எரியும்வரை அதன் பம்பை இயக்கினார். அவர் மீண்டும் தன் நாற்காலியில் சென்று உட்கார்ந்து கொண்டார், ஆனால் பின்னால் சரியவில்லை. அந்தக் கந்தலணிந்த மனிதன் அவர்களது முகங்களை நோக்கித் திரும்பினான். "நான் திரும்ப பட்டினி கிடக்கறதுக்காகப் போறேன். ஒருவேள நான் திரும்ப முழுக்கப் பட்டினி கிடக்கலாம்."

"நீ எந்த எழவப் பேசிக்கிட்டு இருக்க? அங்க நல்ல கூலி கொடுக்கறாங்கன்னு சொல்ற நோட்டீஸ் எங்கிட்ட இருக்கு. கொஞ்சம் முன்னாடிக் கூட அங்க பழம் பொறுக்க ஆளுங்க தேவைன்னு செய்திப் பத்திரிகைல பாத்தேன்" என்றார் அப்பா.

அந்தக் கந்தலணிந்த மனிதன் அப்பாவை திரும்பிப் பார்த்தான். "உங்களுக்கு திரும்பப் போறதுக்கு எதாவது இடம் இருக்கா?"

"இல்ல. அவங்க எங்க வீட்ட டிராக்டரால இடிச்சிட்டாங்க."

"அப்ப நீங்க திரும்பிப் போக மாட்டீங்க?"

"நிச்சயமா இல்ல."

"அப்ப நான் உங்கள மிரட்டப் போறேன்" என்றான் கந்தலணிந்த மனிதன்.

"நீ எங்கள மிரட்டப் போறதில்ல. அவங்களுக்கு ஆளுங்க தேவைன்னு சொல்ற நோட்டீசெல்லாம் எங்கிட்ட இருக்கு. அவங்களுக்கு ஆளுங்க தேவையில்லேன்னா இதுக்கு அர்த்தமேயில்ல. நோட்டீஸ் அடிக்கறதுக்கு செலவு பண்ணணும். அவங்களுக்கு ஆளுங்க தேவையில்லேன்னா இத வெளியிட மாட்டாங்க."

"நான் உங்கள மிரட்ட விரும்பல."

"நீ எங்கள கொஞ்சம் முட்டாளாக்கிட்ட. நீ இப்ப வாய மூடப் போறதில்ல. எங்கிட்ட இருக்கற நோட்டீஸ், அவங்களுக்கு ஆள் தேவைன்னு சொல்லுது. நீ சிரிச்சிக்கிட்டு, அவங்களுக்கு தேவையில்லன்னு சொல்ற. இப்ப இதுல எது பொய்?" என்று அப்பா கோபமாகக் கேட்டார்.

அந்தக் கந்தலணிந்த மனிதன் அப்பாவின் கோபமான கண்களைப் பார்த்தான். அவன் பாவமாகத் தோன்றினான். "நோட்டீஸ்தான் சரி" என்றான் அவன். "அவங்களுக்கு ஆளுங்க தேவை."

"அப்புறம் நீ ஏன் விழுந்து விழுந்து சிரிச்சு எங்கள கிளப்பி விட்ற?"

"ஏன்னா எந்த மாதிரி ஆளுங்க அவங்களுக்கு தேவைன்னு உங்களுக்கு தெரியாது."

"நீ எதப் பத்தி பேசற?"

அந்தக் கந்தலணிந்த மனிதன் ஒரு முடிவுக்கு வந்தான். "இந்தா பாருங்க. உங்க கைல இருக்கற நோட்டீஸ்ல அவங்களுக்கு எத்தன பேர் வேணும்னு போட்டிருக்கு?"

"எண்ணூறு பேர், அதுவும் ஒரு சின்ன இடத்தில."

"ஆரஞ்சு கலர் நோட்டீசா?"

"ஆமா"

"அந்த ஆளோட பேர சொல்லுங்க – இந்த லேபர் காண்ட்ராக்டர்னு?"

அப்பா தன்னுடைய பைக்குள் கைவிட்டு மடித்து வைத்த நோட்டீசை எடுத்தார். "சரிதான். உனக்கு எப்படித் தெரியும்?"

"இங்க பாருங்க. அதுல எந்த அர்த்தமும் இல்ல. இந்த ஆளுக்கு எண்ணூறு பேர் வேணும். அதுனால அவன் அஞ்சாயிரம் நோட்டீஸ் அச்சடிக்கறான். அத இருபதாயிரம் பேர் பாக்கறாங்க. இதப் பாத்துட்டு சுமாரா அஞ்சாயிரம் பேர் அங்க போறாங்க. அவங்கெல்லாம் கவலையால பைத்தியமானவங்க."

“ஆனா இதுல அர்த்தமில்ல” என்று அப்பா கத்தினார்.

“இந்த நோட்டீஸ் அடிச்ச ஆள பாக்கற வரைக்கும். நீங்க அவனப் பாப்பீங்க, இல்லேன்னா அவனுக்காக வேல செய்யற யாரையாவது பாப்பீங்க. நீங்க ஒரு குழிகிட்ட தங்கியிருப்பீங்க. உங்க கூட அம்பது குடும்பம் இருக்கும். அவன் உங்க கூடாரத்துக்குள்ள சாப்பிட எதாவது இருக்குமான்னு எட்டிப் பாப்பான். உங்ககிட்ட எதுவும் இல்லேன்னா, “உங்களுக்கு வேல வேணுமா?”ன்னு கேப்பான். நீங்க சொல்லுவீங்க, “நிச்சயமா தேவை ஐயா. நீங்க எதாவது வேல குடுத்தா நிச்சயமா நான் நன்றி சொல்லுவேன்”. அவன் சொல்லுவான், “நான் உங்கள பயன்படுத்திக்கறேன்.” நீங்க கேப்பீங்க, “எப்ப நாங்க ஆரம்பிக்கலாம்?” நீங்க எங்க போகணும், எந்த நேரத்துக்குப் போகணும்னு சொல்லிட்டு அவன் போவான். ஒருவேள அவனுக்கு இருநூறு பேர் தேவப்படலாம். அதுனால அவன் ஐநூறு பேர்ட்ட சொல்லுவான். அவங்க இன்னொரு ஐநூறு பேர்ட்ட சொல்லுவாங்க. நீங்க அங்க போய்ச் சேரும்போது அங்க ஆயிரம் பேர் இருப்பாங்க. இந்த ஆள் இங்க சொல்லுவான், “நான் ஒரு மணி நேரத்துக்கு இருபது செண்ட் தருவேன்”. ஒருவேள அதுல பாதிப்பேர் வெளியேறிடலாம். ஆனா அவங்ககிட்ட இன்னொரு ஐநூறு பேர் இருப்பாங்க. அவங்க பசில வெறும் பிஸ்கெட் கிடச்சாக்கூட வேல பாப்பாங்க. இந்த ஆளு அங்க பீஸ் பழம் பொறுக்கறதுக்கோ இல்ல பஞ்ச எடுக்கறதுக்கோ காண்ட்ராக்ட் எடுத்திருக்கான். இப்ப பாருங்க. அவனுக்கு எத்தன பேர் கிடைக்கிறாங்களோ, அவன் அந்த அளவுக்கு குறைஞ்ச கூலி கொடுப்பான். அவனுக்கு முடிஞ்சா குழந்தைங்க இருக்கற ஆளு தேடுவான். அத நான் சொல்லி உங்கள மிரட்ட விரும்பல”. அங்கு குழுமியிருந்த முகங்கள் அவனை இறுக்கமாகப் பார்த்தன. அவர்களது கண்கள் அவனது வார்த்தைகளை எடை போட்டன. கந்தலணிந்த மனிதன் தன்னுணர்வைப் பெற ஆரம்பித்தான். “நான் உங்கள மிரட்ட மாட்டேன்னு சொன்னேன், இங்க நான் அதத்தான் செஞ்சுக்கிட்டிருக்கேன். நீங்க போகத்தான் போறீங்க. நீங்க திரும்ப முடியாது.” புழக்கடையில் அமைதி நிலவியது. விளக்கு உஸ்ஸென்ற சத்தத்துடன் எரிய, வண்டுகள் லாந்தரைச் சுற்றிச் சுற்றி வந்தன. கந்தலணிந்த மனிதன் பதட்டத்துடன் மேலும் பேசினான். “நீங்க வேல இருக்குன்னு சொன்ன ஆளப் பாக்கும்போது என்ன செய்யணும்னு நான் சொல்றேன். அவன் எவ்வளவு கூலி குடுக்கப்போறான்னு அவன்கிட்டக் கேளுங்க. அவன் என்ன குடுக்கப்போறான்னு எழுதிக் குடுக்கச் சொல்லுங்க. அத அவன செய்யச் சொல்லுங்க. நீங்க அதச் செய்யலேன்னா நீங்க முட்டாளாயிடுவீங்க.”

முதலாளி கந்தலணிந்த மனிதனை சரியாகப் பார்ப்பதற்காகத் தன் நாற்காலியில் முன்னே சாய்ந்தார். நரைத்துப் போன தன் நெஞ்சு முடியை

சொறிந்து கொண்டார். “நீ நிச்சயமா இங்க பிரச்சனைய உருவாக்கற ஆள் கிடையாதே? நீ தொழிலாளிகள ஏமாத்தற ஆளில்லதான?”

“நான் கடவுள் பேரால சத்தியம் பண்றேன், நான் ஏமாத்துக்காரன் இல்ல” என்று கந்தலணிந்த மனிதன் கத்தினான்.

“அந்த ஆளுங்க ஏராளமா இருக்காங்க. சுத்திச் சுத்தி பிரச்சனைய கிளப்புவாங்க. எல்லாரையும் பைத்தியமாக்கிடுவாங்க. அவங்க ஏராளமா இருக்காங்க. அவங்க எல்லாரையும் கட்ட வேண்டிய நேரம் வந்துடுச்சு. எல்லாரும் பிரச்சனைய உருவாக்கறவங்க. நாம அவங்கள நாட்ட விட்டு விரட்டப் போறோம். ஆளுங்க வேல செய்ய விரும்பறாங்க, சரி. அவன் விரும்பலேன்னா இருந்துட்டுப் போகட்டும். ஆனா அவன் பிரச்சனைய கிளப்ப நாங்க விட மாட்டோம்.”

கந்தலணிந்த மனிதன் எழுந்து கொண்டான். “நான் உங்ககிட்ட சொல்ல விரும்பினேன். இதக் கண்டுபிடிக்க எனக்கு ஒரு வருஷம் ஆச்சு. அது எனக்குத் தெரிய என்னோட ரெண்டு குழந்தைங்க இறந்து போச்சு, என்னோட மனைவி இறந்து போனா. ஆனா என்னால சொல்ல முடியாது. அது எனக்குத் தெரிஞ்சிருக்கணும். எனக்கும் யாரும் சொல்லியிருக்க முடியாது. அவங்களப் பத்தி நான் உங்ககிட்ட சொல்ல முடியாது. கூடாரத்துக்குள்ள எலும்பு மேல தோல் இருக்கற மாதிரி அவங்க வயிறு துருத்திக்கிட்டு கிடக்க, அவங்க நாய்க்குட்டி மாதிரி முனகிக்கிட்டு இருக்க, நான் ஓடி ஓடி வேல தேட முயற்சி செஞ்சுக்கிட்டு இருந்தேன். பணத்துக்காக இல்ல, கூலிக்காக இல்ல!” என்று அவன் கத்தினான். “இயேசுவே, வெறும் ஒரு கப் மாவுக்காகவும், ஒரு கரண்டி தயிருக்காகவும். அப்பறம் அந்த பிரேத பரிசோதகர் வந்தான். குழந்தைங்க மாரடைப்புல செத்துப் போச்சுன்னு சொன்னான்.” அத அவனோட காகிதத்துல எழுதிக்கிட்டான். அவங்க நடுங்கிக்கிட்டு இருந்தாங்க, அவங்க வயிறு துருத்திக்கிட்டு நின்னது.”

அந்த வட்டம் அமைதியாக இருந்தது, அவர்களது வாய்கள் திறந்திருந்தன. ஆட்கள் மெலிதாக மூச்சு விட்டுக் கொண்டு, கவனித்துக் கொண்டிருந்தனர்.

கந்தலணிந்த மனிதன் சுற்றி ஆட்களின் வட்டத்தைப் பார்த்தான். பிறகு திரும்பி இருட்டுக்குள் நடந்தான். இருட்டு அவனை விழுங்கியது. ஆனால் இழுத்துக் கொண்டு நடந்த அவனது நடை அவன் போய் நீண்ட நேரம் சாலையில் கேட்டுக் கொண்டிருந்தது. அங்கு சாலையில் கடந்து கொண்டிருந்த ஒரு காரின் வெளிச்சத்தில் அவன் சாலையில் இழுத்துக் கொண்டு நடந்தது தெரிந்தது. அவனது தலை தொங்கிக் கொண்டிருக்க, அவனது கைகள் கருநிற கோட்டின் பைகளுக்குள் இருந்தன.

ஆட்கள் அமைதியற்று நின்றிருந்தனர். "நேரமாயிட்டிருக்கு– தூங்கப் போகணும்."

முதலாளி சொன்னான், "அநேகமா திறமையில்லாதவனா இருப்பான். இப்ப திறமையில்லாதவங்க ஏகப்பட்ட பேர் ரோட்ல திரியறாங்க." பிறகு அவன் அமைதியாகி விட்டான். அவன் சுவற்றுக்கு மேல் நாற்காலியை சாய்த்துக் கொண்டு, தன் தொண்டையை விரல்களால் தட்டினான்.

டாம் சொன்னான், "நாங்க அம்மாவப் போய் ஒரு பார்வை பாத்துட்டு அப்புறம் சேர்ந்து கிளம்பலாம்னு நினைக்கறேன்." ஜோட் குடும்பத்தினர் அங்கிருந்து அகன்றனர்.

அப்பா சொன்னார், "ஒரு வேள அந்த ஆளு சொல்றது உண்மையா இருந்தா?"

போதகர் பதிலளித்தார், "அவன் உண்மையத்தான் சொல்றாங்கறது இருக்கட்டும். அவனுக்கு அது உண்மை. அவன் எதையும் இட்டுக் கட்டல."

"அப்ப நம்ம விஷயம் என்ன?" என்று டாம் கேட்டான். "அது நமக்கும் உண்மையா?"

"எனக்குத் தெரியல" என்றார் கேஸி.

"எனக்குத் தெரியல" என்றார் அப்பா.

அவர்கள் ஒரு கயிற்றுக்கு மேல் தார்பாயைப் போர்த்தியிருந்த கூடாரத்துக்கு நடந்தனர். உள்ளே இருண்டும், அமைதியாகவும் இருந்தது. அவர்கள் நெருங்கியபோது, கதவுக்கு அருகே ஒரு சாம்பல் நிற உருவம் எழுந்து நின்றது. அம்மா அவர்களைச் சந்திக்க வெளியே வந்தாள்.

"எல்லாம் தூங்குறாங்க" என்றாள் அம்மா. "கடைசியா பாட்டி தூங்கினாங்க." பிறகு அவள் டாமைப் பார்த்தாள். "நீ எப்படி இங்க வந்த?" என்று பதட்டமாகக் கேட்டாள். "உனக்கு ஒண்ணும் பிரச்சனையில்லையே?"

"நான் அத சரி பண்ணிட்டேன்" என்று டாம் பதிலளித்தான். "மிச்ச தூரத்த பயணம் செய்ய நாம தயாராயிட்டோம்."

"அதுக்காக கடவுளுக்கு நன்றி. நான் போறதுக்காக துடிச்சிக்கிட்டு இருக்கேன். ரொம்ப நிறைவாவும், பச்சையாவும் இருக்கற இடத்துக்குப் போக விரும்பறேன். வேகமா அங்க போகணும்" என்றாள் அம்மா.

அப்பா தொண்டையைக் கனைத்துக் கொண்டார். "அந்த ஆளு சொல்லிக்கிட்டிருந்தான் –"

டாம் அவரது கையைப் பிடித்து அழுத்தினான். "அவன் சொல்றது வினோதமா இருக்கு. 'நிறைய பேர் போயிக்கிட்டு இருக்காங்க'ன்னு அவன் சொன்னான்."

அம்மா அவர்களை இருட்டில் ஊடுருவிப் பார்த்தாள். கூடாரத்துக்குள் ருத்தி தன் தூக்கத்திலேயே இருமிக் குறட்டை விட்டாள். "நான் அவங்களுக்குக் குளிப்பாட்டி விட்டேன். முதல்ல அவங்க எல்லாம் குளிக்கப் போதுமான தண்ணி கிடைச்சது. நீங்களும் குளிக்கறதுக்காக வாளிய வெளிய வச்சிருக்கேன். எதையும் ரோட்டுல சுத்தமா வச்சுக்க முடியல."

"எல்லாரும் உள்ள இருக்காங்களா?" என்று அப்பா கேட்டார்.

"கோனியையும், ரோஸாஷார்னையும் தவிர. அவங்க வெட்ட வெளியில படுத்துக்கறதுக்காக போயிட்டாங்க. இங்க கூடாரத்துக்குள்ள தூங்கறது சூடா இருக்குங்கறாங்க."

அப்பா சிடுசிடுப்புடன் பேசினார், "ரோஸாஷார்ன் ரொம்ப பயந்துக்கிட்டும், தொணதொணக்கறவளாவும் மாறிக்கிட்டு வரா".

"இதுதான் அவளுக்கு முதல்" என்றாள் அம்மா. "அதுனால அவளும், கோனியும் ரொம்ப கவலப்பட்றாங்க. நீங்களும் அதயேதான் செஞ்சீங்க."

"நாம இப்ப போலாம்" என்றான் டாம். "கொஞ்சம் ரோட்டுல முன்னாடிப் போறோம். நாங்க உங்கள பாக்கலேன்னா, நீங்க பாருங்க. வலது பக்க ஓரமா வாங்க."

"அல் தங்கப் போறானா?"

"ஆமா. ஜான் மாமா எங்களோட வரட்டும். வரேம்மா."

அவர்கள் தூங்கிக் கொண்டிருந்த முகாமின் வழியாக நடந்தனர். ஒரு கூடாரத்தின் முன்னால் குறைவாக நெருப்பு எரிந்து கொண்டிருக்க, காலை உணவை சமைத்துக் கொண்டிருந்த கூஜாவை ஒரு பெண் பார்த்துக் கொண்டு அமர்ந்திருந்தாள். வெந்து கொண்டிருந்த பீன்சின் மணம் வலுவாகவும், ரம்மியமாகவும் வந்து கொண்டிருந்தது.

"இதுல ஒரு தட்டு சாப்பிடணும்னு விரும்பறேன்". டாம் கடந்து சென்று கொண்டிருந்த போது மரியாதையுடன் கூறினான்.

அந்தப் பெண் புன்னகைத்தாள். "அது தயாராகல. இல்லேன்னா நான் உங்கள கூப்பிடுவேன். காலைல வாங்க" என்றாள் அவள்.

"நன்றி அம்மா" என்றான் டாம். அவனும், கேஸியும், ஜான் மாமாவும் தாழ்வாரம் வழியாகச் சென்றனர். முதலாளி இன்னும் அங்கு உட்கார்ந்திருக்க,

லாந்தர் உஸ்ஸென்று சத்தமிட்டுக் கொண்டு ஒளிர்ந்தது. அவர்கள் மூவரும் போனபோது அவன் தலையைத் திருப்பிப் பார்த்தான். "அதுல காஸ் தீரப் போகுது" என்றான் டாம்.

"எப்படின்னாலும் மூட்ற நேரம்தான்"

"ரோட்ல போறதுக்கு அரை டாலர் தேவையில்லன்னு நினைக்கறேன்" என்றான் டாம்.

நாற்காலியின் கால்கள் தரையில் டம்மென்று உட்கார்ந்தன. "நீ என்னக் கொல்லாம போறியா? எனக்கு என்ன நினைவிருக்கும். இங்க பிரச்சன பண்றவங்கள்ல நீ ஒருத்தன்."

"ரொம்ப சரி" என்றான் டாம். "நான் போல்ஷெவிக்காரன் மாதிரி"

"உன்ன மாதிரி ஆளுங்க நிறைய பேர் இங்க சுத்தி இருக்காங்க."

அவர்கள் கதவைக் கடந்து டாட்ஜில் ஏறியபோது டாம் சிரித்தான். அவன் ஒரு கம்பை எடுத்து விளக்கைப் பார்த்து எறிந்தான். அது நேரே வீட்டைத் தாக்க, முதலாளி குதித்தெழுந்து இருட்டுக்குள் பார்த்தான். டாம் காரை இயக்கி ரோட்டுக்கு வந்தான். அவன் கவனமாக மோட்டாரில் ஏதாவது கடகட ஓசை வருகிறதா என்று கேட்டான். காரின் பலவீனமான வெளிச்சத்தில் சாலை விரிந்தது.

19

புலப்பெயர்ச்சியாளர்களின் கார்கள் புறச்சாலைகளிலிருந்து ஊர்ந்து வெளியேறி மேற்கே செல்லும் வழியில், பெரும் உயர்வேகப்பாதையில் சென்றன. பகல் நேரத்தில் அவர்கள் மேற்கு நோக்கி விரைந்தனர். இரவில் தங்குமிடத்துக்கும், தண்ணீருக்கும் அருகே குவிந்தனர். அவர்களெல்லாரும் தனிமையாகவும், குழம்பிப் போயும் இருந்ததால், சோகமும், கவலையும், தோல்வியும் கண்ட இடங்களிலிருந்து வந்ததால், ஒரு புதிய புதிரான இடத்துக்குப் போவதால், அவர்களெல்லாரும் ஒன்று கூடினர்; ஒன்றாகப் பேசினர்; தமது வாழ்க்கை, உணவு ஆகியவற்றைப் பகிர்ந்து கொண்டனர். ஒரு புதிய தேசத்தில் தாம் நம்பியவை நடக்குமென்று அவர்கள் நம்பினர். இவ்வாறாக ஒரு குடும்பம் ஒரு ஊற்றுக்கருகே தங்கினால், இன்னொரு குடும்பம் அந்த ஊற்றுக்காகவும், அந்த குடும்பத்தின் நட்புக்காகவும் தங்க, மூன்றாவது குடும்பமோ அங்கு முன்பே இரண்டு குடும்பங்கள் தங்கியிருப்பதால் தங்கியது. சூரியன் மறைந்தபோது, ஒருவேளை இருபது குடும்பங்களும், இருபது கார்களும் அங்கு இருந்தன.

மாலையில் ஒரு விநோதமான விஷயம் நடந்தது: இருபது குடும்பங்களும் ஒரே குடும்பமாயின, குழந்தைகள் அனைவரும் அனைவரின் குழந்தைகளாயின. வீட்டு இழப்பு ஒரே இழப்பானது, மேற்கில் பொற்காலம் ஒரே கனவானது. ஒரு நோயுற்ற குழந்தை இருபது குடும்பங்களின், ஒரு நூறு பேரின் இதயங்களில் துன்பத்தை ஏற்படுத்தியது; அங்கு ஒரு கூடாரத்தில் நிகழ்ந்த ஒரு பிறப்பு ஒரு நூறு பேரை இரவு முழுவதும் அமைதியாக இருக்க வைத்து, விடிகாலையில் பிறப்பு நிகழ்ந்தபோது மகிழ்ச்சியில் நனைய வைத்தது. முந்தைய நாள் இரவில் காணாமலே போய் அச்சத்தில் ஆழ்ந்திருந்த ஒரு குடும்பம் தன்னிடம் இருந்த பொருட்களிலிருந்து பிறந்த குழந்தைக்குப் பரிசைத் தேடக் கூடும். மாலையில் நெருப்பைச் சுற்றி அமர்ந்தபோது இருபதும் ஒன்றே. அவர்கள் முகாம்களில் ஒரே குழுவாக, மாலைகளில், இரவுகளில் குழுவாக ஆயினர். ஒரு போர்வையில் சுற்றப்பட்ட ஒரு கித்தார் பிரித்தெடுக்கப்பட்டு சுருதி சேர்க்கப்பட்டது – மக்களின் பாடல்களாக இருந்தவை இரவு முழுதும் பாடப்பட்டன. ஆண்கள் பாடல்களைப் பாட, பெண்கள் மெட்டுகளை இசைத்தனர்.

ஒவ்வொரு இரவும் ஒரு உலகம் உருவானது, அனைத்து வசதிகளுடன் – நண்பர்கள் உருவாயினர், எதிரிகள் உருவாக்கப்பட்டனர்; வீண்பெருமை கொண்டவர்கள், கோழைகளுடன், அமைதியான மனிதர்களுடன், பணிவான மனிதர்களுடன், கருணைமிக்க மனிதர்களுடன் ஒரு முழுமையான உலகு. ஒவ்வொரு இரவிலும் உலகை உருவாக்கும் உறவுகள் உருவாக்கப்பட்டன; ஒவ்வொரு காலையிலும் அந்த உலகம் ஒரு சர்க்கசைப் போல கிழித்தெறியப்பட்டது.

முதலில் குடும்பங்கள் உலகை உருவாக்கவும், கவிழ்க்கவும் அஞ்சின. ஆனால் மெதுவாக உலகை உருவாக்கும் நுட்பம் அவர்களது நுட்பமாகியது. பிறகு தலைவர்கள் உருவானார்கள், சட்டங்கள் உருவாக்கப்பட்டன, பிறகு விதிகள் நடைமுறைக்கு வந்தன. உலகங்கள் மேற்கு நோக்கி நகர்ந்தபோது அவை அதிக முழுமையுடனும், அதிகமாக வசதிகளுடனும் நகர்ந்தன. ஏனெனில் அவற்றை உருவாக்கியவர்கள் அதில் மிகுந்த அனுபவமுடையவர்களாகி விட்டனர்.

குடும்பங்கள் எந்தெந்த உரிமைகள் அனுசரிக்கப்பட வேண்டுமென்பதைக் கற்றுக் கொண்டன – கூடாரத்துக்குள் தனிப்பட்ட வாழ்க்கைக்கான உரிமை; கடந்த கால இருளை மனதுக்குள் மறைத்து வைத்திருக்கும் உரிமை; பேசவும், கேட்கவுமான உரிமை; உதவியை மறுக்கவோ, ஏற்கவோ உரிமை; உதவி அளிக்கவோ, மறுக்கவோ உரிமை; மகன் உறவு கொள்ளவோ, மகள் உறவு கொள்ளவோ உரிமை;

பசித்தவர்களுக்கு உணவளிக்கும் உரிமை; கர்ப்பம் தரித்தோரும், நோயுற்றவர்களும் மற்றவர்களின் உரிமைகளை மீறும் உரிமை.

யாரும் அவர்களுக்குச் சொல்லா விட்டாலும், எந்த உரிமைகள் கொடூரமானவை; அழிக்கப்பட வேண்டுமென்பதைக் குடும்பங்கள் கற்றுக் கொண்டன: தனிமையை ஊடுருவும் உரிமை, கூடாரம் தூங்கும்போது சப்தமெழுப்பும் உரிமை, மயக்கி வன்புணர்வு செய்யும் உரிமை, கள்ள உறவு கொள்ளுதல், திருடுதல், கொலை செய்யும் உரிமை. இந்த உரிமைகள் நசுக்கப்பட்டன, ஏனென்றால் இத்தகைய உரிமைகள் இருந்தால் சின்ன உலகங்களால் ஒரு இரவு கூட உயிர்தரிக்க முடியாது.

இந்த உலகங்கள் மேற்கே நகர்ந்தபோது, யாரும் குடும்பங்களிடம் சொல்லாவிட்டாலும், இந்த விதிகள் சட்டங்களாயின. முகாமுக்கருகே தவறு செய்வது சட்டவிரோதம்; குடிதண்ணீரை மாசுபடுத்துவது எந்த வகையிலும் சட்டவிரோதம்; பசியுடன் இருக்கும் ஒருவருக்கு அருகே மிகவும் நல்ல விலைமிகுந்த உணவை உண்பது, அவனுக்கும் பங்கு கொடுத்தால் தவிர சட்டவிரோதம்.

இந்தச் சட்டங்களுடன் தண்டனைகளும் உண்டு. இரண்டே தண்டனைகள்தான். ஒரு வேகமான, கொலைவெறியுடன் கூடிய சண்டை அல்லது வெளியேற்றுவது; வெளியேற்றுவதுதான் மிகவும் மோசமானது. ஒருவர்சட்டங்களை மீறி விட்டால் அவரது முகமும், பெயரும் வெளியேறும். எந்த உலகிலும், அது எங்கு உருவாகியிருந்தாலும் அவருக்கு அதில் இடமிருக்காது.

இந்த உலகங்களில் சமூக நடத்தை நிலையானதாகவும், இறுக்கமாகவும் இருந்தது. ஒரு மனிதனிடம் "காலை வணக்கம்" எதிர்பார்க்கப்பட்டால் அவர் அதைக் கூற வேண்டும்; ஒரு மனிதனை விரும்பும் ஒரு பெண் இருந்தால், அவரும் அவளுடன் தங்கி, குழந்தைகளைப் பெற்றுக் கொண்டு, அவர்களைப் பாதுகாக்க வேண்டும். ஆனால் ஒவ்வொரு நாள் இரவும் அவர் வேறு வேறு பெண்ணுடன் தங்கிச் செல்லக் கூடாது. ஏனென்றால் இது உலகங்களுக்கு ஆபத்தை ஏற்படுத்தும்.

குடும்பங்கள் மேற்கே நகர நகர, உலகங்களை உருவாக்கும் நுட்பம் முன்னேறி, மக்கள் தமது உலகங்களில் பாதுகாப்பாக இருக்கத் தொடங்கினர்; ஒரு குடும்பம் விதிகளைக் கடைப்பிடிப்பதே பாதுகாப்பு என்பதை அறிந்து கொண்டு அதைச் செய்யுமளவுக்கு வடிவம் நிலையானதாக இருந்தது.

அவர்கள் தலைவர்களுடனும், மூத்தவர்களுடனும் உலகங்களில் அரசுகளை வளர்த்தெடுத்தார்கள். புத்திசாலியான ஒரு மனிதன் ஒவ்வொரு முகாமிலும் தான் தேவைப்படுவதைக் கண்டான்; ஒரு முட்டாளால் தனது

உலகில் தன் தவறுகளை மாற்ற முடியவில்லை. இந்த இரவுகளில் ஒரு வகையான காப்பீடு வளர்ந்தது. ஒரு மனிதன் ஒரு பசியுடனிருந்த மனிதனுக்கு உணவளித்து, தானும் பசிக்கெதிராகக் காப்பீட்டைப் பெற்றான். ஒரு குழந்தை இறந்தால், அந்தக் குழந்தை வாழ்க்கையில் எதையும் பெறவில்லை என்பதால், அது நல்லடக்கம் செய்யப்படுவதற்காக அவர்களது கதவருகில் வெள்ளிப்பணம் குவியலாக வைக்கப்பட்டது. ஒரு வயதானவனை ஒரு புஞ்சை நிலத்தில் புதைக்கலாம், ஆனால் ஒரு குழந்தையை அல்ல.

ஒரு உலகைக் கட்டுவதற்கு ஒரு குறிப்பிட்ட நில அமைப்பு தேவை –தண்ணீர், ஒரு ஆற்றங்கரை, ஒரு ஓடை, ஒரு ஊற்று அல்லது பாதுகாக்கப்படாத ஒரு குழாய். மேலும் கூடாரங்களை அமைக்கத் தேவையான சமவெளி, அடுப்பெரிக்க கொஞ்சம் புல் அல்லது விறகு. அதிக தூரத்திலல்லாமல் ஒரு குப்பைமேடு இருந்தால் நல்லது; ஏனென்றால் அங்கு கருவிகளைக் கண்டு பிடிக்க முடியும் – அடுப்பு மேல்பகுதி, நெருப்பை அணையாமல் பாதுகாக்க தகரத் தடுப்பு, சமைக்கவும், சாப்பிடவும் சட்டிகள்.

இந்த உலகங்கள் மாலைகளில் கட்டப்பட்டன. உயர்வேகப் பாதையிலிருந்து உள்ளே நுழையும் மக்கள் தமது கூடாரங்கள், தமது இதயங்கள், தமது மூளைகளைக் கொண்டு அவற்றைக் கட்டினார்கள்.

காலையில் கூடாரங்கள் கலைக்கப்பட்டன, கேன்வாஸ் துணி மடிக்கப்பட்டது, கூடாரத்தின் கம்புகள் வண்டியுடன் கட்டப்பட்டன, கார்களில் படுக்கைகள் அவற்றுக்குரிய இடத்தில் வைக்கப்பட்டன, சட்டிகள் அவற்றின் இடத்தைப் பிடித்துக் கொண்டன. குடும்பங்கள் மேற்கே செல்லச் செல்ல, மாலையில் ஒரு வீட்டை அமைப்பதும் காலை வெளிச்சத்தில் அவற்றைப் பிரிப்பதும் நிலையாகிப் போனது; மடிக்கப்பட்ட கூடாரம் ஒரு இடத்தில் வைக்கப்பட்டது, சட்டிகள் அவற்றுக்குரிய பெட்டியில் இடம் பிடித்தன. கார்கள் மேற்கே செல்லச்செல்ல, குடும்பத்தின் ஒவ்வொரு உறுப்பினரும் தனக்குப் பொருத்தமான இடத்தில் அமர்ந்தார், தனது பணிகளில் பழகிப் போனார்; ஒவ்வொரு உறுப்பினரும், முதியவரும், இளையவரும் காரில் தனக்குரிய இடத்தைப் பெற்றிருந்தார்; சோர்ந்து போன, வெப்பமான மாலைகளில் கார்கள் முகாம்களுக்கருகே நிற்கும்போது, ஒவ்வொரு உறுப்பினரும் யாரும் சொல்லாமலேயே தமது பணியில் இறங்கினர்; குழந்தைகள் விறகை சேகரிக்கவும், தண்ணீர் எடுக்கவும்; ஆண்கள் கூடாரத்தை அமைக்கவும், படுக்கைகளை இறக்கவும்; பெண்கள் இரவு உணவைச் சமைக்கவும், குடும்பம் உணவு உண்ணும்போது கவனிக்கவும். இது அனைத்தும் உத்தரவின்றி நடந்தன. குழுக்களாக இருந்த குடும்பங்கள் இரவில் தமது வீட்டின் எல்லைகளைக் கொண்டிருந்தன, அந்த

இடம் பகலில் விவசாய நிலமானது. அவர்கள் தமது எல்லைகளை மாற்றிக் கொண்டிருந்தனர். நீண்ட வெப்பமான வெளிச்சத்தில், அவர்கள் கார்களில் மேற்கு நோக்கி மெதுவாக நகர்ந்தனர்; ஆனால் இரவில் அவர்கள் பார்த்த எந்தக் குழுவுடனும் சங்கமித்தனர்.

இவ்வாறாக, அவர்கள் தமது சமூக வாழ்வை மாற்றினர் – முழு அண்டத்திலும் மனிதன் மட்டுமே மாறினான் என்பதைப் போல. அவர்கள் இனியும் விவசாயிகளல்ல, புலம் பெயர்வோர். நிலங்களை நோக்கிய அவர்களது சிந்தனை, திட்டம், நீண்ட வெறித்த பார்வை இப்போது சாலைகளில், தூரத்தில், மேற்கை நோக்கிப் பார்த்தன. ஏக்கர் கணக்கான நிலங்களுடன் பிணைந்திருந்த அந்த மனிதனின் மனம் இப்போது குறுகலான காரைச் சாலையுடன் வாழ்ந்தது. அவனது சிந்தனையும், அவனது கவலையும் இனியும் காற்றுடனும், புழுதியுடனும், பயிர்களின் வளர்ச்சியுடனும் இருக்கவில்லை. கண்கள் டயர்களைப் பார்த்தன, காதுகள் மோட்டாரின் கடகட சத்தத்தைக் கேட்டன, மனங்கள் எண்ணெய், கேசொலின், சாலைக்கும் காற்றுக்கும் இடையே மெலிந்த ரப்பர் ஆகியவற்றுடன் போராடின. உடைந்து போன கியர் ஒரு பெருஞ்சோகம். மாலையில் தண்ணீர், நெருப்பின் மீது உணவுக்கான கவலை. பிறகு மேலே செல்ல ஆரோக்கியம், மேலே செல்ல வலிமை, மேலே செல்ல ஊக்கம் ஆகியவை தேவை. அவர்களுக்கு முன்னால் விருப்பம் மேற்கே சென்றது, ஒரு காலத்தில் வறட்சி அல்லது வெள்ளம் குறித்த அச்சம் இப்போது அவர்கள் மேற்கே தவழ்ந்து செல்வதைத் தடுக்கக் கூடிய எதையும் குறித்துச் சுற்றியது.

முகாம்கள் நிலையாக ஆயின – ஒவ்வொன்றும் முந்தைய ஒன்றிலிருந்து ஒரு சிறிய நாளின் பயணம்.

சாலையில் சில குடும்பங்களை பீதி பற்றிக் கொண்டதில், அவர்கள் பகலும், இரவும் தொடர்ந்து பயணித்தனர், தமது கார்களிலேயே தூங்குவதற்காக நின்றனர், சாலையிலிருந்து பறந்து, இயக்கத்திலிருந்து பறந்து மேற்கே பயணித்தனர். சாலைகளில் மோதிக்கொண்டிருந்த இஞ்சின்களை நிர்ப்பந்தித்து, அவர்கள் மேற்கு நோக்கித் தமது முகங்களை வைத்துக் கொண்டு அதனை நோக்கிப் பயணித்ததில் இந்த பேராவல்கள் பெருமளவுக்கு சரிசெய்யப்பட வேண்டியிருந்தன.

ஆனால் பெரும்பாலான குடும்பங்கள் புதிய வாழ்க்கைக்குள் விரைவாக மாறிச் சென்றன. மாலையில் சூரியன் மறைந்ததும் –

நிறுத்துவதற்கான இடத்தைத் தேட வேண்டும்.

அங்கே- முன்னால் சில கூடாரங்கள் உள்ளன.

கார் சாலையிலிருந்து இறங்கி நின்றது. முன்னாலேயே சிலர் இருப்பதால் சில மரியாதைகள் தேவைப்பட்டன. குடும்பத்தின் தலைவரான மனிதர் காரிலிருந்து எட்டிப் பார்த்தார்.

"நாங்கள் இங்கே நிறுத்தி தூங்கலாமா?"

"ஏன், நிச்சயமா. நீங்க வரது எங்களுக்குப் பெருமை. நீங்க எந்த மாகாணத்த சேந்தவங்க?"

"நாங்க அர்கன்சாஸ்லேருந்து ரொம்ப தூரமா வரோம்.

"அங்க நாலாவது கூடாரத்துல அர்கன்ஸாஸ்காரங்க இருக்காங்க."

"ஓ, அப்படியா?"

"அப்புறம் பெரிய கேள்வி, தண்ணி எப்படி இருக்கு?"

"அது அவ்வளவு நல்ல சுவையோட இல்ல, ஆனா நிறைய இருக்கு."

"நன்றி."

"எனக்கு எதுக்கு நன்றி.?"

ஆனால் மரியாதைகள் கொடுக்கப்படத்தான் வேண்டும். கார் மெதுவாக கடைசிக் கூடாரத்துக்குச் சென்று நின்றது. பிறகு காரிலிருந்து சோர்வடைந்த மனிதர்கள் இறங்கி, உடலை நெட்டி முறித்துக் கொண்டார்கள். பிறகு ஒரு புதிய கூடாரம் எழுந்தது; குழந்தைகள் தண்ணீர் எடுக்கப் போக, இளைஞர்கள் புல்லையோ, விறகையோ சேகரிக்கச் சென்றனர். நெருப்பு மூட்டப்பட்டு, இரவு உணவு வேகவோ, வதக்கவோ செய்யப்பட்டது. முன்னால் வந்தவர்கள் சுற்றி வந்தனர். மாகாணங்கள் பரிமாறிக் கொள்ளப்பட்டன, சிலசமயம் உறவினர்கள் கண்டுபிடிக்கப்பட்டனர்.

"ஓக்லஹாமாவா? எந்த கவுண்டி?"

"செரோகீ."

"அட, எனக்கு அங்க உறவினர்கள் இருக்காங்க. ஆலென்சைத் தெரியுமா? ஆனா செரோகீ பூரா ஆலன்ஸ் இருக்காங்க. விலிசித தெரியுமா?"

"நல்லா தெரியுமே."

ஆக ஒரு புதிய குழு உருவானது. இரவு வந்தபோது, ஆனால் இருட்டுவதற்கு முன்னால் அந்தப் புதிய குடும்பம் முகாமைச் சேர்ந்ததாகி விட்டது. ஒவ்வொரு குடும்பத்துக்கும் செய்தி சென்று விட்டது. அவர்கள் தெரிந்த மனிதர்கள்– நல்ல மனிதர்கள்.

"எனக்கு ஆலென்ச என் வாழ்க்கை பூரா தெரியும். சைமன் ஆலன், மூத்த சைமனுக்கு அவரோட முதல் மனைவியோட பிரச்சனையாயிடுச்சு. அவளும் செரோகீய சேர்ந்தவதான். ஒரு கருப்பு கோல்ட்டை மாதிரி அழகானவ."

"சரிதான். சின்ன சைமன் ஒரு ருடால்ஃப கல்யாணம் பண்ணிக்கிட்டான் இல்ல? அப்படித்தான் நான் நினைச்சேன். அவங்க எனிட்ல வாழப் போனாங்க, நல்லா வாழ்ந்தாங்க, உண்மையிலயே நல்லா வாழ்ந்தாங்க."

"இதுவரைக்கும் நல்லா இருந்த ஒரே ஆலன். அவனுக்கு ஒரு கேரேஜ் இருக்கு."

தண்ணீர் எடுக்கப்பட்டு, விறகு வெட்டப்பட்டதும், குழந்தைகள் கூடாரங்களுக்கு நடுவே வெட்கத்துடன் நடந்தன. அவை விரிவான நட்புகளை உருவாக்கிக் கொண்டன. ஒரு பையன் இன்னொரு பையனுக்கு அருகில் நின்று, ஒரு கல்லைக் கவனித்துப் பார்த்து விட்டு, அதைக் கையில் எடுத்து அதில் எச்சிலைத் துப்பி சுத்தமாகத் துடைத்து விட்டு அதைக் கையில் வைத்து சோதனை செய்தான். அடுத்தவன் அவன் என்ன செய்கிறான் என்று கேட்கும் வரை அதைச் செய்தான்.

பிறகு அலட்சியமாகக் கூறினான், "ஒண்ணுமில்ல, வெறும் கல்லுதான்."

"சரி, அதுல நீ என்ன பாத்துக்கிட்டு இருந்த?"

"அதுல தங்கம் இருந்தத பாத்த மாதிரி தோணிச்சு."

"உனக்கு எப்படித் தெரியும், தங்கம், இருக்கா இல்லையான்னு? கல்லு கருப்பாத்தான் இருக்கும்"

"நிச்சயமா, இது எல்லாருக்கும் தெரியும்."

"அது முட்டாளோட தங்கம். நீ அது தங்கம்னு நினைச்சுட்ட."

"அது அப்படியில்ல. ஏன்னா எங்கப்பா நிறைய தங்கத்தப் பாத்திருக்கார். எப்படி பாக்கணும்னு எனக்கு சொல்லிக் கொடுத்திருக்கார்."

"ஒரு ரொம்ப பெரிய தங்கக் கட்டிய நீ எடுத்தா எப்படி இருக்கும்?"

"அப்படிச் சொ-ல்-லு. நான் நீ இதுவரைக்கும் பாக்காத பெரிய மிட்டாய வாங்குவேன்."

"நான் சத்தியம் பண்ண மாட்டேன், ஆனா எப்படியும் செய்வேன்."

"நானுந்தான். நாம ஊத்துக்குப் போகலாம்."

இளம்பெண்கள் சந்தித்துக் கொண்டு தமது பிரபல்யத்தைப் பற்றியும், தமது எதிர்காலம் பற்றியும் வெட்கத்துடன் பெருமைப்பட்டுக் கொண்டனர். பெண்கள் நெருப்பருகில் அமர்ந்து கொண்டு குடும்பத்துக்கு வேகமாக உணவைத் தயாரித்துக் கொண்டிருந்தனர் – பன்றிக்கறியும், பணம் நிறைய இருந்தால் பன்றிக்கறியும், உருளைக்கிழங்குகளும், வெங்காயமும். டட்ச்

ஓவனில் தயாரித்த பிஸ்கெட்டுகள் அல்லது சோள ரொட்டிகள், அதன் மீது பரப்பிக் கொள்ள நிறையக் குழம்பு. கொறித்துக் கொள்ள மாமிசம் அல்லது வறுவல், ஒரு கூஜா கருநிறத்தில், கசப்பாக கொதிக்கும் தேநீர்,. தேன் வடியும் அப்பம், பணம் குறைவாக இருந்தால் வறுக்கப்பட்ட அப்பம். மிகவும் பணக்காரராக இருந்த குடும்பங்கள் அல்லது தமது பணத்தை முட்டாள்தனமாகச் செலவழித்தவை டப்பாவில் அடைத்த பீன்சையும், டப்பாவில் அடைத்த பீச் பழங்களையும், பொட்டலத்தில் கட்டிய ரொட்டியையும், அடுமனை கேக்கையும் உண்டனர்; ஆனால் அவர்கள் தமது கூடாரங்களில் ரகசியமாக உண்டனர். ஏனென்றால் இவ்வளவு அருமையான உணவை வெளிப்படையாக உண்ணுவது நன்றாக இருக்காது. எனினும், தமது வறுத்த அப்பத்தை உண்டு கொண்டிருந்த குழந்தைகள் கொதித்துக் கொண்டிருந்த பீன்சின் மணத்தை நுகர்ந்து கொண்டு அதனால் வருத்தமடைந்தனர்.

இரவு உணவு முடிந்ததும், தட்டுகள் தண்ணீரில் முக்கிக் கழுவப்பட்டன. இருட்டு கவிந்ததும் ஆண்கள் அரட்டை அடிக்க உட்கார்ந்தனர்.

அவர்கள் தமக்குப் பின்னால் விட்டு விட்டு வந்த நிலத்தைப் பற்றிப் பேசினர். நாடு எங்கே போகிறதென்று தமக்குத் தெரியவில்லை என்றனர் அவர்கள். நாடு கெட்டுப் போய் விட்டது.

"என்றாலும் அது நிச்சயம் திரும்ப வரும், ஆனால் நாம் இருக்க மாட்டோம்."

"ஒருவேளை நாம் நமக்குத் தெரியாத எதாவது வகையில் எதாவது பாவம் செய்திருக்கலாம்."

"அந்த அரசாங்க ஆளு சொல்றான், அவ உங்கள குழில தள்ளிட்டா. நீ எல்லையை தாண்டி உழுதா, குழி விழாதுங்கறான். அத செய்ய எனக்கு எந்த வாய்ப்பும் இல்ல. பத்திரிகையெல்லாம் எல்லைய தாண்டிப் போறதில்ல. நாலு மைல் தூரத்துக்கு நிறுத்தாம குழி வெட்றது, இல்லேன்னா இயேசு கிருத்துவையே சுத்தி வரது."

பிறகு அவர்கள் தமது வீடுகளைப் பற்றி மென்மையாகப் பேசினர்: "அங்க காற்றாலைக்கு கீழ சின்னதா ஒரு குளிர்ந்த அறை இருந்தது. பால்லருந்து வெண்ணைய எடுக்க அங்க வப்பேன். தர்பூசணியையும் வப்பேன். ரொம்ப வெயிலாவும், வெப்பமாவும் இருக்கற நாள்ல அங்க மதிய வேளைல போங்க, அங்க உங்களுக்கு வேண்டிய அளவுக்கு குளிர்ச்சியா இருக்கும். ஒரு தர்பூசணிய வெட்டிச் சாப்பிடுங்க, அது உங்க

நாக்க காயப்படுத்திடும். அவ்வளவு குளிர்ச்சியா இருக்கும். மேல தொட்டிலேருந்து தண்ணி சொட்டிக்கிட்டு இருக்கும்."

அவர்கள் சோகங்கள் குறித்துப் பேசிக்கொண்டனர்: "எனக்கு ஒரு சகோதரன் சார்லின்னு இருந்தான். அவனோட முடியெல்லாம் சோளம் போல மஞ்சளா இருக்கும். வளர்ந்த ஆளு. அவன் நல்லா இழுத்து கயிறு கட்டுவான். அவன் ஒரு நாள் வண்டி ஓட்டிக்கிட்டு இருந்தான். ஒரு மண்ணுளிப் பாம்பு குதிரைகள பாத்து சீறிச்சு. மிரண்டு போன குதிரைங்க பாஞ்சு ஓட, வண்டியோட சக்கரம் அவனோட கழுத்துலயும், வயித்திலயும் ஏறி அவனோட முகத்தையே பிச்சிடுச்சு. கடவுளே!"

அவர்கள் எதிர்காலம் குறித்துப் பேசிக் கொண்டனர்: "அங்க எப்படி இருக்கும்னு யோசனையா இருக்கு?"

"நிச்சயமா பழத்தோட்டங்கள்லாம் அருமையாத்தான் இருக்கும். கொஞ்சம் வெப்பமாவும், வால்நட் மரங்களும், பெர்ரி மரங்களும் இருந்த ஒரு இடத்த நான் பாத்திருக்கேன்; ஒரு கழுதையோட பின்னால வால் இருக்கற அளவுக்குக் கிட்ட ஒரு பெரிய மலை பனி மூடி இருந்தது. அது பாக்க ரொம்ப ரம்மியமா இருந்தது."

"அங்க நமக்கு வேல கிடைச்சிடுச்சுன்னா நல்லா இருக்கும். குளிர்காலத்துல குளிரே இருக்காது. பள்ளிக்கூடத்துக்குப் போற வழில குழந்தைங்க குளிர்ல விறைச்சுப் போகாது. நான் என்னோட குழந்தைங்க இனிமே பள்ளிக்கூடத்துக்குப் போகாம இல்லாத படிக்கு நான் அவங்கள கவனிச்சுக்கப் போறேன். நான் நல்லா படிப்பேன், ஆனா படிக்கிற வழக்கம் இருக்கற ஆள மாதிரி அது எனக்கு ஒண்ணும் மகிழ்ச்சியா இருக்காது."

ஒருமுறை ஒரு மனிதன் தன்னுடைய கித்தாரை கூடாரத்துக்கு வெளியே எடுத்து வந்தான். அவன் ஒரு பெட்டியில் அதை வாசிப்பதற்காக அமர்ந்து கொண்டான். முகாமில் இருந்த ஒவ்வொருவரும் மெதுவாக அவனை நோக்கிச் சென்றனர், அவனால் கவர்ந்திழுக்கப்பட்டனர். அங்கிருந்த பலரால் கித்தாரை மீட்ட முடியும், ஆனால் இவன் நிபுணனாக இருந்தான். அங்கே எதோ இருக்கிறது - ஆழ்ந்த தந்திகள் மீட்டின, மீட்டிக் கொண்டே இருந்தன, தந்திகளிலிருந்து மெல்லிசை படிப்படியாகத் தவழ்ந்து சிறு அடியெடுத்து நடந்து சென்றது. அவனைச் சுற்றி இறுக்கமாக நிற்கும் வரை அனைவரும் மெதுவாக அவனருகில் சென்றனர். பிறகு அவன், "பத்து செண்ட் பருத்தியும், நாற்பது செண்ட் இறைச்சியும்" என்ற பாடலைப் பாடினான். சுற்றி நின்ற கூட்டம் அவனுடன் மென்மையாகப் பாடியது. அவன் "பெண்களே, நீங்கள் ஏன் முடியை வெட்டிக் கொள்கிறீர்கள்?" என்ற பாடலைப் பாடினான். சுற்றியிருந்த கூட்டமும் பாடியது. அவன்

கீச்சுக்குரலில் கத்திப் பாடினான், "நான் பழைய டெக்சாசிலிருந்து செல்கிறேன்". அந்த உச்சக் குரல் பாடல் ஸ்பானியர்கள் வருவதற்கு முன்பு பாடப்பட்டது. அப்போது வார்த்தைகள் மட்டுமே இந்தியர்களுடையதாக இருந்தன.

இப்போது கூட்டம் ஒரு விஷயத்துடன் இறுகிப் போனது, ஒரு குழுவாக. எனவே, அவர்களின் கண்கள் ஆழ்ந்திருந்தன, அவர்களது மனங்கள் வேறு சமயங்களில் பாடிக் கொண்டிருந்தன, அவர்களது சோகம் ஓய்வெடுத்துத் தூங்குவது போல் சென்று விட்டது. அவன் "மெக்கால்ஸ்டர் ப்ளூவைப்" பாடினான். பிறகு முதியவர்களுக்கு அதை ஈடுகட்டுவதற்காக "ஜீசஸ் என்னை அவருக்கருகில் அழைக்கிறார்" என்ற பாடலைப் பாடினான். குழந்தைகள் இசையில் சொக்கிப் போய்த் தூங்குவதற்காகத் தமது கூடாரங்களுக்குள் சென்றனர். அவர்களது கனவுகளில் பாடல் நுழைந்தது.

பிறகு கித்தாருடன் இருந்த மனிதன் எழுந்து நின்று கொட்டாவி விட்டான். "நல்லிரவு' நண்பர்களே" என்றான் அவன்.

அவர்கள் "உனக்கு நல்லிரவு" என்று முணுமுணுத்தனர்.

இரவு கடந்தது. விடிகாலையில் முதல் கதிர் வந்த நேரத்தில் பெண்கள் தமது கூடாரத்தை விட்டு வெளியே வந்து நெருப்பை மூட்டினர், காப்பியைக் கொதிக்க வைத்தனர். விடிகாலையில் ஆண்கள் வெளியே வந்து மென்மையாகப் பேசிக் கொண்டனர்.

கொலராடோ ஆற்றைக் கடந்ததும் ஒரு பாலைவனம் இருக்கிறது என்று சொல்லிக்கொள்கின்றனர். "அதை எதிர்பார்த்திருங்கள். இடையில் மாட்டிக் கொள்ளாமல் பார்த்துக் கொள்ளுங்கள். இடையில் மாட்டிக் கொண்டாலும், வேண்டிய அளவு தண்ணீரை எடுத்துச் செல்லுங்கள்."

"நான் இன்று இரவு அதைக் கடப்பேன்."

"நானுந்தான்: அது உங்கிட்டேருந்து கடவுளையே பிரிச்செடுத்துடும்."

குடும்பங்கள் வேகமாக உண்டன, தட்டுகள் கழுவப்பட்டுத் துடைக்கப்பட்டன. கூடாரங்கள் பிரிக்கப்பட்டன. விரைவாகப் புறப்பட அனைத்தும் வேகப்பட்டன. சூரியன் எழுந்ததும், முகாம் இடம் காலியாகியிருந்தது, மக்கள் விட்டுச் சென்ற கொஞ்சம் குப்பைகள் மட்டுமே இருந்தன. முகாம் இடம் ஒரு புதிய இரவில் ஒரு புதிய உலகுக்காகத் தயாராக இருந்தது.

ஆனால் உயர்வேகப்பாதையில் புலம் பெயரும் மக்களின் கார்கள் மூட்டைப்பூச்சிகள் போல் ஊர்ந்தன. குறுகிய காங்க்ரீட் மைல்கள் முன்னால் நீண்டு சென்றது.

18

ஜோட் குடும்பம் மெதுவாக மேற்கு நோக்கிச் சென்றது. முகடுகளையும், கோபுரங்களையும் கொண்ட மேட்டு நிலத்தைத் தாண்டி நியூ மெக்சிகோவின் மலைகளுக்குள் நுழைந்தது. அவர்கள் அரிசோனாவின் உயர்ந்த பகுதியில் ஏறினர். ஒரு இடைவெளி வழியாகக் கீழே வண்ணமயமான பாலைவனத்தைப் பார்த்தனர். ஒரு எல்லைக் காவலாளி அவர்களைத் தடுத்து நிறுத்தினான்.

"எங்க போறீங்க?"

"கலிஃபோர்னியாவுக்கு" என்றான் டாம்.

"அரிசோனாவுல எவ்வளவு நாள் தங்கறதா உத்தேசம்?"

"அதத் தாண்டற வரைக்கும்தான்"

"எதாவது செடிகள வச்சிருக்கீங்களா?"

"செடிகள் இல்லை."

"நான் உங்களோட பொருட்கள பாக்கணும்"

"நான் சொல்றேன், எங்ககிட்ட செடிங்க கிடையாது."

அந்தக் காவலாளி கண்ணாடியில் ஒரு சிறிய ஸ்டிக்கரை ஒட்டினான்.

"சரி, நீங்க போகலாம். ஆனா நீங்க போயிக்கிட்டே இருக்கறது நல்லது."

"நிச்சயமா. நாங்க அதத்தான் எதிர்பார்க்கறோம்."

அவர்கள் சரிவுகளில் மேலேறிச் சென்றனர். சரிவுகளில் நெளிந்த மரங்கள் நிறைந்திருந்தன. ஹொல்புரூக், ஜோசப் நகரம், வின்ஸ்லோ. பிறகு உயர்ந்த மரங்கள். கார் நீராவியைப் பெருமூச்சு விட்டு வெளியேற்றிக் கொண்டு முயன்று சரிவுகளில் ஏறியது. பிறகு ஒரு கொடி ஊழியர். அந்த இடம்தான் உச்சி. அதிலிருந்து கீழே பெரும் மேட்டு நிலம். தூரத்தில் சாலை மறைந்தது. தண்ணீர் அருகிப் போனது. ஒரு காலனுக்கு ஐந்து செண்ட், பத்து செண்ட், பதினைந்து செண்ட் கொடுத்து வாங்க வேண்டியிருந்தது.

சூரியன் வறண்ட, மலைப்பாங்கான பகுதியை உறிஞ்சியது. முன்னால் அரிசோனாவின் மேற்குச் சுவரான கூர்மையான உடைந்த சிகரங்கள் நின்றன. இப்போது அவர்கள் சூரியனிடமிருந்தும், வறட்சியிடமிருந்தும் தப்பித்து ஓடிக் கொண்டிருந்தனர். அவர்கள் இரவு முழுதும் பயணித்து இரவில் மலைகளை வந்தடைந்தனர். அவர்கள் இரவில் உடைந்த பாறைகளைக் கொண்ட உயரமான பகுதிகளைக் கடந்தனர்.

சாலையின் மங்கலான பாறைச் சுவர்களில் அவர்களது முகப்பு விளக்கின் ஒளி பட்டுத் தெறித்தது. அவர்கள் இருளில் இப்பகுதியைக் கடந்து, பின்னிரவில் மெதுவாக ஓட்மானின் உடைந்த கற்குவியலைக் கடந்து சென்றனர்; காலை ஒளி புலரத் தொடங்கியதும் அவர்கள் கீழே கொலராடோ ஆற்றைக் கண்டனர். அவர்கள் டொபோக்குக்குச் சென்றடைந்து ஒரு பாலத்தினருகே நிறுத்தினர். அங்கு ஒரு காவலாளி முகப்புக் கண்ணாடியில் ஒட்டியிருந்த ஸ்டிக்கரை அகற்றினான். பிறகு பாலத்தைக் கடந்து உடைந்த பாறைகள் எல்லையற்றுப் பரவியிருந்த ஆழ்பகுதிக்குள் நுழைந்தனர். அவர்கள் மிகவும் சோர்ந்து போயிருந்ததாலும், காலைச் சூரியனின் சூடு அதிகரித்ததாலும், அவர்கள் நிறுத்தினர்.

"நாம வந்துட்டோம் – நாம கலிஃபோர்னியால இருக்கோம்!" என்றார் அப்பா. அவர்கள் சூரியனுக்குக் கீழே உடைந்த பாறைகள் பளிச்சிடுவதையும், ஆற்றுக்கு மறுபகுதியில் அரிசோனாவின் கூர்மையான பாறைகளையும் சோர்வுடன் பார்த்தனர்.

"இப்போ பாலைவனம் இருக்கு. நாம தண்ணிக்குப் போய் கொஞ்சம் ஓய்வெடுக்கணும்" என்றான் டாம்.

சாலை ஆற்றை ஒட்டிச் சென்றது. ஆறு கோரைப்புற்களின் இடையே விரைந்து செல்லும் பகுதிக்கு வந்து சேர்ந்தபோது, மோட்டார் எஞ்சின் கொதித்துக் கொண்டிருக்க, காலை நன்றாக விடிந்து விட்டிருந்தது.

ஜோட் குடும்பமும், வில்சன் குடும்பமும் ஆற்றுக்கு வண்டியை ஓட்டிச் சென்று தமது கார்களில் அமர்ந்து கொண்டு கீழே அழகாக ஓடிக் கொண்டிருந்த தண்ணீரைப் பார்த்தனர். பச்சைநிறப் புற்கள் தண்ணீரின் வேகத்தில் அழகாக அசைந்தாடிக் கொண்டிருந்தன. ஆற்றுக்கு அருகே ஒரு சிறிய முகாம் இருந்தது. தண்ணீருக்கு அருகே பதினொரு கூடாரங்கள் இருந்தன. தரையில் ஈரப் புற்கள் இருந்தன. டாம் டிரக்கின் ஜன்னலிலிருந்து எட்டிப் பார்த்தான். "இங்க கொஞ்சம் இருந்துட்டுப் போலாமா?"

ஒரு வாளியில் துணிகளை அலசிக் கொண்டிருந்த ஒரு பருத்த பெண்மணி நிமிர்ந்து பார்த்தாள். "இந்த இடம் ஒண்ணும் எங்களுக்கு சொந்தமில்லை மிஸ்டர். உங்களுக்கு வேணும்னா நிறுத்திக்கோங்க. உங்கள பாக்கறதுக்கு ஒரு போலீஸ்காரர் இருக்கார்." அவள் சூரிய வெளிச்சத்தில் மீண்டும் துணிகளைத் தோய்க்கத் தொடங்கினாள்.

இரண்டு கார்களும் ஈரப் புற்களின் மேல் ஒரு சுத்தமான இடத்தில் நின்றன. கூடாரங்கள் இறக்கப் பட்டன. வில்சனின் கூடாரக் கம்புகள் நிற்க, அதன் மேல் ஜோடுகளின் தார்பாய் விரித்துப் போடப்பட்டது.

வின்ஃபீல்டும், ருத்தியும் மரங்களிடையே மெதுவாக நடந்து புற்களடர்ந்த ஒரு பகுதிக்கு வந்தனர். ருத்தி மெதுவான ஆவேசத்துடன் சொன்னாள், "கலிஃபோர்னியா. இதோ கலிஃபோர்னியா. நாம அங்க இருக்கோம்.!"

வின்ஃபீல்ட் ஒரு கொம்பை முறித்து ஒடித்து எடுத்து அதன் வெண்மைப் பகுதியைத் தன் பல்லில் வைத்து மென்றான். அவர்கள் தண்ணீருக்குள் மெதுவாக நடந்து அமைதியாக நின்றனர். தண்ணீர் அவர்களது கெண்டைக் கால்களைத் தழுவிச் சென்றது.

"இன்னும் ஒரு பாலைவனம் இருக்கு" என்றாள் ருத்தி.

"பாலைவனம் எப்படி இருக்கும்?"

"எனக்குத் தெரியாது. பாலைவனம்னு போட்டிருந்த ஒரு படத்த முன்ன ஒருதடவ பாத்தேன். எல்லா இடத்திலயும் எலும்பா கிடந்தது."

"மனுஷனோட எலும்பா?"

"கொஞ்சம் இருந்ததுன்னு நினைக்கறேன். ஆனா பெரும்பாலும் மாட்டு எலும்புதான்."

"நாமளும் எலும்புகள பாக்கணுமா?"

"இருக்கலாம். எனக்குத் தெரியல. இன்னைக்கு ராத்திரி அதக் கடக்கப் போறோம். அப்படித்தான் டாம் சொன்னான். நாம பகல்ல கடந்தா, நம்மகிட்ட இருக்கற கடவுளையே எரிச்சிடும்னு டாம் சொன்னான்."

வின்ஃபீல்ட் தனது பாதங்களை மண்ணில் அழுத்திக் கொண்டு சொன்னான், "ரொம்ப நல்லா குளிர்ச்சியா இருக்கு".

"ருத்தி, வின்ஃபீல்ட், திரும்பி வாங்க" என்று அவர்களை அம்மா அழைக்கும் சத்தம் கேட்டது. அவர்கள் திரும்பி மெதுவாக நாணல்களையும், மரங்களையும் கடந்து சென்றனர்.

மற்ற கூடாரங்கள் அமைதியாக இருந்தன. கார்கள் வந்தபோது ஒரு கணம் சில தலைகள் கூடாரச் சீலைகளுக்கிடையிலிருந்து எட்டிப் பார்த்து விட்டு உள்வாங்கிக் கொண்டன. இப்போது குடும்பங்களின் கூடாரங்கள் எழுந்து நிற்க, ஆண்கள் ஒன்று கூடினர்.

டாம் சொன்னான், "நான் உள்ள போய் குளிக்கப் போறேன். நான் தூங்கப் போறதுக்கு முன்னால நான் அதத்தான் செய்யப் போறேன். நாம கூடாரம் அமைச்சப்பறம் பாட்டிக்கு எப்படி இருக்கு?"

“எனக்குத் தெரியல” என்றார் அப்பா. “அவங்கள எழுப்ப முடியும்னு தோணல.” அவர் தனது தலையை கூடாரத்தை நோக்கி நிமிர்ந்து பார்த்தார். கூடாரத்துக்குள்ளிருந்து ஒரு கீச்சுக் குரல், குழப்பமாக எழுந்தது. அம்மா வேகமாக உள்ளே போனாள்.

“அவங்க எழுந்துட்டாங்க” என்றான் நோவா. “அவங்க ராத்திரி பூராவும் டிரக்கில சத்தம் போட்டுக்கிட்டே கிடந்தாங்க. அவங்க மொத்தமா மனநிலைய இழந்துட்டாங்க.”

“அவங்க சோர்ந்து போயிட்டாங்க. அவங்களுக்கு சீக்கிரமா கொஞ்சம் ஓய்வு கிடைக்கலேன்னா அவங்க போய்ச் சேந்துடுவாங்க. அவங்க இப்போ சோர்ந்து போயிருக்காங்க. யாரவது எங்கூட வறீங்களா? நான் குளிச்சிட்டு நிழல்ல தூங்கப் போறேன் – நாள் முழுக்க “ என்றான் டாம். அவன் விலகிச் செல்ல, மற்றவர்கள் அவனைப் பின் தொடர்ந்தனர். அவர்கள் துணிகளை மரங்களுக்கிடையில் அவிழ்த்து விட்டு தண்ணீருக்குள் போய் உட்கார்ந்து கொண்டனர். அவர்கள் நீண்ட நேரம் உட்கார்ந்திருந்தனர். அவர்களது குதிகால்கள் மணலுக்குள் குழி பறித்துச் சென்றன, அவர்களது தலைகள் மட்டும் தான் தண்ணீருக்கு வெளியே தெரிந்தன.

”இயேசுவே, இது எனக்குத் தேவையா இருந்தது” என்றான் அல். அவன் கீழே இருந்து கொஞ்சம் மணலை அள்ளி அதைக் கொண்டு தனது உடலைத் தேய்த்துக் கொண்டான். அவர்கள் தண்ணீரில் அமிழ்ந்து கொண்டே ஊசிமுனைகள் என்று அறியப்பட்ட கூர்மையான சிகரங்களையும், அரிசோனாவின் வெள்ளைப் பாறை மலைகளையும் பார்த்தனர்.

“நாம அது வழியாவா வந்தோம்” என்று அப்பா ஆச்சரியத்துடன் கூறினார்.

ஜான் மாமா தண்ணீருக்குள் தனது தலையை அமிழ்த்தினார். “ஆக, நாம இங்க வந்துட்டோம். இதுதான் கலிஃபோர்னியா. இது ஒண்ணும் ரொம்ப வளமா இருக்கறதாத் தெரியல.

“இன்னும் பாலைவனம் இருக்கு” என்றான் டாம். “அது ஒரு வேசி மகன்னு நான் கேள்விப்பட்டேன்.”

“இன்னிக்கு ராத்திரி அதக் கடக்க முயற்சிக்கப் போறோமா?” என்று கேட்டான் நோவா.

“நீங்க என்ன நினைக்கிறீங்க அப்பா?” என்று கேட்டான் டாம்.

“இல்ல, எனக்குத் தெரியல. ஆனா கொஞ்சம் ஓய்வெடுத்துக்கிட்டா, குறிப்பா பாட்டிக்கு நல்லா இருக்கும். மத்தபடி வேகமா இதக் கடந்து வேலைல உக்காரத்தான் எனக்கு விருப்பம். வெறும் நாப்பது டாலர்தான்

மிச்சம் இருக்கு. நாம எல்லாம் வேல செஞ்சு கொஞ்சம் பணம் வந்தா எனக்கு நல்லா இருக்கும்."

ஒவ்வொருவரும் தண்ணீரில் அமர்ந்து கொண்டு சுழல் இழுப்பதை உணர்ந்தனர். போதகர் தனது கைகளை தண்ணீருக்கு மேல் மிதக்க விட்டார். உடல் கழுத்து, மணிக்கட்டு வரை வெண்மை நிறமாகவும், கைகள், முகங்கள் வெயிலில் அரக்கு நிறமாகவும், கழுத்துக்கீழ் சட்டை காலர் வரை அரக்கு நிறமாகவும் இருந்தன. அவர்கள் மண்ணைக் கொண்டு தம்மைத் தேய்த்து விட்டுக் கொண்டனர்.

நோவா சோம்பலுடன் சொன்னான், "இங்கயே இருந்துடலாம்னு விருப்பமா இருக்கு. ஒரு போதும் பசி இருக்காது, சோகமாவும் இருக்காது. வாழ்நாள் முழுசுக்கும் தண்ணிலயே கிட, சேத்துல இருக்கற விதை மாதிரி சோம்பலா இருக்கலாம்."

ஆற்றைத் தாண்டி கூர்மையான சிகரங்களையும், ஆற்றினுள் இருக்கும் ஊசிமுனைகளையும் பார்த்துக் கொண்டே டாம் சொன்னான், "இந்த மாதிரி கடுமையான மலைகள பாத்ததேயில்ல. இங்க ஒரு கொலைகார நாடு இருக்கு. இங்க ஒரு நாட்டோட எலும்புகள் இருக்கு. பாறைகளும், மலைகளுமா இருக்கற ஒரு இடத்துல ஆளுங்க எப்படிப் போராடி வாழ முடியுமான்னு எனக்கு ஆச்சரியமா இருக்கு. சமதளமா பச்சப் பசேல்னு, சின்னச்சின்ன வெள்ளை நிற வீடுகளோட இருக்கற படத்தப் பாத்ததா அம்மா சொல்றாங்க. அம்மாவோட மனசு ஒரு வெள்ளை நிற வீட்டுல படிஞ்சிருக்கு. இந்த மாதிரி இடம் இல்லேன்னா என்ன செய்யறதுன்னு தோண ஆரம்பிச்சிடுச்சு. நான் அந்த மாதிரி படங்கள பாத்திருக்கேன்.

அப்பா சொன்னார், "நாம கலிஃபோர்னியா போய்ச் சேர்ற வரைக்கும் பொறுத்திருங்க.. அப்புறம் நல்ல இடத்தப் பாப்பீங்க."

"இயேசுவே, அப்பா! இங்க இருக்கறதுதான் கலிஃபோர்னியா."

ஜீன்சும், ரம்மியமான நீல நிறச்சட்டைகளும் அணிந்த இருவர் மரங்களினூடே அந்த நிர்வாண மனிதர்களிடம் வந்தனர். "நீச்சல் எப்படி இருக்கு?" என்று அவர்கள் குரல் கொடுத்தனர்.

"தெரியல" என்றான் டாம். "நாங்க யாரும் முயற்சி செய்யல. ஆனா இங்க இருக்கறது நிச்சயமா நல்லா இருக்கு."

"நாங்களும் வரதுல உங்களுக்கு ஆட்சேபணை எதுவும் இருக்கா?"

"இது எங்க சொந்த ஆறு இல்ல. அதுல உங்களுக்கும் கொஞ்சம் இடம் கொடுக்கறோம்."

அந்த ஆட்கள் தமது கால்சட்டையைக் கழற்றி விட்டு, சட்டையையும் கழற்றி விட்டு உள்ளே வந்தனர். அவர்களது காலிலிருந்து முட்டிவரை அழுக்குப் படிந்திருந்தது, அவர்களது கால்கள் வியர்வையால் மங்கல் நிறமாகவும், மென்மையாகவும் இருந்தன. அவர்கள் தண்ணீரில் சோம்பேறித்தனமாக அமர்ந்து கொண்டு தமது இடுப்புப் பகுதியைத் தேய்த்து விட்டுக் கொண்டனர். அப்பாவும், பையனும் சூரிய வெப்பத்தால் பாதிக்கப் பட்டிருந்தனர். அவர்கள் தண்ணீருடன் முனகிச் சத்தமெழுப்பிக் கொண்டிருந்தனர்.

அப்பா கண்ணியமாகக் கேட்டார், "மேற்க போறீங்களா?"

"இல்ல. நாங்க அங்கருந்து வரோம். வீடு திரும்பறோம். அங்க எங்களால வாழ முடியல."

"வீடு எங்க?" என்று டாம் கேட்டான்.

"பான்ஹாண்டில். பம்பாகிட்டேருந்து வந்தோம்."

அப்பா கேட்டார், "அங்க உங்களால வாழ முடியுமா?"

"முடியாது" என்றார் அந்த மனிதர். அவர் தன் கைகளில் தண்ணீரை அள்ளி மூக்கைச் சிந்தித் தனது முகத்தை அலம்பினார். அவரது முடியிலிருந்து வழிந்த தண்ணீர் அவரது கழுத்து வழியாக வழிந்தது.

"நான் இது பத்திக் கொஞ்சம் கேட்டுக்க விரும்பறேன்" என்று சொன்னார் அப்பா.

"எனக்கும்தான்" என்றான் டாம். "ஏன் மேற்க இருக்கற ஆளுங்க உங்கள வெறுக்கறாங்க?"

அந்த மனிதர் டாமை கூர்மையாகப் பார்த்தார். "நீங்க இப்பதான் மேற்க போறீங்களா?"

"இப்பதான் போயிக்கிட்டு இருக்கோம்."

"நீங்க கலிஃபோர்னியாவுக்குப் போனதே இல்லையா?"

"இல்ல, போனதில்ல."

"சரி, நான் சொல்றத எடுத்துக்காதீங்க. நீங்களே போய்ப் பாருங்க."

"சரி" என்றான் டாம். "ஆனா ஒரு ஆளு தான் எங்க போறோம்னு தெரிஞ்சுக்க ஆசைப்படுவான்."

"உங்களுக்கு நிஜமாவே தெரிஞ்சுக்க ஆசைன்னா, அதப் பத்திக் கேள்வி கேட்டு யோசிச்ச ஒரு ஆளு நான். அது ஒரு அருமையான இடம். ஆனா ரொம்ப காலம் முன்னாடியே அதக் கொள்ளையடிச்சிட்டாங்க. நீங்க

பாலைவனத்தக் கடந்து பேக்கர்ஸ்ஃபீல்டச் சுத்தி அதுக்குள்ள போவீங்க. அத மாதிரி ஒரு அழகான இடத்த நீங்க பாக்க முடியாது – எல்லாம் பழத்தோட்டம், திராட்சை, நீங்க பாத்ததுலயே அழகான இடம். சமதளமா இருக்கற, முப்பது அடில தண்ணி இருக்கற இடத்த கடப்பீங்க. ஆனா அந்த நிலத்துல கொஞ்சம் கூட உங்களுக்கு இல்ல. அந்த நிலமும் ஒரு கால்நடை கம்பெனியும் சேந்தது. அங்க வேல பாக்கக் கூடாதுன்னு அவங்க விரும்பறாங்க. அதுல வேல நடக்காது. நீங்க அங்க உள்ள போயி கொஞ்சம் சோளத்த நடுங்க, நீங்க சிறைக்குப் போவீங்க.!"

"நல்ல நிலம்னு சொல்றீங்களா? அங்க அவங்க வேல பாக்கலியா?"

"ஆமாம் ஐயா. அது நல்ல நிலமும்தான், அவங்க வேல பாக்கலதான்! அவங்க உங்களக் கொஞ்சம் பைத்தியமாக்கிடுவாங்க, ஆனா நீங்க எதையும் பாக்கல. மக்கள் அவங்க கண்ல எதையோ பாக்கப் போறாங்க. அவங்க உங்களப் பாப்பாங்க, அவங்க முகம் உங்ககிட்ட சொல்லும், 'வேசி மகனே, உன்ன நான் விரும்பல.' அவங்க டெபுடி ஷெரீஃபா இருந்துக்கிட்டு உங்கள சுத்த விடப் போறாங்க. நீங்க சாலையோரமா முகாம் போடுவீங்க, அவங்க உங்கள விரட்டுவாங்க. அவங்க உங்கள எவ்வளவு வெறுக்கறாங்கன்னு அவங்க முகத்துல தெரியும். நான் உங்ககிட்ட ஒண்ணு சொல்றேன். அவங்க உங்களப் பாத்து பயப்படறதுனால அவங்க உங்கள வெறுக்கறாங்க. ஒரு பட்டினி கிடக்கற ஆளுக்கு சாப்பாடு இல்லேன்னா அவன் அத எடுக்கணும்னாக் கூட எடுத்துக்குவான்னு அவங்களுக்குத் தெரியும். அவங்களுக்கு அந்த நிலம் பாவம்னும், அத யாராவது எடுத்துக்குவாங்கன்னும் தெரியும். என்ன நரகம் இது! உங்கள இன்னும் ஓக்கின்னுதான் கூப்பிடல!"

டாம் கேட்டான், "ஓக்கியா? அப்படின்னா என்ன?"

"அதாவது அதுக்கு நீங்க ஓக்லஹாமாலேருந்து வரவருன்னு அர்த்தம். இங்க இதுக்கு நீங்க ஒரு நாத்தம் பிடிச்ச வேசி மகன்னு அர்த்தம். ஓக்கின்னா நீங்க ஒரு கழிசடைன்னு அர்த்தம். அதுக்குன்னு ஒரு அர்த்தமும் கிடையாதுன்னாலும், அவங்க அப்படித்தான் சொல்லுவாங்க. ஆனா என்னால எதுவும் சொல்ல முடியாது. நீங்க அங்க போகணும். அங்க நம்மாளுங்க மூணு லட்சம் பேர் இருக்காங்கன்னு கேள்வி. அவங்க பன்னி மாதிரி வாழ்ந்துக்கிட்டு இருக்காங்க. ஏன்னா கலிஃபோர்னியாவில ஒவ்வொண்ணும் கலிஃபோர்னியாக்காரங்களுக்கு சொந்தம். அவங்களுக்கு எதுவும் மிச்சமில்ல. அங்க சொந்தமா வச்சிருக்கறவங்க அதக் காப்பாத்த உலகத்துல எல்லாத்தையும் கொல்லணும்னாக் கூட செய்வாங்க. அவங்க மிரண்டு போயிருக்கறதால அவங்க பைத்தியமாயிட்டாங்க. நீங்க அதப்

பாக்கத்தான் போறீங்க. நீங்க அதக் கேக்கணும். நீங்க இதுவரைக்கும் பாக்காத ரொம்ப அழகான இடம். ஆனா அவங்க உங்ககிட்ட மோசமா நடந்துக்குவாங்க. அவங்க ஒருத்தருக்கொருத்தர் நல்லபடியா நடந்துக்காத அளவுக்கு அவங்க மிரண்டு போயிருக்காங்க."

டாம் தண்ணீருக்குள் குனிந்து பார்த்தான், அவனது குதிகால்கள் மண்ணுக்குள் குழியிட்டுக் கொண்டிருந்தன. "ஒருவேள ஒரு ஆளுக்கு வேல கிடைச்சு சேமிச்சான்னா அவனால கொஞ்சம் நிலம் வாங்க முடியுமா?"

மூத்த மனிதர் சிரித்துவிட்டுத் தனது மகனைப் பார்த்தார். அவன் அமைதியாக ஒரு வெற்றிப் புன்னகை செய்தான். அந்த மனிதர் சொன்னார், "உங்களுக்கு நிரந்தரமான வேலை எதுவும் கிடைக்காது. ஒவ்வொரு நாளும் உங்க ராத்திரி சாப்பாட்டுக்கு சுரண்டப் போறீங்க. எல்லாரும் உங்கள தாழ்வா பாக்கற மாதிரி அதச் செய்யப் போறீங்க. நீங்க பருத்திய எடுங்க, அளவு சரியா இருக்காதுன்னு உங்களுக்கு உறுதியாத் தெரியும். கொஞ்சம் சரியா இருக்கு, கொஞ்சம் சரியா இல்ல. ஆனா நீங்க அளவு எடுக்கறதெல்லாம் மோசம்னு நினைக்கப் போறீங்க, எது சரியா இல்லேன்னு உங்களுக்குத் தெரியாது. அதப் பத்தி உங்களால எதுவும் செய்ய முடியாது."

அப்பா மெதுவாகக் கேட்டார், "அங்க எல்லாம் அருமையா இல்லையா?"

"நிச்சயமா எல்லாம் பாக்கறதுக்கு நல்லா இருக்கு, ஆனா உங்களுக்கு அது எதுவும் கிடைக்காது. அவங்ககிட்ட மஞ்சள் நிற ஆரஞ்சுகள் நிறைஞ்ச பழத்தோட்டம் இருக்கு. ஆனா அதுல ஒண்ணத் தொட்டாக் கூட உங்களச் சுட்டுக் கொல்ல துப்பாக்கியோட ஒரு ஆள் இருக்கும். அங்க கடக்கரைக்குப் பக்கத்துல ஒரு செய்தித்தாள் ஆளுக்கு பத்து லட்சம் ஏக்கர் இருக்கு – "

கேஸி வேகமாக நிமிர்ந்து பார்த்தார், "பத்து லட்சம் ஏக்கரா? பத்து லட்சம் ஏக்கர் வச்சுக்கிட்டு அந்த ஆள் இந்த உலகத்துல என்ன செய்யப் போறார்?"

"எனக்குத் தெரியல. அவர்கிட்ட இருக்கு, அவ்வளவுதான். கொஞ்சம் கால்நடை வச்சிருக்கார். ஆளுங்கள உள்ள விடாம தடுக்கறதுக்கு அங்கங்க காவலாள் வச்சிருக்கார். நான் அவரோட படங்கள பாத்திருக்கேன். கஞ்சத்தனமான கண்களோட குண்டான ஆள். அவன் வாய் ஆசனவாய் மாதிரி இருக்கும். அவன் செத்துடுவான்னு அவனுக்கு பயம். பத்து லட்சம் ஏக்கர் நிலம் வச்சிக்கிட்டு செத்துடுவோம்னு பயம்."

கேஸி அழுத்திக் கேட்டார், "பத்து லட்சம் ஏக்கர் வச்சிக்கிட்டு அவன் என்ன செய்யப் போறான்? எதுக்கு அவனுக்கு பத்து லட்சம் ஏக்கர்?

அந்த மனிதர் தனது சுருங்கிய கைகளை தண்ணீருக்கு மேல் உயர்த்தி விரித்துக் கொண்டு தனது கீழுதட்டை இறுக்கிக் கொண்டு, தன் தலையை ஒரு பக்கமாகச்சாய்த்துக் கொண்டார். "எனக்குத் தெரியல" என்றார். "அவன் பைத்தியமா இருக்கணும்னு நினைக்கறேன். நிச்சயமா பைத்தியம்தான். அவனோட படத்தப் பாத்திருக்கேன். அவன் பைத்தியமாத் தெரியறான். பைத்தியமும், கஞ்சத்தனமும்."

"அவன் சாகப் பயப்பட்றான்னு சொல்றீங்களா? என்று கேட்டார் கேஸி.

"அப்படித்தான் கேள்விப்பட்டேன்."

"கடவுள்கிட்ட மாட்டிக்குவோம்னு பயமா?"

"எனக்குத் தெரியல. மிரட்சிதான்."

"அவனுக்கு எதுல கவனம்?" என்றார் அப்பா. "அவன் எதுவும் வேடிக்கைக்கு செய்யறதா தெரியல."

"தாத்தா ஒண்ணும் பயப்படல" என்றான் டாம். "தாத்தா அதிகமா வேடிக்கையா இருந்தப்போ, அவர் சாகற நிலைமைக்கு கிட்ட வந்துடுவார். ராத்திரி அவரும் இன்னொரு ஆளும் நவஜோவுக்காக மொத்துக்குவாங்க. அவங்க வாழ்க்கையிலயே ரொம்ப மகிழ்ச்சியா இருந்தாங்க. அவங்க எடுத்துக்கிட்ட வாய்ப்புக்கு நீங்க ஒரு எலிவளை கூட கொடுக்க மாட்டீங்க."

"அதுதான் வழின்னு தோணுது. வேடிக்கையா இருக்கற மனுசன், அவன் எதுவும் அசர மாட்டான்; ஆனா கஞ்சனாவும், தனிமையாவும், விரக்தியடைஞ்சவனாவும் இருக்கறவன் – சாக பயப்பட்றான்.!"

"அவங்கிட்ட பத்து லட்சம் ஏக்கர் இருக்கறப்போ அவன் ஏன் ஏமாத்தமடையணும்?" என்று கேட்டார் அப்பா.

போதகர் புன்னகைத்தார், அவரது முகத்தில் குழப்பம் தெரிந்தது. அவர் ஒரு மிதக்கும் வண்டைத் தனது கைகளால் தள்ளி விட்டார். அவன் பணக்காரனா உணர்றதுக்கு பத்து லட்சம் ஏக்கர் தேவைன்னா, அவன் உள்ளுக்குள்ள ஏழையா இருக்கறதா நினைக்கறான்னு எனக்குத் தோணுது. அவனுக்குள்ள அவன் ஏழையா இருந்தா, அவனுக்கு எத்தனை பத்து லட்சம் ஏக்கர் இருந்தாலும் அது அவனப் பணக்காரனா உணர வைக்கப் போறதில்ல. அவன பணக்காரனா உணர வைக்க அவனால எதுவும் செய்ய முடியலங்கறது அவனுக்கு ஏமாத்தமா இருக்கலாம் – தாத்தா செத்தப்போ தனக்கு ஒரு கூடாரம் கிடைச்சப்ப திருமதி வில்சன் உணர்ந்தாப்ல அவன் பணக்காரனா உணர முடியாது. நான் ஒண்ணும் போதனை பண்ணல. ஆனா ஒரு சாதாரண நாய் ஏமாத்தமில்லாம அங்கங்க பொருள் சேகரிக்கறப்போ பரபரப்பா

இருக்கற மாதிரியான யாரையும் நான் பாத்ததேயில்ல." அவர் புன்னகைத்தார். "இதுவும் ஒரு போதனை மாதிரி தெரியுது இல்ல?"

இப்போது சூரியன் சுட்டெரித்துக் கொண்டிருந்தது. அப்பா சொன்னார், "தண்ணிக்குள்ள முங்கி இருக்கறது நல்லது. இது உங்ககிட்டேருந்து கடவுளையே பிரிச்செடுத்துடும்." அவர் தண்ணீரில் அமிழ்ந்து கொண்டு ஓடும் தண்ணீர் அவரது கழுத்தைச் சுற்றி ஓடுமாறு விட்டார். "ஒரு ஆள் கடுமையா உழைக்க விரும்பினா, அவனாலயும் எதுவும் செய்ய முடியாதா?" என்று கேட்டார் அப்பா.

அந்த மனிதர் உட்கார்ந்து கொண்டு அப்பாவைப் பார்த்தார். "இங்க பாருங்க மிஸ்டர். எனக்கு எல்லாம் தெரியாது. நீங்க அங்க போய் நிரந்தரமான வேலைல உட்காரலாம். அப்போ நான் பொய்யனாகிடுவேன். அப்புறம் உங்களுக்கு வேலையே கிடைக்காமப் போகலாம், அது பத்திதான் நான் எச்சரிச்சேன். அங்க பெரும்பாலானவங்க துன்பத்துல இருக்காங்கங்கறததான் நான் சொல்ல முடியும்." அவர் தண்ணீரில் அமிழ்ந்து கொண்டார். "ஒரு ஆளுக்கு எல்லாமே தெரிஞ்சிடாது" என்றார் அவர்.

அப்பா தன் தலையைத் திருப்பி ஜான் மாமாவைப் பார்த்தார். "நீங்க எப்பவும் இவ்வளவு சொல்ற ஆளில்ல" என்றார் அப்பா. "ஆனா நீங்க வீட்டில இருந்து கிளம்பின பிறகு ரெண்டு தடவ வாயத் திறந்திருந்தா அதுவே அதிகம். இங்க இதப் பத்தி நீங்க என்ன நினைக்கிறீங்க?"

ஜான் மாமா முகத்தை சுளித்துக் கொண்டார். "அதப் பத்தி நான் எதுவும் நினைக்கல. நாம அங்க போறோம், இல்லையா? இங்க யார் எது பேசினாலும் நாம அங்க போறதத் தடுக்க முடியாது. நாம அங்க போறோம்னா, போறோம். அங்க நமக்கு வேலை கிடைக்கும்போது வேலை செய்வோம், கிடைக்கலேன்னா தேடுவோம். இந்த மாதிரி பேச்சு எதுவும் எந்த வகைலயும் நமக்கு உதவாது."

டாம் தனது வாயில் தண்ணீரை நிரப்பிக் கொண்டு பின்னால் சாய்ந்து அதை காற்றில் பீய்ச்சி அடித்து விட்டு சிரித்தான். "ஜான் மாமா ரொம்ப பேசறதில்ல, ஆனா அறிவுபூர்வமா பேசறார். கடவுள் பேரால ஆமாம்! அவர் அறிவுபூர்வமா பேசறார். இன்னைக்கு ராத்திரி நாம போறோம் அப்பா?"

"போகலாம். நாம அதக் கடந்துடலாம்"

"அப்ப நான் கொஞ்சம் தேய்ச்சி விட்டுட்டு கொஞ்சம் தூக்கம் போட்றேன்". டாம் எழுந்து நின்று ஆற்றங்கரை மணலுக்குச் சென்றான். அவன் தன் ஈர உடலின் மேல் துணிகளை அணிந்து கொண்டு துணியின் சூட்டில் வெட்டி முறித்துக் கொண்டான். மற்றவர்கள் அவனைப் பின் தொடர்ந்தனர்.

தண்ணீரிலிருந்து கொண்டு அந்த மனிதரும் அவரது மகனும், ஜோடுகள் சென்று மறைவதைப் பார்த்துக் கொண்டிருந்தனர். பையன் சொன்னான், "அவங்கள ஆறு மாசத்துல பாக்கணும்னு ஆசையா இருக்கு. இயேசுவே!"

அந்த மனிதர் தனது கண்களின் ஓரங்களைத் தனது ஆள்காட்டி விரலால் துடைத்துக் கொண்டார். "நான் அதச் செஞ்சிருக்கக் கூடாது. ஆளுங்க எப்பவுமே தான் அறிவுபூர்வமா இருக்கறத காட்ட விரும்பறாங்க. அடுத்தவங்களுக்கு விஷயம் சொல்ல ஆசைப்பட்றாங்க".

"இருக்கட்டும் அப்பா! அவங்கதான் அதக் கேட்டாங்க!"

"ஆமாம், எனக்குத் தெரியும். ஆனா அவன் சொல்ற மாதிரி, எப்படின்னாலும் அவங்க போறாங்க. நான் சொன்னது எதுவும் அவங்கள மாத்தப் போறதில்ல. அவங்க துன்பமடைய வேண்டியதுக்கு முன்னாலயே துன்பப்படுவாங்கங்கறதத் தவிர."

டாம் மரங்களினூடே நடந்து நிழல் படிந்த ஒரு இடத்தில் தவழ்ந்தான். நோவா அவனைத் தொடர்ந்தான்.

"நான் இங்க தூங்கப் போறேன்" என்றான் டாம்.

"டாம்"

"சொல்லு"

"டாம் நான் மேல போகப் போறதில்ல."

டாம் எழுந்து உட்கார்ந்தான். "நீ என்ன சொல்ற?"

"டாம் நான் இந்தத் தண்ணீர விட்டுப் போகப் போறதில்ல. நான் இந்த ஆத்த ஒட்டி நடக்கப் போறேன்."

"உனக்குப் பைத்தியம் பிடிச்சிருக்கு" என்றான் டாம்.

"எனக்கு ஒரு தூண்டில் வாங்கிக்குவேன். நான் மீன் பிடிப்பேன். இந்த ஒரு அருமையான ஆத்துக்குப் பக்கத்துல ஒருத்தன் பட்டினி கிடக்க மாட்டான்."

டாம் கேட்டான், "அப்ப குடும்பம்? அம்மா?"

"நான் எதுவும் செய்ய முடியாது. அவங்களுக்கு வருத்தம் இருக்கும்னு தெரியும். ஆனா – இருக்கட்டும், நான் போக மாட்டேன். நீ அம்மா கிட்ட சொல்லிடு – டாம்."

"இங்க பாரு" என்று டாம் ஆரம்பித்தான்.

"இல்ல. அதுல உபயோகமில்ல. நான் அந்தத் தண்ணீர்ல இருந்தேன். நான் அத விட்டுப் போகப் போறதுல்ல. நான் இப்ப தண்ணீல அதோட போக்குல போகப் போறேன். நான் அதுல மீன், மத்ததெல்லாம் பிடிப்பேன். ஆனா அத விட முடியாது." அவன் அந்த மரநிழலிலிருந்து வெளியேறினான். "நீ அம்மாகிட்ட சொல்லிடு" என்று சொல்லி விட்டு அவன் நடந்தான்.

டாம் அவனை ஆற்றங்கரைக்குப் பின் தொடர்ந்தான். "ஏ முட்டாளே, சொல்றதக் கேளு-"

"அதுல எந்த உபயோகமும் இல்ல" என்றான் நோவா. "எனக்கு சோகமா இருக்கு, ஆனா நான் எதுவும் செய்ய முடியாது. நான் போகத்தான் வேணும்." அவன் அப்படியே திரும்பி ஆற்றின் போக்கில் கரையில் நடந்தான். டாம் அவனைப் பின் தொடர ஆரம்பித்தான், பிறகு நின்று விட்டான். அவன் நோவா புதருக்குள் மறைந்து பிறகு மீண்டும் வருவதை ஆற்றின் கரையில் பார்த்தான். அவன் கரையோரத்தில் நடந்து கடைசியில் சிறிதாகி மரங்களுக்குள் மறைவதைப் பார்த்தான். டாம் தனது தொப்பியை எடுத்து விட்டுத் தன் தலையைச் சொறிந்து கொண்டான். அவன் மீண்டும் தனது நிழலுக்குச் சென்று தூங்க ஆரம்பித்தான்.

தார்பாலினுக்குக் கீழ் பாட்டி மெத்தையில் படுத்திருக்க, அருகில் அம்மா அமர்ந்தாள். காற்று மிகவும் வெப்பமாக இருந்தது. கூடாரத்துணியின் நிழலில் ஈக்கள் ரீங்காரமிட்டன. நீண்ட இளஞ்சிவப்பு திரைச்சீலைக்கடியில் பாட்டி நிர்வாணமாகப் படுத்திருந்தாள். அவள் தனது முதிய தலையை இடவலமாக ஆட்டிவிட்டு, முணுமுணுத்துவிட்டு தொண்டை அடைத்துத் திணறினாள். அம்மா அவளுக்கு அருகில் தரையில் அமர்ந்து கொண்டு ஒரு அட்டையை எடுத்து ஈக்களை விரட்டினாள். அங்கு சுற்றிக் கொண்டிருந்த வெப்பக் காற்றை அவளது இறுக்கமான முதிய முகத்துக்கு மேல் விசிறி விட்டாள். ஷாரன் ரோஸ் மறுபுறம் அமர்ந்து தமது அம்மாவை கவனித்தாள்.

பாட்டி மேலான குரலில், "நீங்க இங்க வருவீங்க! வருவீங்க!" என்றாள். அவளது கண்கள் திறக்க, சுற்றிலும் ஆவேசமாகப் பார்த்தாள். "இங்க நேர வரச்சொல்லி அவர்கிட்ட சொன்னேனே" என்றாள். "நான் அவரைப் பிடிப்பேன். அவரோட முடியப் பிச்சுப் போடுவேன்". அவள் தன் கண்களை மூடிக் கொண்டு தனது தலையை முன்னும் பின்னும் உருட்டி ஆட்டி, முணுமுணுத்தாள். அம்மா கெட்டி அட்டையை வைத்து விசிறினாள்.

ஷாரன் ரோஸ் பாட்டியைப் பாவமாகப் பார்த்தாள். "அவங்க ரொம்ப நோவா இருக்காங்க" என்று மென்மையாகச் சொன்னாள்.

அம்மா தனது கண்களை அந்தப் பெண்ணின் முகத்தைப் பார்த்து நிமிர்த்தினாள். அம்மாவின் கண்கள் பொறுமையாக இருந்தன. ஆனால் அவளது முன்நெற்றியில் கோடுகள் விழுந்திருந்தன. அம்மா மேலும் மேலும் காற்றில் விசிறிக் கொண்டிருந்தாள். அவளது கையிலிருந்து கெட்டி அட்டை ஈக்களை விரட்டிக் கொண்டிருந்தது. "நீ குழந்தையா இருந்தபோது ரோஸாஷார்ன், நடக்கறதெல்லாம் தானே நடக்கும். அது ஒரு தனிமையான விஷயம். எனக்குத் தெரியும், எனக்கு நினைவிருக்கு ரோஸாஷார்ன்." அவளது வாய் அவளது மகளின் பெயரை அழகாக உச்சரித்தது. "அது உனக்குத் தனிமையானதும் தள்ளியிருக்கறதுமான ஒண்ணு. அது உன்ன துன்பப்படுத்தும். அது உனக்குத் தனிமையானதா இருக்கும், இங்க கூடாரத்துக்குள்ள உலகம் தனியானது ரோஸாஷார்ன்." அவள் சுற்றிக் கொண்டிருந்த ஒரு வண்டை விரட்ட ஒரு கணம் காற்றை வேகமாக அடித்தாள். ஒரு பெரிய பளபளப்பான வண்டு கூடாரத்தை இரண்டு முறை சுற்றி விட்டு கண்ணைக் கூசும் சூரிய வெளிச்சத்துக்குள் பறந்தது. அம்மா தொடர்ந்தாள். "மாற்றம் வர நேரம் ஒண்ணு உண்டு. அந்த நேரம் வரப்போ, இறப்புங்கறது எல்லா இறப்போட ஒரு துண்டு, பிறப்புங்கறது ஒரு துண்டு. கர்ப்பம் தரிக்கறதும், இறக்கறதும் ஒரே துண்டோட ரெண்டு பக்கம். அப்புறம் விஷயங்கள் தனிமையானது இல்ல. அப்புறம் துன்பம் அவ்வளவு கடுமையா பாதிக்காது. ஏன்னா இனியும் அது தனிமையானது இல்ல, ரோஸாஷார்ன். நீயும் தெரிஞ்சுக்கணும்கறதுக்காக நான் உனக்குச் சொல்ல விரும்பறேன்." அவளது குரல் மிகவும் மென்மையாகவும், அன்பு நிறைந்தும் இருந்தது. ரோஸாஷார்னின் கண்களில் நீர் நிறைந்து வெளியே வழிந்து அவளது கண்களைக் குருடாக்கியது.

"இத எடுத்து பாட்டிக்கு விசிறி விடு" என்று கூறி அட்டையை அவள் தனது மகளிடம் கொடுத்தாள். "அது செய்யறதுக்கு ஒரு நல்ல விஷயம். நீ தெரிஞ்சுக்கணும்கறதுனால நான் சொல்ல விரும்பினேன்."

மூடிய இமைகளுக்குள் தனது கண்களை உருட்டிக் கொண்டே பாட்டி மிழற்றினாள், "அசிங்கமானவனே! நீ ஒரு போதும் சுத்தமாகப் போறதில்ல." அவளது சிறிய சுருக்கம் நிரம்பிய கைகளால் தனது கன்னத்தை சொறிந்து கொண்டாள். ஒரு சிவப்பெறும்பு திரைச்சீலையிலிருந்து இறங்கி முதிய பெண்மணியின் தளர்ந்து சுருக்கம் விழுந்த கழுத்தின் மேல் ஊர்ந்தது. அம்மா வேகமாகக் கையை நீட்டி அதைப் பிடித்துத் தனது சுட்டு விரலுக்கும், கட்டை விரலுக்கும் இடையில் வைத்து நசுக்கிப் போட்டுவிட்டுத் தன் விரல்களைத் தன் உடையில் துடைத்துக் கொண்டாள்.

ஷாரன் அட்டை விசிறியை வீசினாள். அவள் அம்மாவை நிமிர்ந்து பார்த்தாள். "அவங்க –?" அவளது வார்த்தைகள் தொண்டைக்குள் சிக்கிக் கொண்டன.

“உன்னோட கால கழுவிக்கோ, அசிங்கமான பன்னி” என்று பாட்டி கத்தினாள்.

அம்மா சொன்னாள், “எனக்குத் தெரியாது. ஒருவேளை அவங்கள இவ்வளவு சூடா இல்லாத இடத்துக்குக் கொண்டு போகலாம். ஆனா எனக்குத் தெரியாது. நீ கவலைப்படாதே ரோஸாஷார்ன். உனக்கு வேணும்போது மூச்ச இழுத்துக்க, வேணும்போது மூச்ச விடு.”

கிழிந்த கருநிற ஆடை அணிந்த ஒரு பருத்த பெண் கூடாரத்துக்குள் பார்த்தாள். அவளது கண்கள் தெளிவில்லாமலும், இலக்கில்லாமலும் பார்த்தன, தாடைச் சதை எலும்புகளுக்குள் தொங்கியது, கீழே சிறு சிறு மடிப்புகளாகத் தொங்கியது. அவளது உதடுகள் தொங்கின. அவளது மேலுதடு பற்களின் மேல் ஒரு திரை போலத் தொங்கியது. அவளது கீழுதடு கனத்தால் வெளிப்பக்கமாகத் தொங்க, அவளது கீழ் ஈறுகள் தெரிந்தன. “காலை வணக்கம் அம்மா” என்றாள் அவள். “காலை வணக்கம். “வெற்றிக்காக கடவுளுக்கு நன்றி கூறுங்கள்.”

அம்மா சுற்றிப் பார்த்தாள். “காலைவணக்கம்” என்றாள் அவள்.

அந்தப் பெண் கூடாரத்துக்குள் குனிந்து நுழைந்து பாட்டிக்குத் தலை வணங்கினாள். “இங்க உங்ககிட்ட இயேசுகிட்டச் சேர்றதுக்கு ஒரு ஆன்மா தயாரா இருக்குன்னு கேள்விப்பட்டேன். கடவுளுக்கு மகிமை!”

அம்மாவின் முகம் இறுகி அவளது கண்கள் கூர்மையடைந்தன. “அவங்க சோர்வா இருக்காங்க, அவ்வளவுதான்” என்றாள் அம்மா. “அவங்க சாலைப்பயணத்துல வெப்பத்துல சோர்ந்து போயிருக்காங்க. அவங்களுக்கு கொஞ்சம் ஓய்வு கிடைச்சா நல்லாயிடுவாங்க.”

அந்தப் பெண் ஏதோ பாட்டியை மோப்பம் பிடிப்பது போல் அவள் மேல் குனிந்தாள். அவள் பிறகு அம்மாவின் பக்கம் வேகமாகத் திரும்பிப் பார்த்தாள். அவளது உதடுகள் அசைய தாடைகள் துடித்தன. “ஒரு அன்பான ஆன்மா இயேசுவைச் சென்று சேரப் போகிறது” என்றாள் அவள்.

அம்மா கத்தினாள், “அது அப்படி இல்ல!”

அந்தப் பெண் இந்த முறை மெதுவாகத் தலையாட்டினாள். தனது புஷ்டியான கையை பாட்டியின் நெற்றியில் வைத்தாள். அம்மா அந்தக் கையைப் பிடித்து இழுப்பதற்காக வேகமாக எழுந்தாள், ஆனால் தன்னை வேகமாகக் கட்டுப்படுத்திக் கொண்டாள். “ஆமா, அப்படித்தான் சகோதரி” என்றாள் அந்தப் பெண். “எங்க கூடாரத்துல ஆறு பேர் புனித நிலைல இருக்காங்க. நான் போய் அவங்கள அழைச்சிட்டு வரேன். அவங்க ஒரு கூட்டம் நடத்துவாங்க – ஒரு மேன்மைப்படுத்தும் கூட்டம். எல்லோரும்

ஜெஹோவைட்டுகள். என்னைச் சேத்து ஆறு பேர். நான் போய் அவங்களக் கூட்டிட்டு வரேன்."

அம்மா இறுகினாள். "இல்ல - வேணாம்" என்றாள் அவள். "வேணாம். பாட்டி சோர்வாத்தான் இருக்காங்க. அவங்களால ஒரு கூட்டத்தத் தாங்க முடியாது."

அந்த பெண் சொன்னாள், "மகிமைப்படுத்துறதத் தாங்க முடியாதா? இயேசுவோட இனிய மூச்சத் தாங்க முடியாதா? நீங்க எதப் பத்திப் பேசறீங்க சகோதரி?"

அம்மா சொன்னாள், "இல்ல, இங்க இல்ல. அவங்க ரொம்ப சோர்வா இருக்காங்க."

அந்தப் பெண்மணி அம்மாவை நிந்திக்கும் வகையில் பார்த்தாள். "நீங்க நம்பிக்கையாளர்களில்லையா அம்மா?"

"நாங்க எப்பவுமே தேவனை நம்புறவங்கதான்" என்றாள் அம்மா. "ஆனா பாட்டி சோர்வா இருக்காங்க. நாங்க ராத்திரி பூரா பிரயாணம் பண்ணினோம். நாங்க உங்களத் தொந்தரவு செய்ய மாட்டோம்."

"இது ஒண்ணும் தொந்தரவு இல்ல அம்மா. அது அப்படியே இருந்தாலும், நாங்க அத உயர்ந்துக்கிட்டு இருக்கற ஒரு ஆன்மாவுக்காகச் செய்ய விரும்பறோம்."

அம்மா முழந்தாளிட்டாள். "நாங்க உங்களுக்கு நன்றி செலுத்தறோம்" என்று இறுக்கமாகக் கூறினாள். "நாங்க இங்க கூடாரத்துல எந்தக் கூட்டமும் வச்சுக்கறதா இல்ல."

அந்தப் பெண்மணி அவளை நீண்ட நேரம் பார்த்துக் கொண்டிருந்தாள். "நாங்க சகோதரிய கொஞ்சம் மகிமைப்படுத்தாம அனுப்பறதா இல்ல. நாங்க கூட்டத்த எங்களோட கூடாரத்துக்குப் போய் நடத்தறோம். நாங்க உங்களோட கடுமையான மனசுக்காக உங்கள மன்னிக்கிறோம்."

அம்மா மீண்டும் உட்கார்ந்து தன் முகத்தைப் பாட்டியை நோக்கித் திருப்பினாள். அவளது முகம் இன்னும் இறுக்கமாகவே இருந்தது. "அவங்க சோர்வாத்தான் இருக்காங்க" என்றாள் அம்மா. "அவங்க சோர்வாத்தான் இருக்காங்க." பாட்டி தன் தலையை முன்னும் பின்னும் ஆட்டி ஏதோ முணுமுணுத்தாள்.

அந்தப் பெண் கூடாரத்தை விட்டு வேகமாக வெளியேறினாள். அம்மா தொடர்ந்து பாட்டியின் முதிய முகத்தைப் பார்த்துக் கொண்டிருந்தாள்.

ஷாரன் தன் கையிலிருந்த அட்டையை ஆட்டி சூடான காற்றை விசிறி விட்டுக் கொண்டிருந்தாள். அவள் "அம்மா" என்று அழைத்தாள்.

"என்ன?"

"நீங்க ஏன் அவங்கள கூட்டம் நடத்த விடல?"

"எனக்குத் தெரியல" என்றாள் அம்மா. "ஜெஹோவைட்டுங்க நல்ல ஆட்கள். அவங்க குதிச்சு கூவுவாங்க. எனக்குத் தெரியல. எதோ எனக்கு ஆயிடுச்சு. என்னால அதத் தாங்க முடியும்னு தோணல. நான் உடைஞ்சு போயிடுவேன்."

சிறிது தூரத்தில் கூட்டம் துவங்கும் சத்தமும், பாட்டுச் சத்தமும், போதனைச் சத்தமும் கேட்டது. வார்த்தைகள் தெளிவாக இல்ல, சத்தம் மட்டுமே கேட்டது. குரல் எழும்பிக் கீழே இறங்கியது, ஒவ்வொரு முறையும் உச்சம் அதிகரித்தது. இப்போது இடைவெளியை ஒரு பதில் நிரப்பியது, போதனை வெற்றித் தொனியுடன் மேலெழும்பியது, குரலுக்குள் ஒரு சக்தியின் உறுமல் வந்தது. அது அதிகரித்து நின்றது, ஒரு உறுமல் பதிலாக வந்தது. இப்போது போதனையின் வாக்கிய நீளம் குறைந்தது, உத்தரவுகளைப் போல் கூர்மையாகியது; பதிலுக்குள் ஒரு குற்றம்சாட்டும் தொனி வந்தது. ஒலிவேகம் கூடியது. ஆண், பெண் குரல்கள் ஒருமித்திருந்தன. ஆனால் இப்போது இடையில் ஒரு பெண் குரல் மேலெழும்பி கீச்சிட்டு அலறியது, ஒரு மிருகத்தனமான, ஆவேசமான, விலங்கைப் போன்ற அலறல்; அதனுடன் ஒரு ஆழ்ந்த பெண் குரல் மேலெழும்பியது. அது ஒரு உள்ளடங்கிய குரல். ஒரு ஆணின் குரல் ஒரு ஓநாயின் ஊளைச் சத்தத்துக்கு இணையாகப் பயணித்தது. போதனை நின்றது. கூடாரத்துக்குள்ளிருந்து ஒரு பண்படாத ஊளைச் சத்தமே வந்து கொண்டிருந்தது. அதனுடன் பூமியை ஓங்கித் தட்டும் சத்தம் வந்தது. அம்மா நடுங்கினாள். ஷாரன் ரோஸுடைய மூச்சு மெதுவாக இறைத்தது. ஊளைச்சத்தத்தின் கூட்டுக் குரல் நுரையீரலே வெடித்து விடும் என்ற அளவுக்கு நீண்டது.

அம்மா சொன்னாள், "இது என்னை பதட்டமாக்குது. எனக்கு ஏதோ ஆயிடுச்சு."

இப்போது உச்சகட்டக் குரல் ஒரு மனநோயாளிபோல் அலறியது, ஒரு குள்ளநரியின் ஊளையை ஒத்திருந்தது, தட்டும் சத்தம் அதிகரித்தது. குரல்கள் உடைந்தன, பிறகு ஒட்டுமொத்தக் குரலும் விம்மலாக, முணுமுணுப்பாக, கைதட்டலாக, பூமியில் தட்டலாக மாறின; பிறகு விம்மல் கொஞ்சம் புலம்பலாக ஒரு நல்ல சாப்பாட்டைப் பார்த்த குட்டி நாய்களின் குரல்போல் ஆகியது.

ஷாரன் ரோஸ் பதட்டத்துடன் மென்மையாக அழுதாள். பாட்டி திரைச்சீலையை கால்களால் எத்தினாள். அது ஒரு சாம்பல்நிற முடிச்சிட்ட கம்புகள் போல் கிடந்தது. பாட்டி தூரத்தில் கேட்ட புலம்பலுடன் தானும் புலம்பினாள். அம்மா திரைச்சீலையை மீண்டும் சரி செய்து இழுத்து விட்டாள். பாட்டி ஆழ்ந்த பெருமூச்சு விட்டாள். அவளது மூச்சு சீராகவும், எளிதாகவும் மாற, அவளது மூடிய இமைகள் சிமிட்டலை நிறுத்தின. அவள் ஆழ்ந்து தூங்கிப் போய், தனது பாதி திறந்த வாய் வழியாகக் குறட்டை விட்டாள். தூரத்திலிருந்து வந்த புலம்பல் சத்தம் மேலும் மேலும் மென்மையாகி இறுதியில் கேட்க முடியாமல் போனது.

ஷாரன் ரோஸ் அம்மாவைப் பார்த்தாள். அவளது கண்கள் கண்ணீரால் நிரம்பியிருந்தன. "அது நல்லது செஞ்சிடுச்சு. அது பாட்டிக்கு நல்லது செஞ்சிடுச்சு. அவங்க தூங்கறாங்க."

அம்மாவின் தலை தொங்கியது, அவள் வெட்கமடைந்தாள். "ஒருவேள அந்த நல்ல ஆட்கள நான் தப்பா நடத்திட்டேன். பாட்டி ஆழ்ந்து தூங்கறாங்க."

"நீங்க பாவம் செஞ்சிருந்தா நீங்க ஏன் நம்ம போதகர் கிட்ட கேக்கக் கூடாது?" என்று அந்தப் பெண் கேட்டாள்.

"நான் கேப்பேன் – ஆனா அவர் ஒரு விந்தையான ஆளு. ஒருவேள அவர்தான் இந்த ஆளுங்கள இங்க வர விடாமத் தடுத்து என்னை சொல்ல வச்சார். அந்த போதகர், ஆளுங்க எது செய்யறாங்களோ அது நல்லதுன்னு சொல்ல வைக்கிறார்." அம்மா தனது கைகளைப் பார்த்துக் கொண்டு சொன்னாள், "ரோஸாஷார்ன், நாம தூங்கணும். நாம இன்னைக்கு ராத்திரி போறதா இருந்தா, நாம தூங்கணும்." அவள் மெத்தைக்கு அருகில் தரையில் படுத்துக் கொண்டாள்.

ஷாரன் ரோஸ் கேட்டாள், "பாட்டிக்கு விசிற வேண்டாமா?"

"அவங்க தூங்கிட்டாங்க. நீ படுத்து ஓய்வெடு."

"இந்தக் கோனி எங்க போயிட்டான்? நான் ரொம்ப நேரமா அவனப் பாக்கல." என்று பெண் குற்றம் சாட்டினாள்.

அம்மா சொன்னாள், "உஷ். கொஞ்சம் ஓய்வெடு."

"அம்மா, கோனி ராத்திரி படிச்சு எதாவது ஆகப்போறான்."

"ஆமா. நீ அதப்பத்தி எங்கிட்ட சொன்ன. கொஞ்சம் ஓய்வெடு."

அவள் பாட்டியின் மெத்தையின் ஒரு ஓரத்தில் படுத்துக் கொண்டாள். "கோனிக்கு ஒரு புதுத் திட்டம் இருக்கு. அவன் எப்பவும் யோசிச்சிக்கிட்டே

இருக்கான். அவன் மின்சாரம் பத்தி எல்லாம் தெரிஞ்சதும் ஒரு கடை வைக்கப் போறான். அப்புறம் என்ன செய்யப்போறோம்னு சொல்லுங்க?"

"என்ன?"

"ஐஸ். உங்களுக்கு வேணும்கற எல்லா ஐஸ். ஒரு ஐஸ் பெட்டி வைக்கப் போறோம். அது நிறைஞ்சு இருக்கும். ஐஸ் இருந்தா பொருளெல்லாம் கெடாது."

"கோனி எல்லா நேரமும் யோசிச்சிக்கிட்டு இருக்கான்" என்று கெக்கெலித்துச் சிரித்தாள் அம்மா. "இப்போ கொஞ்சம் ஓய்வெடுக்கறது நல்லது."

ஷாரன் ரோஸ் தன் கண்களை மூடிக் கொண்டாள். அம்மா நிமிர்ந்து படுத்துக் கொண்டு தன் தலைக்கடியில் கைகளை வைத்துக் கொண்டாள். அவள் பாட்டியின் மூச்சையும், பெண்ணின் மூச்சையும் கவனித்துக் கேட்டாள். அவள் அவளது முன் நெற்றியிலிருந்து ஒரு ஈயை ஓட்டத் தனது கைகளை அசைத்தாள். முகாம் கண்கூசும் வெளிச்சத்தில் அமைதியாக இருந்தது. ஆனால் வெப்பமான புல்லின் மேல் வெட்டுக்கிளிகளின் சத்தம், ஈக்களின் ரீங்காரம் ஆகியவை அமைதிக்கு அருகில் இருந்தன. அம்மா ஆழ்ந்த பெருமூச்சு விட்டுவிட்டு கொட்டாவி விட்டுத் தனது கண்களை மூடிக் கொண்டாள். அவளது அரைத்தூக்கத்தில் யாரோ ஒருவரின் காலடிச் சத்தம் அருகில் நெருங்குவது கேட்டது. ஆனால் ஒரு மனிதனின் குரல் அவளை எழுப்பியது.

"யாரு அங்க?"

அம்மா வேகமாக எழுந்து உட்கார்ந்தாள். பிரவுன் நிற முகமுடைய மனிதர் ஒருவர் குனிந்து பார்த்தார். அவர் பூட்டுகளையும், காக்கிக் கால்சட்டைகளையும், தோள்கச்சைகளையுடைய சட்டையையும் அணிந்திருந்தார். அவரது சாம் பிரவும் பெல்ட்டில் ஹோல்ஸ்டர் கைத்துப்பாக்கி தொங்கியது. ஒரு பெரிய வெள்ளி நட்சத்திரம் அவரது இடது மார்பை அலங்கரித்தது. தளர்வான ஒரு இராணுவத் தொப்பி அவரது தலையின் பின்னால் தொங்கியது. அவர் தார்ப்பாயை கையால் தட்ட, அது ஒரு டிரம்மைப் போல் சத்தமெழுப்பியது.

"யாரு உள்ள?" என்று அவர் அதிகாரமாகக் கேட்டார்.

"உங்களுக்கு என்ன வேணும் மிஸ்டர்?" என்று கேட்டாள் அம்மா.

"எனக்கு என்ன வேணும்னு நினைக்கறீங்க? உள்ள யார் இருக்காங்கன்னு எனக்குத் தெரியணும்"

“ஏன், நாங்க மூணு பேர் இருக்கோம். நான், பாட்டி, என்னோட பொண்ணு.”

“உங்க ஆண்கள் எங்க?”

“ஏன், அவங்க குளிக்கப் போயிருக்காங்க. நாங்க ராத்திரி பூரா பயணம் செஞ்சிக்கிட்டு இருந்தோம்.”

“நீங்க எங்கேருந்து வறீங்க?”

“ஓக்லஹாமால சலிஸாலேருந்து வரோம்.”

“நீங்க இங்க தங்க முடியாது.”

“இன்னைக்கு ராத்திரி பாலைவனத்தக் கடக்கறதுன்னு முடிவு செஞ்சிருக்கோம் மிஸ்டர்.”

“அது உங்களுக்கு நல்லது. நாளைக்கு இங்க இருந்தா, நான் உங்கள உள்ள தள்ளிடுவேன். நீங்க யாரும் இங்க குடியேறுறத நாங்க விரும்பல.”

அம்மாவின் முகம் கோபத்தால் கறுத்தது. அவள் மெதுவாக எழுந்தாள். அவள் பாத்திரப் பெட்டிக்கு அருகில் நின்று ஒரு இரும்புக் குடுவையை எடுத்தாள். “மிஸ்டர், உங்கிட்ட ஒரு தகர பொத்தானும் ஒரு துப்பாக்கியும் இருக்கு. வர இடத்துல குரல் சத்தத்தக் குறை.” அவள் குடுவையுடன் அவரை நோக்கி முன்னேறினாள். அவர் தன் பெல்ட்டிலிருந்து துப்பாக்கியை எடுத்தார். “நடத்து” என்றாள் அம்மா. “பொம்பளைங்கள பயமுறுத்தறியா?. இங்க ஆண்கள் இல்லைங்கறது நல்லது. அவங்க உன்ன நார் நாரா பிச்சுப் போட்டுடுவாங்க. எங்ககிட்ட நீ ஜாக்கிரதையா பேசு”

அந்த மனிதர் இரண்டடி பின்வாங்கினார். “இது உங்க இடம் கிடையாது. நீங்க இருக்கறது கலிஃபோர்னியா. இங்க ஓக்கீக்கள் குடியேற்றத்த நாங்க விரும்பல.”

அம்மா திடுமென நின்றாள். அவள் புதிராகப் பார்த்தாள். “ஓக்கீக்கள்?” என்றாள் மென்மையாக. “ஓக்கீக்கள்.”

“ஆமா, ஓக்கீக்கள்! நாளைக்கு நான் வரும்போது நீங்க இருந்தா, நான் உங்கள உள்ள தள்ளிடுவேன்.” அவர் திரும்பி அடுத்த கூடாரத்துக்கு நடந்து தன் கைகளால் கூடாரத் துணியை அடித்தார். “யாரு உள்ள” என்று கேட்டார்.

அம்மா மெதுவாகக் கூடாரத்துக்குள் திரும்பினாள். அவள் குடுவையை பாத்திரப் பெட்டிக்குள் போட்டாள். மெதுவாக அமர்ந்தாள். ஷாரன் ரோஸ் ரகசியமாக அவளைக் கவனித்தாள். அம்மாவின் முகம் போராட்டத்தில் இருப்பதைக் கண்டதும், தனது கண்களை மூடிக் கொண்டு தூங்குவது போல் பாவனை காட்டினாள்.

மதியவேளையில் சூரியன் சற்று மறைந்தது, ஆனால் வெப்பம் குறைவதாகத் தோன்றவில்லை. டாம் தனது மரநிழலிலிருந்து விழித்தெழுந்தான். அவனது உதடுகள் காய்ந்து போயிருந்தன, உடல் வியர்வையால் நனைந்திருந்தது, அவனது தலை அவனது ஓய்வால் திருப்தியடையவில்லை. அவன் தடுமாறி எழுந்து தண்ணீரை நோக்கி நடந்தான். தனது உடைகளைக் களைந்து விட்டு தண்ணீருக்குள் இறங்கினான்.' அவனுக்கு மேல் தண்ணீர் வந்த அதே கணத்தில் அவனது தாகம் தீர்ந்து போயிருந்தது. அவன் ஆழம் குறைந்த இடத்தில் படுத்திருக்க, அவனது உடல் மிதந்தது. அவன் மணலில் தனது முட்டியை ஊன்றி ஒரு இடத்தில் மிதந்து கொண்டிருந்தான். தண்ணீருக்கு மேல் ஆடிக் கொண்டிருந்த தனது குதிகால்களைப் பார்த்தான்.

வெளுத்துப்போன ஒரு ஒல்லிப் பையன் ஒரு விலங்கைப் போல் புதர்களின் வழியாகத் தவழ்ந்து வந்து தனது உடைகளை அவிழ்த்தான். ஒரு நீர்வாழ் கொறிவிலங்கைப்போல் தண்ணீருக்குள் புகுந்து, அதைப் போலவே நீந்திச் சென்றான். அவனது கண்களும், மூக்கும் மட்டுமே தண்ணீருக்கு மேல் இருந்தன. பிறகு அவன் திடீரென டாமின் தலையைப் பார்த்தான். டாம் அவனைக் கவனித்துக் கொண்டிருந்தான். அவன் தனது விளையாட்டை நிறுத்தி விட்டு உட்கார்ந்து கொண்டான்.

டாம், "ஹலோ" என்று முகமன் கூறினான்.

"அலோ".

"நீ கொறிவிலங்கு விளையாட்டு விளையாட்ற மாதிரி இருக்கு."

"ஆமா, விளையாடிக்கிட்டிருந்தேன்." அவன் மெதுவாகக் கரையை நோக்கிச் செல்ல ஆரம்பித்தான்; அவன் அலட்சியமாக நகர்ந்து சென்று வெளியே பாய்ந்து தனது உடைகளை கையை ஒரே வீசாக வீசி எடுத்துக் கொண்டு மரங்களினூடே மறைந்தான்.

டாம் அமைதியாகச் சிரித்தான். பிறகு அவன் தனது பெயர் கீச்சிட்டு அழைக்கப்படுவதைக் கேட்டான். "டாம், ஓ, டாம்!". அவன் தண்ணீரில் உட்கார்ந்து கொண்டு பற்களுக்கு இடையிலிருந்து சீழ்க்கையடித்தான். கடைசியில் ஒரு தூக்கலுடன் சீழ்க்கை. மரங்கள் அசைய, ருத்தி அவனைப் பார்த்துக் கொண்டு நின்றாள்.

"அம்மா உன்ன உடனே கூப்பிட்றாங்க."

"சரி". அவன் எழுந்து தண்ணீரைத் தள்ளிக் கொண்டு கரைக்கு நடந்தான்; ருத்தி அவனது நிர்வாண உடலை ஆர்வத்துடனும், ஆச்சரியத்துடனும் பார்த்தாள்.

அவளது கண்கள் போன திசையைக் கவனித்த டாம் சொன்னான், “ஓடிப்போ இப்போ, பொண்ணே.” ருத்தி ஓடிப்போனாள். அவள் ஓடியபோது வின்ஃபீல்டை கிளர்ச்சியுடன் அழைத்ததை டாம் கேட்டான். அவன் தனது குளிர்ந்த, நனைந்த உடலில் சூடான உடைகளை அணிந்து கொண்டு மெதுவாக மரங்கள் வழியாகக் கூடாரத்துக்கு நடந்தான்.

அம்மா காய்ந்த குச்சிகளை வைத்து நெருப்பு மூட்டி அதில் தண்ணீரைக் காய வைத்திருந்தாள். அவள் அவனைப் பார்த்ததும், பதற்றம் குறைந்தவளாகத் தோன்றினாள்.

“என்ன விஷயம் அம்மா” என்று கேட்டான் அவன்.

“நான் பயந்து போயிட்டேன்” என்றாள் அவள். “இங்க ஒரு போலீஸ்காரன் வந்தான். நாம இங்க தங்க முடியாதுன்னு அவன் சொல்றான். அவன் உங்கிட்ட பேசினானோன்னு நான் பயந்துட்டேன். அவன் உங்கிட்ட பேசினா நீ அடிச்சிடுவேன்னு நான் பயந்தேன்.”

“நான் ஏன் போய் போலீஸ்காரன அடிக்கறேன்?” என்றான் டாம்.

அம்மா புன்னகைத்தாள். “ஏன்னா, அவன் அவ்வளவு மோசமாப் பேசினான் – கிட்டத்தட்ட நானே அவன அடிச்சிட்டேன்.”

டாம் அவளது கையைப் பிடித்து வேகமாகவும், தளர்வாகவும் குலுக்கிவிட்டு சிரித்தான். இன்னும் சிரித்துக் கொண்டே தரையில் உட்கார்ந்தான். “கடவுளே, அம்மா. நீங்க மென்மையா இருந்தப்போ எனக்குத் தெரியும். உங்களுக்கு என்ன ஆயிடுச்சு?”

அவள் கடுமையாகத் தோன்றினாள். “எனக்குத் தெரியல, டாம்.”

“முதல்ல நீங்க எங்கள ஒரு ஜாக் கம்பிய வச்சு விரட்டினீங்க, இப்போ ஒரு போலீஸ்காரன அடிக்க முயற்சி செய்யறீங்க.” அவன் மென்மையாகச் சிரித்துக் கொண்டு கையை நீட்டி அவளது வெற்றுக்காலைத் தட்டிக் கொடுத்தான். “ஒரு வயசான முசுடுப் பூனை” என்றான்.

“டாம்”

“என்ன?”

அவள் நீண்ட நேரம் அமைதி காத்தாள். “டாம் இங்க வந்த போலீஸ்காரன் – அவன் நம்மள ஓக்கீஸ்னு கூப்பிட்டான். “எங்களுக்கு இந்த பாழாப்போன ஓக்கிக்காரங்க குடியேறறதுல விருப்பமில்ல”ன்னான்.

டாம் அவளைக் கவனித்தான். அவனது கை இன்னும் அவளது வெறுங்கால்களின் மேலேயே இருந்தது. “ஒரு ஆளு அது பத்திச் சொன்னார்” என்றான் அவன். “அவங்க எப்படிச் சொல்லுவாங்கன்னு அவர் சொன்னார்.”

சற்று யோசித்து விட்டுச் சொன்னான், “அம்மா, நான் ஒரு மோசமான ஆளுன்னு நீங்க சொல்லுவீங்களா? அதாவது சிறையில அடைக்கணும்கற மாதிரி?”

“மாட்டேன்” என்றாள் அவள். “உன்மேல விசாரணை நடந்திருக்கே – ஏன் என்ன இப்படிக் கேக்கற?”

“தெரியல. நான் அந்த போலீஸ்காரன ஒரு வழி பண்ணிருப்பேன்.”

அம்மா கிளர்ச்சியுடன் சிரித்தாள். “அத நான் உன்கிட்ட கேட்டிருக்கணும். என்னா நான் அவன கிட்டதட்ட குடுவைய வச்சு அடிச்சிட்டேன்.”

“அம்மா, நாம இங்க தங்கக்கூடாதுன்னு அவன் ஏன் சொன்னான்?”

“இங்க ஒக்கீங்க குடியேறறத அவங்க விரும்பலன்னு மட்டும் சொன்னான். நாம இங்க நாளைக்கு இருந்தா நம்மள உள்ள தள்ளிடுவேன்னு சொன்னான்.”

“ஆனா நாம எந்த போலீஸ்காரனாலயும் பிடிச்சுத் தள்ளி அனுபவப்படல இதுவரைக்கும்.”

“நான் அத அவங்கிட்ட சொன்னேன்” என்றாள் அம்மா. “நாம இப்ப வீட்ல இல்லேன்னு அவன் சொல்றான். நாம இப்ப கலிஃபோர்னியாவில இருக்கோம். அவங்க விரும்பறதச் செய்யறாங்க.”

டாம் அமைதியற்றுப் போய்ச் சொன்னான், “அம்மா, நான் உங்கிட்ட ஒண்ணு சொல்ல வேண்டியிருக்கு. நோவா – அவன் ஆத்தங்கரையோரமா போயிட்டான். அவன் நம்மகூட வரலியாம்”.

அம்மாவுக்கு அவன் சொல்வது புரிவதற்கு சற்று நேரமானது. “ஏன்?” என்று அவள் மென்மையாகக் கேட்டாள்.

“எனக்குத் தெரியல. அவன் போய்த்தான் ஆகணும்னு சொல்றான். அவனுக்காக உங்கிட்ட சொல்லச்சொல்லிச் சொன்னான்.”

“அவன் எப்படி சாப்பிடுவான்?” என்று கேட்டாள் அவள்.

“எனக்குத் தெரியல. மீன் பிடிப்பேன்னு சொல்றான்.”

அம்மா நீண்ட நேரம் மௌனமாக இருந்தாள். “குடும்பம் சிதறிப் போகுது” என்றாள் அவள். “எனக்குத் தெரியல. இன்னும் என்னால யோசிக்க முடியாதுன்னு தோணுது. என்னால யோசிக்க முடியல. அது எல்ல மீறினது.”

டாம் நொண்டிச்சாக்குச் சொன்னான். “அவன் நல்லாயிடுவான். அவன் ஒரு வினோதமான ஆள்.”

அம்மா நிலைத்த பார்வையை ஆற்றின் பக்கம் திருப்பினாள். “நான் இன்னும் யோசிப்பேன்னு தோணல.”

டாம் வரிசையாக இருந்த கூடாரங்களைப் பார்த்தான். அங்கு ஒரு கூடாரத்தின் முன்னால் ருத்தியும் வின்ஃபீல்டும் கூடாரத்துக்குள்ளிருந்த யாருடனோ நற்பண்புடன் பேசிக் கொண்டிருந்தனர். ருத்தி தனது பாவாடையைத் தனது விரல்களால் முறுக்கிக் கொண்டிருக்க, வின்ஃபீல்ட் தன் குதிகாலால் குழி தோண்டியிருந்தான். டாம் அழைத்தான், “ருத்தி!” அவள் நிமிர்ந்து அவனைப் பார்த்து விட்டு அவனிடம் குதித்து ஓடி வந்தாள், வின்ஃபீல்ட் அவளுக்குப் பின்னால் ஓடி வந்தான். அவள் வந்தவுடன் டாம் சொன்னான், “போய் நம்ம ஆளுங்களக் கூட்டிட்டு வா. அவங்க மரத்துக்கடில தூங்கிக்கிட்டு இருக்காங்க. போய்க் கூட்டிட்டு வா. வின்ஃபீல்ட், நீ போய் வில்சன்கிட்ட நாம எவ்வளவு சீக்கிரம் முடியுமோ அவ்வளவு சீக்கிரம் கிளம்பப் போறோம்னு சொல்லு.” குழந்தைகள் திரும்பி வேகமாக ஓடிச் சென்றனர்.

டாம் சொன்னான், “அம்மா, பாட்டி இப்ப எப்படி இருக்காங்க?”

“அவங்க இன்னைக்கு தூங்கிட்டாங்க. அவங்க ஒருவேள நல்லா இருக்கலாம். அவங்க இன்னும் தூங்கிக்கிட்டிருக்காங்க.”

“அது நல்லது. நம்மகிட்ட எவ்வளவு பன்னிக்கறி இருக்கு?”

“ரொம்ப இல்ல. கால்பகுதி இருக்கு.”

“நாம இப்ப அந்த இன்னொண்ணுலயும் தண்ணிய நிரப்பணும். தண்ணி எடுத்துட்டுப் போகணும்.” அவர்களுக்கு ருத்தி தமது ஆட்களைக் கீச்சுக்குரலில் அழைப்பது மரங்களினூடே அழைப்பது கேட்டது.

அம்மா காய்ந்த கம்புகளை அடுப்புக்குள் தள்ளி நெருப்பை எரிய விட்டு கருப்புச் சட்டியை சுட வைத்தாள். அவள் சொன்னாள், “நமக்குக் கொஞ்சம் ஓய்வு கிடைக்கணும்னு கடவுள வேண்டிக்கறேன். ஒரு நல்ல இடத்துல நாம தங்கணும்னு இயேசுவ வேண்டிக்கறேன்.”

சூரியன் கீழிறங்கி மேற்கின் உடைந்த சிகரங்களை வறுத்தெடுத்தது. நெருப்புக்கு மேலிருந்த வட்டிலில் தண்ணீர் தளதளவெனக் கொதித்தது. அம்மா தார்ப்பாய்க்குள் சென்று உருளைக்கிழங்குகளை எடுத்து வந்து கொதிக்கும் தண்ணீருக்குள் போட்டாள். “நம்ம கொஞ்சம் துணிய தோய்க்க அவங்க விடணும்னு கடவுள வேண்டிக்கறேன். நாம இந்த அளவுக்கு

அழுக்கா இருந்ததுல்ல. உருளைக்கிழங்குகள வேக விட்றதுக்கு முன்னால கழுவறது கூட இல்ல. ஏன்னு நான் ஆச்சரியப்பட்டேன். நம்மகிட்டேருந்து இதயத்த வெளிய எடுத்த மாதிரி இருக்கு."

ஆண்களெல்லாரும் மரங்களின் ஊடேயிருந்து கண்கள் முழுக்கத் தூக்கத்துடனும், பகல் தூக்கத்தால் சிவந்து உப்பிய முகங்களுடனும் வந்தனர்.

அப்பா கேட்டார், "என்ன விஷயம்?"

"நாம போகப்போறோம்" என்றான் டாம். "நாம போய்த்தான் ஆகணும்னு போலீஸ்காரர் சொல்றார். நாம கிளம்பறது நல்லது. இப்ப நல்லபடியா கிளம்பினா ஒருவேள கடந்துடலாம். நாம போகப்போறது முன்னூறு கிலோமீட்டர் இருக்கும்."

"நாம ஓய்வெடுக்கப்போறதா நான் நினைச்சேன்." என்றார் அப்பா.

"இல்ல. நாம ஓய்வெடுக்கப் போறதில்ல. நாம போய்த்தான் ஆகணும்பா." என்றான் டாம். "நோவா வரப்போறது இல்ல. அவன் ஆத்து வழியா போயிட்டான்."

"வரலியா? என்ன பிரச்சனை அவனுக்கு?" பிறகு அப்பா தன்னைக் கட்டுப்படுத்திக் கொண்டார். "என்னோட தப்பு" என்று பரிதாபமாகச் சொன்னார். "அந்தப் பையன் மொத்தமும் என்னோட தப்பு."

"இல்ல."

"அதப்பத்தி நான் இன்னும் மேல பேச விரும்பல" என்றார் அப்பா. "என்னால முடியாது – என்னோட தப்பு."

"நாம போய்த்தான் ஆகணும்" என்றான் டாம்.

வில்சன் கடைசி வார்த்தைகளைக் கேட்டுக் கொண்டு அருகே வந்தார். "நாம போக முடியாது, மக்களே" என்றார் அவர். "சாய்ரி சோர்ந்து போயிட்டா. அவளுக்கு ஓய்வு வேணும். அவ உயிரோட பாலைவனத்தக் கடக்க மாட்டா."

அவரது வார்த்தைகளைக் கேட்டு அவர்கள் மௌனமாகினர்; பிறகு டாம் சொன்னான், "நாம இங்க நாளைக்கு இருந்தா உள்ள தள்ளிடுவேன்னு போலீஸ்காரன் சொல்றான்."

வில்சன் தலையை ஆட்டினார். அவரது கண்கள் கவலையுடன் பார்த்தன. அவரது ஆழ்ந்த நிறத் தோல் வெளிறியது. "நாங்க போக முடியாது. சாய்ரியால முடியாது. அவங்க எங்களக் கைது பண்ணினாப் பண்ணட்டும். அவ ஓய்வெடுத்து பலப்படுத்திக்கணும்."

அப்பா சொன்னார், “நாம காத்திருந்து ஒண்ணாப் போகலாம்.”

“இல்ல” என்றார் வில்சன். “நீங்க எங்ககிட்ட நல்லபடியா நடந்துக்கிட்டீங்க; எங்ககிட்ட அன்பா இருக்கீங்க. ஆனா நீங்க இங்க தங்க முடியாது. நீங்க மேல போய் வேல தேடிக்கணும். நாங்க உங்கள தங்க விட மாட்டோம்.”

அப்பா கிளர்ச்சியுடன் சொன்னார், “ஆனா உங்ககிட்ட எதுவும் இல்ல.”

வில்சன் புன்னகைத்தார். “நீங்க எங்கள கூட்டிக்கிட்டப்பவும் எதுவும் இல்ல. அது உங்க வேலையில்ல. என்னை கீழானவனா ஆக்கிடாதீங்க. நீங்க போயித்தான் ஆகணும், இல்லேன்னா நான் கீழானவனா, பைத்தியமா ஆயிடுவேன்.”

அம்மா அப்பாவை தார்பாய்க்குக் கீழே அழைத்துச் சென்று மென்மையாகப் பேசினாள்.

வில்சன் கேஸியிடம் திரும்பினார். “சாய்ரி நீங்க அவளப் பார்க்கணும்னு விரும்பறா.”

“நிச்சயமா” என்றார் போதகர். அவர் வில்சனின் சிறிய, சாம்பல்நிறக் கூடாரத்துக்குச் சென்று திரையை விலக்கி விட்டு உள்ளே நுழைந்தார். உள்ளே ஈரப்பதமாகவும், வெப்பமாகவும் இருந்தது. மெத்தை தரையில் விரித்திருக்க, காலையில் பிரித்துப் போட்டது போல் கருவிகள் சிதறிக் கிடந்தன. சாய்ரி கண்கள் விரிந்து பிரகாசமாக இருக்க மெத்தையில் படுத்திருந்தாள். அவர் நின்று கொண்டு அவளைக் குனிந்து பார்த்தார். அவரது பெரிய முகம் வளைந்து, அவரது கழுத்துத் தசைகள் இறுக்கமாக இருந்தன. அவர் தனது தொப்பியைக் கழற்றிக் கைகளில் வைத்துக் கொண்டார்.

அவள் கேட்டாள், “நாம மேல போக முடியாதுன்னு எங்க ஆள் சொன்னாரா?”

“அப்படித்தான் அவர் சொன்னார்.”

அவளது தாழ்ந்த, அழகான குரல் மேலும் சொன்னது. “நாம போகணும்னு நான் விரும்பினேன். நான் கடந்து போற வரைக்கும் உயிரோட இருக்க மாட்டேன்னு எனக்குத் தெரியும். ஆனா, எப்படியும் அவர் கடந்துடுவார். ஆனா அவர் போக மாட்டார். அவருக்குத் தெரியாது. எல்லாம் சரியாயிடும்னு அவர் நினைக்கறார். அவருக்குத் தெரியாது.”

“அவர் போகமாட்டேன்னு சொல்றார்.”

“எனக்குத் தெரியும்” என்றாள் அவள். “அவர் உறுதியா இருக்கார். நான் உங்கள ஒரு பிரார்த்தனை செய்யறதுக்காக வரச் சொன்னேன்.”

“நான் போதகர் இல்ல” என்று அவர் மென்மையாகச் சொன்னார். “என்னோட பிரார்த்தனைகளும் அவ்வளவு நல்லா இருக்காது.”

அவள் தனது உதடுகளை ஈரப்படுத்திக் கொண்டாள். “அந்த முதியவர் இறந்தப்போ நானும் இருந்தேன். நீங்க அப்ப சொன்னீங்க.”

“அது பிரார்த்தனை இல்ல.”

“அது பிரார்த்தனைதான்” என்றாள் அவள்.

“அது ஒரு போதகரோட பிரார்த்தனை இல்ல.”

“அது ஒரு நல்ல பிரார்த்தனை. நீங்க எனக்கு ஒண்ணு சொல்லணும்னு நான் விரும்பறேன்.”

“நான் என்ன சொல்றதுன்னு எனக்குத் தெரியல.”

அவள் தனது கண்களை ஒரு நிமிடம் மூடிக் கொண்டு பிறகு திறந்தாள். “அப்படின்னா நீங்க உங்ககிட்டயே ஒண்ணு சொல்லிக்கங்க. அதுல எந்த வார்த்தைகளையும் பயன்படுத்த வேண்டாம். அது சரியா இருக்கும்.”

“எனக்கு கடவுள் இல்ல” என்றார் அவர்.

“உங்ககிட்ட கடவுள் இருக்கார். உங்களுக்கு அவர் எப்படி இருப்பார்னு தெரியலேன்னா ஒண்ணும் வேறுபாடு இல்ல.” போதகர் தனது தலையைக் குனிந்து வணங்கினார். அவள் அவரை பயத்துடன் நோக்கினாள். அவர் தனது தலையை மீண்டும் உயர்த்தியவுடன் ஆறுதலடைந்தாள். “அது நல்லது” என்றாள் அவள். “அதுதான் எனக்குத் தேவை. பிரார்த்தனை செய்ய யாராவது பக்கத்துல இருக்கணும்.”

அவர் தம்மை எழுப்பிக் கொள்வது போல் தலையை உலுக்கிக் கொண்டார். “இப்ப இது எனக்குப் புரியல” என்றார்.

அவள் பதிலளித்தாள், “ஆமா– உங்களுக்குத் தெரியும், இல்லையா?”

“எனக்குத் தெரியல” என்றார் அவர். “எனக்குத் தெரியும், ஆனா எனக்குப் புரியல. ஒருவேளை நீங்க சில நாள் ஓய்வெடுத்துக்கிட்டு பின்ன வரலாம்.”

அவள் மெதுவாகத் தலையை இட, வலமாக ஆட்டினாள். “நான் தோல் மூடியிருக்கற வலி மட்டும்தான். எனக்கு அது என்னன்னு தெரியும், ஆனா நான் அவர்கிட்ட சொல்ல மாட்டேன். அவர் ரொம்ப சோகமாயிடுவார்.

எப்படியும் என்ன செய்யணும்னு அவருக்குத் தெரியாது. ஒருவேளை ராத்திரியில, அவர் தூங்கும்போது – அவர் எழுந்தவுடனே அவருக்கு அவ்வளவு மோசமா இருக்காது."

"நான் உங்ககூட இருக்கணும், மேல போகக்கூடாதுன்னு நீங்க விரும்பறீங்களா?"

"இல்லை" என்றாள் அவள். "இல்லை. நான் சின்னப் பொண்ணா இருக்கறப்பா பாடுவேன். நான் ஜென்னி லிண்ட் மாதிரி நல்லாப் பாட்றதா சுத்தியிருக்கறவங்க சொல்லுவாங்க. நான் பாடும்போது ஆளுங்க வந்து கேப்பாங்க. நான் பாடி, அவங்க கேக்கும்போது நீங்க அறியாத அளவுக்கு நானும் அவங்களும் ஒண்ணா இருந்தோம். நான் நன்றியுடையவளா இருந்தேன். இவ்வளவு நிறைவா நினைக்கற, நெருக்கமான நிறைய ஆளுங்க இல்ல. ஆனா, நான் பாட அவங்க நின்னு கேட்டாங்க. நான் சபாவில பாடணும்னு நினைச்சேன், ஆனா எப்பவும் பாடல. நான் சந்தோஷமா இருக்கேன். அவங்களுக்கும் எனக்கும் இடைல எதுவும் இல்ல. அதனாலதான் நான் நீங்க பிரார்த்தனை செய்யணும்னு விரும்பினேன். நீங்க திரும்பவும் அந்த நெருக்கத்த உணரணும்னு நான் விரும்பினேன். பாடறதும், பிரார்த்தனை செய்யறதும் ஒரே விஷயம்தான். நீங்க நான் பாடறதக் கேட்டிருக்கணும்னு விரும்பறேன்."

அவர் குனிந்து அவளது கண்களுக்குள் பார்த்தார், "குட் பை" என்றார்.

அவள் தலையை மெதுவாக முன்னும் பின்னும் ஆட்டி விட்டுத் தனது உதடுகளை இறுக்கமாக மூடிக் கொண்டாள். போதகர் அந்த இருண்ட கூடாரத்திலிருந்து வெளியேறி கண்கூசும் வெளிச்சத்துக்குள் சென்றார்.

ஆட்கள் டிரக்குகளில் பொருட்களை ஏற்றிக் கொண்டிருந்தனர். ஜான் மாமா மேலே நின்று கொண்டிருக்க, மற்றவர்கள் பொருட்களை அவருக்கு எடுத்துக் கொடுத்தனர். அவர் மேல்பரப்பை சமமாக வைத்துக் கொண்டு கவனமாக பொருட்களை அடுக்கினார். அம்மா ஒரு கால்பகுதி உப்பிட்ட பன்றிக் கறியை வட்டிலுக்குள் போட்டாள். டாமும், அல்லும் இரண்டு சிறிய பீப்பாய்களை ஆற்றுக்கு எடுத்துச் சென்று சுத்தம் செய்தனர். பிறகு அவற்றை டிரக்கின் நடைமேடையில் கட்டிவிட்டு அவற்றை நிரப்ப வாளிகளில் தண்ணீரைக் கொண்டு சென்றனர். பிறகு தண்ணீர் தளும்பிச் சிந்தி விடாமலிருக்க மேலே தார்பாயைக் கட்டினர். தார்பாயும், பாட்டியின் மெத்தையும் மட்டும்தான் மீதமிருந்தன.

டாம் சொன்னான், "நாம எடுத்துட்டுப் போற இந்த சுமைக்கு, நிறைய தண்ணி கொதிச்சுப் போகும். நாம ஏராளமா தண்ணி எடுத்துட்டுப் போகணும்."

அம்மா வேகவைத்த உருளைக்கிழங்குகளைக் கொண்டு கொடுத்து விட்டு கூடாரத்துக்குள்ளிருந்து பன்றிக்கறி இருந்த தட்டுடன் வைத்தாள். குடும்பம் நின்று கொண்டே சாப்பிட்டது. தங்களது கால்களை மாற்றி மாற்றி வைத்துக் கொண்டு, சூடான உருளைக்கிழங்குகள் ஆறும் வரை கைகளில் மாற்றி மாற்றி வைத்து சாப்பிட்டனர்.

அம்மா வில்சனின் கூடாரத்துக்குச் சென்று பத்து நிமிடங்கள் இருந்து விட்டுப் பிறகு அமைதியாக வெளியே வந்தாள். "இப்பா புறப்படலாம்" என்றாள்.

ஆண்கள் தார்பாய்க்கு அடியில் சென்றனர். பாட்டி இன்னும் வாயை விரியத் திறந்து கொண்டு தூங்கிக் கொண்டிருந்தாள். அவர்கள் மெத்தையை மெதுவாக அப்படியே தூக்கி டிரக்கின் மேல் வைத்தனர். பாட்டி தனது எலும்பு போன்ற கால்களை இழுத்துக் கொண்டு தூக்கத்திலேயே முறைத்தாள். ஆனால் எழவில்லை.

ஜான் மாமாவும் அப்பாவும் தார்பாயை குறுக்குக் கட்டையில் ஒரு சின்ன கூடாரம் போல் இறுக்கிக் கட்டினர். அவர்கள் அதை பக்கவாட்டுக் கம்பியில் இழுத்துக் கட்டினர். அவர்கள் தயாராகி விட்டனர். அப்பா தனது பர்சை எடுத்து அதற்குள்ளிருந்து இரண்டு கசங்கிய நோட்டுகளை எடுத்தார். அவர் வில்சனிடம் சென்று அவற்றை நீட்டினார். "நீங்க இத எடுத்துக்கணும்னு நாங்க விரும்பறோம்"- அவர் பன்றிக்கறியையும், உருளைக்கிழங்குகளையும் சுட்டிக் காட்டி – "அதையும்தான்" என்றார்.

வில்சன் தனது தலையைத் தொங்க விட்டுக் கொண்டு கூர்மையாக ஆட்டி மறுத்தார். "நான் அப்படிச் செய்ய மாட்டேன்" என்றார் அவர். "உங்ககிட்ட ரொம்ப இல்ல."

"அங்க போய்ச் சேர்றதுக்கு போதுமான அளவு இருக்கு" என்றார் அப்பா. "நாங்க எல்லாத்தையும் விடல. அங்க போனதும் வேல கிடைச்சிடும்"

"நான் அதச் செய்ய மாட்டேன். நீங்க முயற்சி செஞ்சா நான் தாழ்ந்தவனாயிடுவேன்."

அம்மா அப்பாவின் கைகளிலிருந்து இரண்டு நோட்டுகளையும் எடுத்தாள். அவள் அவற்றை சுத்தமாக மடித்துத் தரையில் வைத்து அதன்மேல் பன்றிக்கறியுடன் இருந்த தட்டை வைத்தாள். "அது அங்கதான் இருக்கும்" என்றாள். "நீங்க அத எடுத்துக்கலேன்னா, வேற யாராவது எடுத்துப்பாங்க." வில்சன் தனது தலையை இன்னும் குனிந்து கொண்டே

கூடாரத்துக்குள் சென்றார்; அவர் உள்ளே சென்றதும் மறைப்புத் துணி அவருக்குப் பின்னால் விழுந்தது.

சில கணங்களுக்குக் குடும்பம் காத்திருந்தது. பிறகு, " நாம போகணும்" என்றான் டாம். "இப்ப நாலு மணி இருக்கும்."

குடும்பம் டிரக்கில் ஏறியது. அம்மா பாட்டிக்குப் பக்கத்தில் மேலே ஏறிக் கொண்டாள். டாமும், அல்லும், அப்பாவும் இருக்கைகளிலும், வின்ஃபீல்ட் அப்பாவின் மடியிலும் உட்கார்ந்து கொண்டனர். கோனியும், ஷாரன் ரோசும் காருக்கு எதிரில் ஒரு கூட்டை அமைத்திருந்தனர். போதகரும், ஜான் மாமாவும், ருத்தியும், பொருட்களுக்கு மேல் அமர்ந்திருந்தனர்.

"குட்-பை, திரு.வில்சன், திருமதி வில்சன்" என்று உரக்கக் கூறினார் அப்பா. கூடாரத்துக்குள்ளிருந்து சத்தமே இல்லை. டாம் எஞ்சினை இயக்கியதும் டிரக் முன்னால் நகர்ந்தது. அவர்கள் சிகரங்களை நோக்கி சாலையில் ஊர்ந்தபோது அம்மா திரும்பிப் பார்த்தாள். வில்சன் தன் கூடாரத்துக்கு வெளியே நின்று கொண்டு, தன் கையில் தொப்பியுடன் அவர்களை வெறித்துப் பார்த்துக் கொண்டிருந்தார். சூரிய வெளிச்சம் அவரது முகத்தில் விழுந்தது. அம்மா அவரை நோக்கிக் கையை ஆட்டினாள். ஆனால் அவர் கையாட்டவில்லை.

டாம் டிரக்கின் ஸ்பிரிங்குகளைப் பாதுகாப்பதற்காக அந்த கரடுமுரடான சாலையில் இரண்டாம் கியரிலேயே சென்றான். சிகரங்களில் ஏறும் இடத்தில் அவன் ஒரு சர்வீஸ் ஸ்டேஷனுக்குச் சென்று தேய்ந்து போன டயர்களில் காற்றை நிரப்பிக் கொண்டு, ஸ்பேர் டயர்களிலும் நிரப்பிக் கட்டினான். அவன் காஸ் டாங்கில் காஸை நிரப்பிக் கொண்டு இரண்டு ஐந்து காலன் காசோலின் கேன்களையும், இரண்டு எண்ணெ கேன்களையும் வாங்கினான். ரேடியேட்டரை நிரப்பி விட்டு ஒரு வரைபடத்தைக் கேட்டு வாங்கி கவனித்துப் பார்த்தான்.

வெள்ளைச் சீருடையில் இருந்த சர்வீஸ் ஸ்டேஷன் பையன் அவர்கள் கட்டணத்தைக் கொடுக்கும் வரை அமைதியற்றுத் தெரிந்தான். அவன் சொன்னான், "நிச்சயமா உங்களுக்கு ரொம்ப தைரியம் இருக்கணும்."

டாம் வரைபடத்திலிருந்து நிமிர்ந்து பார்த்தான். "என்ன சொல்ற?"

"இந்த மாதிரி உடைசல்ல கடக்கறது."

"நீ கடந்து போயிருக்கியா?"

"நிறைய தடவ. ஆனா இந்த மாதிரி உடைசல்ல ஒருநாளும் போனதில்ல."

"எதாவது பிரச்சனை வந்தா, யாராவது உதவுவாங்க" என்றான் டாம்.

"இருக்கலாம். ஆனா ஆளுங்க ராத்திரி தங்கறதுக்கு பயப்படுவாங்க. நான் அதச் செய்ய வெறுக்கறேன். எனக்கு இருக்கறத விட அதிக தைரியம் வேணும்."

டாம் புன்னகைத்தான். "உன்னால வேற எதுவும் செய்ய முடியாதுங்கற போது, உனக்கு தைரியம் தேவையில்ல. இருக்கட்டும், நன்றி. நாங்க கிளம்பறோம்." அவன் டிரக்குக்குள் ஏறி ஓட்டத் தொடங்கினான்.

அந்த வெள்ளுடை அணிந்த பையன் அந்த இரும்புக் கட்டடத்துக்குள் சென்றான். அங்கு அவனது ஹெல்பர் ரசீது புத்தகத்தை வைத்து எழுதிக் கொண்டிருந்தான். "இயேசுவே, எவ்வளவு கடுமையா இருக்காங்க அவங்க!"

"இயேசுவே, அந்த மாதிரி உடைசல்ல போக நான் வெறுப்பேன்."

"சரிதான். உனக்கும், எனக்கும் மூளை இருக்கு. அந்த பாழாப்போன ஓக்கிகளுக்கு மூளையோ, உணர்வோ கிடையாது அவங்க மனுசங்களே கிடையாது. அவங்க வாழ்ற மாதிரி ஒரு மனுசன் வாழ மாட்டான். அந்த அளவு அசிங்கமாவும், வறுமையாவும் ஒரு மனுசனால வாழ முடியாது. அவங்க கொரில்லாக்களை விட ரொம்ப மேலானவங்க இல்ல."

"அதே மாதிரி ஹட்சன் சூப்பர் சிக்ஸ எதுலயும் நான் பாலைவனத்தக் கடக்கலன்னு நான் சந்தோஷமா இருக்கேன். அது ஒரு கதிரடிக்கற இயந்திரம் மாதிரி சத்தம் போடுது."

அடுத்த பையன் தன் ரசீதுப் புத்தகத்தைப் பார்த்தான். ஒரு பெரிய வியர்வைத் துளி அவனது விரலில் விழுந்து இளம் செந்நிற நோட்டில் விழுந்தது. "பாரு, அவங்களுக்கு பெரிய பிரச்சனை கிடையாது. இது ஆபத்தானதுன்னு கூட தெரியாத அளவுக்கு அவ்வளவு முட்டாளா இருக்காங்க. இயேசு கடவுளே, அவங்க கிட்ட இருக்கறதத் தவிர அதுக்கு மேல அவங்களுக்கு எதுவும் தெரியாது. ஏன் கவலப்படணும்?"

"நான் கவலைப்படல. அது நானா இருந்தா எப்படியிருக்கும்னு நினைச்சேன். நான் அத விரும்ப மாட்டேன்."

"அதுக்குக் காரணம் உனக்கு நல்லாத் தெரியும்கறதுதான். அவங்களுக்கு நல்லாத் தெரியாது." பிறகு அந்த இளம் செந்நிற நோட்டிலிருந்த வியர்வைத் துளியைக் சட்டையின் கையை வைத்துத் துடைத்தான்.

டிரக் சாலையில் ஏறி நீண்ட உடைந்த, பாழாய்ப்போன நீண்ட மலையில் ஏறியது. எஞ்சின் வேகமாகக் கொதித்தது. டாம் வேகத்தைக் குறைத்து மெதுவாக ஓட்டினான். நீண்ட சரிவில் வளைந்து, நெளிந்து மரணமடைந்த, வெள்ளை, சாம்பல் நிறக் காய்ந்து போன, வாழ்வின் சாயலே இல்லாத நிலம் வழியாகச் சென்றது. டாம் நின்று சில நொடிகள் எஞ்சினைக் குளிர்ச்சியடைய விட்டு விட்டு மேலே பயணித்தான். சூரியன் உச்சியில் இருக்கும் போதே உச்சியை எட்டி, கீழே குனிந்து பாலைவனத்தைப் பார்த்தனர். தூரத்தில் கருநிற கொதிக்கும் மலையையும், சாம்பல் நிறப் பாலைவனத்தில் பிரதிபலித்த மஞ்சள் நிற சூரிய வெளிச்சத்தையும்

பார்த்தனர். தண்ணீரைத் தேடிய சிறிய புதர்களும், எண்ணெய்ப் பசையுள்ள செடிகளும் மண்ணிலும் உடைந்த பாறையிலும் நிழலை வீசின. பிரகாசமான சூரியன் நேரே இருந்தது. இந்த அனைத்தையும் பார்ப்பதற்காக டாம் கண்ணுக்கு மேல் கையை வைத்துப் பார்த்தான். அவர்கள் மலையைக் கடந்து சரிவில் எஞ்சினைக் குளிர்விப்பதற்காகச் சருக்கியே சென்றனர். பாலைவன நிலத்தை அடையும் வரை சரிவில் சென்றனர். ரேடியேட்டரைக் குளிர்விப்பதற்காக ஃபேனை ஓட விட்டனர். ஓட்டுநர் இருக்கையில் டாம் இருக்க, அல்லும், வின்ஃபீல்டை மடியில் வைத்துக் கொண்டு அப்பாவும் அமர்ந்திருந்தனர். அவர்களது கண்கள் உறைந்து போய், கீழிறங்கும் சூரியனைப் பார்த்துக் கொண்டிருக்க, அவர்களது அரக்கு நிற முகங்கள் வியர்வையால் நனைந்திருந்தன. எரிந்துபோன நிலமும், கருத்த சிகரங்களும சீரான இடைவெளிகளில் இருக்க, மறைந்து கொண்டிருந்த சூரியனின் செந்நிறம் பயணத்தை மிகவும் கடுமையாக்கிக் கொண்டிருந்தது.

அல் சொன்னான், "இயேசுவே, எப்படிப்பட்ட இடம். இதுல நீ நடந்து போனா எப்படியிருக்கும்?"

"ஆளுங்க அதையும் செஞ்சிருக்காங்க" என்றான் டாம். "ஏராளமான பேர் செஞ்சிருக்காங்க. அவங்களால முடியும்னா, நம்மளாலயும் முடியும்."

"நிறைய பேரு செத்திருக்கணும்" என்றான் அல்.

"நாமளும் சரியானபடி தெளிவா வெளியேறல".

அல் சிறிது அமைதியாக இருந்தான். செந்நிறப் பாலைவனம் கடந்து சென்றது. "நாம திரும்ப வில்சன்களப் பாப்போம்னு தோணுதா?"

டாம் தனது கண்களைக் கீழிறக்கி எண்ணெய் மானியைப் பார்த்தான். "நாம வில்சன்கள ரொம்பநாள் பாக்கப் போறதில்லன்னு எனக்கு ஒரு யோசனை. வெறும் யோசனைதான்."

வின்ஃபீல்ட் சொன்னான், "அப்பா, நான் வெளிய போகணும்."

டாம் அவனைப் பார்த்தான். "இன்னைக்கு ராத்திரி பயணத்துக்கு முன்னால நாம எல்லாரையும் ஒரு தடவ வெளிய விட்றது நல்லது." அவன் காரின் வேகத்தைக் குறைத்து நிறுத்தினான். வின்ஃபீல்ட் திமிறிக் கொண்டு வெளியே போய் பக்கவாட்டில் சிறுநீர் கழித்தான். டாம் வெளியே எட்டிப் பார்த்தான். "வேற யாராவது போகணுமா?"

"நாங்க இங்க அடக்கிக்கிட்டு இருக்கோம்" என்றார் ஜான் மாமா.

அப்பா சொன்னார், "வின்ஃபீல்ட், நீ மெதுவா மேல ஏறு. நான் கொஞ்ச நேரம் என்னோட காலுக்கு ஓய்வு கொடுத்துக்கறேன்."

குட்டிப்பையன் தன் கால்சட்டையின் பட்டன்களைப் போட்டுக்கொண்டு கீழ்ப்படிதலுடன் கையையும், காலையும் வைத்து பின்பக்கமாக ஏறி பாட்டியின் மெத்தை மேல் ருத்தியிடம் சென்றான்.

டாம் அந்த மாலை நேரத்தில் பயணத்தைத் தொடர்ந்தான். சூரியனின் முனை கீழ்வானத்தைத் தொட்டு பாலைவன மணலை செந்நிறமாக்கியது.

ருத்தி சொன்னாள், "அங்க உன்னை இருக்க விடலையா?"

"நான் அங்க இருக்க விரும்பல. அங்க அவ்வளவு நல்லா இல்ல. அங்க படுக்க முடியல."

"இருக்கட்டும். என்னப் பேசிப் பேசித் தொந்தரவு பண்ணாத" என்றாள் ருத்தி. "ஏன்னா நான் தூங்கப் போறேன். நான் எழுந்திருக்கும்போது நாம அங்க இருப்போம்.! ஏன்னா டாம் அப்படிச் சொன்னான்! அழகான இடத்தப் பார்க்கறதுக்கு ஜாலியா இருக்கும்."

சூரியன் கீழிறங்கி வானில் ஒரு பெரிய வெளிச்சத்தை விட்டு மறைந்தது. தார்பாய்க்குக் கீழ் மிகவும் இருட்டாகிப் போனது. ஒவ்வொரு முனையிலும் விளக்குடன் இடையில் ஒரு நீண்ட இருள்குகை - ஒரு முக்கோண வடிவ வெளிச்சம்.

கோனியும் ஷாரன் ரோசும் உட்கார்ந்திருந்த கூடாரத்துக்குள் சூடான காற்று வேகமாகப் புகுந்து அவர்களது பின் தலையில் அடித்தது. தார்பாய் அவர்களது தலைக்கு மேல் சடசடத்தது. சடசடத்த தார்பாயின் ஒலிக்கேற்ப குறைந்த தொனியில் பேசிக் கொண்டிருந்தனர். கோனி தன் தலையைத் திருப்பி அவளது காதில் பேச, அவளும் அதேபோல் அவனிடம் பேசினாள். அவள் சொன்னாள், " பயணம் செய்யறதத் தவிர நாம வேற எதுவும் செய்யற மாதிரி இல்ல. நான் ரொம்ப சோர்ந்து போயிருக்கேன்."

அவன் தன் தலையை அவளது காதுக்குத் திருப்பினான். "ஒரு வேள காலைல இருக்கலாம். நீ இப்ப தனியா இருக்கறது பத்தி என்ன நினைக்கற?" அவனது கை இருட்டில் வந்து அவளது இடுப்பில் தட்டிக் கொடுத்தது.

அவள் சொன்னாள், "செய்யாத. நீ என்ன மடத்தனமா பைத்தியமாக்கிடுவ. அப்படி செய்யாத." அவள் தனது தலையைத் திருப்பி அவனது பதிலைக் கேட்க விரும்பினாள்.

"இருக்கலாம் – எல்லாரும் தூங்கறபோது."

"இருக்கலாம்" என்றாள் அவள். "ஆனா அவங்க தூங்கற வரைக்கும் பொறுத்திரு. நீ என்னப் பைத்தியமாக்கிடுவ. அவங்க தூங்காம கூட இருக்கலாம்."

“என்னால பொறுக்கவே முடியாது” என்றான் அவன்.

“எனக்குத் தெரியும். என்னாலயும் முடியாது. நாம அங்க போய்ச் சேரும் போது பேசலாம்; நான் பைத்தியமாறதுக்கு முன்னாடி விலகிப் போ.”

அவன் சிறிது நகர்ந்து கொண்டான். ”நான் படிக்கப் போறேன்” அவள் ஆழமாகப் பெருமூச்சு விட்டாள். “ நான் இப்ப ஒரு புத்தகத்த எடுத்து படிச்சுக் கிழிக்கப் போறேன்.”

“எவ்வளவு நாளாகும்னு நினைக்கற?”

“எதுக்கு எவ்வளவு நாளாகும்?”

“நாம நிறைய பணம் சம்பாதிச்சு ஐஸ் கடை வைக்கறதுக்கு?”

“சொல்ல முடியாது” என்றான் அவன் முக்கியமாக. “சரியா சொல்ல முடியாது. கிறிஸ்துமசுக்கு முன்னால படிச்சு முடிக்கறது நல்லது.”

“நாம ஐஸ் எல்லாம் வாங்கற மாதிரி நீ சீக்கிரம் படிக்கணும்னு நினைக்கறேன்.”

அவன் சிரித்தான். “சரிதான். ஆனா எந்த நேரமும் எனக்கு ஐஸ் பிடிக்கும். நீ என்னப் பைத்தியமாக்கிடுவ!”

மாலை இருளுக்குள் புகுந்தது. பாலைவன நட்சத்திரங்கள் மென்மையான வானத்தில் முளைத்தன, நட்சத்திரங்கள் கூர்மையாக குத்துவது போல் இருந்தன, சிறு புள்ளிகளாய் கதிர்களை வீசின. வானம் வெல்வெட்போல் இருந்தது. வெப்பம் மாறியது. சூரியன் வெளிச்சம் இருக்கும்போது அது கடுமையான வெப்பத்தை வீசிக் கொண்டிருந்தது. ஆனால் இப்போது வெப்பம் கீழிருந்து வந்தது. வெப்பம் இறுக்கமாகவும், மூச்சடைக்க வைப்பதாகவும் இருந்தது. டிரக்கிலிருந்து வந்த வெளிச்சம் முன்னாலிருந்த உயர்வேகப்பாதையில் சிறிது தூரத்துக்கும், சாலையின் இருபுறமும் இருந்த பாலைவனம் கொஞ்சத்தையும் வெளிச்சமாக்கிக் கொண்டிருந்தது. சிலசமயம் கண்கள் தூரத்து வெளிச்சத்தில் மின்னின. ஆனால் விளக்கு வெளிச்சத்தில் எந்த மிருகமும் தெரியவில்லை. இப்போது தார்பாய்க்கு அடியில் கடும் இருளாக இருந்தது. ஜான் மாமாவும், போதகரும் டிரக்கின் நடுவில் தமது முழங்கைகளால் தாங்கிக் கொண்டு சுருண்டு படுத்திருந்தனர். வெளியே முக்கோண வெளிச்சத்தை வெறித்துப் பார்த்துக் கொண்டிருந்தனர். வெளியே இரண்டு உருவங்களாகத் தெரிந்த அம்மாவையும், பாட்டியையும் அவர்களால் பார்க்க முடிந்தது. அம்மா எப்போதாவது அசைந்ததையும், கைகள் வெளியே நீட்டியதையும் அவர்களால் பார்க்க முடிந்தது.

ஜான் மாமா போதகரிடம் பேசினார். "கேஸி, என்ன செய்யணும்கறது தெரிஞ்ச ஒரு ஆளு நீங்க."

"எது பத்தி என்ன செய்யறது?"

"எனக்குத் தெரியல" என்றார் ஜான் மாமா.

கேஸி சொன்னார், "இது எனக்கு எளிதா இருக்கப் போகுது!".

"நீங்க போதகரா இருந்திருக்கீங்க."

"பாருங்க, ஜான். நான் போதகரா இருந்ததால எல்லாரும் என்ன மாட்றாங்க. ஆனா போதகரும் ஒரு மனுசந்தான."

"ஆமா, ஆனா – அவன் ஒரு வகையான ஆளு. இல்லேன்னா அவன் போதகரா இருக்க மாட்டான். நான் ஒண்ணு கேக்க விரும்பறேன் – ஒரு ஆளு மக்களுக்கு கெட்ட அதிர்ஷ்டத்தைக் கொடுக்க முடியும்னு நினைக்கறீங்களா?"

"எனக்குத் தெரியல" என்றார் கேஸி. "எனக்குத் தெரியல."

"பாருங்க, நான் கல்யாணம் பண்ணிக்கிட்டிருந்தேன். அருமையான பொண்ணு. ஒருநாள் ராத்திரி அவளுக்கு வயித்துல வலி எடுத்தது. அவ சொன்னா, "நீங்க ஒரு டாக்டர கூட்டிட்டு வரது நல்லது." நான் சொன்னேன், "நீ ரொம்ப அதிகமா சாப்பிட்டிருப்ப." ஜான் மாமா தன் கையை கேஸியின் முட்டியில் வைத்துக் கொண்டு இருளின் ஊடாக அவரது கண்களைக் கூர்ந்து பார்த்தார். "அவ என்ன ஒரு பார்வை பாத்தா. ராத்திரி பூரா முனகிக்கிட்டுக் கிடந்து, அடுத்த நாள் மதியத்தில செத்துப் போனா." போதகர் ஏதோ முணுமுணுத்தார். "பாருங்க, நான் அவளைக் கொன்னுட்டேன்" என்றார் ஜான். "அப்போலேருந்து நான் எப்படியாவது சரி செய்ய விரும்பறேன். பெரும்பாலும் குழந்தைங்க கூட. நான் நல்லவனா இருக்க விரும்பினேன், ஆனா என்னால முடியல. நான் குடிச்சிட்டு ஆக்ரோஷமாயிட்றேன்."

"எல்லாரும்தான் ஆவேசமா ஆயிட்றாங்க. நான் கூடத்தான்" என்றார் கேஸி.

"ஆமா, ஆனா உங்க இதயத்துல என்ன மாதிரி பாவம் இல்ல."

கேஸி மென்மையாகச் சொன்னார். "நிச்சயமா எனக்கும் பாவங்கள் இருக்கு. எல்லாருக்கும் பாவம் இருக்கு. பாவங்கறது யாருக்கும் நிச்சயமில்லாத ஒண்ணு. எந்தப் பாவமும் இல்லாம, எல்லாத்தப் பத்தியும் நிச்சயமா இருக்கறவங்க – அந்த மாதிரி வேசி மகன, நான் மட்டும் கடவுளா இருந்தா பின்னால எத்தி சொர்க்கத்துக்கு வெளிய தள்ளிடுவேன்! அவங்கள என்னால பொறுத்துக்க முடியாது!"

ஜான் மாமா சொன்னார், "நான் என்னோட குடும்பத்துக்கு கெட்ட அதிர்ஷ்டத்தக் கொண்டு வந்துக்கிட்டு இருக்கேன்னு நான் ஃபீல் பண்றேன்.

அவங்கள அப்படியே விட்டுட்டு தள்ளிப் போயிடணும்னு தோணுது. இந்த மாதிரி இருக்கறது எனக்கு வசதியா இல்ல."

கேஸி வேகமாகச் சொன்னார், "எனக்கு இது தெரியும் -- ஒரு ஆள் என்ன செய்யணுமோ அதச் செஞ்சுதான் ஆகணும். நான் உங்களுக்குச் சொல்ல முடியாது. நல்லதிர்ஷ்டமோ, துரதிர்ஷ்டமோ இருக்குன்னு நான் நினைக்கல. இந்த உலகத்துல ஒண்ணே ஒண்ணு எனக்கு நிச்சயமா தெரியும். அது யாரோட வாழ்க்கையிலயும் தலையிட்டுக் குழப்பறதுக்கு யாருக்கும் உரிமை கிடையாது. அவனேதான் தனக்கு எல்லாத்தையும் செஞ்சுக்கணும். ஒருவேள அவனுக்கு உதவி செய்யலாம். ஆனா அவனுக்கு என்ன செய்யணும்னு சொல்லக் கூடாது.

ஜான் மாமா ஏமாற்றத்துடன் சொன்னார், "அப்ப, உங்களுக்குத் தெரியாது?"

"எனக்குத் தெரியாது."

"என் பொண்டாட்டிய அப்படிச் சாக விட்டது ஒரு பாவம்னு நீங்க நினைக்கலையா?"

"வேற யாருக்கும் அது பாவமா இருக்கலாம். ஆனா நீங்க அத ஒரு பாவம்னு நினைச்சா – அப்ப அது ஒரு பாவம். ஒரு ஆள் தன்னோட பாவத்தையெல்லாம் கீழயிருந்து தானே வளர்க்கறான்."

"நான் அத யோசிக்கணும்" என்றார் ஜான் மாமா. அவர் நேராகப் படுத்துக் கொண்டு தன் முட்டிகளை உயர்த்தி வைத்துக் கொண்டார்.

டிரக் வெப்பமான பூமியின் மேல் சென்றது, நேரம் கடந்தது. ருத்தியும் வின்ஃபீல்டும் தூங்கி விட்டனர். கோனி பொருட்சுமையிலிருந்து ஒரு போர்வையை எடுத்து அதைக் கொண்டு தன்னையும், ஷாரனையும் போர்த்திக் கொண்டான். அவர்கள் அந்த வெப்பத்தில் மூச்சைப் பிடித்துக் கொண்டு இணைந்து போராடிக் கொண்டிருந்தனர். கொஞ்ச நேரம் கழித்து, கோனி போர்வையைத் தூக்கியெறிந்தான். அவர்களது ஈரமான உடலின்மேல் காற்று குளிர்ச்சியாக வருடிச் சென்றது.

டிரக்கின் பின்புறம் அம்மா பாட்டிக்கு அருகில் மெத்தையில் படுத்துக் கொண்டிருந்தாள். அவளால் கண்களால் பார்க்க முடியா விட்டாலும், அவளால் போராடும் உடலையும், போராடும் இதயத்தையும் உணர முடிந்தது; அவளது காதுகளில் கேவல் ஒலியுடன் மூச்சுக் காற்று கேட்டது. அம்மா மீண்டும் மீண்டும் சொன்னாள், "சரி, சரி. எல்லாம் சரியாப் போயிடும்." அவள் கடுமையாகச் சொன்னாள், "குடும்பம் இதக் கடக்கணும்னு உங்களுக்கு தெரியும். உங்களுக்கு நல்லாத் தெரியும்."

"நீங்க நல்ல இருக்கீங்களா?" என்று ஜான் மாமா கேட்டார்.

அவள் ஒரு கணத்துக்குப் பின் பதிலளித்தாள், "எல்லாம் சரியா இருக்கு. நான் தூங்கிட்டேன்." சிறிது நேரத்துக்குப் பிறகு பாட்டி சலனமற்றிருந்தாள், அம்மா அவளுக்கு அருகில் இறுக்கமாக இருந்தாள்.

இரவு நேரம் கடந்து கொண்டிருந்தது. டிரக்குக்கு எதிராக இருள் சூழ்ந்திருந்தது. சில சமயம் அவர்களைக் கடந்து மேற்குத் திசையில் கார்கள் சென்றன; சிலசமயம் மேற்கிலிருந்து கார்கள் வந்து அவர்களைக் கடந்து கிழக்குத் திசையில் சென்றன. நட்சத்திரங்கள் மேற்குக் கீழ்வானத்தில் மெதுவாகக் கீழிறங்கின. அவர்கள் ஆய்வுமுகாம் இருந்த டாகெட்டை நெருங்கியபோது அநேகமாக நள்ளிரவாக இருந்தது. அங்கு சாலையில் விளக்கின் வெளிச்சம் வெள்ளமாகப் பாய்ந்து கொண்டிருந்தது. "வலதுபுறம் சென்று நிறுத்தவும்" என்று ஒரு விளம்பரப் பலகை மின்னியது. அதிகாரிகள் முகாமுக்குள் சோம்பலாகச் சுற்றிக் கொண்டிருந்தனர். ஆனால் டாம் வண்டியை நிறுத்தியபோது அவர்கள் வெளியே வந்து நீண்ட கூரையுடைய தாழ்வாரத்தில் நின்றனர். ஒரு அதிகாரி வண்டி எண்ணைப் பார்த்துக் குறித்துக் கொண்டார்.

டாம் கேட்டான், "இங்க என்ன இருக்கு?"

"விவசாய ஆய்வு. நாங்க உங்க பொருட்களைப் பாக்கணும். எதாவது காய்கறி, விதைகள் வச்சிருக்கீங்களா?

"இல்லை" என்றான் டாம்.

"நாங்க உங்க பொருட்களைப் பார்க்கணும். நீங்க அதையெல்லாம் பிரிங்க."

இப்போது அம்மா டிரக்கிலிருந்து சிரமப்பட்டு குதித்து இறங்கினாள். அவளது கண்கள் வீங்கியிருக்க, கண்கள் கடுமையாக இருந்தன. "இங்க பாருங்க ஐயா. எங்ககிட்ட வயசான நோயாளி அம்மா இருக்காங்க. அவங்கள ஒரு மருத்துவர்கிட்ட கூட்டிட்டுப் போகணும். எங்களால காத்திருக்க முடியாது." அவள் ஒரு மனநோயுடன் போராடுபவள் போல் இருந்தாள். "நீங்க எங்களக் காத்திருக்க வைக்க முடியாது."

"சரி. நாங்க உங்கள ஆய்வு செய்யத்தான் வேணும்."

"எங்ககிட்ட எதுவுமில்லேன்னு நாங்க சத்தியம் பண்றோம்!" என்று அம்மா கத்தினாள். "நான் சத்தியம் பண்றேன். பாட்டி ரொம்ப நோவா இருக்காங்க."

"நீங்களே பாக்க நல்லா இல்ல" என்றார் அதிகாரி.

அம்மா மீண்டும் டிரக்கில் ஏறிக் கொண்டு ஒரு பெரும் வலிமையோடு தூக்கிக் காட்டினாள். "இங்க பாருங்க" என்றாள்.

அதிகாரி தனது விளக்கை பாட்டியின் சுருங்கிய முதிய முகத்தில் அடித்துப் பார்த்தார். "கடவுளே, அவங்க மோசமாதான் இருக்காங்க." என்றார் அவர். "உங்ககிட்ட எந்த விதைகளோ, பழங்களோ, காய்கறிகளோ, சோளமோ, ஆரஞ்சுகளோ இல்லைன்னு சத்தியம் பண்றீங்களா?"

"இல்ல, இல்ல. நான் சத்தியம் பண்றேன்."

"அப்படின்னா போங்க. பார்ஸ்டோல டாக்டர் இருக்கார். இங்கருந்து எட்டு மைல்தான். போங்க."

டாம் ஏறி பயணத்தைத் தொடர்ந்தான்.

அதிகாரி தன் சகாவிடம் திரும்பினார். "என்னால அவங்கள நிறுத்த முடியல."

"ஒருவேள அது பொய்யா இருக்கலாம்" என்றார் மற்றவர்.

"இயேசுவே, இல்லவே இல்ல! நீங்க அந்த வயசான அம்மாவோட முகத்தப் பாத்திருக்கணும். அது பொய்யில்ல."

டாம் பார்ஸ்டோவை நோக்கி வேகமாகச் சென்று அந்த சிறிய நகரத்தில் நிறுத்தி இறங்கி டிரக்கைச் சுற்றி நடந்தான். அம்மா எட்டிப் பார்த்தாள். "இருக்கட்டும்" என்றாள் அவள். "நான் இங்க நிக்க விரும்பல. நாம கடந்து போகமாட்டோம்னு பயந்தேன்."

"சரி! ஆனா பாட்டி எப்படி இருக்காங்க?"

"அவங்க நல்லா இருக்காங்க. மேல ஓட்டு. நாம கடந்து போகணும்."
டாம் தன் தலையை ஆட்டி விட்டுத் திரும்பி நடந்தான்.

"அல்" என்றழைத்த டாம், "நான் டிரக்குல காஸ் நிரப்பப் போறேன். அப்புறம் நீ கொஞ்சம் ஓட்டு" என்றான். அவன் இரவு பணி செய்யும் ஒரு காஸ் நிலையத்தில் நிறுத்தி டாங்கையும், ரேடியேட்டரையும் கிராங்க் கேசையும் நிரப்பினான். பிறகு அல் ஓட்டுனர் இருக்கையில் அமர, டாம் அப்பாவை நடுவில் விட்டு வெளிப்புறம் அமர்ந்து கொண்டான். அவர்கள் இருளுக்குள் பயணிக்க, பார்ஸ்டோவின் சிறு குன்றுகள் அவர்களுக்குப் பின்னே மறைந்தன.

டாம் சொன்னான், "அம்மாவுக்கு என்ன ஆச்சுன்னு தெரியல. காதுல ஈ புகுந்த நாய் மாதிரி குதி குதின்னு குதிச்சாங்க. அத பாக்கறதுக்கு ஒண்ணும்

ரொம்ப நேரம் ஆகியிருக்காது. பாட்டிக்கு உடம்பு மோசமா இருக்குன்னு சொல்றாங்க; இப்ப பாட்டி நல்லா இருக்காங்கன்னு சொல்றாங்க. அவங்கள என்னால புரிஞ்சுக்க முடியல. அவங்க சரியா இல்ல. ஒரு வேள அவங்க பயணத்துல மூளைய இழந்துட்டாங்க"

அப்பா சொன்னார், "அம்மா ஒரு சின்னப் பொண்ணா இருந்த மாதிரியேதான் இருக்கா. அப்போ அவ ரொம்ப ஆவேசமானவ. அவ எதுக்கும் பயந்தது இல்ல. இத்தனை குழந்தை பெத்து, உழைச்சதுல அவகிட்ட இருந்து அது போயிடுச்சுன்னு நான் நினைச்சேன். ஆனா அது போகலன்னு தெரியுது. இயேசுவே! அவ அங்க ஜாக் கம்பிய எடுத்தப்ப, அத அவகிட்டேருந்து வாங்கற ஆளா நான் இருக்க விரும்பல."

"அவங்களுக்குள்ள என்ன புகுந்ததுன்னு எனக்குத் தெரியல" என்றான் டாம். "ஒருவேள அவங்க சோர்ந்து போயிருக்கலாம்."

அல் சொன்னான், "இதக் கடக்க நான் முனகவோ, அழவோ செய்ய மாட்டேன். நான் இந்தப் பாழாப் போன கார என் இதயத்துக்குள்ள வச்சிருக்கேன்."

டாம் சொன்னான், "அதத் தேர்ந்தெடுத்ததுல நீ நல்ல காரியம் பண்ணிருக்க. அதுல நமக்கு பெரிய பிரச்சனையே வரல."

அவர்கள் இரவு முழுவதும் கடும் இருளின் வழியாகப் பயணித்தனர். இடையில் புகுந்த குழிமுயல்கள் வெளிச்சத்தைக் கடந்து தாவிச் சென்றன. மொஜாவேயின் விளக்குகள் அவர்களுக்கு முன் தெரிந்த சமயத்தில் பின்னால் பொழுது விடியத் தொடங்கியது. விடியல் அவர்களுக்கு மேற்கிலிருந்த பெரிய மலைகளைக் காட்டியது. அவர்கள் மொஜாவேயில் தண்ணீரையும், எண்ணெயையும் நிரப்பிக் கொண்டு மலைகளை நோக்கி ஊர்ந்தனர், பொழுது விடிந்தது.

டாம் சொன்னான், "இயேசுவே, பாலைவனத்த கடந்துட்டோம்!. அல், இயேசுவுக்காக, பாலைவனத்தக் கடந்துட்டோம்!"

"நான் அதப் பத்திக் கவலைப்பட முடியாத அளவுக்கு ரொம்ப சோர்ந்து போயிருக்கேன்" என்றான் அல்.

"நான் ஓட்டணுமா?"

"இல்ல, கொஞ்சம் பொறுத்திரு."

அவர்கள் காலை வெளிச்சத்தில் தெகாசாப்பி வழியாகப் பயணித்தனர். அவர்களுக்குப் பின்னால் சூரியன் எழுந்ததும், திடீரென அவர்கள் கீழே ஒரு பெரிய பள்ளத்தாக்கைக் கண்டனர். அல் பிரேக்கை திடீரென அழுத்தி

சாலையின் குறுக்கே நிறுத்தி விட்டு, "இயேசு கிருத்துவே! அங்க பாருங்க!" என்றான். திராட்சைத் தோட்டங்கள், பழத்தோட்டங்கள், பெரிய சமமான பள்ளத்தாக்கு, பச்சைப் பசேலென, அழகாக, வரிசையாக மரங்கள், பண்ணை வீடுகள்.

அப்பா சொன்னார், "எல்லாம் வல்ல கடவுளே!" நீண்ட தூர நகரங்கள், பழத் தோட்ட நிலங்களில் சிறு நகரங்கள், காலைச் சூரியன் பள்ளத்தாக்கை தங்கமாக ஜொலிக்க வைத்தது. ஒரு கார் அவர்களுக்குப் பின்னால் ஒலியெழுப்பியது. அல் சாலையின் ஓரமாக வண்டியை ஓட்டி நிறுத்தினான்.

"நான் அதப் பார்க்க விரும்பறேன்." காலை வெளிச்சத்தில் தானிய வயல்கள் தங்கமாக மின்ன, வரிசையாக மரங்கள் இருக்க, யூகலிப்டஸ் மரங்கள் வரிசையாக நின்றன.

அப்பா பெருமூச்செறிந்தார். "நான் இது மாதிரி எதையும் கேள்விப்பட்டதில்ல." பீச் மரங்களும், வால்நட் காடுகளும், ஆழ்ந்த பச்சைநிற ஆரஞ்சுத் திட்டுகளும். மரங்களினூடே சிகப்புக் கூரைகள், களஞ்சியங்கள், நிறைந்த களஞ்சியங்கள். அல் வெளியே வந்து கைகால்களை நீ ட் டி முறித்துக் கொண்டான். அவன் அழைத்தான், "அம்மா, வந்து பாருங்க. நாம வந்துட்டோம்.!"

ருத்தியும் வின்ஃபீல்டும் காரிலிருந்து நெருக்கியடித்துக் கொண்டு இறங்கினர். பிறகு, திகைப்படைந்து, பிரமிப்புடன் அமைதியாக, அந்தப் பெரும் பள்ளத்தாக்கின் முன்னால் சங்கடத்துடன் நின்றனர். தூரம் தெளிவின்றித் தெரிந்து கொண்டிருந்தது. தூரத்தில் நிலம் மேலும், மேலும் மென்மையாகியது. ஒரு சூரிய மின்னாலை சூரிய வெளிச்சத்தில் பிரகாசித்தது. சுற்றிக் கொண்டிருந்த அதன் விசிறிகள் ஒரு சிறிய ஹெலிகிராஃபைப் போல் தூரத்தில் தெரிந்தன. ருத்தியும், வின்ஃபீல்டும் அதைப் பார்த்து, "கலிஃபோர்னியா" என்று ரகசியமாக முணுமுணுத்தனர்.

வின்ஃபீல்ட் தன் உதடுகளில் வார்த்தைகளை ரகசியமாக உச்சரித்தான். "அங்க பாரு பழம்" என்று சத்தமாகக் கூறினான்.

கேஸியும், ஜான் மாமாவும், கோனியும், ஷாரனும் கீழே இறங்கினர். அவர்கள் அமைதியாக நின்றனர். ஷாரன் ரோஸ் தன் கைகளால் தன் கூந்தலை வாரத் தொடங்கியவள், பள்ளத்தாக்கைக் கண்டதும், மெதுவாகத் தன் கைகளைப் பக்கவாட்டில் இறக்கினாள்.

“அம்மா எங்க?” என்று கேட்டான் டாம். “அம்மா அதப் பாக்கணும்னு நான் ஆசைப்படறேன். அம்மா இங்க பாரு! இங்க வா அம்மா.” அம்மா மெதுவாக, இறுக்கமாக பின்பக்கப் படி வழியாக இறங்கினாள். டாம் அவளைப் பார்த்தான். “கடவுளே, அம்மா நீ நோவா இருக்கியா?” அவளது முகம் இறுக்கமாகவும், வெளுத்தும் காணப்பட்டது. கண்கள் அவளது தலைக்குள் ஆழமாக உள்ளே சென்று விட்டதுபோல இருந்தன. சோர்வால் கண்கள் சிவந்திருந்தன. அவளது கால்கள் தரையைத் தொட, அவள் டிரக்கின் பக்கவாட்டைப் பிடித்துக் கொண்டு சமப்படுத்திக் கொண்டாள்.

அவளது குரல் கரகரப்பாக இருந்தது. “நாம கடந்துட்டோம்னா சொல்ற?”

டாம் பெரும்பள்ளத்தாக்கைச் சுட்டிக் காட்டினான்.

அவள் தன் தலையைத் திருப்பினாள். அவளது வாய் சற்றே பிளந்தது. அவளது விரல்கள் தொண்டைக்குச் சென்று சிறிது சதையைக் கிள்ளின. “நன்றி கடவுளே!” என்றாள் அவள். “குடும்பம் இங்க வந்து சேந்துட்டது.” அவளது முட்டி மடங்க அவள் பக்கவாட்டுப் பலகையில் அமர்ந்தாள்

“உனக்கு நோவா இருக்கா அம்மா?” என்று கேட்டான் டாம்.

“இல்ல, சோர்வா இருக்கு, அவ்வளவுதான்.”

“நீ தூங்கலியா?”

“இல்ல.”

“பாட்டி மோசமா இருந்தாங்களா?”

அம்மா தன் மடியில் சோர்ந்து போன காதலர்கள் போல் சேர்ந்து கிடந்த கைகளைப் பார்த்தாள். “நான் உங்கிட்ட சொல்லாம இருக்கணும்னு விரும்பினேன். எல்லாம் நல்லா இருக்கணும்னு விரும்பினேன்.”

அப்பா சொன்னார், “அப்ப பாட்டி மோசமா இருக்காங்க.”

அம்மா தன் கண்களை உயர்த்திப் பள்ளத்தாக்கைப் பார்த்தாள். “பாட்டி இறந்துட்டாங்க.”

அவர்கள் அவளைப் பார்த்தனர், அனைவரையும் பார்த்தனர். அப்பா கேட்டார், “எப்போ?”

“நேத்து ராத்திரி நாம நிறுத்தறதுக்கு முன்னால.”

“அப்ப அதனாலதான் அவங்க பாக்கக் கூடாதுன்னு நீ நினைச்ச”

"நாம கடந்து போக முடியாதுன்னு நான் நினைச்சேன். நாம பாட்டிக்கு உதவ முடியலன்னு அவங்ககிட்டச் சொன்னேன். குடும்பம் கடந்தாகணும்னு அவங்ககிட்டச் சொன்னேன். அவங்க இறந்துக்கிட்டு இருக்கறப்போ சொன்னேன். நம்மளால பாலைவனத்துல நிக்க முடியாது. குழந்தைங்க இருக்காங்க – ரோசாஷார்னோட குழந்தை இருக்கு. நான் அவங்ககிட்டச் சொன்னேன்." அவள் தன் கைகளால் தனது முகத்தை ஒரு கணம் மூடிக் கொண்டாள். "அவங்கள அருமையான பச்சப்பசேல்னு இருக்கற இடத்துல புதைக்கலாம்."

அம்மா மென்மையாகச் சொன்னாள். "சுத்திவர மரங்கள். அவங்க தன்னோட தலையை கலிஃபோர்னியாவில சாய்க்கலாம்."

குடும்பம் அம்மாவின் வலிமையைக் கண்டு சற்று மிரட்சியுடன் பார்த்தது.

டாம் சொன்னான், "இயேசு கிருத்துவே! நீ ராத்திரி பூராவும் அவங்க கூடவா படுத்திருந்திருக்க!"

"குடும்பம் கடந்துதானே ஆகணும்" என்று அம்மா பரிதாபமாகச் சொன்னாள்.

டாம் அவளை நெருங்கித் தன் கையை அவளது தோள் மீது வைத்தான்.

"என்னைத் தொடாத" என்றாள் அவள். "நீ என்னத் தொடலேன்னா நான் சமாளிச்சிடுவேன். என்னைத் தொட்டா உடைஞ்சிடுவேன்."

அப்பா சொன்னார், "நாம இப்ப மேல போகணும். நாம பள்ளத்தாக்குல இறங்கணும்."

அம்மா அவரை நிமிர்ந்து பார்த்தாள். "நான் – நான் முன்னாடி உக்காந்துக்கலாமா. நான் இனிமே பின்னால போக விரும்பல – நான் சோர்ந்து போயிருக்கேன். ரொம்ப சோர்ந்து போயிருக்கேன்."

அவர்கள் மீண்டும் சுமைகளின் மேல் ஏறினார்கள். வசதியாகச் சுற்றி வைக்கப்பட்டிருந்த உடலைக் கவனமாகத் தவிர்த்தனர். தலை கூட மூடப்பட்டிருந்தது. அவர்கள் தமது கண்கள் உடலைப் பார்த்து விடாமல் தவிர்த்தவாறு தத்தம் இடங்களுக்குச் சென்றனர். அந்த உடலுக்கு மேல் புடைத்துக் கொண்டு தெரிந்தது மூக்காக இருக்கலாம், கூர்மையாக இறங்கியது தாடையாக இருக்கலாம். அவர்கள் தமது கண்களை அப்பால் திருப்பி வைத்துக் கொள்ள முயன்றனர், ஆனால் முடியவில்லை. ருத்தியும், வின்ஃபீல்டும் உடலை விட்டு முடிந்த வரை தள்ளி உட்கார்ந்து கொண்டு மூட்டை கட்டப்பட்டிருந்த உடலை வெறித்தனர்.

ருத்தி கிசுகிசுத்தாள், "அது பாட்டி, அவங்க செத்துப் போயிட்டாங்க."

வின்ஃபீல்ட் மரியாதையாகத் தலையாட்டினான். "அவங்க மூச்சு விடவேயில்ல. அவங்க நிஜமா செத்துட்டாங்க."

ஷாரனின் ரோஸ் கோனியிடம் மென்மையாகச் சொன்னாள், "அவங்க நாம --- இருந்தப்போ செத்துக்கிட்டிருந்தாங்க –"

"நமக்கு எப்படித் தெரியும்" என்று தேற்றினான் கோனி.

அல் அம்மா உட்கார இடம் ஏற்படுத்த சுமையின் மேல் ஏறினான். அல் வருத்தத்தில் இருந்ததால் சற்று ஆடினான். அவன் கேஸிக்கும், ஜான் மாமாவுக்கும் அருகில் உட்கார்ந்தான். "அவங்களுக்கு வயசாயிடுச்சு. அவங்க காலம் முடிஞ்சிடுச்சுன்னு நினைக்கறேன். எல்லாரும் இறந்துதான் ஆகணும்." என்றான் அல். கேஸியும், ஜான் மாமாவும் எந்த உணர்ச்சியுமின்றி அவனைப் பார்த்தனர். ஏதோ அவன் ஒரு பேசும் புதர் போல அவனைப் பார்த்தனர். "அப்படித்தானே?" என்று அவன் கேட்டான். அவர்கள் கண்களைத் திருப்பிக் கொள்ள, அல் உடைந்து போனான்.

கேஸி ஆச்சரியத்துடன் சொன்னார், "ராத்திரி முழுக்க, அவங்க தனியா இருந்திருக்காங்க. ஜான், எவ்வளவு அன்பு இருக்கற பெண்மணி. என்னை அவங்க மிரள வைக்கறாங்க. நான் சின்னவனோன்னு என்ன பயப்பட வைக்கறாங்க."

ஜான் கேட்டார், "அது பாவமா? அதுல பாவம்னு நீங்க சொல்ற எதாவது பகுதி இருக்கா?"

கேஸி அவரை மலைத்துப் போய்த் திரும்பிப் பார்த்தார். "பாவமா? இல்லை, அதுல பாவம்னு எதுவும் இல்ல."

"பாவம்கறதுல எதையும் நான் இதுவர செஞ்சதில்ல" என்றார் ஜான் மாமா. அவர் நீளமாக சுற்றப்பட்டிருந்த உடலைப் பார்த்தார்.

டாம், அம்மா, அப்பா ஆகியோர் முன் இருக்கைகளில் அமர்ந்தனர். டாம் டிரக்கை ஓடவிட்டுக் கிளப்பினான். அந்த கனமான டிரக் குதித்துக் கொண்டு, திணறிக்கொண்டு மலையிலிருந்து இறங்கத் தொடங்கியது. சூரியன் அவர்களுக்குப் பின்னாலிருக்க, பள்ளத்தாக்கு, தகதகவெனவும், பச்சையாகவும் அவர்களுக்கு முன்னால் பிரகாசித்தது. அம்மா மெதுவாகத் தலையை இப்படியும், அப்படியும் ஆட்டினாள். "இது ரொம்ப அழகா இருக்கு" என்றாள். "அவங்க இதப் பார்த்திருக்கணும்னு எனக்கு ஆசையா இருக்கு."

"எனக்கும் ஆசையாத்தான் இருந்தது" என்றார் அப்பா.

டாம் தன் கைகளுக்குக் கீழிருந்த ஸ்டீரிங் வீலைத் தட்டினான். "இங்க இருக்கற எதுவும் அவங்க பாக்கற மாதிரி இருக்காது. தாத்தா இளமையா இருந்தபோதே இதெல்லாம் பாத்திருப்பார். பாட்டி தான் வசிச்ச முதல் வீட்ட நினைவு படுத்திக்கிட்டிருப்பாங்க. அவங்க ரொம்ப வயசானவங்க. ருத்தியும், வின்ஃபீல்டும்தான் முதல்ல பாக்கறவங்க."

அப்பா சொன்னார், "டாம் வளர்ந்த ஆள் மாதிரி பேசறான், ஏறத்தாழ ஒரு போதகர் மாதிரிப் பேசறான்."

அம்மா சோகமாகச் சிரித்தாள். "அவன் வளர்ந்துட்டான். சில சமயம் நான் அவனப் பிடிச்சுக்கற அளவுக்கு வளர்ந்துட்டான்."

அவர்கள் சுழன்று சுழன்று திரும்பிய மலையைப் பார்த்தனர். சிலசமயம் பள்ளத்தாக்கு மறைந்து மீண்டும் தோன்றியது. பள்ளத்தாக்கிலிருந்து வெப்பக் காற்று, பச்சை மணத்துடன், மரப்பிசின்களின் மணமும், புதர்களின் மணமும் சேர்ந்து வீசியது. சாலையில் தட்டான்கள் பறந்து கொண்டிருந்தன. ஒரு மண்ணுளிப் பாம்பு சாலையின் குறுக்கே ஊர்ந்து கொண்டிருந்தது. டாம் அதன் மேல் ஏறி அதை இரண்டாகப் பிளந்து அதை சாலையில் துடிக்க வைத்தான்.

டாம் சொன்னான், "நாம அடக்கம் செய்யறவன்கிட்டப் போகணும், அவன் எங்க இருந்தாலும் சரி. அவங்கள நாகரீகமாப் புதைக்கணும். எவ்வளவு பணம் மீதமிருக்கும் அப்பா?"

"சுமாரா நாப்பது டாலர்" என்றார் அப்பா.

டாம் சிரித்தான். "இயேசுவே, சுத்தமா முதல்லேருந்து தொடங்கப் போறோம்!. நாம நம்மகூட எதையும் கொண்டு வரலேங்கறது நிச்சயம்!. அவன் ஒரு கணம் கெக்கெலித்துச் சிரித்தான், பிறகு அவனது முகம் வேகமாக நிமிர்ந்தது. அவன் தனது தொப்பியின் மறைப்பை தன் கண்களின் மேல் இழுத்து விட்டுக் கொண்டான். டிரக் மலையிலிருந்து பெரும் பள்ளத்தாக்கில் உருண்டு இறங்கியது.

19

ஒரு காலத்தில் கலிஃபோர்னியா மெக்சிகோவிடம் இருந்தது, அதன் நிலம் மெக்சிகர்களிடம் இருந்தது; காய்ச்சல் கண்ட வறுமை மிக்க அமெரிக்கர்களின் ஒரு கூட்டம் அங்கு வந்திறங்கியது. அவர்கள் நிலங்களைக் கொள்ளையடிக்கும் அளவுக்கு அவர்களுக்குப் பசி இருந்தது - அந்தப் பசிமிக்கவர்கள் சுட்டரின் நிலத்தையும், குரேரோவின் நிலத்தையும் திருடினர். உதவிகளை எடுத்துக் கொண்டு அவைகளை உடைத்து, அதற்காக

அடித்துக் கொண்டு நின்றனர். அவர்கள் திருடிய நிலங்களைத் துப்பாக்கியை வைத்துக் கொண்டு பாதுகாத்தனர். அவர்கள் வீடுகளையும், கொட்டகைகளையும் கட்டினர், அவர்கள் பூமியைத் திருத்திப் பயிர்களை விதைத்தனர். அந்தப் பொருட்கள் அவர்களுக்குச் சொத்து, அந்தச் சொத்து அவர்களுக்குச் சொந்தம்.

மெக்சிகர்கள் மிகவும் பலவீனமாக இருந்ததால் ஓடிவிட்டனர். அமெரிக்கர்களுக்கு நிலம் வேண்டியிருந்த அளவுக்கு எதன் மீதும் அவர்களுக்கு வெறித்தனமான தேவை இல்லை.

காலப்போக்கில் நிலத்தில் உட்கார்ந்து கொண்டவர்கள் அப்படியே இல்லை, சொந்தக்காரர்களாக மாறிவிட்டனர். அவர்களது குழந்தைகள் அங்கேயே வளர்ந்து அவர்களுக்கும் குழந்தைகள் அந்த நிலத்திலேயே பிறந்தனர். பசி அவர்களிடமிருந்து அகன்று விட்டது. ஆனால் நிலம், தண்ணீர், அதன்மேல் நல்ல வானம், பச்சையான திரட்சியான புல், பெரிது பெரிதான வேர்கள் மீதான அவர்கள் பசி காட்டுத்தனமாக அதிகரித்தது. தம்மிடம் என்ன இருக்கிறது என்று தெரியாத அளவுக்கு அவர்களிடம் இவை முழுமையாக இருந்தன. வளமான ஏக்கர் நிலம், அதனை உழுவதற்கு மின்னும் ஏர், விதை, காற்றைப் பிளந்து சுற்றும் காற்றாலைகளுக்காக அவர்கள் இனியும் பேராசை கொண்டிருக்கவில்லை. தூக்கக் கலக்கத்துடன் முதல் குரலெழுப்பும் பறவைகளின் ஓசையைக் கேட்கவும், வீட்டைச் சுற்றிக் காலைக் காற்றை சுவாசிக்கவும் அவர்கள் இனியும் இருளில் எழவில்லை. தமக்குப் பிடித்தமான நிலத்துக்குச் செல்வதற்காக முதல் வெளிச்சத்துக்காக அவர்கள் இனியும் காத்திருக்கவில்லை. இவையெல்லாம் இழக்கப்பட்டன. பயிர்கள் டாலர்களால் கணக்கிடப்பட்டன, நிலம் முதலீடு, வட்டியால் மதிப்பிடப்பட்டது, பயிர்கள் பயிரிடப்படுவதற்கு முன்னாலேயே வாங்கப்பட்டன, விற்கப்பட்டன. பிறகு பயிர்கள் பொய்த்துப் போவது, வறட்சி, வெள்ளம் ஆகியவையெல்லாம் வாழ்க்கையில் சிறு மரணங்களாக இல்லை, மாறாக சிறிய அளவு பண நஷ்டமாக இருந்தன. அவர்களது அனைத்து அன்பும் பணத்தால் நீர்த்துப் போனது, அவர்கள் இனியும் விவசாயிகள் அல்ல, மாறாக பயிர்களை விற்கும் சிறு விற்பனையாளர்கள், உற்பத்தியாவதற்கு முன்னரே விற்பனை செய்ய வேண்டியவர்கள் என்றாகும்வரை அவர்களது அனைத்து ஆவேசமும் வட்டியில் மூழ்கிப் போனது. பிறகு அவ்வளவு நல்ல கடைக்காரர்களாக இல்லாதவர்கள் தமது நிலத்தை நல்ல கடைக்காரர்களிடம் இழந்தனர். எவ்வளவு தந்திரசாலியாக இருந்தாலும் சரி, பூமியில் அவன் எவ்வளவு அன்பு செலுத்துபவனாக இருந்தாலும் சரி, பயிர்களை வளர்த்து வந்தாலும் சரி, அவன் ஒரு நல்ல கடைக்காரனாகவும் இல்லாவிட்டால், அவனால் பிழைத்திருக்க முடியவில்லை. காலம் செல்லச் செல்ல, வர்த்தகர்கள் நிலத்தை

வைத்திருந்தனர், அவர்களது நிலங்கள் பெருகின, அவர்கள் சிலரே இருந்தனர்.

இப்போது விவசாயம் ஒரு தொழிலாக ஆனது, சொந்தக்காரர்கள் ஏதோ அவர்களுக்குத் தெரிந்தது போல் ரோமைப் பின்பற்றினர். அவர்கள் அடிமைகள் என்று அழைக்காவிட்டாலும், அடிமைகளை இறக்குமதி செய்தனர்; சீனர்கள், ஜப்பானியர்கள், மெக்சிகர்கள், ஃபிலிப்பினோக்கள். அவர்கள் அரிசியிலும், பீன்சிலும் வாழ்வதாக வர்த்தகர்கள் கூறினர். அவர்களுக்கு அவ்வளவாகத் தேவை இருக்காது. அவர்களுக்கு நல்ல கூலியை வைத்துக் கொண்டு என்ன செய்வதென்று தெரியாது. ஏன், அவர்கள் எப்படி வாழ்கிறார்களென்றுதான் பாருங்களேன். அவர்கள் எப்படிச் சாப்பிடுகிறார்கள் என்று பாருங்களேன். அவர்கள் வினோதமாக மாறினால், திருப்பி அனுப்பி விடுங்கள்.

எல்லாக் காலங்களிலும் நிலங்கள் அதிகரித்தன, சொந்தக்காரர்கள் குறைந்தனர். வருந்தத்தக்க அளவில் நிலத்தில் மிகச்சில விவசாயிகளே மிஞ்சியிருந்தனர். இறக்குமதி செய்யப்பட்ட அடிமைகள் அடித்துத் துவைக்கப்பட்டு, மிரட்டப்பட்டு, சிலர் மீண்டும் வீடு திரும்பும்வரை பட்டினி போடப்பட்டனர். சிலர் ஆவேசமடைந்ததால் கொல்லப்பட்டனர் அல்லது இடத்தை விட்டு விரட்டப்பட்டனர். நிலங்கள் அதிகரித்தன, சொந்தக்காரர்கள் குறைந்தனர்.

பயிர்கள் மாறின. தானிய நிலங்களின் இடத்தை பழமரங்கள் எடுத்துக் கொண்டன, கீழே உலகம் உண்பதற்கான காய்கறிகள் நிலத்தின் கீழ்ப்பகுதியை எடுத்துக் கொண்டன: கீரைகள், காலிஃப்ளவர், கூனைப்பூ, உருளைக்கிழங்குகள்- மிருகங்களுக்கான பயிர்கள். அரிவாள், ஒரு கலப்பை, குப்பைவாரி போன்றவற்றை ஒரு மனிதன் உபயோகிக்கலாம். ஆனால் கீரைகளின் பாத்திகளுக்கிடையே அவன் ஒரு மூட்டைப்பூச்சியைப்போல் ஊர்ந்து செல்ல வேண்டும்; அவன் முதுகைக் குனிந்து பருத்தி வரிசைகளுக்கிடையில் தனது நீண்ட பையை இழுத்துச் செல்ல வேண்டும், காலிஃப்ளவர் வரிசைகளுக்கிடையில் முட்டி போட்டுக்கொண்டு ஒரு பாவத்துக்கு வருந்துபவரைப்போல் செல்ல வேண்டும்.

இனியும் நில உடைமையாளர்கள் நிலங்களில் வேலை செய்வதில்லை என்ற நிலை ஏற்பட்டு விட்டது. அவர்கள் காகிதங்களிலேயே விவசாயம் செய்தனர்; அவர்கள் நிலங்களையும், அதன் வாசனையையும், உணர்வையும் , தாங்கள் அதன் சொந்தக்காரர்கள் என்பதையும் மறந்தனர், அவர்கள் அதில் எதை இலாபமாகப்பெற்றோம், எதை இழந்தோம் என்பதை மட்டுமே நினைவில் வைத்திருந்தனர். சில நிலங்கள் இனிமேலும் அவற்றை சிந்திக்கக் கூட இயலாத அளவுக்குப் பெரிதாகிப் போயின.

அவற்றின் வட்டி, இலாப, நட்டங்களைக் கணக்கிட கணக்காளர்களின் பேட்டரிகள் தேவைப்படும் அளவுக்குப் பெரிதாகி விட்டன; நிலத்தை சோதிக்கவும், மருந்துகளை நிரப்பவும் இரசாயனநிபுணர்கள்; குனிந்து கொண்டிருந்த மனிதர்கள் பாத்திகளுக்கிடையே தம்மால் முடிந்த அளவு வேகமாக வேலை பார்க்கிறார்களா என்பதைக் கண்காணிக்கக் கங்காணிகள். பிறகு இத்தகைய ஒரு விவசாயி உண்மையில் ஒரு கடைக்காரராக மாறி, ஒரு கடையை வைத்தார். அவர் ஆட்களுக்கு சம்பளம் கொடுத்தார், அவர்களுக்கு உணவை விற்றார், கொடுத்த பணத்தைத் திரும்ப எடுத்துக் கொண்டார். சில நாட்களுக்குப் பிறகு அவர் ஆட்களுக்கு சம்பளமே கொடுக்கவில்லை, கணக்கு வைத்துக்கொள்வதையும் சேமித்துக் கொண்டார். இந்த நிலங்கள் உணவைக் கடனாகக் கொடுத்தன. ஒரு மனிதன் உழைத்து உண்ணலாம், ஆனால் வேலை முடிந்த பிறகு அவன் கம்பெனிக்குப் பணம் கொடுக்க வேண்டியிருந்ததைக் கண்டான். இனிமேலும் பல நில உடைமையாளர்கள் தமது வேலை செய்யவில்லை என்பது மட்டுமல்ல, அவர்களில் பலர் தமது நிலத்தையே பார்த்ததில்லை.

பிறகு சொத்தை இழந்தவர்கள் மேற்கிலிருந்து வரவழைக்கப்பட்டனர் – கன்சாஸ், டெக்சாஸ், நியூ மெக்சிகோ; நெவாடா, அர்கன்சாஸ் குடும்பங்கள், பழங்குடிகள் தூசி தட்டப்பட்டு டிராக்டரில் கொண்டுவரப்பட்டனர். கார்கள், காரவான்களில் வீடற்றவர்கள், பட்டினியில் வீழ்ந்தவர்கள் வந்தனர்; இருபதாயிரம், ஐம்பதாயிரம், ஒரு லட்சம், இரண்டு லட்சம் எனப் படையெடுத்தனர். அவர்கள் பட்டினியுடனும், எறும்புகள் போல் ஓய்வின்றியும் செய்வதற்கு வேலை தேடியும் மலைகளின் வழியாகப் படையெடுத்தனர். சுமை தூக்க, தள்ள, பொறுக்கியெடுக்க, வெட்ட என்று எதையும், உணவுக்காக எந்தச் சுமையையும் தாங்கத் தயாராக இருந்தனர். குழந்தைகள் பசியுடன் உள்ளன. நமக்கு வாழ்வதற்கு இடமில்லை. வேலைக்காக, உணவுக்காக, அனைத்துக்கும் மேல் நிலத்துக்காக எறும்புகளைப் போல்.

நாங்கள் அன்னியர்கள் அல்ல. ஏழு தலைமுறைகளுக்கு முன் அமெரிக்கர்கள், அதைத் தாண்டி ஐரிஷ்காரர்கள், ஸ்காட்ச், ஆங்கிலேயர்கள், ஜெர்மானியர்கள். எங்களில் ஒருவன் புரட்சியில் இருந்தான். உள்நாட்டுப் போரில் இரண்டு பக்கத்திலும் எங்களில் நிறையப் பேர் இருந்தார்கள், அவர்கள் அமெரிக்கர்கள்.

அவர்கள் பட்டினியாக இருந்தனர், ஆக்ரோஷமாக இருந்தனர். அவர்கள் ஒரு வீட்டைத் தேட முடியுமென நம்பினர், ஆனால் வெறுப்பையே கண்டனர். ஓக்கீகள்- அவர்களை உடைமையாளர்கள் வெறுத்தனர். ஏனென்றால் அவர்கள் பலவீனமானவர்கள் என்பதும், ஓக்கீகள்

பலமானவர்கள் என்பதும், தாம் உணவு உண்பவர்கள், ஓக்கீகள் பட்டினி கிடப்பவர்கள் என்பதும் அவர்களுக்குத் தெரியும். ஒருவேளை நீங்கள் ஆக்ரோஷமாகவும், பட்டினியாகவும், ஆயுதத்துடனும் இருந்தால் ஒரு மென்மையான மனிதனிடமிருந்து நிலத்தைப் பறிப்பது எவ்வளவு எளிது என்பதை அவர்கள் தமது பாட்டனார்களிடமிருந்து கேட்டிருக்கலாம். உடைமையாளர்கள் அவர்களை வெறுத்தனர். நகரங்களில் கடைக்காரர்கள் அவர்களை வெறுத்தனர். ஏனென்றால் அவர்களிடம் செலவழிப்பதற்குப் பணமில்லை. ஒரு கடைக்காரரின் வெறுப்புக்கு எளிய பாதை கிடையாது, அவரது பாராட்டுகள் அப்படியே எதிரானவை. நகர்ப்புறத்தவர்கள், சிறு வங்கியாளர்கள் அவர்களிடமிருந்து இலாபமடைய எதுவுமில்லையென்பதால் ஓக்கீகளை வெறுத்தனர். அவர்களிடம் எதுவுமில்லை. உழைக்கும் மக்கள் ஓக்கிகளை வெறுத்தனர். ஏனென்றால், பட்டினியுடன் இருக்கும் ஒருவன் உழைத்துத்தான் ஆக வேண்டும். அவன் உழைக்க வேண்டுமென்றால், கூலி கொடுப்பவன் அவனுடைய வேலைக்குத் தானாகவே குறைந்த கூலியைக் கொடுத்தான்; பிறகு யாராலும் அதிகமாகப் பெற முடியவில்லை.

இழப்பைச் சந்தித்தவர்கள், புலம் பெயர்ந்தவர்கள் கலிஃபோர்னியாவுக்குள் இரண்டு லட்சம் பேர், மூன்று லட்சம் பேர் நுழைந்தனர். அவர்களுக்குப் பின்னால் நிலங்களுக்குள் புதிய டிராக்டர்கள் நுழைந்தன, குத்தகைக்காரர்கள் வலுக்கட்டாயமாக வெளியேற்றப்பட்டனர். புதிய அலைகள் எழுந்தன, புதிது புதிதாக இழந்தவர்கள், வீடற்றவர்கள், இறுகிப் போனவர்கள், இலக்குடையவர்கள், ஆபத்தானவர்கள் அலையலையாக நுழைந்தனர்.

கலிஃபோர்னியாக்காரர்களுக்கு பல விஷயங்கள் தேவைப்பட்டபோது, அதாவது குவியல், சமூக வெற்றி, பொழுதுபோக்கு, வசதி, ஆவலூட்டும் வங்கிப் பாதுகாப்பு போன்றவை தேவைப்பட்டபோது, புதிய காட்டுமிராண்டிகளுக்கு இரண்டே விஷயங்கள்தான் தேவைப்பட்டன – நிலமும், உணவும்; அவர்களுக்கு இரண்டும் ஒன்றே. கலிஃபோர்னியாக்காரர்களின் தேவைகள் தெளிவற்றும், விளக்கமின்றியும் இருந்தபோது, ஓக்கீகளின் தேவை சாலைகளுக்குப் புறம்பாக இருந்தன. அங்கே பார்த்து விரும்புபவையாக இருந்தன; அருமையான நிலங்கள், தோண்டியெடுக்கத் தண்ணீர், எடுத்து உடைத்து சோதித்துப் பார்க்க மண், நுகர்ந்து பார்க்கப் புல், கூர்மையான இனிய மணம் தொண்டைக்குள் வரும்வரை சுவைக்க ஓட்ஸ் வைக்கோல். ஒரு தரிசு நிலத்தை ஒருவர் பார்த்து அவர் குனிந்து உழைப்பதும், கைகளை வருத்துவதும் நிலத்துக்குள்ளிருந்து முட்டைக்கோசையோ, தங்க நிறச் சோளத்தையோ அல்லது

டர்னிப்பையோ அல்லது கேரட்டையோ வரவழைக்குமா என்று தன் மனதில் கணக்கிட்டுப் பார்க்கலாம்.

ஒரு வீடற்ற பட்டினியான மனிதன் தனது மனைவியை அருகில் வைத்துக் கொண்டு, பின் இருக்கையில் ஒல்லியான குழந்தைகளை வைத்துக் கொண்டு உணவை உற்பத்தி செய்யக்கூடிய நிலத்தை, இலாபத்தையல்ல, பார்க்கும்போது அந்த மனிதனுக்கு உபயோகிக்கப்படாத உற்பத்தி செய்யக்கூடிய ஒரு நிலம் எப்படி ஒல்லியான குழந்தைகளுக்குப் பாவமானது என்பதை அறிவான். இத்தகைய ஒரு மனிதன் சாலையில் பயணிக்கும்போது, ஒவ்வொரு நிலத்தின் மீதும் ஈர்ப்பை அறிவான். இந்த நிலங்களை எடுத்துக் கொண்டு தனது குழந்தைகளின் வலிமைக்காகவும், தனது மனைவியின் சிறு வசதிக்காகவும் வரும் பேராசையை அறிவான். அவனுக்கு முன்னால் எப்போதும் இந்தப் பேராசை இருந்தது. நிலங்கள் அவனை நடத்தின, நல்ல தண்ணீர் ஓடும் கம்பெனி ஓடைகள் அவனை இழுத்து நடத்தின.

தெற்கில் அவன் மரங்களில் தங்கநிற ஆரஞ்சுகள் தொங்கியதை அவன் பார்த்தான். சிறு தங்கநிற ஆரஞ்சுகள் ஆழ்ந்த பச்சை நிற மரங்களில் தொங்கின; ஒல்லிக் குழந்தைகளுக்காக யாராவது ஒரு மனிதன் ஆரஞ்சை எடுத்து விடக்கூடாது என்பதற்காக கையில் துப்பாக்கிகளை வைத்துக் கொண்டு காவலர்கள் காவல் காத்துக் கொண்டிருந்தனர். விலை குறைவாக இருந்தால் ஆரஞ்சுகளைக் குழியில் கொட்ட வேண்டும்.

அவன் தனது பழைய காரை நகரத்துக்குள் ஓட்டினான். அவன் வேலைக்காக நிலங்களைத் தேடி அலைந்தான். இரவில் எங்கு தங்கலாம்?

ஹூவர்வில்லே நதிக்கு அருகில் இருந்தது. ஓக்கீகளின் ஒட்டுமொத்தக் கூட்டமும் அங்கே இருந்தது.

கந்தல் நகரம் தண்ணீருக்கு அருகில் இருந்தது; கூடாரங்கள்தான் வீடுகளாக இருந்தன. புதர்கள் வேலிகளாக இருந்தன, காகித வீடுகள், ஒரு பெரிய குப்பை மேடு. அந்த மனிதன் தன் காரை ஹூவர்வில்லேவுக்குள் ஒட்டிச்சென்று அங்கு குடியேறினான். எப்போதுமே அவை ஹூவர்வில்லே என்று அழைக்கப்பட்டன. அவன் தனது சொந்தக் கூடாரத்தை எவ்வளவு முடியுமோ அவ்வளவுக்கு நதிக்கு அருகில் அமைத்துக் கொண்டான்; அவனுக்கு அப்படிக் கூடாரம் இல்லாவிட்டால், அவன் நகரத்தின் குப்பை மேட்டுக்குச் சென்று அங்கிருந்து குப்பை அட்டைகளைப் பொறுக்கிக் கொண்டு வந்து அதைக் கொண்டு ஒரு வீட்டைக் கட்டிக் கொண்டான். மழை வந்தபோது அது அவனது வீட்டை அடித்துச் சென்றது. அவன் ஹூவர்வில்லேவில் குடியேறி, வேலைக்காக கிராமப்புறத்தில் அலைந்தான். வேலை தேடிச் சுற்ற அவனுக்குக் கொஞ்சம் காசொலின் வாங்கக் கொஞ்சம்

காசு தேவையாக இருந்தது. மாலையில் ஆண்கள் கூடி சேர்ந்து பேசினர். அவர்கள் குத்துக்காலிட்டு உட்கார்ந்து தாம் பார்த்த நிலங்களைப் பற்றிப் பேசினர்.

இங்கிருந்து மேற்கே முப்பதாயிரம் ஏக்கர் கொண்ட ஒரு நிலம் இருக்கிறது. இயேசுவே, அதில் ஒரு ஐந்து ஏக்கர் மட்டும் இருந்தால் நான் என்னென்ன செய்வேன்! எனக்கு உண்பதற்கு எல்லாம் இருக்கும்.

ஒரு விஷயம் கவனிச்சீங்களா? பண்ணைகள்ல காய்கறியோ, கோழிகளோ, பன்னிகளோ இல்லை. அவங்க ஒண்ணைத்தான் வளர்க்கறாங்க – பருத்தி, இல்லேன்னா பீச், கீரை. இன்னொரு இடத்தில எல்லாமே கோழிங்க. அவங்க புழக்கடைல வளர்க்கறதத்தான் வாங்கறாங்க.

இயேசுவே, ரெண்டு பன்னிகள வச்சுக்கிட்டு நான் என்ன செய்ய முடியும்!

அது உன்னோடதுமில்ல, உன்னோடது ஆகப்போறதும் இல்ல.

நாம என்ன செய்யப் போறோம்? குழந்தைங்க இந்த மாதிரி வளர முடியாது.

முகாம்களில் வார்த்தைகள் கிசுகிசுப்பாக வந்தன. ஷாஃப்டர்ல வேலை இருக்கு. கார்கள் இரவில் சுமையேற்றப்பட்டன, உயர்வேகச்சாலை நிரம்பியது – வேலைக்கான தேடல். தங்கப்புதையலைத் தேடுவது போல. ஷாஃப்டரில் தேவையை விட ஐந்து மடங்கு ஆட்கள் குழுமினர். தங்கப்புதையலைத் தேடுவது போல் வேலை தேடி ஓடினர். அவர்கள் வேலையைத் தேடும் வெறியில் இரவில் கள்ளமாக நழுவினர். சாலைகளின் அருகே உணவை வழங்கும் நிலம் தூண்டி விட்டுக் கொண்டிருந்தது.

அவை யாருக்கோ சொந்தமானவை. அவை உங்களுடையதல்ல.

ஒருவேளை நாம் அதில் ஒரு சிறிய துண்டைப் பெறலாம். ஒருவேளை- ஒரு சிறு துண்டு. அங்கே கீழே ஒரு துண்டு. ஜிம்சொன் களை அங்கே இருக்கிறது. கடவுளே, நான் அதில் என் குடும்பத்துக்கே தேவையான உருளைக்கிழங்குகளை விளைவித்து விடுவேன்.

அது நம்முடையதல்ல. அதில் ஜிம்சொன் களைகள் இருக்க வேண்டும்.

இப்போதோ, பின்னரோ ஒரு மனிதன் முயற்சித்தான்; நிலத்துக்குள் தவழ்ந்து சென்று ஒரு சிறு துண்டை சரிப்படுத்தினான், ஒரு திருடனைப்போல் பூமியிலிருந்து ஒரு சிறு வளத்தைக் களவாட முயன்றான். களைகளுக்குள் மறைந்திருக்கும் ஒரு சிறு தோட்டம். கொஞ்சம் காரட் விதைகள், கொஞ்சம்

முள்ளங்கிகள். உருளைக்கிழங்குத் தோல்களை விதைத்து விட்டு மாலையில் ரகசியமாக வெளியே தவழ்ந்து திருடப்பட்ட நிலத்திலிருந்து எடுக்க முனைந்தான்.

ஓரங்களில் கொஞ்சம் களைகளை விட்டு விட வேண்டும் – அப்போதுதான் நாம் என்ன செய்கிறோம் என்பதைப் பிறர் பார்க்க முடியாது. நடுவில் கொஞ்சமாக சிறிதும், பெரிதுமாகக் களைகளை விட்டு விட வேண்டும்.

மாலைகளில் ரகசியமாகத் தோட்ட வேலை, தகரக் கேன்களில் தண்ணீர் எடுத்துச் செல்லப்பட்டது.

“ஒரு நாள் திடீரென ஒரு டெபுடி ஷெரீஃப்: நீ என்ன செய்யறன்னு நினைக்கற?”

“நான் எந்தத் துன்பமும் கொடுக்கலியே.”

“நான் உன்மேல ஒரு கண் வச்சிருந்தேன். இது உன்னோட நிலமில்ல. நீ அத்துமீறி நுழையற.”

“இந்த நிலத்துல உழல, யாரையும் எதுவும் துன்பப்படுத்தல.”

“நீ தவழ்ந்து போன. சீக்கிரம் அது உன்னோடதுன்னு நினைப்ப. பெரிய தொந்தரவா ஆயிடுவ. உனக்கு சொந்தம்னு நினைச்சியா? வெளிய போ உடனே.”

கொஞ்சமாக வளர்ந்திருந்த காரட் முளைகள் கொத்தியெறியப்பட, முள்ளங்கிகள் துவைக்கப்பட்டன. பிறகு ஜின்சோன் களைகள் மீண்டும் தழைத்தன. ஆனால் போலீஸ்காரன் சொன்னது சரிதான். ஒரு பயிர் வளர்க்கப்பட்டால் – அது சொந்தமாக்கி விடும். நிலம் சரிப்படுத்தப்பட்டு காரட்டுகள் உண்ணப்பட்டால் – ஒரு மனிதன் நிலத்துக்காகப் போராடலாம். ஏனென்றால் அவன் அதிலிருந்து உணவைப் பெற்றுள்ளான். அவனை வேகமாக அகற்றிவிடு! அவனுக்குச் சொந்தமானது என்று அவன் நினைத்து விடுவான். ஜிம்சோன் களைகளுக்கு இடையில் இருக்கும் ஒரு சிறு துண்டு நிலத்துக்காக அவன் போராடி மடியவும் கூடும்.

“நாம அவனோட முள்ளங்கிகள மிதிச்சுத் துவைச்சப்போ அவனோட முகத்தப் பாத்தியா? அவனப் பாத்தா சீக்கிரம் ஒரு ஆளக் கொன்னுடுவான் போல. அவங்கள நாம தள்ளியே வைக்கணும், இல்லேன்னா மாகாணத்தையே பிடிச்சிடுவாங்க. எல்லா இடத்தையும் எடுத்துக்குவாங்க.”

“வெளியாளுங்க, அன்னியர்கள்.”

"அவங்க அதே மொழியத்தான் பேசறாங்க, ஆனா அதே ஆளுங்க இல்ல. அவங்க எப்படி வாழறாங்கன்னு பாரு. நாம யாராவது அப்படி இருக்கோமான்னு நினைச்சுப் பாரு. நிச்சயமா இல்ல!"

மாலையில் உட்கார்ந்து பேசுவது. ஒரு கிளர்ச்சியுற்ற மனிதன்: நாம இருபது பேர் ஏன் சேந்து ஒரு நிலத்த எடுத்துக்கக் கூடாது? எடுத்துக்கிட்டு சொல்லு, "முடிஞ்சா எங்கள வெளியேத்து. நாம ஏன் செய்யக் கூடாது?"

"அவங்க நம்மள எலிய சுட்ற மாதிரி சுட்டுடுவாங்க."

"நீ எப்படி இருக்க விரும்பற, செத்துப் போகவா, இருக்கவா? மண்ணுக்குக் கீழயா, இல்லேன்னா சாக்குப் பையால தைச்ச வீட்டுலயா? உன் குழந்தைங்க எப்படி இருக்கணும்னு விரும்பற,? உயிரோடயா இல்லேன்னா அவங்க ஊட்டச்சத்து இல்லாம இருக்கறதுன்னு சொல்றாங்களே அதுனால செத்துப் போயா? நாம வாரம் பூரா என்ன சாப்பிடறோம்னு தெரியுதா? வேகவச்ச கீரையும், பொறிச்ச மாவுப் பணியாரமும்! அந்தப் பணியாரத்துக்கு மாவு எங்கருந்து வருது? பெட்டி கொண்டு போற கார்லேர்ந்து பெருக்கி எடுத்தது."

அவர்கள் முகாம்களில் பேசிக் கொண்டிருக்க, தமது இடுப்பில் துப்பாக்கிகளை ஆட விட்டுக் கொண்டு டெபுடிக்கள் முகாம்களில் குறுக்கும் நெடுக்கும் சென்றனர். அவர்கள் யோசிக்க எதையாவது வைக்க வேண்டும். அவர்களை வழியில் வைக்க வேண்டும், இல்லையென்றால் அவர்கள் என்ன செய்வார்களென்பது கடவுளுக்குத்தான் தெரியும்! அவர்கள் தெற்கே இருக்கும் கருப்பர்களைப் போல் ஆபத்தானவர்கள்! அவர்கள் மட்டும் ஒன்று கூடினால் அவர்களைத் தடுத்து நிறுத்தக் கூடியது எதுவுமில்லை.

மேற்கோள்: லாரன்ஸ்வில்லேயில் டெபுடி ஷெரீஃப் ஒரு புறம்போக்கைக் காலி செய்தார், அந்த இடத்தில் இருந்தவர்கள் அதைத் தடுத்தனர். அவர் வேறு வழியின்றி படையை உபயோகிக்க வேண்டியிருந்தது. அங்கு குடியேறியிருந்தவர்களில் ஒருவரின் பதினோரு வயது மகன் .22 ரைபிளை வைத்து டெபுடியை சுட்டுக் கொன்று விட்டான்.

மண்ணுளிப்பாம்புகள்! அவர்களுக்கு எந்த வாய்ப்பும் கொடுத்து விடாதீர்கள். அவர்கள் வாதிட்டால், முதலில் சுட்டு விடுங்கள். ஒரு சின்னப் பையன் டெபுடியை சுட்டுக் கொல்ல முடியுமென்றால், பெரியவர்கள் என்ன செய்வார்கள்? விஷயம் என்னவென்றால், அவர்கள் கடுமையானவர்கள். அவர்களை முரட்டுத்தனமாக நடத்துங்கள். அவர்களைப் பயமுறுத்துங்கள்.

அவர்கள் பயப்படாவிட்டால் என்ன செய்வது? அவர்கள் நிமிர்ந்து நின்று நம்மைத் திருப்பிச்சுட்டால் என்ன செய்வது? இவர்கள் குழந்தைகளாக

இருந்த போதே ஆயுதம் ஏந்தியவர்கள். ஒரு துப்பாக்கி அவர்களுடைய நீட்சி. அவர்கள் பயப்படா விட்டால் என்ன செய்வது? லொம்பார்டுகள் இத்தாலியிலும், ஜெர்மானியர்கள் கால் மீதும், பைசாண்டியத்தின் மீது துருக்கியர்களும் செய்தது போல் எப்போதாவது அவர்களின் ஒரு இராணுவம் நம் நிலத்தின் மீது படையெடுத்தால் என்ன செய்வது?

அவர்கள் நிலத்தின் மீது ஆர்வமுடையவர்கள், உள்நாட்டுக் காரர்களிடம் போதிய ஆயுதமும் இல்லை, ஆகவே படையணிகளால் அவர்களைத் தடுக்க முடியவில்லை. மிரட்டுவதும், கசாப்பு செய்வதும் அவர்களை நிறுத்தவில்லை. தமது சுருங்கிய வயிற்றில் மட்டுமல்ல, தமது குழந்தைகளின் பாழாய்ப் போன வயிற்றிலும் பசி இருக்கக் கூடிய ஒரு மனிதனை எப்படி மிரட்ட முடியும்? அவர்களை நீங்கள் பயமுறுத்த முடியாது - ஒவ்வொருவரைத் தாண்டியும் ஒரு அச்சத்தை அவன் அறிவான்.

ஹூவரில் ஆண்கள் பேசிக் கொண்டனர்: "தாத்தா அமெரிக்கப் பழங்குடிங்ககிட்டேருந்து அவரோட நிலத்த எடுத்துக்கிட்டார்."

"இப்போ, இது சரியில்ல. நாம இங்க பேசிக்கிட்டிருக்கோம். இங்க நீங்க பேசிக்கிட்டிருக்கறது திருடறதப்பத்தி. நான் திருடன் இல்ல."

"இல்லையா? முந்தாநாள் நீ ஒரு புழக்கடைலேருந்து ஒரு பாட்டில் பாலைத் திருடின. நீ கொஞ்சம் தாமிரக் கம்பியத் திருடி அத வித்து மாமிசத் துண்டு வாங்கின."

"ஆமா, ஆனா குழந்தைங்க பசியா இருந்தாங்க."

"ஆனாலும் அது திருட்டுதான."

"ஃபேர்பீல்டோட பண்ணை எப்படிக் கிடைச்சது தெரியுமா? அதெல்லாம் அரசாங்கத்தோட நிலம். அத எடுத்துக்கிட்டான். மூத்த ஃபேர்பீல்ட் சான் பிரான்சிஸ்கோவுக்குப் போய் முன்னூறு குண்டு துளைப்பான்கள கொண்டு வந்தான். அப்புறம் நிலத்த எடுத்துக்கிட்டான். ஃபேர்பீல்ட் அவங்களுக்கு சாப்பாடும் விஸ்கியும் கொடுத்தான். அவங்க நிலத்த திருத்தவும், அத அவங்ககிட்டேருந்து எடுத்துக்கிட்டான். அவனுக்கு ஒரு ஏக்கருக்கு ஒரு பிண்ட்தான் செலவாச்சுன்னு சொல்லுவான். அது திருட்டுன்னு சொல்லுவியா?

"அது இல்லதான். ஆனா அவன் அதுக்காக ஒருநாளும் ஜெயிலுக்குப் போனதில்ல."

"இல்ல, அவன் ஒருநாளும் அதுக்காக ஜெயிலுக்குப் போனதில்ல. அப்புறம் ஒரு போட்டை ஒரு வண்டில போட்டுட்டு அதெ எல்லாம்

தண்ணிக்கடில இருந்தது, ஏன்னா அவன் ஒரு போட்ல போனான்னு அறிக்கை எழுதினவன் ஒரு நாளும் ஜெயிலுக்குப் போனதில்ல. காங்கிரஸ்காரங்களுக்கும், சட்டசபை உறுப்பினர்களுக்கும் லஞ்சம் கொடுத்தவன் யாரும் ஜெயிலுக்குப் போனதில்ல.''

'' மாகாணம் முழுதும் ஹூவர்வில்லேவைப் பற்றிய உளறல்தான்.''

''பிறகு ரெய்டுகள். ஆயுதமேந்திய டெபுடிக்கள் குடியேறிகளின் முகாம்களின் மீது படையெடுத்தனர். வெளிய போ. சுகாதாரத்துறை உத்தரவு. இந்த முகாம் சுகாதாரக்கேடு.''

''நாங்க எங்க போவோம்?''

''அது எங்க கவலையில்ல. உங்கள வெளியேத்தறதுக்கு எங்களுக்கு உத்தரவு. அரை மணி நேரத்தில இந்த முகாமுக்குத் தீ வச்சுடுவோம்.''

''இங்க டைஃபாய்ட் பரவியிருக்கு. அத ஊர்பூரா பரப்ப விரும்பறீங்களா?''

''உங்கள இங்கேருந்து வெளியேத்த எங்களுக்கு உத்தரவு. இப்ப வெளிய போங்க! அரை மணி நேரத்துல தீ வச்சுடுவோம்.''

அரை மணி நேரத்தில் அங்கிருந்த காகித வீடுகளும், புதர் மண்டிய வீடுகளும் எரிந்து புகை எழும்ப, அவர்கள் இன்னொரு ஹூவர்வில்லேவைத் தேடி கார்களில் உயர்வேகப்பாதையில் சென்று கொண்டிருந்தனர்.

கான்சாசிலும், அர்கன்சாசிலும், ஓக்லஹாமாவிலும், டெக்சாசிலும், நியூ மெக்சிகோவிலும் டிராக்டர்கள் உள்ளே நுழைந்து குத்தகைதாரர்களை வெளியேற்றின.

கலிஃபோர்னியாவுக்கு முன்னூறாயிரம் பேர் வந்தனர், மேலும் வந்து கொண்டிருந்தனர். கலிஃபோர்னியாவில் சாலைகள் முழுவதும் வெறி கொண்டு இழுக்கவும், தள்ளவும், சுமை தூக்கவும், வேலை செய்யவும் ஆலாய்ப் பறந்தனர். ஒரு ஆள் தூக்கக் கூடிய சுமையைத் தூக்க ஐந்து ஜோடிக் கரங்கள் நீண்டன; ஒரு வயிறு நிறையக் கூடிய உணவுக்கு ஐந்து வாய்கள் திறந்தன.

ஒரு எழுச்சியில் தமது நிலத்தை இழக்க வேண்டிய பெரும் உடைமையாளர்களுக்கு, வரலாற்றுக்கு வழி இருக்கும் பெரும் உடைமையாளர்களுக்கு, வரலாற்றைப் படிக்க கண்களையுடையவர்களும், ஒரு பெரிய உண்மையைத் தெரிந்து கொள்ள வேண்டியவர்களுக்கு: சொத்து மிகச்சில கைகளில் குவியும்போது, அது எடுத்துக்கொள்ளப் பட்டு விடும். அதனுடன் இணைந்த உண்மை: பெரும்பான்மை மக்கள் பசியுடனும்,

குளிரிலும் இருக்கும்போது, அவர்களுக்குத் தேவையானதை வலுக்கட்டாயமாக எடுத்துக் கொள்வார்கள். அனைத்து வரலாற்றிலும் கூச்சலிடும் சிறு உண்மை உண்டு: அடக்குமுறை ஒடுக்கப்பட்டவர்களை வலுப்படுத்தவும், ஒன்றுபடுத்தவுமே வேலை செய்யும். பெரும் உடைமையாளர்கள் வரலாற்றின் மூன்று அறைகூவல்களைக் காணாமல் விட்டு விட்டனர். நிலம் மிகச்சிலர் கைகளில் விழுந்தது, இழந்தோரின் எண்ணிக்கை அதிகமானது. பெரும் உடைமையாளர்களின் ஒவ்வொரு முயற்சியும் அடக்குமுறையை நோக்கித் திருப்பப்பட்டது. பணம் ஆயுதங்களுக்காகவும், பெரும் உடைமைகளைப் பாதுகாக்க வழக்குகளுக்காகவும் செலவிடப்பட்டது. ஏதாவது கலகம் எழுகிறதா என்பதையும், யாராவது முணுமுணுக்கிறார்களா என்பதையும் கண்டறிய ஒற்றர்களை அனுப்பினர். மாறும் பொருளாதாரம் புறக்கணிக்கப்பட்டது, மாற்றத்துக்கான திட்டங்கள் புறக்கணிக்கப்பட்டன; எழுச்சியை அழிக்கும் வழிமுறைகள்தான் கருத்தில் கொள்ளப்பட்டன, எழுச்சிக்கான காரணங்கள் தொடர்ந்தன.

மனிதர்களை வேலையை விட்டுத் துக்கியெறியும் டிராக்டர்கள், சுமையைக்கடத்திச்செல்லும் பெல்ட்டுகள், உற்பத்தி செய்யும் இயந்திரங்கள் அனைத்தும் அதிகரிக்கப்பட்டன; மேலும் மேலும் அதிகமான குடும்பங்கள் உயர்வேகப்பாதையில் குழுமின. பெரும் நிலங்களிலிருந்து சிறு துண்டுகளை அவை எதிர்பார்த்தன. சாலைகளுக்கருகிலுள்ள நிலத்தைப் பேராவலுடன் பார்த்தனர். பெரும் உடைமையாளர்கள் தமது பாதுகாப்புக்காக சங்கங்களை அமைத்தனர். தூண்டி விடவும், கொல்லவும், எரிக்கவும் வழிமுறைகளை விவாதிக்க அவர்கள் கூடினர். எப்போதும் அவர்களுக்கு ஒரு முக்கியமான அச்சம் இருந்தது – மூன்று லட்சம் பேர் – அவர்கள் மட்டும் ஒரு தலைவரின் கீழ் செயல்பட்டால் அதுவே முடிவு. மூன்று லட்சம் பேர் பசியுடனும், துன்பத்துடனும்; அவர்களுக்கு மட்டும் தெரிந்தால், நிலம் அவர்களுடையதாகி விடும். உலகில் எல்லா ரைஃபிள்களாலும், வழக்குகளாலும் அவர்களைத் தடுத்து நிறுத்த முடியாது. பெரும் உடைமையாளர்கள் தமது உடைமைகளால் அப்படி ஆனவர்கள், மனிதர்களை விட உயர்ந்தவர்களுக்கு தாழ்ந்தவர்களும் தமது அழிவை நோக்கி நகர்ந்தனர். நீண்ட காலத்தில் அவர்களை அழித்து விடக்கூடிய ஒவ்வொரு வழிமுறையையும் பயன்படுத்தினர் ஒவ்வொரு சிறு வழியும், ஒவ்வொரு வன்முறையும், ஒரு ஹூவர்வில்லேவில் ஒவ்வொரு அதிரடி சோதனையும், கந்தலான முகாம் வழியாக ஒவ்வொரு டெபுடி சென்றதும், அந்த நாளை சற்றுத் தள்ளி வைத்து, தவிர்க்க முடியாத அந்த நாளை மூடின.

கூர்மையான முகமுடையவர்கள், பசியால் மெலிந்தவர்கள், அதைத் தடுத்துப் போராடியதால் உறுதியானவர்கள், குழிவிழுந்த கண்களும், வலிமையான தாடையும் கொண்ட ஆண்கள் குத்துக்காலிட்டு அமர்ந்தனர். அவர்களைச் சுற்றி வளமான நிலம் இருந்தது.

"டிஜா அங்கே நாலாவது கூடாரத்தில் இருக்கும் குழந்தையைப் பற்றிக் கேட்டாயா?"

"இல்லை, நான் இப்போதான் வந்தேன்."

"அந்தக் குழந்தை தூக்கத்தில் அழுது கொண்டு புரண்டுக்கிட்டு இருந்தது. அவங்க அதுக்கு புழு வச்சிருக்குன்னு நினைச்சிருக்காங்க. அதுக்கு ஒரு பிளாஸ்டர் கொடுத்திருக்காங்க, அது செத்துப் போச்சு. இதத்தான் அந்தக் குழந்தைக்கு கருநாக்குன்னு சொல்லிருக்காங்க. அதுக்கு சாப்பிடறதுக்கு நல்ல உணவு இல்லாததில இருந்து இது வருது."

"பாவம் சின்னக் குழந்தை."

ஆமாம், ஆனா அவங்களால அத புதைக்க முடியல. கவுண்டியோட கல்லறைத் தோட்டத்துக்குப் போகணும்.

"பாழாப் போக."

உடனே கைகள் பைகளுக்குள் நுழைய, சிறு நாணயங்கள் வெளியே வந்தன. கூடாரத்துக்கு முன்னால் நாணயங்கள் சிறு குவியலாகக் குவிந்தன. குடும்பம் அதை அங்கே கண்டது.

"நம் மக்கள் நல்லவர்கள்; நம் மக்கள் கருணை மிக்கவர்கள். ஒருநாள் கடவுள் எல்லாரும் ஏழைகளாக இருக்காமல் வைக்க வேண்டுமென்று வேண்டுவோம். ஒரு நாள் ஒரு குழந்தையால் சாப்பிட முடியும் என்பதற்காகப் பிரார்த்திப்போம்."

உடைமையாளர்களின் சங்கத்துக்கு என்றாவது பிரார்த்தனை நின்று போகும் என்பது தெரியும்.

அங்குதான் முடிவு உள்ளது.

20

சுமையின் மேலே குடும்பம், குழந்தைகளும், கோனியும் ஷாரன் ரோசும், போதகரும் இறுக்கமாக நெருக்கியடித்துக் கொண்டும் அமர்ந்திருந்தனர். பேக்கர்ஸ்ஃபீல்டில் அவர்கள் இறப்புப் பதிவு அலுவலகத்துக்கு வெளியே வெப்பத்தில் அமர்ந்திருக்க, அப்பா, அம்மா, ஜான் மாமா ஆகியோர் உள்ளே சென்றனர். பிறகு ஒரு சவக் கூடை வெளியே கொண்டு வரப்பட்டு, டிரக்கிலிருந்து நீண்ட பண்டல் இறக்கப்பட்டது. பிறகு மரணத்துக்கான காரணத்தை அறிந்து, சான்றிதழ் வழங்கும்வரை அவர்கள் சூரியனின் வெப்பத்திலேயே அமர்ந்திருந்தனர்.

அல்லும், டாமும் தெருக்களில் திரிந்து அங்கு கடைகளின் ஜன்னல்கள் வழியே வேடிக்கை பார்த்தனர். சாலைகளின் இருபுறங்களிலும் செல்லும் வினோதமான மனிதர்களைப் பார்த்தனர்.

கடைசியில் அப்பா, அம்மா, மாமா வெளியே வந்தனர். அவர்கள் அமைதியாகவும், அடங்கிப் போயும் இருந்தனர். ஜான் மாமா சுமையின் மேல் ஏறினார். அப்பாவும், அம்மாவும் முன்சீட்டில் அமர்ந்தனர். டாமும் அல்லும் திரும்பி வர, டாம் ஓட்டுநர் இருக்கையில் உட்கார்ந்தான். ஏதோ உத்தரவை எதிர்பார்த்து அவன் அங்கே அமைதியாக உட்கார்ந்திருந்தான். அப்பாவின் தொப்பி கீழே இழுத்து விடப்பட்டிருக்க, அவர் நேராகப் பார்த்தார். அம்மா தன் விரல்களால் வாயின் இரு பக்கங்களையும் துடைத்துக் கொண்டாள். அவளது முகம் தொலைவைப் பார்க்க, சோர்வால் ஒளியிழந்திருந்தது.

அப்பா பெருமூச்சு விட்டார். "வேறெதுவும் செய்யறதுக்கில்ல" என்றார்.

"எனக்குத் தெரியும்" என்றாள் அம்மா. " இருந்தாலும் அவங்க ஒரு அருமையான அடக்கத்துக்கு ஆசப்பட்டிருப்பாங்க. அவங்க எப்பவுமே அத விரும்பினாங்க."

டாம் திரும்பி அவர்களைப் பார்த்தான். "கவுண்டி?" என்று கேட்டான்.

"ஆமா", அப்பா தலையை வேகமாக ஆட்டி, ஏதோ திரும்பி நிதர்சனத்துக்கு வருவது போல் சொன்னார். "நம்மகிட்ட போதுமான அளவு இல்ல. நம்மளால செஞ்சிருக்க முடியாது". அவர் அம்மாவிடம் திரும்பினார். "நீ தப்பா நினைக்காத. நாம எவ்வளவு கடுமையா முயற்சி செஞ்சிருந்தாலும் சரி, நம்மால முடியல அவ்வளவுதான். உடலை சரிப்படுத்தி, ஒரு சவப்பெட்டி, ஒரு போதகர், கல்லறைல ஒரு இடம். நம்மகிட்ட இருக்கறத

விடப் பத்து மடங்கு தேவை. நம்மளால எவ்வளவு சிறப்பா முடியுமோ அதச் செஞ்சிருக்கோம்.''

''எனக்குத் தெரியும்'' என்றாள் அம்மா. ''ஒரு அருமையான அடக்கம்னு அவங்க எத வச்சிருந்தாங்கங்கறத என்னால மறக்க முடியல. அத மறந்துதான் ஆகணும்.'' அவள் ஆழ்ந்த பெருமூச்சு விட்டுத் தன் வாயின் இரு பக்கங்களையும் தேய்த்து விட்டுக் கொண்டாள். ''அங்க உள்ள ஒரு நல்ல ஆள் இருந்தான். அதிகாரமா நடந்துக்கிட்டாலும், நல்லவன்.''

அம்மா தன் முடியைத் தன் கைகளால் ஒதுக்கிக் கொண்டாள். அவளது தாடை இறுகியது. ''நாம கிளம்பணும். தங்கறதுக்கு ஒரு இடம் பாக்கணும். வேலை தேடிக்கிட்டு உக்காரணும். குழந்தைகளப் பட்டினி போடறதுல பிரயோஜனமில்ல. அது எப்பவும் பாட்டியோட வழியா இருந்ததில்ல. ஒரு சவ அடக்கத்தின்போது எப்பவுமே நல்ல சாப்பாட்ட சாப்பிட்டிருக்காங்க.''

''நாம எங்க போறோம்?'' என்று கேட்டான் டாம்.

அப்பா தொப்பியைத் தூக்கித் தலையைச் சொறிந்து கொண்டார். ''முகாம்'' என்றார் அவர். ''நமக்கு வேலை கிடைக்கற வரைக்கும் இருக்கற கொஞ்சத்தையும் நாம செலவழிக்கப் போறதில்ல. கிராமப்புறத்தப் பாத்து ஓட்டு.''

டாம் வண்டியைக் கிளப்பித் தெருக்கள் வழியாக கிராமப்புறத்தை நோக்கி ஓட்டினான். ஒரு பாலத்தின் அருகே அவர்கள் சில கூடாரங்களையும், சாக்குப் பைக் கூடாரங்களையும் பார்த்தனர். ''நாம இங்க நிறுத்தறது நல்லது. என்ன செய்யறது, எங்க வேலை இருக்குன்னு பாக்கணும்.'' அவன் கூர்மையான, அழுக்கான சரிவில் இறங்கி வண்டியை முகாமின் எல்லையில் நிறுத்தினான்.

முகாமில் எந்த ஒழுங்கும் இல்லை; சிறிய சாம்பல் நிறக் கூடாரங்கள், குடில்கள் இருந்தன. கார்கள் ஆங்காங்கே சிதறியது போல் நின்றன. முதல் வீட்டை விவரிக்கவே முடியாதிருந்தது. தெற்குப்புறச் சுவர் மூன்று துருப்பிடித்த இரும்புத் தகடுகளால் ஆனதாக இருந்தது. கிழக்குப்புறச் சுவர் இரண்டு மரச்சட்டங்களுக்கிடையே தொங்கவிடப்பட்ட போர்வையால் ஆனது. வடக்குப்புறச் சுவர் கூரை அட்டையாலான ஒரு பகுதியாலும், இன்னொரு பகுதி கிழிந்த கான்வாசாலும் ஆனது. மேற்குச் சுவர் ஆறு துண்டுகள் சாக்கால் ஆனது. ஒரு சதுரச் சட்டகத்தின் மேல், சீரமைக்கப்படாத கட்டைகள் மேல் புல் குவிக்கப்பட்டிருந்தது. அது வேயப்படாமல் ஒரு சிறிய மேட்டின்மேல் குவிக்கப்பட்டிருந்தது. சாக்கு தொங்கிக் கொண்டிருந்த

முன்பக்கத்தில் கருவிகள் குவித்து வைக்கப்பட்டிருந்தன. ஒரு ஐந்து காலன் மண்ணெண்ணெய் கேன் ஒரு அடுப்பாகப் பயன்பட்டது. அது ஒரு புறமாகச் சாய்த்து வைக்கப்பட்டிருக்க, இன்னொரு புறம் துருப்பிடித்த குழாய்ப்பகுதி நீட்டிக் கொண்டிருந்தது. அதன் அருகில் ஒரு துவைக்கும் கொதிகலன் சுவருக்கெதிராகச் சாய்த்து வைக்கப்பட்டிருந்தது. சில பெட்டிகள் அமருவதற்கும், வைத்து உண்பதற்கும் வைக்கப்பட்டிருந்தன. இந்தக் கொட்டகைக்கருகே டிஃபோர்ட் செடான் ஒன்றும் ஒரு இருசக்கர இணைப்பு ஒன்றும் நிறுத்தி வைக்கப்பட்டிருந்தன. முகாமில் ஒரு அவலட்சணமான விரக்தி படிந்திருந்தது.

இந்தக் கொட்டகைக்கு அருகே காலநிலையால் நிறம் மாறிய ஒரு சிறு கூடாரம் இருந்தது. ஆனால் அது சரியான முறையில் நேர்த்தியாக அமைக்கப்பட்டிருந்தது. அதன் முன்னால் இருந்த பெட்டிகள் கூடாரத்தின் சுவரில் சாய்த்து வைக்கப்பட்டிருந்தன. ஒரு அடுப்புக்குழாய் கூடாரத்தின் முகப்புத் துணி வழியாகத் துருத்திக் கொண்டிருந்தது. கூடாரத்தின் முன்னால் இருந்த குப்பைகள் பெருக்கப்பட்டுத் தெளிக்கப்பட்டிருந்தது. ஒரு பெட்டியின் மேல் ஒரு வாளி முழுதும் துணி நனைத்து வைக்கப்பட்டிருந்தது. முகாம் மிகவும் சுத்தமாகவும், வலுவாகவும் இருந்தது. ரோட்ஸ்டர் மாடல் வண்டியும், வீட்டிலேயே வடிவமைத்த இணைப்பு வண்டியும் முன்னால் நின்றன.

அதற்கு அருகில் ஒரு பெரிய , கந்தலான கூடாரம் இருந்தது. வரி வரியாகக் கிழிந்திருந்த அந்தக் கூடாரத் துணி வயர்களை வைத்து தைக்கப்பட்டிருந்தது. அதன் முகப்புத் துணி உயர்த்தப்பட்டிருக்க, உள்ளே நான்கு மெத்தைகள் விரிக்கப்பட்டிருந்தன. பக்கவாட்டுக் கம்பியில் இளஞ்சிவப்பு நிற பருத்தி உடைகளும், பல மேலாடைகளும் தொங்கிக் கொண்டிருந்தன. அங்கு நாற்பது வகைவகையான கூடாரங்களும், குடில்களும் இருக்க, ஒவ்வொன்றுக்கு அருகிலும் ஒரு வாகனம் நின்று கொண்டிருந்தது. அங்கே தூரத்தில் சில குழந்தைகள் நின்று கொண்டு புதிதாக வந்திருந்த வாகனத்தைப் பார்த்துக் கொண்டிருந்தன. அந்த மேலாடை அணிந்த; அழுக்கால் செம்பட்டையான முடியுடன் கூடிய அந்தக் குட்டிப் பையன்கள் மெதுவாகப் புதிய டிரக்கை நோக்கி நகர்ந்தனர்.

டாம் டிரக்கை நிறுத்தி அப்பாவைப் பார்த்தான். "இது ஒண்ணும் ரொம்ப அழகாயில்ல" என்றான். "வேற எங்கயாவது போகணுமா?"

"நாம எங்கயிருக்கோம்னு தெரியாம வேற எங்கயும் போக முடியாது. நாம வேலையப் பத்திக் கேக்கணும்" என்றார் அப்பா.

டாம் கதவைத் திறந்து வெளியே வந்தான். குடும்பம் சுமைகளின் மேலிருந்து கீழிறங்கி அந்தக் குடியிருப்பை ஆவலுடன் பார்த்தது. ருத்தியும், வின்ஃபீல்டும் சாலைப் பயணத்தின் அனுபவத்தினால் வாளியைத் தூக்கிக் கொண்டு தண்ணீர் இருக்கக் கூடிய மரங்களை நோக்கிச் சென்றனர். குழந்தைகள் பிரிந்து அவர்கள் பின்னால் சிலர் சென்றனர்.

முதல் குடிலின் முகப்புத் துணி விலக, ஒரு பெண் வெளியே பார்த்தாள். அவளது சாம்பல் நிற முடி பின்னப்பட்டிருந்தது. அவள் ஒரு அழுக்கான ஹப்பார்ட் உடையை (பழைய நர்சரிப் பாடல்களில் அம்மா பாத்திரம்) அணிந்திருந்தாள். சுருங்கிப் போயிருந்த அவளது முகம் சோர்வாகவும், உணர்வற்ற கண்களுக்குக் கீழ் சாம்பல் நிற பைகளுடனும், அவளது வாய் தளர்ந்து போயும் இருந்தன.

அப்பா கேட்டார், "நாங்க இங்க இறங்கித் தங்கலாமா?"

அந்த முகம் கூடாரத்துக்குள் இழுத்துக் கொள்ளப்பட்டது. ஒரு கணம் அமைதிக்குப் பிறகு, முகப்புத் துணி விலக்கப்பட்டு ஒரு சட்டை அணிந்த தாடிக்கார மனிதர் வெளிப்பட்டார். அந்தப் பெண் பின்னாலிருந்து பார்த்துக் கொண்டிருந்தாள், ஆனால் வெளியே வரவில்லை.

அந்த தாடிக்கார மனிதர் விசாரித்தார், "வாங்க, எப்படி இருக்கீங்க?". அமைதியற்ற அவரது கண்கள் குடும்பத்தினர் ஒவ்வொருவரின் மீதும் தாவிப் பிறகு டிரக்கிலிருந்த பொருட்கள் மீது தாவின.

அப்பா சொன்னார், "நாங்க இங்க எங்கயாவது தங்கலாமான்னு உங்க வீட்டு அம்மா கிட்ட இப்பக் கேட்டேன்".

அப்பா ஏதோ புத்திசாலித்தனமாகக் கேட்டது போலவும், அதை யோசிக்க வேண்டும் என்பது போலவும் அந்த தாடிக்கார மனிதர் அப்பாவைக் கூர்ந்து பார்த்தார். "எங்க எங்கயாவது தங்கவா?" என்று கேட்டார்.

"ஆமா. இந்த இடத்துக்கு சொந்தக்காரங்க யாராவது இருக்காங்களா? இங்க தங்கறதுக்கு முன்னாடி பாக்கணுமா?"

அந்த தாடிக்கார மனிதர் ஒரு கண்ணை இடுக்கி அப்பாவை நெருக்கமாகக் கவனித்தார். "நீங்க இங்க தங்க விரும்பறீங்களா?"

அப்பாவுக்கு எரிச்சல் கிளம்பியது. அந்தச் சாம்பல் நிறப் பெண்மணி கூடாரத்துக்குள்ளிருந்து எட்டிப் பார்த்தாள். "நான் என்ன கேட்டேன்னு நினைக்கறீங்க?" என்றார் அப்பா.

"நீங்க இங்க தங்க விரும்பினா, ஏன் கூடாது? நான் உங்களத் தடுக்கலியே"

டாம் சிரித்தான், "அவருக்குப் புரிஞ்சிடுச்சு".

அப்பா தன்னைக் கட்டுப் படுத்திக் கொண்டார். "இதுக்கு யாராவது சொந்தக்காரங்க இருக்காங்களான்னு நான் தெரிஞ்சுக்க விரும்பினேன். யாருக்காவது கட்டணம் கொடுக்கணுமா?"

தாடிக்கார மனிதர் தன் தாடையை நீட்டினார். "யாருக்கு இது சொந்தம்?" என்று கேட்டார்.

அப்பா திரும்பினார். "பாழாப் போச்சு" என்றார். அந்தப் பெண்ணின் முகம் கூடாரத்துக்குள் திரும்பிச் சென்றது.

தாடிக்கார மனிதர் சண்டைக்கு வருவது போல் முன்னால் வந்தார். "யாருக்கு இது சொந்தம்" என்று ஆவேசமாகக் கேட்டார். "யாரு எங்கள இங்கருந்து வெளியேத்த முடியும்?"

டாம் அப்பாவுக்கு முன்னால் வந்தான். "நீங்க போய் ஒரு நீண்ட தூக்கம் போட்றது நல்லது" என்றான். தாடிக்கார மனிதர் தமது வாயைத் திறந்து தனது ஒரு அழுக்கு விரலை கீழ் ஈரில் வைத்தார். ஒரு கணம் அவர் புத்திசாலித்தனமாகவும், சந்தேகத்துடனும் டாமைப் பார்த்துக் கொண்டிருந்தார். பிறகு அவர் துணியைத் தூக்கிக் கொண்டு தன் பெண்மணியைத் தொடர்ந்து கூடாரத்துக்குள் சென்று விட்டார்.

டாம் அப்பாவிடம் திரும்பினான். "என்ன எழவு இது" என்று விசாரித்தான்.

அப்பா தன் தோள்களைக் குலுக்கிக் கொண்டார். அவர் அந்த முகாமைப் பார்த்தார். கூடாரத்துக்கு முன்னால் ஒரு பழைய பியூக் நின்று கொண்டிருந்தது. அதன் முகப்பு உடைந்து போயிருந்தது. ஒரு இளைஞன் வால்வுகளைத் தேய்த்துக் கொண்டிருந்தான். ஒரு கருவையை வைத்து முன்னும் பின்னும், முன்னும் பின்னும் தேய்த்துக் கொண்டே அவன் ஜோடுகளின் டிரக்கைப் பார்த்தான்.

அவன் தனக்குத் தானே சிரித்துக் கொண்டிருந்ததை அவர்களால் பார்க்க முடிந்தது. அந்த தாடிக்கார மனிதர் போனதும், அந்த இளைஞன் தன் வேலையை விட்டு விட்டு அவர்களிடம் வந்தான்.

"எப்படி இருக்கீங்க?" என்றவனின் நீல நிறக் கண்கள் ஆச்சரியத்தால் பளிச்சென்று இருந்தது. ""நீங்க இப்பதான் மேயர சந்திச்சத நான் பாத்தேன்."

"அந்த ஆளுக்கு என்னதான் ஆச்சு?" என்று டாம் கேட்டான்.

அந்த இளைஞன் கெக்கெலித்துச் சிரித்தான். “உங்களையும் என்னையும் மாதிரி அந்த ஆளும் ஒரு பைத்தியம். ஒருவேளை அவன் என்னவிட கொஞ்சம் இன்னும் அதிகமா பைத்தியமா இருக்கலாம்”

அப்பா சொன்னார், “நாங்க இங்க தங்கலாமான்னு மட்டும்தான் அவரைக் கேட்டேன்.”

இளைஞன் எண்ணெய்க் கறை படிந்த தன் கையைத் தன் கால்சட்டையில் துடைத்துக் கொண்டான். “நிச்சயமா. ஏன் கூடாது? நீங்க இப்பதான வந்திருக்கீங்க?”

“ஆமா, இன்னைக்குக் காலைலதான் வந்தோம்” என்றான் டாம்.

“இதுக்கு முன்னாடி ஹூவர்வில்லேவுக்கு வந்ததில்லையா?”

“ஹூவர்வில்லே எங்க இருக்கு?”

“இதுதான் அது”

“ஓ! நாங்க இப்பதான் வந்தோம்” என்றான் டாம்.

வின்ஃபீல்டும், ருத்தியும் தங்களுக்கு இடையில் ஒரு வாளித் தண்ணீரை எடுத்துக் கொண்டு திரும்பினர்.

அம்மா சொன்னாள், “நாம கூடாரத்தப் போடுவோம். நான் ரொம்ப சோர்ந்து போயிருக்கேன். நம்ம எல்லாரும் ஓய்வெடுக்கலாம்”. கூடாரத்துணியையும், மெத்தைகளையும் இறக்குவதற்காக அப்பாவும், ஜான் மாமாவும் டிரக்கின் மேல் ஏறினர்.

டாம் இளைஞனிடம் சென்று, அவன் ஏற்கனவே வேலை செய்து கொண்டிருந்த காரை நோக்கி அவனுடன் நடந்தான். திறந்து கிடந்த பகுதியில் வால்வை தேய்க்கும் கருவி கிடந்தது. வாக்குவம் டாங்கின் மேல் வால்வைத் தேய்ப்பதற்கான ரசாயனம் ஒரு சிறிய மஞ்சள் நிறக் கேனில் இருந்தது. டாம் கேட்டான், “அந்த தாடி வச்ச வயசான ஆளுக்கு என்னதான் ஆச்சு?”

இளைஞன் துறப்பணத்தை எடுத்துக் கொண்டு வேலையைத் தொடங்கினான். முன்னும் பின்னும் வால்வை அதன் இடத்தில் வைத்து முடுக்கினான். “மேயருக்கா? கடவுளுக்குத்தான் தெரியும். ஒருவேளை அவர் தலைசுத்திப் போயிருக்கலாம்.”

“அப்படின்னா?”

“ஒருவேளைபோலீஸ்காரங்கஅவரரொம்பஅலைக்கழிச்சிருக்கலாம். அதனால் அவர் இன்னும் தலைசுத்திப் போயிருக்கலாம்னு நான் நினைக்கறேன்.”

“அவங்க ஏன் ஒரு ஆள அவ்வளவு சுத்த விடணும்” என்று கேட்டான் டாம்.

அந்த இளைஞன் வேலையை நிறுத்தி விட்டு டாமின் கண்களைப் பார்த்தான். “கடவுளுக்குத்தான் தெரியும்” என்றான். “நீங்க இப்பதான் வந்திருக்கீங்க. ஒரு வேளை நீங்க அதக் கண்டுபிடிக்கலாம். சிலபேர் ஒரு விஷயத்த சொல்றாங்க. வேற சிலபேர் வேற ஒண்ண சொல்றாங்க. ஆனா நீங்க ஒரு இடத்துல கொஞ்சம் நாள் முகாம் போட்டா, எவ்வளவு சீக்கிரமா ஒரு டெபுடி ஷெரீஃப் உங்கள விரட்டறார்னு தெரியும்”. அவன் வால்வைத் தூக்கி ரசாயனத்தை இருக்கையில் தெளித்தான்.

“ஆனா என்ன எழவுக்கு அப்படி இருக்காங்க?”

“எனக்குத் தெரியாதுன்னு சொல்றேன்ல. நாம வாக்களிக்கக் கூடாதுன்னு அவங்க விரும்பறதா சிலபேர் சொல்றாங்க; நாம வாக்களிக்க விடாம நம்மள விரட்றாங்க. சிலபேர் நமக்கு நிவாரணம் கிடைக்க விடாமப் பண்றதுக்காகன்னு சொல்றாங்க. நாம ஒரே இடத்தில தங்கிட்டோம்னா நாம அணிதிரண்டுடுவோம்னு பயப்பட்றதா சிலபேர் சொல்றாங்க. ஏன்னு எனக்குத் தெரியல. நாம எப்பவுமே ஓடிக்கிட்டேயிருக்கோம்னுதான் எனக்குத் தெரியுது. நீங்க பாருங்க, உங்களுக்கே தெரியும்.”

“ஆனா நாங்க ஒண்ணும் நாடோடிங்க இல்லையே” என்று அழுத்திக் கூறினான் டாம். “நாம வேல தேட்றோம். நாம எந்த வேலையையும் எடுத்துக்குவோம்.”

அந்த இளைஞன் வால்வின் இடத்தில் துறப்பணத்தை வைத்துக் கொண்டு பார்த்தான். அவன் டாமை திகைத்துப் போய்ப் பார்த்தான். “வேலை தேட்றியா?” என்றான். “அப்ப நீங்க வேல தேட்றீங்க. மிச்சவங்க எல்லாம் என்ன தேட்றாங்கன்னு நினைக்கறீங்க? வைரத்தையா? நான் ஏதாவது புடைப்பைத் தேடி அலைஞ்சுக்கிட்டு இருக்கேன்னு நினைச்சியா?”. அவன் தனது துறப்பணத்தை இடவலமாகத் திருப்பினான்.

டாம் அழுக்கான கூடாரங்களையும், குப்பைபோல் கிடந்த கருவிகளையும், பழைய கார்களையும், சூரிய வெளிச்சத்தில் கிடந்த பெரிய மெத்தைகளையும், மக்கள் சமைத்த இடங்களிலிருந்த சாம்பல் படிந்த இடங்களையும் சுற்றிப் பார்த்தான். பிறகு அமைதியாகக் கேட்டான், “வேலை எதுவும் இல்லையா?”

“எனக்குத் தெரியல. இருக்கணும். இப்ப இங்க எதுவும் பயிர் இல்ல. திராட்சையும் பின்னாலதான் பொறுக்கணும், பருத்தியையும் பின்னாலதான் எடுக்கணும். நான் இந்த வால்வுகளைப் பொருத்தினதும் சீக்கிரமா இந்த

இடத்த விட்டுப் போகப்போறோம். நான், என்னோட மனைவி, குழந்தைகள். வடக்க வேலையிருக்குன்னு நாங்க கேள்விப்பட்டோம். நாங்க வடக்க சாலினாச சுத்தி வேலையிருக்குன்னு கேள்விப்பட்டோம்."

ஜான் மாமாவும் அப்பாவும், போதகரும் கூடாரக் கம்பின்மீது தார்பாயை விரித்துக் கொண்டிருந்ததை டாம் பார்த்தான். அம்மா உள்ளே முட்டி போட்டுக் கொண்டு தரையில் மெத்தையை நீவி விட்டுக் கொண்டிருந்தாள். அமைதியாக சில குழந்தைகள் வட்டமாக நின்று கொண்டு புதிய குடும்பம் குடியேறுவதைப் பார்த்துக் கொண்டிருந்தன. அவர்கள் வெறுங்கால்களுடனும், அழுக்கான முகங்களுடனும் இருந்தனர். டாம் சொன்னான், "அங்க நம்ம இடத்துல சிலபேர் துண்டுப் பிரசுரங்களோட வந்தாங்க – ஆரஞ்சு நிறத்துல. அங்க பயிர் வேல செய்ய ஏராளமா ஆட்கள் வேணும்னு சொன்னாங்க."

அந்த இளைஞன் சிரித்தான். "இங்க சுமாரா மூணு லட்சம் பேர் இருக்காங்கன்னு சொல்றாங்க. அதுல ஒவ்வொரு குடும்பமும் அந்த பிரசுரத்தப் பாத்திருக்குன்னு நான் சொல்றேன்."

"ஆமா. ஆனா அவங்களுக்கு ஆள் தேவையில்லேன்னா, எதுக்காக அவங்க சிரமப்பட்டு அத விடணும்?"

"கொஞ்சம் மூளைய கசக்கு. யோசிக்க மாட்டியா?"

"ஆமா, ஆனா எனக்கு அது தெரியணும்."

"இங்க பாரு" என்றான் அந்த இளைஞன். "ஒருவேள உங்கிட்ட ஒரு வேலை இருக்குன்னா, அந்த வேலைய செய்யறதுக்கு ஒரு ஆள்தான் வேணும். அவன் கேக்கறத நீ கொடுக்கணும். ஆனா ஒருவேள நூறு பேர் இருந்தாங்கன்னா." அவன் தன் கருவியைக் கீழே வைத்தான். அவனது கண்கள் இறுக, அவனது குரல் கூர்மையடைந்தது. "ஒருவேளை நூறு பேருக்கு வேலை வேணும். ஒருவேளை அந்த ஆளுங்களுக்குக் குழந்தைங்க இருக்கு, அந்தக் குழந்தைங்க பசியா இருக்கு. ஒருவேளை ஒரு பாழாப்போன காசுக்கு ஒரு டப்பா கஞ்சிய குழந்தைங்களுக்கு வாங்க முடியும்னு வச்சிக்க. ஒருவேளை ஒரு நிக்கலுக்கு குழந்தைங்களுக்கு எதாவது வாங்க முடியும்னு வச்சிக்க. உங்ககிட்ட நூறு பேர் இருக்காங்க. ஒரு நிக்கல் மட்டும் கொடு - அந்த ஒரு நிக்கலுக்காக அவங்க அடிச்சுக்கிட்டு சாவாங்க. நான் கடைசியா பாத்த வேலைக்கு அவங்க என்ன கொடுத்தாங்கன்னு தெரியுமா? ஒரு மணி நேரத்துக்கு பதினஞ்சு செண்ட். ஒன்றரை டாலருக்கு பத்து மணி நேரம் வேல பாக்கணும். நீங்க அங்க தங்க முடியாது. அங்க போறதுக்கும் டீசல் செலவு செய்யணும்." அவன் கோபத்தில் மூச்சிரைத்துக் கொண்டிருந்தான், அவனது கண்கள் வெறுப்பால் தகித்துக் கொண்டிருந்தன. "அதுனாலதான் அவங்க

பிரசுரம் வெளியிட்டாங்க. ஒரு மணி நேர வயல் வேலைக்கு பதினஞ்சு செண்ட் கொடுக்கறதுக்கு நீங்க எவ்வளவு வேணா கைப்பிரசுரம் அச்சடிக்கலாம்.''

டாம் சொன்னான், ''இது நாத்தமடிக்குது.''

அந்த இளைஞன் கடுப்பாகச் சிரித்தான். நீ இன்னும் கொஞ்ச நேரம் இங்க தங்கு. உனக்கு எதாவது ரோஜா வாசனை அடிச்சா எங்கிட்ட வந்து சொல்லு, நானும் மோந்துக்கறேன்.''

''ஆனா வேலை இருக்கு'' என்று டாம் வலியுறுத்திக் கூறினான். ''இயேசுவே, இங்க வளர்ற எல்லாத்துக்கும்; பழத்தோட்டம், திராட்சை, காய்கறி – எல்லாத்தையும் நான் பாத்தேன். அவங்களுக்கு ஆள் வேணும். நான் அது எல்லாத்தையும் பாத்தேன்.''

காருக்கருகிலிருந்து கூடாரத்தில் ஒரு குழந்தை அழுதது. இளைஞன் அந்தக் கூடாரத்துக்குள் செல்ல, அங்கிருந்து அவனது குரல் மென்மையாக கூடாரத்துணியின் வழியாகக் கேட்டது. டாம் துறப்பணத்தை எடுத்து வால்வை வைத்து திருப்பினான். அவனது கை முன்னும் பின்னுமாக அசைந்தது. குழந்தையின் அழுகை நின்றது. இளைஞன் வெளியே வந்து டாமைக் கவனித்தான். ''உன்னால சரிபண்ன முடியும்'' என்றான் அவன். ''நல்ல விஷயம். அதை நீ செய்யணும்.''

''நான் சொன்னது பத்தி என்ன சொல்ற?'' என்று டாம் மீண்டும் தொடங்கினான். ''நான் அது எல்லாம் வளர்றதப் பாத்தேன்.''

இளைஞன் குத்துக்காலிட்டு அமர்ந்து கொண்டான். ''நான் உனக்குச் சொல்றேன்'' என்றான் அமைதியாக. ''நான் வேல செஞ்ச பீச் பழத்தோட்டத்துல ஒரு வேசி மகன் இருக்கான். வருஷம் முழுக்க ஒன்பது பேரத்தான் எடுக்கறான்.'' அவன் ஈர்க்கக் கூடிய வகையில் நிறுத்தினான். ''பீச் பழுக்கும்போது ரெண்டு வாரத்துக்கு மூவாயிரம் பேர் வேணும். அப்படி எடுக்கலேன்னா பீச் கெட்டுப் போகும். அப்ப அவங்க என்ன செய்யறாங்க? அவங்க நகரம் முழுசும் கைப்பிரசுரத்த அனுப்பறாங்க. அவங்களுக்கு மூவாயிரம் வேணும்னா ஆறாயிரம் கிடைக்கிது. அவங்க எவ்வளவு கொடுக்கணும்னு விரும்பறாங்களோ அதுக்கு ஆள் கிடைக்கிது. அவங்க கொடுக்கறத நீ வாங்க விரும்பலேன்னா, இன்னொரு ஆயிரம் பேர் அதுக்குக் காத்துக்கிட்டு இருக்கான். அப்ப நீ பொறுக்கற, வேல முடியுது.''

இந்த மாகாணம் முழுக்க பீச்தான். எல்லாம் ஒரே சமயத்துல பழுக்கும். அதப் பொறுக்கும்போது ஒவ்வொண்ணையும் பொறுக்கணும். அப்ப இங்க செய்யறதுக்கு வேற வேல எதுவும் கிடையாது. அதுக்கு

அப்புறம் அந்த சொந்தக்காரங்களுக்கு நீங்க தேவையில்ல. நீங்க மூவாயிரம் பேர். வேல முடிஞ்சது. நீங்க திருடலாம், நீங்க குடிக்கலாம், வெறுமனே சத்தம் போடலாம். மேல நீங்க பழைய கூடாரத்துல இருந்துக்கிட்டு இருக்கீங்க. நல்லாவும் இல்ல; இது ஒரு அழகான இடம், நீங்க நாத்தமடிச்சிட்டு இருக்கீங்க. அவங்களுக்கு நீங்க இங்க இருக்க வேண்டியதில்ல. ஆக உங்கள வெளிய தள்ள, உங்கள விரட்றாங்க. அது அப்படித்தான்."

ஜோடின் கூடாரத்தைப் பார்த்த டாம் தன் மகனைப் பார்த்தான். சோர்வால் மெதுவாக நடந்த அம்மா குப்பைகளைக் குவித்து சமையல் பாத்திரங்களை மேலே வைத்தாள். குழந்தைகளின் வட்டம் மேலும் நெருங்கியது. குழந்தைகளின் அமைதியான, விரிந்த கண்கள் அம்மாவின் கைகளின் ஒவ்வொரு நகர்வையும் கூர்ந்து கவனித்தன. ஒரு வயதான முதுகு வளைந்த மனிதர் ஒரு கூடாரத்திலிருந்து பேட்ஜரைப் போல் வெளியே வந்து அருகே நெருங்கினார். அவர் வரும்போது காற்றை முகர்ந்து கொண்டே வந்தார். அவர்தன் கையைப் பின்புறமாகக் கட்டிக் கொண்டு குழந்தைகளுடன் அம்மாவைப் பார்க்க நின்றார். ருத்தியும், வின்ஃபீல்டும் அம்மாவின் அருகில் நின்று கொண்டு புதியவர்களை ஒரு சார்பாகப் பார்த்தனர்.

டாம் கோபத்துடன் சொன்னான், "அவங்களோட பீச்ச இப்ப யாராவது பொறுக்கணும், இல்லையா? அது எப்பப் பழுக்கும்?"

"எடுக்கத்தான் வேணும்."

"ஒருவேள எல்லா ஆளுங்களும் சேந்துக்கிட்டு, 'அதுங்க கெட்டுப் போகட்டும். கடவுள் பேரால கூலி ஏற ரொம்ப நாளாகாது."

இளைஞன் வால்வுகளிலிருந்து தன் தலையை நிமிர்த்தி டாமை நக்கலாகப் பார்த்தான். "நீ எதையோ கண்டுபிடிச்சிட்டேல்ல. வா, அத விட்டு வெளிய வந்து பாரு."

"நான் சோர்ந்து போயிருக்கேன்" என்றான் டாம். "ராத்திரி பூரா கார் ஓட்டிருக்கேன். நான் எந்த விவாதமும் செய்ய விரும்பல. நான் சோர்ந்திருக்கறதால என் வாதம் ரொம்ப எளிதாயிடும். எங்கிட்ட ரொம்ப புத்திசாலித்தனமா நடந்துக்காத. நான் உங்கிட்ட கேக்கறேன்."

அந்த இளைஞன் புன்முறுவல் செய்தான். "நான் அப்படிச் சொல்லல. நீ இங்க இருந்தது இல்ல. அவங்க அதக் கண்டுபிடிச்சிட்டாங்க. அத பீச் தோட்டங்களோட சொந்தக்காரங்களும் கண்டுபிடிச்சுட்டாங்க. பாரு, இந்த ஆளுங்க ஒண்ணு சேர்ந்தா, ஒரு தலைவன் இருப்பான்- இருக்கணும் – பேசற ஆளு. இந்த ஆளு முதல் தடவ பேசின உடனே அவனத் தூக்கி சிறைல

தள்ளிடுவாங்க. இன்னொரு தலைவன் உருவானாலும், அவங்க அவன சிறைல தள்ளிடுவாங்க.

டாம் சொன்னான், "ஒரு ஆள் எப்படின்னாலும் சிறைல சாப்பிட்டுதானே ஆகணும்?"

"அவன் குழந்தைங்க சாப்பிடமாட்டாங்க. உன் குழந்தைங்க பட்டினில சாகறத எப்படி விரும்புவ?"

"ஆமா" என்றான் டாம் மெதுவாக. "ஆமா".

"இங்க இன்னொரு விஷயம். எங்கயாவது கருப்புப்பட்டியல கேள்விப்பட்டிருக்கியா?"

"அது என்ன?"

"நாங்க ஒண்ணு சேர்றதுங்கற உன்னோட வலைய மட்டும் விரி, நீயே பாப்ப. உன்னோட படத்த எடுத்து அவங்க எல்லா இடத்துக்கும் அனுப்பிடுவாங்க. உன்னால என்னால வேல வாங்க முடியாது. உனக்கு மட்டும் குழந்தைங்க இருந்தா – "

டாம் தனது தொப்பியை எடுத்துத் தன் கையால் முறுக்கினான். "ஆக நமக்குக் கிடைச்சத நாம எடுத்துக்கணும். இல்லேன்னா நாம பட்டினி கிடக்கணும்; நாம சத்தம் போட்டா நாம பட்டினி கிடக்கணும்."

இளைஞன் தன் கையால் வேகமாக ஒரு வட்டம் போட்டான். அவனது கை கந்தலான கூடாரங்களையும், துருப்பிடித்த கார்களையும் காட்டியது.

டாம் மீண்டும் உட்கார்ந்து உருளைக்கிழங்குகளை சுரண்டிக் கொண்டிருந்த தனது தாயைப் பார்த்தான். குழந்தைகள் இன்னும் நெருங்கி வந்திருந்தனர். "நான் இத ஏத்துக்கப் போறதில்ல. என்னோட ஆளுங்க ஒண்ணும் ஆடுங்க இல்ல. நான் யாரையாவது உயிர எடுக்கப்போறேன்."

"ஒரு போலீஸ்காரன் மாதிரி?"

"யார மாதிரியாவது"

"நீ ஒரு பைத்தியம்" என்றான் இளைஞன். "அவங்க உன்ன நேரா பிடிச்சிடுவாங்க. உனக்குப் பேரும் இல்ல, எந்தச் சொத்தும் இல்ல. அவங்க உன்ன ஒரு இறக்கத்தில உன்னோட வாயில இருந்தும், மூக்குல இருந்தும் ரத்தம் வழிய கண்டுபிடிச்சிடுவாங்க.

பேப்பர்ல ஒரே ஒரு வரி வரும் – அது என்ன சொல்லும் தெரியுமா? நாடோடி சடலமாகக் கண்டுபிடிக்கப்பட்டான். அவ்வளவுதான். இந்த

மாதிரி நிறைய சின்ன வரிகளப் பாக்கலாம். "நாடோடி சடலமாகக் கண்டுபிடிக்கப்பட்டான்."

டாம் சொன்னான், "இந்த நாடோடிக்குப் பக்கத்திலயே இன்னொருத்தனும் செத்துக் கிடக்கறதப் பாப்பாங்க."

"நீ ஒரு பைத்தியம். அதுல ஒண்ணும் நல்லதா நடக்காது" என்றான் அந்த இளைஞன்.

"அப்ப நீ அத என்ன செய்யற?" அவன் எண்ணெய்க்கசடு படிந்திருந்த முகத்தைப் பார்த்தான். இளைஞனின் கண்ணின் மேல் ஒரு மறைப்பு கீழிறங்கியிருந்தது.

"ஒண்ணுமில்ல. நீ எங்கேருந்து வர?"

"நாங்களா? ஓக்லஹாமால சாலிசா கிட்டேருந்து."

"இப்பதான் வந்தீங்களா?"

"இன்னைக்குத்தான்."

"இங்க ரொம்ப நாள் இருக்கப் போறீங்களா?"

"தெரியல. எங்க வேல கிடைக்குதோ அங்க தங்குவோம். ஏன்?"

"ஒண்ணுமில்ல." மீண்டும் அந்த மறைப்பு கீழிறங்கியது.

"தூங்கணும்" என்றான் டாம். "நாளைக்கு நாம வேல தேடிப் போவோம்."

"நீ முயற்சி செய்யலாம்."

டாம் திரும்பி ஜோடின் கூடாரத்தை நோக்கி நடந்தான்.

இளைஞன் ரசாயனம் இருந்த கேனை எடுத்து தன் விரலால் அதைத் தோண்டினான். "ஹை" என்று அழைத்தான்.

டாம் திரும்பினான். "உனக்கு என்ன வேணும்?"

"உனக்கு ஒண்ணு சொல்லணும்." அவன் ரசாயனம் ஒட்டிக் கொண்டிருந்த விரலை ஆட்டினான். "உனக்கு சும்மா சொல்லணும். ஏதாவது பிரச்சனையத் தேடிப் போகாத. அந்த எளிமையான ஆள் எப்படி இருந்தான்னு ஞாபகம் வச்சுக்கோ."

"அந்தக் கூடாரத்தில இருந்த ஆளா?"

"அவந்தான்– முட்டாள் மாதிரி தெரிஞ்சான்– அறிவில்லாத மாதிரி?"

"அவனப் பத்தி என்ன?"

"போலீஸ்காரங்க உள்ள வரும்போது, அவங்க எப்பவும் வருவாங்க, நீ அப்படி இருக்கணும்னுதான் விரும்புவ. முட்டாளா– எதுவும் தெரியாத மாதிரி. எதுவும் புரியாது. அப்படி நாம இருக்கணும்னு தான் போலீஸ்காரங்க

விரும்புவாங்க. எந்தப் போலீஸ்காரனையும் அடிக்காத. அது தற்கொலைதான். ரொம்ப எளிமையானது.''

''அந்த பாழாப் போன போலீஸ்காரங்க என்ன அடிப்பாங்க, நான் எதுவும் செய்யக் கூடாது?''

''இல்ல, இங்க பாரு, இன்னைக்கு ராத்திரி நான் உனக்காக வரேன். ஒருவேள நான் தப்பாவும் இருக்கலாம். நானும் ஒரு வாய்ப்பெடுத்துக்கறேன். எனக்கும் குழந்தை இருக்கு. ஆனா நான் உனக்காக வரேன். நீ ஒரு போலீஸ்காரன பாத்தா, ஏன், நீ ஒரு பாழாப்போன முட்டாள் ஓக்கீதான், பாரு?''

''நாம எதாவது செய்யறதா இருந்தா, இது சரிதான்.'' என்றான் டாம்.

''நீ கவலப்படாத. நாம எதாவது செய்யறோம், ஆனா கழுத்த மட்டும் நீட்டப்போறதில்ல. ஒரு குழந்தை சீக்கிரமா பட்டினியாயிடும். ஒரு குழந்தைக்கு ரெண்டு, மூணு நாள்தான்.'' அவன் தன் வேலைக்கு மீண்டும் போனான். ஒரு வால்வின் திருகில் ரசாயனத்தைப் பூசி, அவனது கை திருகின் மீது இட வலமாக வேகமாகச் சென்றது. அவனது முகம் வாட்டமாகவும், முட்டாள்தனமாகவும் இருந்தது.

டாம் மெதுவாகத் தனது முகாமுக்குச் சென்றான். ''ரொம்ப எளிமையானது,'' என்று தன் வாய்க்குள் சொல்லிக் கொண்டான்.

அப்பாவும், ஜான் மாமாவும் முகாமை நோக்கி வந்தனர். அவர்களது கைகள் முழுதும் காய்ந்த சுள்ளிகள் இருந்தன. அவர்கள் அதை நெருப்புக்கு அருகில் போட்டு விட்டுக் குத்துக்காலிட்டு உட்கார்ந்து கொண்டனர். ''ரொம்ப நல்லா எடுத்திருக்கோம்'' என்றார் அப்பா. ''சுள்ளிக்காக ரொம்ப தூரம் போக வேண்டியதாயிடுச்சு''. வெறித்துப் பார்த்துக் கொண்டிருந்த குழந்தைகளின் வட்டத்தை அவர் நிமிர்ந்து பார்த்தார். ''அடக் கடவுளே!'' என்றார் அவர். ''நீங்கெல்லாம் எங்கேருந்து வந்தீங்க?'' எல்லாக் குழந்தைகளும் சுய உணர்வுடன் தமது கால்களைப் பார்த்தன.

''அதுங்க சமைக்கற வாசனைய மோந்துடுச்சுன்னு நினைக்கறேன்'' என்றாள் அம்மா. ''வின்ஃபீல்ட், என் காலடிலேருந்து வெளிய போ''. அவள் அவனை அவளது வழியிலிருந்து தள்ளி விட்டாள். ''கொஞ்சம் கூட்டு பண்ணணும்''என்றாள் அவள். ''நாம வீட்லேருந்து வந்ததுலேருந்து நாம சமைக்கவேயில்ல. அப்பா, நீங்க கடைக்குப் போய் கொஞ்சம் கழுத்துக் கறி வாங்கிட்டு வாங்க. இங்க ஒரு நல்ல சூப் செய்யலாம்.'' அப்பா எழுந்து நடந்தார்.

அல் காரின் முகப்பு மடிப்பைத் திறந்து எண்ணெய்ப்பசை படிந்த எஞ்சினைப் பார்த்தான். டாம் நெருங்கியபோது அவன் நிமிர்ந்து பார்த்தான். "நீ நிச்சயமா ஒரு பருந்து மாதிரி மகிழ்ச்சியா இருக்க." என்றான் அல்.

"நான் வசந்த கால மழைல ஒரு தவளை மாதிரி உற்சாகமா இருக்கேன்" என்றான் டாம்.

"எஞ்சினைப் பாரு. ரொம்ப நல்லாயிருக்குல்ல?" என்று அல் சுட்டிக் காட்டிக் கேட்டான்.

"சரியா இருக்கா? இயேசுவே, ரொம்ப பிரமாதமா இருக்கு. அது எண்ணெயையோ, எதையோ கொட்டல." அவன் ஒரு ஸ்பார்க் ப்ளக்கை எடுத்து ஓட்டையில் தன் ஆள்காட்டி விரலை விட்டான். "கொஞ்சம் பொருக்கு தட்டிருக்கு. ஆனா வறண்டு இருக்கு."

டாம் சொன்னான், "நீ அருமையான வண்டிய தேர்ந்தெடுத்திருக்க. அதத்தான நீ எங்கிட்ட சொல்ல வர?"

"அது சரி. அது வழியிலயே ரிப்பேராயிடும், அது என்னோட தப்பாத்தான் இருக்கும்னு வழிபூரா பயந்துக்கிட்டிருந்தேன்."

"இல்ல, நீ நல்ல வேல பண்ணிருக்க. அத சரி பண்ணிட்றது நல்லது. ஏன்னா நாளைக்கு நாம வேலை தேடப்போறோம்."

"அது ஓடும்" என்றான் அல். "அதப்பத்தி நீ கவலைப்படாத." அவன் ஒரு பாக்கெட் கத்தியை எடுத்து ஸ்பார்க் ப்ளக்கைச் சுரண்டினான்."

டாம் கூடாரத்தைச் சுற்றி நடந்தான். அங்கு கேஸி தரையில் உட்கார்ந்து கொண்டு தனது ஒரு வெறுங்காலை ஆராய்ச்சி செய்து கொண்டிருந்ததைப் பார்த்தான். டாம் அவருக்கு அருகில் தொம்மென்று உட்கார்ந்தான். "அது வேலை செய்யும்னு நினைக்கிறீங்களா?"

"என்ன?" என்றார் கேஸி.

"உங்களோட பாதங்களைச் சொன்னேன்".

"நீங்க எப்போதுமே அத வசதியா, நல்லா வச்சுக்கறீங்க" என்றான் டாம்.

கேஸி தனது பெரிய முன்னங்காலை உயர்த்தி, தனது இரண்டாவது முன்னங்காலைக் கீழே வைத்து விட்டு அமைதியாகப் புன்னகைத்தார். "தற்கொலை செய்துக்கறதுன்னு நினைக்கறது ஒரு ஆளுக்கு ரொம்ப கஷ்டம்."

"உங்கள கொஞ்ச நாளாவே வெளிய காணோம்" என்றான் டாம். "எப்பவும் யோசிச்சிக்கிட்டே இருந்தீங்களா?"

"ஆமா, எப்பவும் யோசிச்சிக்கிட்டு இருந்தேன்."

டாம் இப்போது அழுக்காகியிருந்த, பழையதாகிப்போய் மறைப்பு கூம்பு வடிவாகிப்போயிருந்த தனது துணித் தொப்பியை எடுத்தான். அதன் வியர்வைத் துணியை வெளியே எடுத்து ஒரு நீண்ட மடித்த செய்தித்தாளை அகற்றினான். "இது சுருங்கிப் போற அளவுக்கு வியர்த்திருக்கு" என்றான். அவன் ஆடிக் கொண்டிருந்த கேஸியின் முன்னங்கால்களைப் பார்த்தான். "நீங்க கொஞ்சம் யோசனைலேருந்து விடுபட்டு ஒரு நிமிஷம் கவனிக்க முடியுமா?"

வளைந்திருந்த கழுத்தின் மேல் இருந்த தனது முகத்தைக் கேஸி திருப்பினார். "எல்லா நேரமும் கேட்டுக்கிட்டே இருக்கறது. அதுனாலதான் நான் யோசிச்சிக்கிட்டே இருக்கேன். மக்கள் பேசறதக் கேட்டுக்கிட்டே இரு. சீக்கிரமே அவங்க என்ன உணர்றாங்கன்னு நான் கேட்டுட்டேன். எப்பவுமே கேட்டுக்கிட்டே இருக்கறதால அவங்கள கேக்கறேன், அவங்கள உணர்ரேன்; அவங்க ஒரு மாடத்துல இருக்கற பறவை மாதிரி எப்பவும் சிறகடிச்சிக்கிட்டே இருக்காங்க. புழுதிலேருந்து வெளிய வர முயற்சில அவங்க சிறகுகள சிதைச்சுக்கப் போறாங்க."

டாம் அவரை விரிந்த விழிகளால் பார்த்தான். பிறகு இருபது அடி தள்ளியிருந்த சாம்பல் நிறக் கூடாரத்தைத் தனது முகத்தைத் திருப்பிப் பார்த்தான். கூடாரத்தின் கம்புகள் மீது துவைத்த ஜீன்சும், சட்டையும் காய்வதற்காக போடப்பட்டிருந்தது. அவன் மென்மையாகச் சிரித்தான், "அதத்தான் நான் உனக்குச் சொல்றதா இருந்தேன். நீ ஏற்கனவே பாத்துட்ட."

"நான் பாத்தேன்" என்று கேஸி ஒப்புக் கொண்டார். "எந்தக் கட்டுப்பாடும் இல்லாம நாங்க ஒரு ராணுவமே இருக்கோம்." அவர் தன் தலையைக் குனிந்து தன் கையை மெதுவாகத் தூக்கித் தன் முடிக்குள் விட்டார். "நான் எப்பவுமே அதப் பாத்திருக்கேன். நாம நின்ன ஒவ்வொரு இடத்திலயும் அதப் பாத்தேன். இறைச்சிக்காக ஆளுங்க பட்டினியா ஏங்கறதும், அது கிடைச்சதும் அவங்க சாப்பிட முடியாததும். அவங்க அத இனிமேலும் சாப்பிட முடியாத அளவுக்கு பசியாயிட்றாங்க. அவங்க தனக்காக பிரார்த்தனை பண்ண எங்கிட்ட கேட்டிருக்காங்க, சில சமயம் நான் செஞ்சிருக்கேன்." அவர் நீட்டி வைத்திருந்த தன் கால்களைச் சுற்றித் தன் கைகளால் வளைத்துத் தன் கால்களை அருகில் இழுத்தார். "அது பிரச்சனையைத் தடுத்துடும்னு நான் நினைச்சிருக்கேன். ஒரு பிரார்த்தனைய செஞ்சதும் ஈயெல்லாம் ஒரு எண்ணெய்க் காகிதத்துல ஒட்டிக்கிற மாதிரி ஒட்டிக்கிட்டு அதோட பறந்து போயிடும்னு நினைச்சிருக்கேன். ஆனா இனி அது வேலை செய்யாது."

டாம் சொன்னான், “ஒருபோதும் பிரார்த்தனை இறைச்சியைக் கொண்டு வந்ததில்ல. பன்னிக்கறியைக் கொண்டு வரதுக்குப் புதுசா உரிச்ச இளம் பன்னி வேணும்.”

“ஆமா” என்றார் கேஸி. “எல்லாம் வல்ல கடவுள் எந்தக் கூலியும் கேட்டதில்ல. இங்க வந்திருக்கற ஆளுங்க நாகரீகமா வாழ்க்கை நடத்தி, தன்னோட குழந்தைகள நாகரீகமா வளக்கணும்னு விரும்பறாங்க. வயசானதும் வாசல்ல உக்காந்துக்கிட்டு மறையற சூரியனப் பாக்கணும்னு நினைக்கறாங்க. அவங்க இளமையா இருக்கற போது ஆடணும், பாடணும், கூடணும்னு விரும்பறாங்க. அவங்க சேந்து சாப்பிடணும், குடிக்கணும், வேலை பாக்கணும்னு விரும்பறாங்க. அதுதான் இது – அவங்க தங்களோட பாழாப்போன தசைகள இறுக்கிக்கிட்டு வேல செஞ்சு சோர்ந்து போயிட்றாங்க. கிருத்துவே! நான் எதப் பத்திப் பேசிக்கிட்டிருக்கேன்?”

“எனக்குத் தெரியல” என்றான் டாம். “ஆனா நல்லா இருக்கு. ஆனா வேலையப் பாக்கணும்னா நீங்க யோசிக்கறத கொஞ்சம் காலத்துக்கு விட்டுட்டு இருக்கணும்னு நினைக்கறேன். காசு அநேகமா காலியாயிடுச்சு. பாட்டிக்கு மேல வைக்கறதுக்காக ஒரு வண்ணம் பூசின பலகை வைக்க அப்பா அஞ்சு டாலர் கொடுத்தார். நம்மகிட்ட ரொம்ப மிச்சம் இல்ல.”

ஒரு மெலிந்த அரக்கு நிற மாங்ரல் நாய் கூடாரத்தைச் சுற்றி முகர்ந்து பார்த்துக் கொண்டு வந்தது. அது பதற்றமாகி ஓடுவதற்காக தசையை இறுக்கியது. இரண்டு பேர் உட்கார்ந்திருப்பது தெரிவதற்கு முன்னால் அது மிகவும் அருகில் முகர்ந்து கொண்டிருந்தது. பிறகு அது நிமிர்ந்து அவர்கள் இருவரையும் பார்த்ததும், பக்கவாட்டில் தாவிக் குதித்து, காதுகளை நிமிர்த்திக் கொண்டும், எலும்பும் தோலுமான தன் வாலைப் பாதுகாப்பாகத் தன் கால்களுக்கிடையில் இடுக்கிக் கொண்டும் பாய்ந்தோடியது. அது கண்களிலிருந்து மறைவதற்காகக் கூடாரத்தைச் சுற்றி ஓடியதை கேஸி கவனித்துப் பார்த்துக் கொண்டிருந்தார். பிறகு பெருமூச்சு விட்டார். “நான் யாருக்கும் எந்த நன்மையும் செய்யல” என்றார். “எனக்கும் இல்ல, வேற யாருக்கும் இல்ல. நானே தனியாப் போகணும்னு நினைச்சேன். நான் உங்களோட சாப்பாட்ட சாப்பிட்டுக்கிட்டு, உங்க இடத்த எடுத்துக்கிட்டிருக்கேன். உங்களுக்கு எதுவும் நான் கொடுக்கல. நானும் ஒரு நிரந்தர வேலையப் பாத்துக்கிட்டு நீங்க எனக்கு செஞ்சதுக்கு உங்களுக்கு எதாவது திருப்பிக் கொடுக்கணும்.”

டாம் தன் வாயைத் திறந்து கீழ்த்தாடையை முன்னே நீட்டினான். தன் கீழ்பற்களை ஒரு கடுகுத் தண்டை வைத்துத் தட்டினான். அவனது கண்கள் முகாமை நோட்டமிட்டன. சாம்பல் நிறக் கூடாரங்கள், தழைகள்,

தகரம். காகிதம் கொண்டு அமைக்கப்பட்ட கொட்டில்களை அவனது கண்கள் மேய்ந்தன. "துர்ஹாம் ஒரு சாக்கு இருந்தா நல்லாருக்கும்னு நினைச்சேன்" என்றான் டாம். "நான் புகை பிடிச்சு ரொம்ப நாளாச்சு. மெக்லஸ்டர்ல புகையிலை கிடைச்சிக்கிட்டிருந்தது. நான் திரும்பப் போகணும்னு ஏறத்தாழ நினைச்சுட்டேன்." அவன் தன் பற்களை மீண்டும் தட்டிக் கொண்டு திடீரென போதகரை நோக்கித் திரும்பினான். "நீங்க எப்பவாவது சிறைக்குப் போயிருக்கீங்களா?"

"இல்ல" என்றார் கேஸி. "ஒருபோதும் இல்ல."

"இப்பவும் போயிடாதீங்க" என்றான் டாம். "இதுவரைக்கும் போனதில்ல."

"நாம் எவ்வளவு வேகமா வேல தேட்றேனோ– அவ்வளவு வேகமா எதாவது கிடைக்கும்."

டாம் அவரை அரைக்கண்களால் கவனித்துப் பார்த்து விட்டுத் தன் தொப்பியை மீண்டும் போட்டுக் கொண்டான். "பாருங்க, போதகர்கள் சொல்ற மாதிரி இது ஒண்ணும் பாலாறும், தேனாறும் ஓடற இடமில்ல. இங்க ஒரு கேவலமான விஷயம் இருக்கு. இங்க இருக்கறவங்க மேற்கயிருந்து வரவங்களப் பாத்து பயப்பட்றாங்க; அதுனால நம்மள பயமுறுத்தி திருப்பி அனுப்பறதுக்காக போலீசக் கூப்பிட்றாங்க."

"ஆமா" என்றார் கேஸி. "எனக்குத் தெரியும். நான் சிறைல இருந்திருக்கேனான்னு நீ ஏன் கேட்ட?"

டாம் மெதுவாகச் சொன்னான், "நீங்க சிறைல இருந்தா– உங்களுக்கு ஒரு விதமான உணர்ச்சி கிடைக்கும். நிறைய பேர் சேர்ந்து பேசறதுக்கு அங்க அனுமதிக்கறதில்ல. ஒரு வேளை ரெண்டு பேர் சேர்ந்து பேசலாம், ஆனா கூட்டமா இல்ல. அதுல உங்களுக்குக் கொஞ்சம் உணர்ச்சி கிடைக்கும். எதாவது அங்க நடக்கப் போகுதுன்னா – ஒருவேள ஒரு ஆளு அங்க கலகம் பண்ணி தரை துடைக்கறவனோட சண்ட போடப் போறான்னா – அது நடக்கறதுக்கு முன்னாலயே உங்களுக்குத் தெரிஞ்சிடும். அங்க ஒரு கலகம் நடக்கப் போகுதுன்னா யாரும் உங்களுக்குச் சொல்ல வேண்டியதேயில்ல. உங்களுக்கே அந்த உணர்வு வந்துடும். உங்களுக்குத் தெரியும்."

"அப்படியா?"

"கவனமா இருங்க" என்றான் டாம். "எப்படின்னாலும் நாளைக்கு வரைக்கும் கொஞ்சம் கவனமா இருங்க. எதோ ஒண்ணு நடக்கப்போகுது. நான் ரோட்டுல ஒரு குழந்தைகிட்டப் பேசிக்கிட்டிருந்தேன். அவனும் ஒரு ஓநாய் மாதிரி நோட்டம் விட்றவனாவும், புத்திசாலியாவும் இருக்கான்.

ஆனா அவன் ரொம்ப புத்திசாலியா இருக்கான். தன்னோட வேலைய பாத்துக்கிட்டு, ரொம்ப அப்பாவியா, அருமையா எந்த தப்பும் செய்யாம விளையாடிக்கிட்டு ஒரு ஓநாய் இருக்குன்னா – பக்கத்தில ஒரு கோழிப்பண்ணை இருக்குன்னு அர்த்தம்.''

கேஸி அவனைக் கூர்ந்து பார்த்துவிட்டு அவனிடம் ஒரு கேள்வியைக் கேட்கத் தொடங்கினார். ஆனால் பிறகு தன் வாயை இறுக மூடிக் கொண்டார். அவர் தன் முன்னங்கால்களை மெதுவாக ஆட்டி விட்டுத் தனது முட்டிகளை விடுவித்து அவற்றைத் தான் பார்க்கும்படி முன்னால் நீட்டினார். ''சரி'' என்றார் அவர். ''நான் உடனே போகல.''

''அருமையான ஆளுங்க, அமைதியானவங்க எதப்பத்தியும் எதுவும் தெரியாம இருந்தாங்கன்னா ஏதோ நடக்குது'' என்றான் ட ாம்.

''நான் இருக்கேன்'' என்றார் கேஸி.

''நாளைக்கு நாம டிரக்குல போயி வேலை தேடுவோம்.''

''சரி!'' என்றார் கேஸி. அவர் தன் முன்னங்கால்களை மேலும் கீழும் ஆட்டி அவற்றைக் கடுமையாகப் பார்த்தார். டாம் தன் முழங்கைகளில் சாய்ந்து கொண்டு தன் கண்களை மூடிக் கொண்டான். கூடாரத்துக்குள் ஷாரனின் ரோசுடைய கிசுகிசுப்புக் குரலையும், அதற்கு கோனி பதிலளித்ததும் கேட்டது.

தார்பாய் ஒரு இருண்ட நிழலையும், ஒவ்வொரு முனையிலும் கூர்முனை வெளிச்சம் பிரகாசமாக இருந்தது. ஷாரனின் ரோஸ் மெத்தையில் படுத்திருக்க, கோனி அவளுக்கருகில் உட்கார்ந்திருந்தான். ''நான் அம்மாவுக்கு உதவணும்'' என்றாள் ரோஸ். ''நான் முயற்சி பண்ணினேன், ஆனா ஒவ்வொரு முறையும் நான் அசைஞ்சதும், நான் சோர்ந்துட்டேன்.''

கோனியின் கண்கள் பாவமாக இருந்தன. ''இந்த மாதிரி இருக்கும்னு தெரிஞ்சிருந்தா நான் வந்திருக்கவே மாட்டேன். வீட்டிலயே நான் டிராக்டர்களப் பத்தி ராத்திரியெல்லாம் படிச்சிருப்பேன். அது எனக்கு மூணு டாலர் வேலையைக் கொடுத்திருக்கும். ஒரு நாளைக்கு மூணு டாலர் சம்பளத்தில ஒரு ஆள் நல்லபடியா வாழ முடியும். ஒவ்வொரு நாள் ராத்திரியும் ஒரு படத்துக்கும் போயிருப்பேன்.''

ஷாரன் ரோஸ் சந்தேகமாகப் பார்த்தாள். ''நீ ராத்திரியெல்லாம் ரேடியோ பத்திப் படிக்கப்போறதா சொன்ன'' என்றாள் அவள். அவன் பதிலளிக்க நீண்ட நேரம் எடுத்துக் கொண்டான். ''நீ சொன்னேல்ல'' என்று அவள் அழுத்திக் கேட்டாள்.

''ஆமா, சொன்னேந்தான். சீக்கிரம் நான் இறங்கிடுவேன். கொஞ்சம் பணம் சம்பாதிப்பேன்.''

அவள் முழங்கை மேல் திரும்பிப் படுத்துக் கொண்டாள். "நீ அத விட்டுக் கொடுக்கல."

"இல்ல, இல்ல, நிச்சயமா இல்ல. ஆனா– நாம வாழ வேண்டிய இந்த மாதிரி இடங்கள் இருக்குன்னு எனக்குத் தெரியல."

அந்தப் பெண்ணின் கண்கள் இறுகின. "நீ போய்த்தான் ஆகணும்" என்று அவள் அமைதியாகச் சொன்னாள்.

"நிச்சயமா, நிச்சயமா. எனக்குத் தெரியும். நான் இறங்கணும். கொஞ்சம் பணம் சம்பாதிக்கணும். வீட்லயே இருந்துக்கிட்டு டிராக்டர் பத்திப் படிச்சிருந்தா நல்லா இருந்திருக்கும். ஒரு நாளைக்கு மூணு டாலரும் சம்பாதிச்சு, கூடவும் சம்பாதிக்கறாங்க." ஷாரனின் கண்கள் கணக்குப் போட்டுக் கொண்டிருந்தன. அவன் அவளைக் குனிந்து பார்த்தபோது, அவனுக்கு அவளது கண்கள் அவனை எடை போட்டுக் கணக்குப் போட்டுக் கொண்டிருந்தது தெரிந்தது. "ஆனா, நான் படிக்கப் போறேன்" என்றான் அவன். "நான் சீக்கிரமே என் கால்ல நின்னுடுவேன்."

அவள் ஆவேசமாகச் சொன்னாள், "குழந்தை பிறக்கறதுக்கு முன்னால நமக்கு ஒரு வீடு வந்தாகணும். நாம இந்தக் குழந்தைய எந்தக் கூடாரத்துலயும் பெத்துக்கக் கூடாது."

"நிச்சயமா" என்றான் அவன். "நான் சீக்கிரமா என் கால்ல நின்னுடுவேன்." அவன் கூடாரத்தை விட்டு வெளியே சென்று நெருப்பைக் கிளறி விட்டுக் கொண்டிருந்த அம்மாவைக் குனிந்து பார்த்தான். ஷாரன் ரோஸ் நேராகப் புரண்டு படுத்துக் கொண்டு கூடாரத்தின் கூரையைப் பார்த்தாள். பிறகு அவள் ஒரு விக்கலைத் தடுக்க வாயின் மேல் தனது கட்டை விரலை வைத்துக் கொண்டு அமைதியாக அழலானாள்.

அம்மா நெருப்புக்குக் கீழே குனிந்து கொண்டு குழம்புச் சட்டியை நெருப்பு தீண்டுவதற்காக குச்சிகளை உடைத்துப் போட்டுக் கொண்டிருந்தாள். நெருப்பு பிரகாசித்து உயர்ந்தது, தணிந்தது, பிறகு பிரகாசித்து உயர்ந்தது, தணிந்தது. பதினைந்து குழந்தைகள் நின்று அவளைப் பார்த்துக் கொண்டிருந்தன. குழம்பு கொதிக்கும் வாசனை அவர்களது மூக்கை எட்டியதும், மூக்குகள் லேசாகச் சுருங்கின. புழுதியால் செம்பட்டையாக இருந்த முடியின் மீது சூரியவெளிச்சம் பிரகாசித்தது. குழந்தைகளுக்கு அங்கு இருப்பது சங்கடமாக இருந்தது, ஆனால் அவை அங்கிருந்து போகவில்லை. ஆவலுடன் இருந்த குழந்தைகளுக்கு மத்தியில் நின்று கொண்டிருந்த ஒரு சிறு பெண்ணிடம் அமைதியாகப் பேசினாள். அவள் மற்ற குழந்தைகளை விட மூத்தவளாக இருந்தாள். அவள் ஒரு காலால் நின்று கொண்டு இன்னொரு காலின் பின்பக்கத்தை வெற்றுக் காலால் தேய்த்து விட்டுக்

கொண்டிருந்தாள். அவளது கைகளை பின்னால் கட்டிக் கொண்டிருந்தாள். அவள் அம்மாவை சிறிய சாம்பல் நிறக் கண்களால் பார்த்துக் கொண்டிருந்தாள். "உங்களுக்கு வேணும்னா நான் கொஞ்சம் குச்சி உடைச்சுக்கிட்டு வரட்டுமா அம்மா" என்று அவள் கேட்டாள்.

அம்மா தன் வேலையிலிருந்து நிமிர்ந்து பார்த்தாள். "உனக்கு சாப்பிடறதுக்கு எதாவது வேணும், இல்லையா?"

"ஆமாம், அம்மா" என்று அந்தப் பெண் உறுதியாகச் சொன்னாள்.

அம்மா சட்டிக்கு அடியில் குச்சிகளைப் போட, அது படபடவென சத்தமிட்டது. "நீ இன்னும் காலைல சாப்பிடலையா?"

"இல்லம்மா. இங்க சுத்தி முத்தி எந்த வேலையும் இல்ல. நாங்க எங்கயாவது போறதுக்கு அப்பா கேஸ் வாங்கறதுக்காக எதையாவது விக்க முயற்சி செஞ்சுக்கிட்டிருக்கார்."

அம்மா நிமிர்ந்து பார்த்தாள். "இதுல யாரும் காலைல சாப்பிடலியா?"

அந்தக் குழந்தைகள் கூட்டம் சற்று சங்கடத்துடன் கொதித்துக் கொண்டிருந்த சட்டியிலிருந்து திரும்பி வேறு புறம் பார்த்தன. ஒரு சிறு பையன் பெருமையுடன் சொன்னான், "நான் சாப்ட்டேன் – நானும் என்னோட அண்ணனும் சாப்பிட்டோம் – அவங்க ரெண்டு பேரும் சாப்பிட்டுட்டாங்க, ஏன்னா நான் அவங்க சாப்பிட்டத பாத்தேன். நாங்க இன்னைக்கு ராத்திரி தெற்க போறோம்."

அம்மா! புன்னகைத்தாள். "அப்போ நீங்க பசியோட இல்ல. எங்க எல்லோருக்கும் கொடுக்கற அளவுக்கு போதுமானது இல்ல."

சிறு பையனின் உதடுகள் வெளியே பிதுங்கின. "நாங்க நல்லா சாப்பிட்டோம்" என்றான் அவன். பிறகு அவன் திரும்பி ஓடி ஒரு கூடாரத்துக்குள் பாய்ந்தான். அம்மா நீண்ட நேரம் பெரிய பெண் நினைவூட்டும் வரை அவனுக்குப் பின்னால் பார்த்துக் கொண்டிருந்தாள்.

"அம்மா நெருப்பு அவிஞ்சிடுச்சு. நீங்க விரும்பினா நான் வேணா பாத்துக்கட்டுமா?"

ருத்தியும், வின்ஃபீல்டும் சரியான அலட்சியத்துடனும், மரியாதையுடனும் வட்டத்துக்குள் நின்றனர். அவர்கள் சில சமயம் தனிமையாகவும், அதே சமயத்தில் தமக்கே சொந்தம் என்ற உணர்வுடனும் நின்றனர். ருத்தி தனது இறுக்கமான, கோப விழிகளை அந்தச் சின்னப் பெண்ணிடம் திருப்பினாள். ருத்தி அம்மாவுக்குக் குச்சிகளை ஒடித்துக் கொடுப்பதற்காகக் கீழே அமர்ந்தாள்.

அம்மா சட்டியின் மூடியைத் திறந்து ஒரு குச்சியை வைத்துக் குழம்பைக் கலக்கினாள். "உங்கள்ல சில பேருக்குப் பசி இல்லங்கறது எனக்கு நிச்சயமா சந்தோஷம்தான். அந்தக் குட்டிப் பையனுக்கு எப்படியும் பசியில்ல."

அந்தக் குட்டிப்பெண் இகழ்ச்சியாகச் சிரித்தாள். "ஓ அவனா! அவன் தற்பெருமைக்காரன். ரொம்ப பெரியவன். ராத்திரி சாப்பாடு அவன் சாப்பிடலைன்னா அவன் என்ன செய்வான் தெரியுமா? நேத்து ராத்திரி வெளிய வந்து அவங்க சாப்பிட்றதுக்கு சிக்கன் இருக்குன்னான். அவங்க சாப்பிடும்போது நான் எட்டிப் பார்த்தேன். மத்தவங்கள மாதிரியே மாவுப் பணியாரம்தான் சாப்பிட்டுக்கிட்டிருந்தாங்க."

"ஓ!". அம்மா அந்தச் சின்னப் பையன் போன கூடாரத்தைப் பார்த்தாள். அந்தச் சின்னப் பெண்ணைத் திரும்பிப் பார்த்தாள். "நீ எவ்வளவு நாளா கலிஃபோர்னியாவில இருக்க?" என்று கேட்டாள்.

"சுமாரா ஆறு மாசம். கொஞ்ச நாள் நாங்க அரசாங்க முகாம்ல இருந்தோம். அப்புறம் வடக்கப் போனோம். அங்க முழுக்க ஆளுங்க நிறஞ்சதால திரும்ப வந்தோம். அது இருக்கறதுக்கு ரொம்ப அருமையான இடம்னு நான் பந்தயமே கட்டுவேன்."

"அது எங்க இருக்கு?" என்று கேட்டாள் அம்மா. பிறகு அவள் ருத்தியின் கைகளிலிருந்து குச்சிகளை எடுத்து நெருப்பில் இட்டாள். ருத்தி அந்தப் பெரிய பெண்ணை வெறுப்புடன் பார்த்தாள்.

"களைகள் இருக்கற இடத்துக்குப் பக்கத்துல. அங்க அருமையான கழிப்பிடம் இருக்கு, நீங்க வாளில வச்சு துணி தோய்க்கலாம், அருமையான குடிக்கற தண்ணி நேராவே கிடைக்கிது; ராத்திரில ஆளுங்க இசைப்பாங்க, சனிக்கிழமை ராத்திரி நடனமாடுவாங்க. ஓ, அவ்வளவு அருமையா நீங்க எதையுமே பாத்திருக்க முடியாது. குழந்தைங்க விளையாட இடம் இருக்கு. கழிப்பிடத்துல பேப்பர் இருக்கு. ஒரு விசையப் பிடிச்சு இழுத்தா தண்ணி கழிப்பறைக்குள்ள பாய்ஞ்சு வருது. உங்க கூடாரத்துக்குள்ள எந்த நேரத்திலயும் எட்டிப் பார்க்கறதுக்கு போலீஸ்காரங்க கிடையாது. அந்த முகாம நடத்தற ஆள் ரொம்ப மரியாதையானவர். அவர் அப்பப்போ வந்து நல்லா பேசிட்டுப் போவார். உயரமாவும், வலுவாவும் இருப்பார். திரும்ப அங்க போய் வசிக்க எனக்கு ஆசையா இருக்கு."

அம்மா சொன்னாள், "நான் அதப்பத்திக் கேள்விப்பட்டதேயில்ல. நிச்சயமா நான் ஒரு வாளிய உபயோகிக்க முடியும்னு சொல்றேன்."

அந்தப் பெண் கிளர்ச்சியுடன் தொடர்ந்தாள், “அது மட்டுமில்ல. கடவுளே, அவங்ககிட்ட வெந்நீர் குழாயெல்லாம் இருக்கு. ஷவருக்குக் கீழ நின்னா வெதுவெதுப்பாதண்ணி வருது. அந்த மாதிரி இடத்த பாத்ததேயில்ல.”

அம்மா சொன்னாள், “அங்க எல்லாம் நிறைஞ்சிருக்குன்னு சொல்றியா?”

“ஆமாம். போன முறை நிறைஞ்சிருந்தது.”

“நிறைய செலவாகும்னு நினைக்கறேன்” என்றாள் அம்மா.

“அதுக்கு செலவாகும்தான். ஆனா உங்ககிட்டப் பணம் இல்லேன்னா அவங்க உங்ககிட்ட வேலை வாங்கிக்குவாங்க. வாரம் ஒருமுறை சில மணி நேரம் சுத்தம் செய்யறது, குப்பைகளை வார்ரது, அது மாதிரி வேல. ராத்திரிகள்ள அங்க இசை இருக்கும், குழாய்ல வெந்நீர் வரும், எல்லாம் சேந்து பேசுவாங்க. அந்த மாதிரி இடத்த நீங்க பாத்திருக்க மாட்டீங்க.”

“நிச்சயமா நான் அங்க போகணும்னு விருப்பப்படுவேன்” என்றாள் அம்மா.

ருத்தி தாங்க முடிந்த அளவு தாங்கி விட்டாள். அவள் ஆவேசமாகப் பிதற்றினாள், “பாட்டி ஒரு டிரக்கு மேல உயிர விட்டாங்க.” அந்தப் பெண் அவளை கேள்விக்குறியுடன் பார்த்தாள். “ஆமா, அப்படித்தான் அவங்க செத்தாங்க” என்றாள் ருத்தி. “அப்புறம் மூலைல கிடந்தாங்க”. அவள் தன் உதடுகளை இறுக்கமாக மூடிக் கொண்டு குச்சிகளை சிறிது சிறிதாக உடைத்தாள்.

வின்ஃபீல்ட் இந்தத் தாக்குதலின் துணிவைக் கண்டு மிரள விழித்தான். “டிரக் மேலயே” என்று அவன் எதிரொலித்தான். “ஒரு மூலைல ஒரு பெரிய கூடைல அவங்கள வச்சாங்க.”

அம்மா சொன்னாள், “நீங்க ரெண்டு பேரும் இப்ப வாய மூடுங்க இல்லேன்னா இங்கேருந்து போங்க.” பிறகு இரண்டு குச்சிகளை நெருப்பிலிட்டாள்.

கொஞ்சம் தள்ளி அல் வால்வைத் தேய்க்கும் பணியைப் பார்க்க நடந்தான். “நீ வேலைய முடிச்சிட்ட மாதிரி இருக்கு” என்றான்.

“இன்னும் ரெண்டு இருக்கு.”

“இந்தப் பொண்ணுங்க இந்த முகாம்லதான் இருக்கா?”

“எனக்கு ஒரு பொண்டாட்டி இருக்கா” என்றான் அந்த இளைஞன். “எனக்கு பொண்ணுங்களப்பார்க்க நேரமில்ல.”

“எனக்கு எப்பவுமே பொண்ணுங்களுக்கு நேரமிருக்கு” என்றான் அல். “எனக்கு வேற எதுக்கும் நேரமில்ல.”

“நீ கொஞ்சம் பட்டினி கிடந்தேன்னா, நீ மாறிடுவ.”

அல் சிரித்தான். “இருக்கலாம். ஆனா இன்னும் நான் அந்தக் கருத்த மாத்திக்கல.”

“கொஞ்ச நேரம் முன்னால நான் பேசிக்கிட்டிருந்தேனே, அவன் உன்கூட இருக்கறவனா?”

“ஆமா, என்னோட அண்ணன் டாம். அவங்கிட்ட விளையாடாம இருக்கறது நல்லது. அவன் ஒரு ஆளக் கொன்னுட்டான்.”

“அப்படியா, எதுக்காக?”

“சண்டை. அந்த ஆளு டாம் மேல கத்திய வச்சுட்டான். டாம் அவன ஒரு மண்வாரிய வச்சு அடிச்சுக் கொன்னுட்டான்.”

“அப்படியா? அப்ப சட்டம் என்ன செஞ்சிச்சு?”

“அது ஒரு சண்டைங்கறதுனால அவன விட்டிடுச்சு” என்றான் அல்.

“அவனப் பாத்தா ஒரு சண்டைக்காரன் மாதிரி தெரியல”

“ஓ, அவன் அப்படியில்ல. டாம் யார்கிட்டேருந்தும் எதையும் எடுத்துக்க மாட்டான்.” அல்லின் குரல் பெருமையுடன் இருந்தது. “டாம் அமைதியானவன். ஆனா- கவனிச்சிக்கிட்டே இருப்பான்.”

“நான் அவங்கிட்டப் பேசினேன். அவன் கீழ்த்தரமாத் தெரியல.”

“அவன் அப்படியில்ல. அவன் கோபப்படாத வரைக்கும் ரொம்ப இனிப்பானவன். அப்புறம் அவனப் பாக்கணும்.” அந்த இளைஞன் கடைசி வால்வைத் தேய்த்தான். ”வால்வையும், முகப்பையும் பொருத்த நான் உனக்கு உதவி செய்யட்டுமா?”

“நிச்சயமா. உனக்கு வேற எதுவும் வேலையில்லேன்னா.”

“கொஞ்சம் தூங்கணும்” என்றான் அல். “ஆனா, உடைஞ்சு போன கார்லேர்ந்து என்னோட கையத் தள்ளி வச்சுக்க முடியாது. உள்ள நுழைஞ்சே ஆகணும்.”

“நீ உதவி செஞ்சா நிச்சயம் பாராட்டுவேன்” என்றான் அந்த இளைஞன். “என்னோட பேர் ஃப்லாய்ட் நோலஸ்.”

“நான் அல் ஜோட்.”

உன்ன சந்திச்சதுல பெருமையா இருக்கு.”

“எனக்கும்தான்” என்றான் அல். “இதே கேஸ்கட்டதான் உபயோகிக்கப் போறியா?”

“அதத்தான் செஞ்சாகணும்” என்றான் ஃப்ளாய்ட்.

அல் தன்னுடைய பாக்கெட் கத்தியை எடுத்து பிளக்கைத் தேய்த்தான். “இயேசுவே!” என்றான். “ஒரு எஞ்சினோட துணிச்சலக் காட்டிலும் நான் வேற எதையும் விரும்பறதில்ல.”

“அப்ப பொண்ணுங்க?”

“ஆமா, பொண்ணுங்களையும்தான்! ஒரு ரோல்ஸைப் பிரிச்சு திருப்பி மாட்டணும்னு எனக்கு ரொம்ப ஆசை. ஒரு தடவ ஒரு கேட்’16 ஓட முன்பக்கத்தைப் பாத்தேன். ஆகா, கடவுளே, அந்த மாதிரி அருமையான ஒண்ண வாழ்க்கையில பாத்ததில்ல! சாலிசால ஒரு ரெஸ்டாரண்ட் முன்னால இந்த கேட் 16 நின்னுக்கிட்டிருந்தது. நான் அதோட முன்பக்கத்த தூக்கினேன். ஒரு ஆளு வெளிய வந்து சொன்னான், “என்ன எழவப் பண்ற?”. நான் சொன்னேன், “ சும்மா பாக்கறேன். பிரமாதமா இருக்குல்ல?” அவன் அங்க நின்னு பாத்தான். அத முன்னப்பின்ன அவன் பாத்ததில்லன்னு நினைக்கறேன். அங்க சும்மா நின்னான். வைக்கோல் தொப்பி வச்சிருந்த பணக்காரன். கோடு போட்ட சட்டை போட்டுக்கிட்டு கண்ணாடி போட்டிருந்தான். வேற எதுவும் நாங்க பேசிக்கல. சும்மா பாத்தோம். சீக்கிரம் அவன் சொன்னான், “அத ஓட்ட விரும்பறியா?”

ஃப்ளாய்ட் சொன்னான், “அட நரகமே.”

“நிச்சயமா– அத எப்படி ஓட்டணும்னு விரும்பற?’ நான் ஒரு ஜீன்ஸ் போட்டிருந்தேன், மொத்தமா அழுக்கு. நான் சொன்னேன், ‘நான் அத அழுக்காக்கிடுவேன்.’ “அட வாப்பா!” என்றான் அவன். “சும்மா இந்தக் கட்டடத்த சுத்தி ஓட்டு. “ சரி சார்!, நான் சீட்ல உக்காந்து அந்தக் கட்டடத்த சுத்தி எட்டு தடவ ஓட்டினேன். ஓ, என் கடவுளே!.”

“அருமையா இருந்ததா?” என்று கேட்டான் ஃப்ளாய்ட்.

“ஓ, இயேசுவே!. நான் மட்டும் அதப் பிரிக்க முடிஞ்சா- நான் எதையும் கொடுத்துடுவேன்.”

ஃப்ளாய்ட் ஆடிக் கொண்டிருந்த தனது கைகளை நிதானப்படுத்தினான். கடைசி வால்வை அதன் இடத்திலிருந்து எடுத்து அதைப் பார்த்தான். “நீ ஒரு உடைசலை ஓட்டிப் பழகறது நல்லது. ஏன்னா நீ ஒரு 16ஐ ஓட்டவே போறதில்ல”. அவன் தனது திருப்புளியைக் கீழே வைத்து விட்டு பிளாக்கிலிருந்து துருவை அகற்றுவதற்காக உளியை

எடுத்தான். வெறுந்தலையுடனும், வெறுங்கால்களுடனும் இருந்த இரண்டு குண்டுப் பெண்கள் தமக்கிடையில் ஒரு வாளியில் கலங்கிய தண்ணீரை எடுத்துக் கொண்டு அவர்களைக் கடந்து சென்றனர். இரண்டு பேரும் வாளியின் எடையால் திணறினர். ஒருவரும் தரையிலிருந்து தமது கண்களை உயர்த்திப் பார்க்கவில்லை. சூரியன் மதிய நேரத்தில் பாதி இறங்கியிருந்தது.

அல் சொன்னான், "ரொம்ப அதிகமா ஒண்ணும் நீ ஆசைப்படல."

ஃப்ளாய்ட் தனது உளியால் கடுமையாகச் சுரண்டினான். "நான் இங்க ஆறு மாசமா இருக்கேன்." என்றான் அவன். "இந்த ஊர்ல கடுமையா உழைச்சு என்னோட மனைவிக்காகவும், குழந்தைகளுக்காகவும் மாமிசமும், உருளைக்கிழங்கும் வாங்க போதுமான அளவு வேகமா போக முயற்சி செய்யறேன். நான் முயல் மாதிரி ஓடினாலும் என்னால அதச் செய்ய முடியல. நான் என்ன செஞ்சாலும் சாப்பிடப் போதுமான அளவு இல்ல. நான் சோர்ந்து போறேன், அவ்வளவுதான். எனக்குத் தூக்கம் ஓய்வு கொடுக்கறதையும் தாண்டி நான் சோர்ந்து போறேன். என்ன செய்யறதுன்னே எனக்குத் தெரியல."

"ஒரு ஆளுக்கு நிரந்தரமா எந்த வேலையும் கிடையாதா?" என்று கேட்டான் அல்.

"இல்ல. எந்த நிரந்தர வேலையும் இல்ல." அவன் பிளாக்கிலிருந்து துருவைத் தன் உளியால் சுரண்டி விட்டு அந்த மங்கலான உலோகத்தை எண்ணை படிந்த கந்தலால் துடைத்தான்.

ஒரு துருப்பிடித்த பயணக்கார் முகாமுக்குள் நுழைந்தது. அதில் அரக்கு நிறத்தில் கடுமையான முகத்தையுடைய நான்கு பேர் இருந்தனர். கார் முகாமுக்குள் மெதுவாகச் சென்றது. ஃப்ளாய்ட் அவர்களை அழைத்தான், "எதாவது அதிர்ஷ்டம் இருந்ததா?"

கார் நின்றது. டிரைவர் சொன்னான், "நாங்க ஏகப்பட்ட இடத்தில சுத்திட்டோம். இந்த ஊர்ல கையளவு வேலை கூட இல்ல. நாங்க இடத்த விட்டுப் போகணும்."

"எங்க போவீங்க?" என்று கேட்டான் அல்.

"கடவுளுக்குத்தான் தெரியும். இங்க நாங்க வேலை செஞ்ச இடத்துல வேலை முடிஞ்சு போச்சு." அவன் கிளட்சை விடுவித்து முகாமுக்குள் ஓட்டிச் சென்றான்.

அல் அவர்கள் சென்ற வழியைப் பார்த்தான். "ஒரு ஆள் தனியாப் போனா சரியா இருக்காது? அப்ப ஒரு ஆளுக்கான வேல இருந்தா அவனுக்குக் கிடைக்குமில்ல?"

ஃப்ளாய்ட் உளியைக் கீழே வைத்து விட்டுக் கசப்புடன் சிரித்தான். "நீ இன்னும் கத்துக்கல" என்றான் அவன். "ஊர்ல சுத்தறதுக்கு கேஸ் நிறையத் தேவைப்படுது. ஒரு காலன் கேஸ் பதினஞ்சு சென்ட். அவங்க நாலு பேரும் நாலு கார எடுத்துக்க முடியாது. அதனால அவங்க மொத்தமா காசு போட்டு கேஸ் வாங்கறாங்க. நீ கத்துக்க வேண்டியிருக்கு."

"அல்!"

அல் திரும்பிப் பார்க்க அங்கே வின்ஃபீல்ட் அவனுக்கு அருகில் நின்றிருந்தான். "அல், அம்மா குழம்பு கொடுக்கறாங்க. உன்ன வந்து வாங்கிக்கச் சொல்றாங்க."

அல் தனது கைகளைத் தன் கால்சட்டையில் துடைத்துக் கொண்டான். "நாங்க இன்னைக்கு இன்னும் சாப்பிடல. சாப்பிட்டதும் வந்து உனக்கு ஒரு கை கொடுக்கறேன்" என்றான்.

"நீ விரும்பலேன்னா செய்ய வேண்டியதில்ல."

"நிச்சயமா நான் செய்வேன்." அவன் வின்ஃபீல்டைத் தொடர்ந்து ஜோட் முகாமுக்குச் சென்றான்.

இப்போது அங்கு கூட்டமாக இருந்தது. குழம்புச் சட்டிக்கு அருகில் வினோதமான குழந்தைகள் நெருக்கமாக நின்று கொண்டிருந்தனர். அம்மா வேலை செய்யும்போது அவளது முட்டிகள் அவர்களை உரசுமளவுக்கு அவர்கள் நெருக்கமாக நின்றிருந்தனர். டாமும் ஜான் மாமாவும் அவளுக்கு அருகில் நின்றிருந்தனர்.

அம்மா சங்கடத்துடன் சொன்னாள், "எனக்கு என்ன செய்யறதுன்னு தெரியல. நான் ஒரு குடும்பத்துக்குப் பசியாத்தணும். இந்தப் பசங்கள வச்சுக்கிட்டு நான் என்ன செய்யப் போறேன்?" குழந்தைகள் இறுக்கமாக நின்று கொண்டு அவளைப் பார்த்தனர். அவர்களது முகங்கள் வெறுமையாகவும், இறுக்கமாகவும் இருந்தன. அவர்களது கண்கள் அவள் வைத்துக் கொண்டிருந்த தட்டுக்கும், சட்டிக்கும் இயந்திரத்தனமாகச் சென்று வந்தன. அவர்களது கண்கள் அவள் ஆவி பறந்த குழம்பை சட்டியிலிருந்து எடுத்துத் தட்டில் ஊற்றிய போதும் குழம்புத்தட்டை ஜான் மாமாவிடம் கொடுத்தபோதும் பின் தொடர்ந்தன. அவர் தன் கரண்டியால் குழம்பை எடுத்து உண்பதற்காக உயர்த்தியபோது அதையும் பின் தொடந்தன. ஒரு துண்டு உருளைக்கிழங்கு ஜானின் வாய்க்குள் சென்றதும், அவர் எப்படி எதிர்வினை புரிகிறார் என்பதைக் காண அவர்களது கண்கள் அவரது முகத்தில் நிலைத்தன. அது நன்றாக இருக்குமா? அவர் அதை விரும்புவாரா?

ஜான் மாமா அவர்களை முதன் முதலாகப்பார்ப்பது போல் இருந்தது. அவர் மெதுவாக மென்றார். "நீ இத எடுத்துக்கோ" என்று டாமிடம் சொன்னார். "எனக்குப் பசியில்ல."

"நீங்க இன்னைக்கு சாப்பிடல" என்றான் டாம்.

"எனக்குத் தெரியும். ஆனா எனக்கு வயத்துல வலி இருக்கு. எனக்குப் பசிக்கல."

டாம் அமைதியாகச் சொன்னான், "நீங்க தட்டை கூடாரத்துக்குள்ள எடுத்துட்டுப் போய் சாப்பிடுங்க."

"எனக்குப் பசிக்கல" என்று அவர் அழுத்திக் கூறினார். "நான் கூடாரத்துக்குள்ள உக்காந்தாலும் அவங்களப் பாப்பேன்."

டாம் குழந்தைகளிடம் திரும்பினான். "நீங்க வாங்கிக்கங்க" என்றான். "போங்க, இப்பவே வாங்கிக்கங்க." நிலைத்திருந்த கண்கள் குழம்பை விட்டு அகன்று அவனது முகத்தை ஆச்சரியமாகப் பார்த்தன. "போங்க, இப்பவே வாங்கிக்கங்க. நீங்க ஒண்ணும் நல்லது செய்யல. உங்களுக்குப் போதுமான அளவு இல்ல."

அம்மா தகரத் தட்டுகளில் மிகவும் குறைவாகக் குழம்பை விட்டு தட்டுகளைத் தரையில் வைத்தாள். "என்னால அதுங்கள அனுப்ப முடியாது" என்று அவள் சொன்னாள். "எனக்கு என்ன செய்யறதுன்னு தெரியல. உங்க தட்டுகள எடுத்துக்கிட்டு உள்ள போங்க. மிச்சம் இருக்கறத அதுகளுக்குக் கொடுக்கறேன். இதோ இந்தத் தட்ட ரோசாஷார்ன்கிட்டக் கொடுங்க." அவள் குழந்தைகளிடம் புன்னகைத்தாள். "பாருங்க, நீங்க ஒரு தட்டையான குச்சிய ஆளுக்கொண்ணு எடுத்துக்கிட்டு வாங்க. நான் மிச்சம் இருக்கறத உங்களுக்குக் கொடுக்கறேன். ஆனா யாரும் சண்டை போடக்கூடாது." அந்தக் கூட்டம் படுவேகமாக ஆனால் அமைதியாகக் கலைந்து சென்றது. குழந்தைகள் குச்சிகளைத் தேடி ஓடினர், தமது சொந்தக் கூடாரங்களுக்கு ஓடிச் சென்று கைக்கரண்டியைக் கொண்டு வந்தனர். அம்மா தட்டுகளை நிரப்பி முடிப்பதற்குள் அவர்கள் அமைதியாக ஓநாய்போல் திரும்பி வந்திருந்தனர். அம்மா தன் தலையை ஆட்டினாள். "எனக்கு என்ன செய்யறதுன்னு தெரியல. நான் குடும்பத்தக் கொள்ளையடிக்க முடியாது. நான் குடும்பத்துக்கு சாப்பாடு கொடுக்கணும். ருத்தி, வின்ஃபீல்ட், அல்" என்று ஆவேசமாகக் குரல் கொடுத்தாள். "உங்க தட்டுகள எடுத்துக்கங்க. வேகமா. சீக்கிரமா கூடாரத்துக்குள்ள போங்க." அவள் காத்துக் கொண்டிருந்த குழந்தைகளை பாவமாகப் பார்த்தாள். "போதுமான அளவு இல்ல" என்று பணிவாகச் சொன்னாள். " நான் இந்தச் சட்டிய வெளிய வைக்கறேன். உங்களுக்கு ருசிக்குக் கொஞ்சம் கிடைக்கும். ஆனால் அது உங்களுக்கு நல்லது எதுவும்

செய்யாது.” அவள் திக்கினாள், “என்னால எதுவும் செய்ய முடியல. உங்ககிட்டேருந்து தள்ளி வைக்கவும் முடியல. “அவள் சட்டியை எடுத்துக் கீழே தரையில் வைத்தாள். “கொஞ்சம் பொறுங்க. ரொம்ப சூடா இருக்கு” என்றவள் தான் பார்த்து விடாதபடி கூடாரத்துக்குள் வேகமாகச் சென்றாள். அவளது குடும்பம் தரையில் தத்தமது தட்டுகளுடன் உட்கார்ந்தது; வெளியே குழந்தைகள் தமது குச்சிகள், துருப்பிடித்த தகரம், கரண்டிகளை வைத்து சட்டியைச் சுரண்டும் சத்தம் கேட்டது. ஒரு குழந்தைகள் கூட்டம் சட்டியை அவர்களது கண்களிலிருந்து மறைத்தது; ஆனால் அவர்கள் அனைவரிடத்திலும் அமைதியான நோக்கமும் ஒரு மரத்துப்போன ஆவேசமும் இருந்தது. அம்மா தன்னால் பார்க்க முடியாதபடி திரும்பிக் கொண்டாள். “நம்மளால இதுக்கு மேல எதுவும் செய்ய முடியாது” என்றாள் அம்மா. “நாம தனியாத்தான் சாப்பிடணும்.” சட்டியைச் சுரண்டும் சத்தம் கேட்டது. பிறகு அந்தக் குழந்தைகள் கூட்டம் கலைந்து, குழந்தைகள் சுரண்டிய சட்டியைக் கீழே விட்டு விட்டு அகன்றனர். அம்மா காலித் தட்டுகளைப் பார்த்தாள். “நீங்க யாருமே போதுமான அளவுக்குக் கிட்டக் கூட வரல.”

அப்பா பதிலளிக்காமல் எழுந்து கூடாரத்தை விட்டு சென்றார். போதகர் தமக்குள் சிரித்துக் கொண்டு தன் கைகளைத் தன் தலைக்கு அடியில் வைத்துக் கொண்டு தரையில் படுத்துக் கொண்டார். அல் எழுந்தான். “ஒரு ஆளுக்கு காரை சரி பண்ண உதவணும்.”

அம்மா தட்டுகளை எடுத்துக் கொண்டு அவற்றைக் கழுவ வெளியே சென்றாள். “ருத்தி” என்று அழைத்தாள். “வின்ஃபீல்ட். போய் உடனே எனக்கு ஒரு வாளி தண்ணி கொண்டு வாங்க.” அவள் அவர்களிடம் வாளியைக் கொடுக்க, அவர்கள் தண்ணீரைப் பார்த்து ஓடினர்.

ஒரு வலுவான குண்டான பெண்மணி அருகில் நடந்து வந்தாள். அவளது துணிகள் அழுக்கடைந்தும், கார் எண்ணையால் கறை படிந்தும் இருந்தன. அவளது தாடை பெருமையால் நிமிர்ந்திருந்தது. அவள் சற்று தூரத்தில் நின்று கொண்டு அம்மாவை ஒரு பக்கச் சார்புடன் கவனித்தாள். கடைசியில் கிட்டே வந்தாள், “மதிய வணக்கம்” என்று உணர்ச்சியின்றிக் கூறினாள்.

“மதிய வணக்கம்” என்றாள் அம்மா. எழுந்து நின்று கொண்டு ஒரு பெட்டியை முன்னே தள்ளினாள். “உக்காருங்க.”

அந்தப் பெண் அருகில் நடந்து வந்தாள். “இல்ல, நான் உக்கார மாட்டேன்.”

அம்மா அவளைக் கேள்விக் குறியுடன் பார்த்தாள். “நான் உங்களுக்கு எந்த வகையிலயாவது உதவ முடியுமா?”

அந்தப் பெண்மணி தனது கைகளைத் தன் இடுப்பில் வைத்து கொண்டாள். "நீ உன்னோட குழந்தைகள கவனிச்சிக்கிட்டு என்னோட குழந்தைகள விட்டேன்னா உதவியா இருக்கும்."

அம்மாவின் கண்கள் விரிந்தன. "நா எதுவும் செய்யலியே –" என்று அவள் தொடங்கினாள்.

அந்தப் பெண் அம்மாவை முறைத்துப் பார்த்தாள். "என்னோட சின்னப்பையன் குழம்பு வாசனையுடன் வந்தான். நீ அத அவனுக்குக் கொடுத்திருக்க. அவன் எங்கிட்ட சொன்னான். குழம்பு சாப்பிட்டத போய் சொல்லிப் பெருமையடிச்சுக்கிட்டு இருக்காத. அத நீ செய்யாத. எனக்கு போதுமான பிரச்சனை இருக்கு. அவன் எங்கிட்ட வந்து, 'நாம ஏன் குழம்பு சாப்பிடக் கூடாது?'ன்னு கேக்கறான்." அவளது குரல் கடும்கோபத்தால் நடுங்கியது.

அம்மா நெருங்கிச் சென்றாள். "உக்காருங்க" என்றாள். "உக்காந்து அமைதியாப் பேசுங்க."

"இல்ல, நான் உக்காரப் போறதில்ல. நான் என்னோட ஆளுங்களுக்கு சாப்பாடு போட முயற்சி பண்ணிக்கிட்டிருக்கேன், நீ உன்னோட குழம்போட வர."

"உக்காருங்க" என்றாள் அம்மா. "அது நாங்க வேல கிடைக்கற வரைக்கும் எடுத்துக்கிட்ட கடைசி குழம்பு பத்தினது. ஒருவேள நீங்க ஒரு குழம்ப சமைச்சிக்கிட்டிருக்கும்போது ஒரு குழந்தைங்க கூட்டம் உங்களச் சுத்தி நின்னுக்கிட்டு வேடிக்க பாத்தா நீங்க என்ன செய்வீங்க? நாங்க போதுமான அளவு சாப்பிடல, ஆனா அதுங்க உங்கள அப்படிப் பாக்கும்போது அத நீங்க வச்சிருக்க முடியாது."

அந்தப் பெண்ணின் கைகள் அவளது இடுப்பிலிருந்து கீழே விழுந்தன. ஒரு கணம் அவளது கண்கள் அம்மாவைக் கேள்வி கேட்டன. அவள் வேகமாகத் திரும்பி நடந்தாள். ஒரு கூடாரத்துக்குள் நுழைந்து தனக்குப் பின்னால் திரையை இழுத்து விட்டாள். அம்மா அவளை வெறித்துப் பார்த்து விட்டு மீண்டும் தனது தகரத் தட்டுகளுக்கு அருகில் முழங்காலால் அமர்ந்தாள்.

அல் அருகில் வேகமாக வந்தான். "டாம்" என்று அழைத்தான். "அம்மா, டாம் உள்ள இருக்கானா?"

டாம் வெளியே எட்டிப் பார்த்தான். "உனக்கு என்ன வேணும்?"

"எங்கூட வா" என்று கிளர்ச்சியுடன் அழைத்தான்.

அவர்கள் இருவரும் சேர்ந்து நடந்தனர். "என்ன விஷயம்?" என்று கேட்டான் டாம்.

“நீயே பாப்ப. கொஞ்சம் பொறு”. அவன் டாமை பிரித்துப் போட்ட காரிடம் அழைத்துச் சென்றான். “இதுதான் ஃப்ளாய்ட் நோலஸ்” என்றான்.

“தெரியும், நான் அவங்கிட்டப் பேசினேன். எப்படியிருக்க?”

“அத நான் ஒரு வடிவத்துக்குக் கொண்டு வந்துக்கிட்டிருக்கேன்” என்றான் ஃப்ளாய்ட்.

டாம் பிளாக்கின் மேல் தன் விரல்களை ஓட விட்டான். “உம்மேல என்ன பூச்சி ஊறிக்கிட்டு இருக்கு அல்?”

“ஃப்ளாய்ட் இப்பதான் எங்கிட்ட சொன்னான். அவனுக்கு சொல்லு ஃப்ளாய்ட்.”

ஃப்ளாய்ட் சொன்னான், “ஒருவேளை நான் சொல்லக்கூடாது - ஆனா, சரி, நான் சொல்றேன். ஒரு ஆளு வந்து வடக்க வேல இருக்கப் போகுதுன்னு சொல்றான்.”

“வடக்கையா?”

“ஆமா – சாண்டா கிளாரா பள்ளத்தாக்கு. வடக்க மேல போறது நரகத்துக்குப் போற மாதிரி.”

“சரி, என்ன வேலை?”

“பேரிக்காய பொறுக்கி சுத்தம் பண்ணி கிடங்குல சேக்கறது. அது அநேகமா தயாரா இருக்கறதா சொல்றாங்க.”

“எவ்வளவு தூரம்” என்று கேட்டான் டாம்.

“ஓ. கிறித்துவுக்குத்தான் தெரியும். ஒருவேளை இருநூறு மைல் இருக்கும்.”

“அது ரொம்ப தூரமாச்சே” என்றான் டாம். “அங்க போய்ச் சேர்ந்தா அங்க வேல இருக்கும்னு நமக்கு எப்படித் தெரியும்?”

“நமக்குத் தெரியாது” என்றான் ஃப்ளாய்ட். “ஆனா இங்க எதுவும் இல்ல. இந்த ஆளு சொல்றான் அவனோட தம்பிகிட்டேருந்து கடிதம் வந்ததுன்னு. அவன் கிளம்பிட்டான். யார்கிட்டயும் சொல்ல வேண்டாம்னு அவன் சொல்றான். ஏன்னா அவங்க நிறைய பேர் இருப்பாங்க. நாம ராத்திரியில போகணும். அங்க போய் கொஞ்சம் வேலயத் தேடிக்கணும்.”

டாம் அவனைக் கவனித்துப் பார்த்தான். “நாம ஏன் ரகசியமா போகணும்?”

“எல்லாரும் அங்க போயிட்டா, யாருக்குமே வேலை இருக்காது.”

“அது ரொம்ப தூரம்” என்றான் டாம்.

“ஃப்ளாய்ட் காயப்பட்டதுபோல் தோன்றியது. “ நான் உனக்கு வெறும் யோசனை மட்டும்தான் சொல்றேன். நீ அத எடுத்துக்க வேண்டியதில்ல. இங்க உன்னோட தம்பி எனக்கு உதவினான். நான் உனக்கு ஒரு யோசனை கொடுக்கறேன்.”

“இங்க எதுவுமே வேலையில்லன்னு நீ நிச்சயமா சொல்றியா?”

“நான் இந்த நரகத்துல மூணு வாரத்துக்கு மேல சுத்திட்டேன். ஒரு சின்ன வேல கூடக் கிடைக்கல. நீயும் கேஸ செலவழிச்சு சுத்தித் தேடித்தான் ஆகணும்னா போ. நான் உன்ன ஒண்ணும் கெஞ்சல. அங்க அதிகமா ஆள் போனா குறைஞ்ச வாய்ப்புத்தான் எனக்குக் கிடைக்கும்.”

டாம் சொன்னான், “நான் குத்தம் கண்டு பிடிக்கல. அது ரொம்ப தூரம்னு தான் சொல்றேன். நாங்கள்லாம் இங்க ஒரு வேலை கிடைச்சு ஒரு வீட்ட வாடகைக்கு எடுத்து வாழலாம்னு நினைச்சோம்.”

ஃப்ளாய்ட் பொறுமையாகச் சொன்னான், “நீங்க இப்பதான் வந்தீங்கன்னு எனக்குத் தெரியும். நீ நிறையக் கத்துக்க வேண்டியிருக்கு. நீ என்னைச் சொல்ல விட்டா, நீ கொஞ்சம் சேமிச்சுக்கலாம். சொல்ல விடலேன்னா நீ அதக் கஷ்டப்பட்டுக் கத்துப்ப. நீ இங்க குடியேறப் போறதில்ல. ஏன்னா நீ குடியேற இங்க வேலையுமில்ல, உன்னோட வயிறு உங்கள தங்க விடாது. இப்ப – அது நேரானது.”

“நான் முதல்ல சுத்தி தேடிப்பாக்கலாம்னு நினைச்சேன்” என்று டாம் சங்கடத்துடன் சொன்னான்.

ஒரு செடான் முகாமுக்குள் நுழைந்து அடுத்த கூடாரத்துக்கு முன் நின்றது. முழு உடையும், நீலக்கலர் சட்டையும் அணிந்த ஒரு மனிதர் வெளியே வந்தார். ஃப்ளாய்ட் அவரிடம் கேட்டான், “எதாவது அதிர்ஷ்டம் இருந்ததா?”

“ஒட்டுமொத்த இடத்திலயும் கையளவு வேலை கூட இல்ல, பருத்தி எடுக்கற காலம் வரைக்கும்.” அவர் கிழிந்த கூடாரத்துள் நுழைந்தார்.

“பாரு?” என்றான் ஃப்ளாய்ட்.

“ஆமாம், எனக்குத் தெரியுது. ஆனா இருநூறு மைல், இயேசுவே!”

“நீ கொஞ்ச நாளா எங்கயும் குடியேறல. அதுக்கு உன்னோட மனச தயார் படுத்திக்கலாம்.”

“நாம போறது நல்லது” என்றான் அல்.

டாம் கேட்டான், “இங்க எப்ப வேலை கிடைக்கும்?”

“ஒரு மாசத்துல பருத்தி ஆரம்பிக்கும். உங்கிட்ட ஏராளமா பணம் இருந்ததுன்னா பருத்திக்காகக் காத்திருக்கலாம்.”

டாம் சொன்னான், “அம்மா நகர விரும்ப மாட்டாங்க. ரொம்ப சோர்ந்து போயிருக்காங்க.”

ஃப்ளாய்ட் தோளைக் குலுக்கிக் கொண்டான். “நான் உன்ன வடக்கத் தள்ள விரும்பல. உனக்கு பொருந்தும். நான் கேட்டதத்தான் உங்கிட்டச் சொன்னேன்.” அவன் எண்ணெய் படிந்த காஸ்கட்டை நடைபலகையிலிருந்து எடுத்து பிளாக் மீது பொருத்தி கீழே அழுத்தினான். “இப்ப எனக்கு உதவி செய்யறதா இருந்தா இஞ்சினோட தலைப்பகுதிய பொருத்த உதவறியா?” ”என்று அல்லிடம் கேட்டான்.

அவர்கள் அந்தக் கனமான தலைப்பகுதியை மெதுவாக போல்ட்டுகளில் இறக்கி சரியாகப் பொருத்துவதை டாம் பார்த்துக் கொண்டிருந்தான். “அது பத்திப் பேசணும்” என்றான் அவன்.

ஃப்ளாய்ட் சொன்னான், “உங்க ஆளுங்களத் தவிர இது வேற யாருக்கும் தெரியக்கூடாது. உனக்கு மட்டும்தான். உன்னோட தம்பி இங்க எனக்கு உதவலேன்னா நானே உனக்கு இதச் சொல்லிருக்க மாட்டேன்.”

டாம் சொன்னான், “நீ இத எங்களுக்குச் சொல்றதுக்கு நான் நிச்சயமா உனக்கு நன்றி சொல்றேன். நாங்க இத யோசிக்கணும். ஒருவேள நாங்க போகலாம்.”

அல் சொன்னான், “மத்தவங்க இல்லாட்டாலும், நான் போவேன்னு நான் நினைக்கறேன். நான் இங்க தங்க மாட்டேன்.”

“குடும்பத்த விட்டுப் போயிடுவ?” என்று டாம் கேட்டான்.

“நிச்சயமா. நான் என்னோட ஜீன்ஸ் முழுக்க பலாப்பழத்தோட திரும்பி வருவேன். ஏன் கூடாது?”

“அம்மா இத விரும்பப் போறதில்ல” என்றான் டாம். “அப்பாவும் கூட இத விரும்பப் போறதில்ல.”

ஃப்ளாய்ட் நட்டுகளைப் பொருத்தி தன் விரல்களால் முடிந்த வரை திருகினான். “நானும் என்னோட மனைவியும் எங்க ஆளுங்களோட வெளிய வந்தோம்” என்றான் அவன். “வீட்டுல இருந்திருந்தா நாங்க பிரிஞ்சி போறதப் பத்தி யோசிச்சிருக்கவே மாட்டோம். ஆனா, நாங்க ஒண்ணா வடக்க போனோம், நான் இங்க வந்துட்டேன், அவங்க மேல போனாங்க. இப்ப, அவங்க எங்க இருக்காங்கன்னு கடவுளுக்குத்தான் தெரியும். அப்போலேருந்து அவங்க எங்க இருக்காங்கன்னு தேடிக்கிட்டும், விசாரிச்சிக்கிட்டும் இருக்கேன்.” அவன் இஞ்சின் தலையின் போல்ட்டுகள் மீது திருப்புளியை வைத்து சீராக அவற்றைக் கீழே திருகினான். வரிசையாக ஒவ்வொன்றாய் சீராகத் திருகினான்.

டாம் காருக்கு அருகில் உட்கார்ந்து கூடார வரிசை மீது கண்களை ஓட்டினான். இரண்டு கூடாரங்களுக்கிடையில் சுள்ளிக்கட்டை தரையில்

அடிக்கப்பட்டிருந்தது. "இல்ல சார்" என்றான் அவன். "அம்மா நீங்க போறத விரும்ப மாட்டாங்க."

"ஒரு தனி ஆளுக்கு அதிகமா வேலை கிடைக்கற வாய்ப்பு இருக்கறதா எனக்குத் தோணுது."

"இருக்கலாம், ஆனா அம்மா இத விரும்பவே போறதில்ல."

இரண்டு கார்கள் முழுதும் திக்கற்ற மனிதர்களுடன் முகாமுக்குள் வந்தன. ஃப்ளாய்ட் தன் கைகளை உயர்த்தினான், ஆனால் அவர்களது அதிர்ஷ்டம் பற்றி விசாரிக்கவில்லை. அவர்களது புழுதி படிந்த முகங்கள் சோகமாகவும், எதிர்ப்புணர்வுடனும் இருந்தன. சூரியன் இப்பொழுது விழுந்து கொண்டிருந்தது. மஞ்சள் நிற ஒளி ஹூவர்வில்லே மீதும் அதன் பின்னால் இருந்த மரங்களின் மீதும் விழுந்தது. குழந்தைகள் கூடாரங்களை விட்டு வெளியே வந்து முகாமுக்குள் சுற்றத் தொடங்கின. கூடாரங்களிலிருந்து பெண்கள் வந்து தமது சிறு நெருப்புகளை மூட்டத் தொடங்கினர். ஆண்கள் குழுக்களாகக் கூடி உட்கார்ந்து பேசினர்.

ஒரு புதிய செவர்லே கூப் உயர்வேகப்பாதையிலிருந்து திரும்பி முகாமுக்குள் வந்தது. அது முகாமின் மையத்துக்கு வந்து நின்றது. "யார் அது? அவங்க இந்த இடத்த சேந்தவங்க இல்லையே" என்றான் டாம்.

ஃப்ளாய்ட் சொன்னான், "எனக்குத் தெரியல – ஒருவேள போலீஸா இருக்கலாம்."

காரின் கதவு திறக்கப்பட்டு ஒரு மனிதர் வெளியே வந்து காருக்கருகில் நின்றார். அவருடன் வந்தவர் காருக்குள்ளேயே உட்கார்ந்திருந்தார். இப்போது உட்கார்ந்து பேசிக்கொண்டிருந்தவர்கள் அனைவரும் அமைதியாகிப் புதியவர்களைப் பார்த்தனர். நெருப்பு மூட்டிக் கொண்டிருந்த பெண்கள் பளபளத்த காரை ரகசியமாகப் பார்த்தனர். குழந்தைகள் பெரிய வளையங்களாக மெதுவாக நெருங்கினர்.

ஃப்ளாய்ட் தனது திருப்புளியைக் கீழே வைத்தான். அல் தன் கைகளைத் தனது கால்சட்டையில் துடைத்துக் கொண்டான். மூவரும் செவர்லேயை நோக்கிச் சென்றனர். காரிலிருந்து வெளியே வந்த மனிதர் காக்கிக் கால்சட்டையும், வெள்ளைநிற மேல்சட்டையும் அணிந்திருந்தார். ஒரு தட்டையான ஸ்டெட்சன் தொப்பியை அணிந்திருந்தார். சில புத்தகங்களைத் தனது சட்டைப் பையில் மைப்பேனாக்களால் சொருகி வைத்திருந்தார்; சில மஞ்சள் நிறப் பென்சில்களும் இருந்தன; அவரது இடுப்புப் பையிலிருந்து உலோக மூடிகளுடன் கூடிய ஒரு புத்தகம் துருத்திக் கொண்டிருந்தது. அவர் உட்கார்ந்து கொண்டிருந்த ஒரு குழுவினரிடம்

செல்ல, அவர்கள் சந்தேகத்துடனும், அமைதியாகவும் அவரைப் பார்த்தனர். அவர்கள் அவரைக் கவனித்தாலும், நகரவில்லை; அவர்களது கண்களில் வெண்படலம் கருவிழிகளுக்குக் கீழே காட்சியளித்தது. ஏனென்றால் அவர்கள் பார்ப்பதற்குத் தலையை உயர்த்தவில்லை. டாம், அல், ஃப்ளாய்ட் மூவரும் அலட்சியமாக அருகே வந்தனர்.

அந்த ஆள் கேட்டார், "நீங்க வேலை செய்ய விரும்பறீங்களா?". அவர்கள் இன்னும் சந்தேகத்துடனும், அமைதியாகவும் அவரைப் பார்த்தனர். முகாம் முழுவதிலிருந்தும் ஆட்கள் அவர்களை நெருங்கினர்.

கடைசியில் உட்கார்ந்திருந்த ஒரு மனிதர் பேசினார், "நிச்சயமா நாங்க வேலை செய்ய விரும்பறோம். வேலை எங்க இருக்கு?"

"டுலாரே கவுண்டில. பழம் பழுக்க ஆரம்பிச்சிடுச்சு. பொறுக்கறதுக்கு நிறைய பேர் வேணும்."

ஃப்ளாய்ட் பேசினான். "நீங்க ஆட்கள அமர்த்தறீங்களா?"

"நான் நிலத்தை குத்தகைக்கு எடுத்திருக்கேன்."

ஆட்கள் இப்போது சீரான குழுவாக இருந்தனர். முழு உடை அணிந்திருந்த ஒரு மனிதர் தனது கருப்பு நிறத் தொப்பியை எடுத்து விட்டுத் தன் நீண்ட கருநிற முடியைக் கோதிக் கொண்டார். "நீங்க எவ்வளவு கொடுப்பீங்க?" என்று கேட்டார்.

"துல்லியமா சொல்ல முடியாது. இருந்தாலும், சுமாரா முப்பது செண்ட் கொடுக்கலாம்."

"ஏன் நீங்க சொல்ல முடியாது? நீங்கதான் குத்தகைக்கு எடுத்திருக்கீங்க, இல்லையா?"

"அது உண்மைதான்" என்றார் அந்தக் காக்கி மனிதர். "ஆனா அது விலையைப் பொறுத்தது. கொஞ்சம் அதிகமாவும் இருக்கலாம், குறைச்சலாவும் இருக்கலாம்."

ஃப்ளாய்ட் முன்னால் சென்றான். அவன் அமைதியாகச் சொன்னான், "நான் வரேன் மிஸ்டர். நீங்க ஒரு குத்தகைதாரர், உங்ககிட்ட லைசென்ஸ் இருக்கும். நீங்க உங்களோட லைசென்சக் காட்டுங்க. அப்புறம் நீங்க நாங்க வேலைக்குப் போக உத்தரவைக் கொடுங்க. எங்க போகணும், எப்ப போகணும், எங்களுக்கு எவ்வளவு கிடைக்கும்னு அதுல எழுதி உங்க கையெழுத்தப் போடுங்க, நாங்க போறோம்."

குத்தகைதாரர் முறைத்துக் கொண்டு திரும்பினார். "பிசினசை எப்படி நடத்தணும்னு நீ எனக்குச் சொல்றியா?"

ஃப்ளாய்ட் சொன்னான், "நாங்க உங்களுக்காக உழைச்சா, அது எங்களுக்கும் பிசினஸ்தான்."

"நான் என்ன செய்யணும்னு எனக்குச் சொல்ல வேண்டாம். நான் ஆளுங்க வேணும்னு உங்களுக்குச் சொன்னேன்."

ஃப்ளாய்ட் கோபமாகச் சொன்னான், "எவ்வளவு பேர் வேணும்னு நீங்க சொல்லல, எவ்வளவு தருவீங்கன்னும் சொல்லல."

"பாழாப்போக, எனக்கே இன்னும் தெரியாது."

"உங்களுக்கே தெரியாதுன்னா, ஆளுங்கள வேலைக்கமர்த்த உங்களுக்கு உரிமை கிடையாது."

"நான் என்னோட பிசினசை எனக்கு வேணுங்கற மாதிரி நடத்திக்க உரிமை இருக்கு. நீங்க இங்க உங்களோட புட்டத்துல உக்காந்துக்க விரும்பினீங்கன்னா, இருக்கட்டும், நான் வெளிய போய் டலுரே கவுண்டிக்கு ஆள் பாத்துக்கறேன். நிறைய ஆளுங்க வேண்டியிருக்கு."

ஃப்ளாய்ட் கூட்டத்தினரிடம் திரும்பினான். அவர்கள் பேசுபவர்களை மாற்றி மாற்றிப் பார்த்துக் கொண்டு இப்போது நின்று கொண்டிருந்தனர். ஃப்ளாய்ட் சொன்னான், "நான் ரெண்டு தடவ இந்த மாதிரி ஏமாந்துட்டேன். ஒருவேள அவருக்கு ஆயிரம் பேர் தேவைப்படலாம். அவர் இங்க அஞ்சாயிரம் பேரப் பிடிச்சுக்கிட்டு ஆளுக்கு ஒரு மணி நேரத்துக்கு பதினஞ்சு செண்ட் கொடுப்பார். நீங்க ஏழை ஜனங்க பசியா இருக்கறதால அத வாங்கிக்கிட்டுத்தான் ஆகணும். அவர் ஆளுங்கள அமர்த்த விரும்பினா அவர் எவ்வளவு கொடுப்பார்னு எழுதிக் கொடுத்துட்டு அமர்த்தட்டும். நான் அவரோட லைசென்ச பாக்கறதுக்குக் கேட்டேன். அவர் ஒரு லைசென்ஸ் இல்லாம ஆளுங்கள கூலிக்கு அமர்த்த முடியாது."

குத்தகைதாரர் செவர்லே பக்கம் திரும்பிக் கூப்பிட்டார், "ஜோ!". அவரது கூட்டாளி வெளியே பார்த்து கார்க் கதவைத் திறந்து வெளியே வந்தார். அவர் ஓட்டுநர் கால்சட்டையும், லேஸ் வைத்த பூட்சும் போட்டிருந்தார். அவரது இடுப்பில் ஒரு கனமான ஹோல்ஸ்டர் பிஸ்டல் பெல்ட்டில் தொங்கிக் கொண்டிருந்தது. அவரது முகத்தில் சிறிய புன்னகை படர்ந்திருந்தது. "உங்களுக்கு என்ன வேணும்?" ஹோல்ஸ்டர் அவரது இடுப்பில் முன்னும் பின்னும் ஆடியது.

"இந்த ஆள எப்பவாவது பாத்திருக்கியா, ஜோ?"

டெபுடி கேட்டார், " எந்த ஆள?"

"இந்த ஆளு." குத்தகைதாரர் ஃப்ளாய்டை சுட்டிக் காட்டினார்.

“அவன் என்ன செய்வான்?” என்று டெபுடி ஃப்ளாய்டைப் பார்த்துப் புன்னகைத்தார்.

“அவன் சிகப்பா பேசறான், போராட்ற பிரச்சன.”

“ம்.ம்.ம்.”

“டெபுட்டி ஃப்ளாய்டின் சுயவிவரங்களைப் பார்க்க மெதுவாகத் திரும்பினார். ஃப்ளாய்டின் முகத்தில் மெதுவாக சிகப்பேறியது.

ப்ளாய்ட் கத்தினான். “பாத்தியா, இந்த ஆளு ஒரு நிலைல இருந்தா போலீஸ்காரங்களக் கூடக் கூட்டிட்டு வருவான்னு சொன்னேனே?”

“இவன முன்ன எங்கயாவது பாத்திருக்கியா?” என்று குத்தகைதாரர் அழுத்திக் கேட்டார்.

“ம்ம்ம்ம். பாத்த மாதிரிதான் தோணுது. போன வாரம் அந்த பழைய கார் நிறைய வந்தப்போ. இந்த ஆளு அங்க சுத்திக்கிட்டு இருந்ததப் பார்த்த ஞாபகம். இரு! இந்த ஆளுதான் அவன்னு சத்தியமே பண்ணுவேன்.” திடீரென அவரது முகத்திலிருந்து சிரிப்பு மறைந்தது. “காருக்குள்ள ஏறு”, என்று சொல்லி விட்டு தனது இடுப்பிலிருந்து தானியங்கியை மறைத்த இடுப்பு வாரைக் கழற்றினார்.

டாம் சொன்னான், “அவன் மேல எந்த புகாரும் உங்ககிட்ட இல்ல.”

டெபுடி சுழன்று திரும்பினார். “நீயும் சேந்து உள்ள போக விரும்பினா நீயும் உன்னோட பொறிய திற. அந்த கார் கூட்டத்த ரெண்டு பேர் சுத்திக்கிட்டு இருந்தாங்க.”

“போன வாரம் இந்த மாகாணத்துக்குள்ளயே நான் இல்ல” என்றான் டாம்.

“இருக்கலாம். ஒருவேள நீ வேற எங்கயாவது வேண்டியிருக்கலாம். உன்னோட பொறிய மூடிக்கிட்டு இருக்கறது நல்லது.”

காண்ட்ராக்டர் ஆட்களிடம் திரும்பினார். “நீங்க இந்தப் பாழாப்போன சிகப்புக்காரங்க பேசறதக் கேக்க விரும்பலேல்ல. பிரச்சனை பண்றவங்க – அவங்க உங்கள பிரச்சனைல மாட்டி விட்டுடுவாங்க. இப்ப உங்கள எல்லாரையும் நான் டாலுரே கவுண்டில உபயோகப் படுத்திக்கலாம்.”

ஆட்கள் பதிலளிக்கவில்லை.

டெபுடி அவர்களை நோக்கித் திரும்பினார். “கிளம்பிப் போறது நல்லதுன்னு தோணுது” என்றார் அவர். அவரது முகத்தில் மெல்லிய

புன்னகை திரும்பியது. "இந்த முகாம காலி பண்ணனும்னு சுகாதாரத்துறை சொல்லுது. இங்க சிகப்புக்காரங்க இருக்காங்கன்னு அவங்களுக்குத் தெரிய வந்தா – ஏன், சிலபேருக்கு காயம் கூடப் படலாம். நீங்க எல்லாரும் டாலுரேவுக்கு நகந்தீங்கன்னா நல்ல யோசனையா இருக்கும். இங்க செய்யறதுக்கு எந்த வேலையும் இல்ல. இது உங்களுக்கு ஒரு நண்பனா சொல்றது. நீங்க வரலேன்னா இங்க மம்பட்டிய தூக்கிட்டு இருங்க."

குத்தகைதாரர் சொன்னார், "எனக்கு ஆளுங்க வேணும்னு உங்ககிட்ட சொன்னேன். நீங்க வேல செய்ய விரும்பலேன்னா – அது உங்க பாடு."

டெபுடி புன்னகைத்தார். "அவங்க வேல செய்ய விரும்பலேன்னா, இந்த கவுண்டில அவங்களுக்கு இடமில்ல. அவங்கள வேகமா வெளியேத்திடுவோம்."

ஃப்ளாய்ட் டெபுட்டிக்கு அருகில் விறைப்பாக நின்றான். அவனது விரல்கள் அவனது பெல்டுக்கு மேல் சொறுகியிருந்தன. டாம் அவனை ஒரு கணம் பார்த்து விட்டுத் தரையைப் பார்த்தான்.

"அவ்வளவுதான்" என்றார் குத்தகைதாரர். "டாலுரே கவுண்டில நிறைய ஆளுங்க வேண்டியிருக்கு; ஏராளமா வேலை இருக்கு."

டாம் மெதுவாக ஃப்ளாய்டின் கைகளைப் பார்த்தான். அவனது மணிக்கட்டில் நரம்புகள் முறுக்கிக் கொண்டு துருத்திக் கொண்டிருந்தன. டாமின் கைகளும் மேலெழும்பின. அவனது கட்டைவிரல் இடுப்புவாருக்குள் சொருகிக் கொண்டன.

"ஆனால், அவ்வளவுதான். நாளைக்கு காலைல நீங்க யாரும் ஒருத்தன் கூட இங்க இருக்கக் கூடாது."

குத்தகைதாரர் செவர்லேவுக்குள் ஏறினார்.

"இப்ப, நீ" என்றார் டெபுடி ஃப்ளாய்டிடம், "நீ காருக்குள்ள ஏறு." அவர் தனது பெரிய கைகளை நீட்டி ஃப்ளாய்டின் இடது கையைப் பற்றிக் கொண்டார். ப்ளாய்ட் ஒரே கணத்தில் சுழன்று திரும்பினான். அவனது முஷ்டி அந்தப் பெரிய முகத்தில் மோதியது. அதே வேகத்தில் அவன் கூடாரங்களைக் கடந்து ஓடினான். டெபுடி தள்ளாட, டாம் அவர் கீழே விழும்படித் தனது காலை நீட்டினான். டெபுடி கீழே விழுந்து உருள, அவரது கை துப்பாக்கிக்குச் சென்றது. வரிசையைத் தாண்டி ஃப்ளாய்ட் கண்களிலிருந்து தோன்றியும், மறைந்தும் ஓடினான். டெபுடி தரையிலிருந்து சுட்டார். ஒரு கூடாரத்திலிருந்து வெளியே வந்த ஒரு பெண் கூச்சலிட்டு விட்டு மணிக்கட்டே இல்லாத ஒரு கையைப் பார்த்தாள். அவளது விரல்கள் அவளது உள்ளங்கையிலிருந்து கயிறுகளில் தொங்கிக் கொண்டிருந்தன.

கிழிந்த தசைகள் ரத்தமின்றி வெள்ளையாக இருந்தன. தூரத்தில் கண்ணில் தெரிந்த ஃப்ளாய்ட் மரங்களை நோக்கி ஓடிக் கொண்டிருந்தான். தரையில் டெபுடி உட்கார்ந்து கொண்டு மீண்டும் தன் துப்பாக்கியைத் தூக்கினார். திடீரென கூட்டத்துக்குள்ளிருந்து ரெவரெண்ட் கேஸி வெளியே வந்தார். அவர் டெபுடியை கழுத்தில் மிதிக்க அந்த ஆள் மயக்கம் போட்டு கனமாக விழுவதை விலகி நின்று பார்த்தார்.

செவர்லேயின் இஞ்சின் கர்ஜித்து புழுதியைக் கிளப்பிக் கொண்டு ஓடியது. அது உயர்வேகப்பாதையின் மேலேறிப் பறந்தது. கூடாரத்துக்கு முன்னால் சிதறிப் போன தன் கையைப் பார்த்துக் கொண்டு அந்தப் பெண் நின்றிருந்தாள். காயத்திலிருந்து ரத்தம் கசியத் தொடங்கியது. அவளது தொண்டையிலிருந்து கூச்சல் பிறக்க, ஒவ்வொரு மூச்சுக்கும் அதன் கீச்சொலி அதிகரித்தது.

டெபுடி தன் வாயைப் புழுதிக்குத் திறந்து கொண்டு ஒரு பக்கமாகக் கிடந்தார்.

டாம் அவரது தானியங்கித் துப்பாக்கியை எடுத்து அதன் குண்டு வைக்கும் மேகசினை எடுத்து விட்டு அதிலிருந்து சுடப்படாத குண்டை எடுத்தான். "இந்த மாதிரி ஆளுகளுக்கு துப்பாக்கி வச்சுக்க உரிமை இல்ல." என்றான் அவன்; துப்பாக்கியைத் தரையில் போட்டான்.

உடைந்த கைகளுடன் இருந்த அந்தப் பெண்ணைச் சுற்றிக் கூட்டம் கூடியது. அவளது கூச்சல் அதிகரிக்க, அவளது சிரிப்புக்குள் ஒரு கூச்சல் தரம் வந்தது.

கேஸி டாமை நெருங்கினார். "நீ உடனே வெளிய போகணும்" என்றார் அவர். "நீ மரங்களுக்குள்ள போய் காத்திரு. அவன் நான் உதைக்கறத பாக்கல. ஆனா நீ அவன இடறி விட்டதப் பாத்தான்."

"நான் போக விரும்பல" என்றான் டாம்.

கேஸி தன் தலையை நெருக்கமாகக் கொண்டு சென்றார். அவர் ரகசியமாக "அவங்க உன்னோட விரல்ரேகைய எடுப்பாங்க. நீ பரோல உடச்சிருக்க. அவங்க உன்னத் திருப்பி அனுப்பிடுவாங்க."

டாம் மெதுவாக மூச்சை இழுத்தான். "இயேசுவே! நான் மறந்துட்டேன்."

"வேகமாப் போ" என்றார் கேஸி. "அவன் எழுந்திருக்கறதுக்குள்ள."

"அவனோட துப்பாக்கிய எடுத்துக்க விரும்பறேன்" என்றான் டாம்.

"இல்ல. அத விட்டுடு. நீ திரும்பி வரலாம்னா, நான் பெரிசா நாலு விசில் கொடுக்கறேன்."

டாம் அலட்சியமாக நடந்து சென்றான். ஆனால் அவன் கூட்டத்தைக் கடந்து சென்றதும் வேகமாக நடந்து ஆற்றங்கரையோரம் மரங்களுக்குள் மறைந்தான்.

அல் விழுந்து கிடந்த டெபுடியிடம் சென்றான். "இயேசுவே" என்று அவன் பாராட்டும் விதத்தில் சொன்னான். "நீங்க நிஜம்மா அவன அடிச்சுத் தள்ளிட்டீங்க."

ஆண்களின் கூட்டம் மயங்கிக் கிடந்த ஆளைத் தொடர்ந்து வெறித்தது. இப்போது தொலைதூரத்தில் சைரன் சத்தம் கூடியும், குறைந்தும் நெருங்கி வந்தது. உடனே ஆட்கள் கலக்கமடைந்தனர். அவர்கள் ஒருகணம் கால்மாற்றி விட்டுப் பிறகு நகர்ந்து தத்தமது கூடாரங்களுக்குள் சென்றனர். அல்லும் போதகரும் மட்டுமே மீதமிருந்தனர்.

கேசி அல்லிடம் திரும்பினார். "ஓடு" என்றார். "போ, நகர்ந்து போ – கூடாரத்துக்குப் போ. உனக்கு ஒண்ணும் தெரியாது."

"அப்படியா? அப்ப நீங்க?"

கேஸி அவனைப் பார்த்து முறைத்தார். "யாராவது ஒருத்தர் குத்தத்த ஏத்துக்கணும். எனக்கு குழந்தைங்க இல்ல. அவங்க என்னை சிறைலதான் போடுவாங்க. இங்க இருந்துக்கிட்டு நான் ஒண்ணும் செய்யப் போறதில்ல."

அல் சொன்னான், "இதுக்கு எந்தக் காரணமும் இல்ல ---"

"இப்ப போ" என்றார் கேஸி கூர்மையாக. "நீ இதிலேந்து தப்பிக்கணும்."

"நான் எந்த உத்தரவும் வாங்கிக்கறதில்ல" என்று விறைப்பாகச் சொன்னான் அல்.

கேஸி மென்மையாகச் சொன்னார், "நீ இதுல குழப்பம் பண்ணினா உன்னோட மொத்த குடும்பமும், எல்லா ஆளுங்களும் பிரச்சனைல மாட்டிக்குவாங்க. எனக்கு உன்னைப் பத்தி கவலையில்ல. ஆனா உன்னோட அம்மாவும், உன்னோட அப்பாவும் பிரச்சனைல மாட்டிக்குவாங்க. ஒரு வேளை அவங்க டாமை திரும்ப மெக்லஸ்டருக்கு அனுப்பிடுவாங்க."

அல் ஒரு கணம் யோசித்தான். "சரி" என்றான். "ஆனா நீங்க ஒரு அடிமுட்டாள்னு நான் நினைக்கறேன்."

"நிச்சயமா" என்றான் கேஸி. "ஏன் இருக்கக் கூடாது?"

சைரன் மீண்டும் மீண்டும் ஒலித்தது, ஆனால் தொடர்ந்து நெருங்கி வந்தது. கேஸி டெபுட்டிக்கு அருகில் முட்டி போட்டுத் திருப்பினார். டெபுடி

உறுமிவிட்டுத் தன் கண்களை படபடத்துப் பார்க்க முயன்றார். கேஸி அவரது உதட்டிலிருந்து மண்ணைத் தட்டி விட்டார். குடும்பங்கள் இப்போது கூடாரங்களுக்குள் இருந்தன, கூடாரத்துணிகள் இழுத்து விடப்பட்டிருந்தன. மறைந்து கொண்டிருந்த சூரியன் காற்றை சிவப்பாக்கி சாம்பல் நிறக் கூடாரங்களை தாமிர நிறமாக்கியது.

உயர்வேகப்பாதையில் டயர்கள் தேய ஒரு திறந்த கார் முகாமுக்குள் வேகமாக வந்தது. சுழல்துப்பாக்கியுடன் நான்கு பேர் இறங்கினர். கேஸி எழுந்து அவர்களிடம் சென்றார்.

"என்ன எழவு இங்க நடக்குது?"

கேஸி சொன்னார், "நான் அங்க இருக்கற ஆள மயக்கம் போட வச்சுட்டேன்."

ஆயுதமேந்திய ஒரு ஆள் டெபுடியிடம் சென்றான். அவர் இப்போது நினைவுக்கு வந்திருந்தார், எழுந்து உட்கார முயன்று கொண்டிருந்தார்.

"இப்ப இங்க என்ன நடந்தது?"

"அந்த ஆளு முரட்டுத்தனமா நடந்துக்கிட்டார். அதுனால நான் அவர அடிச்சேன். அவர் சுட ஆரம்பிச்சார். அங்க ஒரு பொம்பளய சுட்டுட்டார். அதுனால நான் திரும்ப அடிச்சேன்."

"சரி, நீ முதல்ல என்ன செஞ்ச?"

"நான் திரும்ப பேசினேன்" என்றார் கேஸி.

"அந்தக் காருக்குள்ள ஏறு".

"நிச்சயமா" என்றார் கேஸி. அவர் காரின் பின்பக்கம் ஏறி உட்கார்ந்து கொண்டார். காயம்பட்ட டெபுடிக்கு இரண்டு பேர் உதவினர். அவருக்கு கழுத்து எரிந்தது. கேஸி சொன்னார், "அங்க வரிசைல ஒரு பொம்பள அவரோட மோசமான துப்பாக்கி சூட்ல ரத்தம் கொட்டி சாகப் போறா."

"அதப்பத்தி பின்ன பாத்துக்கலாம். ஜோ, இந்த ஆள்தான் உன்ன அடிச்சானா?"

திகைத்துப் போயிருந்த அந்த ஆள் கேஸியை நோயுற்றவனாகப் பார்த்தார். "அவன மாதிரி தெரியல."

"சரிதான், அது நான்தான்."

"நீ தப்பான ஆளுகிட்ட புத்திசாலியா நடந்துக்கிட்ட."

ஜோ தன் தலையை மெதுவாக ஆட்டினான். "நீ எனக்கு சரியான ஆளாத் தெரியல. நான் உடம்பு சரியில்லாம போகப்போறேன்."

கேஸி சொன்னார், "நான் கூட எந்த பிரச்சனையும் செய்ய விரும்பல. ஆனா அந்தப் பொம்பள எவ்வளவு மோசமா அடிபட்டிருக்கான்னு நீ பாக்கறது நல்லது."

"அவ எங்க இருக்கா?"

"அங்க இருக்கற கூடாரத்தில."

அந்த டெபுடிகளின் தலைவர் தன் கையில் துப்பாக்கியுடன் அந்தக் கூடாரத்தை நோக்கி நடந்தார். அவர் கூடாரத்தின் வெளியிலிருந்து பேசிவிட்டுப் பிறகு உள்ளே சென்றார். ஒரு கணத்தில் அவர் வெளியே வந்து திரும்பி நடந்தார். சற்றுப் பெருமையுடன் அவர் சொன்னார், "இந்த .45 எவ்வளவு பெரிய காயத்த உண்டாக்குது! அவங்க ரத்தம் கொட்டாம இறுக்கிக் கட்டிருக்காங்க. நாங்க மருத்துவரை அனுப்பறோம்."

இரண்டு டெபுடிகள் கேஸியின் இரண்டு பக்கமும் உட்கார்ந்து கொண்டார்கள். தலைவர் தனது ஹாரனை அடித்தார். முகாமில் எந்த அசைவும் இல்லை. கூடாரத் துணிகள் இறுக்கமாக இறங்கியிருக்க, மக்கள் தமது கூடாரத்துக்குள் இருந்தனர். எஞ்சின் இயங்க, கார் திரும்பி கூடாரத்துக்கு வெளியே சென்றது. காவலர்களுக்கு நடுவில் கேஸி தனது தலையை உயர்த்தி, தனது கழுத்து நரம்புகள் புடைக்கப் பெருமையுடன் உட்கார்ந்திருந்தார். அவரது உதடுகளில் மெலிதான புன்னகை இருக்க, அவரது முகத்தில் வெற்றிப் பார்வை தெரிந்தது.

டெபுடிகள் போனதும் மக்கள் கூடாரங்களிலிருந்து வெளியே வந்தனர். இப்போது சூரியன் மறைந்திருந்தது. மென்மையான நீல நிறம் கூடாரத்துக்குள் நிறைந்திருந்தது. கிழக்கில் மலைகள் இன்னும் சூரிய வெளிச்சத்தில் மஞ்சளாக இருந்தன. பெண்கள் அணைந்திருந்த நெருப்புக்கு அருகில் சென்றனர். ஆண்கள் ஒன்று கூடி உட்கார்ந்து மென்மையாகப் பேசினர்.

அல் ஜோட் தார்பாய்க்குக் கீழிருந்து தவழ்ந்து வெளியே வந்து டாமை விசில் கொடுத்து அழைக்க மரங்களை நோக்கிச் சென்றான். அம்மா வெளியே வந்து குச்சிகளைக் கொண்டு தனது சிறு நெருப்பை மூட்டினாள்.

"அப்பா, நம்மகிட்ட ரொம்ப இல்லை. நாம ரொம்ப நேரம் கழிச்சி சாப்பிட்டோம்."

அப்பாவும் முகாமுக்கு நெருக்கமாகவே நின்று அம்மா உருளைக் கிழங்குகளைத் தோலுரித்து துண்டு போட்டு எண்ணெய்ச் சட்டிக்குள் போடுவதைப் பார்த்துக் கொண்டிருந்தனர். அப்பா கேட்டார், "அந்த போதகர் எந்த எழவுக்காக அதச் செஞ்சார்?"

ருத்தியும் வின்ஃபீல்டும் அருகில் தவழ்ந்து வந்து பேச்சைக் கேட்பதற்காகப் பதுங்கிக் கொண்டனர்.

ஜான் மாமா ஒரு துருப்பிடித்த ஆணியால் தரையை ஆழமாக நோண்டினார். "அவருக்குப் பாவத்தப் பத்தி தெரியும். நான் அவர்கிட்ட பாவத்தப் பத்திக் கேட்டேன், அவர் எங்கிட்ட சொன்னார்; ஆனா அவர் சரியாத்தான் சொன்னாராங்கறது எனக்குத் தெரியாது. ஒரு ஆள் பாவம் பண்ணிட்டோம்னு நினைச்சா அவர் பாவம் பண்ணிட்டான்னு அவர் சொன்னார்." ஜான் மாமாவின் கண்கள் சோர்வாகவும், சோகமாகவும் இருந்தன. "நான் என்னோட காலம் முழுசும் ரகசியமாவே இருந்துட்டேன்" என்றார் அவர். "நான் செஞ்ச விஷயங்களை எப்பவும் சொன்னதில்ல."

அம்மா நெருப்பிலிருந்து திரும்பினாள். "பேசிக்கிட்டே இருக்காத ஜான்" என்றாள். "அதக் கடவுள்கிட்ட சொல்லு. உன்னோட பாவங்களச் சொல்லி அடுத்தவங்களுக்கு பாரத்த உண்டாக்காத. அது நாகரிகமில்ல."

"அதெல்லாம் என்னைத் தின்னுக்கிட்டிருக்கு" என்றார் ஜான்.

"சரி, அதையெல்லாம் சொல்லாத. ஆத்தங்கரைக்குப் போய் தலையை குனிஞ்சுக்கிட்டு தண்ணிகிட்ட அதச் சொல்லு."

அப்பா அம்மாவின் வார்த்தைகளுக்கு மெதுவாகத் தலையசைத்தார். "அவ சொல்றது சரிதான்" என்றார் அவர். "சொல்றது ஒரு ஆளுக்கு ஆறுதல் தரும். ஆனா அது அவனோட பாவத்தைப் பரப்பும்."

ஜான் மாமா சூரிய வெளிச்சத்தில் தங்கமாக ஜொலித்த மலைகளைப் பார்த்தார். அவை அவரது கண்களில் பிரதிபலித்தன. "நான் அத ஒதுக்கிடலாம்னு விரும்பினேன்" என்றார் அவர். "ஆனா, என்னால முடியாது. அது என்னோட துணிச்சலைக் கொல்லுது."

அவருக்குப் பின்னால் ஷாரனின் ரோஸ் கூடாரத்தை விட்டுத் தூக்கக் கலக்கத்துடன் வெளியே வந்தாள். "கோனிய எங்க?" என்று அவள் எரிச்சலுடன் கேட்டாள். "நான் கோனிய ரொம்ப நேரம் பாக்கல. அவன் எங்க போனான்?"

"நானும் அவன பாக்கல" என்றாள் அம்மா. "நான் அவனப் பாத்தா, நீ தேட்றேன்னு சொல்றேன்."

"எனக்கு உடம்பு நல்லா இல்ல. கோனி என்ன விட்டுட்டுப் போயிருக்கக் கூடாது" என்றாள் ரோஸ்.

அம்மா பெண்ணின் ஊதிய முகத்தைப் பார்த்தாள். "நீ அழுதுக்கிட்டு இருந்திருக்க" என்றாள் அவள்.

ரோசின் கண்களில் புதிதாகக் கண்ணீர்த் துளிகள் துளிர்த்தன.

அம்மா உறுதியாகச் சொன்னாள், "நீ உன்னைக் கட்டுப்படுத்திக்கோ. நாங்க இங்க நிறைய பேர் இருக்கோம். நீ உன்னைக் கட்டுப்படுத்திக்கணும். இப்ப இங்க வந்து கொஞ்சம் உருளைக்கிழங்கை உரி. நீ உனக்காகவே வருத்தப்படுற."

ரோஸ் மீண்டும் கூடாரத்தை நோக்கி நடக்கத் தொடங்கினாள். அவள் அம்மாவின் கடுமையான கண்களைத் தவிர்க்க விரும்பினாள். ஆனால் அவை அவளை நிர்ப்பந்தித்ததால் அவள் மெதுவாக நெருப்பை நோக்கி வந்தாள். "அவன் போயிருக்கக் கூடாது" என்றாள் அவள். ஆனால் அவளது கண்ணீர் காணாமல் போயிருந்தது.

"நீ வேலை செய்யணும்" என்றாள் அம்மா. "கூடாரத்துக்குள்ள உட்கார்ந்திருந்தேன்னா நீ வருத்தப்பட்டுக்கிட்டே இருப்ப. நான் உன்னைக் கையில எடுத்துக்க எனக்கு நேரமில்ல. இப்ப செய்வேன். இப்ப நீ இந்தக் கத்திய எடுத்து உருளைக்கிழங்கை உரி."

ரோஸ் முட்டியிட்டு அடிபணிந்தாள். அவள் ஆவேசமாகச் சொன்னாள், "பொறு, நான் அவனைப் பாக்கறேன், அவங்கிட்ட சொல்றேன்."

அம்மா மெதுவாகப் புன்னகைத்தாள். "அவன் உன்னை அடிப்பான். நீ முனகிக்கிட்டு சுத்தி வருவ. அவன் உனக்கு கொஞ்சம் அறிவைக் கொடுத்தா நான் அவனை ஆசீர்வாதம் பண்ணுவேன்." ரோஸின் கண்கள் வெறுப்பால் தகித்தன, ஆனால் அவள் அமைதியாக இருந்தாள்.

ஜான் மாமா தனது துருப்பிடித்த ஆணியை தனது பெரிய கட்டை விரலால் தரையில் அழுத்தினார். "நான் சொல்லித்தான் ஆகணும்."

அப்பா சொன்னார், "சரி, அப்ப சொல்லு. பாழாப்போகட்டும்!. நீ யாரைக் கொன்ன?"

ஜான் மாமா தனது தனது நீல நிற ஜீன்ஸின் பையில் கையை விட்டு ஒரு மடக்கிய அழுக்கான நோட்டை எடுத்தார். அவர் அதை விரித்துக் காண்பித்தார். "அஞ்சு டாலர்" என்றார்.

"திருடினியா?" என்று கேட்டார் அப்பா.

"இல்ல, இது எங்கிட்ட இருந்தது. தனியா வச்சிருந்தேன்"

"அது உன்னோடது, இல்லையா?"

"ஆமா, ஆனா அத தனியா வச்சிருக்க எனக்கு உரிமையில்ல."

"அதுல ஒரு பெரிய பாவத்தை நான் பாக்கல" என்றாள் அம்மா. "அது உன்னோடது."

ஜான் மாமா மெதுவாகச் சொன்னார், "நான் அத தனியா மட்டும் வச்சிருக்கல. அத நான் குடிக்கறதுக்காக வச்சிருந்தேன். நான் குடிச்சுத்தான் ஆகணும்கற நேரம் வரும்னு எனக்குத் தெரியும். என்னோட மனசு ரொம்பக் குத்தும்கற நேரம் வரும், அப்ப நான் குடிச்சுத்தான் ஆகணும். இப்ப அதுக்கான நேரமில்லன்னு கணிச்சேன். இருந்தாலும், போதகர் போயி டாமைக் காப்பாத்தறதுக்காகத் தன்னையே கொடுத்தார்."

அப்பா தலையை மேலும் கீழும் ஆட்டி கேட்பதற்காகத்தனது தலையை நிமிர்த்தினார். ருத்தி ஒரு நாய்க்குட்டி போல தனது முழங்கையால் நகர்ந்து அருகில் நெருங்கினாள். வின்ஃபீல்டும் அவளைத் தொடர்ந்தான். ஷாரன் ரோஸ் உருளைக்கிழங்கில் தனது கத்தியை வைத்து ஆழமான ஓட்டையைப் போட்டாள். மாலை நேர வெளிச்சம் ஆழமாகி மேலும் நீல நிறமானது.

அம்மா உறுதியாக விஷயத்தைப் பற்றிப் பேசினாள், "அவர் டாமைக் காப்பாத்தறதுக்கு உன்னை ஏன் குடிக்க வைக்கணும்னு எனக்குத் தெரியல."

ஜான் சோகமாகச் சொன்னார், "அத என்னால சொல்ல முடியல. நான் மோசமா உணர்றேன். அத அவர் எளிதா செஞ்சுட்டார். சும்மா அப்படியே போய் சொல்றார், "நான் அத செஞ்சேன். அவங்க அவரைக் கூட்டிட்டுப் போயிட்டாங்க. நான் குடிக்கப் போறேன்."

அப்பா இன்னும் தலையை ஆட்டினார். "நீ இத ஏன் சொல்லணும்னு எனக்குப் புரியல. அது நானா இருந்தா தேவைன்னா நான் போயி குடிச்சிடுவேன்."

"நான் எதாவது செஞ்சு என்னோட இதயத்தில இருந்து பெரிய பாவத்த எடுக்கற நேரம் வரட்டும்," என்று ஜான் மாமா சோகமாகச் சொன்னார். "நான் கோட்டை விட்டுட்டேன். நான் அதுல குதிக்கல. அது விலகிப் போயிடுச்சு. பாரு! உங்கிட்ட பணம் இருக்கு. எனக்கு ரெண்டு டாலர் கொடு."

அப்பா வேண்டா வெறுப்பாகத் தனது பையில் கைவிட்டு தோல் பையை எடுத்தார். "உனக்கு குடிக்கறதுக்கு ஏழு டாலர் தேவையில்ல. நீ ஷாம்பெயின் தண்ணிய குடிக்க வேண்டியதில்ல."

ஜான் மாமா தன் நோட்டை நீட்டினார். "நீ இத எடுத்துக்கிட்டு எனக்கு ரெண்டு டாலர் கொடு. நான் ரெண்டு டாலருக்கு நல்லா குடிப்பேன். நான் எம்மேல பெரிய வீணான பாவத்த விரும்பல. எங்கிட்ட இருக்கறத நான் செலவழிப்பேன். எப்பவும் செய்வேன்."

ஜான் மாமா சில்லறைகளை எடுத்தார். "நீ பைத்தியமாகப் போறியா? நான் செஞ்சாகணும்னு உனக்கு தெரியாதா?"

"கிறித்துவே, ஆமா" என்றார் அப்பா. "நீ என்ன செய்யணும்னு உனக்குத் தெரியும்."

"இந்த ராத்திரிய வேற எந்த விதத்திலயும் என்னால கழிக்க முடியாது" என்றார் அவர். அவர் அம்மாவிடம் திரும்பினார். "நீ என்னைத் தடுக்கப் போறதில்லையா?"

அம்மா நிமிர்ந்து பார்க்கவில்லை. "இல்லை" என்றாள் மென்மையாக. "இல்லை - நீ போய்க் குடி."

அவர் அந்த மாலையில் எழுந்து நின்று கேவலமாக நடந்தார். அவர் நடைமேடையைத் தாண்டி சிமெண்ட் உயர்வேகப்பாதையில் பலசரக்குக் கடையை நோக்கி நடந்தார். திரைச்சீலை இருந்த கதவின் முன்பாக அவர் தனது தொப்பியை எடுத்து புழுதியில் போட்டு விட்டு தனது குதிகாலால் அதை சுயைழிவுடன் நசுக்கினார். பிறகு அங்கு தனது கருப்புத் தொப்பியை உடைந்து போனதாக, அழுக்காக விட்டுச் சென்றார். அவர் கடைக்குள் நுழைந்து வலை போட்ட தட்டுகளுக்குள் இருந்த விஸ்கி பாட்டில்களிடம் சென்றார்.

ஜான் மாமா விலகிச் சென்றதை அம்மாவும், அப்பாவும் பார்த்தனர். ஷாரன் ரோஸ் உருளைக்கிழங்குகளை வெறுப்பாகப் பார்த்தாள்.

"பாவம் ஜான்" என்றாள் அம்மா. "அது எதாவது நல்லது செஞ்சுடும்னு நான் ஆச்சரியப்பட்டேன். ஆனா-இல்ல-இருக்காதுன்னு நினைக்கறேன். இந்த அளவு ஒரு ஆள் பாதிக்கப்பட்டிருக்கறத நான் பாத்ததில்ல."

ருத்தி அவளுக்கு அருகில் புழுதியில் புரண்டாள். அவள் தனது தலையை வின்ஃபீல்டின் தலைக்கு அருகில் கொண்டு வந்து அவனது காதைத் தனது வாயை நோக்கி இழுத்தாள். "நான் குடிக்கப் போறேன்" என்று ரகசியமாகச் சொன்னாள். வின்ஃபீல்ட் வெறுப்புடன் முகத்தைக் காட்டிவிட்டுத் தன் வாயை இறுக மூடிக் கொண்டான். இரண்டு குழந்தைகளும் மூச்சைப் பிடித்துக் கொண்டு, தமது சிரிப்பால் முகங்கள் பழுப்பாகத் தவழ்ந்து சென்றனர். அவர்கள் கூடாரத்தைச் சுற்றித் தவழ்ந்து

அங்கிருந்து எழுந்து கூச்சலிட்டுக் கொண்டு ஓடிச் சென்றனர். அவர்கள் மரங்களுக்கு ஓடி மறைந்து கொண்டதும் கூச்சலிட்டுச் சிரித்தனர். ருத்தி தனது கண்ணை மாறுகண்ணாக்கித் தனது மூட்டுகளை தளர்த்திக் கொண்டாள்; தனது நாக்கைத் தொங்க விட்டுக் கொண்டு ஆடி ஆடி நடந்தாள். "நான் குடிச்சிருக்கேன்" என்றாள்.

"பாரு" என்று வின்ஃபீல்ட் கத்தினான். "என்னப் பாரு, நான் இங்க இருக்கேன், ஜான் மாமா." அவன் தனது கைகளை மடக்கி பெருமூச்சு விட்டுக் கொண்டு மயக்கம் வரும்வரை சுற்றிச் சுழன்றான்.

"இல்ல" என்றாள் ருத்தி. "இப்படித்தான் இருக்கணும். இப்படித்தான் செய்யணும். நான் தான் ஜான் மாமா. நான் எக்கச்சக்கமா குடிச்சிருக்கேன்."

அல்லும் டாமும் மரங்களினூடே அமைதியாக நடந்தனர். விளையாட்டுத்தனமாக ஆடிக் கொண்டிருந்த குழந்தைகளிடம் அவர்கள் வந்தனர். இப்போது மிகுந்த இருட்டாகி விட்டது. டாம் நின்று எட்டிப் பார்த்தான். "அது ருத்தியும் வின்ஃபீல்டும் இல்ல? அவங்களுக்கு என்னதான் ஆச்சு?" அவர்கள் நெருங்கி நடந்தனர். "உங்களுக்கு என்ன பைத்தியமா?" என்று கேட்டான் டாம்.

குழந்தைகள் சங்கடத்துடன் நின்றனர். "நாங்க விளையாடிக்கிட்டு இருந்தோம்", என்றாள் ருத்தி.

"அது வினோதமான விளையாட்டு" என்றான் அல்.

ருத்தி கடுப்பாகக் கூறினாள், "இது பல விஷயங்கள விட ஒண்ணும் வினோதமானதில்ல."

அல் மேலும் நடந்தான். அவன் டாமிடம் சொன்னான், "ருத்திக்கு பின்னால ஒரு உதை தேவையா இருக்கு. அவ அதுக்காக ரொம்ப நாளா வேலை பாத்துக்கிட்டு இருக்கா. அது குடுக்க வேண்டிய நேரம்னு நினைக்கறேன்."

ருத்தி அவனுக்குப் பின்னால் அழகு காட்டினாள். தனது வாயை சுட்டுவிரல்களால் இழுத்துக் கொண்டு அவனைப் பார்த்து நாக்கைக் காட்டினாள். தனக்குத் தெரிந்த எல்லா வழிகளிலும் அழகு காட்டினாள். ஆனால் அல் அவள் செய்ததைப் பார்க்கத் திரும்பவே இல்லை. அவள் மீண்டும் விளையாட்டைத் தொடர வின்ஃபீல்டைப் பார்த்தாள். ஆனால் விளையாட்டு ஏற்கனவே கெடுக்கப்பட்டு விட்டது. அவர்கள் இருவருக்கும் அது தெரியும்.

“நாம ரெண்டு பேரும் போய் நம்ம தலைய தண்ணிக்குள்ள முக்கலாம்” என்று வின்ஃபீல்ட் யோசனை சொன்னான். அவர்கள் மரங்களின் ஊடே நடந்தனர். இருவரும் அல்மீது மிகவும் கோபமாக இருந்தனர்.

அல்லும் டாமும் அந்த அந்தி நேரத்தில் அமைதியாக நடந்தனர். டாம் சொன்னான், ”கேஸி இதைச் செய்திருக்கக் கூடாது. இருந்தாலும் எனக்குத் தெரியும். அவர் நமக்கு எதுவும் செய்யலேங்கறதப் பத்திப் பேசிக்கிட்டே இருந்தார். அவர் ஒரு வினோதமான ஆளு அல். எப்பப் பாத்தாலும் யோசிச்சிக்கிட்டே இருந்தார்.”

“ஒரு போதகரா இருந்ததுலேருந்து வந்தது. அவங்க எல்லாம் இந்த மாதிரி விஷயத்தில குழம்பிடறாங்க” என்றான் அல்.

“கோனி எங்க போறான்னு நீ நினைக்கற?”

“உடைசல எடுக்கப் போறான்னு நான் நெனைக்கறேன்.”

”அவன் ரொம்ப தூரம் போகப்போறான்.”

அவர்கள் கூடாரங்களின் சுவர்களை ஒட்டி கூடாரங்களிடையே நடந்தனர். ஃப்ளாய்டின் கூடாரத்துக்கருகில் அவர்கள் கேட்ட மென்மையான விசும்பல் அவர்களை நிறுத்தியது. அவர்கள் கூடாரத்தின் முகப்புத் துணிக்கருகே வந்து உட்கார்ந்தனர். ஃப்ளாய்ட் கொஞ்சமாக முகப்புத் துணியைத் தூக்கினான். “நீ வெளியேறப் போறியா?”

டாம் சொன்னான், ”எனக்குத் தெரியாது. நாங்க போறது நல்லதுன்னு நினைக்கறியா?”

ஃப்ளாய்ட் கசப்புடன் சிரித்தான். “அந்த மாடு என்ன சொன்னதுன்னு கேட்டேல்ல. நீ வெளிய போலேன்னா அவங்க எரிச்சிடுவாங்க. இங்க வரதப் பத்தி நினைச்சா அந்த ஆள் அடி வாங்குவோம்னு நினைப்பான்னு நீ நினைச்சா உனக்குப் பைத்தியம்தான். இன்னைக்கு ராத்திரி அவங்க அடியாளுங்க நம்மள எரிச்சு விரட்றதுக்கு வருவாங்க.”

“அப்ப நாம போயிட்றது நல்லது. நீ எங்க போகப்போற?” என்று கேட்டான் டாம்.

“ஏன், நான் முன்ன சொன்ன மாதிரி வடக்கதான்.”

அல் சொன்னான், “இங்க இருக்கிற அரசாங்க முகாம் பத்தி ஒரு ஆள் எங்கிட்ட சொன்னான். அது எங்க இருக்கு?”

“ஓ, அது நிறைஞ்சிடுச்சின்னு நினைக்கறேன்.”

“சரி, அதுஎங்க இருக்கு?”

“99ல தெற்க பன்னண்டு-பதினாலு மைல் போனா அங்க களைகள் நிறைஞ்ச ஒரு இடம் இருக்கு. அங்கதான் இருக்கு. ஆனா அது நிறைஞ்சிடுச்சுன்னு நினைக்கறேன்.”

“அது ரொம்ப நல்லாருக்குன்னு அந்த ஆள் சொன்னான்” என்றான் அல்.

“நிச்சயமா அது நல்லாத்தான் இருக்கு. ஒரு நாய் மாதிரி இல்லாம மனுசன மாதிரி அங்க நடத்துவாங்க. ஆனா அது நிறைஞ்சிடுச்சு.”

டாம் சொன்னான், “ஏன் அந்தப் போலீஸ்காரங்க இவ்வளவு கீழ்த்தரமா நடந்துக்கிட்டாங்கன்னு என்னால புரிஞ்சுக்க முடியல. அந்த ஆள் பிரச்சனைய உண்டாக்க விரும்பின மாதிரி இருந்தது; பிரச்சனைய உருவாக்கறதுக்குன்னே மூக்கை நுழைச்ச மாதிரி இருந்தது.”

ஃப்ளாய்ட் சொன்னான், ”எனக்கு இங்க பத்தித் தெரியாது. ஆனா வடக்க அவங்கள்ல ஒரு ஆளத் தெரியும், அவன் நல்லவன். அங்க டெபுடிங்க ஆளுங்கள உள்ள விட்டுத்தான் ஆகணும்னு சொன்னான். ஷெரீஃபுக்கு ஒரு கைதிக்கு ஒரு நாளைக்கு எழுபத்து அஞ்சு சென்ட் கிடைக்கும். அவங்களுக்கு காலாண்டுக்கு அவன் சாப்பாடு போடுவான். அவங்ககிட்ட கைதிங்க இல்லேன்னா அவங்களுக்கு லாபம் கிடைக்காது. அந்த ஆள் ஒரு வாரம் யாரையும் கூட்டிட்டு வரல. உடனே ஷெரீஃப் அவங்கிட்ட ஒண்ணு ஆளக் கூட்டிட்டு வா, இல்லேன்னா வேலைய விட்டுடுன்னு சொல்லிருக்கார். இன்னைக்கு ஏதாவது வழில ஆளப் பிடிக்கறதுக்கு உறுதியா இருக்கறது மாதிரி தோணுது.”

“நாம மேல போகத்தான் வேணும்” என்றான் டாம். “ரொம்ப தூரமா, ஃப்ளாய்ட்.”

“தூரம்தான். ஒரு வேளை பின்ன சந்திக்கலாம். அப்படி நம்பறேன்.”

“குட்-பை” என்றான் அல். அவர்கள் இருண்ட சாம்பல்நிற முகாம் வழியாக ஜோடின் கூடாரத்துக்கு நடந்தனர்.

உருளைக்கிழங்கு வறுக்கும் சட்டி உஸ்ஸென்று சத்தமிட்டுக் கொண்டு நெருப்பின் மீது துப்பிக் கொண்டிருந்தது. அம்மா ஒரு கரண்டியை வைத்து கனத்த துண்டுகளைப் புரட்டினாள். அப்பா தனது முட்டிகளைக் கட்டிக் கொண்டு அருகில் அமர்ந்திருந்தார். ஷாரனின் ரோஸ் தார்பாய்க்கு அடியில் அமர்ந்திருந்தாள்.

“இது டாம்” என்று அம்மா கத்தினாள். “கடவுளுக்கு நன்றி.”

“நாம இங்கேருந்து வெளியேறியாகணும்” என்றான் டாம்.

“இப்ப என்ன விஷயம்?”

“இன்னைக்கு ராத்திரி முகாம எரிச்சிடுவாங்கன்னு ஃப்ளாய்ட் சொல்றான்.”

“என்ன நரகத்துக்காக அதச் செய்வாங்க?” என்று கேட்டார் அப்பா. “நாம எதுவும் செய்யலியே.”

“ஒரு போலீஸ்காரனை அடிச்சத தவிர” என்றான் டாம்.

“அத ஒண்ணும் நாம செய்யலியே.”

“அந்த போலீஸ்காரன் சொன்னதிலேருந்து, அவங்க நம்மள விரட்ட விரும்பறாங்க.”

ஷாரன் ரோஸ் கேட்டாள், “நீ கோனியப் பாத்தியா?”

“பாத்தோம்” என்றான் அல். “ஆத்தோட போக்குல மேல போறான். தெற்க பாத்து போறான்.”

“அவன் விட்டுட்டுப் போறானா?”

“எனக்குத் தெரியல.”

அம்மா பெண்ணிடம் திரும்பினாள். “நீ வினோதமா பேசிக்கிட்டு, நடந்துக்கிட்டிருக்க. கோனி உங்கிட்ட என்ன சொன்னான்?”

ஷாரன் ரோஸ் பாவமாகச் சொன்னாள், “வீட்டுலயே இருந்து டிராக்டர் பத்திப் படிச்சிருந்தா நல்லாயிருக்கும்னு சொன்னான்.”

அவர்கள் அமைதியாக இருந்தனர். ஷாரன் ரோஸ் நெருப்பைப் பார்க்க, அவளது கண்கள் நெருப்பு வெளிச்சத்தில் மின்னின. உருளைக்கிழங்குகள் சட்டியில் உஸ்ஸென்ற சத்தத்துடன் வறுபட்டுக் கொண்டிருந்தன. அந்தப் பெண் தனது மூக்கை உறிஞ்சித் தன் புறங்கையால் துடைத்துக் கொண்டாள்.

அப்பா சொன்னார், “கோனி ஒண்ணும் சரியான ஆள் இல்ல. அத ரொம்ப நாளா கவனிச்சிருக்கேன். அவனுக்குத் துணிச்சல் கிடையாது. அவனோட வெளிப்பார்வைக்கு ரொம்பச் சின்னவன்.”

ஷாரன் ரோஸ் எழுந்து கூடாரத்துக்குள் சென்றாள். அவள் மெத்தையில் படுத்துக் கொண்டு குப்புறத் திரும்பி தலையணைக்குள் முகத்தைப் புதைத்துக் கொண்டாள்.

“அவனைப் பிடிக்கறது ஒண்ணும் நல்லதா இருக்காதுன்னு நினைக்கிறேன்” என்றான் அல்.

அப்பா பதிலளித்தார், “இல்ல. அவனால உபயோகமில்லேன்னா, அவன் நமக்கு வேணாம்.”

அம்மா ரோஸ் படுத்துக் கொண்டிருந்த கூடாரத்துக்குள் பார்த்தாள். அம்மா சொன்னாள், "உஷ். அப்படிச் சொல்லாதீங்க."

"அவன் ஒண்ணும் உபயோகமில்ல" என்று அப்பா வலியுறுத்தினார். "எப்ப பாத்தாலும் என்னவோ செய்யப் போறான்னு சொல்லிக்கிட்டிருக்கான். எதுவும் செய்யறதில்ல. அவன் இருக்கும்போது எதுவும் நான் சொல்ல விரும்பல. ஆனா இப்போ அவன் ஓடிப் போயிட்டான்---"

"உஷ்" என்று அம்மா ரகசியமாகச் சொன்னாள்.

"ஏன், கடவுள் பேரால கேக்கறேன். நான் ஏன் வாயடச்சுக்கணும்? அவன் ஓடிப் போயிட்டான். இல்லையா?"

அம்மா தனது கரண்டியால் உருளைக்கிழங்குகளைப் புரட்டினாள். எண்ணெய் கொதித்துச் சிதறியது. அவள் குச்சிகளை நெருப்பில் இட, நெருப்பு கிளர்ந்தெழுந்து கூடாரத்தை வெளிச்சமிட்டது. அம்மா சொன்னாள், "ரோஸாஷார்னுக்கு குட்டிக் குழந்தை பிறக்கப்போகுது, அது பாதி கோனி. அவங்க அப்பா ஒண்ணுக்கும் உபயோகமில்லன்னு சொல்றவங்களுக்கு மத்தில வளர்றது குழந்தைக்கு நல்லதில்ல."

"அது பத்தி பொய் சொல்றது நல்லது" என்றார் அப்பா.

"இல்ல, அது அப்படியில்ல" என்று அம்மா குறுக்கிட்டாள். "அவன் செத்துப் போயிட்டான்கற மாதிரி எதாவது சொல்லுங்க. கோனி செத்துப் போயிட்டான்னா அவனப் பத்தி எதுவும் நீங்க தப்பா சொல்லப் போறதில்ல."

டாம் குறுக்கிட்டான். "ஏய், என்ன இது? கோனி நல்லதுக்குப் போனானான்னு நமக்கு நிச்சயமா தெரியாது. அதப் பத்தி பேசவே நமக்கு நேரமில்ல. நாம சாப்பிட்டுட்டு நம்ம வழில போகணும்."

"நம்ம வழில போகணுமா? நாம இப்பதான் இங்க வந்திருக்கோம்." அம்மா இருட்டில் வெளிச்சமிட்ட நெருப்பின் வழியாக அவனைப் பார்த்தாள்.

அவன் கவனமாக விளக்கினான். "அவங்க இந்த முகாமை இன்னைக்கு ராத்திரி எரிக்கப் போறாங்கம்மா. நம்ம பொருட்கள எரிக்கறத தள்ளி நின்னு பாக்கற பொறுமை எனக்கோ, அப்பாவுக்கோ, ஜான் மாமாவுக்கோ கிடையாதுன்னு உனக்குத் தெரியும். நாங்க சண்டைல இறங்கிடுவோம். உள்ள போயி அடி வாங்கறது என்னால முடியாது. போதகர் மட்டும் குறுக்க வரலேன்னா நான் இன்னைக்கே கிட்டத்தட்ட வாங்கிருப்பேன்."

அம்மா சூடான எண்ணெய்யில் வறுபட்டுக் கொண்டிருந்த உருளைக்கிழங்குகளைப் புரட்டினாள். இப்போது அவள் தனது முடிவை எடுத்தாள். "வாங்க!" என்று சத்தமாக அழைத்தாள். "நாம இத சாப்பிடுவோம். நாம வேகமா கிளம்பணும்." அவள் தகரத் தட்டுகளை எடுத்து வைத்தாள்.

அப்பா கேட்டார், "ஜானை என்ன செய்யறது?"

"ஜான் மாமா எங்க?" என்று டாம் கேட்டான்.

அப்பாவும், அம்மாவும் ஒரு கணம் அமைதியாக இருந்தனர். பிறகு அப்பா சொன்னார், "அவர் குடிக்கறதுக்காக போயிருக்கார்."

"இயேசுவே!" என்றான் டாம். "எந்த நேரத்த அவர் தேர்ந்தெடுத்திருக்கார்! அவர் எங்க போனார்?"

"எனக்குத் தெரியாது" என்றார் அப்பா.

டாம் எழுந்து நின்றான். "பாருங்க, நீங்க எல்லாரும் சாப்பிட்டுட்டு சாமானை ஏத்துங்க. நான் போய் ஜான் மாமாவை தேட்றேன். அவர் ரோட்டைத் தாண்டி இருக்கிற கடைக்குப் போயிருப்பார்."

டாம் வேகமாகக் கிளம்பி நடந்தான். கூடாரங்களுக்கும், கொட்டகைகளுக்கும் முன்னால் சிறு சமையல் அடுப்புகள் எரிந்து கொண்டிருந்தன. அந்த நெருப்பின் வெளிச்சம் கந்தலணிந்த ஆண்கள், பெண்கள், குனிந்து கொண்டிருந்த குழந்தைகளின் முகத்தில் விழுந்தது. சில கூடாரங்களுக்குள்ளிருந்து கூடாரத்துணி வழியாக மண்ணெண்ணெய் விளக்குகள் எரிந்து உள்ளேயிருந்தவர்களின் நிழல் கூடாரத் துணியில் பெரிதாக விழுந்தது.

டாம் புழுதி படிந்த சாலைக்குச் சென்று சிமெண்ட் உயர்வேகப் பாதையைக் கடந்து சிறு பலசரக்குக் கடையை அடைந்தான். சிறிய உருவமும், சீர் செய்யப்படாத மீசையும், கண்ணீர் நிரம்பிய கண்களும் கொண்ட கடை முதலாளி ஒரு நீண்ட வெள்ளை அங்கியை அணிந்து கொண்டு கல்லாவில் சாய்ந்து செய்தித்தாள் படித்துக் கொண்டிருந்தார். அவருக்குப் பின்னால் குவியலாகவும், பிரமிடுகளாகவும், சுவர் முழுதும் குப்பிகளில் அடைக்கப்பட்ட பொருட்கள் இருந்தன. அவர் டாம் உள்ளே வந்த பொழுது நிமிர்ந்து பார்த்தார். அவரது கண்கள் அவனை ஏதோ துப்பாக்கி கொண்டு குறி பார்த்தது போல் பார்த்தார்.

"மாலை வணக்கம்" என்றார் அவர். "எதாவது தீந்து போச்சா?"

"என்னோட மாமா தீந்து போயிட்டார். இல்லேன்னா அவர் காணாம போயிட்டார், இல்லேன்னா எதோ ஒண்ணு."

அந்த சாம்பல் நிற மனிதர் ஒரே நேரத்தில் குழப்பமாகவும், கவலையுடனும் பார்த்தார். அவர் தனது மூக்கை மெதுவாகத் தொட்டு ஒரு அரிப்பை சொறிந்து கொண்டார். "நீங்க எப்பப் பாத்தாலும் யாரையாவது தொலைச்சிக்கிட்டே இருப்பீங்க போலருக்கு" என்றார் அவர். "ஒரு நாளைக்கு பத்து தடவையாவது யாராவது இங்க வந்து 'இந்தப் பேர் இருக்கற யாராவது இங்க வந்து கேட்டா, நாங்க வடக்க போனதா சொல்லிடுவீங்களா?'ன்னு கேக்கறாங்க. எப்பபாத்தாலும் இத மாதிரி ஒண்ணு."

டாம் சிரித்தான். "நீங்க கோனின்னு ஒரு ஓநாய் மாதிரி மூஞ்சி இருக்கற சப்பமூக்கு இளைஞனைப் பாத்தா, அவனை நரகத்துக்குப் போகச் சொல்லுங்க. நாங்க தெற்க போறோம். ஆனா நாங்க அவனை தேடல. கருப்பு பேண்ட் போட்டுக்கிட்டு, நரைச்ச தலைமுடியோட சுமார் அறுபது வயசு இருக்கற ஒரு ஆளு இங்க விஸ்கி கேட்டு வந்தாரா?"

அந்த சாம்பல் நிற மனிதரின் முகம் பிரகாசமடைந்தது. "ஆமா.. அவர் இங்க வந்தார். அது மாதிரி நான் எதுவும் பாத்ததில்ல. அவர் வாசல்ல நின்னு தன்னோட தொப்பிய கீழ போட்டுட்டு அது மேல நடந்து வந்தார். அங்க பாரு அவரோட தொப்பி." அவர் கல்லாவுக்குக் கீழிருந்து உடைந்த ஒரு தொப்பியை எடுத்தார்.

டாம் அவரிடமிருந்து அதைப் பெற்றுக் கொண்டான். "அட அது அவர்தான்."

"அவர் கொஞ்சம் விஸ்கி வாங்கிக்கிட்டார், ஆனா ஒண்ணும் பேசல. அவர் கார்க்க எடுத்துட்டு பாட்டில திறந்தார். அவருக்கு இங்க குடிக்க லைசென்ஸ் இல்ல. நான் சொன்னேன், ' இங்க பாருங்க, நீங்க இங்க குடிக்க முடியாது. நீங்க வெளிய போகணும். அவர் வெளிய காலடி எடுத்து வச்சார். அவர் அதக் காலி பண்ண நாலு தடவைக்கு மேல அந்த பாட்டில கவுக்கலன்னு நான் பந்தயம் கூட கட்டுவேன். நன்றி சொல்லிட்டுப் போயிட்டார். இந்த மாதிரி குடிக்கறத நான் வாழ்க்கையிலயே பாத்ததில்ல."

"போயிட்டாரா? எந்தப் பக்கம்? நான் அவரப் பிடிச்சாகணும்."

"அது அப்படி நடந்தா நான் சொல்ல முடியும். இந்த மாதிரி குடிக்கறத நான் பாத்ததில்லேங்கறதுனால, நான் அவர் போறத பாத்தேன். அவர் வடக்க போனார்; அப்புறம் ஒரு கார் அங்க வந்து அவர் மேல வெளிச்சம் அடிச்சது. அவர் ஆத்தங்கரைல போனார். கால் கொஞ்சம் தள்ளாடிக்கிட்டிருந்தது. ஏற்கனவே இன்னொரு பாட்டிலையும் திறந்துட்டார். அவர் போன மாதிரி போனா, ரொம்ப தூரம் போயிருக்க மாட்டார்."

டாம் சொன்னான், "நன்றி. நான் அவரத் தேடிப்பிடிச்சாகணும்."

"உங்களுக்கு இந்த தொப்பி வேணுமா?"

"ஆமா! ஆமா!. அவருக்கு இது தேவைப்படும். நன்றி."

"அவருக்கு என்ன ஆச்சு?" என்று கேட்டார் சாம்பல் நிற மனிதர். "அவருக்கு அவரோட குடில மகிழ்ச்சியில்ல."

"ஓ, அவர் கொஞ்சம் சிடுமூஞ்சி. இரவு வணக்கம். நீங்க அந்த ஓடுகாலி கோனியப் பாத்தா நாங்க தெக்க போனதா சொல்லுங்க."

"நான் இந்த மாதிரி தேடிச் சொல்றதுக்கு நிறைய பேர் இருக்காங்க. என்னால எதையும் நினைவுல வச்சுக்கவே முடியாது."

"நீங்க ரொம்ப மனசுல வச்சுக்காதீங்க" என்றான் டாம். ஜான் மாமாவின் புழுதி படிந்த கருப்புத் தொப்பியை எடுத்துக் கொண்டு அவன் திரை போட்ட கதவை விட்டு வெளியேறினான். அவன் சிமெண்ட் சாலையைக் கடந்து அதன் ஓரத்தில் நடந்தான். அவனுக்குக் கீழே கீழே இறங்கிய ஹூவர்வில்லே கிடந்தது. சிறு நெருப்புகள் மினுங்கின. கூடாரங்களுக்குள்ளிருந்து லாந்தர்கள் ஒளி வீசின. முகாமில் எங்கேயோ எந்த முறையுமில்லாமல், மெதுவாக கித்தார் ஒலி கேட்டது. டாம் நின்று கவனித்து விட்டு பிறகு சாலையின் ஓரத்தில் நடந்தான். ஒரு சில அடிகள் நடந்த பிறகு மீண்டும் கேட்பதற்காக நின்றான். அவன் கேட்க விரும்பியதைக் கேட்பதற்கு முன் அவன் கால் மைல் கடந்திருந்தான்.

கீழே ஆற்றங்கரைக்கு அருகில் கனமான, சுருதியற்ற குரல் கடூரமாகப் பாடிக் கொண்டிருந்தது. டாம் அதை நன்றாகக் கேட்பதற்காகத் தலையை உயர்த்தினான்.

ஒரு மந்தமான குரல் பாடியது :
நான் என் இதயத்தை இயேசுவிடம் கொடுத்து விட்டேன்
எனவே இயேசுவே என்னை வீட்டுக்குக் கூட்டிச் செல்லுங்கள்.
நான் என் ஆன்மாவை இயேசுவிடம் கொடுச்சு விட்டேன்
எனவே இயேசுவே எனது வீடு.

பாட்டு ஒரு முணுமுணுப்பாகத் தேய்ந்து நின்... டாம் பாட்டுக் கேட்ட திசையை நோக்கி வேகமாக நடந்தான். கொஞ்சம் கழித்து நின்று மீண்டும் கேட்டான். இப்போது குரல் அதே மெதுவான தொனியில், சுருதியேயில்லாமல் பாட்டு அருகில் கேட்டது.

"ஓ மேகி இறந்த அந்த இரவில்,
அவள் என்னைத் தன்னருகே அழைத்து,

மேகி அணிந்திருந்த அந்தச் சிவப்பு உடையை

என்னிடம் கொடுத்தாள்.

அவை முட்டியருகே பெருத்திருந்தன ---"

டாம் கவனமாகப் பக்கத்தில் சென்றான். தரையில் ஒரு கருநிற உருவம் அமர்ந்திருந்ததைப் பார்த்த அவன் பக்கத்தில் சென்று அமர்ந்தான். ஜான் மாமா பாட்டிலைக் கவிழ்க்க, அதன் கழுத்தில் சலசலத்து சாராயம் வெளியேறியது

டாம் அமைதியாகச் சொன்னான், "ஏய், பொறுங்க! நான் எங்க உள்ள வரேன்?

ஜான் மாமா தலையைத் திருப்பினார். "யாரு நீ?"

"ஏற்கனவே மறந்தாச்சா? நான் ஒண்ணு குடிச்சதுக்கு நீங்க நாலு குடிச்சீங்க."

"இல்ல, டாம். என்ன முட்டாளாக்க முயற்சி செய்யாத. நான் இங்க தனியா இருக்கேன். நீ இங்க இல்லவே இல்ல."

"நான் இங்க இப்ப நிச்சயமா இருக்கேன். எனக்கு ஒரு மடக்கு குடுக்கலாமா?"

ஜான் மாமா மீண்டும் தன் பாட்டிலை உயர்த்த விஸ்கி சத்தமிட்டது. அவர் பாட்டிலைக் குலுக்கினார். அது காலியாக இருந்தது. "காலி" என்றார். "சாகறதுக்கு மோசமா ஆசப்படறேன். கொஞ்சம் சாகணும். செத்தே ஆகணும். தூங்கற மாதிரி. கொஞ்சம் சாகணும். ரொம்ப சோர்ந்துட்டேன். ஒருவேள--- திரும்ப எழுந்திருக்க விரும்பல." அவரது குரல் தாழ்ந்தது. "ஒரு கிரீடத்த வச்சுக்கப் போறேன் – தங்கக் கிரீடம்."

டாம் சொன்னான், "நான் சொல்றதக் கேளுங்க ஜான் மாமா. நாம கிளம்பப் போறோம். நீங்க வாங்க. சாமான் மேல படுத்து நீங்க தூங்கிடலாம்."

ஜான் தலையை ஆட்டினார். "இல்ல, கிளம்புங்க. நான் வரல. இங்கயே ஓய்வெடுக்கப் போறேன். திரும்பப் போறதில அர்த்தமில்ல. யாருக்கும் எந்த நல்லதும் கிடையாது--- அருமையான ஆளுங்க மத்தில என்னோட பாவங்கள அழுக்குக் கால்சட்டை மாதிரி இழுத்துக்கிட்டு. இல்ல. நான் வரல."

"அட வாங்க. நீங்க இல்லாம நாங்க போக முடியாது."

“நீங்க போங்க. நான் ஒண்ணும் நல்லதில்ல. நான் ஒண்ணும் நல்லதில்ல. என்னோட பாவத்த இழுத்துக்கிட்டு எல்லாரையும் அழுக்காக்கிட்டிருக்கேன்.”

“நீங்க வேற யாரையும் விட அதிக பாவத்த ஒண்ணும் வச்சிருக்கல.”

ஜான் தன் தலையை நெருக்கமாக வைத்து, புத்திசாலித்தனமாகக் கண்ணடித்தார். டாம் நட்சத்திர வெளிச்சத்தில் அவரது முகத்தை மங்கலாகப் பார்த்தான். “யாருக்கும் என்னோட பாவங்கள தெரியாது, இயேசுவத் தவிர. அவருக்குத் தெரியும்.”

டாம் முழந்தாளிட்டான். அவன் தன் கையை ஜான் மாமாவின் நெற்றியில் வைத்துப் பார்த்தான். அது வெப்பமாகவும், வறண்டும் இருந்தது. ஜான் அவனது கையை தள்ளாட்டத்துடன் தள்ளி விட்டார்.

“வாங்க” என்று டாம் கெஞ்சினான். “வாங்க ஜான் மாமா.”

“நான் போக மாட்டேன். சோர்ந்துட்டேன். இங்க ஓய்வெடுக்கப் போறேன். இங்கயே.”

டாம் மிகவும் நெருக்கமாக இருந்தான். தனது முஷ்டியை ஜான் மாமாவின் தாடையில் குறி பார்த்து வைத்தான். பிறகு இரண்டு முறை பின்னுக்கு இழுத்து விட்டு தோளை ஒரே முறை வீசி மெதுவான, துல்லியமான அடியை தாடையில் விட்டான். ஜான் மாமாவின் தாடை திரும்ப, அவர் பின்னால் விழுந்து எழுந்திருக்க முயன்றார். ஆனால் டாம் அவர் மேல் முட்டியிட்டுக் கொண்டிருந்தான். அவர் ஒரு முட்டியை உயர்த்த, அவன் மீண்டும் தாக்கினான். ஜான் மாமா தரையில் கட்டையாகக் கிடந்தார்.

டாம் எழுந்து, குனிந்து தளர்ந்து தொங்கிக் கொண்டிருந்த அவரது உடலை தனது தோளின் மேல் போட்டான். அவர் தளர்ந்த கனத்தில் தள்ளாடினார். அவன் பெருமூச்சு விட்டுக் கொண்டு ஆற்றங்கரையில் நடக்க நடக்க அவரது தொங்கிக் கொண்டிருந்த கைகள் பின்னால் இடித்தன. ஒரு கார் கடந்த போது அதன் வெளிச்சம் தன் தோளில் ஒருவரைத் தூக்கிக் கொண்டு நடந்து கொண்டிருந்த அவன் மேல் பாய்ந்தது. கார் ஒரு கணம் தயங்கி விட்டுப் பிறகு பாய்ந்து சென்றது.

டாம் சாலையிலிருந்து இறங்கி ஹூவர்வில்லேவில் ஜோடின் டிரக்குக்குத் திரும்பி வந்து சேர்ந்த போது அவன் பெருமூச்சு விட்டுக் கொண்டிருந்தான். ஜானுக்கு நினைவு திரும்பிக் கொண்டிருந்தது. அவர் பலவீனமாகத் திமிறினார். டாம் அவரை மெதுவாகக் கீழே விட்டான்.

அவன் வெளியே சென்றிருந்த போது ஏற்கனவே கூடாரம் கலைக்கப் பட்டிருந்தது. அல் டிரக் மீது சுமைகளை ஏற்றினான். சுமைகளைக் கட்ட

ஏற்கனவே தார்பாய் விரிக்கப் பட்டிருந்தது.

அல் சொன்னான், "நிச்சயமா அவர் நல்லாக் குடிச்சிருக்கணும்."

டாம் மன்னிப்புக் கேட்டான். "அவர வர வைக்க நான் அவரை லேசா அடிக்க வேண்டியிருந்தது. பாவம் அவர்."

"அவருக்கு காயமில்லையே?" என்று அம்மா கேட்டாள்.

"அப்படி நினைக்கல. ஏற்கனவே அவர் அதுலேருந்து வெளிய வந்துக்கிட்டு இருக்கார்."

ஜான் மாமா தரையில் பலவீனமாகக் கிடந்தார். அவருக்கு சிறிது சிறிதாகக் குமட்டிக் கொண்டு வந்தது.

அம்மா சொன்னாள், "உனக்கு ஒரு தட்டுல உருளைக்கிழங்கு வச்சிருக்கேன் டாம்."

டாம் கெக்கெலித்தான். "எனக்கு இப்ப சாப்பிட்ற மனசு இல்ல."

அப்பா குரல் கொடுத்தார், "சரி அல். தார்பாய் மேல கயிறைப் போடு."

டிரக் ஏற்கனவே சுமையேற்றப்பட்டுத் தயாராக இருந்தது. ஜான் மாமா தூங்கிப் போயிருந்தார். டாமும் அல்லும் அவரைத் தூக்கி சுமை மேல் ஏற்றினர். அதே சமயம் டிரக்குக்குப் பின்னாலிருந்து வின்ஃபீல்ட் ஒரு குமட்டல் ஓசையை எழுப்பினான். ருத்தி கூச்சலிடுவதைத் தடுக்கத் தன் கையால் வாயை மூடிக் கொண்டாள்.

"தயார்" என்றார் அப்பா.

டாம் கேட்டான், "ரோசாஷார்ன் எங்க?"

"அங்க இருக்கா" என்றாள் அம்மா. "வா ரோசாஷார்ன். நாம போறோம்."

அந்தப் பெண் தன் தலை மார்பில் தொங்கிக் கொண்டிருக்க அசையாது அமர்ந்திருந்தாள். டாம் அவளிடம் நடந்தான். "வாம்மா" என்றான்.

"நான் வரப் போறதில்ல." அவள் தன் தலையை நிமிர்த்தவேயில்லை.

"நீ வந்துதான் ஆகணும்."

"எனக்குக் கோனி வேணும். அவன் வரவரைக்கும் நான் வர மாட்டேன்."

மூன்று கார்கள் முகாமுக்கு வெளியே சென்று, உயர்வேகச்சாலையில் ஏறின. அந்தப் பழைய கார்களில் முகாமிலிருந்த மக்கள் நிரம்பியிருந்தனர். அவை உயர்வேகச்சாலையில் ஏறி தமது மங்கலான விளக்கை எரிய விட்டுக் கொண்டு கடகடத்துச் சென்றன.

டாம் சொன்னான், “கோனி நம்மள கண்டு பிடிச்சிடுவான். நாம எங்க இருக்கோம்னு அந்தக் கடைல சொல்லி வச்சிருக்கேன். அவன் நம்மளக் கண்டு பிடிச்சிடுவான்.”

அம்மா வந்து அவனுக்கருகில் நின்றாள். “வா ரோசாஷார்ன். வா, கண்ணு.” அவள் மென்மையாகக் கூறினாள்.

“நான் காத்திருக்க விரும்பறேன்.”

“நாம காத்திருக்க முடியாது.” அம்மா குனிந்து பெண்ணின் கையைப் பிடித்து எழுப்பி நிறுத்தினாள்.

“அவன் நம்மள கண்டு பிடிச்சிடுவான்” என்றான் டாம். “கவலைப்படாத. அவன் நம்மள கண்டு பிடிச்சிடுவான்.” அவர்கள் பெண்ணின் இரு புறமும் நடந்தார்கள்.

“ஒருவேளை அவன் படிக்கறதுக்கு புத்தகம் வாங்கப் போயிருக்கலாம்” என்றாள் ரோசாஷார்ன். “ஒருவேளை அவன் நம்மள ஆச்சரியப் படுத்த செஞ்சிருக்கலாம்.”

அம்மா சொன்னாள், “ஒருவேளை அதத்தான் அவன் செஞ்சிருக்கலாம்.” அவர்கள் அவள் டிரக் மேல் ஏற அவளுக்கு உதவினர். அவள் சுமை மேல் ஏறித் தவழ்ந்து தார்பாய்க்கு அடியில் சென்று இருண்ட குகையில் மறைந்தாள்.

இப்போது ஒரு புதர் குடிசையிலிருந்து ஒரு தாடி வைத்த மனிதர் அவர்களிடம் பயத்துடன் வந்தார். அவர் தனது கைகளைப் பின்னால் கட்டிக் கொண்டு காத்திருந்தார். “நீங்க நாங்க உபயோகிக்கற மாதிரி எதாவது பொருளை விட்டுட்டுப் போகப் போறீங்களா?” அவர் கடைசியாக இதைக் கேட்டார்.

அப்பா சொன்னார், “எதையும் அப்படி யோசிக்க முடியல. நாங்க விட்டுட்டுப் போறதுக்கு எதுவுமில்ல.”

டாம் கேட்டான், “நீங்க வெளியேறப் போறதில்லையா?”

நீண்ட நேரம் அந்த தாடி வைத்த மனிதர் அவனை வெறித்துப் பார்த்தார். “இல்லை” என்றார் கடைசியாக.

“ஆனா அவங்க உங்கள எரிச்சிடுவாங்க.”

நிலையற்ற அந்தக் கண்கள் தரையைப் பார்த்தன. “எனக்குத் தெரியும். முன்னாடியே அவங்க இதச் செஞ்சிருக்காங்க.”

“அப்ப நீங்க ஏன் வெளியேற மாட்டேங்கறீங்க?”

குழம்பிய அந்தக் கண்கள் ஒரு கணம் நிமிர்ந்து பார்த்து விட்டு மீண்டும் தரையைப் பார்த்தன. அணைந்து கொண்டிருந்த நெருப்பு அவரது கண்களில் பட்டு மின்னியது. "எனக்குத் தெரியாது. பொருளையெல்லாம் சேகரிக்கறதுக்கு ரொம்ப நேரமாகுது."

"அவங்க உங்களோடத எரிச்சிட்டாங்கன்னா உங்களுக்கு எதுவும் கிடைக்காது."

"எனக்குத் தெரியும். நீங்க உபயோகப்படுத்தாத எதையும் விட்டுட்டுப் போக முடியாதா?

"எல்லாத்தையும் எடுத்தாச்சு" என்றார் அப்பா. தாடி மனிதர்தள்ளாடியபடி நடந்து சென்றார். "அவருக்கு என்ன?" என்று விசாரித்தார் அப்பா.

"போலீஸ்காரங்ககிட்ட மகிழ்ச்சி. அவர் ரொம்ப எளிமை. தலைல நிறைய அடி வாங்கிருக்கார்னு சொன்னாங்க" என்றான் டாம்.

இரண்டாவது சிறிய காரவான் முகாமைக் கடந்து உயர்வேகச்சாலையில் ஏறிக் கடந்து சென்றது.

"வாங்கப்பா, நாம போகலாம். இங்க பாருங்கப்பா. நீங்க, நான், அல், மூணு பேரும் சீட்ல போகலாம். அம்மா சுமை மேல வரட்டும். இல்ல, அம்மா நீங்க நடுவுல வாங்க. அல்"--- டாம் சீட்டுக்கடியில் கையை விட்டு மங்கி வ்ரெஞ்சை எடுத்தான். "அல், நீ பின்னாடி போ. இத இங்க எடுத்துக்கோ. ஒருவேளை யாராவது ஏறப்பாத்தா ஓங்கி ஒண்ணு குடு."

அல் வ்ரெஞ்சை எடுத்துக் கொண்டு பின்பக்கத்தில் ஏறி, காலை மடக்கி உட்கார்ந்து கொண்டான். டாம் ஒரு இரும்பு ஜாக் ஹாண்டிலை சீட்டுக்கடியிலிருந்து எடுத்து தரையில் பிரேக் பெடலுக்கு அடியில் வைத்தான். "சரி, நடுவுல வாம்மா."

அப்பா சொன்னார், "எனக்கு கைல எதுவும் கிடைக்கல."

"நீங்க அங்க கைய கொடுத்து ஜாக் ஹாண்டிலை எடுங்க" என்றான் டாம். "உனக்கு இது தேவைப்படக்கூடாதுன்னு கடவுளை வேண்டிக்கறேன்." அவன் சாவியை இயக்கியவுடன் இஞ்சின் ஓடி, அணைந்து பிறகு மீண்டும் இயங்கியது. டாம் முன்விளக்குகளைப் போட்டு மெதுவாக முகாமை விட்டு வெளியேறினான். மங்கலான விளக்கு சாலையில் நடுங்கியது. அவர்கள் உயர்வேகச்சாலையில் ஏறி தெற்கில் திரும்பினர். டாம் சொன்னான், "ஒரு மனுஷன் பைத்தியமாகுற நேரமும் வருது."

அம்மா குறுக்கிட்டாள், "டாம்—நீ எங்கிட்ட சொன்ன --- நீ அந்த மாதிரி இல்லன்னு எனக்கு சத்தியம் பண்ணின. நீ சத்தியம் பண்ணின."

"எனக்குத் தெரியும்மா. நான் முயற்சி செய்றேன். ஆனா அந்த டெபுடிங்க— பின்னாடி குண்டா இல்லாத ஒரு டெபுடிய நீ இதுவர பாத்திருக்கியா? அவங்க பின்பக்கத்த ஆட்டிக்கிட்டு துப்பாக்கிய தூக்கறாங்க. அம்மா," என்றான். "அதுதான் சட்டம்னா நாம அத பொறுத்துக்கலாம். ஆனா அது சட்டம் இல்ல. அவங்க நம்ம ஊக்கத்தைக் கெடுக்கிறாங்க. அடிபட்ட நாய் மாதிரி நாம தவழ்ந்து போக வைக்க அவங்க முயற்சி செய்யறாங்க. அவங்க நம்மள நொறுக்கப் பாக்கறாங்க. ஒரு ஆளு அவனோட கௌரவத்த காப்பாத்திக்க ஒரு போலீஸ்காரனை உதைக்கிறதத்தவிர வேற வழியில்லங்கற ஒரு நேரமும் வரும்மா. அவங்க நம்ம கௌரவத்த குலைக்கறாங்க."

அம்மா சொன்னாள், "நீ சத்தியம் பண்ணின டாம். அப்படித்தான் அந்த அருமையான பையன் ஃப்ளாய்ட் செஞ்சான். எனக்கு அவன் அம்மாவை தெரியும். அவங்க அவனை காயப்படுத்தினாங்க."

"நான் முயற்சி செஞ்சுக்கிட்டிருக்கேன் அம்மா. நான் கடவுளுக்கு நேர்மையா இருக்கேன். நான் தரைல வயத்த தேச்சுக்கிட்டு ஒரு வேசி நாய் மாதிரி தவழ்ந்து போறத நீ விரும்பலேல்ல அம்மா?"

"நான் பிரார்த்தனை செஞ்சுக்கிட்டிருக்கேன். நீ எதுலயும் சிக்காம இருக்கணும் டாம். குடும்பம் உடைஞ்சுக்கிட்டு வருது. நீ சிக்காம இருக்கணும்."

"நான் முயற்சிக்கறேன் அம்மா. ஆனா அந்த குண்டன்ல ஒருத்தன் என்னை சீண்டினா நான் ரொம்ப முயற்சிக்க வேண்டிருக்கும். அது சட்டமா இருந்தா வேற விஷயம். ஆனா முகாமை எரிக்கிறது சட்டம் ஒண்ணும் இல்ல."

கார் குலுங்கி ஓடியது. முன்னால் உயர்வேகப்பாதையில் ஒரு சிறு வரிசையில் சிகப்பு லாந்தர்கள் எரிந்து கொண்டிருந்தன.

"சுத்திப் போகணும்னு நினைக்கறேன்" என்றான் டாம். அவன் வண்டியின் வேகத்தைக் குறைத்து நிறுத்தினான். உடனே ஒரு கூட்டம் டிரக்கைச் சுற்றி வளைத்தது. அவர்கள் குத்துக் கோடரிகளையும், துப்பாக்கிகளையும் வைத்துக் கொண்டிருந்தனர். அவர்கள் அகழி ஹெல்மெட்டுகளையும், அமெரிக்கப் படைத் தொப்பிகளையும் அணிந்து கொண்டிருந்தனர். ஒரு மனிதன் ஜன்னலுக்குள் எட்டிப் பார்த்தான். அவனுக்கு முன் விஸ்கி வாடை அடித்தது.

"நீங்க எங்க போறீங்கன்னு நினைச்சிக்கிட்டிருக்கீங்க?" அவன் தனது சிவப்பு முகத்தை டாமின் முகத்துக்கருகே நீட்டினான்.

டாம் இறுக்கமடைந்தான். அவனது கை இருக்கைக்குக் கீழ் சென்று ஜாக் கம்பியைப் பற்றியது. அம்மா அவனது கையை இறுக்கிப் பிடித்தாள். டாம்

சொன்னான், "அது---" பிறகு அவனது குரல் அடிமை போல் கீழிறங்கியது. "நாங்க இங்க புதுசு" என்றான் அவன். "டாலுரேங்கற இடத்துல வேலை இருக்கறதா நாங்க கேள்விப்பட்டோம்."

"பாழாப்போக, நீங்க தப்பான வழில போறீங்க. இந்த நகரத்துல எங்களுக்கு பாழாப்போன ஓக்கிகள் வேண்டாம்."

டாமின் தோள்களும், கைகளும் இறுகியிருந்தன, அவனுக்குள் ஒரு நடுக்கம் பரவியது. அம்மா அவனது கையை இறுகப் பிடித்துக் கொண்டாள். டிரக்கின் முன்னால் ஆயுதமேந்தியவர்கள் சுற்றி நின்றிருந்தனர். அவர்களில் சிலர் இராணுவத் தோற்றத்தைத் தருவதற்காக இராணுவ பெல்ட்டை அணிந்திருந்தனர்.

டாம் முனகினான், "அது எந்தப் பக்கம் மிஸ்டர்?"

"நீ சுத்திப் போய் வலது பக்கம் திரும்பி வடக்கப் போ. பருத்தி தயாராகிற வரைக்கும் திரும்பி வராத."

டாமின் உடல் முழுதும் நடுங்கியது. "சரி சார்" என்றான் அவன். அவன் காரைப் பின்னால் ஓட்டி திருப்பினான். அவன் வந்த வழியிலேயே சென்றான். அம்மா அவனது கைகளை விடுவித்துத் தட்டிக் கொடுத்தாள். டாம் தனது விம்மலை அடக்கக் கடுமையாக முயன்றான்.

"கவலைப்படாத" என்றாள் அம்மா. "கவலைப்படாத."

டாம் தனது மூக்கை ஜன்னல் வழியாகச் சிந்தி விட்டுத் தன் சட்டைக் கையால் கண்ணைத் துடைத்துக் கொண்டான். "வேசி மகன்க----"

"நீ நல்லதைத்தான் செஞ்ச" என்றாள் அம்மா ஆறுதலாக. "நீ நல்லதைத்தான் செஞ்சிருக்க."

கார் அருகிலிருந்த புழுதிச் சாலைக்குள் சுழன்று திரும்பி ஒரு நூறு கெஜம் சென்றதும் டாம் அதன் விளக்கையும் இஞ்சினையும் அணைத்தான். அவன் ஜாக் கம்பியை எடுத்துக் கொண்டு காருக்கு வெளியே சென்றான்.

அம்மா பயந்து போய்க் கேட்டாள், "எங்க போற டாம்?"

"தெற்க போறேன்" என்றான் அவன். "அந்த வேசி மகன்க நம்மள விரட்ட நான் விட முடியாது. நம்மால முடியாது. டவுன சுத்திப் போகாம அது வழியாவே போறது."

"சரி, நாம எங்க போறோம்?". அப்பா முதன்முறையாகக் கேட்டார். "எனக்குத் தெரிய வேண்டியது அதுதான்."

"நாம அரசாங்க முகாமைத் தேடப்போறோம்" என்றான் டாம். "அங்க எந்த டெபுடியையும் விடமாட்டாங்கன்னு ஒருத்தன் சொன்னான். அம்மா--

- நான் அவங்ககிட்டேருந்து விலகிப் போகணும். யாரையாவது கொன்னுடுவேன்னு எனக்குப் பயமா இருக்கு.”

“அமைதி” என்றாள் அம்மா. “நீ பொறுமையா இருக்கணும். அவங்க எல்லாரும் போனப்புறமும் நாம வாழப் போறோம். ஏன் டாம், நாமதான் வாழறவங்க. அவங்க நம்மள அழிச்சிடப் போறதில்ல. நாம மேல மேல போகப் போறோம்.”

“நாம எல்லா நேரத்திலயும் அடி வாங்கிக்கிட்டிருக்க முடியாது.”

“எனக்குத் தெரியும்” என்று அம்மா கெக்கலித்தாள். “ஒருவேளை அதுதான் நம்மள உறுதிப்படுத்தறதா இருக்கலாம். பணக்காரங்க மேல வருவாங்க, சாவாங்க. அவங்க குழந்தைகளும் ஒண்ணும் மேல இல்ல, அவங்களும் சாவாங்க. ஆனா டாம், நாம வந்துக்கிட்டே இருப்போம். நீ யாரையும் பயமுறுத்தாத டாம். வேற மாதிரி நேரம் வந்துக்கிட்டிருக்கு.”

“உனக்கு எப்படித் தெரியும்?”

“எப்படித் தெரியும்னு எனக்குத் தெரியாது.”

அவர்கள் நகருக்குள் நுழைந்ததும் டாம் மையப்பகுதியைத் தவிர்ப்பதற்காக ஒரு பக்கத் தெருவுக்குள் நுழைந்தான். தெரு விளக்கு வெளிச்சத்தில் அவன் தன் தாயைப் பார்த்தான். அவளது முகம் அமைதியாக இருக்க, அவளது கண்களில் ஆர்வமிக்க பார்வை தெரிந்தது. அவை ஒரு சிலையின் எல்லையற்ற கண்கள் போல் தோன்றின. டாம் தனது வலது கையால் அவளது தோளைத் தொட்டான். அவன் தொடத்தான் வேண்டியிருந்தது. பிறகு கையை எடுத்துக் கொண்டான். “நீ இவ்வளவு பேசினத நான் என் வாழ்க்கைல கேட்டதில்ல” என்றான்.

“எப்பவும் இவ்வளவு காரணம் இருந்ததில்ல” என்றாள் அம்மா.

அவன் பக்கவாட்டுத் தெருக்களைக் கடந்து நகரத்தைக் கடந்தான். ஒரு குறுக்கில் ”99” என்றொரு பலகை இருந்தது. அவன் அதில் தெற்கே திரும்பினான்.

“எப்படின்னாலும் அவங்க நமக்கு மேற்குத் திசையக் காட்டல” என்றான் அவன். “இருந்தாலும் நாம சரியானதுக்காக தவழ வேண்டிருந்தாலும் சரி, நாம விரும்பற இடத்துக்கு நாம போவோம்.”

மங்கலான விளக்குகள் முன்னாலிருந்த பரந்த இருண்ட உயர்வேகப்பாதையைக் காட்டின.

21

நகர்ந்து கொண்டிருந்த, தேடிக்கொண்டிருந்த மக்கள் இப்போது புலம் பெயர்ந்தவர்கள். ஒரு சிறு துண்டு நிலத்தில் வசித்த குடும்பங்கள், நாற்பது ஏக்கர் நிலத்தில் வாழ்ந்து, இறந்தவர்கள், நாற்பது ஏக்கர் உற்பத்தியில் உண்டு, பட்டினி கிடந்தவர்களுக்கு இப்போது ஒட்டுமொத்த மேற்கும் திறந்து கிடந்தது. அவர்கள் வேலை தேடிச் சுற்றித் திரிந்தனர்; உயர்வேகப்பாதையில் மக்கள் சாரி சாரியாகச் சென்றனர், ஓடைக் கரைகளில் மக்கள் வரிசையாக முகாமிட்டனர். அங்கே நடுவில் – தொழிலுக்கு மாறாத எளிய விவசாய மக்கள் வசித்துக் கொண்டிருந்தனர். இயந்திரங்களைக் கொண்டு விவசாயம் செய்யாதவர்கள் அல்லது தனியார் கைகளில் இயந்திரங்கள் இருப்பதன் வலிமையையும், ஆபத்தையும் அறியாதவர்கள் அவர்கள். தொழிலின் முரண்பாடுகளுக்கிடையே அவர்கள் வளராதவர்கள். தொழில் வாழ்க்கையின் முட்டாள்தனத்துக்கு அவர்களது உணர்வுகள் இன்னும் கூர்மையாகவே இருந்தன.

திடீரென அவர்களை இயந்திரங்கள் வெளியே தள்ள, அவர்கள் உயர்வேகப்பாதையை மொய்த்தனர். நகர்தல் அவர்களை மாற்றியது; உயர்வேகப்பாதை, சாலையை ஒட்டிய முகாம்கள், பசியின் மீது அச்சம், பசி பட்டினியே அவர்களை மாற்றியது. இரவு உணவு இல்லாத குழந்தைகள் அவர்களை மாற்றினர், எல்லையற்ற நகர்வு அவர்களை மாற்றியது. அவர்கள் புலம் பெயர்ந்தவர்கள். விரோதம் அவர்களை மாற்றியது, இணைத்தது, ஒற்றுமைப்படுத்தியது – ஒரு படையெடுப்பவனை எதிர்ப்பது போல் சிறு நகரக் குழுக்களையும், ஆயுதமேந்த வைத்த விரோதம், கைக்கோடரிகளுடன் சிறு குழுக்கள், வேட்டைத் துப்பாக்கிகளுடன் எழுத்தர்கள், கடைக்காரர்கள் ஆகியோரே தமது சொந்த மக்களுக்கெதிராக உலகைப் பாதுகாத்துக் கொண்டிருந்தார்கள்.

உயர்வேகப்பாதையில் புலம்பெயர்வோர் அதிகரிக்க அதிகரிக்க மேற்கே பீதி பரவியது. சொத்துடைமையாளர்கள் தமது சொத்துக்காக பீதியடைந்தனர். ஒருபோதும் பசியுடன் இருந்திராதவர்கள் பசியின் கண்களைப் பார்த்தனர். எப்போதும் எதையும் பெரிதாக வேண்டாதவர்கள் புலம் பெயர்ந்தோரின் கண்களில் வேட்கை நெருப்பைப் பார்த்தனர். நகரங்கள், மென்மையான புறநகர் மக்கள் தம்மைப் பாதுகாத்துக் கொள்வதற்காக ஒன்று திரண்டனர்; ஒரு மனிதன் தான் சண்டையிடுவதற்கு முன் செய்ய வேண்டியதைப் போல தாங்களெல்லாரும் நல்லவர்களெனவும், படையெடுப்பாளர்கள் மோசமானவர்களென்றும் தம்மைத் தாமே மீட்டுறுதி செய்து கொண்டனர். ‘அந்தப் பாழாய்ப் போன ஓக்கீகள்

அசிங்கமானவர்களெனவும், அறிவிலிகளெனவும் அவர்கள் கூறினர். அவர்கள் சீரழிந்தவர்கள், பாலியல் வெறியர்கள். அந்தப் பாழாய்ப்போன ஓக்கீகள் திருடர்கள். அவர்கள் எதையும் திருடுவார்கள். அவர்களுக்குச் சொத்துரிமை பற்றி உணர்வே கிடையாது.

இரண்டாவது உண்மை. ஏனென்றால் சொத்தே இல்லாதவர்களுக்கு எப்படி சொத்துரிமையின் வலி தெரியும்? தம்மைப் பாதுகாத்துக் கொண்டவர்கள் சொன்னார்கள், அவர்கள் நோயைக் கொண்டு வருகிறார்கள், அவர்கள் அசிங்கமானவர்கள். அவர்களை நாம் பள்ளிகளில் சேர்த்துக் கொள்ள முடியாது. அவர்கள் அன்னியர்கள். அவர்களில் ஒருவருடன் உனது சகோதரி செல்வதை நீ எப்படி விரும்ப முடியும்?

உள்ளூர் மக்கள் தம்மைக் குரூரமாக வடிவமைத்துக் கொண்டார்கள். அவர்கள் பிறகு தம்மைக் குழுக்களாக அமைத்துக் கொண்டு ஆயுதம் கொடுத்தார்கள் – தடிகள், காஸ், துப்பாக்கிகளைக் கொடுத்தார்கள். நிலம் நமக்குச் சொந்தமானது. இந்த ஓக்கிகளைக் கைமீறிச் செல்ல நாம் அனுமதிக்க முடியாது. ஆயுதம் ஏந்தியவர்களுக்கு நிலம் சொந்தமில்லை. ஆனால் அவர்கள் அப்படி நினைத்தார்கள். இரவில் கவாத்து செய்த எழுத்தர்களுக்கு எதுவும் சொந்தமில்லை, சிறு கடைக்காரர்களுக்கு பெட்டி முழுதும் கடன் மட்டுமே இருந்தது. ஆனால் கடன் என்பதும், ஒரு வேலை என்பதும் எதோ மதிப்புடையதுதான். தான் ஒரு வாரத்துக்கு பதினைந்து டாலர்கள் பெறுவதாக நினைத்தான். ஒருவேளை ஒரு ஓக்கீ பன்னிரண்டுக்கு வேலை செய்தால்? ஒரு சிறு கடைக்காரன் நினைத்தான், தான் எப்படி கடனில்லாத மனிதனுடன் போட்டி போட முடியும்?

புலம் பெயர்ந்தவர்கள் உயர்வேகப்பாதையில் அணிவகுக்க, அவர்களது கண்களில் பட்டினி இருந்தது, அவர்களது தேவை கண்களில் இருந்தது. அவர்களிடம் வாதமோ, முறையோ எதுவுமே இல்லை. அவர்களது எண்ணிக்கையும், அவர்களது தேவைகளும்தான் இருந்தன. ஒரு மனிதனுக்கு வேலையிருந்தபோது, பத்துப் பேர் அதற்காகப் போராடினர், குறைந்த கூலியுடன் போராடினர். அந்த ஆள் முப்பது செண்ட்டுக்கு வேலை செய்தால், நான் இருபத்து ஐந்துக்கு வேலை செய்வேன். அவன் இருபத்து ஐந்து பெற்றால், நான் இருபதுக்கு வேலை செய்வேன்.

இப்போது பெரிய சொத்துடைமையாளர்களும், நிறுவனங்களும் ஒரு புதிய முறையைக் கண்டு பிடித்தன. ஒரு பெரிய சொத்துடமையாளர் ஒரு உணவு பதப்படுத்தும் தொழிற்சாலையை வாங்கினார். பீச் பழங்களும், பேரிக்காய்களும் பழுத்ததும் அவர் அந்தப் பழத்தை வளர்ப்பதற்கு ஆன செலவை விட அதன் விலையைக் குறைப்பார். பதப்படுத்தும் தொழிற்சாலையின் முதலாளியாக பழத்தின் விலையைக் குறைத்துக்

கொடுத்து விட்டு, புட்டியில் அடைத்த உணவின் விலையை ஏற்றித் தமது இலாபத்தைப் பெற்றார். உணவு பதப்படுத்தும் ஆலைகள் இல்லாத சிறு விவசாயிகள் தமது நிலங்களை இழந்தனர், அந்த நிலங்களைப் பெருவுடைமையாளர்களும், வங்கிகளும், உணவு பதப்படுத்தும் ஆலை முதலாளிகளும் எடுத்துக் கொண்டனர். காலம் செல்லச் செல்ல, சில விளைநிலங்கள் மட்டுமே இருந்தன. சிறு விவசாயிகள் சிறிது காலத்துக்கு நகரங்களுக்குச் சென்று தமது கடனையும், நண்பர்களையும், உறவினர்களையும் இழந்தனர். அவர்களும் உயர்வேகச்சாலையில் பயணித்தனர். சாலைகள் வேலை தேடி வெறியுடன், கொலை வெறியுடன் திரிந்தவர்களால் நிரம்பின.

நிறுவனங்களும், வங்கிகளும் தமது சொந்த அழிவுக்காக வேலை செய்தனர். ஆனால் அவர்களுக்கு அது தெரியவில்லை. நிலங்கள் இலாபம் கொடுத்தன, பட்டினி மனிதர்கள் சாலைகளில் பயணித்தனர். தானியக் களஞ்சியங்கள் நிரம்பியிருந்தன, ஏழைகளின் குழந்தைகள் கூனலுடன் வளர்ந்தனர், வறட்டுத் தோல்களில் சீழ் கொப்புளங்களாக வெடித்தது. பெரும் நிறுவனங்களுக்கு பட்டினிக்கும் கோபத்துக்கும் இடையிலான கோடு மிகவும் மெலியது என்பது தெரியவில்லை. கூலிக்காகச் சென்றிருக்கக் கூடிய பணம் கேசுக்கும், துப்பாக்கிகளுக்கும், ஏஜெண்டுகளுக்கும், ஒற்றர்களுக்கும், கருங்காலிகளுக்கும், கவாத்துக்கும் சென்றது. உயர்வேகப்பாதையில் மக்கள் எறும்புகளைப் போல் வேலைக்காகவும், உணவுக்காகவும் பயணித்தனர். கோபம் கொந்தளிக்கத் தொடங்கியது.

22

குளைகள் சூழ்ந்த முகாமைத் தேடி டாம் ஜோட் சாலையில் பயணித்த போது தாமதமாகியிருந்தது. கிராமப்புறத்தில் சில விளக்குகள் எரிந்து கொண்டிருந்தன. பின்னல் தெரிந்த வானத்தின் வெளிச்சம்தான் பேக்கர்ஸ்ஃபீல்டின் திசையைக் காட்டியது. தனக்கு முன்னால் கடந்து சென்ற வேட்டையாடும் பூனைகளைக் கடந்து டிரக் மெதுவாகச் சென்றது. சாலைகள் சந்தித்த இடத்தில் சிறு குவியலாக வெள்ளை நிற மர வீடுகள் இருந்தன.

அம்மா இருக்கையிலேயே தூங்கிக் கொண்டிருக்க, அப்பா நீண்ட நேரமாக அமைதியாகவே யோசித்துக் கொண்டிருந்தார்.

டாம் சொன்னான், ”அது எங்க இருக்குன்னு எனக்குத் தெரியல. ஒருவேளை நாம விடியற வரைக்கும் பொறுத்திருந்து யார்கிட்டயாவது கேக்கலாம்.” அவன் பொலிவார்ட் சிக்னலில் நிறுத்த, இன்னொரு கார்

கடந்து சென்றது. டாம் வெளியே எட்டிப் பார்த்தான், "ஏய் மிஸ்டர். பெரிய முகாம் எங்க இருக்குன்னு தெரியுமா?"

"நேர போ"

டாம் எதிர்சாலைக்கு வண்டியை ஓட்டினான். சில நூறு கெஜங்கள் சென்று நிறுத்தினான். ஒரு உயர்ந்த கம்பி வேலி சாலையைப் பார்த்து நின்றது. ஒரு பரந்த பாதை உள்ளே திரும்பியது. சற்று தூரத்தில் ஒரு சிறிய வீட்டில் ஜன்னல் வழியே விளக்கு வெளிச்சம் தெரிந்தது. டாம் உள்ளே திரும்பினான். மொத்த டிரக்கும் காற்றில் எழும்பி மீண்டும் தரையில் இறங்கியது.

"இயேசுவே, நான் இதப் பார்க்கவேயில்ல." என்றான் டாம்.

முற்றத்திலிருந்து காவலாளி எழுந்து காரை நோக்கி வந்தார். அவர் பக்கத்தில் சாய்ந்து, "நீங்க வேகமா இதக் கடந்தீங்க. அடுத்த தடவ மெதுவா வாங்க."

"அது என்னதுன்னு சொல்லுங்க?"

காவலாளி சிரித்தார். "இங்க நிறைய குழந்தைங்க விளையாடுவாங்க. நம்ம ஆளுங்ககிட்ட மெதுவாப் போகச் சொன்னா அவங்க மறந்துடறாங்க. அந்த மேட்ட ஒருதடவ இடிச்சிட்டாங்கன்னா, அவங்க மறக்கவே மாட்டாங்க."

"ஓ, ஆமா. நான் எதையும் உடைக்கலேன்னு நினைக்கறேன். இங்க எங்களுக்கு இருக்க எதாவது இடம் கிடைக்குமான்னு சொல்லுங்க."

"ஒரு முகாம் இருக்கு. நீங்க எத்தன பேரு?"

டாம் விரல் விட்டு எண்ணினான். "நான், அப்பா, அம்மா, அல், ரோஸாஷார்ன், ஜான் மாமா, ருத்தி, வின்ஃபீல்ட். கடைசி ரெண்டு பேரும் குழந்தைங்க."

"நீங்க தங்க முடியும்னு நினைக்கறேன். கூடாரம் போட்ற சாமான் எதாவது உங்ககிட்ட இருக்கா?"

"பெரிய தார்பாயும், மெத்தைகளும் இருக்கு."

காவலாளி பக்கவாட்டுப் பலகையில் ஏறிக் கொண்டார். நேரா போயி வலது பக்கம் திரும்பு. நீங்க நாலா நம்பர் சானிடரி யூனிட்ல இருப்பீங்க."

"அது என்ன?"

"கழிவறை, குளியலறை, தோய்க்கற இடம்."

அம்மா கேட்டாள், "தோய்க்கற இடத்துல குழாய்த் தண்ணி இருக்கா?"

"நிச்சயமா."

"ஓ! கடவுளுக்கு நன்றி" என்றாள் அம்மா.

டாம் நீண்ட இருண்ட கூடாரங்களைக் கடந்து ஓட்டினான். சானிடரி கட்டிடத்தில் மங்கலான விளக்கு எரிந்து கொண்டிருந்தது. "இங்க நிறுத்துங்க" என்றார் காவலாளி. "இது அருமையான இடம். இங்க இருந்தவங்க இப்பதான் வெளிய போனாங்க."

டாம் நிறுத்தினான். "இந்த இடத்திலயா?"

"ஆமாம். இப்ப நான் உங்கள பதிவு செய்யறேன். நீங்க பொருளெல்லாம் இறக்குங்க. தூங்குங்க. காலைல உங்கள முகாம் கமிட்டி கூப்பிட்டு இடத்த ஒதுக்கும்."

டாமின் கண்கள் தாழ்ந்தன. "போலிசா?" என்று அவன் கேட்டான்.

காவலாளி சிரித்தார். "போலீசில்ல. எங்களுக்கு சொந்த போலீஸ் இருக்கு. இங்க இருக்கறவங்க தங்களுக்குச் சொந்தமா போலீச தேர்ந்தெடுப்பாங்க. நீங்க வாங்க."

அல் டிரக்கிலிருந்து இறங்கி சுற்றி வந்தான். "இங்க தங்கப் போறோமா?"

"ஆமாம்" என்றான் டாம். "நீயும், அப்பாவும் சாமான இறக்குங்க. நான் அலுவலகத்துக்குப் போயிட்டு வந்துட்றேன்."

"அமைதியா வேலை செய்யுங்க" என்றார் காவலாளி. "நிறைய பேர் தூங்கிக்கிட்டு இருக்காங்க."

டாம் இருளுக்குள் நடந்து அலுவலகக் கட்டிடத்தில் ஏறி ஒரு சிறு அறைக்குள் நுழைந்தான். அங்கு பழைய மேசையும் ஒரு நாற்காலியும் இருந்தன. காவலாளி அதில் உட்கார்ந்து ஒரு விண்ணப்பப் படிவத்தை எடுத்தார்.

"பேரு?"

"டாம் ஜோட்"

"அது உங்கப்பாவா?"

"ஆமா"

"அவரோட பேரு?"

"அவரும் டாம் ஜோட்தான்"

கேள்விகள் தொடர்ந்தன. எங்கேருந்து வர்றீங்க, இங்க எவ்வளவு நாளா இருக்கீங்க, என்ன வேல செஞ்சீங்க. காவலாளி நிமிர்ந்து பார்த்தார். "நான் தோண்டித் துருவல. எங்ககிட்ட இந்த விவரம் இருக்கணும்."

"நிச்சயமா" என்றான் டாம்.

"இப்ப- கைல எதாவது பணம் வச்சிருக்கீங்களா?"

"எதோ கொஞ்சம்"

"நீங்க திவாலானவங்க இல்லேல்ல?"

"எதோ கொஞ்சம் இருக்கு. ஏன்?"

"ஏன்னா இங்க தங்க வாரத்துக்கு ஒரு டாலர் கட்டணும். ஆனா அத நீங்க வேலை செஞ்சு கழிக்கலாம். குப்பைய எடுக்கறது, முகாம சுத்தப்படுத்தறது இந்த மாதிரி."

"நாங்க வேலை செய்யறோம்" என்றான் டாம்.

"நீங்க நாளைக்கு கமிட்டியப் பார்க்கலாம். அவங்க நீங்க எப்படி முகாமை உபயோகிக்கணும், விதிகள் என்னன்னு சொல்லுவாங்க."

"இந்த கமிட்டின்னா என்னன்னு கொஞ்சம் தெரிஞ்சிக்கலாமா" என்று விசாரித்தான் டாம்.

காவலாளி சாய்ந்து உட்கார்ந்து கொண்டார். "ரொம்ப அருமையா வேல செய்யுது. அவங்க நல்ல வேல செஞ்சிருக்காங்க. அவங்க என்ன செஞ்சாங்கன்னு உனக்குச் சொல்றேன். இந்த புனிதப் பயணப் போதகர்கள தெரியுமா? அவங்க எப்ப பார்த்தாலும் ஆளுங்கள சுத்தி வந்து பணம் வசூல் செய்வாங்க. அவங்க இந்த முகாம்ல போதனை செய்யணும்னு விரும்பினாங்க. நிறைய வயசானவங்க அவங்க வரணும்னு விரும்பினாங்க. ஆக, முடிவு மத்தியக்குழு கைல. அவங்க கூட்டத்துக்குப் போய், இப்படி சரி செஞ்சாங்க. அவங்க சொன்னாங்க, 'இங்க எந்த போதகரும் போதனை செய்யலாம். ஆனா இந்த முகாம்ல யாரும் காசு வசூலிக்கக் கூடாது.' இது வயசானவங்களுக்கு கொஞ்சம் வருத்தம்தான். ஏன்னா அதுலேருந்து இந்த முகாம்ல ஒரு போதகர் கூட கிடையாது."

டாம் சிரித்து விட்டுக் கேட்டான், "இந்த முகாமை நடத்தறவங்க இங்கயே இருக்கறவங்கதான்னு நீங்க சொல்றீங்களா?"

"ஆமா, அது வேல செய்யுது."

"நீங்க போலீஸ் பத்தி சொன்னீங்க---"

"மத்தியக்குழு ஒழுங்கு படுத்தி விதிகளை வகுக்குது. அப்புறம் பொம்பளைங்க இருக்காங்க. அவங்க உங்க அம்மாவ சந்திப்பாங்க. அவங்க குழந்தைங்கள கவனிச்சுக்கிட்டு சானிடரி பகுதிய கவனிச்சுக்குவாங்க. உங்கம்மா வேலை செய்யலேன்னா அவங்க வேலை செய்யறவங்களுக்காக குழந்தைங்கள கவனிச்சுக்குவாங்க. அவங்களுக்கு வேல கிடைச்சா - மத்தவங்க வருவாங்க. அவங்க தைப்பாங்க, நர்ஸ் வந்து அவங்களுக்கு சொல்லிக் கொடுக்க\றாங்க. இது மாதிரி எல்லா வேலையும்."

"போலீஸ்னு யாரும் கிடையாதுன்னு சொல்றீங்களா?"

"இல்ல சார். இங்க வாரண்ட் இல்லாம எந்த போலீசும் உள்ள வர முடியாது."

"ஒரு ஆளு குடிச்சுட்டு, கலாட்டா பண்றான்னு வச்சுக்கங்க, அப்ப?"

காவலாளி பென்சிலை வைத்து தாளைக் குத்தினார். "முதல் தடவை மத்தியக்குழு அவரை எச்சரிக்க பண்ணும். ரெண்டாவது தடவை நிஜமாவே எச்சரிக்கும். மூணாவது தடவ அவங்க அவனை முகாம விட்டு வெளிய தள்ளிடுவாங்க."

"எல்லாம் வல்ல கடவுளே, என்னால இத நம்பவே முடியல! இன்னைக்கு ராத்திரி டெபுடிகளும் அவங்ககூட சின்ன தொப்பி போட்டுக்கிட்டு ஆளுங்களும் ஆத்துக்குப் பக்கத்தில இருக்கற முகாம எரிச்சிட்டாங்க."

"அவங்க இங்க உள்ள வர மாட்டாங்க" என்றார் காவலாளி. "சில ராத்திரிகள்ல பசங்க வேலிய ஒட்டி காவல் காப்பாங்க. முக்கியமா நடன இரவுகள்."

"நடன இரவுகளா? இயேசு கிறித்துவே!"

"ஒவ்வொரு சனிக்கிழமை ராத்திரியும் நாட்லயே சிறந்த நடனம் இங்க எங்ககிட்ட நடக்கும்."

"கிறித்துவுக்காக, ஏன் இந்த மாதிரி இடம் இன்னும் நிறைய இல்ல?"

காவலாளி முறைத்துப் பார்த்தார். "அத நீங்களேதான் கண்டு பிடிக்கணும். போய்க் கொஞ்சம் தூங்கு."

"நல்லிரவு" என்றான் டாம். "அம்மாவுக்கு இந்த இடம் பிடிக்கும். ரொம்ப நாளா அவங்கள நாகரீகமா நடத்தல."

"நல்லிரவு" என்றார் காவலாளி. "போய்த் தூங்கு. இந்த முகாம் சீக்கிரமே முழிச்சுக்கும்."

டாம் வரிசையாக இருந்த கூடாரங்களுக்கிடையே தெருவில் நடந்தான். அவனது பார்வை நட்சத்திர வெளிச்சத்துக்குப் பழகிப் போனது. வரிசை நேராக இருந்ததையும், கூடாரங்களுக்கு அருகில் எங்கும் குப்பையே இல்லாமலிருந்ததையும் அவன் பார்த்தான். தெரு தரை பெருக்கப்பட்டு தண்ணீர் தெளிக்கப்பட்டிருந்தது. கூடாரங்களிலிருந்து தூங்கும் மக்களின் குறட்டைச் சத்தம் கேட்டது. முழு முகாமும் குறட்டை விட்டுக் கொண்டிருந்தது. டாம் மெதுவாக நடந்தான். அவன் நான்காம் எண் சானிடரிப் பகுதியை அடைந்து அதை ஆர்வத்துடன் பார்த்தான். அது வண்ணம் பூசப்படாத ஒரு தாழ்வான, கரடு, முரடான கட்டிடம். கூரைக்குக் கீழ் பக்கவாட்டுப் பகுதிகள் திறந்திருக்க, வரிசையாக தோய்க்கும் தொட்டிகள் இருந்தன. அருகில் ஜோட் டிரக் நின்றிருப்பதைப் பார்த்த அவன் அமைதியாக அதனருகில் சென்றான். அவன் அருகில் செல்ல, டிரக்கின் நிழலிலிருந்து ஒரு உருவம் வெளியே வந்து அவனை நோக்கி வந்தது.

"டாம். நீதானா?" என்று அம்மா மென்மையாகக் கேட்டாள்.

"ஆமா"

"உஷ்" என்றாள் அம்மா. "அவங்க தூங்கிப் போயிட்டாங்க. அவங்க ரொம்ப சோர்ந்து போயிட்டாங்க."

"நீயும் கூட இப்ப தூங்கிருக்கணும்" என்றான் டாம்.

"நான் உன்னப் பார்க்கணும்னு இருந்தேன். சரியா இருக்கா?"

"அருமையா இருக்கு" என்றான் டாம். "நான் உங்கிட்ட சொல்லப் போறதில்ல. அவங்க காலைல சொல்லுவாங்க. நீ அத விரும்புவ."

அவள் கிசுகிசுத்தாள், "அவங்ககிட்ட சுடுதண்ணி இருக்குன்னு கேள்விப்பட்டேன்."

"இருக்கு. ஆனா இப்ப நீ தூங்கப் போ. கடைசியா எப்ப தூங்கினேன்னு எனக்கு ஞாபகமே இல்ல."

அவள் கெஞ்சினாள், "நீ எங்கிட்ட எத சொல்ல மாட்ட?"

"நான் சொல்ல மாட்டேன். நீ தூங்கப் போ."

திடீரென அவள் சிறுமி போல் ஆனாள். "நீ எங்கிட்ட எத சொல்ல மாட்டேன்னு யோசிச்சிக்கிட்டு இருந்தா நான் எப்படி தூங்கறது?"

"இல்ல, நீ மாட்ட", என்றான் டாம். "முதல்ல காலைல நீ உன்னோட இன்னொரு உடைய மாட்டிக்கிட்டதும் உனக்குத் தெரிய வரும்."

"என்மேல எதையாவது தொங்க விட்டுக்கிட்டு என்னால தூங்க முடியாது."

"நீ தூங்கித்தான் ஆகணும்" என்று மகிழ்ச்சியாக டாம் சிரித்தான். "நீ தூங்கணும்."

"நல்லிரவு" என்றாள் அவள் மென்மையாக. "அவள் குனிந்து இருண்ட தார்பாய்க்குள் நுழைந்தாள்.

டாம் டிரக்கின் பின்பக்கப் பலகையில் ஏறினான். அவன் மரப்பலகையில் நிமிர்ந்து படுத்துக் கொண்டு தன் கைகளைத் தன் தலைக்குக் கீழ் வைத்துக் கொண்டான். அவனது முன்கைகள் அவனது காதுகளை அழுத்திக் கொண்டிருந்தன. இரவு குளிர்ச்சியடையத் தொடங்கியது. டாம் தனது கோட்டின் பொத்தான்களைப் போட்டுக் கொண்டு மீண்டும் படுத்துக் கொண்டான். அவன் தலைக்கு மேல் நட்சத்திரங்கள் தெளிவாகவும், கூர்மையாகவும் தெரிந்தன.

அவன் விழித்தெழுந்தபோது இன்னும் இருளாகத்தான் இருந்தது. பாத்திரங்கள் மோதும் சிறு சத்தம் அவனை எழுப்பியது. டாம் கவனித்துக் கேட்க இரும்புடன் இரும்பு உரசும் கீச்சிடும் சத்தம் கேட்டது. அவன் காலைக் காற்றில் நடுங்கிக் கொண்டு இறுக்கமாக நடந்தான். முகாம் இன்னும் உறங்கிக் கொண்டிருந்தது. டாம் எழுந்து டிரக்கின் பக்கவாட்டில் பார்த்தான். கிழக்கு மலைகள் கருநீல நிறத்தில் தெரிந்தன. அவன் பார்த்துக் கொண்டிருக்கும்போதே அவற்றுக்குப் பின்னால் வெளிச்சம் லேசாக எட்டிப் பார்த்து தெளிந்த செந்நிறத்தில் மலை முகடுகளை வண்ணமிட்டது. பிறகு இருளாகவும், சாம்பல் நிறமாகவும், மீண்டும் இருளாகவும் மேல் செல்லச் செல்ல மாறி மேற்கு வானத்தில் அது தூய்மையான இருளுடன் கலந்தது. கீழே பள்ளத்தாக்கில் புலர்காலையில் பூமி லாவண்டர் சாம்பல் நிறத்தில் மின்னியது.

பாத்திரங்கள் மோதும் சத்தம் மீண்டும் கேட்டது. டாம் கூடாரங்களின் வரிசையைப் பார்த்தான். அங்கு தரையை விட லேசான சாம்பல் நிற வெளிச்சம் தெரிந்தது. ஒரு கூடாரத்தின் அருகில் ஒரு பழைய இரும்பு அடுப்பிலிருந்து ஆரஞ்சு நிற நெருப்பு எட்டிப் பார்த்தது. கட்டையான புகைபோக்கியிலிருந்து சாம்பல் நிறப் புகை வெளியேறியது.

டாம் டிரக்கின் பக்கவாட்டைத் தாண்டித் தரையில் குதித்தான். அவன் அடுப்பை நோக்கி மெதுவாக நடந்தான். ஒரு பெண் அடுப்பில் வேலை செய்து கொண்டிருந்ததையும், ஒரு குழந்தையைக் கையில் இறுக்கிப் பிடித்திருந்ததையும் பார்த்தான். அந்தக் குழந்தை சட்டைக்கு உள்ளே பால் அருந்திக் கொண்டிருந்தது. பெண் நெருப்பைக் குத்தி விட்டுக் கொண்டும், துருப்பிடித்த அடுப்பு மூடிகளை இடம் மாற்றிக் கொண்டும், ஓவனின் கதவைத் திறந்து சரி செய்து கொண்டும் இருந்தாள்; குழந்தை பால் குடித்துக் கொண்டிருந்த நேரம் முழுதும் அவள் குழந்தையை கை மாறி மாறித் தூக்கிக் கொண்டிருந்தாள். குழந்தை அவளது வேலையிலோ, அவள் மென்மையாகக் கைமாற்றியதிலோ குறுக்கிடவில்லை. அடுப்பின் இடுக்குகள் வழியே வெளியே தெறித்த ஆரஞ்சு நிற நெருப்பிலிருந்து வந்த வெளிச்சம்

கூடாரத்தின் மீது நடனமிட்டது.

டாம் நெருங்கி வந்தான். பன்றி இறைச்சி வறுக்கும் மணமும், ரொட்டி சுடும் மணமும் அவன் நாசியில் ஏறின. கிழக்கில் வேகமாக வெளுத்துக் கொண்டிருந்தது. டாம் அடுப்புக்கு அருகில் வந்து தன் கையைக் காட்டினான். அந்தப் பெண் தன் இரு பின்னல்களும் ஆடும்படி அவனைப் பார்த்துத் தலையை ஆட்டினாள்.

"காலை வணக்கம்" என்று முகமன் கூறினாள். பிறகு கல்லிலிருந்த பன்றி இறைச்சியை நோக்கித் திரும்பினாள்.

கூடாரத்தின் துணியை ஏற்றி விட்டு ஒரு இளைஞனும் அவனைத் தொடர்ந்து ஒரு முதியவரும் வெளியே வந்தனர். அவர்கள் நீல நிறத்தில் பணிசெய்யும் உடைகளையும், மேல்கோட்டுகளையும் அணிந்திருந்தனர். அவை விறைப்பாகவும், பளபளப்பான பித்தளை பொத்தான்களுடனும் இருந்தன. கூர்மையான முகங்களையுடைய அவர்கள் ஒரே மாதிரியாக இருந்தனர். இளைஞன் கருப்பு நிறத்தில் கட்டையான தாடி வைத்திருக்க, பெரியவர் வெண்ணிறத்தில் கட்டையான தாடி வைத்திருந்தார். அவர்களது தலையும், முகமும் ஈரமாக இருக்க, தண்ணீர் சொட்டு சொட்டாக இறுக்கமான தாடியின் முனையில் நின்றது. அவர்களது கன்னங்கள் ஈரத்தில் பளபளத்தன. அவர்கள் வெளிச்சமாகிக் கொண்டிருந்த கிழக்கை இணைந்து நின்று பார்த்தனர். அவர்கள் ஒரே நேரத்தில் கொட்டாவி விட்டுவிட்டு மலைமுகட்டில் மின்னிய வெளிச்சத்தைப் பார்த்தனர். பிறகு திரும்பி டாமைப் பார்த்தனர்.

"காலை வணக்கம்" என்று மூத்தவர் சொல்ல, அவரது முகம் நட்புடனும் இல்லை, நட்பில்லாமலும் இல்லை.

"காலை வணக்கம்" என்றான் டாம்.

ஈரம் அவர்களது முகத்தில் மெதுவாகக் காய்ந்தது. அவர்கள் அடுப்புக்கு அருகில் வந்து கைகளை வெப்பப்படுத்திக் கொண்டனர்.

அந்தப் பெண் தன் வேலையைத் தொடர்ந்தாள். தனது குழந்தையைக் கீழே விட்டதும் ஒரு கயிறை எடுத்துத் தனது பின்னல்களைச் சேர்த்து முடிச்சுப் போட்டுக் கொண்டாள். அவள் வேலை செய்யும்போது அவை குதித்தாடின. அவள் தகரக் குவளைகளை ஒரு பெரிய அட்டைப்பெட்டியில் வைத்து விட்டு, தகரத் தட்டுகளையும், கத்திகளையும், குத்துக்கரண்டிகளையும் வெளியே எடுத்தாள். பிறகு ஆழ்ந்த எண்ணெயிலிருந்து பன்றி இறைச்சியை எடுத்துத் தகரத் தட்டில் வைக்க, அது மொறுமொறுத்தது. பிறகு துருப்பிடித்த ஓவன் கதவைத் திறந்து ஒரு சதுரத் தட்டு முழுக்க பெரிய பிஸ்கெட்டுகளை எடுத்தாள்.

பிஸ்கெட்டுகளின் மணம் காற்றில் கலந்ததும் இரண்டு மனிதர்களும் மூச்சை இழுத்து வாசனை பிடித்தனர். இளைஞன் "மொறுமொறுப்பு" என்று மென்மையாகச் சொன்னான்.

இப்போது முதியவர் டாமிடம், "காலை உணவு சாப்பிட்டியா?" என்று கேட்டார்.

"இல்லை. ஆனா எங்க ஆளுங்க அங்க இருக்காங்க. அவங்க இன்னும் எழுந்திருக்கல. தூக்கம் தேவையா இருக்கு."

"அப்ப எங்ககூட உக்காரு. எங்ககிட்ட நிறைய இருக்கு – கடவுளுக்கு நன்றி!."

"நன்றி!. என்னால வேண்டாம்னு சொல்ல முடியல. பிரமாதமா மணக்குது" என்றான் டாம்.

"இல்லையா பின்ன?" என்றான் இளைஞன். "இந்த அளவு மணமான எதையாவது உன் வாழ்க்கையில பாத்திருக்கியா?". அவர்கள் அட்டைப்பெட்டியிடம் நடந்து அதைச் சுற்றி அமர்ந்தனர்.

"இங்க எங்கயாவது வேலை பாக்கறியா?" என்று இளைஞன் கேட்டான்.

"முயற்சி பண்றேன்" என்றான் டாம். "நேத்து ராத்திரிதான் இங்க வந்தோம். இன்னும் சுத்திப் பாக்க நேரம் கிடைக்கல."

"எங்களுக்கு பன்னிரண்டு நாள் வேலை கிடைச்சது" என்றான் இளைஞன்.

அடுப்புக்கருகில் வேலை பார்த்துக் கொண்டிருந்த பெண் சொன்னாள், "அவங்க புதுத் துணி கூட வாங்கிக்கிட்டாங்க." இருவரும் தமது விறைப்பான நீலத் துணிகளைக் குனிந்து பார்த்து விட்டு வெட்கத்துடன் சிரித்துக் கொண்டனர். அந்தப்பெண் ஒரு பன்றி இறைச்சியுடன் தட்டையும், பிஸ்கெட்டுகளையும், பன்றி இறைச்சிக் குழம்பு ஒரு சட்டியிலும், ஒரு ஜாடி காப்பியும் எடுத்து வைத்து விட்டு அவளும் அட்டைப் பெட்டிக்கருகில் உட்கார்ந்து கொண்டாள். குழந்தை இன்னும் அவளது சட்டைக்குள் இருந்து கொண்டு பால் குடித்துக் கொண்டிருந்தது.

அவர்கள் தங்கள் தட்டுகளை நிரப்பிக் கொண்டு பிஸ்கெட்டுகளுக்கு மேல் பன்றி இறைச்சிக் குழம்பை விட்டுக் கொண்டு, காப்பியில் சர்க்கரையைக் கலந்தனர். முதியவர் வாய் முழுக்க நிரப்பிக் கொண்டு மென்று மென்று முழுங்கினார். "எல்லாம் வல்ல கடவுளே, ரொம்ப நல்லா இருக்கு!" என்றார் அவர். மீண்டும் தன் வாயை நிரப்பிக் கொண்டார்.

இளைஞன் சொன்னான், "பன்னண்டு நாளா நாங்க நல்லா

சாப்பிட்டுக்கிட்டு இருக்கோம். பன்னண்டு நாளா ஒரு சாப்பாடக் கூட சாப்பிடாம விடல. நாங்க யாருமே. வேல செய்யறோம், கூலி வாங்கறோம், சாப்பிடறோம்.'' அவன் மீண்டும் குனிந்து கிட்டத்தட்ட ஆவேசமாகத் தட்டை நிரப்பிக் கொண்டான். அவர்கள் கொதிக்கும் காப்பியைக் குடித்து விட்டு மண்டியைக் கீழே ஊற்றி விட்டு மீண்டும் தமது குவளையை நிரப்பிக் கொண்டனர்.

இப்போது வெளிச்சத்தில் வண்ணம் வந்திருந்தது, பிரகாசமான செவ்வண்ணம். தகப்பனும், மகனும் உண்பதை நிறுத்தினர். அவர்கள் கிழக்கை நோக்கி அமர்ந்திருந்ததால் அவர்களது முகங்கள் அதிகாலை வெளிச்சத்தில் பிரகாசமாயின. மலையின் பிம்பமும் அதன் மேலிருந்து வந்த வெளிச்சமும் அவர்களது கண்களில் பிரதிபலித்தது. பிறகு அவர்கள் மண்டியைக் கீழே ஊற்றி விட்டு சேர்ந்து எழுந்து நின்றனர்.

''நாம கிளம்பணும்'' என்றார் முதியவர்.

இளைஞன் டாமிடம் திரும்பினான். ''இங்க பாரு, நாங்க குழாய் பதிக்கறோம், நீயும் வரதா இருந்தா உள்ள நுழைச்சு விட்றோம்.''

டாம் சொன்னான், ''அப்படி செஞ்சா நல்லா இருக்கும். காலை உணவுக்காக உங்களுக்கு நன்றி.''

''நீங்க வந்திருப்பது சந்தோஷம்'' என்றார் முதியவர். ''நீ விரும்பினா உனக்கும் வேலை பாக்க முயற்சிக்கிறோம்.''

''எனக்கு வேலை வேணும்னு நீங்க சொல்றது ரொம்ப சரி. ஒரு நிமிஷம் காத்திருங்க. நான் எங்காளுங்ககிட்ட சொல்றேன்'' என்றான் டாம். அவன் ஜோட் கூடாரத்துக்கு வேகமாகச் சென்று குனிந்து உள்ளே பார்த்தான். தார்பாய்க்குக் கீழிருந்த இருட்டில் தூங்கிக் கொண்டிருந்தவர்களைக் கண்டான். ஆனால் போர்வைகளுக்கு இடையில் சிறு நகர்வு தெரிந்தது. ருத்தி பாம்புபோல் நெளிந்து எழுந்து வந்தாள். அவளது முடி விழுந்து அவளது கண்களை மறைக்க, உடைகள் கசங்கிக் கிடந்தன. அவள் கவனமாகத் தவழ்ந்து எழுந்து நின்றாள். அவளது சாம்பல் நிறக் கண்கள் தூக்கத்தால் தெளிவாகவும், அமைதியாகவும் இருந்தன. அவற்றில் குறும்பு இல்லை. டாம் கூடாரத்தை விட்டு நகர்ந்து அவளைத் தொடரச் சொல்லி சைகை காட்டினான். அவன் திரும்பி நின்ற போது அவள் அவனை நிமிர்ந்து பார்த்தாள்.

''கடவுளே, நீ வளர்ந்துகிட்டிருக்க'', என்றான் அவன்.

அவள் திடீர் சங்கடத்தால் கண்களை விலக்கிப் பார்த்தாள். ''நான் சொல்றதக் கேளு'' என்றான் டாம். ''யாரையும் எழுப்பாத. ஆனா அவங்க

எழுந்ததும், எனக்கு ஒரு வேல கிடைக்கற மாதிரி இருக்கு, நான் அங்க போயிருக்கேன்னு சொல்லு. நான் காலைல பக்கத்துக் கூடாரத்தில சாப்பிட்டுட்டேன்னு அம்மாகிட்ட சொல்லு. கேட்டியா?"

ருத்தி தலையசைத்து விட்டுத் தன் தலையைத் திருப்பிக் கொண்டாள். அவளது கண்கள் சிறுமியின் கண்களாக இருந்தன. "அவங்கள எழுப்பிடாத" என்று அவன் மீண்டும் அவளை எச்சரித்தான். திரும்பி வேகமாகத் தனது புது நண்பர்களிடம் நடந்தான். ருத்தி கவனமாக சானிடரி பகுதியை நெருங்கி கவனமாக திறந்திருந்த கதவுக்குள் எட்டிப் பார்த்தாள்.

டாம் திரும்பியபோது இருவரும் காத்துக் கொண்டிருந்தனர். இளம்பெண் உள்ளேயிருந்து ஒரு மெத்தையை இழுத்துப் போட்டு அதில் குழந்தையை விட்டு விட்டு, பாத்திரங்களைக் கழுவிக் கொண்டிருந்தாள்.

டாம் சொன்னான், "நான் எங்க போறேன்னு நான் எங்க ஆளுங்க கிட்ட சொல்ல விரும்பினேன். அவங்க முழிச்சிருக்கல." அவர்கள் மூவரும் கூடாரங்களுக்கிடையே நடந்து சென்றனர்.

முகாம் பிறகு உயிர்த்தெழுந்தது. புதிய நெருப்புகள் மூட்டப்பட்டு பெண்கள் வேலை செய்தனர். மாமிசத்தை வெட்டுதல், காலை ரொட்டிக்காக மாவைப் பிசைதல் போன்றவற்றைச் செய்தனர். மூவரும் கூடாரங்களையும், வண்டிகளையும் கடந்து நடந்தனர். வானம் இப்போது ரோஸ் நிறமாக இருந்தது. அலுவலகத்துக்கு முன்னால் ஒரு மெலிந்த முதியவர் கவனமாக கம்பை ஊன்றி நடந்து வந்தார். அவர் கம்பை இழுத்து இழுத்து நடந்ததில் ஆழமான நேர்க்கோடுகள் விழுந்தன.

"நீங்க சீக்கிரமா எழுந்துட்டீங்க" என்று இளைஞன் அவரைக் கடக்கும் போது சொன்னான்.

"ஆமா, ஆமா, என்னோட வாடகைய கழிக்கணும்".

"வாடகை, பாழாப்போக!" என்றான் இளைஞன். "போன சனிக்கிழமை ராத்திரி முழுக்க குடிச்சிருந்தார். அவரோட கூடாரத்துக்குள்ள ராத்திரி பூரா பாடிக்கிட்டே இருந்தார். கமிட்டி அதுக்காக அவருக்கு வேலை கொடுத்திருக்கு". அவர்கள் எண்ணெய் சிந்திய சாலையின் முனையில் நடந்தனர்; வழி ஓரத்தில் வால்நட் மரங்கள் வரிசையாக வளர்ந்திருந்தன. சூரியன் மலையின் ஓரத்தில் தன் தலையைக் காட்டியது.

டாம் சொன்னான், "வினோதமா தோணுது. நான் உங்களோட சாப்பாட்ட சாப்பிட்டேன், என்னோட பேரக் கூட சொல்லல - நீங்களும் சொல்லல. நான் டாம் ஜோட்."

முதியவர் அவனைப் பார்த்து விட்டு சிறிது புன்னகைத்தார். "நீங்க இங்க வந்து ரொம்ப நாளாகலியே?"

"இல்லேல்ல. ஒரு சில நாள்தான் ஆச்சு."

"எனக்கு அது தெரியும். நீ வழக்கம்போல உன்னோட பேரச் சொல்லிட்ட. எக்கச்சக்கமா இங்க ஆளுங்க இருக்காங்க. சரி சார், நான் டிமோத்தி வாலஸ், இது என்னோட பையன் வில்கி."

"உங்கள சந்திச்சதுல பெருமையா இருக்கு" என்றான் டாம். "நீங்க இங்க ரொம்ப நாளா இருக்கீங்களா?"

"பத்து மாசமா" என்றான் வில்கி. "போன வருசம் வந்த வெள்ளத்த ஒட்டி நாங்க இங்க வந்தோம். ரொம்ப காலமா கஷ்டப்பட்டோம். கிட்டத்தட்ட பட்டினில செத்துட்டோம்." அவர்களது கால்கள் எண்ணெய் படிந்த சாலையில் முனகல் சத்தமெழுப்பின. ஒரு டிரக் முழுக்க ஆட்களுடன் கடந்து சென்றது. அதிலுள்ளவர்கள் தமக்குள்ளேயே அமிழ்ந்திருந்தனர். ஒவ்வொரு மனிதனும் டிரக்கின் தரையில் படுத்துக் கொண்டு கோபத்துடன் இருந்தனர்.

"அவங்க காஸ் கம்பெனிக்கு போறாங்க" என்றார் டிமோத்தி. "அவங்களுக்கு நல்ல வேலை அங்க கிடைக்கிது."

"நானும் என்னோட டிரக்க எடுத்துக்கிட்டிருக்கலாமே" என்று டாம் ஆலோசனை சொன்னான்.

"வேண்டாம்" என்ற டிமோத்தி கீழே குனிந்து ஒரு பச்சை வால்நட்டை எடுத்தார். அவர் அதை தனது கட்டை விரலால் சோதித்து விட்டு அதை வேலியின் மீது உட்கார்ந்து கொண்டிருந்த ஒரு கருநிறப் பறவை மீது எறிந்தார். அது உயரே பறந்து அந்த வால்நட் அதன் கீழே செல்லும் வரை காத்திருந்து விட்டுத் திரும்ப வேலிமீது அமர்ந்தது. பளபளக்கும் தனது கருநிற இறகுகளைத் தனது அலகால் நீவிவிட்டுக் கொண்டது.

டாம் கேட்டான், "உங்ககிட்ட கார் இல்லையா?"

இருவரும் சிறிது அமைதியாக இருந்தனர். டாம் அவர்களது முகத்தைப் பார்த்ததும் அவர்கள் வெட்கமடைந்தது தெரிந்தது.

வில்கி சொன்னான், "நாங்க வேல செய்யற இடம் ஒரு மைல் தூரம் தான் இருக்கு."

டிமோத்தி கோபத்துடன் சொன்னார், "இல்ல, எங்ககிட்ட கார் இல்ல. நாங்க எங்க கார வித்துட்டோம். சாப்பாடு இல்ல, எதுவும் இல்ல. ஒவ்வொரு வாரமும் ஆளுங்க கார் வாங்க வருவாங்க. நீங்க பசியோட இருந்தா உங்க

காரையும் வாங்கிக்குவாங்க. நீங்க போதுமான அளவு பசியோட இருந்தா, உங்களுக்கு எதுவும் கொடுக்க வேண்டியதேயில்ல. நாங்க போதுமான அளவு பசியோட இருந்தோம். அதுக்கு பத்து டாலர் கொடுங்க.'' அவர் சாலையில் காறித்துப்பினார்.

வில்கி அமைதியாகச் சொன்னான், ''போன வாரம் நான் பேக்கர்ஸ்ஃபீல்டுல இருந்தேன். அத நான் பாத்தேன். அத உபயோகிச்ச கார்களோட வச்சிருந்தாங்க. அதோட விலை 75 டாலர்னு அது மேல போர்டு வச்சிருந்தது.''

''நாங்க விக்கத்தான் வேண்டியிருந்தது'' என்றார் டிமோத்தி. ''நாங்க எங்களோட கார அவங்கள திருட விடணும், இல்லேன்னா நாங்க அவங்க கிட்டேருந்து எதையாவது திருடணும். நாங்க எதையும் திருட வேண்டியிருக்கல, ஆனா கிட்டத்தட்ட அத நெருங்கிட்டோம்!.''

டாம் சொன்னான், ''உங்களுக்குத் தெரியுமா, நாங்க வீட்ட விட்டுக் கிளம்பறதுக்கு முன்னால இங்க நிறைய வேலை இருக்குன்னு கேள்விப்பட்டோம். இங்க ஆளுங்கள வரச்சொல்லி கைப்பிரசுரமெல்லாம் பாத்தோம்.''

''ஆமாம்'' என்றார் டிமோத்தி. ''நாங்களும் கூட பாத்தோம். ஆனா நிறைய ஒண்ணும் வேலையில்ல. எல்லா நேரத்திலையும் கூலியும் குறைஞ்சிக்கிட்டே வருது. எப்படி சாப்பிட்றதுன்னு நான் யோசிச்சு யோசிச்சு சோர்ந்து போயிட்றேன்.''

''உங்களுக்குச் செய்யறதுக்கு இப்ப வேலையிருக்கு'' என்றான் டாம்.

''ஆமாம், ஆனா இது ரொம்ப நாளைக்கு நீடிக்காது. ஒரு நல்ல ஆளுக்கு வேலை பாக்கறோம். அவருக்கு இருக்கறது சின்ன இடம். அவரும் எங்ககூடவே வேலை பாக்கறார். ஆனா – இது ரொம்ப நாள் நீடிக்கப் போறதில்ல.''

டாம் சொன்னான், ''அப்புறம் எதுக்காக நீங்க என்ன இதுல கோத்து விடப் பாக்கறீங்க? நான் சுருக்கமா கேக்கறேன். நீங்க ஏன் உங்க தொண்டையவே வெட்டிக்கறீங்க?''

டிமோத்தி தன் தலையை மெதுவாக ஆட்டினார். ''எனக்குத் தெரியல. நாங்க ரெண்டு பேரும் ஆளுக்கு ஒரு தொப்பி வாங்கலாம்னு யோசிச்சோம். அது நடக்காதுன்னு நினைக்கறேன். அங்க ஒரு இடம் இருக்கு. அதுவும் நல்ல வேலை தான். ஒரு மணி நேரத்துக்கு முப்பது செண்ட் கொடுக்கறாங்க. வேல செய்ய நல்ல நட்பான ஆளு.''

அவர்கள் உயர்வேகச்சாலையிலிருந்து திரும்பி கற்சாலையில் ஒரு சிறிய வீட்டுத் தோட்டத்தின் வழியே நடந்தனர்; மரங்களுக்குப் பின்னால் ஒரு சிறிய வெள்ளைநிற பண்ணைவீட்டுக்கு வந்தனர். அங்கு சில நிழல் தரும் மரங்களும் ஒரு கொட்டடியும் இருந்தன; கொட்டடிக்குப் பின்னால் ஒரு திராட்சைத் தோட்டமும், பருத்திக் காடும் இருந்தன. மூவரும் வீட்டைக் கடந்து நடந்தனர். அந்த வீட்டின் திரையிட்ட கதவு தடாரென்று திறக்க, அதிலிருந்து ஒரு தடியான, வெயிலில் கருத்த மனிதன் பின்பக்கப் படிகள் வழியே வந்தார். அவர் காகிதத்தாலான சூரிய மறைப்பு அணிந்து கொண்டு திராட்சைத் தோட்டத்தைக் கடந்து நடந்து வரும்போது தன் சட்டைக் கைகளை மடித்து விட்டுக் கொண்டும் வந்தார். சூரிய வெளிச்சத்தில் கருத்த இமைகள் கீழே இழுத்துக் கொண்டு முறைப்பது போல் இருந்தது. அவரது கன்னங்கள் கன்று இறைச்சிபோல் சிவந்திருந்தன.

"காலை வணக்கம், திரு.தாமஸ்" என்றார் டிமோத்தி.

"காலை வணக்கம்" என்று அந்த ஆள் எரிச்சலுடன் பதிலளித்தார்.

டிமோத்தி சொன்னார், "இது டாம் ஜோட். அவரையும் நீங்க சேத்துக்க முடியுமான்னு நாங்க யோசிச்சோம்".

தாமஸ் டாமை முறைத்துப் பார்த்தார். பிறகு அவர் லேசாகச் சிரிக்க, அவரது கண்கள் இன்னும் முறைத்துக் கொண்டு இருந்தன. "ஓ, நிச்சயமா! நான் வேலைல வைக்கறேன். நான் எல்லாரையும் சேத்துக்கறேன். ஒருவேளை எனக்கு நூறு பேர் கிடைக்கலாம்."

"நாங்க சும்மா யோசிச்சோம்" என்று டிமோத்தி மன்னிப்புக் கேட்கும் குரலில் தொடங்கினார்.

தாமஸ் குறுக்கிட்டார். "ஆமா, நான் கூட யோசிச்சிக்கிட்டு இருந்தேன்." அவர் திரும்பி அவர்களை நேராகப் பார்த்தார். "நான் உங்ககிட்ட சில விஷயங்களை சொல்ல வேண்டிருக்கு. நான் ஒரு மணி நேரத்துக்கு உங்களுக்கு முப்பது செண்ட் கொடுக்கறேன் - சரியா?"

"நிச்சயமா திரு.தாமஸ், ஆனா="

"நான் முப்பது செண்ட் மதிப்புக்கு வேலை வாங்கறேன்." அவரது தடித்த உறுதியான கைகள் ஒன்றையொன்று பற்றிக் கொண்டன.

"நாங்க நல்லா வேலை செய்ய முயற்சிக்கறோம்."

"இருக்கட்டும், இன்னைக்குக் காலைல ஒரு மணி நேரத்துக்கு இருபத்து அஞ்சு செண்ட்தான். வேணும்னா எடுத்துக்கோங்க, இல்லேன்னா போயிக்கிட்டே இருங்க." கோபத்தில் அவரது முகத்தில் செந்நிறம் மேலும் கூடியது.

டிமோத்தி சொன்னார், "நாங்க உங்களுக்கு நல்லா வேலை செய்யறோம். அத நீங்களே சொன்னீங்க."

"எனக்கு அது தெரியும். ஆனா நான் என்னோட சொந்த ஆளுங்கள இனியும் வேலைக்கு வச்சுக்கறதா தெரியல." அவர் முழுங்கினார். "பாருங்க, எங்கிட்ட இங்க அறுபத்து அஞ்சு ஏக்கர் இருக்கு. நீங்க விவசாயிகள் சங்கத்தப் பத்திக் கேள்விப்பட்டிருக்கீங்களா?"

"ஆமா, கேள்விப்பட்டிருக்கோம்."

"நான் அதச் சேந்தவன். நேத்து ராத்திரி நாங்க கூட்டம் போட்டோம். இப்போ, இங்க யாரு விவசாயிகள் சங்கத்த நடத்தறாங்கன்னு தெரியுமா? நான் உங்களுக்கு சொல்றேன். பாங்க் ஆஃப் வெஸ்ட். இந்தப் பள்ளத்தாக்குல பெரும்பாலான இடம் அவங்களுக்குச் சொந்தம். அதுக்கு சொந்தமில்லாத ஒவ்வொரு இடத்துக்கும் அதுகிட்ட ஆவணம் இருக்கு. ஆக, நேத்து ராத்திரி பாங்க்ல இருந்து ஒரு மெம்பர் எங்கிட்ட சொன்னார், "நீங்க ஒரு மணி நேரத்துக்கு முப்பது செண்ட் கொடுக்கறீங்க. நீங்க அத இருபத்து அஞ்சா குறைக்கறது நல்லது." நான் அவர்கிட்ட சொன்னேன், "எங்கிட்ட நல்ல ஆளுங்க இருக்காங்க. அவங்களுக்கு முப்பது வாங்கற தகுதி இருக்கு.". அவர் சொன்னார், "அது அப்படியில்ல. இப்ப கூலி இருபத்தி அஞ்சுதான். நீங்க முப்பது கொடுத்தா, அது அமைதியத்தான் கெடுக்கும். சரி, அடுத்த வருஷமும் வழக்கமான அளவு உங்களுக்கு பயிர்க்கடன் வேணுமில்ல?" தாமஸ் நிறுத்தினார். அவர் உதடுகள் வழியே பெருமூச்சு விட்டுக் கொண்டிருந்தார். "பாருங்க. இப்ப இருபத்து அஞ்சுதான் கூலி. அது மாதிரிதான்."

"நாங்க நல்லா வேல செஞ்சோம்" என்று டிமோத்தி வருத்தமாகக் கூறினார்.

"உங்களுக்கு இன்னும் புரியலியா? பாங்க் காரங்க ரெண்டாயிரம் பேர கூலிக்கு வைக்கறாங்க, நான் மூணு பேரத்தான் கூலிக்கு அமத்தறேன். நான் போட ஒப்பந்தம் வேற இருக்கு. இதுலேருந்து தப்பிக்கறதுக்கு நீங்க எதாவது வழி கண்டுபிடிக்க முடிஞ்சா, கிறித்துவ, நான் அத எடுத்துக்குவேன்!. அவங்ககிட்ட நான் மாட்டிக்கிட்டேன்!

டிமோத்தி தலையை ஆட்டினார். "என்ன சொல்றதுன்னு எனக்குத் தெரியல."

"நீங்க இங்க காத்திருங்க." தாமஸ் வேகமாக வீட்டுக்கு நடந்தார். அவருக்குப் பின்னால் கதவு அடித்துச் சாத்தப்பட்டது. ஒரு கணத்தில் அவர் திரும்பினார், அவர் தனது கையில் ஒரு செய்தித்தாளைக் கொண்டு வந்தார்.

“இதப் பாத்தீங்களா? நான் அதப்படிக்கறேன்: ‘சிவப்பு போராட்டக்காரங்களால குடிமக்கள் கோபப்பட்டு, புறம்போக்கு முகாமை எரித்தார்கள். உள்ளூர் காத்திருப்பாளர்களின் முகாமில் நடந்த போராட்டத்தால் கோபமடைந்த குடிமக்கள் கூட்டத்தினர் முகாம்களை எரித்து தரைமட்டமாக்கி கவுண்டியை விட்டு வெளியேறுமாறு போராட்டக்காரர்களை எச்சரித்தனர்.”

டாம் தொடங்கினார், “நான்– ”. பிறகு தன் வாயை மூடிக்கொண்டான்.

தாமஸ் தாளை பத்திரமாக மடித்துத் தன் பையில் வைத்துக்கொண்டார். மீண்டும் தன்னைக் கட்டுப்படுத்திக் கொண்டார். அவர் அமைதியாகச் சொன்னார், “அந்த ஆட்கள் சங்கத்தால அனுப்பப்பட்டவங்க. இப்ப நான் அவங்கள விட்டுக் கொடுக்கறேன். நான் சொல்லிட்டேன்னு அவங்க எப்பவாவது கண்டு பிடிச்சிட்டாங்கன்னா, அடுத்த வருஷம் எங்கிட்ட பண்ணை இருக்காது.”

“என்ன சொல்றதுன்னே எனக்குத் தெரியல” என்றார் டிமோத்தி. “அவங்க போராட்டக்காரங்கன்னா, அவங்க ஏன் கோபமா இருந்தாங்கன்னு என்னால புரிஞ்சுக்க முடியுது.”

தாமஸ் சொன்னார், “நான் ரொம்ப நாளா கவனிச்சேன். சம்பள வெட்டுக்கு முன்னால எல்லாம் எப்பவுமே சிவப்பு போராட்டக்காரங்க இருக்காங்க. பாழாப் போக, அவங்க என்ன மடக்கிட்டாங்க. இப்ப, நீங்க என்ன செய்யப் போறீங்க? இருபத்து அஞ்சு செண்ட்?”

டிமோத்தி தரையைப் பார்த்தார், “நான் வேல செய்யறேன்” என்றார் அவர்.

“நானுந்தான்” என்றான் வில்கி.

டாம் சொன்னான், “நான் எதுக்குள்ளயோ மாட்டிக்கிட்டேன்னு தோணுது. நிச்சயமா நான் வேல செய்யறேன். நான் வேல செஞ்சாகணும்.”

தாமஸ் தனது கால்சட்டைப் பையிலிருந்து ஒரு கைக்குட்டையை உருவித் தனது வாயையும், தாடையையும் துடைத்துக் கொண்டார். “இது எவ்வளவு நாள் தொடரும்னு எனக்குத் தெரியல. நீங்க இப்ப வாங்கற கூலிய வச்சு உங்க குடும்பத்துக்கு எப்படி சாப்பாடு போட முடியும்னு எனக்குத் தெரியல.”

“நாம வேலை செய்யும்போது செய்யலாம்” என்றான் வில்கி. “அது எங்களுக்கு வேலை கிடைக்கும்போது.”

தாமஸ் தன் கைக்கடிகாரத்தைப் பார்த்தார். “நாம போய் ஒரு குழியத் தோண்டலாம். கடவுள் பேரால நான் சொல்றேன். நீங்க அந்த அரசாங்க முகாம்ல வசிக்கறீங்க இல்லையா?”

டிமோத்தி இறுகினார்" ஆமாம் சார்"

"நீங்க ஒவ்வொரு சனிக்கிழமை ராத்திரியும் நடனம் வச்சுக்கறீங்க இல்லையா?"

வில்கி புன்னகைத்தான். "ஆமாம், நிச்சயமா."

"அடுத்த சனிக்கிழமை பாருங்க."

திடீரென டிமோத்தி இறுகினார். அவர் நெருங்கி வந்தார். "நீங்க என்ன சொல்றீங்க? நான் மத்தியக் குழுவுல இருக்கறவன். எனக்குத் தெரியணும்."

தாமஸ் அச்சத்துடன் காணப்பட்டார். "நான் சொன்னேன்னு எப்பவும் சொல்லிடாதீங்க."

"அது என்ன?" என்று கேட்டார் டிமோத்தி.

"சங்கத்துக்கு அரசாங்க முகாம்களைப் பிடிக்காது. அங்க டெபுடிய உள்ள கொண்டு வர முடியாது. மக்கள் தங்களோட சொந்தச் சட்டத்த வகுத்துக்கறாங்கன்னு கேள்விப்பட்டேன். அங்க ஒரு ஆள வாரண்ட் இல்லாம கைது செய்ய முடியாது. ஒரு பெரிய சண்டை நடந்து, ஒருவேள துப்பாக்கிச் சூடு மாதிரி நடந்தா, ஒரு டெபுடி கூட்டம் உள்ள போய் முகாமை காலி செஞ்சுட முடியும்."

டிமோத்தி பதற்றமடைந்தார். அவரது தோள்கள் நிமிர, கண்கள் உணர்வற்றுப் போயின. "என்ன சொல்றீங்க நீங்க?"

"நீங்க எங்க கேட்டீங்கன்னு தயவுசெஞ்சு சொல்லிடாதீங்க" என்று சங்கடத்துடன் சொன்னார் தாமஸ் "சனிக்கிழமை ராத்திரி முகாம்ல ஒரு சண்டை நடக்கப் போகுது. டெபுடிங்க உள்ள போறதுக்குத் தயாரா இருக்காங்க."

டாம் கேட்டான், "கடவுளே எதுக்காக? அவங்கதான் யாரையும் தொந்தரவு பண்றதில்லையே?"

"ஏன்னு நான் சொல்றேன்" என்றார் டிமோத்தி. "அங்க முகாம்ல இருக்கறவங்க மனுசங்க மாதிரி நடத்தப்படறதுக்குப் பழகிடறாங்க. அவங்க திரும்ப புறம்போக்கு முகாம்களுக்குப் போனாங்கன்னா அவங்கள கையாள்றது கஷ்டமாயிடுது." அவர் தன் முகத்தைத் திரும்பத் துடைத்துக் கொண்டார். "இப்ப நீங்க போய் வேலை செய்யுங்க. இயேசுவே. நான் என்னோட பண்ணைல வரம்பு மீறிப் பேசலேன்னு நினைக்கறேன். ஆனா எனக்கு உங்கள பிடிச்சிருக்கு."

டிமோத்தி அவருக்கு முன்னால் வந்து தனது வலுவான மெலிந்த கையை நீட்டினார். தாமஸ் அதைப் பற்றிக் கொண்டார். "யாரு சொன்னாங்கன்னு யாருக்கும் தெரியாது. நாங்க உங்களுக்கு நன்றி சொல்றோம். எந்தச் சண்டையும் இருக்காது."

"வேலைக்குப் போங்க" என்றார் தாமஸ். "ஒரு மணி நேரத்துக்கு இருபத்து அஞ்சு செண்ட்".

"நாங்க அத உங்ககிட்டேருந்து வாங்கிக்கறோம்" என்றான் வில்கி.

தாமஸ் வீட்டை நோக்கி நடந்தார். "நான் கொஞ்சம் வெளிய போறேன். நீங்க வேலையப் பாருங்க" என்றார் அவர். அவருக்குப் பின்னால் திரையிட்ட கதவு ஓங்கிச் சாத்தப்பட்டது.

மூவரும் வெள்ளையடிக்கப்பட்ட சிறு கொட்டகையைத் தாண்டி நிலத்தின் எல்லையை ஒட்டி நடந்தனர். ஒரு குறுகலான நீண்ட ஓடைக்கருகே சிமெண்ட் குழாய்கள் கிடந்த இடத்துக்கு வந்தனர்.

"இங்கதான் நாங்க வேலை பாக்கறோம்" என்றான் வில்கி.

அவனது தந்தை கொட்டகையைத் திறந்து இரண்டு கடப்பாறைகளையும் மூன்று மண்வெட்டிகளையும் எடுத்தார். டாமிடம் சொன்னார், "இதோ உன்னோட அழகு"

டாம் கடப்பாறையை எடுத்தான். "இயேசுவே! இது ஒண்ணும் நல்லா இல்லையே"

"பதினோரு மணி வரைக்கும் பொறு." என்றான் வில்கி. "அப்ப அது எவ்வளவு நல்லா இருக்குன்னு பாரு."

அவர்கள் குழியின் எல்லைக்குச் சென்றனர். டாம் தனது கோட்டைக் கழற்றி மண் குவியலின் மேல் போட்டான். தனது தொப்பியை மேலே தள்ளி விட்டுக் குழிக்குள் இறங்கினான். தனது கைகளில் துப்பிக் கொண்டான். கடப்பாறை காற்றில் எழும்பி கீழே இறங்கியது. டாம் மென்மையாக குரலெழுப்பினான். கடப்பாறை எழும்பியது, இறங்கியது. அது தரையில் பதிந்து மண்ணைத் தளர்த்தியபோது அவனிடமிருந்து உறுமல் சத்தம் வந்தது.

வில்கி சொன்னான், "சரிதான், அப்பா, நம்மகிட்ட முதல் தரமான மண்வெட்டி கிடைச்சிருக்கான். இவன் அந்தக் குட்டி மண்கொத்தியோட திருமணம் பண்ணியிருக்கான்."

டாம் சொன்னான், "நான் இதுல வேல செஞ்சிருக்கேன்(ஹூம்). ஆமா சார், நிச்சயமா (ஹூம்). நிறைய வருஷம் செஞ்சேன்(ஹூம்). இது ஒரு வகையான உணர்வு (ஹூம்)" அவனுக்கு முன்னால் மண் தளர்ந்தது.

இப்போது சூரியன் பழ மரங்களின் மீது ஒளி வீச, திராட்சை இலை திராட்சைத் தோட்டத்தில் தங்கப் பச்சை நிறத்தில் ஒளிர்ந்தது. ஆறு அடி சென்றதும் டாம் நகர்ந்து தனது முன் நெற்றியைத் துடைத்தான். வில்கி அவனுக்குப் பின்னால் வந்தான். மண்வெட்டி உயர்ந்து இறங்கவும் மணல் நீண்டு செல்லும் ஓடைக்கு அருகில் பறந்து வெளியே விழுந்தது.

“இந்த மத்தியக்குழு பத்தி இங்க கேட்டேன். அப்ப நீங்க அதுல ஒருத்தர்” என்றான் டாம்.

“ஆமாம் சார்” என்று பதிலளித்தார் டிமோத்தி. “அது ஒரு பொறுப்பு. எல்லாருக்கும். நாங்க முடிஞ்ச அளவுக்கு நல்லாப் பண்றோம். இந்த பெரிய விவசாயிங்க எங்களையும் பிடிக்கக் கூடாதுன்னு விரும்பறேன். அவங்க செய்ய மாட்டாங்கன்னு விரும்பினேன்.”

டாம் மீண்டும் குழிக்குள் இறங்க வில்கி விலகி நின்றான். “நடனத்தின்போது சண்டைன்னு சொன்னாரே, (ஹூம்), அதப் பத்தி என்ன செய்யறது? அவங்க ஏன் அதச் செய்ய விரும்பறாங்க?”

டிமோத்தி வில்கியைத் தொடர்ந்தார். டிமோத்தியின் மண்வாரியை வைத்து குழியின் கீழ்ப்பகுதியை சமப்படுத்தி குழாயைப் பதிக்கத் தயார் செய்தார். “அவங்க நம்மள விரட்ட விரும்பற மாதிரி இருக்கு” என்றார் டிமோத்தி. “நாம அணி திரண்டிடுவோம்னு அவங்க பயப்பட்றாங்கன்னு நினைக்கறேன். ஒருவேளை அவங்க சரியாவும் இருக்கலாம். இங்க இருக்கற இந்த முகாம் ஒரு அமைப்பு. மக்கள் தங்களைத் தாங்களே கவனிச்சுக்கறாங்க. இந்தப் பகுதியிலயே அவங்ககிட்ட ரொம்ப நல்ல கித்தார் வாத்தியக் குழு இருக்கு. பசியோட இருக்கறவங்களுக்காக கொஞ்சம் சேத்தும் வச்சிருக்காங்க. அஞ்சு டாலருக்கு அவ்வளவு உணவு கிடைக்கும். முகாம் நல்லா இருக்கும். எங்களுக்கு ஒரு சமயம்கூட சட்டப் பிரச்சனை வந்ததில்ல. இந்தப் பெரிய விவசாயிகளுக்கு அது பிரச்சனைன்னு நினைக்கறேன். அவங்களால எங்கள சிறைக்குள்ள தள்ள முடியல – அது அவங்கள மிரட்டுது. நம்மளால நம்மள ஆண்டுக்க முடியும்னா நம்மளால மத்த விஷயங்களையும் செய்ய முடியும்னு நினைக்கலாம்.”

டாம் குழியிலிருந்து ஏறித் தனது கண்களில் வழிந்த வியர்வையைத் துடைத்துக் கொண்டான். “அந்த செய்தித்தாள் பேக்கர்ஸ்ஃபீல்டுக்கு வடக்க இருக்கற போராட்டக்காரங்க பத்தி என்ன சொல்லிச்சுன்னு கேட்டீங்களா?”

“நிச்சயமா” என்றான் வில்கி. “அவங்க அத எப்பவும் செய்வாங்க.”

“நான் அங்க இருந்தேன். அங்க போராட்டக்காரங்க யாரும் இல்ல. அவங்க சிவப்புன்னு சொல்றவங்களும் இல்ல. சரி, இந்த சிவப்புன்னா என்ன எழவு அது?”

டிமோத்தி குழியின் அடியில் ஒரு சிறு மலை போல சுரண்டியிருந்தார். சூரியன் அவரது வெள்ளை நிற முள் போன்ற தாடியை மின்னச் செய்தது. “சிவப்புன்னா என்னன்னு தெரிஞ்சுக்க நிறைய பேர் விரும்பறாங்க” என்று அவர் சிரித்தார். “எங்க பையன் ஒருத்தன் அதக் கண்டு பிடிச்சுட்டான்.” அவர் குவித்த மணலை மெதுவாகத் தன் மண்வாரியால் தட்டினார். “ஹைன்சுங்கற ஒரு ஆள் – அவனுக்கு சுமார் முப்பதாயிரம் ஏக்கர்ல பீச், திராட்சை, வைன் தொழிற்சாலை இருக்கு. அவன் எப்பப் பாத்தாலும் சிவப்புக்காரங்கள பத்தியே பேசிக்கிட்டிருப்பான். இந்த சிவப்புக்காரங்க நாட்ட நாசம் பண்றாங்கன்னு சொல்லுவான். நாம இந்த சிவப்பு வேசிமகன்கள வெளிய விரட்டணும்பான். மேற்க்கேருந்து இங்க ஒரு இளைஞன் வந்திருந்தவன் அவன் சொல்றதக் கேட்டுக்கிட்டு இருந்தான். அவன் தன் தலைய சொறிஞ்சுக்கிட்டே கேட்டான், “மிஸ்டர் ஹைன்ஸ், நான் இங்க வந்து ரொம்ப நாளாகல. இந்த பாழாப்போன சிவப்புக்காரங்கன்னா என்ன?” ஹைன்ஸ் சொன்னான், “சிவப்புக்காரன்னா ஒரு மணி நேரத்துக்கு நாங்க இருபத்து அஞ்சு கொடுக்கறபோது முப்பது கேக்கறவன்! அந்த இளைஞன் யோசிச்சிட்டு தலைய சொறிஞ்சுக்கிட்டுச் சொல்றான், ‘மிஸ்டர் ஹைன்ஸ், நான் வேசி மகனில்ல. ஆனா சிவப்புக்காரங்களுக்கு அதுதான் வேணுமின்னா – எனக்கும் ஒரு மணி நேரத்துக்கு முப்பது செண்ட் வேணும். எல்லாருக்கும் அப்படித்தான். மிஸ்டர் ஹைன்ஸ், நாங்க எல்லாருமே சிவப்புக்காரங்கதான்.” டிமோத்தி தனது மண்வாரியை குழியின் அடிவரை புதைத்தார். அவர் வெட்டிய இடத்தில் பூமி மின்னியது.

டாம் சிரித்தான். “நானும்தான்னு நான் நினைக்கறேன்.” அவனுடைய கடப்பாறை உயர்ந்து இறங்க, அதன் கீழ் பூமி பிளந்தது. வியர்வை அவனது நெற்றியில் இறங்கி அவனது மூக்கின் பக்கவாட்டில் வழிந்து, அவனது கழுத்தில் மின்னியது. “பாழாப்போக” என்றவன், “கடப்பாறை ஒரு நல்ல கருவி(ஹூம்). அதுகூட நீ போராடலேன்னா(ஹூம்). நீயும் (ஹூம்) கடப்பாறையும் சேந்து வேலை செய்யணும்(ஹூம்).”

மூவரும் வரிசையில் வேலை செய்ய, குழி மெதுவாக நீண்டது. காலை நேரம் ஏற ஏற சூரியன் சூடாக அவர்கள் மீது இறங்கியது.

டாம் விட்டுச் சென்றதும், ருத்தி சானிடரி பகுதியின் கதவை சிறிது பார்த்துக் கொண்டிருந்தாள். அவளை உயர்த்திப் பேச வின்ஃபீல்ட் இல்லாமல் அவளுக்கு அவ்வளவு தைரியமில்லை. அவள் சிமெண்ட் தரை மீது வெறும் காலை வைத்து விட்டுப் பிறகு இழுத்துக் கொண்டாள். முகாம் வரிசையில் ஒரு கூடாரத்திலிருந்து வெளியே வந்த ஒரு பெண் ஒரு தகர முகாம் அடுப்பை வைத்துப் பற்ற வைத்தாள். அவள் ஜோட் கூடாரத்தின்

முகப்புக்கு வந்து எட்டிப் பார்த்தாள் ஒரு புறம் கீழே ஜான் மாமா படுத்திருக்க, அவரது குறட்டை தொண்டையிலிருந்து வெளியேறியது. அம்மாவும் அப்பாவும் ஒரு போர்வையைத் தலைக்கு மேல் போர்த்திக் கொண்டு வெளிச்சத்திலிருந்து அப்பால் படுத்திருந்தனர். அல் ஜான் மாமாவுக்கு சற்றுக் தள்ளிப் படுத்துக் கொண்டிருந்தான். அவனது கை அவனது கண்களுக்கு மேல் இருந்தது. கூடாரத்தின் முன்பக்கத்தில் ஷாரன் ரோசும் வின்ஃபீல்டும் படுத்திருக்க, அவனுக்குப் பக்கத்தில் ருத்தி படுத்திருந்த இடத்தில் இடைவெளி இருந்தது. அந்தப் பெண் உட்கார்ந்து எட்டிப் பார்த்தாள். அவளது கண்கள் வின்ஃபீல்டின் முன்னங்கால்களையே பார்த்துக் கொண்டிருந்தன. அவள் பார்த்துக் கொண்டிருக்கும் போதே சிறுவன் தனது கண்களைத் திறந்து அவளைப் பார்த்தான். அவனது கண்கள் அமைதியுடன் இருந்தன. ருத்தி தனது வாயின் மேல் விரலை வைத்து மறு கையால் சைகை காட்டினாள். வின்ஃபீல்ட் ஷாரன் ரோசுக்கு மேல் பார்த்தான். அவளது பின்க் நிற முகம் பக்கத்தில் இருக்க, அவளது வாய் சற்றுத் திறந்திருந்தது. வின்ஃபீல்ட் கவனமாகப் போர்வையை விலக்கி விட்டு வெளியே வந்தான். அவன் கூடாரத்தை விட்டு ஜாக்கிரதையாகத் தவழ்ந்து வெளியேறி ருத்தியுடன் சேர்ந்து கொண்டான். "எவ்வளவு நேரமா நீ முழிச்சிருக்க?" என்று ரகசியமாகக் கேட்டான்.

அவள் மிக அதிகமான கவனத்துடன் அவனை விலக்கி அழைத்துச் சென்றாள். அவர்கள் பாதுகாப்பான இடத்துக்கு வந்ததும் அவள் சொன்னாள், "நான் படுக்கவேயில்ல. ராத்திரி பூரா முழிச்சுக்கிட்டே இருந்தேன்."

"நீ முழிக்கல" என்றான் வின்ஃபீல்ட். "நீ ஒரு அசிங்கமான பொய்க்காரி."

"இருக்கட்டும்" என்றாள் அவள். "நான் பொய்க்காரியா இருந்தேன்னா நான் நடந்தது எதையும் உங்கிட்ட சொல்லப் போறதில்ல. ஒரு ஆளு கத்தியால குத்தி எப்படி செத்தான்னு நான் சொல்ல மாட்டேன், உள்ள ஒரு கரடி வந்து எப்படி கொஞ்சம் மிளகாய எடுத்துட்டுப் போச்சுன்னு சொல்ல மாட்டேன்."

"இங்க எந்தக் கரடியும் வரல" என்றான் வின்ஃபீல்ட் சங்கடத்துடன். அவன் தனது விரல்களால் தன் முடியைக் கோதி விட்டு விட்டுத் தன் கால்சட்டையை கவட்டைக்குக் கீழ் இழுத்து விட்டுக் கொண்டான்.

"சரி – கரடி வரல" என்று அவள் நக்கலாகச் சொன்னாள். "அட்டவணைல இருக்கற மாதிரி எந்த வெள்ளைச் சாப்பாடும் இல்ல."

வின்ஃபீல்ட் அவளை ஆழமாகப் பார்த்தான். அவன் சானிடரி பகுதியை சுட்டிக் காட்டினான். "அங்க போனியா?" என்று கேட்டான்.

"நான் ஒரு அசிங்கமான பொய்க்காரி" என்றாள் ருத்தி. "அந்த விஷயத்த உனக்குச் சொன்னா எனக்கு ஒண்ணும் நல்லது நடக்கப் போறதில்ல."

"நாம போய் பாக்கலாம்" என்றான் வின்ஃபீல்ட்.

"நான் ஏற்கனவே போயிட்டேன்" என்றாள் ருத்தி. "நான் ஏற்கனவே உக்காந்துட்டேன். ஒண்ணுல ஒண்ணுக்குக் கூடப் போயிட்டேன்."

"நீ உள்ள போகவேயில்ல" என்றான் வின்ஃபீல்ட்.

அவர்கள் அந்தப் பகுதிக்குள் நுழைந்தனர். இப்போது ருத்திக்கு பயம் எதுவுமில்லை. அவள் அக்கட்டிடத்துக்குள் தைரியமாக அவனை அழைத்துச் சென்றாள். அந்தப் பெரிய அறையின் ஒரு பக்கத்தில் வரிசையாகக் கழிவறைகள் இருந்தன. ஒவ்வொரு கழிவறைக்கும் ஒரு அறையும், முன்னால் கதவும் இருந்தன. போர்சலேன் வெள்ளை அதில் மின்னியது. இன்னொரு சுவரில் கைகழுவும் பேசின்கள் வரிசையாக நின்றன. மூன்றாவது சுவரில் நான்கு குளியலறைகள் இருந்தன.

"அங்க" என்றாள் ருத்தி. "அதுதான் கழிவறைகள். அதெல்லாம் நான் அட்டவணைல பாத்திருக்கேன்." குழந்தைகள் ஒரு கழிவறைக்கு அருகில் சென்றனர். ருத்தி எக்கச்சக்கமான தைரியம் பெருக்கெடுக்க தனது உடையை மேலேற்றிக் கொண்டு உட்கார்ந்தாள். "நான் இங்க வந்திருக்கேன்னு சொன்னேன்ல" என்றாள் அவள். அதை நிரூபிக்க அந்தக் கழிவறையில் கொஞ்சம் தண்ணீர் இருந்தது.

வின்ஃபீல்ட் சங்கடப்பட்டான். அவன் கை தண்ணீர் வரும் பிடியை இழுத்தது. தண்ணீர் அடித்துக் கொண்டு வரும் சத்தம் கேட்க ருத்தி காற்றில் குதித்து தள்ளிப் போனாள். அவளும் வின்ஃபீல்டும் அறைக்கு நடுவில் நின்று கழிவறையைப் பார்த்தனர். அதில் இன்னும் தண்ணீர் விழும் உஸ்ஸென்ற சத்தம் வந்து கொண்டிருந்தது.

"நீதான் அத செஞ்ச" என்றாள் வின்ஃபீல்ட். "நீ போய் அத உடைச்சுட்ட. நான் பாத்தேன்"

"நான் செய்யல. நிஜம்மா நான் செய்யல."

"நான் உன்னப் பாத்தேன்" என்றாள் ருத்தி. "எந்த அருமையான விஷயத்துலயும் உன்ன நம்ப முடியாது."

வின்ஃபீல்ட் தலையைக் குனிந்து கொண்டான். அவன் ருத்தியை நிமிர்ந்து பார்க்க அவன் கண்கள் குளமாகியிருந்தன. அவனது தாடை நடுங்கியது. ருத்தி உடனே வருத்தமடைந்தாள்.

"நீ கவலப்படாத" என்றாள் அவள். "நான் உன்னப் பத்தி சொல்ல மாட்டேன். அது ஏற்கனவே உடைஞ்சிருச்சுங்கற மாதிரி நாம நடிக்கலாம். நாம இங்க வரவேல்லைங்கற மாதிரி நாம நடிப்போம்". அவள் அவனை கட்டிடத்துக்கு வெளியே அழைத்துச் சென்றாள்.

இப்போது சூரியன் மலைமுகட்டின் மேல் எட்டிப் பார்த்து சானிடரி பகுதிகளின் ஐந்து துருப்பிடித்த இரும்புக் கூரைகளின் மேலும் கூடாரங்களின் சாம்பல் நிறக் கூடாரங்களின் மேலும், கூடாரங்களுக்கு இடையிலும், தெருவிலும் வெளிச்சமிட்டது. முகாம் விழித்தெழுந்து கொண்டிருந்தது. முகாம் அடுப்புகள், மண்ணெண்ணெய் அடுப்புகள், தகர அடுப்புகளில் நெருப்பு எரிந்து கொண்டிருந்தது. புகை மணம் காற்றில் நிரம்பியிருந்தது. கூடாரங்களின் துணி விலக்கப்பட்டு ஆட்கள் தெருக்களில் இறங்கினர். ஜோட் கூடாரத்துக்கு வெளியே நின்று கொண்டு அம்மா தெருவைப் பார்த்துக் கொண்டிருந்தாள். அவள் குழந்தைகளைப் பார்த்து விட்டு அவர்களுக்கு அருகில் வந்தாள்.

"நான் கவலைப்பட்டுக்கிட்டிருந்தேன். நீங்க எங்க இருக்கீங்கன்னே தெரியல" என்றாள் அம்மா.

"நாங்க சும்மா சுத்திப் பாத்துக்கிட்டிருந்தோம்" என்றாள் ருத்தி.

"சரி, டாம் எங்க, நீ அவனப் பாத்தியா?"

ருத்தி முக்கியமானவளானாள். "ஆமாம்மா. டாம் என்ன எழுப்பி உங்ககிட்ட என்ன சொல்லணும்னு சொன்னான்". அவள் தன் முக்கியத்துவத்தை வெளிப்படையாக்க சற்று நிறுத்தினாள்.

"சரி, என்ன?" என்று கேட்டாள் அம்மா.

"அவன் உங்கிட்ட சொல்லச் சொன்னான் –"வின்ஃபீல்ட் அவளது நிலையைப் பாராட்டுகிறானா என்பதைப் பார்க்க அவள் மீண்டும் சற்று நிறுத்தினாள்.

அம்மா தனது கைகளை அடிப்பது போல் தூக்கிக் கேட்டாள், "என்ன?"

"அவனுக்கு வேல கிடைச்சிடுச்சி" என்றாள் ருத்தி வேகமாக. "வேல பாக்கப் போயிருக்கான்." அவள் அம்மாவின் உயர்த்திய கைகளை சந்தேகமாகப் பார்த்தாள். கைகள் மீண்டும் கீழே இறங்கி ருத்தியிடம் சென்றது. அம்மா ருத்தியின் தோள்களைப் பற்றி சற்று இறுக்கி அணைத்துக் கொண்டுவிட்டுப் பிறகு விடுவித்தாள்.

ருத்தி சங்கடத்துடன் தரையை வெறித்துப் பார்த்து விட்டு விஷயத்தை மாற்றினாள். "அங்க அவங்க கழிவறைகள் வச்சிருக்காங்க" என்றாள் அவள். "வெள்ளையா இருக்கு."

"நீங்க அங்க போனீங்களா?" என்று விசாரித்தாள் அம்மா.

"நானும், வின்ஃபீல்டும்" என்றாள் அவள். பிறகு துரோகத்துடன், "வின்ஃபீல்ட் ஒரு கழிவறைய உடைச்சிட்டான்."

வின்ஃபீல்ட் சிவந்து போனான். அவன் ருத்தியை வெறித்தான். "அவ ஒண்ணுல ஒண்ணுக்குப் போனா", என்று அவன் பைத்தியம் போல் சொன்னான்.

அம்மா சந்தேகத்துடன் கேட்டாள், "நீ என்ன செஞ்ச? நீ எங்கிட்ட காட்டு." அவள் அவர்களை கதவுக்கும், பிறகு உள்ளேயும் தள்ளிச் சென்றாள். "இப்ப நீ என்ன செஞ்ச?"

ருத்தி சுட்டிக் காட்டினாள். "அது உஸ்ஸுன்னு சத்தம் போட்டுச்சி. இப்ப நின்னிடுச்சு."

"நீ என்ன செஞ்சேன்னு காட்டு" என்று கேட்டாள் அம்மா.

வின்ஃபீல்ட் கழிவறையிடம் வேண்டா வெறுப்பாகச் சென்றான். "நான் அத அழுத்தி அமுக்கல" என்றான் அவன். "நான் இந்த இடத்தில லேசா அழுத்தினேன்-" மீண்டும் தண்ணீர் பாயும் சத்தம் கேட்டது. அவன் பாய்ந்து விலகினான்.

அம்மா தன் தலையை பின்னால் தள்ளிக் கொண்டு சிரித்தாள். ருத்தியும், வின்ஃபீல்டும் அவளை வெறுப்புடன் பார்த்துக் கொண்டிருந்தனர். "இது அந்த மாதிரிதான் வேல செய்யும்" என்றாள் அம்மா. "நான் அத முன்னாடியே பாத்திருக்கேன். நீ போய் முடிச்சதும், அத அழுத்தணும்."

தமது அறியாமையின் வெட்கம் குழந்தைகளிடம் பெரிதாக இருந்தது. அவர்கள் கதவுக்கு வெளியே சென்று தெருவில் காலை உணவு சாப்பிட்டுக் கொண்டிருந்த ஒரு பெரிய குடும்பத்தைப் பார்க்கச் சென்றனர்.

அம்மா அவர்கள் வெளியே செல்வதைப் பார்த்தாள். பிறகு அறையைப் பார்த்தாள். குளியலறைக்குச் சென்று அங்கு பார்த்தாள். பிறகு வாஷ்பேசினுக்குச் சென்று அதைத் தடவிப் பார்த்தாள். தண்ணீரை லேசாகத் திறந்து விட்டு தன் விரலை வைத்தாள். தண்ணீர் சூடாக வந்ததும் சட்டென்று இழுத்துக் கொண்டாள். ஒரு கணம் அவள் பேசினை அளந்து பார்த்து விட்டு பிளக்கை மாட்டி வெந்நீர்க் குழாயிலிருந்து சிறிதும், தண்ணீர்க் குழாயிலிருந்து

சிறிதும் பிடித்தாள். பிறகு தனது கைகளை இளஞ்சூட்டுத் தண்ணீரில் கழுவி விட்டுத் தன் முகத்தையும் கழுவிக் கொண்டாள். அவள் தனது விரல்களால் தலை முடியில் தண்ணீரை வைத்து கோதிக் கொண்டிருக்கும்போது பின்னாலிருந்து யாரோ நடந்து வரும் சத்தம் கேட்டது. அம்மா வேகமாகத் திரும்பினாள். ஒரு வயதான மனிதர் அவளை நேர்மையான அதிர்ச்சியுடன் பார்த்துக் கொண்டிருந்தார்.

அவர் கடுமையாகக் கேட்டார், "நீங்க உள்ள எப்படி வந்தீங்க?"

அம்மா மென்று முழுங்கினாள். அவளது தாடை வழியாக தண்ணீர் வழிந்து அவளது உடையை நனைத்துக் கொண்டிருந்தது. "எனக்குத் தெரியல" என்று மன்னிப்புக் கேட்கும் தொனியில் கூறினாள். "இது இங்க இருக்கறவங்க உபயோகிக்கறதுக்குன்னு நினைச்சேன்."

அந்த முதியவர் அவளைக் கோபமாகப் பார்த்தார். "ஆம்பளைகளுக்கு" என்று இறுக்கமாகக் கூறினார். அவர் கதவுக்குச் சென்று அங்கிருந்த பலகையைச் சுட்டிக் காண்பித்தார்: ஆண்கள். "பாருங்க. இது நிரூபணமா? நீங்க அதப் பாத்தீங்களா?"

"இல்லை" என்று அம்மா அவமானத்துடன் சொன்னாள். "நான் அதப் பாக்கவேயில்ல. நாங்க போறதுக்கு இடமில்லையா?"

அந்த மனிதரின் கோபம் மறைந்தது. "நீங்க இப்பதான் வந்தீங்களா?" என்று அவர் கனிவுடன் கேட்டார்.

"நடு ராத்திரில" என்றாள் அம்மா.

"அப்ப நீங்க கமிட்டிகிட்ட பேசலியா?"

"என்ன கமிட்டி?"

"ஏன், பெண்கள் கமிட்டி."

"இல்ல, பேசல."

அவர் பெருமையுடன் சொன்னார், "கமிட்டில உங்கள சீக்கிரமா பாத்து உங்களுக்கு உதவுவாங்க. இப்பதான் வந்தவங்கள நாங்க கவனிச்சுக்குவோம். இப்ப நீங்க பெண்கள் கழிவறைக்குப் போகணும்னா கட்டிடத்தோட எதிர்ப்பக்கத்துக்குப் போங்க. அந்தப் பக்கம் உங்களோடது."

அம்மா சங்கடத்துடன் சொன்னாள், "நீங்க பெண்கள் கமிட்டின்னு சொன்னீங்களே – அவங்க என் கூடாரத்துக்கு வருவாங்களா?"

அவர் தன் தலையை ஆட்டினார். "சீக்கிரமே வருவாங்கன்னு நினைக்கிறேன்."

“நன்றி” என்றாள் அம்மா. அவள் வேகமாக வெளியே கூடாரத்துக்கு ஓடினாள்.

“அப்பா” என்று கூப்பிட்டாள். “ஜான் எழுந்திருங்க. அல், எழுந்து குளி.” தூக்கத்திலிருந்த கண்கள் அவளைத் திகைப்புடன் பார்த்தன. “எல்லாரும்” என்று அம்மா கத்தினாள். “எழுந்து முகம் கழுவுங்க. தலைய வாரிக்கங்க.”

ஜான் மாமா நோயுற்றவர் போல் வெளிறிக் காணப்பட்டார். அவரது கன்னத்தில் சிவப்பாக அடிபட்ட தடம் இருந்தது.

அப்பா கேட்டார், “என்ன விஷயம்?”

“கமிட்டி. இங்க ஒரு கமிட்டி இருக்கு – பெண்கள் கமிட்டி வீட்டுக்கு வரப்போகுது. இப்ப எழுந்திருங்க. முகம் கழுவுங்க. நாம குறட்டை விட்டுத் தூங்கிக்கிட்டு இருந்தப்ப டாம் வெளிய வேலைக்குப் போயிட்டான். எழுந்திருங்க இப்ப.”

அவர்கள் தூக்கக் கலக்கத்துடன் கூடாரத்துக்கு வெளியே வந்தனர். ஜான் மாமா சற்றுத் தடுமாறினார். அவரது முகம் சிறிது வலியைக் காட்டியது.

“அந்த கட்டிடத்துக்குப் போய் கழுவிக்கங்க” என்று அம்மா உத்தரவிட்டாள். “நாம காலை உணவு எடுத்துக்கிட்டு கமிட்டிக்காக தயாரா இருப்போம்.” அவள் முகாமில் உடைந்த விறகுகள் சிறு குவியலாகக் குவிக்கப் பட்டிருந்த இடத்துக்குச் சென்றாள். நெருப்பை உண்டாக்கி தனது சமையல் பாத்திரங்களை ஏற்றினாள். ””சோளம் ” என்று மென்மையாகச் சொன்னாள். “சோளமாவுக் குழம்பும். இதுதான் வேகமா இருக்கும். வேகமா செய்யணும்.” அவள் தனக்குள் பேசிக் கொண்டாள். ருத்தியும், வின்ஃபீல்ட்ம் ஆச்சரியத்துடன் நின்று கொண்டிருந்தனர்.

காலை உணவு சமைக்கும் நெருப்பின் புகை முகாமெங்கிலிருந்தும் எழுந்தது. அனைத்து திசைகளிலும் பேச்சொலி கேட்டது.

ஷாரன் ரோஸ் திருத்தப்படாத முகத்துடனும், தூங்கி வழிந்த கண்களுடனும் கூடாரத்தை விட்டுத் தவழ்ந்து வெளியேறினாள். அம்மா தனது கையால் அளந்து கொண்டிருந்த சோளமாவிலிருந்து திரும்பி அவளைப் பார்த்தாள். அவள் பெண்ணின் சுருங்கிய அழுக்கான உடைகளையும், வாரப்படாத சுருட்டை முடியையும் பார்த்தாள். “நீ வேகமா சுத்தமாகணும்” என்று சுறுசுறுப்பாகச் சொன்னாள். “போ, உடனே கழுவிக்கோ. ஒரு சுத்தமான உடைய போட்டுக்கோ. நான் அத தோச்சுட்டேன். முடிய வாரிக்கோ. உன் கண்ணுலேருந்து பூளைய எடு”. அம்மா கிளர்ச்சியடைந்திருந்தாள்.

ஷாரன் ரோஸ் பாவமாகச் சொன்னாள், "எனக்கு உடம்பு சரியில்ல. கோனி வருவான்னு நான் விரும்பினேன். கோனியில்லாம எதையும் செய்ய எனக்குப் பிடிக்கல."

அம்மா.. அவளை நோக்கி முழுதும் திரும்பினாள். அவளது கைகளிலும் மணிக்கட்டிலும் மஞ்சள் நிறச் சோளமாவு ஒட்டிக் கொண்டிருந்தது. "ரோஸாஷார்ன்" என்று அவள் கடுமையாக அழைத்தாள். "நீ நேரா நில்லு. இதுவரைக்கும் போதுங்கற அளவு துடைச்சுட்ட. பெண்கள் கமிட்டி ஒண்ணு வரப்போகுது. அவங்க இங்க வரும்போது குடும்பம் முகஞ்சுளிக்கற மாதிரி இருக்கக் கூடாது."

"ஆனா எனக்கு உடம்பு சரியில்லையே."

அம்மா அவளை நோக்கி வந்து சோற்றுடன் இருந்த கையை நீட்டினாள். "நீ என்ன நினைக்கறேன்னு உனக்குள்ளயே வச்சுக்கற நேரம் இருக்கு."

"அம்மா.. நான் வாந்தியெடுக்க போறேன்" என்று ஷாரன் ரோஸ் கீச்சிட்டாள்.

"சரி, போய் வாந்தி எடு. நீ வாந்தி எடுக்கத்தான் போற. எல்லாரும் எடுப்பாங்க. அத முடிச்சிட்டு சுத்தப்படுத்திக்கோ. காலைக் கழுவிட்டு உன்னோட ஷூவ போட்டுக்கோ." அவள் மீண்டும் வேலைக்குத் திரும்பினாள். "உன் தலைய வாரிக்கோ" என்றாள் அம்மா.

எண்ணையுடன் வறுக்கும் சட்டி நெருப்பின் மீது கொதித்தது. அம்மா அதில் ஒரு கரண்டியால் சோளத்தைப் போட்டதும் அது வெடித்தது. அவள் சோளமாவை எண்ணையில் தோய்த்து தண்ணீரும், உப்பும் சேர்த்துக் குழம்பைக் கிளறினாள். இன்னொரு புறம் காப்பி ஜாடியிலிருந்து காப்பி கொதிக்கத்துவங்கி காப்பி மணம் பரவியது.

அப்பா சானிடரி பகுதியிலிருந்து திரும்பவும், அம்மா அவரை ஆராய்வது போல் நிமிர்ந்து பார்த்தாள். அப்பா கேட்டார், "டாமுக்கு வேலை கிடைச்சிருச்சுன்னா சொன்ன?"

"ஆமாம். நாம எழுந்திருக்கறதுக்கு முன்னால வெளில போயிட்டான். இப்ப பெட்டிய பாத்து நல்ல சட்டை, கால்சட்டையப் போட்டுக்கங்க. அப்புறம் அப்பா, நான் ரொம்ப வேலைல இருக்கேன். நீங்க ருத்தியையும், வின்ஃபீல்டையும் காதைப் பிடிச்சு இழுத்துட்டுப் போங்க. அங்க சுடுதண்ணி இருக்கு. நீங்க செய்வீங்களா? அவங்க காதை சுத்தியும், கழுத்தையும் தேய்ச்சு சுரண்டி விடுங்க. சிவப்பா, பளபளப்பா அவங்கள கூட்டிட்டு வாங்க."

"உன்ன இவ்வளவு துள்ளலா பாத்ததேயில்ல" என்றார் அப்பா.

அம்மா கத்தினாள், "குடும்பம் நாகரிகமா இருக்க வேண்டிய நேரம் இது. வர வழில அதுக்கு நேரமில்ல. ஆனா இப்ப முடியும். உங்க அழுக்குத் துணிய கூடாரத்துக்குள்ள போடுங்க, அத நான் தோய்ச்சுக்கறேன்."

அப்பா கூடாரத்துக்குள் போய் ஒரு வெளிர் நீல நிறத்தில் தோய்த்த கால்சட்டையையும், சட்டையையும் போட்டுக் கொண்டு வந்தார். அவர் சோகமாகவும், திகைத்துப் போயும் இருந்த குழந்தைகளை சானிடரி பகுதிக்கு அழைத்துச் சென்றார்.

அம்மா அவருக்குப் பின்னால் குரல் கொடுத்தாள். "அவங்க காதச் சுத்தி நல்லா சுரண்டி விடுங்க."

ஜான் மாமா ஆண்கள் பகுதியின் கதவுக்கு வந்து வெளியே பார்த்து விட்டு மீண்டும் சென்று கழிவறையில் தன் வலித்துக் கொண்டிருந்த தலையைப் பிடித்துக் கொண்டு நீண்ட நேரம் உட்கார்ந்து கொண்டிருந்தார்.

அம்மா ஒரு தட்டு நிறைய அரக்கு நிறச் சோள மாவை எடுத்து எண்ணெயில் வார்த்துக் கொண்டிருந்தாள். இரண்டாவது தட்டு மாவைக் கரண்டியால் எண்ணெயில் தள்ளிக் கொண்டிருந்தபோது அவளுக்கருகில் தரையில் ஒரு நிழல் விழுந்தது. அவள் தலையைத் தூக்கிப் பார்த்தாள். முழுதும் வெள்ளையுடை அணிந்திருந்த ஒரு சிறு மனிதர் அருகில் நின்று கொண்டிருந்தார் – ஒல்லியான, அரக்கு நிறமுடைய கோடுகள் படிந்த, மகிழ்ச்சியான முகத்துடன் இருந்தார் அவர். அவர் ஒரு குச்சியைப் போல் ஒல்லியாக இருந்தார். அவரது தூய்மையான வெண்ணிற உடைகள் கோடுகளுடன் போட்டியிட்டன. அவர் அம்மாவை நோக்கிப் புன்னகைத்தார். "காலை வணக்கம்" என்றார்.

அம்மா அவரது தூய்மையான வெண்ணிற உடைகளைப் பார்த்தாள். அவளது முகம் சந்தேகத்தால் இறுகியது. "காலை வணக்கம்" என்றாள் அவள்.

"நீங்கதான் திருமதி ஜோடா?"

"ஆமாம்"

"நான் ஜிம் ராலி. நாந்தான் முகாமோட மானேஜர். எல்லாம் சரியா இருக்கான்னு பாக்க வந்தேன். வேண்டியது எல்லாம் இருக்கா?"

அம்மா அவரை சந்தேகத்துடன் அளவிட்டாள். "இருக்கு" என்றாள்.

ராலி சொன்னார், "நேத்து ராத்திரி நீங்க வந்தப்போ நான் தூங்கிக்கிட்டு இருந்தேன். உங்களுக்கு இடம் இருந்தது அதிர்ஷ்டம்." அவரது குரல் அன்புடன் இருந்தது.

அம்மா சுருக்கமாகச் சொன்னாள், "முக்கியமா அந்த தோய்க்கற வாளிங்க."

"பொம்பளைங்க தோய்க்கப் போற வரைக்கும் நீங்க காத்திருங்க. இப்போ ரொம்ப சீக்கிரம். நீங்க இவ்வளவு வம்பக் கேட்டிருக்க மாட்டீங்க. ஒரு கூட்டம் மாதிரி. அவங்க நேத்து என்ன செஞ்சாங்க தெரியுமா திருமதி ஜோட்? அவங்க சேர்ந்திசை படிச்சாங்க. ஒரு மெட்ட பாடிக்கிட்டே தோய்ச்சுக்கிட்டு இருந்தாங்க. அது கேக்க வேண்டிய ஒண்ணு தெரியுமா?"

அம்மாவின் முகத்திலிருந்து சந்தேகம் அகன்று கொண்டிருந்தது. "நிச்சயமா நல்லா இருந்திருக்கணும். நீங்கதான் தலைவரா?"

"இல்ல" என்றார் அவர். இங்க இருக்கறவங்க என்ன ஒரு வேலைலேருந்து எடுத்தாங்க. அவங்க முகாம சுத்தமா வச்சுக்கறாங்க, சீரா வச்சுக்கறாங்க, எல்லாத்தையும் செய்றாங்க. நான் இந்த மாதிரி ஆளுங்கள பாத்ததேயில்ல. கூட்டம் நடத்தற அறைல துணி நெய்யறாங்க. பொம்மை செய்யறாங்க. இந்த ஆளுங்கள ஒருபோதும் பாத்ததில்ல."

அம்மா தனது அழுக்கான உடையைக் குனிந்து பார்த்தாள். "நாங்க இன்னும் சுத்தப் படுத்திக்கல" என்றாள். "நீங்க பயணம் செஞ்சுக்கிட்டே சுத்தமா இருக்க முடியாதில்லையா?"

"எனக்குத் தெரியாதா என்ன?" என்றார் அவர். காற்றை முகர்ந்து பார்த்தார். "உங்களோட அந்த காப்பி நல்ல மணம் வீசுதில்ல?"

அம்மா புன்னகைத்தாள். "நல்ல வாசனை வீசுதில்ல? வெளில அது எப்பவுமே நல்லா மணம் வீசும்." பெருமையுடன் சொன்னாள், "நீங்க எங்க கூட காலை உணவு சாப்பிட்டா எங்களுக்குப் பெருமையா இருக்கும்."

அவர் நெருப்புக்கு அருகில் வந்து குத்துக் காலிட்டு உட்கார்ந்து கொண்டார். அம்மாவின் கடைசி எதிர்ப்பும் கீழிறங்கியது. "நீங்க வரது எங்களுக்குப் பெருமை" என்றாள். "எங்ககிட்ட அவ்வளவு அருமையா எதுவும் இல்ல. ஆனா உங்களை வரவேற்கிறோம்."

அந்த ஒல்லி மனிதர் புன்னகையுடன் அவளைப் பார்த்தார். "நான் காலை உண்வு சாப்பிட்டுட்டேன். ஆனா நிச்சயமா அந்த காப்பி ஒரு கப் குடிப்பேன். அருமையான வாசனை அடிக்குது."

"நிச்சயமா"

"அவசரப்படாதீங்க."

அம்மா காலன் ஜாடியிலிருந்து ஒரு தகரக்குவளையில் காப்பியை ஊற்றினாள். "நாங்க இன்னும் சர்க்கரை வாங்கல. ஒருவேளை இன்னைக்குக்

கொஞ்சம் வாங்குவோம். உங்களுக்கு சர்க்கரை வேணும்னா, இது அவ்வளவு சுவையா இருக்காது" என்றாள்.

"நான் சர்க்கரை பயன்படுத்தறதில்ல" என்றார் அவர். "ஒரு நல்ல காப்பியோட சுவைய அது கெடுத்துடுது."

"எனக்கு கொஞ்சம் சர்க்கரை பிடிக்கும்" என்றாள் அம்மா. அவள் அவரை திடீரென நெருக்கமாகப் பார்த்தாள். அவர் எப்படி இவ்வளவு விரைவாக நெருக்கமானார் என்பதைப் பார்க்க அவள் விரும்பினாள். அவள் அவரது முகத்தில் இருந்த நோக்கத்தை கவனித்துப் பார்த்தாள். அவரது முகத்தில் நட்பைத் தவிர வேறு எதுவுமில்லை. பிறகு அவள் அவரது வெள்ளை நிறக் கோட்டில் இருந்த தேய்ந்து போன கோடுகளைப் பார்த்து மீண்டும் உறுதிப்படுத்திக் கொண்டாள்.

அவர் காப்பியை உறிஞ்சினார். "இங்க உங்களப்பாக்க காலைல பெண்கள் வருவாங்கன்னு நினைக்கறேன்" என்றார்.

"நாங்க இன்னும் சுத்தமாகல. நாங்க கொஞ்சம் சுத்தப்படுத்தற வரைக்கும் அவங்க வரக்கூடாது" என்றாள் அம்மா.

"ஆனா எப்படி இருக்கும்னு அவங்களுக்குத் தெரியும்" என்றார் மானேஜர். "அவங்களும் இதே மாதிரிதான் வந்தாங்க. இல்ல, சார். இந்த முகாம்ல கமிட்டிங்க நல்லா இருக்கு. ஏன்னா அவங்களுக்குத் தெரியும்." அவர் தனது காப்பியைக் குடித்து முடித்து விட்டு எழுந்து நின்றார். "சரி, நான் கிளம்பணும். உங்களுக்கு எது வேணும்னாலும், அலுவலகத்துக்கு வாங்க. நான் எப்பவும் அங்க இருப்பேன். அருமையான காப்பி. ரொம்ப நன்றி." அவர் குவளையை மற்றவைகளுடன் அட்டைப் பெட்டியில் வைத்தார். தனது கையை ஆட்டி விட்டு, கூடாரங்களைக் கடந்து நடந்தார். அம்மா அவர் செல்லும் வழியில் இருந்தவர்களுடன் பேசிக் கொண்டே சென்றதைக் கேட்டாள்.

அம்மா தன் தலையைக் குனிந்து கொண்டு அழ வேண்டுமென்ற ஆவலைக் கட்டுப் படுத்தினாள்.

அப்பா குழந்தைகளை அழைத்துக் கொண்டு திரும்பினார். அவர்களது காதுகளைத் தேய்த்த வலியால் அவர்களது கண்கள் இன்னும் ஈரமாக இருந்தன. அவர்கள் அமைதியாகவும், பிரகாசமாகவும் இருந்தனர். வின்ஃபீல்டின் மூக்கு நுனியில் சூரியன் எரித்த தோல் அகற்றப்பட்டிருந்தது. "பாரு. தோல்ல ரெண்டு வண்டி அழுக்கு இருந்தது. அவங்கள நிலையா நிக்க வைக்க கிட்டத்தட்ட இழுத்துப் பிடிக்க வேண்டியிருந்தது."

அம்மா அவர்களைப் பாராட்டினாள். "அவங்க அருமையா இருக்காங்க" என்றாள். "போய் சோளக் குழம்ப சாப்பிடுங்க. நாம எல்லா பொருளையும் எடுத்து வச்சு கூடாரத்த சரி செய்யணும்."

அப்பா தனக்கும் குழந்தைகளுக்கும் தட்டை நிரப்பினார். "டாமுக்கு எங்க வேல கிடைச்சதுன்னு தெரியல."

"எனக்கும் தெரியல."

"அவனுக்கு முடியும்னா, நமக்கும் முடியும்."

அல் கிளர்ச்சியுடன் கூடாரத்துக்கு வந்தான். "என்ன ஒரு இடம்!" என்றான் ஆச்சரியமாக. அவன் தனக்கு காப்பியை ஊற்றிக் கொண்டான். "ஒரு ஆள் என்ன செஞ்சுக்கிட்டு இருந்தான் தெரியுமா? அவன் ஒரு இழுத்துட்டுப் போற வீட்டக் கட்டிக்கிட்டிருந்தான். அங்க, கூடாரத்துக்குப் பின்னால. படுக்கைங்க, அடுப்பு எல்லாம் வச்சிருக்கான். அதுலதான் வாழறான். கடவுளே, அப்படித்தான் வாழணும்! நீங்க எங்க நிறுத்தறீங்களோ, அதுதான் வாழற இடம்."

அம்மா சொன்னாள், "எனக்கு அதுக்கு மாறா சின்ன வீடு இருக்கணும். எவ்வளவு சீக்கிரம் நம்மால முடியுமோ, எனக்கு ஒரு சின்ன வீடு வேணும்."

அப்பா சொன்னார், "அல் – நாம சாப்பிட்டதும், நான், நீ, ஜான் மாமா மூணு பேரும் டிரக்க எடுத்துக்கிட்டு வேல தேடிப் போகலாம்."

"நிச்சயமா" என்றான் அல். "எதாவது காரேஜ்ல வேல எதாவது இருந்தா அது எனக்கு கிடைக்கணும்னு ஆசை. அதத்தான் நான் விரும்பறேன். எனக்கு ஒரு பழைய உடைஞ்ச ஃபோர்ட் வேணும். அத மஞ்சள் நிறம் பூசி சுத்தி வரணும். ரோட்டில அழகான ஒண்ண பாத்தேன். அதுக்கு ஒரு பெரிய கண்ணடிச்சேன். ரொம்ப அழகா இருந்தது."

அப்பா உறுதியாகச் சொன்னார், "நீ பொண்ணுங்க பின்னால போறதுக்கு முன்னால போய் ஒரு வேலையத் தேடிக்கறது நல்லது."

ஜான் மாமா கழிவறையிலிருந்து வெளியே வந்து மெதுவாக அருகில் வந்தார். அம்மா அவரை முறைத்தாள்.

"நீ இன்னும் சுத்தப்படுத்திக்கல" என்று தொடங்கினாள். பிறகு அவள் அவர் எவ்வளவு நோயுற்றவர் போலவும், பலவீனமாகவும் இருந்தார் என்பதைப் பார்த்தாள். "நீ கூடாரத்துக்குப் போய் படுத்துக்கோ. உனக்கு உடம்பு சரியில்ல" என்றாள்.

அவர் தன் தலையை ஆட்டினார். "இல்ல" என்றார். "நான் பாவம் செஞ்சேன், எனக்கு தண்டனை வேணும்". அவர் கீழே அதிருப்தியுடன் அமர்ந்து தனக்கு ஒரு குவளையில் காப்பியை ஊற்றிக் கொண்டார்.

அம்மா தட்டில் இருந்த கடைசிச் சோளங்களை எடுத்துக் கொண்டாள். "முகாமோட மானேஜர் இங்க வந்து உக்காந்து ஒரு குவளை காப்பி சாப்பிட்டார்" என்று போகிற போக்கில் சொன்னாள்.

அப்பா மெதுவாகப் பார்த்தார். "அப்படியா? அவருக்கு என்ன வேணுமாம்?"

"சும்மா பொழுது போக்க வந்தார்" என்றாள் அம்மா நயமாக. "சும்மா உக்காந்து காப்பி சாப்பிட்டார். அடிக்கடி இவ்வளவு நல்ல காப்பி கிடைக்கறதில்லேன்னு மோந்து பாத்துட்டு சொன்னார்."

"அவருக்கு என்ன வேணுமாம்?" என்று அப்பா மீண்டும் கேட்டார்.

"அவருக்கு ஒண்ணும் வேண்டிருக்கல. நமக்கு எப்படி இருக்குன்னு பாக்க வந்தார்."

"நான் இத நம்பல" என்றார் அப்பா. "அவர் அநேகமா மோப்பம் பிடிச்சுப் பாக்க வந்திருக்கணும்."

"அவர் அப்படி இல்ல!" என்று அம்மா கத்தினாள். "இந்த மாதிரி வேவு பாக்கற ஆள என்னால உடனே சொல்ல முடியும்."

அப்பா தனது காப்பிக் குவளையிலிருந்து காப்பியை கீழே கொட்டினார்.

"நீங்க இந்த பழக்கத்த விடணும். இது சுத்தமான இடம்" என்றாள் அம்மா.

"நீ வேணா பாரு, ஒரு ஆளு இங்க வசிக்க முடியாத அளவு அவ்வளவு சுத்தமா ஒண்ணும் ஆகப் போறதில்ல" என்று அப்பா பொறாமையுடன் சொன்னார். "வேகமா, அல். நாம வேல தேடப் போறோம்."

அல் தனது கையினால் வாயைத் துடைத்துக் கொண்டான். "நான் தயார்" என்றான்.

அப்பா ஜான் மாமாவிடம் திரும்பினார். "நீ வரியா?"

"ஆமா, நானும் வரேன்."

"நீ அவ்வளவு நல்லா இருக்கறதா தெரியல."

"நான் அவ்வளவு நல்லா இல்ல. ஆனா நான் வரேன்."

அல் டிரக்கில் ஏறினான். "காஸ் அடைக்கணும்" என்றான். எஞ்சினை முடுக்கினான். அப்பாவும், ஜான் மாமாவும் அவனுக்கு அருகில் ஏறி உட்கார்ந்தனர். டிரக் தெருவில் இறங்கியது.

அம்மா அவர்கள் செல்வதைப் பார்த்துக் கொண்டிருந்தாள். பிறகு ஒரு வாளியை எடுத்துக் கொண்டு சானிடரி பகுதியின் திறந்த பகுதிக்கு தட்டுகளைக் கழுவுவதற்காக எடுத்துச் சென்றாள். அவள் தனது வாளியில்

வெந்நீரை நிறைத்துக் கொண்டு தன் கூடாரத்துக்குத் திரும்பினாள். ஷாரன் ரோஸ் திரும்பியபோது அவள் வாளியில் தட்டுகளைக் கழுவிக் கொண்டிருந்தாள்.

"நான் உன்னோட பகுதிய ஒரு தட்டுல வச்சேன்" என்றாள் அம்மா. பிறகு அவள் தன் பெண்ணை நெருக்கமாகப் பார்த்தாள். அவ்ளது முடி வாரப்பட்டுக் கீழே தொங்கிக் கொண்டிருக்க, அவளது தோல் பளபளப்பாகவும், இளம் செந்நிறமாகவும் இருந்தது. அவள் சிறு வெள்ளைப் பூக்கள் அச்சிடப்பட்டிருந்த நீல நிற உடையை அணிந்திருந்தாள். தனது காலில் தன் திருமணத்தில் எடுத்திருந்த குதிகால் செருப்பை அணிந்திருந்தாள். அவள் அம்மாவின் பார்வையைப் பார்த்து வெட்கப்பட்டாள். "நீ குளிச்ச மாதிரி இருக்கு" என்றாள் அம்மா.

ஷாரன் கிசுகிசுப்பாகப் பேசினாள். "நான் உள்ள இருந்தப்ப அங்க ஒரு பொம்பள வந்து குளிச்சா. என்ன செய்யணும்னு உனக்குத் தெரியுமா? ஒரு சின்ன அறை மாதிரி இருக்கறதுக்குள்ள நுழைஞ்சு அங்க ஒரு கைப்பிடிய திருகணும். உடனே தண்ணி உம்மேல பாஞ்சு வந்து விழும். நீ விரும்பற மாதிரி வெந்நீர் இல்லேன்னா தண்ணி. நான் குளிச்சுட்டேன்!"

"நானே போகப்போறேன்" என்று கத்தினாள் அம்மா. "நான் இங்க வேலைய முடிச்ச உடனே. நீ எப்படின்னு எனக்குக் காட்டு."

"நான் தினமும் செய்யப்போறேன்" என்றாள் பெண். "அந்தப் பொம்பள – என்னப் பாத்தா, என்னோட குழந்தையப் பத்தி என்ன சொன்னா தெரியுமா? இங்க வாராவாரம் ஒரு தாதி வரான்னு சொன்னா. நான் அந்த தாதியப் பாக்கப் போறேன். அவ குழந்தை வலுவா இருக்கறதுக்கு என்ன செய்யணும்னு சொல்லுவா. இங்க எல்லா பொம்பளைங்களும் இதச் செய்வாங்கன்னு சொன்னா. நானும் அத செய்யப் போறேன்." "அப்புறம் தெரியுமா– போன வாரம் ஒரு குழந்த பொறந்தப்ப, முகாம் முழுசும் பார்ட்டி கொடுத்துச்சு, குழந்தைக்கு உடையும், பொருட்களும் கொடுத்தாங்க. தரமில்லாத இழுபெட்டி கூட கொடுத்திருக்காங்க. அது புதுசில்ல. ஆனா அதுக்கு ஒரு பிங்க் வண்ணம் கொடுத்ததுல அது புதுசு மாதிரியே இருந்திருக்கு. குழந்தைக்கு ஒரு பேரும் வச்சிட்டு கேக் சாப்பிட்டிருக்காங்க. ஓ கடவுளே!" அவள் பெருமூச்சு விட்டுக் கொண்டு நிறுத்தினாள்.

அம்மா சொன்னாள், "ஆண்டவனுக்கு ஸ்தோத்திரம்! நாம நம்ம சொந்த இடத்துக்கு நம்ம ஆளுங்ககிட்டயே வந்துட்டோம். நான் போய் குளிக்கப் போறேன்."

"ஓ அது அருமையானது" என்றாள் பெண்.

அம்மா தகரத் தட்டுகளைத் துடைத்து அடுக்கி வைத்தாள். அவள் சொன்னாள், "நாங்க ஜோடுங்க. நாங்க யாரையும் எதிர்பார்க்க மாட்டோம். தாத்தாவோட தாத்தா புரட்சில சேர்ந்தவர். நமக்கு கடன் ஆகற வரைக்கும் நாம விவசாயிங்களா இருந்தோம். அப்புறம் அவங்க. அவங்க நமக்கு ஏதோ செஞ்சுட்டாங்க. அவங்க வர ஒவ்வொரு தடவையும் அவங்க நம்மள சாட்டையால அடிக்கற மாதிரி இருந்துச்சு– நம்ம எல்லாருக்கும். அப்புறம் நீடில்ஸ்ல போலீஸ். அவன் எனக்கு எதோ செஞ்சு என்ன தாழ்மையா நினக்க வச்சுட்டான். என்ன வெக்கப்பட வச்சுட்டான். இப்ப நான் வெக்கப்படல. இவங்க நம்ம ஆளுங்க – நம்மோட ஆளுங்க. அந்த மானேஜர்– 'நீங்க எப்படி இருக்கீங்க திருமதி. ஜோட்?" அவள் நிறுத்தி விட்டுப் பெருமூச்சு விட்டாள், "நாம திரும்ப மக்களா இருக்கறதா உணர்றேன்." அவள் கடைசித் தட்டை அடுக்கினாள். அவள் கூடாரத்துக்குள் சென்று தனது துணிகளுக்குள் தனது ஷூக்களையும், சுத்தமான உடையையும் தேடினாள். தனது தோடுகளுடன் இருந்த ஒரு காகிதப் பொட்டலத்தை அங்கு கண்டெடுத்தாள். ஷாரனைக் கடந்து செல்கையில் சொன்னாள், "யாராவது பொம்பளைங்க வந்தா, அவங்க கிட்ட நான் உடனே வந்துடுவேன்னு சொல்லு." அவள் சானிடரி பகுதியைச் சுற்றிச் சென்று காணாமல் போனாள்.

ஷாரன் ரோஸ் பெட்டியின் மேல் தொம்மென்று அமர்ந்து கொண்டு தனது திருமண ஷூக்களையும், கருநிற தோலையும், தைக்கப்பட்ட கருநிற விற்களையும் பார்த்தாள். அவள் அதன் நுனிக்காலைத் தன் விரலால் துடைத்து விட்டுத் தன் விரலைத் தனது பாவாடையில் துடைத்துக் கொண்டாள். குனிந்ததில் அவளது வயிற்றில் அழுத்தம் ஏற்பட்டது. அவள் நிமிர்ந்து உட்கார்ந்து கொண்டு தனது வயிற்றைத் தடவிப் பார்த்துக் கொண்டு, புன்னகைத்தாள்.

சாலையில் ஒரு பருமனான பெண்மணி ஒரு ஆப்பிள் வாளி நிறைய அழுக்குத் துணிகளைத் தோய்ப்பதற்காகக் கொண்டு சென்று கொண்டிருந்தாள். அவளது முகம் சூரிய வெப்பத்தில் அரக்கு நிறமாக இருந்தது. அவளது கண்கள் கருமையாக, ஆழமாக இருந்தன. அவள் ஒரு பருத்திப் பையாலான அருமையான ஏப்ரனைத் தனது அச்சடித்த உடைக்கு மேல் போட்டிருந்தாள். அவளது காலில் ஆண்கள் அணியும் அரக்கு நிற ஆக்ஸ்ஃபோர்டுகள் இருந்தன. அவள் ஷாரன் ரோஸ் தன் வயிற்றைத் தடவிக் கொடுத்ததையும், அவளது முகத்தில் மெல்லிய புன்னகையையும் பார்த்தாள்.

"ஆக!" என்று உரத்த குரலில் அழைத்து, மகிழ்ச்சியுடன் சிரித்தாள். "இது என்ன குழந்தைன்னு நீ நினைக்கற?"

ஷாரன் ரோஸ் வெட்கத்துடன் தரையைப் பார்த்து விட்டுப் பிறகு நிமிர்ந்து அந்தப் பெண்ணின் பிரகாசித்த கருநிறக் கண்களைப் பார்த்தாள். "எனக்குத் தெரியல" என்று தடுமாறினாள்.

அந்தப் பெண்மணி ஆப்பிள் வாளியைக் கீழே வைத்தாள். "ஒரு உயிருள்ள குட்டிய வச்சிருக்க", என்றவள் ஒரு மகிழ்ச்சியான பெண்ணாகச் சிரித்தாள். "உனக்கு எது வேணும்?" என்று கேட்டாள்.

"எனக்குத் தெரியல – ஒரு பையன்னு நினைக்கறேன். நிச்சயமா- பையன் தான்."

"நீங்க இப்பதான் வந்தீங்க, இல்ல?"

"நேத்து ராத்திரி நேரம் கழிச்சு வந்தோம்."

"இருக்கப் போறீங்களா?"

"எனக்குத் தெரியல. எங்களுக்கு வேல கிடைச்சா, நாங்க இருப்போம்னு நினைக்கறேன்."

அந்தப் பெண்ணின் முகத்தில் ஒரு நிழல் கடந்து சென்றது, அவளது கருநிற விழிகள் ஆவேசமடைந்தன. "உங்களுக்கு வேலை கிடைச்சா. இதத்தான் நாம எல்லாரும் சொல்றோம்."

"என் அண்ணனுக்கு ஏற்கனவே ஒரு வேலை இன்னைக்கு காலைல கிடைச்சிடுச்சு."

"அப்படியா? ஒருவேளை நீங்க அதிர்ஷ்டக்காரங்களா இருக்கலாம். நீங்க அதிர்ஷ்டத்த நம்ப முடியாது." அவள் நெருங்கி வந்தாள். "உனக்கு ஒரு வகைலதான் அதிர்ஷ்டம் கிடைக்கும். இதுக்கு மேல கிடைக்காது. நீ நல்ல பொண்ணாஇருக்கணும்" என்று அவள் ஆவேசமாகச் சொன்னாள். "நீ பாவம் பண்ணிருந்தா அந்தப் பாவம் உன் குழந்தை மேல வராம பாத்துக்கறது நல்லது." அவள் ஷாரனின் முன்னால் கீழே உட்கார்ந்து கொண்டாள். "இந்த முகாம்ல அவதூறான விஷயங்கள் நடக்குது" என்று அவள் அழுத்தமாகச் சொன்னாள். "ஒவ்வொரு சனிக்கிழமை ராத்திரியும் இங்க அவங்க நடனமாட்றாங்க. அத மட்டும் செய்யறதில்ல. கட்டிப் புடிச்சிட்டு சிலபேர் ஆட்றாங்க! நான் அவங்கள பாத்திருக்கேன்."

ஷாரன் ரோஸ் எச்சரிக்கையுடன் சொன்னாள், "எனக்கு சுத்தி சுத்தி ஆட்றது பிடிக்கும்." பிறகு உறுதியுடன் சொன்னாள், "நான் இன்னொரு விஷயத்த எப்பவும் செஞ்சதில்ல."

அந்த அரக்கு நிறப் பெண் தனது தலையை மோசமாக ஆட்டினாள், "சில பேர் செய்யறாங்க. அதக் கடந்து போறத கடவுள் விட்றதில்ல. அவர் அப்படி விட்டுடறார்னு நினைச்சுடாத."

"இல்ல, அம்மா" என்று அந்தப் பெண் மென்மையாகச் சொன்னாள்.

அந்தப் பெண்மணி சுருங்கிய அரக்கு நிறக் கை ஒன்றை ஷாரனின் முழங்காலில் வைத்தாள். ஷாரன் அந்தத் தொடுதலிலிருந்து விலகினாள். "நான் இப்ப உனக்கு ஒரு எச்சரிக்கை தரேன். இப்ப ஆழமான இயேசு அன்பர்கள் ரொம்ப இல்ல. ஒவ்வொரு சனிக்கிழமை ராத்திரியும் நடன நிகழ்ச்சி ஆரம்பிச்சிடுது. அவங்க ஒரு இசைய வாசிக்க ஆரம்பிச்சவுடனே தாழ்ந்து போயிட்றாங்க. நானும் கிட்ட போறதில்ல, என் குழந்தைகளையும் கிட்ட விடறதில்ல. அங்க கட்டிப் பிடிச்சுக்கறதெல்லாம் இருக்கு." அவள் ஒருகணம் அதன் அழுத்தத்தை உணர்த்துவதற்காக நிறுத்தினாள். பிறகு ஒரு கொடூரமான ரகசியக் குரலில் சொன்னாள், "அவங்க இன்னும் செய்றாங்க. அவங்க நாடகம் கூட நடத்தறாங்க." அவள் பின்னால் சென்று, ஷாரன் இத்தகைய வெளிப்பாட்டை எப்படி எடுத்துக் கொள்கிறாள் என்பதைப் பார்க்க தலையை நீட்டினாள்.

"நடிகருங்க?" என்று பெண் பயபக்தியுடன் கேட்டாள்.

"இல்ல!" என்று அந்தப் பெண்மணி வெடித்தாள். "நடிகருங்க இல்ல. அவங்க ஒண்ணும் அப்படி இன்னும் ஆகல. எல்லாம் நம்ம ஆளுங்கதான். ஒண்ணும் அதிகமாத் தெரியாத சின்னக் குழந்தைகளும் இருந்தாங்க. தெரியாத விஷயத்த தெரிஞ்சதா நடிச்சிக்கிட்டிருந்தாங்க. நான் கிட்ட போகல. ஆனா அவங்க என்ன செஞ்சிட்டு இருந்தாங்கன்னு பேசிக்கிட்டிருந்ததைக் கேட்டேன். இந்த முகாமுக்குள்ள பிசாசு புகுந்திருக்கு."

ஷாரன் ரோஸ் அவள் சொல்வதைக் கவனித்தாள். "நாங்க ஒரு தடவை ஸ்கூல்ல குழந்தைங்க சேந்து கிறித்துமஸ் நாடகம் போட்டோம்."

"நான் அது நல்லது, கெட்டதுன்னு சொல்லல. குழந்தை இயேசுவ நினைக்கற நல்லவங்க இருக்காங்க. ஆனா, நான் அப்படியே வெளிய வந்து அப்படி சொல்லணும்னு சொல்லுவேன். ஆனா இங்க ஒண்ணும் குழந்தை இயேசு இல்ல. இங்க இருக்கறது பாவமும், சாத்தானோட வேலையும். தாவிக் குதிக்கறது, நடக்கறது, பேசறது எல்லாம் இதுவரைக்கும் அவங்க இல்லாத மாதிரி நடந்துக்கறாங்க. அப்புறம் இழுத்துக் கட்டிக்கிட்டு நடனமாட்றது."

ஷாரன் ரோஸ் பெருமூச்செறிந்தாள்.

"அதுவும் கொஞ்ச பேர் இல்ல" என்று அந்தப் பெண்மணி தொடர்ந்தாள். "அப்படி ஆனேன்னா உன்னால உன் பாதத்துல ரத்தம் படிஞ்சவங்கள உணரலாம். அந்தப் பாவக்காரங்க எதையும் கடவுள்கிட்டயும் ஒப்பட்சிச்சுக்கறதில்ல. இல்ல சார், அவர் ஒவ்வொரு பாவமா எழுதி

வச்சுக்கிட்டிருக்கார். அவர் ஒவ்வொரு பாவமா எழுதி கோடு சேத்து வச்சு போட்டுக்கிட்டு இருக்கார். கடவுள் கவனிச்சுக்கிட்டு இருக்கார், நானும் கவனிச்சுக்கிட்டு இருக்கேன். அவர் ஏற்கனவே ரெண்டு பேரதண்டிச்சுட்டார்."

ஷாரன் மூச்சுத் திணறினாள். "தண்டிச்சுட்டாரா?"

அரக்கு நிறப் பெண்மணியின் குரல் வெகுவாக உயர்ந்து கொண்டிருந்தது. "நான் அதப் பாத்திருக்கேன். உன்ன மாதிரியே ஒரு பொண்ணு, அவ குழந்தைய மடில சுமந்துக்கிட்டிருந்தா. அவ நாடகம் நடிச்சு, கட்டிக்கிட்டு நடனமாடினா. அப்புறம்" – அவளது குரல் ஆழ்ந்து அச்சுறுத்துவதாக மாறியது. – "அவ ஒல்லியாகி, எலும்பும் தோலுமா ஆனா – குழந்தை இறந்தே பிறந்தது."

"ஓ கடவுளே" என்று அந்தப் பெண் வெளுத்துப் போனாள்.

"செத்துப் போச்சு. யாரும் அவகிட்ட இனிமே பேச மாட்டாங்க. அவ வெளிய போக வேண்டியதாயிடுச்சு. பாவம் பிடிக்காம அதச் செய்ய முடியாது. இல்ல, சார். இன்னொரு பொண்ணு இருந்தது. அதுவும் அதையே செஞ்சிச்சு. அவளும் இளைச்சுப் போனா. என்ன தெரியுமா? ஒரு நாள் ராத்திரி அவ காணாமப் போனா. ரெண்டு நாள் கழிச்சி திரும்பி வந்தா. அவ யாரையோ பாக்கப் போனதா சொன்னா. ஆனா அவளுக்கு குழந்தை இல்ல. நான் என்ன நினைக்கறேன் தெரியுமா? அந்த மானேஜர் இருக்கானே அவள குழந்தை பிறக்கறதுக்காக கூட்டிட்டுப் போயிட்டான்னு நினைக்கறேன். அவனுக்கு பாவத்து மேல நம்பிக்கையில்ல. அவனே எங்கிட்ட சொன்னான். பாவம் பசியா இருக்குன்னு சொன்னான். பாவம் குளிர்ச்சியா இருக்குன்னான். நான் அவன் எங்கிட்ட சொன்னான்னு சொல்றேன் – அவனால இதுல கடவுள பாக்க முடியல. அந்தப் பொண்ணுக்கு போதுமான உணவு கிடைக்காததுனால இளைச்சுப் போச்சுன்னு சொல்றான். நான் அவன ஒரு பிடி பிடிச்சுட்டேன்." அவள் எழுந்து பின்னால் நகர்ந்தாள். அவளது கண்கள் கூர்மையாக இருந்தன. அவள் தனது இறுக்கமான வலது சுட்டுவிரலை ஷாரனின் முகத்தை நோக்கி நீட்டினாள். நான் சொல்றேன், திரும்பிப் போ" நான் சொல்றேன். நான் சொல்றேன், "இந்த முகாம்ல சாத்தான் அழிச்சிட்டிருக்குன்னு எனக்கு தெரியும். இப்ப அந்த சாத்தான் யாருன்னும் தெரியும். பின்னால போ, சாத்தானேன்னு நான் சொல்றேன். கிறித்துவால அவன் பின்வாங்கறான். அவன் நடுங்கிட்டே எட்டிப் பாக்கறான். சொல்றான், 'தயவுசெய்து!'. தயவுசெஞ்சு ஆளுங்கள மகிழ்ச்சியில்லாம செஞ்சுடாதீங்க. நான் சொல்றேன், 'மகிழ்ச்சியில்லாமலா? அவங்க ஆன்மா என்னவாகும்? செத்துப் போன குழந்தைக்கு என்ன சொல்ற? அவங்க ஆடின நாடகத்தால அவங்க செஞ்ச பாவம் அதிகரிச்சிடுச்சு. அவன் வெறுமையா பாத்தான்.

நோயாளி மாதிரி பாத்துட்டுப் போயிட்டான். அவனுக்கு கடவுளுக்கு உண்மையா இருக்கற ஆளாப் பாத்துட்டோம்னு தெரிஞ்சிடுச்சு. நான் சொல்றேன், 'என்ன நடக்குதுன்னு பாக்கறதுக்கு நான் இயேசுக்கு உதவறேன். நீயும் மத்த பாவம் செஞ்சவங்களும் அதுலேருந்து தப்பிக்க முடியாது.'' அவள் அழுக்குத் துணி இருந்த வாளியைத் தூக்கிக் கொண்டாள். "நான் சொல்றதக் கேளு. நான் உன்ன எச்சரிச்சிருக்கேன். உன் வயித்துல இருக்கற சின்னக்குழந்தைய கவனிச்சுக்கிட்டு பாவத்துல இருந்து விலகி இரு.'' அவள் பெரும் ஆற்றலுடன் தனது கண்களில் இலட்சிய வெறியுடன் நடந்து சென்றாள்.

ஷாரன் அவள் செல்வதைக் கவனித்துப் பார்த்து விட்டு தனது தலையைத் தனது உள்ளங்கைக்குள் புதைத்துக் கொண்டாள். அவளுக்கருகில் மென்மையான குரல் வந்தது. அவள் நிமிர்ந்து பார்த்து, வெட்கமடைந்தாள். அது வெண்ணிற உடையணிந்த மானேஜர். "கவலைப்படாத'' என்றார் அவர். "நீ கவலைப்படாத.''

அவளது கண்ணீர் அவள் கண்களை மறைத்தது. "ஆனா நான் செஞ்சேன்'' என்று அவள் அழுதாள். "நான் கட்டிப்பிடிச்சு நடனமாடினேன். நான் அவகிட்ட சொல்லல. நான் சாலிசால அத செஞ்சேன். நானும், கோனியும்.''

"கவலைப்படாத'' என்றார் அவர்.

"நான் குழந்தைய தவற விட்டுடுவேன்னு சொல்றா.''

"அவ சொல்லுவான்னு எனக்குத் தெரியும். நான் அவ மேல ஒரு கண் வச்சிருக்கேன். அவ நல்ல பொம்பளதான். ஆனா அவ மக்களை மகிழ்ச்சியில்லாம ஆக்கிட்றா.''

ஷாரன் மூக்கைச் சிந்தினாள். "இந்த முகாம்ல ரெண்டு பொம்பளைங்க குழந்தைகளை இழந்துட்டாங்கன்னு அவளுக்கு தெரியும்.''

மானேஜர் அவளுக்கு முன்னால் உட்கார்ந்தார். "பாரு! நான் சொல்றத கேளு. எனக்கும் அவங்களத் தெரியும். அவங்க ரொம்ப பசியோடையும், சோர்ந்து போயும் இருந்தாங்க. அவங்க ரொம்ப கடுமையா உழைச்சாங்க. அவங்க டிரக்க மேடு பள்ளத்துல ஓட்டினாங்க. அவங்க நோயாளியா இருந்தாங்க. அது அவங்க குத்தமில்ல.''

"ஆனா அவ சொன்னா—''

"கவலைப்படாத. அந்தப் பொம்பள பிரச்சனைய உருவாக்க விரும்பறா.''

“ஆனா அவ நீங்க ஒரு சாத்தான்னு சொல்றா.”

“அவ சொல்றான்னு எனக்குத் தெரியும். அது ஏன்னா நான் அவ மக்கள துன்பப்படுத்தறத அனுமதிக்கறதில்ல.” அவர் அவளைத் தோளில் தட்டிக் கொடுத்தார். “நீ கவலைப்படாத. அவளுக்குத் தெரியாது.” அவர் வேகமாக நடந்து சென்றார்.

ஷாரன் அவர் செல்வதைப் பார்த்தாள்; அவரது ஒல்லியான தோள் அவர் நடந்தபோது குலுங்கியது. அம்மா திரும்பி வந்தபோது அவள் அவரது தெளிவற்ற உருவத்தைப் பார்த்துக் கொண்டிருந்தாள். அம்மா சுத்தமாகவும், பிங்க் நிறத்தவளாகவும், தனது ஈரத்தலையை வாரி ஒரு முடிச்சுப் போட்டுக் கொண்டும் இருந்தாள். அவள் தனது பூப்போட்ட உடையுடனும், பழைய கிழிந்த ஷூக்களையும் அணிந்திருந்தாள்; அவளது காதில் சிறிய தோடுகள் தொங்கிக் கொண்டிருந்தன.

“நான் செஞ்சுட்டேன்” என்றாள் அம்மா. “நான் அங்க நின்னு எம்மேல வெது வெதுன்னு வெந்நீர் விழ வச்சேன். அங்க ஒரு பொம்பள சொன்னா, வேணும்னா தினமும் நீ செஞ்சுக்கலாம். அந்த பெண்கள் கமிட்டி இன்னும் வரலியா?”

“ம்-ஹூம்’ என்றாள் பெண்.

“நீ அங்க உக்காந்துக்கிட்டு எந்த வேலையும் செய்யல!” என்றாள் அம்மா. அம்மா பேசிக்கொண்டே தகரத் தட்டுகளை சேகரித்தாள். “நாம ஒழுங்கு படுத்தியாகணும். வாங்க சார்! அந்த சாக்க எடுத்து தரையக் கூட்டு. “ அவள் கருவியை எடுத்து தட்டுகளை அவற்றின் பெட்டியில் போட்டு பெட்டியை கூடாரத்துக்குள் வைத்தாள். “அந்த மெத்தைய சீராக்கு” என்று உத்தரவிட்டாள். “அந்த தண்ணிய மாதிரி அவ்வளவு அருமையானத நான் உணர்ந்ததே இல்ல”.

ஷாரன் ஒழுங்கில்லாமல் உத்தரவுகளைக் கடைப்பிடித்தாள். “இன்னைக்கு கோனி வருவான்னு நீ நினைக்கறயா?”

“இருக்கலாம் – இல்லாமலும் இருக்கலாம். சொல்ல முடியாது.”

“அவனுக்கு எங்க வரணும்னு தெரியும்கறது உனக்கு நிச்சயமா தெரியுமா?”

“நிச்சயமா.”

“அம்மா– அவன கொன்னு எரிச்சிருப்பாங்கன்னு நீ நினைக்கலியா-?”

“நிச்சயமா அவன இல்ல” என்றாள் அம்மா நம்பிக்கையுடன். “அவன் வேணுங்கும்போது பயணம் செய்யலாம் – முயல் வேகத்தில, நரி மாதிரி தந்திரமா.”

“அவன் வந்தா நல்லாருக்கும்னு விரும்பினேன்.”

“அவன் வரும்போது வருவான்.”

“அம்மா ---”

“நீ வேலையப் பாத்தா நல்லாருக்கும்னு நினைக்கறேன்.”

“நடனமாடறது, நாடகம் போட்றது எல்லாம் பாவம், அது என் குழந்தையத் தவற விட வச்சிடும்னு நீ நினைக்கறயா?”

அம்மா தன் வேலையை நிறுத்தி விட்டுத் தன் கைகளை இடுப்பில் வைத்துக் கொண்டாள். “இப்ப நீ எதப்பத்திப் பேசற? நீ ஒண்ணும் நாடகத்துல நடிக்கலியே?”

“இங்க கொஞ்சம் பேர் அத செஞ்சிருக்காங்க. ஒரு பொண்ணு தன்னோட பொண்ண தவற விட்டுட்டா. அது தீர்ப்பு மாதிரி இருந்தது.”

அம்மா அவளை வெறித்தாள். “உனக்கு யார் சொன்னாங்க?”

“இந்த வழில போன ஒரு பொம்பள. அப்புறம் வெள்ளை உடை போட்ட அந்தக் குட்ட ஆளு, அவர் வந்து அது காரணமில்லன்னு சொல்றார்.”

அம்மா முறைத்தாள். “ரோசாஷார்ன், உன்ன நீயே குத்திக்கறத நிறுத்து. நீ அழறதுக்கே உன்ன வருத்திக்கற. உனக்கு என்ன ஆச்சுன்னு எனக்குத் தெரியல. நம்ம ஆளுங்க இத செஞ்சதே இல்ல. என்ன வந்தாலும் அவங்க அழாம சந்திச்சாங்க. இந்த கருத்தையெல்லாம் அந்தக் கோனிதான் உனக்குக் கொடுத்திருக்கான்னு நான் பந்தயமே கட்றேன். அவனோட உடை அவன விட ரொம்பப் பெரிசு“ பிறகு அவள் உறுதியாகச் சொன்னாள், “ரோசாஷார்ன், நீ ஒரு ஆளுதான். இன்னும் நிறைய பேர் இருக்காங்க. நீ ஒரு சரியான இடத்துக்குப் போ. கடவுள் பார்வைல இதெல்லாம் சின்ன விஷயம்னு தெரியற வரைக்கும் பாவத்த வளத்துக்கிட்டே போன நிறைய பேரை எனக்குத் தெரியும்.”

“ஆனா அம்மா ---”

“இல்ல, வாய மூடிக்கிட்டு வேலையப் பாரு. கடவுள பத்தி கவலைப் பட்றதுக்கு நீ அவ்வளவு பெரியவளும் இல்ல, சின்னவளும் இல்ல. நீ மட்டும் இத நிறுத்தலேன்னா என் கையால வாங்கிக் கட்டிக்குவ.” அவள் சாம்பலை நெருப்புக் குழிக்குள் தள்ளி விட்டு கற்களின் ஓரங்களைத் தட்டி விட்டாள். கமிட்டி சாலையில் வந்து கொண்டிருந்ததை அவள் பார்த்தாள். “வேலையப் பாரு” என்றாள் அம்மா. “அந்த பொம்பளைங்க வந்துக்கிட்டு இருக்காங்க. இப்ப வேலைல இறங்கு. அப்பதான் நான் பெருமைப்பட முடியும்.” அவள் மீண்டும் பார்க்கவில்லை. ஆனால் கமிட்டி நெருங்கி வருவதை அவள் உணர்ந்து கொண்டிருந்தாள்.

அதுதான் கமிட்டி என்பதில் எந்த சந்தேகமும் இல்லை; மூன்று பெண்கள் நன்கு குளித்து, சிறந்த உடை உடுத்தியிருந்தனர்: இழை இழையாய் கூந்தலும், கம்பியாலான கண்ணாடியும் உடைய ஒரு ஒல்லியான பெண், சுருட்டையான சாம்பல் நிறக் கூந்தலையும், சிறிய இனிய உதடுகளையும் உடைய குட்டையான குண்டுப் பெண்மணி, பெரிய இடுப்பு, பெரிய பிட்டம், பெரிய மார்புகள், உறுதியான குதிரையைப் போன்ற தசைகள் உடைய ஒரு பெரிய பெண்மணி. கமிட்டி சாலையில் ஒரு மிடுக்குடன் நடந்து வந்தது.

அம்மா அவர்கள் வந்தபோது வேண்டுமென்றே திரும்பி நின்று கொண்டிருந்தாள். அவர்கள் நின்று மெதுவாக வரிசையில் நின்றனர். பெரிய பெண்மணி உரத்த குரலில் கேட்டாள், "காலை வணக்கம் திருமதி ஜோட். அதுதானே உங்க பேரு?"

அம்மா திடீரெனத் திடுக்குற்றவள் போல் சுழன்று திரும்பினாள். "ஆமா- ஆமா. உங்களுக்கு எப்படி என் பேர் தெரியும்?"

"நாங்க கமிட்டிய சேந்தவங்க" என்றாள் பெரிய பெண்மணி. "சானிடரி பகுதி நாலோட பெண்கள் கமிட்டி. உங்க பேரை நாங்க அலுவலகத்தில இருந்து வாங்கினோம்."

குண்டுப் பெண்மணி சொன்னாள், "நம்ம பேரை சொல்லு ஜெஸ்ஸி. திருமதி ஜோட் கிட்ட நம்ம பேரை சொல்லு. ஜெஸ்ஸிதான் தலைவர்", என்று அவள் விளக்கினாள்.

ஜெஸ்ஸி முறைப்படி சொன்னாள், "திருமதி ஜோட், இது அன்னி லிட்டில்ஃபீல்ட், எல்லா சம்மர்ஸ், நான் ஜெஸ்ஸி புல்லிட்."

"உங்க அறிமுகம் கிடைச்சது எனக்குப் பெருமை" என்றாள் அம்மா. "நீங்க உக்காரலாமே. இது வரைக்கும் எதையும் அடுக்கி வைக்கல" என்று சேர்த்துக் கொண்டாள். "ஆனா நான் கொஞ்சம் காப்பி போட்றேன்."

"ஓ, வேணாம்" என்று ஆன்னி மறுத்தாள். "நீங்க சிரமப்படாதீங்க. நீங்க எப்படி இருக்கீங்கன்னு பாக்கத்தான் நாங்க வந்தோம். நீங்க வீட்ல இருக்கற மாதிரி உணரணும்னு நாங்க வந்தோம்."

ஜெஸ்ஸி புல்லிட் உறுதியாகச் சொன்னாள், "ஆன்னி, நான் தான் தலைவர்னு நீங்க நினைவில வச்சிருந்தா நான் நன்றி சொல்வேன்."

"ஓ, நிச்சயமா, நிச்சயமா. ஆனா அடுத்த வாரம் நான்."

"சரி, அடுத்த வாரம் வரைக்கும் நீங்க காத்திருங்க. நாங்க ஒவ்வொரு வாரமும் முறைய மாத்திக்குவோம்" என்று அவள் அம்மாவிடம் விளக்கினாள்.

"உங்களுக்கு நிச்சயமா ஒரு குவளை காப்பி வேண்டாமா? " என்று அம்மா பரிதாபமாகக் கேட்டாள்.

"இல்ல, நன்றி" என்று ஜெஸ்ஸி பொறுப்பெடுத்துக் கொண்டாள். "முதல்ல உங்களுக்கு சானிடரி பகுதிய காட்டப் போறோம். அப்புறம் வேணும்னா உங்கள பெண்கள் கமிட்டில சேத்து உங்களுக்கு வேலை கொடுப்போம். நீங்க சேரணும்னு அவசியமில்ல."

"அது – அதுக்கு ரொம்ப செலவாகுமா?"

"அதுக்கு வேல செய்யறத தவிர வேற செலவு இல்ல. உங்கள தெரிஞ்சப்புறம் இந்த கமிட்டிக்குக் கூட தேர்வாகலாம்" என்று ஆன்னி குறுக்கிட்டுச் சொன்னாள். "இங்க இருக்கற ஜெஸ்ஸி இந்த முகாம் முழுசும் இருக்கற கமிட்டில இருக்காங்க. அவங்க ஒரு பெரிய கமிட்டி பெண்மணி."

ஜெஸ்ஸி பெருமையுடன் புன்னகைத்தாள். "ஒருமனதா தேர்வானேன்" என்றாள் அவள். "இருக்கட்டும் திருமதி ஜோட். நாங்க முகாம் எப்படி நடக்குதுன்னு சொல்ல வேண்டிய நேரம் இது."

அம்மா சொன்னாள், "இது என்னோட பொண்ணு, ரோசாஷார்ன்."

"எப்படி இருக்கே" என்று அவர்கள் குசலம் விசாரித்தனர்."

"நீயும் கூட வரது நல்லது"

பெரிய ஜெஸ்ஸி பேசியபோது அவள் முழு கண்ணியத்துடனும், கருணையுடனும் பேசினாள். அவளது பேச்சு முன்பே ஒத்திகை செய்யப்பட்டிருந்தது.

"நாங்க உங்க வேலைல குறுக்கிட்றதா நீங்க நினைக்கக்கூடாது, திருமதி ஜோட். இந்த முகாம்ல எல்லாரும் உபயோகிக்கிற நிறைய பொருட்கள் இருக்கு. நாங்களே உருவாக்கின விதிகள் இருக்கு. நாம இப்ப ஒரு பகுதிக்குப் போறோம். அங்க ஒவ்வொருத்தரும் உபயோகிக்கறதால, ஒவ்வொருத்தரும் அது மேல பொறுப்பெடுத்துக்கணும்." அவர்கள் இருபது துவைக்கும் வாளிகள் இருந்த கூரையில்லாத பகுதிக்கு வந்தனர். அதில் எட்டு வாளிகளை பெண்கள் உபயோகித்துக் கொண்டிருந்தனர். அதில் அவர்களது துணிகளைத் துவைத்துக் கொண்டிருந்தனர். வெளியே சுத்தமான காங்க்ரீட் தரையில் குவியலாக துவைத்த துணிகள் இருந்தன. "இப்ப நீங்க எப்ப வேணும்னாலும் இத உபயோகிச்சுக்கலாம்" என்றாள் ஜெஸ்ஸி. "ஒரே விஷயம் என்னன்னா நீங்க இத சுத்தப்படுத்திட்டுப் போகணும்."

துவைத்துக் கொண்டிருந்த பெண்கள் ஆர்வத்துடன் நிமிர்ந்து பார்த்தனர். ஜெஸ்ஸி உரத்த குரலில் சொன்னாள், "இவங்க திருமதி ஜோடும்,

ரோசாஷார்னும். இவங்க இங்க வசிக்க வந்திருக்காங்க." அவர்கள் ஒன்று சேர்ந்து அம்மாவுக்கு முகமன் சொன்னார்கள். அம்மா சற்றுக் குனிந்து அவர்களுக்குவணக்கம் தெரிவித்துவிட்டுச்சொன்னாள், "உங்களையெல்லாம் சந்திச்சது எனக்குப் பெருமை."

ஜெஸ்ஸிகமிட்டியை கழிவறை, குளியலறைக்குக் கூட்டிச்சென்றாள்.

"நான் இங்க ஏற்கனவே வந்தேன். குளிக்கக் கூட செஞ்சேன்" என்றாள் அம்மா.

"அதுக்காகத்தான் இந்த இடம்" என்றாள் ஜெஸ்ஸி. "அப்புறம் கொஞ்சம் விதிகள் இருக்கு. இந்த இடத்த சுத்தமா வச்சுக்கணும். ஒவ்வொரு வாரமும் ஒரு புது கமிட்டி துடைக்கறதுக்கு வரும். வேணும்னா நீங்களும் கமிட்டில சேந்துக்கலாம். நீங்க உங்களோட சொந்த சோப்ப கொண்டு வரணும்."

"நாங்க கொஞ்சம் சோப் வாங்கணும்" என்றாள் அம்மா. "எல்லாம் தீந்து போச்சு."

ஜெஸ்ஸியின் குரல் கிட்டத்தட்ட மரியாதையாக மாறியது. "நீங்க இந்த மாதிரி எப்பவாவது பயன்படுத்திருக்கீங்களா?" என்று அவள் கழிவறையைக் காட்டிக் கேட்டாள்.

"ஆமா, அம்மா. இன்னைக்கு காலைல இங்க."

ஜெஸ்ஸி பெருமூச்சு விட்டாள். "நல்லது."

எல்லா சம்மர்ஸ் சொன்னாள், "ஜெஸ், போன வாரம் ---."

ஜெஸ்ஸி உறுதியாகக் குறுக்கிட்டாள், "திருமதி சம்மர்ஸ், நான் சொல்லுவேன்."

எல்லா இடம் விட்டாள், "ஓ, சரி."

ஜெஸ்ஸி சொன்னாள், "போன வாரம், நீங்க தலைவரா இருக்கும் போது, நான் அதையெல்லாம் செஞ்சேன். இந்த வாரம் நீங்க விலகி நின்னா நான் நன்றியுடையவளா இருப்பேன்."

"சரி, அந்தப் பெண்மணி செஞ்சத சொல்லுங்க", என்றாள் எல்லா.

"சரி, வளவளன்னு பேசறது இந்த கமிட்டியோட வேலையில்ல. ஆனா நான் யாரோட பேரையும் சொல்லப் போறதில்ல. போன வாரம் ஒரு பொம்பள இங்க வந்தா. அவ கமிட்டி உள்ள வரதுக்கு முன்னால இங்க வந்துட்டா. அவளோட வயசான ஆளோட கால்சட்டைய உள்ள போட்டுட்டுச் சொல்றா, இது ரொம்ப குட்டையா இருக்கு. போதுமான

அளவு உயரமா இல்ல. முதுகுல இடிச்சிக்கிட்டேன்” அப்படிங்கறா. “இன்னும் கொஞ்சம் உயரமா ஏன் வைக்கக் கூடாது?”ன்னு கேக்கறா.” கமிட்டி வெடித்துச் சிரித்தது.

ஜெஸ்ஸி சொன்னாள், “எங்களுக்கு கழிவறைக் காகிதப் பிரச்சனை இருக்கு. அதுல எதையும் நீங்க எடுத்துட்டுப் போகக் கூடாதுன்னு விதி சொல்லுது.” அவள் தனது நாக்கைக் கடித்துக் கொண்டாள். “முகாம் முழுசும் கழிவறைக் காகிதத்துக்காக அலையுது.” ஒரு கணம் அவள் அமைதியாக இருந்து விட்டு வாக்குமூலமாகக் கொடுத்தாள், “நாலா நம்பர் வேற எதையும் விட அதிகமா உபயோகிக்குது. யாரோ திருட்றாங்க. பெண்கள் பொதுக்கூட்டத்துக்கு வாங்க. நாலா நம்பர் பகுதி அதிகமா உபயோகிக்குது. கூட்டத்துக்கு வாங்க.”

அம்மா மூச்சுக் காட்டாமல் பேச்சைக் கேட்டுக் கொண்டிருந்தாள். “திருடறாங்களா – எதுக்காக?”

வாசலிலிருந்து ஒரு கீச்சுக் குரல் கேட்டது, “திருமதி. புல்லிட்.” கமிட்டி திரும்பியது. “திருமதி. புல்லிட், நீங்க சொன்னத நான் கேட்டேன்.“ வாசலில் வெட்கம் கலந்த, வியர்வை வழியும் பெண் நின்று கொண்டிருந்தாள். “நான் கூட்டத்தில கலந்துக்க முடியல, திருமதி புல்லிட். என்னால முடியல. அவங்க சிரிச்சிருப்பாங்க.”

“நீங்க என்ன பேசறீங்க?” என்று ஜெஸ்ஸி முன்வந்து கேட்டாள்.

“நாங்க எல்லாம், ஒருவேள, அது நாங்கதான். ஆனா நாங்க ஒண்ணும் திருடல திருமதி. புல்லிட்.”

ஜெஸ்ஸி அவளை நெருங்கினாள். ஒப்புக் கொண்ட பெண்மணியிடம் வியர்வை பூத்தது. “நாங்க ஒண்ணும் செய்ய முடியாது, திருமதி. புல்லிட்.”

“நீங்க சொல்ல வந்தத சொல்லுங்க” என்றாள் ஜெஸ்ஸி. “இந்த பகுதி அந்த கழிவறை காகிதத்தால அவமானப்பட்டது.”

“இந்த வாரம் முழுசும், திருமதி. புல்லிட். எங்களால எதுவும் செய்ய முடியாது. எனக்கு அஞ்சு பொண்ணுங்க இருக்குன்னு உங்களுக்கு தெரியுமில்ல.”

“அவங்க அத வச்சு என்ன பண்றாங்க?”என்று ஜெஸ்ஸி மிரட்டிக் கேட்டாள்.

“சும்மா, பயன்படுத்தறாங்க. நேர்மையா சொல்றேன், பயன்படுத்தத்தான் செய்யறாங்க.”

"அவங்களுக்கு அதுக்கு உரிமையில்ல. நாலஞ்சு காகிதம் போதுமானது. அவங்களுக்கு என்ன பிரச்சனை?"

ஒப்புக் கொண்டவள் திக்கினாள், "பேதி. அஞ்சு பேரும். எங்ககிட்ட காசு ரொம்ப கம்மியா இருக்கு. அவங்க பச்சைத் திராட்சைய சாப்பிட்டாங்க. எல்லாருக்கும் பிச்சுக்கிச்சு. பத்து நிமிஷத்துக்கு ஒரு வாட்டி." அவள் அவர்களுக்கு வக்காலத்து வாங்கினாள், "ஆனா அவங்க ஒண்ணும் திருடல."

ஜெஸ்ஸி பெருமூச்சு விட்டாள். "நீங்க சொல்லிருக்கணும்" என்றாள். "நீங்க இத சொல்லணும். நீங்க சொல்லாததுனால நாலாவது பகுதி அவமானப்பட்டுடுச்சு. யாருக்கும் பேதி வரும்."

பலவீனமான ஒரு குரல் முனகியது, "என்னால அவங்கள பச்சை திராட்சை சாப்பிடறத தடுக்க முடியல. ஒவ்வொரு தடவையும் அது மோசமா முடியுது."

எல்லா சம்மர்ஸ் வெடித்தாள், " உதவி. அவளுக்கு உதவி கிடைக்கணும்."

"எல்லா சம்மர்ஸ்" என்று அழைத்த ஜெஸ்ஸி சொன்னாள், "நான் கடைசி தடவையா உங்களுக்கு சொல்றேன். நீங்க தலைவர் இல்ல." அவள் சோர்ந்து போயிருந்த அந்தக் குட்டைப் பெண்ணிடம் திரும்பினாள். "உங்ககிட்ட பணம் இல்லையா, திருமதி ஜோய்ஸ்?"

அவள் அவமானத்துடன் தரையைப் பார்த்தாள். "இல்ல, ஆனா எங்களுக்கு வேலை எந்த நேரத்திலயும் கிடைச்சிடும்."

"நீங்க உங்க தலைய இப்ப நிமிர்த்துங்க" என்றாள் ஜெஸ்ஸி. "அது ஒண்ணும் குத்தமில்ல. நீங்க இங்க கடைக்குப் போயி கொஞ்சம் பலசரக்கு வாங்கிக்குங்க. அங்க முகாமுக்கு இருபது டாலர் கடன் இருக்கு. நீங்க அஞ்சு டாலருக்கு பொருள் வாங்கிக்குங்க. நீங்க அத உங்களுக்கு வேலை கிடைச்சதும் மத்திய கமிட்டிக்கு திரும்பிக் கொடுக்கலாம். திருமதி ஜோய்ஸ், உங்களுக்கு அது தெரியுமில்ல" என்று கண்டிப்புடன் கூறினாள். "நீங்க எப்படி உங்க பொண்ணுகள பசியோட விடலாம்?"

"நாங்க எப்பவும் உதவி வாங்கினதில்ல" என்றாள் திருமதி ஜோய்ஸ்.

"இது ஒண்ணும் உதவியில்லங்கறது உங்களுக்குத் தெரியும்" என்று ஜெஸ்ஸி ஆவேசப்பட்டாள். "அதெல்லாம் வெளில. இந்த முகாம்ல கொடையெல்லாம் கிடையாது. நாம எந்தக் கொடையையும் வாங்க மாட்டோம். இப்ப நீங்க நேர போயி கொஞ்சம் பலசரக்கு வாங்கிக்கிட்டு சீட்ட எங்கிட்ட கொண்டு வாங்க."

திருமதி ஜோய்ஸ் தணிந்த குரலில் சொன்னாள், "ஒருவேளை எங்களால திருப்பிக் குடுக்க முடியாம போனா? ரொம்ப நாளா எங்களுக்கு வேலை இல்ல."

"உங்களால முடிஞ்சா நீங்க கொடுப்பீங்க. உங்களால முடியலேன்னா அது எங்க வேலையில்ல. அது உங்க வேலையும் இல்ல. ஒரு ஆளு வெளிய போயிட்டான். ரெண்டு மாசம் கழித்து அவன் பணத்தை திருப்பி அனுப்பிட்டான். இந்த முகாம்ல உங்க பொண்ணுங்கள பசியோட விடறதுக்கு உங்களுக்கு உரிமையில்ல.

திருமதி ஜோய்ஸ் அமுக்கப்பட்டாள். "சரி அம்மா" என்றாள்.

ஜெஸ்ஸி தனது கோபத்தைக் கமிட்டியிடம் திருப்பினாள். "இவ்வளவு நிமிந்து நிக்க அவளுக்கு உரிமையில்ல. நம்ம ஆளுங்க கிட்ட அவ நிமிந்து நிக்க உரிமையில்ல."

ஆன்னி லிட்டில்ஃபீல்ட் சொன்னாள், "அவ இங்க வந்து ரொம்ப நாளாகல. ஒருவேளை அவளுக்கு தெரியாமல் இருக்கலாம். ஒருவேளை அவ எப்பவாவது கொடை வாங்கிருக்கலாம். இப்ப என் வாய அடைக்காதீங்க ஜெஸ்ஸி. எனக்கும் பேச உரிமையிருக்கு." அவள் அம்மாவிடம் திரும்பினாள். "யாராவது கொடை வாங்கினா, வெளிய வராத காயத்தை அது உண்டாக்கிடுது. இது கொடையில்ல. ஆனா நீங்க வாங்கிக்கிட்டா அத மறக்காதீங்க. ஜெஸ்ஸி அத இதுவரைக்கும் செஞ்சதில்லன்னு நான் பந்தயம் கட்றேன்."

"இல்ல, செஞ்சதில்ல" என்றாள் ஜெஸ்ஸி.

"நான் செஞ்சேன்" என்றாள் ஆன்னி. "போன குளிர்காலம்; நாங்க பட்டினில செத்துக்கிட்டிருந்தோம் = நானும் அப்பாவும் குழந்தைகளும். அப்ப மழை பெஞ்சுக்கிட்டிருந்தது. ஒரு ஆளு எங்கள சால்வேசன் ஆர்மிகிட்டப் போகச் சொன்னார்." அவளது கண்கள் ஆவேசமடைந்தன. "அவங்க எங்க ராத்திரி சாப்பாட்டுக்காக தவழவே வச்சாங்க. அவங்க எங்களோட மரியாதையை எடுத்துட்டாங்க. அவங்க – நான் அவங்கள வெறுக்கறேன். ஒருவேளை திருமதி ஜோய்ஸ் கொடை வாங்கியிருக்கலாம். ஒருவேளை இது கொடையில்லன்னு அவங்களுக்குத் தெரியாம இருக்கலாம். திருமதி ஜோட், நாங்க இந்த முகாம்ல யாரையும் அந்த மாதிரி ஆக விட்றதில்ல. யாரும் அடுத்தவங்களுக்கு எதையும் கொடுக்க விட்றதில்ல. அவங்க முகாமுக்கு கொடுக்கலாம், முகாம் அத அடுத்தவங்களுக்கு கொடுக்கும். நாம எந்தக் கொடையும் வாங்க மாட்டோம்.!" அவளது குரல் ஆவேசமாகவும், கொடூரமாகவும்மிருந்தது. "நான் அவங்கள வெறுக்கறேன்",

என்றாள் அவள். “நான் என்னோட ஆளு யாரையும் அடிச்சு முன்ன பார்த்ததில்ல. ஆனா அவங்க, அந்த சால்வேஷன் ஆர்மி அவருக்கு அத செஞ்சுட்டாங்க.”

ஜெஸ்ஸி தலையை ஆட்டினாள். “நான் கேள்விப்பட்டேன்” என்று மென்மையாகச் சொன்னாள். “நான் கேட்டேன். நாம திருமதி ஜோடுக்கு சுத்திக் காட்டணும்.”

அம்மா சொன்னாள், “உண்மையிலயே இது அருமையா இருக்கு.”

“நாம தையல் அறைக்குப் போகலாம்” என்று ஆன்னி ஆலோசனை சொன்னாள். “ரெண்டு தையல் மெஷின் இருக்கு. கனமான துணி இருக்கு. அவங்க உடை தைக்கறாங்க. நீங்க அங்க வேல பாக்க விரும்பலாம்.”

கமிட்டி அம்மாவை சந்தித்தபோது, ருத்தியும், வின்ஃபீல்டும் சத்தம் காட்டாமல் பின்பக்கமாக நழுவி விட்டனர்.

“நாம ஏன் கூட போயி பேசறத கேக்கக்கூடாது?” என்று கேட்டான் வின்ஃபீல்ட்.

ருத்தி அவனது கையை இறுகப் பிடித்துக் கொண்டாள். “இந்த வேசி மகன்களாலதான் நாம குளிச்சோம். நான் அவங்க கூட போகப் போறதில்ல.”

வின்ஃபீல்ட் சொன்னான், “நீ என்னை பத்தி கழிவறை விஷயத்தில காட்டிக் கொடுத்த. நீ அந்த பொம்பளைங்கள பத்தி சொன்னத நான் சொல்லப் போறேன்.”

ருத்தியின் முகத்தில் அச்சத்தின் நிழல் படர்ந்தது. “அதை செய்யாத. நீ அதை உண்மையிலயே உடைக்கலன்னு தெரிஞ்சதுனாலதான் அதைச் சொன்னேன்.”

“நீ செய்யல” என்றான் வின்ஃபீல்ட்.

ருத்தி சொன்னாள், “நாம சுத்திப் பாக்கலாம்.” அவர்கள் கூடாரங்களின் வரிசைகளிடையே நடந்தனர். ஒவ்வொரு கூடாரமாக எட்டிப்பார்த்தனர். அவர்களை அறியாமலேயே சுற்றி முற்றிப் பார்த்துக் கொண்டனர். அந்தப் பகுதியின் இறுதியில் ஒரு மைதானத்தில் ஒரு பந்தாட்டக் களம் அமைக்கப்பட்டிருந்தது. அரை டஜன் குழந்தைகள் தீவீரமாக விளையாடிக் கொண்டிருந்தனர். ஒரு கூடாரத்தின் வெளியே ஒரு முதிய பெண்மணி ஒரு மர பெஞ்சில் உட்கார்ந்து அவர்கள் விளையாடுவதைக் கவனித்துக் கொண்டிருந்தாள். ருத்தியும் வின்ஃபீல்டும் ஓட்டமாக ஓடினர். “எங்களை விளையாட விடுங்க” என்று கத்தினாள் ருத்தி. “எங்களை உள்ள விடுங்க.”

குழந்தைகள் நிமிர்ந்து பார்த்தனர். குதிரைவால் பின்னல் கொண்ட குட்டிப் பெண்சொன்னாள், “அடுத்த விளையாட்டுல உள்ள வாங்க.”

“நான் இப்பவே விளையாடணும்னு விரும்பறேன்” ருத்தி கத்தினாள்.

“இல்ல, முடியாது. அடுத்த விளையாட்டு வரைக்கும் கிடையாது.”

ருத்தி மைதானத்துக்கு வெளியே மிரட்டலாக நடந்தாள். “நான் விளையாடப் போறேன்.” குதிரைவால் பின்னல் பெண் தன் மட்டையை கெட்டியாகப் பிடித்துக் கொண்டாள். ருத்தி அவள் மேல் பாய்ந்து அவளை அடித்துக் கீழே தள்ளி அவளது கைகளிலிருந்து மட்டையைப் பிடுங்கினாள். “நான் விளையாடப் போறேன்னு சொல்றேன்” என்று வெற்றி மிதப்புடன் சொன்னாள்.

முதிய பெண்மணி எழுந்து அங்கே பார்த்து நடந்தாள். ருத்தி அவளைப் பார்த்து முறைத்துக் கத்தி விட்டு மட்டையை இறுகப் பிடித்துக் கொண்டாள். அந்தப் பெண் சொன்னாள், “அவ விளையாடட்டும். நீ போன வாரம் ரால்ஃப்கிட்ட செஞ்ச மாதிரி.”

குழந்தைகள் தமது மட்டைகளைக் கீழே வைத்து விட்டு அமைதியாக மைதானத்தை விட்டு வெளியேறினர். அவர்கள் தூரத்தில் நின்று உணர்ச்சியற்ற கண்களால் அவளைப் பார்த்தனர். ருத்தி அவர்கள் வெளியேறுவதைப் பார்த்தாள். பிறகு பந்தை அடித்து விட்டு அதன் பின்னால் ஓடினாள். “வின்ஃபீல்ட் வா, ஒரு மட்டைய எடுத்துக்க” என்று கூப்பிட்டாள். பிறகு அவள் திகைப்புடன் பார்த்தாள். வின்ஃபீல்ட் பார்த்துக் கொண்டிருந்த குழந்தைகளுடன் சேர்ந்துகொண்டு அவனும் அவளை உணர்ச்சியற்றுப் பார்த்துக் கொண்டிருந்தான். அவள் கண்டு கொள்ளாமல் மீண்டும் பந்தை அடித்தாள். அவள் பெரிய புழுதியைக் கிளப்பினாள். அவளுக்கு பொழுது நன்றாக இருப்பது போல் போக்குக் காட்டினாள். குழந்தைகள் நின்று பார்த்துக் கொண்டிருந்தனர். ருத்தி இரண்டு பந்துகளை வரிசையாக வைத்து இரண்டையும் அடித்தாள். பிறகு திரும்பி அவளைப் பார்த்துக் கொண்டிருந்தவர்களைப் பார்த்து விட்டு மீண்டும் திரும்பினாள். திடீரென கையில் மட்டையுடன் அவர்களைப் பார்த்து முன்னேறினாள். “நீங்க வந்து விளையாடுங்க” என்று அழைத்தாள். அவர்கள் அவள் முன்னேறியதும், பின்னால் சென்றனர். ஒரு கணம் அவர்களைப் பார்த்து முறைத்து விட்டு, மட்டையைக் கீழே எறிந்து விட்டு வீட்டுக்கு ஓடினாள். குழந்தைகள் மைதானத்துக்குத் திரும்பி நடந்தனர்.

குதிரைப்பின்னல் வின்ஃபீல்டிடம் சொன்னாள், “நீ அடுத்த ஆட்டத்துல உள்ள வரலாம்.”

கவனித்துக் கொண்டிருந்த பெண்மணி அவர்களை எச்சரித்தாள், “அவ திரும்பி வந்து நல்லபடியா இருக்க விரும்பினா அவள நீங்க

சேத்துக்கங்க. நீ ரொம்ப கீழ்த்தரமா இருந்த ஆமி.'' ஆட்டம் தொடர, ஜோட் கூடாரத்தில் ருத்தி பரிதாபமாக அழுதாள்.

டிரக் அழகான சாலைகளில் பீச் பழங்கள் நிறம் காட்டத் தொடங்கியிருந்த பழத் தோட்டங்களைக் கடந்தும், மங்கலாகவும், பச்சையாகவும் இருந்த திராட்சைத் தோட்டங்களைக் கடந்தும், சாலையில் பாதி தூரம் படர்ந்து நின்று கொண்டிருந்த வால்நட் மரங்களின் வரிசையைக் கடந்தும் சென்று கொண்டிருந்தது. ஒவ்வொரு வாயிற்கதவின் முன்னாலும் அல் வேகத்தைக் குறைத்தான்; ஒவ்வொரு வாயிலிலும் ஒரு அறிவிப்பு இருந்தது: “யார் உதவியும் தேவையில்லை. உள்ளே வர அனுமதியில்லை.”

அல் சொன்னான், “அப்பா! பழமெல்லாம் பழுத்ததும் வேலை இருக்கத்தான் செய்யும். வினோதமான இடம் – நீங்க கேக்கறதுக்கு முன்னாலயே வேலை இல்லன்னு சொல்றாங்க. “ அவர்கள் மெதுவாகப் பயணித்தனர்.

அப்பா சொன்னார், “நாம எப்படியும் போய் வேலை எங்க கிடைக்கும்னு கேக்கலாம்னு நினைக்கறேன். அதச் செய்யலாம்.”

நீலநிற முழு உடையும், நீலச் சட்டையும் அணிந்த ஒரு மனிதர் சாலையோரம் நடந்து கொண்டிருந்தார். அல் அவருக்கு அருகில் நிறுத்தினான். “ஏய், மிஸ்டர், வேலை எங்க கிடைக்கும்னு தெரியுமா?” என்று கேட்டான்.

அந்த மனிதர் நின்று முறைத்தார். அவரது வாயில் முன்பற்கள் இல்லாமல் வெற்றிடமாக இருந்தது. “இல்ல” என்றார். “உங்களுக்கு தெரியுமா? நான் ஒரு வாரமா நடந்துக்கிட்டிருக்கேன். எதையும் என்னால பாக்க முடியல.”

“அந்த அரசாங்க முகாம்ல தங்கியிருக்கீங்களா?” என்று கேட்டான் அல்.

“ஆமா!.”

“அப்ப வாங்க, பின்னால ஏறிக்கங்க. நாம சேந்து தேடலாம்.” அந்த மனிதர் பக்கவாட்டில் ஏறி உள்ளே குதித்தார்.

அப்பா சொனார், “நமக்கு வேலை கிடைக்கும்னு எனக்கு எந்த யோசனையும் இல்ல. இருந்தாலும் நாம தேடித்தான் ஆகணும். எங்க பாக்கணும்னு கூட எனக்குத் தெரியல.”

“அந்த முகாம்ல இருக்கறவங்க கூடப் பேசியிருக்கணும்”, என்றான் அல். “நீங்க என்ன நினைக்கறீங்க ஜான் மாமா?”

“எனக்கு வலிக்குது” என்றார் ஜான் மாமா. “எனக்கு உடம்பெல்லாம் வலிக்குது. என்னோட ஆளுங்களுக்கு தண்டனை கிடைக்காத இடத்துக்கு நான் போகணும்.”

அப்பா ஜானின் முழங்காலில் கையை வைத்தார். “இங்க பாரு”, என்றார். “நீ போயிடாத. நாம எப்பவும் ஆளுங்கள விட்டுக்கிட்டே இருக்கோம் – தாத்தாவும், பாட்டியும் செத்துட்டாங்க. நோவாவும், கோனியும் ஓடிட்டாங்க. போதகர் சிறைல இருக்கார்.”

“நாம போதகரை திரும்பப் பாப்போம்னு தோணுது” என்றார் ஜான்.

கியர் கம்பியின் மேலிருந்த உருண்டை மீது அல் தாளமிட்டான். “உங்களுக்கு எதாவது தோணாம இருந்தா உங்களுக்கு நல்லா இருக்காது” என்றான் அவன். “அத விட்டுத் தள்ளுங்க. நாம திரும்பிப் போயி பேசலாம். எங்க வேலை இருக்குன்னு பாக்கலாம். நாம தண்ணிக்குக் கீழ பூனையத் தேடிக்கிட்டு இருக்கோம்.” அவன் டிரக்கை நிறுத்தி விட்டு ஜன்னலிலிருந்து எட்டிப் பார்த்து கூவினான், “ஏய். பாரு! நாம முகாமுக்கு திரும்பிப் போய் எங்க வேலை இருக்குன்னு பாக்க முயற்சிக்கலாம். இந்த மாதிரி காஸை எரிக்கிறது வெட்டி வேலை.”

டிரக்கின் பின் புறத்திலிருந்து அந்த மனிதர் எட்டிப் பார்த்தார். “எனக்கு சரிதான்” என்றார். “எனக்கு நாக்கு தொங்கிப் போச்சு. எனக்கு ஒண்ணுமே கிடைக்கல.”

அல் சாலையின் நடுவில் நின்று வண்டியைத் திருப்பி ஓட்டினான்.

அப்பா சொன்னார், “அம்மா ரொம்ப வருத்தப்படப் போறா, குறிப்பா டாமுக்கு இவ்வளவு எளிதா வேலை கிடைச்சிருக்கறப்போ.”

“ஒருவேளை அவனுக்கு கிடைக்காமலே இருந்திருக்கலாம்” என்றான் அல். “அவனும்கூட தேடிக்கிட்டுப் போயிருக்கலாம். எனக்கு காரேஜ்ல வேலை கிடைக்கணும்னு விரும்பினேன். நான் அந்த வேலைய சீக்கரம் கத்துக்குவேன். எனக்கு அது பிடிக்கும்.”

அப்பா உறுமினார். அவர்கள் முகாமை நோக்கி அமைதியாகச் சென்றனர்.

கமிட்டி சென்றதும் அம்மா ஜோட் கூடாரத்தின் மேல் ஒரு பெட்டியின் மேல் அமர்ந்தாள். அவள் ஷாரனை பரிதாபமாகப் பார்த்தாள். “நான் இத்தன வருஷமா இவ்வளவு சலுகையை அனுபவிச்சதில்ல. அந்தப் பெண்கள் அருமையா இருந்தாங்கள்ல?”

"நான் அந்த நர்சரில வேலை பாக்கணும்" என்றாள் ஷாரன். "அவங்க சொன்னாங்க. குழந்தைகளுக்கு அவங்க என்ன செய்யறாங்கன்னு நான் பாத்தா எனக்கும் தெரியும்."

அம்மா ஆச்சரியத்துடன் பார்த்தாள். "எல்லா ஆம்பளைகளுக்கும் வேலை கிடைச்சா நல்லா இருக்காது?" என்று கேட்டாள். "அவங்க வேலை செஞ்சு, நமக்கு கொஞ்சம் பணம் வந்தா?". அவளது கண்கள் வானத்தில் அலைந்தன. நாம கொஞ்சம் முன்னேறினதும் முத வேலையா சின்ன அழகான அடுப்பு ஒண்ணு வாங்கணும். அது ரொம்ப விலையாகாது. அதுக்கப்புறம் ஒரு போதுமான அளவு பெரிசா ஒரு கூடாரம் வாங்கணும். முடிஞ்சா படுக்கைகளுக்கு பழைய ஸ்ப்ரிங் வாங்கணும். இப்ப இருக்கிற இந்த கூடாரத்த சாப்பிட மட்டும் பயன்படுத்துவோம். சனிக்கிழமை ராத்திரி நாம நடனமாடப் போவோம். நீங்க விரும்பினா ஆளுங்கள கூப்பிடலாம்னு அவங்க சொல்றாங்க. நாம கூப்பிட கொஞ்சம் நண்பர்கள் இருந்திருந்தா நல்லாருக்கும். ஒருவேளை கூப்பிட யாரையாவது ஆம்பளைகளுக்குத் தெரிஞ்சிருக்கலாம்.

ஷாரன் சாலையைக் கூர்ந்து பார்த்தாள். "நான் குழந்தையை இழந்துடுவேன்னு அந்தப் பொம்பள சொல்றா – " என்று அவள் தொடங்கினாள்.

"இப்ப அத நிறுத்து" என்று அம்மா அவளை எச்சரித்தாள்.

ஷாரன் மென்மையாகச் சொன்னாள், "நான் அவளைப் பாத்தேன். அவ இங்கதான் வராள்னு நினைக்கறேன். ஆமா! அவ வரா. அம்மா அவளை விடாதீங்க -:

அம்மா நெருங்கிக் கொண்டிருந்தவளை நோக்கித் திரும்பினாள்.

"எப்படி இருக்கீங்க?" என்றாள் அந்தப் பெண்மணி. "நான் திருமதி சாண்ட்ரி. – லிஸ்பத் சாண்ட்ரி. நான் இன்னைக்குக் காலைல உங்க பொண்ணப் பாத்தேன்."

"எப்படி இருக்கீங்க?" என்று கேட்டாள் அம்மா.

"நீங்க கடவுளால நல்லா இருக்கீங்களா?"

"ரொம்ப மகிழ்ச்சியா இருக்கோம்" என்றாள் அம்மா.

"நீங்க காப்பாத்தப்பட்டிருக்கீங்களா?"

"நான் காப்பாத்தப்பட்டிருக்கேன்". அம்மாவின் முகம் எந்த உணர்ச்சியுமின்றிக் காத்துக் கொண்டிருந்தது.

“எனக்கு சந்தோஷம்” என்றாள் லிஸ்பத். “இங்க சுத்திவர பாவம் செஞ்சவங்க வலுவா இருக்காங்க. நீங்க மோசமான இடத்துக்கு வந்திருக்கீங்க. இங்க சுத்திவர தீமை இருக்கு. தீய மனிதர்கள், ஒரு உண்மையான கிருத்துவன் தாங்க முடியாத தீமை நடந்துக்கிட்டிருக்கு. நம்ம சுத்தி எல்லாரும் பாவக்காரங்க.”

அம்மாவின் முகம் சற்று சிவந்தாலும் அவள் தனது வாயை இறுக மூடிக் கொண்டாள். “இங்க எல்லாரும் நல்லவங்களாத்தான் எனக்குத் தெரியுறாங்க” என்று சுருக்கமாகச் சொன்னாள்.

திருமதி சாண்ட்ரியின் கண்கள் வெறித்தன. “அருமை!” என்றாள் அவள். “அவங்க நடனமாடி கட்டிப் பிடிச்சுக்கறது அருமைன்னு நினைக்கிறீங்களா? நான் உங்களுக்கு சொல்றேன், இந்த முகாம்ல உங்களோட பரலோக ஆன்மாவுக்கு எந்த வாய்ப்பும் கிடைக்காது. வீட்பாட்ச்சில ஒரு கூட்டத்துக்கு நேத்து ராத்திரி போயிருந்தேன். அவர் சொல்றார், “ஏழைங்க பணக்காரராக முயற்சி பண்றாங்க. அவங்க பாவத்துக்காக முனக வேண்டிய நேரத்தில நடனமாடிக்கிட்டு, கட்டிப் பிடிச்சிக்கிட்டு இருக்காங்க. அவர் அப்படித்தான் சொல்றார். இங்க இல்லாத இருக்கற ஒவ்வொருத்தரும் கருப்பு பாவக்காரங்க’ன்னு அவர் சொல்றார். அவர் பேசறத கேக்கறது ஒரு ஆளுக்கு அருமையானதுன்னு நான் உங்களுக்குச் சொல்றேன். நாங்க பாதுகாப்பா இருந்தோம்னு எங்களுக்கு தெரியும். நாங்க நடனமாடல.”

அம்மாவின் முகம் சிவந்து போனது. அவள் மெதுவாக எழுந்து திருமதி சாண்ட்ரியைப் பார்த்தாள். “போயிடு - இப்ப ஒழுங்கா வெளிய போயிடு, நீ எங்க போகணும்னு சொல்லி நான் பாவம் செய்யறதுக்கு முன்னால போயிடு. போயி முனகு, கூச்சல் போடு.”

திருமதி சாண்ட்ரியின் வாய் பிளந்தது. அவள் பின்வாங்கினாள். பிறகு ஆவேசமானாள். “நீங்க கிறித்துவங்கன்னு நான் நினைச்சேன்.”

“நாங்க அப்படித்தான்” என்றாள் அம்மா.

“இல்ல, நீங்க அப்படியில்ல. நீங்க நரகத்துல எரியுற பாவக்காரங்க, நீங்க எல்லாம்! நான் அத கூட்டத்துலயும் சொல்லுவேன். உங்க கருப்பு ஆன்மா எரியறத நான் பாக்கறேன். அந்தப் பொண்ணோட வயித்துல இருக்கிற கள்ளமில்லாத குழந்தையும் எரியிறத நான் பாக்கறேன்.”

ஷாரனின் உதடுகளிலிருந்து மெலிதாக கீச்சென்ற அழுகையொலி புறப்பட்டது. அம்மா கீழே இறங்கி ஒரு விறகுக்கட்டையை எடுத்தாள்.

“போயிடு!” என்று இறுக்கமாகச் சொன்னாள். “திரும்பி எப்பவும்

வந்துடாத. உன்ன மாதிரி ஆள முன்னாடியே பாத்திருக்கேன். நீங்க கொஞ்சம் மகிழ்ச்சியடைவீங்க, இல்ல?" அம்மா திருமதி சண்ட்ரியை நோக்கி முன்னேறினாள்.

ஒருகணம் அந்தப் பெண் பின்வாங்கினாள். பிறகு திடீரெனத் தனது தலையைப் பின்னால் சாய்த்து ஊளையிட்டாள். அவளது கண்கள் மேலே உருண்டன, அவளது தோள்களும், கைகளும் அவளது பக்கவாட்டில் ஆடின, அவளது வாயின் இருபுறங்களிலிருந்தும் எச்சில் கோடாய் வழிந்தது. அவள் மீண்டும் மீண்டும் ஊளையிட்டாள். விலங்கின் நீண்ட ஆழமான ஊளைகள். ஆண்களும், பெண்களும் கூடாரங்களிலிருந்து வெளியே ஓடி வந்து அச்சத்துடனும், அமைதியாகவும் அருகில் நின்றனர். மெதுவாக அந்தப் பெண் முழந்தாளிட்டு அமர்ந்தாள், அவளது ஊளைகள் மெதுவாகக் குறைந்து முனகலானது. அவள் பக்கவாட்டில் விழ, அவளது கைகளும், கால்களும் இழுத்துக் கொண்டன. திறந்திருந்த இமைகளுக்குக் கீழ் வெள்ளை விழித்திரைகள் தெரிந்தன.

ஒரு மனிதர் மென்மையாகச் சொன்னார், "ஆவி. அவங்க மேல ஆவி ஏறிடுச்சு." இழுத்துக் கொண்டு கீழே கிடந்த அந்தப் பெண்ணை அம்மா பார்த்தாள்.

குட்டை மானேஜர் இயல்பாக அங்கே நடந்து வந்தார். "பிரச்சனையா?" என்று கேட்டார். அவருக்கு வழி விட்டுக் கூட்டம் விலகியது. அவர் அந்தப் பெண்ணைக் குனிந்து பார்த்தார். "ரொம்ப மோசம்" என்றார். "யாராவது கொஞ்ச பேர் அவங்கள அவங்க கூடாரத்துக்குத் தூக்கிட்டுப் போறீங்களா?" அமைதியாக இருந்தவர்கள் அசைந்தனர். இரண்டு ஆண்கள் குனிந்து அந்தப் பெண்ணைத் தூக்கினர். ஒருவர் கைகளுக்குக் கீழும், ஒருவர் கால்களையும் பிடித்துத் தூக்கினர். அவர்கள் அவளைத் தூக்கிச் செல்ல, மற்றவர்கள் அவர்களுக்குப் பின்னால் மெதுவாக நகரந்தனர். ஷாரன் தார்பாய்க்குக் கீழே சென்று படுத்துக் கொண்டு முகத்தை ஒரு போர்வையால் மூடிக் கொண்டாள்.

மானேஜர் அம்மாவைப் பார்த்து விட்டுக் கீழே குனிந்து அவளது கையிலிருந்த தடியைப் பார்த்தார். சோர்வாகப் புன்னகைத்தார், "நீங்க அவளை அடிச்சீங்களா?" என்று கேட்டார்.

அம்மா கலைந்து சென்று கொண்டிருந்தவர்களையே பார்த்துக் கொண்டிருந்தாள். மெதுவாகத் தன் தலையை ஆட்டினாள். "இல்ல – ஆனா நான் செஞ்சிருப்பேன். ஒரே நாள்ல என் பொண்ண ரெண்டு தடவை தொந்தரவு பண்ணிட்டா."

மானேஜர் சொன்னார், “அவங்கள அடிக்காதீங்க. அவங்க சரியா இல்ல. அவங்களுக்கு உடம்பு சரியில்ல.” அவர் மேலும் சொன்னார், “அவங்க வெளியேறணும்னு நான் நினைக்கறேன். அவங்க குடும்பத்தோட மத்தவங்க எல்லாரையும் விட அவங்க முகாம்ல நிறைய பிரச்சனையக் கொண்டு வராங்க.”

அம்மா மீண்டும் கையை உயர்த்தினாள். “அவ திரும்ப வந்தா, நான் அடிச்சாலும் அடிச்சிடுவேன். நிச்சயமா சொல்ல முடியாது. என் பொண்ணை கவலைப்படுத்த திரும்ப அவளை அனுமதிக்க மாட்டேன்.”

“அதப் பத்திக் கவலைப்படாதீங்க திருமதி ஜோட்” என்றார் அவர். “அவங்கள திரும்ப இங்க பாக்க மாட்டீங்க. அவங்க புதுசா வரவங்ககிட்டதான் வருவாங்க. திரும்ப வர மாட்டாங்க. நீங்க பாவம் செஞ்சவங்கன்னு அவங்க நினைக்கறாங்க.”

“ஆமா, நான் அப்படித்தான்” என்றாள் அம்மா.

“நிச்சயமா. ஒவ்வொருத்தரும்தான். ஆனா அவங்க சொல்ற மாதிரியில்ல. அவங்க உடம்பு சரியில்லாம இருக்காங்க திருமதி ஜோட்.”

அம்மா அவரை நன்றியுடன் பார்த்தாள். “நீ கேட்டியா ரோசாஷார்ன்? அவங்க சரியில்லாம இருக்காங்க. அவங்க பைத்தியமா இருக்காங்க.” ஆனால் பெண் தன் தலையை நிமிர்த்தவில்லை. அம்மா சொன்னாள், “நான் உங்கள எச்சரிக்கறேன் மிஸ்டர். அவ திரும்ப வந்தா, என்ன நம்பாதீங்க. நான் அவள அடிச்சிடுவேன்.”

அவர் அரைகுறையாகச் சிரித்தார். “உங்களுக்கு எப்படி இருக்குன்னு எனக்குத் தெரியுது. ஆனா தயவுசெய்து அடிக்காம இருக்க முயற்சி செய்யுங்க. அத மட்டும்தான் நான் கேக்கறேன்– அடிக்காம இருக்க முயற்சிங்க.” என்றார் அவர். அவர் திருமதி சாண்ட்ரி கொண்டு செல்லப்பட்ட கூடாரத்தை நோக்கி மெதுவாக நடந்தார்.

அம்மா கூடாரத்துக்குள் சென்று ஷாரனின் அருகில் அமர்ந்தாள். “இங்க பாரு” என்று அழைத்தாள். பெண் அப்படியே படுத்துக் கொண்டிருந்தாள். அம்மா மெதுவாக போர்வையை விலக்கி தன் மகளின் முகத்தைப் பார்த்தாள். “அந்தப் பொம்பள பைத்தியக்காரி” என்றாள் அம்மா. “அவ சொன்ன எதையும் நம்பாத.”

ஷாரன் மிரட்சியுடன் கிசுகிசுத்தாள். “அவ எரிக்கறத பத்தி சொன்னப்போ, எனக்கு எரியற மாதிரி இருந்தது.”

“அது உண்மையில்ல” என்றாள் அம்மா.

"நான் சோர்ந்து போயிட்டேன்" என்று முணுமுணுத்தாள் பெண். "இங்க நடக்கறதுல நான் சோர்ந்து போயிட்டேன். நான் தூங்க விரும்பறேன். நான் தூங்கணும்".

"சரி, நீ தூங்கு. இது ரொம்ப அருமையான இடம். நீ தூங்கலாம்."

"ஆனா அவ திரும்பி வரலாம்."

"அவ வரமாட்டா" என்றாள் அம்மா. "நான் வெளிய உக்காரப் போறேன். அவள திரும்ப வர விடமாட்டேன். இப்ப ஓய்வெடு. ஏன்னா நர்சரில நீ சீக்கிரமா வேல செய்யப் போகணும்."

அம்மா எழுந்து கூடாரத்துக்கு வெளியே உட்காரச் சென்றாள். அவள் பெட்டி மேல் உட்கார்ந்து தனது முழங்கைகளை முழங்கால்கள் மீது வைத்துக் கொண்டு தன் குவிந்த கைகளில் முகவாய்க்கட்டையைத் தாங்கிக் கொண்டாள். முகாமுக்குள் ஏதோ சத்தம் கேட்டது. குழந்தைகள் ஒரு இரும்புக் கம்பியைத் தட்டுவது கேட்டது. ஆனால் அவள் தனது கண்களை தனக்கு நேராகக் குவித்தாள்.

சாலையின் வழியே வந்து கொண்டிருந்த அப்பா அவள் உட்கார்ந்திருந்ததைப் பார்த்து அருகில் அமர்ந்தார். அவள் மெதுவாக அவரை நிமிர்ந்து பார்த்தாள். "வேலை கிடைச்சுதா?" என்று கேட்டாள்.

"இல்ல" என்றார் அவர் வெட்கத்துடன். "நாங்க தேடினோம்."

"அல்லும், ஜானும், டிரக்கும் எங்க?"

"அல் எதையோ சரி பண்ணிக்கிட்டிருக்கான். கொஞ்சம் கருவிகளை வாங்க வேண்டியிருந்தது. அந்த ஆள் அல் அங்கயே வேலை பாக்கணும்னு சொல்லிட்டான்."

அம்மா சோகத்துடன் சொன்னாள், "இது ஒரு அருமையான இடம். நாம இங்க கொஞ்ச நாள் மகிழ்ச்சியா இருந்திருக்கலாம்."

"நமக்கு மட்டும் வேலை கிடைச்சா."

"ஆமா! உங்களுக்கு வேலை மட்டும் கிடைச்சா."

அவர் அவளது சோகத்தை உணர்ந்து முகத்தை ஆராய்ந்தார். "நீ எதப் பத்தி யோசிச்சிக்கிட்டிருக்க? இது ஒரு அருமையான இடம்னா நீ ஏன் சோகமா இருக்க?"

அவள் அவரைக் கூர்ந்து பார்த்து விட்டு, தனது கண்களை மெதுவாக மூடிக் கொண்டாள். "வினோதமா இருக்கு, இல்ல. நாம தொடர்ந்து பயணம் பண்ணிக்கிட்டு இருந்தப்போ நான் ஒண்ணும் நினைக்கல. இப்ப இவங்க

எங்கிட்ட நல்லபடியா நடந்துக்கறாங்க, ரொம்ப நல்லபடியா; நான் செஞ்ச முத வேலை என்ன? நான் திரும்ப சோகமான விஷயங்களுக்குப் போறேன் – அன்னைக்கு ராத்திரி தாத்தா இறந்தப்போ நாம புதைச்சோம். நாம ரோட்டுல குதிச்சுக் குதிச்சுப் போறப்போ அவ்வளவு மோசமா இல்ல. ஆனா நான் இங்க வந்த உடனே, அது மோசமா இருக்கு. அப்புறம் பாட்டி, நோவா அப்படியே காணாப் போனது! அப்படியே ஆத்தங்கரையோரமா நடந்து போயிட்டான். அதெல்லாம் நடந்ததுல ஒரு பகுதி. ஆனா அதெல்லாம் திரும்பி வருது. பாட்டிய ஒரு பிச்சைக்காரி மாதிரி, பிச்சக்காரியா புதைச்சோம். அது இப்ப கூர்மையா குத்துது. ரொம்ப கூர்மையா. அப்புறம் நோவா ஆத்தங்கரையோரமா நடந்து போனது. அந்த வழில என்ன இருக்குங்கறது அவனுக்குத் தெரியாது. நமக்கும் தெரியாது, அவனுக்கும் தெரியாது. அவன் உயிரோட இருக்கானா, செத்தானான்னு நமக்குத் தெரியவே போறதில்ல. எப்பவும் நமக்குத் தெரியாது. கோனி ரகசியமா போயிட்டான். முன்னாடி அதையெல்லாம் தலைல ஏத்திக்கல. ஆனா இப்போ எல்லாம் வருது. நாம நல்ல இடத்துல இருக்கறதுனால நான் மகிழ்ச்சியா இருக்கணும்." அவள் பேசிக் கொண்டிருந்தபோது அப்பா அவளது வாயைப் பார்த்துக் கொண்டிருந்தார். அவளது கண்கள் மூடியிருந்தன. "நோவா நடந்து போன ஆத்துக்குப் பக்கத்துல இருந்த மலைகள்லாம் பழைய பல்லு மாதிரி கூர்மையா இருந்தது எனக்கு நினைவிருக்கு. தாத்தா சுள்ளிக்கட்டை மாதிரி கீழ கிடந்தது எனக்கு ஞாபகம் வருது. நம்ம வீட்ல வெட்டுமரத்துல ஒரு கோழி சிக்கிக்கிட்டு, குறுக்க, நெடுக்க வெட்டோட இருந்தது ஞாபகம் வருது. அதுல கோழி ரத்தம் கருப்பா படிஞ்சிருந்தது."

அப்பாவின் குரல் அவளைத் தொடர்ந்தது. "நான் இன்னைக்கு வாத்துகள பாத்தேன்" என்றார் அவர். "தெற்க போகுது – உயர. அதுங்களெல்லாம் ரொம்ப நேர்த்தியா போகுது. கருப்புப்பறவைங்க கம்பில உக்காந்திருந்தத பாத்தேன். புறாவெல்லாம் வேலில உக்காந்திருந்தது." அம்மா தன் கண்களைத் திறந்து அவரைப் பார்த்தாள். அவர் தொடர்ந்தார். "நான் ஒரு ஆளு நிலத்துல சுத்திச் சுத்திப் போன மாதிரி ஒரு சூறாவளி போறத பாத்தேன். அப்புறம் வாத்துங்க தெற்க தவ்வித் தவ்விப் போனது."

அம்மா புன்னகைத்தாள். "ஞாபகம் இருக்கா?" என்று கேட்டாள். "நாம ஊர்ல எப்பவும் எப்படி சொல்லுவோம்னு நினைவிருக்கா? வாத்து பறந்தா குளிர்காலம் சீக்கிரமா வருதுன்னு சொல்லுவோம். குளிர்காலம் எப்ப தயாரா இருக்கோ அப்ப வரும்னு சொல்லுவோம். ஆனா நாம எப்பவும் சொல்லுவோம், 'அது சீக்கிரமா வருது. நாம என்ன சொல்ல வந்தோம்னு எனக்கு ஆச்சரியமா இருக்கு."

“நான் இன்னைக்கு கருப்புப் பறவைகள கம்பில பாத்தேன்” என்றார் அப்பா. “எல்லாம் நெருக்கமா உக்காந்திருந்தது. அப்புறம் புறாக்கள். எதுவும் புறா மாதிரி கம்பில இவ்வளவு நிலையா உக்காராது. ஒருவேளை ரெண்டு, பக்கத்து பக்கத்துல. அப்புறம் அந்த குட்டி சூறாவளி, ஒரு பெரிய மனுஷன் மாதிரி, நிலத்துல நடனமாடிட்டுப் போகுது. ஒரு பெரிய மனுஷன் மாதிரி குட்டிப் பசங்க மாதிரி”

“அது எப்படி நம்ம வீடா இருந்ததுன்னு நான் நினைக்காம இருக்கணும்” என்றாள் அம்மா. “அது இனிமே நம்ம வீடுல்ல. நான் அத மறக்கணும்னு விரும்பறேன். அப்புறம் நோவா.”

“அவன் எப்பவும் நல்லபடியா இருந்ததுல்ல –அதாவது – அது என்னோட தப்பு.”

“அப்படி எப்பவும் சொல்லாதன்னு சொல்லிருக்கேன். ஒருவேளை வாழாமலே இருந்திருக்கலாம்.”

“ஆனா எனக்கு இன்னும் தெரிஞ்சிருக்கணும்.”

“இப்ப நிறுத்துங்க” என்றாள் அம்மா. “நோவா வினோதமா இருந்தான். ஒருவேளை அவன் ஆத்தங்கரையோரம் நல்லபடியா இருக்கலாம். ஒருவேளை அது நல்லதாவும் இருக்கலாம். நாம கவலைப்பட முடியாது. இங்க இது நல்ல இடம். ஒருவேள உங்களுக்கு உடனே வேலை கிடைக்கலாம்.”

அப்பா மேலே கையைக் காட்டினார். “பாரு – இன்னும் நிறைய வாத்துங்க. பெரிய கூட்டம். அம்மா, குளிர்காலம் சீக்கிரமா வருது.”

அவள் முறுவலித்தாள். “நீங்க செய்யுற வேலை எதுக்கு செய்யுறீங்கன்னு தெரியல.”

ஜான் மாமாவும் சேர்ந்து கொண்டார். அவர் அம்மாவின் முன்னால் உட்கார்ந்தார். “நாம எங்கயும் போகல” என்றார் அவர். “சும்மா சுத்தி வந்தோம். அல் உன்னப் பாக்கணும்கறான். அவனுக்கு ஒரு டயர் வேண்டியிருந்தது. ஒரு சுத்து துணிதான் மிச்சம் இருக்குன்றான்.”

அப்பா எழுந்து நின்றார். “அவனுக்கு அது மலிவா கிடைக்கும்னு நினைக்கிறேன். நம்மகிட்ட காசு ரொம்ப மிச்சம் இல்ல. அல் எங்க இருக்கான்?”

“அதோ அங்க, அடுத்த குறுக்குத் தெருல போய் வலது பக்கம் திரும்பணும். புதுசா ஒண்ணு வாங்கலைன்னா அது வெடிச்சு டியூபை காலி

பண்ணிடும்னு சொல்றான்." அப்பா ஆங்கில *V* வடிவத்தில் வானத்தில் பறந்து கொண்டிருந்த பறவைகளைப் பார்த்துக் கொண்டே சென்றார்.

ஜான் மாமா ஒரு கல்லை தரையிலிருந்து எடுத்துக் கீழே போட்டு விட்டு மீண்டும் எடுத்தார். அவர் அம்மாவைப் பார்க்கவில்லை. "வேலை எதுவும் இல்லை" என்றார்.

"நீங்க எல்லாப் பக்கமும் தேடல" என்றாள் அம்மா.

"இல்ல, ஆனா அங்க எல்லா இடத்துலயும் எழுதிப் போட்டிருக்காங்க".

"சரி, டாமுக்கு வேல கிடைச்சிருக்கணும். அவன் திரும்பி வரல."

ஜான் மாமா சொன்னார், "ஒருவேள கோனி, நோவாவப் போல ஓடிப் போயிருக்கலாம்."

அம்மா அவரைக் கூர்ந்து பார்த்தாள், அவளது கண்கள் மென்மையாகின. "அது உனக்கு தெரிஞ்ச விஷயம் இது" என்றாள் அம்மா. "நீ நிச்சயமா நினைக்கிற விஷயம் இருக்கு. டாமுக்கு வேலை கிடைச்சிடுச்சு, அவன் சாயந்திரம் வருவான். அது உண்மை." அவள் திருப்தியுடன் சிரித்தாள். "அவன் அருமையான பையன் இல்லையா!" என்றாள் அவள். "அவன் நல்ல பையன் இல்லியா!"

கார்களும், டிரக்குகளும் முகாமுக்குள் வரத் தொடங்கின, ஆட்கள் சானிடரி பகுதியை நோக்கி நடந்தனர். ஒவ்வொரு மனிதரும் கையில் சுத்தமான உடைகளைக் கொண்டு சென்று கொண்டிருந்தனர்.

அம்மா தன்னை சரிப்படுத்திக் கொண்டாள். "ஜான், நீ போய் அப்பாவ தேடு. கடைக்குப் போ. எனக்கு பீன்ஸ், சர்க்கரை, கொஞ்சம் வறுக்க இறைச்சி, அப்புறம் கேரட் – போய் அப்பாகிட்ட எதாவது நல்லதா– எதுவா இருந்தாலும் பரவாயில்ல –ஆனா நல்லதா ராத்திரிக்கு வாங்க சொல்லு. இன்னைக்கு ராத்திரி நாம எதாவது நல்லதா சாப்பிடலாம்."

23

வேலை தேடி அலைந்து கொண்டு, வாழ பரபரப்பாக அலைந்த புலம் பெயர்ந்தவர்கள் எப்போதும் மகிழ்ச்சியைத் தேடினர், மகிழ்ச்சியைத் தோண்டினர், மகிழ்ச்சியை உற்பத்தி செய்தனர், பொழுதுபோக்குக்காக பசியோடிருந்தனர். சில சமயம் பேசுவதில் பொழுது போனது. அவர்கள் தமது வாழ்வை நகைச்சுவையால் நிறைத்தனர். சில சமயம் முகாமில் சாலையில், ஓடைக்கருகில், கரையில், காட்டத்தியின் கீழ், கதை சொல்லிகள் அந்த திறமை பெற்றவர்களைச் சுற்றிக் கூடினர். கதைகள் சொல்லியதை

அவர்கள் கவனித்துக் கேட்டனர், அவர்களது பங்கேற்பு கதைகளை சிறப்பாக்கியது.

நான் ஜெரெனிமோவுக்கு எதிரா நியமிக்கப்பட்டிருந்தேன் –

மக்கள் கேட்டுக் கொண்டிருந்தார்கள். அவர்களது அமைதியான கண்களில் அணைந்து கொண்டிருந்த நெருப்பு பிரதிபலித்தது.

"அந்த உள்ளூர்க்காரங்க அருமையானவங்க – விரும்புறபோது, பாம்பு மாதிரி மென்மையானவங்க. அவங்களால எந்த சத்தமும் போடாம காஞ்ச இலைல கூட நடக்க முடியும். சில சமயம் அத செய்ய முயற்சிங்க."

கேட்டுக் கொண்டிருந்த மக்கள் தமது காலுக்கடியில் காய்ந்த இலை மொறுமொறுப்பதை நினைவு கூர்ந்தனர்.

"காலம் மாறுது, மேகம் மேல வருது. தப்பான நேரம். இராணுவம் எதையாவது சரியாச் செஞ்சத கேட்டிருக்கீங்களா? ராணுவத்துக்கு பத்து வாய்ப்ப கொடுங்க, அவங்க தடுமாறுவாங்க. தைரியமான நூறு பேரை கொல்ல மூணு படைப்பிரிவு தேவையாயிருந்தது – எப்பவும்."

மக்கள் கேட்டனர், அவர்களது முகங்கள் கேட்டுக் கொண்டிருந்ததில் அமைதியாக இருந்தன. தமது கதைக்குள் கவனத்தை ஈர்த்த கதை சொல்லிகள், அருமையான ஏற்ற இறக்கத்துடன் சொல்லிக் கொண்டிருந்தனர். அவர்களது கதைகள் சிறப்பாக இருந்ததால், சிறப்பான வார்த்தைகளைப் பேசினர். கேட்டவர்கள் அவற்றின் ஊடாக சிறப்பாக வெளிவந்தனர்.

அங்க முகட்டுல ஒரு தைரியமானவன் சூரியனுக்கு நேரா நின்னுக்கிட்டு இருந்தான். அவன் வெளிய நின்னது தெரியும். அவன் கைய விரிச்சுக்கிட்டு நின்னான். சூரியனுக்கு நேரா காலை நேரம் மாதிரி களங்கமில்லாம நின்னான். பைத்தியமா இருக்கலாம். எனக்குத் தெரியல. அவன் ஒரு சிலுவை மாதிரி நின்னான். நானூறு கெஜம் தூரத்தில. அப்புறம் ஆளுங்க, அவங்க அவங்களோட நிமிந்து பாத்தாங்க, அவங்களோட விரல்களால காத்தை உணர்ந்தாங்க; அவங்க படுத்துக்கிட்டு இருந்தாங்க, ஆனா சுட முடியல. ஒருவேள அந்த பழங்குடிக்கு எதோ தெரிஞ்சிருக்கலாம். எங்களால சுட முடியாதுன்னு தெரிஞ்சிருக்கலாம். அங்க ரைஃபிள காக் போட்டுக்கிட்டு படுத்துக்கிட்டு இருந்தோம். தோள்ல கூட வைக்கல. அவனப் பாத்துக்கிட்டு இருந்தோம். தலைல ஒரு இறகு. அத சூரியன மாதிரி பாக்க முடிஞ்சுது. நாங்க அங்க ரொம்ப நேரம் படுத்துக்கிட்டு இருந்தோம், ஆனா அவன் நகரவேயில்ல. அப்புறம் கேப்டனுக்கு கோபம் வந்திருச்சு. "சுடுங்கடா, பைத்தியக்கார வேசி மகன்களா, சுடுங்க!" அவன் கத்தினான். நாங்க சும்மா கிடந்தோம். "நான் அஞ்சு எண்ணுவேன், அப்புறம் உங்கள

அடையாளம் காட்டுவேன்'' என்றார் கேப்டன். அப்புறம் சார், நாங்க மெதுவா ரைஃபிள தூக்கி வெச்சோம். ஒவ்வொருத்தரும் யாராவது ஒருத்தர் சுடுவாங்கன்னு எதிர்பாத்தாங்க. நான் என்னோட வாழ்க்கையிலயே அவ்வளவு சோகமா இருந்தது இல்ல. அப்புறம் நான் என்னோட பார்வையை அவனோட வயித்துல வச்சேன். ஏன்னா நீங்க ஒரு பழங்குடிய வேற எங்கயும் தடுக்க முடியாது. அப்புறம் அவன் அப்படியே கீழ விழுந்து உருண்டான். நாங்க மேல போனோம். அவன் அவ்வளவு பெரியவனா இல்ல. அவன் அங்க பிரமாதமா கிடந்தான். எல்லாம் துண்டு துண்டா சிதறிடுச்சு. ஒரு சேவல் அழகா இறுக்கமா, இறகெல்லாம் வர்ணம் பூசி, அவனோட இமைகள் கூட அழகா வண்ணம் பூசியிருந்தத பாத்திருக்கியா? அப்புறம் சூடு! நீங்க அவன ரத்தம் சிந்த எடுக்கறீங்க. நீங்க உங்கள்ள நல்லத கெடுத்துட்டீங்க. அத சாப்பிட்றது சரியா வராது. ஏன்னா உங்கள்லயே எதையோ கெடுத்துட்டீங்க. உங்களால அத சரி பண்ண முடியாது.

மக்கள் தலையை ஆட்டினர். நெருப்பு சிறிது வெளிச்சத்தை வீசியது. அவர்களது கண்கள் தமக்குள்ளேயே பார்ப்பதுபோல் அது காட்டியது.

சூரியனுக்கு எதிரா அவன் கைகள நீட்டிக்கிட்டிருந்தான். அவன் கடவுளப் போல பெரியவனா தெரிஞ்சான்.

ஒரு ஆள் உணவுக்கும், மகிழ்ச்சிக்கும் இடையில் இருபது செண்டுகளை ஒதுக்கிக்கொண்டு மாரிஸ்வெல்லேவிலோ, டலுரேவிலோ, சீரசிலோ, மவுண்டன் வியூவிலோ ஒரு படத்துக்குச் சென்றார். அவர் அது எப்படியிருந்தது என்று சொன்னார்:

அங்க ஒரு பணக்கார ஆள் இருந்தார், அவர் ஒரு ஏழை மாதிரி வேஷம் போட்டுக்கிட்டார். ஒரு பணக்காரப் பொண்ணு இருந்தா, அவளும் ஏழை மாதிரி காட்டிக்கிட்டா. அவங்க ஹாம்பர்க் ஸ்டாண்டுல சந்திச்சுக்கிட்டாங்க.

''ஏன்?''

''எனக்கு ஏன்னு தெரியாது – அது அப்படித்தான்.''

''அவங்க ஏன் ஏழை மாதிரி நடிக்கணும்?''

''அவங்க பணக்காரங்களா இருந்து சோர்ந்து போயிட்டாங்க.''

''குதிரை விட்டை!''

''நீங்க இதக் கேக்க விரும்பறீங்களா, இல்லையா?''

''சரி, மேல சொல்லுங்க. கேக்கலாம். நான் அதக் கேக்க விரும்பறேன், ஆனா நான் பணக்காரனா இருந்தா, நான் நிறைய பன்னிபஜ்ஜி சாப்பிடுவேன் – நான் அத என்ன சுத்தி கட்ட மாதிரி கட்டிக்கிட்டு போற வழியெல்லாம்

சாப்பிடுவேன். மேல சொல்லுங்க.''

''அந்த ரெண்டு பேரும் ஒருத்தர மத்தவர் ஏழைன்னு நினைச்சாங்க. அவங்க கைதாகி, சிறைக்குப் போறாங்க. ஆனா அவங்க வெளிய வரல. ஏன்னா மத்தவர் தன்ன பணக்காரன்னு கண்டுபிடிச்சிடுவார்னு பயம். அந்த சிறைக்காப்பாளர் அவங்ககிட்ட மோசமா நடந்துக்கறார், ஏன்னா அவங்க ஏழைன்னு நினைச்சார். அவருக்குத் தெரிய வரும்போது அவர் மூஞ்சி எப்படி இருக்கும்னு தெரிஞ்சுக்கணும். அவங்க கிட்டத்தட்ட மயங்கிட்டாங்க, அவ்வளவுதான்.''

''அவங்க எதுக்கு சிறைக்குப் போனாங்க?''

''அவங்க எதோ பகுத்தறிவுக் கொள்கைக் கூட்டம் மாதிரி எதுலயோ கலந்துக்கிட்டாங்க, ஆனா அவங்க பகுத்தறிவாளங்க இல்ல. அவங்க எதேச்சையா அங்க இருந்தாங்க. அவங்க ரெண்டு பேரும் பணத்துக்காக கல்யாணம் பண்ணிக்க விரும்பல பாத்தியா?''

''ஆக வேசி மகன்க நேரா ஒருத்தருக்கொருத்தர் பொய் சொல்ல ஆரம்பிச்சிட்டாங்க.''

படத்துல அவங்க நல்லது செய்யற மாதிரி இருந்தது. அவங்க மக்களோட நல்லா நடந்துக்கிட்டாங்க பாத்தீங்களா.

''நான் ஒரு படத்துக்கு போயிருந்தேன், அதுல நான், என்னோட வாழ்க்கை, எல்லாம் பெரிசா இருந்தது.''

எனக்குப் போதுமான சோகம் இருக்கு. நான் அதில இருந்து விலகிப் போகணும்னு பாக்கறேன்.

''நிச்சயமா - உன்னால அத நம்ப முடிஞ்சா.''

''ஆக அவங்க கல்யாணம் பண்ணிக்கிட்டாங்க அப்புறம் கண்டு பிடிச்சாங்க. அவங்கள கீழ்த்தரமா நடத்தின ஆளுங்கள. அங்க ஒரு ஆள் இருந்தான். அவன் இந்த ஆளு ப்ளக் தொப்பியோட வந்ததும் கிட்டத்தட்ட மயக்கமாயிட்டான். கிட்டத்தட்ட மயங்கிட்டான். அப்புறம் ஜெர்மன் சிப்பாய்ங்க காலத் தூக்கி அடிக்கற மாதிரி ஒரு செய்தி. ரொம்ப வினோதமா இருந்தது.

எப்பவுமே, கொஞ்சம் பணமிருந்தா ஒரு ஆளு குடிக்கலாம். கடுமையெல்லாம் போயி, வெப்பம் கிடைக்கும். அப்புறம் தனிமை இருக்காது, ஏன்னா ஒரு ஆள் தன்னோட மூளைல நண்பர்கள கண்டுபிடிச்சு நிரப்பிக்கலாம், எதிரிகள கண்டு பிடிச்சு அழிக்கலாம். ஒரு பள்ளத்துல உக்காந்துக்கிட்டு, அவனுக்கு கீழ மண் மென்மையாகிடுச்சு. தோல்வி மங்கிப்

போச்சு, எதிர்காலம் மிரட்டல. பசி அவன பாத்து பதுங்கல, ஆனா உலகம் ரொம்ப மென்மையாவும், எளிதாவும் இருந்தது. ஒரு ஆள் அவன் தொடங்கின இடத்துக்கே வர முடியும். நட்சத்திரங்கள் ரொம்ப அருமையா கிட்ட வந்துச்சு, வனம் மென்மையா இருந்தது. மரணம் ஒரு நண்பன், தூக்கம் மரணத்தோட சகோதரன். பழைய காலம் திரும்ப வந்தது – அழகான காலோட ஒருபொண்ணு, ஒரு சமயம் வீட்டுல ஆடிச்சு – ஒரு குதிரை – ரொம்ப காலம் முன்னால. ஒரு குதிரையும், சேணமும். தோல் வெட்டியிருந்தது. அது எப்போ? பேசறதுக்கு ஒரு பொண்ண தேடணும். அது அருமை. அவளோட படுக்கவும் செய்யலாம். ஆனா இங்க சூடா இருக்கு. நட்சத்திரங்கள் இவ்வளவு நெருக்கமா இருக்கு, சோகமும், மகிழ்ச்சியும் சேந்து கிட்ட இருக்கு, ரெண்டும் உண்மையில ஒண்ணுதான். எப்பவுமே குடிச்சிக்கிட்டே இருக்கணும்னு விருப்பம். அது மோசம்னு யார் சொன்னது? அது மோசம்னு சொல்ல யாருக்குத் துணிவிருக்கு? போதகர்கள் – ஆனா அவங்களுக்கேயான குடி இருக்கு. ஒல்லியான, மலட்டுப் பொண்ணுங்க, ஆனா அவங்களுக்குத் தெரியாத அளவுக்கு பரிதாபமானவங்க. சீர்திருத்தக்காரங்க – ஆனா அவங்க தெரியற அளவு ஆழமா இறங்கறது இல்ல. இல்ல – நட்சத்திரங்கள் நெருக்கமாவும் அன்பாவும் இருக்கு. நான் உலகங்களோட சகோதரத்துவத்துல இணைஞ்சுட்டேன். எல்லாம் புனிதமானது – எல்லாம், நான்கூட.

ஹார்மோனிகாவ எளிதா தூக்கிட்டு போகலாம். அத உன்னோட இடுப்புப் பைலருந்து எடுத்து உள்ளங்கைல போட்டுத் தட்டி தூசியவும், புகையிலை தூளயும் வெளியேத்தி பையில போட்டுக்க. இப்ப அது தயார். நீ அத வச்சு என்ன வேணா செய்யலாம்: ஒரே மாதிரி ஓசை எழுப்பலாம், தந்தி மீட்டலாம், மென்மையா ஓசைய தாளக்கட்டோட எழுப்பலாம். வளைஞ்ச கையால அத ஓலமிட வைக்கலாம், பாக் பைப்பர் மாதிரி ஓசை எழுப்பலாம், ஆர்கன் மாதிரி உருட்டலாம், மலைல இருக்கிற புல் ஓசையெழுப்பற மாதிரியும் செய்யலாம். அத வாசிச்சிட்டு உன்னோட பையில திரும்பப் போட்டுக்கலாம். அது எப்பவும் உங்கூட பையில இருக்கும். நீ வாசிக்கும் போது புதுப் புது வித்தையக் கத்துக்கலாம். உன்னோட கையாலயே வேற வேற ஓசைய எழுப்பக் கத்துக்கலாம், உன்னோட உதடால ஓசைய அசைக்கலாம், யாரும் உனக்குக் கத்துக் கொடுக்க மாட்டாங்க. சில சமயம் மத்தியான வேளைல மரநிழல்ல, சில சமயம் ராத்திரி பொம்பளைங்க தோய்ச்சுக்கிட்டு இருக்கறப்போ தனியா கத்துக்கலாம். உன்னோட கால் மென்மையா தரைல தாளம் போடும். உன் கண்ணிமை தாளகதியோட மேல ஏறி இறங்கும். அத தொலைச்சிட்டாலோ, உடைச்சிட்டாலோ பெரிய நஷ்டம் ஒண்ணுமில்ல. ஒரு குவார்ட்டருக்கு இன்னொண்ண நீ வாங்கிக்கலாம்.

ஒரு கித்தார் ரொம்ப விலை மதிப்பில்லாதது. இத கத்துக்கணும். இடது கை விரல்கள்ள தொப்பி போட்டுக்கணும். வலது கை கட்டை விரல்ல மீட்டற தொப்பி போட்டுக்கணும். இடது கை விரல்கள சிலந்திக் கால் மாதிரி நீட்டி தந்திகளை பிடிக்கணும்.

இது என்னோட அப்பாவோட பெட்டி. அவர் முதல்ல எனக்கு 'சி' கார்ட கத்துக் கொடுத்தார். நான் அவர மாதிரி நல்லா வாசிக்கக் கத்துக்கிட்டதும் அதுக்கு அப்புறம் அவர் வாசிக்கவேயில்ல. வாசப்படில உக்காந்து கேட்டுக்கிட்டே காலால தாளம் போட்டுக்கிட்டிருப்பார். நான் கொஞ்சம் ஓய்வெடுக்க எழுந்திருச்சா அவர் என்னை முறைப்பார். நான் திரும்ப உக்காந்து அதக் கைல எடுத்து வாசிக்க ஆரம்பிச்சதும் அவரும் சாஞ்சுக்கிட்டு தலையாட்டுவார். ''வாசி, நல்லா வாசி''ம்பார் அவர். அது ஒரு அருமையான பெட்டி. தலை எவ்வளவு தேய்ஞ்சு போயிருக்கு பார். அதுல இருந்து ஆயிரக்கணக்கான பாட்டு வாசிச்சு கட்டையே வெளிய வந்துடுச்சு. ஒரு நாள் அது ஒரு முட்டை மாதிரி உடைஞ்சு போகும். ஆனா நீங்க அத சரி பண்ண முடியாது. அது எப்படின்னாலும் தன்னோட சத்தத்த விட்டுக் கொடுக்காது. கவலை வேண்டாம். அத சாயுங்காலம் வாசி. பக்கத்துல ஒரு ஹார்மோனிகா வாசிக்கறவன் இருக்கான். ரெண்டும் சேந்து இசை அருமையா இருக்கும்.

ஃபிடில் அரிதானது. அத கத்துக்கறது கஷ்டம். அதுல ஃப்ரெட் கிடையாது, ஆசிரியரும் கிடையாது.

ஒரு வயசானவர் வாசிக்கறத கேட்டு கத்துக்கணும். அத எப்படி வாசிக்கணும்னு சொல்ல மாட்டாங்க, அது ரகசியம்பாங்க. ஆனா நான் கவனிச்சேன். அத அவர் இப்படித்தான் வாசிச்சார்.

காற்றுப் போல் ஒரு கீச்சொலி, பிறகு தந்தியின் ஓசை, வேகமான, நடுங்கும் ஒரு கீச்சொலி.

அது ஒண்ணும் பெரிய ஃபிடில் இல்ல. அதுக்கு ரெண்டு டாலர் குடு. நானூறு வருஷம் ஆன ஒரு ஃபிடில் இருக்கு, அதுலேர்ந்து வர இசை விஸ்கி மாதிரி வழுக்கிட்டுப் போகும்னு ஒரு ஆள் சொன்னான். அது அம்பது – அறுபது ஆயிரம் டாலர் விலையாகும்னு சொல்றாங்க. எனக்கு அது தெரியாது. அது பொய் மாதிரி தோணுது. கடூரமான பழைய வேசி, இல்ல? நடனம் ஆடணுமா? நான் வில்ல நிறைய ரோசின்ல தேக்கிறேன். அப்புறம் அது இசைக்கும். அத நல்லா கேளு.

இன்னைக்கு சாயும்காலம் இந்த மூணுதான். ஹார்மோனிகா, ஃபிடில், கித்தார். ஒரு ஒரு ரீல் வாசிச்சு, டியூன் போட்டு, கித்தாரோட இதயம் மாதிரியான இசை, ஹார்மோனிகாவோட கூர்மையான கார்ட், ஃபிடிலோட

ஆழமான இசை. மக்கள் நெருக்கமா வரணும். அவங்களால வராம இருக்க முடியாது. இப்ப "சிக்கன் ரீல்". கால்கள் தாளம் போட, ஒரு ஒல்லியான பையன் வேகமா மூணு அடி வைக்கிறான், அவனோட கைகள் தளர்வா தொங்குது. கூட்டம் நெருக்கமாகி நடனம் தொடங்குது, கால் வெறும் தரைல உங்களோட வெத்துக் குதிகாலால தாளம் போடுது. கைகள் சுத்திச் சுத்தி ஆடுது.

அந்த டெக்சாஸ் பையன பாருங்க. அவனோட நீளமான தளர்வான கால்களால ஒரு தட்டுக்கு நாலு தட்டு தட்றான். அத மாதிரி ஒரு பையன் சுத்தி சுத்தி ஆடறத நான் பாத்ததேயில்ல. அவன் அந்த சொரகீ பொண்ண சுத்தி சுத்தி வரத பாருங்க. அவளோட கன்னம் சிவப்பா இருக்கு, அவளோட கால்கள் வெளிய நீட்டிக்கிட்டு இருக்கு. அவ மூச்சு வாங்கறத பாருங்க. அவ சோர்ந்து போயிட்டாள்னு நினைக்கறீங்க? அவ முடங்கிட்டாள்னு நினைக்கறீங்க? இல்ல, அப்படியில்ல. டெக்சாஸ் பையனோட முடி அவன் கண்ணுல விழுது, வாய் அகலத் திறந்திருக்கு, காத்து கிடைக்கல, ஆனா ஒவ்வொரு தட்டுக்கும் நாலு தட்டு தட்றான். அவன் செரொகீ பொண்ணோட தொடர்ந்து ஆடுவான்.

ஃபிடில் கீச்சிடுது, கிட்டார் வாசிக்கிது. மவுத் ஆர்கன் ஆளோட முகம் சிவந்திருக்கு. டெக்சாஸ் பையனும், செரொகீ பொண்ணும் நாய் மாதிரி மூச்சு வாங்கிக்கிட்டு காலை தட்டிக்கிட்டிருக்காங்க. வயசானவங்க நின்னு கையத் தட்டிக்கிட்டிருக்காங்க. கொஞ்சம் சிரிச்சிக்கிட்டு, காலை தட்றாங்க.

முன்ன வீட்ல – பள்ளிக்கூடத்தில இப்படி நடக்கும். பெரிய நிலா மேற்க போயிடுச்சு. நாங்க நடந்தோம், அவனும் நானும், கொஞ்ச தூரம். எங்க தொண்டை அடைச்சிக்கிட்டதால பேசல. ஒண்ணுமே பேசல. ரொம்ப சீக்கிரமே அங்க ஒரு வைக்கோல் போர் இருந்தது. நாங்க போய் அது மேல படுத்துக்கிட்டோம். டெக்சாஸ் பையன பாத்துட்டு அந்தப் பொண்ணு இருட்டுக்குள்ள போறா– அவங்க போறத யாருமே பாக்கலன்னு நினைக்கறேன். கடவுளே! நான் அந்த டெக்சாஸ் பையனோட போயிருக்கணும்னு ஆசை. நிலா ரொம்ப நேரம் இருக்கு. நான் அந்தப் பொண்ணோட தாத்தா போய் நிறுத்துவார்னு பாத்தேன், ஆனா அவர் போகல. அவருக்குத் தெரியும். அதுக்கு பதிலா இடி விழறத தடுத்துடலாம், மரத்து மேல கொடி படர்றத தடுத்துடலாம். நிலா ரொம்ப நேரம் இருக்கும்.

இன்னும் அதிகமா வாசிங்க – கதைப்பாடல் பாடுங்க – "நான் லரெடோ தெருக்களில் நடந்தபோது"

நெருப்பு அணைஞ்சுடுச்சு. அத திரும்ப எழுப்பறது வெக்கமானது. சீக்கிரமே நிலா எழுந்துடும்.

ஒரு பாசன ஓடைக்கருகே ஒரு போதகர் உழைக்க, மக்கள் அழுதனர். போதகர் ஒரு புலியைப்போல் நடந்தார், தனது குரலால் மக்களை அடித்தார், தரையில் அவர்கள் தவழ்ந்தனர், முனகினர். அவர் அவர்களை மதிப்பிட்டார், அளவிட்டார், அவர்கள் மீது விளையாடினார், அவர்களெல்லாரும் தரையில் நெளிந்து கொண்டிருந்தபோது அவர் குனிந்து தனது பெரும் வலுவால் ஒவ்வொருவரையும் தமது கைகளால் தூக்கி சத்தமிட்டார். அவர்களை எடுத்துக் கொள்ளுங்கள் கிறித்துவே! பிறகு அவர்கள் ஒவ்வொருவரையும் தண்ணீருக்குள் தூக்கியெறிந்தார். அவர்கள் அனைவரும் இடுப்பளவுத் தண்ணீருக்குள் சென்று, தமது எஜமானரை அச்சத்துடன் பார்த்தபோது, அவர் கரையில் முழந்தாளிட்டு அவர்களுக்காகப் பிரார்த்தித்தார்; அனைத்து ஆண்களும், பெண்களும் தரையில் தவழ்ந்து முனக அவர் பிரார்த்தித்தார். ஆண்களும், பெண்களும் ஈரத்தால் உடைகள் உடலுடன் சேர்ந்திருக்க, ஈரம் சொட்டச்சொட்ட அவரைக் கவனித்தனர்; பிறகு தமது ஷூக்களில் தண்ணீர் சத்தமிட முகாமுக்கு, தமது கூடாரங்களுக்குத்திரும்பினர். ஆச்சரியத்துடன் மெதுவான குரலில் பேசினர்:

"நாம காப்பாத்தப்பட்டுட்டோம்," என்றனர் அவர்கள். நாம ஒரு பனியைப் போல வெள்ளையாயிட்டோம். நாம திரும்ப பாவம் செய்யமாட்டோம்.

குழந்தைகள் மிரண்டுபோய், ஈரத்துடன் சேர்ந்து ரகசியம் பேசினர்:

நாம காப்பாத்தப்பட்டுட்டோம். நாம இனிமே பாவம் செய்ய மாட்டோம்.

இந்த எல்லாப் பாவமெல்லாம் என்னன்னு தெரிஞ்சா நல்லாருக்கும், நானும் அதச் செய்யலாம்.

புலம் பெயர்ந்தவர்கள் சாலைகளில் பணிவுடன் மகிழ்ச்சியைத் தேடினர்.

24

சனிக்கிழமை காலை துவைக்கும் வாளிகளைச் சுற்றிக் கூட்டம் கூடியிருந்தது. பெண்கள் துணிகளைத் துவைத்தனர். பிங்க் நிறத்தில் அச்சடித்த துணிகளையும், பூப்போட்ட பருத்தித் துணிகளையும் தோய்த்து துணிகளை உதறி சூரிய வெளிச்சத்தில் உலர்த்தினர். மதியநேரம் வந்ததும் முகாமே வேகமடைந்தது, மக்கள் கிளர்ச்சியடைந்தனர். குழந்தைகளுக்கும் அந்தக் கிளர்ச்சி பற்றியது, வழக்கத்தை விட அவர்கள் சத்தமிட்டனர். நடு மதியத்தில் குழந்தைகளைக் குளிப்பாட்டுவது தொடங்கியது. ஒவ்வொரு குழந்தையாகப் பிடிக்கப்பட்டு அடக்கப்பட்டு, குளிப்பாட்டப்பட்டனர்.

விளையாட்டுத் திடலில் மெதுவாக சத்தம் குறைந்தது. ஐந்து மணிக்கு முன்னால் குழந்தைகள் தேய்த்து விடப்பட்டு மீண்டும் அழுக்காக்கிக் கொள்ளக்கூடாதென எச்சரிக்கப்பட்டனர்; அவர்கள் சுத்தமான உடைகளுடன், பரிதாபமாக, கவனமாக இறுக்கமாகச் சுற்றி வந்தனர்.

ஒரு பெரிய திறந்தவெளி நடன மேடையில் ஒரு கமிட்டி சுறுசுறுப்பாக இயங்கிக் கொண்டிருந்தது. ஒவ்வொரு துண்டு மின்சார வயரும் கேட்டுப் பெறப்பட்டது. நகரக் கிடங்கு வயருக்காக தேடப்பட்டது, ஒவ்வொரு டூல் பாக்சும் ஃப்ரிக்ஷன் டேப் அளித்தது. ஒட்டுப்போட்ட வயர் நடன மேடையில் ஓடியது. இடையிடையே ஒட்டு டேப்புகள் ஒட்டிக் கொண்டிருந்தன. இன்று இரவு முதன்முறையாக நடன அரங்கில் விளக்கு எரியப் போகிறது. ஆறு மணியளவில் வேலைக்குச் சென்றிருந்த ஆண்களும், வேலை தேடிச் சென்றிருந்தவர்களும் திரும்ப, மீண்டும் ஒரு புதுக் குளியல் அலை தொடங்கியது. ஏழு மணியளவில் இரவு உணவு முடிந்து, ஆண்கள் தம்மிடம் இருந்த சிறந்த உடையுடன் தயாராயினர்: புதிதாகத் தோய்க்கப்பட்ட முழு உடைகள், சுத்தமான நீலநிறச் சட்டைகள், சில சமயம் நாகரிகமான கருப்பு. பெண்கள் தமது அச்சடிக்கப்பட்ட உடைகளுடன், சுத்தமாக நீவி விடப்பட்ட உடைகளுடன் தயாராயினர். அவர்களது தலைமுடி சீவி முடிக்கப்பட்டு ரிப்பனால் கட்டப்பட்டிருந்தது. கவலையடைந்த பெண்கள் தமது குடும்பத்தினரைக் கவனித்து மாலை நேரப் பாத்திரங்களை சுத்தப்படுத்தினர். மேடையில் இசைக்கலைஞர்கள் தம்மைச் சுற்றிக் குழந்தைகள் சூழ்ந்திருக்கப் பயிற்சி எடுத்தனர். அனைத்து மக்களும் ஆர்வத்துடனும், கிளர்ச்சியுடனும் இருந்தனர்.

தலைவரான எஸ்ரா ஹட்சனின் கூடாரத்தில், ஐவரைக் கொண்ட மத்தியக்குழுக் கூட்டம் கூடியது. உயரமான, ஒல்லியான ஹட்சன் காற்றால் கருப்பாக இருந்தவர், அவரது கண்கள் சிறு பிளேடுகளைப் போல் கூர்மையானவை. அவர் ஒவ்வொரு சானிடரி பகுதியிலும் ஒருவரைக் கொண்ட தனது கமிட்டியினருடன் கூட்டம் நடத்தினார்.

"அவங்க நம்மளோட நடனத்தக் கலைக்கப் போறாங்கன்னு நமக்குத் தெரிஞ்சது நமக்கு பெரிய அதிர்ஷ்டம்!" என்றார் அவர்.

மூன்றாவது பகுதியின் பிரதிநிதியான குண்டுக் குட்டை மனிதர் பேசினார். "நாம அவங்கள நரகம் மாதிரி அடிச்சுத் துவைச்சு, நாம யாருன்னு அவங்களுக்குக் காட்டணும்னு நினைக்கிறேன்."

"இல்லை" என்றார் ஹட்சன். "அவங்களுக்கு அதுதான் வேணும். இல்லை, சார். அவங்க மட்டும் ஒரு சண்டையை கிளப்பிட்டாங்கன்னா,

நாம ஒழுங்கா இல்லைன்னு சொல்லி அவங்க உள்ள போலீசை ஏவி விட முடியும். மத்த இடங்கள்ல அவங்க இத முயற்சி பண்ணிருக்காங்க." அவர் இரண்டாம் பகுதியைச் சேர்ந்த சோகமான கருநிறப் பையனிடம் திரும்பினார். "ஆளுங்கள ஒண்ணு சேத்து யாரும் உள்ள புகுந்துடாம வேலியையெல்லாம் பாருங்க."

அந்த சோகமான பையன் தலையை ஆட்டினான். "ஆமா! பன்னண்டு பேர். நான் யாரையும் அடிக்கக் கூடாதுன்னு அவங்ககிட்ட சொன்னேன். அவங்கள வெளிய திரும்பிப் பிடிச்சு தள்ளிட்டோம்."

ஹட்சன் கேட்டார், "நீ வெளிய போயி வில்லி ஈட்டன கண்டு பிடிப்பியா? அவர்தான் பொழுது போக்குக்குத் தலைவர், இல்லையா?"

"ஆமாம்."

"நாம அவர பாக்க விரும்பறோம்னு சொல்லு."

பையன் வெளியே சென்று ஒரு கணத்தில் நார் போன்ற ஒரு டெக்சாஸ்காரருடன் திரும்பினான். வில்லி ஈட்டன் நீண்ட பலவீனமான தாடையுடனும், அழுக்கு நிறத் தலைமுடியுடனும் இருந்தார். அவரது கைகளும், கால்களும் நீளமாகவும், தளர்வாகவும் இருந்தன. வெயிலில் கருத்த அவரது கைப்பிடியின் வண்ணக் கண்களுடன் இருந்தார். அவர் கூடாரத்தில் புன்னகையுடன் நின்றார். அவரது கைகள் அமைதியின்றி மணிக்கட்டின் மீது பிடித்துக் கொண்டிருந்தன.

ஹட்சன் கேட்டார், "நீங்க இன்னைக்கு ராத்திரி பத்தி கேள்விப்பட்டீங்களா?"

வில்லி புன்னகைத்தார். "ஆமாம்!"

"எதாவது செஞ்சீங்களா?

"ஆமாம்!"

"என்ன செஞ்சீங்க, சொல்லுங்க."

வில்லி ஈட்டன் மகிழ்ச்சியுடன் புன்னகைத்தார். "பொதுவா பொழுதுபோக்கு கமிட்டில அஞ்சு பேர் இருப்பாங்க. இன்னும் இருபது இளைஞர்கள்- வலுவானவங்கள சேத்திருக்கேன். அவங்க நடனமாடிக்கிட்டே கண்ணையும், காதுகளையும் திறந்து வச்சிருப்பாங்க. முதல் அறிகுறி – எதாவது பேச்சு, வாதம் வந்தா, அவங்க நெருங்கிடுவாங்க. ரொம்ப அருமையா திட்டம் போட்டிருக்கேன். எதையும் பார்க்க முடியாது. வெளிய போனா, அவங்க கூட ஒரு ஆள் வெளிய போகும்."

“அவங்கள யாரையும் காயப்படுத்தக்கூடாதுன்னு அவங்ககிட்ட சொல்லிடுங்க.”

வில்லி மகிழ்ச்சியுடன் சிரித்தார். “நான் அவங்ககிட்ட சொல்லிருக்கேன்” என்றார் அவர்.

“அவங்களுக்குத் தெரியற மாதிரி சொல்லிடுங்க.”

“அவங்களுக்குத் தெரியும். உள்ள வரவங்கள பாக்கறதுக்காக கதவுகிட்ட அஞ்சு பேர போட்டிருக்கேன். அவங்க எதையும் செய்யறதுக்கு முன்னால அவங்கள கண்டுபிடிக்க முயற்சிப்பாங்க.”

ஹட்சன் எழுந்து நின்றார். அவரது உருக்குப் போன்ற கண்கள் விறைப்பாக இருந்தன. “இங்க பாருங்க வில்லி. அவங்க யாருக்கும் காயம் படக்கூடாதுங்கறது நம்ம எண்ணம். முன்னால கதவுகிட்ட டெபுடிங்க இருப்பாங்க. யாரையாவது காயப்படுத்திட்டீங்கன்னா- டெபுடிங்க உங்கள பிடிச்சிடுவாங்க.”

“அதையும் யோசிச்சிட்டேன்” என்றார் வில்லி. “அவங்கள பின்பக்கமா கூட்டிட்டுப் போயி வயல்ல விட்டுடணும். சில பையங்க அவங்கள வெளிய அனுப்பறத பாத்துப்பாங்க.”

“சரி, அது சரியா தோணுது” என்றார் கவலையுடன் ஹட்சன். “ஆனா எதுவும் நடந்துடாம பாத்துக்கங்க வில்லி. நீங்கதான் பொறுப்பு. நீங்க அந்த ஆளுங்கள காயப்படுத்திடாதீங்க. நீங்க கம்பையோ, கத்தியையோ, எந்த ஆயுதத்தையோ உபயோகிச்சிடாதீங்க.”

“இல்ல சார்” என்றார் வில்லி. ”நாங்க காயப்படுத்த மாட்டோம்.”

ஹட்சன் சந்தேகமாகப் பார்த்தார். “உங்கள நம்ப முடியும்னு எனக்குத் தெரியும் வில்லி. நீங்க அவங்கள அடிச்சுத் துவைக்கணும்னா, ரத்தம் வராத இடமா அடிச்சுத் துவைங்க.”

“சரி சார்” என்றார் வில்லி.

“நீங்க தேர்ந்தெடுத்த ஆளுங்க மேல நம்பிக்கை இருக்கா?”

“இருக்கு சார்.”

“சரி. எதாவது எல்லை மீறிப் போச்சுன்னா, நான் மேடையோட வலது மூலைல இருப்பேன். நடன மேடைல இந்த ஓரம்.”

வில்லி கிண்டலாக சல்யூட் அடித்து விட்டு வெளியேறினார்.

ஹட்சன் சொன்னார், “எனக்குத் தெரியல. வில்லியோட பையன்க யாரையும் கொன்னுட மாட்டாங்கன்னு நம்புவோம். எந்த எழவுக்காக இந்த

டெபுடீங்க முகாம தாக்க விரும்பறாங்க? நம்மள அப்படியே இருக்க விட்டா என்ன?"

இரண்டாம் பகுதியைச் சேர்ந்த சோகமான பையன் சொன்னான், "நான் சன்லாந்துல கால்நடை கம்பெனியோட இடத்துல இருந்தேன். கடவுளுக்கு நேர்மையா சொல்றேன், அவங்ககிட்ட ஒவ்வொரு பத்து பேருக்கு ஒரு போலீஸ் இருந்தாங்க. ஆனா இருநூறு பேருக்கு ஒரு தண்ணிக்குழாய்தான் இருந்தது.

குண்டு மனிதர் சொன்னார், "இயேசுவே, ஜெரெமி. நீ எனக்குச் சொல்ல வேண்டியதேயில்ல. நானும் அங்க இருந்தேன். அவங்ககிட்ட ஒரு ப்ளாக் முழுக்க குடிசைப்பகுதி இருந்தது. அதுல முப்பத்தஞ்சு ஒரே வரிசைல. பதினைஞ்சு உள்ள. மொத்த ஷான்பாகுக்கும் பத்து கழிவறைதான். கிறித்துவே, ஒரு மைல் தள்ளியே அதோட வாடை அடிக்கும். அங்க ஒரு டெபுடி என்னை அடிச்சான். நாங்க சுத்தி உக்காந்திருந்தோம். அவன் சொல்றான், "அங்க பாழாப்போன அரசாங்க முகாம்கள் இருக்கு. அங்க ஆளுகளுக்கு வெந்நீரெல்லாம் கொடுக்கறாங்க. ஃப்ளஷ் கழிவறை கொடுக்கறாங்க. அதையும் அவங்க கேப்பாங்க. அவன் சொல்றான், 'அந்தப் பாழாப்போன ஓக்கிங்களுக்கு எல்லாத்தையும் கொடுங்க, அவங்களும் அதக் கேப்பாங்க. அப்புறம் சொல்றான், 'அவங்க அரசாங்க முகாம்கள்ல கூட்டம் நடத்தறாங்க. எப்படி நிவாரணம் வாங்கறதுன்னு யோசிக்கறாங்கங்கறான்.'

ஹட்சன் கேட்டார், 'யாரும் அவன திட்டலியா?"

"இல்ல. அங்க ஒரு குட்டையன் இருந்தான். அவன் கேக்கிறான், "நிவாரணம்னா என்ன அர்த்தம்?"

"நான் சொல்ற நிவாரணம் என்னன்னா, வரி கட்றவங்க கட்டுவாங்க. பாழாப்போன ஓக்கீங்க நீங்க அத எடுத்துக்குவீங்க."

"நாம விற்பனை வரி, காஸ் வரி, புகையிலை வரியெல்லாம் கட்றோம்னு இந்தக் குட்டையன் சொல்றான். அப்புறம் விவசாயிங்க ஒரு பவுண்டு பருத்திக்கு நாலு செண்ட் அரசாங்கத்துகிட்டருந்து வாங்கறாங்க. இது நிவாரணமில்லையா? அவன் சொல்றான், 'ரயில்வேயும், கப்பல் கம்பெனிகளும் மானியம் வாங்குது, அது நிவாரணமில்லையா?"

"செய்ய வேண்டிய வேலையத்தான் அவங்க செய்யறாங்க'ன்னு டெபுடி சொல்றான்.

"சரி. நாங்க மட்டும் இல்லேன்னா உங்க பாழாப்போன பொருளை யாரு வாங்குவாங்க?'ன்னு குட்டையன் கேக்கிறான். குண்டன் சுத்தி முத்திப் பாத்தான்.

"டெபுடி என்ன சொன்னான்?' என்று ஹட்சன் கேட்டார்.

"டெபுடிக்கு கோபம் பொத்துக்கிச்சு. அவன் சொன்னான், 'நீங்க சிகப்புக்காரங்க எப்ப பாத்தாலும் பிரச்சனைய கிளப்பறீங்க. நீ எங்கூட வரது நல்லது.' ஆக அவன் அந்தக் குட்டையனை கூட்டிட்டுப் போயிட்டான். அவங்க அவனுக்கு சுத்தி திரிஞ்சதுக்காக அறுபது நாள் சிறைத்தண்டனை கொடுத்துட்டாங்க."

"அவனுக்கு வேலை இருக்குன்னா அவங்க எப்படி அதச் செய்ய முடியும்?" என்று கேட்டார் டிமோத்தி வாலஸ்.

குண்டு மனிதர் சிரித்தார். "உங்களுக்கு அதப்பத்தி நல்லா தெரியும். சுத்தித் திரியறவன்னா போலீஸ்காரங்களுக்கு பிடிக்காதவன்னு அர்த்தம். அதுனாலதான் அவங்க இந்த முகாம வெறுக்கறாங்க. எந்த போலீஸ்காரனும் இங்க உள்ள வர முடியாது. இது அமெரிக்கா, கலிஃபோர்னியா இல்ல."

ஹட்சன் பெருமூச்செறிந்தார். "நாம இங்க இருக்கணும்னு ஆசப்பட்றேன். ரொம்ப நாள் ஆகறதுக்கு முன்னால போகணும். எனக்கு இங்க இருக்கப் பிடிச்சிருக்கு. ஆளுங்க நல்லா இருக்காங்க; நம்மள பரிதாபமா வச்சு, சிறைல போட்றதுக்கு பதிலா நம்மள இப்படியே இருக்க விட்டா என்ன? அவங்க நம்மள கவலை அடைய வைக்கறத விடலேன்னா அவங்க நம்மள சண்டைபோட வப்பாங்கன்னு கடவுள் மேலயே சத்தியம் பண்றேன்." பிறகு அவர் தன்னை அமைதிப்படுத்திக் கொண்டார். "நாம அமைதியா இருக்கணும்" என்று தனக்குத் தானே நினைவூட்டிக் கொண்டார். "கமிட்டிக்கு எல்லை மீறிப் போக உரிமையில்ல."

மூன்றாவது பகுதியின் குண்டு மனிதர் சொன்னார், "இந்தக் கமிட்டிகிட்ட எல்லா வெண்ணெயும், பட்டாசும் இருக்குன்னு நினைக்கறவங்க அத சோதிச்சுப் பாக்கட்டும். என்னோட பகுதில இன்னைக்கு ஒரு சண்டை நடந்தது, பொம்பளைங்களுக்குள்ள. அவங்க கண்டபடி திட்டிக்கிட்டு குப்பையை வீசி எறிஞ்சிருக்காங்க. பெண்கள் கமிட்டியால சமாளிக்க முடியல. அவங்க எங்கிட்ட வந்தாங்க. இந்தக் கமிட்டிகிட்ட பிரச்சனைய கொண்டு வர விரும்பினாங்க. நான் பொம்பளைங்க பிரச்சனைய அவங்களேதான் சமாளிக்கணுன்னு சொல்லிட்டேன். இந்த மாதிரி குப்பை சண்டையையெல்லாம் இந்தக் கமிட்டி சமாளிக்க முடியாது."

"நீங்க நல்லதத்தான் செஞ்சிருக்கீங்க" என்றார் ஹட்சன்.

இப்போது மாலை மயங்கத் தொடங்கியது, இருள் பரவப் பரவ கித்தார் குழுவின் இசை மேலும் வலுக்கத் தொடங்கியது. விளக்குகள் பளிச்சிட, இருவர் நடன மேடையில் ஒட்டுப் போட்டிருந்த வயர்களை சோதித்தனர்.

குழந்தைகள் இசைக் கலைஞர்களைச் சுற்றிக் குழுமியிருந்தனர். கித்தார் வைத்திருந்த ஒரு பையன், “டவுன் ஹோம் ப்ளூஸ்’ என்ற பாடலை மென்மையாகக் கம்பிகளை மீட்டிக் கொண்டே தனக்குத் தானே பாடினான். அவனது இரண்டாவது கூட்டிசையில் மூன்று ஹார்மானிகாக்களும், ஒரு வயலினும் இணைந்தன. கூடாரங்களிலிருந்து மனிதர்கள் மேடையை நோக்கிக் குழுமத் தொடங்கினர். ஆண்கள் தமது சுத்தமான நீல நிற டினிமுடனும், பெண்கள் தமது கிங்காமுடனும். அவர்கள் மேடைக்கு வந்து அமைதியாக பிரகாசமான முகங்களுடனும், ஆர்வத்துடனும் விளக்குக்குக் கீழ் காத்திருந்தனர்.

ஒதுக்கப்பட்டிருந்த இடத்தைச் சுற்றி ஒரு பெரிய உயரமான கம்பிவேலி இருந்தது. வேலிக்கருகே ஐம்பதடி இடைவெளிகளில் காவலர்கள் புல்லில் அமர்ந்து காத்திருந்தனர்.

இப்போது விருந்தினர்களின் கார்கள் வரத்தொடங்கின. சிறு விவசாயிகளும், அவர்களது குடும்பங்களும், மற்ற முகாம்களைச் சேர்ந்த புலம் பெயர்ந்தோரும். வந்து கொண்டிருந்தனர். ஒவ்வொரு விருந்தினரும் யார் இந்த முகாமிலிருந்து தன்னை அழைத்தார் என்பதைச் சொல்லி விட்டு உள்ளே நுழைந்தனர்.

கித்தார் குழுவினர் ஒரு திரைப்பட டியூனை எடுத்து உரக்க வாசிக்கத் தொடங்கினர். ஏனென்றால் அவர்கள் இப்போது பயிற்சி செய்து கொண்டிருக்கவில்லை. கூடாரங்களுக்கு முன்னால் இயேசு-நேசர்கள் தமது முகத்தில் வெறுப்பும், இறுக்கமுமாக கவனித்துக் கொண்டிருந்தனர். அவர்கள் ஒருவரோடொருவர் பேசிக்கொள்ளவில்லை. பாவத்தைக் கவனித்துக் கொண்டு, தமது முகங்கள் ஒட்டு மொத்த நிகழ்வையும் கண்டனம் செய்ய அமர்ந்து கொண்டிருந்தனர்.

ஜோடின் கூடாரத்தில் கிடைத்த கொஞ்சம் இரவு உணவைச் சாப்பிட்டு விட்டு ருத்தியும் வின்ஃபீல்டும் மேடையை நோக்கி நடந்தனர். அம்மா அவர்களைத் திருப்பி அழைத்து தாடையைத் தூக்கி மூக்கையும், பிறகு காதுகளையும் சோதித்து விட்டு, கைகளை மீண்டும் கழுவிக் கொள்ள சானிடரி பகுதிக்கு அனுப்பினாள். அவர்கள் கட்டிடத்தைச் சுற்றிப் போக்குக் காட்டி விட்டு அங்கு குழுமியிருந்த குழந்தைகள் கூட்டத்துடன் சேருவதற்காக மேடையை நோக்கி ஓடினர்.

அல் தனது இரவு உணவை முடித்து விட்டு டாமின் சவரக் கத்தியை வைத்துச் சவரம் செய்து கொள்ள அரை மணி நேரம் செலவிட்டான். இறுக்கமாகப் பிடித்துக் கொண்டிருந்த கம்பளி சூட்டையும், கோடிட்ட

சட்டையையும் அணிந்திருந்த அல் குளித்துச் சுத்தம் செய்து கொண்டு தனது நேரான முடியை பின்னோக்கி வாரிக் கொண்டான். குளியலறை ஒரு கணம் காலியாக இருந்தபோது அங்கிருந்த கண்ணாடியில் தன்னைக் களிப்புடன் பார்த்து தான் புன்னகையுடன் எப்படி இருப்போம் என்று பார்த்தான். தனது பர்ப்பிள் நிற ஆர்ம் பேண்டுகளை அணிந்து கொண்டு தனது இறுக்கமான கோட்டைப் போட்டுக் கொண்டான். தனது மஞ்சள் நிற ஷூக்களை டாய்லெட் பேப்பர் துண்டை வைத்துத் துடைத்துக் கொண்டான். நேரம் சென்று குளித்துக் கொண்டிருந்த ஒருவர் வெளிவர, அவன் அவசரமாக வெளியேறி இலக்கில்லாமல் மேடையை நோக்கி, அவனது கண்கள் இளம்பெண்களைத் தேட நடந்தான். மேடையின் முன்பாக கூடாரத்துக்கு வெளியே கருநிற முடி கொண்ட அழகிய இளம்பெண் அமர்ந்திருப்பதை அவன் பார்த்தான். அவன் மெதுவாக நெருங்கி தனது சட்டையைக் காட்டுவதற்காகத் தனது கோட்டை திறந்தான்.

"ராத்திரி நடனம் ஆடப்போறியா?" என்று கேட்டான் அவன்.

அந்தப் பெண் திரும்பிக் கொண்டாள். பதில் சொல்ல விரும்பவில்லை.

"ஒரு ஆளு உங்கிட்ட பேசக்கூடாதா? நீயும் நானும் நடனமாடினா எப்படி இருக்கும்?" என்று அவன் ஆர்வமில்லாததுபோல், "நான் வால்ட்ஸ் ஆடுவேன்" என்றான்.

வெட்கத்துடன் தன் கண்களை உயர்த்திய அந்தப் பெண் சொன்னாள், "அது ஒண்ணும் பெரிய விஷயமில்ல. யாரும் ஆட முடியும்" என்றாள்.

"என்னை மாதிரி ஆட முடியாது" என்றான் அல். இசை கேட்டதும் சரியான நேரத்தில் தட்டினான். "வா" என்று அழைத்தான்.

மிகவும் குண்டான ஒரு பெண்மணி கூடாரத்திலிருந்து எட்டிப் பார்த்து அவனை முறைத்தாள். "நீ போ அப்பா" என்று ஆவேசமாகச் சொன்னாள். "இந்தப் பொண்ணுக்குப் பேசி முடிச்சாச்சு. அவளுக்கு சீக்கிரமா கல்யாணம் ஆகப் போகுது. அவளோட பையன் அவளுக்காக வரான்."

அல் அந்தப் பெண்ணை நோக்கி காமத்துடன் கண்ணடித்து விட்டு இசைக்கேற்ப தனது தோளை ஆட்டிக் கொண்டும், கைகளை அசைத்துக் கொண்டும் காலைத் தட்டிக் கொண்டும் நடந்தான். அந்தப் பெண் அவனை ஆர்வத்துடன் கவனித்தாள்.

அப்பா தனது தட்டைக் கீழே வைத்து விட்டு எழுந்தார். "ஜான், வா" என்றார்; அம்மாவிடம் அவர் விளக்கினார்: "வேலை தேடறதப் பத்தி சில

பேர்கிட்ட நாங்க பேசப் போறோம்'' என்றார். அப்பாவும் ஜான் மாமாவும் மானேஜரின் வீட்டை நோக்கி நடந்தனர்.

டாம் கடையிலிருந்து வாங்கிய ரொட்டியை குழம்பில் தோய்த்துச் சாப்பிட்டான். அவன் தட்டை அம்மாவிடம் கொடுத்ததும் அவள் அதை சுடுநீரில் கழுவி ஷாரனிடம் துடைப்பதற்காகக் கொடுத்தாள். "நீ நடனமாடப் போகலியா?'' என்று கேட்டாள்.

"நிச்சயமா'' என்றான் டாம். "நான் ஒரு கமிட்டில இருக்கேன். நாங்க கொஞ்சப் பேர மகிழ்விக்கப் போறோம்.''

"அதுக்குள்ள கமிட்டில இருக்கியா?'' என்று கேட்டாள் அம்மா. "உனக்கு வேலை கிடைச்சதுனாலன்னு நினைக்கறேன்''

ஷாரன் தட்டை வைப்பதற்காகத் திரும்பினாள். டாம் அவளைச் சுட்டிக் காட்டினான். "கடவுளே, அவ வயிறு பெருத்துக்கிட்டே இருக்கு'' என்றான்.

ஷாரன் அம்மாவிடம் கொஞ்சம் உணவை வாங்கிக் கொண்டு வெட்கப்பட்டாள். அம்மா ஆமோதித்தாள்.

"அவ அழகாகிட்டும் இருக்கா'' என்றான் டாம்.

பெண் இன்னும் வெட்கப்பட்டுத் தன் முகத்தைத் தொங்கப் போட்டுக் கொண்டாள். "கொஞ்சம் அத நிறுத்திக்கோ'' என்றாள்.

"நிச்சயமா அவ அழகுதான்'' என்றாள் அம்மா. "எப்பவும் குழந்தைய சுமக்கற பொண்ணு அழகா இருப்பா''.

டாம் சிரித்தான். "அவ இது மாதிரி பெருத்துக்கிட்டே போனா, அவ அத சுமக்கவே ஒரு வண்டி தேவைப்படும்'' என்றான்.

"இப்ப நிறுத்து'' என்று சொல்லிவிட்டு ஷாரன் கூடாரத்துக்குள் சென்று மறைந்தாள்.

அம்மா கெக்கெலித்துச் சிரித்தாள். "நீ அவள கவலைப்பட வைக்கக்கூடாது''.

"அவ அத விரும்பறா'' என்றான் டாம்.

"அவ விரும்பறாங்கறது எனக்குத் தெரியும், ஆனா அது அவள கவலைப்படவும் வைக்குது. அவ கோனிக்காக வருத்தப்பட்டுக்கிட்டு இருக்கா.''

"அவ அவன மறந்துட்றது நல்லது. அவன் ஒருவேளை இப்ப அமெரிக்காவோட ஜனாதிபதி ஆறதுக்காகப் படிச்சிக்கிட்டு இருக்கலாம்.''

"அவளை கவலைப்பட வைக்காத'' என்றாள் அம்மா. "அவ எளிதா வாழ்க்கையக் கடக்கப் போறதில்ல.''

வில்லி ஈட்டன் அருகில் வந்து உற்றுப் பார்த்து விட்டுக் கேட்டார், "நீ டாம் ஜோடா?"

"ஆமா"

"நான் பொழுதுபோக்கு கமிட்டியோட தலைவர். எங்களுக்கு நீ தேவை. ஒரு ஆள் உன்னப்பத்தி எங்கிட்ட சொன்னான்."

"நிச்சயமா, நான் உங்களோட சேர்ந்து இசைப்பேன்" என்றான் டாம். "இது என்னோட அம்மா."

"எப்படி இருக்கீங்க" என்று விசாரித்தார் வில்லி.

"உங்கள சந்திச்சதுல சந்தோஷம்."

வில்லி சொன்னார், "முதல்ல உன்ன கேட்ல நிறுத்தறேன், அப்புறம் மேடைல. நீ வெளிலேருந்து வர ஆளுகள பாத்து கண்டு பிடிக்கணும். அங்க இன்னொரு ஆள் உங்கூட இருப்பான். அப்புறம் நீ நடனமாடிக்கிட்டே பார்க்கலாம்."

"சரி! நான் அத சரியா செய்ய முடியும்" என்றான் டாம்.

அம்மா சந்தேகமாகக் கேட்டாள், "ஒண்ணும் பிரச்சனையில்லையே?"

"இல்ல அம்மா" என்றார் வில்லி. "எந்தப் பிரச்சனையும் இருக்கப் போறதில்ல."

"ஒண்ணுமில்ல" என்றான் டாம். "நானும் கூட வரேன். உங்கள நடனத்துல சந்திக்கறேன் அம்மா" . இளைஞர்கள் இருவரும் வேகமாக முக்கிய வாயிலை நோக்கி நடந்தனர்.

அம்மா தட்டுகளை ஒரு பெட்டியில் அடுக்கினாள். "வெளிய வா" என்று குரல் கொடுத்தாள். பதில் வராதிருக்கவே, "ரோசாஷார்ன், வெளிய வா" என்றாள்.

பெண் கூடாரத்திலிருந்து வெளியே வந்து தட்டுகளைத் துடைப்பதைத் தொடர்ந்தாள்.

"டாம் உங்கிட்ட விளையாடிக்கிட்டுத்தான் இருந்தான்"

"எனக்குத் தெரியும். நான் கண்டுக்கல; ஆளுங்க என்னப் பார்க்கறத நான் வெறுக்கறேன்."

"அதத் தடுக்க வழி கிடையாது. ஆளுங்க பாக்கத்தான் செய்வாங்க. ஆனா ஒரு பொண்ணு கருத்தரிச்சிருக்கறத பார்க்கறது ஆளுங்களுக்கு மகிழ்ச்சியை தரும். நீ நடனமாடப் போறதில்லையா?"

"நான் ஆடறதா இருந்தேன். ஆனா, தெரியல. கோனி இங்க இருந்திருக்கணும்னு விரும்பறேன்." அவளது குரல் உயர்ந்தது. "அம்மா, அவன் இங்க இருந்திருக்கணும்னு விரும்பறேன். என்னால அத தாங்கவே முடியல."

அம்மா அவளை நெருக்கமாகப் பார்த்தாள். "எனக்குத் தெரியும். ஆனா ரோசாஷார்ன் – உன்னோட ஆளுங்களுக்கு அவமானத்த தராத."

"எனக்கு அந்த நோக்கமில்ல அம்மா."

"சரி, எங்கள அவமானப்படுத்தாத. நமக்கு ஏற்கனவே நிறைய அவமானம் இருக்கு, எந்த வெக்கமுமில்லாம."

பெண்ணின் உதடுகள் துடித்தன. "நான் – நான் நடனமாடப் போறதில்ல. என்னால முடியல - அம்மா, எனக்கு உதவு.!" அவள் உட்கார்ந்து தன் முகத்தைக் கைகளுக்குள் புதைத்துக் கொண்டாள்.

அம்மா தன் கைகளை தட்டு துடைக்கும் துண்டில் துடைத்துக் கொண்டு, தன் பெண்ணின் முன்னால் அமர்ந்தாள். தன் கைகள் இரண்டையும் ரோசாஷார்னின் முடியில் வைத்தாள். "நீ நல்ல பொண்ணு" என்றாள். "நீ எப்பவுமே நல்ல பொண்ணு. நான் உன்ன கவனிச்சுக்கறேன். நீ பயப்படாத." அவள் தன் குரலில் கொஞ்சம் ஆர்வத்தைக் கூட்டிக் கொண்டாள். "நீயும் நானும் என்ன செய்யப் போறோம்னு தெரியுமா? நாம அந்த நடனத்துக்குப் போறோம். அங்க உக்காந்து பாக்கப் போறோம். யாராவது நடனமாடக் கூப்பிட்டா– நீ அவ்வளவு வலுவா இல்லைன்னு சொல்லு. நான் உன் உடம்பு இன்னும் மோசமா இருக்குன்னு சொல்றேன். நீ இசையெல்லாம் கேக்கலாம்."

ரோசாஷார்ன் தன் தலைய்யை உயர்த்தினாள். "நீ என்ன ஆட விட மாட்டியா?"

"இல்லை, நான் அனுமதிக்க மாட்டேன்."

"என்ன யாரும் தொடவும் அனுமதிக்க மாட்ட."

"இல்ல, மாட்டேன்."

பெண் பெருமூச்சு விட்டாள். அவள் விரக்தியுடன் சொன்னாள், "நான் என்ன செய்யப் போறேன்னு தெரியல. எனக்குத் தெரியவேயில்ல, எனக்குத் தெரியல."

அம்மா அவளது முட்டியைத் தட்டினாள். "பாரு" என்றாள். "என்னப் பாரு. நான் உனக்குச் சொல்றேன். கொஞ்சம் கழிச்சு அவ்வளவு மோசமா தோணாது. கொஞ்சம் காலம் போகட்டும். அதுதான் உண்மை. இப்ப வா.

நாம போய் குளிச்சிட்டு, நம்மளோட நல்ல உடைய போட்டுக்கிட்டு, நடனமாடுற இடத்துக்குப் பக்கத்துல உக்காந்துப்போம்." அவள் ஷாரனை சானிடரி பகுதிக்கு இட்டுச் சென்றாள்.

அப்பாவும் ஜான் மாமாவும் அலுவலகத்தின் தாழ்வாரத்துக்கருகே அமர்ந்திருந்த சில ஆண்களுக்குப் பக்கத்தில் உட்கார்ந்தனர். "எங்களுக்கு இன்னைக்கு கிட்டத்தட்ட வேலை கிடைச்சிடுச்சு" என்றார் அப்பா. "நாங்க கொஞ்ச நிமிஷம்தான் தாமதமா போனோம். அவங்ககிட்ட ஏற்கனவே ரெண்டு பேர் சேந்துட்டாங்க. அது ஒரு வினோதமான விஷயம். அங்க ஒரு வைக்கோல் பாஸ் இருந்தார். அவர் சொல்றார், "எங்களுக்கு இப்பதான் ரெண்டு ஆளுங்க கிடைச்சாங்க. நாங்க இருபது செண்டுக்கு ஆளுங்கள வைக்க முடியுந்தான். நாங்க நிறைய இருபது செண்ட் ஆளுங்கள பயன்படுத்த முடியும். நீங்க முகாமுக்குப் போய் எங்களுக்கு நிறைய இருபது செண்ட் ஆளுங்க வேணும்னு சொல்லுங்க."

"நாங்க அந்த வேலைய எடுத்துக்கிட்டிருப்போம்." என்றார் அப்பா. "எங்களுக்கு எந்த வேலையும் இல்ல. நாங்க நிச்சயமா அத எடுத்துக்கிட்டிருப்போம். ஆனா அங்க இருந்தவங்க, இருந்த நிலைமைய பாத்தா, ரொம்ப மிரட்சியா போயிடுச்சு."

கருப்புத் தொப்பிக்காரர் சொன்னார், "நினைச்சா பைத்தியக்காரத்தனமா இருக்கு! நான் ஒரு ஆளுக்கு வேல பாத்துக்கிட்டிருந்தேன். அவரால அவரோட பயிர அறுக்க முடியல. அத அறுக்கற காசு விக்கறத விட அதிகமா இருக்கு. அவருக்கு என்ன செய்யறதுன்னு தெரியல."

"எனக்கு என்ன தோணுதுன்னா ---" என்று தொடங்கிய அப்பா நிறுத்தினார். கூட்டம் அவர் பேசுவதற்காக அமைதியாக இருந்தது. "எனக்கு என்ன தோணிச்சுன்னா, ஒரு ஆளுக்கு ஒரு ஏக்கர் இருக்குன்னு வச்சுக்குவோம். என்னோட பொம்பள கொஞ்சம் பன்னிகளையும், கோழிகளையும் வளக்க முடியும்னு சொல்றா. நாங்க ஆம்பளைங்க வெளிய போயி வேலை தேடிட்டு திரும்பலாம். குழந்தைங்க பள்ளிக்கூடத்துக்குப் போகலாம். இங்க அந்த மாதிரி பள்ளிக்கூடம் எதையும் பாக்கல."

"நம்ம குழந்தைங்க பள்ளிக்கூடத்தில ஒண்ணும் மகிழ்ச்சியா இல்ல" என்றார் கருப்புத் தொப்பிக்காரர்.

"ஏன் இல்லை? பள்ளிக்கூடமெல்லாம் அருமையாத்தான் இருக்கு."

"கந்தல் உடைகளைப்போட்டுக்கிட்டு, ஷூ இல்லாம நம்ம குழந்தைங்க இருக்கறபோது மத்த குழந்தைங்க அருமையான சாக்ஸ்

போட்டு, நல்ல உடைகளைப் போட்டுக்கிட்டு, 'ஓக்கீ'ன்னு கத்துது. என் பையன் பள்ளிக்கூடத்துக்குப் போனான். தினமும் சண்டை. நல்லதும் நடந்தது. உறுதியான சின்ன நாய். தினமும் அவன் சண்ட போட வேண்டியிருந்தது. வீட்டுக்கு தினமும் உடைகள கிழிச்சுக்கிட்டு, மூக்குல ரத்தத்தோட வருவான். அவனோட அம்மா அவனைப் பிடிச்சுக் கத்துவா. அவளை அத நிறுத்த வச்சேன். எல்லாரும் அவனை அடிச்சுத் துவைக்க வேண்டியதில்ல, பாவப்பட்ட சின்னப்பையன். இயேசுவே! அங்க கொஞ்ச குழந்தைகளை அவனும் அடிச்சிருப்பான்– நல்ல உடை போட்ட அந்த வேசி மகன்களை. எனக்குத் தெரியல. எனக்குத் தெரியல."

அப்பா கேட்டார், "நான் என்ன எழவ செய்யப் போறேன்? எங்ககிட்ட காசு தீந்து போச்சு. என்னோட ஒரு பையனுக்கு சின்ன வேலை கிடச்சது, ஆனா அது எங்களுக்கு சோறு போடாது. நானும் இருபது செண்ட் வாங்க ஒத்துக்கணும். நான் ஒத்துக்கிட்டுத்தான் ஆகணும்."

கருப்புத் தொப்பிக்காரர் தலையை உயர்த்தினார். வெளிச்சத்தில் அவரது சொரசொரப்பான தாடை மின்னியது. அவரது உறுதியான கழுத்தில் கம்பளி போல் தாடி படர்ந்திருந்தது. "ஆமா" என்றார் அவர் கசப்புடன். "நீங்க அத செய்யணும். நான் ரெண்டு தடவ பட்டிருக்கேன். நீங்க என்னோட வேலைய இருபது செண்டுக்கு செய்வீங்க. நான் பசில தவிப்பேன். அப்புறம் வேலைய நான் பதினஞ்சு செண்டுக்கு திரும்ப எடுத்துக்குவேன். ஆமா! நீங்க போயி அத எடுத்துக்கங்க."

"அப்புறம் நான் என்னதான் செய்ய முடியும்?" என்று கேட்டார் அப்பா. "நீங்க ரெண்டு வேலை செய்யறதுக்காக நான் பட்டினி கிடக்க முடியாது."

கருப்புத் தொப்பிக்காரர் திரும்ப தன் தலையைத் தொங்கப் போட்டுக் கொண்டார். அவரது தாடை நிழலில் மறைந்தது. "எனக்குத் தெரியல" என்றார் அவர். "எனக்கு ஒண்ணும் தெரியல. ஒரு நாளைக்கு பன்னண்டு மணி நேரம் வேலை செஞ்சுட்டு வெளிய கொஞ்சம் பசியோட வரது ரொம்ப மோசம். ஆனா எப்பப்பாத்தாலும் யோசிக்க வேண்டிருக்கு. என்னோட குழந்தைக்கு சாப்பிட போதுமான அளவு இல்ல. நான் எப்பப் பாத்தாலும் யோசிச்சிக்கிட்டே இருக்க முடியாது. பாழாப்போக.! அது ஒரு ஆளை பைத்தியமாக்குது." சுற்றியிருந்தவர்கள் மனக்கிலேசத்துடன் காலை மாற்றி உட்கார்ந்தனர்.

டாம் கதவருகே நின்றுகொண்டு நடனத்துக்கு வந்து கொண்டிருந்தவர்களைக் கவனித்தான். வில்லி ஈட்டன் சொன்னார், "கண்ணத் திறந்து வச்சுக்கோ. நான் ஜூல் விட்டேலாவ அனுப்பறேன்.

அவன் பாதி செரோக்கி. அருமையான ஆளு. உன் கண்ண திறந்து வச்சுக்கோ. யாருங்கறத கண்டு பிடிக்க முடியுமான்னு பாரு."

"சரி" என்றான் டாம். அவன் வாரி முடிந்த முடியுடன் இளம்பெண்களும், பளபளப்பாக்கிக் கொண்ட இளைஞர்களும் கொண்ட விவசாயக் குடும்பங்கள் நடனத்துக்காக வந்து கொண்டிருந்ததைப் பார்த்தான். ஜூல் அவனுக்கருகில் வந்து நின்று கொண்டிருந்தான்.

"நான் உன்கூட இருக்கேன்" என்றான்.

டாம் அவனுடைய கழுகு மூக்கையும், உயர்ந்த அரக்கு நிறத் தாடை எலும்புகளையும், மென்மையாக இறங்கிய தாடையையும் பார்த்தான். "அவங்க உன்ன பாதி இஞ்சுன்னு (பழங்குடி இனத்தவன்) சொல்றாங்க. எனக்கு நீ முழு இஞ்சுனா தெரியற."

"இல்ல" என்றான் ஜூல். "பாதிதான். முழுசா இருக்கணும்னு விரும்பறேன். எனக்கு நிலம் தயாரா இருந்திருக்கும். அந்த முழு ஆளுங்க கொஞ்ச பேரு ரொம்ப சிறப்பா இருக்காங்க."

"அந்த ஆளுகளப் பாரு" என்றான் டாம்.

விருந்தினர்கள் வாயில் வழியாக உள்ளே வந்து கொண்டிருந்தார்கள். பண்ணைகளிலிருந்த குடும்பங்கள், ஓடைகளுக்கருகேயிருந்த முகாம்களிலிருந்து புலம் பெயர்ந்தவர்கள். குழந்தைகள் விடுபட முயன்று கொண்டிருக்க, பெரியவர்கள் அவர்களை இழுத்துப் பிடித்துக் கொண்டிருந்தனர்.

ஜூல் சொன்னான், "இங்க இந்த நடனம் வினோதமான விஷயங்கள செஞ்சிருக்கு. நம்ம ஆட்கள்கிட்ட எதுவும் இல்ல. ஆனா தங்களோட நண்பர்களை இங்க வந்து நடனம் ஆடக் கூப்பிட முடியும்கறதே அவங்கள பெருமையடைய வக்கிது. இங்க நடனம் ஆட்றதுக்காக அவங்க மரியாதை செய்யறாங்க. நான் வேலை பாத்த இடத்தில ஒரு குட்டையானவன் இருந்தான். அவன் இங்க வந்து நடனம் ஆடுவான். நானே அவன கூப்பிட்டேன், அவனும் வந்தான். இந்த கவுண்டிலயே நம்மகிட்ட மட்டும்தான் நாகரீகமான நடனம் இருக்கறதா சொல்றான். இங்கதான் பொண்டாட்டியையும், தன்னோட பொண்ணுகளையும் கூட்டிட்டு வர முடியும். ஏய்! அங்க பாரு!"

மூன்று இளைஞர்கள் வாசல் வழியாக வந்து கொண்டிருந்தனர்- ஜீன்ஸ் அணிந்த இளைஞர்கள். அவர்கள் நெருக்கமாக நடந்து வந்து கொண்டிருந்தனர். வாசலில் காவலாளி கேள்வி கேட்க, அவர்கள் பதிலளித்து விட்டு உள்ளே நடந்தனர்.

"அவங்கள கவனமா பாரு" என்றான் ஜூல். அவன் காவலாளியிடம் சென்றான். "யாரு அந்த மூணு பேர கூப்பிட்டாங்க?" என்று கேட்டான்.

"நாலாவது பகுதில இருந்து ஜாக்சன்கறவர்"

ஜூல் டாமிடம் திரும்பி வந்தான். "அவங்க நம்மாளுங்கன்னு நினைக்கறேன்" என்றான்.

"உனக்கு எப்படித் தெரியும்?"

"எப்படின்னு எனக்குத் தெரியல. ஒரு உணர்வுதான். அவங்க பயந்து போயிருக்காங்க. அவங்க பின்னாடி போயி வில்லிகிட்ட அவங்கள கவனிக்கச் சொல்லு. வில்லிய நாலாவது பகுதில ஜாக்சன்கறவர பாத்து கேக்கச் சொல்லு. அவங்க சரியான ஆளுங்கதானான்னு அவர பாக்கச் சொல்லு. நான் இங்க இருக்கேன்."

டாம் அந்த இளைஞர்களின் பின்னால் நின்றான். அவர்கள் நடன மேடைக்கருகே சென்று அமைதியாக கூட்டத்தின் பின்னால் நின்று கொண்டனர். டாம் வில்லியை இசைக்குழுவருகே கண்டுபிடித்து அவருக்கு சைகை செய்தான்.

"என்ன வேணும்" என்று கேட்டார் வில்லி.

"அங்க மூணு பேர பாத்தீங்களா?"

"ஆமா"

"அவங்க நாலாவது பகுதிலேருந்து ஜாக்சன்கற பேர சொல்லிட்டு வந்திருக்காங்க."

வில்லி தன் கழுத்தைத் திருப்பி ஹூஸ்டனைப் பார்த்து அவரை அருகில் அழைத்தார். "அங்க இருக்கற ஆளுங்க. நாம நாலாவது பகுதிலேருந்து ஜாக்சன கூப்பிட்டு அவங்கள காமிச்சு கேக்கறது நல்லது."

ஹூஸ்டன் திரும்பி நடந்தார்; சில கணங்களில் ஒல்லியான, எலும்பும் தோலுமான கன்ஸானுடன் திரும்பி வந்தார். "இவர்தான் ஜாக்சன்" என்றார். "ஜாக்சன், அங்க இருக்கற மூணு இளைஞர்களை பாருங்க—"

"ஆமா"

"நீங்க அவங்கள கூப்பிட்டீங்களா?"

"இல்ல"

"முன்ன எப்பவாவது பாத்திருக்கீங்களா?"

ஜாக்சன் அவர்களை உற்றுப் பார்த்தார். "பாத்திருக்கேன். கிரிகோரியாகிட்ட வேலை செய்யும்போது கூட வேலை செஞ்சாங்க."

“சரி” என்றார் ஹூஸ்டன். “அவங்க பக்கத்துல போகாதீங்க. அவங்க நல்லபடியா இருந்தா அவங்கள துரத்த மாட்டோம். நன்றி, திரு.ஜாக்சன்.”

“நல்ல வேளை” என்றார் அவர் டாமிடம். “இவங்கதான் அந்த ஆளுங்கன்னு நினைக்கறேன்.”

“ஜூல் அவங்கள கண்டுபிடிச்சான்” என்றான் டாம்.

“அது பெரிய ஆச்சரியமில்ல” என்றார் வில்லி. “அவனோட இஞ்சுன் ரத்தம் அத மோப்பம் பிடிச்சிடுச்சு. சரி, நான் இவங்கள நம்ம பசங்ககிட்ட காண்பிக்கறேன்.”

ஒரு பதினாறு வயதுப் பையன் கூட்டத்திடையே புகுந்து ஓடி வந்தான். அவன் ஹூஸ்டனுக்கு முன்னால் மூச்சு வாங்கிக் கொண்டே நின்றான். “திரு ஹூஸ்டன், நீங்க சொன்ன மாதிரி நான் இருந்தேன். யூகலிப்டஸ் மரத்துக்குப் பக்கத்தில ஆறு பேரோட ஒரு காரு நிக்கிது. வடக்குப் பக்க ரோட்டில இன்னொரு கார் நாலு பேரோட நிக்கிது. நான் அவங்ககிட்ட தீக்குச்சி கேட்டேன். அவங்ககிட்ட துப்பாக்கி இருக்கு. நான் அதப் பாத்தேன்.”

ஹூஸ்டனின் கண்கள் இறுக்கமாகவும், குரூரமாகவும் ஆயின. “வில்லி, நீங்க எல்லாத்தையும் தயாராத்தானே வச்சிருக்கீங்க?”

வில்லி மகிழ்ச்சியுடன் முறுவலித்தார். “ஆமா, திரு ஹூஸ்டன். எந்த பிரச்சனையும் இருக்காது.”

“அவங்கள காயப்படுத்திடாதீங்க. ஞாபகம் வச்சுக்கங்க. நீங்க அமைதியா அருமையா இருந்தா, நானும் அப்படித்தான் பார்க்க விரும்பறேன். நீங்க என்னோட கூடாரத்தில இருங்க.”

“நாம என்ன செய்யலாம்னு பார்க்கலாம்” என்றார் வில்லி.

நடனம் முறையாகத் தொடங்கவில்லை, ஆனால் வில்லி இப்போது நடனமேடையில் ஏறினார். “எல்லாரும் உங்க இடத்த தேர்ந்தெடுங்க” என்றார். இசை நின்றது. பையன்களும், பெண்களும், இளைஞர்களும், யுவதிகளும் அந்தப் பெரிய மேடையில் எட்டு சதுரங்கள் உருவாகும்வரை ஓடினர், தயாராகி நின்றனர். யுவதிகள் தமது கைகளை முன்னால் நீட்டிக் கொண்டு தமது விரல்களை அசைத்தனர். பையன்கள் தமது கால்களை அமைதியின்றி தட்டினர். மேடையைச் சுற்றி மூத்தவர்கள் மெதுவாகப் புகைத்துக் கொண்டும், தமது குழந்தைகளை நடனமேடைக்குச் செல்ல விடாமல் இழுத்துப் பிடித்துக் கொண்டும் அமர்ந்தனர். தூரத்தில் இயேசு நேசர்கள் இந்தப் பாவத்தை கடுமையாகக் கண்டனம் செய்யும் முகத்துடன் பார்த்துக் கொண்டிருந்தனர்.

அம்மாவும் ஷாரனும் பெஞ்ச்சில் அமர்ந்து பார்த்தனர். ஒவ்வொரு பையனும் ஷாரனை உடன் நடனமாட அழைத்தபோது, அம்மா சொன்னாள், "இல்ல, அவளுக்கு உடம்பு சரியில்ல." ஷாரனின் முகம் வெட்கமடைய, அவளது கண்கள் பிரகாசமாயின.

அழைப்பாளர் மேடையின் நடுவில் ஏறி, தன் கைகளை உயர்த்தினார். "எல்லாம் தயாரா? அப்ப, நடக்கட்டும்."

"சிக்கம் ரீல்" பாடல் வெடித்தெழுந்தது. தெளிவாக, ஃபிடில் கீச்சிட, ஹார்மோனிகாக்கள் மூக்கொலியுடன் கூர்மையாக, கித்தார்கள் அடி நாதத்துடன் சத்தமிட, இசை எழுந்தது. அழைப்பாளர் சுழல்களைச் சொல்ல, சதுரங்கள் நகர்ந்தன. அவர்கள் முன்னும், பின்னுமாக நடனமாடி, தமது பெண்ணை அணைத்து, சுழற்றினர். ஆவேசத்தில் அழைப்பாளர் தன் கால்களால் தாளமிட்டார், முன்னும், பின்னும் அசைந்தார், ஆட்களைப் பார்த்து அழைத்தார்.

"உங்கள் பெண்களை சுழற்றுங்கள், கைகளை இணைத்துக் கொள்ளுங்கள், நாம் அப்பால் நகர்கிறோம்". இசை உயர்ந்து, தாழ்ந்தது, நகரும் ஷூக்கள் சமயத்தில் தாளமிட்டு, நடன மேடையில் டிரம்களைப் போல் சத்தமிட்டன. "வலது பக்கம் சுழலுங்கள், இப்போது இடது பக்கம், இப்போது பிரிந்து முன்னும், பின்னுமாக." அழைப்பாளர் உயர்ந்த அதிரும் குரலில் பாடினார். இப்போது கவனமாக வாரிய யுவதிகளின் தலைமுடி கலைந்தது. இப்போது பையன்களின் நெற்றியில் வியர்வை தோன்றியது. இப்போது நிபுணர்கள் கடினமான நகர்வுகளைச் செய்தார்கள். மேடையின் முனையில் அமர்ந்திருந்த முதியவர்கள் இசைக்கேற்ப தமது கைகளையும், கால்களையும் தட்டினார்கள்; பிறகு மென்மையாகச் சிரித்து விட்டு அடுத்தவரைப் பார்த்து புன்முறுவல் செய்தார்கள்.

அம்மா குனிந்து ஷாரனின் காதுகளைக் கடித்தாள். "நீ நினைச்சுக் கூட பாக்க மாட்ட. ஆனா உங்கப்பா இளைஞனா இருந்தபோது அருமையா நடனமாடுவார். நான் பாத்ததிலயே அருமையான நடனக்காரர்." அம்மா புன்முறுவல் செய்தாள். "அந்த நேரத்த ஞாபகப்படுத்துது" என்றாள். பார்த்துக் கொண்டிருந்தவர்களின் முகங்களில் இருந்த முறுவல் பழங்காலத்தவை.

"இருபது வருடத்துக்கு முன்னால் முஸ்கோஜியில் ஒரு கண் தெரியாதவன் ஃபிடிலோடு இருந்தான் –"

"ஒரு குதில நாலு தட்டு தட்டின ஒரு ஆள நான் பாத்திருக்கேன்."

“டகோட்டால ஸ்வீடன்காரங்க – அவங்க சில சமயம் என்ன செய்வாங்க தெரியுமா? கீழ மிளகை போடுவாங்க. பொண்ணுகளோட பாவாடைய பறக்கவிட்டு பாப்பாங்க - உயிர்ப்போட இருந்தது அந்தக் காலம். சில சமயம் ஸ்வீடன்காரங்க அத செய்வாங்க.”

தூரத்தில் இயேசு நேசர்கள் அமைதியின்றி இருந்த தமது குழந்தைகளை கவனித்தார்கள். “அந்த பாவத்த பாரு. அவங்க ஒரு போக்கர்ல நரகத்துக்குப் பயணிக்கறாங்க. அது வெட்ககரமானது. அத கடவுள் பாக்கணும்.” அவர்களது குழந்தைகள் அமைதியாகவும், படபடப்புடனும் இருந்தனர்.

“இன்னொரு சுற்று நடனம், பிறகு ஓய்வு” என்று அழைப்பாளர் சொன்னார். “வேகமா நடனமாடுங்க, ஏன்னா நாம சீக்கிரம் முடிக்கப் போறோம்.” யுவதிகள் வியர்த்து ஈரமாகவும், வெட்கத்துடனும் இருக்க, அவர்கள் திறந்த வாயுடனும், தீவீரமாகப் பாராட்டும் முகபாவத்துடனும் நடனமாடினர். பையன்கள் தமது நீண்ட முடியைப் பின்னால் தள்ளிவிட்டுக் கொண்டு, இறுமாப்போடும், தமது பாதங்களை நீட்டி, தமது குதிகால்களைத் தட்டி ஆடினர். சதுரங்கள் உள்ளும், புறமாகவும், பின்னால் சென்றும், சுற்றியும் ஆட, இசை பொங்கியது.

பிறகு அது திடீரென நின்றது. நடனமாடியவர்கள் ஆயாசத்தால் மூச்சு வாங்கிக் கொண்டு நின்றனர். குழந்தைகள் கட்டுப்பாட்டிலிருந்து விடுபட்டு, நடனமேடைக்குள் பாய்ந்து ஒருவரையொருவர் பித்தம் பிடித்தது போல் விரட்டினர், கீழே விழுந்தனர், தொப்பிகளைத் திருடினர், முடியைப் பிடித்து இழுத்தனர். நடனமாடியவர்கள் தம் கைகளால் விசிறிக் கொண்டு கீழே அமர்ந்தனர். இசைக்கலைஞர்கள் எழுந்து நீட்டி முறித்துக் கொண்டு பிறகு மீண்டும் அமர்ந்தனர். கித்தார் கலைஞர்கள் தமது தந்திகளை மெதுவாக மீட்டினர்.

இப்போது வில்லி அழைப்பு விடுத்தார், “முடிஞ்சா இன்னொரு சதுரத்த தேர்ந்தெடுங்க”. நடனக்காரர்கள் அவசரமாக எழ, புதிய நடனக்காரர்கள் உடன் ஆட ஆளைத் தேடினர். டாம் அந்த மூன்று இளைஞர்களுக்கருகில் நின்றான். அவர்கள் நடன மேடைக்குள் நுழைந்து ஒரு சதுரத்தில் சேர முயல்வதைக் கண்டான். அவன் தன் கைகளை வில்லியை நோக்கி ஆட்ட, வில்லி ஃபிடில் கலைஞரிடம் பேசினார். ஃபிடில்காரர் தனது வில்லை தந்திகளின் குறுக்கே ஓட்டினார். இருபது இளைஞர்கள் மேடையின் குறுக்கே மெதுவாக வந்தனர். மூவரும் சதுரத்தை அடைந்தனர். ஒருவன் சொன்னான், “நான் இங்க இவகூட ஆடுவேன்.”

கருநிற முடியுடன் இருந்தவன் திகைத்துப்போய் தலையை நிமிர்த்தினான், "அவ என் பங்காளி."

"வேசி மகனே, கேளு----"

தூரத்தில் இருட்டில் ஒரு கீச்சொலி விசில் சத்தம் கேட்டது. மூவரும் இப்போது சுற்றி வளைக்கப்பட்டனர். ஒவ்வொருவரும் தம் கைகள் இறுக்கிப் பிடிக்கப்பட்டிருப்பதைக் கண்டனர். பிறகு சுற்றி வளைத்திருந்தவர்கள் மெதுவாக மேடையிலிருந்து நகர்ந்தனர்.

வில்லி அழைத்தார், "நாம தொடங்கலாம்!. இசை வழிய, அழைப்பாளர் அதனுடன் அழைப்பு கொடுக்க, கால்கள் மேடையைத் தட்டின.

ஒரு பயணக் கார் வாயிலருகே வந்தது. அதன் ஓட்டுனர் அழைத்தான், "கதவை திற. எதோ கலவரம் நடக்கற மாதிரி இருக்கு."

காவலாளி நகரவில்லை. "இங்க எந்தக் கலவரமும் இல்ல. அந்த இசையைக் கேளு. யாரு நீ?"

"டெபுடி ஷெரீஃப்"

"வாரண்ட் இருக்கா?"

"கலவரம் எதாவது இருந்தா, எங்களுக்கு வாரண்ட் தேவையில்ல."

"சரி, இங்க எதுவும் கலவரம் இல்ல" என்றான் காவலாளி.

காரிலிருந்தவர்கள் இசையைக் கேட்டனர், அழைப்பாளரின் குரலைக் கேட்டனர், கார் நகர்ந்து ஒரு குறுக்குச்சாலையில் நின்று காத்திருந்தது.

நகர்ந்த குழுவில் மூன்று இளைஞர்களும் அசையாமல் பிணைக்கப்பட்டிருந்தனர், அவர்களது வாய் அடைக்கப்பட்டிருந்தது. அவர்கள் இருட்டை அடைந்ததும், குழு விலகியது.

டாம் சொன்னான், "நல்லாதான் நடந்தது. " அவனது இரு கரங்களும் ஒருவனைப் பின்னாலிருந்து இறுக்கிப் பிடித்திருந்தன.

வில்லி நடன மேடையிலிருந்து அவர்களை நோக்கி ஓடி வந்தார். "அருமையான வேலை" என்றார் அவர். "இப்ப ஆறு பேர்தான் வேணும். ஹூஸ்டன் இவங்கள பாக்க விரும்பறார்."

ஹூஸ்டனே நேரில் இருளிலிருந்து வந்து சேர்ந்தார். "இவங்கதானா?"

"நிச்சயமா" என்றான் ஜூல். "நேர உள்ள நுழைஞ்சு ஆரம்பிச்சாங்க. ஆனா ஒரு தடவ கூட சுத்தி சுழலல."

“அவங்கள பாக்கலாம்.” கைதிகள் அவர்களை நோக்கித் திருப்பப் பட்டனர். அவர்களது முகங்கள் தொங்கின. ஹூஸ்டன் இறுகியிருந்த ஒவ்வொரு முகத்தின் மீதும் ஃப்ளாஷ் விளக்கிலிருந்து வெளிச்சம் பாய்ச்சினார். “இத எதுக்காக செய்ய விரும்பினீங்க?” என்று கேட்டார். பதில் எதுவும் கிடைக்கவில்லை. “உங்கள யாரு இத செய்யச் சொன்னது?”

“பாழாப் போக. நாங்க எதுவும் செய்யல. நாங்க நடனமாடத்தான் போனோம்.”

“இல்ல, நீங்க அத செய்யல” என்றான் ஜூல். “நீங்க அந்தப் பையன அடிக்கப் போனீங்க.”

டாம் சொன்னான், “திரு. ஹூஸ்டன் இவங்க உள்ள நுழைஞ்சதும், யாரோ விசில் கொடுத்தாங்க.”

“ஆ, எனக்குத் தெரியும்! போலீஸ்காரங்க வாசலுக்கு வந்தாங்க.” அவர் திரும்பினார். “நாங்க உங்கள அடிக்கப் போறதில்ல. ஆனா, யாரு எங்க நடனத்த கெடுக்க விரும்பினாங்க?” அவர் பதிலுக்காகக் காத்திருந்தார். “நீங்க எங்க சொந்த ஆளுங்க” என்று ஹூஸ்டன் சோகமாகச் சொன்னார். “நீங்க எங்கள சேர்ந்தவங்க. நீங்க எப்படி வந்தீங்க? இது பத்தி எங்களுக்கு எல்லாம் தெரியும்.”

“பாழாப்போக, ஒரு ஆளு சாப்பிடணுமில்ல.”

“சரி, யாரு உங்கள அனுப்பினது? இங்க வரதுக்கு காசு கொடுத்தாங்களா?”

“இல்ல, எங்களுக்கு எதுவும் கொடுக்கல.”

“உங்களுக்கு கொடுக்கவும் மாட்டாங்க. சண்டை எதுவுமில்ல, எந்தக் காசும் கிடையாது. அது சரியா?”

பிடிக்கப்பட்டிருந்த ஒருவன் சொன்னான், “உங்களுக்கு வேணுங்கறத செய்யுங்க. நாங்க எதையும் சொல்லப் போறதில்ல.”

ஹூஸ்டனின் முகம் ஒருகணம் தொங்கியது. பிறகு அவர் மென்மையாகச் சொன்னார், “சரி, சொல்லாதீங்க. ஆனா இங்க பாருங்க. உங்க சொந்த ஆளுகள குத்தாதீங்க. நாங்க எப்படியாவது நல்லபடியா தொடர விரும்பறோம். அத எல்லாத்தையும் கெடுத்துடாதீங்க. கொஞ்சம் அதப்பத்தி யோசிங்க. நீங்க உங்களையே காயப்படுத்திக்கிறீங்க.”

“சரி, பையங்களா, அவங்கள வேலிக்கு வெளில விட்டுடுங்க. அவங்கள அடிக்காதீங்க. அவங்க என்ன செய்யறாங்கன்னு அவங்களுக்குத் தெரியல.”

குழு மெதுவாக முகாமுக்குப் பின்பக்கமாக நகர்ந்தது, ஹூஸ்டன் அவர்களைப் பார்த்துக் கொண்டிருந்தார்.

ஜூல் சொன்னான், “அவங்கள ஒரே ஒரு உதை விடுவோம்.”

“இல்ல, நீ செய்யக்கூடாது!” என்று வில்லி கத்தினார். “நீ செய்யக்கூடாதுன்னு சொன்னேன்.”

“ஒரே ஒரு குட்டி உதை” என்று ஜூல் கெஞ்சினான். “அவங்கள வேலிக்கு மேல தூக்கிப் போட்டுடுவோம்.”

“இல்ல சார்” என்று வில்லி நிர்ப்பந்தித்தார்.

“சொல்றதக் கேளுங்க. நாங்க இப்ப இந்த தடவ விட்டுட்றோம். ஆனா இத போய் சொல்லுங்க. இது திரும்ப நடந்தா, யாரு வந்தாலும், பிச்செடுத்துடுவோம். உடம்புல ஒவ்வொரு எலும்பையும் எண்ணிடுவோம். போய் உங்க ஆளுங்ககிட்ட இதச் சொல்லுங்க. ஹூஸ்டன் நீங்க நம்ம ஆளுங்கன்னு சொல்றார் – இருக்கலாம். எனக்கு அத யோசிக்க வெறுப்பா இருக்கு.”

அவர்கள் வேலியை நெருங்கினர். அங்கு அமர்ந்திருந்த இரண்டு காவலாளிகள் எழுந்து வந்தனர். “சில விருந்தினர்கள் சீக்கிரமா போறாங்க” என்றார் வில்லி. மூவரும் வேலிமேல் ஏறிக்குதித்து இருளில் மறைந்தனர்.

குழுவினர் வேகமாக நடனமேடையை நோக்கிச் சென்றனர். “ஓல்ட் டான்ஸ் டக்கர்” என்ற பாடல் இசைக்குழுவினரிடமிருந்து வந்து கொண்டிருந்தது.

அலுவலகத்துக்கு அருகே ஆண்கள் இன்னும் உட்கார்ந்து பேசிக் கொண்டிருந்தனர். அவர்களிடம் அந்த இசையொலி வந்து சேர்ந்தது.

அப்பா சொன்னார், “எதோ ஒரு மாற்றம் வந்துக்கிட்டு இருக்கு. எனக்கு என்னன்னு தெரியல. ஒரு வேளை அதப் பாக்கறதுக்கு நாம இல்லாம போகலாம். ஆனா அது வருது. ஒரு அமைதியில்லாத உணர்வு இருக்கு. யாராலயும் அதக் கண்டுபிடிக்க முடியாது, அவன் அவ்வளவு பதட்டமா இருக்கான்.”

மீண்டும் கருப்புத் தொப்பிக்காரர் தலையை உயர்த்தினார். வெளிச்சம் அவரது தாடியில் விழுந்தது. அவர் தரையிலிருந்து கொஞ்சம் கற்களைப் பொறுக்கி அவற்றைத் தமது கட்டை விரலால் கோலிக்குண்டு போல் சுண்டி விட்டார். “எனக்குத் தெரியல. நீங்க சொல்ற மாதிரி அது வந்துக்கிட்டு இருக்கலாம், சரி. ஓஹியோல இருக்கற அக்ரான்ல என்ன நடந்ததுன்னு ஒரு ஆளு சொன்னான். அங்க ரப்பர் கம்பெனிங்க. அவங்க

மலைவாசி மக்கள வேலைக்கு வச்சாங்க. ஏன்னா அவங்க குறைஞ்ச கூலிக்கு வேல பாப்பாங்க. அங்க அந்த மலைவாசி மக்கள் சங்கத்துல சேர்ந்தாங்க. நரகம் திடீர்னு கிளம்பிச்சு. அங்க எல்லா கடைக்காரங்களும், காவல்படையும் கூச்சல் போடத் தொடங்கினாங்க, 'சிவப்பு!'. அவங்க சங்கத்த அக்ரான விட்டே துரத்தப் போறாங்க. போதகர்கள் அதப்பத்தி போதனை செய்யறாங்க, செய்தித்தாளெல்லாம் உரக்கக் கத்துது, ரப்பர் கம்பெனிங்க வெளிய போட்ட மண்வெட்டிகள சேகரிக்கறாங்க. காஸ் வாங்கறாங்க. இயேசுவே, அந்த மலைவாசிப் பசங்க பிசாசுங்கன்னே நினைக்க ஆரம்பிச்சிடுவீங்க!". அவர் நிறுத்தி விட்டு கோலி விளையாட இன்னும் கொஞ்சம் கற்களைத் தேடினார். "இது போன மார்ச்ல நடந்தது. ஒரு ஞாயிறு, அஞ்சாயிரம் மலைவாசி மக்கள் நகரத்துக்கு வெளிய துப்பாக்கியோட குவிஞ்சாங்க. அவங்க நகரத்துக்குள்ள அவங்களோட ரைபிளோட அணிவகுத்தாங்க. அவங்க வான்கோழிய சுட்டாங்க, திரும்பிப் போயிட்டாங்க. அது மட்டும்தான் அவங்க செஞ்சது. அப்ப எதுவும் பிரச்சனையா தெரியல. இங்க குடிமக்கள் குழுக்கள் மண்வெட்டிய கொடுத்தாங்க, கடைக்காரங்க தங்களோட கடைய வச்சுக்கிட்டு இருந்தாங்க, யாரும் அடிபடவோ, தோல் உரிக்கவோ, கொல்லப்படவோ இல்ல." ஒரு நீண்ட மௌனம் தொடர்ந்தது. கருப்புத் தொப்பிக்காரர் சொன்னார், "அங்க அவங்களுக்கு அருமையான ஆளுங்க கிடைக்கறாங்க. அந்த முகாமை எரிச்சு, ஆளுங்கள அடிச்சாங்க. நான் யோசிச்சிக்கிட்டு இருந்தேன். நம்ம ஆளுங்க எல்லார்கிட்டயும் துப்பாக்கி இருக்கு. ஒருவேளை நாம வான்கோழிய ஷூட்டிங் கிளப் உருவாக்கி ஒவ்வொரு ஞாயிறும் கூடலாமான்னு நான் யோசிச்சிக்கிட்டு இருக்கேன்."

ஆண்கள் அவரை நிமிர்ந்து பார்த்தனர், பிறகு தரையைப் பார்த்தனர். அவர்களது கால்கள் அமைதியின்றி அலைந்தன. அவர்கள் தமது எடையை ஒரு காலிலிருந்து இன்னொரு காலுக்கு மாற்றினர்.

25

கலிஃபோர்னியாவில் வசந்தகாலம் மிகவும் அழகானது. கனிகள் பூக்கும் பள்ளத்தாக்குகள் ஆழமற்ற கடலில் மணமிகுந்த இளஞ்சிவப்பு, வெள்ளை அலைகளைப் போல் படர்ந்திருக்கும். பிறகு பழைய முண்டு முடிச்சுகளுடன் கூடிய வைன்களிலிருந்து திராட்சைகளின் முதல் மொட்டுகள் வெளிவந்து கிளைகளை மறைக்கும்படிக் கீழிறங்கும். பச்சை படர்ந்த மலைகள் அனைத்தும் மார்புகளைப் போல் வட்டமாகவும், மென்மையாகவும் இருக்கும். சமவெளிகளில் நீண்ட வரிசைகளில்

வெளிர்பச்சையில் பச்சடிக் கீரையும், மெலிய காலிஃப்ளவர் கொழுந்துகளும், சாம்பல்-பச்சை நிற கிழங்கினச் செடிகளும் படர்ந்திருக்கும்.

பிறகு மரங்களிலிருந்து இலைகள் உதிரும், பழமரங்களிலிருந்து மடல்கள் உதிர்ந்து பூமியில் இளஞ்சிவப்பு, வெள்ளைப் போர்வை போர்த்தியதுபோல் இருக்கும். மலர்களின் மையம் பெருத்து வளர்ந்து வண்ணம் பூசிக் கொள்ளும்: செர்ரிக்கள், ஆப்பிள்கள், பீச், பியர்ஸ், அத்தி ஆகியவை பழத்தின் கீழிருக்கும் மலரை மறைத்து விடும். கலிஃபோர்னியா முழுதும் உற்பத்தியால் வேகமடையும், பழங்கள் எடைபெறத் தொடங்கியதும், அதன் கீழுள்ள காம்புகள் எடையால் கீழிறங்க, அங்கே அதைத் தாங்கிப் பிடிப்பதற்காக சிறு கம்புகள் வைக்கப்படும்.

இந்தப் பழங்களுக்குப்பின்னால் அறிவு, திறன் கொண்டவர்களும், விதைகளால் ஆராய்ச்சி செய்பவர்களும், பூமியிலிருந்து வரும் எல்லையற்ற எதிரிகளை, பூச்சிகள், வண்டுகள், சமாளிக்கும் வேர்களைக் கொண்ட சிறந்த செடிகளை உருவாக்கும் நுட்பங்களைத் தொடர்ந்து உருவாக்குபவர்களுமான மனிதர்கள் உள்ளனர். இந்த மனிதர்கள் கவனமாகவும், விதையை, வேரை குறையின்றி முழுமையாக உருவாக்கவும் எல்லையற்றுப் பணிபுரிவர். மேலும் பூச்சிகளிலிருந்து செடிகளைக் காப்பாற்ற பூச்சி மருந்து அடிக்கும் வேதியியலாளர்கள், பழுத்து, அழுகிப் போன செடிகளையும், நோய் பிடித்த செடிகளையும் வெட்டிப் போடுபவர்களும் இருப்பார்கள். தடுப்பு மருந்து மருத்துவர்கள், எல்லைகளில் பழங்களை உண்ணும் பூச்சிகளையும், ஜப்பானிய வண்டுகளையும் அடையாளம் காண்பவர்களும், நோய் பிடித்த செடிகளை வேரோடு பிடுங்கி எரிப்பவர்களும் இருப்பர். இவர்கள் அறிஞர்கள். இளம் மரங்களை, சிறு வைன்களைப் பாதுகாப்பவர்கள்தான் அனைவரிலும் தந்திரசாலிகள். ஏனென்றால் அவர்களுடையது ஓர் அறுவை சிகிச்சைநிபுணரின் பணி, மிகவும் மென்மையான பணி; இவர்களுக்கெல்லாம் ஓர் அறுவை சிகிச்சை நிபுணரின் இதயங்களும், கைகளும் வேண்டும். கிளையை மெதுவாகக் கீறி அதில் மருந்தை வைத்து, காயங்களை காற்றிலிருந்து மறைக்க வேண்டும். இவர்கள் மேன்மையானவர்கள்.

வளமான நிலத்தை உருவாக்குவதற்காக வசந்தகால புற்களைப் புரட்டிப் போட்டுக் கொண்டும், நிலத்தின் மேல்பகுதிக்கருகில் தண்ணீரைக் கட்டி வைக்க வாய்க்கால்கலை உருவாக்கிக் கொண்டும், பாசனம் செய்வதற்காக சிறு சிறு குளங்களைக் கட்டிக் கொண்டும், மரங்களில் கட்டி வைத்த தண்ணீரைக் களைகள் உறிஞ்சி விடாமலிருக்க அவற்றின் வேர்களை அழிக்கவும் வரிசைகளில் விவசாயிகள் நகர்ந்து கொண்டே இருப்பர்.

எப்போதும் திராட்சைச் செடிகளில் நீண்ட கொத்துகளாக பழம் ஊதிப் பெருப்பதும், பூக்கள் மலர்வதுமாக இருக்கும். நாட்கள் செல்லச்

செல்ல சூடு அதிகரிக்கவும் இலைகள் ஆழ்ந்த பச்சையாக மாறும். கொடிமுந்திரி சிறு பச்சைநிறப் பறவை முட்டைகள் போல் நீளும், எடை காரணமாக கீழே தொங்கும் அதன் காம்புகள் கம்புகளால் தாங்கப்படும். கடினமான சிறு பீச் பழங்கள் உருவாகத் தொடங்கியதும் அவற்றிலிருந்து தாள்பரப்பு பஞ்சு பீச்பழங்களிலிருந்து வெளிவரும். திராட்சை மொட்டுகள் தமது சின்னஞ்சிறு இதழ்களை வெளிவிடும். கடினமான சிறு திராட்சை மணிகள் பச்சை நிற பட்டன்களாக மாறும், பட்டன்கள் எடை கூடும். நிலங்களில் வேலை செய்யும் மனிதர்கள், சிறு பழத்தோட்டங்களின் சொந்தக்காரரர்கள் பார்த்து மதிப்பிடுவார்கள். இந்த வருடம் உற்பத்தி சிறப்பாக அதிகரித்திருக்கிறது. ஆக, இந்த உற்பத்தியை இந்த ஆண்டு அதிகரித்ததற்காக தமது அறிவுக்கு மனிதர்கள் பெருமை கொள்வார்கள். அவர்கள் உலகைத் தமது அறிவால் மாற்றியுள்ளார்கள். குட்டையான, மெலிதான கோதுமை பெரிதாகவும், நல்ல உற்பத்தியும் ஆகியுள்ளது. சிறிய புளிப்பான ஆப்பிள்கள் பெரிதாகவும், இனிமையானவையாகவும் வளர்ந்து விட்டன. மரங்களுக்கிடையே வளர்ந்து சின்னஞ்சிறு பறவைகளுக்கு உணவளித்த பழைய திராட்சைகள் ஆயிரக்கணக்கான வகைகளுக்கு தாயாகியுள்ளது, சிவப்பும், கருப்பும், பச்சையும். வெளிர்நிற இளஞ்சிவப்பு, ஊதா, மஞ்சள் நிறம் என அளித்துள்ளது. ஒவ்வொரு வகைக்கும் அதற்கேயான சுவை உண்டு. ஆராய்ச்சி செய்யும் பண்ணைகளில் பணி செய்வோர் புதிய பழங்களை உற்பத்தி செய்துள்ளனர்: நாற்பது வகையான ப்ளம் பழங்கள், பேப்பர் ஓட்டுடன் கூடிய வால்நட். எப்போதும் அவர்கள் தேர்வு செய்து கொண்டும், இணைத்துக் கொண்டும், மாற்றிக் கொண்டும் தம்மைத் தாமே ஊக்குவித்துக் கொண்டும், பூமியில் உற்பத்தியைப் பெருக்கிக் கொண்டும் உழைத்துக் கொண்டிருக்கின்றனர்.

முதலில் செர்ரிகள் பழுக்கும். ஒரு பவுண்டுக்கு ஒன்றரை செண்ட். அதை அந்த விலைக்கு நம்மால் பொறுக்க முடியாது. முழுதும் இனிப்பான கருப்பு செர்ரிகளும், சிவப்பு செர்ரிகளும் அப்படியே விடப்பட்டு, அவற்றில் பாதி செர்ரிகளை பறவைகள் உண்டு விடுகின்றன. மீதியை மஞ்சள் நிற வண்டுகள் பறவைகள் போட்ட ஓட்டையில் புகுந்து உண்கின்றன. தரையில் விதைகள் விழுந்து அதிலிருந்து தொங்கும் சதைகளுடன் உலர்ந்து போகின்றன.

பேரிக்காய்கள் மஞ்சளாகவும், மென்மையாகவும் வளரும். ஒரு டன்னுக்கு ஐந்து டாலர். நாற்பத்தைந்து பவுண்ட் பெட்டிக்கு ஐந்து டாலர்கள்; மரங்கள் சீர்படுத்தப்பட்டு, தெளிக்கப்பட்டு, பழத் தோட்டங்கள் அறுவடை செய்யப்படும் – பழங்கள் பொறுக்கப்பட்டு, அட்டைப்பெட்டிகளில் அடைக்கப்பட்டு, டிரக்குகளில் ஏற்றி பழம் பதப்படுத்தும்

தொழிற்சாலைகளில் இறக்கப்படும் – ஐந்து டாலர்களுக்கு நாற்பது பெட்டிகள். அதை நம்மால் செய்ய முடியாது. மஞ்சள் நிறப்பழம் எடையுடன் கீழே விழுந்து சிதறி விடும். மஞ்சள் வண்டுகள் அதன் மென்மையான சதைக்குள் ஊடுருவிச் சென்று விடும். அதிலிருந்து அழுகும், நொதிக்கும் நாற்றம் வரும்.

பிறகு திராட்சைகள் – நம்மால் நல்ல வைனைத் தயாரிக்க முடியாது. மக்களால் நல்ல வைனை வாங்க முடியாது. வைன்களிலிருந்து திராட்சைகளைப் பிய்த்து எடுங்கள். நல்ல திராட்சைகள், அழுகியவை, வண்டுகள் துளைத்தவை. தண்டுகளைத் தட்டி, அழுக்கை நீக்கி அழுக விடுங்கள்.

ஆனால் கொப்பறைகளில் ஃபார்மிக் அமிலமும், பூஞ்சைக் காளானும் இருக்கும்.

சல்ஃபரையும், டானிக் அமிலத்தையும் சேருங்கள்.

நொதிப்பதிலிருந்து வரும் வாசம் வைனின் நறுமணமல்ல, ஆனால் அழுகல், ரசாயனங்களிலிருந்து வரும் வாசம்.

இருக்கட்டும், அதில் எப்படியும் சாராயம் இருக்கிறது. அவர்களால் அதைக் குடிக்க முடியும்.

தம்மீது அலைபோல கடன்சுமை ஏறுவதை சிறு விவசாயிகள் கவனித்தனர். அவர்கள் மரங்கள் மீது தெளித்து விட்டு, எந்தப் பயிறையும் விற்கவில்லை, அவர்கள் மரத்தை சீர் செய்து ஒட்டுப் போட்டனர், ஆனால் உற்பத்தியை எடுக்க முடியவில்லை. அறிவுடையவர்கள் வேலை செய்துள்ளனர், பழமோ தரையில் அழுகிக் கொண்டிருக்கிறது. கலவை அழுகும் வாசம் காற்றை விஷமாக்கிக் கொண்டிருக்கிறது பிறகு வைனின் சுவை – அதில் திராட்சை சுவையே இல்லை, வெறும் சல்ஃபரும், டானிக் அமிலமும், சாராயமும்தான்.

இந்த திராட்சைத்தோட்டம் வங்கிக்குச் சொந்தமானது. பெரிய முதலாளிகள்தான் தாக்குப்பிடிக்க முடியும், ஏனென்றால் அவர்களுக்கு பதப்படுத்தும் தொழிற்சாலைகளும் சொந்தம். நான்கு பேரிக்காய்கள் இரண்டாக வெட்டப்பட்டுச் சமைக்கப்பட்டு பெட்டிக்குள் அடைக்கப்படும், இன்னும் அதன் விலை பதினைந்து செண்டுகள் தான். கேன்களில் அடைக்கப்பட்ட பேரிக்காய்கள் அழுகாது. அவை பல ஆண்டுகளுக்குக் கெடாது.

அழுகல் மாநிலம் முழுதும் பரவுகிறது, இனிய மணம் நிலத்தின் பெரும் சோகம். மரங்களுக்கு ஒட்டுப் போட்டு, விதைகளை வளமாக்கி,

பழத்தைப் பெரிதாக்கும் மனிதர்களால் தமது உற்பத்தியை பட்டினி கிடப்பவர்கள் உண்பதற்கு எந்த வழியையும் கண்டு பிடிக்க முடியவில்லை. புதிய பழங்களை உலகில் உருவாக்கிய மனிதர்களால், தமது பழங்கள் உண்ணப்படும் ஒரு முறையை உருவாக்க முடியவில்லை. தோல்வி நாட்டின் மேல் பெரும் சோகமாகத் தொங்கிக் கொண்டிருக்கிறது.

வைன்களின் வேர்களின் வேலையும், மரங்களின் வேர்களும் விலையை உயர்த்தி வைப்பதற்காக அழிக்கப்பட வேண்டும். இதுதான் அனைத்தையும் விட கசப்பான விஷயம். லோடு லோடாய் ஆரஞ்சுகள் தரையில் குவிக்கப்படும். மக்கள் அந்தப் பழத்தை எடுக்க மைல் கணக்காய்க் கடந்து வருவார்கள், ஆனால் முடியாது. அவர்கள் வண்டி ஓட்டி வந்து அவற்றை எடுக்க முடியுமென்றால் அவர்கள் ஒரு டஜன் ஆரஞ்சுகளை இருபது செண்டுகளுக்கு எப்படி வாங்க முடியும்? குழாய்களைப் பிடித்துக் கொண்டு ஆரஞ்சுகள் மீது மண்ணெண்ணெய் தெளிப்பார்கள். அவர்கள் மனிதர்கள் வந்து பழங்களை எடுக்கும் குற்றத்தின் மீது கோபம் கொண்டவர்கள். பழம் தேவைப்படும் கோடிக்கணக்கான மக்கள் உள்ளனர் – தங்க நிற மலைகள் மீது மண்ணெண்ணெய் தெளிக்கப்படுகிறது.

அழுகல் வாசனை நாட்டை நிறைக்கிறது.

காப்பிக் கொட்டையை கப்பல்களில் எரிபொருளாக எரிக்கவும். சோளத்தை உடல் சூட்டுக்காக எரிக்கவும், சோளம் சூடான நெருப்பை உண்டாக்கும். உருளைக்கிழங்குகளை ஆறுகளில் போட்டு விட்டு அவற்றை பட்டினி மனிதர்கள் எடுத்து விடாதபடி காவல் போடுங்கள். பன்றிகளை கசாப்பு செய்து புதைத்து விடுங்கள். அதிலிருந்து வடியும் நெய் பூமியில் இறங்கட்டும்.

கண்டனம் செய்வதற்கும் மேலாக இங்கு ஒரு குற்றம் இருக்கிறது. இங்கு ஒரு துயரம் இருக்கிறது, அதை அழுகை அடையாளப்படுத்த முடியாது. நமது வெற்றிகள் அனைத்தையும் சாய்த்து விடும் அளவுக்கு இங்கு ஒரு தோல்வி இருக்கிறது. வளமான பூமி, நேர் வரிசைகளில் மரங்கள், உறுதியான கிளைகள், பழுத்த பழங்கள். குழந்தைகள் ஒரு ஆரஞ்சிலிருந்து இலாபம் பெற முடியாது என்பதற்காக குழந்தைகள் வறண்டு போய் இறக்க வேண்டும். குழந்தை சத்துணவின்றி இறந்து போனதாக பிரேத பரிசோதகர்கள் சான்றிதழ் கொடுக்க வேண்டும். ஏனென்றால் உணவு அழுக வேண்டும், அழுக வைக்கப்பட வேண்டும்.

ஆறுகளிலிருந்து உருளைக்கிழங்கை வலை மூலம் எடுக்க வரும் ஆட்களை காவலர்கள் பிடித்துக் கொள்வார்கள்; அவர்கள் உடைந்து சத்தமிடும் கார்களில் ஆரஞ்சுகளை எடுத்துப் போக வருவார்கள், ஆனால்

அதன்மீது மண்ணெண்ணெய் தெளிக்கப்படும். அவர்கள் உருளைக்கிழங்குகள் மிதந்து செல்வதைப் பார்த்துக் கொண்டும், சுண்ணாம்பு நிரம்பிய குழிகளில் கொல்லப்படும் பன்றிகள் இடும் சத்தத்தைக் கேட்டுக் கொண்டும், மலை போல் ஆரஞ்சுகள் அழுகித் தண்ணீராகக் கொட்டுவதையும் பார்த்துக் கொண்டிருப்பர்; அந்த மக்களது கண்களில் ஒரு தோல்வி இருக்கும்; பசியோடு இருக்கும் கண்களில் ஒரு ஆவேசம் வளர்ந்து கொண்டிருக்கும். மக்களின் ஆன்மாக்களில் போதைக்கான திராட்சையின் ஆவேசம் நிறைந்து வலுத்துக் கொண்டிருக்கும்.

26

தற்காலிக முகாமில் மறைந்து கொண்டிருந்த சூரியனுக்குக் கீழ் அதை மறைத்துக் கொண்டிருந்த மேகங்களின் முனைகள் கீற்றாக வெளிச்சத்தைக் காட்டிக் கொண்டிருந்த போது, ஜோட் குடும்பம் இரவு உணவுக்காகக் கூடியது. அம்மா உணவைக் கொடுப்பதற்கு முன் சற்றுத் தயங்கினாள்.

"நாம எதாவது செஞ்சாகணும்" என்றாள். வின்ஃபீல்டை சுட்டிக் காட்டி அவனப் பாருங்க" என்றாள். அவர்கள் எல்லாரும் சிறுவனைப் பார்க்கவும், "அவன் தூக்கத்துல புரண்டு, துள்றான்.. அவனோட நிறத்த பாருங்க." குடும்ப உறுப்பினர்கள் மீண்டும் வெட்கத்துடன் தரையைப் பார்த்தனர். "வறுத்த மாவு." அம்மா சொன்னாள், "நாம ஒரு மாசமா இங்க இருக்கோம். டாமுக்கு அஞ்சு நாள் வேல கிடைச்சது. மத்தவங்க தினமும் வெளிய தேட்றாங்க. ஆனா வேலை கிடைக்கல. பேசறதுக்கே பயப்பட்றாங்க. பணமும் தீந்து போச்சு. நீங்க அதப் பத்தி பேச பயப்பட்றீங்க. ராத்திரி சாப்பிட்டுட்டு சுத்தப் போயிட்றீங்க. அத பேசி தீக்க முடியல. நீங்க பேசித்தான் ஆகணும். ரோசாஷார்னுக்கு பிரசவத்துக்கு ரொம்ப நாள் இல்ல. அவ நிறத்தப் பாருங்க. நீங்க அதப் பேசித்தான் ஆகணும். இப்ப எதையாவது யோசிக்கிற வரைக்கும் யாரும் எந்திரிக்காதீங்க. ஒரே ஒரு நாளைக்குத்தான் எண்ணெய், ரெண்டு நாளைக்கு மாவு, பத்து உருளைக்கிழங்கு. நீங்க இப்ப சுறுசுறுப்பா கிளம்புங்க!"

அவர்கள் தரையைப் பார்த்தனர். அப்பா தனது கெட்டியான நகத்தை தனது சிறு கத்தியை வைத்து சுத்தம் செய்தார். ஜான் மாமா ஒரு பெட்டியை எடுத்து அதில் உட்கார்ந்து கொண்டார். டாம் தனது கீழ் உதடைக் கடித்து தனது பல்லிலிருந்து வெளியே இழுத்தான்.

அவன் தனது உதட்டை விடுவித்து விட்டு மென்மையாகச் சொன்னான், "நாங்க தேடிக்கிட்டுத்தான் இருக்கோம், அம்மா. இனிமே நம்மளால காஸ் செலவழிக்க முடியாதுங்கறதுனால நாங்க நடந்தே போறோம். நாங்க ஒவ்வொரு கதவையும், ஒவ்வொரு வீட்டையும்

தட்றோம். எதுவும் அங்க கிடைக்காதுன்னு தெரிஞ்சே அத செய்யறோம். அது ஒரு சுமை. உங்களால கண்டு பிடிக்க முடியாதுன்னு தெரிஞ்சே தேடிப் போறது.''

அம்மா ஆவேசமாகச் சொன்னாள், ''நீங்க ஊக்கமிழக்கறதுக்கு உரிமை கிடையாது. இங்க ஒரு குடும்பம் கீழ போகுது. உங்களுக்கு அந்த உரிமையே கிடையாது.''

அப்பா தேய்த்த தனது நகத்தை ஆராய்ச்சி செய்தார். ''நாம போகணும்'' என்றார் அவர். ''நாம போக விரும்பல. இங்க நல்லா இருக்கு. இங்க ஆளுங்க நல்லா இருக்காங்க. நாம அந்த ஹூவர்வில்லே ஒண்ணுல வசிக்க வேண்டிருக்கும்னு நாங்க பயந்தோம்.''

''நாம போகத்தான் வேணும்னா, போகணும். முதல்ல, நாம சாப்பிடணும்.''

அல் குறுக்கிட்டான். ''டிரக்குல நான் ஒரு டாங்க் காஸ் வச்சிருக்கேன். அதுல நான் யாரையும் ஏற விடல.''

டாம் புன்னகைத்தான். ''இந்த அல் தன்னோட கிறுக்குத்தனத்தோட நிறைய அறிவையும் வச்சிருக்கான்.''

''இப்ப நீ யோசி'' என்றாள் அம்மா. ''இந்த குடும்பம் இங்க இனியும் பட்டினி கிடக்கறத நான் பாக்க முடியாது. ஒரு நாளைக்குதான் எண்ணெய் இருக்கு. அவ்வளவுதான் நம்மகிட்ட இருக்கு. ரோசாஷார்னுக்கு பிரசவ நேரம் வருது, அவளுக்கு சாப்பாடு கொடுக்கணும். நீங்க யோசிங்க.!''

''இங்க சுடுதண்ணியும், கழிவறையும் இருக்கு—'' அப்பா தொடங்கினார்.

''சரி, நாம எந்த கழிவறையையும் சாப்பிட முடியாது.''

டாம் சொன்னான், ''ஒரு ஆளு மாரிஸ்வில்லேவுக்கு பழம் பொறுக்க ஆள் சேக்க வந்தான்.''

''சரி, நாம ஏன் மாரிஸ்வில்லேவுக்கு போகக் கூடாது?'' என்று அம்மா கேட்டாள்.

''எனக்குத் தெரியல'' என்றான் டாம். ''எதோ, சரியாத் தெரியல. அவன் ரொம்ப கலவரமா இருந்தான். அவனுக்கு சரியாத் தெரியலன்னு சொன்னான்.''

அம்மா சொன்னாள், ''நாம மாரிஸ்வில்லே போறோம். என்ன சம்பளம்னு எனக்குக் கவலையில்ல. நாம போறோம்.''

“அது ரொம்ப தூரம்” என்றான் டாம். “நம்மகிட்ட காசுக்கு பணம் இல்ல. நம்மளால போக முடியாது. அம்மா, நாம யோசிக்கணும்னு நீ சொன்ன. நான் எல்லா நேரமும் யோசிக்கறதத் தவிர எதுவும் செய்யறதில்ல.”

ஜான் மாமா சொன்னார், “வடக்க பருத்தி வருதுன்னு ஒரு ஆள் சொன்னான். அது டாலுரேங்கற இடத்துக்குப் பக்கத்தில இருக்குன்னு சொன்னான்.”

“சரி, நாம கிளம்பணும், வேகமா கிளம்பணும். நாம இனிமே இங்க இருக்கப் போறதில்ல, இது எவ்வளவு நல்லா இருந்தாலும் சரி.” அம்மா தனது வாளியைத் தூக்கிக் கொண்டு வெந்நீருக்காக சானிடரி பகுதியை நோக்கிச் சென்றாள்.

“அம்மா பிடிவாதமாயிடறாங்க” என்றான் டாம். “அவங்க கொஞ்சம் இப்ப கோபமாறதப் பாத்தேன். அவங்க கொதிச்சுப் போயிடறாங்க.”

அப்பா சற்று மன அமைதியடைந்து கூறினார், “எப்படின்னாலும் அவ அத வெளிய கொட்டிட்றா. நான் ராத்திரி பூரா மூளைய கசக்கிக்கிட்டு இருக்கேன். எப்படியும் அவள நாம பேச வச்சிடலாம்.”

அம்மா தனது வாளி முழுதும் ஆவி பறக்கும் வெந்நீருடன் வந்தாள். “எதாவது யோசிச்சீங்களா?” என்று கேட்டாள்.

“கொஞ்சம் திட்டம் போட்டுக்கிட்டு இருக்கோம்” என்றான் டாம். ஒருவேளை நாம இப்ப பருத்தி இருக்கிற வடக்குப் பக்கம் போறோம்னு வச்சுக்கலாம். நாம இந்த இடத்துல இருந்திருக்கோம். இங்க எதுவும் இல்லன்னு நமக்குத் தெரியும். ஒருவேள நாம எல்லாத்தையும் கட்டிக்கிட்டு வடக்குப் பக்கம் போறோம்னு வச்சுப்போம். அப்ப பருத்தி தயாரா இருக்கும்போது, நாம அங்க இருப்போம். என் கை கொஞ்சம் பருத்திய சுத்திப் பிடிக்கறத நான் விரும்பறேன். உங்கிட்ட முழு டாங்க் இருக்கு இல்ல அல்?”

“சுமாரா – ஒரு ரெண்டு அங்குலம் கீழ இருக்கு.”

“அது நம்மள அங்க கூட்டிட்டுப் போயிடும்.”

அம்மா ஒரு தட்டை வாளிக்கு மேல் வைத்துக் கொண்டிருந்தாள். “சரி?” என்று கேட்டாள்.

டாம் சொன்னான், “நீ ஜெயிச்சுட்ட. நாம கிளம்பப் போறோம்னு நினைக்கறேன். இல்லையா, அப்பா?”

“நாம கிளம்பப் போறோம்னு நினைக்கறேன்” என்றார் அப்பா.

அம்மா அவரை பார்த்தாள். “எப்போ?”

“நாம காத்திருக்க வேண்டிய அவசியமில்ல. நாம காலையில போகலாம்.”

“நாம காலையில போயாகணும். என்ன மிச்சமிருக்குன்னு உங்ககிட்ட சொல்லிட்டேன்.”

“அம்மா, நான் போக விரும்பலேன்னு நினைக்காதே. எனக்கு ரெண்டு வாரமா சாப்பிட எதுவும் கிடைக்கல. நான் வயித்த நிரப்பிக்கிட்டேந்தான். ஆனா எந்த நல்லதும் அதுலருந்து எதுவும் நடக்கல.”

அம்மா தட்டைத் தண்ணீருக்குள் முக்கினாள். “நாம காலையில போவோம்” என்றாள்.

அப்பா மோப்பம் பிடித்தார். “காலம் மாறின மாதிரி தோணுது” என்றார் நக்கலாக. “நாம என்ன செய்யப் போறோம்னு ஒரு ஆள் சொன்ன காலம் இருந்தது. இப்ப பொம்பளைங்க சொல்ற மாதிரி இருக்கு. ஒரு கம்பை எடுக்க வேண்டிய காலம் நெருங்கின மாதிரி தோணுது.”

அம்மா சுத்தமான தகரத் தட்டை ஒரு பெட்டிக்கு வெளியே வைத்தாள். அவள் தன் வேலைக்கிடையே சிரித்தாள். “நீங்க உங்க கம்பை எடுத்துக்குக்கங்க அப்பா” என்றாள். “சாப்பாடும், இருக்க இடமும் முழுசா கிடைச்சப்ப ஒரு வேள உங்க கம்பை நீங்க உபயோகிக்கலாம். ஆனா நீங்க உங்க வேலைய செய்யல, யோசிக்கவும் இல்ல, வேலையும் செய்யல. நீங்க செஞ்சிருந்தா, நீங்க உங்க கம்பை உபயோகிக்கலாம். பொம்பளைங்க தங்களோட மூக்க வச்சுக்கிட்டு எலிய தொரத்திக்கிட்டு இருந்திருப்பாங்க. ஆனா நீங்க ஒரு கம்பை எடுத்துக்குங்க, எந்தப் பொம்பளையையும் தொட முடியாது; நானும் முழுசா எல்லா இடத்திலயும் கம்ப வச்சதுனால, நீங்க போராடிக்கிட்டு இருக்கீங்க.”

அப்பா சங்கடத்துடன் முறைத்தார். “சின்னப் பசங்க கேக்கற மாதிரி நீ இப்படி பேசறது நல்லாயில்ல” என்றார்.

“பசங்களுக்கு வேற என்ன நல்லதுன்னு நீங்க சொல்ல வரதுக்கு முன்னால இந்தக் குட்டிப் பசங்க வயித்துல கொஞ்சம் பன்னிக்கறிய போடுங்க” என்றாள் அம்மா.

அப்பா வெறுப்புடன் எழுந்து நகர்ந்து செல்ல, ஜான் மாமா பின் தொடர்ந்தார்.

அம்மாவின் கைகள் தண்ணீருக்குள் வேலை செய்து கொண்டிருந்தன, ஆனால் அவள் அவர்கள் செல்வதைப் பார்த்துக் கொண்டிருந்தாள். டாமிடம் பெருமையுடன் சொன்னாள், “அவர் நல்லாத்தான் இருக்காரு. அவர் தோத்துப் போகல. என்ன மூக்குடைக்கவே அவர் செய்ய மாட்டார்.”

டாம் சிரித்தான். “நீ சும்மா அவர மிதிச்சியா?”

“நிச்சயமா” என்றாள் அம்மா. “ஒரு ஆள எடுத்துக்கோ, அவன் மேல மேல கவலப்பட்டா அவனோட குடல் பாதிக்கும். சீக்கிரமே அவன் விழுந்து செத்துப் போயிடுவான். ஆனா நீ அவன கோபப்பட வச்சிட்டேன்னா, அவன் சரியாயிடுவான். அப்பா, அவர் ஒண்ணும் சொல்லல, இப்ப கோபமா இருக்கார். அவர் அத எங்கிட்ட காமிப்பார். அவர் சரியா இருக்கார்.”

அல் எழுந்தான். “நான் தெருவுல நடக்கப் போறேன்” என்றான்.

“டிரக்க தயார் பண்றது நல்லாருக்கும்” என்று டாம் எச்சரித்தான்.

“அது தயாராத்தான் இருக்கு.”

“அது தயாரா இல்லேன்னா, நான் உம்மேல அம்மாவ ஏவி விட்டுடுவேன்.”

“அது தயாரா இருக்கு.” அல் கூடார வரிசை முன்னால் தன்னம்பிக்கையுடன் நடக்க ஆரம்பித்தான்.

டாம் பெருமூச்சு விட்டான். “எனக்கு சோர்வாகுது அம்மா. என்னையும் கோபப்படுத்தறதப் பத்தி என்ன நினைக்கிற?”

“உனக்கு அதிக உணர்வு இருக்கு டாம். நான் உன்னை கோபப்படுத்த வேண்டிய அவசியம் இல்ல. ஆனா மத்தவங்க – அவங்க எல்லாம் ஒரு வகைல புதுசானவங்க, உன்னத்தவிர எல்லாரும். நீ விடவே மாட்ட, டாம்.”

வேலை அவன்மீது விழுந்து விட்டது. “எனக்கு இது பிடிக்கல” என்றான் அவன். “நானும் அல் மாதிரி போக விரும்பறேன். அப்புறம் அப்பா மாதிரி கோபமா ஆக விரும்பறேன், ஜான் மாமா மாதிரி குடிக்க விரும்பறேன்.”

அம்மா தலையை ஆட்டினாள். “உன்னால முடியாது டாம். எனக்குத் தெரியும். நீ சின்னப் பையனா இருந்ததுலருந்து உன்னத் தெரியும். உன்னால முடியாது. அவங்க அவங்களாவே இருக்கற சிலபேர் இருக்காங்க. அவங்க வேற எதுவுமில்ல. அல் இருக்கான்– அவன் ஒரு பொண்ணு பின்னால சுத்தற ஒரு இளைஞன் மட்டும்தான். நீ எப்பவும் அப்படி இருந்ததில்ல டாம்.”

“நிச்சயமா நான் அப்படி இருந்தேன்” என்றான் டாம். “இன்னும் இருக்கேன்.”

“இல்ல, நீ அப்படி இல்ல. நீ செய்யறதெல்லாம் உன்னால முடிஞ்சத விட அதிகம். அவங்க உன்னை சிறைக்கு அனுப்பினப்ப எனக்குத் தெரியும். உன்னை பத்தி பேசுவாங்க.”

“இப்ப அம்மா, அத நிறுத்து. அது உண்மையில்ல. இதெல்லாம் உன் தலைலதான் இருக்கு.”

அவள் கத்திகளையும், முள்கரண்டிகளையும் தட்டின் மேல் வைத்தாள். “இருக்கலாம். ஒருவேள அது என் தலைல இருக்கலாம். ரோசாஷார்ன், நீ இங்க இருக்கறத துடைச்சு தள்ளி வை.”

அந்தப் பெண் மூச்சைப் பிடித்து எழுந்து கொள்ள, அவளது வீங்கிய வயிறு முன்னால் சரிந்து நின்றது. அவள் சோம்பேறித்தனமாக நடந்து கழுவிய ஒரு தட்டை எடுத்தாள்.

டாம் சொன்னான், “இவ்வளவு இறுக்கமா இருக்கறது அவளோட கண்ணை விரிக்குது.”

“அட விளையாடாத. “ என்றாள் அம்மா. “அவ நல்லா இருக்கா. நீ யாருக்காவது விடை கொடுக்கணும்னா போய் சொல்லிட்டு வா.”

“சரி. அது எவ்வளவு தூரம் இருக்குன்னு பாத்துட்டு வரேன்.”

அம்மா பெண்ணிடம் சொன்னாள், “அவன் உன்ன வருத்தறதுக்காக அதையெல்லாம் சொல்லல. ருத்தியும், வின்ஃபீல்டும் எங்க?”

“அவங்க அப்பா பின்னால ஓடிப் போயிட்டாங்க. நான் அவங்கள பாத்தேன்.”

“சரி, அவங்க போட்டும்.”

ஷாரன் தன் வேலையை சோம்பேறித்தனமாகச் செய்தாள். அம்மா அவளை கவனமாக ஆராய்ந்தாள். “நீ நல்லா இருக்கேல்ல? உன்னோட கன்னம் கொஞ்சம் வீங்கிருக்கு.”

“அவங்க சொன்ன மாதிரி நான் பால் குடிக்கல.”

“எனக்குத் தெரியும். நம்மகிட்ட பால் இல்ல.”

ஷாரன் மந்தமாகச் சொன்னாள், “கோனி மட்டும் போயிருக்கலேன்னா, எங்களுக்கு இப்ப ஒரு சின்ன வீடு இருந்திருக்கும், அவன் படிச்சிக்கிட்டு இருந்திருப்பான். எனக்கு தேவைப்பட்ட மாதிரி பால் கிடைச்சிருக்கும். ஒரு அழகான குழந்தை இருக்கும். இப்ப இந்தக் குழந்தை ஒண்ணும் நல்லபடியா இருக்கப் போறதில்ல. நான் பால் குடிச்சிருக்கணும்.” அவள் தனது மேலங்கியின் பையில் கைவிட்டு எதையோ எடுத்து வாயில் போட்டுக் கொண்டாள்.

அம்மா சொன்னாள், “நீ எதையோ கொறிச்சிக்கிட்டிருக்க. என்ன சாப்பிட்ற?”

“ஒண்ணுமில்ல.”

“சொல்லு, நீ எத கொறிச்சிக்கிட்டிருக்க?”

“ஒரு சின்ன எலுமிச்சை. ஒரு பெரிய துண்ட பாத்தேன்.”

“அது கிட்டத்தட்ட அழுக்க சாப்பிட்ற மாதிரி.”

“எனக்கு சாப்பிடணும்னு தோணிச்சு.”

அம்மா அமைதியாக இருந்தாள். அவள் தனது முட்டிகளை விரித்து உடையை இறுக்கிக் கொண்டாள். “எனக்குத் தெரியும்” என்றாள் கடைசியாக. “நான் உண்டாகியிருந்தப்ப கரியத் தின்னேன். ஒரு பெரிய துண்டு கரிய தின்னேன். பாட்டி நான் தின்னக் கூடாதுன்னு சொன்னாங்க. நீ அந்தக் குழந்தையப் பத்திப் பேசாத. அதப் பத்தி யோசிக்க உனக்கு உரிமையில்ல.”

”புருசனுமில்ல. பாலுமில்ல.!”

அம்மா சொன்னாள், “நீ மட்டும் நல்லாயிருந்தேன்னா, ஓங்கி அடிச்சிருப்பேன். மூஞ்சிலயே விட்டிருப்பேன்.” அவள் எழுந்து கூடாரத்துக்குள் சென்றாள். அவள் ஷாரனுக்கு முன் வந்து நின்று கையை நீட்டினாள். “இங்க பாரு!”. அவளது கையில் ஒரு சிறிய தங்கத் தோடு இருந்தது. “இது உனக்காகத்தான்.”

பெண்ணின் கண்கள் ஒரு கணம் பிரகாசித்தன, பிறகு அவள் திரும்பி வேறு பக்கம் பார்த்தாள். “எனக்கு காது குத்தல.”

”இப்ப நான் உனக்கு காது குத்தப் போறேன். “அம்மா கூடாரத்துக்குள் விரைந்தாள். ஒரு அட்டைப் பெட்டியுடன் திரும்பி வந்தாள். அவள் வேகமாக ஒரு ஊசிக்குள் நூலை நுழைத்து அதில் வரிசையாக முடிச்சுகள் போட்டாள். ஒரு இரண்டாவது ஊசியிலும் நூலைக் கோர்த்து, முடிச்சுகள் போட்டாள். பெட்டியிலிருந்து ஒரு சிறிய அடைப்பானை எடுத்தாள்.

“அது வலிக்கும், அது வலிக்கும்..”

அம்மா அவளிடம் சென்று அடைப்பானை காது மடலுக்குப் பின்னால் வைத்துக் கொண்டு ஊசியை மடல் வழியாக அடைப்பானுக்குள் செலுத்தினாள்.

பெண் நடுங்கினாள். “அது ஒட்டுது. வலிக்கும்.”

“இதுக்கு மேல வலிக்காது.”

“ஆமா, அது வலிக்கும்.”

"சரி, நாம அடுத்த காத முதல்ல பாப்போம்." அவள் அடைப்பானை வைத்து அடுத்த காதையும் குத்தினாள்.

"அது வலிக்கும்"

"உஷ்!" என்று அடக்கினாள் அம்மா. "வேலை முடிஞ்சு போச்சு."

ஷாரன் அவளை திகைப்புடன் பார்த்தாள். அம்மா ஊசிகளை இழுத்து விட்டு ஒவ்வொரு நூலிலும் ஒரு முடிச்சை மடல் வழியாக இழுத்தாள்.

"இப்ப, ஒவ்வொரு நாளும் ஒரு முடிச்ச நாம இழுப்போம். சில வாரங்கள்ல, அது சரியாப் போயிடும், நீ தோட்ட போட்டுக்கலாம். இந்தா, இத வச்சுக்க. நீயே வச்சுக்க."

ஷாரன் மென்மையாகத் தனது காதுகளைத் தொட்டுப் பார்த்து விட்டு, தனது விரல்களில் இருந்த சிறு ரத்தத் துளிகளைப் பார்த்தாள். "அது வலிக்கல. கொஞ்சம் மாட்டிக்கிச்சு."

"உனக்கு ரொம்ப முன்னாடியே காது குத்திருக்கணும்" என்றாள் அம்மா. அவள் பெண்ணின் முகத்தைப் பார்த்து விட்டு, வெற்றிப் புன்னகை பூத்தாள். "இப்ப தட்டையெல்லாம் கழுவி வை. உன்னோட குழந்தை நல்ல குழந்தையா இருக்கும். உனக்கு காது குத்தாம குழந்தை பிறக்கத் தெரிஞ்சுது. ஆனா நீ இப்ப பாதுகாப்பா இருக்க."

"இதுக்கு எதாவது அர்த்தம் இருக்கா?"

"ஏன், நிச்சயமா இருக்கு." என்றாள் அம்மா. "அதுக்கு அர்த்தம் இருக்கு."

அல் மெதுவாக தெருவில் நடந்து நடனமேடையை நோக்கிச் சென்றான். ஒரு சிறிய துப்புரவான கூடாரத்துக்கு முன் நின்று சீழ்க்கை அடித்துவிட்டு மெதுவாகத் தெருவில் நடந்தான். மைதானத்தின் ஓரத்துக்கு நடந்து புல்தரையில் அமர்ந்தான்.

மேற்கில் இருந்த மேகங்களின் ஓரத்தில் செம்மை படர்ந்திருக்க, நடுவில் இருட்டத் தொடங்கியிருந்தது. அல் தன் கால்களைத் தேய்த்துக் கொண்டு மாலை நேர வானத்தைப் பார்த்தான்.

சில கணங்களில் கருநிற முடியுடன் ஒரு பெண் அவனிடம் நடந்து வந்தாள்; அவள் அழகாகவும், கூர்மையான அங்கங்களை உடையவளாகவும் இருந்தாள். அவள் அவனுக்கருகில் புல்தரையில் அமர்ந்து கொண்டாள், பேசவில்லை. அல் அவனது கையை அவளது இடையைச் சுற்றிப் போட்டு தன் விரல்களை விளையாட விட்டான்.

“செய்யாத. கூசுது” என்றாள் அவள்.

“நாங்க நாளைக்கு போகப்போறோம்” என்றான் அல்.

அவள் அவனை அதிர்ந்து போய் நிமிர்ந்து பார்த்தாள். “நாளைக்கா? எங்க?”

“வடக்க” என்றான் அவன் மெதுவாக.

“நாம அப்ப கல்யாணம் பண்ணிக்கப் போறதில்லையா?”

“நிச்சயமா, எப்பவாவது.”

“நீ சீக்கிரம்னு சொன்ன” என்று அவள் ஆத்திரத்துடன் கத்தினாள்.

“சரிதான், சீக்கிரம்னா, சீக்கிரம் வரும்போது”.

“நீ சத்தியம் பண்ணின”. அவன் தன் விரல்களை மேலும் மேய விட்டான். “தள்ளிப் போ” என்று அவள் கத்தினாள். “நாம சீக்கிரம் கல்யாணம் பண்ணிப்போம்னு நீ சொன்ன.”

“நிச்சயமா பண்ணிக்கத்தான் போறோம்.”

“ஆனா இப்ப நீ போகப்போற.”

“உனக்கு என்ன பிரச்சனை? நீ உண்டாயிருக்கியா?” என்று கேட்டான் அல்.

“இல்ல, அப்படி ஒண்ணும் இல்ல.”

அல் சிரித்தான். “அப்ப நான் என் நேரத்த வீணடிச்சிக்கிட்டு இருந்தேன், இல்ல?”

அவளது கன்னம் பிதுங்கியது. அவள் துள்ளி எழுந்தாள். “நீ எங்கிட்டயிருந்து தூரப் போ அல் ஜோட். உன்ன இனிமே பாக்க விரும்பல.”

“அட வாம்மா. என்ன பிரச்சனை?”

“நீ சக்கரம் கட்டிக்கிட்டு இருக்கறதா நினைச்சுக்கிட்டிருக்க.”

“இல்ல, ஒரு நிமிஷம் பொறு.”

“நான் உங்கூட போய்த்தான் ஆகணும்னு நீ நினைக்கற. நான் மாட்டேன்! எனக்கு நிறைய வாய்ப்பு இருக்கு.!”

“இப்ப ஒரு நிமிஷம் பொறு.”

“இல்ல சார், போய்ச் சேரு.”

அல் திடீரென முன்னே பாய்ந்து அவளது மணிக்கட்டைப் பிடித்து கீழே தள்ளினான். அவள் விழுந்த போது அவளை இழுத்துப் பிடித்துத் தனது கையை வைத்து அவளது கோபமான வாயை மூடினான். அவள் அவனது

உள்ளங்கையைக் கடிக்க முயன்றாள். அவன் அவளை இன்னொரு கையை வைத்துக்கீழே அழுத்தினான். ஒரு கணம் அவள் அசையாமல் படுத்திருந்தாள். மறுகணம் காய்ந்த புல்லில் அவர்கள் இருவரும் சேர்ந்து சிரித்துக் கொண்டிருந்தனர்.

"நாங்க சீக்கிரமே திரும்பி வந்துடுவோம்" என்றான் அல். "என் பை பூரா பணம் இருக்கும். நாம ஹாலிவுட்டுக்குப் போயி படமெல்லாம் பார்க்கலாம்."

அவள் நிமிர்ந்து படுத்துக் கொண்டிருந்தாள். அல் அவள் மேல் குனிந்தான். அவளது கண்களில் பிரகாசமான மாலை நேர நட்சத்திரம் மின்னியதை அவன் பார்த்தான். ஒரு கருநிற மேகம் அவள் கண்களில் தெரிந்தது. "நாம ரயில்ல போவோம்" என்றான் அவன்.

" அதுக்கு எவ்வளவு நாளாகும்னு நினைக்கிற?

"ஓ, ஒரு மாசம் ஆகலாம்."

மாலை நேர இருள் சூழ்ந்ததும் அப்பாவும் ஜான் மாமாவும் அலுவலகத்துக்கு முன்னால் குடும்பத் தலைவர்களுடன் அமர்ந்திருந்தனர். இரவையும், எதிர்காலத்தையும் அவர்கள் மதிப்பிட்டனர். குட்டி மேலாளர் தன்னுடைய துப்புரவான, மடிக்கப்பட்ட வெள்ளை ஆடைகளில் தாழ்வாரத்தின் வேலியில் தன் முழங்கைகளை வைத்துக் கொண்டு நின்றிருந்தார். அவரது முகம் சோர்ந்து தொங்கிப்போய் இருந்தது.

ஹூஸ்டன் அவரை நிமிர்ந்து பார்த்தார். "நீங்க கொஞ்சம் தூங்கறது நல்லது மிஸ்டர்."

"நான் தூங்கணும்னுதான் நினைச்சேன். நேத்து ராத்திரி மூணாவது பகுதில ஒரு குழந்தை பிறந்தது. நான் ஒரு நல்ல மருத்துவச்சியா ஆயிக்கிட்டிருக்கேன்."

"ஒரு ஆளுக்கு அது தெரிஞ்சிருக்கணும். கல்யாணமான ஆளுக்கு நிச்சயமா தெரிஞ்சிருக்கணும்" என்றார் ஹூஸ்டன்.

அப்பா சொன்னார், "நாங்க காலைல வெளிய போறோம்."

"அப்படியா? எந்தப் பக்கம் போறீங்க?"

"கொஞ்சம் வடக்கப் போலாம்னு நினைச்சோம். முதல்ல பருத்திய முயற்சிக்கலாம்னு யோசனை. எங்களுக்கு வேலை கிடைக்கல. சாப்பாடும் தீர்ந்து போச்சு."

“எதாவது வேலை இருக்கான்னு தெரியுமா?” என்று கேட்டார் ஹூஸ்டன்.

“தெரியாது. ஆனா இங்க எதுவும் இல்லன்னு தெரியும்.”

“கிடைக்கும், ஆனா கொஞ்ச நாள் கழிச்சு. நாம காத்திருப்போம்” என்றார் ஹூஸ்டன்.

“எங்களுக்கு போகப் பிடிக்கல” என்றார் அப்பா. “இங்க ஆளுங்க நல்லா இருக்காங்க. கழிப்பறை இருக்கு. ஆனா நாங்க சாப்பிடணுமே. ஒரு டாங்க் காஸ் இருக்கு. அது இந்த ரோட்டுல கொஞ்ச தூரம் கூட்டிட்டுப் போகும். நாங்க இங்க ஒவ்வொரு நாளும் குளிச்சோம். என் வாழ்க்கைல இவ்வளவு சுத்தமா நான் இருந்ததில்ல. எப்பவும் நான் நாத்தமடிச்சதா தோணல. ஆனா இப்ப நான் ஒரு நாள் குளிக்கலேன்னாலும் நாத்தமடிக்கறேன். அடிக்கடி குளிக்கறது இந்த மாதிரி ஆகுமான்னு ஆச்சரியமா இருக்கு.”

“ஒரு வேளை நீங்க உங்க நாத்தத்த முன்ன பிடிச்சு பாக்கலையா இருக்கும்” என்றார் மேலாளர்.

“இருக்கலாம். இங்க தங்கணும்னு எனக்கு ஆசை.”

“குட்டி மேலாளர் தன் பிட்டங்களைத் தன் உள்ளங்கைகளில் தாங்கிக் கொண்டார். “இன்னைக்கு ராத்திரி இன்னொரு குழந்தை பிறக்கும்னு நினைக்கிறேன்” என்றார்.

“எங்க குடும்பத்திலயும் ஒண்ணு சீக்கிரமா பிறக்கப் போகுது” என்றார் அப்பா. “இங்கயே அது நடக்கணும்னு நான் விரும்பினேன். நிச்சயமா நான் அத விரும்பினேன்.”

டாம், வில்லி, பாதி இனத்தவனான ஜூல் மூவரும் நடன அரங்கின் முனையில் உட்கார்ந்து கால்களை ஆட்டிக் கொண்டிருந்தனர்.

“எங்கிட்ட ஒரு பை துர்ஹாம் இருக்கு. புகைக்க விருப்பமா?” என்று கேட்டான் ஜூல்.

“கண்டிப்பா நான் குடிக்கணும்” என்றான் டாம். “ரொம்ப காலமா குடிக்கவேயில்ல”. அவன் தன் அரக்கு நிற சிகரெட்டை புகையிலை கீழே சிந்திவிடாதபடி கவனமாகச் சுருட்டினான்.

“நீங்க போனா எங்களுக்கு வருத்தமா இருக்கும்” என்றார் வில்லி. “நீங்க நல்ல ஆளுங்க.”

டாம் தன் சிகரெட்டைப் பற்ற வைத்தான். “நான் அதப் பத்தி நிறைய யோசிச்சிக்கிட்டு இருக்கேன். இயேசு கிறித்துவே, நாம இங்கயே தங்கிடக் கூடாதான்னு விரும்பினேன்.”

ஜூல் தன் துர்ஹாமைத் திரும்ப எடுத்துக் கொண்டான். “அது நல்லதுல்ல” என்றான் அவன். “எனக்கு ஒரு குட்டிப்பொண்ணு இருக்கு. இங்க வந்தபோது இங்க ஒரு பள்ளிக்கூடம் கிடைக்கும்னு நினைச்சோம். ஆனா எழவு, ஒரு இடத்தில நீடிச்சு இருக்க முடியல. சுத்தி சுத்தி போக வேண்டியிருக்கு.”

“இன்னும் ஒரு ஹூவர்வில்லேவுக்குப் போயிட மாட்டோம்னு நான் நம்பறேன்” என்றான் டாம். “அங்க எனக்கு நிஜமாவே பயமா இருந்தது.”

“டெபுடிங்க உங்கள விரட்டினாங்களா?”

“நான் யாரையாவது கொன்னுடுவேன்னு பயந்துக்கிட்டிருந்தேன்” என்றான் டாம். ”நான் கொஞ்ச நேரந்தான் அங்க இருந்தேன், பெரும்பாலான நேரம் சுத்திக்கிட்டிருந்தேன். என்னோட நண்பர்தானே போய் பேசினதுனால அவர டெபுடி தூக்கிக்கிட்டுப் போயிட்டான். . நான் எப்பவும் சுத்திக்கிட்டுதான் இருந்தேன்.”

“எப்பவாவது வேலைநிறுத்தம் பண்ணியிருக்கியா?” என்று கேட்டார் வில்லி.

“இல்ல”.

“நான் ரொம்ப யோசிச்சிருக்கேன். ஏன் டெபுடிங்க வேற இடங்கள மாதிரி இங்க உள்ள நுழைய முடியல? அலுவலகத்தில இருக்கற அந்தக் குட்டி மனுஷன் அவங்கள தடுக்கறா?” “இல்ல சார்.”

“சரி, அப்புறம் எது?” என்று ஜூல் கேட்டான்.

“நான் சொல்றேன். ஏன்னா நாம ஒண்ணா சேந்து வேலை செய்யறோம். இந்த முகாம்ல ஒரு ஆள டெபுடியால தூக்கிட்டுப் போக முடியாது. ஒட்டு மொத்த முகாமத்தான் தூக்கணும். அதுக்கு அவனுக்குத் துணிச்சல் கிடையாது. நாம செய்ய வேண்டியதெல்லாம் ஒரு குரல் கொடுக்க வேண்டியதுதான். இருநூறு பேர் வெளிய வந்துடுவாங்க. சங்கம் கட்டுற ஆள் அங்க ரோட்டுல பேசிக்கிட்டு இருந்தார். நாம அத எங்க வேணா செய்யலாம்னு அவர் சொல்றார். சேந்து மட்டும் இருக்கணும். அவங்க இருநூறு பேர்கிட்ட வேலைய காட்ட மாட்டாங்க. ஒத்த ஆளத்தான் பிடிப்பாங்க.”

“ஆமா” என்றான் ஜூல். “ஒருவேளை உங்ககிட்ட சங்கம் இருந்தா? உங்ககிட்ட தலைவர்கள் இருக்கணும். அவங்க உங்க தலைவர்களை மட்டும் பிடிப்பாங்க, அப்ப உங்க சங்கம் எங்க போகும்?”

"எப்படியும் நாம ஒரு சமயம் அதப்பத்தி யோசிக்கணும். நான் இங்க ஒரு வருஷமா இருக்கேன், கூலி குறைஞ்சுக்கிட்டே போகுது. இப்ப ஒரு ஆளு வேலை செய்யறத வச்சு குடும்பத்துக்கு சோறு போட முடியாது. எப்பவும் மோசமாயிக்கிட்டே போகுது. இங்கயே இருந்து பட்டினில சாகறது உதவாது. என்ன செய்யறதுன்னு எனக்குத் தெரியல. ஒரு ஆள்கிட்ட ஒரு குதிரைக் கூட்டம் இருக்குன்னு வப்போம், அவன் அதுகளுக்கு அதுங்க வேலை செய்யாத போதே தீனி போடணும்னா அவன் சத்தம் போட மாட்டான். ஆனா ஒரு ஆளுகிட்ட வேலைக்கு ஆளுங்க இருந்தா, அவன் கண்டுக்கவே மாட்டான். குதிரைகளுக்கு மனுசங்கள விட மதிப்பு அதிகமா இருக்கு. எனக்குப் புரியவே இல்ல."

"அதப்பத்தி யோசிக்க வேண்டாம்னே தோணுது" என்றான் ஜூல். "நான் அதப்பத்தி யோசிக்கணும். எனக்கு இங்க அழகான குட்டிப் பொண்ணு பொறந்தது. அவ எவ்வளவு அழகுன்னு உங்களுக்கு தெரியும். அவ ரொம்ப அழகுன்னு இங்க முகாம்ல ஒரு நாள் அவளுக்கு பரிசு கொடுக்கறாங்க. அவளுக்கு என்ன நடக்கப் போகுது? அவ ஒல்லியாயிட்டு இருக்கா. என்னால அத தாங்க முடியாது. அவ அவ்வளவு அழகு. நான் நொறுங்கிப் போயிடுவேன்."

"எப்படி?" என்று கேட்டார் வில்லி. "நீ என்ன செய்யப் போற - எதையாவது திருடி சிறைக்குப் போகப்போறியா? யாரையாவது கொன்னுட்டு தூக்குல தொங்கப் போறியா?"

"எனக்குத் தெரியல" என்றான் ஜூல். "அதப் பத்தி நினைச்சா பைத்தியம் பிடிக்குது. ரொம்ப பைத்தியமாயிட்றேன்."

"நான் நடனங்களுக்காக ஏங்குவேன்" என்றான் டாம். "நான் பாத்ததுல இது ரொம்ப அருமையான நடனம். நான் எப்படியும் திரும்புவேன். ரொம்ப காலமாகும். எங்கயாவது உங்கள பாப்பேன்". அவன் கைகுலுக்கினான்.

"நிச்சயமா பாப்போம்" என்றான் ஜூல்.

"ரொம்ப தூரம் போகணும்" என்றபடியே டாம் இருளுக்குள் சென்றான்.

இருளில் ஜோடின் கூடாரத்தில் ருத்தியும் வின்ஃபீல்டும் தமது மெத்தையில் படுத்திருக்க, அம்மா அருகில் படுத்திருந்தாள். "அம்மா" என்று கிசுகிசுத்தாள் ருத்தி.

"சொல்லு. நீ இன்னும் தூங்கலியா?"

"அம்மா – நாம போற இடத்துல கழிவறை இருக்குமா?"

"எனக்குத் தெரியல. கொஞ்சம் தூங்கு. நாம காலைல சீக்கிரம் போகணும்."

"கழிவறை இருக்கற இடத்துலதான் நாம தங்கணும்னு நான் விரும்பறேன்."

"உஷ்!" என்று அதட்டினாள் அம்மா.

"அம்மா, வின்ஃபீல்ட் இன்னைக்கு ராத்திரி ஒரு குழந்தைய உதைச்சான்."

"அவன் செஞ்சிருக்கக் கூடாது."

"எனக்குத் தெரியும். நான் அவங்கிட்ட சொன்னேன், ஆனா அந்தக் குழந்தைய மூக்குலயே குத்தினான். இயேசுவே, எப்படி ரத்தம் கொட்டிச்சுன்னு தெரியுமா!"

"அத மாதிரி பேசாத. அது நல்லா பேசறது கிடையாது."

வின்ஃபீல்ட் திரும்பினான். "அந்தப் பையன் நாம ஓக்கீங்கன்னு சொல்றான்" என்று ஆவேசமாகச் சொன்னான். "அவன் ஓரிகான்லேருந்து வந்ததுனால அவன் ஓக்கி இல்லேன்னு சொல்றான். நாம பாழாப்போன ஓக்கீங்கன்னு சொல்றான். நான் அவன குத்தினேன்."

"உஷ்! நீ செய்யக் கூடாது. அவன் உன்ன கேலி செஞ்சு காயப்படுத்தக் கூடாது."

"நான் அவன விட மாட்டேன்" என்று வின்ஃபீல்ட் கடும் கோபத்துடன் கூறினான்.

"உஷ்! கொஞ்சம் தூங்குங்க."

ருத்தி சொன்னாள், "நீங்க ரத்தம் அவனோட உடை முழுசும் வழிஞ்சத பாத்திருக்கணும்."

அம்மா போர்வைக்குக் கீழிருந்து கையை நீட்டி ருத்தியை கன்னத்தில் விரல்களால் தட்டினாள். குட்டிப்பெண் ஒரு கணம் விறைத்து விட்டு, மூச்சிறைத்துக் கொண்டு அமைதியாக அழத் தொடங்கினாள்."

சானிடரி பகுதியில் அப்பாவும் ஜான் மாமாவும் அடுத்தடுத்த அறைகளில் உட்கார்ந்திருந்தார்கள். "கடைசியா நல்லா ஒருதடவை குளிச்சுடுவோம்" என்றார் அப்பா. "இது ரொம்ப அருமையானது. அவங்க முத தடவை தண்ணிய திறந்து விட்டப்ப பசங்க எவ்வளவு பயந்து போனாங்கன்னு நினைவிருக்கா?"

"எனக்கே பயமாத்தான் இருந்தது" என்றார் ஜான் மாமா. அவர் தனது கால்சட்டையை முட்டி வரை மடக்கி விட்டுக் கொண்டார். "எனக்கு ரொம்ப மோசமா தோணுது. நான் பாவம் செய்யறதா தோணுது".

"நீ யாருக்கும் பாவம் செய்ய முடியாது" என்றார் அப்பா. "உங்கிட்ட பணமே இல்ல. சும்ம உக்காரு. பாவம் பண்றதுக்கு ரெண்டு துட்டாவது வேணும். நம்ம யார்கிட்டயும் ரெண்டு துட்டு இல்ல."

"ஆமா! ஆனா நான் பாவத்த யோசிக்கறேன்."

"சரி. நீ எதுவுமில்லாம பாவத்த யோசிக்கலாம்."

"அதுவும் மோசமானது" என்றார் ஜான் மாமா.

"அது ரொம்ப மலிவானது" என்றார் அப்பா.

"பாவத்த ரொம்ப மலிவா ஆக்காத"

"நான் செய்யல. நீ மேல போ. ஒரு நரகம் வரும்போது நீ எப்பவுமே பாவம் செய்வ."

"எனக்குத் தெரியும்" என்றார் ஜான் மாமா. "எப்பவுமே அப்படித்தான். நான் செஞ்சதுல பாதிய சொன்னதில்ல."

"உங்கிட்டயே வச்சுக்கோ."

"இங்க இருக்கற தூய்மையான கழிவறைங்க என்னை பாவமாக்குது"

"அப்ப வெளிய புதருக்குப் போ. வா, உன் கால்சட்டைய ஏத்து. போய் கொஞ்சம் தூங்குவோம்." அப்பா தன் கால்சட்டை வாரை இழுத்து விட்டுக் கொண்டு பக்கிளை மாட்டினார். கழிவறையில் தண்ணீரை இழுத்து விட்டு விட்டு யோசனையுடன் தண்ணீர் பாய்வதைப் பார்த்துக் கொண்டிருந்தார்.

அம்மா தன் முகாமை எழுப்பியபோது இன்னும் இருட்டாகவே இருந்தது. சானிடரி பகுதிகளிலிருந்து மெல்லிய விளக்கு வெளிச்சம் வந்து கொண்டிருந்தது. தெருவின் இருமருங்கிலும் இருந்த கூடாரங்களிலிருந்து முகாமிட்டவர்களின் குறட்டை சத்தம் வந்து கொண்டிருந்தது.

அம்மா சொன்னாள், "வாங்க, எழுந்து சுருட்டுங்க. நாம நம்ம வழில போகணும். சீக்கிரம் விடிஞ்சிடும். " அவள் லாந்தரை எடுத்து விளக்கை ஏற்றினாள். "எல்லாரும் எழுந்திருங்க."

கூடாரம் மெதுவாக இயங்கத் தொடங்கியது. போர்வைகள் விலக்கப்பட்டு தூக்கக் கலக்கத்துடன் கண்கள் வெளிச்சத்தை நோக்கின. அம்மா தனது இரவு உடைகள் மேல் உடையை அணிந்து கொண்டாள். "நம்ம

கிட்ட காப்பி கிடையாது" என்றாள். "என்கிட்ட கொஞ்சம் பிஸ்கட் இருக்கு. நாம அத பயணப்படும்போது சாப்பிடலாம். இப்ப எழுந்திருங்க. டிரக்குல எல்லாத்தையும் ஏத்தலாம். வாங்க எல்லாரும். சத்தம் எழுப்பாதீங்க. பக்கத்துல இருக்கறவங்கள எழுப்ப விரும்பல."

அவர்கள் முழுதாக விழித்துக் கொள்வதற்கு சிறிது நேரமானது. "இப்ப எங்கேயும் ஓடிடாதீங்க" என்று அம்மா குழந்தைகளை எச்சரித்தாள். குடும்பம் உடைகளை அணிந்து கொண்டது. ஆண்கள் தார்பாயைக் கழற்றி டிரக்கில் ஏற்றினர். "அத சரியானபடி படுத்த வாக்குல வைங்க" என்றாள் அம்மா. அவர்கள் அனைத்துப் பொருட்களுக்கும் மேல் மெத்தைகளை வைத்து அதன் வலது புறக் கம்பின் மேல் தார்ப்பாயை வைத்துக் கட்டினர்.

"சரி" என்றான் டாம். "தயாராயிடுச்சு".

அம்மா ஒரு தட்டில் பிஸ்கட்டுகளை எடுத்தாள். "இந்தாங்க. ஆளுக்கு ஒண்ணு எடுத்துக்கங்க. இவ்வளவுதான் நம்மகிட்ட இருக்கு."

ருத்தியும், வின்ஃபீல்டும் தங்கள் பிஸ்கெட்டுகளை எடுத்துக் கொண்டு சுமைகளின் மேல் ஏறினர். தம் கைகளில் பிஸ்கெட்டுகளை வைத்துக் கொண்டே போர்வைக்கு அடியில் புகுந்து கொண்டு மீண்டும் தூங்கத் தொடங்கினர். டாம் ஓட்டுநர் இடத்தில் அமர்ந்து கொண்டு வண்டியை இயக்கினான். அது சிறிது சத்தம் போட்டுவிட்டு அணைந்தது.

"பாழாப்போக அல்!" என்று டாம் கத்தினான். "நீ பாட்டரிய செயலிழக்க வச்சுட்ட."

அல் தடுமாறினான், "அத ஓட்ட காஸ் இல்லேன்னா அத எப்படி உயிரோட வச்சிருக்க முடியும்?"

டாம் திடீரென கெக்கெலித்துச் சிரித்தான். "அது எப்படின்னு தெரியாது, ஆனா இது உன்னோட தப்பு. நீதான் அத சரி பண்ணணும்."

"இது என்னோட தவறில்லேன்னு சொல்றேன்ல."

டாம் வெளியே இறங்கி இருக்கைக்கு அடியிலிருந்து திருப்புளியை எடுத்தான். "இது என்னோட தப்பு" என்றான்.

"திருப்புளிய எங்கிட்ட கொடு" என்று அல் அதைப் பிடுங்கிக் கொண்டான். "என் கைய திருகிடாதபடிக்கி மெதுவா இழு" என்றான்.

"சரி, அதோட வாலை திருகு"

அல் திருப்புளியை வைத்து சுழற்றினான். எஞ்சின் மெதுவாக உறுமி, கடகடத்து இயங்கியது. டாம் மெதுவாக காரை இயக்கினான். மெதுவாக எஞ்சினை ஏற்றி இறக்கினான்.

அம்மா அவனுக்கருகில் ஏறிக் கொண்டாள். "நாம முகாம்ல எல்லாரையும் எழுப்பிட்டோம்" என்றாள்.

"அவங்க திரும்ப தூங்கிடுவாங்க."

அல் மறுபுறம் ஏறிக் கொண்டான். "அப்பாவும் ஜான் மாமாவும் மேல ஏறிட்டாங்க" என்றான். "திரும்ப தூங்கப் போறாங்க."

டாம் முக்கிய வாயிலை நோக்கிச் செலுத்தினான். காவலாளி அலுவலகத்தை விட்டு வெளியே வந்து விளக்கையடித்துப் பார்த்தான். "ஒரு நிமிஷம் பொறுங்க."

"உனக்கு என்ன வேணும்?"

"நீங்க காலி பண்ணிப் போறீங்களா?"

"ஆமா."

"நான் உங்க பேர அடிக்கணும்."

"சரி"

"எந்தப் பக்கம் போறீங்கன்னு தெரிஞ்சுக்கலாமா?"

"நாங்க வடக்க போய் முயற்சிக்கப்போறோம்."

"நல் வாழ்த்துகள்" என்றான் காவலாளி.

"உங்களுக்கும். போயிட்டு வரோம்."

டிரக் மெதுவாக வேகத்தடையைத் தாண்டி சாலையில் ஏறியது. டாம் தான் முன்பு வந்த சாலையைக் கடந்து, களைகள் இருந்த பகுதியைக் கடந்து, 99ஆம் சாலைவரை மேற்கே சென்றான். வடக்கே பெரிய சாலை பேக்கர்ஸ்ஃபீல்ட் சென்றது. அவன் நகரத்துக்கு வெளியே வந்தபோது வெளிச்சம் அதிகரித்தது.

டாம் சொன்னான், "நீங்க பாக்கிற எல்லா இடத்துலயும் உணவகம் இருக்கு. எல்லா இடத்துலயும் காப்பி இருக்கு. ராத்திரி உணவகம் அங்க இருக்கு பாருங்க. அவங்க கிட்ட பத்து காலன் காப்பி இருக்கும்னு பந்தயம் கட்றேன். எல்லாம் சூடா இருக்கும்."

"வாயை மூடு" என்றான் அல்.

டாம் அவனை முறைத்தான். "நீ கடைசில ஒரு பொண்ண கழட்டி விட்டத பாத்தேன்."

"இருக்கட்டும். அதுனால என்ன?"

"இன்னைக்கு காலைல அவன் சின்னத்தனமா இருக்கான்மா. அவன் கூட வர சரியான ஆளில்ல."

அல் எரிச்சலுடன் சொன்னான், "நான் சீக்கிரமா வெளிய போகப் போறேன். ஒரு ஆளுக்கு குடும்பம் இல்லேன்னா எளிதா ஓட்டிடலாம்."

டாம் சொன்னான், "ஒன்போது மாசத்துல உனக்கே ஒரு குடும்பம் வந்துடும். நீ விளையாடினத பாத்தேன்."

"உனக்கு பைத்தியம்" என்றான் அல். "நான் எனக்கு ஒரு காரேஜ்ல வேல பாத்துக்கிட்டு, உணவகங்கள்ல சாப்பிட்டுக்குவேன்."

"உனக்கு ஒன்பது மாசத்துல ஒரு மனைவியும், குழந்தையும் இருப்பாங்க."

"இருக்க மாட்டாங்கன்னு நான் சொல்றேன்."

டாம் சொன்னான், "நீ ஒரு புத்திசாலி. நீ தலைல கொஞ்சம் அடி வாங்கப் போற."

"யாரு அடிப்பாங்க?"

"அத செய்யறதுக்கு ஆளுங்க இருப்பாங்க" என்றான் டாம்.

"நீ ஒரு இவனா இருக்கறதால அப்படி நினைக்கற ---"

"இப்ப நிறுத்தறீங்களா?" என்று அம்மா குறுக்கிட்டாள்.

"நான் செஞ்சுட்டேன். அவன தூண்டி விட்டேன். உன்னை காயப்படுத்தணும்னு நினைக்கல அல். உனக்கு பொண்ணுங்களஇவ்வளவு பிடிக்கும்னு தெரியாது அல்."

"எனக்கு ஒண்ணும் பொண்ணுங்கள அவ்வளவு பிடிக்காது."

"சரி, வேணாம். என்ன உன்னால வாதத்துக்கு இழுக்க முடியாது."

டிரக் நகரத்தின் எல்லைக்கு வந்து சேர்ந்தது. "அங்க ஹாட்டாக் வண்டிகள பாரு. நூத்துக்கணக்குல இருக்கு."

அம்மா சொன்னாள், "டாம்! எங்கிட்ட ஒரு டாலர் தனியா வச்சிருக்கேன். அத செலவழிக்கிற அளவுக்கு உனக்கு காப்பி தேவையா இருக்கா?"

"இல்லம்மா, நான் சும்மா பேசிக்கிட்டிருந்தேன்."

"உனக்கு ரொம்ப தேவைன்னா எடுத்துக்கோ."

"எனக்கு அது வேணாம்."

அல் சொன்னான், " அப்ப காப்பிய பத்தி பேசாத."

டாம் சற்று நேரம் அமைதியாக இருந்தான். “எப்பவும் அதுலயே கால வச்சிருக்கேன்னு தோணுது” என்றான் அவன். “அன்னைக்கு ராத்திரி நாம வந்த ரோடு அங்க இருக்கு.”

“அந்த மாதிரி திரும்ப நமக்கு எதுவும் நடக்காதுன்னு நம்பறேன்” என்றாள் அம்மா. “அது ஒரு மோசமான ராத்திரி”.

“எனக்கும் அது பிடிக்கல.”

அவர்களது வலதுபுறத்தில் சூரியன் எழுந்தது. அவர்களுக்கு பக்கத்தில் பெரிய டிரக்கின் நிழல் வேலிகளின் மீது விழுந்து எழுந்து சென்றது. அவர்கள் மீண்டும் கட்டப்பட்ட ஹூவர்வில்லேவைத் தாண்டிச் சென்றனர்.

“பாரு” என்றான் டாம். “அங்க புது ஆளுங்க இருக்காங்க. அதே மாதிரி இடமாத் தோணுது.”

அல் மெதுவாக தனது அமைதியிலிருந்து வெளியே வந்தான். “ஒரு ஆளு எங்கிட்ட சொன்னான், அவங்க சில பேரு இருந்த குடியிருப்புகள பதினைஞ்சு இருபது தடவை எரிச்சிருக்காங்களாம். அவங்க அப்ப மரங்களுக்கு நடுவில போய் ஒளிஞ்சுக்கிட்டு, கொஞ்ச நேரம் கழிச்சு வெளிய வந்து புதுசா ஒரு குடிசைய கட்டிக்குவாங்களாம். எலிவளை மாதிரி. அவங்க இதுக்கு மேல ஆத்திரப்பட முடியாதபடி நாம அதுக்குப் பழகிப் போவோம்னு அந்த ஆளு சொல்றான். இது ஒரு மோசமான வானிலை மாதிரின்னு அவங்க நினைக்கிறாங்க.”

“அன்னைக்கு ராத்திரி எனக்கு நிச்சயமா மோசமான வானிலைதான்” என்றான் டாம். அவர்கள் விரிவான உயர்வேகச்சாலையில் பயணித்தனர். சூரியனின் கதகதப்பு அவர்களை நடுங்கச் செய்தது. “காலைல குளிருது” என்றான் டாம். “குளிர்காலம் வந்துகிட்டிருக்கு. அது வரதுக்கு முன்னால நமக்கு கொஞ்சம் பணம் கிடைக்கும்னு நம்பறேன். குளிர்காலத்துல கூடாரம் நல்லதா இருக்காது.”

அம்மா பெருமூச்செறிந்து தலையை நேராக்கிக் கொண்டாள். “டாம், குளிர்காலத்துல நமக்கு ஒரு வீடு கண்டிப்பா வேணும். நிச்சயமா இருந்தே ஆகணும். ருத்தி பரவாயில்ல, ஆனா வின்ஃபீல்ட் அவ்வளவு பலமா இல்ல. மழை வரும்போது நிச்சயமா நமக்கு ஒரு வீடு இருக்கணும். இங்க மழை கடுமையா இருக்கும்னு நான் கேள்விப்பட்டிருக்கேன்.”

“நாம ஒரு வீட எடுத்துக்கலாம், அம்மா. நீ ஓய்வெடு. நிச்சயமா உனக்கு ஒரு வீடு கிடைக்கும்.”

“அது ஒரு கூரையும், தரையும் உள்ளதா இருந்தா போதும். பசங்கள வெறுந்தரைலேருந்து காப்பாத்தணும்.”

“நாம முயற்சிக்கலாம்மா.”

“நான் உன்ன இப்ப கவலைப்படுத்த விரும்பல.”

“சில சமயம் நான் பதட்டமாயிடறேன். என்னோட நிதானத்த இழந்துடறேன்.”

“நீ நிதானம் இழக்கறப்ப நான் பாத்ததேயில்ல.”

“ராத்திரில, சில சமயம்.”

டிரக்கின் முன்புறத்திலிருந்து கடூரமாக உஸ்ஸென்ற சத்தம் வந்தது. டாம் சக்கரத்தை கெட்டியாகப் பிடித்துக் கொண்டு பிரேக்கை அழுத்தினான். டிரக் குலுங்கி நின்றது. டாம் சலித்துக் கொண்டான். “பாரு அத”. அவன் சீட்டில் சாய்ந்து கொண்டான். அல் வெளியே குதித்து முன் சக்கரத்துக்கு ஓடினான்.

“ஒரு பெரிய ஆணி” என்றான் அவன்.

“டயர ஒட்டுப்போட்றது எதாவது நம்மகிட்ட இருக்கா?”

“இல்ல” என்றான் அல். “எல்லாம் உபயோகப்படுத்தியாச்சு. ஒட்டுப் போட்றது இருக்கு, பசை இல்ல.”

டாம் திரும்பி சோகமாக அம்மாவைப் பார்த்துச் சிரித்தான். “நீ அந்த டாலரைப் பத்தி சொல்லியிருக்கக் கூடாது.. எப்படியாவது அத ஒட்டியிருப்போம்” என்றான். அவன் காரை விட்டு வெளியேறி டயரை நோக்கிப் போனான்.

அல் டயரில் துருத்திக் கொண்டிருந்த ஆணியை சுட்டிக் காட்டினான். “அங்க இருக்கு!”

“கவுண்டில ஒரே ஒரு ஆணி இருந்தாலும், அது மேல நாம ஏறுவோம்.”

“மோசமா இருக்கா?” என்று கேட்டாள் அம்மா.

“இல்ல, மோசமில்ல. நாங்க சரி பண்ணிடுவோம்.”

குடும்பம் டிரக்கின் மேலிருந்து கீழே குழுமியது. “பங்ச்சரா?” என்று கேட்ட அப்பா டயரைப் பார்த்து விட்டு அமைதியானார்.

டாம் அம்மாவை நகரச் சொல்லி விட்டு இருக்கைக்கு அடியிலிருந்து

ஒட்டுப் போடும் டப்பாவை எடுத்தான். அவன் ஒட்டுப் போடும் ரப்பரை எடுத்து ஒட்டுப் போடுவதற்காக பசை டியூபை எடுத்து மெதுவாகப் பிதுக்கினான். “கிட்டத்தட்ட காஞ்சு போச்சு” என்றான். “போதுமான அளவு இருக்கலாம். அல், பின்னாடி டயர்ல கல்லப் போடு. முன்னால தூக்கலாம்.”

டாமும், அல்லும் சேர்ந்து வேலையில் இறங்கினர். சக்கரங்களுக்குப் பின்னால் கற்களைப் போட்டனர், முன்பகுதி ஆக்சிலுக்கு அடியில் ஜாக்கை வைத்து உயர்த்தினர். டயரின் கேசிங்கைப் பிரித்து ஓட்டையைக் கண்டு பிடித்தனர். பிறகு ஒரு கந்தலை வைத்து அதைச் சுற்றித் துடைத்தனர். அல் பசை டியூபை தனது முழங்காலில் வைத்து அழுத்த, டாம் சிமெண்ட் டியூபை இரண்டாகக் கிழித்து, அதன் மேல் பசையை மெலிதாகத் தீட்டினான். “அது காயட்டும், ஒரு சின்னத் துண்டை வெட்றேன்.” அவன் நீலத் துண்டிலிருந்து ஒன்றை வெட்டி எடுத்தான். அல் டியூபை இறுகப் பிடித்துக் கொள்ள டாம் துண்டை சரியான இடத்தில் வைத்தான். “அத ஏறுபலகைக்கு கொண்டு வா, நான் சுத்தியல வச்சு அடிக்கறேன்.” அவன் கவனமாக துண்டை அடித்தான், பிறகு டியூபை எடுத்து முனைகளை ஆராய்ந்தான். ”முடிஞ்சது. இது சரியா இருக்கும். அத ரிம்ல போடு. காத்தடிக்கலாம். நீ உன்னோட காச வச்சுக்கலாம்னு நினைக்கறேன், அம்மா.”

“நாம கூடுதலா ஒண்ணு வச்சுக்கணும்னு நினைச்சேன். டாம், நாம இன்னொண்ணு வாங்கி ரிம்ல பொருத்தி முழுசா காத்தடிச்சு வச்சுக்கணும். ராத்திரியில பஞ்சர ஒட்டுப் போட்டுக்கலாம்” என்றான் அல்.

“நாம கூடுதலா ஒண்ணு வாங்கறதுக்கு காசு இருக்கும்போது நாம அதுக்குப் பதிலா கொஞ்சம் காப்பியும், இறைச்சியும் வாங்கிடுவோம்” என்றான் டாம்.

காலையில் இருக்கும் சிறிதளவான போக்குவரத்து உயர்வேகப்பாதையில் கடந்து சென்றது. சூரியன் வெதுவெதுப்பாகவும், பிரகாசமாகவும் ஆனது. மெலிதான, சிறு சத்தத்துடன் கூடிய காற்று தென்மேற்கிலிருந்து விட்டு விட்டு வீசியது. பெரும் பள்ளத்தாக்கின் இருபுறமும் இருந்த மலைகள் முத்து முத்தான பனியிலிருந்து வேறுபடுத்த முடியாதபடி தெரிந்தன.

டாம் டயரில் காற்றடித்துக் கொண்டிருந்தபோது, எதிர்த்தரப்பில் வடக்கிலிருந்து வந்த ஒரு வண்டி நின்றது. அதிலிருந்து ஒரு அரக்கு நிற முகம் கொண்ட ஒரு மனிதர் மெல்லிய சாம்பல் நிற அலுவலக உடை அணிந்து இறங்கி டிரக்கை நோக்கி சாலையைக் கடந்து வந்தார். அவர் தலையில் எதுவும் அணியவில்லை. அவர் புன்னகைத்தார். அவரது பற்கள் அவரது

அரக்கு நிறத் தோலைத் தாண்டி மிகவும் வெள்ளையாகத் தெரிந்தன. அவரது இடது கையின் மூன்றாவது விரலில் ஒரு பெரிய திருமண மோதிரத்தை அவர் அணிந்திருந்தார். அவரது இடுப்பு வாரில் ஒரு மெல்லிய சங்கிலியில் சிறு தங்க கால்பந்து ஒன்று தொங்கிக் கொண்டிருந்தது.

"காலை வணக்கம்" என்று அவர் ரம்மியமாகப் புன்னகைத்தார்.

டாம் காற்றடிப்பதை நிறுத்தி விட்டு நிமிர்ந்து பார்த்தான். "காலை வணக்கம்."

அந்த மனிதர் தமது தலைமுடியைத் தனது விரல்களால் கோதி விட்டுக் கொண்டார். "நீங்க வேலை தேடிக்கிட்டிருக்கீங்களா?"

"நிச்சயமா சார், எல்லா தகவல் பலகைகளையும் பாத்துக்கிட்டு இருக்கோம்."

"நீங்க பீச் பழம் பொறுக்க முடியுமா?"

"நாங்க அத ஒருபோதும் செஞ்சதில்லையே" என்றார் அப்பா.

"நாங்க எந்த வேலையும் செய்ய முடியும்" என்று அவசரமாக டாம் சொன்னான். "நாங்க எத வேணா பொறுக்குவோம்."

அந்த ஆள் தனது தங்கக் கால்பந்தை உருட்டினார். "வடக்க நாப்பது மைல்ல உங்களுக்கு ஏராளமா வேலை இருக்கு".

"அது கிடைச்சா ரொம்ப நல்லது" என்றான் டாம். "நீங்க எப்படி போகணும்னு சொல்லுங்க, நாங்க அங்க போறோம்."

"சரி, நீங்க வடக்க பிக்ஸ்லிக்கு போங்க. அது நாப்பத்து அஞ்சு, நாப்பத்து ஆறு மைல் இருக்கும். அப்புறம் கிழக்க திரும்புங்க. ஆறு மைல் போங்க. அங்க யார்கிட்ட வேணா ஹூப்பர் ராஞ்ச் எங்க இருக்குன்னு கேளுங்க. அங்க நிறைய வேலை கிடைக்கும்."

"நிச்சயமா போறோம்."

"வேல தேடற மத்தவங்க எங்க இருக்காங்கன்னு தெரியுமா?"

"நிச்சயமா தெரியும்" என்றான் டாம். "அங்க கீழ களைப்பகுதி முகாம்ல நிறைய பேர் வேலை தேடிக்கிட்டு இருக்காங்க."

"நான் அங்க போறேன். நாங்க கொஞ்ச பேர பயன்படுத்திக்க முடியும். இப்ப ஞாபகம் வச்சுக்கங்க. பிக்ஸ்லில கிழக்க திரும்பி நேர ஹூப்பர் ராஞ்சுக்கு போகணும்."

"நிச்சயமா. உங்களுக்கு நன்றி மிஸ்டர். எங்களுக்கு மோசமா வேலை தேவைப்படுது."

"ரொம்ப சரி. எவ்வளவு சீக்கிரம் போக முடியுமோ போங்க." அவர் திரும்பி சாலையைக் கடந்து நடந்து, தனது திறந்த வண்டியான ரோட்ஸ்டரில் ஏறி தெற்கே பயணித்தார்.

டாம் தன் எடை முழுவதையும் பம்பில் இறக்கினான். "இருபது அடி", "ஒண்ணு – ரெண்டு – மூணு – நாலு –". இருபது அடித்ததும் அல் பம்பை வாங்கிக் கொண்டான், பிறகு அப்பாவும், ஜான் மாமாவும் மாற்றிக் கொண்டனர். டயர் காற்று நிரம்பி எழுந்து நின்றது. மூன்று முறை பம்ப் மாற்றப்பட்டது. "கீழ வச்சு பார்க்கலாம்" என்றான் டாம்.

அல் ஜாக்கை மெதுவாக சுழற்றி டிரக்கை கீழே இறக்கினான். "நிறைய இருக்கு" என்றான். "கொஞ்சம் அதிகமாவே இருக்கு."

அவர்கள் தமது கருவிகளை காருக்குள் எறிந்தனர். "வாங்க, போகலாம்" என்று டாம் அழைத்தான். "கடைசில நமக்கு ஒரு வேலை கிடைக்கப்போகுது."

அம்மா மீண்டும் நடுவில் உட்கார்ந்து கொண்டாள். இப்போது அல் வண்டியை ஓட்டினான்.

"இப்ப அத மெதுவா ஓட்டு. கொதிக்க விட்டுடாத அல்."

"அவர்கள் காலை நேர வயல்களைக் கடந்து சென்றனர். மலைமுகடுகளிலிருந்து பனி மேலெழும்பியது. அங்கு தெளிவான, அரக்கு நிற, கருமை-பர்ப்பிள் நிற முகடுகள் தெரிந்தன. டிரக் கடந்து சென்ற போது காட்டுப் புறாக்கள் வேலிகளிலிருந்து மேலெழும்பிப் பறந்தன. அல் தன்னுணர்வின்றி வேகத்தைக் கூட்டினான்.

"மெதுவா" என்று டாம் எச்சரித்தான். "வேகமா போனா வெடிச்சுடும். நாம அங்க போயாகணும். இன்னைக்கே கூட எதாவது வேலை கிடைக்கலாம்."

அம்மா கிளர்ச்சியுடன் சொன்னாள், "நாலு ஆளுங்க வேலை செஞ்சா நேரா நான் கொஞ்சம் கடன் வாங்க முடியும். நான் முதல்ல காப்பி வாங்குவேன். ஏன்னா உனக்கு அது வேண்டியிருந்தது. அப்புறம் கொஞ்சம் மாவு, பேகிங் பவுடர், கொஞ்சம் இறைச்சி. கூடுதல் இறைச்சிய இப்ப வாங்காம இருக்கறது நல்லது. அத பின்னால வச்சுக்கலாம். ஒருவேளை சனிக்கிழமை. சோப் வாங்கணும். நாம எங்க தங்கப் போறோம்னு யோசனையா இருக்கு." அவள் தொடர்ந்து பேசிக் கொண்டிருந்தாள். "அப்புறம் பால். ஏன்னா, ரோசாஷார்னுக்கு பால் வேணும். பொம்பள தாதி அப்படி சொல்றா."

வெதுவெதுப்பான உயர்வேகச்சாலையில் ஒரு பாம்பு வளைந்து நெளிந்து கடந்து கொண்டிருந்தது. சட்டென வண்டியை ஒடித்துத் திருப்பிய அல் அதன் மீது வண்டியை ஏற்றி விட்டுத் திரும்பித் தன் வழிக்குக் கொண்டு வந்தான்.

"கோபர் பாம்பு" என்றான் டாம். "நீ அத செஞ்சிருக்க வேண்டாம்."

"நான் அதுகள வெறுக்கறேன்" என்றான் அல் மகிழ்ச்சியுடன். "எல்லா வகைகளையும் வெறுக்கறேன். எனக்கு வயித்த பொரட்டுது."

முன்காலைப்பொழுது போக்குவரத்து உயர்வேகச்சாலையில் அதிகரித்தது. கதவுகளில் தமது நிறுவனங்களின் பெயர் பொறிக்கப்பட்ட வாகனங்களில் விற்பனையாளர்களும், சிகப்பு, வெள்ளை நிற காசொலின் வாகனங்கள் தமக்குப் பின்னால் சங்கிலி ஒலியுடனும், பெரிய சதுரக் கதவு கொண்ட, பெரும் பண்டகசாலைகளுக்கு சரக்கு கொடுக்கும் சரக்கு வாகனங்களும் சாலையில் ஓடிக் கொண்டிருந்தன. அங்கு பழத்தோட்டங்கள் தம் உச்சகட்ட வாழ்க்கையில் செழிப்பாக இருக்க, திராட்சைத் தோட்டங்கள் நீண்ட பச்சை நிறக் கொடிகள் தரையில் அடுத்தடுத்த வரிசைகளில் படர்ந்திருக்க அழகாக நின்றன. தர்பூசணித் தோட்டங்களும், நெல்வயல்களும் கூட இருந்தன. தம் மீது ரோஜாப் பூக்கள் படர வெள்ளைநிற வீடுகள் பச்சைப் பசேலென்ற சூழலுடன் நின்றன. சூரியன் வெதுவெதுப்பாக, தங்க நிறத்தில் பிரகாசித்தது.

முன்னிருக்கையில் இருந்த டாம், அல், அம்மா ஆகியோர் மகிழ்ச்சியில் திளைத்தனர். "ரொம்ப நாளா நான் இவ்வளவு மகிழ்ச்சியா இருக்கல" என்றாள் அம்மா. "நாம நிறைய பீச் பழங்கள பொறுக்கினா நமக்கு ஒரு வீடு கூட கிடைக்கலாம், வாடகை கூட கொடுக்கலாம் சில மாசத்துக்கு. நமக்கு ஒரு வீடு கிடைச்சாகணும்.

அல் சொன்னான், "நான் சேமிக்கப் போறேன். நான் சேமிச்சி நகரத்துக்குப் போய் அங்க ஒரு காரேஜ்ல எனக்கு வேலை தேடிக்குவேன். ஒரு அறைல தங்கிக்கிட்டு உணவகத்துல சாப்பிடுவேன். ஒவ்வொரு நாள் ராத்திரியும் படம் பாக்கப் போவேன். கவ்பாய் படங்கள்." அவனது கைகள் சக்கரத்தை இறுகப் பிடித்தன.

ரேடியேட்டர் உஸ்ஸென்று சத்தமிட்டது. "நீ அத நிரப்பினியா?" என்று கேட்டான் டாம்.

"ஆமா. நமக்குப் பின்னால காத்தடிக்கிது. அதுதான் அதக் கொதிக்க வைக்குது."

"இது ரொம்ப நல்ல நாள்" என்றான் டாம். "நான் அங்க மெக்லஸ்டர்ல வேலை செய்வேன். அப்பா நான் செய்யற எல்லாத்தையும் நினைப்பேன். நான் அப்படியே நேரா நரகத்துக்குப் போவேன், நடுல எங்கயும் நிக்க மாட்டேன். அது ரொம்ப நாளைக்கு முன்னாலன்னு தோணுது. நடந்து ரொம்ப காலம் ஆன மாதிரி இருக்கு. அங்க ஒரு காவலாளி நிலைமைய மோசமாக்கிட்டான். நான் அவன அடிக்க இருந்தேன். அதுதான் என்ன காவலாளிகளப் பாத்தா கோபப்பட வைக்கிதுன்னு நினைக்கறேன். ஒவ்வொரு போலீசுக்கும் ஒரு முகம் இருக்குன்னு தோணுது. அவன் முகம் சிவப்பாயிடும். ஒரு பன்னி மாதிரி இருந்தான். அவனுக்கு மேக்க ஒரு சகோதரன் இருக்கான்னு சொல்லுவாங்க. அவனோட சகோதரன்கிட்ட ஆளுகள பரோல்ல அனுப்பிடுவான். அவங்க எந்தக் கூலியும் இல்லாம உழைக்கணும். அவங்க எதாவது சத்தம் போட்டா, அவங்க பரோல உடைச்சதா சொல்லி திருப்பி சிறைக்கு அனுப்பிடுவாங்க. அப்படித்தான் மத்தவங்க சொன்னாங்க."

"அதப்பத்தி நினைக்காத" என்று அம்மா அவனைக் கேட்டுக் கொண்டாள். "நான் சாப்பிட நிறைய செய்யப் போறேன். நிறைய மாவும் உப்பும்."

"அதப் பத்தி யோசிக்கலாம்" என்றான் டாம். "அத யோசிக்காம இருக்க முயற்சி செஞ்சா, அது திரும்ப அடிச்சிக்கிட்டு வருது. அங்க ஒரு தறுதல இருந்தான். அவனப்பத்தி நான் சொன்னதேயில்ல. ஒரு மகிழ்ச்சியான ரவுடிய மாதிரி இருந்தான். எந்த ஊறும் செய்ய மாட்டான். எப்பவும் தப்பிக்க முயற்சிப்பான். அவன மத்தவங்க ரவுடின்னு கூப்பிடுவாங்க." டாம் தனக்குத் தானே சிரித்துக் கொண்டான்.

"அதப் பத்தி யோசிக்காத" என்று அம்மா கெஞ்சினாள்.

"மேல சொல்லு" என்றான் அல். "அந்த ஆளப்பத்தி சொல்லு."

"அது யாரையும் காயப்படுத்தாது அம்மா" என்றான் டாம். "இந்த ஆளு எப்பவும் தப்பிக்க முயற்சிப்பான். அவன் ஒரு திட்டமும் போடுவான்; ஆனா அத ரகசியமா வச்சுக்க முடியாது, சீக்கிரமே எல்லாருக்கும் தெரிஞ்சுடும், வார்டனுக்குக் கூட. அவன் தப்பிப்பான், அவங்க நேரா பிடிச்சு திருப்பிக் கொண்டு வந்து விடுவாங்க. ஒரு தடவ அவன் எங்க போறதுன்னு திட்டம் போட்டான். எப்பவும் போல அதப் பத்தி சொல்லிட்டான். எல்லாரும் அமைதியா இருந்தாங்க. அவன் ஒரு கயித்த எங்கேருந்தோ கண்டுபிடிச்சு சுவத்துல ஏறி குதிச்சான். அங்க ஆறு காவலாளிகள் வெளிய ஒரு பெரிய சாக்கோட நின்னுட்டு இருந்தாங்க. அவன் கயித்துல மெதுவா

இறங்கினப்போ அவனுக்கு நேரா சாக்க பிடிச்சுக்கிட்டாங்க. அவன் நேர அதுக்குள்ள இறங்கிட்டான். அவங்க சாக்கை கட்டி அப்படியே உள்ள கொண்டு போயிட்டாங்க. மத்தவங்க விழுந்து விழுந்து உயிர் போற அளவு சிரிச்சாங்க. இது ரவுடியோட ஊக்கத்த உடைச்சிடுச்சு. அவன் அழுது, அழுது அவனுக்கு காய்ச்சலே வந்துடுச்சு. அவனோட உணர்வு ரொம்ப புண்பட்டிடுச்சு. அவன் ரொம்ப காயப்பட்டதால, மணிக்கட்ட அறுத்துக்கிட்டு ரத்தம் கொட்டி செத்துப் போயிட்டான். அவன் மேல எந்த தப்பும் இல்ல. அங்க எல்லா தறுதலையும் இருக்காங்க."

"அதப் பத்தி பேசாத" என்றாள் அம்மா. "அந்தப் பையன் ஃப்ளாய்டோட அம்மாவ எனக்கு நல்லா தெரியும். அவன் மோசமான பையன் இல்ல. அவன மூலைக்கு தள்ளிட்டாங்க."

சூரியன் மதியத்தை நோக்கி மேலெழுந்தது. டிரக்கின் நிழல் மெலிதாகி சக்கரத்துக்கு அடியில் சென்றது.

"இங்க இந்த சாலைலதான் பிக்ஸ்லி இருக்கணும். கொஞ்சம் முன்னாடி அறிவிப்ப பாத்தேன்" என்றான் அல். அவர்கள் சிறு நகரத்துக்குள் சென்று ஒரு குறுகிய சாலையில் இடப்புறம் திரும்பினர். அங்கு வழியில் வரிசையாக பழத்தோட்டங்கள் இருக்க, ஒரு சிறை போலிருந்தது.

"நான் அத எளிதா கண்டு பிடிச்சிடலாம்னு நினைக்கறேன்" என்றான் டாம்.

அம்மா சொன்னாள், "அந்த ஆளு ஹூப்பர் ராஞ்சுன்னு சொன்னார். யாரு வேணா சொல்லுவாங்கன்னார். பக்கத்துல கடை இருக்கும்னு நம்பறேன். நாலு பேரு வேல செஞ்சா கொஞ்சம் கடன் கிடைக்கலாம். அவங்க கடன் கொடுத்தா ஒரு நல்ல சாப்பாட்ட ராத்திரி செஞ்சிடுவேன். ஒரு நல்ல குழம்பக் கூட செய்யலாம்."

"கூட காப்பி" என்றான் டாம். "ஒரு சாக்கு புகையில கூட வாங்கலாம். ரொம்ப நாளா எனக்கு புகையில கிடைக்கல."

சாலையில் சற்று தூரத்தில் கார்கள் குவிந்து அடைத்துக் கொண்டிருந்தன. வெள்ளை நிற மோட்டார் சைக்கிள்கள் சாலையின் ஓரங்களில் நிறுத்தி வைக்கப்பட்டிருந்தன. "எதாவது விபத்தா இருக்கும்" என்றான் டாம்.

அவர்கள் அருகே நெருங்கியதும், பூட்டுகளும், சாம் பிரவுன் பெல்ட்டும் அணிந்த ஒரு மாநில போலீஸ்காரர் கடைசியாக நிறுத்தியிருந்த காருக்கு அருகே வந்தார். தனது கையை அவர் உயர்த்தியதும், அல் வண்டியை நிறுத்தினான். அதிகாரத் தோரணையுடன் குனிந்த அவர் " எங்கு செல்கிறீர்கள்?" என்று கேட்டார்.

அல் சொன்னான், "இந்த வழில பீச் பொறுக்கற இடம் இருக்குன்னு சொன்னாங்க."

"நீங்க வேலை செய்ய விரும்பறீங்களா?"

"ஆமாம்" என்று பதிலளித்தான் டாம்.

"சரி, ஒரு நிமிஷம் பொறுங்க". அவர் சாலையின் ஓரத்துக்குச் சென்று முன்னால் யாரையோ அழைத்தார். "இன்னொண்ணு. ஆறு கார் தயாரா இருக்கு. இந்தக் குழுவை கூட்டிட்டுப் போயிடலாம்."

டாம் கேட்டான், "என்ன விஷயம்?"

அந்தப் போலீஸ்காரர் திரும்பி வந்தார். "முன்னால ஒரு சின்ன பிரச்சனை. கவலைப்படாதீங்க. நீங்க கடந்துடலாம். இந்த வரிசை பின்னா போங்க."

அவர்களுக்கு சில மோட்டார் சைக்கிள்கள் ஒருசேரக் கிளம்பும் சத்தம் கேட்டது. கார்களின் வரிசை, ஜோடின் கார் கடைசியாகத் தொடர நகர்ந்தது. இரண்டு மோட்டார் சைக்கிள்கள் முன்னே செல்ல, இரண்டு பின் தொடர்ந்தன.

டாம் சங்கடத்துடன் சொன்னான், "என்ன பிரச்சனைன்னு தெரியல" என்றான்.

"ஒரு வேளை ரோட்ல பிரச்சனையா இருக்கலாம்" என்றான் அல்.

"நம்மள கூட்டிட்டு போக நாலு போலீஸ் தேவையில்ல. எனக்கு இது பிடிக்கல."

முன்னால் சென்ற மோட்டார் சைக்கிள்கள் வேகம் பிடித்தன. பழைய கார்களின் வரிசையும் வேகம் பிடித்தது. அல் கடைசி காரைப் பின் தொடர வேகப்படுத்தினான்.

"அங்க போறது எல்லாம் நம்ம ஆளுங்க" என்றான் டாம். "எனக்கு இது பிடிக்கல."

திடீரென முன்னால் சென்ற போலீஸ்காரர்கள் சாலையிலிருந்து கற்கள் நிரவிய பெரிய வாயிலுக்குள் நுழைந்தனர். அவர்களுக்குப் பின்னால் பழைய கார்களும் நுழைந்தன. மோட்டார் சைக்கிள்கள் உறுமின. டாம் சாலைக்கு அருகில் ஒரு பள்ளத்தில் ஒரு வரிசை ஆட்கள் நிற்பதைப் பார்த்தான். அவர்கள் கத்துவது போல் அவர்கள் வாய்கள் திறந்திருந்தன, அவர்களது ஆட்டிக்கொண்டிருந்த முஷ்டிகளும், ஆவேசமான முகங்களும் தெரிந்தன. ஒரு குண்டுப் பெண்மணி அந்தக் கார்களை நோக்கி ஓடி வந்தாள். ஆனால் உறுமிக் கொண்டிருந்த ஒரு மோட்டார் சைக்கிள் அவளைத் தடுத்தது. உயர்ந்த கம்பி கட்டிய ஒரு கதவு விரிந்து திறந்தது. ஆறு பழைய கார்களும்

அதற்குள் நுழைய, கதவு மூடிக் கொண்டது. மோட்டார் சைக்கிள்கள் திரும்பி தாம் வந்த அதே வழியில் சென்று விட்டன. இப்போது அவை சென்று விட்டதால், தூரத்தில் பள்ளத்தில் நின்ற ஆட்கள் கத்தியது காதில் கேட்டது. இரண்டு ஆட்கள் கற்கள் நிரவிய சாலைக்கருகில் நின்றனர். அவர்கள் ஒவ்வொருவரும் ஒரு துப்பாக்கியை வைத்திருந்தனர்.

ஒருவன் குரல் கொடுத்தான், "போங்க, போங்க, எதுக்காக காத்திருக்கீங்க?". ஆறு கார்களும் முன்னால் சென்று ஒரு வளைவில் திரும்பியதும் திடீரென பீச் தோட்டத்துக்கு வந்து சேர்ந்தன.

அங்கு ஐம்பது சிறு சதுர, தட்டையான கூரையுடன் கூடிய சதுரப் பெட்டிகள் இருந்தன. அவை அனைத்தும் ஒரு சதுரத்தில் இருந்தன. முகாமின் ஒரு ஓரத்தில் ஒரு தண்ணீர் தொட்டி உயரத்தில் இருந்தது. மறுபுறத்தில் ஒரு சிறிய பலசரக்குக் கடை இருந்தது. அந்த சதுர வீடுகளின் ஒவ்வொரு வரிசை முனையிலும் இரு ஆட்கள் துப்பாக்கிகளுடனும், பெரிய வெள்ளி நட்சத்திரங்கள் குத்திய சட்டைகளுடனும் நின்றிருந்தனர்.

ஆறு கார்களும் நின்றன. இரண்டு கணக்கர்கள் ஒவ்வொரு காராக வந்தனர். "வேலை செய்ய விரும்பறீங்களா?"

டாம் சொன்னான், "ஆமா, ஆனா இது என்ன?"

"அது உன் வேலையில்ல. வேல செய்யணுமா?"

"நிச்சயமா வேல செய்யணும்."

"பேரு?"

"ஜோட்"

"எத்தனை ஆண்கள்?"

"நாலு"

"பெண்கள்?"

"ரெண்டு"

"குழந்தைங்க?"

"ரெண்டு"

"நீங்க எல்லாம் வேலை செய்ய முடியுமா?"

"ஏன், அப்படித்தான் நினைக்கறேன்."

"சரி. அறுபத்து மூணாம் நம்பர் வீட்டுக்குப் போங்க. ஒரு பெட்டிக்கு அஞ்சு செண்ட் கூலி. அடிபட்ட பழம் இருக்கக் கூடாது. சரி, இப்ப போங்க. நேரா வேலைக்குப் போங்க."

கார்கள் நகர்ந்தன. ஒவ்வொரு சதுர சிவப்பு வீட்டின் முன்னாலும் ஒரு எண் எழுதப்பட்டிருந்தது. "அறுபது" என்றான் டாம். "அங்க அறுபது இருக்கு. இந்த வழிலதான் இருக்கணும். அங்க, அறுபத்து ஒண்ணு, அறுபத்து ரெண்டு – அதோ இருக்கு."

அல் டிரக்கை சிறு வீட்டின் கதவருகில் நிறுத்தினான். குடும்பம் டிரக்கின் மேலிருந்து கீழிறங்கி திகைப்புடன் பார்த்தது. இரண்டு டெபுடிகள் அருகில் வந்தனர். அவர்கள் ஒவ்வொரு முகமாக நெருங்கிப் பார்த்தனர்.

"பேரு?"

"ஜோட்" என்றான் டாம் பொறுமையிழந்து. "இங்க என்ன நடக்குது சொல்லுங்க?"

ஒரு டெபுடி ஒரு பெரிய பட்டியலை எடுத்தார். "இதுல இல்ல. இத எங்கயாவது பாத்திருக்கீங்களா? இந்த லைசென்ச பாருங்க. இல்ல. அது இல்ல. அவங்க சரிதான்னு நினைக்கறேன். ஓ.கே."

"இப்ப இங்க பாருங்க. எங்களுக்கு உங்ககிட்டேருந்து பிரச்சனை வரக்கூடாது. உங்க வேலையப் பாத்துட்டு, உங்க விஷயங்கள மட்டும் செஞ்சுட்டு இருந்தீங்கன்னா நீங்க நல்லா இருப்பீங்க." அவர்கள் இருவரும் அப்படியே திரும்பி நடந்தனர். புழுதி படர்ந்த அந்தத் தெருவின் முனையில் அவர்கள் இரண்டு பெட்டிகளின் மேல் உட்கார்ந்தனர். அந்தத் தெரு முழுதும் அவர்களது அதிகாரம் கொடிகட்டிப் பறந்தது.

டாம் அவர்கள் சென்றதைப் பார்த்தான். "அவங்க நாம வீட்டுல இருக்கற மாதிரி நினைக்க வைக்கறாங்கங்கறது நிச்சயம்."

அம்மா கதவைத் திறந்து உள்ளே நுழைந்தாள். கீழே எண்ணெய்ப் பிசுக்கு படர்ந்திருந்தது. ஒரு அறையில் துருப்பிடித்த தகர அடுப்பு மட்டும் இருந்தது, வேறு எதுவுமில்லை. துருப்பிடித்த அடுப்பு நான்கு செங்கல்களின் மேல் நின்றிருந்தது. அதன் துருப்பிடித்த புகைபோக்கி கூரையைத் தாண்டிச் சென்றது. அறை முழுதும் வியர்வை, எண்ணெய் நாற்றம் அடித்தது. ஷாரன் அம்மாவுக்குப் பின்னால் நின்றாள். "நாம இங்கயா இருக்கப் போறோம்?"

அம்மா ஒரு கணம் அமைதியாக நின்றாள். "அப்படித்தான்" என்றாள் இறுதியாக. "நாம அத சுத்தம் பண்ணிட்டா அவ்வளவு மோசமா இருக்காது. துடைக்கணும்."

"எனக்கு இத விட கூடாரமே பிடிச்சிருக்கு" என்றாள் பெண்.

"இங்க தரை இருக்கு" என்றாள் அம்மா. "மழை பெய்யும்போது ஒழுகாது. அவள் கதவை நோக்கித் திரும்பினாள். "நாம சுமைய இறக்கலாம்."

ஆண்கள் அமைதியாக டிரக்கிலிருந்து பொருட்களை இறக்கினார்கள். அவர்களிடம் ஒரு அச்சம் வந்துவிட்டது. ஒரு பெண் தெருவில் சென்றாள், ஆனால் அவர்களைத் திரும்பிக் கூடப் பார்க்கவில்லை. அவளது தலை தொங்கிக் கொண்டிருந்தது. அவளது அழுக்கான கிங்காம் உடை கீழே கிழிந்து தனித்தனியாகத் தொங்கிக் கொண்டிருந்தது.

ருத்தியும், வின்ஃபீல்டும் ஸ்தம்பித்துப் போயிருந்தனர். அவர்கள் அந்த இடத்தை ஆராய ஓடவில்லை. அவர்கள் டிரக்குக்கும், குடும்பத்துக்கும் நெருக்கமாகவே நின்றிருந்தனர். அவர்கள் அந்தத் தனிமையான புழுதி படிந்த தெருவை மேலும், கீழுமாகப் பார்த்துக் கொண்டிருந்தனர். வின்பீல்ட் ஒரு துண்டு கட்டுக்கம்பியைப் பார்த்தான். குனிந்து அதை எடுத்து வளைத்து வளைத்து உடைத்தான். ஒரு சிறிய பகுதியை தன் கையைச் சுற்றிக் கட்டினான்.

டாமும், அப்பாவும் குமாஸ்தா வந்தபோது மெத்தையைச் சுமந்து கொண்டு வீட்டுக்குள் சென்று கொண்டிருந்தனர். அவன் ஒரு காக்கி கால்சட்டையையும், நீலநிற சட்டையையும், கருநிற டையையும் அணிந்திருந்தான். அவன் வெள்ளிநிற கண்ணாடி அணிந்திருந்தான். அதன் பெரிய கண்ணாடிக்குள் அவனது கண்கள் செந்நிறமாக, பலவீனமாகத் தெரிந்தன. கருவிழிகள் சிறு காளையின் கண்களைப்போல் வெறித்துக் கொண்டிருந்தன. அவன் டாமைப் பார்க்க முன்னால் தலையை நீட்டினான்.

"நான் உன்ன சோதிச்சுப் பாக்கணும்" என்றான். "நீங்க எத்தன பேர் வேலை பாக்கப் போறீங்க?"

டாம் சொன்னான், "நாங்க நாலு ஆண்கள் இருக்கோம். இங்க வேலை கடுமையா இருக்குமா?"

"பீச் பழங்கள பொறுக்கணும்" என்றான் குமாஸ்தா. "பீஸ் வேலை. ஒரு பெட்டிக்கு அஞ்சு செண்ட்."

"அந்தக் குட்டிப் பசங்க ஏன் உதவக்கூடாதுங்கறதுக்கு எதுவும் காரணம் இருக்கா?"

"நிச்சயமா இல்ல, அவங்க கவனமா இருந்தா."

அம்மா கதவருகில் நின்றாள். "நாங்க இங்க சரியா குடியேறினவுடனே நானும் உதவ வரேன். எங்களுக்கு சாப்பிட எதுவுமில்ல மிஸ்டர். எங்களுக்கு உடனே கூலி கிடைச்சிடுமா?"

"இல்ல, நேரா பணம் கிடைக்காது. ஆனா உங்களுக்குக் கிடைக்கப் போறதுக்கு நீங்க கடைல கடன் வாங்கிக்கலாம்."

"வாங்க, வேகமா போகலாம்" என்றான் டாம். "நான் ராத்திரிக்கு கொஞ்சம் ரொட்டியும், இறைச்சியும் வாங்கலாம்னு பாக்கறேன். நாங்க எங்க போகணும் மிஸ்டர்?"

"நான் இப்ப அங்கதான் போறேன். எங்கூட வாங்க."

டாம், அப்பா, அல், ஜான் மாமா ஆகியோர் அவனுடன் புழுதி படிந்த தெருவில் நடந்து பழத்தோட்டத்துக்குள் பீச் மரங்களுக்கிடையே நடந்தனர். அந்த குறுகிய இலைகள் மங்கலான மஞ்சளாக மாறத் தொடங்கியிருந்தன. பீச் பழங்கள் சிறு உருண்டைகளாக தங்க நிறத்திலும், சிவப்பு நிறத்திலும் கிளைகளில் தொங்கின. மரங்களுக்கிடையில் குவியலாக காலிப் பெட்டிகள் கிடந்தன. பொறுக்குபவர்கள் வேக வேகமாக நகர்ந்து தமது வாளிகளில் மரங்களிலிருந்து பீச் பழங்களை எடுத்து நிரப்பி, பெட்டிகளை சோதனைக் கூடத்துக்குக் கொண்டு சென்று கொண்டிருந்தனர்; கூடங்களில் நிரப்பப்பட்ட பெட்டிகள் டிரக்குகளுக்காகக் காத்துக் கொண்டிருந்தனர், குமாஸ்தாக்கள் பொறுக்கியெடுத்தவர்களின் பெயர்களை எழுதக் காத்துக் கொண்டிருந்தனர்.

"இங்க மேல இன்னும் நாலு பேர்" என்று வழிகாட்டி குமாஸ்தாவிடம் சொன்னான்.

"சரி, முன்ன பொறுக்கியிருக்கீங்களா?"

"எப்பவும் இல்ல" என்றான் டாம்.

"சரி, கவனமா பொறுக்குங்க. அடிபட்ட பழம், காத்துல விழுந்தது இருக்கக் கூடாது. பழத்துல கீறல் விழுந்தாக்கூட அத நாங்க சோதிக்க மாட்டோம். அங்க கொஞ்சம் வாளிகள் இருக்கு."

டாம் ஒரு மூன்று காலன் வாளியை எடுத்து அதை சோதித்தான். "அடில பூரா ஓட்டையா இருக்கு."

"ஆமா. அதுனால அத யாரும் திருட மாட்டாங்க. சரி, அந்தப் பகுதிக்கு வேகமா போய் வேலைய பாருங்க."

நான்கு ஜோடுகளும் தமது வாளிகளை எடுத்துக் கொண்டு பழத்தோட்டத்துக்குச் சென்றனர். "அவங்க நேரத்த வீணடிக்க மாட்டாங்க" என்றான் டாம்.

"கிறித்துவே!" என்றான் அல். "நான் இதுக்கு பதிலா காரேஜ்ல வேல பாப்பேன்."

அப்பா தோட்டத்துக்குள் சோம்பலாகப் பின் தொடர்ந்தார். திடீரென அவர் அல்லிடம் திரும்பினார். "நீ இத இப்ப கொஞ்சம் விடு" என்றார். "நீ எப்ப பாத்தாலும் குறை சொல்லிக்கிட்டே இருக்க. நீ வேலை செய்யணும். நான் அடிக்க முடியாத அளவுக்கு நீ ஒண்ணும் பெரியவனில்ல."

அல்லின் முகம் கோபத்தில் சிவந்தது. அவர் கத்தத் தொடங்கினான்.

டாம் அவனருகில் சென்றான். "விடு, அல்" என்று அமைதியாகச் சொன்னான். "ரொட்டியும், இறைச்சியும். நாம அத வாங்கியாகணும்."

அவர்கள் பழங்களை எடுத்து வாளிக்குள் போடத் தொடங்கினர். டாம் தன் வேலையை விரைந்து செய்தான். ஒரு வாளி நிறைந்தது, இரண்டாவது வாளி. அவன் அவற்றை ஒரு பெட்டிக்குள் கொட்டினான். மூன்று வாளிகள். பெட்டி நிறைந்தது. "நான் ஒரு நிக்கல சம்பாதிச்சிட்டேன்" என்றான். அவன் பெட்டியை எடுத்துக் கொண்டு சோதனைச் சாவடிக்குச் சென்றான். "இங்க ஒரு நிக்கலுக்கு எடுத்திருக்கேன்" என்றான் சோதனையாளரிடம்.

அந்த மனிதன் ஒன்றிரண்டு பீச்களை எடுத்தான். "அங்க வை, அது போயிடுச்சு." "நான் அதுல கீறல் விழக்கூடாதுன்னு சொன்னேன். அதுகள வாளிக்கு வெளிய குவிச்ச, இல்ல? ஒவ்வொரு பீச்சும் கீறல் விழுந்திருக்கு. அத நான் சோதிக்க முடியாது. பழத்த மெதுவா போடு, இல்லேன்னா இலவசத்துக்கு நீ வேலை செய்வ."

"ஏன் - பாழாப் போக –"

"இப்ப அத விடு. நீ ஆரம்பிக்கறதுக்கு முன்னாலயே நான் எச்சரிச்சேன்."

டாமின் கண்கள் வெறுப்புடன் தாழ்ந்தன. "சரி" என்றான் அவன். அவன் மீண்டும் மற்றவர்களிடம் வேகமாகத் திரும்பிச் சென்றான். "நீங்க எடுத்தத முதல்ல குவிக்கறது நல்லது" என்றான். "உங்களோடதும் என்னோடது மாதிரிதான் இருக்கு. அத எடுத்துக்க மாட்டாங்க."

அவர்கள் மீண்டும் தொடங்கினர். இந்த முறை அவர்கள் பழங்களை மென்மையாக எடுத்தனர். பெட்டிகள் நிரம்ப மேலும் நேரமானது. "நாம எதாவது யோசிக்கலாம்னு நினைக்கறேன்" என்றான் டாம். ருத்தியும், வின்ஃபீல்டு அல்லது ரோசாஷார்ன் இதுகளை பெட்டில மட்டும் போட்டா, நாம எதாவது ஒரு முறைய உருவாக்கலாம்." அவன் தனது புதிய பெட்டியை சோதனை சாவடிக்குக் கொண்டு சென்றான். "இங்க இருக்கறதுக்கு ஒரு நிக்கல் கிடைக்குமா?"

சோதனையாளர் அவற்றைப் பார்த்து விட்டு கொஞ்சம் உள்ளேயும் சோதனை செய்தான். "இது பரவாயில்ல" என்றார். அவன் பெட்டியை உள்ளே வைத்தான். "பெரிசா எடுத்துக்காத."

டாம் மீண்டும் வேகமாகத் திரும்பினான். "நான் ஒரு நிக்கல் சம்பாதிச்சுட்டேன்" என்று குரல் கொடுத்தான். "நான் ஒரு நிக்கல்

சம்பாதிச்சுட்டேன். நீங்க செய்ய வேண்டியதெல்லாம் ஒரு டாலருக்கு இருபது தடவ இத செய்யணும்."

அவர்கள் மதிய நேரத்தில் தொடர்ந்து வேலை செய்தனர். ருத்தியும், வின்ஃபீல்டும் சிறிது நேரத்துக்குப் பிறகு அவர்களைக் கண்டுபிடித்தனர். "நீங்களும் வேலை செய்யணும்" என்று அப்பா அவர்களிடம் சொன்னார். "பீச் பழங்கள நீங்க கவனமா பெட்டிக்குள்ள வைக்கணும். இங்க பாரு, ஒரு நேரத்துக்கு ஒண்ணு."

குழந்தைகள் உட்கார்ந்து கொண்டு கூடுதல் வாளியிலிருந்து பீச் பழங்களை எடுத்தனர். அவர்களுக்கு ஒரு வரிசை வாளிகள் காத்திருந்தன. டாம் முழுப் பெட்டிகளை சாவடிக்குக் கொண்டு சென்றான். "இது ஏழு. இது எட்டாவது. நாங்க நாப்பது செண்ட் சம்பாதிச்சுட்டோம். நாப்பது செண்டுக்கு நல்ல அருமையான இறைச்சி வாங்கு"

மதிய நேரம் கடந்தது. ருத்தி செல்ல முயன்றாள். "நான் சோர்ந்து போயிட்டேன்" என்று முனகினாள். "நான் ஓய்வெடுக்கணும்."

"நீ இருக்கற இதத்துல இரு" என்றார் அப்பா.

ஜான் மாமா மெதுவாக எடுத்தார். டாம் இரண்டு எடுத்தால் அவர் ஒன்றுதான் எடுத்தார். அவரது வேகம் மாறவேயில்லை.

நடு மதியத்தில் அம்மா தேடிக்கொண்டு வந்தாள். "நான் முன்னாடியே வந்திருப்பேன், ஆனா ரோசாஷார்ன் மயக்கம் போட்டுட்டா."

"நீங்க பீச் தின்னுட்டிருந்தீங்க" என்று குழந்தைகளிடம் சொன்னாள். "அவங்க உங்கள துரத்தி விட்டுடுவாங்க." அம்மாவின் குண்டு உடல் வேகமாக நகர்ந்தது. அவள் தனது வாளியை விரைவில் விட்டுவிட்டு தனது ஏப்ரனில் எடுக்க ஆரம்பித்தாள். மாலை நேரம் சூரியன் விழுந்தபோது அவர்கள் இருபது பெட்டிகள் எடுத்திருந்தனர்.

டாம் இருபதாவது பெட்டியை இறக்கி வைத்தான். "ஒரு டாலர்" என்றான். "எவ்வளவு நேரம் நாம வேல செய்யலாம்?"

"இருட்டற வரைக்கும் வேல செய்ங்க. கண்ணு தெரியற வரைக்கும்."

"நாங்க இப்ப கடன் வாங்கிக்கலாமா? அம்மா, சாப்பிட கொஞ்சம் சாமான் வாங்க வேண்டியிருக்கு."

"நிச்சயமா. நான் ஒரு டாலருக்கு உங்களுக்கு ஒரு சீட்டு தரேன்." அவன் ஒரு சீட்டை எழுதி டாமிடம் நீட்டினான்.

டாம் அதை அம்மாவிடம் கொடுத்தான். "இதோ எடுத்துக்கோ. போய் கடைலேருந்து ஒரு டாலருக்கு சாமான் வாங்கிக்கோ."

அம்மா தனது வாளியைக் கீழே வைத்து விட்டு தன் தோள்களை நிமிர்த்திக் கொண்டாள். "முத தடவையா உனக்கு கிடைச்சிருக்கு இல்ல?"

"ஆமா. நமக்கு பழகிப் போகும். அத வச்சு கொஞ்சம் சாப்பிட வாங்கு."

அம்மா கேட்டாள், "சாப்பிட உனக்கு என்ன வேணும்?"

"இறைச்சி" என்றான் டாம். "இறைச்சி, ரொட்டி, ஒரு பெரிய சொம்புல சக்கரையோட காப்பி. பெரிய இறைச்சித் துண்டு."

ருத்தி கத்தினாள், "அம்மா, நாங்க சோர்ந்து போயிருக்கோம்."

"அப்ப எங்கூட வந்துடுங்க."

"அவங்க தொடங்கினதுலேருந்து சோர்வாத்தான் இருக்காங்க" என்றார் அப்பா. "அவங்க முயல் மாதிரி வேகமா இருக்காங்க. நாம நிறைய எடுக்காட்டா அதுல உபயோகமே இருக்காது."

"சீக்கிரமா நாம நல்லபடியா குடியேறினதும், அவங்க பள்ளிக்கூடத்துக்குப் போவாங்க" என்றாள் அம்மா. அவள் நடந்து செல்ல, ருத்தியும், வின்ஃபீல்டும் பவ்யமாக அவளைத் தொடர்ந்தனர்.

"நாங்க தினமும் வேலை செய்யணுமா?" என்று கேட்டான் வின்ஃபீல்ட்.

அம்மா நின்று காத்திருந்தாள். அவள் அவனது கையைப் பிடித்துக் கொண்டு நடந்தாள். "இது ஒண்ணும் கடினமான வேலையில்ல" என்றாள். "நீ நல்ல பையன். எங்களுக்கு உதவிக்கிட்டிருக்க. நாம எல்லாரும் வேலை செஞ்சா, சீக்கிரம்நாம நல்ல வீட்டுல இருக்கலாம். நாம எல்லாரும் உதவணும்."

"ஆனா நான் ரொம்ப சோர்ந்து போயிட்டேன்."

"எனக்குத் தெரியும். நானும் சோர்ந்துட்டேன். எல்லாரும் சோர்ந்து போயிடறாங்க. மத்த விஷயங்கள யோசிக்கணும். நீ எப்ப பள்ளிக்கூடத்துக்குப் போவேன்னு யோசி."

"நான் பள்ளிக்கூடத்துக்குப் போக விரும்பல. ருத்திக்கும் பிடிக்கல. பள்ளிக்கூடத்துக்குப் போற பசங்கள நாங்க பாத்திருக்கோம் அம்மா. நம்மள ஒக்கீங்கன்னு கூப்பிட்றாங்க.! நாங்க பாத்திருக்கோம். நாம் போக மாட்டேன்."

அம்மா அவனது காய்ந்து போன தலைமுடியைப் பரிதாபமாகப் பார்த்தாள். "இப்போ எங்களுக்கு பிரச்சன கொடுக்காத" என்று கெஞ்சினாள்.

"சீக்கிரமே நாம நம்ம கால்ல நின்னுடுவோம். அப்ப நீ மோசமா நடந்துக்கலாம். இப்ப நாம ரொம்ப அனுபவிச்சுட்டோம்."

"நான் ஆறு பீச் பழம் எடுத்துக்கிட்டேன்" என்றாள் ருத்தி.

"உனக்கு வெளிக்கு வந்துடும். நாம இருக்கற இடத்துகிட்ட எந்தக் கழிவறையும் இல்ல."

கம்பெனியின் கடை வார்ப்பு இரும்பிலான ஒரு பெரிய கொட்டகை. அதில் பொருட்கள் வெளியே தெரியும்படியான கண்ணாடி எதுவுமில்லை. அம்மா திரையை விலக்கிக் கொண்டு உள்ளே நுழைந்தாள். அங்கு ஒரு சிறு மனிதன் நின்றிருந்தான். அவன் முழுமையாக சொட்டைத் தலையுடன் இருந்தான். அவனது தலை நீலம் கலந்த வெண்மையாக இருந்தது. அவனது பெரிய, அரக்கு நிறப் புருவம் அவனது கண்களை ஒரு பெரிய வட்டமாக மறைத்தது. அதனால் அவனது முகம் சிறிது ஆச்சரியமும், சிறிது அச்சமும் கலந்ததாகத் தோன்றியது. அவனது மூக்கு நீளமாகவும், ஒல்லியாகவும் ஒரு பறவையின் மூக்கு போன்று இருந்தது. அவனது மூக்கை கற்றை முடி மறைத்திருந்தது. அவனது நீலநிறச் சட்டையின் மேல் அவன் ஒரு கருநிற பாதுகாப்பு அங்கியை அணிந்திருந்தான். அம்மா உள்ளே நுழைந்தபோது அவன் தன் முழங்கையை கல்லாவில் ஊன்றிக் கொண்டு சாய்ந்து நின்றிருந்தான்.

"மதிய வணக்கம்" என்றாள் அம்மா.

அவன் அவளை ஆர்வத்துடன் அளவிட்டான். அவனது கண்களின் மேலுள்ள புருவம் தூக்கிக் கொண்டது. "எப்படி இருக்கீங்க?"

"எங்கிட்ட ஒரு டாலருக்கு சீட்டு இருக்கு."

"ஒரு டாலர் மதிப்புக்கு நீங்க வாங்கிக்கலாம்" என்று கூறியவன் கீச்சொலியாக சிரித்தான். "சரி சார். ஒரு டாலர் மதிப்பு, ஒரு டாலர் மதிப்பு." அவன் தனது கையை பொருட்களை நோக்கிக் காட்டினான். "இதுல எதுவும் எடுத்துக்கலாம்." அவன் தன் சட்டையின் கைகளை சீராக மடித்து விட்டுக் கொண்டான்.

"ஒரு துண்டு இறைச்சி வாங்கலாம்னு நினைச்சேன்."

"எல்லாம் இருக்கு" என்றான் அவன். " ஹாம்பர்க், (பன்றி இறைச்சி) உங்களுக்கு ஹாம்பர்க் வேணுமா? ஒரு பவுண்டு இருபது செண்ட்."

"இவ்வளவு அதிகமா? நான் போன தடவ வாங்கினபோது பதினஞ்சுக்கு வாங்கினதா ஞாபகம்."

"ஆமா" என்று மென்மையாகச் சிரித்தவன், "சில சமயம் அதிகமா இருக்கும், சில சமயம் இருக்காது. நீங்க நகரத்துக்குப் போறப்ப கொஞ்சம் பவுண்டு ஹாம்பர்க் வாங்கலாம். அதுக்கு ஒரு காலன் காஸ் செலவாகும். அப்ப நீங்க உண்மைல இங்க அதிகமில்லன்னு பாருங்க. ஏன்னா உங்ககிட்ட ஒரு காலன் காஸ் கிடையாது."

அம்மா கடுமையாகச் சொன்னாள், "இங்கருந்து வெளிய போக உங்களுக்கு ஒண்ணும் ஒரு காலன் காஸ் செலவாகலியே?"

அவன் மகிழ்ச்சியுடன் சிரித்தான். "நீங்க அத தலகீழா பாக்கறீங்க. நாங்க ஒண்ணும் வாங்கலியே, விக்கறோம். நீங்க வாங்கினா, அது வேற மாதிரிதான்."

அம்மா இரு விரல்களை வாயில் வைத்துக் கொண்டு யோசனையுடன் முறைத்தாள். "இது பூரா கொழுப்பும், எலும்புமா இருக்கு."

"அத சமைக்கலாம்னு நான் ஒண்ணும் உறுதி கொடுக்கல" என்றான் கடைக்காரன். "நானே அத சாப்பிடுவேன்னும் உறுதி கொடுக்கல; ஆனா நான் செய்யாத பல விஷயங்கள் இருக்கு."

அம்மா அவனை ஒருகணம் ஆவேசமாகப் பார்த்தாள். அவள் தனது குரலைக் கட்டுப்படுத்திக் கொண்டாள். "உங்ககிட்ட மலிவான விலை இறைச்சி இல்லையா?"

"சூப் எலும்புகள்" என்றான். "ஒரு பவுண்டு பத்து செண்ட்"

"இது எலும்பு மட்டும்தானே. அருமையான சூப் வைக்கலாம். எலும்பு மட்டும்."

"கொதிக்க வைக்கற மாட்டிறைச்சி இருக்கா?"

"ஏன், இருக்கே. ஒரு பவுண்டு ரெண்டு காசு."

"நான் இறைச்சி வாங்க முடியாதுன்னு நினைக்கறேன்" என்றாள் அம்மா. "ஆனா அவங்க இறைச்சி கேக்கறாங்க. அவங்களுக்கு இறைச்சி வேணும்னு சொன்னாங்க."

"எல்லாருக்கும் இறைச்சி வேண்டிருக்கு – தேவையா இருக்கு. ஹாம்பர்க் அருமையானது. எண்ணெய் அதிலிருந்தே குழம்புக்குத் தேவையான மாதிரி வரும். ரொம்ப நல்லது. எதுவும் வீணாகாது. எந்த எலும்பையும் தூர வீச வேண்டாம்."

"பக்கவாட்டு இறைச்சி எவ்வளவு?"

"இப்ப நீங்க நாகரீக உணவுக்கு வறீங்க. கிருஸ்துமசுக்கு வாங்கறது அது. நன்றி சொல்றதுக்கு கொடுக்கறது. ஒரு பவுண்ட் முப்பத்தஞ்சு செண்ட். உங்களுக்கு வான்கோழி கொடுக்கலாம். அது இருந்தா மலிவா கொடுக்கலாம்."

அம்மா பெருமூச்சு விட்டாள். "ரெண்டு பவுண்டு ஹாம்பர்க் கொடுங்க."

"சரிம்மா." அவன் வெளுத்த இறைச்சியை ஒரு வெண்ணெய்க் காகிதத்தில் எடுத்துப் போட்டான். "அப்புறம் வேறென்ன?"

"கொஞ்சம் ரொட்டி."

"இந்தா இருக்கு. பெரிய துண்டு பதினஞ்சு செண்ட்."

"அங்க இருக்கறது பன்னிரண்டு செண்ட் துண்டு."

"ஆமா. நேரா நகரத்துக்குப் போய் பன்னண்டு செண்டுக்கு வாங்கிக்கங்க. ஒரு காலன் காஸ். வேறெ என்ன கொடுக்கட்டும், உருளைக்கிழங்கு."

"ஆமா உருளைக்கிழங்கு."

"கால் காசுக்கு அஞ்சு பவுண்டு."

அம்மா அவனை அச்சுறுத்தும் வகையில் பார்த்தாள். "நான் உன்கிட்டேருந்து வேணுங்கற அளவு கேட்டுட்டேன். நகரத்துல அதோட விலை என்னன்னு எனக்குத் தெரியும்."

அந்தக் குட்டை மனிதன் தன் வாயை இறுக மூடிக் கொண்டான். "அப்ப போய் நகரத்துல வாங்கிக்கங்க."

அம்மா தன் முளிகளைப் பார்த்தாள். "இது என்ன?" என்று மென்மையாகக் கேட்டாள். "இந்தக் கடை உனக்குச் சொந்தமா?"

"இல்ல. இங்க வேல பாக்கறேன்."

"நீ வேடிக்கை பண்றதுக்கு எதாவது காரணம் இருக்கா? அது உனக்கு உதவியா இருக்குமா? அவள் தனது பளபளப்பான சுருங்கிய கைகளைப் பார்த்தாள். அந்தக் குட்டை மனிதன் அமைதியாக இருந்தான். "இந்தக் கடைக்கு சொந்தக்காரர் யாரு?"

"ஹூப்பர் ரான்ச்ஹௌஸ், அதோட சேர்ந்தது அம்மா."

"அவங்கதான் விலை வைக்கறாங்களா?"

"ஆமாம் அம்மா."

அவள் சிறிது புன்னகையுடன் நிமிர்ந்து பார்த்தாள். "இங்க உள்ள வந்து ஒவ்வொருத்தரும் என்னை மாதிரி பேசறது பைத்தியக்காரத்தனமா இருக்கா?"

அவன் ஒரு கணம் தயங்கினான். "ஆமாம்மா."

"அதுனாலதான் நீ வேடிக்கை காட்ற."

"நீங்க என்ன சொல்றீங்க?"

"இது மாதிரி அசிங்கமா வேலை பாக்கறது. உனக்கு வெக்கமால்ல? மாத்தி நடந்துக்க." அவளது குரல் மென்மையாக இருந்தது. கடைக்காரன் அவளை அதிசயமாகப் பார்த்தான். அவன் பதிலளிக்கவில்லை. "இது இப்படித்தான்" என்றாள் அம்மா இறுதியாக. "இறைச்சிக்கு நாப்பது செண்ட், ரொட்டிக்கு பதினஞ்சு, உருளைகிழங்குக்கு கால். மொத்தம் எண்பது செண்ட். காப்பி?"

"மலிவானது இருபது செண்ட், அம்மா."

"அது மொத்தம் ஒரு டாலர். நாங்க ஏழு பேர் வேலை பாத்தா, ஒரு ராத்திரி சாப்பாடு." அவள் தனது கையை ஆராய்ந்தாள். "சீக்கிரம் எல்லாத்தையும் கட்டு" என்றாள்.

"சரிம்மா, நன்றி" என்றான். அவன் உருளைக்கிழங்குகளை ஒரு பையில் போட்டு கவனமாகக் கட்டினான். அவனது கண்கள் அம்மாவைப் பார்த்தன, மீண்டும் வேலையில் கவனம் செலுத்தின. அவள் அவனைப் பார்த்து விட்டு, லேசாகப் புன்னகைத்தாள்.

"இந்த மாதிரி வேலைய எப்படிப் பிடிச்ச?" என்று கேட்டாள்.

"ஒரு ஆளு சாப்பிட்டுத்தான ஆகணும்" என்று அவன் தொடங்கினான். பிறகு அவன் ஒருதலைப்பட்சமாகச் சொன்னான், "ஒரு ஆளுக்கு சாப்பிட உரிமை இருக்கு."

"எந்த ஆளு?" என்று அம்மா கேட்டாள்.

அவன் நான்கு பொட்டலங்களை கல்லாவில் வைத்தான். "இறைச்சி, உருளைக்கிழங்கு, ரொட்டி, காப்பி, ஒரு டாலர் சரியாப் போச்சு." என்றான். அவள் அவனிடம் காகிதத் துண்டைக் கொடுத்து விட்டு அவன் அவர்களது பெயரையும் தொகையையும் லெட்ஜரில் எழுதியதைக் கவனித்துக் கொண்டிருந்தாள். "முடிஞ்சது, இப்ப எல்லாம் சரியா இருக்கு." என்றான் அவன்.

அம்மா தன் பைகளை எடுத்துக் கொண்டாள். "எங்களுக்கு காப்பிக்கு சர்க்கரை இல்ல. என்னோட பையன் டாமுக்கு சர்க்கரை வேணும். பாரு!"

என்றாள். "அவங்க அங்க வேலை செஞ்சுக்கிட்டு இருக்காங்க. எனக்கு கொஞ்சம் சர்க்கரை கொடு. நான் பின்னால சீட்டு கொண்டு வரேன்."

அந்த குட்டை மனிதன் முகத்தைத் திருப்பிக் கொண்டு முடிந்த வரை அம்மாவிடமிருந்து தூரமாகப் பார்த்தான். "என்னால அத செய்ய முடியாது" என்று மென்மையாகச் சொன்னான். "அதுதான் விதி. என்னால முடியாது. நான் பிரச்சனைல மாட்டிக்குவேன். நான் அடிபடுவேன்."

"ஆனா அவங்க அங்க வேல செஞ்சுக்கிட்டிருக்காங்க. அவங்களுக்கு ஒரு டைமுக்கு மேல வரும். எனக்கு பத்து சென்ட் சர்க்கரை கொடு. டாமுக்கு காப்பில சர்க்கரை வேணும். அதப்பத்தி பேசினேன்."

"அத என்னால செய்ய முடியாது அம்மா. அதுதான் விதி. சீட்டு இல்லேன்னா, பலசரக்கு கிடையாது. அந்த மானேஜர் அதப்பத்தி அடிக்கடி பேசிக்கிட்டிருக்கார். இல்ல, என்னால முடியாது. அவங்க என்ன பிடிச்சிடுவாங்க. அவங்க எப்பவுமே ஆளுகள பிடிப்பாங்க. எப்பவும். என்னால முடியாது."

"ஒரு டைமுக்கு கூடவா?"

"எதுக்கும், அம்மா." அவன் அவளை கெஞ்சலாகப் பார்த்தான். அவனது முகம் தனது அச்சத்தை இழந்தது. அவன் தனது பையிலிருந்து பத்து சென்டுகளை எடுத்து அதை கணக்குப் புத்தகத்தில் எழுதினான். "முடிஞ்சது" என்று விடுபட்ட மகிழ்ச்சியுடன் சொன்னான். அவன் கல்லாவின் அடியிலிருந்து ஒரு சிறு பையை எடுத்து அதைத் திறந்து அதிலிருந்து கொஞ்சம் சர்க்கரையை எடுத்து எடை போட்டு, இன்னும் சிறிது சேர்த்தான். "இப்ப சரியாப் போச்சு. நீங்க உங்க சீட்ட கொண்டு வாங்க, எனக்கு என்னோட டைம் திரும்பக் கிடைச்சிடும்."

அம்மா அவனை மதிப்பிட்டாள். அவளது கை சலனமின்றி நீண்டு சர்க்கரைப் பையை எடுத்தது. "உனக்கு நன்றி." என்று அமைதியாகக் கூறினாள். "நான் ஒரு நல்ல விஷயத்தக் கத்துக்கிட்டு இருக்கேன்" என்றாள். "ஒவ்வொரு நாளும், எப்பவும் கத்துக்கிட்டு இருக்கேன். நீங்க பிரச்சனைல இருந்தாலோ, அடிபட்டிருந்தாலோ, தேவையில இருந்தாலோ, ஏழைங்ககிட்டப் போங்க. அவங்க மட்டுந்தான் உதவுவாங்க. அவங்க மட்டுந்தான். " அவளுக்குப் பின்னால் திரையிட்ட கதவு அடித்து மூடிக் கொண்டது.

குட்டை மனிதன் கல்லாவின் மீது தன் முழங்கைகளை வைத்து சாய்ந்து கொண்டு அம்மாவை தனது ஆச்சரியம் ததும்பும் கண்களால் பார்த்தான். ஒரு குண்டுப் பூனை கல்லா மீது தாவி ஏறி அவனிடம் சோம்பலுடன் சென்றது.

அது அவனது கைகளை பக்காவாட்டிலிருந்து உரசியது. அவன் அதை எடுத்துத் தனது கன்னத்தை நோக்கிக் கொண்டு வந்தான். பூனை சத்தமாகக் கத்திக்கொண்டு, வாலை இப்படியும் அப்படியும் ஆட்டியது.

டாம், அல், அப்பா, ஜான் மாமா அனைவரும் இருட்டியதும் பழத்தோட்டத்திலிருந்து நடந்தனர். அவர்களது கால்கள் சாலையில் கனமாக அழுந்தின.

"இங்க வந்து சேந்து, நேரா வேலைக்கு எடுத்து திரும்புவோம்னு நீ நினைச்சிருக்க மாட்ட" என்றார் அப்பா.

"கொஞ்ச நாளைல பழகிடும்" என்றான் டாம். "பாருங்க அப்பா. நான் சாப்பிட்டதும் நான் வெளிய நடந்து போய் என்ன பிரச்சனைன்னு பாக்கப் போறேன். அது என்னை உறுத்திக்கிட்டே இருக்கு. நீங்க வரீங்களா?"

"இல்ல" என்றார் அப்பா. "நான் கொஞ்ச நேரம் வேலை செஞ்சுட்டு எதையும் யோசிக்க விரும்பல. ரொம்ப நாளா யோசிச்சு யோசிச்சே செத்துட்ட மாதிரி இருக்கு. இல்ல, நான் கொஞ்சம் உக்காந்துட்டுப் படுக்கப் போறேன்."

"நீ எப்படி அல்?"

அல் திரும்பிக் கொண்டான். "நான் இங்க முதல்ல சுத்திப் பாக்கலாம்னு நினைக்கிறேன்" என்றான்.

"சரி, ஜான் மாமா வரமாட்டார்னு எனக்குத் தெரியும். நான் தனியாத்தான் போகப்போறேன்னு நினைக்கறேன். எனக்கு ஆவலா இருக்கு."

அப்பா சொன்னார், "அதப் பத்தி எதுவும் செய்யறதுக்கு முன்னால நான் ரொம்ப ஆவலா இருப்பேன் அங்க இருக்கற போலீசையும் வச்சுக்கிட்டு."

"ஒருவேளை அவங்க ராத்திரில அங்க இல்லாம இருக்கலாம்" என்றான் டாம்.

"இருக்கட்டும். நான் ஒண்ணும் கண்டுபிடிக்கப் போறதில்ல. நீ எங்க போறேன்னு அம்மாகிட்ட சொல்லாம இருக்கறது நல்லது. அவ கவலைப்படுவா."

டாம் அல்லிடம் திரும்பினான். "உனக்கு ஆவலா இல்லையா?"

"எனக்கு இந்த முகாம சுத்திப் பாக்கணும்" என்றான் அல்.

"பொண்ணுங்கள தேடறியா?"

"உன் வேலையப் பாரு" என்றான் அல் எரிச்சலுடன்.

"நான் போகத்தான் போறேன்" என்றான் டாம்.

அவர்கள் பழத்தோட்டத்திலிருந்து வெளியேறி புழுதி படர்ந்த சிவப்புக் கொட்டகைகளின் நடுவிலிருந்த தெருவுக்கு வந்தனர். சில கதவுகளுக்கு உள்ளிருந்து சிறிய லாந்தர் விளக்குகள் வெளிச்சம் சிந்தின. உள்ளே அரை இருட்டில் நிழலாக உருவங்கள் அங்குமிங்கும் நகர்ந்தன. சாலையின் முனையில் ஒரு காவலாளி இன்னும் உட்கார்ந்திருந்தான். அவனது காலில் துப்பாக்கி சாய்ந்திருந்தது.

டாம் ஒரு கணம் காவலாளியைக் கடந்தபோது நின்றான். "இங்க குளிக்க எதாவது இடம் இருக்கா, மிஸ்டர்?"

காவலாளி அரையிருட்டில் அவனை அளந்தான். கடைசியில் சொன்னான், "அங்க தண்ணித்தொட்டி இருக்கு பாத்தியா?"

"ஆமா"

"அங்க ஒரு குழாய் இருக்கு"

"வெந்நீர் கிடைக்குமா?"

"நீ யாருன்னு நினைச்சுக்கிட்டு இருக்க, ஜே.பி.மார்கனா?"

"இல்ல" என்றான் டாம். "நிச்சயமா அது நான் இல்ல. நல்லிரவு, மிஸ்டர்."

காவலாளி வெறுப்புடன் கனைத்தான். "வெந்நீராம், வெந்நீர். அவங்க அடுத்தது வாளி கேப்பாங்க." அவன் நான்கு ஜோடுகளையும் இருண்ட முகத்துடன் பார்த்தான்.

இரண்டாவது காவலாளி கடைசி வீட்டைச் சுற்றி வந்தான். "என்ன விஷயம் மாக்?"

"பாரு அந்த பாழாப்போன ஓக்கீங்கள. வெந்நீர் இருக்கான்னு கேக்கறான்"

இரண்டாவது காவலாளி தனது துப்பாக்கியின் அடிப்பகுதியைத் தரையில் வைத்தான். "அவங்க அரசாங்க முகாம்ல கொடுக்கறாங்க. இவங்க அங்கேருந்து வந்திருக்காங்கன்னு நான் பந்தயமே கட்றேன். அந்த முகாம்கள அழிச்சொழிக்கற வரைக்கும் நமக்கு நிம்மதி இல்ல. அவங்க சுத்தமான காகிதம் கேப்பாங்க, முதல்ல."

மாக் கேட்டான், "வெளிக்கதவுல நிலைமை எப்படி இருக்கு – எதாவது கேக்குதா?"

“அங்க நாள்பூரா கத்திக்கிட்டு இருந்தாங்க. மாநில போலீஸ் கட்டுக்குள்ள வச்சிருக்காங்க. அந்த ஆளுங்க கிட்டேருந்து பேய விரட்டிக்கிட்டு இருக்காங்க. அங்க எல்லாத்தையும் தூண்டி விடற ஒரு ஒல்லியான வேசிமகன் இருக்கான்னு கேள்விப்பட்டேன். அவன ராத்திரி பிடிச்சு சிதறடிக்கப் போறதா ஒரு ஆளு சொன்னான்.”

“அவ்வளவு எளிதாப் போச்சுன்னா நமக்கு ஒரு வேலையும் இருக்காது” என்றான் மாக்.

“நமக்கு வேலை இருக்கும்தான். இந்தப் பாழாப்போன ஓக்கீங்க! அவங்கள எப்பவும் கவனிச்சிக்கிட்டே இருக்கணும். கொஞ்சம் அமைதியானா நாம கொஞ்சம் தூண்டி விடவும் முடியும்.”

“அவங்க கூலிய குறைக்கும்போது பிரச்சனை வருதுன்னு நினைக்கறேன்.”

“நிச்சயமா இருக்கும். இல்லேன்னா நமக்கு வேலை இருக்குமான்னு நீ கவலைப்படணும் – ஹூப்பர் நெருக்கமா மூக்க உடைக்கும்போது.”

ஜோடின் வீட்டில் நெருப்பு உறுமியது. ஹாம்பர்கர் துண்டுகள் எண்ணெயில் கொதிக்க, உருளைக்கிழங்கு குமிழிட்டது. வீடு முழுதும் புகை சூழ்ந்திருக்க, மஞ்சள் லாந்தர் விளக்கு சுவர்களில் கனத்த கருநிற நிழலைப் பரப்பியது. ரோசாஷார்ன் தனது கனத்த வயிறை தன் முழங்கால்களில் தாங்கிக் கொண்டு ஒரு பெட்டியின் மீது அமர்ந்திருக்க, அம்மா வேகமாக வேலை செய்து கொண்டிருந்தாள்.

“இப்ப பரவாயில்லையா?” என்று அம்மா கேட்டாள்.

“எனக்கு சாப்பாடு வாசனை அடிக்கிது. பசிக்கிது.”

“போய் கதவுகிட்ட உக்காரு” என்றாள் அம்மா. “எப்படியும் நான் அந்தப் பெட்டிய திறக்கணும்.”

ஆண்கள் உள்ளே நுழைந்தனர். “கடவுளே, இறைச்சி” என்றான் டாம். “காப்பி. எனக்கு அந்த வாசனை அடிக்கிது. இயேசுவே, நான் பசியோட இருக்கேன்! நிறைய பீச் பழங்கள சாப்பிட்டேன். ஆனா அதுல எந்த நன்மையும் இல்ல. நாம எங்க சுத்தம் பண்ணிக்கலாம், அம்மா?”

“போ, அந்த தண்ணித்தொட்டிக்குப் போ. அங்க சுத்தம் பண்ணிக்கோ. இப்பதான் ருத்தியையும், வின்ஃபீல்டையும் சுத்தம் செஞ்சுக்க அனுப்பினேன்.” ஆண்கள் மீண்டும் வெளியேறினர்.

“ரோசாஷார்ன், இப்ப நீ போ” என்று அம்மா உத்தரவிட்டாள். “ஒண்ணு கதவு பக்கத்துல உக்காரு, இல்லேன்னா போய் படு. நான் அந்தப் பெட்டியத் திறக்கணும்.”

பெண் கைகளை ஊன்றி எழுந்தாள். கனமாக நடந்து ஒரு மெத்தைக்குச் சென்று அதில் உட்கார்ந்து கொண்டாள். ருத்தியும், வின்ஃபீல்டும் சத்தமிடாமல் உள்ளே வந்தனர். அமைதியாக இருக்க முயற்சி செய்து கொண்டும் சுவற்றுக்கு அருகில் நெருக்கமாக இருந்து கொண்டு யாருக்கும் தெரியாதபடி சத்தமிடாமல் இருக்க முயன்றனர்.

அம்மா அவர்களைப் பார்த்தாள். “ரொம்ப வெளிச்சம் இல்லாதது குட்டிப் பசங்களுக்கு வசதியாப் போச்சுன்னு நினைக்கறேன்” என்றாள் அவள். தாவி வின்ஃபீல்டின் தலைமுடியை சோதித்தாள். “நல்லது, எப்படியும் நனைச்சுட்ட. ஆனா நிச்சயமா சுத்தப்படுத்திக்கலன்னு நான் சொல்லுவேன்.”

“சோப் இல்ல” என்று வின்ஃபீல்ட் குற்றம் சொன்னான்.

“இல்ல, அது சரிதான். என்னால சோப் வாங்க முடியல. இன்னைக்கு கிடையாது. ஒருவேள நாளைக்கு வாங்கலாம்.” அவள் மீண்டும் அடுப்புக்குச் சென்று தட்டுகளை வைத்து இரவு உணவை பரிமாறத் தொடங்கினாள். இரண்டு துண்டு இறைச்சி, பெரிய உருளைக்கிழங்கு ஒன்று. அவள் ஒவ்வொரு தட்டிலும் மூன்று துண்டு ரொட்டியை வைத்தாள். இறைச்சி காலியானதும், ஒவ்வொரு தட்டிலும் கொஞ்சம் குழம்பை ஊற்றினாள். ஆண்கள் தம் தலையிலிருந்தும், முகத்திலிருந்தும் தண்ணீர் சொட்டச் சொட்ட உள்ளே நுழைந்தனர்.

“என்ன உடனே விடுங்க” என்று டாம் கத்தினான்.

அவர்கள் தட்டுகளை எடுத்துக் கொண்டனர். அமைதியாக, கடும் பசியுடன் அவர்கள் சாப்பிட்டனர். குழம்பை ரொட்டியால் வழித்து உண்டனர். குழந்தைகள் அறையின் மூலைக்குச் சென்று தட்டுகளைத் தரையில் வைத்துக் கொண்டு சிறு மிருகங்களைப் போல் தட்டின் முன்னால் குனிந்து கொண்டனர்.

டாம் கடைசித் துண்டு ரொட்டியை முழுங்கினான். “இன்னும் எதாவது இருக்கா, அம்மா?”

“இல்ல. அவ்வளவுதான். நீங்க ஒரு டாலர் சம்பாதிச்சீங்க. ஒரு டாலர் மதிப்பு இவ்வளவுதான்.”

“அது?”

"அவங்க இங்க அதிகமா வாங்கறாங்க. நம்மால முடியும்போது நகரத்துக்குப் போகணும்."

"வயிறு நிறையல" என்றான் டாம்.

"நாளைக்கு உனக்கு நாள் பூரா கிடைக்கும். நாளைக்கு ராத்திரி – நம்மகிட்ட நிறைய இருக்கும்."

அல் தன் வாயை சட்டைக் கையால் துடைத்துக் கொண்டான். "நான் ஒரு சுத்து சுத்தலாம்னு இருக்கேன்" என்றான்.

"பொறு, நானும் உங்கூட வரேன்" என்ற டாம் அவனைப் பின் தொடர்ந்தான். இருளில் டாம் தன் சகோதரனுடன் நெருக்கமாக நடந்தான். "நீ நிச்சயமா எங்கூட வரலியா?"

"இல்ல. நான் சொன்ன மாதிரி சுத்திப் பாக்கப் போறேன்."

"சரி" என்றான் டாம். அவன் திரும்பி தெருவில் நடந்தான். வீடுகளிலிருந்து வந்த புகை தெருவில் நிறைந்திருக்க, லாந்தர் விளக்கு ஒளி கதவுகள், ஜன்னல்களின் நிழலை தெருவில் விட்டது. வெளிப்படிகளில் ஆட்கள் உட்கார்ந்து இருளைப் பார்த்துக் கொண்டிருந்தனர். டாம் சென்றபோது அவர்கள் அவனை திரும்பிப் பார்த்து கவனித்ததை உணர்ந்தான். தெருமுனையில் புழுதிச்சாலை தொடர்ந்து ஒரு நிலத்துக்குச் சென்றது. அங்கு குவியல் குவியலாக வைக்கோல் போர்கள் இருந்ததை நட்சத்திர ஒளியில் கண்டான். மேற்கில் ஒரு சிறு கீற்றாக நிலா தெரிந்தது. ஒரு நீண்ட வெண்ணிற மேகம் தலைக்கு மேல் கடந்து சென்றது. டாமின் காலடி ஓசை புழுதிச் சாலையில் மென்மையாகக் கேட்டது. மஞ்சள் நிறவைக்கோலின் மேல் கருநிறத்தில் அவனது காலடிகள் தெரிந்தன. அவன் தனது கால்சட்டைப் பையில் கைகளை விட்டுக் கொண்டு வெளிவாயிலை நோக்கி நடந்தான். சாலைக்கு அருகில் ஒரு மேடு தெரிந்தது. டாமுக்கு ஒரு பாசனக் கால்வாயில் புல்லின் மேல் தண்ணீர் விழும் சத்தம் கேட்டது. அவன் கரையில் ஏறி நின்று கருநிறத்தண்ணீரையும், நட்சத்திரங்களின் நீண்ட பிரதிபலிப்பையும் பார்த்தான். மாநிலச் சாலை எதிரே இருந்தது. கார்களின் வெளிச்சம் கடந்து அவை எங்கிருக்கின்றன என்று காட்டின. டாம் மீண்டும் அதை நோக்கி நடந்தான். உயர்ந்த கம்பிவேலி இருக்குமிடம் அவனுக்கு நட்சத்திர வெளிச்சத்தில் தெரிந்தது.

சாலையில் ஒரு உருவம் அசைந்தது. "ஹலோ, யாரது?" என்று ஒரு குரல் கேட்டது.

டாம் அசையாமல் நின்றான். "நீ யாரு?"

ஒரு மனிதன் எழுந்து அவனருகில் வந்தான். அவன் கையில் ஒரு துப்பாக்கி இருந்தது டாமுக்குத் தெரிந்தது. பிறகு ஒரு ஃப்ளாஷ்லைட் அவன் முகத்தில் அடித்தது. "நீ எங்க போறேன்னு நினைக்கற?"

"நான் கொஞ்சம் நடந்துட்டு வரலாம்னு நினைச்சேன். அதுக்கு எதிரா எதாவது சட்டம் இருக்கா?"

"நீ வந்த வழிலயே போறது நல்லது."

டாம் கேட்டான், "இங்கருந்து வெளிய கூட போக முடியாதா?"

"இன்னைக்கு ராத்திரி உன்னால முடியாது. நீயா திரும்பிப் போறியா, இல்ல விசிலடிச்சு உன்ன தூக்கிட்டுப் போக உதவிக்கு ஆள் கூப்பிடவா?"

"எழவே" என்ற டாம், "அது எனக்கு ஒண்ணுமில்ல. அது எதாவது பிரச்சனைன்னா நான் அத செய்ய மாட்டேன். நிச்சயமா நான் திரும்பிப் போறேன்."

அந்த இருண்ட உருவம் தளர்த்திக் கொண்டது. விளக்கு அணைக்கப்பட்டது. "இத பாரு, இது உன்னோட நல்லதுக்குத்தான். அந்தப் பைத்தியக்காரங்க, முற்றுகை இட்றவங்க உன்னப் பிடிச்சிடலாம்."

"என்ன முற்றுகை?"

"அவங்கல்லாம் சிவப்புக்காரங்க."

"ஓ!. எனக்கு அவங்களப்பத்தி தெரியாது."

"நீ வந்தபோது அவங்கள பாத்திருக்கேல்ல. பாக்கல?"

"கொஞ்சம் பேரு இருந்தத பாத்தேன், ஆனா எனக்குத் தெரியாம நிறைய போலீஸ் இருந்தாங்க. அது விபத்துன்னு நினைச்சேன்."

"சரி, நீ திரும்பறது நல்லது."

"அது எனக்கு சரிதான், மிஸ்டர்." அவன் சுழன்று திரும்பி நடக்கத் தொடங்கினான். சில நூறு அடிகள் சென்றதும் நின்று கவனித்தான். பாசனக் கால்வாய் அருகே ஒரு ரக்கூன் சத்தமிட்டுக் கொண்டிருந்தது. தூரத்தில் ஒரு நாய் கோபமாக ஊளையிட்டுக் கொண்டிருந்தது. டாம் சாலைக்கருகே உட்கார்ந்து கவனித்தான். ஒரு இரவுப் பருந்தின் மென்மையான சிரிப்புச் சத்தமும், அறுவடையான வயலுக்கிடையில் ஒரு ஊரும் விலங்கு ஊர்ந்து செல்லும் சத்தமும் கேட்டது. அவன் வானத்தை அண்ணாந்து பார்த்து ஆராய்ந்தான். இரண்டு பக்கமும் இருண்ட வானமே இருந்தது. காட்டிக்கொடுக்கும்படியாக எதுவுமில்லை. அவன் எழுந்து சாலையின்

வலதுபுறத்துக்கு மெதுவாக நடந்து அறுவடையான வயலுக்குள் சென்றான். எந்த சத்தமும் எழுப்பாமல் குனிந்து நடந்தான். மெதுவாக நடந்து, அவ்வப்போது நின்று கவனித்தான். கடைசியில் அவன் கம்பி வேலிக்கு வந்தான். அந்தக் கம்பி ஐந்து அடுக்குகளாகக் கட்டப்பட்டிருந்தது. அவன் கீழே நிமிர்ந்து படுத்துக் கொண்டு மெதுவாக கடைசி அடுக்குக்குக் கீழாக ஊர்ந்தான். தன் கையால் அந்தக் கம்பியை உயர்த்திப் பிடித்துக் கொண்டு காலால் தள்ளிக் கொண்டு நகர்ந்தான்.

அவன் எழுந்து நிற்க முயன்றபோது அங்கு கூட்டமாக உயர்வேகப்பாதையின் ஓரத்தில் நடந்து வந்து கொண்டிருந்தனர். டாம் அவர்கள் தூரமாகக் கடந்து செல்லும்வரை, அவர்களைப் பின் தொடர்வதற்காகக் காத்திருந்தான். சாலைக்கருகில் கூடாரங்கள் இருக்கின்றனவா என்று கவனித்துப் பார்த்தான். சில வண்டிகள் கடந்து சென்றன. வயல்களுக்கிடையே ஒரு ஓடை கடந்து சென்றது. அதனை உயர்வேகப்பாதை ஒரு பாலத்தின் மேல் கடந்து சென்றது. டாம் பாலத்தின் பக்கவாட்டில் எட்டிப் பார்த்தான். ஒரு ஆழமான இடுக்கின் கீழ் ஒரு கூடாரம் இருந்தது. அதற்குள் ஒரு லாந்தர் வெளிச்சம் தெரிந்தது. அவன் அதை ஒரு கணம் பார்த்தான். அதற்குள் ஆட்கள் நடமாடுவது கூடாரத் துணியின் மேல் தெரிந்தது. டாம் ஒரு வேலியில் ஏறி புதர்கள், சிறு மரம், செடிகொடிகள் வழியாக அந்த இடுக்குக்குள் நடந்தான். கீழே ஒரு சிறு ஓடைக்கு அருகில், அவனுக்கு வழி தெரிந்தது. ஒரு மனிதன் கூடாரத்தின் முன்னால் ஒரு பெட்டியின் மேல் அமர்ந்திருந்தான்.

"மாலை வணக்கம்" என்றான் டாம்.

"யார் நீ?"

"நான் – நான் சும்மா இப்படி போய்க்கிட்டிருந்தேன்."

"இங்க யாரையாவது தெரியுமா?"

"இல்ல. சும்மா போய்க்கிட்டிருந்தேன்னு சொன்னேனே."

ஒரு தலை கூடாரத்துக்குள்ளிருந்து எட்டிப் பார்த்தது. ஒரு குரல் கேட்டது, "என்ன விஷயம்?"

"கேஸி" என்று டாம் கத்தினான். "கேஸி, கடவுளே, நீங்க என்ன செஞ்சுக்கிட்டிருக்கீங்க?"

"கடவுளே, டாம் ஜோட்! உள்ள வா டாமி. உள்ள வா."

"உனக்கு இவன தெரியுமா?" என்று முன்னாலிருந்த மனிதன் கேட்டான்.

"தெரியுமா? இயேசுவே, தெரியும். பல வருஷமா தெரியும். நான் அவன்கூட மேற்கருந்து வந்தேன். உள்ள வா, டாம்." அவர் டாமின் முழங்கையைப் பிடித்துக் கூடாரத்துக்குள் இழுத்தார்.

வேறு மூன்று பேர் தரையில் உட்கார்ந்திருக்க, கூடாரத்தின் நடுவில் லாந்தர் எரிந்து கொண்டிருந்தது. ஆட்கள் அவனை சந்தேகத்துடன் பார்த்தார்கள். கருத்த முகம் கொண்ட, சிடுசிடுப்பான ஆள் கையை நீட்டினான். "உன்னைப் பாத்ததுல சந்தோஷம்" என்றான். "நான் கேஸி சொன்னத கேட்டேன். இந்த ஆளப் பத்திதான் நீ சொல்லிக்கிட்டிருந்தியா?"

"ஆமா. அவந்தான் இவன். கடவுளுக்காக! உங்க ஆளுங்க எங்க? இங்க என்ன செஞ்சுக்கிட்டிருக்க?"

"இங்க வேல இருக்கறதா கேள்விப்பட்டோம். இங்க வந்தப்ப கூட்டமா போலீஸ்காரங்க எங்கள மறிச்சு இந்த ரான்சுக்குள்ள கொண்டு வந்தாங்க. மதியம் பூரா பீச் பழம் பொறுக்கிக்கிட்டிருந்தோம். கூட்டமா சில பேர் கத்திக்கிட்டிருந்தத நான் கேட்டேன். அவங்க எங்கிட்ட எதுவும் சொல்லல. அதனால என்ன நடக்குதுன்னு தெரிஞ்சுக்க வெளிய வந்தேன். இங்க என்ன செஞ்சுக்கிட்டிருக்கீங்க கேஸி?"

போதகர் முன்னால் குனிய, அவரது முகத்தில் முன் நெற்றியில் லாந்தரின் மஞ்சள் வெளிச்சம் விழுந்தது. "சிறை ஒரு வினோதமான இடம்" என்றார். "நான் இங்க இயேசு மாதிரி காட்டுக்குப் போய் எதையோ கண்டு பிடிக்க முயற்சி பண்ணிக்கிட்டிருந்தேன். சில சமயம் அது கிடைக்கவும் செஞ்சது. ஆனா சிறைல எனக்கு கிடைச்சிடுச்சு." அவரது கண்கள் கூர்மையாகவும், மகிழ்ச்சியாகவும் இருந்தன. "ஒரு பெரிய சிறைக்கூடம், எப்பவுமே நிரம்பியிருக்கும். புது ஆளுங்க வருவாங்க, வெளிய போவாங்க. நான் அவங்க எல்லார் கூடயும் பேசினேன்."

"நீங்க பேசத்தான் செய்வீங்க" என்றான் டாம். "எப்பவும் பேசுவீங்க. உங்கள தூக்குக்கு அனுப்பினா, தூக்குப் போடறவன் கிட்ட ஒரு நாள் பேசுவீங்க. இந்த மாதிரி பேசற ஆள பாத்ததில்ல."

கூடாரத்திலிருந்த மனிதன் கெக்கலித்துச் சிரித்தான். சுருங்கிப் போன முகத்துடன் இருந்த திரங்கிய குட்டை மனிதன் தன் முட்டியைத் தட்டினான். "எப்பவும் பேசிக்கிட்டிருப்பார்" என்றான். "இருந்தாலும் அவர் பேசறத கேக்க எல்லாரும் விரும்புவாங்க."

"போதகரா இருந்தாரு" என்றான் டாம். "அத அவர் சொன்னாரா?"

"ஆமா, சொன்னார்."

கேஸி சிரித்தார். "எனக்கு விஷயம் புரிபட ஆரம்பிச்சது. அங்க இருந்தவங்கள்ள சிலபேர் குடிகாரங்க, ஆனா அவங்க அத திருடினதுனால அங்க இருந்தாங்க. அது அவங்களுக்கு தேவை, ஆனா வேற மாதிரி அவங்களுக்கு அது கிடைக்காது. பாத்தீங்களா?" என்று அவர் கேட்டார்.

"இல்லை" என்றான் டாம்.

"அவங்க நல்ல ஆளுங்க. அவங்களுக்கு சரக்கு தேவைங்கறதுதான் அவங்கள மோசமாக்கிருக்கு. நான் அப்ப பாக்க ஆரம்பிச்சேன். தேவைதான் எல்லா பிரச்சனையையும் உருவாக்குது. இன்னும் அத நான் ஆராய்ச்சி செய்யல. ஒருநாள் அவங்க எங்களுக்கு புளிச்சுப் போன பீன்சை கொடுத்தாங்க. ஒரு ஆள் கத்த ஆரம்பிச்சான், ஒண்ணும் நடக்கல. அவன் தலை வெடிக்கற மாதிரி கத்தினான். அப்புறம், நாங்க எல்லாரும் கத்த ஆரம்பிச்சோம். நாங்க எல்லாரும் சேந்து கத்தினதும், அந்த சத்தம் ஒரு அணையே உடைஞ்சது போல சத்தம் போட்டது. கடவுளே! அப்புறம் ஒண்ணு நடந்தது! அவங்க ஓடி வந்து எங்களுக்கு சாப்பிட வேற கொடுத்தாங்க. பாரு.?"

"இல்ல" என்றான் டாம்.

கேஸி தன் கைகளில் கன்னத்தைத் தாங்கிக் கொண்டார். "ஒருவேளை என்னால உனக்கு சொல்ல முடியாம இருக்கலாம். ஒருவேளை நீயே தெரிஞ்சுக்க வேண்டியிருக்கலாம். உன் தொப்பி எங்க?"

"நான் அது இல்லாம வரேன்."

"உன் தங்கச்சி எப்படி இருக்கா?"

"அவ மாடு மாதிரி பெரிசா இருக்கா. அவளுக்கு ரெட்டை பிறக்கப் போகுதுன்னு நான் பந்தயம் கட்றேன். அவ வயித்துக்கு கீழ சக்கரம் வைக்கணும். இப்ப கையால தாங்கிக்கிட்டு இருக்கா. நீங்க என்ன நடக்குதுன்னு சொல்லவேயில்ல."

அந்த சிடுசிடுப்பான மனிதன் சொன்னான், "நாங்க வேலைநிறுத்தம் செஞ்சோம். இங்க வேலைநிறுத்தம் நடக்குது."

"ஒரு பெட்டிக்கு அஞ்சு செண்ட் அதிகமில்ல, ஆனா ஒரு ஆள் சாப்பிடலாம்."

"அஞ்சு செண்டா?" என்று சிடுசிடுப்பான மனிதன் கத்தினான். "அஞ்சு செண்ட்! உங்களுக்கு அஞ்சு செண்ட் கொடுக்கறாங்களா?"

"ஆமா. நாங்க இன்னைக்கு ஒன்றரை டாலர் சம்பாதிச்சோம்."

கூடாரத்தில் கனத்த அமைதி நிலவியது. கேஸி வெளியே இருளுக்குள் பார்த்தார். "பாரு டாம்" என்றார் கடைசியில். "நாங்க அங்க வேல செய்ய வரோம். அவங்க அஞ்சு செண்ட்தான் கொடுப்போம்னு சொல்றாங்க. அங்க நாங்க நிறைய பேர் இருந்தோம். அங்க போனதும் இரண்டரை செண்ட்தான் கொடுப்போம்னு சொல்றாங்க. அத வச்சு ஒரு ஆள் சாப்பிட முடியாது. அவனுக்கு குழந்தைங்க இருக்கும். அதனால நாங்க அத ஏத்துக்கல. அவங்க எங்கள விரட்டிட்டாங்க. உலகத்துல இருக்கற எல்லா போலீஸ்காரங்களும் எங்க மேல பாஞ்சாங்க. உங்களுக்கு இப்ப அஞ்சு செண்ட் கொடுக்கறாங்க. சில பேரு ரெண்டு நாளா சாப்பிடல. அவங்க இந்த வேலைநிறுத்தத்த உடைச்சிட்டு உங்களுக்கு அஞ்சு செண்ட் கொடுப்பாங்கன்னு நினைக்கறியா?"

"எனக்குத் தெரியல" என்றான் டாம். "இப்ப அஞ்சு கொடுக்கறாங்க."

"பாரு, நாங்க சேந்து முகாம் போட முயற்சி செஞ்சோம். எங்கள அவங்க பன்னிய மாதிரி துரத்தினாங்க. சிதறடிச்சாங்க. எங்கள அடி அடின்னு அடிச்சாங்க. பன்னிய மாதிரி துரத்தினாங்க. உங்களையும் பன்னி மாதிரி உள்ள துரத்திருக்காங்க. எங்களால இனியும் தாங்க முடியாது. சில பேரு ரெண்டு நாளா சாப்பிடல. நீ ராத்திரி திரும்பப் போறியா?"

"போலாம்னுதான் இருக்கேன்."

"இங்க எப்படி இருக்குன்னு அங்க சொல்லு டாம். அவங்க பட்டினி கிடக்காங்க, முதுகுல குத்திட்டாங்கன்னு சொல்லு. அவங்க எங்கள துரத்தினதும் கண்டிப்பா இரண்டரை செண்டுக்குக் குறைச்சிடுவாங்கங்கறது நிச்சயம்."

"நான் அவங்ககிட்ட சொல்றேன்" என்றான் டாம். "எனக்கு எப்படின்னு தெரியல. இத்தன பேரு துப்பாக்கி வச்சுக்கிட்டு இதுவரைக்கும் பாத்ததில்ல. ஒரு ஆள பேசக்கூட விடுவாங்களான்னு கூடத் தெரியல. பகல்ல ஆளுங்க யாரும் கடந்து போறதில்ல. தலையை தொங்கப் போட்டுக்கிட்டு, அடுத்தவங்கள எப்படி இருக்கன்னு கூட கேக்கறதில்ல."

"அவங்க கிட்ட சொல்ல முயற்சி பண்ணு டாம். நாங்க போன அடுத்த நிமிஷமே அவங்க இரண்டரைதான் கொடுப்பாங்க. இரண்டரைன்னா என்னன்னு உனக்குத்தெரியும் – ஒரு டாலருக்கு ஒரு டன் பீச் பழங்கள எடுத்து கொண்டு போறது." அவர் தன் தலையைத் தொங்கப் போட்டுக் கொண்டார். "இல்ல - உன்னால அத செய்ய முடியாது. உனக்கு அத வச்சு உணவு வாங்க முடியாது. அத வச்சு சாப்பிட முடியாது."

"நான் ஆளுங்க கிட்ட சொல்ல முயற்சி பண்றேன்."

"உங்கம்மா எப்படி இருக்காங்க?"

"நல்லா இருக்காங்க. அவங்களுக்கு அரசாங்க முகாம் பிடிச்சிருந்தது. குளியலறை, வெந்நீர் எல்லாம்."

"ஆமா, நானும் கேள்விப்பட்டேன்."

"அங்க ரொம்ப நல்லா இருந்தது. இருந்தாலும் வேல எதுவும் கிடைக்கல. வெளியேற வேண்டி வந்தது."

"நானும் எதுக்காவது போக விரும்பறேன்" என்றார் கேஸி. "அதப் பார்க்க விரும்பறேன். அங்க போலீசே கிடையாதுன்னு சொல்றாங்க."

"அங்க இருக்கறவங்களே போலீசா இருந்துக்கறாங்க."

கேஸி கிளர்ச்சியுடன் நிமிர்ந்து பார்த்தார். "அங்க எதாவது பிரச்சனை இருந்ததா? சண்டை, திருட்டு, குடி?"

"இல்ல" என்றான் டாம்.

"ஒரு ஆளு மோசமானா – அப்ப என்ன? என்ன செய்யறாங்க?"

"முகாம விட்டு வெளியேத்திடுவாங்க."

"ஆனா அங்க நிறைய பேர் இல்லையா?"

"இல்ல. நாங்க அங்க ஒரு மாசம் இருந்தோம். ஒரே ஒரு மாசம்தான்."

கேஸியின் கண்கள் கிளர்ச்சியில் ஜொலித்தன. அவர் மற்றவர்களிடம் திரும்பினார். "பாத்தீங்களா?" என்று சத்தமிட்டார். "நான் உங்ககிட்ட சொன்னேன். போலீஸ்காரங்க நிறுத்தறத விட அதிக பிரச்சனைய உருவாக்கறாங்க. பாரு டாம். அங்க உள்ளருந்து முயற்சி செஞ்சு ஆளுகள வெளிய கொண்டு வா. அவங்க சில நாட்கள்ள இத செய்யலாம். பீச் பழங்களெல்லாம் பழுத்திருக்கு. அவங்ககிட்ட சொல்லு."

"அவங்க வர மாட்டாங்க" என்றான் டாம். "அவங்களுக்கு அஞ்சு கிடைச்சுக்கிட்டிருக்கு. வேற எதப்பத்தியும் அவங்க கவலப்பட மாட்டாங்க."

"ஆனா அவங்க வேலைநிறுத்தம் உடைஞ்ச அடுத்த நிமிஷம் அஞ்சு செண்ட் வாங்க மாட்டாங்க."

"அத அவங்க முழுங்க மாட்டாங்கன்னு நினைக்கறேன். அவங்க அஞ்சு வாங்கிக்கிட்டிருக்காங்க. அவங்களுக்கு அது மட்டும்தான் கவனம்."

"எப்படியும் அவங்ககிட்ட சொல்லுங்க."

"அப்பா அத செய்ய மாட்டார்" என்றான் டாம். "அவரப்பத்தி எனக்குத் தெரியும். அது அவரோட வேலையில்லன்னு சொல்லுவார்."

“ஆமா” என்று கேஸி அதிருப்தியுடன் சொன்னார். “அது சரின்னுதான் நினைக்கறேன். அவருக்குத் தெரியறதுக்கு முன்னால அவர் அடிபட வேண்டியிருக்கும்.”

“சாப்பாடே இல்லாம இருந்தோம்” என்றான் டாம். “ராத்திரி இறைச்சி சாப்பிட்டோம். ரொம்ப இல்ல, ஆனா எங்களுக்கு கிடைச்சது. மத்தவங்களுக்காக அவர் இறைச்சிய விட்டுக் கொடுப்பாருன்னு நினைக்கறீங்க? ரோசாஷார்னுக்கு பால் தேவை. கதவுக்கு வெளில சில பேரு கத்திக்கிட்டு இருக்காங்கங்கறதுக்காக அம்மா குழந்தைய பட்டினி போடுவாங்கன்னு நினைக்கறீங்க?”

கேஸி சோகத்துடன் சொன்னார், “அவங்க அதப் பாக்கணும்னு விரும்பினேன். அவங்க இறைச்சிய சார்ந்திருக்க ஒரே வழி அதுன்னு அவங்க பாத்தா நல்லாயிருக்கும்னு நான் நினைச்சேன் – சில சமயம் சோர்ந்து போயிடறேன். கடவுளே, ரொம்ப சோர்ந்துடறேன். எனக்கு ஒரு ஆளத் தெரியும். நான் ஒரு சிறைல இருக்கும்போது அவனை கொண்டு வந்தாங்க. அவன் ஒரு சங்கத்த தொடங்க முயற்சி செஞ்சுக்கிட்டு இருந்தான். ஒண்ண தொடங்கிட்டான். ஆனா அவன காவலாளிங்க கண்டு பிடிச்சுட்டாங்க. என்ன நடந்தது தெரியுமா? அவன் யாருக்கு உதவ முயற்சி பண்ணிக்கிட்டு இருந்தானோ, அவங்களே அவன தூக்கி வெளிய போட்டுட்டாங்க. அவன வச்சு அவங்க எதுவும் செய்யல. அவன்கூட அவங்கள பாத்துடுவாங்களோன்னு பயந்தாங்க. “வெளிய போயிடு. நீ எங்களுக்கு ஆபத்து”ன்னு சொல்றாங்க. அது அவன ரொம்ப பாதிச்சிடுச்சு. ஆனா அப்புறம் அவன் சொல்றான், “உங்களுக்கு தெரிஞ்சிருந்தா, அது ஒண்ணும் பெரிய விஷயமில்ல. பிரெஞ்சுப் புரட்சி – அத தொடங்கினவங்க எல்லாரோட தலையையும் வெட்டிட்டாங்க. அது எப்பவும் அப்படித்தான்”ன்னு அவன் சொல்லுவான். “அது மழைய மாதிரி இயற்கையானது. அத நீங்க வேடிக்கைக்காக செய்யல. நீங்க செய்யணுங்கறதால செய்யறீங்க. அது நீங்கங்கறதால செய்யறீங்க. வாஷிங்டன பாருங்க. ‘திரும்ப திரும்ப புரட்சிய உண்டாக்குவார், வேசி மகன்க அத முறிப்பாங்க. லிங்கனும் அப்படித்தான். சில பேரு அவர கொல்றதா கத்துவாங்க. அது மழைய மாதிரி இயற்கையானது.”

“இது வேடிக்கை மாதிரி தெரியல” என்றான் டாம்.

“இல்ல, அப்படித் தெரியல. சிறைல இருந்த இந்த ஆளு சொல்லுவான், “எப்படின்னாலும் நீ உன்னால முடிஞ்சத செய். அப்புறம் சொல்லுவான், ‘நீ பாக்க வேண்டிய ஒரு விஷயம் என்னன்னா, ஒவ்வொரு தடவ ஒரு அடி முன்னால எடுத்து வைக்கும்போதும் நீ கொஞ்சம் சறுக்கலாம்,

ஆனா முழுசா சறுக்க மாட்டோம். நீ அத நிரூபிக்கலாம்'னு சொல்லுவான். 'அது முழு விஷயத்தையும் சரியாக்கிடும். அதுக்கு அர்த்தம், அது வீணானதுன்னு தோணினாலும், அதுல வீணானது எதுவுமில்ல."

"பேசிக்கிட்டே இருக்கறது" என்றான் டாம். "எப்பவும் பேசிக்கிட்டே இருக்கறது. என்னோட தம்பி அல்ல எடுத்துக்கங்க. அவன் ஒரு பொண்ண தேடிக்கிட்டு இருக்கான். அவன் வேற எதப்பத்தியும் கவலைப்படறதில்ல. கொஞ்ச நாள்லயே அவனுக்கு ஒரு பொண்ண பிடிச்சிடுவான். நாள் பூரா அதையே நினைச்சிட்டு இருப்பான், ராத்திரி பூரா அதையே செய்வான். அக்கம் பக்கம் பாக்கவே மாட்டான்."

"ஆமா, அப்படித்தான். அவன் செய்ய வேண்டியததான் செஞ்சுக்கிட்டு இருக்கான். நாம எல்லாருமே அப்படித்தான்" என்றார் கேஸி.

வெளியே உட்கார்ந்திருந்த மனிதன் கூடாரத்தின் முகப்புத் துணியை முழுக்கத் திறந்தான். "அட எழவே, எனக்கு இது பிடிக்கல" என்றான்.

கேஸி அவனைப் பார்த்தார். "என்ன விஷயம்?"

"எனக்குத் தெரியல. உடம்பு பூரா அரிக்கிது. ஒரு பூனைய மாதிரி பதட்டமா இருக்கேன்."

"சரி, என்ன விஷயம்?"

"எனக்குத் தெரியல. எனக்கு எதோ கேட்ட மாதிரி இருந்தது. அப்புறம் கவனிச்சா, எதுவும் கேக்கல."

"நீ பதட்டமா இருக்க" என்றான் சிடுசிடுப்பான மனிதன். அவன் எழுந்து வெளியே சென்றான். ஒரு கணத்தில் அவன் கூடாரத்துக்குள் எட்டிப் பார்த்தான். "அங்க ஒரு ரொம்ப பெரிய கருப்பு மேகம் போகுது. அதுல இடி இருக்குன்னு நினைக்கறேன். அதுதான் அவனுக்கு அரிக்கிது – மின்சாரம்." அவன் மீண்டும் எட்டிப் பார்த்தான். அடுத்த இரண்டு பேரும் எழுந்து வெளியே சென்றனர்.

கேஸி மென்மையாகச் சொன்னார், "அவங்க எல்லாருமே அரிப்பெடுத்தவங்க. அந்த போலீஸ்காரங்க எங்கள எப்படி அடிச்சு கவுண்டிய விட்டு வெளிய தொரத்தப் போறாங்கன்னு சொல்லிக்கிட்டு இருந்தாங்க. நான் ரொம்பப் பேசறதுனால நாந்தான் தலைவன்னு நினைச்சுக்கிட்டு இருக்காங்க."

சிடுசிடுப்பான மனிதன் மீண்டும் நிமிர்ந்து பார்த்தான். "கேஸி, அந்த லாந்தர அணைச்சுட்டு வெளிய வா. எதோ இருக்கு."

கேஸி திருகை முறுக்கினார். நெருப்பு சிறுத்து குதித்து அணைந்தது. கேஸி வெளியே செல்ல, டாம் அவரைத் தொடர்ந்தான். "என்ன?" என்று கேஸி மென்மையாகக் கேட்டார்.

நிசப்தத்துடன் தவளைகளின் சத்தம் கேட்டது. சுவர்க்கோழிகளின் உச்சத்தில் கீச்சிடும் ஓசை கேட்டது. ஆனால் இந்த ஒலிகளுக்குப் பின்னால் வேறு சத்தங்கள் கேட்டன – சாலையிலிருந்து மங்கலாகக் காலடிச் சத்தம், கரைக்கு மேல் சரளைக்கல் மிதிபடும் சத்தம், ஓடைக்கருகே புறக்களின் சத்தம்.

"அது கேக்குதான்னு நிச்சயமா சொல்ல முடியல. அது ஏமாத்துது. பதட்டப் படுத்துது" என்றார் கேஸி. "நாமல்லாம் பதட்டமா இருக்கோம். சரியா சொல்ல முடியல. உனக்குக் கேக்குதா டாம்?"

"எனக்குக் கேக்குது" என்றான் டாம். "ஆமா, எனக்குக் கேக்குது. அந்த ஆளுங்க எல்லா பக்கத்துல இருந்தும் வராங்கன்னு நினைக்கறேன். இங்கருந்து நாம வெளியேறிடறது நல்லது."

அந்த சிடுசிடுப்பான மனிதன் கிசுகிசுத்தான், "அந்த பாலத்துக்குக் கீழ அந்த வழில போலாம். என்னோட கூடாரத்த விட்டுட்டுப் போறது வெறுப்பா இருக்கு."

"நாம போலாம்" என்றார் கேஸி.

அவர்கள் ஓடையின் ஓரத்தில் சத்தமின்றி நகர்ந்தனர். அவர்களுக்கு முன்னால் பாலத்தின் அடி கருப்பாக இருந்தது. கேஸி குனிந்து அதற்குள் நுழைந்தார். டாம் அவருக்குப் பின்னால் சென்றான். அவர்களது கால்கள் தண்ணீருக்குள் இறங்கின. அவர்கள் முப்பது அடிகள் நடந்தனர். அவர்களுக்கு மேல் அவர்களது மூச்சு சத்தம் வளைந்த கூரையிலிருந்து எதிரொலித்தது அவர்கள் பிறகு மறுபுறத்தில் வெளியே வந்து நிமிர்ந்து நின்றனர்.

ஒரு கூர்மையான சத்தம், "அதோ அங்க இருக்காங்க!". இரண்டு ஃப்ளாஷ்லைட் வெளிச்சம் அவர்கள் மேல் விழ, அவர்களை அதன் வெளிச்சம் குருடாக்கியது. "நின்ன இடத்துலயே இருங்க." குரல்கள் இருளிலிருந்து வந்தன. "அந்த ஆள்தான் அது. அந்த பளபளப்பான வேசி மகன். அவந்தான் அது."

கேஸி வெளிச்சத்தில் எதுவும் தெரியாமல் பார்த்தார். அவர் கனமாக மூச்சு விட்டார். "கேளுங்க. நீங்க என்ன செய்யறீங்கன்னு உங்களுக்குத் தெரியல. நீங்க குழந்தைங்க பட்டினி கிடக்கறதுக்கு உதவிக்கிட்டு இருக்கீங்க."

ஒரு குட்டையான மனிதன் ஒரு கைக்கம்பியுடன் சுழன்று திரும்பினான். கேஸி அதன் கீழ் குனிந்து தப்பித்தார். அந்த கனத்த இரும்புக் கம்பி அவரது தலையின் ஒரு புறத்தில் அடிக்க, அவர் எலும்பு முறியும் சத்தத்துடன் கீழே விழுந்தார்.

“இயேசுவே, ஜார்ஜ், நீ அவன கொன்னுட்டன்னு நினைக்கறேன்.”

“அவன் மேல வெளிச்சம் காட்டு” என்றான் ஜார்ஜ். “இந்த வேசி மகனுக்கு இது சரியானதுதான்.” வெளிச்சம் கீழே அடித்து போதகரைத் தேடி அவரது முறிந்த தலையைத் தேடியது.

டாம் போதகரைக் குனிந்து பார்த்தான். வெளிச்சம் அந்த கனத்த மனிதனின் கால்களைக் கடந்து புதிய கம்பியைப் பார்த்தது. டாம் சத்தமின்றித் தாவினான். அவன் அந்தக் கம்பியை இழுத்து விடுவித்தான். முதல் முறை அவன் அடி தப்பியது அவனுக்குத் தெரியும். அது ஒரு தோளின்மேல் விழுந்தது. இரண்டாவது முறை அவனது கடும் அடி தலையைக் கண்டு பிடித்து அடித்தது. அந்த மனிதன் சத்தமின்றிக் கீழே விழுந்தான். மேலும் இரண்டு மூன்று அடிகள் அவனது தலையில் விழுந்தன. விளக்கு அங்கு மிங்கும் அடித்தது. அங்கே கூச்சல்களும், ஓடும் சத்தமும், புதர்கள் மிதிபடும் சத்தமும் கேட்டன. சுருண்டு கிடந்த மனிதன் மேல் டாம் நின்றான். பிறகு அவனது தலையில் ஒரு கம்பி ஓங்கி அடித்தது. அவனை அந்த அடி மின்சார அதிர்ச்சி போல் தாக்கியது. பிறகு அவன் புதர்களுக்குக் கீழே குனிந்து மறைந்து ஓடினான். அவனுக்குப் பின்னால் யாரோ ஓடி வரும் சத்தம் கேட்டது. திடீரெனஅவன் திரும்பி புதர்களுக்குள் புகுந்து அடர்த்தியான மரங்களுக்கிடையே சென்றான். அங்கே அசையாமல் படுத்துக் கிடந்தான். காலடி ஓசைகள் அருகே வந்தன. விளக்கு வெளிச்சம் ஓடையில் குறுக்கும் நெடுக்கும் தேடியது. டாம் வளைந்து நெளிந்து கரைக்கு ஏறினான். ஒரு பழத்தோட்டத்துக்குள் அவன் நுழைந்திருந்தான். இன்னும் அவனுக்கு அனைவரும் அவனைத் தேடி ஓடையில் கத்தும் ஓசை கேட்டது. அவன் கீழே குனிந்து அறுவடை செய்த வயலுக்குள் ஓடினான்; அவனது காலடிக்குக் கீழ் மண்ணாங்கட்டிகள் உருண்டன. அவனுக்கு முன்னால் வயலைச்சுற்றிய புதர்கள் தெரிந்தன. பாசனக் கால்வாயை ஒட்டிய புதர்களும் அவனுக்குத் தெரிந்தன. அவன் வேலிக்கு அடியில் புகுந்து வைன் செடிகளுக்கும் கருப்பு பெர்ரி புதர்களுக்கும் இடையில் சென்றான். பிறகு கடுமையாக மூச்சு வாங்கிக் கொண்டு கீழே அசைவின்றிப்படுத்துக் கொண்டான். அவனது முகமும், மூக்கும் மரத்துப் போயிருந்தன. மூக்கு உடைக்கப்பட்டு அவனது தாடையிலிருந்து ரத்தம் சொட்டிக் கொண்டிருந்தது. அவன் நினைவு திரும்பும்வரை அப்படியே மல்லாந்து படுத்துக் கிடந்தான். பிறகு மெதுவாகத் தவழ்ந்து ஓடையின் முனைக்குச் சென்றான். தனது

முகத்தை குளிர்ந்த தண்ணீரால் கழுவிக் கொண்டான். தனது நீலச்சட்டையின் முனையைக் கிழித்து தண்ணீரில் நனைத்துத் தனது கிழிந்த தாடையின் மீதும், மூக்கின் மீதும் வைத்துக் கொண்டான். தண்ணீர் காயத்தின் மீது பட்டுக் காந்தல் எடுத்தது.

கருநிற மேகம் வானத்தைக் கடந்து விட, வானத்தில் நட்சத்திரங்கள் இருளைக் கிழித்துக் கொண்டு மின்னின. இரவு மீண்டும் அமைதியானது.

டாம் தண்ணீருக்குள் இறங்கி கீழே ஆழமாகச் சென்றதை உணர்ந்தான். இரண்டு தப்படி நீந்தி கால்வாயைக் கடந்து அடுத்த கரையில் சிரமப்பட்டு ஏறினான். அவனது உடைகள் அவனது உடலுடன் ஒட்டிக் கிடந்தன. அவன் நடந்ததும், ஓசை எழுந்தது; அவனது ஷூக்கள் உஸ்ஸென்று சத்தமிட்டன. அவன் அமர்ந்து கொண்டு ஷூக்களை அகற்றி அதிலிருந்து தண்ணீரைக் கொட்டினான். தனது கால்சட்டை அடியைப் பிழிந்து கொண்டான், கோட்டை அகற்றி அதிலிருந்து தண்ணிரைப் பிழிந்தான்.

உயர்வேகப்பாதையில் ஃப்ளாஷ் லைட்டுகள் கால்வாய்களைத் தேடி வட்டமிட்டுக் கொண்டிருந்தன. டாம் கவனமாக அறுவடை செய்த வயலில் கால்களை வைத்து நடந்தான். அவனது ஷூக்களிலிருந்து இப்போது சத்தம் எழவில்லை. அவன் உள்ளுணர்வால் வயலைக் கடந்து மறுபுறம் ஒருவழியாக சாலைக்கு வந்து சேர்ந்தான். மிகவும் கவனமாக சதுர வடிவ வீடுகளை அடைந்தான்.

எதோ சத்தம் கேட்டதாக உணர்ந்த ஒரு காவலாளி கேட்டான், "யாரு அங்க?"

டாம் அப்படியே தரையில் படுத்துக் கொள்ள, ஃப்ளாஷ் லைட் அவனுக்கு மேல் தேடிச் சென்றது. அவன் தரையிலேயே தவழ்ந்து ஜோட் வீட்டின் கதவை அடைந்தான். கதவு கீல்கள் கீச்சிட்டன. அம்மாவின் குரல் அமைதியாக, சீராக, முழு விழிப்புடன் கேட்டது:

"யாரது?"

"நாந்தான் அம்மா, டாம்."

"சரி, நீ கொஞ்சம் தூங்கறது நல்லது. அல் இன்னும் வரல."

"அவன் யாராவது ஒரு பொண்ண கண்டுபிடிச்சிருப்பான்."

"போய்த் தூங்கு" என்றாள் அவள் மென்மையாக. "ஜன்னலுக்குக் கீழ."

அவன் தனது இடத்தைக் கண்டுபிடித்து தனது உடைகளைக் கழற்றினான். அவன் போர்வைக்குக் கீழே நடுங்கிக் கொண்டு கிடந்தான்.

அவனது கிழிந்த முகம் திரும்ப உணர்வுக்கு வந்தது. அவனது தலை முழுதும் கடுமையாக உளைச்சல் எடுத்தது.

அல் சுமார் ஒருமணி நேரத்துக்குப் பின்னால்தான் வந்தான். அவன் கவனமாக டாமின் நனைந்த உடைகளுக்கு அருகில் வந்தான்.

"உஷ்!" என்று எச்சரித்தான் டாம்.

அல் கிசுகிசுத்தான், "முழுச்சிருக்கியா? எப்படி நனைஞ்ச?"

"உஷ்!, நாளைக்குக் காலைல சொல்றேன்" என்றான் டாம்.

அப்பா திரும்பிப் படுத்தார். அவரது குறட்டையாலும், மூச்சுத் திணறல் ஒலியாலும் அறை நிரம்பியது.

"நீ குளிர்ந்து போயிருக்க" என்றான் அல்.

"உஷ்! தூங்கு." சிறு ஜன்னல் அறையின் இருளில் சாம்பல் நிறத்தில் தெரிந்தது.

டாம் தூங்கவேயில்லை. அவனது காயம்பட்ட முகத்தின் நரம்புகள் உணர்வுக்கு வந்து கடுத்தன. அவனது தாடை எலும்பு வலித்தது, அவனது உடைந்த மூக்கு வீங்கிப் போய் அவனை தூக்கிப் போடும் அளவுக்கு வலித்தது. அவன் சிறிய சதுர ஜன்னலைக் கவனித்துக் கொண்டிருந்தான். நட்சந்திரங்கள் மெதுவாக கீழிறங்கி மறைவதைப் பார்த்துக் கொண்டிருந்தான். அவ்வப்போது காவலாளிகளின் காலடிச் சத்தம் கேட்டது.

இறுதியாக காலை புலர்ந்தது. ஒன்றாகக் கட்டப்பட்டிருந்த வீடுகளில் இயக்கம் கேட்டது. குச்சிகள் ஒடிக்கப்படும் சத்தமும், பாத்திரங்கள் மோதிக் கொள்ளும் சத்தமும் கேட்டன. சாம்பல் நிறத்தில் பொழுது விடிந்து கொண்டிருந்தபோது அம்மா திடீரென எழுந்து உட்கார்ந்தாள். அவளது முகம் தூக்கத்தில் வீங்கிப் போயிருந்ததை டாம் கவனித்தான். அவள் நீண்ட கணத்துக்கு ஜன்னலைப் பார்த்துக் கொண்டிருந்தாள். பிறகு தனது போர்வையைத் தூக்கியெறிந்து விட்டுத் தனது உடையைத் தேடி எடுத்தாள். உட்கார்ந்து கொண்டே தனது தலை மீது அதைப் போட்டு, தனது கைகள் வழியாக தன் உடல் முழுதும் இழுத்து விட்டுக் கொண்டாள். எழுந்து நின்று தனது முட்டிக்குக் கீழ் உடையை இழுத்து விட்டுக் கொண்டாள். பிறகு வெறுங்காலுடன் மெதுவாக ஜன்னலுக்கு வந்து வெளியே பார்த்தாள். அவள் வெளியே வெளிச்சம் வந்து கொண்டிருந்ததைப் பார்த்துக் கொண்டிருக்கும் பொழுதே, அவளது வேகமான விரல்கள் அவளது தலைமுடியை அவிழ்த்து கோதி விட்டு மீண்டும் முடியிட்டது. பிறகு அவள் தன் கைகளைத் தனக்கு முன்னால் குவித்துக் கொண்டு ஒரு கணம் அமைதியாக நின்றாள். அவளது முகம் ஜன்னலுக்குப் பக்கத்தில் வெளிச்சமாகத் தெரிந்தது. அவள் திரும்பி மெத்தைகளுக்கு இடையில் கவனமாக நடந்து, லாந்தரைக் கண்டு பிடித்தாள்.

அதன் கண்ணாடியை ஏற்றி விட்டு அதன் திரியை ஏற்றினாள்.

அப்பா உருண்டு திரும்பி அவளைப் பார்த்தார். "உங்ககிட்ட கொஞ்சம் பணம் இருக்கா?" என்று கேட்டாள்.

"ஆங்? இருக்கு. ஆறு செண்ட்டுக்கு சீட்டு எழுதியிருக்கு."

:சரி, எழுந்து போய் கொஞ்சம் மாவும் பன்னிக்கொழுப்பும் வாங்கிட்டு வாங்க. சீக்கிரம்."

அப்பா கொட்டாவி விட்டார். "ஒரு வேளை கடை திறக்காம இருக்கலாம்."

"அவங்கள திறக்க வைங்க. நீங்க எதாவது சாப்பிடணும். வேலைக்குப் போகணுமில்ல?"

அப்பா தனது மேலுடைக்குள் தன்னைத் திணித்துக் கொண்டு மேல்கோட்டைப் போட்டுக் கொண்டார். சோம்பலுடன் கொட்டாவி விட்டுக் கொண்டும், சோம்பல் முறித்துக் கொண்டும் கதவை நோக்கி நடந்தார்.

குழந்தைகள் விழித்துக் கொண்டு போர்வைக்கு அடியிலிருந்து எலிகளைப் போல் பார்த்துக் கொண்டிருந்தனர். இப்போது அறையில் மங்கலான ஒளி, சூரிய வெளிச்சத்துக்கு முந்தைய நிறமற்ற ஒளி படர்ந்தது. அம்மா மெத்தைகளை ஒரு பார்வை பார்த்தாள். ஜான் மாமா விழித்துக் கொண்டிருந்தார். அல் ஆழ்ந்து தூங்கிக் கொண்டிருந்தான். அவளது விழிகள் டாமிடம் சென்றன. ஒரு கணம் அவனைக் கூர்ந்து பார்த்து விட்டு அவசரமாக அவனிடம் சென்றாள் அம்மா. அவனது முகம் வீங்கி, நீலம் பாரித்திருந்தது. ரத்தம் அவனது உதட்டிலும், கன்னத்திலும் உறைந்திருந்தது. கிழிந்த தாடையின் முனைகள் சேர்ந்து இறுகியிருந்தன.

"டாம்" என்று கிசுகிசுத்த அவள் "என்ன விஷயம்" என்று கேட்டாள்.

"உஷ்!, சத்தமா பேசாத. நான் ஒரு சண்டைல மாட்டிக்கிட்டேன்."

"டாம்!"

"என்னால விலகியிருக்க முடியல அம்மா."

அவள் அவனுக்கருகில் முழந்தாளிட்டாள். "நீ பிரச்சனைல இருக்கியா?"

அவன் பதிலளிக்க சற்று நேரமானது. "ஆமா" என்றான் அவன். "பிரச்சனைல இருக்கேன். என்னால வேலைக்குப் போக முடியாது. நான் ஒளிஞ்சுக்கணும்."

குழந்தைகள் தமது கைகால்களில் தவழ்ந்து அருகில் வந்து ஆவலுடன் பார்த்தனர். “அவனுக்கு என்ன பிரச்சனைம்மா?”

“உஷ்! போய் சுத்தம் பண்ணிக்கங்க.”

“நம்மகிட்ட சோப் இல்ல.”

“இருக்கட்டும், தண்ணில கழுவிக்கங்க.”

“டாமுக்கு என்ன பிரச்சனை?”

:இப்ப வாய மூடுங்க. யார்கிட்டயும் சொல்லாதீங்க.”

அவர்கள் பின்வாங்கிச் சென்று தூரத்தில் சுவற்றில் சாய்ந்து உட்கார்ந்தனர். அவர்களை யாரும் ஆய்வு செய்யப் போவதில்லை என்பது அவர்களுக்குத் தெரியும்.

அம்மா கேட்டாள், “ரொம்ப மோசமா?”

“மூக்கு உடைஞ்சு போச்சு.”

“நான் கேட்டது, சண்டை.”

“ஆமா, மோசம்தான்.”

அல் தன் கண்களைத் திறந்து டாமைப் பார்த்தான். “கடவுளே, நீ எதுல மாட்டிக்கிட்ட?”

“என்ன விஷயம்?” என்று கேட்டார் ஜான் மாமா.

அப்பா உள்ளே நுழைந்தார். “அவங்க திறந்துதான் இருந்தாங்க. “ அவர் ஒரு சிறிய பை மாவையும், பன்றிக் கொழுப்பையும் கீழே அடுப்பருகே வைத்தார். “என்ன விஷயம்?” என்று கேட்டார்.

டாம் ஒரு கணம் தன் முழங்கையால் தாங்கிக் கொண்டான், பிறகு திரும்பவும் படுத்துக் கொண்டான். “இயேசுவே, நான் பலவீனமா இருக்கேன். நான் ஒரே ஒரு தடவ உங்ககிட்ட சொல்லுவேன். எல்லாருக்கும் சொல்லிடறேன். குழந்தைங்க எங்க?”

அம்மா சுவற்றருகில் ஒட்டிக் கொண்டு உட்கார்ந்திருந்த அவர்களைப் பார்த்தாள். “போய் முத்தக் கழுவிக்கங்க.”

“இல்ல” என்ற டாம், “அவங்க கேக்கத்தான் வேணும். அவங்களுக்கும் தெரியணும். அவங்களுக்குத் தெரியலேன்னா அவங்க உளறிடுவாங்க.”

“இது என்ன எழவு?” என்று அப்பா கோபமாகக் கேட்டார்.

“நான் சொல்லத்தான் போறேன். நேத்து ராத்திரி நான் வெளிய கேட்ட சத்தம் எதுக்காகன்னு பார்க்க வெளிய போயிருந்தேன். அங்க கேஸிய பாத்தேன்.”

"போதகரா?"

"ஆமாம்பா. போதகர். அவர்தான் வேலைநிறுத்தத்துக்குத் தலைவர். அவங்க அவரத் தேடித்தான் வந்திருக்காங்க."

"அவரைத் தேடி யாரு வந்தாங்க?" என்று கேட்டார் அப்பா.

"எனக்குத் தெரியல. நம்மள ரோட்டுல இருந்து திருப்பி விட்ட அதே மாதிரி ஆளுங்க. கைல கம்பி வச்சிருந்தாங்க." ஒரு கணம் அவன் நிறுத்தினான். "அவங்க அவரக் கொன்னுட்டாங்க. தலைலயே அடிச்சாங்க. நான் அங்க நின்னுக்கிட்டு இருந்தேன். எனக்கு கோபம் தலைக்கேறிடிச்சு. அந்த கம்பிய இழுத்துப் பிடுங்கினேன்." அவன் பேசும்போது அவன் இருளையும், இரவையும், ஃப்ளாஷ் விளக்குகளையும் மனக்கண்ணில் பார்த்தான். "நான் ஒரு ஆள அடிச்சிட்டேன்."

அம்மாவுக்கு மூச்சடைத்தது. அப்பா விறைத்துக் கொண்டார். "அவனக் கொன்னுட்டியா?" என்று மெதுவாகக் கேட்டார்.

"எனக்கு – எனக்குத் தெரியல. நான் கடுங்கோபத்துல இருந்தேன். முயற்சி பண்ணினேன்."

அம்மா கேட்டாள், "நீ என்ன பாத்த?"

"எனக்குத் தெரியல, எனக்குத் தெரியல. நான் அப்படித்தான் நினைக்கிறேன். அவங்க எங்க மேல விளக்கடிச்சாங்க."

ஒரு கணம் அம்மா அவனது கண்ணுக்குள் கூர்ந்து பார்த்தாள். "அப்பா, கொஞ்சம் பெட்டிகளை திறங்க. நாம காலை உணவு சமைக்கணும். நீங்க வேலைக்குப் போயாகணும். ருத்தி, வின்ஃபீல்ட், யாராவது உங்ககிட்ட கேட்டா – டாமுக்கு உடம்பு சரியில்ல. கேட்டீங்களா? நீங்க எதாவது சொல்லிட்டா, அவன திரும்ப சிறைக்கு அனுப்பிடுவாங்க. கேக்குதா?"

"சரி அம்மா."

"ஜான், அவங்க மேல ஒரு கண் வச்சுக்க. அவங்கள யார்கிட்டயும் பேச விடாத." அவள் நெருப்பை மூட்ட, அப்பா பொருட்கள் வைத்திருந்த பெட்டியைத் திறந்தார். அவள் மாவைப் பிசைந்து கொண்டு, காப்பியை சுட வைத்தாள். விறகுக் குச்சி பற்றி தனது புகையை புகைபோக்கி வழியாக விட்டது.

அப்பா பெட்டிகளைத் திறந்து முடித்தார். அவர் டாமுக்கருகே வந்தார். "கேஸி – அவர் ரொம்ப நல்ல மனிதர். அவர் எதுக்காக இந்த விஷயத்துல புகுந்து குழப்பினார்?"

டாம் மந்தமாகச் சொன்னான், "அவங்க ஒரு பெட்டிக்கு அஞ்சு செண்டுக்கு வேலைக்கு வந்தாங்க."

"அதுதான் நமக்கும் கொடுக்கறாங்க."

"ஆமா. நாம செய்யறது வேலைநிறுத்தத்த உடைக்கறது. அவங்க அவங்களுக்கு ரெண்டரை செண்ட் கொடுத்திருக்காங்க."

"அத வச்சு சாப்பிட முடியாதே."

"எனக்குத் தெரியும்" என்றான் டாம் அசதியுடன். "அதனாலதான் அவங்க வேலைநிறுத்தம் செஞ்சாங்க. நேத்து ராத்திரி வேலைநிறுத்தத்த அவங்க உடைச்சுட்டாங்கன்னு நினைக்கறேன். இன்னைக்கு நம்மளுக்கு ரெண்டரை செண்ட்தான் கொடுப்பாங்கன்னு நினைக்கறேன்."

"ஏன், வேசி மகன்க---"

"ஆமாம்பா. பாருங்க? கேஸி இன்னும் நல்ல மனுஷராத்தான் இருந்தார். பாழாப்போக, அந்த காட்சிய என்னால மறக்க முடியல. அங்க அவரோட தலை உடைஞ்சு, ரத்தம் ஒழுகிக்கிட்டு. இயேசுவே!. அவன் தன் கண்களைத் தன் கைகளால் மூடிக்கொண்டான்.

"அப்ப நாம என்ன செய்யப்போறோம்?" என்று ஜான் மாமா கேட்டார்.

அல் இப்போது எழுந்து நின்று கொண்டிருந்தான். "கடவுள் பேரால நான் என்ன செய்யப்போறேன்னு எனக்குத் தெரியும். நான் அதுல இருந்து வெளியேறிடுவேன்."

"இல்ல, நீ போகக் கூடாது அல்" என்றான் டாம். "இப்ப நமக்கு நீ தேவை. நாந்தான் இருக்கணும். ஆனா நான் இப்ப ஆபத்துல இருக்கேன். சீக்கிரம் நான் எழுந்ததும், போயாகணும்."

அம்மா அடுப்பில் வேலை செய்து கொண்டிருந்தாள். அவளது தலை பேசுவதைக் கேட்பதற்காக பாதி திரும்பியிருந்தது. அவள் எண்ணெயை வாணலியில் ஊற்றி விட்டு, அது கொதித்ததும், அதில் மாவை இட்டாள்.

டாம் தொடர்ந்தான், "நீ இருந்துதான் ஆகணும் அல். நீ தான் டிரக்க பாத்துக்கணும்."

"இது எனக்குப் பிடிக்கல."

"வேற வழியில்ல, அல். இது உன்னோட ஆளுங்க. நீ அவங்களுக்கு உதவணும். நான் இருக்கறது அவங்களுக்கு ஆபத்து."

அல் ஆத்திரத்துடன் பல்லைக் கடித்தான். "நான் கேரேஜ்ல ஏன் வேல தேடிக்கக் கூடாதுன்னு எனக்குத் தெரியல."

"ஒருவேள பின்னால பாக்கலாம்". டாம் அவனுக்குப் பின்னால் பார்த்தான். பின்னால் மெத்தையில் ரோசாஷார்ன் படுத்திருந்தாள். அவளது கண்கள் பெரிதாக இருந்தன- கண்களை விரியத் திறந்து கொண்டிருந்தாள். "கவலப்படாத" என்று அவளிடம் சொன்னான் டாம். "நீ கவலப்படாத. உனக்கு இன்னைக்கு பால் கொஞ்சம் கிடைக்கும்." அவள் மெதுவாக கண்ணை இமைத்தாள், பதில் கூறவில்லை.

அப்பா சொன்னார், "நமக்குத் தெரியணும் டாம். நீ அந்த ஆள கொன்னதா நினைக்கிறயா?"

"எனக்குத் தெரியல. இருட்டா இருந்தது. யாரோ என்ன குத்தினாங்க. எனக்குத் தெரியல. நான் அப்படித்தான் நம்பறேன். நான் அந்த வேசி மகனக் கொன்னுட்டேன்னு நம்பறேன்."

"டாம்!" என்று அழைத்த அம்மா சொன்னாள், "அது மாதிரி பேசாத."

பல கார்கள் மெதுவாக நகரும் சத்தம் தெருவிலிருந்து கேட்டது. அப்பா ஜன்னலுக்குப் போய் வெளியே பார்த்தார். "ஏகப்பட்ட புது ஆளுங்க உள்ள வராங்க" என்றார் அவர்.

"அவங்க வேலைநிறுத்தத்த உடைச்சுட்டாங்கன்னு நினைக்கறேன்" என்றான் டாம். "இன்னைக்கு நீங்க ரெண்டரை செண்ட்ல வேலை பார்க்கப் போறீங்க."

"ஆனா கடுமையா ஓடி ஓடி உழைச்சாலும், அவனால சாப்பிட முடியாது."

"எனக்குத் தெரியும்" என்றான் டாம். "கீழ விழற பீச் பழங்கள சாப்பிடுங்க. அது உங்களுக்குப் போதும்."

அம்மா மாவுப் பணியாரத்தைத் திருப்பிப் போட்டு விட்டு காப்பியைக் கிளறி விட்டாள். "நான் சொல்றத கேளு" என்றாள் அவள். "இன்னைக்கு நான் சோளமாவு வாங்கறேன். இன்னைக்கு நாம சோளமாவும் காளானும் சாப்பிடுவோம். நமக்கு வேணுங்கற அளவு காஸ் கிடைச்சதும் நாம இங்கிருந்து போறோம். இது நல்ல இடம் இல்ல. நான் டாம தனியா வெளிய விடப்போறதில்ல. இல்ல சார்."

"நீ அத செய்ய முடியாது அம்மா. நான் இங்க இருந்தா ஆபத்துன்னு நான் சொல்றத தெரிஞ்சுக்கோ."

அவள் தாடை இறுகியது. "அதத்தான் நாம செய்வோம். வா, இங்க வந்து இத சாப்பிடு. அப்புறம் வேலைக்குப் போ. நான் குளிச்சதும் வந்துடறேன். நாம கொஞ்சம் பணத்த சேக்கணும்."

அவர்கள் பொரித்த பணியாரத்தை சாப்பிட்டனர். அந்தப் பணியாரம் அவர்களது வாயில் சூட்டினால் சத்தமெழுப்பியது. அவர்கள் தமது கப்புகளில் காப்பியை ஊற்றிக் கொண்டு மேலும் காப்பி குடித்தனர்.

ஜான் மாமா தன் தட்டின் மேல் தலையை ஆட்டினார். "நாம இங்க இதுல நிலைக்கப் போறோம்னு தோணல. எல்லாம் என்னோட பாவம்."

"ஓ, வாய மூடு!" என்று கத்தினார் அப்பா. "உன்னோட பாவத்த பேச நமக்கு இப்ப நேரமில்ல. இப்ப வா. நாம வேலைக்குப் போகலாம். குழந்தைகளா, உதவிக்கு வாங்க. அம்மா சொன்னது சரிதான். நாம இங்கேருந்து போயாகணும்."

அவர்கள் போனதும், அம்மா ஒரு தட்டையும், கப்பையும் எடுத்துக் கொண்டு டாமிடம் சென்றாள். "நீ கொஞ்சம் சாப்பிட்றது நல்லது."

"என்னால முடியாது அம்மா. என்னால சுவைக்க முடியாதபடி வாய்க்குள்ள வலிக்குது."

"நீ கொஞ்சம் முயற்சி பண்ணு."

"இல்லம்மா, என்னால முடியாது."

அவள் அவனது மெத்தையின் ஓரத்தில் அமர்ந்தாள். "நீ எங்கிட்ட சொல்லணும்" என்றாள் அவள். "அது எப்படி ஆச்சுன்னு நான் புரிஞ்சுக்கணும். நான் விஷயத்த நேராக்கணும். கேஸி என்ன செஞ்சுக்கிட்டிருந்தார்? அவங்க ஏன் அவர கொன்னாங்க?"

"அவர் சும்மா நின்னுக்கிட்டிருந்தார். அவர்மேல விளக்கடிச்சாங்க."

"அவர் என்ன சொன்னார்? அவர் சொன்னது உனக்கு நினைவிருக்கா?"

டாம் சொன்னான், "நினைவிருக்கு. கேஸி சொன்னார், 'மக்கள பட்டினி போட உங்களுக்கு உரிமையில்ல. அந்த குண்டு மனுஷன் அவர சிவப்பு வேசி மகன்னு கூப்பிட்டான். கேஸி சொன்னார், 'நீங்க என்ன செய்யறீங்கன்னு உங்களுக்குத் தெரியாது. அப்புறம் அந்த ஆளு அவர கடுமையா அடிச்சான்."

அம்மா கீழே பார்த்தாள். அவள் தனது கைகளை இணைத்துப் பிசைந்தாள். "அவர் அதத்தான் சொன்னார் – 'நீங்க என்ன செய்யறீங்கன்னு உங்களுக்குத் தெரியாது?."

"ஆமா!"

அம்மா சொன்னாள், "இத பாட்டி கேட்டிருக்கணும்னு விரும்பறேன்."

"அம்மா – நான் என்ன செஞ்சேன்னு எனக்குத் தெரியல, நீ மூச்சு விட்ற நேரம் கூட இல்ல. நான் அத செய்யப்போறேன்னு கூட எனக்குத் தெரியல."

"அது சரிதான். நீ அத செஞ்சிருக்கக் கூடாதுன்னு விரும்பினேன். நீ அங்க இல்லாம இருந்திருக்கணும்னு விரும்பறேன். ஆனா நீ செய்ய வேண்டியதத்தான் செஞ்சிருக்க. உன்மேல எந்தக் குத்தமும் எனக்குத் தெரியல." அவள் அடுப்புக்குச் சென்று கொதித்துக் கொண்டிருந்த தண்ணீரில் துண்டை நனைத்தாள். "இந்தா, இத உன்னோட முகத்துல வச்சுக்க."

அவன் சூடான துண்டை அவனது மூக்கிலும், கன்னத்திலும் வைத்து ஒத்தடம் கொடுத்தான். "அம்மா, நான் இன்னைக்கு ராத்திரி போகப் போறேன். இத நான் உங்க மேல சுமத்த முடியாது."

அம்மா கோபத்துடன் சொன்னாள், "டாம்! நான் புரிஞ்சுக்காத ஏகப்பட்ட விஷயம் இருக்கு. ஆனா நீ தள்ளிப் போறது எங்களுக்கு ஆறுதலா இருக்காது. அது எங்கள அடிச்சுப் போட்டுடும்." அவள் மேலும் தொடர்ந்தாள், "நம்ம நிலத்துல இருந்த காலம் ஒண்ணு இருந்தது. நமக்கு அப்ப எல்லை இருந்தது. வயசானவங்க செத்துப் போனாங்க, குட்டிப் பசங்க வந்தாங்க, ஆனா நம்மகிட்ட எப்பவும் ஒண்ணு இருந்தது – ஒரு குடும்பம் இருந்தது – மொத்தமா, தெளிவா இருந்தது. ஆனா நாம இப்ப தெளிவா இல்ல. என்னால நிமித்த முடியல. நம்மள தெளிவா வச்சிருக்க எதுவும் இல்ல. அல் – அவன் தனியா போகத் துடிச்சிக்கிட்டிருக்கான். ஜான் மாமா சும்மா இழுத்துக்கிட்டு வந்துக்கிட்டிருக்கார். அப்பா தன்னோட இடத்த இழந்துட்டார். அவர் இப்ப இனியும் தலைவர் இல்லை. நாம உடைஞ்சு போயிட்டிருக்கோம், டாம். இப்ப எந்த குடும்பமும் இல்ல. ரோசாஷார்ன் ---". அவள் திரும்பி பெண்ணின் விரிந்த கண்களைப் பார்த்தாள். "அவளுக்கு சீக்கிரம் குழந்தை பிறக்கப் போகுது, ஆனா அவங்களுக்கு குடும்பம் இருக்காது. எனக்குத் தெரியல. நான் அவள இழுத்துட்டுப் போக முயற்சி செஞ்சுக்கிட்டிருக்கேன். வின்ஃபீல்ட் – இந்த மாதிரி போனா அவன் எப்படி ஆவான்? ருத்தி கூட மூர்க்கமா ஆயிட்டு இருக்கா – விலங்குகள் மாதிரி. அவள நம்பறதுக்கு எதுவுமில்ல. நீ போகாத டாம். இருந்து உதவி பண்ணு."

"சரி" என்றான் அவன் சோர்வுடன். "சரி, இருந்தாலும் செய்யக் கூடாது, எனக்கு அது தெரியும்."

அம்மா தன் சட்டியிடம் சென்று அதனையும், தகரத் தட்டுகளையும் கழுவிக் காய வைத்தாள். ”நீ தூங்கலையா?”

“இல்லம்மா.”

“நிச்சயமா நீ போக மாட்டியே?”

“இல்லம்மா. நான் இங்க இருப்பேன்.”

“சரிதான். ரோசாஷார்னை நினைவில வச்சுக்கோ.” அவள் வெளியே சென்று கதவைத் தனக்குப் பின்னால் இறுக மூடினாள்.

டாம் அப்படியே கிடந்தான். பிறகு அவனைத் தூக்கம் இழுத்து கிட்டத்தட்ட உணர்வற்ற நிலைக்குக் கொண்டு சென்றது, மெதுவாக அவனை ஆழ்த்தித் திரும்ப எழுப்பியது.

“நீ – டாம்!”

“ஆ, ஆமா!” அவன் எழத் தொடங்கினான். அவன் ரோசாஷார்னைப் பார்த்தான். அவளது கண்கள் வெறுப்புடன் ஒளிர்ந்தன “உனக்கு என்ன வேணும்?”

“நீ ஒரு ஆளக் கொன்னுட்ட.”

“ஆமா. இவ்வளவு சத்தமா வேணாம். நீ யாரையாவது தூண்டிவிட விரும்பறியா?”

“நான் எதுக்கு கவலப்படணும்?” என்று அவள் கத்தினாள். “அந்தப் பொம்பள எங்கிட்ட சொன்னா. அவ இந்தப் பாவம் என்ன செய்யும்னு சொன்னா. அவ எங்கிட்ட சொன்னா. எனக்கு நல்ல குழந்தை பிறக்க என்ன வாய்ப்பு இருக்கு? கோனி போயிட்டான், எனக்கு நல்ல உணவு கிடைக்கல. எனக்கு பால் கிடைக்கல. “அவளது குரல் பைத்தியம் பிடித்தது போல் உயர்ந்தது. “இப்ப நீ ஒரு ஆள கொன்னுருக்க. அந்தக் குழந்தை நல்லபடியா பிறக்க என்ன வாய்ப்பிருக்கு? எனக்குத் தெரியும் - அது இயற்கைக்கு மாறாத்தான் பிறக்கப்போகுது – நான் எந்த நடனமும் ஆடல.”

டாம் எழுந்தான். “உஷ்!” என்று அடக்கினான். “நீ இங்க இருக்கற ஆட்கள வரவழைக்கப் போற.”

“எனக்குக் கவலையில்ல. எனக்கு மோசமா குழந்தை பிறக்கப் போகுது!. நான் யாரையும் கட்டிக்கிட்டு நடனம் ஆடல.”

அவன் அவளருகே சென்றான். “அமைதியா இரு.”

“நீ எங்கிட்டேருந்து தள்ளிப் போ. அவன் ஒண்ணும் நீ கொன்ன முதல் ஆளில்ல.” அவளது முகம் ஆவேசத்தால் சிவந்து கொண்டிருந்தது.

அவளது வார்த்தைகள் குழறின. "எனக்கு உன்னப் பாக்கப் பிடிக்கல." அவள் தனது முகத்தைப் போர்வையால் மூடிக் கொண்டாள்.

டாம் அவளது கம்மிய, திணறும் குரலைக் கேட்டான். அவன் தனது கீழுதட்டைக் கடித்துக் கொண்டு தரையைப் பார்த்தான். பிறகு அவன் அப்பாவின் மெத்தைக்குச் சென்றான். அதன் கீழ் ஓரத்தில் நீண்ட, கனமான வின்செஸ்டர் 0.38 ரைஃபிள் இருந்தது. டாம் அதை எடுத்து அதன் சேம்பரில் குண்டு இருக்கிறதா என்று திறந்து பார்த்தான். அதன் குதிரை சரியாக இருக்கிறதா என்று சோதித்தான். பிறகு தனது மெத்தைக்குச் சென்றான். அந்த ரைஃபிளைத் தனது மெத்தைக்குப் பக்கத்தில் நிமிர்த்தி வைத்து விட்டுப் படுத்துக் கொண்டான். ஷாரனின் குரல் கம்மிப் போய் விட்டது. டாம் மீண்டும் படுத்துக் கொண்டு தன்னைப் போர்த்திக் கொண்டான். தனது காயமடைந்த கன்னத்தைப் போர்த்திக் கொண்டு மூச்சு விடுவதற்காக சிறிதளவு திறந்து வைத்துக் கொண்டான். "இயேசுவே, ஓ, இயேசுவே!" என்று புலம்பினான்.

வெளியே நிறைய கார்கள் செல்ல, குரல் கேட்டது.

"எத்தனை ஆண்கள்?"

"நாங்க மூணு பேர்தான். நீங்க என்ன கொடுப்பீங்க?"

"நீங்க இருபத்து அஞ்சாம் எண் வீட்டுக்குப் போங்க. கதவுலயே நம்பர் எழுதிருக்கும்."

"சரி மிஸ்டர். நீங்க என்ன கொடுப்பீங்க?"

"இரண்டரை செண்ட்."

"பாழாப் போக. அத வச்சு ஒரு ஆள் சாப்பிட முடியாது!"

"அதுதான் நாங்க கொடுக்கறது. தெக்கேருந்து இருநூறு பேர் வந்துக்கிட்டு இருக்காங்க. அவங்க இத வாங்கிக்க மகிழ்ச்சியடைவாங்க."

"ஆனா இயேசுவே, மிஸ்டர்!"

"இப்ப போங்க. ஒண்ணு இத எடுத்துக்கங்க, இல்லேன்னா போய்க்கிட்டே இருங்க. எனக்கு வாதாட நேரமில்ல."

"ஆனா ----"

"பாரு. நான் ஒண்ணும் இத தீர்மானிக்கல. நான் உங்கள உள்ள விடறேன். உனக்கு வேணும்னா எடுத்துக்க. இல்லேன்னா, திரும்பி அப்படியே போயிடு."

"இருபத்தஞ்சுன்னா சொன்ன?"

"ஆமா, இருபத்தஞ்சு."

டாம் தன் மெத்தையில் தூங்கினான். அறையில் கேட்ட மெல்லிய ஓசை அவனை எழுப்பியது. அவனது கைகள் ரைபிளைத் தேடி எடுக்க, அவனது கைகள் இறுகின. அவனது முகத்திலிருந்து போர்வையை அகற்றினான் அவன். ஷாரன் அவனுக்கருகில் மெத்தையிடம் நின்று கொண்டிருந்தாள்.

"உனக்கு என்ன வேணும்?" என்று கேட்டான் டாம்.

"நீ தூங்கு", என்றாள் அவள். "நீ சும்மா தூங்கு. நான் கதவப் பாத்துக்கறேன். யாரும் உள்ள வரமாட்டாங்க."

அவன் அவளது முகத்தை ஒரு கணம் கவனித்துப் பார்த்தான். "சரி" என்றான். தன் முகத்தை மீண்டும் போர்வையால் மூடிக் கொண்டான்.

மாலை மங்கத் தொடங்கியதும் முதலில் அம்மா வீட்டுக்குத் திரும்பினாள். அவள் ஒருகணம் கதவருகே தயங்கி நின்று கதவைத் தட்டினாள். "நான் தான்." டாம் கவலைப்படாதிருக்க அப்படிச் செய்தாள். அவள் கையில் பையுடன் கதவைத் திறந்து உள்ளே நுழைந்தாள். டாம் விழித்தெழுந்து தன் மெத்தையில் உட்கார்ந்தான். அவனது காயம் வறண்டு இறுகியிருந்ததால் கிழியாத தோல் பளபளவென்று தெரிந்தது. அவனது இடது கண் கிட்டத்தட்ட மூடியிருந்தது. "நான் இல்லாதபோது யாராவது வந்தாங்களா?" என்று கேட்டாள் அம்மா.

"இல்ல" என்றான் அவன். "யாரும் வரல. அவங்க கூலிய குறைச்சத நான் கேட்டேன்."

"உனக்கு எப்படித் தெரியும்?"

"வெளிய ஆளுங்க பேசறதக் கேட்டேன்."

ஷாரன் அம்மாவை சோம்பலாகப் பார்த்தாள்.

டாம் அவனது விரலால் அவளைச் சுட்டிக் காட்டினான். "அவ ஒரு பெரிய ஆட்டம் ஆடிட்டா அம்மா. எல்லா பிரச்சனையும் அவள நோக்கி இருக்கறதா அவ நினைக்கறா. நான் அப்படி அவள தொந்தரவு செய்வேன்னா, நான் போயித்தான் ஆகணும்.."

அம்மா ஷாரனிடம் திரும்பினாள். "நீ என்ன செஞ்சுக்கிட்டிருக்க?"

பெண் கசப்புடன் சொன்னாள். "இப்படியெல்லாம் நடந்துக்கிட்டிருந்தா எனக்கு எப்படி நல்ல குழந்தை பிறக்கும்?"

அம்மா சொன்னாள், "உஷ்! இப்ப வாய மூடு. உனக்கு எப்படியிருக்குன்னு எனக்குத் தெரியும். நீ அதத் தடுக்க முடியாதுன்னு எனக்குத் தெரியும். ஆனா இப்ப உன் வாய மூடிக்கிட்டிரு."

அவள் டாமிடம் திரும்பினாள். "அவ சொல்றத மதிக்காத டாம். இது ரொம்ப கஷ்டமானது, எனக்கு எப்படியிருக்கும்னு நினைவிருக்கு. உனக்கு குழந்தை பிறக்கப் போகும்போது, எல்லாம் உன்னத்தான் காயப்படுத்தும், யார் என்ன சொன்னாலும் அவமதிப்பா இருக்கும், எல்லாம் உனக்கெதிரா இருக்கும். அத கண்டுக்காத. அவளால அதத் தடுக்க முடியாது. அப்படித்தான் அவளுக்கு இருக்கும்."

"நான் அவள காயப்படுத்த விரும்பல."

"உஷ்! சும்மா பேசாம இரு." அவள் தனது பையைக் கீழே குளிர்ந்திருந்த அடுப்பின் மேல் வைத்தாள். "எதையும் சம்பாதிக்கவேயில்ல" என்றாள். "நாம இங்கருந்து வெளிய போகப்போறோம்னு சொன்னேன். டாம், எனக்குக் கொஞ்சம் விறகு கொண்டு வர முயற்சி பண்ணு. இல்ல – உன்னால முடியாது. இப்ப நம்மகிட்ட ஒரு பெட்டிதான் மிச்சமிருக்கு. அத திற. மத்தவங்க திருப்பி வரப்ப கொஞ்சம் விறகு எடுத்துட்டு வரச் சொல்லிருக்கேன். கொஞ்சம் காளானும், கொஞ்சம் சர்க்கரையும் எடுத்துக்கலாம்."

டாம் எழுந்து கடைசிப் பெட்டியை சிறு துண்டுகளாக பிய்த்தான். அம்மா அடுப்பின் ஒரு பக்கத்தில் கவனமாக நெருப்பை மூட்டினாள். நெருப்பை ஒரே ஒரு அடுப்பு ஓட்டைக்குள் பாதுகாப்பாக ஏற்றினாள். ஒரு வட்டிலில் தண்ணிரை வைத்து அடுப்பில் ஏற்றினாள். வட்டில் நேரடி நெருப்பில் விரைவாக சூடாகி ஆவி சத்தமெழுப்பியது.

"இன்னைக்கு எப்படி பொறுக்கினீங்க?" என்று டாம் கேட்டான்.

அம்மா தன் பையிலிருந்த சோளமாவில் ஒரு கப்பை நுழைத்தாள். "அதப்பத்தி பேச விரும்பல. அவங்க நகைச்சுவையா இருந்தாங்கன்னு நான் நினைச்சுக்கிட்டிருந்தேன். எனக்கு அது பிடிக்கல டாம். நாம இப்ப ஜோக் அடிக்கறதில்ல. எதாவது அப்படி இருந்தா, அது கசப்பானதா இருக்கு. அதுல வேடிக்கை இல்ல. ஒரு ஆள் சொல்றான் இன்னைக்கு, "மந்தம் முடிஞ்சு போச்சு. நான் ஒரு குழிமுயலப் பாத்தேன். அது பின்னாடி யாரும் துரத்தல." அதுக்கு இன்னொரு ஆள் சொல்றான், 'அது காரணமில்ல. இனிமே குழிமுயல கொல்ல முடியாது. அதப் பிடிச்சு பால கறந்துட்டு திரும்ப விட்டுட வேண்டியதுதான். பெரும்பாலும் அதுகிட்ட பால் வறண்டிருக்கும்.' அததான் நானும் சொல்றேன். ஜான்மாமா ஒரு தடவை ஒரு பழங்குடி ஆள கூட்டிட்டு வீட்டுக்கு வந்தார். அப்ப அவன் பீன்ச முழுசா தின்னு முடிச்சிட்டு ஜான் மாமாவோட விஸ்கிக்கும் வந்துட்டான். அப்ப இருந்த மாதிரி நகைச்சுவையா இப்ப இல்ல. டாம் ஒரு ஈரத்துணிய உன்னோட மூஞ்சில வச்சுக்க."

மாலை மங்கியது. அம்மா ஒரு லாந்தரை ஏற்றி ஒரு ஆணியில் தொங்க விட்டாள். நெருப்பை ஊதி விட்டு சோளமாவை மெதுவாக சுடுநீரில் கலந்தாள். "ரோசாஷார்ன் நீ கொஞ்சம் காளான கலக்க முடியுமா?" என்று கேட்டாள்.

வெளியே ஓடி வரும் சத்தம் கேட்டது. கதவு திடீரெனத் திறந்து சுவற்றில் மோதியது. ருத்தி ஓடி வந்தாள். "அம்மா! வின்ஃபீல்டுக்கு வலிப்பு எடுக்குது" என்று கத்தினாள்.

"எங்க சொல்லு!"

ருத்தி மூச்சு வாங்கினாள். "வெளிறிப்போய் கீழ விழுந்துட்டான். நாள் பூரா அவன் பொறுக்கின நிறைய பீச் பழங்கள தின்னுட்டான். அப்படியே வெளிறிப் போய் விழுந்துட்டான்."

"என்ன கூட்டிட்டுப் போ. ரோசாஷார்ன் நீ காளான கவனிச்சுக்க."

அவள் ருத்தியுடன் வெளியே சென்றாள். குட்டிப் பெண்ணுக்குப் பின்னால் அவள் ஓடினாள். மூன்று பேர் மாலைஇருளில் அவளை நோக்கி வந்து கொண்டிருந்தனர். நடுவில் இருந்தவன் வின்ஃபீல்டை எடுத்துக் கொண்டு வந்து கொண்டிருந்தான். அம்மா அவர்களிடம் ஓடினாள். "அவன் என் பையன். அவன எங்கிட்ட கொடுங்க."

"நான் தூக்கிட்டு வரேன் அம்மா."

"இல்ல, எங்கிட்ட கொடுங்க. " அவள் குட்டிப் பையனைத் தூக்கிக் கொண்டு திரும்பினாள். பிறகு நினைவூட்டிக் கொண்டு, "உங்களுக்கு நன்றி" என்று அவர்களிடம் சொன்னாள்.

"இருக்கட்டும் அம்மா. இந்தக் குட்டிப் பையன் ரொம்ப பலவீனமா இருக்கான். அவனுக்கு பூச்சி வச்சிருக்கு போலருக்கு."

அம்மா வேகமாகத் திரும்பினாள். வின்ஃபீல்ட் அவளது கையில் துவண்டு போயிருந்தான். அவளது கையில் தளர்ந்து கிடந்தான். அம்மா அவனை வீட்டுக்குத்தூக்கிக் கொண்டு போய் மெத்தையில் படுக்க வைத்தாள். "சொல்லு, என்ன விஷயம்?" என்று கேட்டாள். அவன் தனது கண்களை மயக்கத்துடன் திறந்து தலையை ஆட்டி விட்டுத் திரும்ப மூடிக் கொண்டான்.

ருத்தி சொன்னாள், "நான் உங்கிட்ட சொன்னேனே அம்மா. அவன் நாள் பூரா ஓடிக்கிட்டு இருந்தான். கொஞ்ச நேரத்துக்கு ஒரு தடவ. அவனக் காளானோட பால் எடுத்துக்கச் சொல்லு."

"வின்ஃபீல்ட், உனக்கு எப்படி இருக்குன்னு சொல்லு."

“மயக்கமா இருக்கு. தலை சுத்துது.”

“இந்த மாதிரி ஓட்றத நீ பாத்ததில்ல” என்று ருத்தி முக்கியமாகச் சொன்னாள்.

அப்பாவும் ஜான் மாமாவும் அல்லும் வீட்டுக்குள் வந்தனர். அவர்களது கைகள் முழுதும் விறகுக் கட்டைகளும், வைக்கோலும் இருந்தன. அவர்கள் அந்த சுமையை அடுப்புக்கு அருகில் போட்டனர். “இப்ப என்ன?” என்று கேட்டார் அப்பா.

“இது வின்ஃபீல்ட். அவனுக்குக் கொஞ்சம் பால் வேணும்.”

“எல்லாம் வல்ல ஏசுவே! நம்ம எல்லாருக்கும் தேவை இருக்கு.”

அம்மா சொன்னாள், “இன்னைக்கு நாம எவ்வளவு சம்பாதிச்சோம்?”

“நாப்பத்து ரெண்டு டாலர்.”

“சரி, நீங்க போய் வின்ஃபீல்டுக்கு ஒரு கேன் பால் வாங்கிட்டு வாங்க.”

“இப்ப அவனுக்கு எதுக்கு உடம்பு சரியில்லாம போகணும்?”

“எனக்கு ஏன்னு தெரியாது. ஆனா அவனுக்கு உடம்பு சரியில்ல. இப்ப நீங்க வாங்கிட்டு வாங்க.!” அப்பா முணுமுணுத்துக் கொண்டே வெளியே சென்றார். “நீ அந்த காளான கிளர்றியா?”

“ஆமா” ரோசாஷார்ன் அதை நிரூபிக்க வேகமாகக் கிளறினாள்.

அல் குற்றம் சொன்னான், “எல்லாம் வல்ல கடவுளே, அம்மா! இருட்ற வரைக்கும் வேல செஞ்சு வெறும் காளாந்தான் கிடைச்சுதா?”

“அல், நாம சம்பாதிக்கணும்னு உனக்குத் தெரியும். நம்மகிட்ட இருக்கற எல்லாத்தையும் காஸ் வாங்க எடுத்துக்கோ. உனக்குத் தெரியும்.”

“ஆனா கடவுளே, அம்மா! ஒரு ஆள் வேலை செய்ய அவனுக்கு இறைச்சி வேணும்.”

“நீ கொஞ்சம் அமைதியா உக்காரு” என்றாள் அம்மா. “நாம முதல்ல பெரிய விஷயத்த எடுத்துக்கிட்டு அத சரி செய்யணும். உனக்கு அந்த விஷயம் என்னன்னு தெரியும்.”

டாம் கேட்டான், “அது என்னப் பத்திதானா?”

“நாம சாப்பிட்டு முடிச்சதும் பேசலாம்” என்றாள் அம்மா. “அல், நமக்கு தூரம் போக போதுமான காஸ் இருக்கு, இல்லையா அல்?”

“சுமாரா கால் டாங்க்” என்றான் அல்.

“நீ எங்கிட்ட சொல்லுவேன்னு நினைச்சேன்” என்றான் டாம்.

“அப்புறம். இப்ப பொறு.”

“அந்த மாவ கிளறிக்கிட்டே இரு. நான் இப்ப கொஞ்சம் காப்பி போட்றேன். காப்பிலயோ, உன்னோட காளான்லயோ சர்க்கரை போட்டுக்கலாம். ரெண்டுக்கும் போதுமானது இல்ல.”

அப்பா ஒரு உயர கேனில் பால் கொண்டு வந்தார். “பதினோரு செண்ட்” என்று வெறுப்புடன் சொன்னார்.

“இதோ!”. அம்மா கேனை எடுத்து அதைக் குத்தித் திறந்தாள். அதிலிருந்து அடர்த்தியான பாலை ஒரு கப்பில் ஊற்றி டாமிடம் கொடுத்தாள். “இத வின்ஃபீல்டுக்குக் கொடு.”

டாம் மெத்தைக்கு அருகில் முழந்தாளிட்டான். “இந்தா, இதக் குடி.”

“என்னால முடியாது. நான் அதயெல்லாம் வாந்தி எடுத்துடுவேன். இப்படியே என்ன இருக்க விடுங்க.”

டாம் எழுந்து நின்றான். “அவனால இப்ப குடிக்க முடியாதும்மா. கொஞ்சம் பொறு.”

அம்மா அந்தக் கப்பை எடுத்துச் சென்று ஜன்னல் விளிம்பில் வைத்தாள். “யாரும் அதத் தொடாதீங்க” என்று எச்சரித்தாள். “இது வின்ஃபீல்டுக்கு.”

“நான் பால் குடிக்கவேயில்ல” என்று ஷாரன் கோபத்துடன் சொன்னாள். “எனக்கு கொஞ்சம் வேணும்.”

“எனக்குத் தெரியும். ஆனா நீ இன்னும் நடமாடிக்கிட்டுத்தான் இருக்க. இந்தப் பையன் படுத்துட்டான். அந்த காளான் இறுகிடுச்சா?”

“ஆயிடுச்சு. இதுக்கு மேல கிளற முடியாது.”

“சரி. நாம சாப்பிடலாம். இங்க சர்க்கரை இருக்கு. ஆளுக்கு ஒரு கரண்டி வரும். அத காளான்லயோ, காப்பிலயோ போட்டு சாப்பிடலாம்.”

டாம் சொன்னான், “இதுல உப்பு, மிளகு போட்டு சாப்பிட்றது எனக்குப் பிடிக்கும்.”

“வேணா அதுல உப்பு போட்டுக்கோ. மிளகு தீர்ந்து போச்சு” என்றாள் அம்மா.

எல்லாப் பெட்டிகளும் போய் விட்டன. தங்களது உணவை உண்ண குடும்பம் மெத்தையில் அமர்ந்தது. சட்டி கிட்டத்தட்டக் காலியாகும் வரை

அவர்கள் மீண்டும் மீண்டும் எடுத்துக் கொண்டனர். "வின்ஃபீல்டுக்குக் கொஞ்சம் வைங்க" என்றாள் அம்மா.

வின்ஃபீல்ட் எழுந்து உட்கார்ந்து தனக்கான பாலைக் குடித்தான். உடனடியாக அவனுக்குக் கடும்பசி எடுத்தது. காளான் சமைத்த சட்டியைத் தனது கால்களுக்கு இடையில் இடுக்கிக் கொண்டு அவன் மீதமிருந்ததை சாப்பிட்டு விட்டு, பக்கவாட்டில் இருந்ததையெல்லாம் சுரண்டித் தின்றான். அம்மா மீதமிருந்த பாலை குவளையில் ஊற்றி ஷாரனிடம் ரகசியமாகக் குடிக்கும்படி மூலையில் சென்று கொடுத்தாள். சூடான கடுங்காப்பியை குவளைகளில் ஊற்றி அனைவருக்கும் கொடுத்தாள்.

"என்ன நடக்குதுன்னு இப்ப சொல்லுவீங்களா? எனக்குத் தெரியணும்" என்றான் டாம்.

அப்பா சங்கடத்துடன் சொன்னார், "ருத்தியும், வின்ஃபீல்டும் இதக் கேக்க வேண்டியதில்ல. அவங்க வெளிய போக முடியுமா?"

அம்மா சொன்னாள், "இல்ல. அவங்க வளராட்டாலும், வளந்தவங்கள மாதிரி நடந்துக்கணும். வேற வழியில்ல. ருத்தி - நீங்க கேக்கறத வெளிய சொல்லக் கூடாது. இல்லேன்னா நம்மள துண்டு துண்டா பிச்சுடுவாங்க."

"நாங்க சொல்ல மாட்டோம்" என்றாள் ருத்தி. "நாங்க வளந்துட்டோம்."

"சரி, அப்ப அமைதியா இருங்க." காப்பிக் குவளைகள் தரையில் வைக்கப்பட்டன. லாந்தரிலிருந்து வந்த சிறு வெளிச்சம் படபடவென்று அடித்துக் கொள்ளும் பட்டுப்பூச்சியின் இறகுகளைப் போல சுவர்களில் மஞ்சள் வெளிச்சத்தை அடித்தது.

"இப்ப சொல்லுங்க" என்றான் டாம்.

அம்மா சொன்னாள், "அப்பா நீங்க சொல்லுங்க."

ஜான் மாமா தன் காப்பியை உறிஞ்சினார். "நீ சொன்னா மாதிரி அவங்க கூலியக் குறைச்சிட்டாங்க" என்றார் அப்பா. "அது மட்டுமில்லாம ஏராளமா புதுசா ஆளுங்க பொறுக்க வந்துட்டாங்க. அவங்க ஒரு துண்டு ரொட்டிக்காக எவ்வளவு வேணா செய்வாங்கங்கற அளவுக்கு பட்டினியா இருந்தாங்க. ஒரு பீச் பழத்த எடுக்கப் போனா, அதுக்கு முன்னாடியே ஒரு ஆள் எடுத்துடறான். முழு பயிரையும் மொத்தமா எடுத்துடப் போறாங்க. புது மரத்துக்கு ஆளுங்க ஓட்றாங்க. சண்டையைக் கூட நான் பாத்தேன். ஒரு ஆளு இது என்னோட மரம்கறான்– இன்னொரு ஆள் அதுலேருந்து பொறுக்க

விரும்பறான். எல் செண்ட்ரோ மாதிரி தூரத்து இடங்கள்ளேருந்து அவங்கள கொண்டு வந்திருக்காங்க. நரகம் மாதிரி பட்டினி. ஒரு துண்டு ரொட்டிக்காக நாள் பூரா உழைக்கறாங்க. நான் சோதனையாளன்கிட்ட சொல்றேன், "ஒரு பெட்டிக்கு ரெண்டரை செண்டுக்கு உழைக்க முடியாது'. அவன் பதில் சொல்றான், "அப்ப போ. இந்த ஆளுங்க செய்வாங்க. நான் சொல்றேன், 'அவங்க சோர்ந்து போனவுடனே செய்ய மாட்டாங்க.' அவன் பதில் சொல்றான், 'அவங்க சோர்ந்து போறதுக்கு முன்னாடி இங்க இருக்கற பீச் பழங்களையெல்லாம் எடுத்துடுவோம்." அப்பா நிறுத்தினார்.

"அது ஒரு பிசாசு" என்றார் ஜான் மாமா. "இன்னைக்கு ராத்திரி இன்னும் இருநூறு பேர் வராங்கன்னு அவங்க சொல்றாங்க."

டாம் கேட்டான், "சரி! அப்ப மத்தது?"

அப்பா சற்றுப் பேசாமல் இருந்தார். "டாம், நீ அத செஞ்ச மாதிரித்தான் இருக்கு."

"நானும் அப்படித்தான் நினைச்சேன். என்னால பாக்க முடியல. ஆனா உணர முடிஞ்சது."

"ஆளுங்க வேற எதையும் பேசற மாதிரி தெரியல" என்றார் ஜான் மாமா. "அவங்க அத கண்டு பிடிக்கணும், அந்த ஆளப் பிடிச்சவுடனே அவனக் கொன்னுடுவாங்க"

டாம் விழிகள் விரிய நின்ற குழந்தைகளைப் பார்த்தான். அவர்கள் தமது கண்களை இமைக்கவேயில்லை. அவர்கள் இருளில் ஒரு கணத்தில் எதாவது நிகழ்ந்து விடலாம் என்பது போல் பயந்து நின்று கொண்டிருந்ததாகத் தோன்றியது. டாம் சொன்னான், "இந்த ஆள் அத செஞ்சான்னா, அவங்க கேஸிய கொன்னப்புறம்தான் செஞ்சான்."

அப்பா குறுக்கிட்டார். "அவங்க அந்த மாதிரி அத இப்ப சொல்லல. அவந்தான் முதல்ல செஞ்சதா அவங்க சொல்றாங்க."

டாம் பெருமூச்சை விட்டான். "ஆஹ் ஹ்"

"அவங்க நமக்கெதிரா உணர்வத் தூண்டி விட்றாங்க. நான் அப்படித்தான் கேட்டேன். அப்படித்தான் தம்பட்டம் அடிக்கறாங்க. அவங்க இந்த ஆளக் கண்டு பிடிக்கப் போறதா சொல்றாங்க."

"அவன் எப்படி இருப்பான்னு அவங்களுக்குத் தெரியுமா?" என்று கேட்டான் டாம்.

"இல்ல – துல்லியமா தெரியாது – ஆனா நான் கேட்ட வரைக்கும் அவங்க அவன் அடிபட்டிருக்கான்னு நினைக்கறாங்க. அவனுக்கு காயம் இருக்கும்னு – "

டாம் தன் கையை மெதுவாக உயர்த்தி அடிபட்ட கன்னத்தில் வைத்தான்.

அம்மா கத்தினாள், "அது அப்படியில்ல, அப்படி சொல்லல.!"

"அமைதியா இரும்மா" என்றான் டாம். "அந்த சாவி மேளக்காரங்க சொல்ற எதுவும் நமக்கெதிரா இருந்தா சரியாத்தான் இருக்கும்."

அம்மா மோசமான வெளிச்சத்தில் உற்றுப் பார்த்தாள். அவள் டாமின் முகத்தை, குறிப்பாக அவனது உதடுகளைக் கூர்ந்து பார்த்தாள். "நீ சத்தியம் பண்ணிருக்க" என்றாள்.

"அம்மா, வெளியேற வேண்டிய இந்த ஆள் நானா இருக்கலாம். இந்த ஆளு எதாவது தப்பு பண்ணிருந்தா – ஒருவேள அவன் நாம தூக்குல தொங்கலாம்னு நினைக்கலாம். நான் எதாவது தப்பு செஞ்சிருந்தா, நான் அத அனுபவிச்சுத்தான் ஆகணும். ஆனா இந்த ஆளு எந்தத் தப்பும் செய்யல. ஒரு நாத்தம் பிடிச்ச பிராணிய கொன்னதுக்காக அவன் மோசமா உணரல."

ருத்தி குறுக்கிட்டாள், "அம்மா, எனக்கும் வின்ஃபீல்டுக்கும் தெரியும். நமக்காக இந்த ஆளுங்ககிட்ட அவன் போக வேண்டாம்."

டாம் சிரித்தான். "இந்த ஆளுக்கு தூக்கு வேணாம். ஏன்னா அவன் அத திரும்பவும் செய்வான். அதே சமயம், அவனோட ஆளுகளுக்கு அவன் பிரச்சனையக் கொண்டு வர விரும்பல. அம்மா, நான் போகத்தான் வேணும்."

அம்மா தன் வாயை விரல்களால் மூடிக் கொண்டு தன் தொண்டையை செறுமிக் கொண்டாள். "நீ போக முடியாது" என்றாள். "வெளில ஒளிய இடம் கிடைக்காது. நீ யாரையும் நம்ப முடியாது. ஆனா நீ எங்கள நம்பலாம். நாங்க உன்ன மறைச்சு வைக்கலாம். உன்னோட முகம் சரியாற வரைக்கும் உனக்கு சாப்பிட எதாவது கொடுக்க முடியும்."

"ஆனா அம்மா ----"

அவள் எழுந்தாள். "நீ போகப் போறதில்ல. நாங்க உன்ன கூட்டிட்டுப் போறோம். அல், நீ டிரக்க கதவுக்கு நேரா கொண்டு வா. இப்ப, நான் என்ன செய்யணும்னு முடிவு பண்ணிட்டேன். முதல்ல நாம தரைல ஒரு மெத்தையப் போடுவோம். அது மேல டாம் வேகமா போய்ப் படுத்துக்கட்டும். அவனுக்கு மேல ஒரு மெத்தைய குகை மாதிரி வைப்போம். அவன் குகைல இருப்பான்; அப்புறம் அதுக்கு ஒரு சுவர வைப்போம். அவன் அந்தப் பக்கத்துல இருந்து நல்லா மூச்சு விடலாம். வாதம் பண்ணாத. அதத்தான் நாம செய்வோம்."

அப்பா குற்றம் சாட்டினார், "இனிமே மனுஷனால எளிதா வாழ முடியாது போலருக்கு. அவ ஒரு நரகத்தையே கிளப்பறா. நாம மட்டும் ஒரு இடத்துல நிரந்தரமா தங்கட்டும், நான் அவள அடிக்கப் போறேன்."

"அந்த சமயம் வரட்டும், நீங்க செய்யலாம்" என்றாள் அம்மா. "வேகமா அல். போதுமான அளவு இருட்டாயிடுச்சு."

அல் வெளியே சென்று டிரக்கிடம் போனான். சற்று நிதானித்துப் பார்த்து விட்டு படிக்கருகில் வந்தான்.

அம்மா வேகப்படுத்தினாள். "சீக்கிரம். அந்த மெத்தைய உள்ள வை!"

அப்பாவும் ஜான் மாமாவும் அதை முனைக்குத் தூக்கியெறிந்தனர். "இப்ப அடுத்தது." அவர்கள் அதற்கு மேல் இரண்டாவது மெத்தையைத் தூக்கியெறிந்தனர். "இப்ப – டாம் நீ உள்ள குதிச்சு மெத்தைக்கடில போயிடு. வேகம்."

டாம் வேகமாக ஏறி உள்ளே குதித்தான். அவன் ஒரு மெத்தையை நேராக்கி விட்டு இரண்டாவதைத் தனக்கு மேல் இழுத்து விட்டுக் கொண்டான். அப்பா அதை மேலே தூக்கி டாமுக்கு மேல் கூடாரம் போல் வைத்தார். அது டாமை மறைத்தது. அவனால் டிரக்கின் பக்கவாட்டுப் பகுதிகளைப் பார்க்க முடிந்தது. அப்பாவும், அல்லும் ஜான் மாமாவும் வேக வேகமாகப் பொருட்களை ஏற்றினர். டாமின் கூடாரத்துக்கு மேல் போர்வைகள் வைக்கப்பட்டன. அதன் முனைகளில் வாளிகள், கடைசியில் மெத்தைகளைப் பரப்பினர். பானைகள், சட்டிகள், கூடுதல் உடைகள் எல்லாம் வைக்கும் பெட்டிகள் எரிக்கப்பட்டு விட்டதால் அவையெல்லாம் அப்படியே வைக்கப்பட்டன. ஒரு காவலாளி தன் கையில் துப்பாக்கியைத் தூக்கிக் கொண்டு நெருங்கியபோது, அவையெல்லாம் அநேகமாக அடுக்கப்பட்டு விட்டன

"இங்க என்ன நடக்குது?" என்று அவன் கேட்டான்.

"நாங்க வெளிய போறோம்" என்றார் அப்பா.

"எதுக்கு?"

"எங்களுக்கு வேலை கிடைச்சிருக்கு – நல்ல வேலை."

"அப்படியா? எங்க கிடைச்சிருக்கு?"

"ஏன் வீட்பாட்ச் முகாம் பக்கத்துல."

“எங்க உன் முகத்தப் பார்க்கட்டும்.” அவன் அப்பாவின் முகத்தில் விளக்கை அடித்தான், பிறகு ஜான் மாமா, அல். “உங்ககூட இன்னொரு ஆளு இல்ல?”

அல் சொன்னான், “நீ அந்த நாடோடிய சொல்றியா? கொஞ்சம் குட்டையா, வெளிறின முகத்தோட?”

“ஆமா. அப்படித்தான் அவன் இருந்தான்னு நினைக்கறேன்.”

“நாங்க இங்க வரும்போது வழில ஏறினான். இன்னைக்குக் காலைல கூலி குறைஞ்சதும் போயிட்டான்.”

“அவன் எப்படி இருந்தான்?”

“குட்டையா, வெளிறின முகத்தோட.”

“இன்னைக்குக் காலைல அவனுக்கு அடிபட்டிருந்ததா?”

“அப்படி நான் எதுவும் பாக்கல” என்றான் அல். “காஸ் பம்ப் திறந்திருக்கா?”

“ஆமா, எட்டு மணி வரைக்கும்.”

“உள்ள ஏறுங்க” என்று அல் சத்தமிட்டான். “காலைலக்கு முன்னாடி வீட்பாட்ச் முகாமுக்குப் போகணும்னா, நாம வேகமாப் போகணும். அம்மா, முன்னாடி ஏறு.”

“இல்ல, நான் பின்னால உக்காந்துப்பேன்” என்றாள் அம்மா. “அப்பா, நீங்க நீங்களும் இங்க பின்னால இருங்க. ரோசாஷார்னும், ஜான் மாமாவும் முன்னால அல்லோட உக்காரட்டும்.”

“எங்கிட்ட வேலைச்சீட்ட கொடுங்க” என்றான் அல். “முடியும்னா அத மாத்தி நான் காஸ் போட்டுக்கறேன்.”

காவலாளி அவர்கள் தெரு வழியே சென்று காஸ் பம்பை நோக்கி இடதுபுறம் திரும்புவதைப் பார்த்துக் கொண்டிருந்தான்.

“ரெண்டு போடு” என்றான் அல்.

“நீங்க தூரம் போகலியே”

“இல்ல, தூரமில்ல. இந்த வேலைச்சீட்ட இங்க மாத்திக்க முடியுமா?”

“இல்ல, நான் செய்யக் கூடாது.”

“பாரு மிஸ்டர்” என்றான் அல். “எங்களுக்கு ஒரு நல்ல வேலை கிடைச்சிருக்கு. இன்னைக்கு ராத்திரிக்குள்ள போகணும். நாங்க போகலைன்னா, எங்களுக்குக் கிடைக்காது. நல்ல ஆளா நடந்துக்க.”

"சரி. இங்க அத கையெழுத்துப் போட்டுக் கொடு."

அல் வெளியே சென்று ஹட்சனின் முகப்பைச் சுற்றிச் சென்றான். "நிச்சயமா. அவன் ரேடியேட்டரைத் திறந்து தண்ணீரை நிரப்பினான்.

"ரெண்டா சொன்ன?"

"ஆமா, ரெண்டு."

"எந்த வழில போறீங்க?"

"தெற்க. எங்களுக்கு வேலை கிடைச்சிருக்கு."

"அப்படியா? வேலைக்குப் பஞ்சமா இருக்கு – முறையான வேலைகளுக்கு."

"எங்களுக்கு ஒரு நண்பர் இருக்கார்" என்றான் அல். "எங்களுக்கு வேலை காத்திருக்கு. டிரக் சுழன்று திரும்பி புழுதித் தெருவைக் கடந்து சாலையில் திரும்பியது. மங்கலான முகப்பு விளக்கு வெளிச்சம் சாலையில் எழுந்து எழுந்து விழுந்தது. வலது புற முகப்பு விளக்கு இணைப்பு சரியில்லாததால் அணைந்து அணைந்து எரிந்தது. டிரக்கின் அடிப்புறம் கடகடத்து ஆட, தனியாக வைக்கப்பட்டிருந்த சட்டி பானைகள் கடகடவென்று சத்தமெழுப்பிக் கொண்டிருந்தன.

ஷாரன் மென்மையாக முனகினாள்.

"மோசமா இருக்கா?" என்று கேட்டார் ஜான் மாமா.

"ஆமா! எப்பவுமே மோசமா தோணுது. ஒரு நல்ல இடத்துல அப்படியே உக்காந்திருக்கலாம்னு தோணுது. நாம வெளிய வராம வீட்டுலயே இருந்திருக்கலாம்னு தோணுது. நாம வீட்லயே இருந்திருந்தா, கோனி போயிருக்க மாட்டான். அவன் படிச்சு எங்கயாவது வேல வாங்கிருப்பான்." அல்லோ, ஜான் மாமாவோ அவளுக்கு பதிலளிக்கவில்லை. அவர்கள் கோனி பற்றிக் கேட்டவுடன் சங்கடமடைந்தனர்.

பண்ணையின் முகப்பில் வெள்ளை வண்ணம் தீட்டிய கதவுக்கருகில் ஒரு காவலாளி பக்கவாட்டுக்கருகில் வந்தான். "நல்லதுக்காக வெளிய போறீங்களா?"

"ஆமா" என்றான் அல். "வடக்க போறோம். வேலை கிடைச்சிருக்கு."

காவலாளி தனது விளக்கை டிரக்கின் மேல் திருப்பினான். கூடாரத்துக்குள் அடித்தான். அம்மாவும் அப்பாவும் இறுக்கமான முகத்துடன் அதன் வெளிச்சத்தைப் பார்த்தனர். "சரி". காவலாளி கதவைத் திறந்தான். டிரக் இடதுபுறம் திரும்பி 101ஐ நோக்கி, பெரும் வடக்கு-தெற்கு

உயர்வேகப்பாதையை நோக்கிச் சென்றது.

“நாம எங்க போறோம்னு தெரியுமா?” என்று ஜான் மாமா விசாரித்தார்.

“இல்ல” என்றான் அல். “சும்மா போயிக்கிட்டிருக்கோம். இது ரொம்ப அலுத்துப் போயிடுச்சு.”

“எனக்கு பிரசவ நேரம் நெருங்கிடுச்சு. பிரச்சனை எதுவும் இருக்கக் கூடாது” என்று மிரட்டும் தொனியில் சொன்னாள் ரோசாஷார்ன். “எனக்கு ஒரு நல்ல இடம் கிடைக்கணும்.”

இரவுக் காற்று பனியின் முதல் கடுமையுடன் குளிராக இருந்தது. சாலைக்கு அருகில் பழமரங்களிலிருந்து இலைகள் உதிரத் தொடங்கியிருந்தன. பின்னால் பொருட்களுடன் அம்மா ஒரு பக்கவாட்டுப் பலகையில் சாய்ந்திருக்க, அப்பா அவளுக்கெதிராகச் சாய்ந்து கொண்டிருந்தார்.

அம்மா,”டாம் நல்லாயிருக்கியா?” என்று விசாரித்தாள்.

அவனது குரல் ஒடுங்கிப் போய் வந்தது. “இங்க ரொம்ப இறுக்கமா இருக்கு. நாம பண்ணையக் கடந்துட்டோமா?”

:நீ கவனமா இரு. ஒருவேள நம்மள நிறுத்தலாம்” என்று எச்சரித்தாள் அம்மா.

டாம் தனது குகையின் ஒரு புறத்தைத் தூக்கினான். டிரக்கின் மெலிய வெளிச்சத்தில் சட்டி பானைகள் குலுங்கின. “நான் அத வேகமா இழுத்து விட்டுடுவேன். இங்க உள்ள பிடிச்சு வச்ச மாதிரி இருக்கறது பிடிக்கல” என்று பதிலளித்தான் டாம். தன் முழங்கைகளால் முகத்தைத் தாங்கிக் கொண்டான். “கடவுளே, குளிர ஆரம்பிச்சிடுச்சு இல்ல?”

“மேகம் கூடிருக்கு” என்றார் அப்பா. “சீக்கிரமே குளிர்காலம் வந்துடும்னு ஒரு ஆள் சொன்னான்.”

“அணிலெல்லாம் உயரத்துக்குப் போயிடுச்சா இல்லேன்னா புல் விதை போட்டிருக்கா?” என்று கேட்டான் டாம். “எதுலேருந்து வேணா பருவத்த சொல்லிடலாம். பழைய உள்ளாடைலேருந்து பருவநிலையச் சொல்ற ஒரு ஆளக்கூட நீங்க கண்டுபிடிச்சுடலாம்.”

“எனக்குத் தெரியல” என்றார் அப்பா. “எனக்கு என்னவோ குளிர்காலம் வருதுன்னு தோணுது. ஒரு ஆளுக்குத் தெரியணும்னா இங்க ரொம்ப நாள் இருக்கணும்.”

டாம் சொன்னான், “எது சிறப்பானதுன்னு என்னால கண்டுபிடிக்க முடியல. நாம முக்கிய உயர்வேகப்பாதைக்குப் போனோம்னா

நிறைய போலீஸ்காரங்க இருப்பாங்க. இந்த மாதிரி முகத்தோட நான் இருந்தா, அவங்க என்ன நேரா பிடிச்சிடுவாங்க. நாம பக்கத்து சாலைகள உபயோகிக்கறது நல்லது.''

அம்மா சொன்னாள், ''பின்னால தட்டு. அல்ல வண்டிய நிறுத்தச் சொல்லு.''

டாம் தனது முஷ்டியால் முன்பக்கத் தகரத்தைத் தட்டினான்; சாலையின் ஓரத்தில் டிரக் நின்றது. அல் வெளியே வந்து பின்பக்கம் நடந்தான். ருத்தியும், வின்ஃபீல்டும் தமது போர்வையிலிருந்து எட்டிப் பார்த்தனர்.

''என்ன வேணும் உனக்கு?'' என்று கேட்டான் அல்.

அம்மா சொன்னாள், ''என்ன செய்யறதுன்னு நாம யோசிக்கணும். நாம பக்கத்துல இருக்கற சாலைகள உபயோகிக்கறது நல்லதுன்னு தோணுது. டாம் அப்படிச் சொல்றான்.''

''என்னோட முகம் அப்படியிருக்கு'' என்று சேர்ந்து கொண்டான் டாம். ''யாருக்கும் தெரிஞ்சிடும். போலீஸ்காரங்களுக்கு என்னைத் தெரியும்.''

''எந்தப் பக்கம் போகலாம்னு நினைக்கற? நான் வடக்கன்னு நினைச்சேன். நாம தெற்க போயிட்டோம்.''

''சரி!'' என்றான் டாம். ''ஆனா பக்கத்துல இருக்கற சாலைகள்லயே போ.''

அல் கேட்டான், ''நாம ஏன் கொஞ்சம் தூங்கிட்டு காலைல போகக்கூடாது?''

அம்மா வேகமாக பதிலளித்தாள். ''இன்னும் இல்ல. முதல்ல கொஞ்சம் தூரம் போயிடுவோம்.''

''சரி''. அல் மீண்டும் தனது இருக்கையில் அமர்ந்து ஓட்டத் தொடங்கினான்.

ருத்தியும், வின்ஃபீல்டும் திரும்பவும் போர்வையைப் போர்த்திக் கொண்டனர். அம்மா குரல் கொடுத்தாள், ''வின்ஃபீல்ட், உடம்பு பரவாயில்லையா?''

''அவன் சரியாயிட்டான். தூங்கிக்கிட்டிருந்தான்'' என்று ருத்தி பதிலளித்தாள் ருத்தி.

அம்மா டிரக்கின் பக்கவாட்டில் சாய்ந்து கொண்டாள். “இந்த மாதிரி வேட்டையாடப்படறது ரொம்ப விநோதமா உணரச் செய்யுது. நான் ரொம்ப சின்னத்தனமா ஆயிக்கிட்டு இருக்கேன்.”

“எல்லாரும்தான் சின்னத்தனமா போறாங்க” என்றார் அப்பா. “எல்லாரும். இன்னைக்கு அந்த சண்டைய பாத்தல்ல. ஆளு மாறிடறான். நாம இருந்த அரசாங்க முகாம்ல ஆளுங்க சின்னத்தனமா இல்ல.”

அல் வலதுபுறம் கற்சாலையில் திரும்பினான். மஞ்சள் விளக்குகள் தரையில் பட்டுக் குலுங்கின. இப்போது பழமரங்கள் காணாமல் போய், அந்த இடத்தைப் பருத்திச் செடிகள் எடுத்துக் கொண்டிருந்தன. அவர்கள் பருத்திக் காட்டின் வழியே இருபது மைல்கள் கவுண்டி சாலைகளில் பயணித்தனர். சாலை புதர்கள் அடர்ந்த ஆற்றோரத்தை ஒட்டிச் சென்று ஒரு பாலத்தைக் கடந்து மறுபுறம் சென்றது. பிறகு, ஆற்றங்கரையின் முனையில் நீண்ட வரிசையில் சிவப்புப் பெட்டிக் கார்கள் டயர்களின்றி நின்றிருந்தன. சாலையின் ஓரத்தில் ஒரு பெரிய தட்டியில் எழுதியிருந்தது: “பருத்தி எடுப்பவர்கள் தேவை.” அல் வேகத்தைக் குறைத்தான். டாம் டிரக்கின் பக்கவாட்டுக் கம்பிகளின் இடுக்கு வழியே பார்த்தான். பெட்டிக் கார்களிலிருந்து சுமார் கால் மைல் தள்ளிச் சென்றதும் மீண்டும் டாம் காரைத் தட்டினான். அல் சாலைக்கருகில் நிறுத்தி விட்டு இறங்கி வந்தான்.

“இப்ப உனக்கு என்ன வேணும்?”

“வண்டிய அணைச்சிட்டு இங்க ஏறு” என்றான் டாம்.

அல் வண்டியில் ஏறி அதை ஓரமாக ஓட்டிச் சென்று வண்டியையும், விளக்குகளையும் அணைத்தான். பின்பக்கமாக ஏறினான். “முடிச்சாச்சு” என்றான்.

டாம் சட்டிகளின் மீது தவழ்ந்து ஏறி அம்மாவுக்கு முன்னால் மண்டியிட்டான். “பாரு. அவங்களுக்கு பருத்தி எடுக்கறவங்கதான் வேணும். நான் அந்த அறிவிப்பப் பாத்தேன். இப்ப நான் உங்ககூடவே இருந்துக்கிட்டு எந்த பிரச்சனையும் இல்லாம இருக்கறதப் பத்தி யோசிச்சேன். என்னோட முகம் சரியான விஷயம் சரியாயிடலாம், ஆனா இப்ப இல்ல. அங்க கார்கள் நிக்கறத பாத்தேல்ல. அதுல பருத்தி எடுக்கறவங்கதான் தங்கிருக்காங்க. ஒருவேள இங்க இப்ப வேலை இருக்கலாம். நீங்க ஏன் இங்க வேல வாங்கிக்கிட்டு அதுல ஒரு கார்ல வசிக்கக் கூடாது?”

“நீ என்ன செய்வ?” என்று கேட்டாள் அம்மா.

“அங்க புதர் நிறைஞ்ச ஆத்தங்கரையப் பாத்தேல்ல. நான் அதுல ஒளிஞ்சுக்கிட்டு கண்ல படாம இருக்கலாம். ராத்திரி நான் சாப்பிட நீங்க

எதாவது கொண்டு வரலாம். நான் கொஞ்சம் பின்னாடி ஒரு பாலத்தடிய பாத்தேன். நான் அங்க தூங்கலாம்னு நினைக்கிறேன்."

அப்பா சொன்னார், "கடவுள் அருளால, நான் கொஞ்சம் பருத்தி மேல கைவைக்கலாம்! எனக்கு புரியற வேல அங்க இருக்கு."

"அந்த கார்கள் தங்க நல்ல இடமா இருக்கும்" என்றாள் அம்மா. "நல்ல உலர்வா இருக்கு. அங்க ஒளிஞ்சுக்கற அளவுக்கு புதர் இருக்குன்னு நினைக்கறயா டாம்?"

"ஆமா. நான் கவனிச்சிக்கிட்டு இருந்தேன். நான் ஒளிஞ்சுக்க சின்ன இடத்த சரிபண்ண முடியும். என் முகம் சரியான உடனேயே நான் வெளிய வந்துடுவேன்."

"உனக்கு மோசமா தழும்பு இருக்கப்போகுது" என்றாள் அம்மா.

"எழவு. எல்லாருக்கும் தழும்பு இருக்கு."

"ஒரு தடவ நான் நானூறு பவுண்டு எடுத்தேன்" என்றார் அப்பா. "அப்ப அது நல்லா விளைஞ்சிருந்தது. நாம எல்லாரும் எடுத்தா, கொஞ்சம் பணம் கிடைக்கும்."

"கொஞ்சம் இறைச்சியும் கிடைக்கலாம்" என்றான் அல். "இப்ப நாம என்ன செய்யலாம்?"

"அங்க திரும்ப போயி ராத்திரி டிரக்குல தூங்கலாம்" என்றார் அப்பா. "காலைல வேலக்குப் போகலாம். இருட்டுல கூட அத நான் பாக்க முடியுது."

"நீ என்ன செய்யப்போற டாம்?" என்று கேட்டாள் அம்மா.

"இப்ப என்ன மறந்துடு அம்மா. நான் ஒரு போர்வைய எடுத்துக்கறேன். அங்க வர வழில ஒரு பாலம் இருக்கு. அது நல்லா இருக்கு. எனக்கு கொஞ்சம் ரொட்டி இல்லேன்னா உருளைக்கிழங்கு, இல்லேன்னா காளான் கொண்டு வந்து அங்க வச்சுட்டுப் போயிடுங்க. நான் வந்து எடுத்துக்கறேன்."

"நல்லது!"

"இது எனக்கு புத்திசாலித்தனமா தெரியுது" என்றார் அப்பா.

"இது நல்ல புத்திசாலித்தனம்தான்" என்று வலியுறுத்திச் சொன்னான் டாம். "என்னோட முகம் கொஞ்சம் சரியானவுடனே நானும் கூட வெளிய வந்து பருத்தி எடுக்கலாம்."

"சரி. ஆனா நீ ஆபத்து எதையும் இழுத்து விட்டுக்காத. உன்ன கொஞ்ச நாளைக்கு யாரும் பாக்காம பாத்துக்கோ."

டாம் டிரக்கின் பின்புறத்துக்குத் தவழ்ந்து சென்றான். "நான் இந்த போர்வைய மட்டும் எடுத்துக்கறேன். வழில அந்த பாலத்த தேடு அம்மா."

"கவனமா இரு" என்று கெஞ்சினாள் அம்மா.

"நிச்சயமா இருப்பேன்" என்றான் டாம். பின்பக்கப் பலகையில் ஏறி ஆற்றின் கரையில் இறங்கினான். "குட்நைட்" என்று விடை பெற்றான்.

அம்மா அவன் உருவம் கரையின் அருகில் புதர்களில் மறையும் வரை பார்த்துக் கொண்டிருந்தாள். "இயேசுவே! அவன் நல்லாயிருப்பான்னு நம்பறேன்" என்றாள்.

அல் கேட்டான், "இப்ப நான் திருப்பிப் போகணுமா?"

"ஆமா" என்றார் அப்பா.

"மெதுவா போ" என்றாள் அம்மா. "அவன் சொன்ன பாலத்த நான் நிச்சயப்படுத்திக்கணும். நான் அதப் பாக்கணும்."

அல் குறுகலான பாதை இருக்கும் வரை பின்னால் வண்டியை ஓட்டி தன் பாதையை மாற்றினான். வரிசையாக பெட்டிக் கார்கள் நின்றிருந்த இடத்தை நோக்கி வண்டியை மெதுவாக ஓட்டினான். டிரக்கின் வெளிச்சம் அந்தக் கார்கள் இருக்கும் இடம்வரை நடந்து சென்ற தடங்களைக் காட்டியது. கதவுகள் இருட்டாக இருந்தன. இரவில் யாரும் நடமாடவில்லை. அல் விளக்கை அணைத்தான்.

"நீயும் ஜான் மாமாவும் பின்பக்கம் ஏறிக்கங்க" என்று ரோசாஷார்னிடம் சொன்னான். "நான் இந்த இருக்கையிலயே படுத்துக்கறேன்."

ஜான் மாமா பருத்துப் போன பெண்ணுக்குப் பின்னால் ஏற உதவினார். அம்மா சட்டி பானைகளை சிறு இடத்தில் அடுக்கினாள். குடும்பம் டிரக்கின் பின்புறத்தில் நெருக்கமாகப் படுத்துக் கொண்டது.

ஒரு பெட்டிக் காரில் ஒரு குழந்தை நீண்ட குரல் கொடுத்து அழுதது. ஒரு நாய் வெளியே வந்து மோப்பம் பிடித்துக் கொண்டு உறுமிக் கொண்டு ஜோடின் டிரக்கைச் சுற்றி நடந்தது. ஓடும் தண்ணீரின் சத்தம் ஓடையிலிருந்து வந்து கொண்டிருந்தது.

சாலையில் "பருத்தி எடுப்பவர்கள் தேவை" என்ற அறிவிப்புகள் இருந்தன. துண்டுப் பிரசுரங்கள் விநியோகிக்கப்பட்டன, ஆரஞ்சு நிறப் பிரசுரங்கள் – பருத்தி எடுப்பவர்கள் தேவை.

'இதே சாலையில் செல்லவும்' என்று அவை அறிவித்தன.

இருண்ட பச்சை நிறச் செடிகள் இப்போது இழை விட்டுவிட்டன. அவற்றின் தோட்டின் மீது பருத்திப் பந்துகள் கனமாகத் தொங்கிக் கொண்டிருந்தன. வெள்ளைப் பருத்தி பாப்கார்னைப் போல் வெளியே விழுந்து கொண்டிருந்தது.

நம் கை விரல்கள் அந்தப் பந்துகள் மேல் படத் துடித்தன. மெதுவாக விரல் நுனியால் தொடத் துடித்தன.

நான் நன்றாகப் பருத்தி எடுக்கக் கூடிய ஒருவன்.

இதோ ஆள், இங்கேயே இருக்கிறேன்.

நான் கொஞ்சம் பருத்தி எடுக்க விரும்புகிறேன்.

பை இருக்கிறதா?

இல்ல, பை இல்ல.

அதுக்கு ஒரு டாலர் ஆகும். அத உன்னோட முதல் நூத்தம்பதுலேருந்து எடுத்துக்கோ. முதல் சமயம், நூத்துக்கு எண்பது செண்ட். இரண்டாவதுக்கு தொண்ணூறு செண்ட். அங்கேருந்து பையை வாங்கிக்கோ. ஒரு டாலர். உங்கிட்ட ஒரு டாலர் இல்லேன்னா, அத உன்னோட முதல் நூத்தம்பதுலேருந்து வாங்கிக்கோ. அது நியாயம்தான்னு உனக்குத் தெரியும்.

நிச்சயமா அது நியாயமானதுதான். அருமையான பருத்திப் பை, இந்தப் பருவம் பூரா வரும். அது நஞ்சு போச்சுன்னா அதத் திருப்பி மறுபக்கத்த உபயோகப்படுத்து. திறந்திருக்கற பக்கத்த தைச்சுடு. நஞ்ச பக்கத்த திற. ரெண்டு பக்கமும் நஞ்சு போனவுடனே, அது ஒரு நல்ல துணி! அருமையான கோடை கால்சட்டைகள் ரெண்டு தச்சுக்கலாம். அருமையான இரவு உடை தைக்கலாம். அருமை – ஒரு பருத்திப் பை அருமையான பொருள்.

அத உன்னோட இடுப்புல கட்டிக்கோ. அத அகட்டி கால்களுக்கு நடுவில வச்சு இழுத்துக்கிட்டுப் போ. முதல்ல அது கனமில்லாம இருக்கு. உன்னோட விரல் நுனி ஒரு இழைய எடுத்ததும், கை சுழன்று உன் காலிடுக்கில் இருக்கும் பைக்குள் போகும். குழந்தைங்க பின்னால வருவாங்க; அவங்களுக்கு எங்ககிட்ட பை கிடையாது – சாக்குப் பைய உபயோகிக்கலாம், இல்லேன்னா உங்க மூத்தவங்களோட பைல

போட்டுக்கலாம். இப்ப அது கனமா தொங்கும். முன்னால குனிஞ்சு தூக்கிக்கிட்டுப் போ. நான் பருத்தில அனுபவம் உள்ளவன். விரலும் பருத்தியும் திறனோட இருக்கு. சும்மா பேசிக்கிட்டு, சில சமயம் பாடிக்கிட்டு பை கனமாற வரைக்கும் வேல பாரு. விரல்கள் நேரா அதுக்குள்ள போகும். விரல்களுக்குத் தெரியும். கண்கள் வேலையப் பாக்கும் – அதப் பாக்காது.

வரிசைகளுக்கு இடையில் பேச்சு –

ஊர்ல ஒரு பொம்பள இருந்தா, அவ பேரல்லாம் சொல்ல மாட்டேன் – அவளுக்கு திடீர்னு ஒரு கருப்பு குழந்தை பிறந்திடுச்சு. யாருக்கும் முன்ன தெரியாது. அந்தக் கருப்பு ஆள யாரும் கண்டுபிடிக்கல. அவளால அதுக்கு மேல தல நிமிந்து பாக்க முடியல. ஆனா நான் சொல்லுவேன்–அவ நல்லா பருத்தி எடுப்பா.

இப்போது பை கனமாகி விட்டது, அதை இழுத்து வர வேண்டும். வேல செய்யற ஒரு குதிரை மாதிரி அத உன்னோட இடுப்புல வச்சு இழுத்துட்டு வரணும். குழந்தைங்க அவங்க மூத்தவங்களோட பைல போடும். இங்க அருமையான பயிர். தாழ்ந்த இடத்துல மெலிசாவும், இழையாவும் இருக்கும். இதுக்கு முன்னால கலிஃபோர்னியா பருத்தி மாதிரி பருத்தி பாத்ததில்ல. நான் இதுவரைக்கும் பாத்ததுல நீள இழையான அருமையான பருத்தி. ஆனா நிலத்த வேகமா பாழாக்கிடும். ஒரு ஆளு பருத்திக்காட்ட வாங்க விரும்பினா– அத வாங்காத, வாடகைக்கு எடு. அதுல பருத்தி எடுத்ததும் இல்லேன்னா அது விழுந்ததும், புது இடத்துக்குப் போயிடு.

வரிசையாக ஆட்கள் நிலத்தினூடே நகர்ந்து கொண்டிருக்கின்றனர். விரல்வேலை. பருத்தியைத் தேடி விரல்கள் உள்ளேயும், வெளியேயும் தேடி நகர்கின்றன. பார்க்க வேண்டியதே இல்லை.

நான் குருடா இருந்தாக்கூட பருத்தி எடுப்பேன்னு பந்தயம் கட்டுவேன். ஒரு பருத்திய என்னால உணர முடியும். ஒரு விசில் மாதிரி சுத்தமானத எடுக்கணும்.

இப்ப சாக்கு நிறைஞ்சிடுச்சு. அத அளக்க எடுத்துட்டுப் போ. வாதாடு. அளக்கறவன் நீ அதோட கனத்த ஏத்த கல்ல போட்டிருக்கறதா வாதாடுவான். அவனுக்கென்ன? அவனுக்கு கூலி நிரந்தரமா வச்சிருக்கு. சிலசமயம் அவன் சொல்றது சரிதான். சாக்குல நீ கொஞ்சம் கல்ல வச்சிருப்ப. சில சமயம் நீ சரி, அளவைல தப்பிருக்கும். சிலசமயம் ரெண்டும்; கல்லும், தப்பான அளவையும். எப்பவும் வாதாடு, எப்பவும் சண்ட போடு. உன்னோட தலைய நிமித்தி வச்சுக்க. கொஞ்சம் கல்லிருந்தா என்ன? ஒண்ணே ஒண்ணு இருக்கலாம். கால் பவுண்ட்? எப்பவுமே வாதாடு.

காலி சாக்கோட திரும்பு. உனக்கு ஒரு சொந்த புத்தகம் வச்சுக்க. அதுல எடைய எழுதிக்க. நீ எழுதறது அவங்களுக்குத் தெரிஞ்சா அப்புறம் ஏமாத்த மாட்டாங்க. ஆனா நீ சொந்தமா எடைய எழுதிக்கலேன்னா, கடவுள்தான் காப்பாத்தணும் உன்ன.

"இது ஒரு நல்ல வேலை. குழந்தைங்க சுத்தி ஓடுவாங்க. பருத்தி எடுக்கற இயந்திரம் பத்தித் தெரியுமா?"

"ஆமா, நான் கேட்டேன்."

"அது வரும்னு நினைக்கறயா?"

"அது வந்தா - அது கையால எடுக்கறத நிறுத்திடும்னு ஒருத்தன் சொன்னான்."

இரவு வந்தது. எல்லாரும் சோர்ந்து போறாங்க. இருந்தாலும் நல்லா எடுத்தாச்சு. மூணு டாலர் கிடைச்சது. நான், கிழவி, குழந்தைங்க.

கார்கள் பருத்திக் காட்டுக்குச் சென்றன. பருத்தி முகாம்கள் அமைந்தன. திரையிட்ட உயரமான டிரக்குகளும், டிரெயிலர்களும் வெள்ளைப் பருத்தியால் நிறைந்தன. வேலிகளின் கம்பிகளில் பருத்தி ஒட்டிக் கொள்கிறது, சாலைகளில் காற்றடிக்கும்போது பருத்தி உருண்டைகள் பறக்கின்றன. சுத்தமான, வெள்ளைப் பருத்தி பஞ்சாலைக்குச் செல்கிறது. பெரியகனத்தபேல்கள்அழுத்தப்படுவதற்காகக்காத்துக்கொண்டிருக்கின்றன. பருத்தி உங்கள் உடைகளிலும், மீசையிலும் ஒட்டிக் கொண்டிருக்கிறது. மூச்சை இழுத்து விடுங்கள், உங்கள் மூக்கில் பஞ்சு இருக்கிறது.

இப்போது வளைந்து இறங்குங்கள், இருட்டுவதற்கு முன்பாக பையை நிறையுங்கள். திறன்மிக்க விரல்கள் பருத்தியைத் தேடுகின்றன. இடுப்புகள் குனிந்து பைகளை இழுத்துச் செல்கின்றன. குழந்தைகள் மாலையில் சோர்ந்து விட்டன. அவர்கள் அறுவடை செய்த நிலத்தில் தமது கால்கள் தடுக்க விழுகின்றனர். சூரியன் இறங்குகிறது.

அது நீடிக்கும் என்று விரும்புகிறோம். அது நிறையப் பணமல்ல, கடவுளுக்குத் தெரியும், ஆனால் அது நீடிக்கும் என்று விரும்புகிறேன்.

உயர்வேகப்பாதையில் பழைய கார்கள் கைப்பிரசுரங்களால் ஈர்க்கப்பட்டு குவிகின்றன.

பருத்திப் பை இருக்கா?

இல்ல.

அப்ப ஒரு டாலர் விலையாகும்.

நாம அம்பது பேர் மட்டும் இருந்தா, நாம கொஞ்ச நாள் இருக்கலாம்.

ஆனா ஐநூறு பேர் இருக்காங்க. ரொம்ப நாள் வராது. தன்னோட பைக்குக் கூட பணம் கொடுக்க முடியாமப் போன ஒரு ஆள எனக்குத் தெரியும். ஒவ்வொரு வேலைக்கும் அவனுக்கு ஒரு புது பை கிடைச்சது. அவனோட பை நிறையறதுக்கு முன்னால அந்த நிலத்துல வேலை முடிஞ்சி போச்சு.

கடவுளுக்காக கொஞ்சம் பணத்த மிச்சம்பிடிக்க முயற்சி பண்ணு! குளிர்காலம் வேகமா வருது. கலிஃபோர்னியாவில குளிர்காலத்துல வேலை எதுவும் இருக்காது. இருட்றதுக்கு முன்னால பைய நிறைச்சிடு. ஒரு ஆளு ரெண்டு பருத்திகளைப் போட்றத நான் பாத்தேன்.

சரி, இருக்கட்டும். ஏன் கூடாது. நான் கோணலான தராச சமப்படுத்திக்கிட்டு இருக்கேன்.

இதோ என்னோட புத்தகம், முந்நூத்து பன்னண்டு பவுண்டு.

சரி!

இயேசுவே, அவன் வாதாடவேயில்ல! அவனோட தராசு கோணலாயிருக்கணும். எப்படின்னாலும் அது ஒரு நல்ல நாள்.

இந்த நிலத்துக்கு ஆயிரம் பேர் வந்துக்கிட்டு இருக்காங்கன்னு சொல்றாங்க. நாளைக்கு நாம ஒரு வரிசைக்கு சண்ட போட்டுக்கிட்டு இருப்போம். நாம வேகமா பஞ்ச எடுப்போம்.

பருத்தி எடுப்பவர்கள் வேண்டும். அதிகமான ஆட்கள் எடுத்தால் வேகமாக பஞ்சாலைக்கு அனுப்பலாம்.

இப்போது பருத்தி முகாமுக்குப் போகலாம்.

கடவுள் அருளால இன்று இரவு பக்கவாட்டு இறைச்சி. பக்கவாட்டு இறைச்சிக்கு நமக்குப் பணம் கிடைச்சிருக்கு. குட்டிப் பையனுக்கு ஒரு கை கொடு. அவன் சோர்ந்து போயிருக்கான். ஓடிப்போயி நாலு பவுண்டுக்கு பக்கவாட்டு இறைச்சி வாங்கு. கிழவி இன்னைக்கு ராத்திரி ரொம்ப சோர்ந்து போகலைன்னா கொஞ்சம் நல்ல பிஸ்கட் செய்வா.

28

பன்னிரண்டு பெட்டிக் கார்கள் ஓடைக்கருகில் இருந்த ஒரு தட்டையான நிலத்தில் ஒரு முனையிலிருந்து இன்னொரு முனைவரை நின்றன. சக்கரங்கள் அகற்றப்பட்டு இரண்டு வரிசைகளில் ஆறு, ஆறாக அவை நின்றன. அவற்றின் பெரிய இழுத்து மூடும் கதவுகள் வரை நடைமேடைகள் நின்றன. அவை நல்ல வீடுகளாக, தண்ணீர் புகாதவையாக, ஒப்பிட முடியாதவையாக ஆக இருந்தன. அவற்றில் இருபத்து நான்கு குடும்பங்கள் தங்கின. ஒவ்வொரு காரின் ஒவ்வொரு முனையிலும் ஒரு குடும்பம். அவற்றில் ஜன்னல்கள் இல்லை. ஆனல் அவற்றின் விரிவான கதவுகள் திறந்திருந்தன. சில கார்களில் காரின் மத்தியில் தார்பாய்கள் தொங்கிக் கொண்டிருந்தன. மற்றவையில் கதவின் இடம்தான் எல்லையாக இருந்தது.

ஜோடின் குடும்பத்துக்கு கடைசிக் காரின் ஒரு முனை கிடைத்தது. முன்னால் இருந்த யாரோ ஒரு எண்ணெய் கேனுடன் ஒரு அடுப்புப் புகைபோக்கியைப் பொருத்தி அதற்கு சுவற்றில் ஒரு ஓட்டையும் போட்டிருந்தார். கதவு விரியத் திறந்திருந்தால் கூட, முனைகளில் இருட்டாகவே இருந்தது. அம்மா காரின் மத்தியில் தார்பாயைக் குறுக்காகப் போட்டிருந்தாள்.

“இது நல்லா இருக்கு” என்றாள் அம்மா. “நாம இருந்த அரசாங்க முகாமத் தவிர மத்த இடங்கள விட இது நல்லாவே இருக்கு.

ஒவ்வொரு இரவும் அவள் மெத்தைகளைத் தரையில் விரித்தாள். ஒவ்வொரு காலையும் அவற்றை மீண்டும் சுருட்டி வைத்தாள். ஒவ்வொரு நாளும் அவர்கள் காட்டுக்குச் சென்று பருத்தி எடுத்தனர், ஒவ்வொரு இரவும் அவர்களுக்கு இறைச்சி கிடைத்தது. சனிக்கிழமை அவர்கள் டாலுரேவுக்குச் சென்று ஒரு தகர அடுப்பையும், அல், அப்பா, ஜான் மாமாவுக்கு புதிய முழு உடைகளையும் வாங்கிக் கொண்டு, அம்மாவுக்கு ஒரு உடை வாங்கிக் கொண்டு அம்மாவின் சிறந்த உடையை ரோசாஷார்னுக்குக் கொடுத்தனர்.

“அவ ரொம்ப பெருசா இருக்கா” என்றாள் அம்மா. “அவளுக்கு இப்போ ஒரு புது உடை வாங்கறது காசுக்குக் கேடு.”

ஜோடுகளுக்கு அதிர்ஷ்டம் இருந்தது. அவர்கள் முன்பே வந்ததால் அவர்களுக்கு பெட்டிக் காரில் இடம் கிடைத்தது. இப்போது அந்த சிறு இடத்தில் பின்னால் வந்தவர்களின் கூடாரங்கள் நிறைந்தன. பெட்டிக் கார்களில் முன்னால் வந்தவர்கள்தான் இருந்தனர், ஒரு வகையில் அவர்கள் மேட்டுக் குடியினர்.

குறுகிய ஓடை மரங்களிலிருந்து வெளியேறி பிறகு மீண்டும் மரங்களுக்குள் நுழைந்தது. ஒவ்வொரு காரிலிருந்தும் ஒரு பாதை ஓடைக்குச் சென்றது. கார்களுக்கு இடையில் ஒவ்வொரு நாளும் கொடிகளில் ஈரத்துணிகள் தொங்கின.

தினம் மாலையில் அவர்கள் மடித்த பருத்திப் பைகளை கைகளுக்கிடையில் இடுக்கிக் கொண்டு திரும்பி வந்தனர். அவர்கள் சாலையைத் தாண்டி இருந்த கடைக்குச் சென்றனர். அங்கு தமது பொருட்களை வாங்கிக் கொண்டு நிறைய பருத்தி எடுப்பவர்கள் நின்றனர்.

"இன்னைக்கு எவ்வளவு?"

"நாங்க நல்லா எடுக்கறோம். இன்னைக்கு மூணரை சம்பாதிச்சோம். அப்படியே நிலைக்கும்னு நம்பறோம். அந்தக் குழந்தைகளும் நல்லா பருத்தி எடுக்க ஆரம்பிச்சிருக்காங்க. அம்மா அவங்களுக்கு ஒவ்வொருத்தருக்கும் சின்னப் பை தச்சிருக்காங்க. அவங்களால பெரிய பைய இழுக்க முடியல. எங்களோடதுல போட்டாங்க.பழைய சட்டைகள வச்சு ஒரு பை தச்சாங்க. நல்லா இருக்கு."

அம்மா இறைச்சிக் கவுண்டருக்குச் சென்றாள். அவளது ஆள்காட்டி விரலை வைத்து வாயை மூடிக் கொண்டு ஆழமாக யோசித்தாள். "கொஞ்சம் பன்றி இறைச்சி துண்டுகள் வாங்கலாம்னு பாக்கறேன். எவ்வளவு?"

"ஒரு பவுண்டு முப்பது செண்ட் அம்மா."

"சரி, எனக்கு மூணு பவுண்டுக்குக் கொடு. ஒரு நல்லா வேக வைக்கற இறைச்சித் துண்டு. நாளைக்கு என் பொண்ணு அத சமைப்பா. என் பொண்ணுக்கு ஒரு பாட்டில் பால். அவளுக்கு அது பரிசு. அவளுக்குக் குழந்தை பிறக்கப் போகுது. அவ நிறைய பால் குடிக்கணும்னு தாதிம்மா சொன்னா. இப்ப பாக்கலாம், உருளைக்கிழங்கு எங்ககிட்ட இருக்கு."

அப்பா ஒரு கேன் சிரப்பை எடுத்துக் கொண்டு கிட்டே வந்தார். "இத இங்க வாங்கிக்கலாம். கொஞ்சம் ஹாட்கேக் பண்ணலாம்."

அம்மா முறைத்தாள். "சரி. இங்க இருக்கறதையெல்லாம் நாங்க எடுத்துக்கறோம். இப்ப நம்மகிட்ட நிறைய பன்னிக்கொழுப்பு இருக்கு."

ருத்தி நெருங்கி வந்தாள். அவளது கையில் இரண்டு பெரிய பெட்டிகள் கிராக்கர்ஜாக் இருந்த. அவளது கண்களில் இதற்கு அம்மா ஒப்புக் கொள்வாளா, மாட்டாளா என்ற பெரிய கேள்வி இருந்தது. அம்மாவின் தலையாட்டல் அவளுக்குப் பெரிய மகிழ்ச்சியான கிளர்ச்சியாகவோ, பெரும் சோகமாகவோ முடியும். "அம்மா", அவள் அந்தப் பெட்டிகளை உயர்த்தி, மேலும் கீழும் ஆட்டிக் காட்டினாள், அவளை ஈர்ப்பதற்காக.

"நீ அத இப்ப திருப்பி வை ---"

ருத்தியின் கண்களில் பெரும் சோகம் தோன்றத் தொடங்கியது. அப்பா சொன்னார், "ஒரு நிக்கல்தான் மிச்சம் இருக்கு. அந்தக் குழந்தைங்க நாள்பூரா வேலை செஞ்சிருக்காங்க"

"ம்—". ருத்தியின் கண்களில் கிளர்ச்சி தோன்றத் தொடங்கியது. "சரி."

ருத்தி திரும்பி ஓடினாள். பாதிவழியில் அவள் வின்ஃபீல்டைப் பிடித்துக் கொண்டு அவனையும் இழுத்துக் கொண்டு கதவைத் தாண்டி மாலைக்குள் ஓடினாள்.

ஜான் மாமா ஒரு ஜதை கேன்வாஸ் கையுறைகளை எடுத்துத் தன் கையில் போட்டுப் பார்த்து விட்டுத் திரும்பவும் வைத்தார். மெதுவாக அவர் சாராய பாட்டில்கள் வைத்த அலமாரிகளை நோக்கிச் சென்று பாட்டில்களின் மேல் இருந்த லேபல்களை ஆராய்ந்தார். அம்மா அவரைப் பார்த்தாள். "அப்பா" என்று அழைத்து ஜான் மாமாவை அவருக்கு ஜாடை காட்டினாள்.

அப்பா அவரிடம் சென்றார். "தாகமா இருக்கா ஜான்?"

"இல்ல, எனக்கு இல்ல."

"பருத்தி முடியற வரைக்கும் கொஞ்சம் பொறு" என்றார் அப்பா. "அப்புறம் நீ முடிஞ்ச வரைக்கும் குடிக்கலாம்."

"நான் அதுங்கள பார்க்கவேயில்ல. வினோதமானது. நான் பொருள வாங்க விரும்பறேன். எனக்குத் தேவையில்லாத பொருள். அந்த சேஃப்டி ரேசர் ஒண்ணு வாங்க விரும்பறேன். அங்க இருக்கற கையுறை வாங்கலாம்னு நினைச்சேன். ரொம்ப மலிவு."

"கையுறை போட்டுக்கிட்டு பருத்தி எடுக்க முடியாது" என்றார் அப்பா.

"எனக்குத் தெரியும். எனக்கு சேஃப்டி ரேசரும் கூட வேண்டியதில்ல. அங்க இருக்கற பொருளெல்லாம் உனக்குத் தேவையோ இல்லையோ வாங்கத் தூண்டற மாதிரி பொருட்கள்."

அம்மா அழைத்தாள். "வாங்க. நமக்கு எல்லாம் வாங்கியாச்சு." அவள் ஒரு பையை எடுத்துக் கொண்டாள். அப்பாவும், ஜான் மாமாவும் ஆளுக்கொரு பையைத் தூக்கிக் கொண்டனர். வெளியே ருத்தியும், வின்ஃபீல்டும் தங்களது கண்களைச் சுருக்கிக் கொண்டு, வாய் முழுதும் கிராக்கர் ஜாக்கை அடக்கிக் கொண்டு காத்துக் கொண்டிருந்தனர்.

"இவங்க ராத்திரி சாப்பிட மாட்டாங்க. நான் பந்தயமே கட்டுறேன்" என்றாள் அம்மா.

மக்கள் பெட்டிக்கார் முகாமுக்குப் படையெடுத்தனர். கூடாரங்களில் விளக்குகள் எரிந்தன. புகைபோக்கிகளிலிருந்து புகை வெளியேறியது. ஜோட் குடும்பத்தினர் படிகளில் ஏறித் பெட்டிக்காரில் தமது முனைக்குச் சென்றனர். ஷாரன் அடுப்புக்குப் பக்கத்தில் ஒரு பெட்டியின் மீது அமர்ந்தாள். அவள் நெருப்பை மூட்டி தகர அடுப்பு சூட்டில் கருத்தது. "எனக்கு பால் வாங்கினயா?" என்று கேட்டாள்.

"வாங்கிட்டேன். இங்க இருக்கு."

"அத எங்கிட்ட கொடு. நான் மதியத்துல இருந்து எதுவும் சாப்பிடல."

"அது மருந்துன்னு அவ நினைக்கறா."

"அந்த தாதி அப்படித்தான் சொன்னா."

"நீ உருளைக்கிழங்க தயாரா வச்சிருக்கியா?"

"இந்தா உரிச்சு வச்சிருக்கு.".

"நாம அத வறுத்துடலாம்" என்றாள் அம்மா. "பன்னிக்கறித் துண்டஎடு. அந்த உருளைக்கிழங்க துண்டாக்கி புது சட்டில போடு."அதுல ஒரு வெங்காயத்த போடு. நீங்கள்ளாம் வெளிய போய் குளிங்க. ஒரு வாளி தண்ணி கொண்டு வாங்க."

"ருத்தியும் வின்ஃபீல்டும் எங்க? அவங்களும் குளிக்கணும். அவங்க ஒவ்வொருத்தர் கைலயும் கிராக்கர் ஜாக் இருக்கு" என்று அம்மா ஷாரனிடம் கூறினாள். "ரெண்டு பேருக்கும் முழுப் பெட்டி."

ஆண்கள் குளிப்பதற்கு ஓடைக்குச் சென்றனர். ஷாரன் உருளைக்கிழங்குகளைத் துண்டாக்கி வறுக்கும் சட்டியில் போட்டு ஒரு கத்தி முனையை வைத்துப் புரட்டினாள்.

திடீரென தார்பாய் விலக்கப்பட்டது. ஒரு பருத்த வியர்வை வடியும் முகம் காரின் மறுபுறத்திலிருந்து எட்டிப் பார்த்தது. "நீங்க எப்படி இன்னைக்கு செஞ்சீங்க திருமதி ஜோட்?"

அம்மா சுழன்று திரும்பினாள். "மாலை வணக்கம் திருமதி வெயின்ரைட். நாங்க நல்லா வேலை செஞ்சோம். மூணரை. சரியா சொன்னா மூணு அம்பத்து ஏழு."

"நாங்க நாலு டாலருக்கு செஞ்சோம்."

"நல்ல விஷயம்" என்றாள் அம்மா. "நீங்க நிறைய பேர் இருக்கீங்க."

"ஆமா. ஜோனாஸ் வளந்துக்கிட்டு இருக்கா. பன்னிக்கறித் துண்டு வாங்கிருக்கீங்க போலருக்கு?"

வின்ஃபீல்ட் கதவு வழியாகத் தவழ்ந்து வந்தான். "அம்மா!".

“ஒரு நிமிஷம் சும்மா இரு. ஆமா எங்க ஆம்பளைங்களுக்கு பன்னிக்கறித் துண்டு பிடிக்கும்.”

“நான் உப்புக்கண்டம் போட்டுட்டிருக்கேன்” என்றாள் திருமதி வெயின்ரைட். “அதோட மணம் உங்களுக்குத் தெரியுதா?”

“இல்ல --- இந்த வெங்காயம், உருளைக்கிழங்கு மணத்துக்கு மேல அத உணர முடியல.”

“அது கருகுது!”. திருமதி வெயின்ரைட் கத்திக் கொண்டே தனது தலையைத் திருப்பினாள்.

“அம்மா” என்றான் வின்ஃபீல்ட்.

“அம்மா – ருத்தி சொல்லிட்டா.”

“எத சொன்னா?”

“டாமப் பத்தி.”

அம்மா தொடங்கினாள். “சொல்லிட்டாளா?”. அவள் அவனுக்கு முன்னால் மண்டியிட்டாள். “வின்ஃபீல்ட், யார் கிட்ட சொன்னா?”

வின்ஃபீல்டுக்கு சங்கடம் ஏற்பட்டது. அவன் பின்வாங்கினான். “அவ கொஞ்சம்தான் சொன்னா.”

“வின்ஃபீல்ட்! அவ என்ன சொன்னான்னு இப்ப சொல்லு.”

“அவ – அவ அவளோட கிராக் ஜாக் முழுசையும் சாப்பிடல. அவ எப்பவும் மாதிரி கொஞ்சம் மிச்சம் வச்சிட்டு, அப்பா ஒண்ணொண்ணா மெதுவா சாப்பிட்டா. ”நீயும் கொஞ்சம் மிச்சம் வச்சிருக்கலாம்னு நினைக்கறேல்ல?” அப்படின்னு கேட்டா.”

“வின்ஃபீல்ட்!” மிரட்டினாள் அம்மா. “இப்ப நீ சொல்லு.” அவள் திரையை பதட்டத்துடன் பார்த்தாள். “ரோசாஷார்ன், நீ போய் மிஸ் வின்ரைட் கேக்க முடியாதபடி அவங்க கிட்ட பேச்சுக் கொடு.”

“இந்த உருளைக்கிழங்குகள யார் பாக்கறது?”

“நான் கவனிச்சுக்கறேன். நீ போ. அவங்க அந்தப் பக்கத்துலேருந்து கேக்கறத நான் விரும்பல. பெண் கனத்த உடலுடன் இப்புறத்திலிருந்து இறங்கி திரையைத் தாண்டி அந்தப்புறம் சென்றாள்.

அம்மா கேட்டாள், “வின்ஃபீல்ட்.. இப்ப சொல்லு.”

“நான் சொன்ன மாதிரி, அவ ஒரு சமயத்துக்கு ஒண்ணுதான் சாப்பிட்டா. அதுல சிலத ரெண்டா உடைச்சு ரொம்பநேரம் வர மாதிரி சாப்பிட்டா.”

“வேகமா சொல்லு.”

“கொஞ்சம் பசங்க அங்க வந்தாங்க. அவகிட்டேருந்து எதாவது வாங்க முயற்சி பண்ணினாங்க. ருத்தி சாப்பிட்டுக்கிட்டே இருந்தா, ஒண்ணும் கொடுக்கல. அவங்களுக்கு கோவம் வந்திருச்சு. ஒருத்தன் அவகிட்டேருந்து கிராக் ஜாக் பெட்டிய பிடுங்கிக்கிட்டான்.”

“வின்ஃபீல்ட்.. வேகமா மிச்சத்த சொல்லு.”

“சொல்லிக்கிட்டுதான் இருக்கேன். உடனே ருத்திக்கு கோவம் வந்து அவன துரத்த ஆரம்பிச்சா. ஒருத்தன அடிச்சா, அப்புறம் இன்னொருத்தன். அப்புறம் ஒரு பெரிய பொண்ணு அவள அடிச்சுட்டா. ஒரு நல்ல அடி அடிச்சா. ருத்தி அழுதுட்டு அவளோட பெரிய அண்ணன கூட்டிட்டு வருவேன், அவன் அந்த பெரிய பொண்ண கொன்னுடுவான்னு சொன்னா. அந்தப் பெரிய பொண்ணு சொன்னா, ‘ஓ, அப்படியா. அவளுக்கு ஒரு பெரியண்ணன் கூட இருக்கான்.” வின்ஃபீல்டுக்கு மூச்சு வாங்கியது. “அப்புறம் திரும்பவும் அந்தப் பெரிய பொண்ணு ருத்திய நல்லா அடிச்சா. ருத்தி தன்னோட பெரியண்ணன் அந்தப் பொண்ணோட தம்பிய கொன்னுடுவான்னு சொன்னா. அந்தப் பெரிய பொண்ணோட அண்ணன் இவ அண்ணன கொன்னுட்டா என்ன பண்ணுவான்னு அந்தப் பெரிய பொண்ணு கேட்டா. அதுக்கு ருத்தி, நம்ம அண்ணன் ஏற்கனவே ரெண்டு பேர கொன்னுருக்கான்னு சொன்னா. அப்புறம், அந்தப் பெரிய பொண்ணு சொன்னா, ‘ஓ சரி! நீ ஒரு புத்திசாலி பொய்காரி’. ருத்தி சொன்னா, ‘ஓ, ஆமா. என்னோட அண்ணன் இப்ப ஒரு ஆள கொன்னுட்டு மறஞ்சிருக்கான். அவன் அந்தப் பெரிய பொண்ணோட அண்ணனையும் கொன்னுடுவான்னு சொன்னா. அப்புறம் அவள அவங்க கேலி செஞ்சாங்க, ருத்தி அவங்க மேல கல்லெறிஞ்சா. நான் வீட்டுக்கு ஓடி வந்துட்டேன்.”

“அய்யோ கடவுளே” என்றாள் அம்மா. “ஓ! என்னோட அருமையான கடவுள் இயேசு ஒரு கொட்டில்ல தூங்கிக்கிட்டு இருக்கார்! நாம இப்ப என்ன செய்யப் போறோம்?” அவள் தனது நெற்றியைத் தன் உள்ளங்கையில் தாங்கிக் கொண்டு தனது கண்களை தேய்த்துக் கொண்டாள். “நாம இப்ப என்ன செய்யப் போறோம்?” உறுமிக் கொண்டிருந்த அடுப்பிலிருந்து உருளைக்கிழங்குகள் கருகும் வாசனை வந்தது. அம்மாவின் முகம் தானே அதை நோக்கித் திரும்பியது.

“ரோசாஷார்ன்!” அன்னா அழைத்தாள். பெண் திரையைக் கடந்து எட்டிப் பார்த்தாள். “வந்து இந்த ராத்திரி சாப்பாட கவனி. வின்ஃபீல்ட், நீ வெளிய போயி ருத்திய கண்டுபிடிச்சு வீட்டுக்குக் கூட்டிட்டு வா.”

“அவள அடிக்கப் போறீங்களா அம்மா? “ என்று அவன் எதிர்பார்ப்புடன் கேட்டான்.

“இல்ல. இதப் பத்தி உன்னால ஒண்ணும் செய்ய முடியாது. அவ பாதி செஞ்சாளான்னு கூட எனக்கு ஆச்சரியமா இருக்கு. இல்ல. அவள அடிக்கறதுல எந்த பிரயோஜனமும் இல்ல. இப்ப ஓடி அவள கண்டு பிடிச்சு திருப்பிக் கூட்டிட்டு வா.”

வின்ஃபீல்ட் காரின் கதவுக்கு ஓடினான். அங்கு மூன்று ஆண்கள் படியேறி வந்து கொண்டிருந்ததைப் பார்த்தான். அவர்கள் உள்ளே வந்தபோது விலகி நின்று கொண்டான்.

அம்மா மென்மையாகச் சொன்னாள், “அப்பா, நான் உங்ககிட்ட பேசணும். ருத்தி டாம் எப்படி ஒளிஞ்சுக்கிட்டு இருக்கான்னு கொஞ்சம் குழந்தைங்ககிட்ட சொல்லிட்டா.”

“என்ன?”

“அவ சொல்லிட்டா. ஒரு சண்டைல இறங்கி சொல்லிட்டா.”

“அந்த சின்ன வேசிமக!”

“இல்ல. அவ என்ன செஞ்சான்னு அவளுக்குத் தெரியாது. இத பாருங்கப்பா. நீங்க இங்க தங்கணும். நான் போய் டாம கண்டுபிடிச்சு அவங்கிட்ட சொல்லப் போறேன். அவன் கவனமா இருக்கணும்னு நான் சொல்லணும். நீங்க இங்கயே இருங்கப்பா. இங்க கவனிச்சுக்கங்க. நான் அவனுக்கு கொஞ்சம் இரவு உணவை கொண்டு போறேன்.”

“சரி!” என்று அப்பா ஒப்புக்கொண்டார்.

“ருத்தி என்ன செஞ்சிருக்காள்னு அவகிட்ட சொல்லிடவே சொல்லிடாதீங்க. நான் சொல்லிக்கறேன்.”

அந்த கணத்தில் வின்ஃபீல்ட் பின் தொடர, ருத்தி உள்ளே வந்தாள். குட்டிப் பெண் அழுக்காக இருந்தாள். அவளது வாய் ஈரமாக இருக்க, அவளது மூக்கிலிருந்து சண்டையால் ஏற்பட்ட காயத்திலிருந்து ரத்தம் சொட்டிக் கொண்டிருந்தது. அவள் வெட்கமடைந்து, பயந்து போயிருந்தாள். வின்ஃபீல்ட் வெற்றிப்பார்வையுடன் அவளுக்குப் பின்னால் வந்தான். ருத்தி ஆவேசமாகத் தோன்றினாலும், அவள் காரின் ஒரு ஓரத்துக்குச் சென்று முதுகைச் சாய்த்து உட்கார்ந்து கொண்டாள். அவளது வெட்கமும், ஆவேசமும் அடக்கப்பட்டிருந்தன.

“நீ என்ன செஞ்சேன்னு நான் சொல்லிட்டேன்” என்றான் வின்ஃபீல்ட்.

அம்மா இரண்டு இறைச்சித் துண்டுகளையும், கொஞ்சம் வறுத்த உருளைக்கிழங்குகளையும் தகரத் தட்டில் வைத்துக் கொண்டிருந்தாள். "உஷ். வின்ஃபீல்ட். ஏற்கனவே அவங்க அவள அவமானப்படுத்திட்டாங்க. நாம இதுக்கு மேல செய்ய வேண்டாம்."

ருத்தியின் உடல் குலுங்கியது. அவள் அம்மாவை மையத்துக்கு இழுத்துத் தன் தலையை அம்மாவின் வயிற்றில் புதைத்துக் கொண்டாள். அழுத்திய அவளது விசும்பல்கள் அவளது முழு உடலையும் குலுக்கின. அம்மா அவளை விலக்க முயன்றாள், ஆனால் அவளது விரல்கள் இறுகப் பிடித்துக் கொண்டிருந்தன. அம்மா அவளது தலைமுடியை மென்மையாக பின்னால் தள்ளி விட்டு அவளது தோளைத் தட்டிக் கொடுத்தாள். "உஷ். உனக்குத் தெரியாது."

ருத்தி தனது அழுக்கான, கண்ணீர் ததும்பிய, ரத்தம் வழிந்த தலையைத் தூக்கிப் பார்த்தாள். "அவங்க என்னோட கிராக் ஜாக்க திருடிட்டாங்க!" என்று அழுதாள். "அந்தப் பெரிய வேசி மக, என்ன அடிச்சா –" அவள் மீண்டும் பெரிதாக அழத் தொடங்கினாள்.

"உஷ்!" என்று அதட்டினாள் அம்மா. "அத மாதிரி பேசாத. விடு. நான் இப்ப போறேன்."

"நீங்க ஏம்மா அவள அடிக்கக் கூடாது? அவ அவளோட கிராக் ஜர்க்க குடுத்திருந்தா இது நடந்திருக்காது. போய் அவள அடிங்க."

"நீ உன்னோட வேலைய மட்டும் பாரு மிஸ்டர்" என்று அம்மா கடுங்கோபத்துடன் சொன்னாள். "நீயே அடி வாங்கிக்குவ. இப்ப ருத்திய விடு."

வின்ஃபீல்ட் ஒரு சுருட்டி வைத்த மெத்தைக்கு சென்றான். அவன் தனது குடும்பத்தை மெத்தனமாகவும், குறையுடன் பார்த்துக்கொண்டிருந்தான். ருத்தி கிடைக்கும் முதல் வாய்ப்பிலேயே தன்னைத் தாக்கக் கூடுமென்று எதிர்பார்த்துத் தனக்குத் தகுந்த தற்பாதுகாப்பை ஏற்படுத்திக் கொண்டான். அது அவனுக்குத் தெரியும். ருத்தி அமைதியாக மனமுடைந்து காரின் மறுமுனைக்குச் சென்றாள்.

அம்மா தகரத்தட்டின் மேல் ஒரு செய்தித்தாளின் காகிதத்தை வைத்து மூடினாள். "நான் இப்ப போறேன்" என்று சொன்னாள்.

"நீ எதுவும் சாப்பிடலையா?" என்று கேட்டார் ஜான் மாமா.

"அப்புறம். நான் திரும்பி வந்ததும். இப்ப எனக்கு எதுவும் வேண்டாம்." அம்மா திறந்த கதவை நோக்கி நடந்தாள். சாய்வான படிகளில் இறங்கிச் சென்றாள்.

ஓடையின் கரையில் பெட்டிக் கார்களின் அருகில் நெருக்கமாக கூடாரங்கள் அமைக்கப்பட்டிருந்தன. அவற்றின் கயிறுகள் ஒன்றையொன்று தாண்டிச் சென்றன. ஒரு கூடாரத்தின் முறுக்காணிகள் அடுத்த கூடாரத்தின் துணியைத் தாண்டிச் சென்றன. துணிகளின் வழியே வெளிச்சம் தெறிக்க, அனைத்துப் புகைபோக்கிகளும் புகையை வெளியிட்டுக் கொண்டிருந்தன. ஆண்களும், பெண்களும் வாயில்கதவருகே நின்று பேசிக்கொண்டிருந்தனர். குழந்தைகள் துள்ளி ஓடிக்கொண்டிருந்தனர். அம்மா கம்பீரமாக கூடார வரிசையைத் தாண்டி நடந்தாள். ஆங்காங்கே அவளைக் கடந்து சென்றவர்கள் அவளை அடையாளம் கண்டுகொண்டனர். "மாலை வணக்கம், அம்மா."

"மாலை வணக்கம்."

"எதாவது எடுத்துட்டுப் போறீங்களா, திருமதி ஜோட்?"

"அங்க ஒரு நண்பர் இருக்கார். கொஞ்சம் ரொட்டி எடுத்துட்டுப் போறேன்."

அவள் கூடார வரிசையின் முனைக்கு கடைசியில் வந்து சேர்ந்தாள். நின்று திரும்பிப் பார்த்தாள். முகாமில் வெளிச்சம் பிரகாசித்துக் கொண்டிருந்தது. பல ஒலிபெருக்கிகளின் மென்மையான சத்தம் வந்து கொண்டிருந்தது. அவ்வப்போது ஒரு குரல் உச்சத்தில் ஒலித்தது. காற்றை புகையின் வாசம் நிறைத்துக் கொண்டிருந்தது. யாரோ மென்மையாக ஹார்மோனிக்காவை வாசித்துக் கொண்டிருந்தார். மீண்டும் மீண்டும் ஓர் இசையைக் கொண்டு வர முயற்சித்துக் கொண்டிருந்தார்.

அம்மா மரங்களினூடே ஓடையை ஒட்டிச் சென்றாள். வழியை விட்டு விலகி சத்தமின்றி யாராவது தன்னைத் தொடர்கிறார்களா என்று காத்திருந்து பார்த்தாள். ஒரு மனிதன் பாதையின் வழியாக தமது கால் சட்டையைத் தூக்கி பொத்தான்களைப் போட்டுக் கொண்டு முகாமை நோக்கி நடந்தார். அம்மா அவர் நடக்கும்போது தன்னைப் பார்த்து விடாதபடி உட்கார்ந்து கொண்டாள். அங்கேயே ஐந்து நிமிடம் அமர்ந்து கொண்டிருந்து விட்டு பிறகு எழுந்து மெதுவாக ஓடைக்கருகில் இருந்த பாதையில் நடந்தாள். அவளது காலடி ஓசையை விட ஓடைத்தண்ணீரின் ஓசை கேட்கும்படி அவள் அவ்வளவு சத்தமின்றி நடந்தாள். ஓடை இடதுபுறம் திரும்பி, பிறகு வலதுபுறம் திரும்பி உயர்வேகப்பாதையை நோக்கிச்சென்றது. பாதையும் அதனுடனேயே சென்றது. அவள் எப்போதும் டாமுக்கு உணவை வைத்துவிட்டுச் சென்ற கரையையும், அதை ஒட்டி பாலத்தின் அடியிலிருக்கும் வட்டவடிவ ஓட்டையையும் நட்சத்திரங்களின் சாம்பல்நிற ஒளியில் பார்த்தாள். அவள் எச்சரிக்கையுடன் நடந்து அங்கே ஓட்டையில் கையிலிருந்த உணவை வைத்து விட்டு காலியாக விட்டுச்

செல்லப்பட்டிருந்த தட்டை எடுத்துக் கொண்டாள். பிறகு மரங்களுக்கு நகர்ந்து வந்து ஒரு புதருக்குள் நுழைந்து காத்திருந்தாள். அதிலிருந்த ஒரு இடைவெளியில் பாலத்தினடியிலிருந்த ஓட்டை அவளுக்குத் தெரிந்தது. தனது முட்டியைக் கட்டிக் கொண்டு அமைதியாக அமர்ந்திருந்தாள். சில கணங்களில் புதர்கள் அசைந்தன. ஒரு வயல் எலி இலைகளுக்கு மேல் கவனமாக நகர்ந்து சென்றது. ஒரு நாற்றம் பிடித்த ஸ்கங்க் தன்னுடன் நாற்றத்தை பரப்பிக் கொண்டு மெதுவாக ஊர்ந்து சென்றது. காற்று மரங்களை சோதித்துப் பார்ப்பது போல் மெதுவாக வீசியது. மரங்களிலிருந்து தங்கநிற இலைகள் தரையை நோக்கி விழுந்தன. திடீரென பெருங்காற்று வீச, மரங்கள் வேகமாக அசைந்து ஏராளமான இலைகளை உதிர்த்தன. அம்மா அவற்றைத் தனது தோள்களிலும், தலையிலும் உணர்ந்தாள். வானில் ஒரு கருநிற மேகம் நட்சத்திரங்களை அழித்துக் கொண்டே நகர்ந்து சென்றது. மழையின் கனத்த துளிகள் கீழே விழுந்த இலைகளின்மேல் விழுந்து பெருத்த சத்தம் எழுப்பின. மேகம் நகர்ந்து செல்ல, மீண்டும் நட்சத்திரங்கள் தோன்றின. அம்மா நடுங்கினாள். காற்று மீண்டும் அடித்து விட்டுச் செல்ல, புதர்கள் அமைதியாக விடப்பட்டன. ஆனால் மரங்களின் அசைவு ஓடைவரை சென்றது. அங்கே முகாமில் ஓர் ஒற்றை வயலினின் ஓசை ஒரு லயத்தைக் கண்டடைய முயன்று கொண்டிருந்தது.

அம்மாவுக்கு இடப்புறத்தில் இலைகளினூடே கவனமாக யாரோ நடப்பது கேட்க, அவள் பதற்றமடைந்தாள். தனது முட்டிகளை விடுவித்துக் கொண்டு நன்றாகக் கேட்பதற்காகத் தலையை உயர்த்தினாள். அசைவு நின்று நீண்ட கணத்துக்குப் பின்னால் மீண்டும் தொடங்கியது. ஒரு கொடி உலர்ந்த இலைகளின் மேல் வலுவாக சப்தமெழுப்பியது. அம்மா ஒரு கருத்த உருவம் வெளியே வந்து பாலத்துக்கருகில் செல்வதைக் கண்டாள். ஒருகணம் அந்த ஓட்டை மறைந்தது, மறுகணம் அந்த உருவம் பின்னால் வந்தது. அவள் மெதுவாக அழைத்தாள், "டாம்!". உருவம் அப்படியே நின்றது. அந்த உருவம் ஒரு கம்பைப் போல் அப்படியே அசையாமல் நின்றது. அவள் மீண்டும் அழைத்தாள், "டாம்! ஓ டாம்!". பிறகு அந்த உருவம் அசைந்தது.

"அம்மாவா?"

"இங்க இருக்கேன்". அவள் எழுந்து அவனை சந்திக்கச் சென்றாள்.

"நீ இங்க வந்திருக்கக் கூடாது" என்று அவன் கூறினான்.

"நான் உன்னப் பாத்தாகணும், உங்கிட்ட பேசியாகணும் டாம்."

"இது பாதைக்குப் பக்கத்துல இருக்கு. யாராவது இந்தப்பக்கம் வந்துடுவாங்க."

"உனக்கு எதாவது இடமிருக்கா டாம்?"

“ஆமா. ஆனா – யாராவது உன்ன என்னோட பாத்துட்டா – மொத்த குடும்பமும் பிரச்சனைல மாட்டிக்கும்.”

“நான் பேசித்தான் ஆகணும் டாம்.”

“அப்ப எங்கூட வா. அமைதியா வா.” அவன் அலட்சியமாக தண்ணீரில் காலை அளைந்து கொண்டு சிறு ஓடையைக் கடந்து செல்ல, அம்மா அவனைப் பின் தொடர்ந்தாள். அவன் புதர்களுக்குள் நடந்து அறுவடை செய்த வயலைக் கடந்து மறுபுறம் சென்றான். கருகிக் கொண்டிருந்த பருத்தித் தண்டுகள் தரையில் இறுக்கமாக நின்றன. அந்தத் தண்டுகளில் பஞ்சுத் துகள்கள் ஒட்டிக் கொண்டிருந்தன. அவர்கள் வயலோரத்தில் சுமார் கால் மைல் நடந்து சென்றனர். பிறகு அவன் மீண்டும் புதர்களுக்குள் சென்றான். ஒரு பெரிய காட்டு நாவல்பழப் புதரை அடைந்து அதன் கொடிகளை நீக்கினான். “உள்ள தவழ்ந்து போ” என்றான்.

அம்மா தனது கைகளாலும், கால்களாலும் தவழ்ந்து சென்றாள். அவளுக்குக் கீழே மணல் இருந்ததை உணர்ந்தாள். பிறகு உள்ளே சென்றதும் அவளைக் கொடிகள் எதுவும் தொடவில்லை. தரையில் டாமின் போர்வை இருந்ததை அவள் உணர்ந்தாள். அவன் மீண்டும் கொடிகளை அவற்றின் இடத்தில் பொருத்தி வைத்தான். குகைக்குள் வெளிச்சமே இல்லை.

“எங்க இருக்க அம்மா?”

“இங்க. இங்கதான் இருக்கேன். மெதுவா பேசு டாம்.”

“கவலைப்படாத. நான் இங்க கொஞ்ச நாளா முயல் மாதிரி வாழ்ந்துக்கிட்டு இருக்கேன்.”

அவள் அவனது தகரத்தட்டைத் திறக்கும் சத்தத்தைக் கேட்டாள்.

“பன்னிக்கறித்துண்டு. வறுத்த உருளைக்கிழங்கு.”

“எல்லாம் வல்ல கடவுளே, இன்னும் சூடாவே இருக்கு.”

அம்மாவால் அவனை இருட்டில் பார்க்கவே முடியவில்லை. ஆனால் அவன் இறைச்சியைக் கடித்து இழுத்து சுவைப்பதைக் கேட்க முடிந்தது.

“இது ஒரு அருமையான ஒளியும் இடம்” என்றான் அவன்.

அம்மா சங்கடத்துடன் சொன்னாள், “டாம், ருத்தி உன்னப்பத்தி சொல்லிட்டா.” அவள் அவன் முழுங்குவதைக் கேட்டாள்.

“ருத்தியா? எதுக்கு?”

"அது அவளோட தப்பில்ல. ஒரு சண்டைல இறங்கிட்டா. அவளோட அண்ணன் அடுத்த பொண்ணோட அண்ணன கொன்னுடுவான்னு சொல்லிருக்கா. அதுங்க எப்படி செய்வாங்கன்னுதான் உனக்குத் தெரியுமே. அவளோட அண்ணன் ஒருத்தன கொன்னுட்டு ஒளிஞ்சுக்கிட்டிருக்கான்னு சொல்லிருக்கா."

டாம் சிரித்தான். "ஜான் மாமாதான் இப்படியெல்லாம் செய்வார்னு நான் நினைச்சுக்கிட்டிருந்தேன். இது வெறும் குழந்தைகளோட பேச்சு அம்மா. போகட்டும்."

"இல்ல, அப்படியில்ல", என்றாள் அம்மா. " இந்தக் குழந்தைங்க சுத்தி முத்தி பேசும். அத ஆளுங்க கேட்டா, அவங்க சீக்கிரமே வெளிய சொல்லிடுவாங்க. உன்ன தேட அவங்க ஆள அனுப்பிட்டா? டாம் நீ போயித்தான் ஆகணும்."

"நான் அதத்தான் ஆரம்பத்தில இருந்து சொல்லிக்கிட்டு இருக்கேன். நீ அந்தப் பாலத்துக்குக் கீழ சாப்பாட வைக்கறத யாராவது பாத்து, கவனிப்பாங்கன்னு நான் எப்பவுமே பயந்தேன்."

"எனக்குத் தெரியும். ஆனா நான் நீ கிட்ட இருக்கணும்னு விரும்பினேன். நான் உனக்காக பயந்தேன். நான் உன்னப் பாக்கல. இப்ப உன்னப் பாக்க முடியல. உன் முகம் எப்படியிருக்கு?"

"வேகமா குணமாகுது."

"கிட்ட வா டாம். நான் அத தொட்டுப் பாக்கறேன். கிட்ட வா." அவன் அவளுக்கருகில் தவழ்ந்து வந்தான். அவள் கையை நீட்டி அவனது தலையை இருளில் உணர்ந்தாள். பிறகு அவளது விரல்கள் இறங்கி மூக்கைத் தொட்டன, பிறகு இடது கன்னம். "உனக்கு நல்லா தழும்பு இருக்கு டாம். உன் மூக்கு மோசமா வளைஞ்சிருக்கு."

"ஒருவேள இது நல்ல விஷயமா இருக்கலாம். யாருக்கும் என்ன தெரியாமக் கூட இருக்கலாம். என்னோட ரேகை ஆவணத்துல இல்லாம இருந்தா, நான் சந்தோஷமா இருப்பேன்." அவன் மீண்டும் சாப்பிடத் தொடங்கினான்.

"உஷ். கவனி."

"அது காத்தும்மா. வெறும் காத்துதான்." காற்று ஓடைக்கு மேல் அடித்தது, மரங்கள் அது கடக்கும் போது சத்தமிட்டன.

அவள் அவன் குரலை வைத்து நெருங்கினாள். "நான் உன்ன திரும்பவும் தொடணும் டாம். இது குருட்டு வேல மாதிரி இருக்கு.

அவ்வளவு இருட்டு. நான் நினைவு வச்சுக்கணும்னா, என்னோட விரல்கள்தான் நினைவு வச்சுக்க முடியும். நீ போகத்தான் வேணும் டாம்."

"ஆமா. அது எனக்கு முதல்லேருந்தே தெரியும்."

"நாம நல்லாவே வேல செய்யறோம். நான் பணத்த கொஞ்சம் கொஞ்சமா சேத்துக்கிட்டிருக்கேன். உன்னோட கைய நீட்டு டாம். எங்கிட்ட ஏழு டாலர் இருக்கு."

"நான் பணத்த எடுத்துக்கப் போறதில்ல. என்னால சமாளிக்க முடியும்."

"உன் கைய நீட்டு டாம். நீ பணத்த வாங்கிக்கலேன்னா நான் தூங்க மாட்டேன். நீ ஒருவேளை பஸ்ல போக வேண்டிருக்கலாம். நீ ரொம்ப தூரம் போகணும்னு நான் விரும்பறேன். முன்னூறு – நானூறு மைல்."

"நான் அத எடுத்துக்க மாட்டேன்."

"டாம்" என்றாள் அம்மா உறுதியாக. "நீ இந்தப் பணத்த எடுத்துக்க. நான் சொல்றது கேக்குதா? எனக்கு வலி உண்டாக்க உனக்கு உரிமையில்ல."

"இது ஒண்ணும் விளையாட்டு இல்ல" என்றான் அவன்.

"நீ ஒருவேள ஒரு பெரிய நகரத்துக்குப் போகலாம்னு நான் நினைச்சேன். ஒருவேள லாஸ் ஏஞ்சல்ஸ். அங்க உன்னத் தேடவே மாட்டாங்க."

"ம்ம்ம்.... பாரும்மா. நான் பகல், ராத்திரியெல்லாம் தனியா ஒளிஞ்சுக்கிட்டிருக்கேன். நான் யாரைப்பத்தி நினைச்சுக்கிட்டிருக்கேன் தெரியுமா? கேஸி! அவர் நிறையப் பேசினார். என்னை கவலைப்பட வைப்பார். ஆனா இப்போ அவர் சொல்லி எனக்கு நினைவுல இருக்கறத நான் யோசிச்சிக்கிட்டு இருக்கேன் – எல்லாத்தையும். ஒரு தடவை அவர் தன்னோட ஆன்மாவ உணர்றதுக்காக காட்டுக்குள்ள போனதா சொன்னார். ஆனா அவருக்குள்ள அவரோட எந்த ஆன்மாவும் இல்லேன்னு அவர் கண்டுபிடிச்சார். ஒரு பெரிய ஆன்மாவோட சின்ன துண்டத்தான் அவர் கண்டுபிடிச்சதா சொல்லுவார். காடுங்கறதுல எந்த நன்மையும் இல்ல, ஏன்னா அவரோட சின்னத்துண்டு ஆன்மா ஒட்டுமொத்த ஆன்மோவோட இல்லேன்னா அதுல எந்த நன்மையும் இல்லேன்னு அவர் சொல்லுவார். எனக்கு எப்படி நினைவிருக்குங்கறது வினோதமானது. நான் அவர் சொன்னத கேட்டதாவே நினைவில்ல. ஆனா ஒரு ஆள் தனியா இருக்கறதுல எந்த நன்மையும் இல்லேன்னு இப்ப எனக்குத் தெரியும்."

"அவர் ஒரு நல்ல மனுஷர்" என்றாள் அம்மா.

டாம் மேலும் சொன்னான், "ஒரு தடவை அவர் கொஞ்சம் மறைநூல் செய்திய சொன்னார். அது ஒரு மறைநூல் செய்தி மாதிரியே தெரியல. அவர் அத ரெண்டு தடவை சொன்னார், எனக்கு நினைவிருக்கு. அது ஒரு போதகரோடதுன்னு சொன்னார்."

"அது என்ன சொல்லுது டாம்?"

"ரெண்டு ஒண்ண விட மேலானது. ஏன்னா அவங்களோட வேலைக்கு நல்ல பரிசு கிடைக்குது. அவங்க விழுந்தா, அவனத் தூக்கிவிட கூட ஒரு ஆள் இருப்பான். அவன் தனியா இருக்கும்போது கீழ விழுந்தா, அவனத் தூக்கி விட ஆளிருக்காது.' அது அதோட ஒரு பகுதி."

"சொல்லு, மேல சொல்லு டாம்."

"இன்னும் கொஞ்சம்தான். அதேமாதிரி, ரெண்டு பேர் சேர்ந்து படுத்தா, சூடு இருக்கும்; ஆனா ஒரு ஆள் தனியா படுத்தா எப்படி சூடு வரும்? ஒரு ஆள் தனியா இருக்க முடியும்னா, ரெண்டு பேர் இருந்தா அவனால பொறுத்துக்க முடியும், மூணு மடிப்பு இருக்கற கம்பிய வேகமா உடைக்க முடியாது."

"அது ஒரு மறைநூல் விளக்கமா?"

"அப்படின்னு கேஸி சொன்னார். அது போதகரோடதுன்னார்."

"உஷ். கேளு."

"வெறும் காத்துதாம்மா. எனக்கு காத்தத் தெரியும். நான் யோசனை வந்தது – இந்த போதனை பெரும்பாலானது ஏழைகளைப் பத்தினது. நம்மளோடவே இருக்கறது. உங்கிட்ட எதுவும் இல்லேன்னா, உன் கையை பின் தொடர். நீ செத்தப்புறம் தங்கத்தட்டும், ஐஸ்கிரீமும் கிடைக்கப்போகுதுன்னா அதத் தூக்கியெறி. அப்புறம் இங்க போதகர் சொல்றாரு, ரெண்டு பேருக்கு அவங்க வேலைக்கு நல்ல பெரிசு கிடைக்கும்னு."

"டாம், நீ என்ன செய்யலாம்னு இருக்க?"

அவன் நீண்ட நேரம் அமைதியாக இருந்தான். "அரசாங்க முகாம்ல எப்படி இருந்தது, நம்மாளுங்க தங்களையே எப்படி கவனிச்சிக்கிட்டாங்க, சண்டை நடந்தா, எப்படி தாங்களே தீர்த்து வச்சுக்கிட்டாங்கங்கறதல்லாம் நான் யோசிச்சிக்கிட்டிருந்தேன்; அங்க தங்களோட துப்பாக்கிய ஆட்டிக்கிட்டே எந்த போலீஸ்காரனும் வரல. ஆனா போலீஸ்காரங்க கொடுக்கறத விட நல்ல ஒழுங்கு இருந்தது. நாம ஏன் அதையெல்லாம் திரும்ப செய்ய முடியாதுன்னு நான் யோசிச்சிக்கிட்டிருந்தேன். நம்ம ஆளுங்க இல்லாத போலீஸ்காரங்கள தூக்கியெறிவோம். நாம நம்மளோட

சொந்தத்துக்காக ஒண்ணுசேந்து உழைப்போம் – எல்லா பண்ணையும் நம்மளோட சொந்த நிலம்.''

''டாம், நீ என்ன செய்யப்போற?''

''கேஸி செஞ்சதத்தான்'' என்றான் டாம்.

''ஆனா அவங்க அவரக் கொன்னுட்டாங்க.''

''ஆமா. அவர் வேகமா குனியல. அவர் சட்டத்துக்கு விரோதமா எதுவும் செய்யலம்மா. நான் நிறைய யோசிச்சிக்கிட்டிருந்தேன். நம்ம ஜனங்க பன்னி மாதிரி வாழறதப்பத்தி, நல்ல நிலம் பரந்து கிடக்கறத பத்தி. ஒரு வேளை பத்து லட்சம் ஏக்கர் ஒரு ஆளுக்கு சொந்தமா இருக்கலாம், அதே சமயம் நூறாயிரம் விவசாயிகள் பட்டினி கிடக்கறாங்க. நம்ம ஆளுங்க எல்லாம் ஒண்ணுசேந்து குரல் கொடுத்தா, அந்த ஆளுங்க மாதிரி, ஹூப்பர் பண்ணைல அப்படி சில பேர்தான் இருக்காங்க – ''

அம்மா சொன்னாள், ''டாம் அவங்க உன்னத் துரத்திடுவாங்க. அவங்க இளைஞன் ஃப்ளாயிட வெட்டி சாய்ச்ச மாதிரி சாச்சுடுவாங்க.''

''எப்படின்னாலும் அவங்க என்னத் துரத்தத்தான் போறாங்க. நம்ம ஆளுகளயெல்லாம் துரத்திக்கிட்டிருக்காங்க.''

''நீ யாரையும் கொல்றதுக்கு நினைக்கலையே டாம்?''

''இல்ல. நான் ஏற்கனவே சட்டத்த மீறினவங்கறதால, ஒருவேளை நான் செய்யலாம். ஆனா அதப்பத்தி நான் தெளிவா யோசிக்கலம்மா. இப்ப என்னை கவலைப்படுத்தாத. என்னக் கவலைப்படுத்தாத.''

அவர்கள் கொடிகளுக்கு இடையிலிருந்த இருண்ட குகையில் அமைதியாக அமர்ந்திருந்தார்கள். அம்மா சொன்னாள், ''எனக்கு உன்னப் பத்தி எப்படித் தெரியும்? அவங்க உன்னக் கொன்னுடக் கூட செய்வாங்க, எனக்கு எப்படித் தெரியும்? அவங்க உன்னக் காயப்படுத்தினா எனக்கு எப்படித் தெரியும்?''

டாம் சங்கடத்துடன் சிரித்தான். ''கேஸி சொல்ற மாதிரி, ஒரு ஆளுக்கு சொந்தமா ஒரு ஆன்மா இல்ல, ஆனா அவங்கிட்ட ஒரு பெரிய ஆன்மாவோட ஒரு துண்டுதான் இருக்கு –அப்புறம் –''

''அப்புறம் என்ன டாம்?''

''அப்புறம் ஒரு விஷயம் இல்ல. அப்புறம் நான் முழுசா இருட்டுல இருப்பேன். நான் எல்லா இடத்திலயும் இருப்பேன் – நீ பார்க்கிற இடத்துலயெல்லாம். பட்டினி கிடக்கற மக்கள் சாப்பிடற மாதிரி சண்டை இருக்கிற இடத்துல, நான் இருப்பேன். எங்கயெல்லாம் ஒரு போலீஸ்காரன் ஒரு ஆள அடிக்கறானோ, அங்க நான் இருப்பேன். கேஸிக்கு ஏன்னு

தெரிஞ்சிருந்தா, நான் கோபமா இருக்கிறபோது ஆளுங்க கத்தற மாதிரி இருப்பேன்– இரவு சாப்பாடு தயார்னு தெரிஞ்சவுடனே பசியோட இருக்கற குழந்தைங்க சிரிக்கற வழில இருப்பேன். நம்ம ஆளுங்க பயிரிட்டு வளக்கிற பொருள சாப்பிடற போது, நம்மாளுங்க தானே கட்டின வீட்டுல இருக்கற போது, நான் அங்க இருப்பேன். பாரு. கடவுளே, நான் கேஸி மாதிரி பேசிக்கிட்டிருக்கேன். அவரப்பத்தி எனக்கு அவ்வளவு நினைவு வருது. அவர என்னால சில சமயம் பார்க்க முடியும்கற மாதிரி இருக்கு."

"எனக்குப் புரியல" என்றாள் அம்மா. "எனக்கு நிஜமாவே தெரியல."

"எனக்குந்தான்" என்றான் டாம். "நான் அதப்பத்திதான் யோசிச்சிக்கிட்டு இருந்தேன். நீ ரொம்ப சுத்த முடியாதப்போ நிறைய யோசி. நீ திரும்பணும் அம்மா."

"அப்ப நீ பணத்த எடுத்துக்கோ."

அவன் ஒரு கணம் அமைதியாக இருந்தான். "சரி" என்றான்.

"அப்புறம் டாம், பின்ன – இது சரியானவுடனே, நீ திரும்பிடுவ. நீ எங்கள கண்டு பிடிப்ப?"

"நிச்சயமா" என்றான் அவன். "இப்ப நீ போறது நல்லது. இதோ, உன் கையக் குடு." அவன் அவளை வாசலுக்கு அழைத்துச் சென்றான். அவளது விரல்கள் அவனது மணிக்கட்டைப் பற்றின. அவன் கொடிகளை அகற்றி அவளை வெளியே அழைத்துச் சென்றான். "அந்த வயலுக்குப் போயி அங்க ஒரு காட்டத்தி வரவரைக்கும் போ. அங்க ஓடையை கடந்து போ. குட்பை."

"குட்பை" என்றவள் வேகமாக நடந்தாள். அவளது கண்கள் ஈரமாக எரிந்தன, ஆனால் அவள் அழவில்லை. அவளது காலடிகள் புதர்களிடையே நடந்தபோது சத்தமாகவும், கவனமின்றியும் இருந்தன. அவள் நடந்து சென்றபோது, மங்கலான வானத்திலிருந்து மழை பெய்யத் தொடங்கியது. பெரிய சில துளிகள் காய்ந்த இலைகளில் விழுந்து தெறித்தன. அம்மா மழைநீர் சொட்டிக் கொண்டிருந்த புதரில் அசையாமல் நின்றாள். திரும்பி கொடிகள் குகைபோல் இருந்த மேட்டை நோக்கி மூன்று அடிகள் நடந்தாள். பிறகு வேகமாகத் திரும்பி பெட்டிக்கார் முகாமை நோக்கி நடந்தாள். நேராகப் பாலத்தில் ஏறி சாலையில் நடந்தாள். இப்போது மழை கடந்து சென்று விட்டது, ஆனால் மேகம் மூடியிருந்தது. அவளுக்குப் பின்னால் காலடிச் சத்தம் கேட்க, பதட்டத்துடன் திரும்பினாள். சாலையில் ஒரு மங்கலான விளக்கு வெளிச்சம் ஆடி வந்தது. அம்மா திரும்பி வீட்டை நோக்கி நடந்தாள். ஒரு கணத்தில் ஒரு ஆள் அவளிடம் வந்து சேர்ந்தான்.

மரியாதையுடன் தனது விளக்கை அவளது முகத்தில் அடிக்காமல் தரையில் அடித்தான்.

"மாலைவணக்கம்" என்றான்.

"எப்படி இருக்கீங்க?"

"கொஞ்சம் மழை பெய்யும் போல இருக்கு."

"வராம இருக்கணும். பருத்தி எடுக்கறத நிறுத்த வேண்டியிருக்கும். நாம பருத்தி எடுத்தாகணும்."

"எனக்கு எடுத்துத்தான் ஆகணும். நீங்க இந்த முகாம்ல வசிக்கிறீங்களா?"

"ஆமா சார்." அவர்களது காலடி ஓசைகள் சேர்ந்தாற்போல் சாலையில் கேட்டன.

"எனக்கு இருபது ஏக்கர் பருத்தி இருக்கு. கொஞ்சம் தாமதம், ஆனா இப்ப தயாரா இருக்கு. நான் கொஞ்சம் போய் கொஞ்சம் பருத்தி எடுக்கறவங்கள தேடலாம்னு நினைச்சேன்."

"உங்களுக்கு அவங்க கிடைப்பாங்கதான். பருவம் கிட்டத்தட்ட முடிஞ்சு போச்சு."

"அப்படித்தான் நினைக்கிறேன். என்னோட இடம் இப்படிப்போனா ஒரு மைல்லதான் இருக்கு."

"நாங்க ஆறு பேரு" என்றாள் அம்மா. "மூணு ஆண்கள், நான், ரெண்டு குழந்தைங்க."

"நான் ஒரு அடையாளம் வைக்கிறேன். இந்த ரோட்டுல ரெண்டு மைல்."

"காலைல நாங்க அங்க இருப்போம்."

"மழை பெய்யாம இருக்கும்னு நம்பறேன்."

"நானும் நம்பறேன்" என்றாள் அம்மா. "இருபது ஏக்கர் ரொம்ப நாளாகாது."

"அதுக்கு எவ்வளவு குறைவா ஆகுதோ அவ்வளவு மகிழ்ச்சியா நான் இருப்பேன். என்னோட பருத்தி எடுக்க தாமதமாயிருக்கு. இன்னும் தாமதமாகாம இருக்கணும்."

"நீங்க எவ்வளவு குடுப்பீங்க மிஸ்டர்?"

"தொண்ணூறு செண்ட்"

"நாங்க எடுப்போம். அடுத்த வருஷம் எழுபத்தஞ்சு இல்லேன்னா அறுபதுன்னு சொல்லுவாங்கன்னு கேள்விப்பட்டேன்."

“அப்படித்தான் நானும் கேட்டேன்.”

“அவங்க சிரமப்படுவாங்க” என்றாள் அம்மா.

“நிச்சயம். எனக்குத் தெரியும். என்னை மாதிரி சின்ன ஆளால எதுவும் செய்ய முடியாது. சங்கம் அதத் தீர்மானிக்குது, நாங்க கேட்டுத்தான் ஆகணும். நாங்க கேக்கலைன்னா, பண்ணை எங்ககிட்ட இருக்காது. சின்ன ஆளு எப்பவும் நெருக்கடிக்கு ஆளாவான்.”

அவர்கள் முகாமுக்கு வந்தனர். “நாங்க அங்க இருப்போம்” என்றாள் அம்மா. “ரொம்ப எடுக்க வேண்டியது இல்ல.” அவள் கடைசிப் பெட்டிக் காருக்குச் சென்று படியேறினாள். லாந்தரின் சிறிய வெளிச்சம் காரில் மங்கிய நிழல்களைப் படிய விட்டது. அப்பாவும், ஜான்மாமாவும், ஒரு முதியவரும் காரில் சாய்ந்து உட்கார்ந்திருந்தனர்.

“ஹெலலோ” என்றாள் அம்மா. “மாலை வணக்கம் திரு. வெயின்ரைட்.”

அவர் தனது வெட்டுப்பட்ட முகத்தை மென்மையாக உயர்த்தினார். அவரது கண்கள் அவரது இமைகளின் கீழிருந்த பள்ளத்தில் ஆழமாக இருந்தன. அவரது தலைமுடி நீலவெளிர் நிறத்தில் நன்றாக இருந்தது. அவரது தாடையையும், கன்னத்தையும் வெண்ணிறத் தாடி நிறைத்தது. “மாலை வணக்கம் அம்மா” என்றாள்.

“நமக்கு நாளைக்கு பருத்தி எடுக்க இடம் கிடைச்சிருக்கு” என்றாள் அம்மா. “வடக்க ஒரு மைல்ல. இருபது ஏக்கர்.”

“ட்ரக்க எடுத்துட்டுப் போறது நல்லதுன்னு நினைக்கறேன்” என்றார் அப்பா. “அதிகமா எடுக்கலாம்.”

வெயின்ரைட் தனது தலையை ஆவலுடன் உயர்த்தினார். “நாம எடுக்க முடிஞ்சா?”

“ஏன், நிச்சயம் எடுக்கலாம். நான் கொஞ்ச தூரம் அந்த ஆளோட நடந்தேன். அவர் பருத்தி எடுக்கறவங்கள கூப்பிட வந்தார்.”

“பருத்தி கிட்டத்தட்ட முடிஞ்சு போச்சு. ரொம்ப ஒல்லியா, ரெண்டாந்தரம்தான் இப்ப இருக்கு. ரெண்டாந்தரத்துல காசு பாக்கறது ரொம்ப கஷ்டம். முதல்தரத்துல நல்ல சுத்தமா கிடைச்சது.”

“நீங்க கூட எங்ககூட வரலாம்” என்றாள் அம்மா. “காஸ பகிர்ந்துக்கலாம்.”

“நீங்க ரொம்ப நட்பா இருக்கீங்கம்மா.”

“ரெண்டு பேருக்கும் சேமிப்புதான” என்றாள் அம்மா.

அப்பா சொன்னார், “திருவெயின்ரைட் – அவருக்கு ஒரு கவலை இருக்கு. அதப்பத்திப் பேச எங்ககிட்ட வந்தார். நாங்க அதப்பத்தி பேசிக்கிட்டிருக்கோம்.”

“என்ன விஷயம்?”

வெயின்ரைட் தரையைப் பார்த்தார். “எங்க அகி ஒரு பெரிய பொண்ணாயிட்டா. அவளுக்கு கிட்டத்தட்ட பதினாறு வயசாயிடுச்சு. வளந்துட்டா.”

“அகி ஒரு அழகான பொண்ணு.”

“அவர் சொல்றத முழுசா கேளு” என்றார் அப்பா.

“அவளும் உங்க பையன் அல்லும் தினமும் ராத்திரி சேந்து வெளிய போறாங்க. அகி நல்ல ஆரோக்கியமான பொண்ணு. அவளுக்கு ஒரு கணவன் கிடைக்கணும். இல்லேன்னா பிரச்சனையாயிடும். எங்க குடும்பத்துல எந்தப் பிரச்சனையும் இருந்ததில்ல. இப்ப நாங்க ரொம்ப ஏழைகளா இருக்கறதால, நானும், திருமதி வெயின்ரைட்டும் கவலைப்படறோம். அவ எதாவது பிரச்சனைல மாட்டிக்கிட்டா?”

அம்மா மெத்தையை விரித்து உட்கார்ந்து கொண்டாள். “இப்ப அவங்க வெளிய போயிருக்காங்களா?” என்று விசாரித்தாள்.

“ம். அல் ஒரு நல்ல பையன். இப்ப ஒரு சேவல் மாதிரி தேடிக்கிட்டு திரியறான். ஆனா அவன் நல்ல பிடிமானமான ஆள். எனக்கு இத விட ஒரு நல்ல பையன் கிடைக்க மாட்டான்.”

“ஓ, நாங்க அல்ல பத்தி குத்தம் சொல்ல வரல. எங்களுக்கு அவனப் பிடிக்கும். ஆனா எனக்கும், திருமதி வெயின்ரைட்டுக்கும் என்ன பயம்னா – அவ ஒரு வளந்த பொண்ணு. நாங்க போயி, நீங்களும் போயிட்டா, பின்ன அகிக்கு பிரச்சனைன்னு தெரிய வந்தா? எங்க குடும்பத்துக்கு எதுவும் அவமானம் வந்துடக்கூடாதில்லையா?”

அம்மா மென்மையாகச் சொன்னாள், “நாம உங்களுக்கு அவமானம் வந்துடாதபடி எதாவது செய்ய முயற்சி செய்வோம்.”

அவர் வேகமாக எழுந்து நின்றார். “நன்றி அம்மா. அகி ஒரு வளந்த பொண்ணு. அவ ஒரு நல்ல பொண்ணு – அருமையான நல்ல பொண்ணு. நீங்க எங்களுக்கு அவமானம் வராம தடுத்துட்டா நாங்க நிச்சயம் நன்றியுள்ளவங்களா இருப்போம். இது அகியோட தப்பில்ல. அவ வளந்துட்டா.”

“அப்பா, அல்கிட்ட பேசுங்க” என்றாள் அம்மா. “அப்பா பேசமாட்டார்னா நான் பேசுவேன்.”

வெயின்ரைட் சொன்னார், “நல்லிரவு. உங்களுக்கு நிச்சயமா நன்றி சொல்லுவேன்.” அவர் திரையைக் கடந்து மறுபுறம் சென்றார். அவர் காரின் மறுமுனையில் மென்மையாகப் பேசும் சத்தம் அவர்களுக்குக் கேட்டது. தனது தூதின் முடிவை அவர் விளக்கிக் கொண்டிருந்தார்.

அம்மா ஒரு கணம் கேட்டுவிட்டு, “எல்லாரும் இங்க வந்து உக்காருங்க” என்று அழைத்தாள்.

அப்பாவும் ஜான் மாமாவும் கஷ்டப்பட்டு எழுந்தனர். அம்மாவுக்கு அருகில் மெத்தையில் அமர்ந்தனர்.

“குட்டிப்பசங்க எங்க?”

அப்பா மூலையில் ஒரு மெத்தையை சுட்டிக் காட்டினார். “ருத்தி வின்ஃபீல்ட் மேல பாஞ்சு கடிச்சிட்டா. அவங்க ரெண்டு பேரையும் தூங்க வச்சுட்டேன். அவங்க தூங்கிட்டாங்கன்னு நினைக்கறேன். ரோசாஷார்ன், அவளுக்குத் தெரிஞ்ச ஒரு அம்மாவ பாக்கப் போயிருக்கா.”

அம்மா பெருமூச்செறிந்தாள். “நான் டாம பாத்தேன்” என்று மெதுவாகச் சொன்னாள். “நான் அவன தூர அனுப்பிட்டேன். ரொம்ப தொலைவுக்கு.”

அப்பா மெதுவாக தலையசைத்தார். ஜான் மாமா தனது தலையைத் தொங்கப் போட்டுக் கொண்டார். “வேற எதுவும் செய்ய முடியல” என்றார் அப்பா. “அவனால எதுவும் செய்ய முடியும் ஜான்?”

ஜான் மாமா நிமிர்ந்து பார்த்தார். “எதையும் என்னால நினைச்சுப் பார்க்க முடியல. நான் இப்ப விழிப்புணர்வோட இருக்கறதாவே தெரியல.”

“டாம் ஒரு நல்ல பையன்” என்றாள் அம்மா. பிறகு மன்னிப்புக் கேட்டாள். “நான் அல்கிட்ட பேசறேன்னு சொன்னதுல யாரையும் காயப்படுத்தல” என்றாள்.

“எனக்குத் தெரியும்” என்றார் அப்பா அமைதியாக. “நான் இனிமே வேலைக்காக மாட்டேன். முன்ன எப்படியிருந்ததுன்னு எப்பவும் யோசிச்சிக்கிட்டிருந்தேன். வீட்டப்பத்தி நாள்பூரா நினைச்சிக்கிட்டு நேரத்த கடத்தினேன். இனிமே எப்பவும் அதப் பாக்கப் போறதில்ல.”

“இது அழகான இடம் – நல்ல இடம்” என்றாள் அம்மா.

"எனக்குத் தெரியும். நான் அத முன்ன பாத்ததேயில்ல. எப்படி மரமெல்லாம் தங்களோட இலைய உதிர்த்திச்சுன்னு யோசிச்சேன். சில சமயம் தெற்க வேலில இருக்கற ஓட்டைய எப்படி அடைக்கறதுன்னு யோசிக்கறேன். வினோதமா இருக்கு! பொம்பளைங்க குடும்பத்த பத்தி பேசறாங்க. நாம இத இங்க செய்வோம், நாம அங்க போவோம்னு அவங்க சொல்றாங்க. நான் அதப்பத்திக் கவலையே படறதில்ல."

"பெண்கள் ஆம்பளைங்கள மேலானவங்களா மாத்திட முடியும்" என்றாள் அம்மா ஆறுதல் கூறும் வகையில். "பொம்பளைங்களுக்கு எல்லா வாழ்க்கையும் அவங்க கைல இருக்கு. ஆம்பளைங்களுக்கு அவங்க தலைல இருக்கு. நீங்க கவலைப்படாதீங்க. ஒரு வேளை- அடுத்த வருஷம் நமக்கு ஒரு இடம் கிடைக்கலாம்."

"இப்ப நம்மகிட்ட எதுவும் இல்ல" என்றார் அப்பா. "வரப்போற ரொம்ப நாளைக்கு – வேலை கிடையாது, பயிர் கிடையாது. நாம அப்ப என்ன செய்யப் போறோம்? நமக்கு சாப்பிட எப்படி சாப்பாடு கிடைக்கும்? ரோசாஷார்னுக்கு குழந்தை பிறக்க ரொம்ப நாளாகாது. அதப் பத்தி யோசிக்கவே எனக்கு வெறுப்பா இருக்கு. யோசிக்கறத நிறுத்த பழைய காலத்துக்குப் போக வேண்டியிருக்கு. நம்ம வாழ்க்கை முடிஞ்சு போயிட்டதா தோணுது."

"இல்ல, முடியல" என்றாள் அம்மா புன்னகையுடன். "அது முடியல ஒரு பொம்பளைக்குத் தெரிஞ்ச இன்னொரு விஷயம் அது. நான் அத கவனிச்சேன். ஆம்பளைங்க திடீர் மாற்றத்திலயே வாழுவாங்க. ஒரு குழந்தை பிறக்கறது, ஒரு ஆள் இறந்து போறது, இது திடீர் மாற்றம். ஒரு வயல்காடு கிடைக்கறது இல்லேன்னா தன்னோட வயல இழக்கறது, அது ஒரு திடீர் மாற்றம். பொம்பளைங்க, எல்லாம் ஒரே ஓட்டம், ஓடை மாதிரி, சின்னச்சின்ன தடுப்பு, சின்ன நீர்வீழ்ச்சிகள், ஆனா ஆறு ஓடிக்கிட்டே இருக்கும். பொம்பளைங்க அத மாதிரிதான் பாப்பாங்க. நாங்க இறந்து போயிட மாட்டோம். மக்கள் போயிக்கிட்டே இருப்பாங்க – கொஞ்சம் மாற்றம், சின்னதா, ஆனா போயிக்கிட்டே இருப்பாங்க."

"நீ எப்படி சொல்ல முடியும்?" என்று ஜான் மாமா கேட்டார். "எல்லாம் நின்னு போறத நிறுத்த என்ன இருக்கு; எல்லாரும் சோர்ந்து போய் விழறத தடுக்க என்ன இருக்கு?"

அம்மா யோசித்தாள். அவள் தனது பளபளப்பான புறங்கையை இன்னொரு கையால் தேய்த்து விட்டாள். வலது கையின் விரல்களை இடது கையின் விரல்களுக்குள் விட்டுக் கோர்த்துக் கொண்டாள். "சொல்றது கஷ்டம். நாம செய்யற எல்லாம் மேல போயிக்கிட்டே இருக்கற நோக்கம்

கொண்டதுன்னு எனக்குத் தோணுது. அப்படித்தான் எனக்கு தோணுது. பட்டினி கிடக்கறதும், நோய்ல படுக்கறதும் கூட; சிலபேர் செத்துடறாங்க, ஆனா மிச்சமுள்ளவங்க கடினமாயிருக்காங்க. அந்தந்த நாள மட்டும் வாழ முயற்சி செய்யுங்க, அந்த நாள மட்டும்.''

ஜான் மாமா சொன்னார், ''அந்த சமயம் மட்டும் அவ இறந்து போகாம இருந்திருந்தா ---''

''அந்த நாள மட்டும் வாழு. உன்ன நீயே கவலப்படுத்திக்காத.''

''நம்ம ஊர்ல அடுத்த வருஷம் நல்லதா இருக்கலாம்'' என்றார் அப்பா.

''கேளுங்க!'' என்றாள் அம்மா.

மரப்படியில் கிறீச்சிடும் சத்தம் கேட்டது. அல் திரையைத் தாண்டி வந்தான். ''ஹல்லோ. நீங்கல்லாம் இப்ப தூங்கிருப்பீங்கன்னு நினைச்சேன்.''

''அல். நாங்க பேசிக்கிட்டு இருக்கோம். வந்து உக்காரு'' என்றாள் அம்மா.

''நிச்சயம். நானுங்கூட பேச விரும்பறேன். இப்ப நான் சீக்கிரம் வெளிய போக வேண்டியிருக்கு.''

''நீ போக முடியாது. எங்களுக்கு நீ தேவை. ஏன் நீ வெளிய போய்த்தான் ஆகணும்?''

''நானும் அகி வெயின்ரைட்டும் கல்யாணம் பண்ணிக்க யோசிச்சிருக்கோம். நான் ஒரு காரேஜ்ல வேலை தேடிக்கப் போறேன். நாங்க ஒரு வீட்ட வாடகைக்கு கொஞ்ச நாளைக்கு எடுத்துக்குவோம்.'' அவன் ஆவேசத்துடன் நிமிர்ந்து பார்த்தான். ''நாங்க செய்யத்தான் போறோம். எங்கள யாரும் தடுக்க முடியாது!''

அவர்கள் அவனை வெறித்துப் பார்த்துக் கொண்டிருந்தனர். கடைசியில் அம்மா சொன்னாள், ''அல், எங்களுக்கு மகிழ்ச்சியா இருக்கு. நாங்க ரொம்ப சந்தோஷமா இருக்கோம்.''

''நீங்க சந்தோஷமா இருக்கீங்களா?''

''ஏன்.. நாங்க சந்தோஷமா இருக்கோம். நீ ஒரு வளந்த பையன். உனக்கு ஒரு மனைவி தேவை. ஆனா இப்பவே போயிடாத அல்.''

''நான் அகிகிட்ட சத்தியம் பண்ணிருக்கேன். நாங்க போகத்தான் வேணும். இத இனிமேலும் தாங்கிக்க முடியாது.''

''வசந்தகாலம் வரைக்கும் இரு'' என்று அம்மா கெஞ்சினாள். ''வசந்தகாலம் வரைக்கும். அதுவரைக்கும் இருக்க மாட்டியா? யாரு டிரக்க ஓட்டுவாங்க?''

"அது----"

திருமதி வெயின்ரைட் திரையைத் தள்ளி எட்டிப் பார்த்தாள். "நீங்க கேட்டீங்களா?" என்று கேட்டாள்.

"இப்பதான் கேட்டோம்."

"ஓ, கடவுளே. எங்ககிட்ட கேக் இருந்தா நல்லாருக்கும்னு நினைச்சேன். கேக் இல்லேன்னா வேற எதாவது."

"நான் கொஞ்சம் காப்பி போட்டு, பான்கேக் செய்யறேன். எங்ககிட்ட சிரப் கொஞ்சம் இருக்கு."

"ஆஹா. நான் கொஞ்சம் சர்க்கரை கொண்டு வரேன். நாம அத பான்கேக்ல போடுவோம்."

அம்மா அடுப்புக்குள் குச்சிகளை உடைத்துப் போட்டாள். ஏற்கனவே அதில் மீதமிருந்த நிலக்கரி அனைத்தும் சேர்ந்து நெருப்பு பற்றியது. ருத்தியும், வின்ஃபீல்டும் நண்டு வளையிலிருந்து வருவது போல் தமது மெத்தையிலிருந்து எழுந்து வந்தனர். ஒரு கணம் அவர்கள் கவனமாக இருந்தனர்; அவர்கள் இன்னும் குற்றவாளிகளாகத்தான் கருதப்படுகிறார்களா என்பதை அறிய கவனித்துப் பார்த்தனர். யாரும் அவர்களைப் பார்க்கவில்லை என்றவுடன், அவர்களுக்கு தைரியம் பிறந்தது. ருத்தி கதவுவரை ஒரே ஓட்டமாக ஓடிவிட்டு ஒற்றைக் காலால் திரும்பி சுவற்றைத் தொடாமல் நொண்டியடித்து வந்தாள்.

ஷாரன் படியில் ஏறி வந்தபோது அம்மா மாவை வாணலியில் கொட்டிக் கொண்டிருந்தாள். ஷாரன் தன்னை நிதானப்படுத்திக் கொண்டு கவனமாக முன்னேறினாள். "என்னம்மா விஷயம்" என்று விசாரித்தாள்.

"ஏன், இது ஒரு செய்தி" என்று அம்மா சத்தமாகச் சொன்னாள். "அல்லும், அகி வெயின்ரைட்டும் கல்யாணம் பண்ணிக்கப் போறதால நாம ஒரு சின்ன பார்ட்டி வைக்கிறோம்."

ஷாரன் மலைத்துப் போய் நின்றாள். அவள் சங்கடத்துடனும், பதட்டத்துடனும் நின்ற அல்லை மெதுவாகப் பார்த்தாள்.

"நான் அகிக்கு புது உடை போட்டு விட்டுட்டு இருக்கேன். அங்க சீக்கிரம் வரேன்" என்று திருமதி வெயின்ரைட் காரின் அந்தப் புறத்திலிருந்து குரல் கொடுத்தாள்.

ஷாரன் மெதுவாகத் திரும்பினாள். அந்தப் பரந்த கதவுக்குச் சென்று படியில் இறங்கினாள். தரையில் இறங்கியதும் மெதுவாக அருகில் ஓடிய ஓடையை நோக்கிச் சென்றாள். அம்மா முன்பு சென்ற வழியில்,

மரங்களுக்குள் சென்றாள். இப்போது காற்று மேலும் சீராக அடிக்க, புதர்கள் சீராக சத்தமிட்டன. ஷாரன் முழந்தாளிட்டு புதர்களுக்குள் தவழ்ந்து சென்றாள். அவளது முகத்தை நாவல் கொடிகள் கீறின, முடியைப் பிடித்து இழுத்தன. ஆனால் அவற்றை அவள் அலட்சியம் செய்தாள். அவளை முழுதும் கொடிகள் மூடிவிட்டன என்பதை அறிந்த பிறகே அவள் நின்றாள். நேராகப் படுத்துக் கொண்டாள். குழந்தையின் எடையை அவளுக்குள் உணர்ந்தாள்.

விளக்கு இல்லாத காரில் அம்மா புரண்டாள். போர்வையை விலக்கி விட்டு எழுந்தாள். காரின் திறந்த கதவு வழியாக சாம்பல் நிற நட்சத்திர வெளிச்சம் கொஞ்சமாக நுழைந்தது. அம்மா கதவுக்குச் சென்று நின்று வெளியே பார்த்தாள். நட்சத்திரங்கள் கிழக்கு திசையில் மங்கிக் கொண்டிருந்தன. காற்று மரங்களுக்கு மேலே மென்மையாக வீசியது. ஓடையிலிருந்து தண்ணீர் ஓடும் சத்தம் வந்து கொண்டிருந்தது. பெரும்பாலான முகாம் இன்னும் தூங்கிக் கொண்டிருக்க, ஒரே ஒரு கூடாரத்தின் முன்னால் சிறு நெருப்பு எரிந்து கொண்டிருந்தது. சிலர் அதைச் சுற்றி நின்று கையைத் தேய்த்து சூடுபடுத்திக் கொண்டிருந்தனர். பிறகு திரும்பி நின்று கையைப் பின்னால் கட்டிக் கொண்டனர். ஒரு நீண்ட கணம் அம்மா வெளியே பார்த்து விட்டு தனது கைகளைப் பிணைத்து முன்னால் வைத்துக் கொண்டாள். திடீரென காற்று கடந்து செல்ல, அதில் சிறிது கடும் குளிர் இருந்தது. அம்மா நடுங்கித் தனது கையைத் தேய்த்து விட்டுக் கொண்டாள். அவள் திரும்பி வந்து லாந்தருக்கு அருகே தீக்குச்சியைத் தேடி எடுத்தாள். தீக்குச்சியை ஏற்றி லாந்தரின் திரியை ஏற்றினாள். அது ஒரு கணம் நீலமாக எரிவதைப் பார்த்து விட்டு அது மஞ்சளாக எரிவதையும் அதன் மென்மையான வளைந்த வெளிச்சத்தைப் பார்த்தாள். அவள் லாந்தரை அடுப்புக்கு எடுத்துச் சென்று வைத்து விட்டு சிறு குச்சிகளை உடைத்து அடுப்புக்குள் போட்டாள். ஒரு கணம் நெருப்பு புகைபோக்கியில் எழுந்தது.

ஷாரன் கனத்த உடலுடன் எழுந்து உட்கார்ந்தாள். "நான் எழுந்திருக்கப் போறேன்" என்றாள்.

"அது சூடாற வரைக்கும் ஒரு நிமிஷம் நிக்கிறதுக்கென்ன?" என்று அம்மா கேட்டாள்.

"இல்ல, நான் எழுந்திருக்கறேன்."

அம்மா வாளியிலிருந்து காப்பி பானையை நிரப்பி அடுப்பில் வைத்து விட்டு, எண்ணெயுடன் இருந்த வறுக்கும் வட்டிலை இறைச்சி வறுப்பதற்காக அடுப்பில் ஏற்றினாள். "உனக்கு என்ன ஆச்சு?" என்று மென்மையாக விசாரித்தாள்.

"நான் வெளிய போகணும்" என்றாள் ரோசாஷார்ன்.

"எங்க போகணும்?"

"பருத்தி எடுக்கப் போகணும்."

"நீ போக முடியாது. அது ரொம்ப தூரம்."

"இல்ல, முடியாது. நான் போகணும்."

அம்மா காப்பியை தண்ணீரில் அளந்து போட்டாள். "ரோசாஷார்ன், நேத்து ராத்திரி நீ பான்கேக் சாப்பிடல." பெண் பதிலளிக்கவில்லை. "நீ ஏன் பருத்தி எடுக்கணும்?" இப்போதும் பதிலில்லை. "அல், அகி விஷயம்தான் அதுக்குக் காரணமா?" இந்த முறை அம்மா தன் பெண்ணை நெருக்கமாகப் பார்த்தாள். "ஓ, நீ பருத்தி எடுக்க வேண்டிய அவசியமில்ல."

"நான் போறேன்"

"சரி, நீ உன்ன சிரமப்படுத்திக்கக்கூடாது."

"எழுந்திருங்க, அப்பா! முழிச்சுக்கங்க.!"

அப்பா கண்ணை சிமிட்டிவிட்டு கொட்டாவி விட்டார். "தூங்கவேயில்ல" என்று முனகினார். "நாம படுத்தப்போ பதினோரு மணி இருக்கும்."

"வாங்க, எழுந்திருங்க. எல்லாரும் எழுந்து குளிங்க."

காரில் வசித்தவர்கள் மெதுவாக விழித்தெழுந்து போர்வையை விட்டு வெளியே வந்து உடையை மாட்டிக் கொண்டனர். அம்மா தனது இரண்டாவது வறுக்கும் தட்டில் துண்டு போட்ட உப்புக் கண்டத்தைப் போட்டாள். "போய் குளிங்க" என்று கட்டளையிட்டாள்.

காரின் மறுபுறத்தில் ஒரு வெளிச்சம் எழுந்தது. வெயின்ரைட்டின் முனையிலிருந்து குச்சி ஒடிக்கும் சத்தம் கேட்டது. "திருமதி ஜோட், நாங்க தயாராயிட்டிருக்கோம். நாங்க தயாராயிடுவோம்."

அல் முனகினான். "இவ்வளவு சீக்கிரமா எழுந்திருச்சு என்ன செய்யப் போறோம்?"

"அது வெறும் இருபது ஏக்கர்தான். நாம அங்க போயாகணும். ரொம்ப பருத்தி மிச்சமில்ல. அத எடுக்கறதுக்கு முன்னால அங்க போயாகணும்." அம்மா அவர்களை வேகமாக உடை உடுத்த வைத்து அவர்களுக்கு காலை உணவைத் திணித்தாள். "வாங்க, காப்பியைக் குடிங்க. கிளம்புங்க" என்று விரட்டினாள்.

"நாம இருட்டுல பருத்தி எதுவும் எடுக்க முடியாதும்மா."

"வெளிச்சம் வரப்ப நாம அங்க இருக்கலாம்."

"ஒருவேளை அது ஈரமா இருக்கலாம்."

"போதுமான அளவு மழை பெய்யல. இப்ப வா, காப்பியக் குடி. அல், நீ தயாரானதும் போய் இஞ்சின ஓட விடறது நல்லது."

"நீங்க தயாரா, திருமதி வெயின்ரைட்?" என்று குரல் கொடுத்தாள் அம்மா.

"சாப்பிட்டிட்டிருக்கோம். ஒரு நிமிஷத்துல தயாராயிடுவோம்."

வெளியே முகாம் விழித்தெழுந்திருந்தது. கூடாரங்களின் முன்னால் நெருப்பு எரிந்து கொண்டிருந்தது. பெட்டிக் கார்களின் புகைபோக்கிகளில் புகை வந்து கொண்டிருந்தது.

அல் தனது காப்பியை எடுத்து வாயை நிறைத்துக் கொண்டான். அதிலிருந்த கப்பியைத் துப்புவதற்காக படியில் இறங்கினான்.

"நாங்க தயாராயிட்டோம், திருமதி வெயின்ரைட்." என்று குரல் கொடுத்தாள் அம்மா. பிறகு ஷாரனிடம் திரும்பி, "நீ இங்கதான் இருக்கணும்" என்றாள்.

பெண்தாடையை இறுக்கிக் கொண்டாள். "நான் போவேன். அம்மா, போகத்தான் வேணும்."

"உங்கிட்ட பருத்திச் சாக்கு இல்ல. உன்னால சாக்க இழுக்க முடியாது."

"நான் உன்னோட சாக்குல எடுப்பேன்."

"நீ வராம இருக்கறது நல்லதுன்னு நினைக்கறேன்."

"நான் வருவேன்."

அம்மா பெருமூச்சு விட்டாள். "நான் உன்மேல ஒரு கண் வச்சுப்பேன். ஒரு மருத்துவர் இருந்தா நல்லாயிருக்கும்." ஷாரன் காரை நோக்கி பதற்றத்துடன் நடந்தாள். ஒரு கனமில்லாத கோட்டைப் போட்டுக் கொண்டு பிறகு அதைக் கழற்றினாள். "ஒரு போர்வைய எடுத்துக்கோ" என்றாள். "அப்புறம் நீ ஓய்வெடுக்க விரும்பினா, கதகதப்பா இருக்கும்." அவர்கள் பெட்டிக்காரின் பின்னாலிருந்து டிரக் உறுமியதைக் கேட்டனர். "நாமதான் முதல்ல போகப்போறோம்" என்றாள் அம்மா பெருமகிழ்ச்சியுடன். "சரி, உங்களோட பைகள எடுத்துக்கங்க. ருத்தி, நீ பருத்தி எடுக்க தச்சுக் கொடுத்த சட்டைகள எடுத்துக்க மறக்காத."

வெயின்ரைட் குடும்பத்தினரும், ஜோட் குடும்பத்தினரும் டிரக்கில் அந்த இருளில் ஏறிக்கொண்டனர். காலை புலர்ந்து கொண்டிருந்தது, ஆனால் மெதுவாக, மங்கலாகவும் இருந்தது.

"இடதுபுறம் திரும்பு" என்றாள் அம்மா அல்லிடம். "நாம போற இடத்துல ஒரு அறிவிப்புத் தட்டி இருக்கும். " அவர்கள் இருண்ட சாலையில் பயணித்தனர். மற்ற கார்கள் அவர்களைப் பின் தொடர்ந்தன. முகாமில் கார்கள் இயக்கப்பட்டன, குடும்பங்கள் ஏறிக்கொண்டன; கார்கள் உயர்வேகப்பாதையில் ஏறி இடதுபுறம் திரும்பின. சாலையின் வலதுபுறத்தில் ஒரு தபால்பெட்டியில் ஒரு அட்டை தொங்க விடப்பட்டிருந்தது. அதில் நீலநிற கிரேயானில் "பருத்தி எடுப்பவர்கள் தேவை" என்று எழுதியிருந்தது. அல் வாயிலுக்குள் திரும்பி பண்ணை முற்றத்துக்கு வந்து சேர்ந்தான். முற்றத்தில் ஏற்கனவே நிறையக் கார்கள் நின்றன. அந்த பண்ணை முற்றத்தில் வெள்ளை விளக்கு எரிந்து கொண்டிருக்க, ஆண்கள், பெண்கள் நிறைந்த ஒரு குழுவினர் அளவைமானிக்கு அருகில் தமது கைகளில் பருத்தி எடுக்கும் பையை சுற்றிக் கொண்டு நின்று கொண்டிருந்தனர். சில பெண்கள் பைகளைத் தமது தோள்களுக்கு மேல் கட்டிக் கொண்டு முன்னால் விட்டிருந்தனர்.

"நாம நினைச்ச மாதிரி முன்னால வரல" என்றான் அல். அவன் டிரக்கை வேலிக்கு அருகில் கொண்டு நிறுத்தினான். குடும்பங்கள் கீழே இறங்கி காத்திருந்தவர்களுடன் சேர்ந்து நிற்கச் சென்றனர். பண்ணையின் ஓரத்திலிருந்த வெளிச்சத்தின் கீழ் சொந்தக்காரர் அவர்களை உள்ளே அனுப்பினார்.

"ஹாலி?. ஹா-லி? எத்தன பேரு?"

"நாலு. வில் ----"

"வில்."

"பெண்டன் ---"

"பெண்டன் ---"

"அமெலியா ---"

"கிளேர் ---"

"கிளேர். யாரு அடுத்தது? கார்பெண்டர்? எத்தன பேரு?"

"ஆறு."

அவர் அந்த விவரங்களை ஒரு நோட்டில் எழுதிவிட்டு, எடை எழுத சிறிது இடம் விட்டார். "உங்க பைய வச்சிருக்கீங்களா? எங்கிட்ட கொஞ்சம் இருக்கு. ஒருடாலர் விலை." கார்கள் முற்றத்துக்குள் குவிந்தன. சொந்தக்காரர் தனது ஆட்டு ரோமம் வைத்துத் தைத்த தனது கோட்டை தனது தொண்டை வரை இழுத்து விட்டுக் கொண்டார். அவர் வழியை சந்தேகத்துடன் பார்த்தார். "இத்தன பேர வச்சுக்கிட்டு இந்த இருபது ஏக்கர எடுக்க ரொம்ப நேரம் ஆகாது."

குழந்தைகள் பெரிய பருத்தி இழுவைமேல் பக்கவாட்டுக் கம்பியில் காலை வைத்து ஏறினர். "அங்கேருந்து இறங்குங்க" என்று சத்தமிட்டார் சொந்தக்காரர். "கீழ வாங்க. நீங்க அந்தக் கம்பிய தளர்த்திடுவீங்க." குழந்தைகள் மெதுவாக சங்கடத்துடனும், அமைதியாகவும் கீழே இறங்கின. சாம்பல் நிறத்தில் பொழுது விடிந்தது.

"நான் பனி போறதுக்காக கொஞ்சம் எடைய எடுக்கணும். சூரியன் வந்ததும் அத மாத்தணும். சரி, நீங்க விரும்பறபோது வெளிய போகலாம். வெளிச்சம் போதுமான அளவு இருக்கு."

மக்கள் வேகமாக பருத்திக் காட்டுக்குள் நுழைந்து தமக்கான வரிசைக்குச் சென்றனர். அவர்கள் தமது பைகளைத் தமது இடுப்புகளில் கட்டிக் கொண்டு மரத்துப் போயிருந்த கைகளைத் தட்டி கதகதப்பாக்கினர். கிழக்கு மலைகளிலிருந்து சூரியன் வெளிவர, நீளமான வரிசைகளில் ஆட்கள் நகர்ந்தனர். பண்ணை முற்றம் நிறையும் வரை இன்னும் உயர்வேகப்பாதையிலிருந்து கார்கள் உள்ளே வந்து கொண்டேயிருந்தன. அது நிறைந்த பிறகு கார்கள் சாலைகளின் இருபுறங்களிலும் நிறுத்தப்பட்டன. நிலத்தில் காற்று வேகமாக அடித்தது. "எப்படி நீங்கள்லாம் கண்டு பிடிச்சீங்கன்னு எனக்கு ஆச்சரியமா இருக்கு" என்றார் சொந்தக்காரர். "எக்கச்சக்கமா திராட்சைத்தோட்டம் இருக்கணும். இருபது ஏக்கர் மத்தியானம் வரைக்கும் தாங்காது. என்ன பேரு? ஹியூம்? எத்தனை பேரு?"

மக்கள் வரிசைகளில் காட்டில் நகர்ந்தனர். அவர்களது உடைகளில் வலுத்த மேற்குக் காற்று அடித்தது. அவர்களது விரல்கள் பஞ்சுகளில் பாய்ந்து சென்று, அதை எடுத்து அவர்களுக்குப் பின்னால் கனமாகிக் கொண்டிருக்கும் பைக்குத் தாவின.

அப்பா அவரது வரிசையில் அவருக்கு வலப்புறம் இருந்த மனிதரிடம் பேசினார். "ஊர்ல நமக்கு இந்த மாதிரி காத்துல இருந்து மழை கிடைக்கும். மழைக்கு இந்த இடம் கொஞ்சம் பனியோட இருக்கற மாதிரி தெரியுது. நீங்க எவ்வளவு நாளா இங்க இருக்கீங்க?". அவர் பேசும்போதே அவரது கண்கள் அவரது வேலையைக் கவனித்தன.

அவருக்கருகில் இருந்தவர் நிமிர்ந்து பார்க்கவேயில்லை. "நான் ஒரு வருஷமா இங்க இருக்கேன்."

"இன்னைக்கு மழை வருமான்னு சொல்ல முடியுமா?"

"சொல்ல முடியாது. ஆனா அது ஒண்ணும் அவமானம் இல்ல. இங்க வாழ்க்கை பூரா இருந்தவங்களால சொல்ல முடியும். மழை பயிரோட வழில நுழைஞ்சா, மழை பெய்யும். அப்படித்தான் இங்க சொல்லுவாங்க."

அப்பா மேற்கு மலையை வேகமாக நிமிர்ந்து பார்த்தார். பெரிய சாம்பல் நிற மேகங்கள் மலைமுட்டின் மேலே மேற்கை நோக்கி வேகமாக நகர்ந்தன. "மழை வர மாதிரி தெரியுது" என்றார்.

அவருக்கருகில் இருந்தவரும் அவசரமாகப் பார்த்தார். "சொல்ல முடியல" என்றார். வரிசையில் இருந்த அனைவரும் மேகத்தைத் திரும்பிப் பார்த்தனர். வேக வேகமாக நேரத்துக்கெதிராகவும், பருத்தியின் கனத்துக்கெதிராகவும், ஒருவருக்கொருவர் எதிராகவும் போட்டியிட்டனர். அவர்கள் காட்டின் ஒரு ஓரத்துக்கு வந்தவுடன் அவசரமாக புதிய வரிசைக்குத் தாவினர். இப்போது அவர்கள் காற்றை எதிர்கொண்டனர். பெரிய கருமேகங்கள் வேகமாக உதிக்கும் சூரியனுக்கெதிராக நகர்ந்து வந்தன. மேலும் கார்கள் சாலையின் பக்கங்களில் நின்றன. புதிதாக பருத்தி எடுப்பவர்கள் வந்து நுழைந்தனர். ஆட்களின் வரிசை வேகவேகமாக காட்டைக் கடந்து நகர்ந்தது. கடைசியில் தமது பருத்தியை எடைபோட்டுவிட்டுத் தமது சொந்த நோட்டுகளில் குறித்துக் கொண்டு, மீண்டும் புதிய வரிசைகளுக்குச் சென்றனர்.

பதினோரு மணிக்கு பருத்தி முழுதும் எடுக்கப்பட்டு பணி முடிந்து விட்டது. கம்பி கட்டிய இணைப்பு வண்டிகள் டிரக்குகளின் பின்பக்கம் இணைக்கப்பட்டு உயர்வேகப்பாதையில் பஞ்சாலையை நோக்கிச் சென்றன. பருத்தி சிறு கம்பிகளுக்கு இடையில் பிதுங்கியது. அடித்த காற்றில் பஞ்சு பறந்து சாலைக்கருகில் இருந்த களைகளில் ஒட்டியது. பருத்தி எடுப்பவர்கள் திக்கற்று பண்ணையின் முன்புறம் குவிந்து பணம் வாங்குவதற்காக வரிசையில் நின்றனர்.

"ஹியூம், ஜேம்ஸ். இருபத்து இரண்டு செண்ட். ரால்ஃப், முப்பது செண்ட். ஜோட், தாமஸ், தொண்ணூறு செண்ட். வின்ஃபீல்ட், பதினஞ்சு செண்ட்." பணம் கட்டுகளில் குவிந்திருந்தது. சில்வர், நிக்கல், பென்னி. ஒவ்வொரு மனிதரும் பணம் பெறும்போது தமது சொந்தப் புத்தகத்தைப் பார்த்துக் கொண்டனர். "வெயின்ரைட், அக்னஸ், முப்பத்து நாலு செண்ட். டாபின், அறுபத்து மூணு செண்ட்." வரிசை மெதுவாக நகர்ந்தது. குடும்பங்கள் தமது கார்களுக்கு அமைதியாகச் சென்றன. அவர்கள் மெதுவாக ஓட்டிச் சென்றனர்.

ஜோடுகளும், வெயின்ரைட்டுகளும் வழி கிடைப்பதற்காக டிரக்கில் காத்துக் கொண்டிருந்தனர். அவர்கள் காத்திருக்கும்போது, முதல் மழைத்துளி விழத் தொடங்கியது. அல் அதை உணர்வதற்காகத் தனது கையை நீட்டினான். ஷாரன் நடுவில் உட்கார்ந்திருந்தாள். அவளுக்கருகில் அம்மா. பெண்ணின் கண்கள் மீண்டும் ஒளியின்றியிருந்தன. "நீ வந்திருக்கக்கூடாது" என்றாள்

அம்மா. "நீ பத்து பதினஞ்சு பவுண்டுக்கு மேல எடுக்கல." ஷாரன் தனது பருத்த வயிற்றைக் குனிந்து பார்த்தாள். அவள் பதிலளிக்கவில்லை. அவள் திடீரென நடுங்கித் தனது தலையை உயர்த்தினாள். அம்மா அவளை நெருக்கமாகப் பார்த்துவிட்டுத் தனது பருத்திப் பையைத் திறந்து ஷாரனின் தோளுக்கு மேல் விரித்து, அவளை நெருக்கமாக இழுத்துக் கொண்டாள்.

கடைசியில் வழி கிடைத்தது. அல் தனது மோட்டாரை இயக்கி உயர்வேகப்பாதையில் செலுத்தினான். அவ்வப்போது பெரிய மழைத்துளிகள் விழுந்து சாலையில் தெரித்தன. டிரக் மேலும் செல்லச்செல்ல மழைத்துளிகள் சிறிதாகவும், நெருக்கமாகவும் ஆயின. அந்த மழைத்துளிகள் தேய்ந்து போன மோட்டாரின் சத்தத்தையும் மீறிக் கேட்குமளவுக்கு சத்தமாக மழைத்துளிகள் டிரக்கின் முன்புறத்தில் விழுந்தன. டிரக்கின் தரையில் வெயின்ரைட்டுகளும், ஜோடுகளும் தமது பருத்திப் பைகளைத் தமது தலைகளிலும், தோள்களிலும் விரித்துக் கொண்டனர்.

ஷாரன் அம்மாவின் கரங்களில் மோசமாக நடுங்கினாள். அம்மா கத்தினாள், "வேகமா போ அல். ஷாரனுக்கு குளிர் வந்திருச்சு. அவளோட கால வெந்நீர்ல நனைக்கணும்."

அல் அதிரும் மோட்டாரை வேகப்படுத்தினான். அவன் பெட்டிக் கார் முகாமுக்கு வந்து சேர்ந்ததும் சிவப்புக் கார்களுக்கு நெருக்கமாக ஓட்டிச் சென்றான். அம்மா அவன் முழுதும் நிறுத்துவதற்கு முன்பாக வரிசையாக கட்டளைகளை இட்டாள். "அல், நீ, ஜான் மாமா, அப்பா போய் குச்சிகளையும், மத்ததையும் எடுத்துட்டு வாங்க. நாம அவள வெதுவெதுப்பா வைக்கணும்."

"கூரை ஒழுகுதோன்னு சந்தேகமா இருக்கு."

"இல்ல. எனக்கு அப்படித் தோணல. அருமையா, காஞ்சுதான் இருக்கு. ஆனா நமக்கு விறகு வேணும். வெதுவெதுப்பா இருக்கணும். ருத்தியும், வின்ஃபீல்டும் கூட போகணும். அவங்க குச்சியெல்லாம் எடுத்துட்டு வரலாம். இந்தப் பொண்ணுக்கு உடம்பு சரியில்ல." அம்மா வெளியே வர, ஷாரன் அவளைப் பின் தொடர முயன்றாள். ஆனால் அவளது முழங்கால்கள் மடங்க, அவள் இறங்கு பலகையில் அப்படியே உட்கார்ந்தாள்.

திருமதி வெயின்ரைட் அவளைப் பார்த்தாள். "என்னாச்சு, பிரசவ நேரம் நெருங்கிடுச்சா?".

"இல்ல, அப்படித் தோணல. நடுக்கம் வந்திருக்கு. குளிரா இருக்கலாம். எனக்கு ஒரு கை கொடுங்க, கொடுப்பீங்களா?" இரண்டு பெண்களும் ஷாரனுக்குக் கை கொடுத்தனர். சில அடிகள் நடந்ததும், அவளுக்கு வலு வர, அவளது கால்கள் கனத்தைத் தாங்கின.

"எனக்கு சரியாப் போச்சு அம்மா" என்றாள். "சும்மா ஒரு நிமிஷம்தான் இருந்தது."

இரண்டு மூத்த பெண்களும் கைகளை அவளது முழங்கையில் வைத்துப் பிடித்துக் கொண்டனர். "காலை சுடுதண்ணில வைக்கணும்" என்று அம்மா சொன்னாள். அவர்கள் அவள் மரப்படியில் ஏறி பெட்டிக்காரில் நுழைய உதவினர்.

"நீங்க அவளுக்கு தேச்சு விடுங்க" என்று திருமதி வெயின்ரைட் சொன்னாள். "நான் வெந்நீர் போடுறேன்." மீதமிருந்த குச்சிகளை வைத்து நெருப்பை மூட்டினாள். இப்போது மழை கொட்டியது. காரின் கூரையில் சத்தமெழுப்பியது.

அம்மா மழையை நிமிர்ந்து பார்த்தாள். "நாம நல்ல கூரைக்குக் கீழ இருக்கோம். கடவுளுக்கு நன்றி. அந்தக் கூடாரமெல்லாம் எவ்வளவுதான் நல்லா இருந்தாலும், ஒழுகும். கொஞ்சம் தண்ணி வைங்க, திருமதி வெயின்ரைட்."

ஷாரன் மெத்தையில் அப்படியே படுத்துக் கொண்டிருந்தாள். அவர்கள் அவளது கால்களிலிருந்து செருப்பை அகற்றி உள்ளங்கால்களைத் தேய்த்து விட அனுமதித்தாள். திருமதி வெயின்ரைட் அவளிடம் குனிந்து, "உனக்கு வலிக்குதா?" என்று கேட்டாள்.

"இல்ல. எனக்கு கொஞ்சம் நல்லா இல்ல. நோவா இருக்கு."

"எங்கிட்ட வலி நிவாரணியும், உப்பும் இருக்கு. உனக்கு வேணும்னா உபயோகிச்சுக்கோ."

பெண் கடுமையாக நடுங்கினாள். "போத்தி விடு அம்மா. எனக்கு குளிருது." அம்மா எல்லாப் போர்வைகளையும் எடுத்து வந்து அவளுக்கு மேல் போர்த்தினாள். மழை கூரையின் மேல் உறுமியது.

இப்போது விறகு பொறுக்கப் போனவர்கள் தமது கைகளில் விறகைக் குவித்துக் கொண்டு, தமது தொப்பிகளும், கோட்டுகளும் தண்ணீர் சொட்டச் சொட்ட வந்து சேர்ந்தனர். "இயேசுவே, எல்லாம் நனைஞ்சு போச்சு. ஒரு நிமிஷத்துல நனைச்சிடுது." என்றார் அப்பா.

அம்மா சொன்னாள், "போய் இன்னும் கொஞ்சம் கொண்டு வந்தா நல்லது. வேகமா எரிஞ்சிடுது. சீக்கிரம் இருட்டிடும்." ருத்தியும், வின்ஃபீல்டும் சொட்டச் சொட்ட நனைந்து கொண்டு குச்சிகளை எரித்தனர். அவர்கள் மீண்டும் செல்வதற்காகத் திரும்பினர். "நீங்க இருங்க. நெருப்புக்குக் கிட்ட நின்னு காய வச்சுக்கங்க."

மாலைநேரம் மழையில் வெள்ளியாக மின்னியது. சாலைகளில்

மழைத்தண்ணீர் மின்னியது. நேரமாக ஆக, பருத்திச் செடிகள் கருத்து சுருங்குவது போல் தெரிந்தது. அப்பா, அல், ஜான் மாமா மீண்டும் மீண்டும் புதர்களுக்குப் படையெடுத்து குவியல் குவியலாக விறகு எடுத்துக்கொண்டு வந்தனர். அவர்கள் அவற்றை கதவருகே கூரையைத் தொடும்வரை குவித்தனர். கடைசியில் நிறுத்தி விட்டு அடுப்பிடம் சென்றனர். அவர்களது தொப்பியிலும், தோள்களிலும் தண்ணீர் பெருக்கெடுத்தோடியது. அவர்களது கோட்டுகளின் முனைகள் தண்ணிரை சொட்ட, அவர்கள் நடக்கும்போது ஷூக்கள் சத்தமிட்டன.

"சரி, இப்ப அந்த துணிகள கழட்டுங்க" என்று அம்மா சொன்னாள். "நான் உங்களுக்கு கொஞ்சம் நல்ல காப்பி கொண்டு வரேன். காஞ்சு போன முழு உடைய எடுத்துப் போட்டுக்கங்க. அங்க நிக்காதீங்க."

மாலை வேகமாக வந்தது. பெட்டிக்கார்களில் குடும்பங்கள் கூரையில் பொழியும் மழையின் சத்தத்தைக் கேட்டுக் கொண்டு ஒன்றாக நெருக்கமாக இருந்தன.

29

ஹைகோஸ்ட் மலைகளின் மேலும், பள்ளத்தாக்குகளின் மேலும் சாம்பல்நிற மேகங்கள் சமுத்திரத்திலிருந்து தவழ்ந்து வந்து கொண்டிருந்தன. காற்று அமைதியாகவும், ஆவேசமாகவும் மேல்வானில் அடித்தது. அது புதர்களில் உஸ்ஸென்ற சத்தத்துடனும், காடுகளில் உறுமலுடனும் அடித்தது. மேகங்கள் தனித்தனியாக, புகையாகவும், மடிந்தும், கூர்முனையுடனும் வந்தன; அவை ஒன்று சேர்ந்து மேற்கில் கீழே அணிவகுத்தன. பிறகு காற்று நின்று போய் மேகங்களை இறுக்கமாகவும் ஆழமாகவும் விட்டுச் சென்றது. மழை விட்டு விட்டுக் கடுமையாகப்பொழியத் தொடங்கியது. பிறகு மெதுவாக அது ஒரே சீராக சிறு துளிகளுடனும், சீரான சத்தத்துடனும் நிதானமாகப் பொழியத் தொடங்கியது. பார்ப்பதற்கு சாம்பல் நிறத்தில் இருந்த மழை மதியத்தில் தொடங்கி மாலைவரை தொடர்ந்தது. முதலில் காய்ந்து போயிருந்த நிலம் ஈரத்தை உள்வாங்கி கருநிறமானது. பூமி நிறையும் வரை இரண்டு நாட்களுக்கு அது மழையை உள்வாங்கிக் கொண்டது. பிறகு குட்டைகள் உருவாகி, நிலங்களில் இருந்த தாழ்வான இடங்களில் சிறு ஏரிகள் உருவாகின. சேறு நிரம்பிய ஏரிகள் மேலெழும்பியதும் பளிச்சென்ற தண்ணீரை சீரான மழை தாக்கியது. கடைசியில் மலைகள் நிரம்பி, மலைச்சரிவுகளில் ஓடைகள் ஓடின. அவை புதுவெள்ளமாக ஒன்று சேர்ந்து மலைமுகடுகளைத் தாண்டி பள்ளத்தாக்குகளில் பாய்ந்தன. மழை சீராகப் பொழிந்தது. ஓடைகளும், சிற்றாறுகளும் ஆற்றங்கரையைத் தாண்டி மரங்களையும், மரங்களின்

வேர்களையும் தாக்கின. வெள்ளத்தில் மரங்களை ஆழமாக இழுத்தன. பருத்திச்செடிகளையும், மரங்களையும் வேரோடு இழுத்துச் சென்றன. சேற்றுத் தண்ணீர் கரைகளின் அருகில் சுழன்று மேலெழும்பி நிலங்களிலும், பழத்தோட்டங்களிலும், கருநிறத் தண்டுகள் நின்ற பருத்திக் காடுகளிலும் நிரம்பியது. சமவெளி நிலங்கள் ஏரிகளாக, பரந்து, சாம்பல் நிறத்தில் விரிய, அவற்றின் மேலும் மழையடித்தது. பிறகு தண்ணீர் உயர்வேகப்பாதைகளில் பாய, கார்கள் தண்ணீரைக் கிழித்துக் கொண்டு மெதுவாக முன்னேறி, பின்னால் சேற்றைக் குழப்பி விட்டுச் சென்றன. பூமி மழைச்சத்தத்தின் கீழ் கிசுகிசுத்தது. பாய்ந்து சுழன்ற வெள்ளத்தின் கீழ் ஓடைகள் இடிபோல் சத்தமிட்டன.

முதல் மழை தொடங்கியபோது புலம்பெயர்ந்த மக்கள் தமது கூடாரங்களில் குழம்பிக் கொண்டிருந்தனர். இது சீக்கிரம் முடிந்து விடும் என்று கூறி, பிறகு இது எவ்வளவு நாள் நீடிக்கும் என்றும் கேட்டுக் கொண்டிருந்தனர்.

பிறகு குட்டைகள் உருவானபோது, ஆண்கள் மழையில் மண்வெட்டியுடன் வெளியே சென்று தமது கூடாரங்களைச் சுற்றி சிறு அகழிகளைத் தோண்டினர். அடித்த மழை முதலில் கூடாரத்துணியைத் தாக்கிப் பிறகு உள்ளே பொழிந்தது. பிறகு சிறு அடித்துச் செல்லப்பட்டு தண்ணீர் உள்ளே நுழைந்து மெத்தைகளையும், படுக்கைகளையும், போர்வைகளையும் நனைத்தது. அவர்கள் பெட்டிகளை அடுக்கி அவற்றின் மேல் மரக்கட்டைகளை வைத்தனர். பிறகு, இரவு, பகலாக அவற்றின் மேல் அமர்ந்திருந்தனர்.

கூடாரங்களுக்கு அருகில் பழைய கார்கள் நின்றிருந்தன. தண்ணீர் இக்னிஷன் வயர்களையும், கார்பரேட்டர்களையும் சேதப்படுத்தியது. சிறு சாம்பல்நிறக் கூடாரங்கள் ஏரிகளின் மேல் நின்றன. கடைசியில் ஆட்கள் இடம்பெயர வேண்டிய நிலை ஏற்பட்டது. வயர்கள் சேதப்பட்டிருந்ததால் கார்கள் கிளம்ப முடியவில்லை; இஞ்சின் ஓடினால், சக்கரங்கள் சேற்றில் மாட்டிக் கொண்டன. மக்கள் ஈரமான தமது போர்வைகளைக் கையில் தூக்கிக் கொண்டு சென்றனர். தமது குழந்தைகளையும், வயதானவர்களையும் தூக்கிக் கொண்டு அவர்கள் தண்ணீரில் நடந்து சென்றனர். எதாவது ஒரு பண்ணை உயரமான இடத்தில் இருந்தால் அதிலெல்லாம் நம்பிக்கையற்றுப் போய், நடுங்கிக் கொண்டே ஆட்கள் நிறைந்திருந்தனர்.

பிறகு சிலர் நிவாரண அலுவலகங்களுக்குச் சென்று விட்டுத் தமது மக்களிடம் சோகத்துடன் திரும்பி வந்து சேர்ந்தனர்.

அவங்க விதியெல்லாம் வச்சிருக்காங்க. நிவாரணம் வாங்கணும்னா இங்க ஒரு வருஷம் இருந்திருக்கணும். அரசாங்கம் உதவப்போகுதுன்னு அவங்க சொல்றாங்க. எப்போன்னு அவங்களுக்குத் தெரியல.

மெதுவாக அனைத்தையும் விடப் பெரிய மிரட்டல் வந்தது.

அவர்களுக்கு அடுத்த மூன்று மாதங்களுக்கு எந்த வேலையும் இருக்காது.

பண்ணை முற்றங்களில் மக்கள் சேர்ந்து உட்கார்ந்து குழம்பினர்; நனைந்து போன ஆண்கள் குழுக்களாக வெளியே சென்றனர். அவர்களது உடைகள் கந்தலாகிப் போக, ஷூக்களில் சேறு படிந்திருந்தது. அவர்கள் தண்ணீரை வாரியிறைத்துக் கொண்டு நகரங்களுக்கும், கிராமப்புறக் கடைகளுக்கும், நிவாரண அலுவலகங்களுக்கும் உணவைக் கெஞ்சிப் பெறவும், நிவாரணம் கேட்டுக் கெஞ்சவும், திருடவோ, பொய்சொல்லி முயலவோ சென்றனர். கெஞ்சலிலும், அச்சத்திலும், ஒரு நம்பிக்கையற்ற கோபம் பற்றியெறியத் தொடங்கியது. சிறு நகரங்களில் நனைந்த மக்களின் மேலான பரிதாபம் கோபமாக மாறியது. பட்டினி மனிதர்கள் மேலான கோபம் அவர்கள் மீது அச்சமாக மாறியது. பிறகு ஷெரீஃப்கள் டெபுடிகளை அனுப்பினர், துப்பாக்கிகளுக்கும் கண்ணீர்ப்புகை குண்டுகளுக்கும், வெடிபொருட்களுக்கும் உத்தரவு கொடுக்கப்பட்டது. பிறகு பட்டினி மனிதர்கள் கடைகளுக்குப் பின்னால் ரொட்டிக்காகவும், அழுகிப் போகும் காய்கறிகளுக்காகவும், முடிந்தபோது திருடுவதற்காகவும் சந்துகளில் குவிந்தனர்.

பரபரப்பான ஆட்கள் மருத்துவர்களின் வீட்டுக் கதவைத் தட்டினர்; மருத்துவர்கள் பரபரப்பாக இயங்கினர். சோகமானவர்கள் கவுண்டி கடைகளில் பிண ஆய்வாளரிடம் சொல்லி ஒரு வண்டி அனுப்பச் சொல்லுமாறு சொல்லிச் சென்றனர். பிண ஆய்வாளர்கள் அவ்வளவு பரபரப்பாக இல்லை. அவர்களது வண்டிகள் சேறுகளைத் தாண்டி வந்து பிணங்களை எடுத்துச் சென்றன.

மழை சற்றும் விடாமல் கொட்டித் தீர்க்க, ஓடைகள் அவற்றின் கரைகளை உடைத்துக் கொண்டு நிலத்தில் பரவின.

கொட்டகைகளில் ஈர வைக்கோலின் மேல் படுத்துக் கிடந்தவர்களின் பட்டினியும், அச்சமும் கோபத்தைக் கிளறின. பையன்கள் பிச்சை கேட்பதற்காக அல்லது திருடுவதற்காக வெளியே சென்றனர். ஆண்கள் பலவீனமாக, திருட முயல்வதற்காக வெளியே சென்றனர்.

ஷெரீஃப்கள் புதிய டெபுடிகளை நியமித்துப் புதிய துப்பாக்கிகளுக்கு உத்தரவு கொடுத்தனர்; நல்ல வீடுகளில் இருந்த வசதியானவர்கள் முதலில் பரிதாபப்பட்டாலும், பிறகு புலம் பெயர்ந்தோர் மீது வெறுப்புக் கொண்டனர்.

ஒழுகிக்கொண்டிருந்த முற்றங்களில் ஈர வைக்கோலில் பெண்கள் குழந்தைகளைப் பெற்றனர். அவை நிமோனியாவில் மூச்சிறைத்தன. முதியவர்கள் மூலைகளில் சுருண்டு முடங்கி, அப்படியே இறந்தும் போயினர். பிண ஆய்வாளர்களால் அவர்களது உடலை நேர்படுத்தவே முடியவில்லை. இரவுகளில் பதற்றமிக்க ஆண்கள் தைரியமாகச் சென்று கோழிக் கூண்டுகளிலிருந்து சத்தமெழுப்பிக் கொண்டிருந்த கோழிகளைத் திருடிக் கொண்டு வந்தனர். அவர்கள் சுடப்பட்டால், அவர்கள் திரும்பாமல் ஓடிப் போயினர்; மேலே குண்டு பட்டால், அவர்கள் அப்படியே சேற்றில் சாய்ந்தனர்.

மழை நின்றது. நிலங்களில் தண்ணீர் கட்டி நின்று, சாம்பல் நிற வானத்தைப் பிரதிபலித்தது. நிலத்தில் ஓடும் தண்ணீர் கிசுகிசுத்தது. ஆண்கள் கொட்டகைகளிலிருந்தும், முற்றங்களிலிருந்தும் வெளியே வந்தனர். அவர்கள் தமது பின்புறங்களில் அமர்ந்து கொண்டு வெள்ளம் பாய்ந்த நிலத்தைப் பார்த்தனர். அமைதியாக இருந்தவர்கள், சில சமயம் மெதுவாகப் பேசிக் கொண்டனர்.

வசந்தகாலத்தில் வேலையில்லை. வேலை கிடையாது.

வேலை இல்லையென்றால், பணமில்லை, உணவில்லை.

ஏரில் கட்டி உழுவதற்காகக் குதிரைகளை வைத்திருக்கும் ஒருவர் அவற்றுக்கு வேலையில்லாதபோது அவற்றைப் பட்டினி போட விரும்ப மாட்டார்.

அவை குதிரைகள் – நாம் மனிதர்கள்.

பெண்கள் ஆண்களைக் கவனித்தனர். கடைசியில் அவர்கள் நொறுங்கிப் போய் விட்டனரா என்பதை அறிய கவனித்தனர். பெண்கள் அமைதியாக நின்று கவனித்தனர். பல ஆண்கள் ஒன்று கூடியபோது, அவர்களது முகங்களிலிருந்து பயம் அகன்று, அதில் கோபம் பரவியது. பெண்கள் அது சரிதான் என்று அறிந்த போது, அவர்கள் நொறுங்கிப் போகவில்லை என்று அறிந்தபோது, நிம்மதிப் பெருமூச்சு விட்டனர்; அச்சம் ஆவேசமாக மாற முடியும்வரை நொறுங்கிப் போவது என்பது ஏற்படாது.

பூமியிலிருந்து சிறு புற்கள் முளைத்தன, சில நாட்களில் ஆண்டுத் தொடக்கத்தில் மங்கலான பச்சையாக மலைகள் மாறித் தோன்றின.

30

பெட்டிக்கார் முகாமில் தண்ணீர் குட்டைகளில் நின்றது. மழை சேற்றில் கொட்டியது. மெதுவாக பெட்டிக்கார்கள் இருந்த தாழ்ந்த நிலத்தை நோக்கி சிறு ஓடை கரையிலிருந்து வரத் தொடங்கியது.

இரண்டாவது நாளன்று மழையின்போது அல் தார்பாயை காரின் மத்தியிலிருந்து எடுத்தான். அதை டிரக்கின் முன்புறம் கொண்டு சென்று விரித்து விட்டுக் காருக்கு வந்து தனது மெத்தையில் உட்கார்ந்து கொண்டான். இப்போது எந்தப் பிரிவும் இல்லாமல் காரிலிருந்த இரண்டு குடும்பங்களும் ஒன்றாக இருந்தன. ஆண்கள் ஊக்கம் இழந்து போய் ஒன்றாக அமர்ந்தனர். அம்மா சிறிய நெருப்பை அடுப்பில் எரிய விட்டிருந்தாள். தனது விறகைக் காப்பாற்றிக் கொள்வதற்காக சிறு குச்சிகளை எரிய விட்டிருந்தாள். மழை கிட்டத்தட்ட சமமாக இருந்த கூரையில் கொட்டியது.

மூன்றாம் நாள் வெயின்ரைட்டுகள் அமைதியற்றுப் போனார்கள். "நாம போறது நல்லது" என்றாள் திருமதி வெயின்ரைட்.

அம்மா அவர்களை நிறுத்த முயன்றாள். "எங்க போவீங்க, ஒரு நல்ல கூரை கிடைக்கும் இடம் கிடைக்கும்னு என்ன நிச்சயம்?"

"எனக்குத் தெரியாது, ஆனா நாம போகணும்னு எனக்குத் தோணுது." அவர்கள் சேர்ந்து விவாதிக்க, அம்மா அல்லைக் கவனித்தாள்.

ருத்தியும், வின்ஃபீல்டும் சிறிது நேரம் விளையாட முயன்றனர். பிறகு அவர்களும் கூட பாவமாக முகத்தை வைத்துக் கொண்டு செயலற்று உட்கார்ந்து கொண்டனர். மழை கூரையில் தாளமிட்டு இறங்கியது.

மூன்றாவது நாளில் ஓடையின் ஒலி மழை கூரையில் எழுப்பிய ஒலியைக் காட்டிலும் அதிகமாகக் கேட்டது. அப்பாவும் ஜான் மாமாவும் திறந்த கதவில் நின்று கொண்டு மேலெழும் ஓடையைப் பார்த்தனர். முகாமின் இரண்டு முனையிலும், தண்ணீர் உயர்வேகச்சாலையை நோக்கிச் சென்றது. ஆனால் முகாமில் அது முகாமைச் சுற்றிச் சென்று வளைத்தது. ஓடை அதன் முன்புறம் ஒன்று சேர்ந்தது. அப்பா சொன்னார், "அது உனக்கு எப்படித் தோணுது ஜான்? தண்ணி மேல வந்தா நமக்கு வெள்ளம் வந்துடும்னு தோணுது."

ஜான் மாமா தனது வாயைத் திறந்து தனது முடி நிறைந்த தாடையைத் தேய்த்துக் கொண்டார். "அப்படி இருக்கலாம்."

ஷாரன் கடுமையான சளியால் பாதிக்கப்பட்டிருந்தாள். அவள் கண்கள் காய்ச்சலால் மின்னின. அம்மா அவளுக்கு அருகில் உட்கார்ந்து ஒரு

குவளை பாலைக் கொடுத்தாள். "இத எடுத்துக்க. அதுல சத்துக்காக பன்றி இறைச்சி சாறு விட்டிருக்கேன். குடி."

ஷாரன் தலையைப் பலவீனமாக ஆட்டினாள். "எனக்குப் பசியில்ல."

அப்பா தனது விரல்களால் காற்றில் ஒரு வளைந்த கோட்டை வரைந்தார். "நாம எல்லாரும் சேர்ந்து மண்வெட்டில மண்ண அள்ளி கரையில போட்டா, நாம அதத் தடுக்கலாம்னு நினைக்கறேன். நாம அங்க போகணும்கறது மட்டும்தான்."

"ஆமா. இருக்கலாம். ஆனா மத்தவங்க விரும்புவாங்களான்னு தெரியல. அவங்க வேற எங்கயாவது போகலாம்" என்றார் ஜான் மாமா.

"ஆனா இந்தக் காரெல்லாம் காய்ஞ்சிருக்கு. இந்த மாதிரி நல்ல காஞ்ச இடத்த கண்டு பிடிக்கறது கஷ்டம். நீ பொறு." அவர் காரில் கிடந்த குவியலிலிருந்து ஒரு குச்சியை எடுத்தார். மரப்படியில் இறங்கி ஓடி சேற்றின் வழியாக ஓடைக்குப் போய் சுழலும் தண்ணீரின் முனையில் குச்சியை நட்டார். ஒரு கணத்தில் காருக்கு வந்தார். "இயேசுவே, நீ முழுசா நனைஞ்சு போயிட்ட."

இருவரும் தண்ணீரின் முனையில் நட்டிருந்த குச்சியை கவனித்துக் கொண்டிருந்தனர். தண்ணீர் மெதுவாக மேலேறி கரையில் ஏறியது. அப்பா கதவருகில் அமர்ந்து கொண்டார். "வேகமா மேல வருது. நான் போய் மிச்சவங்க கூடப் பேசணும். அவங்க மூட உதவுவாங்களான்னு பாக்கணும். அவங்க வர மாட்டாங்கன்னா இங்கேருந்து வெளியேறித்தான் ஆகணும்." அப்பா வெயின்ரைட்டின் முனை வரை நீண்ட காரைப் பார்த்தார். அல் அகிக்கு அருகில் அவர்களுடன் உட்கார்ந்து கொண்டிருந்தான். அப்பா அவர்கள் இருக்குமிடத்துக்குச் சென்றார். "தண்ணி மேல வருது. நாம ஒரு கரைய கட்டலாமா? எல்லாரும் உதவி செஞ்சா அதச் செய்யலாம்."

வெயின்ரைட் சொன்னார், "நாங்க இப்ப அதத்தான் பேசினோம். நாம இங்கருந்து வெளியேறணும்னு தோணுது."

அப்பா சொன்னார், "நீங்க இங்க சுத்தி பாத்திருக்கீங்க. நாம தங்க ஒரு காஞ்ச இடம் கிடைக்க வாய்ப்பு இருக்கான்னு உங்களுக்கு தெரியும்."

"எனக்குத் தெரியும். ஆனா இதே மாதிரிதான் ---"

அல் சொன்னான், "அப்பா, அவங்க போனா, நானும் போவேன்."

அப்பா ஸ்தம்பித்துப் போனார். "நீ போக முடியாது அல். டிரக் – டிரக்க ஓட்ட எங்களால முடியாது."

"எனக்குக் கவலையில்ல. நானும் அகியும் சேர்ந்திருக்கணும்."

“இப்ப கொஞ்சம் பொறு. அங்க வா.” வெயின்ரைட்டும், அல்லும் எழுந்து கதவுக்கு வந்தனர். “பாரு. அங்கருந்து இங்க வரைக்கும் ஒரு கரை.” அவர் தான் நட்டு வைத்த குச்சியைப் பார்த்தார். தண்ணீர் இப்போது அதைச் சுற்றி எழுந்து கரையில் வந்தது.

“அதுல நிறைய வேலை இருக்கு. எப்படின்னாலும் அது வரும்” என்று வெயின்ரைட் எதிர்த்தார்.

“நாம எதுவும் இப்ப வேலை செய்யல. இந்த வேலைய செய்யலாம். நமக்கு இந்த இடத்த விட வசதியா இடம் கிடைக்கப் போறதில்ல. இப்ப வாங்க. மத்தவங்க கூட பேசலாம். எல்லாரும் உதவினா நாம அத செய்ய முடியும்.”

அல் சொன்னான், “அகி போனா, நானும் போவேன்.”

அப்பா சொன்னார், “அல், அவங்க மண்ணெடுத்துப் போட வரலேன்னா, நாம எல்லாருந்தான் போகணும். வா, நாம அவங்ககிட்ட பேசுவோம்.” அவர்கள் தமது தோள்களைக் குறுக்கிக் கொண்டு மரப்படியில் இறங்கி ஓடி அடுத்த காருக்குச் சென்று அதன் திறந்த கதவுக்குச் சென்றனர்.

அம்மா அடுப்பருகில் அமர்ந்து சில குச்சிகளை மங்கலான நெருப்பில் இட்டுக் கொண்டிருந்தாள். ருத்தி அவளுக்கு நெருக்கமாக வந்தாள். “எனக்குப் பசிக்கிது” ருத்தி முனகினாள்.

“இல்ல உனக்குப் பசியில்ல. நீ நல்லா கஞ்சி குடிச்சிருக்க.”

“எனக்கு ஒரு பாக்கெட் கிராக் ஜாக் இருந்தா நல்லாருக்கும். செய்யறதுக்கு எதுவுமேயில்ல. விளையாட எதுவுமில்ல.”

“உனக்கு விளையாட இருக்கும். கொஞ்சம் பொறு. சீக்கிரமே அது வரும். சீக்கிரமே ஒரு வீடும், நல்ல இடமும் கிடைக்கும்.”

“நமக்கு ஒரு நாய் இருந்தா நல்லாருக்கும்” என்றாள் ருத்தி.

“நம்மகிட்ட நாயும் இருக்கும், பூனையும் இருக்கும்”

“மஞ்சள் பூனை?”

“என்ன தொந்தரவு பண்ணாத” என்று அம்மா கெஞ்சினாள். ”இப்ப என்ன அரிச்சுக்கிட்டே இருக்காத ருத்தி. ரோசாஷார்ன் நோவா இருக்கா. கொஞ்ச நேரம் நல்ல பொண்ணா இரு. அப்புறம் விளையாடலாம்.” ருத்தி குற்றம் சாட்டிக் கொண்டே அகன்று சென்றாள்.

ஷாரன் படுத்திருந்த மெத்தையிலிருந்து ஒரு குரல் நடுவில் கிறீச்சிட்டது. அம்மா சுழன்று திரும்பி அவளிடம் சென்றாள். ஷாரன் தன் மூச்சைப் பிடித்துக் கொண்டிருக்க, அவளது கண்கள் மிரட்சியடைந்திருந்தன.

“என்னாச்சு?” என்று கத்தினாள் அம்மா. பெண் மீண்டும் மூச்சை வெளியேற்றி உள்ளிழுத்தாள். திடீரென அம்மா தனது கைகளைஉடைக்குள் விட்டாள். பிறகு எழுந்து நின்றாள். “திருமதி வெயின்ரைட், ஓ, திருமதி வெயின்ரைட்!” என்று அழைத்தாள்.

குண்டு குட்டைப்பெண்மணி காரிலிருந்து இறங்கி வந்தாள். “கூப்பிட்டீங்களா?”

“பாருங்க” அம்மா ஷாரனின் முகத்தை சுட்டிக் காட்டினாள். அவளது பற்கள் கீழுதட்டைக் கடித்துக் கொண்டிருக்க, அவளது நெற்றியில் வியர்வை பூத்திருந்தது. அவளது கண்களில் மிரட்சி தெறித்தது.

“அது வந்திடுச்சுன்னு நினைக்கறேன். இது ரொம்ப சீக்கிரம்.”

பெண் பெரிய மூச்சை விட்டு தளர்த்தினாள். தனது உதட்டை விட்டுவிட்டுத் தனது கண்களை மூடிக் கொண்டாள். திருமதி வெயின்ரைட் அவள் மேல் குனிந்தாள்.

“உனக்கு உடம்பு பூரா இழுத்துக்குதா. சொல்லு. சீக்கிரம் வாயத் திறந்து சொல்லு. “ஷாரன் பலவீனமாகத் தலையாட்டினாள். திருமதி வெயின்ரைட் அம்மாவிடம் திரும்பினாள். “ஆமா. வந்துடுச்சு. சீக்கிரம்னா சொல்றீங்க?”

“ஒருவேள காய்ச்சல் அதக் கொண்டு வந்திருக்கலாம்.”

“அவ மெத்தைலேருந்து எழுந்திருக்கணும். சுத்தி நடக்கணும்.”

“அவளால முடியாது” என்றாள் அம்மா. “அவளுக்கு வலு இல்ல.”

“இல்ல, அவ நடந்தாகணும்.” திருமதி வெயின்ரைட் அமைதியாகி திறமையுடன் உறுதியாக நின்றாள். “நான் நிறைய பேருக்கு உதவி பண்ணிருக்கேன். வாங்க. நாம அந்தக் கதவ சாத்திடலாம். ஆளுங்கள வெளிய வச்சுடுவோம்”. அவர்கள் இருவரும் சேர்ந்து கதவை இழுத்து ஒரு காலடி மட்டும் இடைவெளி இருக்கும்படி மூடினர். “நான் எங்க விளக்கையும் எடுத்துட்டு வரேன்” என்றாள் திருமதி வெயின்ரைட். அவளது முகம் கிளர்ச்சியில் சிவந்தது. “அகி” என்று அழைத்தாள். “நீ இந்த சின்னப் பசங்கள கவனிச்சுக்க.”

அம்மா தலையாட்டினாள். “அது சரி. ருத்தி! நீயும் வின்ஃபீல்டும் அகியோட போங்க. இப்பவே.”

“ஏன்?” என்று இருவரும் விசாரித்தனர்.

“ஏன்னா நீங்க போய்த்தான் ஆகணும். ரோசாஷார்னுக்கு குழந்தை பிறக்கப் போகுது.”

“நான் பார்க்கணும். அம்மா, என்ன விடு.”

“ருத்தி! நீ இப்ப போ. வேகமா.” இந்தக் குரலுக்கு எதிராக வாதம் இல்லை. ருத்தியும் வின்ஃபீல்டும் காரை விட்டு மனமின்றி இறங்கினர். அம்மா லாந்தரை ஏற்றினாள். திருமதி வெயின்ரைட் தனது ரோசஸ்டர் விளக்கைக் கொண்டு வந்து தரையில் வைத்தாள். அதன் பெரிய வட்டவடிவ வெளிச்சம் பெட்டிக்காரை பிரகாசமாக்கியது.

ருத்தியும் வின்ஃபீல்டும் குவித்திருந்த மரக்க'ட்டைகளுக்குப் பின்னாலிருந்து எட்டிப் பார்த்தனர். “அவளுக்குக் குழந்தை பிறக்கப் போகுது, நாம பாக்கப் போறோம்” என்றாள் ருத்தி ரகசியமாக “இப்ப சத்தம் போடாத. அம்மா நம்மள பாக்க விட மாட்டாங்க. இந்தப்பக்கம் அவங்க பாத்தா நீ கீழ ஒளிஞ்சுக்க. அப்புறம் நாம பாக்கலாம்.”

“குழந்தைங்க நிறைய பேர் இதப் பாத்ததில்ல” என்றான் வின்ஃபீல்ட்.

“எந்தக் குழந்தையும் பாத்ததில்ல. நாம மட்டுந்தான்” என்று ருத்தி பெருமையுடன் வலியுறுத்தினாள்.

கீழே மெத்தைக்கருகில் விளக்கின் பிரகாசமான வெளிச்சத்தில் அம்மாவும் திருமதி வெயின்ரைட்டும் விவாதித்தனர். அவர்களது பேச்சுச் சத்தம் மழையின் சத்தத்துக்கு மேல் கொஞ்சம் கேட்டது. திருமதி வெயின்ரைட் தனது மேலங்கியிலிருந்து கடையும் கத்தியை எடுத்து அதை மெத்தைக்கடியில் நுழைத்தாள். “இது ஒண்ணும் நல்லது இல்லாமலிருக்கலாம்” என்று மன்னிப்புக் கேட்கும் தொனியில் சொன்னாள். “நம்மாளுங்க எப்பவுமே இதச் செஞ்சிருக்காங்க. எப்படியும் அது தீங்கு பண்ணாது.”

அம்மாதலையசைத்தாள். “நங்க ஒரு ஏர்முனைய பயன்படுத்துவோம். பிறக்கற வலிய வெட்ட முடியும்னா எந்த கூர்மையான பொருளும் சரிதான்னு நான் நினைக்கறேன். இது ரொம்ப நேரமாகாதுன்னு நம்பறேன்.”

“உனக்கு நல்லா இருக்கா?”

ஷாரன் கேட்டாள் பதட்டத்துடன், “அது வெளிய வருதா?”

“நிச்சயமா. ஒரு அருமையான குழந்தை பிறக்கப் போகுது. நீ கொஞ்சம் எங்களுக்கு உதவணும். உன்னால எழுந்து நடக்க முடியும்னு தோணுதா?”

“நான் முயற்சி பண்றேன்.”

“அது நல்ல பொண்ணுக்கு அடையாளம். நாங்க உனக்கு உதவறோம் கண்ணு. நாங்க உன்கூட நடக்கறோம்” என்றாள் திருமதி வெயின்ரைட்.

அவர்கள் அவள் எழுந்து நிற்க உதவிவிட்டு, அவள் மேல் ஒரு போர்வையைப் போர்த்தினர். பிறகு அம்மா ஒரு புறமும், திருமதி வெயின்ரைட் ஒரு புறமும் அவளது கைகளைப் பிடித்துக் கொண்டனர். அவர்கள் விறகு குவியல் வரை நடந்து விட்டு மெதுவாகத் திருப்பி அவளை மீண்டும் மீண்டும் நடக்கச் செய்தனர். மழை கூரையின்மேல் கடுமையாக அடித்தது.

ருத்தியும் வின்ஃபீல்டும் பதற்றத்துடன் பார்த்துக் கொண்டிருந்தனர். "அவளுக்கு எப்ப குழந்தை பிறக்கும்" என்று கேட்டான் வின்ஃபீல்ட்.

"அட, அவங்கள இழுத்துடாத. அப்புறம் நம்மள பாக்க விட மாட்டாங்க."

ருத்தி கிசுகிசுத்தாள், "குழந்த பிறக்கறத எப்பவாவது பாத்திருக்கியா?"

"பாத்திருக்கேன்" என்றாள் அகி.

"சரி, எப்ப அவளுக்குக் குழந்தை பிறக்கும்?"

"ரொம்ப ரொம்ப நேரம் ஆகும்."

"எவ்வளவு நேரம்?"

"நாளைக்கு காலைக்கு முன்னால நடக்காது."

"பாழாப்போக. இப்ப பாக்கறதுல அர்த்தமில்ல. ஓ, பாரு!"

நடந்து கொண்டிருந்த பெண்மணிகள் நின்றனர். ஷாரன் உடலை இறுக்கிக் கொண்டு வலியில் கத்தினாள். அவர்கள் அவளை மெத்தையில் படுக்க வைத்து விட்டு அவள் முஷ்டியை இறுக்கிக் கொண்டு முனகியபோது அவளது தலையைக் கோதி விட்டனர். அம்மா அவளிடம் மென்மையாகப் பேசினாள். "மெதுவா. எல்லாம் சரியாயிடும். உன் கைய மட்டும் இறுக்கிக்கோ. இப்ப உன் உதட்ட கடிச்சுக்கோ. அப்படித்தான், அப்படித்தான்." வலி குறைந்தது. அவர்கள் அவளை சிறிது நேரம் ஓய்வெடுக்க விட்டனர். பிறகு மீண்டும் அவளை எழ வைத்து மீண்டும் மூவரும் வலிக்கிடையில் முன்னும் பின்னும் நடந்தனர்.

அப்பா தனது தலையை கதவின் சிறு இடைவெளியில் வைத்து எட்டிப் பார்த்தார். அவரது தொப்பியிலிருந்து தண்ணீர் சொட்டிக் கொண்டிருந்தது. "ஏன் கதவ மூடிட்டீங்க?" பிறகு அவர் நடந்து கொண்டிருந்த பெண்களைப் பார்த்தார்.

அம்மா பதிலளித்தாள். "அவளுக்கு பிரசவ நேரம் வந்துடுச்சு."

"அப்ப, நாம விரும்பினா கூட போக முடியாது."

"முடியாது."

"அப்ப நாம கரை கட்டித்தான் ஆகணும்."

"நீங்க செஞ்சுதான் ஆகணும்."

அப்பா ஓடையை நோக்கி சேற்றில் நடந்தார். அவரது அடையாளக் குச்சி மேலும் நான்கு அங்குல இறங்கியிருந்தது. இருபது ஆட்கள் மழையில் நின்றனர். அப்பா கத்தினார், "நாம அத கட்டித்தான் ஆகணும். என்னோட பொண்ணுக்கு வலியெடுத்துடுச்சு." ஆட்கள் அவரைச் சுற்றிக் கூடினர்.

"குழந்தையா?"

"ஆமா. இப்ப நாங்க போக முடியாது."

உயரமான மனிதர் சொன்னார், "அது எங்க குழந்தை இல்ல. நாங்க போகலாம்."

"கண்டிப்பா. நீங்க போகலாம். போங்க. யாரும் உங்கள தடுக்கல. இங்க எட்டு மண்வெட்டிகள்தான் இருக்கு." அவர் வேகமாக கரையின் கீழ்பகுதிக்குச் சென்று தனது மண்வெட்டியை சேற்றில் இறக்கினார். மண்வெட்டி முழுதாக நிறைந்து இழுவைச் சத்தத்துடன் மேலெழுந்தது. அவர் மீண்டும் அதை செலுத்தினார், சேற்றை கரையின் கீழ்பகுதியில் கொட்டினார். அவருக்கு அருகில் மற்றவர்கள் அணிவகுத்தனர். அவர்கள் நீண்ட கரையில் சேற்றைக் குவித்தனர். மண்வெட்டிகள் இல்லாதவர்கள் மரங்களை உடைத்து பாயைச் சுற்றி கரையில் இறக்கினர். அவர்களுக்குள் பணியின் ஆவேசமும், போராட்டத்தின் ஆவேசமும் இறங்கியது. ஒருவர் மண்வெட்டியைக் கீழே வைத்தால், அடுத்தவர் அதை எடுத்துக் கொண்டார். அவர்கள் தமது கோட்டுகளையும், தொப்பிகளையும் கழற்றி விட்டனர். அவர்களது சட்டைகளும், கால்சட்டைகளும் உடலுடன் ஒட்டிக் கொண்டிருந்தன, அவர்களது ஷூக்களில் சேறு புகுந்து வடிவமற்றுப் போயிருந்தன. ஜோடின் காரிலிருந்து ஒரு கிறீச்சென்ற அலறல் சத்தம் கேட்டது. அவர்கள் நின்று சங்கடத்துடன் கேட்டு விட்டு, மீண்டும் வேலையில் இறங்கினர். இந்த மேடு உயர்வேகப்பாதையை அடையும் வரை நீண்டு சென்றது. அவர்கள் இப்போது மிகவும் சோர்வடைந்து போக, அவர்களது மண்வெட்டிகள் வேகம் குறைந்தன. ஓடை மெதுவாக மேலெழும்பியது. முதல் சேறு வாரிக் கொட்டப்பட்ட இடத்தின் மேல் அது எழும்பியது.

அப்பா வெற்றிச் சிரிப்புச் சிரித்தார். "நாம அதக் கட்டிருக்கலேன்னா இப்ப மேல வந்திருக்கும்."

ஓடை மெதுவாக புதிய சுவரின் பக்கத்துக்கு எழும்பியது, மரத்தில் வைத்த பாயைக் கிழித்தது. "உயர்த்தணும். நாம அத இன்னும் உயர்த்தணும்!"

மாலை வந்தது, இன்னும் வேலை தொடர்ந்தது. இப்போது அவர்கள் சோர்வையும் தாண்டியிருந்தனர். அவர்களது முகங்கள் கிட்டத்தட்ட

சவக்களையுடன் இருந்தன. அவர்கள் இயந்திரங்களைப் போல் வேலை செய்தனர். இருண்டதும் கார் கதவுகளில் லாந்தர்களை வைத்து விட்டு, காப்பிச் சட்டியைத் தயாராக வைத்தனர். பெண்கள் ஒவ்வொருவராக ஜோடின் காருக்குச் சென்று உள்ளே நுழைந்து கொண்டனர்.

இப்போது வலி நெருக்கமாக வந்து கொண்டிருந்தது, இருபது நிமிடங்கள் இடைவெளியில். ஷாரன் தனது கட்டுப்பாட்டை இழந்து விட்டாள். அவள் கடுமையான வலியில் கடுமையாக அலறினாள். அக்கம்பக்கத்துப் பெண்கள் அவளைப் பார்த்து ஆறுதலாகத் தட்டிக் கொடுத்து விட்டுத் தமது கார்களுக்குச் சென்றனர்.

அம்மா இப்போது நெருப்பை நன்றாக எரிய விட்டிருந்தாள். அவளிடம் இருக்கும் சட்டிகளெல்லாம் வெந்நீருக்காக அடுப்பில் வைக்கப்பட்டிருந்தன. அவ்வப்போது அப்பா காரின் கதவைப் பார்த்தார். “சரியா இருக்கா?”

“இருக்கு. அப்படித்தான் நினைக்கறேன்” என்று அம்மா உறுதி கொடுத்தாள்.

இருள் பரவியதும் யாரோ ஃப்ளாஷ் லைட்டை வேலைக்கு உதவக் கொண்டு வந்தனர். ஜான் மாமா களத்தில் இறங்கினார். சேற்றை சுவற்றுக்கு மேலே குவித்தார்.

“நிதானப்படு. உன்ன நீயே கொன்னுடுவ” என்று எச்சரித்தார் அப்பா.

“என்னால முடியாது. அந்தக் கூச்சல என்னால பொறுக்க முடியல. அது எப்படியிருக்குன்னா – அது அப்ப – “

“எனக்குத்தெரியும். ஆனா நிதானமா இரு.”

ஜான் மாமா குழறினார். “நான் ஓடிப்போயிடுவேன். கடவுளே, நான் வேலை செய்யணும், இல்லேன்ன நான் ஓடிடுவேன்.”

அப்பா அவரிடம் திரும்பினார். “கடைசி அடையாளத்து மேல அது எங்க நிக்கிது?”

ஃப்ளாஷ் லைட் வைத்திருந்தவர் குச்சி மேல் விளக்கை அடித்தார். விளக்கு வெளிச்சத்தை மழை மறைத்தது. “மேல வருது.”

“இப்ப மெதுவா மேல ஏறும். மறுபுறத்துல ரொம்ப தூரம் வெள்ளம் ஏறும்” என்றார் அப்பா.

“இருந்தாலும் அது மேல வருது.”

பெண்கள் காப்பிச் சட்டிகளை நிரப்பி மீண்டும் வெளியே வைத்தனர். இரவு செல்லச் செல்ல ஆண்கள் வேகம் மேலும் மேலும் குறைந்தது.

அவர்களது கால்களை சுமை இழுக்கும் குதிரைகளைப் போல் அவர்கள் இழுத்து வைத்தனர். மேலும் மேலும் சேறு கலைய, மேலும் மரங்கள் விழுந்தன. மழை சீராகத் தொடர்ந்தது. ஃப்ளாஷ் லைட்டுகள் அவர்கள் முகத்தில் அடிக்கப்பட்டபோது, அவர்கள் கண்கள் வெறித்தன. கன்னச் சதைகள் விழுந்து கிடந்தன.

நீண்ட நேரம் காரிலிருந்து அலறல் கேட்டது, கடைசியில் நின்று போனது.

அப்பா சொன்னார், "அம்மா, குழந்தை பிறந்துடுச்சுன்னா, என்னக் கூப்பிடு."

ஓடை மேலெழும்பி கரைக்கு மேல் சுழன்றது. பிறகு, ஓடையிலிருந்து கிழித்தெறியும் ஓசை கேட்டது. ஒரு விளக்கு வெளிச்சம் ஒரு பெரிய பருத்திச் செடி விழுவதைக் காட்டியது. ஆண்கள் நின்று கவனித்தனர். மரத்தின் கிளைகள் தண்ணீரில் மூழ்க, சுழல் சிறு வேர்களை வெட்டியிழுத்தது. மெதுவாக மரம் வேரற்றுப் போய் ஓடையை நோக்கி விழுந்தது. சோர்ந்து போன ஆண்கள் மலைத்துப் போய் வாய்பிளந்து பார்த்துக் கொண்டிருந்தனர். மரம் மெதுவாக கீழே நகர்ந்து சென்றது. பிறகு ஒரு கிளை ஒரு கட்டையில் மாட்டிக் கொண்டதால் அது இழுத்துக் கொண்டு நின்றது. பிறகு மெதுவாக அதன் வேர்கள் திரும்பி புதிய கரையில் பற்றிக் கொண்டன. தண்ணீர் அதன் பின்னால் ஏறியது. மரம் நகர்ந்து கரையை உடைத்தது. அதன் வழியே தண்ணீர் வெளியேறியது. அப்பா முன்னால் பாய்ந்து அந்த உடைப்பில் சேற்றை நிரப்பினார். பிறகு கரை வேகமாக உடைந்து காலை நனைத்துப் பிறகு முழங்காலைச் சுற்றி ஏறியது. ஆண்கள் கலைந்து ஓடினர். தண்ணீர் மெதுவாகக் கார்களின் கீழ் சமதரையில் ஏறியது.

ஜான் மாமா தண்ணீர் உடைப்பெடுத்து வருவதைப் பார்த்தார். இருளில் அவரால் அதைப் பார்க்க முடிந்தது. கட்டுப்படுத்த முடியாமல் அவரது உடல் எடை அவரைக் கீழே தள்ளியது. அப்பா அவரைப் பார்த்து விட்டார். "என்ன ஆச்சு?" என்று கேட்டுக் கொண்டே அவரைத் தூக்கி விட்டார். "உனக்கு உடம்பு சரியில்லையா? வா, காரெல்லாம் உயரமா இருக்கு."

ஜான் மாமா தன் சக்தியைக் கூட்டிக் கொண்டார். "எனக்குத் தெரியல. காலெல்லாம் விட்டுப் போச்சு. அப்படியே விழுந்துட்டேன்" என்று மன்னிப்புக் கேட்கும் விதத்தில் கூறினார். அப்பா அவரை கார்களிடம் அழைத்துச் சென்றார்.

மரம் இழுத்துச் செல்லப்பட்டவுடன் அல் திரும்பி ஓடினான். அவனது கால்கள் கனமாக இருந்தன. அவன் டிரக்கை நெருங்கியபோது, தண்ணீர் அவனது கெண்டைக்கால்வரை இருந்தது. அவன் தார்பாயை

டிரக்கின் முன்புறத்திலிருந்து அகற்றி விட்டு டிரக்கை முடுக்கினான். இஞ்சின் மீண்டும் மீண்டும் உறுமியது, ஆனால் மோட்டார் இயங்கும் சத்தமில்லை. அவன் இஞ்சினை நீண்ட நேரமியக்க முயன்றான். பேட்டரி முழுவதும் நனைந்த மோட்டாரை மீண்டும் மீண்டும் இயக்க முயல, கடைசியில் சத்தமே இல்லாமல் மோட்டார் நின்று போனது. அல் திரும்பத் திரும்ப, மெதுவாக, மெதுவாக. ஸ்பார்க்கை அதிகப்படுத்தினான். தனது இருக்கைக்குக் கீழ் திருகையைக் கண்டு பிடித்து கீழே பாய்ந்தான். தண்ணீர் கால்பலகையைத் தாண்டி மேலெழும்பியிருந்தது. அவன் முன்பக்கம் ஓடினான். இப்போது கிரான்க் கேஸ் தண்ணீரில் மூழ்கியிருந்தது. தீவீரமாக அவன் திருகையை அதில் பொருத்தி சுழற்றினான். திருகையைப் பிடித்திருந்த அவனது கை ஒவ்வொரு முறையும் தண்ணீரில் பட்டுத் தண்ணீர் தெறித்தது. கடைசியில் அவனது தீவிரம் காணாமல் போனது. மோட்டார் முழுதும் தண்ணீர் நிரம்பி விட்டது, பேட்டரியும் உயிரை விட்டு விட்டது. கொஞ்சம் உயரமான இடத்தில் இரண்டு கார்கள் உயிர் பெற்றிருக்க, அவற்றின் விளக்குகள் எரிந்தன. அவர்கள் சேற்றில் தடுமாறி அதிலிருந்து விடுவிக்க முயன்று கடைசியில் மோட்டாரை அணைத்து விட்டு முகப்பு விளக்குகளைப் பார்த்துக் கொண்டு ஸ்தம்பித்து உட்கார்ந்திருந்தனர். விளக்கு வெளிச்சத்தில் மழை அடித்துப் பெய்து கொண்டிருந்தது. அல் மெதுவாக டிரக்கைச் சுற்றி வந்து மோட்டாரை அணைத்தான்.

அப்பா மரப்படியை நெருங்கியபோது, அவர் கீழ்ப்படி தண்ணீரில் மிதந்து கொண்டிருந்ததைக் கண்டார். அவர் அதை மிதித்து சேற்றில் தள்ளி விட்டுக் கேட்டார், "ஜான் உன்னால ஏற முடியுமா?".

"எனக்கு சரியாயிடும். நீங்க போங்க."

அப்பா கவனமாக படியில் ஏறி குறுகலான இடைவெளியில் கஷ்டப்பட்டு நுழைந்தார். இரண்டு விளக்குகளும் சிறிதாக எரிய விடப்பட்டிருந்தன. அம்மா ஷாரனுக்குப் பக்கத்தில் அமர்ந்து கொண்டு அசையாதிருந்த ஷாரனின் முகத்தில் ஒரு அட்டையை வைத்து வீசிக் கொண்டிருந்தாள். திருமதி வெயின்ரைட் காய்ந்த குச்சிகளை அடுப்புக்குள் நுழைக்க, அதிலிருந்து எழுந்த புகை சதை எரியும் நாற்றத்துடன் காரில் சூழ்ந்தது. அவர் ஏறுவதைப் பார்த்தவுடன் அம்மா அவரைப் பார்த்து விட்டு வேகமாகக் கீழே பார்த்தாள்.

"அவ எப்படி இருக்கா?"

அம்மா அவரை மீண்டும் பார்க்கவில்லை. "நல்லாருக்கான்னு நினைக்கறேன். தூங்குறா."

காற்றில் துர்நாற்றமும், புதுப் பிறப்பின் நாற்றமும் பரவியிருந்தது. ஜான் மாமா கஷ்டப்பட்டு காரின் சுவற்றில் சாய்ந்து கொண்டார். திருமதி வெயின்ரைட் தன் வேலையை விட்டு விட்டு அப்பாவிடம் வந்தாள். அவரது முழங்கையைப் பிடித்து இழுத்துக் கொண்டு காரின் மூலைக்குச் சென்றாள். ஒரு லாந்தரை எடுத்து மூலையில் இருந்த பெட்டிக்கு மேல் காட்டினாள். ஒரு செய்திப்பத்திரிகை மேல் சுருங்கிப் போய் ஒரு நீலநிற சிறு உடல் கிடந்தது.

“மூச்சே விடல. உயிரோட இல்ல” என்றாள் திருமதி வெயின்ரைட்.

ஜான் மாமா திரும்பி காரின் இருண்ட மூலைக்குச் சோர்வுடன் சென்றார். மழை இப்போது கூரையில் மென்மையாகப் பெய்தது. ஜான் மாமாவின் சோர்வான விம்மலை மூலையிலிருந்து கேட்குமளவுக்கு மழை மெதுவாகப் பெய்தது.

அப்பா திருமதி வெயின்ரைட்டை நிமிர்ந்து பார்த்தார். அவர் லாந்தரை அவளிடமிருந்து வாங்கித் தரையில் வைத்தார். ருத்தியும் வின்ஃபீல்டும் தமது மெத்தைகளில் தூங்கிக் கொண்டிருந்தனர். வெளிச்சம் கண்களில் படாமலிருக்கத் தமது கைகளை வைத்துக் கண்களை மறைத்துக் கொண்டிருந்தனர்.

அப்பா ஷாரனின் மெத்தைக்கு மெதுவாக நடந்து சென்றார். அவர் கீழே உட்கார முயன்றார், ஆனால் அவரது முட்டிகள் மிகவும் சோர்வாக இருந்தன. அதற்கு பதிலாகக் குனிந்தார். அம்மா தன் கையிலிருந்த சதுர அட்டையை முன்னும் பின்னும் ஆட்டினாள். அவள் அப்பாவை ஒரு கணம் பார்த்தாள். அவளது கண்கள் விரிந்து, தூக்கத்தில் நடப்பவனைப் போல் வெறித்தது.

அப்பா சொன்னார், “எங்களால செய்ய முடிஞ்ச வரைக்கும் செஞ்சுட்டோம்.”

“எனக்குத் தெரியும்.”

“ராத்திரி பூரா வேல செஞ்சோம். ஒரு மரம் கரைய உடைச்சிடுச்சு.”

“எனக்குத் தெரியும்.”

“அந்த சத்தத்த காருக்குக் கீழ நீ கேக்கலாம்.”

“எனக்குத் தெரியும். நான் கேட்டேன்.”

“அவள் சரியாயிடுவான்னு நினைக்கறயா?”

“எனக்குத் தெரியல.”

“நாம எதுவும் செஞ்சிருக்க முடியாதா?”

அம்மாவின் உதடுகள் இறுகியும், வெளிறியும் போயிருந்தன. “இல்ல. ஒரே ஒரு விஷயம்தான் செய்யறதுக்கு இருந்தது- அத நாம செஞ்சுட்டோம்.”

“நாங்க சோர்ந்து போயி விழற வரைக்கும் வேல செஞ்சோம். ஒரு மரம் – மழை கொஞ்சம் விட்டிருக்கு.” அம்மா கூரையைப் பார்த்து விட்டு மீண்டும் கீழே பார்த்தாள். அப்பா மேலும் பேச வேண்டுமென்ற நிர்ப்பந்தத்தில் பேசிச் சென்றார். “எனக்கு அது எவ்வளவு உயரமா வரும்னு தெரியாது. கார்ல வெள்ளம் கூட வரலாம்.”

“எனக்குத் தெரியும்.”

“உனக்கு எல்லாம் தெரியும்.”

அவள் அமைதியாக இருந்தாள், அட்டை முன்னும் பின்னுமாக அசைந்தது.

“நாம எதாவது விட்டுட்டோமா? நாம எதாவது செஞ்சிருக்க முடியுமா?” என்று அவரது குரல் இறைஞ்சியது.

அம்மா அவரை வினோதமாகப் பார்த்தாள். அவளது வெளிறிய உதடுகள் கனவு போன்ற கருணையுடன் புன்னகைத்தன. “எந்த குற்றவுணர்வும் வச்சுக்காதீங்க. உஷ்! எல்லாம் சரியாயிடும். எல்லாமே மாறும்.”

“இந்தத் தண்ணியால – நாம போக வேண்டிருக்கலாம்.”

“போக வேண்டிய சமயத்துக்கு நாம போவோம். நாம செய்ய வேண்டியத செய்வோம். இப்ப சத்தம் போடாதீங்க. அவள எழுப்பி விட்டுடுவீங்க.”

திருமதி வெயின்ரைட் குச்சிகளை உடைத்து ஈரமான விறகுடன், புகையுடன் போட்டாள்.

வெளியிலிருந்து ஒரு கோபமான குரல் கேட்டது. “நானே உள்ள போயி அந்த வேசி மகனப் பாக்கறேன்.”

பிறகு வெளியிலிருந்து அல்லின் குரல் வந்தது. “என்ன போறேன்னு நினைச்சுக்கிட்டிருக்க?”

“நான் அந்த வேசிமகன் ஜோட பாக்கப் போறேன்.”

“இல்ல, நீ போக முடியாது. என்ன விஷயம்?”

“அவன் மட்டும் கரை விஷயத்துல எங்களுக்கு முட்டாள்தனமா சொல்லாம இருந்திருந்தா, நாங்க வெளிய போயிருப்போம். இப்ப எங்க கார் வேலை செய்யல.”

“எங்களோடது மட்டும் ரோட்டுல ஓடுதுன்னா நினைச்சுக்கிட்டிருக்க?”

“நான் உள்ள போறேன்.”

அல்லின் குரல் கடுமையாக இருந்தது. “நீ எங்கிட்ட சண்ட போட்டுட்டுத்தான் போகணும்.”

அப்பா மெதுவாக எழுந்து கதவுக்குச் சென்றார். “சரி, அல் நான் வெளிய வறேன். சரிதான் அல்.” அப்பா மரப்பலகையில் இறங்கினார். அம்மாவுக்கு அவர் சொல்வது கேட்டது. “எங்ககிட்ட நோயாளி இருக்காங்க. இங்க வாங்க.”

இப்போது மழை கூரையில் மெதுவாகப் பெய்தது, புதிதாக வந்த காற்று அதை விசிறி அடித்தது. திருமதி வெயின்ரைட் அடுப்பிலிருந்து வந்து ஷாரனைப் பார்த்தாள். “அம்மா, சீக்கிரம் விடியப் போகுது. நீங்க ஏன் கொஞ்சம் தூங்கக் கூடாது? நான் அவகிட்ட உக்காந்துக்கறேன்.”

“இல்ல. நான் சோர்வா இல்ல.”

“கண்லயே தெரியுது. வாங்க, கொஞ்சம் படுத்துக்கங்க.”

அம்மா மெதுவாகத் தனது விசிறியால் காற்றை வீசினாள். “நீங்க ரொம்ப நட்பா இருக்கீங்க. உங்களுக்கு நன்றி.”

அந்த குண்டுப் பெண்மணி புன்னகைத்தாள். “நன்றி சொல்ல வேண்டிய அவசியமில்ல. நாம எல்லாரும் ஒரே நிலைலதான் இருக்கோம். எங்களுக்கு முடியாம போனா, நீங்க கை கொடுங்க.”

“நிச்சயமா நாங்க கை கொடுப்போம்.”

“இல்லேன்னா யாரும்.”

“இல்லேன்னா யாரும். முன்னால ஒரு குடும்பமா இருந்தோம். இப்ப அப்படியில்ல. இப்ப யார் வேணாலும். நாம மோசமா போகப் போக, நாம நிறைய செய்ய வேண்டியிருக்கு.”

“நாம அதக் காப்பாத்திருக்க முடியாது.”

“எனக்குத் தெரியும்” என்றாள் அம்மா.

ருத்தி ஆழமாக மூச்சு விட்டு விட்டுத் தனது கையைக் கண்களிலிருந்து எடுத்தாள். அவள் விளக்கை ஒருநிமிடம் மலங்க மலங்கப் பார்த்து விட்டு அம்மாவைத் திரும்பிப் பார்த்தாள். “குழந்தை பிறந்திருச்சா?” என்று கேட்டாள்.

அம்மா தனது உதடுகளை ஈரப்படுத்திக் கொண்டாள். “குழந்தை இல்ல. ஒரு குழந்தையா இல்ல. நாமதான் தப்பா புரிஞ்சுக்கிட்டோம்.”

“பாழாப் போக!” ருத்தி கொட்டாவி விட்டாள். “அது குழந்தையாயிருக்கணும்னு ஆசப்பட்டேன்.”

திருமதி வெயின்ரைட் அம்மாவுக்குப் பக்கத்தில் உட்கார்ந்து அவளிடமிருந்து அட்டையை வாங்கி விசிறினாள். அம்மா தன் கைகளைத் தனது மடியில் மடக்கி வைத்துக் கொண்டாள். அவளது சோர்ந்த கண்கள் சோர்வுடன் தூங்கிக் கொண்டிருந்த ஷாரனிடமிருந்து அகலவில்லை. “வாங்க, படுத்துக்கங்க. நீங்க அவளுக்குப் பக்கத்துலதான் இருப்பீங்க. அவன் ஆழமா மூச்சு விட்டாக்கூட நீங்க முழிச்சுக்குவீங்க.”

“சரி, நான் படுக்கிறேன்”. அம்மா மெத்தையில் தூங்கிக் கொண்டிருந்த பெண்ணுக்கு அருகில் படுத்துக் கொண்டாள். திருமது வெயின்ரைட் தரையில் உட்கார்ந்து பார்க்க ஆரம்பித்தாள்.

அப்பாவும் அல்லும், ஜான் மாமாவும் கதவடியில் அமர்ந்து இறுக்கமான காலை புலரும்போது பார்த்துக் கொண்டிருந்தனர். மழை நின்றிருந்தது, ஆனால் வானம் கருமேகத்தால் நிறைந்திருந்தது. வெளிச்சம் வந்தபோது அது நீரில் பிரதிபலித்தது. ஓடையின் தண்ணீர் மரங்களின் கிளைகளையும், பெட்டிகளையும், தட்டிகளையும் அடித்துக் கொண்டு வேகமாக வந்ததை அவர்களால் பார்க்க முடிந்தது. தண்ணீர் பெட்டிக் கார்கள் நின்ற சமப்பகுதிக்கு சுழன்று வந்தது. எந்தக் கரையும் இருந்ததற்கான அறிகுறியே இல்லை. அப்பா கதவைத் தாண்டிக் குனிந்த மரப்பலகையில் தண்ணீர் இருந்த இடத்துக்கு மேல் ஒரு குச்சியை வைத்தார். அதன் மேல் தண்ணீர் ஏறியதை அவர்கள் பார்த்துக் கொண்டிருந்தனர். தண்ணீர் அதை மெதுவாக அப்புறப்படுத்தி இழுத்துச் சென்றது. அப்பா இன்னொரு அங்குலத்துக்கு மேல் இன்னொரு குச்சியை வைத்து விட்டு பார்ப்பதற்காக உட்கார்ந்து கொண்டார்.

“அது காருக்குள்ள வரும்னு நினைக்கறீங்களா?” என்று கேட்டான் அல்.

“சொல்ல முடியாது. இன்னும் மலைலேருந்து எக்கச்சக்கமா தண்ணி வரவேண்டிருக்கு. சொல்ல முடியாது. திரும்பவும் மழை கூட ஆரம்பிக்கலாம்.”

அல் சொன்னான், “நான் யோசிச்சேன். அது உள்ள வந்தா, எல்லாம் நனைஞ்சுடும்.”

“ஆமா.”

“அது காருக்குள்ள மூணு நாலு அடிக்கு மேல வராது. ஏன்னா அது உயர்வேகப்பாதைக்குப் போய் அங்க பரவிடும்.”

“உனக்கு எப்படித் தெரியும்?” என்று விசாரித்தார் அப்பா.

"நான் அத காரோட மூலைலேருந்து பாத்தேன்." அவன் தன் கையை உயர்த்திக் காட்டினான். "இந்த அளவுக்கு அது வரும்."

"சரி, அதனால என்ன? நாம இங்க இருக்க மாட்டோம்."

"நாம இங்க இருந்தாகணும். டிரக் இங்கதான் இருக்கு. வெள்ளம் வடிஞ்ச பிறகு அதுலருந்து தண்ணிய வெளியேத்த ஒரு வாரம் ஆகும்."

"உன்னோட யோசனை என்ன?"

"நாம பக்கவாட்டுத் தட்டியயெல்லாம் எடுத்துட்டு அங்க ஒரு வகைல மேடை அமைச்சு நம்ம பொருளையெல்லாம் ஏத்திடலாம்."

"சரி, எப்படி சமைக்கறது, எப்படி நாம சாப்பிட்றது?"

"அது நம்ம பொருளையெல்லாம் உலர்வா வச்சுக்கும்."

வெளியே வெளிச்சம் பிரகாசமானது, ஒரு சாம்பல்நிறமான உலோக வெளிச்சம். மரப்பலகையிலிருந்து இரண்டாவது குச்சியும் மிதந்து சென்றது. அப்பா இன்னொன்றை இன்னும் மேலே வைத்தார். "ஏறிக்கிட்டிருக்கு. நாம அத செய்யறது நல்லதுன்னு நினைக்கறேன்."

அம்மா தன் தூக்கத்தில் அமைதியின்றிப் புரண்டாள். அவளது கண்கள் விரியத் திறந்தன. அவள் எச்சரிக்கையுடன் புலம்பினாள், "டாம்! டாம்! ஓ டாம்!"

திருமதி வெயின்ரைட் ஆறுதலாகப் பேசினாள். அம்மாவின் கண்கள் திரும்பவும் மூடிக்கொண்டு கனவில் ஆழ்ந்தன. திருமதி வெயின்ரைட் எழுந்து கதவுக்குச் சென்றாள். "ஏய். நாம சீக்கிரம் வெளியேறியாகணும்." அவள் அட்டைப் பெட்டி இருந்த மூலையைச் சுட்டிக் காட்டினாள். "இது நல்லதில்ல. அது பிரச்சனையையும், சோகத்தையும் உண்டாக்குது. நீங்க அத எடுத்துட்டுப் போய் புதைக்க முடியுமா?"

ஆண்கள் அமைதியாக இருந்தனர். கடைசியில் அப்பா சொன்னார், "நீங்க சொல்றது சரி. அது ஒரு சோகம். அத புதைக்கிறது சட்டவிரோதம்."

"சட்டத்துக்கு விரோதமா நாம செய்யற நிறைய விஷயங்கள் இருக்கு. நாம எதுவும் செய்ய முடியாது."

"ஆமா."

அல் சொன்னான், "தண்ணி இன்னும் மேல ஏறதுக்கு முன்னால பக்கவாட்ட பிச்சு எடுக்கறது நல்லது."

அப்பா ஜான் மாமாவிடம் திரும்பினார். "அல்லும் நானும் அந்த வேலைய செய்யறோம், நீ அதப் போய் புதைச்சிட்டு வந்துடறியா?"

ஜான் மாமா கடுப்புடன் சொன்னார், “நான் ஏன் அத செய்யணும்? நீங்க யாராவது ஏன் செய்யக்கூடாது? எனக்கு அது பிடிக்கல.” பிறகு சொன்னார், “நிச்சயமா நான் அத செய்வேன். குடுங்க, எங்கிட்ட குடுங்க.” அவரது குரல் உயர்ந்தது. “வாங்க, எங்கிட்ட குடுங்க.”

“அவங்கள எழுப்பிடாதீங்க” என்றாள் திருமதி வெயின்ரைட். அவள் அட்டைப் பெட்டியைக் கதவுக்குக் கொண்டு வந்து அதன் மேல் மென்மையாக சாக்கைப் போர்த்தினாள்.

“மண்வெட்டி உனக்குப் பின்னால இருக்கு” என்றார் அப்பா.

ஜான் மாமா ஒரு கையில் மண்வெட்டியை எடுத்துக் கொண்டார். கதவுக்கு வெளியே தண்ணீரில் இறங்கினார். அவர் தரையைத் தொடுவதற்கு முன் தண்ணீர் அவரது இடுப்பைத் தொட்டு விட்டது. அவர் திரும்பி பெட்டியை இன்னொரு கைக்கு மாற்றிக் கொண்டார்.

அப்பா சொன்னார், “வா அல். நாம அந்த மரக்கட்டையை எடுப்போம்.

அந்த சாம்பல்நிற காலை வெளிச்சத்தில் ஜான் மாமா காரைச் சுற்றிச் சென்று ஜோடின் டிரக்கைக் கடந்தார்; வழுக்கும் கரையைத் தாண்டி உயர்வேகப்பாதைக்கு நடந்தார். பெட்டிக் கார் சமவெளியைத் தாண்டி உயர்வேகப்பாதையில் சாலைக்கருகில் சுழித்து ஓடிக் கொண்டிருந்த ஒரு ஓடைக்கு வரும்வரை நடந்தார். அங்கு சாலைக்கருகில் மரங்கள் வளர்ந்திருந்தன. பெட்டியைத் தனது முன்னால் பிடித்துக் கொண்டு, தனது மண்வெட்டியைக் கீழே வைத்தார். அங்கு புதர்களைக் கடந்து வேகமாகச் சுழித்தோடும் ஓடையின் முனைக்கு வந்து சேர்ந்தார். அது மஞ்சள் நிற நுரையை மரங்களின் அடிப்புறத்தில் விட்டுவிட்டுச் சுழன்றோடுவதை சிறிது நேரம் பார்த்துக் கொண்டிருந்தார். அட்டைப்பெட்டியைத் தனது மார்பை ஒட்டிப் பிடித்துக் கொண்டிருந்தார். பிறகு முன்னால் குனிந்து அந்தப் பெட்டியை ஓடையில் வைத்துப் பிடித்துக் கொண்டு அதை நிலைப்படுத்தினார். ஆவேசமாகச் சொன்னார், “கீழ போய் அவங்ககிட்ட சொல்லு. தெருல போயி, அழுகி அவங்களுக்கு அந்த மாதிரி சொல்லு. அந்த மாதிரிதான் நீ பேச முடியும். நீ ஒரு பொண்ணா, பையனாங்கறது கூட எனக்குத்தெரியாது. நான் அத தெரிஞ்சுக்கப் போறதில்ல. இப்ப போய், சாலைல கிட. ஒருவேள அவங்களுக்கு அப்பத் தெரியலாம்.” அவர் பெட்டியை மெதுவாக ஓடையில் சுழலில் விட்டார். அது தண்ணீரில் கீழே அமிழ்ந்து பக்கவாட்டில் சென்று, சுழன்று திரும்பி மெதுவாக மிதந்து சென்றது. சாக்கு தள்ளி மிதந்தது. பெட்டி சுழலில் சிக்கிக் கொண்டு பார்வையைத் தாண்டி புதரின் பின்னால் வேகமாக மறைந்தது. ஜான் மாமா

மண்வெட்டியை எடுத்துக் கொண்டு வேகவேகமாக பெட்டிக்கார்களிடம் சென்றார். அவர் தண்ணீரில் இறங்கி அப்பாவும், அல்லும் வேலை செய்து கொண்டிருந்த டிரக்கிடம் சென்றார். அவர்கள் ஒன்றுக்கு ஆறு கட்டைகளை அகற்றிக் கொண்டிருந்தனர்.

அப்பா அவரை நிமிர்ந்து பார்த்தார். "செஞ்சுட்டியா?"

"முடிச்சுட்டேன்."

"பாரு. நீ அல்லுக்கு உதவி பண்ணினா, நான் கடைக்குப் போய் சாப்பிட எதாவது வாங்கிட்டு வருவேன்."

"பன்றி இறைச்சி வாங்கிட்டு வாங்க. எனக்கு கொஞ்சம் இறைச்சி தேவைப்படுது" என்றான் அல்.

"வாங்கிட்டு வரேன்". அவர் டிரக்கிலிருந்து குதிக்க, ஜான் மாமா அவரின் இடத்தை எடுத்துக் கொண்டார்.

அவர்கள் காரின் கதவில் கட்டைகளைத் தள்ளிக் கொண்டிருந்தபோது அம்மா விழித்தெழுந்து உட்கார்ந்தாள். "நீங்க என்ன செய்யுறீங்க?"

"நனையாம இருக்கறதுக்காக ஒரு இடத்தக் கட்றோம்."

"ஏன்? இங்க உலர்ந்துதான இருக்கு?"

"இப்படியே இருக்காது. தண்ணி உயர்ந்துக்கிட்டிருக்கு."

அம்மா எழுந்து கதவருகே சென்றாள். "நாம இங்கேருந்து வெளியேறணும்."

"முடியாது" என்றான் அல். "நம்மளோட எல்லா பொருட்களும் இங்கருக்கு. டிரக் இங்கருக்கு. நம்மகிட்ட இருக்கற எல்லாம் இங்கருக்கு."

"அப்பா எங்க?"

"காலை சாப்பிட எதாவது வாங்கப் போயிருக்கார்."

அம்மா தண்ணீரைக் குனிந்து பார்த்தாள். இப்போது தண்ணீர் தரைக்கு ஆறு அங்குலங்கள்தான் கீழே இருந்தது. அவள் மெத்தைக்குச் சென்று ஷாரனைக் குனிந்து பார்த்தாள். பெண் அவளைத் திரும்ப வெறித்துப் பார்த்தாள்.

"எப்படி இருக்கு?"

"சோர்வா இருக்கு. சோர்ந்து போச்சு."

"உனக்கு கொஞ்சம் காலை உணவு கொடுக்கணும்."

"எனக்குப் பசியில்ல."

திருமதி வெயின்ரைட் அம்மாவருகில் சென்றாள். "அவ நல்லா இருக்கறதா தோணுது. நல்லபடியா வெளிய வந்துட்டா."

“அம்மா?”

“சொல்லு. என்ன வேணும்?”

“அது – அது நல்லாருக்கா?”

அம்மா முயற்சியைக் கைவிட்டாள். மெத்தையில் முழந்தாளிட்டாள். “நீ இன்னும் நிறைய பெத்துக்கலாம். எங்களுக்குத் தெரிஞ்ச எல்லாத்தையும் செஞ்சுட்டோம்.”

ஷாரன் போராடி எழ முயன்றாள். “அம்மா!”

“எதுவும் செய்ய முடியல.”

பெண் திரும்பப் படுத்துத் தனது கண்களைக் கைகளால் மூடிக் கொண்டாள். ருத்தி அருகில் தவழ்ந்து வந்து திகைப்புடன் பார்த்தாள். “அவளுக்கு உடம்பு சரியில்லையா அம்மா? அவ செத்துப் போகப்போறாளா?”

“நிச்சயமா இல்ல. அவ சரியாயிடுவா. சரியாயிடுவா.”

அப்பா தன் கைமுழுக்க பொருட்களுடன் வந்தார். “எப்படி இருக்கா?”

“நல்லாருக்கா. நல்லாயிடுவா.”

ருத்தி வின்ஃபீல்டிடம் அறிவித்தாள். “அவ சாகமாட்டா. அம்மா அப்படி சொன்னாங்க.”

வின்ஃபீல்ட் வயது வந்தவனைப் போல் ஒரு குச்சியால் பல்லைக் குத்திக் கொண்டு சொன்னான், “எனக்கு எப்பவுமே அது தெரியும்.”

“உனக்கு எப்படித் தெரியும்?”

“நான் சொல்ல மாட்டேன்” என்றான் வின்ஃபீல்ட். ஒரு குச்சியை வெளியே துப்பினான்.

அம்மா கடைசியாக மிஞ்சிய குச்சிகளை மூட்டி பன்றி இறைச்சியை சமைத்து குழம்பு செய்தாள். அப்பா கடை ரொட்டியைக் கொண்டு வந்தார். அம்மா அதைப் பார்த்ததும் எரிந்து விழுந்தாள். “எதாவது பணம் மிச்சம் இருக்கா?”

“இல்ல. ஆனா நாங்க ரொம்ப பசியோட இருக்கோம்.”

“உடனே நீங்க கடை ரொட்டிய வாங்கிட்டு வந்துட்டீங்க” என்று அம்மா குற்றம் சாட்டும் தொனியில் சொன்னாள்.

“சரி, நாங்க ரொம்ப பசியோட இருந்தோம். ராத்திரி பூரா வேல செஞ்சோம்.”

அம்மா பெருமூச்சு விட்டாள். "இப்ப நாம என்ன செய்யப் போறோம்?"

அவர்கள் சாப்பிட்ட போது, தண்ணீர் மேலெழும்பிக் கொண்டே இருந்தது. அல் தனது உணவை விழுங்கினான். அப்பாவும் அவனும் ஒரு மேடையை அமைத்தனர். ஐந்தடி அகலம், ஆறு அடி நீளம், தரைக்கு நாலடிக்கு மேல். தண்ணீர் கதவருகே வந்து, நீண்ட நேரம் தயங்குவது போல் நின்று விட்டு, மெதுவாக உள்ளே நுழைந்தது. வெளியே திரும்பவும் மழை முன்புபோல் பிடித்துக் கொண்டது. பெரிய கனத்த மழைத்துளிகள் தண்ணீரில் விழுந்து தெறிக்க, கூரையின் மேல் கனத்த சத்தத்துடன் விழுந்தன.

அல் சொன்னான், "இப்ப வாங்க, மெத்தைய மேல ஏத்துவோம். போர்வை நனையாதபடி மேல வப்போம்." அவர்கள் தமது பொருட்களை மேடையின் மேல் ஏற்ற, தரைக்கு மேல் தண்ணீர் மேலெழும்பியது. அப்பா, அம்மா, அல், ஜான் மாமா ஒவ்வொருவரும் ஆளுக்கொரு மூலையில் பிடித்துக் கொண்டு ஷாரனுடன் சேர்த்து மெத்தையைத் தூக்கி பொருட்களின் குவியலுக்கு மேல் வைத்தனர்.

பெண் அதற்கு எதிர்ப்புத் தெரிவித்தாள். "என்னால நடக்க முடியும். நான் நல்லாருக்கேன்." தண்ணீர் தரையில் நுழைந்து ஒரு மெல்லிய படலமாகத் தெரிந்தது. ஷாரன் அம்மாவிடம் ரகசியமாக எதோ சொல்ல, அம்மா தனது கையை போர்வைக்குள் விட்டு அவளது மார்பைத் தொட்டுப் பார்த்து விட்டுத் தலையசைத்தாள்.

பெட்டிக் காரின் மறுமுனையில் வெயின்ரைட்டுகள் தமக்கென மேடையைக் கட்டிக் கொண்டிருந்தனர். மழை வேகப்பட்டுவிட்டு அகன்று சென்றது.

அம்மா குனிந்து தன் கால்களைப் பார்த்தாள். தண்ணீர் இப்போது காரின் தரையில் அரை அங்குலம் ஏறியிருந்தது. "ருத்தி, வின்ஃபீல்ட், வந்து மேடைல ஏறுங்க. உங்களுக்கு சளி பிடிச்சுக்கும்." அவர்கள் பாதுகாப்பாக ஏற உதவினாள். அவர்கள் ஷாரனுக்கு அருகில் எசகுபிசகாக உட்கார்ந்திருந்தனர். அம்மா திடீரெனச் சொன்னாள், "நாம வெளியேறணும்."

"நம்மால முடியாது" என்றார் அப்பா. "அல் சொல்ற மாதிரி, நம்ம பொருளெல்லாம் இங்க இருக்கு. நாம பெட்டிக்காரோட கதவ எடுத்துட்டு இருக்க நிறைய இடம் செஞ்சுப்போம்."

குடும்பம் மேடைகளில் அமைதியாக மிரட்சியுடன் நெருக்கமாக அடைத்துக் கொண்டது. வெள்ள நீர் கரையைத் தாண்டி மறுபுறம் பருத்திக் காட்டுக்குச் செல்வதற்கு முன் தண்ணீர் காருக்குள் ஆறு அங்குலங்கள்

ஏறியிருந்தது. அன்று பகலிலும், இரவிலும் ஆண்கள் பெட்டிக்கார் கதவருகே முழுதும் நனைந்து போய்த் தூங்கினர். அம்மா ஷாரனுக்கு அருகிலேயே படுத்திருந்தாள். சிலசமயம் அம்மா தன்னிடமே ரகசியமாகப் பேசிக் கொண்டாள், சில சமயம் சிறுத்துப் போன முகத்துடன் அமைதியாக உட்கார்ந்திருந்தாள். மீதமிருந்த கடை ரொட்டியைப் போர்வைக்குள் பதுக்கி வைத்திருந்தாள்.

மழை இப்போது விட்டு விட்டுப் பெய்தது. சிறு ஈரமான புயல்களும், அமைதியான நேரங்களும் வந்தன. இரண்டாம் நாள் காலையில் அப்பா முகாம் வழியாகச் சென்று தனது சட்டைப் பைகளில் பத்து உருளைக்கிழங்குகளுடன் வந்தார். அம்மா அவர் காரின் ஒரு பகுதியை உடைத்து அடுப்பு மூட்டி தண்ணீரை ஒரு சட்டியில் எடுப்பதை பாவமாகப் பார்த்துக் கொண்டிருந்தாள். குடும்பம் வேகவைத்த உருளைக்கிழங்கை வெறுங்கையால் உண்டது. இந்தக் கடைசி உணவு காலியானதும், சாம்பல் நிறத் தண்ணீரை அவர்கள் வெறித்தனர்; இரவில் நீண்ட நேரம் அவர்கள் படுக்கவில்லை.

காலை விடிந்தபோது அவர்கள் பதற்றத்துடன் எழுந்தனர். ஷாரன் அம்மாவிடம் கிசுகிசுத்தாள்.

அம்மா தலையை ஆட்டினாள். "ஆமா. இப்ப புறப்படத்தான் வேணும்." பிறகு ஆண்கள் படுத்திருந்த கதவு பக்கத்தைப் பார்த்தாள். "நாம இங்கருந்து வெளிய போறோம்" என்று காட்டமாகச் சொன்னாள். "உயரமான இடத்துக்குப் போகணும். நீங்க வரீங்களோ, வரலையோ, நான் ரோசாஷார்னையும், குழந்தைகளையும் இங்கருந்து கூட்டிட்டுப் போறேன்."

"நம்மால முடியாது!" என்று அப்பா பலவீனமாகச் சொன்னார்.

"அம்மா.. நான் வரமாட்டேன்" என்றான் அல்.

"ஏன் வரமாட்ட?"

"அது, அது வந்து... நானும் அகியும்---"

அம்மா புன்னகைத்தாள். "சரிதான். நீ இங்க இரு அல். பொருளையெல்லாம் பாத்துக்கோ. தண்ணி கீழ இறங்கினதும் நாங்க திரும்பி வந்துடுவோம். மழை வரதுக்கு முன்னால வேகமா வாங்க" என்று அப்பாவை அழைத்தாள். "வா, ரோசாஷார்ன். நாம உலர்ந்த இடத்துக்குப் போவோம்."

"என்னால நடக்க முடியும்."

"கொஞ்சம் முடியலாம், ரோட்ல. நீங்க குனிஞ்சுக்கங்க, அப்பா."

அப்பா தண்ணீரில் இறங்கி குனிந்து கொண்டு காத்திருந்தார். அம்மா ஷாரன் மேடையிலிருந்து இறங்கி வர உதவி செய்து, காரில் கைபிடித்து அழைத்து வந்தாள். அப்பா அவளைக் கைகளில் ஏந்திக் கொண்டு முடிந்த வரை உயரத் தூக்கிக் கொண்டு கவனமாகக் காரைச் சுற்றி ஆழமான தண்ணீரில் உயர்வேகப்பாதையை நோக்கி நடந்தார். அவளைக் கீழிறக்கி விட்டு அவளைப் பிடித்துக் கொண்டார். ஜான் மாமா ருத்தியைத் தூக்கிக் கொண்டு நடந்தார். அம்மாதண்ணீரில் இறங்கியதும், அவளது பாவாடை அவளைச் சுற்றி விரிந்து கொண்டது.

"வின்ஃபீல்ட், என் தோள்ல ஏறிக்கோ. அல், நாங்க தண்ணி இறங்கினவுடனே திரும்பி வந்துடுவோம். அல்—'. அவள் நிறுத்தினாள். "டாம் வந்தா, நாங்க வந்துடுவோம்னு சொல்லு. அவன கவனமா இருக்கச் சொல்லு. வின்ஃபீல்ட்! என் தோள்ல ஏறிக்கோ – அங்கதான்!. இப்ப உன் கால ஆட்டாம வச்சுக்கோ." அவள் மார்பளவுத் தண்ணீரில் தடுமாறி நடந்தாள். உயர்வேகப்பாதை மேட்டில் அவர்கள் அவள் மேலேற உதவி, வின்ஃபீல்டை அவளது தோளிலிருந்து இறக்கி விட்டனர்.

அவர்கள் உயர்வேகப்பாதையில் நின்று தண்ணீர் நிரம்பியிருப்பதையும், ஆழ்ந்த செந்நிறத்தில் பெட்டிக் கார்களையும், மெதுவாக நகர்ந்து சென்ற தண்ணீரில் மூழ்கியிருந்த டிரக்குகள், வண்டிகளையும் பார்த்தனர். அவர்கள் நின்றபோது, சிறு பனியுடன் கூடிய மழை பெய்யத் தொடங்கியது.

"நாம போகணும். ரோசாஷார்ன், உன்னால நடக்க முடியும்னு நினைக்கிறியா?"

"கொஞ்சம் தலைசுத்துது. என்ன அடிச்சுப் போட்ட மாதிரி இருக்கு."

அம்மா"எங்கபோறோம், எங்க போறோம்" என்று முறையிட்டாள்.

"எனக்குத் தெரியாது. ரோசாஷார்னோட கையப் பிடிச்சுக்க." அம்மா பெண்ணின் வலது கையைப் பிடித்து அவளை நிலைப்படுத்த, அப்பா இடது கையைப் பிடித்துக் கொண்டார். "உலர்வா இருக்கிற எதோ இடத்துக்குப் போறோம். போகத்தான் வேணும். நீங்க ரெண்டு நாளா உலர்ந்த உடையே போட்டுக்கல." அவர்கள் உயர்வேகப்பாதையில் மெதுவாக நடந்தனர். சாலைக்கருகில் ஓடையில் தண்ணீர் ஓடும் சத்தம் அவர்களுக்குக் கேட்டது. ருத்தியும், வின்ஃபீல்டும் சேர்ந்து தம் காலால் சாலையின் தண்ணீரை அளைந்து கொண்டே நடந்தனர். அவர்கள்சாலையில் மெதுவாக முன்னேறிச் சென்றனர். வானம் இருள, மழை வேகப்பட்டது. உயர்வேகப்பாதையில் எந்தப் போக்குவரத்தும் இல்லை.

"நாம வேகமா போகணும்" என்றாள் அம்மா. "இந்தப் பொண்ணு நனைஞ்சுட்டா அவளுக்கு என்னாகும்னே என்னால சொல்ல முடியாது."

"நாம எங்க போறோம், எங்க வேகமா போறோம்னே நீ சொல்லல" என்று அப்பா கிண்டலாக நினைவூட்டினார்.

சாலை ஓடைக்கருகில் திரும்பியது. அம்மா நிலத்தையும், வெள்ளம் சூழ்ந்த வயல்களையும் தேடினாள். சாலையில் தூரத்தில், இடதுபுறத்தில் ஒரு சிறிய உருண்டையான பாறையின்மேல் மழையில் கருத்த கொட்டகை இருந்தது. "பாருங்க!" என்றாள் அம்மா. "அங்க பாருங்க!. அந்தக் கொட்டகை உலர்ந்துதான் இருக்கும்னு நம்பறேன். நாம மழை நிக்கற வரைக்கும் அங்க போகலாம்."

அப்பா பெருமூச்செறிந்தார். "அதோட சொந்தக்காரர் அதிலேருந்து போயிட்டார்னு நினைக்கறேன்."

முன்னால், சாலைக்கருகில் ருத்தி சிவப்பான ஒரு பொருளைப் பார்த்து விட்டு அதை நோக்கி ஓடினாள். அங்கே சிவப்புத் தோட்ட மலர் மழையால் மலர்ந்து கிடந்தது. அவள் பூவை எடுத்தாள். அவள் ஒரு இதழை கவனமாக எடுத்து மூக்கில் வைத்துப் பார்த்தாள். வின்ஃபீல்ட் அதைப் பார்ப்பதற்காக ஓடினான்.

"எனக்கு ஒண்ணு குடு" என்று கேட்டான்.

"இல்ல சார். இது முழுசும் என்னுது. நாந்தான் பாத்தேன்." அவள் இன்னொரு இதழை எடுத்துத் தனது நெற்றியில் வைத்துக் கொண்டாள். ஒரு சிறிய பிரகாசமான சிவப்பு இதயம்போல் அது இருந்தது.

"வா, ருத்தி! எனக்கு ஒண்ணு குடு. குடு இப்ப." அவன் மலரை அவளது கையிலிருந்து பிடுங்க முயன்று தோற்றான். ருத்தி தனது திறந்த கையை வைத்து முகத்தில் அடித்தாள். அவன் ஒரு கணம் திகைத்துப் போய் நின்றான். பிறகு அவனது உதடுகள் துடிக்க, கண்கள் கண்ணீரால் நிறைந்தன.

மற்றவர்கள் அங்கு வந்து சேர்ந்தனர். "இப்ப என்ன செஞ்ச?" என்று அம்மா விரட்டினாள்.

"அவன் என்னோட பூவ பறிக்கப் பாத்தான்."

வின்ஃபீல்ட் விசும்பினான். "நான் ஒண்ணே ஒண்ணுதான் கேட்டேன். என்னோட மூக்குல வச்சுக்கறதுக்கு."

"அவனுக்கு ஒண்ணு கொடு ருத்தி."

"அவனே தேடிக்கட்டும். இது என்னோடது."

"ருத்தி! அவனுக்கு ஒண்ணு கொடு."

ருத்தி அம்மாவின் குரலில் இருந்த மிரட்டலைக் கேட்டுவிட்டுத் தனது உத்தியை மாற்றிக் கொண்டாள். "இந்தா" என்று மிகுந்த அன்புடன் சொன்னாள். "நான் உனக்காக ஒண்ணு ஒட்டி விட்றேன்." மூத்தவர்கள் நடந்தனர். வின்ஃபீல்ட் அவனது மூக்கை அவளிடம் நெருக்கமாக நீட்டினான். அவள் ஒரு இதழை தனது நாவால் ஈரப்படுத்தி விட்டு அவனது மூக்கில் வைத்துத் தேய்த்தாள். "வேசி மகனே" என்று மெதுவாகச் சொன்னாள். வின்ஃபீல்ட் இதழைத் தனது விரல்களால் பற்றி மூக்கில் அமுக்கினான். அவர்கள் மற்றவர்களுக்குப் பின்னால் வேகமாக நடந்தனர். ருத்தி வேடிக்கை எப்படிப் போனது என்பதை உணர்ந்தாள். "இந்தா. இன்னும் கொஞ்சம் இருக்கு. கொஞ்சத்த உன் நெத்தில ஒட்டிக்க."

சாலையின் வலப்புறத்திலிருந்து வேகமான மழைச்சத்தம் கேட்டது. அம்மா குரல் கொடுத்தாள், "பெரிசா மழை வருது. அந்த வேலிக்குள்ள போயிடுவோம். அது குட்டையா இருக்கு. வாங்க வேகமா!. பொறுத்துக்கோ ரோசாஷார்ன்." அவர்கள் அவளை பள்ளத்தைத் தாண்டி பாதி இழுத்துச் சென்று வேலிக்குள் அழைத்துச் சென்றனர். பிறகு அவர்களை ஒரு புயல் தாக்கியது. அவர்கள் மீது மழை கொட்டியது. அவர்கள் சேற்றில் காலை இழுத்துக் கொண்டு சிறிய சரிவில் ஏறினர். கருநிறக் கொட்டகை மழையால் பாதி தெரியாமல் இருந்தது. மழை சத்தமிட்டுக் கொண்டு தெறித்தது. அதிகரித்த காற்று மழையை இழுத்துச் சென்றது. ரோசாஷார்னின் கால்கள் வழுக்க, அவளைத் தாங்கியவர்கள் அவளை இழுத்துச் சென்றனர்.

"அப்பா, அவளத் தூக்கிக்கறீங்களா?"

அப்பா அவள்மீது குனிந்து தூக்கினார். "எப்படியும் நாம நனைஞ்சுட்டோம். வேகமா. வின்ஃபீல்ட், ருத்தி, முன்னால ஓடுங்க.!"

அவர்கள் மூச்சு வாங்கிக் கொண்டு மழையில் நனைந்த கொட்டகையின் முன்புறம் வந்தனர். அங்கு கதவுகள் இல்லை. சில துருப்பிடித்த உழவுக்கருவிகள் அங்கு கிடந்தன. ஒரு உருண்டை ஏர், உடைந்த அறுவடைக் கருவி, ஒரு இரும்புச் சக்கரம். மழை அறைமீது அடித்துப் பெய்து வாயிலை மறைத்தது. அப்பா ஷாரனை ஒரு எண்ணெய் படிந்த பெட்டியின் மீது மெதுவாக இறக்கி விட்டார். "எல்லாம் வல்ல கடவுளே!"

அம்மா சொன்னாள், "ஒருவேளை உள்ள வைக்கோல் இருக்கலாம். அங்க பாருங்க, ஒரு கதவு இருக்கு." அவள் கதவை அதன் துருப்பிடித்த கீல்களில் தள்ளித் திறந்தாள். "இங்க வைக்கோல் இருக்கு. உள்ள வாங்க."

உள்ளே இருளாக இருந்தது. தட்டிகளுக்கிடையிலிருந்த பிளவுகளிலிருந்து சிறு வெளிச்சம் வந்தது.

"கீழ படுத்துக்க ரோசாஷார்ன். படுத்து ஓய்வெடு. உன்ன காய வைக்க நான் எதாவது செய்யறேன்."

வின்ஃபீல்ட் அழைத்தான். "அம்மா!". கூரையில் அடித்துப் பெய்த மழை அவனது குரலை அமிழ்த்தியது. "அம்மா!"

"என்ன? என்ன வேணும்?"

"பாருங்க!. அந்த மூலைல."

அம்மா பார்த்தாள். அங்கே இருளில் இரண்டு உருவங்கள் இருந்தன; ஒரு மனிதன் நிமிர்ந்து படுத்திருக்க, ஒரு பையன் அவருக்கருகில் விழிகள் விரிய புதிதாக வந்தவர்களைப் பார்த்துக் கொண்டு உட்கார்ந்திருந்தான். அவள் பார்த்தபோது அவன் மெதுவாக எழுந்து அவளிடம் வந்தான். அவனது குரல் கம்மியது. "இது உங்களுக்குச் சொந்தமான இடமா?"

"இல்ல. நனைஞ்சு போய் வந்தோம். எங்ககிட்ட உடம்பு சரியில்லாத பொண்ணு இருக்கா. உங்கிட்ட ஒரு உலர்ந்த போர்வை இருக்கா? அவளோட நனைஞ்ச துணிய எடுத்துட்டுப் போத்தி விட்றதுக்கு?"

பையன் மூலைக்குச் சென்று ஒரு அழுக்கான மெத்தைப் போர்வையைக் கொண்டு வந்து அம்மாவிடம் கொடுத்தான்.

"உனக்கு நன்றி. அவருக்கு என்னாச்சு?"

பையன் கரகரத்த குரலில் பேசினான். "முதல்ல அவருக்கு உடம்பு சரியில்லாம போச்சு – ஆனா இப்ப அவர் பட்டினியா இருக்கார்."

"என்ன?"

"பட்டினில இருக்கார். பருத்தில நோய்வாய்ப்பட்டுட்டார். ஆறு நாளா சாப்பிடல."

அம்மா மூலைக்குச் சென்று அவரைக் குனிந்து பார்த்தாள். அவருக்கு சுமார் ஐம்பது வயது இருக்கும். அவரது முடி படர்ந்த மெலிந்த முகத்தில் கண்கள் எங்கோ வெறித்துக் கொண்டிருந்தன. பையன் அவளுக்கருகில் நின்றான். "உங்கப்பாவா?" என்று அம்மா விசாரித்தாள்.

"ஆமா! அவர் பட்டினியா இல்லேங்கறார் இல்லேன்னா இப்பதான் சாப்பிட்டேங்கறார். எங்கிட்ட உணவ குடுங்க. அவர் ரொம்ப பலவீனமா இருக்கார். அவரால நகர முடியாது."

அடித்துப் பெய்த மழை சற்றுக் குறைந்து லேசாகத் தூறிக் கொண்டிருந்தது. அந்த மெலிந்த மனிதர் தன் உதடுகளை அசைத்தார். அம்மா அவருக்கருகில் குனிந்து காதை நெருக்கமாகக் கொண்டு சென்றாள்.

அவரது உதடுகள் மீண்டும் அசைந்தன.

"நிச்சயமா. நீ சாதாரணமா இரு. அவர் சரியாயிடுவார். நான் என் பொண்ணோட நனைஞ்ச உடைகள கழற்ற வரைக்கும் பொறு."

அம்மா பெண்ணிடம் திரும்பிச் சென்றாள். "இப்ப கழட்டு." மற்றவர்களின் கண்களிலிருந்து மறைப்பதற்காக அந்த மெத்தைப் போர்வையை உயர்த்திப் பிடித்துக் கொண்டாள். பெண் உடையைக் கழற்றியதும், அம்மா அவளைச் சுற்றி அதைப் போர்த்தி விட்டாள்.

பையன் அவளுக்கருகில் நின்று விளக்கிக் கொண்டிருந்தான். "எனக்குத் தெரியாது. அவர் நான் சாப்பிட்டுட்டேன், எனக்குப் பசியில்லன்னு சொன்னார். நேத்து ராத்திரி நான் கடும் காத்துல வெளிய போயி கொஞ்சம் ரொட்டிய திருடிட்டு வந்தேன். அவர மெல்ல வச்சேன். ஆனா அவர் எல்லாத்தையும் வாந்தி எடுத்துட்டார். அப்புறம் ரொம்ப பலவீனமாயிட்டார். சூப் இல்லேன்னா பால் கொடுக்கணும். உங்ககிட்ட பால் வாங்க பணம் இருக்கா?"

"உஷ்! கவலைப்படாத. நாம எதாவது யோசிக்கலாம்."

திடீரென அந்தப் பையன் அலறினான். "அவர் செத்துக்கிட்டு இருக்கார். அவர் பட்டினியால செத்துக்கிட்டு இருக்கார்."

"உஷ்! என்று அதட்டினாள் அம்மா. அவள் அப்பாவும் ஜான் மாமாவும் என்ன செய்வதென்று தெரியாமல் அந்த மனிதரைப் பார்த்துக் கொண்டிருந்ததைப் பார்த்தாள். அவள் மெத்தைப் போர்வையைச் சுற்றிக் கொண்டிருந்த ஷாரனையும் பார்த்தாள். அம்மாவின் கண்கள் ரோசாஷார்னின் கண்களை ஊடுருவிப் பார்த்து விட்டு அவர்களிடம் மீண்டன. அந்த இரு பெண்களும் ஒருவரையொருவர் ஆழமாகப் பார்த்தனர். பெண்ணின் மூச்சு விட்டு விட்டு இழைத்தது.

அவள் "சரி" என்றாள்.

அம்மா புன்னகைத்தாள். "நீ செய்வேன்னு தெரியும். எனக்குத் தெரியும்!" அவள் மடியில் குவித்து வைத்திருந்த தன் கைகளைக் குனிந்து பார்த்தாள்.

ஷாரன் கிசுகிசுத்தாள், "நீங்க, நீங்கல்லாம் வெளிய போவீங்களா?". மழை கூரையின் மீது மெதுவாக அடித்தது.

அம்மா தன் உள்ளங்கையை நீட்டித் தன் பெண்ணின் முடியை நெற்றியிலிருந்து விலக்கி விட்டு நெற்றியில் முத்தமிட்டாள். அம்மா வேகமாக எழுந்தாள். "வாங்க எல்லாரும். இந்த கருவிகள் வச்சிருக்கற அறைக்கு வாங்க"

ருத்தி பேசுவதற்காக வாயைத் திறந்தாள். "உஷ்! வாய மூடிக்கிட்டு வெளிய வா." அவர்களை வாசல் வழியாக அழைத்து வந்தாள். பையனைக் கையோடு இழுத்து வந்து, வாசல் கதவை மூடினாள்.

ஒரு நிமிடம் ஷாரன் கிசுகிசுத்த கொட்டிலில் அசையாமல் அமர்ந்திருந்தாள். பிறகு சோர்ந்து போன தன் உடலைத் தூக்கிக் கொண்டு போர்வையால் மூடிக் கொண்டாள். பிறகு மூலைக்கு மெதுவாகச் சென்று அந்த சோர்ந்த முகத்தை, விரிந்த, மிரண்ட பார்வையைப் பார்த்தாள். பிறகு மெதுவாக அவருக்கருகில் படுத்துக் கொண்டாள். அவர் மெதுவாகத் தன் தலையை இப்படியும் அப்படியுமாக அசைத்தார். ஷாரன் ஒரு பக்கம் போர்வையை விலக்கித் தன் மார்பை விடுவித்தாள். "நீங்க குடிச்சுத்தான் ஆகணும்" என்றாள். அவள் மேலும் நெருங்கி அவரது தலையை இழுத்தாள். "அங்கதான்" என்றாள். "அங்கதான்." அவளது கை அவரது தலைக்குப் பின்னால் சென்று பிடித்துக் கொண்டது. அவளது விரல்கள் அவரது முடியை ஆதரவாக வருடின. அவள் நிமிர்ந்து கொட்டகையைப் பார்த்தாள். அவளது உதடுகள் இணைந்து, மர்மப் புன்னகையைச் சிந்தின.

முற்றும்

எமது பிற நாவல்கள்

12291	தனிமைப் புலம்பல் | மார்க் ட்வெயின்	40	☐
22287	முதல் ஆசிரியர் | சிங்கிஸ் ஐத்மாத்தவ்	50	☐
10112	காம்ரேட் | யஷ்பால்	50	☐
12288	ஜமீலா | சிங்கிஸ் ஐத்மாத்தவ்	50	☐
15909	கருக்கு | பாமா	70	☐
16911	ஆறாவது வார்டு | அந்தோன் செகாவ்	60	☐
17301	பசி | எலிஸ் பிளாக்வெல் | தமிழில்: ச.சுப்பாராவ்	50	☐
17028	தந்திரகவசம் | தி. குழந்தைவேலு	70	☐
17158	மீட்சி | வோல்கா	70	☐
17425	வனபுத்திரி | ச.சுப்பாராவ்	80	☐
16937	கறுப்பின மந்திரவாதி (கூகி வா தியாங்கோ) தமிழில்: நாமக்கல் பழனிச்சாமி	90	☐
17390	சித்தார்த்தன் | ஹெர்மன் ஹெஸ்ஸே, தமிழில்: திருலோக சீதாராம்	90	☐
16954	இடையில் ஓடும் நதி... (கென்ய நாவல்) | கூகி வா தியாங்கோ தமிழில்:இரா.நடராசன்	95	☐
17053	பாலிதீன் பைகள் | இரா.நடராசன்	110	☐
17246	சுஜாதா | ஓல்கா | தமிழில்: கௌரி கிருபானந்தன்	110	☐
17308	தொடுவானம் தொட்டுவிடும் தூரம் | ஓல்கா, தமிழில்: கௌரி கிருபானந்தன்	110	☐
12225	நான்காயிரம் கைகளும் ஒரே முகமும் | புதிய ஜீவா	110	☐
10872	உண்மை மனிதனின் கதை | பரீஸ் பொலெவோய்	120	☐
12289	மண்சாட்சி | அரங்க சுந்தரராஜன்	135	☐
16973	பயாஃப்ராவை நோக்கி நைஜிரிய நாவல்		

	புச்சி யமச்செட்டா | தமிழில்: இரா.நடராசன்	190
17070	கறுப்பர் நகரம் | கரன் கார்க்கி	280
12295	தாகம் | கு.சின்னப்ப பாரதி	400
10109	சுரங்கம் | கு.சின்னப்ப பாரதி	195
12297	தாய் | மாக்சிம் கார்க்கி	195
17660	வீரம் விளைந்தது | நிக்கொலாய் ஒய்திரோஸ்க்சி	300
15903	பெரிய வயல் | எம்.எஸ்.சண்முகம்	250
17467	பால்கட்டு | சோலை சுந்தரபெருமாள்	280
17593	நான் அவள் கேபுச்சினோ | ஹரிஷ் குணசேகரன்	120
17589	வீழ்ச்சி | சுகுமாரன்	210
17590	வருகிறார்கள் | கரன் கார்க்கி	295
17592	பார்வை தொலைத்தவர்கள் |யோசே சரமாகோ, தமிழில்: எஸ். சங்கரநாராயணன்	295
17604	ஐன்ஸ்டீனிடம் மயங்கிய மாயவிசை | வினோத் குமார்	120
17622	ஒரு அகதியின் கனவு | ஜூலியோ ஆல்வரிஸ், தமிழில்: ச. பிரபுதமிழன்	170
17641	இப்படியும் சில மனிதர்கள் | எம்.எஸ்.சண்முகம்	190
17700	கண்ணுக்குள் சற்று பயணித்து | ஆர். வத்ஸலா	450
17691	காங்கிரீட் காடு | அப்டன் சிங்க்ளர் | தமிழில் : ச. சுப்பாராவ்	280
27697	குறும்பன் | கஃபூர் குல்யாமின்	200
17703	பஞ்சும் பசியும் | தொ.மு.சி. ரகுநாதன்	160
17736	பிரதாப முதலியார் சரித்திரம் |	90
17730	பாரபாஸ் | பேர் லாகர் குவிஸ்டு | தமிழில்: க.ந.சு	100
17738	அந்தோன் செகாவ் - சிறுகதைகளும் குறுநாவல்களும் (1884-1903) | அந்தோன் செகாவ்	230
17736	பிரதாப முதலியார் சரித்திரம் தமிழின் முதல் நாவல் சுருக்கப் பதிப்பு | மாயூரம் வேதநாயகம் பிள்ளை	90
17781	புத்துயிர்ப்பு | லேவ் தல்ஸ்தோய்	690
17780	விடி வெள்ளி | எம்மனுயீல் கஸகேவிச் | தமிழில்	90

17923	ஸ்டிரைக் | ராமச்சந்திர வைத்தியநாத்	250	☐
17978	அஸ்வமேதம் | ராமச்சந்திர வைத்தியநாத்	140	☐
18000	தேரிக்காடு | அமல்ராஜ்	230	☐
17990	கொங்கை | அண்டனூர் சுரா	70	☐
17991	நிலநடுக்கோடு | விட்டல் ராஜ்	295	☐
17980	சிறகுகள் | ஓல்கா	150	☐
18011	சாம்பையா | தமிழில்: ராஜேஸ்வரி கோதண்டம்	500	☐
	இரட்டையர்கள்		
18047	சுகந்தி என்கிற ஆண்டாள் தேவநாயகி | ட்டி.ராமகிருஷ்ணன்	300	☐
18055	அத்துமீறல் | அமலன் ஸ்டேன்லி	120	☐
17978	அஸ்வமேதம் | ராமச்சந்திர வைத்தியநாத்	140	☐
18059	கண்தெரியாத இசைஞன் |	240	☐
18056	நுகத்தடி | பாண்டியக் கண்ணன்	210	☐
18105	மாண்புரு மனிதர்கள் | முருகேசன்	180	☐
22294	நாகா | இரா.நடராசன்	100	☐
22334	ரோஸ் | இரா.நடராசன்	50	☐
22353	மலர் அல்ஜிப்ரா | இரா. நடராசன்	65	☐
27114	கறுப்பழகன் | தமிழில்: யூமா வாசுகி	130	☐
27035	பெனி என்னும் சிறுவன் | தமிழில்: யூமா வாசுகி	150	☐
25607	குட்டி இளவரசன் | தமிழில்: யூமா வாசுகி	40	☐
22354	மரகத நாட்டு மந்திரவாதி | தமிழில்: யூமா வாசுகி	90	☐
20875	தயா | எம்.டி.வாசுதேவன் நாயர்	25	☐
27252	அப்பா சிறுவனாக இருந்தபோது | அலெக்சாந்தர் ரஸ்கின்	110	☐
27377	ஒரு நாயின் கதை | பிரேம்சந்த் | தமிழில்: யூமா வாசுகி	30	☐
27437	புத்தக தேவதையின் கதை | பேரா.எஸ்.சிவதாஸ்,		
	தமிழில்: யூமா வாசுகி	70	☐
27694	சஞ்சீவி மாமா | கொ.மா. கோ. இளங்கோ	90	☐
17967	விடமாட்டேன் உன்னை | மோ. கணேசன்	80	☐
28023	தியா | தமிழில்: யூமா வாசுகி	100	☐
28029	1729 | ஆயிஷா இரா. நடராசன்	65	☐